D1758240

ENGLISH - TAMIL
TAMIL - ENGLISH

ஆங்கில - தமிழ்
தமிழ் - ஆங்கில
அகராதி

DICTIONARY

ENGLISH - TAMIL
TAMIL - ENGLISH

ஆங்கில-தமிழ்
தமிழ்-ஆங்கில
அகராதி

Compiled by :

Jayalalitha Swamy

ENGLISH-TAMIL
TAMIL-ENGLISH
DICTIONARY

ISBN 81-7650-046-1

Published by
STAR PUBLICATIONS (PVT.) LTD.
4/5B, Asaf Ali Road, New Delhi 110 002

This Revised Edition : 2004
Price (in India) Rs. 295.00

Printed at
Ajay Printers
Delhi-110032

FROM THE PUBLISHERS :

We have planned to bring out a series of dictionaries compiled by prominent scholars in different languages of the world.

THIS DICTIONARY is one in that series, and we hope readers will find it useful.

This is our contribution in bringing various languages of the world together, and closer to English.

Note: A list of all the dictionaries appears on the last page of this publication.

INDEX

ENGLISH - TAMIL

PAGES 9-532

TAMIL - ENGLISH

PAGES 533-829

A

a (*art*): one, any, ஒரு, ஓர்.

A-1 (*adj*): first rate, excellent, முதல்தரமான.

aback (*adv*): backwards, by surprise, பின்னுக்கு, திடீரென, திடுக்கிடும்படி.

abaft (*adv*): at the hind part, பின்தாக்காக, பின்புறமாக.

aban'don (*v*): give up, desert, கைவிடு, விட்டுவிடு; (*n*) freedom exercised carelessly, அலட்சிய [illegible] துணிவு.

aban'doned (*pt. part*): deserted, கைவிடப்பட்ட.

abase (*v*): degrade, தாழ்த்து, இழிவு செய்.

abase'ment (*n*): decrease, குறைத்தல்; degradation, தாழ்வு, இழிவு செய்தல்.

abash' (*v*): put to shame, வெட்கப்படுத்து, தலைகுனியச் செய்.

abate' (*v*): lessen, குறை, தணி(வி); make void, declare as against law, சட்டப்படி செல்லாததாக்கு, ரத்து செய்.

ab'bess (*n*): lady superior in charge of a convent, கன்னிமடத் தலைவி.

ab'bey (*n*): a house for monks, convent, ஆசிரமம், மடம், கன்னிமடம்.

ab'bot (*n*): superior in charge of an abbey, மடாதிபதி.

ab'breviate (*v*): shorten, குறை, சுருக்கு.

A,B,C (*n*): elementary principles, அடிப்படைத் தத்துவங்கள்.

சக்தி

ab'ject (*adj*): mean, low, இழிவான, தாழ்வான.

abjura'tion (*n*): the act of giving up on oath, உறுதி கூறி (கைவிடுதல்) விலக்குதல்.

abjure' (*v*): give up on oath, உறுதி கூறிக் கைவிடு.

ablaze' (*adv*): in flames, on fire, கொழுந்து விட்டு எரியும் (நிலையில்), எரிந்துகொண்டு.

ab'le (*adj*): capable, strong, திறமையான, திறமையுடைய, சக்தியுள்ள.

able-bodied (*adj*): capable of working to earn, உழைத்துச் சம்பாதிக்கக் கூடிய.

abn[illegible] (*adj*): unnatural, அசாதாரணமான, நியதிக்கு மாறான.

aboard' (*adv & prep*): on board, கப்பல், தோணி முதலியவற்றில், கப்பலுக்குள்.

abode' (*n*): dwelling, வாசஸ்தலம்.

abol'ish (*v*): put an end to, destroy, முடிவு கட்டு, ரத்து செய், அழி.

ab'dicate (*v*): give up, renounce (title or throne), (இராச்சிய அதிகாரத்தைக்) கைவிடு, (உரிமையைக்) கைவிடு.

abdo'men (*n*): belly, உதரம், அடிவயிறு, வயிறு.

abduc't (*v*): kidnap, பலாத்காரமாகக் கொண்டு செல்.

abduc'tion (*n*): the act of kidnapping, கடத்திச் செல்லல்.

abed' (*adv*): in bed, படுக்கையில், (நோயுற்று) படுக்கையாக.

aberra'tion (*n*): deviation from the right course, வழி (நேர்மை) யிலிருந்து விலகுதல், புத்தி மாறாட்டம்.

abet' (*v*): assist (in an offence) or encourage (an offender), (தீச் செயலுக்குத்) துணை செய், (குற்றவாளிக்கு) ஆதரவளி.

abetter, abettor (*n*): one who abets, தூண்டுகிறவன், உடந்தையாய் இருப்பவன்.

abey'ance (*n*): temporary inactivity, putting off, கொஞ்ச காலம் வரை நிறைவேறாமை, தற்காலிகமாக நிறுத்தி வைத்தல்.

abhor' (*v*): detest, hate, வெறு.

abho'rrence (*n*): state of being detestable, வெறுப்பூட்டும் நிலை, வெறுப்பு; thing which detests, வெறுப்பூட்டும் ஒன்று.

abide' (*v*): dwell, remain firm, await, வசி, உறுதியாக (இரு) நில், காத்திரு.

abi'ding (*adj*): lasting, நீடித்துள்ள, நிரந்தரமான, நிலையான.

A-bomb (*n*): Atom bomb, அணு குண்டு.

abom'inable (*adj*): loathsome, வெறுப்பூட்டக்கூடிய.

abori'gines (*n*): first inhabitants of a country, பூர்வீகக் குடிகள்.

abor'tion (*n*): miscarriage, கரு அழிவு, உரிய காலத்திற்குமுன் சிதை(த்)தல்.

abound' (*v*): be in (full) great or plenty, நிறைந்திரு, மிகுதியாயிரு, ஏராளமாயிரு.

about' (*adv & prep*): around, nearby, near to, சுற்றிலும், சுமாராய், கிட்டதட்ட, ஏறக்குறைய.

above (*adv & prep*): on the upside, more than, மேலாய், மேலே, அதிகமாய்.

above-board (*adv*): beyond any room for suspicion, சந்தேகத்திற்கு அப்பாற்பட்டு; clean, சுத்தமாக.

abreast (*adv*): side by side, ஒருவர் பக்கத்தில் ஒருவராய், அடுத்தடுத்து, இணையாக.

abridgement *(n)* : shortening, abstract, குறுக்குதல், சுருக்குதல், சுருக்கம்

abroad *(adv)* : away from one's native country, in different directions, அயல் நாட்டில், பரவிக் கொண்டு

abrogate *(v)* : repeal, cancel, வழக்கொழியச்செய், நீக்கு, ஒழித்துக் கட்டு, அழி

abrupt *(adj)* : sudden, hasty, cut sharply off, disconnected, திடீரென, தொடர்ச்சியில்லாத, செங்குத்தான

abscess *(n)* : boil or swelling filled with pus in the body, சீழ்க்கட்டி, கழலை

abscind *(v)* : cut off, வெட்டு, துண்டாக்கு

abscond *(v)* : go away secretly, fly from the law, ஓடிப்பதுங்கு, சட்டத்தின் பிடிக்கு அகப்படாமல் தலை மறைவாகு

absence *(n)* : state of not existing, இல்லாதிருத்தல், இன்மை, இராமை, வராமை

absent *(adj)* : not present, not existing, abstracted in mind, வராத, இல்லாத, கவனக்குறைவான

absolute *(adj)* : perfect, unconditional, pure, complete, முழுமையான, கட்டுப்பாடற்ற, வரம்பற்ற, தனித்த, தன்னியல்பான

absolve *(v)* : free from one's blame, obligation or sin, forgive, குற்றச்சாட்டு அல்லது பழி பாவங்களை மன்னித்து விடு, பொறுத்துவிடு

absorb *(v)* : swallow up, suck up, உட்கொள், உறிஞ்சு, கவனத்தை ஈர்த்துக்கொள்

abstain *(v)* : hold back, keep oneself away, refrain from, விலகு, விட்டு விடு, தவிர்

abstemious *(adj)* : sparing, moderate, அடக்கமான, மிதமான

abstinence *(n)* : holding back from, கள்ளுண்ணாமை, உண்ணா நோன்பு, தவிர்த்தல்

abstract *(n)*: summary, சுருக்கம், பொழிப்பு. *(adj)* : ideal, theoretical, separated from practice, not concrete, கருத்தியலான, பண்பியலான, அருவமான, புலன்களுக்கு அப்பாற்பட்ட

abstracted *(adj)* : engaged in another thought, absent-minded, வேறு எண்ணமுடைய, கவனமற்ற

abstruse *(adj)* : hidden, unintelligible, மறைபொருளான, எளிதில் புரிந்து கொள்ள முடியாத

absurd *(adj)* : unreasonable, ridiculous, காரணமற்ற, பொருந்தாத, நகைக்கத்தக்க

abundance *(n)* : plenty of wealth, over emotion, மிகுதி, செழிப்பு, நிறைவு, உணர்ச்சி வயப்படுதல்

abuse *(v)* : misuse, spoil, waste, scold violently, to be unjust or cheat, corrupt practice, தவறாகப் பயன்படுத்து, பாழாக்கு, திட்டு, பழித்துறை, ஊழல் செய்

abut *(v)* : lean on, to have a boundary with, (ஒன்றின் மேல்) சாய்ந்திரு, எல்லையை ஒட்டியிரு

abyss *(n)* : lower world, hell, fathomless gulf, பாதாளம், நரகம், படுகுழி

acacia *(n)* : a thorny tree yielding gum, வேலமரம்

academy *(n)* : place of study, society for cultivating art, கல்விச்சாலை, கல்விக்கழகம், கலைக்கழகம், கலைக்குழு, சங்கம்

accede *(v)* : join duty in an office, join a party, agree, consent, பதவி ஏற்றுக்கொள், கூட்டுச்சேரு, இணங்கு, ஒத்துக்கொள்

accelerate *(v)* : make quick, முடுக்கு, வேகமாக்கு

accelerator *(n)* : one who or that which increases speed, வேகமுடுக்கி

accent *(n)* : stress laid on a syllable or word, ஒலியழுத்தம், ஒலியெடுப்பு

accept *(v)* : to receive, agree, ஒத்துக் கொள், உடன்படு, நம்பு

access *(n)* : entrance, increase, right or means of approach, நுழைவாயில், கூடுதலாகுதல், நுழைவுரிமை, அடையும் வழி

accessary *(n)* : abettor in a crime, accomplice, குற்றம் மற்றும் தீய செயல்களில் உடந்தை

accessible *(adj)* : that can be easily approached, எளிதில் அடையக் கூடிய, எளிதில் அணுகக்கூடிய

accessory *(n)* : minor machinery part, துணைக்கருவி

accident *(n)* : an unexpected event, mishap, தற்செயலாய் நிகழ்ந்தது, எதிர்பாரா விபத்து அல்லது நிகழ்ச்சி

acclaim *(v)* : applaud loudly, பாராட்டிக் கைதட்டு, வாழ்த்து, பாராட்டு, ஆர்ப்பரி

acclimatize *(v)* : to accustom to another new climate or surroundings, புதிய தட்பவெப்ப நிலை, (அ) புதிய இடத்தை பழக்கமாக்கிக் கொள்

acclivity *(n)* : upward slope, சரிவான ஏற்றம், சாய்வான ஏற்றம்

accommodate *(v)* : find lodging for, make suitable supply, oblige, adjust, தங்க இடம் கொடு, இடம் உண்டாக்கிக் கொள், கடன் உதவி யளி, இணங்கு, இணங்கிப்போ

accompany *(v)* : follow, support a singer by playing on an instrument, பின்செல், இணைந்து செயலாற்று

accomplice *(n)* : an associate in wrong-doing, தீச்செயலுக்கு உடந்தையாளன்

accomplish *(v)* : complete, fulfil, நிறைவேற்று, செய்து முடி

accord *(v)* : agree, give, be in harmony, ஒத்துப்போ, கொடு, இணங்கு, இசைந்திரு

accordion *(n)* : a small musical instrument with keys, ஒரு வகை இசைக் கருவி

accost *(v)* : approach or go up to and address, அணுகிப் பேசு, சொற்பொழிவு ஆற்ற முற்படு

accouchment *(n)* : delivery (of child), பிள்ளைப்பேறு

account *(n)* : reckoning up of money, answer, statement of transaction, bill, giving a reason, கணக்கு விவரம், பதிலளித்தல், பற்றுவரவுக் கணக்கு, காரணம் காட்டுதல், விவரித்தல்

account book *(n)* : a book in which accounts are registered, கணக்குப் பதிவேடு

accoutre *(v)* : to furnish with dress and trappings (esp. a warrior), போர்க் கோலப்படுத்து

accredit *(v)* : trust, gain belief, recognize officially, நம்பு, நம்பிக் கையூட்டு, சான்றளி

accredited *(adj)* : having power to act, officially recognized, trusted, உரிமையுடைய, அதிகாரப்பூர்வமான, நம்பிக்கையுடைய

accretion *(n)* : growth, வளர்ச்சி
accrue *(v)* : come as a natural growth, தோன்று, சிறுகச் சிறுகச்சேரு, உண்டாக்கு, தொகு
accumulate *(v)* : heap up, gather, collect, குவி, திரட்டு, சேர், தொகு
accumulator *(n)* : one who or that which collects, money maker, an apparatus for storing electricity, திரட்டுபவர், திரட்டும் கருவி, பணம் பெருக்குபவர், மின் சேமக்கலம்
accuracy *(n)* : exactness, correctness, without any error, சிருடைமை, சரியாய் இருத்தல், பிழையின்மை
accurate *(adj)* : careful, exact, without error, கவனமான, சரியான, அதிநுட்பமான, சரிநுட்பமான
accursed *(adj)* : under a curse, ill-fated; பழிக்கப்பட்ட, வெறுக்கப் பட்ட
accusative *(adj)* : a case, bringing a charge against, இரண்டாம் வேற்றுமை, குற்றம் சுமத்துகிற
accuse *(v)* : blame, bring charges against, குற்றம் சுமத்து, பழி கூறு
accustom *(v)* : get used to, பழக்க மாக்கு
ace *(n)* : the *one* on dice, cards, etc., first rate airman, a person of the highest skill, பகடை, சீட்டு விளையாட்டுகளில் இடம் பெறும் 'ஒன்று' என்ற எண், திறமை யுடைய விமான ஓட்டி, மிகுந்த திறமையுடையவர்
acephalous *(adj)* : headless, தலை யற்ற, தலைமையற்ற
acerbity *(n)* : bitterness of speech, harshness, harsh taste, சிடுசிடுப்பு, கடுஞ்சுவை
ache *(n)* : continuous pain, தொடர்ச் சியான வலி
achieve *(v)* : finish, win, do, reach, செய்து முடி, வெற்றி பெறச்செய், எட்டு
acid *(n)* : a sour substance, காடி, புளிப்பான பொருள்
acknowledge *(v)* : accept, ஒப்புக் கொள்
acne *(n)* : pimple, முகப்பரு
acorn *(n)* : the seed or fruit of the oak tree, கருவால விதை (அ) காய்
acoustic *(adj)* : of sound or of the sense of hearing, ஓசை சார்ந்த, செவிப்புலன் சார்ந்த
acoustics *(n)* : the science of sound, ஓசையியல்
acquaint *(v)* : make familiar with, let one know, inform, பழக்கப்படுத்து, தெரிவி, அறிவி
acquiesce *(v)* : agree without protest, எதிர்ப்பின்றி உடன்படு
acquire *(v)* : gain, get, win, முயன்று பெறு, தேடிக்கொள்
acquit *(v)* : to set free from blame, behave, குற்றமில்லையென்று விடுதலை செய், நடந்து கொள்
acre *(n)* : measure of land, land containing 4,840 square yards, or about 4,000 square metres, நில அளவு, 4,840 சதுர கெஜம் (சுமார் 4,000 சதுர மீட்டர்) கொண்ட நிலம்
acrid *(adj)* : bitter, சிடுசிடுப்பான, pungent, கசப்பான, கார்ப்பான
acrimony *(n)* : bitterness of feeling or speech, எரிச்சல், மனக்கசப்பு
acrobat *(n)* : rope-dancer, tumbler, politician, reasoner, கழைக் கூத் தாடி, செப்பிடு வித்தைக்காரன்.

அரசியல் வித்தை செய்பவன், காரணவாதி

across *(prep & adv)* : from side to side of, on the other side, குறுக்காக, கடந்து

acrostic *(n)* : a poem or composition in which the first or last letters of the lines make a word or phrase, word puzzle so made, கரந்துறைப் பாட்டு, வரிகளின் முதலெழுத்தையோ கடைசி எழுத்தையோ கூட்டுவதால் உண்டாகும் பாட்டு வகை அல்லது சொற்புதிர் வகை

act *(v)* : play a part, pretend to do something, behave, நடி, பாவனை செய், நடந்துகொள், *(n)* : something done, part of a play or drama, a law, செய்கை, நாடக அரங்கம், சட்டம், விதி

actual *(adj)* : real, true, existing, in fact, உண்மையான, நடைமுறை வழக்கத்திலுள்ள

actuary *(n)* : official statistician who makes the calculation in an insurance office, காப்பீட்டுக் கணிப்பாளர்

actuate *(v)* : to act, to drive, to urge, தூண்டு, ஏவு, உந்து

aculeus *(n)* : string, prickle, கொடுக்கு, முள்

acumen *(n)* : sharp intelligence, quick understanding, அறிவுக் கூர்மை, புரிந்து கொள்ளும் ஆற்றல்

acupuncture *(n)* : curative and anaesthetic method of medicine, ஒரு வகை மருத்துவ சிகிச்சை முறை

acute *(adj)* : severe (pain), sharp, keen, clever, responding quickly, கடுமையான, கூர்மையான, புத்தி கூர்மையுள்ள, எளிதில் புரிந்து கொள்ளும் ஆற்றலுடைய

adage *(n)* : an old saying, proverb, பழஞ்சொல், பழமொழி

adamant *(n)* : a very hard stone, வைரம்

adapt *(v)* : make suitable, alter to make fit, சூழ்நிலைக்குத் தகுந்த வாறு மாற்றி அமை

add *(v)* : sum up, join, கூட்டு, சேர், இணை

addendum *(n)* : something to be added, appendix, addenda, பின்னிணைப்பு, பிற்சேர்க்கை

adder *(n)* : a small poisonous snake, the common name of the viper, நச்சுப் பாம்பு, கட்டுவிரியன் பாம்பு

addict *(v)* : habituate (to an evil habit தீய பழக்கத்திற்கு அடிமையாகு

addle *(v)* : make rotten, go bad, muddle, அழுகச்செய், கெட்டுப் போ, குழப்பு

address *(v)* : speak, write, deliver a speech, write the particulars of a person to whom letters, etc. may be sent, write on the envelope of a letter பேசு, எழுது, சொற்பொழிவாற்று, முகவரி எழுது; *(n)* முகவரி

adduce *(v)* : quote as a reason, cite as an example, காரணம் கூறு, சான்றாகக் கூறு, குறிப்பிடு, எடுத்துச் சொல்

adenoids *(n)* : growth at the back of the nose, மூக்கினடிச் சதை வளர்ச்சி

adept *(adj)* : expert, திறமை வாய்ந்த

adequate *(adj)* : enough, sufficient, போதுமான, தேவைக்கு ஒத்த

adhere *(v)* : stick fast, be faithful, follow, ஒப்புக்கொள், நம்பிக்கை கொள், பின்பற்று

adhesion (*n*) : the state of being attached, the act of sticking, concurrence, ஒட்டியிருத்தல், ஒட்டும் பண்பு

adhoc (*adj*) : formed for special purpose, குறித்த பணிக்காக அமைக்கப்பெற்ற

adieu (*n*) : good-bye, farewell, பிரிவுரை

adipose (*adj*) : fatty, கொழுத்த

adjacent (*adj*) : lying near, பக்கத்திலுள்ள

adjective (*n*) : a word that qualifies a noun, பெயரடை, பெயருரு, அடைமொழி

adjoin (*v*) : to lie nearest to, அடுத்தடுத்துச் சேர்ந்திரு

adjourn (*v*) : put off to a later date or time, ஒத்திப்போடு, தள்ளிவை

adjudge (*v*) : settle (a quarrel or claim) give statement, decide, (சண்டையைத்) தீர்த்து வை, தீர்ப்புக் கூறு, முடிவுசெய்

adjudicate (*v*) : to determine judicially, decide upon, நடுத் தீர்ப்புக் கூறு, தீர்ப்பளி

adjunct (*n*) : something suffixed, புறஒட்டு, இணைக்கப்பட்ட பொருள்

adjura (*v*) : charge on oath, ஆணையிட்டுச் சொல்லும்படி ஏவு

adjust (*v*) : make suitable, arrange conveniently, settle, பொருத்து, வசதியாக்கு, சரிப்படுத்து

adjutant (*n*) : an army officer who assists a superior officer, a kind of bird found in India, படைத்துறை உதவியாளர், ஒரின இந்தியப் பறவை

administer (*v*) : manage, give justice, control, look after, (a property, business matter, etc.) நிர்வகி, நீதி கொடு, ஆட்சி செய்

admirable (*adj*) : excellent, wonderful, வியப்படையத் தகுந்த, போற்றத்தக்க, பாராட்டத்தக்க

admiralty (*n*) : an office managing naval affairs, கப்பல் படை நிர்வாகக் குழு

admire (*v*) : express the feeling of respect, wonder, approval & satisfaction, honour, பாராட்டு, மெச்சு, மரியாதை கொடு

admit (*v*) : allow to enter, confess, permit, acknowledge or avow, நுழையவிடு, உண்மையை ஏற்றுக்கொள், ஒப்புதலளி

admix (*v*) : to mix or mingle with something else, கலக்கு, கலந்து ஒன்றாகு

admonish (*v*) : to warn, to reprove, remind, give advice, எச்சரிக்கை செய், நயமாகக் கூறு, நினைவூட்டு, அறிவுரை கூறு

ado (*n*) : trouble, fuss, unnecessary activity, difficulty, தொந்தரவு, வெற்றாரவாரம், பரபரப்பு, இடர்

adolescence (*n*) : the period of youth, சுமார் 12 வயது முதல் 20 வயது வரை உள்ள கட்டிளமை

adopt (*v*) : take in as a relation, bring into practice, தத்து எடு, நடைமுறைப்படுத்து

adore (*v*) : regard with utmost respect and affection, கடவுளாக நினைத்து மதித்து வணங்கு

adorn (*v*) : furnish with ornaments, add beauty to, ஒப்பனை செய், அழகுக்கு அழகு செய்

adrem (*adv & adj*) : to the purpose, உற்ற நோக்கத்திற்கு

adrenal *(n)* a ductless gland, அட்ரீனல் எனப்படும் நாளமில்லாச் சுரப்பி

adrenalin *(n)* : hormone secreted by the adrenal gland, அட்ரீனல் சுரப்பி நீர்.

adrift (*adj & adv*) : at the mercy of wind and tide or of circumstances, காற்று பொங்கும் கடல் சூழ் நிலை முதலியவற்றால் நிலை தடுமாறி

adroit *(adj)* : clever, skilful, திறமை வாய்ந்த

adscititious *(adj)* : supplemented, குறையை நிரப்புவதற்கான

adulate *(v)* : praise or respect (foolishly or excessively) to win favour, பலன் எதிர்நோக்கி மிகையாக அல்லது போலியாகப் புகழ்தல்

adulation *(n)* : servile, flattery பொய்ப்புகழ்ச்சி

adult *(adj)* : grown up nature, முழு வளர்ச்சி அடைந்த, வயது வந்த, *(n)* : grown up person, a matured person, வயது வந்தவர், முதிர்ச்சி யுடையவர்

adulterant (*adj & n*) : thing used in adulterating, கலப்படம் செய்ய உதவுகிற (பொருள்)

adulterate *(v)* : mix with things of bad quality, கலப்படம் செய்.

adulterine *(adj)* : born of adultery, முறையற்ற சேர்க்கையால் பிறந்த

adultery *(n)* : (of a husband or wife) act which breaks the marriage vow of faithfulness, பிறன் மனை சேரல், கணவனுக்கு துரோகம் செய்தல்

adumbral *(adj)* : overshadowing shady, நிழலார்ந்த, நிழல் கவிந்த

adumbrate *(v)* : give some idea or underline, சூசகமாகத் தெரிவி, கோடிட்டுக் காட்டு

advance *(v)* : put forward, raise, lend, promote, முன்னோக்கிச் செல், உயர்வுறு, முன்பணம் கொடு, மேம்படுத்து

advantage *(n)* : gain, benefit, இலாபம், நற்பயன்.

advent *(n)* : any arrival, வருகை, வந்தடைகை

adventitious *(adj)* : coming by chance, தற்செயலாக நிகழ்கிற

adventure *(n)* : a bold and or risky undertaking, unexpected incident, அபாயகரமான, துணிகரமான செயல், எதிர்பாராத நிகழ்ச்சி

adverb *(n)* : word that modifies a verb, வினை அடை

adversary *(n)* : opponent, antagonist, எதிராளி, பகை மூட்டுபவன்

adverse *(adj)* : acting against, எதிரான, மாறான

advert *(n)* : turn one's attention, refer, கவனத்திற்குக் கொண்டு வா, குறிப்பிடு, *(v)* : to refer to, take notice,draw attention to, குறிப்பிடு, கவனத்தைத் திருப்பு

advertise *(v)* : notify, make generally known, அறிவி, விளமபரம் செய்

advertisement *(n)* : public announcement, notification, பொது அறிவிப்பு, விளம்பரம்

advice *(n)* : opinion given for taking action, formal notice of transaction அறிவுரை, அறிவிப்பு

advise *(v)* : give advice, announce, புத்திமதி கூறு, அறிவி

advisor *(n)* : one who advises, ஆலோசகர்

advocate *(v)* : defend, ஆதரித்துப் பேசு, *(n)* : defender, வழக்கறிஞர்
adze *(n)* : tool for cutting away surface of wood, மரம் சீவ உதவும் ஒரு கருவி
aegis *(n)* : shield, impregnable defence, ஆதரவு, உட்புக முடியாத பாதுகாப்பு
aeon *(n)* : a very long period of time, எல்லையற்ற கால கட்டம்.
aerate *(v)* : combine with air or gas, காற்றுப் படும்படி விடு, வாயு அல்லது காற்று ஏற்று
aerial *(adj & n)* : of air, gaseous, immaterial, imaginary, standing in the air, காற்று மண்டல (தொடர்பான) கற்பனையான, வானுயர்ந்த
aerie, aery *(n)* : nest of birds, a house built high on mountain, பறவைக் கூடு, மலை முகட்டு மனை
aerobatics *(n)* : tricks or stunts performed by an aircraft in the air, விமான வித்தை
aerodrome *(n)* : aeroplane station, விமான நிலையம்
aeronaut *(n)* : one who pilots an airship, a space traveller, வானூர்தியாளர்
aeronautics *(n)* : science of aviation, வானூர்தி இயல்.
aeroplane *(n)* : a flying vehicle, ஆகாயவிமானம்
aesthetic *(adj)* : able to appreciate beauty in nature, art, etc., அழகுணர்ச்சியுடைய, கலை நயமுடைய
aesthetics *(n)* : appreciation of beauty, the science of fine arts, அழகுணர்ச்சி, அழகியல் கவின்கலை இலக்கணம்
afar *(adv)* : far off, தொலைவிலிருந்து
affable *(adj)* : pleasant, easy to address, இன்முகமான, இனிமையான, சுலபமாகப் பேச இடம் கொடுக்கும்
affair *(n)* : business, matter, அலுவல், விவகாரம், செய்தி
affect *(v)* : act upon, rouse the feelings, to make a show of, to move the feelings of, பாதிப்பு, உணர்ச்சி வயப்படு, பாவனை செய், தாக்கு
affectation *(n)* : pretention, நடிப்பு, ஏமாற்றுதல்
affection *(n)* : love, kind feeling, mental state, disease, அன்பு, கனிவு, மனநிலை, நோய்
afferent *(adj)* : conducting inwards or towards, மையம் நோக்கிய அல்லது அகமுக
affiance *(v)* : to promise in marriage, மணம் செய்ய இசைவு கொடு
affidavit *(n)* : a written statement made on oath, வாக்குமூலம்
affiliate *(v)* : attach, adopt, இணைத்துக்கொள், ஏற்றுக் கொள்.
affinity *(n)* : relationship, attraction, உறவு, கவர்ச்சி
affirm *(v)* : confirm, assert strongly, உறுதிபடுத்து, வலியுறுத்திக் கூறு
affirmation *(n)* : a declaration made but not on oath, confirmation, உறுதி கூறல், உறுதிப்படுத்துதல்
affix *(v)* : fix, attach, ஒட்டு, இணை
afflict *(v)* : give continued pain or mental suffering, மனதையோ உடலையோ துன்புறுத்து
affluence *(n)* : abundance, wealth, செழிப்பு, பெருஞ்செல்வம்
affluent *(adj)* : flowing freely, copious

தாராளமான, *(n)* : tributary system, கிளையாறு

afford *(v)* : give, furnish, be rich enough, கொடு, உதவு, தக்க வளம் பெறு

afforest *(v)* : to convert land into forest by planting trees, காடு உண்டாக்கு, காடு வளர்த்து

affray *(n)* : noisy quarrel, breach of the peace, உரத்த சண்டை, கலவரம், அமைதிக்குலைவு

affright *(v)* : frighten, அச்சுறுத்து; *(n)* : alarm, terror, திகில், கிலி

affront *(v)* : to insult, tease, இகழு *(n)* : public insult, பலர் முன்னிலையில் இகழுதல், மரியாதைக் குறைவாக நடத்துதல்

afield *(adj)* : at a distance, away, தொலைவில்

afire *(adv)* : on fire, எரிந்து கொண்டு

aflame *(adv & adj)* : inflamed, in a glow of light, கொழுந்து விட்டு, சுடர் விட்டு

afloat *(adv & adj)* : floating, circulation of (currency), மிதக்கும், மிதந்து, செலவாணியில் உள்ள

afoot *(adv)* : on one's own feet, ஆயத்தமாகி, தன் காலிலேயே நின்று

aforesaid *(adj)* : said or mentioned before, முன் சொல்லப்பட்ட, மேற்சொன்ன

aforetime *(adv)* : before this time, formerly, முன்னாளில்

afraid *(adj)* : frightened, பயந்த, அச்சம் கொண்ட

afresh *(adv)* : once more, in a new way, மறுபடியும், புதிதாக

aft *(adj & adv)* : behind, at the back, பின்புறமாக, பின்பு நோக்கி

after *(adv, prep & conj)* : next, behind, பிறகு, பின்னால், பின்

aftermath *(n)* : after-effect, பின் விளைவு, அறுவடையான பிறகு

afternoon *(n)* : the time from noon to evening, பிற்பகல்

afterthought *(n)* : reflection after the act, பின் யோசனை

afterwards *(adv)* : later, பிறகு

again *(adv)* : once more, மறுபடியும்

against *(prep)* : in opposition to, மாறாக

agape *(adj & adv)* : in a gaping state, with the mouth wide open, இடைநிலையான, வியப்பினால் வாய் பிளந்தவாறு

agate *(n)* : a very hard precious stone, விலை மதிப்புடைய கடினமான சிவப்புக் கல் வகை

age *(n)* : length of life, வயது

agency *(n)* : office of the agent, establishment for business purposes, முகவாண்மை அகம், செயலாண்மை அகம்

agenda *(n & pl)* : memoranda, நிகழ்ச்சி நிரல்

agent *(n)* : a person or thing that acts, செயலாளர், இயக்கி, முகவாண்மையர்

agglomeration *(n)* : growing together, gathering together, heap, திரட்சி, குவிதல், திரள்

agglutinate *(v)* : glue together, சேர்த்து ஒட்டு

aggrandize *(v)* : increase, exaggerate, பெருக்கிக்கொள், மிகைப்படுத்து

aggravate *(v)* : worsen, மேலும் கேடாக்கு

aggregate *(n & adj)* : total collection

of associated individuals, மொத்தம், கூட்டுத் தொகுதி

aggress *(v)* : begin to quarrel, வலுச் சண்டைக்கு போ

aggrieve *(v)* : grieve, to pain or injure, வருத்து, துன்புறுத்து

aghast *(adv)* : filled with terror, struck with amazement, பயத்தால் திகைத்த, மலைப்புற்ற

agile *(adj)* : active, quick moving, சுறுசுறுப்புள்ள, விரையும் திற முடைய

agitate *(v)* : shake, disturb, excite, ஆட்டு, அசை, கலக்கு, கிளர்ச்சி செய்

agitation *(n)* : disturbance, moving, shaking, அசைத்தல், ஆட்டுதல், கிளர்ச்சி

aglow *(adj & adv)* : in a glow, எரிகிற

agnostic *(n & adj)* : rationalist, நாத்திகர்

ago *(adv)* : past, gone by, வெகு நாட்களுக்கு முன், முற்பட்டு

agog *(adj & adv)* : eager, ஆவலுடன்

agony *(n)* : great pain, பெருந்துயர்

agrarian *(adj & n)* : relating to landed property, நிலஞ்சார்ந்த

agree *(v)* : consent, concur, உடன் படு, இசைவு தெரிவி

agreement *(n)* : likeness, concord, mutual understanding, a written statement legally making a bargain, ஒற்றுமை, கருத்தொற்றுமை, உடன்பாடு, உடன்படிக்கை

agriculture *(n)* : cultivation of land, வேளாண்மை

agronomy *(n)* : rural economy, கிராமியப் பொருளாதாரம்

aground *(adv)* : upon the bottom of shallow water, தரைதட்டி

ague *(n)* : malarial fever, குளிர் காய்ச்சல், மலம் பனி

ah *(inter)* : a cry expressing happiness, sorrow, surprise, ஆ, ஐயோ, அந்தோ போன்ற ஒலிகள்

ahead *(adv)* : in advance, முன் னோக்கி

ahem *(inter)* : noise made when clearing the throat, noise used to attract attention or give a warning, தொண்டையைச் செருமுதல் அல்லது கனைத்தல், இம், உம் போன்ற ஒலிகள்

aid *(n & v)* : help, உதவி

aide-de-camp *(n)* : officer assisting a general, படைத்தலைவனுக்குத் துணைவர்

aiguille *(n)* : a sharp peak of rock, a kind of tool, ஊசிப் பாறை, துளைக்கருவி வகை

ail *(v)* : be ill, trouble, நோயுறு

ailment *(n)* : pain, indisposition, (slight) illness, தொந்தரவு, நோய்

aim *(v)* : to point out, குறி பார் குறிக்கோளாகக் கொள்

aimless *(adj)* : without aim, நோக்கமற்ற, குறிக்கோள் அற்ற

air *(n)* : atmosphere, appearance, காற்று மண்டலம், தோற்றம்

airborne *(adj)* : carried by air or aircraft, காற்று அல்லது வானூர்தி யின் மூலம் எடுத்துச் செல்லப் பட்ட

aircraft *(n)* : flying airship, விமானம்

airily *(adv)* : merrily, உல்லாசமாக

air-raid *(n)* : attack from air, ஆகாய வழித் தாக்குதல்

airs *(n)* : affectation, கர்வம், வீண் ஜம்பம்

airtight *(adj)* : not allowing air to

enter, காற்று புகாத, காற்று இறுக்கமான

airy *(adj)* : breezy, like air, superficial, immaterial, காற்றோட்டமுள்ள, காற்று போன்ற, ஆவி போன்ற, ஆவி உலகத்துக்குரிய, பொருண் மையற்ற

aisle *(n)* : a passage between rows of seats, இருக்கைகளின் இடை யிலுள்ள நடைபாதை

ajar *(adv)* : lightly open, சிறிது திறந்து (உள்ள கதவு)

akin *(adj)* : related by blood, of similar nature and qualities allied by nature, இரத்த சம்பந்தமுள்ள, ஒத்த இயல்பு உடைய

alack (a-day) *(inter)* : a cry expressing sorrow, ஐயோ

alacrity *(n)* : briskness, cheerful promptness, சுறுசுறுப்பு, மகிழ்ச்சி, செய்வன திருந்தச் செய்தல்

alarm *(n)* : fear or excitement, warning of danger, அச்சம், வியப்பு, அபாய அறிவிப்பு

alas *(inter)* : a cry showing grief or pity, ஐயோ, அந்தோ போன்ற வியப்புச்சொற்கள்

albatross *(n)* : a large sea-bird, அண்டரண்டப் பறவை

alabaster *(n)* : a smooth marble like stone, ஒரு வகை வெண் பளிங்குச் கல்

albeit *(conj)* : although it be, அவ்வா றிருந்த போதிலும்

albert *(n)* : a short watch chain, கடிகாரச் சங்கிலி

albino *(n)* : a person, animal or plant lacking normal pigmentation, பாண்டு நோய் பீடிக்கப்பட்ட உயிரினம், வெளிறிய செடி

album *(n)* : a book containi photographs, stamps, etc., படங்க தபால் தலைகள் போன்றவை அடங்கிய சேகர ஏடு

albumen *(n)* : the white of an eg முட்டையிலுள்ள வெண்கரு

alchemy *(n)* : the science of chan ing ordinary metals into gold, complete change, இரசவாதட முழுமையான மாற்றம்

alcohol *(n)* : pure spirit, சாராய சத்து

alcove *(n)* : partly enclosed exten sion of a room, a summer house in garden, அறையின் ஒதுக்குப்புறப் வேனில் இல்லம்

ale *(n)* : a kind of drink, ஒரு வகை பானம்

alert *(n)* : watchful, விழிப்பான

alga *(n)* : sea-weed, கடல்பாசி

algebra *(n)* : arithmetic using symbols குறிக்கணக்கியல்

alias *(adv)* : otherwise called, என அழைக்கப்படும

alibi *(n)* : accused claiming his presence elsewhere at the time o crime, குற்றம் நிகழ்ந்த போது குற்றவாளி வேறிடத்தில் இருந்த தாக வாதித்தல்

alien *(adj)* : foriegn, அயலான

alienate *(v)* : take away, அகற்று

alight *(v)* : descend, get down கீழிறங்கு

align *(v)* : form or bring into a line வரிசைப்படுத்து

alike *(adj)* : similar, ஒரே வகையான

aliment *(n)* : food, support, உணவு, ஆதரவு

alimony *(n)* : nourishment, maintenance, allowance for minimum

livelihood, ஊட்டம், ஜீவனாம்சம்
aline *(v)* : align, வரிசைப்படுத்து
alive (*adj* & *adv*) : living, conscious of, உயிருடன், அறிந்து
alkali *(n)* : a compound which neutralizes acids to form salts, காரப் பொருள்
all *(adj)* : entire, whole, எல்லாம்
allay *(v)* : put down, diminish, அமைதிப்படுத்து, தணி, குறை
allegation *(n)* : statement not yet proved, குற்றச்சாட்டு
allegiance *(n)* : loyalty, கடமைப்பாடு
allegory *(n)* : narrative description of a subject under guise of another similar to it, உருவகக்கதை
alleviate *(v)* : to make light, எளிதாக்கு
alley *(n)* : narrow street or passage, குறுந்தெரு, சந்து
alliance *(n)* : union of persons, parties or states for a special purpose, நேச உடன்பாடு
alligator *(n)* : a small variety of crocodile, ஒரு வகை சிறிய முதலை
alliteration *(n)* : the repetition of the sound at the beginning of a succession of words, மோனை, முதலெழுத்து ஒன்றி வரும் அமைப்பு
allocate *(v)* : give to each its share, பங்கிடு அல்லது ஒதுக்கிடு செய்
allopathy *(n)* : a type of medical practice, மேனாட்டு வைத்தியமுறை
allot *(v)* : distribute by lot or with authority, assign, அதிகாரப் பூர்வமாக ஒதுக்கிடு செய்
allotropy *(n)* : existence of several forms of a chemical element in same state, ஒரே நிலையிலுள்ள இரசாயன மூலகத்தின் வேறு பட்ட அமைப்புகள்
allow *(v)* : permit, அனுமதி
allowance *(n)* : certain fixed sum or amount, deduction, discount, செலவுப்படி, சலுகை, தள்ளுபடி
alloy *(n)* : a mixture of two or more metals, உலோகக் கலவை
all right *(adv)* : a good state, நல்ல நிலையில் இருத்தல்
allude *(v)* : refer indirectly, indicate, suggest, மறைமுகமாகக்குறிப்பிடு, சுட்டு, குறிப்பிடு
allure *(v)* : attract, tempt, மனத்தைக் கவரு, தூண்டு
allusion *(n)* : an implied or indirect reference, மறைமுகமான குறிப்பு
alluvium *(n)* : deposits of earth, sand laid down by flowing water in river beds or left by flood, ஆற்று வண்டல், வண்டல் மண்
ally *(n)* : any friendly associate, a helper, a state joined to another (by treaty, etc.), கூட்டாளி, நண்பன், உடன்படிக்கை மூலம் ஏற்படுத்தப் பட்ட நட்பு நாடு, (*v*) : combine, unite, இணை, ஒன்று கூடு
almamater *(n)* : nourishing mother, one's institution of learning, பாது காக்கும் அன்னை, ஒருவர் படித்த கல்விச்சாலை
almanac *(n)* : an annual calendar with a list of days, weeks, months, astronomical information, etc., பஞ்சாங்கம்
almighty *(n)* : omnipotent, all powerful, வல்லமை பொருந்திய, எல்லாம் வல்ல
almond *(n)* : the fruit and nut of the almond tree allied to the peach or plum, வாதாம் பருப்பு

almost *(adv)* : nearly, approximately, கிட்டத்தட்ட, ஏறக்குறைய

almoner *(n)* : one who distributes alms, gifts, etc., social worker attached to a hospital, தருமம் செய்பவர், பரிசு வழங்குபவர், மருத்துவ மனையைச் சார்ந்த ஒரு சமூகத் தொண்டர்

alms *(n)* : charitable gifts to the poor, charity, donation, பிச்சை, அறநிலையம், நன்கொடை

aloe *(n)* : a kind of plant used in medicines, ஒரு வகைக் கற்றாழை

aloft *(adv)* : on high, overhead, மிக உயரத்தில், தலைக்கு மேல்

alone *(adv)* : only, standing by oneself, unique, மாத்திரம், தன்னந் தனியாக, ஒப்புயர்வற்ற

along (*adv* & *prep*) : lengthwise, beside, onward with, நீளவாட்டில், அருகில், முன்னால்கூட

aloof *(adv)* : at a distance, separately, தொலைவில், தனித்த, தனியாக

aloofness *(n)* : lack of manners or interest, ஒட்டாத நிலை, பிரிந் திருத்தல்

aloud *(adv)* : loudly, உரக்க

alp *(n)* : mountain peak, a cattle meadow on a mountain, மலை முகடு, மேய்ச்சல் நிலம்

alpha *(n)* : the first letter in the Greek alphabet, beginning, கிரேக்க நெடுங்கணக்கின் முதலெழுத்து, தொடக்கம்

alphabet *(n)* : the letters that form the elements of written language arranged in a certain order, basic element, ஒரு மொழியின் நெடுங் கணக்கு, அடிப்படைக் கூறு

already *(adv)* : beforehand, by this time, even now, previously, ஏற்கனவே, முன்னமே, முன்ன தாகவே

also *(adv)* : in addition, besides, கூட, கூடுதலாக, மேலும், தவிர, அது வன்றி

altar *(n)* : any raised place or structure where sacred offerings are made, பலி மேடை

alter *(v)* : change, modify, மாற்று, திருத்தி அமை

alteration *(n)* : modification, change, திருத்தியமைப்பு, மாற்றம்

altercate *(v)* : quarrel, argue noisily, சண்டையிடு, சச்சரவு செய்

alternate *(adj)* : happening or coming by turns, மாறி மாறி வருகின்ற, ஒன்றுவிட்ட *(n)* : a substitute, பதில், *(v)* : interchange, happen by turns, மாற்றி மாற்றிச் செய், ஒன்று விட்டு ஒன்றாக அமை

alternative *(adj)* : mutually exclusive, இரண்டில் ஒன்று, *(n)* : another possible choice that can be made other than the first choice, மாற்று வழி

although *(conj)* : even if, not withstanding that, though, ஆனாலும் இருப்பினும், ஆயினும்

altimeter *(n)* : instrument for measuring height above sea-level, கடல் மட்டத்திற்கு மேலே உள்ள உயரத்தை அளக்கும் கருவி

altitude *(n)* : height above sealevel, depth, உயரம், குத்துயரம், ஆழம்

altogether *(adv)* : wholly, completely, முற்றிலும், முழுவதும், மொத்தமாக

altruism *(n)* : principle of considering the interest of others, பொது நலக்கொள்கை

alum *(n)* : a white mineral salt, படிகாரம்

always *(adv)* : for ever, ceaselessly, எப்போதும், தொடர்ச்சியாக, இடைவிடாது

am *(v)* : 1st person singular of the verb to be, 'to be' என்ற வினையின் தன்மை ஒருமை வினைமுற்று வடிவம்

amain *(adv)* : forcibly, in haste, without delay, முழு ஆற்றலுடன், மிக விரைவாக, தாமதமின்றி

amanuensis *(n)* : a person who takes dictation, a secretary, ஒருவர் சொல்லச் சொல்ல எழுதும் எழுத்தர், படியெடுப்பவர், செயலாளர்

amalgam *(n)* : a mixture of mercury with another metal, பாதரசக் கலவை

amalgamate *(v)* : mix together, unite, கல, ஒன்று சேர்

amalgamation *(n)* : the act of mixing a metal with mercury, the act of uniting, பாதரசக் கலவை முறை, இணைத்தல்

amass *(v)* : heap together, aggregate, collect in large quantity, குவி, திரட்டு, பெருந்திரளாகச் சேகரி

amateur *(n)* : one who practises an art just for pleasure and not for money, பொழுதுபோக்கு கலைஞன்

amaze *(v)* : overwhelm with great surprise or wonder, astonish greatly, வியப்படையச்செய், மலைப்படையச்செய், திகைக்கவை

amazement *(n)* : astonishment, admiration, wonder, ஆச்சரியம், திகைப்பு, வியப்பு

ambassador *(n)* : an envoy, அரசாங்க தூதுவர்

amber *(n)* : a yellowish substance like gum used for making beads and other articles of jewellery, முத்தும், நகையும் செய்யப்படும் ஒரு வகை பிசின்

ambergris *(n)* : a sweet smelling wax-like substance present in the intestines of whales found floating on warm seas, ஒரு வகைத் திமிங்கலத்தின் உடலில் காணப்படும் மெழுகு போன்ற நறுமணப் பொருள்

ambidexterous *(adj)* : able to use both hands, இரு கைகளையும் பயன்படுத்தக்கூடிய

ambiguity *(n)* : doubtfulness, an expression or statement conveying more than one possible meaning, சந்தேகம், பொருள் மயக்கம்

ambiguous *(adj)* : doubtful, indistinct having more than one meaning, நிச்சயமற்ற, தெளிவற்ற, இரு பொருள்படும்

ambit *(n)* : boundary, circumference, எல்லை, வரம்பு, சுற்றெல்லை

ambition *(n)* : aspiration, great desire to rise, a wish for power or fame, உயர்ந்த நோக்கம், முன்னேறும் ஆசை, பதவி ஆசை, புகழாசை

ambitious *(adj)* : deciding to do great things, eager for, மேன்மை பெற விரும்பும், பேராவலுள்ள

amble *(v)* : walk or move leisurely, நிதானமாக நடந்து செல்

ambrosia *(n)* : the food of the gods, any delicious food, anything delightful to smell, அமுதம், இன்சுவை, நறுமணம்

ambulance *(n)* : a covered vehicle for carrying the sick or injured people, a moving hospital, நோயாளிகளைக் கொண்டு செல்லும் வண்டி, நடமாடும் மருந்தகம்.

ambulate *(v)* : walk about, இங்குமங்குமாக உலாவு

ambush *(v)* : lie in wait in order to attack the enemies unexpectedly, பதுங்கி தாக்கு, (*n*) : a hidden body of troops for making sudden attack on enemy, the hiding place so as to attack, பதுங்கியிருந்து தாக்குவோர் பதுங்கும் இடம்

ameliorate *(v)* : improve, to make better, சீர்படுத்து, உயர்ந்ததாக்கு, மேன்மை அடையச் செய்

amelioration *(n)* : improvement, progress, சீர்திருத்தம், முன்னேற்றம்

amen (*inter*) : so let it be, அப்படியே ஆகுக

amenable *(adj)* : yielding, submissive, capable of being judged by a law, responsible, இணங்கத்தக்க, கட்டுப்பட்ட, உட்பட்ட, பொறுப்புள்ள

amend *(v)* : rectify, improve, make free from faults, abandon, திருத்து, சீர்ப்படுத்து, தீமையகற்று, கைவிடு

amendment *(n)* : correction, improvement, the changing as of a law, திருத்தம், சட்டத்திருத்தம்

amends *(n)* : compensation for loss, damage, injury and the like, நஷ்டஈடு, இழப்பீடு

amenity *(n)* : pleasantness, convenience, இன்பமான நிலை, இனிமை, வசதி

amethyst *(n)* : a precious stone, செவ்வந்திக்கல்

amiable *(adj)* : good natured, attractive, friendly, lovable, நல்ல பண்புடைய, மனதுக்கினிய, நட்பான, நட்புக்குரிய, அன்பான

amicable *(adj)* : friendly, agreeable, நட்பு முறையான, இணக்கமான

amid, amidst *(prep)* : in the middle, among, நடுவே, இடையில்

amiss (*adj* & *adv*) : wrong, improper, wrongly, out of order, தவறான, தகாத, தவறாக, ஒழுங்கு மீறி

amity *(n)* : friendship, mutual goodwill, நட்பு, மன இயைபு

ammeter *(n)* : instrument for measuring electric currents, மின் அளவுகளை அளக்கப் பயன்படும் கருவி

ammonia *(n)* : a strong smelling suffocating gas, நவச்சார வாயு

ammunition *(n)* : military resources like gun powder bullets, bombs and other explosives, வெடி மருந்து, வெடிகுண்டு

amnesty *(n)* : international overlooking of wrong doings, a general pardon, பிறர் தவறுகளை பெரிது படுத்தாமல் விட்டுவிடுதல், பொது மன்னிப்பு

amoeba *(n)* : microscopic living organism, கண்ணுக்குத் தெரியாத உயிரினம்

among, amongst *(prep)* : in the midst, along with, between, surrounded by, இடையில், இணைந்து, நடுவில், சூழப்பட்டு

amorphous *(adv)* : shapeless, உருவமற்ற

amount *(v)* : to rise, to result in, to be equivalent, add up to, aggregate, தொகையாகு கொண்டு முடி, சமமாகு, மொத்தமாகு, (*n*) : sum total or entire quantity, full value, மொத்தக் கூட்டுத்தொகை, முழு மதிப்பு

ampere *(n)* : unit of electric current, மின்சாரத்தின் அலகு

amphibian *(n)* : an animal that can live both on land and in water, நீர் நில வாழ் உயிரினம்

ample *(adj)* : plenty, large enough, more than enough, extensive, தாராளமான, பெரிய, மிகுதியான, விரிவான

amplify *(v)* : expand, increase, give fuller information, increase the sound, பெருக்கு, அதிகமாக்கு, விரிவாக விளக்கு, ஒலியை அதிகமாக்கு

amputate *(v)* : to cut off (part of the human or animal body), (உடலுறுப்பை) வெட்டியெறி, துண்டி

amulet *(n)* : something worn about to protect the wearer from evil, witchcraft etc., தாயத்து

amuse *(v)* : to make one laugh or smile, to entertain, please with humour, சிரிக்கவை, வேடிக்கை காட்டு, நகைச்சுவையோடு பேசி மகிழச்செய்

an *(art)* : one prefixed before the singular common nouns beginning with vowel sounds, ஓர்

anachronism *(n)* : chronological error, something not in harmony with the period, காலங்களைக் குறிப்பிடுவதில் ஏற்படும் தவறு, ஒரு குறிப்பிட்ட காலத்திற்கு ஒத்து வராதது

anaconda *(n)* : a kind of large snake, மலைப்பாம்பு

anaemia *(n)* : paleness caused by poorness of blood in the body, இரத்த சோகை

anaesthetic *(n)* : a substance like chloroform etc. that makes insensible to pain etc. for a time, உணர்வகற்றி

anagram *(n)* : word formed by rewriting the order of letters in another word, சொல்லெழுத்தை மாற்றியமைத்து ஆக்கப்படும் புதுச் சொல், மாற்றெழுத்துச் சொல்

analogy *(n)* : a resemblance, similarity, ஒப்புமை, உவமை

analyse *(v)* : break or split a thing into its component parts, வெவ்வேறு பகுதிகளாகப் பிரித்து ஆராய்ந்தறி

analysis *(n)* : a breaking of a thing into its parts, பகுப்பாய்வு

anarchy *(n)* : a state of lawlessness in a country, disorder or confusion, சட்டமில்லா நிலை, ஒழுங்கின்மை, குழப்பம்

anathema *(n)* : anything hated or cursed, பழிகேடு, சாபப்பொருள், வெறுக்கத்தக்க பொருள்

anatomy *(n)* : the science of the body structure of an animal or plant, dissecting the body to study the different parts of the body, உடலமைப்பியல், உடற்கூறியல்

ancestor *(n)* : forefather, மூதாதை, முன்னோர்

anchor *(n)* : a heavy piece of iron with hooks lowered into sea for holding a ship fast to the bed of the sea or river, நங்கூரம், *(v)* : fix by anchor, நங்கூரம் பாய்ச்சு

anchorage *(n)* : a place where ships can be anchored, நங்கூரம் பாய்ச்சும் இடம்

ancient *(adj)* : belonging to time past,

தொன்மையான, பண்டைய.

ancients *(n)* : those who lived long ago, பண்டைக் காலத்தவர்

ancillary *(adj)* : subordinate, subsidiary, auxiliary, ஒருவருடைய அதிகாரத்துக்குட்பட்ட, துணை, இணை (பாடம் முதலியவை)

and *(conj)* : a word that connects words, clauses and sentences, 'உம்' போன்ற இணைப்பிடைச் சொல்.

anecdote *(n)* : narrative of detached incidents, a short story, இடைநிகழ்ச்சி, சிறுகதை

anemometer *(n)* : instrument to measure force of wind, காற்றின் வேகத்தை அளக்க பயன்படும் கருவி

anent *(prep)* : concerning, about, குறித்து, தொடர்பாக

anew *(adv)* : afresh, again, புதிதாக, திரும்பவும், மறுபடியும்

angel *(n)* : a divine messenger, தேவை, தேவதூதன்

angelica *(n)* : a sweet smelling plant with an umbrella-like flower, குடை போன்ற பூவை உடைய ஒரு வகை நறுமணச் செடி

anger *(n)* : a bitter feeling, of hot displeasure, சினம், கோபம், ஆத்திரம், (v) : make angry, கோபமூட்டு, சினமூட்டு

angle *(n)* : space between two meeting lines, the point where two lines meet, corner, fish hook, கோணம், மூலை, தூண்டில்

anglo (*prefix*) : English, ஆங்கிலம்.

angry *(adj)* : wrathful, enraged, resentful, கோபம் கொண்ட, வெகுண்ட, சினமுடைய

anguish *(n)* : severe pain of body or mind, உடல் வலி, மன வேதனை.

angular *(adj)* : having angles, கோணங்களை உடைய.

aniline *(n)* : a dye made from coal tar or indigo, நீலச்சாயம், அவுரிச் சாயம்

animadvert *(v)* : to criticise, blame, குற்றம் கண்டுபிடி, குற்றஞ்சாட்டு

animal *(n)* : organised living being which can feel and move, விலங்கினம், மனித இனம்

animalcule *(n)* : a very tiny microscopic animal, மிகச்சிறு உயிரினம்

animate *(v)* : to give life to, actuate, உயிரூட்டு, எழுச்சியூட்டு, *(adj)* : living, உயிருள்ள

animosity *(n)* : bitter hatred, active enmity, மிகுந்த வெறுப்பு, கொடும் பகை

animus *(n)* : strong feeling against, கொடி எண்ணம், கடும் பகை

anise *(n)* : a kind of plant with aromatic seeds, பெருஞ் சீரகம், சோம்பு

ankle *(n)* : the joint connecting the foot and the leg, கணுக்கால்

anklet *(n)* : an ornament for the ankle. கொலுசு, தண்டை

annals *(n)* : historical events told year by year, historical records in general, (வரலாற்று) ஆண்டுக் குறிப்பு, வரலாற்றுக் குறிப்பு

anneal *(v)* : to make glass or metal hard by heating and then slowly cooling, கண்ணாடி, உலோகம் முதலியவற்றை நன்கு சூடாக்கி மெதுவாக ஆறவிடல்

annex *(v)* : add to the end, append or subjoin, கடைசியில் இணை, ஒட்டு

annihilate *(v)* : destroy completely, நாசம் செய், அழி

anniversary *(n)* : yearly celebration, ஆண்டு விழா

annotate *(v)* : illustrate with the help of notes, explain, குறிப்புகள் மூலம் விளக்கு, குறிப்பு எழுது, விவரி

annotation *(n)* : commentary, an explanatory note, உரை, விரிவுரை, விளக்கம்

announce *(v)* : make known, intimate, தெரியப்படுத்து, அறிவி

annoy *(v)* : vex, tease, disturb, தொல்லை கொடு, கோபமூட்டு, துன்புறுத்து

annual *(adj)* : yearly, ஆண்டு தோறும்

annuity *(n)* : yearly grant made for a certain time or for life, ஆண்டுத் தொகை

annul *(v)* : cancel, abolish, declare invalid, நீக்கு, ரத்து செய், செல்லாததாக்கு, செல்லுபடியாகாதென்று அறிவி

annular *(adj)* : like a ring, வளையம் போன்ற

annunciate *(v)* : to announce, அறிவி

anodyne *(n)* : a drug used to lessen pain, வலி குறைக்கும் மருந்து

anoint *(v)* : to rub over with oil, to make holy by pouring oil, எண்ணெய் பூசு, திருமுழுக்காட்டு

anomaly *(n)* : inconsistency, irregularity, deviation, ஒழுங்கற்ற தன்மை, முறைகேடு, முரண்பாடு

anon *(adv)* : shortly, at once, soon, கொஞ்ச நேரத்தில், உடனே, சீக்கிரம்

anonym *(n)* : an assumed name, புனைப் பெயர்

anonymous *(adj)* : without a name, பெயர் தெரியாத, அநாமதேயமான

another (*prep* & *adj*) : an additional, a different thing, not the same, different, இன்னுமொன்று, மற்றொன்று, வேறொன்று, இன்னொருவர், வேறொரு, மற்றொரு

answer *(v)* : reply, find the result, be suitable, to suffer for, to be blamed for, விடைகூறு, முடிவு காண், இணங்கி நட, தக்க தண்டனை பெறு, குற்றச்சாட்டுக்கு எதிர் விளக்கங்கூறு, *(n)* : reply, solution, பதில், தீர்வு

ant *(n)* : a small insect, எறும்பு

antagonism *(n)* : enmity, active opposition, பகை, எதிர்ப்பு

antagonist *(n)* : rival, opponent, எதிரி, போட்டியாளன்

Antarctic *(adj)* : pertaining to the South Polar regions, தென் துருவப் பகுதி சார்ந்த.

antecedent *(adj)* : going before in time, preceding, முன்சென்ற அல்லது முன் நிகழ்ந்த, *(n)* : previous happening, முன் நிகழ்ச்சி

antechamber, anteroom *(n)* : a small room leading to a larger room or hall, உள்வீடு

antedate *(v)* : to date before, முன் தேதி குறி, *(n)* : a prior date, முன் தேதி

antediluvian *(adj)* : belonging to time before the Flood, old fashioned, ஊழிப் பெருவெள்ளக் காலத்துக்கு முந்தின, மிகப் பழமையான; *(n)* : an old fashioned person or thing, பழமையான நாகரீகமுடைய மனிதன் அல்லது பொருள்

antelope *(n)* : a kind of deer, ஒரு வகை மான்

antemeridian *(adv)* : before noon, முற்பகல்

antenna *(n)* : the feeler of an insect,

a wireless aerial, உணர் கொம்பு, வானலை உணர்கம்பி

anterior *(adj)* : prior, in front, before in time or place, முந்திய, எதிரில் உள்ள, காலத்தால் முற்பட்ட

anthem *(n)* : a piece of sacred music, any song of praise or gladness, வாழ்த்துப் பாடல், மகிழ்ச்சிப் பாடல்

anther *(n)* : the top of the stamen containing pollen, மகரந்தப்பை

anthology *(n)* : a collection of specially chosen poems, passages, etc., தொகை நூல், பாடல் திரட்டு, செய்யுள் தொகை

anthracite *(n)* : a very hard form of a coal that burns nearly without flame, smell or smoke, ஒரு வகை நிலக்கரி

anthrax *(n)* : an infectious disease, ஒரு வகை தொற்று நோய்

anthropoid *(adj)* : like a man in shape or look, மனிதனைப் போன்ற

anthropology *(n)* : science of man, study of man, ஆதிமனிதனைப் பற்றிக் கூறும் பாடப்பகுதி

anticipate *(v)* : to foresee, expect, எதிர்பார், முன்னறி

anticlimax *(n)* : any sudden descent or fall contrasted with a previous time, உயர்ந்த நிலையிலிருந்து இழிதல்

antics *(n)* : tricks, capers, ஏமாற்றுத் தனம், சோமாரித்தனம், கும்மாளம்

anticyclone *(n)* : a system of winds blowing round and out from an area where atmospheric pressure is high, எதிர்ச்சூறாவளி, காற்றழுத்தப் பகுதியிலிருந்து வெளிநோக்கிச் சுழன்று செல்லும் சூறாவளி

antidote *(n)* : drug that acts as a counter-poison, மாற்று மருந்து

antimony *(n)* : a silvery white metal, அஞ்சனக்கல்

antipathy *(n)* : hatred, natural dislike, வெறுப்பு, இயல்பான வெறுப்பு

antipodes *(n)* : place at the opposite sides of the earth's surface, நேர் எதிரான நில முகடுகள்

antiquarian *(n)* : one who is interested in the study of ancient times, பழமை ஆய்வாளர், தொல் பொருள் ஆய்வாளர்

antiquary *(n)* : a collector of relics, அரும் பழமை திரட்டாளர்

antiquity *(n)* : ancient times, great age, பழங்காலம், தொன்மையான காலம்

antiseptic *(adj)* : preventing decay, germ destroying, நச்சுத் தடையான, நோய்க்கிருமியை அழிக்கும். *(n)* : a medicine of that kind, பூச்சிக் கொல்லி

antler *(n)* : the horn of a deer, மான் கொம்பு

antonym *(n)* : a word having an opposite meaning, எதிர்ச்சொல்

anvil *(n)* : an iron block on which a blacksmith works, அடைகல், பட்டறைக்கல்

anxiety *(n)* : uneasiness, the state of being worried, earnest desire, கவலை ஏக்கம், ஆர்வம், ஆவல்.

anxious *(adj)* : uneasy, troubled, solicitous, கவலையுள்ள, ஆர்வமுடைய

any *(adj, pron & adv)* : someone, whichever, whoever, an indefinite number, to some extent, at all, in a degree, யாராவது ஒருவர், ஏதாகிலும் ஒன்று, யாரேனும், எந்த அளவாவது, கொஞ்சமாவது, எம்

முறையிலாயினும், கொஞ்சமாயினும்

anybody *(n)* : any person, யாரேனும் ஒருவர்

anyhow *(adv)* : in any way, எப்படியாவது, எவ்வாறாவது

anywhere *(adv)* : in any place, எங்காவது

aorta *(n)* : chief blood vessel leading from the heart, பெருந்தமனி

apace *(adv)* : at a quick pace, fast, விரைவாக, சீக்கிரமாக

apart *(adv)* : aside, independently, ஒரு பக்கமாக, தனியாக

apartment *(n)* : a separated room in a house, தனியறை

apathy *(n)* : lack of feeling or interest, indifference, உணர்ச்சியின்மை, ஆவலின்மை, அக்கறையின்மை

ape *(n)* : tailless monkey, imitator, வாலில்லாக் குரங்கு, போலச் செய்பவர்

aperture *(n)* : an opening, hole, gap, துளை

apex *(n)* : peak, the summit, உச்சி, சிகரம்

aphorism *(n)* : maxim, proverb, நீதி மொழி, பழமொழி

apiary *(n)* : a place where bees are kept, தேனீப் பண்ணை

apiece *(adv)* : for each person, to each thing or person, ஒவ்வொருவருக்கு, ஒன்றொன்று, தனித் தனியே

aplomb *(n)* : presence of mind, self-confidence, மனமொன்றிய நிலை, தன்னம்பிக்கை

apology *(n)* : expressing open regret for some offence, மன்னிப்பு

apoplexy *(n)* : a kind of fit caused by injuries to blood vessel in the brain, ஒரு வகை வலிப்பு நோய்

apostle *(n)* : one sent to preach the gospel, கிறித்துவத்திருத்தூதர்

apostrophe *(n)* : a mark to show the omission of a letter or a possessive case, எழுத்தச்சுச் குறியீடு, உடைமைப் பொருள் விகுதிக் குறி அல்லது ஆறாம் வேற்றுமைக் குறி

apothecary *(n)* : a druggist, மருந்துக் கடைக்காரன்

appalling *(adj)* : shocking, fearful, திடுக்கிடக்கூடிய, பயங்கரமான

apparatus *(n)* : instrument or material to do a piece of work, a set of instruments, கருவி, கருவித் தொகுதி

apparel *(n)* : clothing, ஆடை, உடை

apparent *(adj)* : obvious, easily seen, தெளிவான, எளிதில் பார்க்கக் கூடிய

apparition *(n)* : ghost, the act of appearing, appearance of a supernatural being, பேய், தோற்றம், ஆவியுருத் தோற்றம்

appeal *(v)* : plead, attract, to be pleasing, மேல் வழக்குத்தொடு, முறையிடு, வேண்டு, கவர்ச்சியாக இரு, பிடித்தமாயிரு; *(n)* a request, a representation to a higher authority for sanction, aid, etc. or for the revision of a decision by a lower authority, a quality which shows sympathy or attraction, வேண்டுகோள், முறையீடு, கோரிக்கை, மேல் வழக்கு, கவர்ச்சியாற்றல், கனிவாற்றல்

appear *(v)* : be visible, to be seen, to come into view, காட்சியளி, வெளிப்படு, தோன்று

appearance *(n)* : the external aspect,

showing oneself, வெளித்தோற்றம், தோன்றுதல்

appease *(v)* : to satisfy, to make peace, திருப்திப்படுத்து, அமைதிப் படுத்து

appellant *(n)* : one who appeals, one who makes an appeal to high court, முறையிடுகிறவன், மேல் வழக்குத் தொடுப்பவன்; *(adj)* : pertaining to an appeal, முறையீட்டுக்குரிய

append *(v)* : add, annex, attach, சேரு, இணை, ஒட்டு

appendix *(n)* : addition, supplement, a small wormlike part of the bowels, பிற்சேர்க்கை, பின்னிணைப்பு, குடல் முளை

appertain *(v)* : to belong to, to appropriate to, உரிமையாகு, பொருத்தமாயிரு

appetite *(n)* : a liking for food, drink, etc. hunger, desire, propensity, சுவை நாட்டம், பசி, விருப்பம், மன நாட்டம்

applaud *(v)* : express approval loudly like clapping the hands, praise, கைத் தட்டிப் பாராட்டு, மெச்சு, புகழ்

applause *(n)* : acclamation, praise, மகிழ்ச்சி ஆரவாரம், கைத்தட்டும் ஒலி, பாராட்டு

apple *(n)* : an edible fruit, pupil of the eye, ஆப்பிள், கண்மணி

appliance *(n)* : an instrument, a device, கருவி

applicant *(n)* : a candidate, விண் ணப்பதாரர்

application *(n)* : petition, a requisition, putting to use, விண்ணப்பம், வேண்டுகோள் விடுத்தல், பயன் படுத்துதல்

apply *(v)* : make request or petition, to be suitable, give close attention, to lay on, use, வேண்டு, விண்ணப்பி, பொருந்து, முனைந்து முயலு, மேல்வை, பயன்படுத்து

appoint *(v)* : fix, select, to place in a job, prescribe, தேர்வுசெய், வேலை யில் அமர்த்து, திட்டம் செய்

appointment *(n)* : a job, settlement, arrangement to meet someone, decree, ordinance, வேலை, வேலையில் அமர்த்தல், சந்திப்பு ஏற்பாடு, தீர்ப்பு, அவசரச் சட்டம்

apportion *(v)* : to allot, to share-out, to divide, பங்கிடு, பிரித்துக் கொடு

appraise *(v)* : to fix the official valuation of, judge, to set a price on, விலை மதிப்பிடு, மதிப்பிடு, விலை குறி

appreciate *(v)* : estimate, understand, to rise in value, மதிப்பிடு, பாராட்டு, உணரு, மதிப்பில் உயர், மதிப்பை உயர்த்து

appreciation *(n)* : true estimation, increase in value, adequate recognition, உண்மையான மதிப்பீடு, மதிப்புயர்வு, தக்கவாறு ஒப்புக் கொள்ளல்

apprehend *(v)* : understand, seize, think with fear, அறிந்து கொள், கைப்பற்று, எதிர்நோக்கி அஞ்சு

apprehension *(n)* : understanding, seizure, fear, புரிந்து கொள்ளுதல், கைப்பற்றுதல், பயம்

apprentice *(n)* : any learner, தொழிற் பயிற்சி பெறுபவர்; *(v)* : bind as apprentice, தொழில் பயில நியமி, தொழில் பயிலு

apprise *(v)* : to notify, அறிவி

approach *(v)* : come near or close to, நெருங்கு, அணுகு; *(n)* : the act of coming near, a passage, அணுகுதல், பாதை

approbation *(n)* : commendation, approval, praise, sanction, ஆதரவு, ஏற்றுக் கொள்ளுதல், பாராட்டு, அனுமதி

appropriate *(v)* : use for oneself, take to oneself, devote to particular purpose, பயன்படுத்திக் கொள், குறிப்பிட்ட நோக்கத்திற்கு ஒதுக்கி வை; *(adj)* : apt, suitable, pertinent, உரிய, தக்க, பொருத்தமான, தகுதியுள்ள

approval *(n)* : permission, favourable opinion, அனுமதி, ஒப்புதலளித்தல்

approve *(v)* : permit, to confirm formally, be in favour of, அனுமதி கொடு, உறுதிப்படுத்து, ஒப்புதலளி, உடன்பாடு தெரிவி

approver *(n)* : one who turns prosecutor's witness and confesses a crime, அரசு தரப்பில் சாட்சி சொல்லும் குற்றவாளி, குற்றம் ஒப்புக்கொள்ளும் குற்றவாளி

approximate *(adj)* : nearly, closely resembling, nearly correct, கிட்டத்தட்ட, ஏறக்குறைய, பெரிதும் ஒத்திருக்கிற, கிட்டத்தட்ட சரியான; *(v)* : to bring close, to bring near but not exact, பெரிதும் ஒத்திருக்கச் செய், அணுகு

approximation *(n)* : resemblance, approach, ஒத்திருத்தல், அணுகுதல்

appurtenance *(n)* : something which belongs to a person or thing, appendage, accessory, உணவுப் பொருள், சேர்மானம், துணைப் பொருள்

apricot *(n)* : an orange coloured fruit with hard seed; ஒரு வகை இலந்தைப் பழம்

April *(n)* : the fourth month of th English calendar, ஆங்கில ஆண்டின் நாலாவது மாதம், ஏறக்குறைய பங்குனி 15 முதல் சித்திரை 1. வரை

apriori *(adj)* : from cause to effect காரண காரிய முறையிலான

apron *(n)* : a piece of cloth worn ove one's dress to keep it clean, an officia dress, பாதுகாப்பு மேலாடை, பணித்துறை ஆடை

apropos *(adv & prep)* : to the purpose, at the proper time, in connection with, in regard to, pertinently, appropriately, பொருட்டாக, பொருத்தமாக, ஏற்றதான, ஏற்புடைய

apt *(adj)* : suitable, alert, clever, தகுந்த, எளிதில் புரிந்துகொள்கிற, அறிவுக் கூர்மையுள்ள

aptitude *(n)* : general fitness, ability, cleverness, இயல்புத் தகுதி, திறம், நாட்டம், கற்றுக் கொள்ளும் ஆர்வம்

aquarium *(n)* : a tank or pond for keeping fish-like water animals and water plants, a building for keeping such tanks, நீர்வாழ் உயிரினங்களையும் தாவரங்களையும் வளர்க்கும் தொட்டி, நீர்வாழ் உயிர்க்காட்சி சாலை

aqueduct *(n)* : an artificial channel for carrying water from one place to another, கட்டுக்கால்வாய்

aquiline *(adj)* : like an eagle, கழுகு போன்ற

arable *(adj)* : fit for ploughing, உழுது, பயிரிடத்தக்க

arbiter *(n)* : umpire, a judge, நடுவர்,

நடுநிலைத் தீர்ப்பாளர்
arbitrary *(adj)* : domineering, tyrannical, not fixed by rules, ஆணவமான, கொடுங்கோன்மையான, மனம்போன போக்கிலுள்ள
arbitrate *(v)* : to act as an arbiter, நடுவராக இருந்து தீர்ப்பளி
arbitration *(n)* : decision, நடுவர் தீர்ப்பு
arbitrator *(n)* : judge, நடுவர்
arbor, arbour *(n)* : a shaded place under climbers, கொடிட்பந்தல்
arboreal *(adj)* : connected with trees, மரங்களுக்குரிய
arc *(n)* : a curved line, பிறை வளைவு, வில்
arcade *(n)* : passage arched over, வில் வளைவுகளை மேலே கொண்ட சாலைப்பாதை
arch *(n)* : curved structure, shape like an arch, வளைவு, வில் வளைவு அமைப்பு; *(v)* : bend, furnish with an arch, வளை, மேல் வளைவு கட்டு; *(adj)* : chief, superior, முதன்மையான, உயர்ந்த
archaeology *(n)* : science of ancient things, தொல்பொருளியல்
archaic *(adj)* : ancient, out of date, no longer used, பழமையான, தொன்மையான, வழக்கற்ற
archangel *(n)* : a chief among angels, தலைமைத் தேவதை, தலைமைத் தேவதூதன்
archbishop *(n)* : chief bishop, கிறித்துவத் தலைமைக் குரு
archer *(n)* : one who shoots with bow and arrows, வில்லாளி
archery *(n)* : the art of shooting with the bow, வில் வித்தை
archetype *(n)* : original model, prototype, மூல மாதிரி, ஆதி உருவம்.
Archipelago *(n)* : a group of small islands, a sea with many islands, தீவுக்கூட்டம், தீவுகள் நிறைந்த கடல்
architect *(n)* : one who designs a building, கட்டிட நிபுணர்
architecture *(n)* : the science of building, கட்டிடக்கலையியல்
archive *(n)* : historical document, record-office, வரலாற்று ஆவணம், ஆவணக் காப்பகம்
Arctic *(adj)* : belonging to North Polar regions, வடதுருவப் பகுதியைச் சார்ந்த; *(n)* : the region near the North Pole, வடதுருவப் பகுதி
ardent *(adj)* : eager, fiery, red-hot, ஆவல் மிகுந்த, கனல் கக்குகின்ற, சூடேறிச் சிவந்த
ardour *(n)* : eagerness, fierce, heat, warm emotion, ஆவல், கடுவெப்பம், உணர்ச்சி மிகுதி
arduous *(adj)* : difficult, hard to achieve, steep, energetic, கடினமான, எளிதில் அடைய முடியாத, செங்குத்தான, வலிமையுடைய
are *(v)* : plural form of the verb 'be' in the present tense, 'be' என்பதன் நிகழ்காலப் பன்மை
area *(n)* : extent of surface, பரப்பு, நிலப்பகுதி
areca *(n)* : a kind of palm tree, பாக்கு மரம், கமுகு மரம்
arena *(n)* : any place where a big fight or show is held, போர்க்களம், அரங்கம்
argue *(v)* : discuss, try to prove by giving reasons, விவாதம் செய், காரணம் காட்டி நிரூபி

arid *(adj)* : dry, வரண்ட, உலர்ந்த, தரிசான

aright *(adv)* : correctly, சரியான முறையில்

arise *(v)* : rise up, come up, எழு, கிளம்பு

aristocracy *(n)* : nobility, உயர் குடிமை

aristocrat *(adj)* : belonging to or having the qualities of aristocracy, noble, உயர்குடித் தொடர்புடைய, உயர்குடி இயல்புடைய, நாகரீக மான, பகட்டான

arithmetic *(n)* : science of dealing with numbers and counting, எண் கணிதம்

arithmetician *(n)* : one skilled in arithmetic, கணித இயல் வல்லுநர்

ark *(n)* : a chest, a box, பேழை, பெட்டி

arm *(n)* : the upper limb of the human body from shoulder to hand, branch, மேற்கை, கிளை

armada *(n)* : a great fleet of warships or warplanes, போர்க்கப்பல் கூட்டம், போர் விமானக் கூட்டம்

armament *(n)* : munitions of war, போர்க் கருவிகள் தொகுதி

armature *(n)* : armour, part of a dynamo, கவசம், மின்னாக்கப் பொறியின் ஒரு உறுப்பு

armchair *(n)* : a chair with side-pieces as supports for the arms, கை நாற் காலி

armed *(adj)* : bearing arms, having weapons, கைகள் உடைய, ஆயுதம் தாங்கிய

armistice *(n)* : a temporary peace, agreement, தற்காலிகப் போர் ஓய்வு உடன்படிக்கை

armlet *(n)* : a band worn round the arm, a small branch of river or sea, கைவளை, கடலின் சிறு கிளை, கிளையாறு

armour *(n)* : a protective covering for the body worn by warriors, போர்க் கவசம்

armpit *(n)* : pit in the hollow under the arm of the shoulder, அக்கிள், கக்கம்

arms *(n)* : weapons used for fighting, போர்க்கருவிகள்

army *(n)* : troops, போர்ப்படை

aroma *(n)* : sweet and pleasant smell, நறுமணம்

aromatic *(adj)* : sweet smelling, நறு மணமுள்ள

arose *(v)* : past tense of 'arise'; 'arise': என்பதன் இறந்த காலம்

around *(adv & prep)* : along all sides, in a circle, about or near, எல்லாப் பக் கங்களிலும்; சுற்றிலும், ஏறத்தாழ

arouse *(v)* : awake, excite, எழுப்பு, விழிக்கச் செய், தூண்டு

arraign *(v)* : check, accuse, குற்றஞ் சுமத்து, பழி சுமத்து

arrange *(v)* : set in a rank or row, put in order, வரிசைப்படுத்து, ஒழுங்கு படுத்து, சீராக அமை

arrangement *(n)* : the act of putting things in order, etc., வரிசைப் படுத்துதல், ஒழுங்கு செய்தல்

arrant *(adj)* : very bad, notorious, மிக மோசமான, கொடூரமான

arras *(n)* : a screen, பின் திரை

array *(n)* : order, dress, வரிசை, ஆடை; *(v)* : put in order, dress, வரிசைப்படுத்து, ஆடை அணி

arrear *(n)* : balance still due, that which is behind, பாக்கி, பின்பகுதி

arrest *(v)* : seize, stop, கைது செய், நிறுத்து; *(n)* : legal apprehension, stoppage, கைது செய்தல், நிறுத்தம்

arrestive *(adj)* : tending to arrest, take hold of attention, interest, etc., கருத்தைக் கவரக் கூடிய

arrival *(n)* : the act of coming, வருகை, வந்து சேர்தல்

arrive *(v)* : come to destination, reach, வந்து சேர், சென்று சேர்

arrogance *(n)* : pride and haughtiness, அகந்தை, இறுமாப்பு

arrogant *(adj)* : proud, taking too much power for oneself, செருக்கு மிக்க, வீம்புடைய, தன்னை உயர்வாக எண்ணுகிற

arrogate *(v)* : claim unduly, உரியதல்லாததில் உரிமை கொண்டாடு

arrow *(n)* : a kind of weapon, a sign indicating direction, அம்பு

arrowroot *(n)* : a nutritious starch food made from the roots of a kind of plant, கூவைக் கிழங்கு மாவு

arsenal *(n)* : an establishment for the manufacture or storage of weapons, படை வீடு, படைக் கலைச் சாலை

arsenic *(n)* : a poisonous chemical element, நச்சுத் தன்மையுடைய ஒரு இரசாயனத் தனிமம்

arson *(n)* : the wilful setting on fire to anything, தீவைத்தல்

art *(n)* : cleverness, skill in drawing, painting, etc., புத்தி கூர்மை, கலைத்திறன்

artery *(n)* : tube carrying blood away from the heart to all parts of the body, இதயத்திலிருந்து இரத்தத்தை உடலின பல பகுதிகளுக்கும் கொண்டு செல்லும் குருதிக் குழாய், நாடி

artful *(adj)* : clever, cunning, tricky characterized by art or skill, அறிவுடைய, வஞ்சிக்கிற, தந்திரமான, கலைத் தொடர்புடைய

article *(n)* : object, thing, a literary composition, each separate part of a treaty or an agreement, a, an, the, பொருள், சரக்கு, கட்டுரை, சட்டப்பகுதி, பொதுச் சுட்டுச் சொல்

articulate *(v)* : pronounce distinctly, to connect together by joints, தெளிவாக உச்சரி, இணைப்புகளால் சேரு

articulation *(n)* : way of producing speech sounds, joints, ஒலிப்பு, இணைப்பு

artifice *(n)* : a device, a skill, a cunning trick, வழி, திறன், சூழ்ச்சி

artificial *(adj)* : not real, unnatural, போலியான, செயற்கையான

artillery *(n)* : branch or part of the army that manages the cannon, பீரங்கிப்படை

artisan *(n)* : mechanic, a workman, தொழில் நிபுணன், கலைத் தொழிலாளி

artist *(n)* : one who practises a fine art, நுண் கலைஞன், ஓவியன்

artiste *(n)* : professional actor, singer, dancer, கலையைத் தொழிலாகக் கொண்டவன், நடிகன்

artless *(adj)* : simple, unskilful, natural எளிமையான, திறமையற்ற, இயற்கையான

Aryan *(n)* : Indo-European, Indo-Iranian, இந்திய - ஐரோப்பிய, இந்திய - ஈரானிய இனம்

as *(adv, prep & conj)* : when, while similarly, which, போல, போன்று எப்பாக, அகையால், பெயரெச்ச

இடைச்சொல்
asafoetida *(n)* : a resinous gum, பெருங்காயம்
asbestos *(n)* : an incombustible thread like mineral, கல்நார்
ascend *(v)* : climb, go up, ஏறு, மேலே செல்
ascendency *(n)* : position of having power, domination, ஆதிக்க நிலை, மேலாட்சி
ascent *(n)* : upward movement, shape upwards, மேலே ஏறுதல், மேட்டுப் பாதை
ascertain *(v)* : find out, கண்டு அறி, உறுதிப்படுத்து
ascetic *(n)* : hermit, துறவி; *(adj)* : pertaining to a hermit, உலக இன்ப நாட்டமற்ற
ascribe *(v)* : attribute, காரணமாகக் கூறு, சுமத்து
ash *(n)* : a kind of hard-wood tree, powdery remains of anything burnt, ஒரு வகை உறுதியான மரம், சாம்பல்
ashamed *(adj)* : feeling guilt, feeling shame, குற்ற மனப் பான்மையோடு, வெட்கமுற்று
ashes *(n)* : powdery residue left after anything is burnt, சாம்பல் நீறு
ashlar *(n)* : a kind of building stone, சலவைக்கல்
ashore *(adv)* : on land, to the shore, கரையில், கரைக்கு
aside *(adv)* : to one side, apart, away, ஒரு பக்கமாய், தனித்து ஒதுங்கி
asinine *(adj)* : like ass, stupid, கழுதை போன்ற, அறிவு குறைந்த
ask *(v)* : enquire, request, demand, கேட்டறி, வேண்டு
askance *(adv)* : sideways, with a side glance, சாய்வாக, பக்கவாட்டாக, சாடையாக
askew *(adv)* : out of the straight position, to one side, ஒரு பக்கமாகச் சாய்ந்து கொண்டு
asleep *(adv)* : sleeping, without feeling, உறங்கி, மரத்துப்போய்
asp *(n)* : a small poisonous snake, ஒரு வகை நச்சுப் பாம்பு
aspect *(n)* : appearance, view, தோற்றம், பார்வை
asperity *(n)* : roughness, harshness, கடிமை, முரட்டுத் தன்மை
aspersion *(n)* : defaming a person in damaging reports, தூற்றல், அவதூறு, பழி கூறுதல்
asphalt *(n)* : a kind of pitch, ஒரு வகை நிலக்கீல்
asphyxia *(n)* : suffocation, மூச்சுத் திணறல்
aspirant *(n)* : one who seeks eagerly, one who tries hard, ஆசைப்படுகிறவன், கடுமுயற்சி செய்கிறவன்
aspiration *(n)* : desire, drawing of breath, ஆசை, விருப்பம், மூச்சொலியாக ஒலித்தல்
aspire *(v)* : to seek eagerly, ஆசைப்படு, ஆர்வத்துடன் விரும்பு
ass *(n)* : donkey, a stupid fellow, கழுதை, முட்டாள்
assagai, assegai *(n)* : a thin wooden spear with a wooden staff and iron tip, மர ஈட்டி
assail *(v)* : to attack, தாக்கு, முனைப்பாக முயற்சி செய்
assailant *(n)* : attacker, தாக்குபவர்
assassin *(n)* : one who murders secretly, இரகசியமாகச் சதி செய்து கொலை செய்பவன்
assassinate *(v)* : to kill secretly, to

kill treacherously, மறைந்திருந்து தாக்கிக் கொல்லு, வஞ்சனையாகக் கொல்லு, படுகொலை செய்

assault *(n)* : severe attack, கடுமை யான தாக்குதல்; *(v)* : attack, கடுமை யாகத் தாக்கு

assay *(n)* : finding purity of metals, பொன், வெள்ளி முதலான உலோகங்களின் மாற்று அறிதல்; *(v)* : test, analyse, try, சோதனை செய், ஆராய்ந்து பார்

assemblage *(n)* : bringing together, collection, ஒன்று சேர்த்தல், கூடுதல், திரட்டு

assembly *(n)* : meeting, gathering, சபை, கூட்டம்

assent *(n)* : agreement, permission, உடன்பாடு, அனுமதி; *(v)* : agree, permit, சம்மதி, அனுமதி

assert *(v)* : to affirm, declare, உறுதி யாகக் கூறு

assertion *(n)* : insistence upon a right, declaration, வற்புறுத்துதல், துணி வுரை

assertive *(adj)* : having positive assurance, உறுதியாகச் செயலாற்றும் தன்மையுடைய

assess *(v)* : evaluate, estimate, to fix an amount to be imposed esp.of tax, மதிப்பிடு, வரித்திட்டம் செய்

assessment *(n)* : evaluation, an official valuation of taxable property, மதிப்பீடு, வரி

assessor *(n)* : one who fixes the taxes, an adviser to a judge, வரி விதிப்பாளர், மதிப்பீட்டாளர், நீதி பதியின் ஆலோசகர்

assets *(n & pl)* : property which may be made liable for debts, இருப்புச் சொத்து

assever, asseverate *(v)* : assert solemnly, ஆணையிட்டுக் கூறு

assiduity *(n)* : attentive to duties, ஊக்கம், விடாமுயற்சி, கடமை

assign *(v)* : to give as a share. appoint, பங்கிட்டு அளி, ஒதுக்கிக் கொடு, நியமி

assignee *(n)* : one to whom a right is legally transferred, உரிமை மாற்றிக் கொடுக்கப் பட்டவர்

assignment *(n)* : fixing, transferring the right, exercise, allotment, உறுதி செய்தல், உரிமை மாற்றம், பயிற்சி, ஒதுக்கீடு

assimilate *(v)* : to digest, to absorb, உட்கிரகித்துக் கொள், தன்வயப் படுத்து

assist *(v)* : help, உதவு

assistance *(n)* : help, aid, உதவி

assistant *(n)* : one who helps, உதவி யாளர்

assize *(n)* : a judicial court, controlled price, வழக்கு மன்றம், விலைக் கட்டுப்பாடு

associate *(v)* : to join or connect with, express agreement, கூட்டுச் சேர், இணை, சம்மதம் தெரிவி; *(n)* : a friend, companion, partner, தோழன், கூட்டாளி; *(adj)* : joined, allied, concomitant, இணைவான, தொடர் புடைய, உடனியங்குகிற

association *(n)* : organization, intimacy, connection, கழகம், சங்கம், நெருக்கம், தொடர்பு

assort *(v)* : arrange in sorts, classify, divide into kinds, இனம்பிரி, வகை பிரி, வகைப்படுத்து

assortment *(n)* : classification, a collection of several kinds of a thing, வகைப் படுத்துதல், பலவகைப்பட்ட பொருள்கள்

assuage *(v)* : soothe, mitigate தணி, மட்டுப்படுத்து

assume *(v)* : take upon oneself, take for granted, ஊகி, நினை, மேற்கொள்

assumption *(n)* : supposition, taking upon oneself, நினைவு, ஊகம்

assumptive *(adj)* : take for granted, presumptuous, ஊகிக்கப்பட்ட

assurance *(n)* : a promise, guarantee, உறுதி, நம்பிக்கை, சம்மதமளித்தல்

assure *(v)* : convince, guarantee, நம்பும்படிச் செய், உறுதிப்படுத்து

asterisk *(n)* : a star (*) used to note words for reference or distinction, நட்சத்திரக்குறி, உடுக்குறி

astern *(adv)* : back part of a ship, behind, கப்பலின் பின்புறத்தில், பின்புறமாக

asthma *(n)* : a disease of the lungs, மூச்சுத்திணறல் நோய், இளைப்பு நோய்

astir *(adj & adv)* : in motion, active, out of bed, இயக்கமுடைய, சுறுசுறுப்புள்ள, படுக்கையிலிருந்து எழுந்து

astonish *(v)* : amaze, to surprise, ஆச்சரியப்படுத்து, திகைக்கச் செய்

astonishing *(adj)* : very surprising, amazing, விநோதமான, வியப்புக்குரிய

astonishment *(n)* : over powering wonder, amazement, ஆச்சரியம், திகைப்பு

astound *(v)* : overcome with wonder or surprise, amaze, திகைக்கவை, ஆச்சரியப்படுத்து

astral *(adv)* : consisting of stars, நட்சத்திரங்களுக்குரிய

astray *(adv)* : away from the right way, நெறி தவறி

astride *(adv)* : with the legs apart, with legs on each side, கால்களை அகற்றி வைத்துக் கொண்டு, பக்கத்திற்கொரு காலுடன்

astringent *(adj)* : anything which compresses, சுருங்கக் கூடிய

astrologer *(n)* : one versed in telling the future by studying the stars, சோதிடம், குறி கூறுபவர்

astrology *(n)* : the study which deals with the effect of heavenly bodies on human affairs, சோதிடம்

astronomer *(n)* : one versed in the science of heavenly bodies, வானியல் அறிஞர்

astronomy *(n)* : the science of heavenly bodies, வானியல்

astute *(adj)* : acute-minded, sensible, sharp, clever, சூழ்ச்சியுடைய, அறிவுடைய, அறிவுக் கூர்மையுடைய

asunder *(adv)* : apart, into parts, வேறாக, துண்டாக

asylum *(n)* : a place of refuge, a home for physically or mentally handicapped persons, புகலிடம், உடல்மனவளர்ச்சி குன்றியோர் காப்பகம்

at *(prep)* : in, on, towards, இடத்தில், இல், நோக்கி

ate *(v)* : past tense of eat, 'eat' என்பதன் இறந்த கால வடிவம்

atheism *(n)* : disbelief in god's existence, நாத்திகம், கடவுள் இல்லையென்ற கோட்பாடு

athenaeum *(n)* : literary society or scientific club, இலக்கியக் கழகம்

நூலகம், அறிவியல் கழகம்
athlete *(n)* : one who is skilled in physical exercises, one good at sports, உடற்பயிற்சி வல்லுநர், விளையாட்டு வீரன்
athletics *(n)* : sports, games, விளையாட்டுப் போட்டி, உடற்பயிற்சி
athwart *(prep & adv)* : across, from side to side, wrongly, குறுக்கே, ஒரு பக்கமாய், தவறாக
atlas *(n)* : a collection of maps, the upper most vertebra, தேசப்படநூல், கழுத்தெலும்புப் பூட்டு
atmosphere *(n)* : the air surrounding the earth, environment, காற்று மண்டலம்
atoll *(n)* : a ring shaped coral reef or island, பவழப்பாறை, பவழத் தீவு
atom *(n)* : the tiniest particle, அணு
atone *(v)* : reconcile, compensate, சாந்தப்படுத்து, ஈடுசெய்
atrocious *(adj)* : very cruel, wicked, wild, மிகக்கொடிய, அட்டூழியமான, கொடூரமான
atrocity *(n)* : extreme cruelty, மிகக் கொடூரம்
atrophy *(n)* : wasting away, (esp. of the body and part of it), a stoppage of growth or development, உடல் நலிதல், வளர்ச்சித் தடை, முன்னேற்றத் தடை
attach *(v)* : join, fix, இணை, ஒட்டு
attache *(n)* : person attached to ambassador's suite, தூதரகத்தைச் சேர்ந்த அதிகாரி
attachment *(n)* : something joined, affection, இணைப்பு, பற்று
attack *(v)* : assault, தாக்கு
• **attain** *(v)* : acquire, gain, reach, பெறு, அடை, நிறைவேற்று
attainder *(n)* : the loss of all civil rights of person (for capital offence), குடியுரிமை இழப்பு
attainment *(n)* : acquirement, knowledge, பேறு, அறிவு
attempt *(v)* : try, முயற்சி செய்; *(n)* : trial, முயற்சி
attend *(v)* : to accompany, to listen, to wait on, to be present at, உடன் செல், கவனி, உடனிரு, இடத்திரு
attendance *(n)* : number of persons present, being present, வந்தவர் எண்ணிக்கை, வரவு
attendant *(adj)* : accompanying, உடன் வரும்; *(n)* : servant, வேலையாள்
attention *(n)* : consideration, notice, care, politeness, கவனம், கருத்து, மரியாதை
attenuate *(v)* : to make or become thin, weaken, reduce, மெல்லியதாகச் செய், தளரச்செய், குறை
attest *(v)* : certify, bear witness to, சான்று அளி, உண்மையெனக் கையெழுத்து இடு
attic *(n)* : a small room in the highest storey, மேல்மாடி அறை
attire *(n)* : dress, ஆடை; *(v)* : to dress, உடை உடுத்து
attitude *(n)* : posture of the body, manner of behaving, தோற்றம், நடத்தை, மனப்பாங்கு
attorney *(n)* : one who has power to act for another, a lawyer, மாற்று உரிமையாளர், வழக்கறிஞர்
attract *(v)* : fascinate, to draw, கவரு, இழு
attraction *(n)* : power of drawing towards, that which attracts, கவர்ச்சி

attractive *(adj)* : pleasing, கவர்ச்சியான

attribute *(v)* : to ascribe, assign, refer, சாட்டு, சுமத்து, குறி; *(n)* : quality, an objective, தன்மை, உரிச்சொல்

attrition *(n)* : friction, worn out in due course, உராய்வு, தேய்வு, நாளடைவில் தேய்ந்து போதல்

auction *(n)* : public sale in which article is sold to one who offers the highest price, ஏலம்

audacious *(adj)* : bold, daring, insolent, துணிச்சலான, பயமில்லாத, மூர்க்கத்தனமான

audacity *(n)* : boldness or daring, impudence, தைரியம், துணிவு

audible *(adj)* : that can be heard, காதால் கேட்குமளவிற்கு

audience *(n)* : a hearing, an assembly of listeners, பேட்டி, கேட்போர் கூட்டம்

audit *(v & n)* : an examination of accounts, வரவு செலவுத் தணிக்கை

audition *(n)* : a test given to a singer or other artistes, act of hearing, பாடகர் அல்லது நடிகர் தேர்வு, கேட்டல்

auditorium *(n)* : a public hall where listeners sit, மண்டபம், மன்றம்

auger *(n)* : a tool for boring holes in wood or soil, துரப்பணம், தமரூசி

aught *(n)* : anything, ஏதாவது; *(adv)* : in any way, எப்படியாகிலும்

augment *(v)* : increase, grow, மிகுதியாக்கு, வளரு; *(n)* : prefixed vowel சாரியை, மிகுதி, வளர்ச்சி

augur *(n)* : omens found from the actions of birds, celestial bodies, etc., பட்சி சாஸ்திரம், நட்சத்திர பலன்

augury *(n)* : omen, sign, சகுனம், குறி

August *(n)* : eighth month of the English calendar, ஆங்கில ஆண்டின் எட்டாவது மாதம்; *(adj)* : venerable, majestic, வணங்கத்தக்க, மாட்சிமை மிக்க

auk *(n)* : a short winged web-footed diving bird, குட்டையான இறகுகளையுடைய ஒரு வகைக் கடல் பறவை

aunt *(n)* : father's sister, mother's sister, தந்தையின் சகோதரி, தாயின் சகோதரி

aura *(n)* : an assumed subtle emanation proceeding from anything, ஒளி வட்டம்

aureola *(n)* : circle of light surrounding head, தலை சூழ் வட்டம்

auriferous *(adj)* : yielding gold, பொன் விளைகின்ற

aurist *(n)* : ear specialist, காது மருத்துவர்

aurora *(n)* : the dawn, the bright appearance in the sky, வைகறை, துருவ மின்னொளி

auspices *(n)* : good omens got from observing birds, நல்ல சகுனம், பட்சிக்குறி

auspicious *(adj)* : promising success, opportune, favourable, நற்சகுனமான, அநுகூலமான

austere *(adj)* : strict, simple, கண்டிப்பான, எளிய

austerity *(n)* : strictness, simplicity, கண்டிப்பு, எளிமை

authentic *(adj)* : reliable, true, நம்பத்தகுந்த, உண்மையான

author *(n)* : a writer of a book, play, beginner, நூலாசிரியர், ஆக்கியோன், தொடங்கி வைப்பவர்

authority *(n)* : power, an official

expert, a group of people acting together, அதிகாரம், மேல் அலுவலர், வல்லுநர், அதிகாரக் குழு
autobiography *(n)* : one's own life history, தன் வரலாறு, சுயசரிதை
autocracy *(n)* : absolute rule, தன் வல்லாட்சி
autocrat *(n)* : an absolute ruler, தன் வல்லாட்சி செய்பவர்
autograph *(n)* : writer's own manuscript, one's own handwriting or signature, கையெழுத்துப்படி, கையெழுத்து
automatic *(adj)* : self-working, தானே செயல்படும், தன்னியக்கமுடைய
automobile *(n)* : a motor vehicle, esp. a car, பொறி வண்டி, தானியங்கி
autonomy *(n)* : self-governing right, தன்னுரிமையாட்சி, குடியரசு
autopsy *(n)* : postmortem, medical examination of corpse to determine the cause of death, பிணப் பரிசோதனை
autumn *(n)* : third season of the English year, இலையுதிர் காலம்
auxiliary *(adj)* : helping, supplementary, உதவியான, துணையான; *(n)* : an additional verb, துணை வினை
avail *(v)* : to be of value, take advantage of, உதவியாயிரு, பயன்படுத்து
available *(adj)* : within one's reach, able to be made use of, கிடைக்கக் கூடிய, பயன்படுத்தக் கூடிய
avalanche *(n)* : a great quantity of snow and ice sliding a mountain side, மலைப் பகுதியிலிருந்து ஏற்படும் பனிப்பாறைச் சரிவு
avarice *(n)* : greedy of gain, eager, பேராசை
avaricious *(adj)* : greedy, பேராசையுள்ள
avenge *(v)* : to punish in return for the wrong one has done, பழிவாங்கு
avenue *(n)* : a wide passage, a road bordered by trees, இருபக்கமும் மரங்களையுடைய சாலை, அகலமான தெரு, நுழைபாதை
aver *(v)* : confirm, declare to be true, உறுதி செய், உண்மையென அறிவி
average *(n)* : ordinary, the mean value of several amounts, சாதாரண தரம், சராசரி
averse *(adj)* : having a dislike, unwilling, வெறுப்புள்ள, விருப்பமற்ற, மனமில்லாத
aversion *(n)* : dislike, வெறுப்பு
avert *(v)* : to turn away, prevent, திருப்பு, தடு
aviary *(n)* : a place for keeping birds, பறவைகளை வளர்க்கும் இடம், பறவைக் காப்பகம்
aviation *(n)* : the science of flying an aircraft, வானூர்தி இயக்கியல்
aviator *(n)* : pilot, விமான ஓட்டி
avidity *(n)* : eagerness, greed, desire, ஆவல், பேராசை, பேரவா
avocation *(n)* : occupation that is not one's business, துணைத்தொழில்
avoid *(v)* : try to escape, keep away from, தப்பிக்க தட்டிக்கழி, விலக்கு
avouch *(v)* : to say firmly, guarantee, உறுதி கூறு, உத்திரவாதமளி
avow *(v)* : admit, confess, ஒத்துக் கொள், குற்றத்தை ஒத்துக் கொள்
avuncular *(adj)* : of an uncle, resembling an uncle, தாய் மாமனுக்குரிய, தாய் மாமனைப்போல்

await *(v)* : look for, to wait for, காத்திரு

awake *(v)* : rouse from sleep, become active, தூக்கத்திலிருந்து எழுப்பு, சுறுசுறுப்பாக இரு

awakening *(n)* : act of becoming aware, விழிப்புணர்ச்சி

award *(v)* : to award, adjudge, give, assign, பரிசளி; *(n)* : judgement, thing awarded, நடுவர் தீர்ப்பு, பரிசு

aware *(adj & prep)* : conscious, knowing off, எச்சரிக்கையுடைய, தெரிந்த

away *(adv)* : onward, at a distance, அப்புறமாக, தூரத்தில்

awe *(n)* : reverential fear or wonder, மதிப்பச்சம்

awful *(adj)* : inspiring awe, அச்சத்தை உண்டாக்கக் கூடிய

awhile *(adv)* : for sometime, சிறிது நேரத்திற்கு அல்லது சில காலத்திற்கு

awkward *(adj)* : clumsy, difficult to deal with, குழப்பமான, தர்ம சங்கடமான, தடுமாற்றமுடைய

awl *(n)* : a small pointed tool for making holes in leather, குத்தூசி

axe *(n)* : a tool for chopping, கோடரி; *(v)* : cut, chop, பிள, வெட்டு

axiom *(n)* : accepted principle, அடிப்படை உண்மை, மூதுரை

axis *(n)* : imaginary line on which a body rotates, இருசு, அச்சு

axle *(n)* : the pin or rod on which the wheel revolves, அச்சாணி

ay, aye *(adv)* : yes, ever, always, ஆம், எப்பொழுதும்

azure *(adj)* : sky blue, ஆகாய வண்ண

B

babble *(v)* : speak like a baby, repeat foolishly, murmur, மழலையாகப் பேசு, உளறு, முணுமுணுவென்று பேசு

babe, baby *(n)* : an infant, a childish person, மதலை, குழந்தை, கள்ளங்கபடமற்றவர்

babel *(n)* : scene of noise and confusion, a confused mixture of sounds, குழப்பநிலை, வெற்றாரவாரம்

baboon *(n)* : a kind of large monkey, ஒரு வகைப் பெரிய குரங்கு

babyhood *(n)* : infancy, குழந்தைப் பருவம்

bachelor *(n)* : an unmarried man, one who has taken the first university degree, திருமணமாகா ஆடவன், இளங்கலைப் பட்டதாரி

bacillus *(n)* : rod-shaped microscopic organism that causes diseases, நோய் நுண்மக் கிருமி

back *(n)* : the side of the body opposite to the chest, hinder surface, rear surface, a shallow vessel, முதுகு, பின்புறம், அகன்ற பாத்திரம்; *(adj)* : belonging to or placed in the hinderpart, பின்புறத்திலுள்ள; *(adv)* : in return, towards the hinder part, பதிலுக்கு, பின்புறம்; *(v)* : encourage, suppport, ஊக்குவி

ஆதரவாக இரு

backbite *(v)* : to speak evil of anyone behind one's back or in one's absence, புறங்கூறு, இல்லாத பொழுது தூற்று

backbone *(n)* : the spinal cord, firmness, main support, முதுகெலும்பு, உறுதி, மூல ஆதரவு, தைரியம்

background *(n)* : part of a picture behind the main objects in the picture, environment, indistinctness, பின்னணி, சூழ்நிலை, மறைந்திருத்தல்

backside *(n)* : rear, பின் பக்கம், பின்புறம்

backward *(adj)* : below average, அறிவு குறைந்த, அறிவு முதிராத; *(adv)* : towards the back, பின்னுக்கு, பின்னோக்கி

backwater *(n)* : currentless water near the sea or river, காயல் நீர்

backyard *(n)* : an open enclosed space at the back of the building, புழக்கடைப் பக்கம், வீட்டின் பின் பக்கம்

bacon *(n)* : salted and smoked flesh of pig, பதப்படுத்தப்பட்ட பன்றி இறைச்சி

bacteria *(n & pl)* : a microscopic organism found generally in things going bad, நுண்கிருமி, நுண்ணம்

bad *(adj)* : worthless, evil, inferior, severe, unfortunate, spoiled, தகுதியற்ற, கெட்ட, மட்டமான, கடுமையான, யோகம் இல்லாத, கெட்டுப் போன

bade *(n)* : past tense of 'bid', 'bid' என்பதன் இறந்தகால வடிவம்

badge *(n)* : distinctive mark or sign that portrays a quality, அடையாள முத்திரை அல்லது அடையாளச் சின்னம்

badger *(n)* : a kind of burrowing animal, நீர் நாய்; *(v)* : tease, pester, தொந்தரவு செய், துன்புறுத்து

badminton *(n)* : a game played with shuttlecocks, nets and rackets, பூப்பந்தாட்டம்

baffle *(v)* : defeat, to be difficult or too clever for, தோல்வியுண்டாக்கு, தோற்கடி, திணறடி, திகைக்கவை

bag *(n)* : sac, பை; *(v)* : bulge, put in a bag, kill or catch in hunting, வீங்கு, பையில் போடு, வேட்டையாடிப் பிடி

bagatelle *(n)* : a board game like billiards in which balls are struck into the holes, பில்லியர்டு போன்ற ஒரு வகை விளையாட்டு

baggage *(n)* : luggage, மூட்டை முடிச்சு

bail *(n)* : surety, one of the cross pieces of wood placed on the stumps in cricket, partition rod separating horses in an open stable, பிணை, கிரிக்கெட் முளைகளின் மீதுள்ள கட்டை, குதிரை லாயத்தைப் பகுதிகளாகப் பிரிக்கும் கட்டை; *(v)* : release by offering security, throw water out of boat with shallow vessels, பிணை கொடுத்து விடுவி, தண்ணீரை இறைத்து விடு

bailey *(n)* : outer wall of a castle designed for defensive purpose, காப்பு அரண், கோட்டைப் பாதுகாப்புச் சுவர்

bailiff *(n)* : officer working under a Sheriff for writs and arrests, an agent, அமீனா, மேலாள்

bailment *(n)* : delivery of goods in trust, *நம்பிக்கையின் அடிப்படையில் சரக்குகளை ஒப்புவித்தல்*

bait *(n)* : temptation, food put on a hook for catching fish, rat, etc., anything used to entrap an animal, *அவா ஊட்டும் பொருள், தூண்டில் இரை, கண்ணி; (v)* : allure, to set dogs on to worry another chained animal, *ஏமாற்று, நாய்களை ஏவி கட்டப்பட்ட விலங்குகளை பய முறுத்து*

baize *(n)* : a thick woollen cloth, *முரட்டுக் கம்பளித் துணி*

bake *(v)* : to cook by the heat of sun or dry heat of fire, *வெயிலில் வாட்டு, சுடு*

bakery *(n)* : bread baking place, *ரொட்டி சுடும் இடம்*

balance *(n)* : weighing machine making the two sides of an amount, weight or force equal; remainder, *துலாக் கோல், தராசு, மீதி; (v)* : neutralize, make the two sides of an account equal, *சமன் பண்ணு, கணக்கைச் சரிக்கட்டு*

balcony *(n)* : a platform projecting from the wall of a building, an upper floor in a theatre, *கட்டிடத்தின் முன் முகப்பு, அரங்கத்தின் மாடியிருக்கை*

bald *(adj)* : wholly or partly hairless, bare, *வழுக்கை, வெறுமையான*

balderdash *(n)* : nonsense, meaningless talk, *விவேகமின்மை, பொருளற்ற சொல், விவேகமற்ற பேச்சு*

baldric *(n)* : a cross belt for carrying sword etc., *தோள் கச்சை*

bale *(n)* : a bundle of material packed together, evil, misery, *கூட்டு, தீமை, துன்பம்; (v)*:see 'bail'

baleful *(adj)* : evil, harmful, *தீங்கான, துன்பம் தரத்தக்க*

ball *(n)* : anything round, a kind of dancing party, *பந்து, ஒரு வகைக் குழு நடனம்*

ballad *(n)* : a simple and short narrative song, *சிறிய கதைப் பாடல்*

ballast *(n)* : something heavy like stone to give balance, *சரளைக்கல்*

ballet *(n)* : dancing to music in which several persons take part, *இசைக் கேற்றபடி ஆடும் ஒரு வகை நடனம்*

balloon *(n)* : thin rubber or silk ball with light gas which rises in air, *காற்றுப் பந்து, (பலூன்)*

ballot *(n)* : secret voting, *ரகசிய வாக்களிப்பு*

ballot paper *(n)* : a ticket or paper in voting in elections, *வாக்குப் பதிவுச் சீட்டு*

balm *(n)* : an ointment used to soothe pain or healing, *நோவகற்றும் களிம்பு*

balsam *(n)* : a sticky substance that comes from trees, a flowering plant, *மரப்பிசின், பூச்செடி*

baluster *(n)* : a poster or upright support for the rail of a staircase etc., *சிறு தூண், கைப்பிடிச் சுவர் தாங்கும் கம்பம்*

bamboo *(n)* : the hard hollow stem of a tall grass, *மூங்கில் தடி*

bamboozle *(v)* : deceive, mystify, *ஏமாற்று, குழப்பு*

ban *(n)* : prohibition, a sentence commanding someone to leave nation, *தடையுத்தரவு, விலக்கம், நாடு கடத்தல்; (v)* : prohibit, order someone to leave a country, *தடை செய்,*

விலக்கு, நாடுகடத்து

banana *(n)* : a kind of plantain, ஏத் தன் வாழை

band *(n)* : a long narrow material that binds together, a flat strip of garment to hoop, mend anything, a group of musicians playing together, இணைப்பு நாடா, பட்டைக் கயிறு, பாடகர் குழு

bandage *(n)* : strip of material used in dressing wounds, காயத்துக்கு போடும் கட்டு; *(v)* : tie up with, கட்டுப்போடு

bandanna *(n)* : a spotted handkerchief, புள்ளிகளிட்ட கைக்குட்டை

bandeau *(n)* : a narrow band worn for keeping a woman's hair in position, பெண்டிர் தலை முடியைக் கட்டும் நாடா

bandicoot *(n)* : the largest species of rat, பெருச்சாளி

bandit *(n)* : an outlaw, a robber esp. in the forest and deserts, சட்டத்தை மீறுபவன், வழிப்பறிக் கொள் ளைக்காரன்

bandoleer, bandolier *(n)* : a shoulder-belt with leather packets for carrying cartridges, தோட்டாக்கள் வைத்துக் கொள்ளப் பயன்படும் பைகளை யுடைய வார்ப்பட்டை

bandy *(v)* : toss, exchange, சுழற்று, கொடுக்கல் வாங்கல் நடத்து; *(n)* : bullock-cart, மாட்டு வண்டி; *(adj)* : wide apart knees of legs, வளைந்த கால்களையுடைய, சப்பைக் கால் களுடைய

bane *(n)* : destruction, great harm, poison, cause of ruin, அழிவு, பெருந் துன்பம், நச்சு, கேட்டின் காரணம்

baneful *(adj)* : hurtful, துன்பம் தரக் கூடிய

bang *(n)* : an explosion, sudden noise, hair cutting, வெடியோசை, திடீர்ப் பேரொலி, முன்னுச்சி மயிரை வெட்டுதல்; *(v)* : strike violently, shut noisily, thrash, படீரென்று அடி, ஓசையோடு மூடு, மோது

bangle *(n)* : bracelet, காப்பு, வளை யல்

banian, banyan *(n)* : loose flannel jacket, a kind of tree, பனியன், ஆல மரம்

banish *(v)* : to drive away from one's own country, dismiss, நாடுகடத்து, நீக்கு, அகற்று

banishment *(n)* : forcing a person to stay outside his own country, நாடு கடத்துதல்

banister *(n)* : hand railing along a flight of stairs, மாடிப்படியின் கைப்பிடி

banjo *(n)* : a stringed musical instrument like guitar, தம்புரா போன்ற நரம்புக் கருவி

bank *(n)* : raised mound of earth, dam, the edge of a river, lake etc., an establishment which keeps people's money for them and lends money for a charge, மேடு, அணை, நதிக் கரை, வங்கி

banker *(n)* : a dealer in money, வட்டிக் கடைக்காரர்

bankrupt *(n)* : an insolvent person, one who is unable to pay one's debts, பொருளற்ற கடனாளி

banner *(n)* : flag, anything used for advertisement, anything displayed as a symbol of principles, கொடி, விளம்பரப் பலகை, கொள்கைச் சின்னம்

bannock *(n)* : a flat home-made cake, வீட்டில் செய்யப்படும் ஒரு வகை

அப்பம்

banns *(n)* : a public announcement of a proposed wedding, திருமணம் நடக்கவிருத்தலை எல்லோருக்கும் தெரியப்படுத்துதல்

banquet *(n)* : feast, rich meal, விருந்து

bantam *(n)* : a small kind of domestic fowl, வீட்டில் வளர்க்கும் ஒரு வகைக் குட்டைக் கோழி

banter *(n)* : humorous ridicule, playful teasing, வேடிக்கைப்பேச்சு, கேலிப் பேச்சு

baptise *(v)* : give baptism to, give a name to, to christen, purify, திருமுழுக்கு செய், பெயரிடு, கிறித்துவ மதத்தில் சேர்த்துக் கொள், தூய்மைப் படுத்து

bar *(n)* : a long solid piece, barrier, a counter where drinks are served, lawyers, a band, the wooden rail at which prisoner stands, a bolt, தண்டு, கம்பி, தடை, பானங்கள் வழங்குமிடம், வழக்கறிஞர்கள் பட்டை, குற்றவாளிக் கூண்டு, தாழ்ப்பாள்; *(v)* : shut, obstruct, fasten, மூடு, தடை செய், சேர்த்துக் கட்டு

barb *(n)* : back curving point of an arrow, fish-hook, chin piece of the head dress of a nun, a kind of horse or pigeon, அம்பு நுனி, வளைவு, தூண்டில் முள், கன்னித் துறவியின் முக்காட்டின் மேவாய்ப் பகுதி, ஒரு வகைக் குதிரை இனம் அல்லது மாடப்புறா இனம்

barbarian *(n)* : uncivilized fellow, a rough ill mannered fellow, நாகரீகமற்ற மனிதன், பண்பாடற்ற முரடன்

barbarism *(n)* : uncivilized state, misuse of a native language by mixing foreign and vulgar words, நாகரீகமற்ற நிலை, தாய் மொழியில் பிறமொழிச் சொற்களையும் கொச்சைச் சொற்களையும் பயன்படுத்துதல்

barbecue *(n)* : a large iron frame work on which an animal is roasted, an animal roasted whole, இறைச்சியை நெருப்பில் வாட்டப் பயன்படும் இரும்புச்சட்டம், நெருப்பில் முழுதாக வாட்டப்பட்ட விலங்கு

barber *(n)* : one who shaves and cuts hair, சிகை அலங்காரம் செய்பவர், முடி திருத்தம் செய்பவர்

barbican *(n)* : a tower used as an outer defence built over the gate of a city or castle, நகர் அல்லது கோட்டையின் வெளிப்புறப் பாதுகாப்பு அரண்

bard *(n)* : a poet, கவி

bare *(adj)* : uncovered, unclothed, மூடப்பெறாத, ஆடையற்ற

bare *(v)* : to uncover, reveal, திற, கழற்று, வெளிக்காட்டு

bargain *(n)* : an agreement about buying and selling, contract, something acquired cheaply, ஒப்பந்தம், பேரம்

barge *(n)* : a large-flat bottomed boat, பெரிய படகு

bark (n) : a sailing ship, outer cover of the trunk of a tree, a sharp loud sound uttered by a dog, wolf etc., சிறு கப்பல், மரப்பட்டை, குரைப்பு; *(v)* : to make a sound like a dog, குரை

barley *(n)* : a kind of cereal food, வாற் கோதுமை

barn *(n)* : a building for storing levy grain etc., தானியக் களஞ்சியம்

barancle *(n)* : a shellfish that fastens itself to rocks and the bottom of the ships, பாறைகளிலும், கப்பலின் அடிப்பகுதிகளிலும் ஒட்டிக் கொள்ளும் சிப்பி வகை

barometer *(n)* : an instrument for

measuring the atmospheric pressure, காற்றழுத்தமானி

baron *(n)* : a noble man's title, ஒரு கௌரவப் பட்டம்

barrack(s) *(n)* : a place where soldiers are lodged, போர்வீரர் குடியிருப்பு

barrage *(n)* : a dam, gun fire barring the approach to a place, அணை, குறிப்பிட்ட இடத்தை அடைய விடாமல் தடுக்கும் குண்டு வீச்சு

barrel *(n)* : flat ended cylindrical container with curved sides, the long metal tube of a gun, பீப்பாய், துப்பாக்கிக் குழல்

barren *(adj)* : unprofitable, sterile, arid, பலன் தராத, மலடான, தரிசான, வறண்ட

barricade *(n)* : any protective barrier, பாதுகாப்புத் தடுப்பு;*(v)* : block for defence, fortify, தடுப்புப்போடு

barrier *(n)* : fencing, obstruction, hindrance, வேலி, தடை

barrister *(n)* : an advocate, வழக்கறிஞர்

barrow *(n)* : a small hand cart, a burial mound, கைவண்டி, தள்ளு வண்டி, புதை மேடு அல்லது குன்று

barter *(n)* : a system of trade in which one thing is exchanged for another without the use of money, பண்டமாற்று

basalt *(n)* : dark coloured rock of volcanic region, எரிமலைப்பாறை

base *(n)* : support, bottom, foundation, principle, ஆதாரம், அடி, அடித்தளம், அடிப்படைக் கோட்பாடு; *(v)* : rely upon, use as a foundation, establish, நம்பு, அடிப்படையாக்கு, நிறுவு; *(adj)* : low, mean தாழ்வான, இழிவான

base-ball *(n)* : a ball game, ஒருவிதபந்து விளையாட்டு

baseless *(adj)* : without foundation, without any ground, அடிப்படையற்ற, ஆதாரமற்ற, காரணமற்ற

basement *(n)* : lowest part of building structure, a vault below ground level, அடித்தளம், நிலக்கீழ் அறை, நிலவறை

bash *(v)* : beat so as to smash in, தழும்பு ஏற்படும்படி அடி

bashful *(adj)* : shy or timid, நாணமுள்ள

basic *(adj)* : fundamental, அடிப்படையான

basil *(n)* : a kind of herb, ஒரு வகை துளசிச் செடி

basin *(n)* : river bed, a hollow round vessel, நதிப்படுகை, குழிவான வட்டப் பாத்திரம்

basis *(n)* : foundation,. underlying principle, common ground, beginning, அடித்தளம், அடிப்படைக் கொள்கை, பொது ஆதாரம், மூலமுதல்

bask *(v)* : enjoy the pleasant warmth of sunlight, தீயில் குளிர் காய், வெயில் காய்

basket *(n)* : a vessel made of woven cane, grass ropes etc., பிரம்புக் கூடை; *(v)* : place in basket, கூடையில் போடு

bas-relief, bass-relief *(n)* : sculpture in low relief, புடைப்புருவமாக செதுக்கப்பட்ட ஓவியம்

bass *(n)* : lowest part in music, a male singer with lowest notes, படுத்தலோசை, உச்சக்குரலுக்கும் மட்டக் குரலுக்கும் இடைப்பட்ட குரலில் பாடும் ஆண்; *(adj)* : low or deep in tone, தாழ்வான படுத்தலோசையுடைய

bass, basse *(n)* : a kind of fish, ஒரு வகைக் கடல் மீனினம்
bass *(n)* : inner-fibrous bark of the lime tree, எலுமிச்சை மரத்தின் நார் போன்ற உள்பட்டை
bassoon *(n)* : a musical wind-instrument with low notes, துளைக் கருவி வகை
bast *(v)* : to beat with a stick pour melted fat or butter over meat while roasting to prevent burning, to sew loosely together with long stitches before regular sewing, தடியால் அடி, இறைச்சி தீய்ந்து போகாமல் இருக்க அதன் மீது நெய் வார், நிலையான தையலைத் தைப்பதற்கு முன் நீளமான தையல்களாக இழையோட்டு
bastard *(n)* : an illegal child, முறை தவறிப் பிறந்த குழந்தை
bastinado *(v)* : to beat the soles of the foot with a cane, உள்ளங்காலில் பிரம்பால் அடி
bastion *(n)* : part of the fortification projecting outwards from the rest, அரணுக்கு வெளியே நீட்டிக் கொண்டிருக்கும் புறப்பகுதி
bat *(n)* : a flying animal, wooden stick for hitting balls, a flat club, வௌவால், பந்தடிமட்டை, துடுப்பு; *(v)*: strike ball with the bat, மட்டையால் அடி
batch *(n)* : a group, a set, கூட்டம், அடுக்கு, தொகுதி
bate *(v)* : let down, reduce, அடக்கு, தணி, குறை
bath *(n)* : a place or ghat for washing the body, குளிக்கும் இடம், குளிக்கும் தொட்டி
bathe *(v)* : wash the body, immerse in liquid, குளி, நீர்மத்தில் அமுத்து
bathos *(n)* : anti-climax, படிப்படியான இழிவு, சுவை இறக்கம்
batman *(n)* : an army officer's servant, படை அலுவலரின் வேலையாள்
baton *(n)* : a small wooden club, குறுந்தடி, சிறுகோல்
battalion *(n)* : a large body of foot soldiers, காலாட் படைப் பிரிவு, பட்டாளம்
batter *(v)* : beat repeatedly and heavily, பலமுறை பலமாக அடி, *(n)* : one who bats, பந்தடிப்பவர்
battery *(n)* : a group of guns, combination of cells for storing electricity, பீரங்கிப் படை, மின்கல அடுக்கு
battle *(n)* : war, fight, போர், சண்டை *(v)* : fight, போரிடு
battledore *(n)* : a light bat or small racket for striking a ball or shuttlecock, இறகுப் பந்து மட்டை
battlement *(n)* : a wall with opening at the top, பீரங்கியேற்றும் கொத்தளம்
bawl *(v)* : to shout loudly, உரக்கக் கத்து
bay *(n)* : a wide mouthed opening of the sea, விரிகுடா
bayonet *(n)* : a dagger-like weapon fastened to the barrel of a rifle, துப்பாக்கி ஈட்டி
bazaar *(n)* : market, கடைத்தெரு
be *(v)* : exist, இரு, வாழ்
beach *(n)* : sea shore, sandy shore, கடற்கரை, ஏரிக்கரை
beacon *(n)* : a light house, a signal that warns of danger, signal fire, கலங்கரை விளக்கம், எச்சரிக்கை அடையாளம், எச்சரிக்கை ஒளி
bead *(n)* : a small ball with a hole for threading on a string, மணி
beak *(adj)* : the bill of a bird, பறவை அலகு

beaker *(n)* : a large drinking bowl, a lipped glass, தண்ணீர்க் குவளை, கண்ணாடிக் குவளை

beam *(n)* : a long and straight piece of timber or iron that supports a floor, a ray of light, உத்தரம், ஒளிக்கதிர்; *(v)* : shine forth, ஒளி வீசு

bean *(n)* : a kind of seed-bearing vegetable plant, அவரை இனம்

bear *(v)* : carry, endure, bring forth, produce, தாங்கு, அனுபவி, பிள்ளை பெறு, உண்டாக்கு; *(n)* a wild animal, கரடி

beard *(n)* : the hair that grows on the lower face, தாடி

beast *(n)* : wild animal, an evil man, விலங்கு, கொடூரமானவன்

beastly *(adj)* : like a beast, cruel, விலங்கு போன்ற, கொடிய

beat *(v)* : strike repeatedly, hit, thrash to win over, overpower, திரும்பத் திரும்ப அடி, நன்றாக அடி, தோற்கடி, அடக்கு; *(n)*: stroke, going in round of duties, அடி, கடமைச் சுற்று

beatify *(v)* : make happy, இன்பமாக இருக்கச்செய்

beau *(n)* : a man who pays great attention to the fashion of his clothes, a dandy, a man who pays great attention to women, பகட்டுடை உடுப்பவன், நாகரீக உடை மோகம் உள்ளவன், பெண்களை வட்டமிடுபவன்

beautiful *(adj)* : charming, fine looking, very pretty, கவர்ச்சியான, அழகான

beautify *(v)* : make beautiful, அழகுபடுத்து

beauty *(n)* : anything fine, a good-looking appearance, prettiness, நேர்த்தி, அழகு

beaver *(n)* : fur-coated amphibian, an overcoat, hat or glove made of beaver fur, நீர்நாய், நீர்நாய் உரோமத்தாலாகிய மேல் சட்டை, தொப்பி, கையுறை முதலியன

be-calm *(v)* : make calm, அமைதிப்படுத்து

became *(v)* : past tense of become, become என்பதன் இறந்த கால வடிவம்

because *(adv & conj)* : for the reason that, since, in as much as, காரணத்தினால், இருப்பதால், ஏனெனில்

beck *(n)* : signal or sign made by moving the head, hand or arm; a mountain stream, சைகை, மலை யருவி

beckon *(v)* : make a sign to, சைகை செய்; *(n)* : signal, சைகை

become *(v)* : suit, be fit, to come to be பொருத்தமாயிரு, உண்டாக்கு

becoming *(adj)* : fitting, appropriate, பொருத்தமான, ஏற்ற

bed *(n)* : a sleeping place, a plot in the garden, bottom of the river, படுக்கை, பாத்தி, படுகை

bedaub *(v)* : to smear with something dirty, to smear with paint, அழுக்காக்கு, வண்ணம் பூசு

bedeck *(v)* : adorn, அலங்கரி, அணிவி

bedizen *(v)* : decorate, to dress in gay colours, அலங்கரி, பகட்டாக உடுத்து

bedlam *(n)* : asylum for the mentally handicapped, a noisy place, மன நலமற்றோர் விடுதி, கூச்சல் நிறைந்த இடம்

bee *(n)* : a small insect that collects honey, தேனீ, வண்டு

beech *(n)* : a kind of tree, ஒரு வகைப் பெரியமரம்
beef *(n)* : meat, flesh of ox, bull or cow, மாட்டிறைச்சி
beehive *(n)* : a case or small house built for bees to live in, தேன் கூடு
been *(v)* : past participle of 'be', 'be' என்பதன் முற்றெச்சம்
beer *(n)* : an alcoholic liquor, ஒரு வகைச் சாராயம்
beetle *(n)* : an insect, a short sighted person, a wooden hammer, வண்டு, கிட்டப் பார்வையுடையவர், கொட்டாப்புளி
befall *(v)* : to happen, நேரிடு, நிகழ்
befit *(v)* : be suitable for, be right, தகுதியாக இரு, பொருந்தி இரு
befogged *(v)* : covered in fog, பனியால் மூடப்பட்ட
before *(adv & prep)* : in front of, in the presence of, at any time in the past, முன்னால், முன்னிலையில், முன்பு
befriend *(v)* : act as a friend to, help, நட்புக்காட்டு, உதவு
beg *(v)* : ask alms, to pray, பிச்சை யெடு, வேண்டு
beget *(v)* : give rise to, produce, to cause, பெறு, உண்டு பண்ணு, விளைவி
beggar *(n)* : one who asks for food or money, பிச்சைக்காரன்
begin *(v)* : start, commence, தொடங்கு, ஆரம்பி
beginner *(n)* : learner, புதிதாகத் தொடங்கிக் கற்பவர்
begird *(v)* : encircle, to put a girdle round, சூழ், கச்சையை வரிந்து கட்டு
begone *(v)* : go away, போ, தொலைந்து போ
begrime *(v)* : to soil deeply and make dirty, தூசி படிய அழுக்காக்கு
begrudge *(v)* : feel or show dissatisfaction, கறுவு, திருப்தியின்மை உணரு அல்லது காட்டு, பொறாமை கொள்
beguile *(v)* : cheat, mislead, spend time pleasantly, entertain, ஏமாற்று, தவறான வழியைக் காண்பி, பொழுதை இனிமையாகக் கழி
begun *(v)* : past participle of begin, 'begin' என்பதன் முடிவெச்சம்
behalf *(n)* : interest, support, favour, sake, ஆதரவு, காரணம், பொருட்டு
behave *(v)* : act, conduct oneself, செயலாற்று, நடந்து கொள்
behaviour *(n)* : conduct, நடத்தை
behead *(v)* : cut off the head from, தலையை வெட்டு
behest *(n)* : command, கட்டளை
behind *(adv & prep)* : in the rear, to the rear, at or towards the back, பின்புறமாக, பின்புறத்தில்
behold *(v)* : see, look at, பார், நோக்கு, கவனி
beholden *(adj)* : grateful, obliged, நன்றியுள்ள, கீழ்ப்படிதலுள்ள
behove, behoove *(v)* : to be right or necessary for, கடமையாயிரு, தகுதியாயிரு, இன்றியமையாமையாக இரு
being *(n)* : existence, a living thing, moral existence, இருப்பு, உயிரினம், மெய்மை
belabour *(v)* : strike soundly, நையப்புடை
belated *(adj)* : coming late, நேரங் கழித்து வரும், காலங் கடந்த
belay *(v)* : wind or coil a rope round a wooden peg to secure it, கயிற்றால் இறுக்கிச் சுற்றிக் கட்டு

belch *(v)* : to eject or throw off, emit air noisily from throat, எறி, ஏப்பமிடு

beldam, beldame *(n)* : an ugly old woman, witch, குரூபியான கிழவி, பொல்லாதவள்

beleaguer *(v)* : besiege, முற்றுகையிடு

belfry *(n)* : bell tower, part of the church tower where bells are hung, மணிக்கூண்டு, திருக்கோயில் கோபுரத்தில் மணிகளைத் தொங்க விடுவதற்கான இடம்

belie *(v)* : give false notion of, fail to justify, தவறான கருத்தைக் கூறு, பொய்ப்பி

belief *(n)* : trust, faith, religion, நம்பிக்கை, கோட்பாடு, சமயம்

believe *(v)* : have trust in, to regard as true, feel sure of the existence, நம்பு, உண்மை என ஒப்புக் கொள்

belittle *(v)* : to make small, depreciate, சிறிதாக ஆக்கு, குறைவாக எண்ணு, மதிப்பைக் குறை

bell *(n)* : a hollow cup like metal with a tongue hanging inside which gives forth a ringing sound when struck, மணி

belle *(n)* : a good looking woman, அழகி

bellicose *(adj)* : having a tendency to fight, quarrelsome, போர் விருப்பமுள்ள, சண்டையிடும் இயல்புடைய

belligerent *(adj & n)* : a person or a nation involved in a war, சண்டையிடும் மனிதன், போர்புரியும் நாடு

bellow *(v)* : roar like a bull, shout aloud, எருது போல் உறுமு, கூச்சலிடு, அலறு

bellows *(n & sg or pl)* : a device for producing a strong blast of air, lungs, துருத்தி, நுரையீரல்

belly *(n)* : abdomen, the lower part of the human body, வயிறு

belong *(v)* : be owned by, be inhabitant of, உரிமைப்படு, உரியனவாக இரு

belongings (n & pl) : a person's property, உடைமை

beloved *(adj & n)* : very dear, one much loved, அன்புடைய, அன்புக் குரியவர்

below *(adv & prep)* : under, beneath in a lower place, அடியில், கீழே, கீழ்ப்புறமாக

belt *(n)* : a band or narrow strip wo around the waist, பட்டை, நா

bemoan *(v)* : show great sorro weep, புலம்பு, எண்ணி அ

bench *(n)* : a long seat, seat in a law court, work நீண்ட இருக்கை, நீதிபதி இருக்கை, பணி மேடை

bend *(n)* : a curve, turn, வளைவு, கொக்கி, குனிவு; *(v)* : incline, சாய், குனி

beneath *(adv & prep)* : below, under, கீழே, கீழாக, அடியில்

benediction *(n)* : blessing, வாழ்த்து

benefaction *(n)* : act of doing good, நற்செயல் செய்தல்

benefactor *(n)* : one who does a good act, donor, நற்செயல் செய்பவர், நன்மை செய்பவர், புரவலர், நன்கொடையாளர்

beneficient *(adj)* : doing good, kind, நன்மை பயக்கும், அன்புடைய

beneficial *(adj)* : having good effect, useful, நன்மை பயக்கிற, பயனுள்ள

benefit *(n)* : advantage, profit, use, சலுகை, நலன், பலன்; *(v)* : do good, help, நன்மை செய், உதவு

benevolence *(n)* : will to do good, charitableness, நல்லது செய்ய விரும்புதல், இரக்க மனப்பான்மை

benevolent *(adj)* : generous, kind, பரந்த மனப்பான்மையுடைய, இரக்கமுடைய

benight *(v)* : overtake by night, involve in darkness, இரவில் சிக்கிக் கொள், அறியாமையுடன் இரு

benign *(adj)* : gracious, gentle, இரக்கமுள்ள, அன்பான

benison *(n)* : a blessing or benediction, வாழ்த்து, கடவுள் அருள்

bent *(n)* : a natural liking, inclination, past tense and past participle of bend, விருப்பம், வளைவு, 'bend' என்பதன் இறந்த கால முடிவெச்ச வடிவம்; *(adj)* : inclined, not straight, வளைந்த

benumb *(v)* : make powerless, make insensitive, ஆற்றலிழக்கச் செய், உணர்வற்றதாகச் செய்

bequeath *(v)* : leave by will, உயிலில் எழுதி வை, உடமையாக விட்டுச் செல்

berate *(v)* : to scold sharply, chide strongly, வசை கூறு, கடுமையாகத்

...ve *(v)* : rob, leave sad by taking away, பறி கொடு, இழக்கச் செய்

bereavement *(n)* : loss by death, மரணம் மூலம் ஏற்படும் இழப்பு

bereft *(adj)* : deprived of, பறிக்கப் பட்ட

beret *(n)* : soft rounded cap, வட்டத் தொப்பி

beri beri *(n)* : a disease, உயிர்ச் சத்து குறைவால் ஏற்படும் ஒரு வகை நோய்

berry *(n)* : a juicy fruit with many seeds, ஒரு வகை ரசம் நிறைந்த பழம்

berth *(n)* : a bed hung against a wall in a train or ship, space for mooring ships, ரயில் அல்லது கப்பலில் தூங்குமிடம், கப்பல்கள் நங்கூரம் பாய்ச்சும் இடம்

beryl *(n)* : a precious stone like emerald, மரகதம் போன்ற விலை உயர்ந்த மாணிக்கக் கல் வகை

beseech *(v)* : request, pray earnestly, வேண்டிக் கொள், கெஞ்சிக் கேள்

beseem *(v)* : be fit for, be suitable, பொருந்து, ஏற்றதாய் இரு

beset *(v)* : surround, encircle, attack from all sides, சூழ்ந்து கொள், முற்றுகையிடு, தாக்கு

beside *(prep)* : by the side of, close to, பக்கத்தில், அருகில்

besides *(adv & prep)* : in addition to, other than, too, மேலும், அல்லாமலும், தவிர, கூடவும்

besiege *(v)* : lay siege, முற்றுகையிடு

besmirch *(v)* : soil, to stain, அழுக் காக்கு, மாசுபடுத்து, நிறம் மங்கச் செய்

besom *(n)* : a kind of broom, குச்சித் துடைப்பம்

besotted *(adj)* : stupefied mentally or morally, மன மயக்கத்துக்கோ உடல் மயக்கத்துக்கோ ஆளான, கண் மூடித்தனமான

besought *(v)* : past tense and past participle of beseech, 'beseech' என்பதன் இறந்த கால, இறந்த கால முடிவெச்சம்

bespatter *(v)* : splash with dirt, water, etc., cover with abuse, வாரித் தெளித்து அழுக்காக்கு, பழி கூறு

bespeak *(v)* : order in advance,

engage beforehand to speak for, be evidence of, முன் கூட்டியே பேசி வை, முகம் கொடுத்துப் பேசு, சான்று கூறு
best *(adj)* : good in the highest degree, மிகச் சிறந்த
bestial *(adj)* : of or like a beast, barbarous, brutal, carnal, irrational, விலங்கின் தன்மையுள்ள, அநாகரீக மான, முரட்டுத்தனமான, இழிந்த, சிற்றின்ப நாட்டமுள்ள, அறிவுக்குப் பொருந்தாத
bestow *(v)* : give, கொடு, வழங்கு
bet *(v)* : to pledge, to lay as a wager, பந்தயம் கட்டு, பணயம் வை
betake *(v)* : to resort, to apply oneself to, முயற்சியை மேற்கொள், அணுகு
bethink *(v)* : try to remember, reflect, நினைவுகூர், நினைத்துப்பார், எண்ணிப்பார்
betide *(v)* : to happen to, நேரிடு, நிகழ்
betimes *(adj)* : at the right time, early, சரியான நேரத்தில், முன் கூட்டி, விரைவில்
betoken *(v)* : signify, show beforehand, குறிப்பிடு, முன்னறிவி
betray *(v)* : deceive, be false to, reveal, ஏமாற்று, நம்பிக்கை துரோகம் செய், வெளிப்படுத்து
betroth *(v)* : promise in marriage, திருமண நிச்சயம் (உறுதி) செய்
betrothal *(n)* : promise of marriage, திருமணம் உறுதி செய்தல்
better *(adj)* : good in a higher degree, மேலான, சிறந்த
between *(adj)* : in the middle of two, இடையில், இரண்டின் நடுவில்
beverage *(n)* : something to drink, பானம்
bewail *(v)* : to mourn loudly, புலம்பி அழு
beware *(v)* : be careful, எச்சரிக்கை யாயிரு
bewilder *(v)* : confuse, தடுமாறச் செய்
bewilderment *(n)* : confusion, குழப்பம், தடுமாற்றம்
bewitch *(v)* : affect by magic, charm, மந்திரம் போடு, உள்ளத்தைக் கவரு
bewitching *(adj)* : charming, அழகான
beyond *(adv & prep)* : on the other side of, farther than, மறுபக்கத்தில், தொலைவில்
bias *(n)* : a leaning to one side, partiality, bent, leaning, ஒரு பக்கச் சார்பு, தனிப்பற்று, சாய்வு
bib *(n)* : a napkin fastened under a child's chin to keep the dress clean, குழந்தையின் கழுத்தாடை
Bible *(n)* : The sacred book of Christians and Jews, வேத நூல்
bibliography *(n)* : description of books, their authors and subjects, நூல் விவரப் பட்டியல், நூலடைவு
bibliophile *(n)* : a lover of books, நூல் விரும்பி
bibulous *(adj)* : addicted to drink, thirsty, குடிக்கும் பழக்கத்துக்கு அடிமையான, தாகமுடைய
bicentenary *(n)* : the two-hundredth year of an event, இருநூறாம் ஆண்டு விழா; *(adj)* : of the two-hundredth anniversary, இருநூறு ஆண்டுகளுக்குரிய, இருநூறு சார்ந்த
biceps *(n)* : the muscle on the front side of the upper arm, மேற்கை தசை

bicker *(v)* : quarrel over small or, unimportant matters, move quickly, சின்னச் சின்ன காரணங்களுக் காகச் சண்டையிடு, சச்சரவு செய், ஓடு

bicycle *(n)* : a cycle with two wheels, மிதிவண்டி

bid *(v)* : tell, command, order, offer to pay, கூறு, கட்டளை இடு, விலை கூறு; *(n)* : offer at an auction, (ஏலத்தில்) விலை கூறு

bidding *(n)* : order, bargaining, கட்டளை, ஏலத்தில் விலை கூறுதல்

bide *(v)* : wait or remain, continue, காத்திரு, தங்கு, தொடரு

bier *(n)* : coffin, a carriage for taking the body to the grave, சவப்பெட்டி, பாடை

biennial *(adj)* : lasting for two years, recurring every two years, இரண் டாண்டு வாழ்வுடைய, இரண்டு ஆண்டுகளுக்கு ஒரு முறையான

bifurcate *(v)* : divide into two branches, இரண்டாகப் பிரி; *(adj)* : with fork like end, இரு பிரிவாக உள்ள, இரு கிளைகளை யுடைய

big *(adj)* : large, great in size, பெரிய, பேரளவான

bigamy *(n)* : having two wives or two husbands at a time, இரு மனைவியர் அல்லது இரு கணவருடன் வாழ்தல்

bigot *(n)* : a narrow-minded person, one who blindly believes or supports a faith, குறுகிய மனப்பான்மை உடையவன், குருட்டுப்பிடிவாத முடையவன், கண்மூடித்தனமான நம்பிக்கையுடையவன்

bigwig *(n)* : a very important person, பெரிய மனிதன்

bilberry *(n)* : a dark blue fruit of a hardy shrub growing on heaths and mountain woods in North Europe, வட ஐரோப்பாவில் உள்ள மலைக் காடுகளில் வளரும் ஒரு வகை புதர்ச் செடியின் கருநீலப் பழம்

bile *(n)* : a thick bitter fluid coming from the liver, bitter feeling, பித்த நீர், சிடுசிடுப்பு

bilge *(n)* : nearly horizontal part of a ship's bottom, the belly of a cask, foulness that collects inside the bilge, கப்பலின் அடிப்பகுதி, பீப்பாயின் பருத்த பகுதி, சேர், தூர்

bilingual *(adj)* : speaking two languages, இருமொழிப் பயிற்சியுள்ள

bilk *(v)* : cheat, dodge, ஏமாற்று, மோசம் செய், தட்டிக்கழி

bill *(n)* : the beak of a bird, an account of dues, a written notice, a suggestion for a kind of battle-axe, பறவை அலகு, பணம் வரவேண்டிய சீட்டு, விலை விவரச் சீட்டு, எழுத்து மூல அறி விப்பு, மசோதா, ஒரு வகை போர்க் கோடாரி

billet *(n)* : a temporary lodging for soldiers, a small log, a short letter, படை ஓய்விடம், சிறு விறகுக் கட்டை, சிறு குறிப்பு; *(v)* : accomodate, தங்க இடமளி

billiards *(n)* : an indoor game played with sticks & balls, பந்துகளையும் கோல்களையும் பயன்படுத்தி மேசையில் ஆடும் ஒரு வகைப் பந்தாட்டம்

billion *(n)* : a million millions in Britain, a thousand millions in U.S.A & France, பிரிட்டன் வழக்கில் லட்சம் கோடி, அமெரிக்க-பிரெஞ்சு வழக்கில் நூறுகோடி

billow *(n)* : a large wave, பெரிய அலை

bin *(n)* : a large box, தொட்டி

bind *(v)* : tie, put the cover on a book, promise to do something, கட்டு, அட்டையிடு, உறுதி அளி

binding *(n)* : book cover, anything that binds, நூல் அட்டை, கட்டுப் பாடு

binnacle *(n)* : box on deck in which ship's compass is kept, கப்பலில் திசை காட்டும் கருவி வைக்கப் பட்டுள்ள பெட்டகம்

binoculars *(adj)* : an optical device having two eye pieces, இரு கண் தொலை நோக்காடி

biography *(n)* : life history of a person written by another person, வாழ்க்கை வரலாறு

biology *(n)* : the science of living things, உயிரியல்

biped *(n)* : an animal with two legs, இரண்டு கால் விலங்கு

birch *(n)* : a kind of tree, ஒரு வகை பர்ச்சு மரம்

bird *(n)* : a feathered animal with wings, பறவை

birth *(n)* : being born, origin, beginning of anything, பிறப்பு, தோற்றம், தொடக்கம்

birth day *(n)* : the day on which one is born, yearly celebration of the day, பிறந்த நாள்

birth right *(n)* : any claim or right to which one person is entitled by birth, பிறப்புரிமை

bisect *(v)* : cut into two equal parts, இரு சம பகுதிகளாகப் பிரி, இரு சம கூறாக்கு

bishop *(adj)* : a Christian priest of high rank, கிறித்துவ மதத்தலை மைப் பாதிரியார்

bison *(n)* : a variety of wild ox, ஒரு வகைக் காட்டெருது

bit *(n)* : a small piece, mouth piece of bridle, a tool used for making round holes; *(v)* : past tense and past participle of bite, சிறு துண்டு, கடிவாளத் தின் ஒரு பகுதி, வெட்டிரும்பு, 'bite' என்பதன் இறந்தகால, இறந்தகால முடிவெச்சம்

bite *(v)* : to seize and chop with teeth, கவ்வு, கடி

bitter *(v)* : having an unpleasant taste, கசப்பான, துன்பம் தருகிற

bivouac *(n)* : temporary encampment without tents or other cover, வான வெளியாக உள்ள இடத்தில் தற்காலிகமாகத் தங்குதல்

bizarre *(adj)* : very strange, fantastic, புதுமை வாய்ந்த, இயல்புக்கு மாறான

blab *(v)* : talk foolishly, reveal, let out a secret, உளறு, பிதற்று, வெளியிடு, இரகசியத்தை வெளியிடு

blabber *(n)* : one who talks much, one who leaks out a secret, உளறுபவன், இரகசியத்தை வெளியிடுபவன்

black *(adj)* : of dark colour, கறுப் பான; *(n)* : dark colour without light, கறுப்பு, இருட்டு

black board *(n)* : a black painted smooth board to write on with a chalk, கரும்பலகை

blacken *(v)* : make black, defame, கறுப்பாக்கு, பெயரையும் புகழை யும் மங்கச் செய்

black-guard *(n)* : a wicked person, scoundrel, துன்மார்க்கன், நீசன்

black lead *(n)* : a black mineral, பென்சில் செய்ய உதவும் காரீயம் போன்ற ஒரு வகைக் கரி

black-leg *(n)* : a gambler, one who works when his co-workers are on strike, சூதாடி, கருங்காலி

black-mail *(n)* : extortion of money by threats of exposure or denunciation, மிரட்டிப் பணம் பறித்தல

black-mark *(n)* : a disgraceful mark, களங்கம்

black market *(n)* : illegal buying or selling, கள்ளச் சந்தை, கறுப்புச் சந்தை

black-out *(n)* : darkness formed by putting out all the lights, இருட்டடிப்பு

black sheep *(n)* : one having bad character, scoundrel, குணங் கெட்டவன், கயவன்

black-smith *(n)* : a person who shapes iron into different articles, கருமான், கொல்லன்

bladder *(n)* : a thin bag, மெல்லிய பை

blade *(n)* : any flat part, the leaf, cutting part of a knife, தட்டைப் பகுதி, இலை, கத்தி போன்ற கருவிகளின் வெட்டும் பகுதி

blame *(n)* : fault, guilt, பழி, குற்றச் சாட்டு; *(v)* : accuse, find fault with, நிந்தனை செய், குற்றஞ்சாட்டு

bland *(adj)* : gentle in manners, mild, ironical, இனிமையான, அடக்க முள்ள, மெதுவான, வஞ்சப் புகழ்ச்சியான

blank *(adj)* : empty, வெற்றிடமான; *(n)* : an empty space, வெற்றிடம், வெறுமை

blanket *(n)* : a covering for beds, துப்பட்டி, போர்வை

blare *(v)* : cry loudly, roar, உரக்கக் கத்து, முழங்கு, எக்காளமிடு; *(n)* : sound of a trumpet, முழக்கம்

blarney *(n)* : flattery, cajoling talk, முகத்துதி, பசப்புரை

blaspheme *(v)* : abuse, ஏசு

blast *(n)* : a gust of wind, an explosion, பெருங்காற்று, வெடிப் பொருள்; *(v)* : blow up, கேடு விளைவி

blatant *(adj)* : noisy, too plain, கூச்சல் மிக்க, வெளிப்படையான, மிகத் தெளிவான

blaze *(n)* : a flash of light, bright flames, திடீர் ஒளி, தீக்கொழுந்து, ஒளி வீச்சு; *(v)* : burn brightly, பிரகாச மாய் சுடர் விட்டு எரி

blazon *(v)* : to blaze, to make known, அணி செய், பலரறியச் செய்; *(v)* : coat of arms, மெய்க் கவசம்

bleach *(n)* : make white, வெளிறச் செய், நிறமகற்று

blear *(adj)* : dim sighted, inflamed, மங்கலான, வீங்கிய

bleat *(n)* : the cry of a sheep, calf, etc., a thin cry, ஆட்டின் குரல், கன்றின் குரல், மெல்லிய குரல்

bleb *(n)* : small blister on skin, bubble in water or glass, சிறு கொப்புளம், குமிழி

bleed *(v)* : give out or lose blood, இரத்தப் பெருக்கெடு

blemish *(n)* : stain, defect, flaw, கறை, கோளாறு, குறை; *(v)* : to stain, கறைப்படுத்து

blend *(v)* : mix together, harmonize, கல, ஒன்று சேர்; *(n)* : a mixture, கலவை, இணைவு

bless *(v)* : bring good to, invoke God's favour upon, praise, நன்மை செய், கடவுளருளை வேண்டு, வாழ்த்து, போற்று

blessed *(adj)* : happy, prosperous, மகிழ்ச்சியான, புனிதமான, போற்றுதலுக்குரிய

blessing *(n)* : a prayer or wish, a good or desirable thing, வேண்டுதல், வழிபாடு, வாழ்த்து, நன்மை தரும் செயல்

blew *(v)* : past tense of blow, 'blow' என்பதன் இறந்தகால வடிவம்

blight *(n)* : a disease in plants, anything that ruins, செடிகளில் ஏற்படும் ஒரு வகை நோய், அழிக்கும் காரணி; *(v)* : destroy, நாசம் செய், அழி

blind *(adj)* : without eye sight, குருடான, பார்வையற்ற; *(v)* : make blind, குருடாக்கு, ஏமாற்று; *(n)* : a window shutter, சன்னல் தட்டி

blindfold *(adj)* : having the eyes covered so as not to see, கண்கள் கட்டப்பட்ட

blindly *(adv)* : recklessly, without question, கண்மூடித்தனமாக, மறு பேச்சில்லாமல்

blind-man's buff *(n)* : a game in which a player with his eyes covered tries to catch others. கண்ணாமூச்சி விளையாட்டு

blink *(v)* : shine shakily, wink, see with the eyes half-closed, கண்சிமிட்டு, இமை, அரைக் கண்ணால் பார்

bliss *(n)* : perfect happiness, பேரின்பம், பெரு மகிழ்ச்சி

blister *(v)* : cause a swelling or thin boil on the skin with water or air underneath, கொப்புளங்கள் உண்டாக்கு; *(n)* : a swollen injury, கொப்புளம்

blithe *(adj)* : gay, lively, மகிழ்ச்சியான, உவகை மிக்க, சுறுசுறுப்பான

blithering *(adj)* : contemptible, talking without sense, கேவலமான, பொருளின்றிப் பிதற்றும்

blizzard *(n)* : severe storm of wind & snow, பனிச்சூறாவளி

bloat *(v)* : swell, வீங்கு, உப்பு, பெருகு

bloater *(n)* : salted and smoked herring, ஒரு வகை மீன்

blob *(n)* : drop of liquid, small round mass, நீர்மத்துளி, சிறிய உருள் வடிவம்

block *(n)* : a body of supporters, a piece of stone, wood, etc., a large building or group of buildings, obstruction, மரத்துண்டு, கல்துண்டு, கட்டிடத் தொகுதி, தடை; *(v)* : obstruct, stop, தடைநிறுத்து

blockade *(v)* : sorround a fort or a country so as to prevent movement, முற்றுகையிடு, போக்குவரத்தைத் தடை செய், வழியடை; *(n)* : seige, முற்றுகை

blockhead *(n)* : stupid, மரமண்டை, முட்டாள்

blond *(n)* : a person of fair skin and light coloured hair, பொன்னிறமான

blood *(n)* : the red liquid running through the arteries and veins of men and animals, one's parentage, இரத்தம், குடிப்பிறப்பு, மரபு

blood-feud *(n)* : bloody quarrel within the family, குடும்பச் சண்டை

blood-hound *(n)* : a large dog with a keen sense of smell used for tracing, மோப்பம் பிடிக்கும் நாய்

blood-shed *(n)* : the spilling of blood, murder, இரத்தம் சிந்துதல், கொலை

blood-shot *(adj)* : marked with blood, tinged, இரத்தம் தெறிக்கும்

blood-stain *(n)* : mark of blood, இரத்தக்கறை

bloody *(adj)* : cruel, கொடிய

bloom *(n)* : a blossom or flower, பூ, *மலர்ச்சி; (v)* : to blossom, to flower, மலரு

blossom *(n)* : a flower bud, flower; அரும்பு, மலர்; *(v)* : produce flowers, மலரச் செய்

blot *(v)* : remove, absorb, *அகற்று, உறிஞ்சு; (n)* : spot, stain, *புள்ளி,* கறை, அழுக்கு

blotch *(n)* : an inflamed patch or spot on the skin, mark caused by ink or colour, கொப்புளம், மைக்கறை, வண்ணக்கறை; *(v)* : to mark with blotches, கொப்புளங்களால் நிரப்பு, தழும்பு ஏற்படுத்து

blotting paper *(n)* : a soft fuzzy paper used for absorbing ink, மை ஒற்றும் காகிதம்

blouse *(n)* : a garment reaching upto waist worn by women, ரவிக்கை

blow *(n)* : a stroke, a shock, அடி, அதிர்ச்சி; *(v)* : to drive air upon or into, breathe with difficulty, காற்று ஊது, மூச்சுவிடத் திணறு

blubber *(v)* : weep, the fat of sea animals like whale, விம்மி அழு, திமிங்கலக் கொழுப்பு

bludgeon *(n)* : short, heavy stick, குண்டாந்தடி

blue *(adj)* : of the blue colour, நீல நிறமான; *(n)* : colour of the sky, ஆகாய நிறம்

blue-print *(n)* : a photographic print on white paper, a sketch plan (usu. building plan), நீல அச்சுப் படிவம்

bluff *(adj)* : blustering, rough, steep, out-spoken, முழுப் பொய் கூறி ஏமாற்றுகிற, முரட்டுத்தனமான, செங்குத்தான, மனந்திறந்த; *(n)* : boasting, a high steep cliff, வீண் பேச்சு, செங்குத்தான மேடு; *(v)* : deceive, ஏமாற்று

blunder *(n)* : a bad or stupid mistake, பெரும்பிழை, மடத்தனமான தவறு

blunder buss *(n)* : a short hand-gun with a large bore, கைத்துப்பாக்கி

blunt *(adj)* : not sharp, dull, stupid, plain-spoken, மழுங்கிய, மந்தமான, முட்டாள்தனமான, ஒளிவு மறைவின்றிப் பேசுகிற

blur *(n)* : an indistinct state, stain, தெளிவற்ற நிலை, கறை

blurt *(v)* : speak without thinking, உளறிக் கொட்டு

blush *(n)* : a red glow on the face caused by sharne or embarassment, நாணம், வெட்கம்; *(v)* : turn red, வெட்கப் படு

bluster *(v)* : to make noise like the roaring of wind or waves, act in boastful way. to bully, be rough or violent, குமுறி எழு, அமளி பண்ணு, தற் புகழ்ச்சி செய், வீறாப்பு பேசு, கடுமையாக இரு, அடித்து நொறுக்கு; *(n)* : noise of violent wind or waves, boastful language, கொந்தளிப்பு தற்புகழ்ச்சி மொழி, வீறாப்பு

boa *(n)* : a kind of large non-poisonous snake which kills its prey by compressing it, a long scarf, மலைப்பாம்பு, கழுத்துச் சுற்றாடை

boar *(n)* : a male wild or domestic pig, ஆண் பன்றி, ஆண் காட்டுப் பன்றி

board *(n)* : a stiff flat strip of timber, food, dining table, a group of persons appointed to look after the business matters of an organization, பலகை, உணவு, உணவு மேசை, குழு

boarder *(n)* : one who receives food from a boarding house, விடுதியில் உணவு உண்பவர்

boarding house *(n)* : a building where food is served to customers, உணவு விடுதி, உணவகம்

boast *(v)* : speak too much about oneself, தற்பெருமை கொள்; *(n)* : something said in such a manner, வீண் பெருமையடித்தல்

boat *(n)* : a small open vessel for travelling on water, படகு, ஓடம்

boatswain *(n)* : an officer who is in charge of a ship's rigging, flags, etc., கப்பல் பாய்மர அலுவலர்

bobbin *(n)* : a small piece of wooden or metal cylinder or roller for holding thread or wire, நூல் உருளை, கம்பி யிழை உருளை

bode *(v)* : signify, foretell, குறிப்பிடு, குறி சொல்

bodkin *(n)* : a small dagger, a large pointless thick needle, குறு வாள், கூர் முனையற்ற பெரிய தடித்த ஊசி

body *(n)* : the whole frame of a person or animal, a large mass of people, a collection of anything, a dead person or animal, an inner wear, உடல், குழு, தொகுதி, திரள், பிணம், உள் சட்டை

bodyguard *(n)* : an escort who goes about with a person to protect him from any attack, மெய்க்காவலர், மெய்க்காப்பாளர்

bog *(n)* : a soft wet ground, a marsh, சதுப்பு நிலம், சகதி, சேற்று நிலம்

bogey, bogie *(n)* : a trolly, an under-carriage with many wheel-pairs, a railway carriage, கூண்டில்லாத சரக்கு வண்டி, தாழ்வான இரண்டுக்கு மேற்பட்ட சக்கரங்களை யுடைய சரக்கு வண்டி, இரயில் வண்டிப்பெட்டி

boggle *(v)* : hesitate., start with shyness, தயங்கு, வெட்கத்தால் தடுமாறு

bogus *(adj)* : false, போலியான

bogy *(n)* : a goblin, bug-bear, an evil spirit, பேயுருவம், பூச்சாண்டி, ஆவியுருவம்

boil *(n)* : an inflamed sore place with pus in it, கொப்புளம், சீழ்க்கட்டி; *(v)* : cook by boiling, கொதிக்க வை

boisterous *(adj)* : violent, stormy, noisily cheerful, கொடிய, கொந்தளிக்கிற, பகட்டாரவாரமான

bold *(adj)* : courageous, daring, clearly seen, துணிவுள்ள, தன்னம்பிக்கை யுடைய, தெளிவாகத் தெரிகிற

boldness *(n)* : courage, துணிச்சல்

bole *(n)* : trunk of a tree, அடிமரம்

bolster *(n)* : a long rounded pillow or under-pillow, நீண்ட வட்டமான தலையணை அல்லது திண்டு

bolt *(n)* : a sliding bar used to fasten a door, an arrow, a stroke of lightning, தாழ்ப்பாள், அம்பு, மின்னல்; *(v)* : fasten, rush away suddenly, தாழ்ப்பாள் போடு, கதவடை, தப்பி ஓடு

bomb *(n)* : an explosive container or shell that explodes or blows up, வெடி குண்டு, எறி குண்டு

bombard *(v)* : attack with explosive shells or bombs, வெடிகுண்டினால் தாக்கு

bombardment *(n)* : an attack with shells or bombs, வெடி குண்டுத் தாக்குதல்

bombastic *(adj)* : high sounding, ஆரவார ஒலியுடைய

bomber *(n)*: a person or an aeroplane dropping bombs, வெடிகுண்டு வீசுபவர், வெடி குண்டு வீசும் விமானம்

bonafide *(adj & adv)* : sincere, in good faith, நேர்மையுள்ள, உண்மையில்

bonafides *(n)* : sincerity, நேர்மை

bonbon *(n)* : a sweet, crackers, தித்திப்புப் பண்டம், பட்டாசு

bond *(n)* : a written or printed promise or agreement, a tie, பத்திரம், வாக்குறுதிச் சீட்டு, ஒப்பந்தச் சீட்டு, பிணைப்பு

bondage *(n)* : slavery, அடிமைத்தனம், கட்டுப்பாடு

bone *(n)*: a hard stiff substance forming the skeleton of an animal, எலும்பு

bonfire *(n)* : a big outdoor fire, சொக்கப்பனை, விழாப் பந்தம்

bonnet *(n)* : a close-fitting hat worn by a woman, பெண்கள் அணியும் தொப்பி

bonny *(adj)* : beautiful, அழகான

bonus *(n)* : a gift or money paid to workmen in addition to the amount earned, மிகை ஊதியம்

booby *(n)* : a stupid fellow, a bird of the pelican family,முட்டாள், கடல் வகை பறவை

book *(n)* : a collection of sheets or papers fastened together within a cover, நூல்; *(v)* : order before hand, முன்னேற்பாடு செய்

book-keeping *(n)* : art of maintaining accounts, கணக்கு வைப்பியல்

booklet *(n)* : a small book, சிறு நூல்

bookstall *(n)* : a show room where books are kept for sale, புத்தக விற்பனை நிலையம்

boom *(n)* : a loud sound, a sudden increase in price, அதிரொலி, திடீர் விலையேற்றம்; *(v)* : roar, கூச்சலிடு

boomerang *(n)* : Australian curved hard wood missile used in hunting (if it fails to hit anything, it returns to the thrower) ஆஸ்திரேலியப் பழங்குடியினருக்குரிய (குறி தப்பி விட்டால் எறிந்தவனிடமே திரும்பி வரும்) வளைதடி

boon *(n)* : a gift, blessing, பரிசு, அருட்பேறு

boor *(n)* : rough, one without good manners, முரடன், நாகரீகமற்றவன்

boot *(n)* : a covering for the foot and leg, காலணி

booth *(n)* : a cabinet, a covered stall, சாவடி

booty *(n)* : profit taken in war or by force, போரில் அல்லது வன்முறையில் கைப்பற்றபபட்ட செல்வம்

border *(n)* : a margin, an outer edge, a boundary, ஓரம், வரம்பு, எல்லை; *(v)* : be next, adjoin, அணுகு, அடுத்திரு

bore *(n)* : a hole, hollow of gun-tube, a small deep hole made in the ground to get water, nuisance, high tide wave, துளை, துப்பாக்கித் துவாரம், தண்ணீருக்காக நிலத்தில் தோண்டப்படும் ஆழமான சிறிய துளை, தொந்தரவு, பேரலை; *(v)* : drill, make one lose interest by tedious talk or dullness, past tense of bear, துளையிடு, பேசிச் சலிப்படையச் செய், 'bear' என்பதன் இறந்த கால வடிவம்

boreas *(n)* : the north wind, god of the north wind, வட காற்று, வட காற்றுக்குரிய கடவுள்

borne *(v)* : past participle of bear, 'bear' என்பதன் முடிவெச்சம்

borough *(n)* : a municipal town, நகராட்சிக்குட்பட்ட ஊர்

borrow *(v)* : obtain from the owner on loan, கடன் வாங்கு

borzoi *(n)* : Russian wolf-hound with a long haired coat, நீளமான மயிருடைய ஒரு வகை வேட்டை நாய்

bosh *(n)* : nonsense, foolisn talk, முட்டாள்தனமான பேச்சு, பொருளற்ற பேச்சு

bosom *(n)* : the chest, மார்பு, உள்ளம்; *(adj)* : intimate, நெருக்கமான, நம்பகமான

boss *(n)* : a leader or master who directs others, round knob, தலைவர், பணி முதல்வர், குமிழ்

botany *(n)* : a branch of science which deals with the plants, தாவரவியல்

botch *(n)* : a clumsy work, அரை குறை வேலை; *(v)* : repair clumsily, to do badly, அரை குறையாகப் பழுது பார், மோசமாகச் செய்

both *(pro & conj)* : the two, the one and the other, இருவர், இரண்டும்

bother *(v)* : annoy, make trouble கவலை உண்டாக்கு, தொல்லைப் படுத்து

bothie, bothy *(n)* : cottage, one roomed house in which workers are lodged, குடிசை, தொழிலாளர்கள் தங்கும் ஒற்றை அறை

bottle *(n)* : a narrow necked glass container for holding liquids, bundle of hay or straw, a kind of plant, புட்டி, வைக்கோல் கட்டு, புல் கட்டு, ஒரு வகைச் செடி; *(v)* : to put in a bottle, புட்டியில் ஊற்று

bottle gourd *(n)* : a climbing plant, சுரைக்காய்

bottom *(n)* : the lowest part, base, கீழ்ப்பாகம், அடி; *(adj)* : lowest. last, மிகத் தாழ்ந்த, கடைசியான

boudoir *(n)* : a woman's small private room, பெண்மணியின் சிறு தனி அறை

bough *(n)* : a branch of a tree, மரக்கிளை

bought *(pt & pp)* : past tense and past participle of buy, 'buy' என்பதன் இறந்த கால, இறந்த கால முடிவெச்சம்

boulder *(n)* : a big rock surrounded by water, தொங்கல் பாறை

bounce *(n)* : a jump, springy movement, துள்ளல், வில் சுருள் போன்று சென்று மீளும் தன்மை; *(v)* : jump, குதித்து ஓடு

bound *(n)* : border, limit, வரம்பு, எல்லை; *(v)* : leap, make an end of, past tense and past participle of bind, குதி, கட்டுப்படுத்து, வரம்பிடு, 'bind' என்பதன் இறந்தகால, இறந்த முடிவெச்ச வடிவம; *(adj)* : ready to go, புறப்படத் தயாராக உள்ள

boundary *(n)* : limit, line marking the border, வரம்பு, எல்லைக் கோடு

bounder *(adj)* : under obligation கடமைப்பட்ட

bounteous *(adj)* : beneficial, plentiful நலம் பயக்கும், ஏராளமான

bounty *(n)* : liberality, generosity, munificence, தாராளம், பெருந்தன்மை, வள்ளல் தன்மை

bouquet *(n)* : a bunch of flowers, perfume of special wines, பூச்செண்டு, முந்திரிப் பழ மதுவின் நறுமணம்

bourgeois (*n*) : a citizen, a person owning property, a merchant, or shopkeeper, குடிமகன், நடுத்தரக் குடும்பத்தைச் சேர்ந்தவன், வணிகன், கடைக்காரன்

bout (*n*) : a fight or trial of strength, fit of drinking or illness, a session in fight, வலிமைப் போட்டி, குடி மயக்கம், நோய் மயக்கம், மற் போர்

bovine (*adj*) : of or like an ass, dull, stupid, எருது, கழுதை, இனங் களுக்குரிய, அவை போன்ற, மந்த அறிவுள்ள

bow (*v*) : bend down as a sign of respect, to give in, தலை வணங்கு, உட் படு; (*n*) : a weapon for shooting arrows made from a strip of elastic wood bent by a string, a rod used with some musical instruments like violin, a knot with a loop, bending of the head as a sign of respect, வில், நரம்பிசைக் கருவியை வாசிக்கப் பயன்படும் நீள் கருவி, வளைவான முடிச்சு, தலை தாழ்த்தல்

bowels (*n*) : the intestines, inside part, குடல், உட்பகுதி

bower (*n*) : a shady place in the garden, a private apartment, a large anchor, கொடிப் பந்தல், கோடை இல் லம், கப்பல் நங்கூரம்

bowl (*n*) : a concave vessel for kitchen use, கிண்ணம்; (*v*) : throw the ball, பந்தெறி

bowsprit (*n*) : a strong span running out from ships' stem to which ropes are fastened, கப்பலில் கயிறுகளைக் கட்டப் பயன்படும் முன்புற மரச் சட்டம்

box (*n*) : a case for holding anything, a small shrub, a private section in theatre, பெட்டி, புதர்ச்செடி வகை, சினிமா கொட்டகையின் மூடு இருக்கை; (*v*) : fight with fists, குத்துச் சண்டை இடு

boy (*n*) : a male child, a servant, பையன், பணியாள்

boycott (*v*) : to combine together in refusing to associate with, கூட்டு மறுப்பு.

brace (*n*) : anything that tightens and unites together, a pair or couple, a revolving tool for boring, (*pl*) straps for holding up the trousers, ropes attached to yard for the masts of a ship, a kind of bracket { } பிணைப்பு, இணை, திருப்புளி, கால்சட்டையின் தோள் பட்டைகள், பாய்மரக் குறுக்குக் கட்டைகளைக் கட்டும் கயிறுகள், ஒரு வகை அடைப்புக்குறி { }

bracelet (*n*) : an ornament worn around the wrist, கடகம்

bracket (*n*) : a d-shaped piece of metal fastened to a wall as a support, a mark, தாங்கி, அடைப்புக்குறி

brad (*n*) : a small nail with no head or a very small head, சிறிய மொட்டை யாணி, சிறிய தலையுள்ள ஆணி

brag (*v*) : to boast, தற்பெருமை அடி, வீண் பெருமை கொள்

braggadocio (*n*) : empty vaunting, one who boasts much, வீண் பெருமை, வீண் பெருமை பேச பவர்

braggart (*n*) : vain boaster, வீண் பெருமை கொள்பவர்

braid (*n*) : a plait of hair, a cord or band used in arranging the hair, பின் னல், பின்னல் நாடா

braille (*n*) : the system of reading or

writing intended for the blind, குருடர்ளின் எழுத்து முறை.

brain *(n)* : the enlarged portion of the central nervous system inside the skull for head of vertebrates, the centre of intelligence, மூளை, அறிவு மையம்

braise *(v)* : to stew meat in a covered pan or pot, மூடி போட்ட பாத்திரத்தில் இறைச்சியை வேகவை

brake *(n)* : a device used to slow down or stop the motion of a vehicle, a lever for working machine, வேகத்தடை, பொறியை இயக்கும் நெம்புகோல்

bramble *(n)* : any plant or shrub with thorns, முள் செடி, முள் புதர்ச் செடி

bran *(n)* : the husk, the outer covering of cereals, உமி

branch *(n)* : a stem or arm like limb of a tree, an office or agency belonging to a bigger one, மரக்கிளை, கிளை அலுவலகம்

brand *(n)* : a burning stick of wood, a mark burned with hot iron, mark of disgrace, a disease of plants, a trade mark of a particular kind or make, கொள்ளிக் கட்டை, சூட்டுத் தழும்பு, இழிவுச் சின்னம், பயிர் வெப்ப நோய், தொழிற் சின்னம்

brandish *(v)* : wave, ஆட்டு, சுழற்று

brand-new *(adj)* : quite new, fresh, புத்தம் புதிய

brandy *(n)* : an alcoholic liquor, ஒரு வகைச் சாராயம்

brass *(n)* : an alloy of copper and zinc, பித்தளை

brat *(n)* : a child, an apron, குழந்தை, தூசாடை

bravado *(n)* : a show of boldness or courage, a boastful threat, போலித் துணிச்சல், போலி வீரம், பகட்டாரவாரம்

brave *(adj)* : bold, courageous, splendid, துணிச்சலான, வீரமுடைய, சிறந்த; *(v)* : face with courage, துணிச்சலோடு சமாளி

bravery *(n)* : courage, heroism, துணிவு, வீரம்

bravo *(interj)* : well done, good, ஆகா, நல்லது; *(n)* : a hired murderer, daring villain, கொலையாள், துணிவு மிக்க கயவன்

brawl *(n)* : noisy quarrel, கூச்சலுடன் கூடிய சண்டை; *(v)* : fight, quarrel noisily, சண்டை போடு, சச்சரவு செய்

brawn *(n)* : flesh, firm muscle, தசை, தசைநார்

brawny *(adj)* : strong, வலுவுள்ள

bray *(n)* : the cry of an ass, any loud harsh cry, கழுதையின் கனைப்பு, உரத்த சத்தம்; *(v)* : make a loud cry as an ass, to sound loud, கழுதை போலக் கத்து, பேரொலி எழுப்பு

brazier *(n)* : one who works in brass, கன்னான்

breach *(n)* : a break, a gap, violation of duty, breaking of a law, a quarrel, உடைப்பு, இடைவெளி, பிளவு, கடமை தவறுதல், சட்டத்தை மீறுதல்; *(v)* : to break through, பிளவுண்டாக்கு, உடைப்பு ஏற்படுத்து

bread *(n)* : food made of flour, food in general, ரொட்டி, உணவு

bread fruit *(n)* : the fruit of a tree which resembles bread when baked, ஒரு வகை பலாக்காய்

breadth *(n)* : width, distance from side to side, distance across, அகலம்

break *(v)* : to separate into pieces, crack, discontinue, *உடை, பிள, இடையே வெட்டு; (n)* : fracture, *முறிவு*

breaker *(n)* : a wave that breaks the rocks of the shore, *அலை*

breakfast *(n)* : first meal of the day, *காலைச் சிற்றுண்டி*

bream (*n*) : yellowish fresh-water fish, *நல்ல நீரில் வாழும் மஞ்சள் நிறமுடைய ஒரு வகை மீன்*

breast *(n)* : upper part of the body from neck to abdomen, chest, *நெஞ்சு, மார்பு*

breast-plate *(n)* : protective plate for the breast armour, *மார்புக் கவசம்*

breath *(n)* : the air drawn into and then let out from lungs, a slight breeze, *மூச்சு, இளங்காற்று*

breathe *(v)* : respire, whisper, *மூச்சு விடு, காதுக்குள் சொல்*

bred *(v)* : past tense and past participle of 'breed', breed *என்பதன் இறந்த கால, இறந்தகால முடிவெச்ச வடிவம்*

breeches *(n & pl)* : short trousers, *அரைக்கால் சட்டை*

breed *(n)* : a kind, sort or race, *இனம், மரபு; (v)* : produce, orginate, give birth to, bring up, *உண்டாக்கு, பிள்ளை பெறு, வளரு*

breeze *(n)* : a light gentle wind, a disturbance, *தென்றல், சிறு கலவரம்*

brethren (*n*) : members of a brotherhood, brothers, *உடன் பிறப்பாளர்கள், ஒரு சங்கத்தைச் சேர்ந்தவர்கள்*

brevity *(n)* : shortness of duration, conciseness, *சுருக்கம், குறுக்கம்*

brew *(v)* : to make a liquor, to be gathering, *சாராயம் காய்ச்சு, கலந்து உருவாக்கு*

briar, brier *(n)* : a wild rose, thorny plant, a healthier plant whose root is used for making tobacco pipes, *காட்டு ரோஜா, முட்செடி வகை, புகைக் குழாய் செய்ய பயன்படும் வேரையுடைய புதர்ச் செடி*

bribe *(n)* : money or gift given to a person secretly to get him to do something dishonest, *லஞ்சம், கைக் கூலி*

bribery *(n)* : act of giving or taking bribes, *லஞ்ச ஊழல்*

bric-a-brac *(n)* : bits of old things, *தொல் பொருள்களின் தொகுதி*

brick *(n)* : a square piece of burned mud or clay, *செங்கல்*

brickbat *(n)* : fragment of a brick, *செங்கல் துண்டு*

bride *(n)* : a woman about to be married or newly married, *மணமகள்*

bridegroom *(n)* : a man about to be married, *மணமகன்*

bridge *(n)* : a track or road raised across a river, a platform on a ship, a thin wooden piece holding up strings of violin-like instruments, a card game, *பாலம், கப்பல் மேடை, நரம்பிசை கருவிகளில் உள்ள மரத்துண்டு, ஒரு வகைச் சீட்டாட்டம்*

bridle *(n)* : the straps fitted on a horse's head, *கடிவாளம்; (v)* : restrain, put on bridle. *அடக்கு, கடிவாளம் பூட்டு*

brief *(n)* : a short statement of anything, *சுருக்கம்; (adj)* : *சுருக்கமான*

brig (*n*) : two-masted sailing ship with square sails, *இரு பாய்மரக் கப்பல்*

brigade *(n)* : a large body of troops, *படை வகுப்பு*

brigadier *(n)* : an officer who commands a brigade, படைப் பிரிவின் தலைவர்

brigand *(n)* : a robber, bandit, திருடன், கொள்ளைக்காரன்

bright *(adj)* : shining, giving much light, joyous, clever, clear, ஒளிரும் ஒளிமிக்க, மகிழ்ச்சியான, அறிவுடைய, தெளிவான

brighten *(v)* : make bright, shed light on, ஒளிரச் செய், ஒளிமிகச் செய்

brilliant *(adj)* : sparkling and shining, very clever, ஒளியுள்ள, மின்னுகிற, அறிவுக் கூர்மையுடைய

brim *(n)* : rim, the top edge, margin, விளிம்பு, ஓரம்; *(v)* : to be full, விளிம்பு வரை பொங்கு, ததும்பு

brimstone *(n)* : sulphur, கந்தகம்

brindled *(adj)* : brownish or grey marked with streaks of another colour, பழுப்பு அல்லது சாம்பல் நிறத்தில் மற்றொரு நிறப் புள்ளிகள் அல்லது வரிகளையுடைய

brine *(n)* : water with salt in it, உப்பு நீர்

bring *(n)* : to carry, எடுத்து வா, கொண்டு வா

brinjal *(n)* : a vegetable, கத்தரிக்காய்

brink *(n)* : the edge or border of a steep place, margin, செங்குத்தான ஓரம், கரை, விளிம்பு

briquette *(n)* : a brick-shaped block of compressed coal dust, அழுத்தப் பட்ட நிலக்கரி தூளிலான செங்கல் வடிவப் பாளம்

brisk *(adj)* : full of life, quick and active, உயிரோட்டமுள்ள, சுறு சுறுப்பான

bristle *(n)* : short rough hair of certain animals, முரட்டு மயிர்

brittle *(adj)* : easily broken, எளிதில் உடையக் கூடிய

broach *(n)* : any pointed instrument for boring and widening holes, கூர் நுனிக்கருவி, துளையிடும் அல்லது துளை விரிவாக்கும் கருவி; *(v)* : open, begin to talk about, suggest for the first time, expand, to pierce with an instrument, திற, ஆரம்பி, தொடங்கு, வெளியிடு, விரிவாக்கு, துளையிடு

broad *(adj)* : wide, large, பரந்த, விரிந்த, பெரிய

broadcast *(v)* : to scatter freely, send messages by radio, பரப்பு, ஒலி பரப்பு; *(n)* : an audio message sent by radio, ஒலிபரப்பு

broaden *(v)* : make broad, increase the width, அகலமாக்கு

broad side *(n)* : any broad surface, the side of the ship above the water level, அகலமான பரப்பு, கப்பலின் பக்கம்

broad sword *(n)* : a sword with a broad cutting blade, பட்டைக் கத்தி

brocade *(n)* : a fabric with embroidery work, சித்திரப் பூ வேலை செய்யப் பட்ட துணி

broc coli *(n)* : a variety of cauliflower, ஒரு வகைப் பூக்கோசு

brochure *(n)* : a booklet, a pamphlet, சிறு நூல், துண்டு வெளியீடு

brogue *(n)* : a strong shoe of untanned leather, dialectal accent, esp. the Irish way of speaking English, பதப்படுத் தப்படாத தோலில் செய்யப் பட்ட தடித்த செருப்பு, அயர் லாந்து மொழியினர் பேசும் ஆங்கியச் சொல்லமுத்தம்

broil *(n)* : a noisy quarrel, குழப்பம்;

(v) : cook in fire or under a grill, வெதுப்பு, வாட்டு

broke *(v)* : past tense of break, break, என்பதன் இறந்த கால வடிவம்

broken-hearted *(adj)* : crushed with grief or despair, மனமுடைந்த, உள்ளம் புண்பட்ட

broker *(n)* : one who buys or sells for others on commission, தரகன்

brokerage *(n)* : commission, தரகுக் கூலி

bronchitis *(n)* : an inflammation in the wind pipe, மூச்சுக் குழல் அழல்

bronze *(n)* : an alloy of copper and tin, வெண்கலம்

brooch *(n)* : an ornamental safety pin used for fastening the dress, உடை இணைப்பு ஊசி

brood *(n)* : offsprings of bird at one time, race, ஒரே தடவையில் பொரித்த குஞ்சுகள், இனம், மரபு

brook *(n)* : a small stream, சிற்றாறு, ஓடை; *(v)* : to bear பொறுத்துக் கொள்

broom *(n)* : a stiff sweeping brush, a kind of plant, துடைப்பம், ஒரு செடி வகை

brose *(n)* : a food of oatmeal with boiling milk or water poured on it, கொதிக்கும் நீர் (அ) பால் கலந்த ஒருவகை மாவு உணவு

broth *(n)* : meat soup with or without vegetables, காய் ரசம்

brother *(n)* : a male born of same parents, a friend, உடன் பிறந்தவன், தோழன்

brotherly *(adj)* : like a brother, உடன் பிறப்பு போன்ற

brought *(v)* : past tense and past participle of 'bring', 'bring', என்பதன் இறந்தகால, இறந்தகால முடிவெச்சம்

brow *(n)* : the arch of hair in the forehead, forehead, edge of a hill, புருவம், நெற்றி, மலை எல்லை

brown *(adj)* : a darkish colour between yellow and red, பழுப்பு நிறம்

browse *(v)* : to feed on tender shoots for the cattle, read just for enjoyment, கால்நடைகளுக்கு இளந் தளிரூட்டு, தழையூட்டு, தழை மேய், மேலோட்டமாகப் படி

bruin *(n)* : a name of a bear, ஒரு வகைக் கரடியின் பெயர்

bruise *(v)* : to crush by beating, அடித்து நொறுக்கு; *(n)* : an injury with skin crushed and darkened in colour caused by a blow or fall, இரத்தம் கட்டிக் கன்றிப்போன காயம், ஊமைக்காயம்

brunette *(n)* : woman (one of the white races) with dark skin and brown hair, (வெள்ளையரினத்தில்) கரிய மேனியும் செம்பட்டை நிற மயிரும் உடைய பெண்

brunt *(n)* : the force of an attack or blow, தாக்கும் வேகம்

brush *(n)* : an instrument for removing dust, a small quarrel, a painting instrument, தூசு நீக்கி, சிறு பூசல், தூரிகை; *(v)* : remove dust by sweeping, touch with a brush, தூசு நீக்கு, வண்ணம் பூசு

brusque *(adj)* : rough in manner, முரடான

brutal *(adj)* : cruel, inhuman, unkind, கொடுமையான, மனிதத்தன்மை யற்ற, இரக்கமற்ற

brutality *(n)* : cruelty, inhuman act, கொடுமை, மிருகத்தன்மை

brute *(n)* : an animal, savage, a

stupid, beast-like or cruel person, விலங்கு நாகரீகமற்றவன், முட்டாள் விலங்கு குணமுடைய மனிதன், கொடுமையானவன்; *(adj)* : cruel, animal-like, கொடுமை யான, விலங்கு போன்ற

bubble *(n)* : a bulb of air or gas in a liquid, நீர்க்குமிழி, காற்றுக்குமிழி

buck *(n)* : a male deer, ஆண்மான்; *(v)* : jump up and down, மேலும் கீழுமாகக் குதி

bucket *(n)* : an open vessel with a handle, வாளி

buckle *(n)* : a metal clip for fastening straps, belts, etc., கொக்கி

buckram *(n)* : coarse linen or stiff rough cotton cloth, stiffness, தடித்த லினன் துணி, விறைப்பான முரட்டுப் பருத்தித் துணி, விறைப்பு

bud *(n)* : the first shoot of the flower or leaf, மொட்டு, குருத்து

budge *(v)* : make a little move, stir, சிறிதளவு நகரு, அசை

budgerigar *(n)* : a kind of love birds, காதல் பறவை வகை

budget *(n)* : financial statement, வரவு செலவுத் திட்டம்

buff *(n)* : thick strong velvety leather, a light yellow colour, உறுதியான மெத்தென்ற தோல், வெளிர் மஞ்சள் நிறம்

buffalo *(n)* : a kind of ox, எருமை

buffer *(n)* : a shock absorbing appartaus, an incompetent or foolish fellow, அதிர்ச்சி தாங்கி, அப்பாவி, மந்தபுத்தியுடையவன்

buffet *(n)* : a refreshment room, a blow with the fist, சிற்றுண்டிச் சாலை, முட்டி அடி; *(v)* : hit with the fist, strike against, முட்டியால் அடி, தாக்கு

buffoon *(n)* : a clown, one who acts in a comical way, கோமாளி

bug *(n)* : a blood sucking small insect, மூட்டைப் பூச்சி

bugle *(n)* : a horn with coiled tube, ஊது கொம்பு

build *(n)* : construction, கட்டுமானம்; *(v)* : to construct, put together, கட்டு, சேர்த்து அமை

builder *(n)* : one who builds or designs a building, கட்டிடக் கலைஞர்

building *(n)* : a structure that provides shelter, கட்டிடம்

built *(v)* : past tense and past participle of 'build', 'build', என்பதன் இறந்த கால, இறந்தகால முடிவெச்ச - வடிவம்

bulb *(n)* : an electric light, a thick round root of a particular plant, மின் விளக்கு, வெள்ளைப் பூண்டு

bul bul *(n)* : a bird, ஒருவகைக் குருவி

bulge *(v)* : to swell out, வீங்கு

bulk *(n)* : a large mass, volume, size, the greater part, பேரளவு, பருமன், அளவு, பெரும் பகுதி

bulky *(adj)* : massive, big, பருத்த, பருமனான

bull *(n)* : the male animal of the ox kind, an order from the Pope, எருது, போப்பாண்டவரின் கட்டளை

bulldog *(n)* : a kind of strong courageous dog, ஒரு வகை பெரிய நாய் வகை

bulldozer *(n)* : a powerful tractor used for levelling land and clearing away obstacles, நிலச் சமன் பொறி

bullet *(n)* : a piece of lead that is shot from a gun, துப்பாக்கிக் குண்டு

bulletin *(n)* : a short news report, an announcement, a booklet of information, சிறு அறிக்கை, அறிவிப்பு, செய்தி மலர்

bullion *(n)* : gold and silver in bars, பொன், வெள்ளிக் கட்டி

bullock *(n)* : an ox, வண்டிக் காளை

bull's eye *(n)* : a small lantern with a thick piece of glass, a mark in the middle of the target, கனத்த கண்ணாடியையுடைய கை விளக்கு, இலக்கு மையம்

bully *(n)* : one who dominates, quarrelsome, எளியவரை அடக்குபவன், சண்டைக்காரன்

bulrush *(n)* : a kind of tall rush or reed which grows on wet land or in water, ஈரநிலத்தில் (அ) நீரில் வளரும் நீண்ட நாணல் செடி

bulwark *(n)* : military fortification, barricade, கோட்டை கொத்தளம், தடுப்புச் சுவர்

bumble-bee *(n)* : a large kind of bee with a loud hum, ஒரு வகைப் பெரிய வண்டு

bumper *(n)* : a tumbler filled to the brim, a part of motor vehicle, மது நிறைந்த கிண்ணம், முட்டுத் தாங்கி; *(adj)* : full up, big, நிறைந்து வழிகின்ற, பெரிய

bumpkin *(n)* : a country fellow, பட்டிக்காட்டான்

bumptious *(adj)* : self-assertive, fussy, தன்னலமிக்க, இறுமாப்புடைய

bun *(n)* : a kind of sweetened bread, a rounded mass of hair, சிறிய இனிப்பு ரொட்டி வகை, மயிர்ச் சுருள் கற்றை

bunch *(n)* : a group of things tied together or growing together, கொத்து, தொகுதி

bund *(n)* : embankment, அணைக் கட்டு, அணை கரை

bundle *(n)* : a package, a number of things bound together, மூட்டை, கட்டு

bung *(n)* : a large cork or stopper for closing the hole in a barrel, அடைப்பான், பீப்பாயின் துளையடைக்கும் தக்கை; *(v)* : to stop with a bung, தக்கையால் பீப்பாயின் துளையை அடை

bungalow *(n)* : one storey house, ஒற்றை மாடி வீடு

bungle *(n)* : blunder, unskilful performance, பிழை, மோசமான வேலை

bunion *(n)* : a lump or inflamed swelling on the foot, கட்டி, காலில் ஏற்படும் வீக்கம்

bunk *(n)* : sleeping-berth such as that in a ship or train, கப்பல் (அ) ரயில் வண்டியிலுள்ள படுக்கையிடம்

bunkum *(n)* : humbug, nonsense, senseless talk, புரட்டு, பித்தலாட்டம், வீண் பேச்சு

bunny *(n)* : a pet name for rabbit, முயலின் செல்லப்பெயர்

bunting *(n)* : a thin cloth used for making flag and decoratives, subfamily of a bird, கொடி செய்யவும், தோரணம் கட்டவும் பயன்படும் மென் துணி, பறவைக் குடும்ப வகை

buoy *(n)* : a floating marker, something which acts as a float, மிதப்பு அடையாளக் கருவி, மிதவை; *(v)* float, மித

buoyant *(adj)* : floating, cheerful, மிதக்கும், மகிழ்ச்சியுடைய

bur, burr *(n)* : the prickly seed case

or flower bud of certain plants, சில செடிகளின் ஒட்டு முள் விதை புறை, ஒட்டு முள் மலர்

burden *(n)* : a load, a ship's load, something difficult to bear, சுமை, பளு, கப்பலின் சுமை, கடினமான பொறுப்பு

burdensome *(adj)* : heavy, hard to bear, பளுவான, தாங்கமுடியாத

bureau *(n)* : a writing desk, an office or department, மேசை, அலுவலகம், துறை

burette *(n)* : a graduated glass tube for measuring liquids, கண்ணாடி அளவைக் குழல்

burglar *(n)* : one who breaks into a house, shop, etc. to steal, திருடன்

burglary *(n)* : the crime of breaking into the house to steal, கன்னமிடுதல்

burgle *(v)* : commit theft, கொள்ளையடி

burial *(n)* : placing the dead body in the grave, புதைத்தல்

burly *(adj)* : big and strong, stout, sturdy பெரிய, உறுதியான, பருத்த, விரிந்த.

burn *(v)* : set on fire, சுடு, எரி; *(n)* : a sore made by fire, தீப்புண், தீக் காயம்

burnish *(v)* : polish by rubbing, தேய்த்து மெருகூட்டு

burnt *(v)* : past tense and past participle of 'burn', 'burn', என்பதன் இறந்தகால, இறந்தகால முடிவெச்ச வடிவம்

burrow *(n)* : a nest or home in the ground made by certain animals, நில வளை, பொந்து

bursar *(n)* : the treasurer in an educational institution, பொருளாளர்

burst *(v)* : to break open, open suddenly, break into many pieces, explode, திடீரென்று வெடி, பல துண்டுகளாக நொறுக்கு, சிதறச் செய்

bury *(v)* : put the dead body into the ground and cover it, forget, புதை, மறந்து விடு

bus *(n)* : a large public vehicle, பெரிய மோட்டார் வண்டி

busby *(n)* : a fur cap worn by mounted soldiers, குதிரை வீரர்கள் அணியும் கம்பளி தொப்பி

bush *(n)* : a low plant with many branches, புதர்

bushel *(n)* : a measure for measuring grains, அளக்கும் பறை, மரக்கால்

bushy *(adj)* : covered with bush, like bush, புதர் மண்டிய, புதர் போன்ற

busily *(adv)* : actively, சுறுசுறுப்பாக

business *(n)* : one's occupation or profession, trade, வேலை, தொழில், வணிகம்

buskin *(n)* : a kind of boot reaching to calf, முழங்கால்வரை போடும் கால் செருப்பு

bust *(n)* : the part of the human body above the waist, இடுப்புக்கு மேல் உள்ள பகுதி

bustard *(n)* : a large swift running bird like the crane, வேகமாக ஓடும் பெரிய கொக்கினப் பறவை

bustle *(v)* : move hurriedly, and noisily, பரபரவென்று இரு, சந்தடி செய்

busy *(adj)* : fully employed, active, வேலையில் முழுகி இருக்கும், சுறுசுறுப்பான

but *(conj)* : still, yet, ஆனாலும், இன்னும்; *(prep)* : except, தவிர; *(adv)* : only, மட்டும்; *(pron)* : that not, இல்லாத; *(v)* : object, மறுப்புக் கூறு; *(n)* : objection, மறுப்பு

butcher *(n)* : one who kills animals and cuts up meat to sell, கசாப்புக் கடைக்காரன்

butler *(n)* : a head male servant, தலைமை ஊழியன்

butt *(n)* : a large barrel, target, thick end, பெரிய பீப்பாய், இலக்கு, தடித்த நுனி

butter *(n)* : the solid fatty substance obtained from cream, வெண்ணெய்

butterfly *(n)* : a winged insect with beautifully coloured wings, வண்ணாத்திப் பூச்சி

butter milk *(n)* : the milk that remains after the butter fat has been taken out from it, மோர்

button *(n)* : knob used as a fastener in clothing, a small round knob of a machine, etc., பொத்தான், குமிழ்

buttress *(n)* : support, supporting wall, ஆதரவு, உதை சுவர்

buxom *(adj)* : good-looking, plump, அழகுள்ள, உருண்டு திரண்ட, கொழு கொழுப்பான

buy *(v)* : purchase, விலைக்கு வாங்கு

buyer *(n)* : a person who buys things, விலை கொடுத்து வாங்குபவர்

buzz *(n)* : a humming noise, ரீங்காரம்

buzzard *(n)* : a bird like falcon, பருந்து வகைப் பறவை

by *(prep)* : near to, at the side of, along, அருகில், பக்கத்தில், வழியாக

bygone *(adj)* : past, நடந்த, சென்று போன

bylane *(n)* : a side lane, குறுக்குச் சந்து

by-pass *(n)* : a diversion, side road, பக்கப் பிரிவு, பக்கப் பாதை; *(v)* : avoid by taking another path, தவிர்த்து வேறு வழியாகச் செல்

by-path *(n)* : indirect path, சுற்று வழி, ஒதுக்கு வழி

byproduct *(n)* : a substance obtained during the manufacture of something else, துணை விளைவுப் பொருள்

byre *(n)* : a cow-house, மாட்டுத் தொழுவம், மாட்டுக் கொட்டில்

by-stander *(n)* : on looker, அருகில் நிற்பவன், பார்ப்பவன்

byword *(n)* : a proverb, a common saying, பழமொழி, வழக்குச் சொல்

C

cab *(n)* : carriage drawn by a horse or a motor, a hired carriage, part of the locomotive for the driver, குதிரை வண்டி, மோட்டார் வண்டி, வாடகை வண்டி, ஓட்டுநர் பகுதி

cabal *(n)* : group of persons secretly united for some private purpose, conspiracy, சதிக் கூட்டம், சதி; *(v)* :

plot, சதி செய்

cabaret *(n)* : entertainmeht provided by a restaurant, உணவு விடுதியில் நடத்தப்படும் கேளிக்கை

cabbage *(n)* : a green vegetable, முட்டைக் கோசு; *(v)* : take dishonestly, திருடு, களவாடு

cabbalistic *(adj)* : having a hidden meaning, மறை பொருள் உடைய

cabin *(n)* : a hut or small house made roughly, a compartment in a ship or aeroplane for the officers or passengers, குடிசை, கப்பல் அல்லது விமான அறை

cabinet *(n)* : a set of shelves or chest of drawers, ministry a chamber, or private room in which officials meet, அடுக்கறை அல்லது இழுப் பறைகள் கொண்ட பெட்டி, அமைச்சர் குழு, அமைச்சரவை

cable *(n)* : a strong rope, an insulated electrical conductor, a telegraphic wire under water, a message sent by such a wire, உறுதியான கம்பி அல்லது கயிறு, மின் வடம், கடலடித் தந்திக் கம்பி, கடல் வழியாக அனுப்பும் தந்திச் செய்தி; *(v)* : tie fast, send a message by submarine telegraph, இறுக்க மாகக் கட்டு, கடல் வழியாகத் தந்திச் செய்தி அனுப்பு

cabriolet *(n)* : a light carriage drawn by horse, குதிரை வண்டி

cacao *(n)* : a tropical tree from whose seeds cocoa and chocolate are made, கொக்கோ மரம்

cache *(n)* : a secret storehouse for food, treasure, equipments, etc., the stores hidden, உணவுப் பண்டம், பணம், ஆயுதம் போன்றவற்றைப் பதுக்கி வைக்கும் மறைவிடம்; உணவுப் பண்டம், புதையல், ஆயுதம் போன்ற பதுக்கப்பட்ட பொருட்கள்

cachet *(n)* : a seal or distinctive mark, முத்திரை, அடையாளக் குறியீடு

cachinnation *(n)* : laughing immoderately or noisily, பலத்த சிரிப்பு, உரத்த சிரிப்பு, வெடிச் சிரிப்பு

cackle *(n)* : a shrill sound made by a goose or hen, idle talk, கொக்கரிப்பு வீண் பேச்சு; *(v)* : make a high cracked sound, உரக்கக் கத்து, கொக்கரி

cactus *(n)* : a tropical plant with thorns, கள்ளி முள்ளுச் செடி

cad *(n)* : a low mean fellow or a vulgar person, இழிவானவன், போக்கிரி

cadaverous *(adj)* : like a corpse, deadly pale, பிணம் போன்ற, பிணம் போல் வெளுத்த

caddie *(n)* : one who carries clubs for golf players, குழிப்பந்தாட்டக் காரரின் உதவியாள்

caddy *(n)* : a small box for holding tea leaves, தேயிலைகளை வைக்கும் சிறு பெட்டி

cadence *(n)* : the fall of the accent at the end of the sentence, intonation of the sounds in speaking, வாக்கி யத்தின் முடிவில் குரலில் ஏற்படும் தளர்வு இறக்கம், பேச்சொழுக்கின் ஏற்ற இறக்கம்

cadet *(n)* : student of a military school, போர்ப் பயிற்சி பள்ளி மாணவன்

cadge *(v)* : peddle, try to get by begging, சில்லறை விற்பனை செய், இரந்து பெறு

cafe *(n)* : a restaurant, சிற்றுண்டிச் சாலை

caffeine *(n)* : a chemical compound, a drug, ஒரு இரசாயனச் சேர்மம், வெறியம்

cage *(n)* : a room or space with open work of wires or bars for birds and animals, any lock up, பறவைக் கூண்டு, சிறை

cain *(n)* : murderer, கொலைகாரன்

cairn *(n)* : a heap of stones, a heap of stones set up as a memorial, கற்குவியல், கற்குவியலாக அமைந்த நினைவுச் சின்னம்

caisson *(n)* : ammunition chest, large water-tight box or chamber within which work is done under water, போர்த் தளவாளங்கள் வைக்கப்படும் பெட்டி, கடலினடியில் வேலை செய்ய உதவும் நீர்ப்புகா பெட்டி

caitiff *(n)* : a mean fellow, இழிவானவன்

cajole *(v)* : use flattery to cheat, பசப்பு, மருட்டு

cajolery *(n)* : flatter, பசப்புதல், ஏய்த்தல்

cake *(n)* : a food made by mixing flour, milk, egg, etc.,a hardened mass of anything, ஒரு வகை உணவு, கட்டி

calabash *(n)* : a vessel made from the fruit shell, சுரைக் குடுக்கை

calamity *(n)* : misfortune, ruin, adversity, பேரிழப்பு, இடையூறு, துன்பம்

calcareous *(adj)* : containing calcium, சுண்ணாம்பு கலந்த

calcination *(n)* : conversion of metals by burning, நீற்றுதல்

calcium *(adj)* : a soft white metal present in lime, chalk, gypsum, etc., சுண்ணாம்பு கால்சியம்

calculate *(v)* : compute, estimate, think, consider, suppose, கணக்கு போடு, மதிப்பிடு, எண்ணு, கருது, திட்டமிடு

calculation *(n)* : the act of computing, careful thought, an act of probability, கணக்கிடுதல், மதிப்பீடு, கணக்கீடு, கணித்தல்

calendar *(n)* : a chart which shows the year divided into months, weeks, days, etc., நாள் காட்டி; *(v)* : prepare an index, to register in a calendar, பட்டியல் தயாரி, பதிவு செய்

calender *(n)* : a machine for pressing and smoothing cloth or paper, அழுத்தி மெருகிடும் இயந்திரம்

calf *(n)* : the young one of a cow, the fleshy part of the back of the leg that is just below the knee, கன்றுக்குட்டி, பின் கால் சதை

calibre, caliber *(n)* : inside diameter, the quality of mind or character, உள்குறுக்களவு, திறமை, பண்பாற்றல்

calico *(n)* : a cotton cloth, பருத்தித் துணி

calipers *(n)* : an instrument used for measuring thickness of tubes etc., or the calibre of tubes, வட்டமான உருளைகளின் திண்மையையும், குறுக்களவுகளையும் அளக்கும் இடுக்கிமானி

caliph *(n)* : the Mohammedan chief-priest, title once used by the Mohammedan rulers, முகம்மதிய தலைமைக்குரு, கலீபா

calk *(n)* : a sharp iron piece or any plate fixed to the shoe to prevent slipping, வழுக்கி விழாமல் தடுக்க செருப்பிடையில் இணைக்கப்படும்

இரும்புத் தகடு, குதிரை, மாடு போன்றவற்றின் காலில் அடிக்கட்படும் லாடம்

call *(v)* : cry, shout, visit, send for, summon, ask to come, require, designate, கத்து, உரக்கக் கத்து, சந்தி, வரவழை, வேண்டு, பெயரிடு; *(n)* : summon, shout, cry, invitation, short visit, அழைப்பு, கூக்குரல், கூப்பாடு, அழைப்பிதழ், காணச் செல்லுதல்

caller *(adj)* : fresh, புதிதான

calligraphy, caligraphy *(n)* : beautiful handwriting, அழகான கையெழுத்து

calling *(n)* : shouting to attract attention, a summoning, occupation, profession, கூப்பிடுதல், அழைத்தல், வாழ்க்கைத் தொழில்

Callipers *(n)* : instrument for measuring the diameter of round or cylindrical objects, வட்டம் (அ) உருளை வடிவப் பொருள்களின் குறுக்களவை அளக்கும் கருவி

callous *(adj)* : hardened in feeling, insensible, மரத்துப்போன, உணர்ச்சியில்லாத

callow *(adj)* : not yet feathered, inexperienced, இறக்கை முளைக்காத, அனுபவமற்ற

calm *(n)* : absence of wind, free from disturbance, காற்றசைவின்மை, அமைதி, சஞ்சலமின்மை; *(adj)* : still, peaceful, அசைவற்ற, அமைதியுடைய; *(v)* : to make peaceful, அமைதிப்படுத்து

calorie *(n)* : unit of heat, வெப்ப அலகு

calorimeter *(n)* : apparatus for measuring heat, கலோரிமானி

calumny *(n)* : defamation, slander, a false accusation, பழிச்சொல், அவதூறு, பொய்க் குற்றச்சாட்டு

calves *(n)* : plural form of calf, கன்றுக்குட்டிகள்

calx *(n)* : chalk, lime, oxide, சுண்ணாம்பு, நீற்றுப் பொருள், சாம்பல்

camber *(n)* : a slight central budge in the middle of the road, a slight upward bend or convexity, தெருவின் நடுவில் அமைந்த மேட்டுப் பகுதி, மேல் வளைவு

cambric *(n)* : a fine white linen fabric, தூய வெள்ளைத் துணி

came *(v)* : past tense of come, 'come' என்பதன் இறந்தகால வடிவம்

camel *(n)* : a large animal with a humped back, ஒட்டகம்

camelopard *(n)* : the giraffe, ஒட்டகச் சிவிங்கி

cameo *(n)* : a gem or precious stone with a rised design so as to show differently coloured layers, the art of so carving, கல்லின் உட்பகுதியிலுள்ள பல்வேறு நிறங்களை எடுத்துக்காட்டும் வண்ணம் புடைப்புருவமாகச் செதுக்கப்பட்ட மணி அல்லது விலையுயர்ந்த கல், அங்ஙனம் செதுக்கும் கலை

camera *(n)* : an apparatus for taking photographs, private room, ஒளிப்படக் கருவி, தனியறை

camomile *(n)* : a sweet smelling bitter herb, நறுமணமுடைய செவ்வந்தி பூவினச் செடி

camouflage *(n)* : something used to hide things so that it will not be recognized easily, any disguise, கண் மறைப்புப் பொருள், ஏமாற்று வித்தை

camp *(n)* : travellers' rest house, a tent for temporary habitation, கூடாரம், முகாம், பாசறை; *(v)* : encamp, கூடாரமடித்துத் தங்கு

campaign *(n)* : a series of connected military and political actions conducted for a special purpose, போர் நடவடிக்கை, அரசியல் நடவடிக்கை

campanile *(n)* : a bell tower, மணிக் கூண்டு

camphor *(n)* : a white volatile substance that comes from camphor tree, கற்பூரம், சூடம்

campus *(n)* : premises of a school or college, பள்ளிக் கூடத்தின் அல்லது கல்லூரியின் சுற்றுப் புறம், வளாகம்

can *(n)* : a vessel for holding liquids, குவளை; *(v)* : to know how to, to be able, to have the right to, have the strength to, இயலும், முடியும், திறமை பெற்றிரு, தகுதி பெற்றிரு, ஆற்றல் பெற்றிரு

canaan *(n)* : land of promises, இன்ப உலகம்

canal *(n)* : an artificial waterway, any channel, கால்வாய்

canalize *(v)* : to furnish with a waterway, convert into canal, கால்வாய் வெட்டு, கால்வாயாக்கு

canard *(n)* : an absurd story, a false rumour, பொய்க் கதை, போலி வதந்தி

canary *(n)* : a yellow coloured songbird, a kind of wine, மஞ்சள் நிறப் பாடும் பறவை, ஒரு வகை மது

cancel *(v)* : erase, abolish, remove, call off, இல்லாததாக்கு, நீக்கு, ரத்து செய், நிறுத்து

cancellation *(n)* : a defacing, கிறுக்கல், அழித்தல், நீக்குதல்

cancer *(n)* : a malignant tumour, a crab, a group of stars, புற்று நோய், நண்டு, ஒரு நட்சத்திரத் தொகுதி

candelabrum *(n)* : a branched and ornamented candle-stick or lamp stand, பல கிளைகளையுடைய அலங்கார மெழுகுவர்த்தி அல்லது விளக்குத் தாங்கி

candid *(adj)* : frank, unbiased, sincere, ஒளிவு மறைவற்ற, வெளிப்படையான, ஒரு சார் பற்ற, நேர்மையான

candidate *(n)* : an applicant, nominee, விண்ணப்பதாரர், வேட்பாளர்

candidature *(n)* : being a candidate, விண்ணப்பித்தல், கோரிக்கை

candle *(n)* : a stick of wax with a string running through it used for giving light, மெழுகுவர்த்தி

candour *(n)* : frankness, sincerity, கள்ளம் கபட மின்மை, நேர்மை

candy *(n)* : crystalline sugar or mollases, கற்கண்டு

cane *(n)* : stem of large grass-like plant, a walking stick, rod, பிரம்பு, கைத்தடி, கம்பு; *(v)* : punish with a cane, பிரம்படி கொடு

canine *(adj)* : pertaining to dog, நாய்க்குரிய

canister *(n)* : a small box of metal for holding tea, etc., a basket for flowers, fruits, etc., தேயிலை போன்றவற்றை வைக்கப் பயன் படும் தகரப் பெட்டி, பூக்கூடை, பழக்கூடை

cannel *(n)* : bituminous coal, *புகை மிகு நிலக்கரி*

cannibal *(n)* : human flesh eater, an animal that eats its own breed, *மனிதனை உண்ணும் மனிதன், தன்னினம் தின்னும் விலங்கு*

cannon *(n)* : a big tubular weapon, *பீரங்கி*

cannonade *(n)* : an attack with cannon shot, *பீரங்கித் தாக்குதல்*

canny *(adj)* : skilful, shrewd, clever, careful, quiet, *திறமையுடைய, அறிவுக் கூர்மையுடைய, கவன முள்ள, அமைதியான*

canoe *(n)* : a light narrow boat plied with oars, *துடுப்புகளால் இயக்கப்படும் சிறு படகு*

canon *(n)* : a church decree, a rule or law, *கிறித்துவக் கோவில் கட்டளை, ஒழுங்கு, சட்டம்*

canopy *(n)* : any covering or shelter overhead, an ornamental feature placed over a statue, *விதானம், மேற்கட்டுமானம்*

cant *(v)* : speak affectedly, tilt, toss, *பாசாங்காகப் பேசு, சரி, தூக்கி எறி; (n)* : talk which is not sincere, words used by a particular group of people, an inclination, *பகட்டுரை, குழூஉக்குறி, சாய்வு, (adj)* : oblique, slanting. *சரிவான, சாய்வான*

cantaloup *(n)* : a kind of melon, *முலாம் பழ வகை*

cantankerous *(adj)* : quarrelsome, illnatured, *சண்டைக் குணமுடைய, ஏறுமாறான*

cantata *(n)* : a story set to music and not acted, *கதைப் பாட்டு*

canteen *(n)* : a refreshment shop, *சிற்றுண்டிச்சாலை*

canter *(v)* : to move or ride at an easy gallop, *மெல்ல நட, எளிதாகப் பாய்ந்து ஓடு*

canticle *(n)* : little song or hymn, *சிறுபாடல்*

cantilever *(n)* : a large bracket projecting from wall to support heavy parts like balconies, *சுவரிலிருந்து நீண்டு நிற்கும் வளைவுச் சட்டம்*

canto *(n)* : a division of a book or poem, *காண்டம், படலம், செய்யுட்பகுதி*

canvas *(n)* : a strong and coarsely woven cloth made of hemp, *கித்தான் துணி*

canvass *(v)* : scrutinize, go from door to door asking for money, votes, etc., ask for support, *ஆராய், வீடு வீடாகச் சென்று வாடிக்கை திரட்டு, ஓட்டு கொடுக்க வேண்டு, ஆதரவு கோரு*

canyon (n) : a deep narrow valley with steep sides, *ஆற்றுக் குடைவு*

caoutchouc (n) : a kind of rubber, *கெட்டிப்படுத்தப்படாத ரப்பர்*

cap (n) : a small hat, the covering for the top of anything, *தொப்பி, குல்லாய், மூடி; (v)* : cover with cap, *தொப்பி அணி, மூடி போட்டு அடை*

capability (n) : ability, capacity, *திறமை, தகுதி*

capable (adj) : having adequate ability to do, fit or suitable for, qualified, *திறமையான, செய்யக் கூடிய, தகுதியுடைய*

capacious (adj) : spacious, roomy, *தாராளமான, இடவசதியுள்ள*

capacitate *(v)* : enable, make capable, இயலும்படிச் செய், தகுதியுடையவனாகச் செய்

capacity *(n)* : ability, talent, specific position, character, legal qualification, amount or number that can be contained, திறமை, ஆற்றல், செயல் நிலை, பண்பு நலன், சட்டப்படியான தகுதி, கொள்ளளவு

cap-a-pie *(adv)* : from head to foot, தலையிலிருந்து கால் வரை

caparison *(n)* : a decorative wear of an elephant or horse, யானை அல்லது குதிரையின் ஆடையணி

cape *(n)* : a narrow piece of land extending into the sea, a sleevless upper garment, நில முனை, கையற்ற மேற் சட்டை

caper *(n)* : leaping, or jumping, பாய்ச்சல், துள்ளுதல்

capillary *(n)* : any tube with a fine narrow opening (as those connecting the arteries and veins), மயிரிழை போன்ற நுண் குழல், நுண்புழை

capital *(n)* : money or property for carrying on any business, the chief city of a country, a capital letter, முதலீடு, மூலதனம், தலை நகரம், பேரெழுத்து

capitol *(n)* : the upper part of a column or pillar, தூணின் மேல் பகுதி

capitulate *(v)* : surrender, yield, submit, கீழ்ப்படி, தலை வணங்கு, சரணடை

capon *(n)* : a young castrated cock, விதையடித்த சேவல்

caprice *(n)* : sudden unreasonable change of mind, any fanciful idea, சலன புத்தி, கட்டற்ற மனப் பாங்கு, ஏறு மாறான சிந்தனை

capricious *(adj)* : unsteady minded, fanciful, சலனபுத்தியுள்ள, நிலையற்ற

capricorn *(n)* : tenth sign of the zodiac, மகரராசி

capstan *(n)* : revolving barrel used for winding cables in hoisting an anchor, நங்கூரம் பாய்ச்ச உதவும் கம்பி வடத்தைச் சுற்றியிழுக்கும் சுழல் தண்டு

capsize *(v)* : upset, turn over, கவிழ், குப்புற விழ்த்து; *(n)* : overturn, கவிழ்த்தல்

capsule *(n)* : the seed case of a plant, a small gelatinous case for holding a dose of medicine, a metallic cap or seal, வித்துறை, உறை மருந்து, உலோக அடைப்பு

captain *(n)* : a chief commander, an army or naval officer, தலைவன், படைத் தலைவன், கப்பல் குழுத் தலைவன்

captaincy *(n)* : the rank of a captain, தலைமை

caption *(n)* : legal arrest, a heading or title, சட்டப்படிச் சிறைப் படுத்துதல், தலைப்பு

captivate *(v)* : to fascinate, கவரு

captive *(n)* : a prisoner, சிறைப் பட்டவர், பிடிபட்டவர், சிறைக் கைதி

captivity *(n)* : condition of being a prisoner, சிறைப்பட்ட நிலை

captor *(n)* : one who takes a captive, சிறையெடுப்பவர்

capture *(v)* : seize, arrest, கைப்பற்று, சிறைப்பிடி

car *(n)* : an automobile, மோட்டார் வண்டி

carafe (*n*) : a glass water-bottle for use at the dining table, உணவு மேசை மீது வைக்கப் பயன் படும் நீர்க்குப்பி

caramel (*n*) : burnt sugar used for colouring and flavouring, a sweet meat, நிறமும் மணமும் ஊட்டப் பயன்படும் தீய்ந்த சர்க்கரை, தித்திப்பு பண்டம்

carat (*n*) : a measure of weight used in weighing precious stones, a measure of the purity of gold, விலையுயர்ந்த கற்களை அளக்கும் எடை அலகு, பொன்னின் மாற்றை அளக்கும் ஒரு அளவு

caravan (*n*) : a group of travellers, a van, பயணிகள் குழு, ஊர்தி

carbine (*n*) : a light short gun, சிறிய கைத்துப்பாக்கி

carbon (*n*) : a non metallic element like charcoal, கரிமம்

carbuncle (*n*) : a tumour, a variety of red gem, பிளவை, மாணிக்கம்

carburetter, carburettor (*n*) : a part of an internal combustion engine in which petrol and air are mixed, உள்ளெரி எந்திரத்தில் பெட்ரோலும் காற்றும் கலக்க பயன்படும் கருவி

carcase, carcass (*n*) : dead body of an animal, விலங்கின் பிணம்

card (*n*) : a piece of thick paper, a machine for combing wool, etc., அட்டை, கம்பளி, சணல், முதலியவற்றில் சிக்கெடுக்கும் சிக்குவாரி

cardamom (*n*) : a spice, ஏலக்காய்

cardboard (*n*) : a heavy paste-board, அட்டைப்பலகை

cardiac *(adj & n)* : pertaining to heart, இதயம் சார்ந்த

cardigan (*n*) : a knitted jacket, பின்னப்பட்ட கம்பளி மேல் சட்டை

cardinal (*adj*) : important, chief, fundamental, முக்கியமான, முதன்மையான, அடிப்படையான

care *(v & n)* : charge, anxiety, attention, caution, management, watchfulness, effort, love, கவனிப்பு, கவலை, கவனம், எச்சரிக்கை, மேற் பார்வை, முன் கருதுதல், முயற்சி, அன்பு

careen (*v*) : turn the ship on her side for repairing, turn on one side, பழுது பார்ப்பதற்காக கப்பலைச் சரித்துப் போடு, பக்கவாட்டில் சாய்ந்திரு

career (*n*) : course, way of living, achievement, profession, போக்கு, வாழ்க்கை நெறி, முன்னேற்றம், தொழில்

careful (*adj*) : anxious, attentive, கவலையுள்ள, கவனமுள்ள, அக்கறையுடைய

caress (*v*) : fondle, embrace, சீராட்டு, கொஞ்சு, அன்பாகத் தழுவு; *(n)* : a gentle affectionate movement, தழுவுதல், கொஞ்சுதல்

caret (*n*) : the mark ∧ placed below line to point out the place of omission, எழுதியதில் விடு பட்டுப் போனதைச் சேர்க்கும் இடத்தைக் குறிக்கும் ∧ குறி

cargo (*n*) : load carried by a ship, கப்பல் சரக்கு

caricature (*n*) : exaggeration, imitation of a person's voice, behaviour, etc., in order to cause amusement, anything drawn so as to appear funny, மிகைப் படுத்துல், போலச் செய்தல், கேலிச்சித்திரம்

caries *(n)* : rottenness of teeth or bones, பற் சொத்தை, எலும்பு உள்ளழிவு

carious *(adj)* : decayed, கெட்டுப் போன

cark *(n)* : burden, worry, கவலை

carminative *(n)* : a remedy for flatulence, வாயு மருந்து

carmine *(n)* : a bright red colour made from chochineal insect, ஒரு பூச்சியினின்று எடுக்கப்படும் கடுஞ் சிவப்பு வண்ணப் பொருள்

carnage *(n)* : bloody slaughter, massacre, படுகொலை

carnal *(adj)* : sexual, சிற்றின்பம் சார்ந்த

carnation *(n)* : light pink colour, a flower of that kind, இளஞ் சிவப்பு நிறம், ஒரு வகை இளஞ் சிவப்புப் பூ

carnelian *(n)* : a fine reddish-white stone, இளஞ்சிவப்பு நிறமுள்ள மணிக்கல் வகை

carnival *(n)* : a time for merry making, any festival, கேளிக்கை, திருவிழா

carnivora *(n)* : flesh-eating animals, ஊன் உண்ணிகள்

carol *(n)* : a song of joy, மகிழ்ச்சிப் பாட்டு; *(v)* : sing a song of joy, மகிழ்ச்சியாகப் பாடு

carotid *(adj)* : having to do with the two great arteries carrying blood to head, தலைக்கு இரத்தத்தைக் கொண்டு செல்லும் குருதி நாளத்துக்குரிய

carouse *(v)* : drink freely and be merry, தாராளமாக மதுபானம் அருந்தி மகிழ்

carp *(n)* : a kind of food, fish, ஒரு வகை மீன்; *(v)* : to find small errors and faults, குற்றங் குறை காணு

carpenter *(n)* : an artificer who works in wood, மர வேலை செய்யும் தச்சன்

carpet *(n)* : a thick ornamental covering for the floor, கம்பளம், சமுக்காளம்

carpus *(n)* : the wrist, மணிக்கட்டு

carriage *(n)* : a vehicle for carrying, the act of carrying, வண்டி, சுமத்தல்

carrier *(n)* : one who or that which carries, (சுமையைச்) சுமந்து செல்லும் மனிதர், எடுத்துச் செல்லப் பயன்படும் பொருள்

carrion *(n)* : decaying animal flesh, அழுகிய இறைச்சி

carronade *(n)* : a short gun with large mouth, பெருந்துளை யுடைய சிறிய பீரங்கி

carry *(v)* : convey, bear, take from place to place, take by force, எடுத்துச்செல், சுமந்து செல், கொண்டு செல், கைப்பற்று

carrying *(adj)* : conveying, bearing (a child) எடுத்துச் செல்கின்ற, கருத்தரிக்கின்ற

cart *(n)* : a goods wagon, பார வண்டி; *(v)* : carry in a cart, வண்டியில் ஏற்றிச்செல்

cartilage *(n)* : a strong elastic tissue, குருத்தெலும்பு

cartoon *(n)* : a funny and comic drawing, கேலிச்சித்திரம்; *(v)* : draw a cartoon, கேலிச் சித்திரம் வரை

cartoonist (*n*) : one who draws a cartoon, கேலிச் சித்திரம் வரைபவர்

cartridge (*n*) : an explosive charge in a case for a gun, தோட்டா, துப்பாக்கிக் குண்டு

carve (*v*) : engrave, cut into pieces, செதுக்கு, வெட்டித் துண்டாக்கு

cascade (*n*) : waterfall, அருவி

cascara (*n*) : the bark of a tree used in preparing a laxative drug, மலமிளக்கி மருந்தைச் செய்யப் பயன்படும் மரப்பட்டை வகை

case (*n*) : a box, a covering, a holder, a particular event, suit, பெட்டி, உறை, பை, நிகழ்ச்சி, வழக்கு

casement (*n*) : metal or wooden-hinged window-frame, சன்னல் சட்டம்

cash (*n*) : ready money, பணம்; (*v*) : exchange for money, பணமாக்குதல்

cashew (*n*) : a kind of tree giving kidney-shaped nuts, முந்திரி மரம்

cashier (*n*) : treasurer, பொருளாளர்; (*v*) : dismiss from service, வேலை நீக்கம் செய்

cashmere (*n*) : shawl of fine soft wool of Kashmir goats, காஷ்மீர் வெள்ளாட்டின் மயிராலான - மென்மையான காஷ்மீர் கம்பளிச் சால்வை

casino (*n*) : a building with public halls for music, dance, etc., பொதுக் கேளிக்கைக் கூடம்

cask (*n*) : a barrel, பீப்பாய்

casket (*n*) : a small box or chest for holding jewels, நகைப் பெட்டி, பேழை

casque (*n*) : helmet, a cover for the head, தலைக்கவசம்

cassava (*n*) : plant with tuberous roots from which tapioca is got, மரவள்ளிக் கிழங்கு (அல்லது) மரச்சீனிக் கிழங்கு

casserole (*n*) : a heat-proof vessel in which food is cooked, உணவை வேக வைக்கும் பாத்திரம்

cassock (*n*) : a long close robe reaching up to the ankle worn by priests, கிறித்துவப் பாதிரிமார் அணியும் முழங்கால் வரை நீண்ட அங்கி

cassowary (*n*) : a large running bird related to the ostrich, நெருப்புக் கோழி போன்ற வேகமாக ஓடக் கூடிய பறவை

cast (*n*) : a throw, actors in a play, a mould, எறிதல், நடிகர், வார்ப்பு; (*v*) : to throw, form in a mould, எறி, வார்ப்புச்செய்

castanets (*n*) : hollow shells of ivory or hard wood used as an instrument to rattle in time with dancing, காழ் மரம் (அ) தந்தத் தால் செய்யப்பட்ட கைத்தாளக் கட்டை

castaway (*n*) : reprobate, a ship-wrecked person esp. one reaching a strange and lonely place, கைவிடப் பட்டவன், கப்பல் கவிழ்ந்ததால் (அ) உடைந்ததால் ஒரு கரை யோரமாக ஒதுக்கப்பட்டவன்

caste (*n*) : a class or division of society, சாதிப் பிரிவு

castigate (*v*) : punish, scold, தண்டனை கொடு, கண்டி

castigation (*n*) : severe punishment, கடுமையான தண்டனை

casting (*n*) : throwing, moulding, எறிதல், வார்ப்பு செய்தல்

cast iron (*n*) : moulded iron, வார்ப்பிரும்பு

castle (*n*) : the house of a prince or noble man, a fortified house, அரண்மனை, அரண்கோட்டை

castor oil (*n*) : an oil extracted from castor seeds, ஆமணக் கெண்ணெய்

casual (*adj*) : accidental, unusual, தற்செயலான

casualty (*n*) : a serious accident, a person injured, தற்செயல் விபத்து, காயம் பட்டவன்

casuarina (*n*) : a kind of tree, சவுக்கு மரம்

cat (*n*) : a small domestic animal, பூனை

cataclysm (*n*) : a great revolution, any sudden change, வெள்ளப் பெருக்கம், பெரும் புரட்சி, திடீர் மாற்றம்

catacomb (*n*) : an underground cemetery for burying the dead, நிலத்தடிக் கல்லறை

catalepsy (*n*) : a nervous disease, மூடுசன்னி

catalogue (*n*) : an orderly list of articles, பட்டியல், அட்டவணை; (*v*) : prepare a list, அட்டவணை தயார்செய்

catapult (*n*) : an ancient weapon with lever and ropes for rolling down heavy stones, a small forked stick and elastic used for firing small stones, பாறைகளை உருட்டித் தள்ளும் பழங்கால விசைப் பொறி, உண்டைவில், கவண்

cataract (*n*) : a great water fall, a disease of the eye, அருவி, கண்படலம், கண்பொறை

catarrh (*n*) : an inflammation of the nose, cold, நீர்த்தடுமல், சளி பிடித்தல்

catastrophe (*n*) : a fatal event, great misfortune, பெருங்கேடு, அழிவு

catcall (*n*) : a shrill whistle, கிரீச் ஒலி

catch (*v*) : seize and hold, grasp, ensnare, entrap, discover, பிடி, கைப்பற்று, தடு; (*n*) பிடித்தல் கண்டுபிடி

catchword (*n*) : a word used so as to catch the attention, கருத்தைக் கவரும் சொல், தூண்டு சொல்

catchy (*n*) : attractive, மனத்தை அல்லது கவனத்தைக் கவருகிற

catechism (*n*) : instruction by questions and answers, list of questions and answers, வினா விடையாகக் கற்பிக்கப்படும் பாடம், வினா விடை வரிசை

category (*n*) : a class or kind, இனம், வகை

cater (*v*) : to provide food or what is required, உணவு வழங்கு, தேவையானவற்றை வழங்கு

caterpillar (*n*) : an insect in its worm-like stage, கம்பளிப் புழு

caterwaul (*v*) : scream like a cat, quarrel like cats, பூனை போல் கிரீச்சென்று ஒலி எழுப்பு, பூனைகள் போல் சண்டையிடு; (*n*) : cat's screaming, பூனையின் அலறல்

catgut (*n*) : cord made from the dried intestines of certain animals, நரம்பிழை

cathedral *(n)* : the main Church, தலைமைக் கிறித்துவக் கோயில்

catherine-wheel *(n)* : a cracker which while burning rotates like a wheel, சுழல் பூவாணம்

cathode *(n)* : negative pole of electric current, எதிர் மின் முனை

catholic *(adj)* : universal, general, broad-minded, பொதுவான, விரிந்த நோக்கமுள்ள, தாராள மனம் படைத்த; *(n)* : a follower of the Roman Catholic Church, ரோமன் கத்தோலிக்க மதத்தைச் சேர்ந்தவர்

cat's eye *(n)* : reflector stud placed on highways, a kind of gem, சாலை ஓரங்களில் வைக்கப்பட்டிருக்கும் ஒளி பிரதிபலிப்பு ஆடி, வைடூரியம்

cats-paw *(n)* : a person used as a tool for doing something, a light wind, தீச் செயல்களுக்குக் கருவியாகப் பயன்படுத்தப் பட்டவன், இளங் காற்று

cattle *(n)* : animals that eat grass, ஆடு மாடு போன்ற புல் தின்னும் விலங்குகள்

caucus *(n)* : a private or political party meeting, organisation committee of a political party, கட்சி அமைப்பு, அரசியல் குழு, அரசியல் உட்குழு.

caught *(v)* : past tense and past participle of catch, 'catch' என்பதன் இறந்தகால, இறந்தகால முடிவெச்ச வடிவம்

cauldron, caldron *(n)* : a large hollow vessel used for boiling, கொப்பரை.

cause *(n)* : origin, source, reason, motive, suit, மூலம், ஏது காரணம், செயல் நோக்கம், வழக்கு

causeway *(n)* : a raised road or passage, தரைப்பாலம்

caustic *(adj)* : burning, corrosive, bitter, severe, எரிக்கிற , அரிக்கிற, கடுமையான

cauterise *(v)* : to burn with a caustic substance or with a heated iron to destroy infection, புண்ணைச் சுடு

caution *(n)* : care, warning, கவனம், விழிப்புணர்வு, எச்சரிக்கை; *(v)* : warn, எச்சரிக்கை செய்

cautious *(adj)* : careful, watchful, முன்னெச்சரிக்கையான, விழிப்புடைய, கவனமுள்ள

cavalcade *(n)* : a company of riders procession on horse back, படையணி வகுப்பு, குதிரைப்படை அணி வகுப்பு

cavalier *(n)* : a horse man, an escort, குதிரை வீரன், மெய்க்காப்பாளன்; *(adj)* : haughty, supercilious, உல்லாசமான, வீறாப்பான

cavalry *(n)* : horse-soldiers, குதிரைப் படை

cave *(n)* : a den in the earth, குகை

caveat *(n)* : an objection, process to suspend legal proceedings, a formal notice of warning, மறுப்பு, சட்ட நடவடிக்கைக்குத் தடை, எச்சரிக்கை அறிவிப்பு

cavern *(n)* : a large den or cave, பெரும் பொந்து, பெரிய குகை.

caviar, caviare *(n)* : a kind of food made from the eggs of fish, good thing unappreciated, மீன் முட்டையினின்று செய்யப்படும் உயர்தர உணவுவகை, மதிக்கப்படாத உயர்ந்த பொருள்

cavil *(n)* : a trivial objection, அற்பமான எதிர்ப்பு

cavity *(n)* : a hollow space, hole, பொந்து, குழி

பொந்து, குழி

cavy *(n)* : a rodent, கொறிக்கும் விலங்கினம்

caw *(n)* : cry of a crow, காகம் கரையும் ஒலி; *(v)* : cry like a crow, காகம் போல் கரை

cease *(v)* : stop, finish, put an end to, terminate, discontinue, நிறுத்து, முடித்து விடு, முடிவு செய், விட்டு விடு

ceaseless *(adj)* : continuous, without stop, இடைவிடாத, முடிவில்லாத

cedar *(n)* : a kind of big tree belonging to the pine family, தேவதாரு மரம்

cede *(v)* : give up to another, yield, grant, விட்டுக் கொடு, ஒப்படை, இணங்கு

ceiling *(n)* : the overhead surface or inner roof of a room, the top limit of anything, உள் கூரை, அடிக்கூரை, உச்ச வரம்பு

celebrate *(v)* : praise, observe, do honour to, perform with a ceremony, புகழ், போற்று, பாராட்டு, விழாக் கொண்டாடு

celebrated *(adj)* : famous, renowned, புகழ் பெற்ற, பெயர் பெற்ற

celebration *(n)* : performances done in honour of or in commemoration of any event, கொண்டாட்டம், விழா எடுத்தல்

celebrity *(n)* : fame, a well known person, புகழ், புகழ் பெற்றவர்

celerity *(n)* : quickness, swiftness, விரைவு, வேகம்

celery *(n)* : plant whose stem is used as a vegetable, காய்கறியாகப் பயன்படும் வெளிறிய தண்டுகளையுடைய செடி

celestial *(adj)* : heavenly, divine, of the sky, விண்ணுலகத்துக்குரிய, தெய்வீகமான, வானியலான

celibacy *(n)* : the state of living unmarried, திருமணமாகாத நிலை

cell *(n)* : a small private room, a microscopic unit of living matter, unit of an electric battery, cave, சிறு தனியறை, உயிரணு, மின்கலம், குகை

cellar *(n)* : an underground storage for coal, wine, etc., மது, நிலக்கரி போன்றவற்றை சேமித்து வைப்பதற்கான நிலக்கிடங்கு, நிலவறை

cement *(n)* : a kind of mortar, anything such as glue that makes two things stick together, சிமெண்ட், பசை

cemetery *(n)* : burial ground, சுடுகாடு

cenotaph *(n)* : a monument to a person, நினைவுச் சின்னம்.

cense *(v)* : worship with burning incense, ஊதுபத்தி போன்ற நறுமணப் பொருள்களால் தூபமிட்டு வணங்கு

censor *(n)* : an official examiner, auditor, scrutineer, தணிக்கையாளர். ஆராய்பவர். கண்காணிப்பவர், *(v)* : examine, scrutinize, prohibit, cut-out, ஆய்வு செய், குற்றம் கண்டுபிடி, தணிக்கை செய், தடை செய்

censure *(n)* : a scolding, a blame, திட்டு, நிந்தை, பழிப்பு; *(v)* : to blame, திட்டு, நிந்தனை செய், பழி

census *(n)* : an official enumeration of the people in a country, மக்கள் தொகைக் கணக்கெடுப்பு

cent *(n)* : one hundred, hundredth part of a dollar, நூறு, நூற்றில் ஒரு

பங்கு, டாலரின் நூறில் ஒரு பங்கு

centaur *(n)* : an imaginary animal-half horse and half man, *பாதி குதிரை உருவமும் பாதி மனித உருவமு முள்ள கற்பனை விலங்கு*

centenary *(n)* : celebration on the completion of a period of hundred years, *நூற்றாண்டு விழா*

centime *(n)* : a French coin, the hundredth part of a franc, *பிரெஞ்சு நாணயம், ஒரு பிராங்கின் நூற் றில் ஒரு பங்கு*

centipede *(n)* : a multifooted crawling, creature, *பூரான், நூறுகால் பூச்சி*

centre *(n)* : middle, middle point or part, *மையம், மையப்புள்ளி, மையப் பகுதி*

centrifugal *(adj)* : tending to move away from the centre, *மையம் விட்டோடும்*

centripetal *(adj)* : tending to move towards the centre, *மையம் நோக்கி வரும்*

century *(n)* : a hundred, hundred years, *நூறு, நூறாண்டு*

ceramic *(adj)* : pertaining to the art of pottery, *மண்பாண்டக் கலைச் சார்ந்த*

cereal *(adj)* : of edible grains, *(n)*: *தானியம் வகையைச் சார்ந்த*

ceremony *(n)* : a series of formal or solemn actions (performed on important occasions), *சமயச் சடங்கு*

cerise *(n)* : a light red colour, *இளஞ் சிவப்பு நிறம்*

certain *(adj)* : sure, not to be doubted, someone (indefinite), *உறுதியான, சந்தேகமற்ற, ஏதோ ஒரு, யாரோ ஒரு*

certainly *(adv)* : surely, *நிச்சயமாக*

certainty *(n)* : surety, confidence, *உறுதி, உண்மை*

certes *(adv)* : certainly, assuredly, *நிச்சயமாக, உறுதியாக*

certificate *(n)* : a testimonial, a written statement that something has happened or is true, *சான்றிதழ் தகுதிச் சான்று, உறுதிச் சீட்டு*

certify *(v)* : attest, give a certificate, *உண்மையென்று அறிவி, சான் றிதழ் அளி*

cess *(n)* : a tax, *வரி*

cessation *(n)* : a pause, a ceasing, *இடை நிறுத்தம், நிறுத்துதல்*

cession *(n)* : giving up, surrender, *விட்டுக் கொடுத்தல், ஒப் படைத்தல்*

cesspool *(n)* : a covered well or pit in which filthy water collects, *கழிவு நீர் சாக்கடைக் குழி*

chafe *(v)* : to make sore or hot by rubbing, irritate, *தேய்த்துப் புண் ணாக்கு, தேய்த்துச் சூடாக்கு, கோபமூட்டு*

chafer *(n)* : a kind of beetle, *ஒரு வகை வண்டு*

chaff *(n)* : the outer covering of the grain, anything left over of no great value, *உமி, பதர், பயனற்ற பொருள்*

chaffinch *(n)* : a little European song bird, *ஐரோப்பாவில் காணப்படும் குயில் போன்ற ஒரு வகைப் பறவை*

chagrin *(n)* : great disappointment or annoyance, *பெரும் ஏமாற்றம், மன எரிச்சல்*

chain *(n)* : a series, an unbroken line

of things, வரிசை, சங்கிலி, தொடர்

chair *(n)* : a seat with legs and a back, a seat of authority, position or professor, நாற்காலி, அதிகார இருக்கை அல்லது பதவி, பேராசிரியர் பதவி, கல்விப் பீடம்

chairman *(n)* : president, தலைவர்

chaise *(n)* : an open carriage drawn by horses, சாரட்டு

chalk *(n)* : a soft white lime stone, சாக்குக் கட்டி.

challenge *(n)* : invitation or call to enter a contest or fight, போட்டிக்கு அழைத்தல், சண்டைக்குக் கூப்பிடுதல், அறை கூவுதல்; *(v)* : invite to a contest, அறை கூவு.

chamber *(n)* : a private room, office of the judge or lawyer; the place where a meeting is held, committee, தனியறை, சட்டமன்றப் பிரிவு, குழுக்கூட்டம் நடைபெறும் இடம், குழு

chamelion *(n)* : a species of lizard whose colour changes according to its background, பச்சோந்தி

chamois *(n)* : a goat-like deer living in the high mountain, its leather, ஆடு போன்ற ஒரு வகை மலை மான், அதன் தோல்

champ *(v)* : to make a chewing action or noise, bite noisily, சப்பு, ஓசையுடன் பல்லால் அரை, பல்லை நற நற வென்று கடி; *(n)* : chewing action, சவைக்கும் ஓசை

champagne *(n)* : sparkling French wine, பிரெஞ்சு நாட்டு திராட்சை மது வகை

champion *(n)* : the victor in an open competition, a person or team which comes first, a person who argues in support of another, வெற்றி வீரர், வெற்றிக்குழு, பரிந்து பேசுபவன்

chance *(n)* : fortune or luck, opportunity, possibility, unexpected happening or event, யோகம், வாய்ப்பு, நிகழக் கூடியது, தற்செயல் நிகழ்ச்சி, எதிர்பாரா நிகழ்ச்சி, *(v)* : take a risk, happen accidentally, துணிந்து செயலாற்று, தற் செயலாக நிகழ்

chandelier *(n)* : a branched framework hanging from the ceiling for holding lights, சர விளக்கு, கொத்து விளக்கு, தொங்கும் கிளை

chandler *(n)* : a merchant selling candles, oil, soap, etc., எண்ணெய், மெழுகுத்திரி, சோப்பு முதலியன விற்கும் பல சரக்கு வணிகர்

change *(n)* : alteration, variation, money in smaller units, மாற்றம், மாறுதல், சில்லறைக் காசு; *(v)* : alter, exchange, modify, put in the place of, vary, மாற்று, திருத்தி அமை, ஒன்றை மற்றொன்றாக்கு, மாறுபாடு அடை

channel *(n)* : a canal, a groove, a passage, stretch of water joining two seas or rivers, the deeper part of a river, band of frequencies in a transmission set, கால்வாய், கடல் சந்தி, (கடல்), அழமான நீர்ப்பகுதி, (வானொலி) அலை இடைவெளிப் பகுதி

chant *(v)* : to sing, பாடு, *(n)* : a kind of sacred music, a singing intonation in speech, ஒரு வகை சமயப் பாடல், ராகத்தோடு கூடிய பேச்சு

chaos *(n)* : complete disorder, confusion, ஒழுங்கின்மை, குழப்பம்,

கலவரம்

chaotic *(n)* : in the state of confusion, completely disordered, குழப்பமான, தாறுமாறான

chap *(n)* : a young person, boy or man, a crack in the skin, a knock, சிறு பையன், மனிதன், தோலில் உண்டாகும் வெடிப்பு, பனி வெடிப்பு, தட்டுதல்; *(v)* : to crack, to split, to knock, பிள, தட்டு.

chapel *(n)* : a place used for Christian worship attached to an institution, palace, prison, etc., கிறித்துவச் சிறு கோவில்

chaperon *(n)* : a lady attendant of a young unmarried woman on social occasions, பொது நிகழ்ச்சிகளுக்குச் செல்லும் இளம் பெண்ணுக்குக் காவாலாகச் செல்பவள்

chapfallen *(adj)* : without a lower jaw, dejected, dispirited, மன முடைந்த, சோர்ந்த

chaplain *(n)* : a clergyman attached to an army, navy or air force or to a private family, தனி மத குரு, குடும்பப் புரோகிதன்

chapman *(n)* : a pedlar, ஒவ்வொரிடமாகக் கொண்டு சென்று விற்கும் விற்பனையாளர்

chapter *(n)* : main division of a book, an assembly of monks, a branch of a society, இயல், பாதிரியார் குழுக் கூட்டம், கழகம்

char *(v)* : to burn until turning into black by incomplete combustion, கரியாக்கு

character *(n)* : mental or moral nature, the good qualities of a person, a person in a play, story, film, etc., a letter of the alphabet பண்பு, சிறப்பியல்பு, கதை மாந்தர், எழுத்து

characteristic *(adj)* : typical, peculiar, distinctive, குறிப்பிடத்தக்க, தனிமாதிரியான, சிறப்பான;

charcoal *(n)* : a black carbonaceous substance made by burning wood partly, மரக்கரி, கரிக்கட்டை

charge *(n)* : a load, blame, price, sudden and violent attack, responsibility, the amount of gun powder in a bullet, சுமை, குற்றச் சாட்டு, விலை, தாக்குதல், பொறுப்பு, துப்பாக்கியிலுள்ள மருந்தின் அளவு; *(v)* : to load, fill, accuse, ask a price for, attack, சுமை ஏற்று, நிரப்பு, குற்றம் சாட்டு, விலை பேசு, தாக்கு

charger *(n)* : a large flat dish, war horse, one who or that which charges, தாம்பாளம், போர்க் குதிரை, நிரப்பி

chariot *(n)* : an ancient state coach, தேர், இரதம்

charitable *(adj)* : generous, merciful அறச்சிந்தையுள்ள, இரக்க உள்ளமுடைய

charity *(n)* : alms, kindness, generosity, society or a organisation for helping the poor, கருணை, அறம், அற நிலையம்

charlatan *(n)* : one who pretends to have more knowledge and ability than really he has, போலி அறிஞன், அறிவு அல்லது திறமை உடையவன் போல் நடிப்பவன்

charm *(n)* : magic power, physical or mental beauty, attraction, மந்திர

சக்தி, உடல் அழகு, மன அழகு, கவர்ச்சி; *(v)* : use magic on, please, attract, மந்திரத்தால் வசப்படுத்து, மகிழ்வி, கவரு, மயக்கு

charnel-house *(n)* : a place where dead human bodies or their bones are put, சவக் கிடங்கு, எலும்புக் கிடங்கு

chart *(n)* : a map, a sheet of paper giving information graphically or in a tabular form, விளக்கப் படம், வரை படம், அட்டவணை

charter *(n)* : a written evidence or agreement as a deed, contract, பட்டயம், உரிமைப் பத்திரம், ஒப்பந்தம், *(v)* : hire, grant a privilege to, வாடகைக்கு விடு, தனி உரிமையளி

chary *(adj)* : careful, cautious, sparing, கவனமுடைய, எச்சரிக்கையுள்ள, கஞ்சத்தனமான

chase *(v)* : drive away, run after in order to catch, to hunt, துரத்து, பின் தொடர், வேட்டையாடு; *(n)* : a hunt, hunters collectively, வேட்டை, வேட்டைக்காரர்கள்

chasm *(n)* : a deep wide crack, ஆழமான பெரும் பிளவு

chaste *(adj)* : pure, honest, modest, தூய்மையான, உண்மையான, கற்புடைய

chasten *(v)* : to make humble, to punish in order to correct, refine, அடக்கு, திருத்துவதற்காகத் தண்டனை அளி, தூய்மைப் படுத்து, சீர்ப்படுத்து

chastity *(n)* : sexual purity or virginity, purity, கற்பு, தூய்மை

chastize *(v)* : punish severely by beating or whipping and correct அடித்துத் திருத்து

chat *(n)* : informal talk, familiar speech, அளவளாவுதல், உரையாடல்; *(v)* : to talk idly, வெறுமனே அளவளாவு

chattels *(n)* : articles of movable property, இயங்குடைமைப் பொருள், தட்டு முட்டுச் சாமான்

chatter *(v)* : talk rapidly and foolishly, to sound the teeth, அவசரமாகப் பேசு, பிதற்று, பற்களை நறநற வென்று கடி; *(n)* : a rapid and foolish speech, a rattling of the teeth, கடகட வென்று பேசுதல், அர்த்தமற்ற பேச்சு, பற்களை நெறிக்கும் ஓசை

chauffeur *(n)* : a motor car driver, மோட்டார் ஓட்டி

cheap *(adj)* : moderate, of low price, low, poor in quality, மிதமான, மலிவான, இழிந்த, மோசமான

cheapen *(v)* : to make cheap, மலிவாக்கு

cheat *(v)* : deceive, act in a dishonest way, ஏமாற்று, நம்பிக்கைத் துரோகம் செய்; *(n)* : a fraud, one who cheats, ஏமாற்றுபவன், வஞ்சிப்பவன்

check *(n)* : a sudden stoppage, scrutiny, any person or thing that stops or restrains, a position in the game of chess, a pattern of crossed lines forming squares. தடை, தணிக்கை, தடுப்புப் பொருள், தடுப்பவர், சதுரங்க ஆட்டத்தில் ஒரு நிலை, கட்டம்; *(v)* : to restrain, compare and examine to make certain of accuracy, interrupt, to make into squares, அடக்கு, சரி பார், தணிக்கை செய், தடுத்து

நிறுத்து, கட்டம் போடு

cheddar *(n)* : a kind of hard cheese, பாலாடைக் கட்டி வகை

cheek *(n)* : the side of the face below the eyes and at the side of the mouth, கன்னம்

cheer *(n)* : a shout of joy or encouragement, joy, food, மகிழ்ச்சி ஆரவாரம், மகிழ்ச்சி, விருந்துணவு; *(v)* : encourage, to comfort, to shout joyfully, ஊக்கமூட்டு, உற்சாகப்படுத்து, மகிழ்ச்சி ஆரவாரம் செய்

cheerful *(adj)* : joyous, gay, pleasant, lively, மகிழ்ச்சியுடைய, இன்பமான, விருப்பமுடைய, சுறுசுறுப்பான

cheese *(n)* : a solid food made from the curd or milk, பாலாடைக் கட்டி

cheetah *(n)* : an animal of the cat family like leopard, சிறுத்தைப் புலி

chef *(n)* : a male head cook, தலைமைச் சமையற்காரன்

chemist *(n)* : one skilled in chemistry, druggist, இரசாயனவியல் அறிஞர், மருந்து தயாரித்து விற்பவர்

cheque *(n)* : a written order for money to a bank, காசோலை

chequer *(n)* : a pattern of coloured squares, a chess board, பலவண்ணக் கட்டங்களுடைய ஒரு அமைப்பு, சதுரங்க ஆட்டப் பலகை

cherish *(v)* : to protect and care with kindness, to keep in the heart, அன்புடன் சீராட்டு, போற்று, நினைவில் பேண்

cheroot *(n)* : a small cigar with both ends open, சுருட்டு

cherry *(n)* : a small round red fruit, the tree that bears it, ஒரு வகைச் சிறிய சிவந்த பழம், இவ்வகைப் பழம் தரும் மரம்

chess *(n)* : a game for two persons played on a chequered board having 64 squares, சதுரங்க விளையாட்டு

chest *(n)* : a large strong box with a cover and drawers in it, the part of the body containing heart and lungs, வலுவுள்ள பெரிய பெட்டகம், நெஞ்சு

chestnut *(n)* : a kind of nut, reddish brown horse, ஒரு வகைக் கொட்டை, பழுப்பு நிறக் குதிரை

chevy, chivvy *(n)* : hunt, a chase வேட்டை, துரத்துதல்

chew *(v)* : cut or grind with the teeth, மெல்லு

chicane *(n)* : a trick, fraud, ஏமாற்று, ஏய்ப்பு, புரட்டு

chicken *(n)* : the young one of a hen, கோழிக் குஞ்சு

chicken-hearted *(adj)* : easily frightened, faint-hearted, cowardly, அச்சமுற்ற, நெஞ்சுரமற்ற, கோழையான

chickenpox *(n)* : a sickness, சின்னம்மை

chicory *(n)* : a plant whose root is roasted and ground to mix with coffee powder, சிக்கரிச் செடி, காப்பித் தூளுடன் கலக்கப் படும் பொடி வகையின் வேர்

chide *(v)* : scold, blame, திட்டு, குற்றங் கூறு

chiding *(n)* : a scolding, திட்டுதல்

chief *(n)* : a leader, head, தலைவன்; *(adj)* : principal, first, தலைமை

யான, முதன்மையான

chieftain *(n)* : any leader, head, தலைவன், முதன்மையானவன்

chiffon *(n)* : a transparent flimsy material, மிக மெல்லியதான துணி.

chilblain *(n)* : a painful swelling on hand and feet caused by cold weather, கடுங்குளிரால் கை கால்களில் ஏற்படும் வீக்கம், சேற்றுப் புண்

child *(n)* : an infant, a young boy or girl, குழந்தை, சிறுவன், சிறுமி

childish *(adj)* : silly, behaving like a child, அற்பத்தனமான, சிறு பிள்ளைத்தனமான

chill *(adj)* : shivering, unpleasantly cold, unemotional, நடுக்குகிற, குளிரான, உணர்ச்சியற்ற; *(n)* : coldness, a shivering feeling, coldness of manners, குளிர், குளிர்ச்சி, உணர்ச்சிக் குறைவு, ஆர்வக்கேடு; *(v)* : make cool, harden by a sudden cooling, discourage, குளிரூட்டு, உறைய வை, ஊக்கம் கெடு

chime *(n)* : the musical sound of bells in harmony, ஒத்திசைக்கும் மணியோசை; *(v)* : to sound in harmony, to strike, ஒத்திசை, மணியடி

chimerical *(adj)* : impracticable, imaginary, baseless, நடைமுறைக் கொவ்வாத, கற்பனையான, ஆதாரமற்ற

chimney *(n)* : a wide glass, a tube round the flame of a lamp, any structure to draw smoke from the fire, விளக்கு சிம்னி, புகை போக்கி

chimpanzee *(n)* : man-like ape, மனிதக் குரங்கு, வாலில்லாக் குரங்கு

chin *(n)* : the lowest part of the face below the mouth, மோவாய்க் கட்டை

china *(n)* : porcelain, பீங்கான்

chinaware *(n)* : articles made of porcelain, பீங்கான் சாமான்

chink *(n)* : a small narrow cleft. ringing sound as of coins, sound of glasses striking together, குறுகிய துளை, ஆழமான பிளவு, கலகல வென்ற ஒலி, கலீர் என்ற ஓசை

chip *(n)* : a small piece of wood or vegetable, broken or chopped off, a thin slice of fried vegetable, one of the dried droppings of animals used as fuel, சிறிய துண்டு, வற்றல், வரட்டி

chirp *(v)* : make a sharp shrill cry, கிரீச்சிடு; *(n)* : the sharp shrill sound of a bird or insect, பறவை (அ) பூச்சி இனம் எழுப்பும் கீச்சுக் கீச்சென்ற ஒலி

chisel *(n)* : a cutting tool with a long flat edge, வெட்டுளி; *(v)* : cut and shape with a chisel, வெட்டு, செதுக்கு

chit *(n)* : a short note, a voucher, துண்டுச் சீட்டு, பணக் குறிப்புச் சீட்டு

chivalrous *(adj)* : courteous, bold, magnanimous, வீரமான, துணிச்சலுடைய, பெருந்தன்மையுடைய

chivalry *(n)* : knighthood, brave act, magnanimity, quality of defending the weak, வீர மரபு, வீரச் செயல், பெருந்தன்மை, எளியோரைக் காக்கும் தன்மை

choice *(n)* : things chosen, act, right or possibility of choosing the best, தேர்ந்தெடுக்கப்பட்டவை, தேர்வு, தேர்வுரிமை, தேர்வாற்றல்; *(adj)* : select, excellent, தெர்ந்தெடுத்த, சிறந்த

choir *(n)* : a body of trained singers, the part of the church occupied by the church singers, பாடகர் குழு, கிறித்துவக் கோவிலில் பாடகர் குழுவிற்குரிய பகுதி

choke *(v)* : to stop the breathing of, suffocate, fill up, block, மூச்சடை, மூச்சுத் திணற வை, அடைத்து விடு, தடை செய்; *(n)* : the act of choking, suffocation, a device in the petrol engine, மூச்சுத் தடை, மூச்சுத் திணறல், மூச்சு முட்டு, தடுப்பி

cholera *(n)* : an infectious deadly disease, வாந்தி பேதி

choose *(v)* : pick out and select from a greater number, prefer, decide, ஆராய்ந்து எடு, பொறுக்கிக் கொள், தேர்ந்தெடு, விரும்பு, முடிவு செய்து தேர்ந்தெடு

chop *(v)* : cut into small pieces with a sudden blow, நறுக்கித் துண்டு போடு, துண்டி

chop-sticks *(n)* : two small sticks used by Chinese to bring food to the mouth, சைனர்கள் உணவருந்தப் பயன்படுத்தும் இரு குச்சிகள்

chord *(n)* : the straight line connecting the ends of an arc, the string of a musical instrument, any string-like structure, வில் நாண், இசைக் கருவிகளின் நரம்பு, நரம்பு

chorus *(n)* : a song in which all join, a band of singers, any simultaneous utterance of many people, குழு, இசை, பாடகர் குழு, பலர் சேர்ந்து ஒன்றாகச் சொல்லுதல், பல குரல் பேச்சு

choultry *(n)* : a public rest house, சத்திரம், சாவடி

Christ *(n)* : Jesus, இயேசு நாதர்

christen *(v)* : give a name to, to baptize, இயேசுவின் பெயரால் நாமஞ்சூட்டு, கிறித்துவ சமயத்தில் சேர்த்துக் கொள்

Christian *(n)* : follower of Christ, கிறித்துவச் சமயத்தினன்; *(adj)* : relating to Christianity, கிறித்துவச் சமயச் சார்பான

Christianity *(n)* : the religion of Christ, கிறித்துவச் சமயம்

Christmas *(n)* : an annual celebration of the birth of Christ held on 25th December, ஒவ்வொரு ஆண்டும் டிசம்பர் 25-ம் நாள் கிறித்துவின் பிறந்த நாளைக் கொண்டாடும் (கிறித்துவப் பண்டிகை)

chronic *(adj)* : prolonged, severe, நாட்பட்ட, முற்றிய, கடுமையான

chronicle *(n)* : a record of events in the order of time, annals, கால வரிசையில் தொகுக்கப்பட்ட நிகழ்ச்சித் தொடர்க் குறிப்பு, ஆண்டுக் குறிப்பு

chronological *(adj)* : having to do with the time, arranged in the order of events, கால வரிசையான, கால வரிசைப்படியமைந்த, கால வரிசைப்படுத்தப்பட்ட

chronometer *(n)* : a time measuring instrument, காலக் கணிப்பு மணி, மணிப்பொறி

chubby *(adj)* : round, fat plump, உருண்ட, கொழு கொழுவென்ற, திரட்சியான

chuck *(n)* : a gentle blow under the chin, dismissal, a careless throw, தாடையின் கீழ்ச் செல்லமாகத் தட்டுதல், நீக்கம், அலட்சியமாக எறிதல்; *(v)* : to put gently, throw, தாடையின் கீழ்ச் செல்லமாகத் தட்டு, தூக்கியெறி

chuckle *(n)* : a low laugh with closed mouth, உள்ளூர நகைத்தல்; *(v)* : laugh quietly, உள்ளூரச் சிரி

chum *(n)* : an intimate friend, நெருங்கிய நண்பன்

chunk *(n)* : thick lump cut off, வெட்டப்பட்ட தடிமனான துண்டு

church *(n)* : the public building of worship for Christians, கிறித்துவர் கோயில்

churl *(n)* : a country man, a rough mannered fellow of low birth, நாட்டுப்புறத்தான், பண்பற்றவன், கீழ் மகன், முரடன்

churlish *(adj)* : rude, ill-bred, முரட்டுத்தனமான, காட்டுமிராண்டித்தனமான, இழிந்த

churn *(n)* : a kind of vessel used for the separation of butter from the curd, தயிர் கடைந்து வெண்ணையெடுக்கப் பயன்படும் தாழி, தயிர் கடையும் மத்து; *(v)* : to stir or agitate to get butter, தயிர் கடை

cigar *(n)* : a small roll of tobacco leaves for smoking, புகையிலைச் சுருட்டு

cigarette *(n)* : a thin roll of finely cut tobacco, வெண் சுருட்டு, சிகரெட்டு

cinchona *(n)* : a kind of tree from whose bark quinine is obtained, கொய்னா மரம்

cincture *(n)* : girdle, belt, சுற்று வளையம், கச்சை

cinder *(n)* : partly burnt wood or coal, கனல், தணல், கொள்ளிக் கட்டை, தணல் கரி

cipher, cypher *(n)* : figure 0, a person or thing of little value, a secret code of writing, சுழி, மதிப்பில்லாத பொருள், மதிப்பற்ற மனிதன், சங்கேத மொழி அல்லது இரகசியக் குறியீடு

circle *(n)* : a round figure, an association of persons bound together by having the same or similar interests, வட்டம், வளையம், ஒத்த நோக்கத்துடன் ஒன்று சேர்ந்த குழுவினர்

circuit *(n)* : the act of moving round, சுற்றுதல், சுற்று

circuitous *(adj)* : round about, சுற்று வழியான, சுற்று வளைவான

circular *(adj)* : round in shape, வட்ட வடிவமான; *(n)* : a communication in the form of letter sent round to a number of persons, சுற்றறிக்கை

circulate *(v)* : to spread about, to move round, பரப்பு, சுற்றிச் செல்

circumcision *(n)* : religious ceremony of the Jews and Muslims, சுன்னத்து விழா

circumference *(n)* : the boundary line of a circle, distance around something, (வட்டத்தின்) சுற்றளவு

circumlocution *(n)* : a round about way of saying something, சுற்றி வளைத்துப் பேசும் பேச்சு

circumnavigate *(v)* : to travel round in a ship, கப்பலில் சுற்றுப் பயணம் செய்

circumscribe *(v)* : to draw a line around, enclose, limit, restrict, சுற்றிக் கோடு வரை, உட்படுத்து, வரம்பிடு, கட்டுப்படுத்து

circumspect *(adj)* : careful, cautious, looking round watchfully, கவனமுள்ள, எச்சரிக்கையுள்ள, எச்சரிக்கையோடு நாலாபக்கமும் நோக்குகிற

circumstance *(n)* : situation, a condition or stage connected with an event, happening, சந்தர்ப்பம், சூழ்நிலை, நிகழ்ச்சி

circumvent *(v)* : defeat, cheat, to get round, சூழ்ச்சி செய்து வெல், ஏமாற்று, சுற்றிச் செல், வளைத்துக் கொள்

circus *(n)* : a place for the exhibition of physical feats and also a show in which animals perform, மனிதர்களும் விலங்குகளும் பல வேடிக்கை வினோதங்களையும் திரச் செயல்களையும் செய்து காட்டும் அரங்கம்

cist *(n)* : a pre-historic stone coffin, பழங்காலக் கல்லறை

cistern *(n)* : a large tank for storing water, any natural reservoir, தண்ணீர்த் தொட்டி, தொட்டி

citadel *(n)* : any strong fortress, கோட்டை, அரண்

cite *(v)* : quote, to summon to appear in a law-court, மேற்கோள் காட்டு, மன்றத்திற்கு ஆஜராகுமாறு அழை

citizen *(n)* : a civilian, a person who belongs to a particular country, குடிமகன், ஒரு குறிப்பிட்ட நாட்டைச் சேர்ந்தவன்

citron *(n)* : lemon-like fruit, நார்த்தங்காய்

city *(n)* : a large and important town, borough, மாநகர், தன்னாட்சி உரிமைபெற்ற நகரம்

civet *(n)* : small spotted cat yielding a substance with musk like odour, புனுகுப் பூனை

civic *(adj)* : pertaining to a city, civil, நகர் சார்ந்த, குடியுரிமைக்குரிய

civics *(n)* : the science of government, குடியியல், ஆட்சியியல்

civil *(adj)* : pertaining to citizen, society etc., belonging to private legal rights, polite, குடிமகனுக்குரிய, சமூகத்திற்குரிய, ஒருவனது தனிப்பட்ட சட்ட உரிமைகள் குறித்த, அடக்கமுள்ள

civilian *(n)* : one who is not in the army, one who is a member of the civil administrative service, படைத்துறை சாராத குடிமகன் (அ) அரசு அலுவலர்; *(adj)* : non-military, படைத்துறை சாராத

civility *(n)* : good manners, a civil act or speech, நன்னடத்தை, பண்பு நயம்.

civilization *(n)* : the state of civilizing or being civilized, the standard of social development of a nation or region at a certain period, நாகரீகம் அடைந்துள்ள நிலை, நாட்டு நாகரீகம், மக்கள் பண்பாடு, நாகரீகம்

civilize *(v)* : train and improve persons to a state of civilization, நாகரீகப்படுத்து, பண்படுத்து.

clad *(v)* : past tense and past participle of 'clothe', clothe என்பதன் இறந்தகால, இறந்தகால முற்றெச்ச வடிவம்

claim *(n)* : a right to demand something, உரிமை, உரிமைப் பொருள் *(v)* : to demand on the grounds of right, require உரிமை கொண்டாடு, வேண்டு

claimant *(n)* : petitioner, one who makes legal claim or right, விண்ணப்பதாரர், சட்டப்படி உரிமை பாராட்டுபவர், உரிமையாளர்

clairvoyance *(n)* : power of seeing mentally what is happening out of sight, தொலைவில் நிகழ்வன வற்றை மனஉணர்வால் அறிதல், அகக்கண் கொண்டு நோக்குதல்

clamber *(v)* : to climb with some difficulty, பற்றிப் பிடித்து ஏறு

clamour *(n)* : a great public outcry, loud cry and loud confused noise, கூச்சல், கூப்பாடு, இரைச்சல்

clamp *(n)* : a device for holding things tightly together, பற்றி, இறுக்கி

clan *(n)* : a large family group or tribe under a chief, கூட்டுக் குடும்பம், குலம், இனம்.

clandestine *(adj)* : concealed, hidden secret, மறைமுகமான, ஒளிவு மறைவான

clang *(n)* : a loud ringing sound as of a metal, கண கணவென்ற ஒலி *(v)* : ring harshly, கணீரென்று ஒலி எழுப்பு

clank *(n)* : a sharp sound like that made by rattling chain, சங்கிலி ஓசை.

clap *(v)* : strike in a friendly manner, applaud, (நட்போடு) தட்டிக் கொடு. *(n)* : loud explosive noise or crash, இடியோசை, வெடியொலி

claret *(n)* : a kind of wine red in colour, ஒரு வகைச் சிவப்பு மது

clarification *(n)* : making clear, தெளிவுபடுத்துதல்

clarify *(v)* : make clear or understandable, தெளிவுபடுத்து, அறிந்து கொள்ளும்படிச் செய்

clarinet, clarionet *(n)* : a wood wind instrument, மர ஊதுகுழல்

clarion *(n)* : a kind of small trumpet, the sound of trumpet or any sound resembling it, எக்காளம், எக்காள ஒலி, உரத்த ஒலி

clarity *(n)* : clearness, தெளிவு

clash *(n)* : conflict, disagreement, collision, a loud noise like that caused by weapon striking together, சண்டை, கருத்து வேறுபாடு, மோதல், ஆயுதங்கள் ஒன்றோடு ஒன்று மோதுவது போன்ற ஒலி; *(v)* : to collide, to meet in opposition, மோது, சண்டையிடு, முரண்படு

clasp *(v)* : hold tightly, fasten with a clamp, இறுகப்பற்று, இடுக்கியால் பிடி; *(n)* : fastener, பற்றி

class *(n)* : group, rank, grade, order, division, arrangement, caste system distinction, high rank, வகுப்புவகை, கல்வி வகுப்பு, இனவகுப்பு போன்றவை, திறமைப்படி நிலை, உயர்தரம்; *(v)* : to arrange in some order, assign rank to, வகைப்படுத்து, தரம் பிரி, தரப்படுத்து

classic *(n)* : any great writer or book of excellence, a work of unique merit, புகழ் பெற்ற எழுத்தாளர், அல்லது நூல், தனிச்சிறப்புடைய பணி அல்லது வேலைப்பாடு

classify *(v)* : arrange into classes, வகையாக்கம் செய், இனவாரியாகப் பிரி

clatter *(n)* : a confused rattling noise, noisy talk, பட படவென்ற ஒலி, உரத்த பேச்சு; *(v)* : raise a rattling sound, make short sharp noises repeatedly, கட கட வென்று ஒலி எழுப்பு, இரைச்சல் உண்டாக்கு

clause *(n)* : sentence or part of a sentence, part of contract, வாக்கியம், வாக்கியத்தின் உட்பிரிவு, ஒப்பந்தத்தின் ஒரு கூறு

claw *(n)* : sharp hooked nails of beast or bird, anything sharp or hooked, a device like a claw, விலங்கு அல்லது பறவையின்கூர்வளைவான நகம், கூர்மையான அல்லது வளைந்த பொருள், நகம் போன்று வளைந்த கருவி

clay *(n)* : a kind of stiff earth that can be moulded easily when wet, களிமண்

clean *(adj)* : pure, free from dirt, தூய்மையான, மாசற்ற, தூசியற்ற, அழுக்கற்ற. *(v)* : remove dirt from, தூய்மையாக்கு, மாசகற்று

cleanliness *(n)* : purity, neatness, தூய்மை, துப்புரவு

cleanse *(v)* : make pure, make clean, தூய்மைப் படுத்து, துப்பரவாக்கு

clear *(adj)* : pure, easily understood, free from uncertainty, distinct, குற்றமற்ற, எளிதில் அறிந்துகொள்ளக் கூடிய, வெளிப்படையான, தெளிவான, ஐயத்துக்கு இடமற்ற

clearing *(n)* : the act of removing, land cleared of trees,etc., exchanging of bank cheques, drafts, etc., நீக்குதல், மாற்றுதல், காடு வெட்டி நாடாக்கப்பட்ட நிலப்பகுதி, காசோலை, காசு உண்டி ஆகியவற்றின் கணக்குத் தீர்வு

cleavage *(n)* : a cleft, difference, பிளவு, வேறுபாடு

cleave *(v)* : chop, split, penetrate, join together, வெட்டு, பிள, ஊடுருவு, ஒட்டிக்கொள்

cleft *(n)* : past tense and past participle of cleave, 'cleave' என்பதன் இறந்தகால, இறந்த கால முடிவெச்சம்

clematis *(n)* : a creeping shrub, புதர்க்கொடி

clemency *(n)* : mercy, tenderness, mildness of temper. etc., readiness to forgive, தயவு, கருணை, பொறுமை, இரக்கம், பிழை பொறுக்கும் தன்மை

clench, clinch *(v)* : press or grip together, confirm, rivet a nail, அழுத்திப் பிடி, இறுகப்பற்று, அறுதியிட்டு உறுதி செய், ஆணியை அடித்து இறக்கு; *(n)* : a position of boxing, குத்துச் சண்டையின் ஒரு நிலை

clergy *(n)* : priests of Christian religion, கிறித்துவ மத குரு

clerk *(n)* : an official who looks after the records, letter correspondence and accounts, எழுத்தர்

clever *(adj)* : talent, skilful அறிவுக் கூர்மையுடைய, திறமையுள்ள

cleverness *(n)* : skill, wisdom, திறமை, அறிவுக்கூர்மை

click *(n)* : a slight sharp sound,'கிளிக்' என்ற ஓசை

client *(n)* : customer, person who gets advice from a lawyer, dependent or follower, வாடிக்கைக் காரன், வழக்கறிஞரின் கட்சிக்

காரன்(அ) சார்ந்திருப்பவன், பின்பற்றுபவன்

cliff *(n)* : a high steep rock, செங்குத்தான பாறை.

climate *(n)* : the weather condition in an area, தட்ப வெட்ப நிலை

climax *(n)* : gradation, top, event of greatest interest, படிப்படியாக உயர்த்துதல், உச்சி, உச்சக்கட்ட நிகழ்ச்சி

climb *(v)* : mount, grow along, ascend, ஏறு, தவழ்ந்து ஏறு, மேலே செல்; *(n)* : act of ascending, ஏறுதல்

climber *(n)* : a climbing plant, a person who climbs, படர் கொடி, ஏறுபவன்

clime *(n)* : a country, the climate it enjoys, நாடு, தட்ப வெட்ப நிலை

cling *(v)* : hold fast to something firm to remain in contact, ஒப்புக் கொள், சேர்ந்து இரு

clinic *(n)* : teaching of medical science at the bed side of the patient, such an institution, மருத்துவப் பயிற்சிசாலை, நோயாளியின் படுக்கை அருகிலேயே மருத்துவத் துறைக்குரிய பயிற்சியளிக்கும் வகுப்பு, . மருத்துவ விடுதி, தனி மருத்துவமனை

clink *(v)* : make a ringing sound, கண கண வென்ற ஒலி எழுப்பு

clip *(v)* : cut, make short, hold firmly, வெட்டு, சிறிதாகக் கத்திரி, இறுகப்பிடி; *(n)* : a device for holding things firmly, கௌவி

clique *(n)* : a small exclusive party, a group of persons, கருத்து வேறுபாடு கொண்ட சிறு குழு, சிறு குழுவினா

cloak *(n)* : a loose outer garment, a mask, தளர்மேலாடை, முக்காடு; *(v)* : cover with garment, ஆடையால் மூடு

clock *(n)* : a machine for indicating time, கடிகாரம்

clod *(n)* : a lump of earth, a stupid fellow, mere matter, மண்ணாங்கட்டி, முட்டாள், உயிர்த்தன்மையற்ற பளுப்பொருள்

clog *(n)* : block of wood, a wooden soled shoe, hindrance, anything that impedes motion, மரக்கட்டை, மர மிதியடி, தடை, முட்டுக்கட்டை; *(v)* : to hinder, தடைபோடு

cloister *(n)* : monastery, nunnery, துறவி மடம், கன்னித் துறவி மடம்

close *(v)* : to shut, finish, come nearer, அடை, மூடு, முற்றுவி, பக்கத்தில் நெருங்கு; *(adj)* : narrow, sultry, near, befitting, without space in between, . குறுகிய, புழுக்கமான அண்மையான, பக்கமான, நெருக்கமான, இறுக்கமான, இடைவெளி இல்லாத

closet *(n)* : a small room for storing things, lavatory, சேமிப்பு அறை, தனியறை, கழிப்பிடம்

closure *(n)* : end, move for ending முடிவு, முடிவு கட்டுதல்

clot *(v)* : solidify, coagulate, கெட்டிப்படு, உறை; *(n)* : a coagulated mass, half solid lump formed in some liquids, உறைகட்டி, உறைந்த திரவம்

cloth *(n)* : a woven fabric, நெய்யப்பட்ட துணி

clothe *(v)* : wear garments, ஆடை உடுத்து

clothes *(n)* : articles of dress, garments, ஆடைகள், உடை.

cloud *(n)* : floating mass of fog and water vapour in the air, anything dark or gloomy, மேகம், இருள் தெளிவற்ற நிலை, துயரம்; *(v)* : obscure, darken, become sad or gloomy, மங்கலாக்கு, இருளடையச்செய், துயருறு, மனவருத்தம்கொள்

cloudy *(adj)* : covered with clouds, not clear, dim, gloomy, மேகத்தால் மூடப்பட்ட, தெளிவற்ற, மங்கலான, இருண்ட

clout *(n)* : a rag, a mark shot at by archers, a blow or knock, a piece of cloth for patching, கந்தை, அம்பால் எய்யப்படும் இலக்கு அல்லது குறி, அடி, குட்டு, ஒட்டுத்துணி, *(v)* : patch, knuckle, துணியால் ஒட்டு போடு, குட்டு, அடி

clove *(n)* : the dried flower bud of the clove tree, கிராம்பு

cloven *(v)* : past partciple of cleave, cleave என்பதன் முற்றெச்ச வடிவம்

clown *(n)* : rustic, buffoon, an ill bred fellow, a fool, நாட்டுப்புறத்தான், கோமாளி, பண்பாடற்றவன், முட்டாள்

cloy *(v)* : weary with excess of food or pleasure to fill until dislike comes. திகட்டச் செய், அளவுக்கு மீறின தன்மையால் சலிப்பூட்டு

club *(n)* : a heavy wooden stick used as a weapon, a society, one kind of play using playing cards, கதை, கனத்த தடி, சங்கம், சீட்டு விளையாட்டில் ஒரு வகை; *(v)* : unite, join together, to beat with a club, ஒன்று சேர், ஒன்றாக இணை, கனத்த தடியால் அடி

cluck *(n)* : the sound raised by a hen to call her chicks, பெட்டைக் கோழி எழுப்பும் 'க்ளக்' என்ற ஒலி அல்லது கொக்கரிப்பு

clue *(n)* : ball of thread, anything that helps to find the solution of a problem or mystery, நூல்கண்டு, ஒரு பிரச்சினையை அல்லது இரகசியத்தை அறிய உதவும் குறிப்பு, துப்பு அல்லது உளவு

clump *(n)* : a cluster of trees or shrubs, extra thickness of leather added to sole, மரங்களின் செறிவு, புதர்ச் செடிகளின் செறிவு, செருப்பின் கீழே அடிப்பகுதியில் வைத்து தைக்கப்படும் தடித்த தோல் துண்டு

clumsy *(adj)* : awkward, ungraceful, unskilful, கோணல் மாணலான, அருவருப்பான, திறமையற்ற

clung *(v)* : past tense and past participle of cling, 'cling' என்பதன் இறந்தகால, இறந்தகால முற்றெச்ச வடிவம்

cluster *(n)* : a bunch, a number of things of the same kind, a crowd, கொத்து, குலை, தொகுதி, கூட்டம். *(v)* : form into a bunch, gather, collect into a cluster, கொத்தாகு, தொகுதியாகு, கூட்டமாகக் கூட்டு, கொத்தாகத் தொகு

clutch *(v)* : to seize, hold firmly, snatch, இறுக்கமாகப்பற்று, கெட்டியாகப்பிடி, வெடுக்கெனப்பிடுங்கு; *(n)* : a firm grip, a device in an engine, இறுகப் பிடித்தல், பொறியிலுள்ள ஒரு கருவி

clutter *(n)* : confused noise, disarranged mass, litter, இரைச்சல், தாறுமாறான குவியல், குப்பை கூளம். *(v)* : to crowd together confusedly and with noise, throw out in disorder, குழப்பமான சச்சரவுடன் கூட்டங் கூடு, தாறுமாறாகச் சிதறச் செய்

coach *(n)* : a large closed four-wheeled carriage, a railway carriage, a teacher, trainer or instructor, பெரிய நான்கு சக்கர மூடு வண்டி, ரயில் வண்டிப் பெட்டி, ஆசிரியர், பயிற்சி ஆசிரியர்

coagulate *(v)* : to clot, to go hard, curdle, உறையச் செய், உறைந்து போ, இறுகு, கடினப் படுத்து, தயிர் போலக் கட்டிப்படு

coalesce *(v)* : blend, unite into one, கல, இணை, ஒன்று சேர், ஒன்று படு

coalition *(n)* : union, fusion, union of political parties for a temporary alliance, இணைதல், கூட்டிணைப்பு, அரசியல் கட்சிகளின் தற்காலிக இணைப்பு

coarse *(adj)* : rough, rude, vulgar, inferior, கரடு முரடான, முரட்டுத் தனமான, பண்பற்ற, இழிந்த

coast *(n)* : sea shore, the land next to sea, கடற்கரை, கரையோர நிலப்பகுதி

coat *(n)* : a kind of outer garment with sleeves, a layer, any outer covering, the hair or wool of a beast, ஒரு வகை மேல் சட்டை, ஒரு அடுக்கு, வெளிவுறை, விலங்கின் மயிர்

coax *(v)* : cajole, persuade someone to do what is wanted by flattery, இச்சகம் பேசு, நயமாகவும் புகழ்ந்தும் பேசி இணங்கச் செய்

cobalt *(n)* : a brittle metal, a blue colouring matter got from it, எளிதில் உடையும் தன்மையுடைய உலோகம், இவ்வுலோகத்திலிருந்து உருவாக்கப்படும் நீல வண்ணப் பொருள்

cobble *(n)* : a rounded stone used for paving, தளம் போடப் பயன்படும் உருளைக் கல்; *(v)* : mend shoes, செருப்புத் தை

cobbler *(n)* : shoe maker, clumsy workman, செருப்புத் தைக்கும் தொழிலாளி, அரை குறை வேலை செய்பவன்

coble *(n)* : a flat bottomed fishing-boat, அடி தட்டையான மீன் படகு

cobra *(n)* : a deadly poisonous snake, நல்ல பாம்பு

cobweb *(n)* : the network spun by a spider, சிலந்தி வலை

cocaine *(n)* : a drug used as local anaesthesia, போட்ட இடத்தை உணர் விழக்கச் செய்யும் மருந்து

cock *(n)* : the male birds, male of the domestic fowl, a lever in the gun, a small pile of hay, ஆண் பறவை, சேவல், துப்பாக்கியிலுள்ள ஒரு நெம்பு கோல், வைக்கோல் போர்; *(v)* : turn upwards, prepare for firing, மேல் நோக்கிச் சரி, துப்பாக்கியை இழு

cockatoo *(n)* : an Australian parrot, ஒரு வகை ஆஸ்திரேலியக் கிளி

cockatrice *(n)* : a monster like a snake blasting by its breath or look, நச்சுக் கண் பாம்பு

cockboat *(n)* : ship's small boat, கப்பல் போன்ற ஒரு வகைச் சிறு படகு

cockle *(n)* : a weed among corns, an edible shell fish, a wrinkle, a small light boat, களை, உணவாகப் பயன் படும் ஒரு வகை நத்தை, சுருக்கம், லேசான சிறு படகு

cockpit *(n)* : space for the pilot in an air craft or in a ship, place for cock fight, area of any fight, கப்பல் அல் லது விமான ஓட்டியின் இருப் பிடம், போர்க்களம்

coco *(n)* a tropical palm tree whose fruit is coconut, தென்னை மரம்

cocoa *(n)* : a beverage made from the powder of the crushed cocoa seeds, கொக்கோ விதையிலிருந்து எடுக்கப்படும் பானம்

coconut, cocoanut *(n)* : the nut of the tropical palm tree, தேங்காய்

cocoon *(n)* : a case of silk spun by the worm of some insects in the pupa stage, பட்டுப்பூச்சியின் கூடு

cod *(n)* : a large sea fish, ஒருவகைப் பெரிய கடல் மீன்

coddle *(v)* : to pet, செல்லமாக வளர்த்து கொஞ்சு

code *(n)* : a book or collection of laws, a set of signals used for the purpose of secrecy, சட்டத்தொகுப்பு நூல், சட்டத் தொகுதி, இரகசியக் குறி யீடுகளின் தொகுதி; *(v)* : convert into a code, convert into a secret language, சட்டங்களைத் தொகு, இரக சியக் குறியீடுகளை அமை

codicil *(n)* : an addition, modification to a will or agreement, உயிலின் பிற் சேர்க்கை, உடன்படிக்கையின் பிற்சேர்க்கை

codify *(v)* : systematize; put into the form of a code, ஒழுங்குபடுத்து, சட்டங்களைத் தொகு

codling, codlin *(n)* : a kind of apple., ஒரு வகை ஆப்பிள்

coequal *(adj)* : equal, ஒத்த, சமமான

coerce *(v)* : force or compel to make, repress, வற்புறுத்து, கட்டாயப் படுத்து, வலுக்கட்டாயம் செய்

coercion *(n)* : compulsion, கட்டாயப் படுத்துதல்

coeval *(adj)* : having the same age, existing at the same time, சம வய துள்ள, சம காலத்தவரான

coexist *(v)* : exist together or with, ஒரே காலத்தில் இரு, சேர்ந்திரு

coffer *(n)* : a chest for holding valuables, safe, பணப்பெட்டி, நகைப் பெட்டி, காப்புப் பேழை, கருவூலம்

coffin *(n)* : chest for a dead body, சவப்பெட்டி

cog *(n)* : a tooth or projecting part of a wheel, a small boat, சக்கரத்தின் பல், சிறு படகு அல்லது பரிசல் *(v)* : cheat, ஏமாற்று

cogent *(adj)* : convincing, compelling, believable, அறிவுக்குப் பொருத்த மான, முரண்பாடற்ற, நம்பத் தகுந்த

cogitate *(v)* : meditate, think deeply over, நினைவில் ஆழ், ஆழ்ந்து ஆராய்ந்து பார்

cognate *(adj)* : having the same source of origin, having the same nature and quality, related by blood, ஒரே மூலத்தைச் சேர்ந்த, ஒரே இயல் புடைய, ஒரே இனத்தையுடைய, இரத்த உறவான

cognizance *(n)* : knowledge, notice, recognition, அறிந்த நிலை, கவனம், அடையாளமறிதல்

coherent *(adj)* : logical, consistent, easy to understand, sticking together,

இசைவான, முரண்பாடற்ற, தெளிவான, ஒட்டி இணைகிற

cohesion *(n)* : union, binding force, tendency to stick, ஒன்றிப்பு, பிணைப்பாற்றல், ஒட்டும் தன்மை

coil *(v)* : wind in rings, twist into a spiral shape, வளையமாகச் சுற்று, சுருளாகச் சுற்று, சுருள் வடிவமாக முறுக்கு; *(n)* : a ring or spiral made by winding, சுருள், சுற்று

coin *(n)* : a piece of metal currency, காசு உலோக நாணயம்; *(v)* : originate, make metal into money, புதியதாகப் படை, நாணயம் அச்சிடு

coincide *(v)* : happen at the same time, agree, correspond exactly, ஒரே காலத்தில் நேரிடு, ஒன்றாக நிகழு, பொருந்து, முற்றிலும் ஒத்திரு

coir *(n)* : coconut fibre, தேங்காய் நார், கயிறு

coke *(n)* : a carbonaceous fuel made by heating coal, கல்கரி

colander, cullender *(n)* : a vegetable strainer with perforated bottom, வடிதட்டு

cold *(adj)* : chill, of low temperature, unfriendly, குளிர்ந்த, தணுப்பான, நட்பற்ற; *(n)* : a common sickness caused by virus, சளி

cold-blooded *(adj)* : having cold-blood, unfeeling, cruel, குளிர்ந்த இரத்தமுள்ள, உணர்ச்சியற்ற, கொடிய

colic *(n)* : severe pain occurring in the stomach, கடுமையான வயிற்றுவலி

collaborate *(v)* : work with another, co-operate with another, இணைந்து வேலை செய், ஒத்துழை

collapse *(v)* : to fall into, break down, விழு, நொறுங்கு, இடிந்து போ, உடைந்து போ; *(n)* : ruin, falling away, breaking down, அழிவு, வீழ்ச்சி, முறிவு, நொறுங்குதல்

collar *(n)* : anything worn around the neck, a neck tie, கழுத்துப் பட்டை

collate *(v)* : compare and scrutinize, arrange the sheets of a book in order for binding, ஒத்து நோக்கு, அட்டை போட நூலின் பக்கங்களைச் சீராக அடுக்கி ஒத்திணை

collateral *(adj)* : co-existent, parallel, side by side, secondary, சம நிலையான, இடையுறவான, பக்கம் பக்கமான, இரண்டாம் நிலையான

colleague *(n)* : co-worker, an associate in an office, உடன் வேலை செய்பவர், கூட்டாளி, ஒரே அலுவலகத்தைச் சேர்ந்தவர்

collect *(v)* : bring or gather together, assemble, ஒன்றுகூட்டு, ஒழுங்கு திரட்டு, சேகரி, ஒன்றாகச் சேர்

collection *(n)* : process of gathering together, a group of things gathered, a sum of money contributed, சேகரித்தல், திரட்டு, தொகுதி, பணப் பிரிவு

collector *(n)* : one or that which collects, the head of a district, சேகரிப்பவர், மாவட்ட ஆட்சியாளர்

college *(n)* : an institution higher than a secondary school, கல்லூரி

collide *(v)* : dash together, clash with great force, crash, மோது, இடி, தாக்கு

collier *(n)* : a coal-ship, a coal-miner, நிலக்கரிக் கப்பல், நிலக்கரிச் சுரங்கத் தொழிலாளி

colliery *(n)* : a coal-mine, நிலக்கரிச் சுரங்கம்

collision *(n)* : a clash, violent impact, conflict, மோதல், தீவிரத் தாக்குதல், முரண்பாடு

colloquy *(n)* : conversation, an informal talk, a discourse, உரையாடல், பேச்சு, சொற்பொழிவு

collude *(v)* : conspire together secretly for some evil purpose, கூடிச் சதி செய், கெட்ட நோக்குடன் இரகசியமாகக் கூடி வேலை செய்

colon *(n)* : a part of the large intestine, a punctuation mark, பெருங்குடலின் ஒரு பகுதி, முக்காற் புள்ளி

colonel *(n)* : commanding officer of a regiment, படைப்பகுதித் தலைவன்

colonise *(v)* : establish a new colony, emigrate, குடியேற்ற நாடு அமை, குடியேற்று

colony *(n)* : a body of emigrants, the territory formed by a body of persons, குடியேற்ற சமூகம், குடியேற்ற நாடு

colossal *(adj)* : gigantic, tremendous, very big, மாபெரும், பிரம்மாண்டமான, மிகப் பெரிய

colossus *(n)* : a huge statue or person, பிரம்மாண்டமான சிலை (அ) மிகப் பெரிய உருவம்

colour *(n)* : a hue, shade, நிறம், வண்ணம்

colt *(n)* : a young horse, a kind of pistol, an inexperienced person, குதிரைக் குட்டி, ஒரு வகைத் துப்பாக்கி, அனுபவமற்றவன்

colter *(n)* : the metal cutting part fixed to a ploughshare, ஏர்க் கொழுவில் இணைக்கப்பட்டுள்ள வெட்டிரும்புப் பகுதி

column *(n)* : a pillar, an upright body, a vertical series of lines in a page, தூண், கம்பம், பத்தி

comb *(n)* : a toothed device for dressing hair, crest of a cock, beehive, an instrument for cleaning wool etc. சீப்பு, சேவல் கொண்டை, தேன் கூடு, உரோமம் போன்றவை களைச் சுத்தம் செய்யும் வார் கருவி; *(v)* : search minutely, to clean and dress, முழுவதுமாகத் தேடிப்பார், தூய்மைப்படுத்து, சீவு

coma *(n)* : a deep sleep in insensible condition, எல்லா உணர்ச்சிகளையும் இழந்த ஆழ்ந்த உறக்க நிலை

combat *(n)* : a fight, contest, போர், சண்டை, போட்டி; *(v)* : to fight, resist, சண்டையிடு, போட்டியிடு, எதிர்த்துப் போராடு

combination *(n)* : union, joining together or bringing together, இணைதல், ஒன்று சேர்தல், ஒன்று கூடுதல்

combine *(v)* : amalgamate, blend, unite, join together, ஒன்று திரட்டு, ஒருங்கிணை, கல, இணை, ஒன்று கூட்டு

combustible *(adj)* : inflammable எரியும் தன்மையுள்ள

combustion *(n)* : the action of burning, எரிதல்

come *(v)* : approach, proceed, draw near, வா, நெருங்கு, அருகே வா

comedian *(n)* : a writer or actor of a pleasant drama or comedy, a funny person, இன்பியல் நாடக நடிகர், இன்பியல் நாடக ஆசிரியர், கோமாளி

comedy *(n)* : humorous drama, a literary work with a happy ending, any funny event, நகைச்சுவை நாடகம், இன்பியல் நூல், மகிழ்ச்சியாக முடியும் கதை, கேலி நிகழ்ச்சி

comely *(adj)* : handsome, pleasing, graceful, அழகான, மகிழ்ச்சியளிக்கிற, நயமான

comet *(n)* : a celestial body with a tail of light, வால் நட்சத்திரம்

comfit *(n)* : sweet meat, sugar plum, இனிப்புத் தின்பண்டம்

comfort *(n)* : ease, quiet enjoyment, relief, ஆறுதல், இன்ப வாய்ப்பு, தேறுதல், சுகம்; *(v)* : to cheer up, soothe, to ease from trouble, மகிழ்ச்சியூட்டு, நோவகற்று, ஆறுதலளி தேற்று

comfortable *(adj)* : convenient, at ease, வசதியான, சுகமான, ஆறுதலளிக்கக் கூடிய

comfortably *(adv)* : conveniently, சுகமாக, வசதியாக

comic *(adj)* : pertaining to comedy, causing laughter, நகைச்சுவையான, வேடிக்கையான, சிரிப்புண்டாக்கக் கூடிய; *(n)* : a book or motion picture raising mirth, நகைச்சுவை நூல், நகைச்சுவை நிகழ்ச்சி

coming *(n)* : approaching வருதல், வருகை

comma *(n)* : a punctuation mark, கால் புள்ளி

command *(v)* : to order, control, direct, ஆணையிடு, அடக்கு, அதிகாரம் செலுத்து, வழிப்படுத்து; *(n)* : order, control, dominating power, mastery, கட்டளை, அதிகாரம், ஆதிக்கம், திறமை

commandeer *(v)* : to force into military service, இராணுவச் சேவை செய்யக் கட்டாயப்படுத்து

commander *(n)* : one who commands, a military leader, கட்டளையிடுபவர், படைத் தலைவர்

commanding *(adj)* : majestic, ordering, dignified, showing mastery, கம்பீரமான, அதிகாரம் செலுத்துகிற, உத்தரவிடுகிற, மேம்பட்ட, திறமை காட்டுகிற

commandment *(n)* : Divine command, law, order, தெய்வீக ஆணை, விதி, ஆணை

commemorate *(v)* : to bring to memory by some celebration, நினைவு விழா கொண்டாடு

commence *(v)* : begin, start, தொடங்கு

commencement *(n)* : the beginning, தொடக்கம்

commend *(v)* : to praise, to give into the care of, பாராட்டு, புகழ்ந்து பேசு, பிறர் பொறுப்பில் விடு

commensurate *(adj)* : proportionate in measure or size, corresponding, தகுந்த அளவான, தகுந்த, ஏற்ற, இணையான, ஒத்த

comment *(v)* : criticize, make remarks, write explanatory notes so as to make more clear, மதிப்புரை எழுது, குறிப்பு எழுது, உரை எழுது, விளக்கக் குறிப்பெழுது; *(n)* : a remark, criticism, குறிப்புரை, மதிப்புரை, விளக்கம்

commentary *(n)* : analytical discussion, விரிவுரை, கருத்துரை

commerce *(n)* : buying and selling of goods, வணிகம்

commingle *(v)* : mingle together, ஒன்றாகச் சேரு

commiserate *(v)* : show pity for, இரக்கம் காட்டு

commissary *(n)* : deputy, officer charged with supply of provisions, etc. to the army, செயலாளர் படை

உணவுப் பொருப்பாளர்

commission *(n)* : brokerage, discount, order, a group of people charged with a particular work, warrant, தரகு, கழிவு, கட்டளை, குறிப்பிட்ட ஒரு வேலையைச் செய்ய அமர்த்தப்பட்ட சிறப்புக் குழு, ஆணைப்பத்திரம்; *(v)* : engage, give brokerage, empower, வேலைக்கு அமர்த்து, தரகு அளி, செயலுரிமை கொடு

commit *(v)* : confide, pledge, punish, நம்பிக் கொடு, வாக்குக் கொடு, தண்டி

commitment *(n)* : a promise, obligation, undertaking, an order for sending one to prison, வாக்குறுதி, கடமை, பொறுப்பு, சிறைக் கனுப்பும் ஆணை

committee *(n)* : a group of people chosen to attend to a particular matter, குழு

commodious *(adj)* : with much space, comfortable, இடமகன்ற, வசதி யான

commodity *(n)* : an article of trade, useful thing, வாணிகச் சரக்கு, பய னுள்ள பொருள்

common *(adj)* : ordinary, usual, frequent, belonging to all, shared, சாதாரணமான, வழக்கமான, அடிக்கடி நிகழுகிற, எல்லோருக் குமுரிய, பொதுவான; *(n)* : a tract of open land belonging to the inhabitants of a town, பொது மைதானம்

commonplace *(adj)* : ordinary, சாதாரண; *(n)* : a general topic, anything common, everyday saying, பொதுச்செய்தி, பொதுவானது, வழக்குச்சொல்

commons *(n)* : the common people, the lower house of Parliament, பொது மக்கள், மக்கள் சபை

commonwealth *(n)* : republic, குடி யரசு

commotion *(n)* : an excited action; agitation; a violent motion loud rivalry, confusion, சந்தடி, கொந் தளிப்பு, கிளர்ச்சி, குழப்பம்

communal *(adj)* : pertaining to community, for common use, சமூ கத்துக்குரிய, பொதுப் பண் பாட்டுக்குரிய

communicate *(v)* : inform, share with, give, transmit, அறிவி, பங்கு கொடு, அளி, பரப்பு, அனுப்பு

communication *(n)* : information or message sent, a letter, a way or means of sending from place to place, செய்தி அனுப்புதல், அறிவிப்பு, கடிதம், (செய்திப்) போக்குவரத்து, தொடர்பு

communion *(n)* : fellowship, sharing, participating in the Lord's supper, தோழமை, தொடர்புறவு, பங்கு கொள்ளுதல், இயேசுநாதரின் இறுதி விருந்து, கூட்டுத் தொழுகை

communique *(n)* : an official intimation or announcement by the government, பணித்துறை அறிவிப்பு, அரசு அறிக்கை

community *(n)* : a group of people living together in a settlement, a society, a class, joint ownership of something, a body of men having something in common, சமூகம், இனம், வகுப்பு, கூட்டுரிமை, ஒத்த பொதுப் பண்புடைய குழு, சமூகப் பொது உணர்ச்சி

commutation *(n)* : act of exchanging, reduction or change of penalty, compounding, மாற்றுதல், தண்டனைக் குறைப்பு, தண்டனையை மாற்றுதல், தொகுத்தல்

commute (*v*) : to exchange reciprocally for something else, lessen, ஒன்றுக்கு மற்றொன்றினை மாற்றாக்கு, குறை

compact (*adj*) : closely fastened, firmly united, dense, solid, brief, இறுக்கமாக இணைக்கப்பட்ட, உறுதியாகக் கட்டப்பட்ட, அடர்த்தியான, உறுதியான சுருக்கமான

companion (*n*) : a friend, comrade, partner, mate, an opening for lighting a lower deck or cabin, நண்பன், தோழன், பங்காளி, உடனிருப்பவர், கப்பலின் கீழ்த் தளத்திற்கு வெளிச்சம் அனுப்பும் சிறு திறப்பு

company (*n*) : a business firm or organisation, companionship, an assembly, part of a regiment, வாணிகக் கழகம், தோழமை, மக்கள் கூட்டம், படைப் பிரிவு

compare (*v*) : to set things together and examine how things are different or alike, ஒப்பீடு செய், ஒப்பிட்டுப் பார்

comparison (*n*) : the act of comparing, ஒப்பிடுதல், ஒப்புமை, ஒப்பீடு

compartment (*n*) : a separated portion, a partitioned room, a division, பிரிக்கப்பட்ட பகுதி, தடுப்பறை, பிரிவு

compass (*n*) : an instrument showing directions, boundary, extent, a mathematical instrument for drawing a circle, திசைகாட்டி, எல்லைக் குட்பட்டது, பரப்பு, கவராயம்; *(v)* : surround, contrive, plot, சுற்றிச் செல், சூழ்ந்து கொள், சதி செய், திட்டமிடு

compassion (*n*) : sympathy for others, pity, இரக்க உணர்வு, பரிவு

compatible (*adj*) : suitable, agreeing with, able to agree, உகந்த, பொருத்தமான, ஒன்றோடொன்று சேர்ந்திருக்கத்தக்க, ஒத்திருக்கத்தக்க

compatriot (*adj*) : belonging to the same country, ஒரே நாட்டைச் சேர்ந்த

compeer *(n)* : equal, a companion, சமமானவர், தோழர்

compel *(v)* : force to do, கட்டாயப் படுத்து

compendium *(n)* : abridgement, a book containing a great deal of information, சுருக்கம், பெரிய நூலின் செறிவடக்கம்

compensation *(n)* : making amends for loss, injury, etc., இழப்பை ஈடு செய்தல், இழப்பீடு

compete *(v)* : enter into a contest, போட்டியிடு

competent *(adj)* : fit, able, skilled, பொருத்தமான, தகுதியுள்ள, திறமையுள்ள

competition *(n)* : rivalry, போட்டி.

competitor *(n)* : one who competes, போட்டியாளர்

compile *(v)* : collect the facts and put together, திரட்டித் தொகு

complacent *(adj)* : self-satisfied, calm, தன்னிறைவுடைய, அகமகிழ்வுடைய, அமைதியான

complain *(v)* : accuse, express dissatisfaction, state a grievance, express pain or suffering, குற்றம் கூறு,

நிறைவின்மையை வெளிப் படுத்து, வருத்தம் தெரிவி, நோய் அல்லது உடல் நலக் கேட்டை வெளிப்படுத்து

complainant *(n)* : petitioner, an accuser, முறையிடுபவர், குறை கூறு பவர், குற்றஞ்சாட்டுபவர்

complaint *(n)* : accusation, illness, expression of a grievance, முறையீடு, குற்றங் கூறல், நோய், வருத்தம்

complement *(v)* : complete, முழுமையாக்கு, நிரப்பு; *(n)* : full number, that which completes, முழு மையான எண் அல்லது எண் ணிக்கை, நிரப்புப் பகுதி, நிரப்புப் பொருள்

complete *(v)* : finish, பூர்த்தி செய், make perfect, நிறைவு செய்; *(adj)* : whole, முழுமையான, in every way, முற்றிலும்;**completion** *(n)*

complex *(adj)* : composite, not simple, கூட்டுத்தொகுதியான, சிக்கலான

complexion *(n)* : appearance, colour, தோற்றம், நிறம்

complicate *(adj)* : made up of many parts, complex, பல பகுதிகளால் செய்யப்பட்ட, சிக்கலான; *(v)* : make difficult, சிக்கலாக்கு

complication *(n)* : obscurity, complexity, a new problem added to others, குழப்பமான நிலை, சிக்கல், ஏற்கனவே உள்ள பிரச்சினைகளு டன் புதியதாக ஒன்று முளைத்தல்

complicity *(n)* : partnership in a crime, complexity, குற்றப் பொறுப் பில் பங்குடைமை, சிக்கலான நிலை

compliment *(n)* : formal greetings, good wishes, வாழ்த்து, பாராட்டு, புகழ்ச்சி

complimentary *(adj)* : praising, flattering, given free as a gift or as a sign of respect, புகழுகின்ற, பாராட்டுகின்ற, அன்பளிப்பாக அல்லது பரிசாகத் தரப்பட்ட

comply *(v)* : act in accordance with, இணங்கு அல்லது ஒத்துக்கொள்

compose *(v)* : arrange the types, set words to music, make up, settle, அச்சுக்கோர், இசைப்படுத்து, இணைத்து உருவாக்கு, சேர்த்து அமை

composition *(n)* : a mixture, construction, arrangement of something in an order, the art of writing an essay, கலப்பு, கூட்டு, இணைப்பாக்கம், ஒன்று சேர்த்தல், ஒழுங்கமைப்பு, கட்டுரையாக்கம், கட்டுரையியல்

compost *(n)* : a mixture of manure, கலப்பு உரம்

composure *(n)* : calmness of mind, மன அமைதி

compound *(adj)* : mixed or combined, complicated, கலப்பான, பல பகுதி களைக் கொண்ட, கூட்டான, சிக்கலான; *(n)* : chemical substance formed by the combination of two or more elements, an enclosure in which a building stands, இரண்டு அல்லது இரண்டுக்கு மேற்பட்ட தனிமங் கள் சேர்ந்தமைந்த சேர்மம் வளாகம்; *(v)* : mix, settle by compromise, come to terms, overlook an offence and reduce fine, etc., கல, ஒத்து தீர்ப்புக்கு வா, சமரசம் செய்துகொள், குற்றத்தை மன் னித்து அபராதம் போன்றவற்றைக் குறை

compounder *(n)* : one who mixes medicines, மருந்து கலக்குபவர்

comprehend *(v)* : understand fully, include, முழுமையாகப் புரிந்து கொள், உள்ளடக்கு

comprehensible *(adj)* : understandable, conceivable, புரிந்து கொள்ளத் தக்க, சேர்த்துக் கொள்ளத்தக்க, உள்ளடக்கத்தக்க

comprehension *(n)* : capacity to understand, judgement, புரிந்து கொள்ளும் திறன் அல்லது ஆற்றல், அறிவுணர்வு

comprehensive *(adj)* : extensive, broad, பரந்த, விசாலமான

compress *(v)* : press closely, to force into a smaller space, இறுக்கி அழுத்து, சிறு இடத்தினுள் திணித்துச் செலுத்து; *(n)* : a kind of bandage, ஒரு வகைக் கட்டு

comprise *(v)* : to include, contain, உள்ளடக்கு, சேர்த்துக் கொள்

compromise *(n)* : arbitration; settlement of dispute by mutu al concession, இரு தரப்பினரும் விட்டுக் கொடுப்பதால் ஏற்படும் சமரசம், ஒப்பந்தம் செய்தல், சமரச விட்டுக் கொடுப்பு; *(v)* : settle a dispute, concede, இரு தரப்பினரையும் விட்டுக் கொடுக்கச் செய்து உடன்பாடு செய், விட்டுக்கொடு

compulsion *(n)* : compelling, forcing a person to do a thing, கட்டாயப்படுத்தல், வலுக் கட்டாயம்

compulsory *(adj)* : forced, required, கட்டாயமான, தேவையான

compunction *(n)* : a sense of guilt, feeling of regret, pity, குற்ற உணர்வு, மனசாட்சியின் உறுத்தல், இரக்கம்

compute *(v)* : estimate, count, மதிப்பிடு, கணக்கிடு

comrade *(n)* : friend, companion, associate, நண்பன், தோழன், கூட்டாளி

con *(v)* : learn by heart, study thoroughly, மனப்பாடம் பண்ணு, கவனத்துடன் படி; to know, to learn, to study carefully, scan, pore over, commit to memory, to acknowledge, to teach, to show; to direct the steering of; *(n)* act of conning; a knock; *(adj)* abbreviation for confidence; *(v.t.)* to swindle, to trick

concatenation *(n)* : a number of things linked together, a series of events following one another, பொருள்களின் சங்கிலித் தொடர் போன்ற இணைப்பு, ஒன்றோடொன்று தொடரும் தொடர் நிகழ்ச்சிகள்

concave *(adj)* : hollow, curved inwards, பள்ளமான, உட் குழிந்த

conceal *(v)* : to hide, to keep secret, keep from sight, ஒளித்துவை, இரகசியமாக வைத்திடு, மறைத்து வை

concealment *(n)* : hiding place, act of concealing, மறைவிடம், மறைத்தல், மறைந்திருத்தல்

concede *(v)* : allow, admit, give away, ஒப்புக் கொள், இணங்கு, விட்டுக் கொடு

conceit *(n)* : over estimation of one's power, abilities, etc., fanciful idea, imagination, a conception or thought, தன்னாற்றல் குறித்த உயர் மதிப்பீடு, இறுமாப்பு, போலிக் கருத்து, கற்பனை, கருத்துப் படிவம்

conceited *(adj)* : having high opinion

of oneself, egotistical,too proud, vain, அகந்தையுடைய, தற்பெருமை யுடைய

conceivabie *(adj)* : that can be believed or imagined, நம்பத் தகுந்த, மனதில் எண்ணிப் பார்க்கக்கூடிய

conceive *(v)* : form or imagine in the mind, to become pregnant, மனதில் எண்ணம் கொள், கருக் கொள்

concentrate *(v)* : bring or come together at one spot, strengthen a solution by reducing its volume, ஓரிடத்தில் திரட்டு, ஒருமுகப் படுத்து, செறிவாக்கு

concentration *(n)* : bringing together to one point, condensation, massing up, ஒருமுகப்படுத்துதல், செறிவாக்குதல், குவித்தல்

concentric *(adj)* : having the same centre, ஒரே மையமுள்ள

concept *(n)* : general notion, idea, thought, thing conceived, பொதுக் கருத்து, கருத்து, நினைவு, உரு வாக்கப்படும் எண்ணம்

conception *(n)* : forming an idea, plan, becoming pregnant, எண்ண மிடல், திட்டம், கருத்தரித்தல்

concern *(n)* : anxiety, serious consideration, connection, a business company, கவலை, அக்கறை, தொடர்பு, வாணிபக் கழகம்; *(v)* : have to do with, be worried about, have an effect on, தொடர் புடையதாயிரு, பற்றியதாயிரு, கவலைப்படு, சார்ந்திரு

concerned *(adj)* : anxious, related or connected, கவலையுள்ள, அக்கறையுடைய, தொடர் புடைய, சார்புடைய

concerning *(prep)* : regarding, about, குறித்து, பற்றி

concert *(v)* : arrange, co-operate, find out, a way of doing a thing, plan together, adjust, ஏற்பாடு செய், ஒத்துழை, ஒரு வழி கண்டுபிடி, ஒன்று சேர்ந்து திட்டமிடு, சரிசெய்; *(n)* : harmony, agreement, a musical programme, ஒத்திசைவு, உடன்பாடு, இசை நிகழ்ச்சி

concerted *(adj)* : harmonious, planned or performed together, ஒத்திசைவான, ஒன்றாகக் கலந்து திட்டமிடப்பட்ட, பலர் இணைந்து செய்துள்ள

concertina *(n)* : a musical wind-instrument, காற்றிசைக் கருவி வகை

concession *(n)* : act of conceding, discount, favour, இணக்கம், தள்ளுபடி, சலுகை

conch *(n)* : a large spiral shaped shell, சங்கு

conciliate *(v)* : pacify, win over as a friend, சமாதானப்படுத்து, தன் வசப்படுத்தி நண்பராக்கு

conciliation *(n)* : a peace making, agreement, சமாதானப்படுத்துதல், சமரசம், ஒப்புக்கொள்ளல்

conciliator *(n)* : peace maker, சமரசம் செய்பவர், சமாதானம் செய்பவர்

conciliatory *(adj)* : affable, pacifying, இணக்கமான, சாந்தப்படுத்துகிற

concise *(adj)* : brief, giving much information in a few words, சுருக்க மான, பொருள்செறிவான

conclave *(n)* : any secret or private meeting, இரகசியக் கூட்டம், அந்தரங்கக் கூட்டம்

conclude *(v)* : decide after thinking, finish, எண்ணிப் பார்த்து முடிவு செய், செய்து முடி

concluding *(adj)* : closing, final, இறுதியான, முடிவான

conclusion *(n)* : an end, coming to a decision after thinking, முடிவு, எண்ணிப் பார்த்து முடிவெடுத்தல், தீர்மானம்

conclusive *(adj)* : convincing, deciding, ஏற்கத்தக்க, தீர்மான மான, முடிவான

concoct *(v)* : prepare by mixing the ingredients, invent (a story), digest, plan, உட் கூறுகளை இணைத்து உருவாக்கு, (கதையை) இட்டுக் கட்டு, செரிமானம் செய், திட்டமிடு

concomitant *(adj)* : going along with, resulting, உடன் செல்கிற, பலனாக ஏற்படுகின்ற

concord *(n)* : agreement, ஒத் திசைவு, உடன்படிக்கை

concourse *(n)* : crowd, confluence of things, சட்டம், தொகுதி, திரள்

concrete *(adj)* : solid, திண்மமான, கெட்டியான; *(n)* : a mixture of sand, cement, etc. used as a building material, கற்காரை

concur *(v)* : happen together, agree, ஒரே சமயத்தில் நடைபெறு, உடன்படு

concurrent *(adj)* : happening together, co-operating, உடன் நிகழ்கிற, ஒத்துழைக்கிற

concussion *(n)* : a violent shock or shaking when two things knock together, injury to the brain caused by a blow or fall, இரு பொருள்கள் ஒன்றாக மோதல், அடிபட்டதால் மூளையில் ஏற்படும் தாக்கம்

CON

condemn *(v)* : to blame, pronounce guilty, give a sentence, say that something is unfit for use, பழித்துக் கூறு, குற்றம் சாட்டு, குற்றவாளி யென்று தீர்மானி, தண்டனை கொடு, பயன்பாட்டுக்குத் தகுதி யற்றதென்று கூறு

condense *(v)* : to become denser, harden, compress, அடர்த்தியாக்கு, கெட்டிப்படுத்து, சுருக்கு

condescend *(v)* : be gracious enough, lower oneself, அருள் செய், மனமிரங்கு, தன்னைத் தானே தாழ்த்திக்கொள், மதிப்பு விட்டிறங்கிச் செயலாற்று

condign *(adj)* : adequate, well deserved, போதுமான, தகுதி வாய்ந்த

condiment *(n)* : a sauce, a thing used to give relish to food, சுவைச் சத்து, சுவையூட்டும் பொருள்

condition *(n)* : circumstance. state of bargain, agreement, etc சூழ்நிலை, உடல்நிலை, நிபந்தனை ஒப்பந்தத்தின் வரையறைகள்; *(v)* : stipulate reason, put in good health, நிபந்தனை செய், பதப் படுத்து, நோயை குணப்படுத்து

condole *(v)* : express grief at another's sorrow, மற்றவர் துன்பத்திற்கு வருத்தம் தெரிவி, துன்பத்தில் பங்குகொள்

condolence *(n)* : expression of sympathy or sorrow, மற்றவர் துயரத்திற்கு இரக்கம் அல்லது வருத்தம் தெரிவித்தல்

condone *(v)* : to forgive, overlook, மன்னிப்பு அளி, கவனியாமல் விடு

condor *(n)* : a large vulture found in South America, தென் அமெரிக்கப் பெரிய கழுகு

conducive *(adj)* : leading to or contributing to results, பயனுள்ள, பயன் தரக்கூடிய

conduct *(v)* : manage, guide, direct or lead, behave, நிர்வகி, வழிகாட்டு, அழைத்துச் செல், நெறிப்படுத்து, நடத்து; *(n)* : management, guidance, act of leading or directing, a behaviour, நிர்வகித்தல், வழி காட்டுதல், அழைத்துச் செல்லுதல், நெறிப்படுத்துதல், ஒழுக்கம், நடத்தை

conductor *(n)* : a guide, director, an official in charge of a bus, etc., anything that transmits heat or electricity, வழிகாட்டி, நெறிப்படுத்துபவர், நடத்துனர், கடத்தி, வெப்பக் கடத்தி, மின்கடத்தி

conduit *(n)* : a water pipe or channel, நீர்க்குழல், வாய்க்கால்

cone *(n)* : a solid that is round at one end and tapering towards the other end, anything like a cone, fruit of an evergreen tree, கூம்பிய வடிவம், கூம்பு, ஊசி இலை மரத்தின் பழம்

confabulate *(v)* : chat, talk together, உரையாடு, கூடிப் பேசு

confection *(n)* : a sweet meat, தின்பண்டம், மிட்டாய்

confectionery *(n)* : sweets, sweet meat shop or business, மிட்டாய், மிட்டாய்க் கடை, மிட்டாய் வியாபாரம்

confederacy *(n)* : plot, league, union, alliance, சதி, கூட்டம், கும்பல், சங்கம், நேச ஒப்பந்தம்

confederate *(n)* : associate member of a union, கூட்டாளி, கூட்டிணைப்பில் ஓர் உறுப்பினர்; *(adj)* : allied, joined together by an agreement, தொடர்புடைய, உடன்படிக்கைப்படி இணைந்த

confer *(v)* : to grant, to talk or discuss together, அளி, கலந்துரையாடு

conference *(n)* : a meeting for discussion, exchange of ideas, கலந்துரையாடல், மாநாடு, கருத்துப் பரிமாற்றம்

confess *(v)* : admit that one has done wrong, disclose, தன் குற்றத்தை ஒப்புக்கொள், வெளிப்படுத்து

confession *(n)* : a statement saying that one has done wrong, the act of owning a sin, that which is admitted, குற்றத்தை ஒப்புக் கொள்ளுதல், பாவத்தை ஒப்புக் கொள்ளுதல், ஒப்புக் கொள்ளப்பட்ட செய்தி

confidant *(n)* : one trusted with secrets or private affairs, a reliable friend, அந்தரங்க நண்பன், நம்பிக்கைக்குப் பாத்திரமானவன்

confide *(v)* : trust fully and tell private secrets to someone, தனிப் பட்ட அல்லது இரகசியமான செய்திகளை ஒருவரை நம்பிச் சொல்லு, முழு நம்பிக்கை வை

confidence *(n)* : trust, secrecy, self-reliance, நம்பிக்கை, இரகசியம், தன்னம்பிக்கை

confidential *(adj)* : trusty, secretive, private, நம்பகமான, இரகசிய மான, அந்தரங்கமான

configuration *(n)* : shape, outline, mode of arrangement, வடிவம், வெளிவரை, ஒழுங்கமைப்பு

confine *(n)* : border-land, area,

எல்லைப் பிரதேசம், பரப்பு; *(v)* : be bed-ridden, be in child birth, imprison, keep within limits, படுத்த படுக்கையாயிரு, பேறு காலப் படுக்கையில் இரு, சிறைப் படுத்து, எல்லைக்கு உட்படுத்து

confinement *(n.)* : giving birth to a child, imprisonment, restriction, loneliness, detention, பிள்ளைப் பேறு, சிறைவாசம், கட்டுப்பாடு, தனிமை, தடுப்புக் காவல்

confirm *(v)* : make permanent, make firm, assure, நிரந்தரமாக்கு, உறுதிப் படுத்து, நிலைநாட்டு

confiscate *(v)* : to seize as a punishment, பறிமுதல் செய்

conflagration *(n)* : great fire, revolt, பெருந்தீ, ஊழித் தீ, கலகம்.

conflict *(v & n)* : struggle, be in opposition, be in rivalry, போராடு, எதிர்த்து நில், முரண்படு, சண்டையிடு

confluence *(n)* : a place where two rivers meet, junction, a large assemblage, நதிச் சங்கமம், சந்திப்பு, பெருங் கூட்டம்

conform *(v)* : agree with, adapt, make similar, இணங்கு, பின்பற்று; ஒரே மாதிரியாக ஆக்கு

conformity *(n)* : agreement, likeness, ஒத்துப்போதல், பொருத்தம், ஒத்தநிலை

confound *(v)* : astonish, to puzzle, to defeat, confuse, ruin, பிரமிக்கவை, திகைக்க வை, தோற்கடி, குழப்பு, பாழாக்கு

confront *(v)* : to bring face to face, attack, எதிர் முகமாக நில், நேருக்கு நேராக நில், தாக்கு

confuse *(v)* : mistake one for another, put into disorder, mix up one's thinking, puzzle, ஒன்றை மற்றொன்றாகத் தவறுதலாக எண்ணு தாறுமாறாக்கு, மனத்தைக் குழப்பு, திகைக்கவை

confusion *(n)* : lack of order, bewilderment, mixed-up condition, disturbance, ஒழுங்கின்மை, குழப்பம், குழம்பிய நிலை, கலக்கம்

confute *(v)* : to show to be false, தவறென்று காண்பி

congeal *(v)* : thicken, freeze, கெட்டிப் படுத்து, இறுகச் செய், உறையச்செய்

congenial *(adj)* : having similar nature, pleasing, suiting to one's taste, agreeable, ஒத்த இயல்புடைய, இனிமையான, மனதுக்குகந்த, இசைவான அல்லது இணக்கமான

congenital *(adj)* : belonging to one from birth, பிறவிக்கூறான, பிறப்பு முதல் இருக்கிற

conger *(n)* : a sea-eel, விலாங்கு மீன்

congest *(v)* : accumulate, heap up, to crowd together, கூட்டு, குவி, நெருக்கமாக்கு

congestion *(n)* : overcrowd, illness caused by accumulation of blood,etc. in one place, stagnation, அதிகமாகச் சேர்ந்திருத்தல், நெருக்கடி, குருதிக்கட்டு, தேக்கம்

conglomerate *(adj)* : gathered into a mass, திரட்டப்பட்ட, உருட்டப் பட்ட

congratulate *(v)* : to wish joy on, felicitate, மகிழ்ச்சி தெரிவி, பாராட்டு

congratulation *(n)* : felicitation, act of complimenting, பாராட்டு,

மகிழ்ச்சி தெரிவித்தல், வாழ்த்துரை

congregate *(v)* : assemble, bring together, make into a lump, கூட்டமாகச் சேர், ஒன்று திரட்டு, கூட்டியாகச் செய்

congregation *(n)* : the people attending a religious worship, a gathering, கோவில் வழிபாட்டில் பங்கேற்பவர் கூட்டம்

congress *(n)* : legislative body of the U.S.A, a political organisation in India, a gathering of people to make plans, laws,etc. அமெரிக்கச் சட்டப் பேரவை, ஒரு இந்திய அரசியல் கட்சி, ஆலோசனைக் கூட்டம்

congruent *(adj)* : suitable, agreeing in all respects, ஏற்ற, முழு ஒற்றுமையுள்ள

coniferous *(adj)* : (of trees) bearing cones, கூம்பு வடிவக் காய்களைச் தருகிற

conjecture *(n)* : a guess, ஊகம், உய்த்துணர்வு; *(v)* : to guess at, ஊகம் செய்

conjoint *(adj)* : joined together, associated, இணைந்த, ஒன்றிய, சேர்ந்து நடத்துகிற

conjugal *(adj)* : pertaining to marriage, திருமணத்துக்குரிய

conjugate *(v)* : give the main forms of a verb, வினைச் சொல்லின் வெவ்வேறு வடிவங்களைக் கூறு.

conjunction *(n)* : a joining word, இணைப்பிடைச் சொல் அல்லது இணையிடைச் சொல்

conjuror *(n)* : one who practises magic, செப்பிடு வித்தைக்காரன், மந்திரவாதி

connect *(v)* : unite, put together, associate, இணை, சேர், தொடர்புபடுத்து

connected *(adj)* : joined, allied, இணைக்கப்பட்ட, தொடர்பான

connection *(n)* : relation, link, something that joins, a place where things are joined together, தொடர்பு இணைப்பு, சேர்க்கும் பொருள், சேர்க்கப்படும் இடம்

connivance *(n)* : implicit approval especially to wrong doing, மறைமுக ஆதரவு, உடந்தை

connive *(v)* : overlook a fault, conspire, தவறைக் கண்டும் காணாதது போல் இரு, உடந்தையாக இரு

connoisseur *(n)* : a critical judge in the fine arts, கலைத் திறனாயும் நடுவர்

connotate *(v)* : imply, suggest, பொருள் படு, குறிப்பாகச் சொல்.

connotation *(n)* : implied meaning, உள்ளர்த்தம், உட்பொருள்

connubial *(adj)* : pertaining to marriage, திருமணம் சார்ந்த

conquer *(v)* : overcome, defeat, win by force, subdue, வெற்றிபெறு, தோற்கடி, வலிமையால் வெல், அடக்கு

conqueror *(n)* : one who conquers, வென்றவர்

conquest *(n)* : victory, subjugation, something won by conquering, வெற்றி, கீழடக்குதல், வெற்றி கொண்ட பொருள்

consanguinity *(n)* : blood-relationship, இரத்த உறவு

conscience *(n)* : self-consciousness, moral sense, நேர்மையுணர்வு மன சாட்சி

conscientious *(adj)* : careful and honest, having the sense of duty

மனசாட்சிக்குக் கட்டுப்பட்ட, நேர்மையுள்ள, கடமையுணர்வுடைய

conscionable *(adj)* : conformable to conscience, just, மனசாட்சிப்படி நியாயமான, நேர்மையான

conscious *(adj)* : sensible, aware, realised, தன் நினைவுள்ள, விழிப்புணர்ச்சியுடைய, தெரிந்திருக்கிற

consciousness *(n)* : awareness, all the mental powers and bodily senses of a person, விழிப்புணர்ச்சி, உள்ள வலிமை, உடல் உணர்வு

conscript *(v)* : compel a person to enrol (in military service), வலுக்கட்டாயப் படுத்தி ஒருவனை இராணுவப் பணியில் சேர்த்துவிடு

consecrate *(v)* : dedicate, make holy, sanctify, திருப்பணிக்கு ஒதுக்கி வை, தெய்வத்திற்கு நேர்ந்திடு, புனிதமாக்கு

consecutive *(adj)* : following one after the other in a regular order, ஒன்றன் பின் ஒன்றான, அடுத்தடுத்த, இடைவிடாது தொடருகிற

consensus *(n)* : general agreement, unanimity, பொதுவான அபிப்பிராயம், ஒற்றுமை

consent *(v)* : agree, give permission, allow, உடன்படு, அனுமதி கொடு, ஒப்புதலளி

consequence *(n)* : importance, that which comes as a result of something, முக்கியத்துவம், விளைவு, பயன்

consequent *(adj)* : following as a result of, விளைவாக ஏற்படுகிற, பலனாக நிகழ்கிற, தொடருகிற.

conservancy *(n)* : body of men charged with safeguarding, பாதுகாப்புக்குழு

conservative *(adj)* : cautious, not liking great or sudden changes, பாதுகாத்துக் கொள்ளும் இயல்புடைய, மாறுதல் விரும்பாத, பழமைப் பற்றுடைய; *(n)* : one who opposes changes, மாறுதல் விரும்பாதவர், பழமை பேணும் விருப்புடையவர்

conserve *(v)* : preserve, keep form destruction, சேமித்துவை, கெடாமல் அல்லது சிதைவுறாமல் பாதுகாத்துக் கொள்

consider *(v)* : think carefully about, remember, regard, ஆழ்ந்து சிந்தித்துப் பார், நினைத்துப்பார், கருது

considerable *(adj)* : quite a little, important, அதிகமான, எண்ணிப் பார்க்கத்தக்க

considerate *(adj)* : thoughtful, kind, எண்ணிப்பார்க்கிற, அன்பான

consideration *(n)* : serious thought, importance, reason, a reward, ஆழ்ந்த சிந்தனை, முக்கியத்துவம், காரணம், சலுகை, பரிசு

considering *(prep)* : in view of, எண்ணிப்பார்க்குமிடத்து, கவனிக்குமிடத்து

consign *(v)* : send, handover, deposit, அனுப்பு, ஒப்படை, போட்டு வை

consist *(v)* : be composed of, be in harmony, ஆக்கப்பட்டிரு, இசைந்திரு

consistent *(adj)* : agreeing, firm, not changing, ஒத்துப் போகிற, முரணற்ற, உறுதியான, மாறாத

consolation *(n)* : comfort, pacification, ஆறுதல், தேற்றுதல்

console *(v)* : to comfort, give sympathy, pacify, ஆறுதலளி, இரக்கம் காட்டு, தேற்று

consolidate *(n)* : solidify, unite, to grow stronger, கெட்டியாக்கு, ஒன்றாக்கு, வலுப்படுத்து

consonant *(n)* : any letter of the alphabet except vowels, மெய் எழுத்து

consort *(n)* : life partner, companion, வாழ்க்கைத் துணைவன் அல்லது துணைவி, கூட்டாளி

conspicuous *(adj)* : remarkable, clearly visible, attracting, குறிப்பிடத்தக்க, தெளிவாய்த் தெரிகிற, கவனத்தைக் கவருகிற

conspiracy *(n)* : combination for unlawful purpose, plot, சட்டமீறிய செயல்திட்டத்திற்காக ஒன்றுசேர்தல், சதி திட்டம்

conspire *(v)* : combine secretly for unlawful purpose, கெட்ட நோக்கத்துடன் ஒன்றுகூடிச் சதிசெய்

constable *(n)* : a policeman, காவலர்

constant *(n)* : a quantity or number that does not vary, நிலை எண், மாறா எண்; *(adj)* : unchanging, மாறா, மாறாத

constellation *(n)* : a group of stars fixed within an imaginary outline, விண்மீன் குழு, சிறப்புடைய பெரியோர் கூட்டம்

consternation *(n)* : sudden fear, dismay, திடீர் அச்சம், கிலி

constipation *(n)* : irregularity and difficulty in emptying the bowels, மலச்சிக்கல்

constituency *(n)* : (the voters in a) town or district that sends a representative to the parliament, வாக்காளர் தொகுதி

constituent *(n)* : a component part, member of a constituency, பகுதி, உறுப்பு, கூறு, தேர்தல் தொகுதியாளர்; *(adj)* : making or forming, having the power to frame or alter a political constitution, பகுதியாயுள்ள, கூறாயுள்ள, அரசியலமைப்பை மாற்றும் (அ) உருவாக்கும் ஆற்றலுடைய

constitute *(v)* : enact as a law, construct, elect, form, or make up, விதியாக அமை, அமைப்பு உருவாக்கு, தேர்ந்தெடு, சேர்த்து உருவாக்கு

constitution *(n)* : a system or related parts, the fundamental laws and practices by which a country is governed, the physical make-up of a person or an animal, உறுப்பமைப்பு (அ) தொடர்புப் பகுதி அமைப்பு, அரசியல் அமைப்பு, உடலமைப்பு

constrain *(v)* : imprison, compel, சிறைப்படுத்து, வற்புறுத்து

constrict *(v)* : contract, press together, சுருக்கு, இறுக்கு

constrictor *(n)* : compressor, a large snake that crushes its prey, அழுத்தி, தன் இரையை நெருக்கிக் கொல்லும் தன்மையுடைய மலைப்பாம்பு

construct *(v)* : to build, draw, கட்டு, வரை

construction *(n)* : building, anything built, connection between words in a sentence, meaning, கட்டிடம், கட்டுமானம், வாக்கியத்திலுள்ள சொற்களின் தொடர்பு, கொள் பொருள்

construe *(v)* : interpret, translate, explain, மொழிப்படுத்தி விளக்கு, மொழிபெயர்ப்புச் செய், விளக்கு

consul *(n)* : a representative of a foreign country, அயல் நாட்டுப் பிரதிநிதி

consult *(v)* : to ask or seek advice, கலந்து பேசு, அறிவுரை கேள்

consume *(v)* : use up, swallow, spend, waste, destroy, பயன் படுத்து, விழுங்கு, செலவு செய், வீணாக்கு, அழி

consumer *(n)* : buyer and user of an article, நுகர்வோர்

consummate *(adj)* : perfect, complete, சிறந்த, முழுமையான; *(v)* : to finish off, complete esp. marriage by sexual intercourse, செய்து முடி, உடலுறவு கொண்டு திருமணத்தை முழுமையாக்கு

consumption *(n)* : the act of eating up or using up, act of consuming, waste, a lung disease, நுகர்வு, பயன்பாடு, செலவழிப்பு, அழிவு, எலும்புருக்கி நோய்

contact *(n)* : state of touching, connection, தொடுகை, இணைப்பு *(v)*: be in touch with, தொடு, தொடர்பு கொள்

contagion *(n)* : infection, communication of disease by contact, தொற்று நோய், ஒட்டுவாரொட்டி நோய்

contagious *(adj)* : infectious, catching and spreading by contact, தொற்றிக் கொள்ளும் தன்மையுடைய, தொடர்பினால் ஒட்டிப் பரவக்கூடிய

contain *(v)* : hold, include, கொண்டிரு, உள்ளடக்கு

contaminate *(v)* : pollute, make impure, களங்கப்படுத்து, தூய்மை கெடு

contemn *(v)* : to despise,to detest,to hate,disrespect, to treat with disregard, வெறு, மதிப்புக் குறைவாக நடத்து

contemplate *(v)* : to think deeply, to consider seriously, ஆழ்ந்து சிந்தி (அ) நினை, கூர்ந்து கருது

contemporary *(adj & n)*: belonging to the same period, existing alongside, ஒரே காலத்தைச் சேர்ந்த, உடனிருக்கிற

contempt *(n)* : disregard, scorn, புறக்கணிப்பு, வெறுப்பு

contemptuous *(adj)* : scornful, haughty, proud, showing contempt, வெறுக்கத்தக்க, ஆணவம் பிடித்த, செருக்குடைய, அவமதிப்பான

contend *(v)* : strive, dispute, to fight against, compete, முயற்சி செய், வாதாடு, எதிர்த்துப் போராடு, போட்டியிடு

content *(adj)* : satisfied, மன நிறைவுடைய; *(n)* : satisfaction, capacity, மன நிறைவு, கொள் அளவு; *(v)* : to please, satisfy, மகிழ்வூட்டு, மனநிறைவளி

contention *(n)* : dispute, conflict, வாதம், வாய்ச் சண்டை

contentment *(n)* : mental satisfaction, மன நிறைவு

contents *(n)* : things contained, list of chapters dealt within a book, உள்ளடக்கம், உள்ளுறை, பொருளடக்கம்

contest *(v n)* : to fight, oppose, argue, competition, சண்டையிடு, போட்டியிடு, வாதாடு, போட்டி

context *(n)* : situation what comes before or after, சூழ்நிலை, சந்தர்ப்பம்

contiguous *(adj)* : placed so near as to touch, having a common border, neighbouring, மிக அருகாமையிலுள்ள, பொது எல்லையுள்ள, பக்கத்திலுள்ள

continent *(adj)* : moderate, temperate chaste, மிதமான, தன்னடக்க முடைய, தூய; *(n)* : continuous land, one of the five continuous lands, பெருநிலப் பகுதி, கண்டம்

contingency *(n)* : uncertainty of occurrence, a happening by chance, casual and petty expenses, நிகழுமென்ற நிச்சயமற்ற நிலை, தற்செயல் நிகழ்ச்சி, தற்செயலாக ஏற்படும் சில்லறைச் செலவுகள்

contingent *(adj)* : happening by chance, தற்செயலாக நிகழக் கூடிய; *(n)* : a division of the defence forces, படைப்பிரிவு

continual *(adj)* : frequent, always going on without stop, அடிக்கடி நிகழ்கிற, தொடர்ச்சியான அல்லது தொடரத்தக்க

continuation *(n)* : the act of carrying on something, extension, தொடர்ச்சி, விரிவு, வளர்ச்சி

continue *(v)* : extend, prolong, proceed further, retain, விரிவுபடுத்து, நீடிக்கச்செய், தொடரு, வைத்திரு

continuous *(adj)* : unbroken, unceasing, இடைவிடாத, தொடர்ச்சியான, முடிவற்ற

contort *(v)* : to turn or twist out of shape, உருமாறும்படி வளைத்து முறுக்கு

contour *(n)* : outline, வடிவ விளிம்பு வரை

contraband *(n)* : smuggling, smuggled goods, கடத்தல், (வாணிகம்) கடத்தல் பொருள்; *(adj)* : prohibited by law, சட்டப்படி விலக்கப்பட்ட (அ) தடை செய்யப்பட்ட

contraceptive *(adj)* : preventing uterine conception, கருத்தடை சார்ந்த; *(n)* : an apparatus or drug for preventing conception, கருத்தடைக் கருவி (அ) மருந்து

contract *(v)* : shorten, to agree or promise in writing, சுருக்கு, ஒப்பந்தம் செய்து கொள்; *(n)* : an agreement, accepted promise, ஒப்பந்தம், உடன்படிக்கை உறுதி மொழி

contraction *(n)* : shortening, shrinking, குறுகுதல், சுருங்குதல்

contradict *(v)* : deny, be contrary to, மறு, கருத்து மாறுபட்டுப் பேசு

contralto *(n)* : the deepest and lowest female singing voice, பெண்களின் தாழ்ந்த இசையொலி

contrary *(adj)* : opposite, unfavourable, எதிரிடையான, மாறான

contrast *(v)* : set in opposition to show the difference between two things, எதிரெதிராக அமைத்து ஒப்பிட்டு வேறுபடுத்திக் காட்டு; *(n)* : opposition or difference, மாறுபாடு, வேறுபாடு

contravene *(v)* : break, act against a law, சட்டத்தை மீறு, சட்டத்துக்கு எதிராகச் செயலாற்று

contravention *(n)* : violation, மீறுகை

contribute *(v)* : pay a share, furnish, பங்குகொடு, உதவு

contrite *(adj)* : repentant, தவற்றை எண்ணி வருந்துகிற, தன்னுறுத்தலுடைய

contrivance *(n)* : invention, mechanical device, கண்டு பிடிப்பு, எந்திர அமைப்பு

contrive *(v)* : to plan, find out, திட்டமிடு, புதிதாகக் கண்டுபிடி

control *(n)* : check, command, power, restraint, power to guide, தடை, அடக்கியாளுதல், அதி

காரம், கட்டுப்பாடு, மேற்பார்வை; *(v)* : hold in check, regulate, command, தடுத்து நிறுத்து, கட்டுப்படுத்து, அடக்கி ஆள்

controversy *(n)* : dispute, a wordy quarrel, கருத்து மாறுபாடு, சொற்போர்

controvert *(v)* : dispute, oppose, deny, கருத்து வேறுபடு, வாதாடு, மறுத்துரை

contumacious *(adj)* : stubborn, disobedient, விடாப்பிடியான, அடங்காத, கீழ்ப்படிதலில்லாத

conundrum *(n)* : a puzzle, விடுகதை, புதிர்

convalescence *(n)* : gradual recovery and improvement of health after sickness, நோயிலிருந்து படிப்படியாக மீண்டு உடல்நலம் பெறுதல்

convene *(v)* : summon, assemble, to call together, call to meet, அழை, கூடு, திரட்டு, கூடச்செய்

convener *(n)* : one who calls a meeting, அமைப்பாளர்

convenience *(n)* : comfort, suitableness, a lavatory, வசதி, வாய்ப்பு, கழிப்பிடம்

convenient *(adj)* : suitable, comfortable, பொருத்தமான, வாய்ப்பான, வசதியான

convent *(n)* : a house where nuns or monks live, கன்னி மாடம், துறவி மாடம்

convention *(n)* : a meeting called for a special purpose, conference, traditional practice, a treaty, சிறப்புக் கூட்டம், மாநாடு, மரபொழுங்கு, ஒத்த உடன்படிக்கை

converge *(v)* : tend to meet in a point, ஒரு புள்ளியில் சென்று சேரு, ஓரிடத்தில் கூடு

conversation *(n)* : a familiar talk between two or more people, உரையாடல்

converse *(v)* : talk, chat, உரையாடு, கூடிப்பேசு; *(adj)* : opposite, contrary, எதிரிடையான, முரணான; *(n)* : one which is the opposite of another, counterpart, எதிரிடை, முரண்பாடு, மறுதலை

conversion *(n)* : transposition, act of converting, நிலை மாற்றம், மாற்றுதல்

convert *(v)* : to change from one thing to another, ஒன்றிலிருந்து மற்றொன்றிற்கு முழுமையாக மாற்று

convertible *(adj)* : able to be changed or converted, மாற்றத்தக்க

convex *(adj)* : curved like the outside of a ball or circle, வட்டம் அல்லது பந்தின் வெளிப்புறம் போன்று வளைந்த, குவிந்த

convey *(v)* : communicate, carry, transmit, அறிவி, ஏற்றிச் செல், கொண்டு போ, அனுப்பு

convict *(v)* : find or prove guilty, குற்றத்தைக் கண்டுபிடி, குற்றத்தை மெய்ப்பி; *(n)* : person who has been proved guilty, குற்றவாளி

conviction *(n)* : act of proving to be guilty, strong belief, குற்றத் தீர்ப்பு, திட நம்பிக்கை

convince *(v)* : firmly persuade, முற்றிலும் நம்பச்செய்

convincing *(adj)* : compelling one to believe, நம்பவைக்கிற, ஐயத்திற்கிடமற்ற

convivial *(adj)* : pertaining to a feast, jovial, விருந்துக்குகந்த, விருந்து சார்ந்த, மகிழ்ச்சியான

convocation *(n)* : calling together, assembly, ஒருங்கழைப்பு, கூட்டம்

convoy *(n)* : escort, protecting guard, merchant vessels protected by warships, பாதுகாவல், மெய்க்காப்பாளர், வணிகக் கப்பல்களைப் பாதுகாக்கும் போர்க்கப்பல்கள்

convulse *(v)* : agitate violently, throw into convulsions, கிளர்ச்சி செய், வலிப்பு (அ) இழுப்பு உண்டாக்கு

convulsion *(n)* : agitation, a kind of fit, கிளர்ச்சி, காக்காய் வலிப்பு

cony, coney *(n)* : a rabbit, முயல்

cook *(n)* : a person who prepares food, சமையல்காரன், சமையல்காரி, *(v)* : to prepare food, சமையல் செய்

cookery *(n)* : the art or practice of cooking, சமையல் கலை, சமையல் வேலை

cool *(adj)* : slightly cold, calm, unfriendly, குளிர்ந்த, அமைதியான, நட்பற்ற; *(v)* : remove heat from, to calm, சூடகற்று, குளிரவை, அமைதிப்படுத்து

coolie, cooly *(n)* : a hired labourer, கூலியாள்

coomb *(n)* : a deep valley on flank of hill, a hollow on the hill-side, காடடர்ந்த ஆழமான பள்ளத்தாக்கு, குன்றின் சரிவிலுள்ள குடைவு

coop *(n)* : a cage used for confining animals, விலங்குகளைப் பிடித்து அடைக்கும் கூண்டு

co-operate *(v)* : act together, கூடிச் செய்

co-operation *(n)* : acting together, கூட்டுறவு, ஒத்துழைப்பு, ஒத்துழைத்தல்

coopt *(v)* : elelct a new member by votes of existing members, உறுப்பினர் வாக்குப்படி புது உறுப்பினரைத் தேர்ந்தெடு

co-ordinate *(adj)* : equal in rank or kind, இனமொத்த, தரமொத்த, வகையொத்த; *(v)* : bring together in proper relation, make the same, ஒரு நிலைப்படுத்து, ஓரினப்படுத்து, ஒரு வகைப்படுத்து

coot *(n)* : a kind of water fowl, வாத்தின நீர்ப்பறவை வகை

copal *(n)* : a kind of resin, ஒரு வகைக் குங்கிலியம்

co-partner *(n)* : partner, sharer, கூட்டாளி, பங்காளி

cope *(n)* : a sleeveless cloak worn by clergy man, கிறித்துவச் சமய குருக்கள் அணியும் கையற்ற மேலங்கி; *(v)* : manage successfully, to be a match for, be equal to handle skilfully and control, முயன்று வெற்றி பெறு, சரி சமமாகச் செயலாற்று, ஈடு கொடு, திறம்படச் சமாளி

coping *(n)* : top course of stone in a wall, சுவரின் மேல் முகட்டுக் கல்லடுக்கு

copious *(adj)* : plentiful, abundant, ஏராளமான

copper *(n)* : a reddish metal, செம்பு

copse, coppice *(n)* : wood of small trees, புதர்க்காடு, சிறு காடு

copy *(n & v)* : one of a number of the same book, anything made as an exact imitation, ஒரே நூலின் படி, சரிபடிவம்

copyright *(n)* : exclusive right to publish a book, பதிப்புரிமை; *(adj)* : having exclusive right, பதிப்புரிமை பெற்ற

coracle *(n)* : a kind of rowing boat

covered with hide, தோலால் மூடப் பட்ட ஒரு வகைப் படகு, பரிசல்

coral *(n)* : hard calcarious substance formed by organism in the sea, பவழம்

corbic *(n)* : a kind of crow, அண்டங் காக்கை

cord *(n)* : a thick kind of string, a small rope, string like structure in animal body, திண்ணிய நூல் கயிறு, சிறு கயிறு, தசை நார்

cordial *(adj)* : hearty, friendly, cheery, மனமார்ந்த, அன்புள்ள, உளம் கனிந்த, உற்சாகமுள்ள; *(n)*: a stimulant to the heart, a refreshing drink, இருதயத்தை வலுப்படுத் தும் மருந்து, புத்துணர்ச்சியூட்டும் பானம்

cordite *(n)* : a smokeless gun powder, புகையற்ற வெடி மருந்து

cordon *(n)* : a circular line of guards, police,etc., badge or mark of honour, காவல் வளையம், கௌரவச் சின்னம்

corduroy *(n)* : coarse thick cotton stuff, ஒரு வகை சொரசொரப்பான பருத்தித் துணி

core *(n)* : innermost part, the seedy centre part of fruits like apple, உள்ள கம், நடுப்பகுதி, ஆப்பிள் போன்ற பழவகைகளின் நடுவேயுள்ள விதைப் பகுதி அல்லது கொட்டை

coriander *(n)* : an aromatic plant, கொத்தமல்லிச் செடி

cork *(n)* : the bark of the cork-oak tree, a piece of this cork used as a stopper for a bottle, கார்க் மரத்தின் பட்டை, இம் மரப்பட்டையால் செய்யப்படும் அடைப்பான் அல்லது தக்கை

ormorant *(n)* : a voracious big sea-bird, பெரிய வகைப் பெருந்தீனிக் கடல் பறவை

corn *(n)* : a grain of any kind, cereal grain (as rice, wheat,etc.),wart on the feet, நுண்மணி, உணவுத் தானியம், கால் ஆணி; *(v)* : form into corn, sprinkle and preserve with salt, நுண் மணியாக்கு, உப்பிட்டுக் கெடா மல் வைத்திரு

cornelian *(n)* : a precious stone having a reddish-white colour, வெண்சிவப்பு நிறமுள்ள விலையுயர்ந்த கல்

corner *(n)* : a point where two straight surfaces meet, buying-up of all supplies of a thing and hoarding to create scarcity, மூலை, கோணம், பொருள் களை வாங்கி முடக்கி வைத்து பற்றாக்குறையை ஏற்படுத்துதல்; *(v)* : trap in, force into a position where one cannot escape, சிக்கவை, தப்ப முடியாத நிலையில் நிறுத்தி வை

cornet *(n)* : a musical instrument something like a trumpet, எக்காளம் போன்ற இசைக் கருவி

cornice *(n)* : ornamental moulding round the top of the walls of a room, அறை உச்சியின் நடுவேயுள்ள அலங்கார வேலைப்பாடு

corolla *(n)* : whirl of leaves or petals, பூவிதழ் வட்டம், அல்லி வட்டம்

corollary *(n)* : natural consequence, result, inference, இயல்பான விளைவு, பயன், ஊகம்

coronation *(n)* : crowning of a king or queen, முடிசூட்டு விழா

coronet *(n)* : a small crown, a garland, முடி (அ) கிரீடம், பூமாலை

corporal *(n)* : a military officer ranking below sergeant, படைத்துறையிலுள்ள சிறு அலுவலர்; *(adj)* : pertaining to the human body, மனித உடல் சார்ந்த

corporate *(adj)* : working together as one, making up one body of many individuals, ஒன்றாக இணைந்து ஒரே அமைப்பாகச் செயலாற்றுகிற, பலர் சேர்ந்த ஒரு குழு அமைகிற

corporation *(n)* : company, municipal body, united body acting as one, சங்கம், மாநகராட்சிக் குழு, கூட்டுச் செயல் குழு

corps *(n)* : a body of trainers under a leader, படைப் பயிற்சிக் குழு

corpse *(n)* : body of a dead person, சடலம், பிணம்

corpulent *(adj)* : bulky, கொழுத்த

corpuscle *(n)* : a microscopic body, நுண்மம்

corral *(n)* : defensive enclosure, a space with a fence around it, பாதுகாப்பு வேலி, அடைப்பிடம்

correct *(adj)* : true, accurate, fit, சரியான, சரிநுட்பமான, பொருத்தமான; *(v)* : set right, punish, amend, சரிப்படுத்து, தண்டனை கொடு, திருத்தம் செய்

correction *(n)* : making right of something which is wrong, punishment, an amendment, சரி செய்தல், தண்டனை, திருத்தம்

correlate *(v)* : show mutual relationship, link together, தொடர்புபடுத்து, தொடர்புடைமை காட்டு, ஒன்றாக இணை

correspond *(v)* : communicate by means of letters, agree to be in harmony, be like, கடிதத் தொடர்பு கொள், இசைந்திரு, ஒப்புமை கொண்டிரு, ஒத்திரு, போல இரு

correspondence *(n)* : communication by means of letters, letters, similarity, agreement, mutual relation, harmony, கடிதத் தொடர்பு, கடிதம், பொருத்தம், இசைவு, தொடர்பு, ஒத்திசைவு

correspondent *(n)* : an authorised person to carry on business correspondence, an agent, one who writes letters, a contributor of news to newspaper, நிறுவனத்தின் அதிகாரபூர்வமான தொடர்பு அலுவலர், செயலாளர், கடிதத் தொடர்பு கொள்பவர், பத்திரிகை நிருபர்; *(adj)* : suitable, தக்க

corresponding *(adj)* : like, ஒத்திருக்கிற

corridor *(n)* : a covered passage-way, இடை வழி, நடைபாதை

corrigible *(adj)* : can be corrected, திருத்தக் கூடிய

corroborate *(v)* : make more certain, confirm formally, support, strengthen, உறுதிப்படுத்து, முறைப்படுத்தி உறுதிப்படுத்து, ஆதரவளி, வலுவாக்கு

corrode *(v)* : destroy gradually, to eat away, பையப் பைய அழி, அரி

corrosive *(adj)* : tending to corrode, அரிக்கக்கூடிய; *(n)* : corrosion அரித்தல்

corrugate *(v)* : contract into wrinkles and folds, வளைத்து நெளி, மடி

corrupt *(v)* : bribe, make impure, லஞ்சம் கொடு, தூய்மை கெடு; *(adj)* : of low character, not honest, influenced by bribery, impure, made bad, இழிந்த குணமுள்ள, நேர்மை

யற்ற, கைக்கூலி (அ) இலஞ்சம் வாங்கும் இயல்புடைய, தூய்மை யற்ற, கெட்டுப்போன

corruption *(n)* : bribery, impurity, decomposition, pervasion, இலஞ்ச ஊழல், தூய்மைக் கேடு, சிதைவு, புரட்டு

corset *(n)* : a tight-fitting under garment, இறுக்கமான உள்ளாடை

cortege *(n)* : train of attendants, procession, funeral procession, ஊழியர் வரிசை, ஊர்வலம், சவ ஊர்வலம்

corvette *(n)* : a small warship, சிறு போர்க்கப்பல்

cosmetics *(n)* : things used to beautify hair, skin or complexion, ஒப்பனைப் பொருள்கள், அழகு சாதனங்கள்

cosmopolitan *(adj)* : universal, having broad views, free from national limitations, without prejudice or narrowness, பரந்த, பரந்த நோக்குள்ள, உலகப் பொதுப் பற்றுடைய, தனிச் சார்பற்ற

cost *(n)* : price paid for a thing, விலை, செலவு

coster, costermonger *(n)* : street-seller of fruits, fishes, etc., பழம், மீன் போன்றவற்றைத் தெருவில் கொண்டு சென்று விற்பவர்

costiveness *(n)* : constipation, மலச் சிக்கல்

costly *(adj)* : high-priced, valuable, expensive, விலையுயர்ந்த, அதிகச் செலவுள்ள

costume *(n)* : a particular way of dressing, குறிப்பிட்ட ஆடை அணி

cosy *(adj)* : snug, comfortable, warm, அடக்கமான, வசதியான, சூடான; *(n)* : a warm corner, a covering used for preserving heat, அடக்கமான இடம், சூட்டைப் பாதுகாக்கும் மூடி; *(adv)* : cosily

cot *(n)* : a low narrow bed, a small dwelling, கட்டில், சிறு குடில்

cote *(n)* : shed, shelter, etc., for animals or birds, தொழுவம், கொட்டில், கூண்டு

coterie *(n)* : a circle or set of persons interested in the same thing, தனிச் சிறப்புக் குழு

cotillion, cotillon *(n)* : name of several dances, நடன வகை

cottage *(n)* : a small simple dwelling house, சிறிய எளிய குடிசை

cotton *(n)* : a soft fluffy substance that goes round the seeds of the cotton plant, cloth made of cotton, பஞ்சு, பருத்தித் துணி; *(v)* : be friendly to, agree, become attached to, நட்பாக இரு, இசைந்திரு, பற்று கொண்டிரு

cotyledon *(n)* : seed-leaf, விதையிலை

couch *(v)* : put into words, lay oneself down, lie hidden, சொற்களாக வெளியிடு, கீழே படு, பதுங்கியிரு; *(n)* : lounge or sofa, a bed, சாய்விருக்கை, படுக்கை

cough *(n)* : a sudden rough noisy expulsion of air from the lungs through the throat, a sickness, இருமல், இருமல் நோய்; *(v)* : give out a cough, இருமு

could *(v)* : past tense form of can, can என்பதன் இறந்த கால வடிவம்

council *(n)* : an assembly chosen to talk over and decide matters, an advisory body, ஆட்சிமுறைப் பேரவை, மன்றம், ஆலோசனைக் குழு

councillor *(n)* : a member of a council, மன்ற உறுப்பினர்

counsel *(n)* : advice, plan, legal adviser, a lawyer, அறிவுரை, திட்டம், சட்ட ஆலோசகர், வழக்கறிஞர்; *(v)* : to give advice, to warn, அறிவுரை கூறு, எச்சரிக்கை செய்

count *(v)* : to number, to add, record, consider, depend, be valuable, எண்ணு, கூட்டு, குறிப்பிடு, கருது; *(n)* : numbering, adding up, sum total, a charge brought against a person in a court, an honorary title, எண்ணுதல், கூட்டுதல், கூட்டுத் தொகை, சட்டமன்றத்தில் கைதிக்கு எதிராகக் கூறப்படும் குற்றச்சாட்டு, ஒரு கௌரவப் பட்டம்

countenance *(n)* : the face, expression of face, composure, முகம், முகத்தில் உணர்ச்சி வெளிப்பாடு, முக அமைதி; *(v)* : allow, encourage, இசைவு தெரிவி, ஆதரவு காட்டு

counter *(n)* : one who or that which counts; table, board, etc., on which money is counted out and across which goods are delivered, a long cabinet on which goods are exposed for sale; counting table in a bank; round heel of shoe; breast part of the heart of a horse, கணக்கிடும் கருவி, கணக்கிடுபவர், பணம் கொடுத்துப் பொருள் பெறும் மேடை, சாமான்களை விற்பனைக்குக் காட்டும் மேசை, பணம் எண்ணிக் கொடுக்கல் வாங்கல் செய்யப்படும் இடம், செருப்பின் குதிகால் பகுதி, குதிரையின் மார்புப் பகுதி; *(adj)* : contrary, opposing, opposite, மாறான, எதிரான; *(v)* : contradict, to encounter, meet with counter move, முரண்படு, எதிர், மறு; *(adv)* : in the opposite direction, எதிராக

counteract *(v)* : oppose, defeat, neutralise, நடுநிலையாக்கு

counterfeit *(v)* : to imitate, forge, போலச் செய், போலியாக உண்டு பண்ணு; *(n)* : an imitation, a pretender, a cheat, போலச் செய்தல், போலியாக நடிப்பவர், ஏமாற்றுக் காரர்

countermand *(v)* : revoking order cancelling a previous one, மாற்று உத்தரவு

countersign *(v)* : to sign as a mark of identification, sign in approval, add signature to confirm, அடையாளக் கையெழுத்திடு, சம்மதிக்கும் வகையில் கையெழுத்திடு, உறுதிக் கையெழுத்திடு; *(n)* : a secret word used as a watch word much used for identification, இரகசிய அடையாளச் சொல், அடையாளக் குறி

country *(n)* : land, one's native land, rural district, நாடு, தாய் நாடு, நாட்டுப் புறம்

county *(n)* : district, மாவட்டம்

coup *(n)* : a blow, a hit, அடி, தாக்குதல்; **coup d'etat,** sudden or illegal change of government, சட்டவிரோத திடீர் அரசு மாற்றம்

coupe *(n)* : a closed motor, half-compartment at the end of railway carriage, சிறிய கார், ரயிலின் கடைசி அரைப்பெட்டி

couple *(n)* : a pair, husband and wife, two of a kind together, two equal and opposite forces, இணை, கணவன் மனைவி, ஒரே இனத்தைச் சார்ந்த

இரண்டு பொருள்கள், இரட்டை, இணையான இரு சம எதிரிடை விசைகள்; *(v)* : join together two forces, connect, marry, unite sexually, ஒன்றாகச் சேரு, இணை, மணம் செய், உடலுறவு கொள்

couplet *(n)* : two successive lines of rhyming verse, ஈரடிச் செய்யுள்

coupling *(n)* : a contrivance for joining together part of machinery, railway carriage etc., இயந்திரங்களிலும், ரயில் பெட்டிகளிலும் உள்ள இடை இணைப்பு

coupon *(n)* : a detachable ticket for which money or goods will be given in exchange for an entry form, பணம் (அ) பொருளைப் பெற உதவும் உரிமைச் சீட்டு, நுழைவுச் சீட்டு

courage *(n)* : bravery, fearlessness, துணிச்சல், அச்சமின்மை

courageous *(adj)* : brave, fearless, துணிச்சலுடைய, அச்சமற்ற

courier *(n)* : a messenger, தூதுவர்

course *(n)* : a route, direction of motion, regular happening, ground where races are run, a series of classes and lessons, a number of things following each other, a part of a meal, பாதை, செல்லும் திசை, வழக்கமான நடைமுறை, பந்தயத் திடல், பாடப் பயிற்சித் தொடர், அடுக்கு, உணவின் ஒரு முறை பரிமாறிய பகுதி; *(v)* : pursue, move quickly, பின் தொடர்ந்து செல், வேகமாக ஓடு

courser *(n)* : a swift horse, a hunter, வேகமாகச் செல்லும் குதிரை, பந்தயக் குதிரை, வேட்டைக்காரர்

court *(n)* : a hard level place for playing games, a shut-in space, attention, a place where matters are settled according to law, judges, king's palace, politeness, a reigning monarch together with his officials, விளையாட்டுத் திடல், முற்றம், கவனம், சட்ட வழக்குமன்றம், நீதிபதிகள், அரண்மனை, அரச பரிவாரம்; *(v)* : to pay attention to, invite, seek, woo, கவனத்தைச் செலுத்து, வரவழை, வேண்டு, திருமணம் புரியும்படிக் கோரு, உபசாரம் செய்

courteous *(adj)* : polite, considerate, well-mannered, obliging, kind and thoughtful, மரியாதையான, விட்டுக்கொடுக்கும் பண்புடைய, நற்பண்புடைய, கீழ்ப்படிதலுள்ள, அன்பான, சிந்திக்கும் தன்மையுடைய

courtesy *(n)* : politeness, kindness, respect for other's feelings, good manners, special attention, மரியாதை, அன்பு, மற்றவர் உணர்ச்சிகளை மதிக்கும் பண்பு, நற்பண்பு, சிறப்புக் கவனம்

courtier *(n)* : one in attendance at a royal court or palace, a flatterer, அரச சபை ஊழியன, அரண்மனைச் சேவகன், புகழ்ச்சி செய்பவன்

courtly *(adj)* polite, obedient, flattering, dignified, நற்பண்புள்ள, கீழ்ப்படிதலுள்ள, புகழ்த்திப் பேசுகிற, பெருந்தன்மையுள்ள

cousin *(n)* : daughter or son o one's aunt or uncle, அத்தை மாமன் சித்தி பெரியம்மா ஆகியோரது பிள்ளைகள்

cove *(n)* : small bay, a small sea

side cave, சிறிய குடா, வளை குடா, கடலோரத்திலுள்ள சிறு குகை

covenant *(n)* : compact, bargain, a written agreement, the solemn pledge, கட்டுப்படுத்தும் ஒப்பந்தம், பேரம், உறுதிமொழிப் பத்திரம், மதச்சார்பான உறுதி மொழி; *(v)* : promise to do, enter into an agreement, உறுதி மொழி கொடு, ஒப்பந்தம் செய்

cover *(n)* : a lid or top wrapper, case, envelope, a hiding place for animals, மூடி, அட்டை, கூடு, உறை, பாதுகாப்புப் போர்வை, விலங்கின் மறைவிடம், *(v)* : to hide, to clothe, put over the top, get through, include, take in, protect, ஒளித்துவை, போர்த்து, மேலே போடு, கடந்து செல், உள்ளடக்கு, இடம் கொள், காப்பாற்று

covering *(n)* : anything used to cover something, மூடி, போர்வை, மூடும் பொருள்

covet *(v)* : desire eagerly, wish to secure, to be greedy for, ஆவலுடன் விரும்பு, அடைய விரும்பு, பேராசைப்படு

covey *(n)* : a flock of birds, family, party, a set, பறவைக் கூட்டம், குடும்பம், குழு, தொகுதி

cow *(n)* : female of some animals, மாடு, யானை முதலியவற்றின் பெண்ணினங்கள், பசு; *(v)* : to frighten, make meek, பயமுறுத்து, அடக்கு

coward *(n)* : faint-hearted person, one without courage, நெஞ்சுரமற்றவன், கோழை, தைரியமற்றவன்

cowardice *(n)* : faint-heartedness, timidity, நெஞ்சுரமின்மை, கோழைத்தனம்

cower *(v)* : stand in bent position, crouch in fear or shame, கூனிக் குறுகி நில், அச்சம் அல்லது வெட்கத்தால் ஒடுங்கு

cowherd *(n)* : one who looks after a herd of cattle, ஆட்டிடையன், மாட்டிடையன்

cowl *(n)* : monk's cap or hood, chimney cover, கிறித்துவக் குருக்களின் தொப்பி (அ) தலைமூடாக்கு, புகை போக்கியின் மேல் மூடி

cowrie, cowry *(n)* : a kind of shell, சோழி, சிப்பி

cowslip *(n)* : a kind of primrose, மஞ்சள் நிற பூக்களையுடைய ஒருவகை காட்டுச் செடி

coxcomb *(n)* : fool, showy person, முட்டாள், ஆடம்பரத்தில் விருப்பம் உள்ளவன்

coxswain *(n)* : helmsman of a boat, படகோட்டி

coy *(n)* : shy, modest, retiring, lonely, நாணமுள்ள, தன்னடக்கமுள்ள, ஒதுங்குகிற, தனித்த

coyote *(n)* : a kind of small wolf of North America, வட அமெரிக்காவிலுள்ள ஒரு சிறு ஓநாய் வகை

cozen *(v)* : defraud, ஏமாற்று

crab *(n)* : a ten-footed shell-fish with a pair of large claws, zodiacal constellation, a wild bitter apple tree, the fruit it bears, a short tempered person, நண்டு, கடக ராசி, கசப்பான காட்டு ஆப்பிள் பழ மரம், கசப்பு ஆப்பிள், முன் கோபி

crack *(n)* : a sudden sharp noise, a split, fissure, mental disorder, partial fracture, an expert, திடீர் வெடிப்போசை, வெடிப்பு, கீறல், பிளவு, மனக் கோளாறு, பகுதி முறிவு, நல்ல திறமை யுடையவர், வல்லுநர்; *(v)* : make a sharp sudden sound, to split, படீ ரென்ற ஓசை உண்டாக்கு, பிள

cracker *(n)* : a fire work, a device for cracking, a crisp biscuit, பட்டாசு, பாக்கு வெட்டி, பிளக்கும் கருவி, முறமுறப்பான பிசுகோத்து

cradle *(n)* : a swinging bed for the baby, தொட்டில்

craft *(n)* : a vessel, any kind of skilled work done with the hands, art, trickery, occupation, கப்பல், படகு, கைத்திறனுள்ள தொழில், கலை, தந்திரம், தொழில்

craftsman *(n)* : artificer, worker, கலைஞன், தொழிலாளி

crafty *(adj)* : skilful, artful, deceitful, cunning, திறமையுள்ள, கலைத் திறமுள்ள, ஏமாற்றும் குணமுள்ள, தந்திரமுள்ள

crag *(n)* : a rough steep rock, செங்குத் தான பாறை

cram *(v)* : to learn a subject to pass an examination, learn by heart, eat greedily, stuff, தேர்விற்காகப் பாடங்களைப் படி, மனப் பாடம் பண்ணு, பேராவலுடன் உண்ணு, திணி

cran *(n)* : a measure for fresh herring, மீனளக்கும் அளவை

cranberry *(n)* : a kind of dark red berry, ஒருவகைக் கருஞ் சிவப்புக் கொட்டை

crane *(n)* : a large wading bird with long nose and tall legs, a machine for lifting heavy loads, siphon, கொக்கு, நாரை, பளுதூக்கி, வடிகுழாய், *(v)* : stretch out the neck, கழுத்தை நீட்டு

cranium *(n)* : the skull, மண்டை யோடு

crank *(n)* : a lever used to rotate something, a very queer person, சுழற்சி முறை, மாற்றுப் பொறி, பித்துக்குளி, அரைப் பைத்தியம்

crash *(v)* : break noisily, dash in pieces, be wrecked, ஓசையுடன் உடை, மோதி நொறுக்கு, திடீர் அழிவுக்கு ஆளாக்கு; *(n)* : a sudden cracking, a loud noise, a smash, a rough strong linen, திடீர்த் தகர்வு, மோதும் ஒலி, நொறுங் குதல், முரட்டுத் துணி வகை

crass *(adj)* : thick, grossly stupid, தடித்த, அறிவற்ற, முட்டாள் தனமான

crate *(n)* : a frame or packing case made of wooden slabs, மரச்சட்டம், பிரம்புக் கூடை, அடைப்புப் பெட்டி

crater *(n)* : mouth of volcano, எரிமலைவாய்

cravat *(n)* : a tie, கழுத்துப்பட்டை

crave *(v)* : to beg, wish eagerly கெஞ்சிக் கேள், தாழ்ந்து கேள், ஆவலுடன் விரும்பு

craven *(n)* : a coward, கோழை

craving *(adj)* : longing, மிகுந்த ஆவலுடன் விரும்புகிற; *(n)* intense desire, அடங்காத ஆசை

craw *(n)* : crop of birds or insects, பறவைகளின் இரைப்பை

crawl *(v)* : move very slowly, creep on the chest, pull the body along the ground, மிக மெதுவாகச் செல், மார்பால் ஊர்ந்துச் செல், தவழ்ந்து செல், உடலைத் தரையில் இழைத்துச் செல்

crayfish, crawfish *(n)* : eatable shell-fish, உணவாகப் பயன்படும் நண்டு வகை

crayon *(n)* : a stick of coloured wax or chalk used for drawing, வண்ணக் கோல் கட்டி, வண்ண சுண்ணக் கட்டி

craze *(n)* : insane, fancy, craving passion, mania, அளவுமிக்க ஆசை, அடக்க முடியாத ஆர்வம், வெறி; *(v)* : make mad, produce small cracks, பைத்தியமாக்கு, சிறு வெடிப்புகளை ஏற்படுத்து

crazy *(adj)* : mad, unsound, sickly, in bad repairs, வெறிபிடித்த, உறுதியற்ற, நோய்ப்பட்ட, பழுதடைந்த

creak *(v)* : make a squeaking sound, 'கிரீச்' ஒலி எழுப்பு

cream *(n)* : a thick yellowish substance found in milk, the choicest or best part of anything, any soft wet substance like cream, பாலேடு, சிறந்த பகுதி, மென்மையான தண்பொருள்

crease *(n)* : a mark made by folding or pressing anything, fold, in cricket the line showing the position of the batsman and bowler, மடிப்பதால் ஏற்படும் கோடு, மடிப்பு, கிரிக்கெட் ஆட்டத்தில் ஆட்டக்காரர்கள் நிற்க வேண்டிய வரம்பைக் குறிக்கும் எல்லைக் கோடு; *(v)* : make a fold, wrinkle, மடி, சுருக்கு

create *(v)* : originate, produce, make up out of one's own mind, தோற்றுவி, உருவாக்கு, உண்டு பண்ணு, தானே சிந்தித்து ஒன்றைப் புதியதாகப் படை

creation *(n)* : the act of creating, a created thing, பிறப்பித்தல் படைத்தல், படைக்கப்பட்ட பொருள்

creator *(n)* : one who creates, படைப்பாளர்

creature *(n)* : a human being, an animal, மனிதன், விலங்கு, புழு, பூச்சி

credentials *(n)* : introductory letters, testimonials, அறிமுகக் கடிதம், சான்றிதழ்

credible *(adj)* : believable, நம்பத் தகுந்த

credit *(n)* : good character, trust, belief, goods sold but not paid for at the time, entry on the receipt, acknowledgement, reward, a person or thing that improves reputation, money in one's favour in a bank, நற்பண்பு, பொறுப்பு, நம்பிக்கை, கடன் பொறுப்பில் தவணை விற்பனை, சீட்டில் வரவு வைத்தல், பற்றுச் சீட்டு, ஆதாயம், சிறப்பளிப்பது, சிறப்பளிப்பவர், வங்கியிலுள்ள இருப்புப் பணம்; *(v)* : credit on, trust, pass a receipt entry, ascribe to one a quality, கடன் தவணை கொடு, நம்பு, வரவு வை, ஒரு குணம் உரித்ததென்று கருது

creditor *(n)* : one to whom a debt is due, the right hand side of an account upon which the values received or receivable are recorded, கடன் கொடுத்தவர் கணக்குப் பதி

வேட்டில் வரவு வைக்கப்பட்ட தொகையும், வர வேண்டிய தொகையும், பதிவு செய்யப் படும் வலது பகுதி

credulous *(adj)* : too ready to believe, simple-minded, எளிதில் நம்புகிற, சந்தேகம் கொள்ளாத

creed *(n)* : an authoritative statement of doctrine, that which is believed, doctrine, சமயக் கோட் பாடு, நம்பிக்கை, கொள்கை

creek *(n)* : a small tidal or valley stream of water, a small inlet, சிறு வளைகுடா, கடற்கழி

creep *(v)* : crawl and move along close to the ground, move very slowly, தவழ்ந்து செல், ஊர்ந்து செல், படரு, மெதுவாகச் செல்

creeper *(n)* : a creeping plant, படர் கொடி

cremate *(v)* : burn a dead body to ashes, பிணத்தை எரித்துச் சாம்பலாக்கு

crenellate *(v)* : furnish with battlements, கொத்தளங்கள் அமை

creosote *(n)* : an oily liquid obtained from tar, கீலிலிருந்து எடுக்கப்படும் எண்ணெய் போன்ற நீர்மம்

crepe *(n)* : a thin paper or silk with a crinkled surface, சுருக்கங்களுள்ள மெல்லிய காகிதம் (அ) துணி

crescendo *(n)* : (in music) a gradual increase in the force of sound, இசையில் படிப்படியாக ஏற்படும் ஒலி ஏற்றம்

crescent *(n)* : concave outline of the moon, anything shaped like the growing moon, பிறை, வளர்பிறை வடிவம், வளர்பிறை வடிவம் உடைய பொருள்; *(adj)* : growing bigger, increasing, பிறை வளருகிற, பெருகுகிற

cress *(n)* : a plant used for making salads, உணவுக்கு உதவும் ஒரு வகைச் செடி

cresset *(n)* : an incombustible frame or vessel filled with burning stuff, a torch, இரும்புச் சட்டி, காடா விளக்கு, தீப்பந்தம்

crest *(n)* : the comb or tuft on the head of an animal or bird, top or summit, a plume of feathers on the top of the helmet, badge of honour, விலங்கு அல்லது பறவை யினத்தின் உச்சிக் கொண்டை (அ) பிடரி முடி, உச்சி, மலை முகடு, தலைக் கவசத்தின் உச்சி யிலுள்ள இறகுக் கொத்து, கௌரவச் சின்னம்; *(v)* : furnish with a crest; reach the top, கௌரவச் சின்னம் அளி, சிகரத்தை அடை

crevasse *(n)* : a deep fissure in a snow field, பனிப்பாறையில் ஏற்படும் பிளவு

crevice *(n)* : a small fissure or cleft, a narrow split, வெடிப்பு, பிளவு, குறுகிய இடைவெளி

crew *(n)* : a crowd, a company of people in general, a body of men who run a ship, aeroplane, etc., a body of men organised for a particular work, கூட்டம், கும்பல், கப்பல் மாலுமிக் குழு, ரயில், ஆகாய விமானம் ஆகியவற்றின் ஓட்டுநர் குழு, குறிப்பிட்ட ஒரு வேலைக்காக அமர்த்தப்பட்ட பணியாளர் தொகுதி

crewcut *(n)* : a closely cropped haircut, மிகவும் குட்டையாக வெட்டப்படும் சிகையலங்காரம்

crib *(n)* : a child's bed with side railings, a stall for cattle, manager, a small cottage, பக்க அழிக்களை உடைய தொட்டில், மாட்டுத் தொழுவம், தீனித் தொட்டி, சிறு குடில்

cricket *(n)* : an outdoor summer game, a black or brown jumping orthopterous insect with long antenna, கிரிக்கெட் ஆட்டம், தத்தித் தத்தித் குதிக்கும் உணர் கொம்பு களை உடைய வெட்டுக்கிளியினப் பூச்சி

crier *(n)* : one who practically cries sales, etc., கூவி விற்பவர், கூவி அறிவிப்பவர்

crime *(n)* : any offence against the law, a sin, wickedness, சட்டத்தை மீறிய குற்றம், பழிச் செயல், கொடூரச் செயல்

criminal *(adj)* : unlawful, sinful, wicked, culpable, சட்டத்துக்கு மாறான, குற்றவியல் சார்ந்த, பாவகரமான, கொடூரமான, குற்ற இயல்புள்ள, குற்றமுள்ள, *(n)* : one who does evil, illegal acts, குற்றவாளி

crimson *(n)* : a deep red colour, கருஞ்சிவப்பு நிறம்

cringe *(v)* : to bow humbly in servility or cowardice, fawn, தாழ்ந்து வணங்கு, அஞ்சி நடுங்கு, கெஞ்சு; *(n)* : fawning, கெஞ்சுதல்

crinkle *(v & n)* : to wrinkle, ripple, twist, சுருக்கம் உண்டாக்கு, அலைகள் ஏற்படுத்து, முறுக்கு, விறைப்புத் தன்மை

crinoline *(n)* : a stiff fabric, ஒரு வகைத் துணி

cripple *(n)* : a lame person, நொண்டி

crisis *(n)* : turning point, a critical moment, any sudden change, a serious happening, திருப்புமுனை, மாறும் நிலை, நெருக்கடி நிலை, திடீர் மாற்றம், ஆபத்தான நிலை

crisp *(adj)* : firm and brittle, easily broken, fresh, refreshing, curly, interesting, மொற மொறப்பான, எளிதில் நொறுங்கக்கூடிய, புதியதான, ஊக்கம் தருகிற, சுருட்டையான, ஆவலூட்டுகிற

criterion *(n)* : a means or rule by which a correct judgement can be made, guiding principle, a test, திட்டமான அளவுக் கருவி, நெறி முறைகள், சோதனை

critic *(n)* : one skilled in judging literary or artistic work, one who judges the merits and demerits of a work, இலக்கியத் திறனாய்வாளன், கலைத்திறனாய்வாளன், ஒரு வேலையின் குணங்களையும் குற்றங்களையும் ஆய்பவர்

criticize *(v)* : to judge and give opinion as critic, censure, to give one's opinion on something, திறனாய்ந்து மதிப்பிடு, கண்டனம் செய், அபிப்பிராயம் சொல்

croak *(v)* : to make a low hoarse throating sound as a frog, to grumble, தவளை போலக் கத்து, கரகரப்பான ஒலி எழுப்பு

crochet *(n)* : a kind of fancy handwork done with hooked needle, கொக்கி ஊசியால் பின்னப்படும் கை வேலை

crockery *(n)* : earthernware or porcelain vessel, மண் பாண்டம், பீங்கான் பாண்டம்

crocodile *(n)* : a flesh eating amphibious reptile, முதலை

crocus *(n)* : a short stemmed bulb-plant with long leaves and large flowers, நீண்ட · இலைகளையும் பெரிய பூக்களையும் கொண்ட சிறு பூண்டுச் செடி வகை

croft *(n)* : a small farm near the house, வீட்டை அடுத்த வயல் பகுதி

cromlech *(n)* : an ancient monument of a stone circle, பழங்கால வட்டக் கல்லறை மாடம்

crone *(n)* : an old woman, கிழவி

crony *(n)* : a familiar and close friend, நெருங்கிய பழைய நண்பன்

crook *(n)* : a bend or curve, a person who gets something by dishonest tricks, a hooked staff, anything bent, வளைவு, மோசடிக்காரர், வளைந்த கோல், வளைந்தபொருள்

crooked *(adj)* : not straight, கோணலான, நேர்மையற்ற

croon *(v)* : to sing or hum in a low voice, தாழ்ந்த குரலில் பாடு அல்லது ராகம் எழுப்பு

crop *(n)* : a field of food plants, harvest of anything, a part of bird's stomach, a riding whip with a loop, short haircut, விளைச்சல் நிலம் அறுவடை, பயிர், பறவைகளின் இரைப்பை, சாட்டை, தலை மயிரைக் குறுக வெட்டும் முறை; *(v)* : to cut off closely, to cut short, crop up, reap, நெருக்கமாக வெட்டு, சிறிதாகக் கத்திரி, பயிர் செய், அறுவடை செய்

cropper *(n)* : one who or that which crops, a plant that produces a crop, fall, failure, வெட்டுபவர், வெட்டும் பொருள், விளைச்சல் தரும் பயிர், வீழ்ச்சி, தோல்வி

croquet *(n)* : a game played by setting wire arches in smooth ground and driving wooden balls through them with a long handled hammer, நீண்ட காம்புடைய மரக்கொட்டாப் புளிகளினால் மரப் பந்துகளைப் புல்வெளியில் அடிக்கும் விளையாட்டு

crore *(n)* : ten millions or one hundred lakhs, கோடி, நூறு இலட்சம்

cross *(n)* : a mark + or ×, symbol of the Christian religion, place where two roads meet, mark made by two lines cutting each other, suffering, anything in the shape of the cross, + (அ) ×, சிலுவைக் குறி, சிலுவை, கிறித்துவ மதச் சின்னம், இரு பாதைகள் சந்திக்கும் இடம், கோடுகள் ஒன்றையொன்று குறுக்காக வெட்டும் குறி, துன்பம், சிலுவை வடிவப் பொருள்; *(v)* : make a cross, draw lines across, intersect, to go to the far side of, to meddle with, disturb, சிலுவைக் குறியிடு, குறுக்குக் கோடுகள் வரை, குறுக்கே செல், தாண்டு, பக்கத்துக்குப் பக்கமாகச் செல், தேவையின்றித் தலையிடு, தொந்தரவு செய்

cross-examine *(v)* : question a witness again and again to test the truth, குறுக்கு விசாரணை செய்

cross-section *(n)* : a plane exposed by cutting through, குறுக்கு வெட்டுப் பரப்பு

crotchet *(n)* : a hook, a note in music, whimsical thought, கொக்கி, சுவைளவி, இசைமெட்டு, திடீரென்று தோன்றும் எண்ணம்

crouch *(v)* : stoop or bend close to the ground, பதுங்கு, மிகத் தாழ்வாகக் குனி

croup *(n)* : inflammatory throat disease, the hind part of a horse, தொண்டை அழல் நோய், காச நோய் வகை, குதிரையின் பிட்டப் பகுதி

croupier *(n)* : attendant at a gambling table, சூதாட்ட இடத்தில் வேலை செய்யும் உதவியாளர்

crow *(n)* : a large black bird, காகம்; *(v)* : cry like a cock, brag, சேவல் போல் கூவு, பெருமை பிதற்று

crow-bar *(n)* : a bar of iron used as a lever, கடப்பாரை, பாரைக் கோல்

crowd *(n)* : a large group of people, a number of things together, கூட்டம் தொகுதி, திரள்; *(v)* : to gather persons or things in large number, கூட்டம் கூட்டு, கூட்டமாகச் சேர், கும்பலாக்கு, நெருக்கு

crown *(n)* : the jewelled circlet worn by the king or queen, wreath of flowers, the top or highest part of anything, a coin, மணிமுடி, மலர்க்கிரீடம், உயர்ந்த பரிசு, முகடு, உச்சி, உயர்ந்த பகுதி, சிறந்த பகுதி, ஐந்து சில்லிங் நாணயம்; *(v)* : enthrone, reward, மகுடம் சூட்டு, பரிசளி

crucial *(adj)* : decisive, critical, severe, shaped like a cross, முடிவெடுக்க உதவுகிற, நெருக்கடியான, கடுமையான, சிலுவை போன்ற

crucible *(n)* : a melting pot, மூசை, புடக் குகை

crucify *(v)* : nail to a cross, torture, சிலுவையில் அறை, துன்புறுத்து, கொடுமைப்படுத்து

crude *(adj)* : raw, impure, rough, not refined, பக்குவப்படுத்தப் படாத, தூய்மையற்ற, கரடு முரடான, பண்படுத்தாத

cruel *(adj)* : brutal, harsh, taking pleasure in hurting others, causing pain, pitiless, மிருகத்தனமான, கடுமையான, பிறரைத் துன்புறுத்துவதில் மகிழ்ச்சி அடையும், துன்புறுத்தி மகிழ்கிற, இரக்கமற்ற

cruelty *(n)* : brutality, harshness, heartless treatment, கொடுமை, நெஞ்சிரக்கமற்ற செய்கை

cruet *(n)* : a small glass bottle for salt, pepper, etc., உப்புப் பொடி, மிளகு போன்றவற்றை சாப்பாட்டு மேசை மீது வைக்கப் பயன்படும் கண்ணாடிக் குப்பி

cruise *(v)* : to sail to and fro, அங்கும் இங்கும் கப்பல் பயணம் செய்

cruiser *(n)* : a light fast warship, இலேசான வேகமுடைய சண்டைக் கப்பல்

crumb *(n)* : a small bit of bread, a small fragment of anything, சிறிய ரொட்டித் துண்டு, சிறு துண்டு

crumble *(v)* : break into very small pieces, சிறு துண்டுகளாகப் பொடித்து நொறுக்கு

crumple *(v)* : wrinkle, to crush out of shape, சுருட்டிக் கசக்கு, சிதைத்து நொறுக்கு

crunch *(v)* : crush noisily with the teeth, ஓசை எழும்படிப் பல்லால் அரை

crupper *(n)* : a leather strap fastened to the saddle, croup, குதிரையின் சேணத்தோடு இணைக்கப் பட்டிருக்கும் தோல் நாடா, குதிரையின் பிட்டப் பகுதி

crusade *(n)* : Christian expedition to win back the holy land from the Turks, any aggressive movement undertaken for a noble cause, கிறித்துவர் தம் நாட்டைப் பெற துருக்கியரோடு நடத்திய சிலுவைப் போர், அறப்போர்

cruse *(n)* : an earthen vessel, மண் பாண்டம்

crush *(v)* : compress so as to break, oppress, subdue, to ruin, நொறுக்கு, அமுத்து, அடக்கு, அழி; *(n)* : a violent squeezing, crowded mass, a drink made by squeezing fruit, நசுக்குதல், பிழிதல், கூட்டத்தின் நெருக்கம், பழப் பிழிவு அல்லது சாறு

crust *(n)* : hard outer covering of anything, மேலோடு, கட்டியான மேல் பகுதி

crutch *(n)* : a supporting stick for the lame, முடவனது கவட்டுக் கட்டை, ஊன்று கட்டை

crux *(n)* : difficult stage, a puzzle. சிக்கலான கட்டம், புதிர்

cry *(v)* : make a loud shrill noise to express pain or sorrow, weep, proclaim, கூக்குரலிடு, அழு, வெளிப் படுத்து; *(n)* : noise made out of pain, sorrow, happiness; etc., an announcement, கதறல், அழுகைக் குரல், மகிழ்ச்சி ஆரவாரம், கூக் குரல், அறிக்கை

crying *(adj)* : calling loudly, calling for immediate attention, உரக்கக் கூவு, உடனடி கவனத்திற்காக உரக்கக்கத்து

cryptic *(adj)* : mysterious, secret, புதிரான, இரகசியமான

crystal *(n)* : a solid body with a clear defined shape, a clear transparent quartz, படிகம், படிக உரு, ஒளி ஊடுருவும் தன்மையுடைய பளிங்கு

cub *(n)* : the young one of fox, lion, bear etc., a junior boy scout, விலங்குக் குட்டி, இளஞ் சாரணச் சிறுவன்

cube *(n)* : a solid figure having six equal square sides, ஆறு சம சதுரங்களையுடைய திண்மம், கனசதுரம்

cubic *(adj)* : having the shape of a cube, having three measurements, கன சதுர வடிவ, மூவளவைக் கூறுடைய

cubicle *(n)* : small single bedroom, தனிப்படுக்கை அறை

cubit *(n)* : an ancient measure of length, முழம்

cuckoo *(n)* : a bird, குயில் வகை

cucumber *(n)* : a creeping plant bearing large green gourd like fruit, வெள்ளரிக் கொடி, வெள்ளரிக் காய்

cud *(n)* : lump of food brought back from the stomach into the mouth of certain animals for chewing again, விலங்குகள் அசை போடும் உணவுப் பகுதி

cuddle *(v)* : hold lightly and affectionately with the arms, அரவணை, ஆரத்தழுவு

cudgel *(n)* : a short thick staff used as a club, குண்டாந்தடி, குறுந்தடி; *(v)* : to beat with a cudgel, குண் டாந்தடியால் அடி

cue *(n)* : a long stick used in the game of billiards, catch word, hint, suggestion, a signal, பில்லியர்டு ஆட்டக்கோல், நினைவூட்டும் சொல், குறிப்புச் சொல், குறிப்புச் சைகை

cuff *(n)* : a blow with open hand, a band about the wrist, a band round the lower part of a long sleeve, கையை விரித்து அடிக்கும் அடி, மணிக்கட்டில் கட்டப்படும் நாடா, சட்டையின் கீழ்ப்பகுதிப் பட்டை

cufflinks *(n)* : a pair of linked buttons used to join shirt cuffs, சட்டையின் மணிக்கட்டுப் பொத்தான்

cuirass *(n)* : body armour, மார்புக் கவசம்

cuisine *(n)* : kitchen, cookery, சமையலறை, சமையல்

culinary *(adj)* : of or pertaining to cooking or kitchen, சமையல் தொடர்பான, சமையல் சார்ந்த

cull *(v)* : pickout, select, பொறுக்கி எடு, தேர்ந்தெடு

culminate *(v)* : to attain highest point, reach a final effect, to get a complete result, உச்ச நிலையை அடை, இறுதிப் பயனைப் பெறு, முழுப் பயனை அடை

culprit *(n)* : a guilty person, criminal, குற்றவாளி

cult *(n)* : a religious belief, வழிபாட்டு மரபு, சமய நம்பிக்கை

cultivate *(v)* : plant a crop, till, try to improve, grow, பயிரிடு, உழு, பண்படுத்து, திருத்தம் செய், மேன்மைப்படுத்து, வளர்

cultivation *(n)* : the act of cultivating, improvement, development, வேளாண்மை, பயிர் செய்தல், பண்படுத்தல், வளர்ச்சி

culture *(n)* : tillage, improvement, morals, civilisation, development of micro-organisms, artificial cultivation, உழுது பண்படுத்துதல், நிலத் திருத்தம், பண்பட்ட நிலை, பண்பாடு, நாகரிக நிலை, நுண்ம வளர்ச்சி, செயற்கையாக உண்டு பண்ணுதல்

cultured *(adj)* : well-educated, cultivated, refined, artificially prepared, கல்வியிற்சிறந்த, பயிர் செய்யப் பட்ட, பண்படுத்தப்பட்ட, செயற்கை முறையில் உண்டாக்கப்பட்ட

culvert *(n)* : an artificial covered channel for carrying water beneath the road, மதகு

cumbersome *(adj)* : burdensome, troublesome, working with difficulty, பளுவான, இடைஞ்சலான, எளிதில் கையாள முடியாத

cummerbund *(n)* : a girdle, belt, இடைக்கச்சை

cumulate *(v)* : to heap up, accumulate, குவி, திரட்டு; *(adj)* : heaped, accumulated, குவிக்கப்பட்ட, திரட்டப்பட்ட

cumulative *(adj)* : consisting of parts gathered one after another, steadily increasing, திரண்ட, படிப்படியாக வளருகிற

cumulus *(n)* : a mass, heap, dense mass of clouds in the form of a rounded heap, திரள், குவியல், அடர்ந்த மேகக் குவியல்

cunning *(adj)* : tricky, crafty, shrewd, attractive, dextrous, சூதுடைய, தந்திரமுள்ள, புத்தி நுட்பமுடைய, கவனத்தைக் கவருகிற, கைத்திறனுடைய; *(n)* : skill in deception, cleverness, artfulness, dexterity, ஏமாற்றும் திறன், புத்திக்கூர்மை, கலைத்திறன், தந்திரம்

cup *(n)* : a small open vessel, a fancy vessel given as a prize, anything shaped like a cup, கிண்ணம், பரிசுக்

கோப்பை, கிண்ண வடிவப் பொருள்

cupboard *(n)* : a cabinet with shelves and drawers in it, any small cabinet, **நிலையடுக்கு, சிறு அடுக்கு**

cupid *(n)* : god of love, a picture of a baby with wings representing love, காதல் தெய்வம், காதல் சின்னமாக விளங்கும் இறக்கையுடைய குழந்தையின் ஓவியம்

cupidity *(n)* : greed, பேராசை

cupola *(n)* : a dome, a furnace, **குவி மாடம், ஒருவகை அடுப்பு**

cur *(n)* : a dog of poor breed, a mean malicious person, **தாழ்ந்த இன நாய், இழிந்தவன், கீழ் எண்ண முடையவன்**

curate *(n)* : an assistant clergyman, உதவிப் பாதிரியார்

curator *(n)* : a person in charge of a museum, art-gallery, library, etc., a superintendent, **காட்சி சாலை, கலைக்கூடம், நூலகம் போன்றவற்றின் பொறுப்பாளர், மேற்பார்வையாளர்**

curb *(n)* : bridle, a check, anything that restrains, **கடிவாளம், தடை,** தடுப்புப் பொருள்; *(v)* : protect with a curb, check, restrain or control, **கடிவாளமிடு, தடு, அடக்கு**

curd *(n)* : the coagulated portion of sour milk, தயிர்

curdle *(v)* : become sour and change into curd, coagulate or freeze, thicken, **புளிப்படைந்து தயிராகு, உறை, இறுகு, கெட்டியாகு**

cure *(n)* : remedy, something that makes one well, நிவாரணம், நோய் **குணப்படுத்தல்; *(v)* : make well** again, heal, treat by drying, salting, etc., so as to preserve, **நோய் நீக்கு,** **குணப்படுத்து, உப்பிட்டு உலர்த்திப் பதப்படுத்து**

curfew *(n)* : the ringing of an evening bell as a signal telling people to get off the streets and put off all the fires and lights, a restraint order, **விளக்கணைப்பு அறிவிப்பு மணி, ஊரடங்குச் சட்டம்**

curious *(adj)* : eager for information, rare, odd, mysterious, involving skill, **அறிவாற்றலுடைய, ஆசையைத் தூண்டுகிற, அரிதான, புதுமையான, மாயமான, கலைத் திறனுடைய**

curl *(n)* : a rolled bunch of hair, anything rolled in a spiral shape, **சுருள் முடி, சுருள் வடிவப் பொருள்; *(v)*** : wind, form a curl, **சுற்று, சுருட்டு**

curlew *(n)* : a kind of shore-bird, **கடற்கரைப் பறவை வகை**

curmudgeon *(n)* : a miserly fellow, a churlish person, **கருமி, பிடிவாத குணமுடையவன்**

currant *(n)* : small dried grapes, a small black raisin without seeds, **உலர் திராட்சை, விதையில்லா முந்திரிப் பழம்**

currency *(n)* : the money of a country, **நாணயம்**

current *(adj)* : flowing, in use at present, **பாய்கின்ற, ஓடுகின்ற,** நடைமுறை வழக்கிலுள்ள; *(n)* : something flowing in a steady stream, electric power, trend, **ஓட்டம், மின் சக்தி, போக்கு**

curriculum *(n)* : course (of study), brief account of one's career, **பாடத் திட்டம், ஒருவருடைய தொழில் பற்றிய குறிப்பு**

curse *(v)* : swear, to cause evil or injury, to damn, use profane language, பழி, துன்பம் செய், பழித்துரை, சாபமிடு, கடுமொழி கூறு; *(n)* : something that causes evil, an oath, a wish for evil, hateful thing, சாபம், பழிப்பு, ஆணை, பிறருக்குக் கெடுதி நேர வேண்டுமென்ற எண்ணம், வெறுக்கத்தக்க பொருள்

cursory *(adj)* : hasty, careless, விரைவான, அக்கறையற்ற

curt *(adj)* : scanty, rudely short, சுருக்கமான, குறுகலான

curtail *(v)* : to cut short, abridge, வெட்டிச் சின்னதாக்கு, குறை, சுருக்கு

curtain *(n)* : a cloth cover for window or door, a hanging drapery to hide a stage from the audience, கதவுத் திரை, தொங்கும் மறைப்பு, திரைச் சீலை

curve *(n)* : anything bent, a line of graph showing variation, வளைவு, வரைபடத்தில் மாறுதலைக் காட்டும் கோடு

cushion *(n)* : a pillow to sit or to rest against, திண்டு

custard *(n)* : a mixture of eggs, sugar, milk, etc., flavoured and baked together, முட்டை, பால், சர்க்கரை சேர்ந்த தின்பண்ட வகை

custodian *(n)* : a caretaker, guardian, பாதுகாப்பாளர், பொறுப்பாளர்

custody *(n)* : care, imprisonment, a guarding, பாதுகாப்பு, பொறுப்பு, சிறைப்படுத்தல், காவல்

custom *(n)* : something done regularly, habit, பழக்கம், வழக்கம்

customary *(adj)* : usual, habitual, வழக்கமான, பழக்கமான

customer *(n)* : one who is buying, a habitual buyer from the shop, வாங்கிக் கொண்டிருப்பவர், ஒரே கடையில் வாடிக்கையாக வாங்குபவர்

custom-house *(n)* : the place where duties on goods are collected, சுங்கச் சாவடி

customs *(n)* : duties on goods coming to a country, இறக்குமதி வரி, சுங்கம்

cut *(v)* : separate into pieces, clip, make shorter, make less, make a slit, துண்டுகளாகப் பிரி, சின்னதாக்கு, குறைவாக்கு, கீறு; *(n)* : a route that goes across, a wound, a slit, a blow, குறுக்குப் பாதை, வெட்டுக்காயம், பிளவு, அடி

cutlass *(n)* : a short broad curved sword, அகன்ற வளைந்த குறுவாள்

cuticle *(n)* : epidermis, any outer covering, மேல் தோல், வெளியுறை

cutlery *(n)* : cutting instruments, வெட்டுக் கருவிகள்

cutlet *(n)* : a slice of meat or vegetable, இறைச்சித்துண்டு, காய்த்துண்டு

cut-throat *(n)* : murderer, a dangerous person, கொலைகாரன், ஆபத்தானவன்; *(adj)* : merciless, murderous, dangerous, இரக்கமற்ற, கொலைகாரத்தனமான, ஆபத்தான

cuttle-fish *(n)* : an octopus, எட்டுக்கை மீன் இனம்

cycle *(n)* : revolving period, a number of events recurring after regular intervals, bicycle, சுழற்சிக் காலம், குறிப்பிட்ட காலத்தில் சுழற்சியாக மறித்து வரும் நிகழ்ச்சி, சக்கரம், மிதிவண்டி; *(v)* : recur at regular intervals, go on a cycle, குறிப்பிட்ட காலத்தில் மறுபடியும் நேரிடு, சைக்கிள் விடு

cyclone *(n)* : hurricane, a whirl-wind, storm, புயல் காற்று, சூறாவளி, புயல்

cyclops *(n)* : an imaginary creature like one eyed giant, ஒற்றைக்கண் அரக்கன் போன்ற கற்பனைப் படைப்பு

cygnet *(n)* : a young swan, அன்னப் பறவையின் குஞ்சு

cylinder *(n)* : a long round soild, a roller drum, a hollow tube, நீள்வட்ட வடிவம், நீள் உருளை, உள்ளே வெறுமையான குழல்

cymbals *(n)* : a musical instrument consisting of two hollow brass circular discs, கைத்தாளம்

cynic *(n)* : a fault-finder, எப்போதும் குற்றம் காணுபவர்

cynosure *(n)* : anything that creates interest or draw attention, pole star, எல்லோருடைய கண்ணையும், கருத்தையும் கவரும் பொருள், துருவ நட்சத்திரம்

cypress *(n)* : kind of evergreen tree, ஒருவகை மரம்

cyst *(n)* : a membranous sac that contains a liquid, a semi-solid substance, நீர்மம் அல்லது அரைத் திண்மப் பொருளுடைய சவ்வு போன்றபை

czar *(n)* : the title of the Russian Emperor, ருஷியப் பேரரசரின் பட்டம்

D

dab *(v)* : strike lightly, press with soft moist substance, மெல்லத் தட்டு, மென்மையான ஈரப் பொருளால் அமுக்கு

dabble *(v)* : splash gently, wet intermittently, play with, மெதுவாகத் தெறித்து விளையாடு, ஈரமாக்கு, விளையாடு

dace *(n)* : a small river fish, ஒரு வகை மீன்

dachshund *(n)* : a short legged dog, குட்டைக் கால்களையுடைய ஒரு வகை நாய்

dacoit, dackoit *(n)* : member of a gang of robbers, கொள்ளைக் கூட்டத்தைச் சார்ந்தவன்

dad *(n)* : children's term for father used familiarly, அப்பா

dado *(n)* : the wooden or coloured border on the lower few feet of the room wall, மரம் இழைக்கப்பட்ட அல்லது மாற்று வண்ணத்தை யுடைய சுவரின் கீழ்ப்பகுதி

daffodil *(n)* : a yellow flower, ஒரு வகை மஞ்சள் குவளை மலர்

daft *(adj)* : silly, foolish, மடத்தனமான, முட்டாள்தனமான

dagger *(n)* : a short sword, reference mark †, குத்து வாள், அச்சுக் குறியீடு

dahlia *(n)* : a garden plant with multi-coloured flowers, பலநிற மலர்களை உடைய ஒரு வகைச் செடி

daily *(adj & adv)* : pertaining to every day, on every day, ஒவ்வொரு நாளுக்குமுரிய, நாள்தோறும்; *(n)* : *(n)* : a daily publication, நாளிதழ்

dainty *(adj)* : delicious, charming, neat, சுவைமிக்க, நேர்த்தியான, கவர்ச்சியான; *(n)* : delicacy, சுவையான பொருள்

dairy *(n)* : a place where milk products are kept or sold, பால் பண்ணை

dais *(n)* : a slightly raised platform, மேடை, அரங்கம்

daisy *(n)* : a garden flower, ஒரு வகைக் காட்டுப் பூ

dal *(n)* : split pulse, பருப்பு

dale *(n)* : a valley, பள்ளத்தாக்கு

dally *(v)* : to waste time in idleness, make love, to play, நேரத்தை விணாக்கு, கொஞ்சு, சிறுபிள்ளைத் தனமாக விளையாடு

dam *(n)* : an embankment, அணை; *(v)* : furnish with dam, restrain, அணை கட்டு, தடு

damage *(n)* : injury, harm, loss, சிதைவு, கேடு, அழிவு, இழப்பு

damask *(n)* : a kind of cloth with figures and designs, சித்திர வேலைப் பாடுடைய ஆடை

dame *(n)* : a lady, mistress, தலைவி மேற்பார்வையிடுபவள்

damn *(v)* : condemn, to swear at, குறைவுபடுத்து, இழிவுபடுத்து, பழித்திடு, சாபமிடு; *(n)* : an oath, a curse, சபதம், பழிப்பு, பழி கேடு

damp *(adj)* : wet, moist, நனைந்த, ஈரப்பதமுடைய; *(v)* : to wet slightly, discourage, நனை, ஈரமாக்கு ஊக்கம்கெடு; *(n)* : fog, moisture, பனி, நீர்க்கழிவு

damsel *(n)* : an unmarried young lady, maiden, இளம் கன்னிப்பெண், மங்கை

damson *(n)* : a small plum, the tree bearing it, ஒரு வகைப் பழம், அப் பழம் தரும் பழம்

dance *(v & n)* : move the body rhythmically, நடனமாடு, நடனம்

dandelion *(n)* : yellow-flowered plant, மஞ்சள் பூக்களை உடைய ஒரு வகைச் செடி

dandle *(v)* : to fondle or toss child in the arms, குழந்தையை மேலே தூக்கிப் போட்டுக் கொஞ்சு

dandruff *(n)* : dead skin in small scales under the hair, பொடுகு

dandy *(n)* : one who pays great attention to dress, பகட்டான ஆடை அணிபவன்

danger *(n)* : risk, peril, insecurity, இடையூறு, இடர், துன்பம், பாதுகாப்பின்மை

dangerous *(adj)* : risky, unsafe, ஆபத்தான, பாதுகாப்பற்ற

dangle *(v)* : to hang loosely, தொங்க விடு

dank *(n)* : moist, soaked, ஈரப் பதமான, நீரில் தோய்ந்த

dapper *(adj)* : smart, neat, சுறுசுறுப்பான, நேர்த்தியான

dapple *(adj)* : marked with rounded spots or patches of colour, பல நிறப் புள்ளிகளையுடைய

dare *(v)* : oppose and challenge, be bold enough, சவாலாக ஏற்று செயலாற்று, துணிவு கொள்

darg *(n)* : a day's work, ஒரு நாளில் செய்யப்படும் வேலை

daring *(adj)* : adventurous, bold, துணிச்சலுள்ள, தைரியமான; *(n)*: boldness, bravery, துணிச்சல், வீரம்

dark *(adj)* : without light, gloomy, mysterious, இருட்டான, மங்கலான, விளக்கமற்ற

darken *(v)* : make dark or darker, இருட்டாக்கு

darling *(n)* : dearly beloved, a favourite, அன்புக்குரியவர், அன்புக்குரியது

darn *(v)* : mend, இழை ஒட்டு; *(n)* : a place that has been mended, இழை போட்டுத் தைத்த இடம்

dart *(n)* : a pointed weapon, a sudden rapid motion, அம்பு, கணை, திடீர் இயக்கம்

dash *(v)* : to strike with violence, collide, throw with force, run fast, பலமாகத் தாக்கு, மோது, பலமாக எறி, பாய்ந்து செல்; *(n)* : a violent movement, collision, a mark, திடீர் இயக்கம், மோதல், ஒரு கோடு

dastard *(n)* : a coward, a brute, கோழை, கீழ்மகன்

dastardly *(adj)* : cowardly, meanly, brutal, கோழைத்தனமான, இழிவான, முரட்டுத்தனமான

data *(n)* : facts or conditions known, தெரிபொருள்

date *(n)* : the day, month and year, the time of any event, a kind of palm tree, its fruit, நாட்குறிப்பு, தேதி, காலக்குறிப்பு, பேரீச்ச மரம், பேரீச்சம் பழம்

dative *(n)* : fourth case, நான்காம் வேற்றுமை

daub *(v)* : to smear, to paint roughly, கறைப்படுத்து, வண்ணத்தை அலங்கோலமாக அப்பு

daughter *(n)* : one's female child, மகள்

daughter-in-law *(n)* : the wife of one's son, மருமகள்

daunt *(v)* : check, discourage, frighten, தடு, அதைரியப்படுத்து, பயமுறுத்து, அச்சுறுத்து

dauntless *(adj)* : fearless, preserving, அச்சமற்ற, விடா முயற்சியுள்ள

davits *(n)* : pair of cranes to lower or raise a ship's boat, கப்பலின் படகை மேலும் கீழும் இறக்க ஏற்ற உதவும் தூக்குப் பொறிகள்

Davy-lamp *(n)* : coal miner's safety lamp, சுரங்கத் தொழிலாளர்களின் காப்பு விளக்கு

daw *(n)* : a kind of bird, ஒரு வகைப் பறவை

dawdle *(v)* : loiter, waste time, சோம்பித் திரி, பொழுதை வீணாக்கு

dawn *(n)* : beginning of the day, beginning, விடியற்பொழுது, முதல் தோற்றம்

day *(n)* : the time from sunrise to sunset, a period of 24 hours, சூரியன் உதித்து பின் மறையும் வரையுள்ள கால அளவு, நாள், 24 மணி நேர கால அளவு

day break *(n)* : dawn, விடிகாலை

daze *(v)* : confuse, make senseless, குழப்பு, திகைக்க வை, உணர்வு மழுங்கச் செய்

dazzle *(v)* : to confuse, make blind by a strong light, குழப்பு, மிகுந்த ஒளியால கண் கூசச் செய்

dead *(adj)* : inanimate, lifeless, உயிரற்ற, இறந்த, வளர்ச்சியற்ற

deaden *(v)* : to weaken, to make dead, ஆற்றல் இழக்கச் செய், உயிரிழக்கச் செய்
deadlock *(n)* : a complete standstill, செயலற்ற நிலை, முட்டுக் கட்டை
deadly *(adj)* : fatal, dangerous, உயிருக்குக் கேடு விளைவிக்கக் கூடிய, ஆபத்தான
dead-march *(n)* : solemn music, பிணப்பறை, சாவு ஊர்வல இசை
deaf *(adj)* : having poor hearing, காது கேளாத, செவிடான
deafen *(v)* : make deaf, செவிடாக்கு
deal *(n)* : amount, trade, bargain, a kind of lightwood, பகுதி, வணிகம், பேரம், சாதிக்காய் மரம்
dealer *(n)* : trader, வாணிகம் செய்பவர்
dealings *(n)* : behaviour, business relations, நடத்தை, வாணிகத் தொடர்பு
dealt *(v)* : past tense and past participle of 'deal', 'deal' என்பதன் இறந்த கால முடிவெச்ச வடிவம்
dean *(n)* : head of a college, the clergy man in charge of a cathedral church, கல்லூரித் தலைவர், கிறித்துவக் கோயில் மதகுரு
dear *(adj)* : beloved, expensive, அன்பான, அருமையான, விலை கூடின; *(n)* : one who is loved, அன்புக்குரியவர்; *(adv)* : at a high price or cost, அதிக விலையில்
dearness *(n)* : fondness, high cost, அன்பு நிலை, விலையேற்றம்
dearth *(adj)* : scanty, scarce, இன்மை, பஞ்சம்
death *(n)* : the end of life, demise, இறப்பு, மரணம்
debacle *(n)* : sudden collapse, திடீர்த் தகர்வு, படுவீழ்ச்சி
debar *(v)* : exclude, prevent, விலக்கு, தடைசெய்
debase *(v)* : make lower in value, degrade, மதிப்பைக் குறை, தரம் தாழ்த்து
debate *(v)* : argue, dispute, வாதாடு, சர்ச்சை செய்; *(n)* : an argument, discussion, வாக்குவாதம், சர்ச்சை
debauched *(adj)* : immoral, ஒழுக்கங் கெட்ட
debauchee *(n)* : drunkard, one given to sensual pleasure in excess, குடிகாரர், தீயொழுக்கம் உடையவர்
debauchery *(n)* : intemperance in sensual pleasures, great drunkenness, தீயொழுக்கம், கட்டுமீறிய குடிப் பழக்கம்
debenture *(n)* : a loan bond, கடனீட்டுச் சீட்டு
debility *(n)* : weakness, feebleness, வலுக்கேடு, தளர்ச்சி
debit *(n)* : a debt, கடனாகக் குறிக்கப்படும் பற்றுத் தொகை
debonair *(adj)* : pleasant, மனமகிழ்வுடைய
debouch *(v)* : to march out from a narrow or confined place into a plain, emerge, குறுகிய பகுதியிலிருந்து சமவெளிப் பகுதியில் நுழை, திடீரென்று தோன்று
debris *(n)* : ruins, scattered fragments, சிதை பொருள், குப்பைகூளம்
debt *(n)* : payment that must be but not yet been made to somebody, கடன்
debtor *(n)* : one who owes something to others, கடனாளி
debunk *(v)* : reveal the truth impartially, நடு நிலையில் நின்று உண்மையை வெளிப்படுத்து

debut *(n)* : first public appearance as performer, அரங்கேற்றம்

decade *(n)* : a period of ten years, பத்தாண்டு கால அளவு

decadence *(n)* : decay, falling to a lower level, சிதைவு, நலிவு, வீழ்ச்சி

Decalouge *(n)* : the ten commandments, கிறித்துவ சமயத்தின் பத்துக் கட்டளைகள்

decamp *(v)* : abscond, run away, மறைந்து செல், ஓடிப் போ

decant *(v)* : pour slowly so as not to disturb the sediment, மண்டி கலங்காமல் தெளிந்து மெதுவாக ஊற்று

decapitate *(v)* : behead, தலையை வெட்டு

decay *(v)* : decompose, rot, spoil, decline, அழிவுறு, அழுகு, சிதை, வீழ்ச்சியுறு; *(n)* : decomposition, declination, அழுகுதல், வீழ்ச்சி

decease *(n)* : death, இறத்தல், மரணம்

deceased *(adj)* : dead, இறந்த; *(n)* : a dead person, இறந்தவர், பிணம்

deceit *(n)* : fraud, untruthfulness, misrepresentation, ஏமாற்று, பொய்மை, வேண்டுமென்றே தவறாக விவரித்தல்

deceitful *(adj)* : cheating, ஏமாற்றுகிற, வஞ்சிக்கிற

deceive *(v)* : defraud, mislead, ஏமாற்று, தப்பு வழி காட்டு

December *(n)* : twelfth month of the English calendar, ஆங்கில ஆண்டின் 12-வது மாதம்

decennial *(adj)* : of ten-year period, happening every ten years, பத்தாண்டுகள் கொண்ட, பத்தாண்டுகளுக்கு ஒரு முறை நிகழ்கிற

decent *(adj)* : respectable, proper, reasonable, fair, மதிப்பிற்குரிய, தகுதியான, மதிப்பான தோற்றமுடைய

deception *(n)* : deceiving or being deceived, thing that deceives, ஏமாற்று, மோசடி, வஞ்சகம்

deceptive *(adj)* : deceitful, delusive, ஏமாறச் செய்கிற, மயங்கவைக்கிற

decide *(v)* : determine, judge, முடிவு செய், தீர்ப்பளி, தீர்மானி

deciduous *(adj)* : shedding leaves in autumn, ஆண்டுதோறும் பருவ காலத்தில் இலையுதிர்க்கிற

decimal *(n)* : a tenth fraction, பத்தின் பின்னம், பத்தின் கூறு

decimate *(v)* : put to death one out of every ten, to make much smaller in number, பத்திலொன்றை அழி, பேரளவைக் குறை

decipher *(v)* : interpret the meaning of something written that is difficult to make out, இரகசியக் குறி எழுத்தின் பொருளைக் கண்டுபிடி

decision *(n)* : final opinion, முடிவான கருத்து

decisive *(adj)* : conclusive, convincing, முடிவான, அறிவுறுத்துகிற

deck *(n)* : the upper floor of a ship, கப்பலின் மேல் தளம்; *(v)* : adorn, dress, ஒப்பனை செய், ஆடையணி

declamation *(n)* : set speech in fine language, பகட்டான மேடைப் பேச்சு அல்லது சொற்பொழிவு

declaration *(n)* : a deliberate announcement, அறிக்கை

declare *(v)* : announce, proclaim, அறிவி, விளம்பரப்படுத்து

decline *(v)* : fall off, refuse, decrease, give the case of nouns, கீழ்நோக்கிச்

சரி, மறு, குறைவுறு, பெயர்ச் சொல் திரிபு கூறு

declivity *(n)* : a downward slope, கீழ் நோக்கிய சரிவு

decoction *(n)* : extract got by boiling, வடிநீர்

decompose *(v)* : rot, separate into component parts, அழுகு, பகுதி களாகப் பிரி

decomposition *(n)* : decay, separating into its elements, சிதைத்தல், அழுகுதல், பகுதிகளாகப் பிரித்தல்

decontaminate *(v)* : to free from contamination, நச்சு நீக்கு

decontrol *(v)* : release from control, கட்டுப்பாட்டை நீக்குதல்; *(n)* : act of removing the control, கட்டுப் பாடு நீக்கம்

decorate *(v)* : to adorn, beautify, give a medal to, அலங்கரி, அழகு படுத்து, பதக்கம் அளி

decoration *(n)* : trimming, act of adorning, a medal, ஒப்பனை, அலங்கரித்தல், பதக்கம்

decorum *(n)* : decency, etiquette, மதிப்பொழுங்கு, சீரொழுங்கு

decoy *(v)* : entrap, ஏமாற்றிப் பிடி

decrease *(v)* : make less, குறை; *(n)* : lessening, reduction, குறைதல், குறைவு

decree *(n)* : an order, judgement, கட்டளை, சட்டம், தீர்ப்பு, *(v)* : order, adjudge, உத்திரவிடு, சட்டம் இயற்று, தீர்ப்புக் கூறு

decrepit *(adj)* : worn out by age, முதுமையடைந்த, தளர்ச்சியுற்ற

decry *(v)* : to censure, blame, அவதூறு கூறு, குற்றஞ்சாட்டு, பழி கூறு

decumbent *(adj)* : lying along ground, படுத்த நிலையிலுள்ள

dedicate *(v)* : devote, படைப் பாக்கு

dedication *(n)* : writing a person's name in the front page of a book as a mark of honour, உரிமையுரை

deduce *(v)* : draw as conclusion, தெரிந்த முடிவுகளின் மூலம் அறுதியிடு, உய்த்துணர்

deduct *(v)* : subtract, to take away from, குறை, கழி

deed *(n)* : an act, written legal document, செயல், சட்டமுறை ஆவணம்

deem *(v)* : consider, judge, கருது, மதிப்பிடு

deep *(adj)* : extending far down from the surface or top, sound and heavy, ஆழமான, ஆழ்ந்த, திண்ணிய

deepen *(v)* : make deep, ஆழமாக்கு

deer *(n)* : a four footed pretty animal, மான்

deface *(v)* : erase, spoil the fresh appearance of anything, அழி, தோற்றத்தைக் கெடு, அழகைக் கெடு

defalcate *(v)* : misuse the money entrusted to one, பணத்தைக் கையாடல் செய்

defamation *(n)* : slander, பழிப் புரை

defamatory *(adj)* : harmful to one's fair name, நற்பெயரைக் கெடுக்கிற, அவதூறான

defame *(v)* : slander, speak evil of, பழித்துக் கூறு, நற்பெயரைக் கெடு

default *(n)* : failure to do one's duty, failure, கடமை தவறுதல் தவறு

defeat *(v)* : to win a victory, over, to beat in a fight, தோல்வியுறச் செய், சண்டையில் முறியடி; *(n)* : act of losing, தோல்வி
defect *(n)* : imperfection, shortcoming, fault, குறை நிலை, குறை பாடு, குற்றம்
defective *(adj)* : having a defect, குறைபாடுடைய
defence *(n)* : protection, justification, பாதுகாப்பு, தற்காப்பு விளக்கம்
defend *(v)* : protect or guard, justify, fight on behalf of, பாதுகாப்பு செய், காவல் செய், தற்காப்பு செய், ஆதரவாகப் பேசு
defendant *(n)* : person complained against, one who resists attack, பிரதிவாதி, பாதுகாத்துக் கொள்பவர்
defender *(n)* : one who defends, பாதுகாப்பாளர், ஆதரவாளர்
defensive *(adj)* : protective, பாதுகாப்பளிக்கிற
defer *(v)* : submit, yield, postpone, கீழ்ப்படி, விட்டுக்கொடு, கால நீட்டிப்புச் செய்
deference *(n)* : respect, regard, மதிப்பு, மரியாதை, பணிவு
defiance *(n)* : a challenge, disobedience, எதிர்ப்பு, கீழ்ப்படியாமை
defiant *(adj)* : bold, resisting, disobedient, அடங்காத, எதிர்க்கிற, கீழ்ப்படிய மறுக்கிற
deficiency *(n)* : insufficiency, a shortage, பற்றாக்குறை, குறைபாடு
deficient *(adj)* : insufficient, lacking, முழுமையாகாத, குறைபாடுடைய
deficit *(n)* : deficiency, a shortage, குறைவு, பற்றாக்குறை
defile *(v)* : contaminate, spoil, march in files, களைப்படுத்து, தூய்மை கெடு, ஒருவர் பின் ஒருவராக அணி வகு
define *(v)* : to set out the limits to fix the meaning of, எல்லை வரையறை செய், சொற்பொருள் வரையறை செய்
definite *(adj)* : exact, sure, சரியான, உறுதியான
definitely *(adj)* : exactly, surely, சரியாக, நிச்சயமாக
definition *(n)* : explanation of the exact meaning, exposition, சொற்பொருள், வரையறை, விளக்கவுரை
deflate *(v)* : reduce inflation, release air from, மதிப்பைக் குறை, உள்ளடைத்த காற்றை வெளிப்படுத்து
deflect *(v)* : to turn to a side, distract, bend, ஒரு பக்கமாகத் திருப்பு, பாதையிலிருந்து விலகச் செய், வளை, குனி
deflection *(n)* : deviation, வளைவு, திருப்பம்
deforest, disforest *(v)* : clear off the forest, காட்டை அழி
deform *(v)* : disfigure, make ugly, உருக்குலை
deformity *(n)* : unnatural form of the body, அருவருப்பான உருவம்
defraud *(v)* : cheat, ஏமாற்று, வஞ்சி
defray *(v)* : to pay for, கொடுத்துத் தீர்
deft *(adj)* : handy, skilled, கைத்திறனுடைய, திறமையுடைய
defunct *(adj)* : no longer in existence, dead, வழக்கிழந்த, காலஞ்சென்ற

defy *(v)* : challenge, dare, act against, அறை கூவு, சவால் விடு, எதிர்த்து நில், எதிராகச் செயல்படு

degenerate *(v)* : to fall off in qualities தரம் தாழ்ந்து போ, சீரழிந்து போ

degeneration *(n)* : falling off in quality, சீர்கேடு

degradation *(n)* : disgrace, அவமதிப்பு, இழிவு

degrade *(v)* : reduce in grade or rank, to disgrace, தரங்குறை, நிலையிறக்கு, இழிவுபடுத்து

degrading *(adj)* : bringing discredit, மதிப்பு குறைக்கும், அவமதிக்கும்

degree *(n)* : a grade or rank, a short extent or distance, a university title, a unit of measure, தரம், நிலை, சிறு தூரம், சிறு அளவுக் கூறு, பட்டம், பாகை

deify *(v)* : make a god of, worship as a God, கடவுளாக்கு, கடவுளாகக் கருதி வணங்கு

deign *(v)* : be kind enough, அருள்புரி

deity *(n)* : God, கடவுள்

dejected *(adj)* : depressed, sad, மனச்சோர்வுற்ற, உற்சாகமற்ற

dejection *(n)* : depression, sadness, மனச்சோர்வு, உற்சாகமின்மை

delay *(v)* : put something off, cause to be late, தள்ளி வை, ஒத்திப் போடு, கால நீட்டிப்பு செய்; *(n)* : act of being late or slow, கால தாமதம்

delectable *(adj)* : delightful, pleasant, மகிழ்ச்சி தருகிற, இன்பமான

delegate *(n)* : a representative, பேராளர்; *(v)* : send as a representative, depute the responsibility, பேராளராக அனுப்பு, பொறுப்பை ஒப்படை

delegation *(n)* : a group of delegates, the act of giving out responsibility, பேராளர் குழு, பொறுப்பை ஒப்படைத்தல்

delete *(v)* : strike out, rub out, அடித்து விடு, அழி, நீக்கு

deleterious *(adj)* : destructive, poisonous, கேடு விளைவிக்கக் கூடிய, தீங்கான

deliberate *(v)* : consult, ponder, கலந்து ஆலோசி, ஆழ்ந்து சிந்தி; *(adj)* : careful, leisurely, கவனமுடன் செய்யப்பட்ட, நிதானமாக அமைந்து செய்த

delicacy *(n)* : difficult situation, fineness, சிக்கலான நிலை, நல நாகரீகம், நுண்மை

delicate *(adj)* : not coarse, fine, மென்மையான, நுண் நயமுடைய

delicious *(adj)* : very tasteful, highly pleasing, சுவைமிக்க, மன மகிழ்ச்சி தருகிற

delight *(n)* : great pleasure, மகிழ்ச்சி

delightful *(adj)* : pleasant, delicious, இன்பமான, சுவைமிக்க

delimit *(v)* : determine the boundaries, வரையறைப்படுத்து, வரம்பிடு

delimitation *(n)* : act of fixing the boundaries, எல்லை வகுத்தல்

delinquency *(n)* : failure to do duty, crime, கடமை தவறல், குற்றச் செயல்

delinquent *(n)* : one who fails to do one's duty, a criminal, கடமை தவறியவர், குற்றவாளி; *(adj)* : failing in duty, கடமை தவறிய

delirium *(n)* : mental disorder, great excitement, மூளைக் கோளாறு, மயக்க வெறி

deliver *(v)* : discharge, to set free, save, செலுத்து, பொழி, விடுவி, காப்பாற்று

delivery *(n)* : bringing and giving, distribution, way or manner of speaking, child birth, வழங்குதல், பட்டுவாடா செய்தல், பேசும் முறை, பிள்ளைப்பேறு

dell *(n)* : a dale, a valley, பள்ளத் தாக்கு

delta *(n)* : the △ shaped land at the mouth of a river between two or more branches. △ வடிவமுடைய ஆற்றின் கழிமுக நடுப்பகுதி

delude *(v)* : cheat, be satisfied with a false belief, ஏமாற்று, தவறான நம்பிக்கையினால் திருப்திகொள்

deluge *(n)* : great flood, வெள்ளப் பெருக்கம்

delusion *(n)* : fallacy, hallucination, தவறான கொள்கை, மருட்சி

delve *(v)* : to dig, தோண்டு

demand *(v)* : claim, ask, request, உரிமையுடன் கேள், கோரு, வேண்டு; *(n)* : a desire to have, a claim, உரிமைக் கோரிக்கை, வேண்டுகோள்

demarcate *(v)* : mark the boundary or limits of, எல்லை வரையறு

demean *(v)* : lower oneself in dignity, மதிப்பைக் குறைத்துக்கொள், இழிவு படுத்து

demented *(adj)* : mad, அறிவு குழம்பிய

demerit *(n)* : a defect, a fault, குறை, குற்றம்

demigod *(n)* : partly divine being, deified man, தெய்வக்கலை உடையவர், கடவுள் போன்றவர்

demise *(n)* : death, lease, இறப்பு, உடமை மாற்றம், குத்தகைப் பத்திரம்

demit *(v)* : give up office, resign. பதவி விலகு

demobilize *(v)* : disband the army, ராணுவத்தைக் கலை

democracy *(n)* : government of the people, by the people, for the people, குடியரசு

demolish *(v)* : destroy, overturn, பாழாக்கு, கவிழ்

demon *(n)* : an evil spirit, பேய், பிசாசு

demonetize *(v)* : withdraw currency from circulation. பணத்தைப் புழக்கத்திலிருந்து நீக்கு

demonstrate *(v)* : show clearly by giving example, make known, எடுத்துக்காட்டுகள் மூலம் தெளிவு படுத்து, விளக்கிக் கூறு

demonstration *(n)* : proof, deduction, சான்று, விளக்கம்

demoralization *(n)* : weakening the morals of, ஒழுக்கச் சிதைவு, ஒழுக்கக் கேடு

demur *(v)* : hesitate, raise an objection, தயங்கு, மறுப்புக் கூறு, ஐயம் எழுப்பு

demure *(adj)* : shy, reserved, நாணமுடைய, அடக்கமான, அமைதியான

den *(n)* : wild animals' resort, a cave, கொடிய விலங்குகளின் வசிப் பிடம், குகை

denizen *(n)* : a person, animal or plant living permanently in a particular clime or region, குறிப்பிட்ட நிலப் பகுதியில் அல்லது தட்ப வெப்ப நிலையில் வாழும் மனிதன், விலங்கு அல்லது தாவரம்

denomination *(n)* : name, class of units, a number of people having the same religious faith, பெயர், பட்டம், இனப் பெயர், தொகுதிப் பெயர், சமயப் பெயர், சமயப் பிரிவு

denote *(v)* : indicate, to show as a sign, சுட்டிக் காட்டு, குறிப்பிடு, குறியீட்டாய் அமை

denounce *(v)* : accuse openly, condemn, வெளிப்படையாகக் குற்றம் சாட்டு, கண்டனம் தெரிவி

dense *(adj)* : thickly set, heavy, stupid, அடர்த்தியான, செறிவான, கனமான, மந்த புத்தியுள்ள

density *(n)* : compactness, thickness, stupidity, அடர்த்தி, திண்மை, மந்த புத்தி

dent *(n)* : a hollow or depression in a surface made by a blow or by pressure, வடு, பள்ளம்; *(v)* : make a dent, வளைவு உண்டாக்கு, வடுப் பண்ணு, பள்ளமுண்டாக்கு

dental *(adj)* : pertaining to the teeth, பல்லுக்குரிய

dentifrice *(n)* : tooth powder or paste, பற்பொடி, பற்பசை

dentist *(n)* : a dental surgeon, பல் மருத்துவர்

denude *(v)* : to lay bare, take away covering, ஆடையகற்று, மேலுறை நீக்கு

denunciation *(n)* : accusation of crime before a public prosecutor, பொது வழக்கறிஞரின் முன்னர் குற்றஞ்சாட்டுதல்

deny *(v)* : refuse, to say that something is not true, மறுப்புக் கூறு, உண்மையில்லையென்று கூறு

deodorize *(v)* : to remove the smell from, மணம் அகற்று

departed *(adj)* : dead, bygone, இறந்துபோன, காலஞ்சென்ற

department *(n)* : a part or division, பகுதி, துறை

departure *(n)* : a going away, புறப்பாடு

depend *(v)* : to rely on, put trust in, சார்ந்திரு, நம்பியிரு

dependable *(adj)* : reliable, நம்பத் தகுந்த

dependant *(n)* : one who depends upon others, a servant, சார்ந்து இருப்பவர், ஊழியர்

dependent *(adj)* : having need for help, ஆதரவு வேண்டி வாழும், சார்ந்திருக்கிற

depict *(v)* : explain in the form of picture, describe, ஓவியம் மூலம் சித்தரி, விவரி

deplete *(v)* : to empty, drain out, make smaller in amount, வெறுமையாக்கு, வடி, அளவைக் குறை

deplore *(v)* : to feel or show regret for, வருந்து, வருத்தம் தெரிவி

deploy *(v)* : spread out (troops) so as to form a line, படை வீரர்களை ஒரே வரிசையில் நிறுத்து

depopulate *(v)* : to reduce the number of people living in a country, மக்கள் தொகையைக் குறை

deport *(v)* : exile, to behave, நாடு கடத்து, நடந்து கொள்

deportation *(n)* : sending a person out of the country, நாடு கடத்துதல்

deportment *(n)* : behaviour, நடத்தை

depose *(v)* : to remove from a high position, உயர்ந்த நிலையிலிருந்து இறக்கு

deposit *(n)* : money deposited in a bank account, matter which settles down, சேமிப்பு, வைப்புத் தொகை, வண்டல், படிவு; *(v)* : lay, put for safe keeping, கிடத்து, சேமித்து வை

deposition *(n)* : removal from power, a written statement, பதவி நீக்கம், சான்றறிக்கை

depot *(n)* ; a store house, பண்டகச் சாலை

deprave *(v)* : to make bad, இழி வாக்கு, சீர் கெடு

depraved *(adj)* : of bad habits, wicked, இழிந்த குணமுடைய, கொடூரமான

deprecate *(v)* : disapprove, to speak against, கருத்து மாறுபாட்டைக் கூறு, எதிராக வாதிடு

depreciate *(v)* : to fall in value, விலை மதிப்பைக் குறை

depredation *(n)* : robbery, destruction of property, கொள்ளை யடித்தல், சொத்தைப் பாழாக்குதல்

depress *(v)* : sadden, அழுத்து, தாழ்த்து, சோர்வூட்டு

depression *(n)* : extreme sadness, a hollow, lowering of atmospheric pressure, சோர்வு, பள்ளம், காற்றழுத்த இழிவு

deprivation *(n)* : the act of taking away from, hardship, இழக்கச் செய்தல், இடர்ப்பாடு

deprive *(v)* : take away, கவர்ந்து செல்

depth *(n)* : deepness, ஆழம்

deputation *(n)* : the persons chosen to represent others, பேராண்மை, பேராண்மைக் குழு

depute *(v)* : substitute another person to take one's place, பதிலாக அனுப்பு, பிரதிநிதியாக அனுப்பு

deputy *(n)* : one who represents another person, assistant, பிரதிநிதி, பதிலாள், உதவியாளர்

derail *(v)* : go off the rails, தண்ட வாளத்தை விட்டு விலகச் செய்

derange *(v)* : to throw out of place or order, ஒழுங்கு குலை, தாறுமா றாக்கு

dereliction *(n)* : failing to give proper attention, புறக்கணித்தல், அலட் சியம் செய்தல்

deride *(v)* : to laugh at, mock, எள்ளி நகையாடு, இகழ்ச்சியாகச் சிரி, கேலி பண்ணு, ஏளனம் செய்

derision *(n)* : mockery, கேலி, ஏளனம்

derisive *(adj)* : mocking, ஏளனம் செய்கிற, இகழ்கிற

derivation *(n)* : deduction from a source, way in which a word has been formed, மூலத்தினின்றும் வரு வித்தல், சொல்லாக்க முறை.

derivative *(n)* : thing or word obtained from a source, மூலத்தினின் றும் வருவிக்கப் பெற்றது அல்லது ஆக்கப் பெற்றது; *(adj)*: not original, தனி மூலமல்லாத

derive *(v)* : get, trace the origin or source of something, பெறு, தொடக்கம் (அ) மூலத்தைக் கண்டு பிடி

dermatology *(n)* : the science of the skin, தோலியல்

derogatory *(adj)* : tending to damage one's good name, நற்பெய ரைக் கெடுக்கும், பெருமை குலைக்கிற

derringer *(n)* : a short gun, ஒரு வகை சிறு துப்பாக்கி

dervish *(n)* : a Mohammedan saint, முகம்மதியத் துறவி
descend *(v)* : come down, attack, pass by inheritance, இறங்கு, தாக்கு, மரபு வழியில் வா
descendant *(n)* : heir, சந்ததி
descent *(n)* : a coming down, a steep hill, a sudden attack, ancestory, இறக்கம், சரிவான குன்று, திடீர்ப் படையெடுப்பு, பரம்பரை, மரபு வழி வருகை
describe *(v)* : give a picture of something in words, draw, விவரித்துச் சொல், வரைந்து காட்டு
description *(n)* : a picture of something in words, விளக்கம்
descriptive *(adj)* : having the quality of describing, விளக்கமான
desecrate *(v)* : use a sacred thing in an unworthy way, profane, புனிதத் தன்மையைத் தவறாகப் பயன் படுத்து, தூய்மையைக் கெடு
desert *(v)* : leave uncared for, abscond, கைவிடு, தலைமறை வாகு; *(n)*: a large sandy place, reward, பாலைவனம், தகுதிப்பாடு
deserter *(n)* : one who quits service and goes away, பணியைக் கை விட்டு ஓடுபவன்
deserve *(v)* : be entitled to, ought to have, தகுதி பெறு, உரிமையுடை யவராயிரு
deserved *(adj)* : entitled, தகுந்த, தகுதியான
deserving *(adj)* : worthy, தகுதியுள்ள
desiccate *(v)* : to dry up, உலர்த்து
desideratum *(n)* : a thing that is lacking or needed, இன்றியமையா தது, தேவைப்படும் பொருள்
design *(n)* : plan, scheme, intention, a sketch, திட்டம், அமைப்பு, நோக்கம், உள் எண்ணம், கருத்து வரைபடம்; *(v)*: to plan, draw a sketch, திட்டமிடு, வரைபடம் வரை
designate *(v)* : to name, to appoint to an office, பதவிப் பெயரிடு, பணி அமர்வு செய்; *(adj)*: appointed to a post but not yet occupying it, நியமன ஆணை பெற்று இன் னும் பொறுப்பேற்காத
designation *(n)* : a distinctive name or title, a nomination, appointment, சிறப்புப் பெயர், பெயர்க் குறிப் பீடு, பதவிப் பெயர், பணி, அமர்வு
designedly *(adj)* : by design, purposely, திட்டப் படி, வேண்டு மென்று செய்ததாக
desirable *(adj)* : worth having, agreeable, விரும்பத்தக்க, உகந்த
desire *(n)* : a wish, craving, a request, ஆசை, ஆவல், விருப்பம், விருப்பக் கோரிக்கை; *(v)*: to wish or long for request, ஆசைப்படு, விரும்பிக்கோரு
desirous *(adj)* : wishing, longing, ஆசையுள்ள, விரும்புகிற
desist *(v)* : to cease, தவிர், ஒதுங்கு
desk *(n)* : a table with a sloping top for reading, writing, etc., சாய்வு மேசை
desolate *(adj)* : laid waste, lonely and sad, பாழான, தனிமையான, ஆறுதலற்ற
desolation *(n)* : laying waste, loneliness, sorrow, பாழாக்குதல், தனிமை, மகிழ்ச்சியின்மை
despair *(n)* : hopelessness, discouragement, நம்பிக்கை இழத் தல், ஊக்கக்கேடு; *(v)*: lose hope, நம்பிக்கை இழ

despatch, dispatch *(v)* : send off, finish, do quickly, to kill, அனுப்பு, முடி, விரைவாகச் செயலாற்று, கொன்று முடி; *(n)*: sending off the mail, speed, killing, அஞ்சல் அனுப்புதல், விரைவு, உயிரிழப்பு

desperado *(n)* : a person ready to do any criminal or reckless deed, எந்த விதமான குற்றத்தையும் இரக்கமற்ற செயலையும் செய்யத் துணிந்தவன்

desperate *(adj)* : lawless, reckless, helpless, நீதிக்குப் புறம்பான, துணிச்சலற்ற, நம்பிக்கையற்ற

despicable *(adj)* : sneaking, low, வெறுக்கத்தக்க, இழிவான.

despise *(v)* : look down on, dislike, consider worthless, இழிவாகக் கருது, வெறு, அசட்டை செய்

despite *(prep)* : in spite of, இருந்த போதிலும்,;இருந்தாலும், இருப்பினும்; *(n)*: an insult, அவமதிப்பு

despoil *(v)* : plunder, spoil, கொள்ளையடி, அழி

despond *(v)* : to be depressed by loss of hope or courage, ஊக்கமிழ, தைரியம் இழ, சோர்வுறு

despondency *(n)* : hopelessness, sadness, நம்பிக்கை இழந்த நிலை, சோர்வு

despot *(n)* : a tyrant, கொடுங்கோல் அரசன், வல்லாட்சியாளன்

dessert (*n*) : course of fruit, sweets, etc. at the end of a meal, சாப்பாட்டிற்கு பின் உண்ணும் இனிப்பு, பழ வகைகள்

destination *(n)* : goal, place to which one is to go, இலக்கு, சேரிடம்

destine *(v)* : determine, to fix, ordain in advance, முடிவு செய், உறுதி செய், முன்கூட்டியே ஏற்பாடு செய்

destiny *(n)* : fate, விதி

destitute *(adj)* : needy, helpless, வறிய, ஆதரவற்ற

destitution *(n)* : poverty, helplessness, வறுமை, ஆதாரவற்ற நிலை.

destroy *(v)* : to ruin, to kill suddenly, அழி, திடீரென்று கொல்லு

destruction *(n)* : wrecking, great damage, அழித்தல், பெரும் அழிவு

destructive *(adj)* : causing destruction, அழிக்கக் கூடிய

desuetude *(n)* : the state of being no longer used or practised, பயன்பாடின்மை, வழக்கின்மை

desultory *(adj)* : inconsistent, unconnected, நிலையற்ற, தொடர்பற்ற

detach *(v)* : unfasten, separate, கட்டவிழ், பிரி.

detachment *(n)* : division or separation, being indifferent, பிரிவு, ஒதுங்கிய நிலை

detail *(v)* : describe fully, விவரித்துக் கூறு; *(n)*: description, small part of anything, விவரம் கூறுதல், விளக்கம், நுணுக்கப் பிரிவு

detain *(v)* : withhold, to keep late, keep in custody, தடுத்து நிறுத்து, தாமதப்படுத்து, பாதுகாவலில் வை

detainment *(n)* : restraint, arrest, தடை, காவலில் வைத்தல்

detect *(v)* : discover, துப்பறி, உளவறி

detection *(n)* : discovery, துப்பறிதல

detective *(n)* : person engaged in detecting criminals, குற்றவாளிகளைக் கண்டுபிடிக்கும் துப்பறிபவர்

detention *(n)* : confinement, withholding, சிறை வைத்தல், தடை செய்தல், நிறுத்துதல்

detenu *(n)* : a person held in custody, காவலில் வைக்கப்பட்டிருப்பவன், கைதி

deter *(v)* : frighten, hinder, பய முறுத்து, தடைப்படுத்து, பின் வாங்கச் செய்

deteriorate *(v)* : degrade, worsen, தரங்கெடு, படிப்படியாக மோச மாக்கு, சீர்கெடு

deterioration *(n)* : degradation, worsening, தரங்கெடுதல், மோச மாகுதல், சீர் கெடுதல்

determinable *(adj)* : that may be decided, முடிவெடுக்கக் கூடிய, தீர்மானிக்கக் கூடிய

determination *(n)* : that which may be decided, decision, stubbornness. தீர்மானம், முடிவு, உறுதிப்பண்பு

determine *(v)* : firmly decide, resolve, உறுதியாக முடிவெடு, தீர்மானம் செய்

deterrent *(adj)* : preventing, தடுக்கும் எச்சரிக்கையாயுள்ள

detest *(v)* : hate greatly, abhor, வெறு, பகை

detestable *(adj)* : hateful, வெறுக்கத் தக்க

dethrone *(v)* : remove from the throne, பதவியிலிருந்து நீக்கு, உயர் நிலையினின்றும் அகற்று

detonate *(v)* : explode with a loud noise, ஓசையுடன் வெடிக்கச் செய்

detonation *(n)* : explosion, noise of an explosion, வெடி வெடிப்பொலி

detour *(n)* : a round about route, சுற்று வழி

detract *(v)* : divert. reduce, வேறு வழியில் திருப்பு, குறை

detriment *(n)* : damage, loss, harm, அழிபாடு, இழப்பு, சேதம், தீங்கு

deuce *(n)* : playing cards or dice with two spots, in tennis scoring forty each, the devil, bad luck, plague, இரண்டு எண்ணுள்ள சீட்டு, பக டையில் இரண்டு இரண்டு, டென்னிஸ் பந்தாட்டத்தில் இரு கட்சியினரும் 40 எண்ணிக்கை பெறும் நிலை, பேய், தீங்கு, கொள்ளை நோய்

devastate *(v)* : ruin, plunder, to lay waste, அழி, கொள்ளையடி, பாழாக்கு

develop *(v)* : to grow larger, mature, unfold, to use chemicals to expose the photographic film, படிப்படியாக வளரச் செய், முன்னேறு, முதிர்ச்சி பெறச் செய், மடிப்பை விரி, நிழற்பட வில்லையை இரசா யனங்களின் உதவியால் விளக்கப் படுத்து

deviate *(v)* : turn away, take a round about route, விலகு, சுற்றுவழியில் செல்

device *(n)* : a piece of machinery, a scheme, an emblem, பொறி அமைப்பு, திட்டம், கண்டு பிடிப்பு, அடையாளச் சின்னம்

devil *(v)* : an evil spirit, பேய், பிசாசு

devious *(adj)* : indirect, round about, crooked, மறைமுகமான, சுற்றான, வளைந்த

devise *(v)* : plan, invent, திட்டமிடு, உருவாக்கு

devoid *(adj)* : not possessing, சிறிதும் இல்லாத

devolve *(v)* : to dedicate completely, to set aside for, முழுவதுமாக ஈடு படு, ஒதுக்கி வை

devoted *(adj)* : dedicated, loving, ஈடுபாடு கொண்ட, பக்தியுள்ள

devotee *(n)* : an earnest follower, பக்தர், பற்றுறுதியுடையவர்

devotion *(n)* : great love, prayer, ஈடுபாடு, கடவுள் பற்று

devotional *(adj)* : pertaining to prayer, கடவுள் வழிபாட்டைச் சார்ந்த

devour *(v)* : eat greedily, consume, to absorb wholly, destroy, ஆசையுடன் விழுங்கு, ஆவலுடன் உண், உட்கொள், அழி

devout *(adj)* : holy, given to religious duties, கடவுள் பற்றுள்ள, சமயப் பற்றுள்ள

dew *(n)* : tiny drops of water which form on cool surface, பனித்துளி

dewlap *(n)* : fold of loose skin hanging under the throat of cattle, dogs, etc., தொங்கு தாடை

dexterity *(n)* : adroitness, expertness, aptitude, கைத்திறமை, அருந்திறன், சுவைத்திறன்

dexterous *(adj)* : adroit, clever, skilful, கைத்திறனுடைய, அறிவுக் கூர்மையுடைய திறமையுடைய

dhal *(n)* : a kind of pulse, பருப்பு

diabetes *(n)* : a kind of disease, நீரிழிவு நோய்

diabolic *(adj)* : devilish, very cruel or wicked, பேய்த்தன்மையான, கொடிய

diadem *(n)* : royal crown, a head band, மணிமுடி, அரச மகுடம், தலைமயிர் கட்டும் நாடா

diacresis *(n)* : mark placed over one of two vowels indicating that they are not one sound, இரு உயிரெழுத்துக்கள் இணைந்து வரும்போது அவை ஒரே ஒலியுடையவையல்ல என்பதைக் காட்ட உயிரெழுத்தின் மேல் இடப்படும் குறி

diagnose *(v)* : determine from the symptoms, அறிகுறிகளின் மூலம் நோயின் தன்மையை ஆய்ந்துணர்

diagonal *(adj)* : joining opposite points, மூலை விட்டக் கோணங்களை இணைக்கும்; *(n)* : a line drawn to join opposite points, மூலைவிட்டக்கோடு

diagram *(n)* : a drawing to illustrate something, விளக்க வரைபடம்

dial *(n)* : a round plate with number or letter showing time, pressure,etc., காலம் காட்டும் வட்ட முகப்பு

dialect *(n)* : language of a community or district, கிளை மொழி

dialogue *(n)* : conversation or talk between two or more people, உரையாடல்

diameter *(n)* : the line drawn from side to side of a circle through its centre, வட்டத்தின் குறுக்களவு, விட்டம்.

diamond *(n)* : a bright precious stone, a shape like ◇ , வைரம், ◇ போன்ற வடிவம்

diaper *(n)* : baby's napkin, குழந்தையின் அணையாடைத் துணி

diaphragm *(n)* : a thin layer that separates parts, the muscular wall separating the chest and the lower part, இடைத்திரை, வயிற்றையும் மார்பையும் பிரிக்கும் இடைச்சவ்வு

diarrhoea *(n)* : frequent emptying of the bowels, வயிற்றுப் போக்கு, பேதி

diary *(n)* : a book in which daily happenings are recorded, நாள் குறிப்பு ஏடு

diatribe *(n)* : angry attack in words, வசைமாரி, கோபமாகப் பேசுதல்

dibble *(n)* : a short pointed tool used for making holes in the ground, நிலம் கொத்தும் கருவி

dice *(n)* : small cubes used in games பகடை

dickey, dicky *(n)* : back outside part of a motor car, false shirt-front, மோட்டார் வண்டியின் வெளிப் புறப் பின்பகுதி, சட்டையின் போலி முன் பகுதி

dicotyledon *(n)* : a plant with two seed parts, இரு விதையிலைத் தாவரம்

dictate *(v)* : to read out or utter words so that another may write down, command, மற்றொருவர் கேட்டு எழுதும்படியாக சொற்களைச் சொல், கட்டளையிடு

dictation *(n)* : act of reading or uttering words so that others may write down, a command, மற்றொருவர் கேட்டு எழுதும்படியாகச் சொற்களைச் சொல்லுதல், கேட்டெழுத்து, கட்டளை

dictator *(n)* : a ruler having absolute power, commander, வல்லாட்சியாளர், கட்டளையிடுபவர்

dictatorial *(adj)* : all powerful, commanding, imperious, வல்லமையுடைய, கட்டளையிடும், ஆணவமான

diction *(n)* : the manner in which a person speaks or writes, phraseology, சொல் நடை, எழுத்து நடை, சொல் முறை

dictionary *(n)* : a book containing the words of a language in the alphabetical order along with their meaning, அகராதி

dictum *(n)* : a proverb, a wise saying, assertion, பழமொழி, கருத்து, உறுதிமொழி

didactic *(adj)* : intended to teach or instruct, அறிவுறுத்துகிற

didactics *(n)* : the science of teaching, கற்பிக்கும் கலை

die *(v)* : stop living, expire, இறந்து போ, மரணமடை; *(n)* : a small cube used in games, a mould, பகடை, அச்சு

diet *(n)* : the food we eat habitually, kinds of food to which a person is limited, வழக்க உணவு, திட்ட உணவு

differ *(v)* : be not alike, disagree, வேறுபடு, முரண்படு

difference *(n)* : unlikeness, variation, வேற்றுமை, வேறுபாடு, மாற்றம்

different *(adj)* : unlike, not the same, separate, வேறுபட்ட, வேறு மாதிரியான, மாறுபட்ட, தனித்தன்மை வாய்ந்த

differential *(adj)* : showing a difference, varying, special, partial, வேறுபாடுடைய, மாறுபடும், சிறப்பான, ஒரு தலையான

differentiate *(v)* : make a contrast between, வேறுபாடுகளை எடுத்துக் காட்டு, வகைப்படுத்து

difficult *(adj)* : hard, arduous, கடினமான, கடுமையான, கடு முயற்சியான

difficulty *(n)* hardness, trouble, objection, கடினம், துன்பம், தடை

diffidence *(n)* : lack of self-confidence, distrust, shyness, தன்னம்பிக்கையின்மை, அவநம்பிக்கை, கூச்சம்

diffuse *(v)* : spread, mix slowly, பரப்பு, மெதுவாகக் கலக்கு; *(adj)* : scattered spread, widely, பரவிய, பரவலான

dig *(v)* : break up and move the earth, நிலத்தைத் தோண்டு

digest *(v)* : change the food into liquid in the stomach, செரிமானம் செய்; *(n)* : summary, சுருக்கம், தொகுப்பு

digestible *(adj)* : that can be easily digested, செரிக்கக் கூடிய

digestion *(n)* : the process of changing food into liquid in the stomach, செரித்தல், செரிமானம்

digestive *(adj)* : pertaining to digestion, செரிமானம் தொடர்பான; *(n)* : thing that helps digestion, செரிக்க வைக்கும் பொருள்

digit *(n)* : finger or toe, a finger's breadth, numerals 1-9, place of the number, விரல், விரல் அகலம், ஒன்று முதல் ஒன்பது வரையுள்ள எண், இலக்கம்

dignified *(adj)* : stately, worthy of respect, honoured, noble, கம்பீரமான, மதிப்புக்குகந்த, பெருமைக்குரிய, உயர்ந்த

dignity *(n)* : high worth or rank, honour, nobility, பெருமதிப்பு, பெரும் பதவி, சிறப்பு, உயர்வு

digress *(v)* : deviate from the point in speaking or writing, கூற வேண்டிய கருத்தை விட்டு விலகு

dike, dyke *(n)* : ditch, a high wall of earth to keep back the water from the sea or river, குழி, பள்ளம், வெள்ளத்தைத் தடுக்கும் செய்கரை

dilapidated *(adj)* : ruined, needing repair, பாழடைந்த, சிரழிந்த

dilapidation *(n)* : state of disrepair, பாழடைந்த நிலை

dilate *(v)* : expand, widen, talk comprehensively about, விரிவாக்கு, அகட்டு, அகலமாக்கு, விரித்துரை

dilatory *(adj)* : slow, making delay, மெதுவான, காலம் கடத்துகிற

dilemma *(n)* : a state in which one has to choose between two things neither of which is desirable, a difficult situation, perplexity, விருப்பமற்ற இரு வழிகளில் ஏதேனும் ஒன்றைத் தேர்வு செய்ய வேண்டிய சிக்கலான நிலை, திகைப்பு, தடுமாற்றம்

diligence *(n)* : earnestness in working, a public coach, உழைப்பு, ஊக்கம், ஒருவகைப் பொது ஊர்தி

diligent *(adj)* : careful and active about one's work, hard working, பணியில் ஊக்கமும் கவனமும் சுறுசுறுப்புமுள்ள, கஷ்டப்பட்டு உழைக்கிற

dilly-dally *(v)* : waste time by not making up one's mind, பயனின்றி வேலை செய், தயங்கு

dilute *(v)* : make thinner, weaken, நீர்க்கச் செய், வீரியம் குறை

diluvian *(adj)* : pertaining to flood, வெள்ளப் பெருக்கம் சார்ந்த

dim *(adj)* : not bright and clear, மங்கலான; *(v)* : make less bright, மங்கச் செய்

dime *(n)* : the tenth part of an American dollar, அமெரிக்க நாணயத்தின் பத்திலொன்று மதிப்புள்ள காசு

dimension *(n)* : measurement, அளவு, பரிமாணம்

diminish *(v)* : reduce, make less, சுருக்கு, குறை

dimissory *(adj)* : allowing to go, sending away, புறப்பட அனுமதிக்கும், அனுப்புகிற

dimple *(n)* : natural depression in the chin or cheek, ripple, கன்னக் குழிவு, சிறிய அலை

din *(n)* : a loud continuous noise or disturbance, இரைச்சல், கூச்சல்; *(v)* : make a confused noise, கூச்சலிடு

dine *(v)* : to take dinner, பகல் உணவை உண்

ding *(v)* : to ring, மணி அடி

dinghy *(n)* : an open rowing-boat, சிறிய திறந்த படகு

dingle *(n)* : a deep valley, ஆழ்ந்த பள்ளத்தாக்கு

dingy *(adj)* : of a dark colour, dirty, மங்கிய நிறமுள்ள, அழுக்கடைந்த

dinner *(n)* : main meal of the day, ஒரு நாளைய முக்கிய உணவு, இரவு உணவு

dinosaur *(n)* : a giant reptile, ஊரும் இனத்தைச் சார்ந்த ஒரு வகைப் பெரிய விலங்கு

dint *(n)* : blow, a hollow made by a forcible blow, அடி, பலத்த அடியால் ஏற்படும் வடு

dip *(v)* : put into any liquid for a little time, lower for a moment and raise again, ஒரு நீர்மத்தில் சிறிது நேரம் அமிழ்த்து, தோய்த்தெடு; *(n)* : a plunge, a low place or hollow, நீர்மத்தில் அமிழ்த்துதல் அல்லது தோய்த்தல், சரிவு, பள்ளம்

diptheria *(n)* : a disease of the throat, தொண்டை அடைப்பான் நோய்

diphthong *(n)* : union of two vowel sounds or vowel letters, இணை உயிர் ஒலி இணை உயிரெழுத்து

diploma *(n)* : educational certificate awarded by a university or college, பல்கலைக் கழகம் அல்லது கல்லூரியிலிருந்து பெறப்படும் கல்விச் சான்றிதழ்

diplomacy *(n)* : political skill, skilful management of any affairs, அரச தந்திரம், நிர்வாகத் திறம்

diplomat *(n)* : a person skilled in diplomacy, அரசியல் நிபுணன்

dire *(adj)* : dreadful, terrible, அச்சமூட்டுகிற, கொடிய

direct *(v)* : manage, guide, instruct, order, to address, to aim at, நிர்வகி, வழி நடத்து, கற்றுக்கொடு, கட்டளையிடு, முகவரியிட்டு அனுப்பு, இலக்கு நோக்கிச் செலுத்து; *(adj)* : straight forward, exact, ஒளிவு மறைவற்ற, நேர்ச் செயலான, நேரான

direction *(n)* : a place towards which a person moves, looks,etc., management, guidance, command, instruction, address, திசை, நிர்வாகம், வழி நடத்துதல், கட்டளையிடுதல், கற்றுக் கொடுத்தல், முகவரி

directive *(n)* : detailed instructions given as a guidance, நெறிப்படுத்தும் பொதுக் கட்டளைகள்

director *(n)* . a person who manages or guides, இயக்குநர்

directory *(n)* : a book of names and addresses, முகவரிப் புத்தகம், தகவல் புத்தகம்,

dirge *(n)* : a funeral song, ஒப்பாரிப் பாடல்

dirigible *(adj)* : that can be steered or guided, செலுத்தத்தக்க, வழிபடுத்தக் கூடிய

dirk *(n)* : a kind of dagger, ஒருவகைக் குத்துவாள்

dirt *(n)* : any substance that is not clean, அழுக்கு, தூய்மையற்ற பொருள்

dirty *(adj)* : not clean, soiled, தூய்மை யற்ற, அழுக்கான

disability *(n)* : lack of ability, hindrance, திறனற்ற நிலை, தடை

disable *(v)* : make unfit, cripple, தகுதியற்றவனாகச் செய், முடமாக்கு

disabuse *(v)* : to set right a false belief, சரிப்படுத்து, தவறான எண்ணத்தைப் போக்கு

disadvantage *(n)* : unfavourable circumstance, a drawback, an injury, loss, எதிரான சூழ்நிலை, குறைபாடு, கேடு, இழப்பு

disaffection *(n)* : dislike, விருப்பமின்மை

disafforest *(v)* : cut down trees and clear the forest, காடு அழி

disagree *(v)* : think differently, be different from, quarrel, கருத்து மாறுபடு, வேறுபடு, சண்டையிடு

disagreement *(n)* : difference of opinion, quarrel, கருத்து வேறுபாடு, சண்டை

disallow *(v)* : refuse to allow, reject, ஒப்புக்கொள்ள மறு, தடை செய்

disappear *(v)* : go out of sight, vanish, காணாமல் போ, மறைந்து விடு

disappoint *(v)* : make unhappy, spoil hope, ஏமாற்று, நம்பிக்கை கெடு

disappointment *(n)* : distress resulting from frustration, ஏமாற்றம், மனக்கசப்பு

disapprove *(v)* : do not approve, dislike, reject, மறுப்புத் தெரிவி, வெறு, தள்ளுபடி செய்

disarm *(v)* : deprive of arms, make powerless, ஆயுதங்களைப் பறி, ஆற்றல் இழக்கச் செய்

disarmament *(n)* : depriving of arms, ஆயுத நீக்கம்

disarrange *(v)* : disturb the arrangement, ஒழுங்கு கலை, தாறுமாறாக்கு

disaster *(n)* : calamity, sudden misfortune, துன்பம், பேரிழப்பு

disavow *(v)* : say that one does not know, deny, தெரியாதென்று சொல், மறு

disband *(v)* : dispense, dismiss a band of soldiers, கலை, இராணுவத்தைக் கலை

disbelief *(n)* : lack of belief, refusal to believe, அவநம்பிக்கை, நம்ப மறுத்தல்

disbelieve *(v)* : suspect, refuse to believe, ஐயம் கொள், நம்பிக்கை கொள்ள மறு

disburse *(v)* : pay out (money), பணம் கொடு

disc *(n)* : a flat round surface, வட்டத் தட்டு

discard *(v)* : reject, put aside, தள்ளு, விலக்கு, ஒதுக்கு

discern *(v)* : discriminate, recognize, வேறுபாடு அறி, தெளிவாக அறி, கூர்ந்து உணர்

discharge *(v)* : dismiss, perform, unload, fire a gun, to set free, பதவியிலிருந்து விலக்கு, நிறைவேற்று, சுமை இறக்கு, துப்பாக்கியால் சுடு, விடுதலை செய்; *(n)* : dismissal, performance, unloading, firing, setting free, பதவி நீக்கம், நிறைவேற்றுதல், சுமையிறக்கம், துப்பாக்கியால் சுடுதல், விடுதலை செய்தல்

disciple *(n)* : pupil, follower, மாணவன், சீடன், பின்பற்றுவோன்

disciplinarian *(n)* : person who maintains strict discipline, ஒழுங்கை நிலை நிறுத்துபவர்

discipline *(n)* : education, good training, orderliness, restraint, கல்வி, நல்ல பயிற்சி, ஒழுங்குமுறை, கட்டுப்பாடு; *(v)* : force to obey orders, punish, control, train, ஒழுங்கு முறைக்குப் படியவை, தண்டனை கொடு, கட்டுப்படுத்து, பயிற்சியளி

disclaim *(v)* : disown, give up all claims, ஒப்புக்கொள்ள மறு, உரிமைகளைக் கைவிடு

disclaimer *(n)* : a denial, மறுப்பு

disclose *(v)* : uncover, tell openly, expose, திறந்து காட்டு, வெளிப் படையாகத் தெரிவி, வெளிப் படுத்து

discolour *(v)* : to spoil or change the colour, நிறத்தைக் கெடு, நிறம் மாற்று

discomfit *(v)* : hinder, defeat, to embarrass, தடைபோடு, தோல்வி யுறச் செய், திக்குமுக்காடச் செய்

discomfort *(n)* : absence of comfort, uneasiness, வசதியின்மை, உடல் நலம் அல்லது மனநலம் இன்மை

discompose *(v)* : disturb the peace or calmness, அமைதியைக் குலை

disconcert *(v)* : confuse, upset, disturb, குழப்பு, மன அமைதி யைக் குலை, கெடு

disconnect *(v)* : separate, வேறு படுத்து, பிரி

disconsolate *(adj)* : inconsolable, unhappy, disappointed, தேற்ற முடியாத, மகிழ்ச்சியற்ற, சோர்வுற்ற

discontent *(n)* : a feeling of dissatisfaction, dissatisfaction, மனநிறை வின்மை, திருப்தியின்மை

discontented *(adj)* : dissatisfied, மனநிறைவற்ற

discontinue *(v)* : put an end to, lease off, முடிவுக்குக் கொண்டு வா, நிறுத்து, விட்டுவிடு

discord *(n)* : disagreement, quarrel, கருத்து மாறுபாடு, முரண்பாடு, சண்டை; *(v)* : disagree, to quarrel, கருத்து வேறுபடு, சண்டையிடு

discount *(n)* : deduction, தள்ளுபடி, கழிவு

discountenance *(v)* : show disapproval of, discourage, உடன் பாடின்மை காட்டு, ஊக்கம் கெடு

discourage *(v)* : cause to lose courage, deject, ஊக்கம் கெடு, சோர்வுண்டாக்கு

discourse *(n)* : a lecture, a sermon, a speech, விரிவுரை, விளக்கப் பேருரை, பேச்சு

discourtesy *(n)* : rudeness, முரட்டுத் தனம், அவமதிப்பு

discover *(v)* : find out, discern, கண்டு பிடி, ஆராய்ந்தறி

discovery *(n)* : a finding, something discovered, கண்டுபிடிப்பு, கண்டு பிடிக்கப்பட்ட பொருள்

descredit *(n)* : disbelief, loss of good name, அவநம்பிக்கை, அவப் பெயர், நற்பெயருக்குக் கேடு, மானக்கேடு; *(v)* : refuse to believe, impair the good name of, நம்ப மறு, நற்பெயரைக் கெடு

discreditable *(adj)* : disgraceful, bringing discredit, மதிப்பற்ற, அவ மானப்படத்தக்க

discreet *(adj)* : wise, cautious, prudent, அறிவுக் கூர்மையுடைய,

எச்சரிப்புள்ள, கூரிய நோக்குடைய

discrepancy *(n)* : inconsistency, difference, பொருத்தமின்மை, முரண்பாடு

discrete *(adj)* : discontinuous, distinct, தொடர்ச்சியற்ற, தனிப்பட்ட

discretion *(n)* : judgement, caution, prudence, மதிப்பீடு, விழிப்புடைமை, முன் கவனம்

discretionary *(adj)* . determined by prudence, முன் யோசனை செய்து நிச்சயிக்கப்பட்ட

discriminate *(v)* : discern, differentiate, to choose out, treat partially, பகுத்தறி, வேறுபடுத்து, தேர்வு செய், ஒரு சார்பாக இரு

discrimination *(n)* : discernment, making a difference, judgement, மனக்கூர்மை, வேறுபாடு அறிதல், பகுத்தறிவு

discursive *(adj)* : rambling, argumentative, not keeping to the point, தொடர்ச்சியற்ற, தருக்க முறையான, மேலோட்டமான

discuss *(v)* : argue for and against, talk about, சர்ச்சை செய், கலந்து பேசு

discussion *(n)* : a serious talk, consideration by argument, comment, etc., சர்ச்சை, கலந்துரையாடல்

disdain *(v)* : be too proud, to look down on, to despise, அகந்தை கொள், இழிவாகக் கருது, வெறுத் தொதுக்கு

disease *(n)* : illness or sickness, பிணி, நோய்

disembark *(v)* : put on shore, to come ashore, to arrive, கரையில் இறக்கு, கரைசேர், போய்ச் சேர்

disembarrass *(v)* : disentangle, to free from difficulty, relieve, சிக்கல் அகற்று, தொல்லைகளிலிருந்து விடுதலை செய், விடுவி, மலைப்பு அகற்று

disembody *(v)* : to set free from the body, disband troops, உடலிலிருந்து அகற்று, விடுவி, படையைக் கலை

disengage *(v)* : detach, disconnect, இணைப்பைப் பிரி, தொடர்பு நீக்கு

disentangle *(v)* : to free from complexity, சிக்கலிலிருந்து விடுவி

disfavour *(n)* : dislike, disapproval, ஆதரவின்மை

disfigure *(v)* : spoil the appearance of, deform, தோற்றத்தைக் கெடு, உருமாற்று

disfranchise *(v)* : deprive right to vote, வாக்குரிமையைப் பறி

disgorge *(v)* : surrender, discharge, vomit, give up, பறித்தவற்றைத் திருப்பிக் கொடு, வெளித்தள்ளு, வாந்தி எடு, கைவிடு

disgrace *(n)* : discredit, a shameful thing, இழிவு, வெட்கம், மானக் கேடு; *(v)* : bring shame to, இழிவு படுத்து, அவமானம் ஏற்படுத்து

disgruntled *(adj)* : discontented, moody, மனநிறைவற்ற, சிடுசிடுப்பான

disguise *(n)* : a dress used to change appearance, மாறு வேடம்; *(v)* : to change or hide one's appearance, dress differently, தோற்றத்தை மாற்று அல்லது மறை, மாறு வேடமணி.

disgust *(n)* : deep dislike, loathing, கடும் வெறுப்பு, அருவருப்பு

disgusting *(adj)* : having the feeling of deep dislike, வெறுப்பூட்டும்

dish *(n)* : a plate in which food is served , a combination of foods so held, தட்டு, கூட்டு, கறி

disharmony *(n)* : lack of unity, ஒற்றுமையின்மை, வேற்றுமை

dishearten *(v)* : discourage, to take away confidence, மனச்சோர்வடையச் செய், ஊக்கம் கெடு

dishevel *(v)* : disorder the hair, தலைமயிரைக் கலைத்து விடு

dishonest *(adj)* : not honest, insincere, வாய்மையற்ற, நேர்மையற்ற

dishonesty *(n)* : unfairness, நேர்மையின்மை, நாணயமின்மை

dishonour *(n)* : shame, disgrace, அவமானம், இழிவு; *(v)* : bring shame on, ruin the honour of, அவமானப்படுத்து, அவமதி, சிறுமைப்படுத்து

disillusion *(v)* : remove a wrong view or opinion, பிழையான கருத்து அல்லது எண்ணத்தை நீக்கு

disincline *(v)* : be unwilling, produce dislike, விருப்பமற்று இரு, வெறுப்பு உண்டாக்கு

disinfect *(v)* : to free from infection by destroying disease germs, நோய்க் கிருமிகளை அழித்துத் தொற்றைத் தடைசெய்

disinfectant *(n)* : something that kills disease germs, கிருமிநாசினி, நச்சுக்கொல்லி

disinherit *(v)* : take away right to property from, சொத்துரிமையைப் பறி

disintegrate *(v)* : crumble, to break up into fragments, தூளாக்கு, கூறுகளாகப் பிரி

disinter *(v)* : take out (a dead body) from the grave, பிணத்தைப் புதைகுழியிலிருந்து தோண்டியெடு

disinterested *(adj)* : impartial, unbiased, ஒரு சார்பற்ற, தன்னலமற்ற

disjointed *(adj)* : disconnected, dislocated, இணைப்பற்ற, தாறுமாறான

dislike *(n)* : a feeling of not liking, வெறுப்பு

dislocate *(v)* : displace, disorder, to put out of joint, இடம் பெயரச் செய், ஒழுங்கு கெடு, சுளுக்கு உண்டுபண்ணு

dislodge *(v)* : remove from position or place, இடம் பெயரச் செய்

disloyal *(adj)* : not loyal, false, நம்பிக்கையற்ற, உண்மையற்ற

disloyalty *(n)* : faithlessness, நாணயமின்மை, நம்பிக்கையின்மை

dismal *(adj)* : sad, gloomy, unpleasant, துயரமான, இருண்ட, மகிழ்ச்சியற்ற

dismantle *(v)* : disorganize, to strip off, take down the accessories, ஒழுங்கு முறையைக் கெடு, ஆடையகற்று, துணைக் கருவிகளை அகற்று

dismay *(n)* : great fear, discouragement, பெரும் அச்சம், ஊக்கம் கெடுத்தல்; *(v)* : frighten, discourage, அச்சமூட்டு, ஊக்கம் கெடு

dismember *(v)* : divide, cut the limbs from the body, தனித்தனியாகப் பிரி, உறுப்பு வெட்டி நீக்கு

dismiss *(v)* : to send away, to send a person from his employment, அனுப்பு, வேலை நீக்கம் செய்

dismount *(v)* : to get down from a horse, குதிரை மீதிருந்து இறங்கு

disobedience *(n)* : insubordination, கீழ்ப்படியாமை

disobedient *(adj)* : refusing to obey, கீழ்ப்படிதலில்லாத

disobey *(v)* : refuse to carry out orders or commands, do not obey, கட்டளையை மீறு, கீழ்ப்படியாதிரு

disoblige *(v)* : refuse to oblige, உதவி மறு

disorder *(n)* : disturbance, irregularity, anarchy, குழப்பம், ஒழுங்கின்மை

disorderly *(adj &adv)* : lawless, irregular, confused, சட்டத்திற்குப் புறம்பான, ஒழுங்கற்ற, குழப்பமான, சட்டத்திற்குப் புறம்பாக, குழப்பமாக

disorganize *(v)* : to put out of order and throw into confusion, ஒழுங்கைக் கலை, தாறுமாறாக்கு

disown *(v)* : deny, disclaim, refuse to own, மறு, உரிமையை மறு, ஏற்க மறு

disparage *(v)* : depreciate, discredit, underestimate, மதிப்புக் குறை, இழிவுபடுத்து

disparity *(n)* : inequality, difference, ஏற்றத்தாழ்வு, முரண்பாடு

dispassion *(n)* : calmness, அமைதி

dispassionately *(adv)* : impartially, calmly, ஒரு சார்பில்லாமல், அமைதியாக

dispel *(v)* : to drive away, clear away, ஓட்டு, துரத்து, மறையச் செய்

dispensable *(adj)* : unnecessary, தேவையற்ற

dispensary *(n)* : a place where medicines are compounded and given, a place where medical advice is given, மருந்துகள் தயாரித்துக் கொடுக்கப்படும் இடம், மருத்துவமனை

dispense *(v)* : deal out, distribute, mix and prepare medicines and give, drive away, வழங்கு, பகிர்ந்து அளி, மருந்து கலக்கு, கொடு

dispeople *(v)* : depopulate, குடியிருப்பவர்களை வெளியேற்று

disperse *(v)* : scatter, spread, சிதறு, பரவச்செய்

dispirited *(adj)* : disheartened, depressed, discouraged, மனமுடைந்த, சோர்வுற்ற, தைரியமிழந்த

displace *(v)* : misplace, remove, unsettle, derange, இடம் பெயரச் செய், நீக்கு, நிலை குலையச் செய், ஒழுங்கைக் கலை

display *(v)* : to show or exhibit, காட்டு, விளம்பரம் செய்; *(n)* : a show or exhibition, காட்சி, காட்சி ஒழுங்கு

displease *(v)* : offend, make angry, வெறுப்பூட்டு, கோபமூட்டு

displeasing *(adj)* : offending, not pleasing, புண்படுத்துகிற, மனதிற்குப் பிடிக்காத

displeasure *(n)* : displeased feeling, dissatisfaction, கோபம், வெறுப்பு, மன நிறைவின்மை

displume *(v)* : strip off the feathers, இறகு நீக்கு

disport *(v)* : play, enjoy oneself, விளையாடு, மகிழ்வுறு

disposal *(n)* : arrangement, the act of disposing, ஏற்பாடு, விற்பனை செய்தல்

dispose *(v)* : arrange, distribute, sell ஏற்பாடு செய், பகிர்ந்து அளி விற்பனை செய்

disposition *(n)* : setting in order temperament, handing over of some thing to another, ஒழுங்கமைத்தல் மனநிலை, உரிமையளிப்பு

dispossess *(v)* : to take away from, compel to dislodge, பிடுங்கு, உடமையைப் பறி, இருப்பிடத்தி னின்றும் கட்டாயப்படுத்தி வெளியேற்று

disproportionate *(adj)* : relatively too big or too small, அளவுக்கு மீறிப் பெரிதான அல்லது சிறிதான

disprove *(v)* : to prove to be false, தவறென்று நிரூபி

dispute *(v)* : oppose, antagonize, argue, மறுத்துக் கூறு, எதிர் வாதிடு; *(n)* : combat, quarrel, பூசல், சொற்போர், வாக்குவாதம், சண்டை

disqualify *(v)* : make one unfit, தகுதியிழக்கச் செய்

disquiet *(n)* : anxiety, uneasiness, கலக்கம், அமைதியின்மை; *(v)* : to make anxious, மனம் கலங்கச் செய்

disquisition *(n)* : elaborate discussion on a subject investigation, ஒரு கருத்தைப் பற்றிய விரிவான ஆய்வு, தேர்வாய்வு

disregard *(n)* : neglect, disrespect, புறக்கணிப்பு, அவமதிப்பு

disrepute *(n)* : discredit, இகழ்ச்சி, கெட்டபெயர், மானக்கேடு

disrespect *(n)* : lack of politeness, want of respect, அவமரியாதை, அவமதிப்பு

disrupt *(v)* : break with force, தகர், உடை

dissatisfaction *(n)* : absence of contentment, மனநிறைவின்மை, மனக்குறை

dissatisfy *(v)* : displease, make discontented, மனக்குறை உண் டாக்கு, வெறுப்பூட்டு

dissect *(v)* : to cut into parts in order to examine, பல பகுதிகளாக வெட்டி ஆய்வு செய்

dissemble *(v)* : conceal, to be false, pretend, மறை, பொய்யாக நடி, பாசாங்கு செய்

disseminate *(v)* : scatter or spread widely, தூவு, பல இடங்களிலும் பரவச் செய்

dissension *(n)* : angry quarrelling, difference in opinion, கலகம், பூசல், கருத்து வேறுபாடு

dissent *(v)* : disagree, to differ in opinion, இணங்காதிரு, கருத்து வேறுபடு

dissertation *(n)* a disquisition written by a candidate for a degree, விளக்க ஆய்வேடு

disservice *(n)* : injury, mischief, harm, தீங்கு, கேடு, கெடுதி

dissever *(v)* : divide into two, இரண் டாகப் பிரி

dissimilar *(adj)* : unlike, not the same, ஒத்திராத, வேறான

dissipate *(v)* : disperse. to waste, சிதறு, வீணாக்கு

dissociate *(v)* : do not associate with, separate, கூட்டுச் சேர்க்கையைத் தவிர், தொடர்பு அறு

dissolve *(v)* : dispense, to liquify, disappear, கலைத்து, விடு, கரை, நீர்மமாக்கு, மறை

dissuade *(v)* : to advise not to do, divert, செய்ய வேண்டாமென்று அறிவுரை கூறு, மனத்தைத் திருப்பு

distaff *(n)* : cleft on which yarn was wound in spinning, நூற்புக் கழி

distance *(n)* : measure of space in between two things, the state of being far off, coldness of manner, இடை

வெளி அளவு, தூரம், தொலைவு, ஒதுங்கியிருத்தல்

distant *(adj)* : lying far off, cold in manner, தூரத்தேயுள்ள, நெருங்கிப் பழகாத

distaste *(n)* : dislike, aversion, விருப்பமின்மை, வெறுப்பு

distemper *(n)* : a kind of paint, dog-disease, political disorder, ஒருவகை வண்ணப் பூச்சு, நாய் நோய், அரசியல் குழப்பம்; *(v)* : paint with distemper, derange, வண்ணம் பூசு, ஒழுங்கைக் கலை

distend *(v)* : to swallow out, to stretch, படுக்கச் செய், நீட்டு, விழுங்கு

distil *(v)* : purify, extract, drip gently, vapourize and condense, தூய்மைப் படுத்து, காய்ச்சி வடி, துளித் துளியாகச் சொட்ட வை, ஆவியாக்கிக் குளிரச் செய்

distillery *(n)* : a factory where distilling is done, காய்ச்சி வடிக்கும் தொழிற்சாலை

distinct *(adj)* : clear, different, separate, தெளிவான, வேறான, தனிப்பட்ட

distinction *(n)* : a difference, eminence, honour, வேறுபாடு, மேன்மை, பெருமை, மதிப்பு

distinguish *(v)* : differentiate, to honour, to win fame, வேறுபாடு கண்டறி, மதிப்புச் செய், புகழ் பெறு

distinguished *(adj)* : eminent, highly honoured, famous, மேன்மை தங்கிய, பெரு மதிப்புக்குகந்த, புகழ் பெற்ற

distort *(v)* : to twist out of shape, misinterpret, உருவத்தைச் சிதை, கருத்தைத் திரித்துக் கூறு, தவறாகக் கூறு

distract *(v)* : to draw aside, confuse, கவனத்தைத் திருப்பு, கலக்கமுண்டாக்கு

distrain *(v)* : seize goods for debt or non payment to tax, கடனுக்காக அல்லது வரி பாக்கிக்காகப் பொருள்களைப் பறிமுதல் செய்

distraught *(adj)* : violently agitated, worried, பெரும் குழப்பமடைந்த, மனக் கவலையுள்ள

distress *(n)* : an extreme pain, suffering, trouble, sorrow, கடுந்துயரம், துன்பம், இடர், வருத்தம்; *(v)* : to make uneasy, to make sorrowful, to give pain to, மனக் கவலை உண்டாக்கு, வருத்தமூட்டு, துன்பம் உண்டாக்கு

distribute *(v)* : to divide among several, பகிர்ந்தளி

district *(n)* : a division of a state, மாவட்டம்

distrust *(n)* : suspicion, want of trust or confidence, சந்தேகம், அவநம்பிக்கை; *(v)* : suspect, do not trust, சந்தேகம் கொள், நம்பாதே

disturb *(v)* : confuse, interrupt, disquiet, disorder, குழப்பு, தடை செய், அமைதி கலை, ஒழுங்கற்றதாகச் செய்

disturbance *(n)* : agitation, confusion, interruption, புரட்சி, கலகம், குழப்பம், தடை

disunite *(v)* : separate, பிரி, தனியாக்கு

disuse *(n)* : the state of being not in use, பயன்பாடின்மை

ditch *(n)* : a sink, குழி, பள்ளம்

ditto *(n)* : the same as already told or written, மேற்படி, மேற் குறிப்பிட்டதே

ditty *(n)* : a little poem, பாடல்

diuretic *(n)* : substance exciting discharge of urine, சிறுநீர் கழிவினைத் தூண்டும் மருந்து

diurnal *(adj)* : daily, pertaining to the day time, ஒரு நாளுக்குரிய, பகல் நேரத்துக்குரிய

dive *(v)* : plunge into water, நீரில் பாய்ந்து முழுகு

diver *(n)* : one who dives in water, a diving bird, நீரில் பாய்ந்து முழுகுபவர், நீர் மூழ்கிப் பறவை

diverge *(v)* : proceed in different ways, differ, diviate, வெவ்வேறு வழிகளில் இயங்கு, மாறுபடு, விலகிச் செல்

diverse *(adj)* : unlike, various, changeful, வெவ்வேறான, பல, மாறான

diversion *(n)* : deviation, amusement, pastime, விலக்கம், கேளிக்கை, பொழுது போக்கு

diversity *(n)* : variety, difference, being diverse, வகைபாடு, வேறுபாடு, வேறுபட்டிருத்தல்

divert *(v)* : deviate, to amuse, change the direction of, கவனத்தைத் திருப்பு, வேடிக்கை காட்டி மகிழச் செய், திசைமாற்று

divest *(v)* : unclothe, take away, ஆடையகற்று, நீக்கு

divide *(v)* : separate into parts, disunite, பகுதிகளாகப் பிரி, வகு

dividend *(n)* : the number to be divided, share or profit, வகுபடும் எண், லாபத்தில் கிடைக்கும் பங்கு

divine *(adj)* : sacred or holy, excellent, pertaining to God, புனிதமான, மிகச் சிறந்த, தெய்வத்தன்மை வாய்ந்த

divinity *(n)* : God, divine nature, கடவுள், தெய்வீகத்தன்மை

divisible *(adj)* : that can be divided, வகுக்கக் கூடிய

division *(n)* : process of dividing, disagreement, a part, a barrier, வகுத்தல், பங்கிடல், ஒற்றுமைக் கேடு, பங்கு, பகுதி, இடை வரம்பு

divisor *(n)* : a number that divides another without remainder, வகுக்கும் எண்

divorce *(n)* : legal separation from the marriage bond, திருமண விலக்கு, விவாகரத்து

divot *(n)* : piece of land covered with grass, புல் வெளி

divulge *(n)* : to let out, reveal, பலரறியக் கூறு, வெளிப்படுத்து

dizzy *(adj)* : giddy, confused, தலை சுற்றுகிற, குழப்பமான

do *(v)* : perform, execute, complete. செய், நடத்து, முடி

docile *(adj)* : teachable, manageable, obedient, எளிதில் கற்பிக்கக் கூடிய, இணக்கமுள்ள, கீழ்ப் படிதலுள்ள

dock *(n)* : a basin where ships go for repair, an enclosure in a criminal court for the accused or prisoner, கப்பல் செப்பனிடும் துறை, நீதி மன்றத்திலுள்ள குற்றவாளிக்கூண்டு

docket *(n)* : a label stuck on goods, endorsement on letter, etc. showing its contents, சாமான்கள் மேல் ஒட்டப்படும் குறிப்புச் சீட்டு, உள்ளடக்க அறிவிப்புச் சீட்டு

doctor *(n)* : a learned man, a medical person, பேரறிஞர், மருத்துவர்

doctrine *(n)* : knowledge, principle, teachings, அறிவுக் கொள்கை, கோட்பாடு, போதனை

document *(n)* : a written statement, ஆவணம்

dodder *(v)* : tremble, nod, நடுங்கு, தலையசை

dodge (*n*) : quick side-movement, trick, விரைவான பக்கவாட்டு இயக்கம், ஏமாற்றுதல்; *(n)* : to move to and fro, move quickly, to use mean tricks, trifle with, அங்குமிங்கும் இயங்கு, வெட்டி விலகு, ஏய்த்து விடு, போக்குக் காட்டு

doe (*n*) : the female of certain animals, சில விலங்குகளின் பெண் இனம்

doer *(n)* : one who does anything, செய்பவர்

doff *(v)* : take off, strip, discard, அகற்று, ஆடைநீக்கு, விலக்கு

dog *(n)* : a four-footed domestic animal, a mechanical device, நாய், குறடு

dogged *(adj)* : obstinate, unyielding, பிடிவாதமுள்ள, இணக்கமற்ற

doggerel *(n)* : a base verse, கீழ்த்தரப் பாடல்

dogma *(n)* : principle that is not to be contradicted, பிடிவாதக் கொள்கை, உறுதிக் கோட்பாடு

dogmatic *(adj)* : authoritative, arrogant, doctrinal, overbearing, positive, அதிகாரபூர்வமான, அகந்தையுள்ள, கொள்கைப் பிடிவாதமுடைய, வீறாப்பான, உறுதியுடைய

doily *(n)* : a small fancy napkin, சிறிய அலங்கார விரிப்பு

doings *(n)* : things done, செயல்கள்.

doldrums *(n)* : regions of calm and rough winds near the equator, low spirits, depression, நில நடுக்கோட்டுக்கு அருகே பெருங் காற்று வீசும் பகுதிகள், எழுச்சியற்ற நிலை, காற்றுத் தேக்கம்

dole *(n)* : a small portion, charitable distribution, grief, சிறு பங்கு, உதவிப் பங்கீடு, துன்பம், வருத்தம்; *(v)* : to deal out in small quantities, கொஞ்சம் கொஞ்சமாகக் கொடு

doleful *(adj)* : miserable, sorrowful, மகிழ்ச்சியற்ற, துயரம் மிகுந்த

doll *(n)* : a toy baby, பொம்மை

dollar *(n)* : unit of U.S. gold and silver coinage, அமெரிக்க நாட்டு நாணயம்

dolmen *(adj)* : a stone table, கல் மேடை

dolorous *(adj)* : distressed, painful, sorrowful, துயரமுள்ள, வேதனை மிகுந்த, வருத்தம் நிறைந்த

dolphin *(adj)* : a sea-animal resembling porpoise, ஒரு வகைக் கடல் மீன்

dolt *(n)* : a stupid person, block-head, மூடன், புத்தி மழுங்கினவன்

domain *(n)* : kingdom, field or province in which one's influence can be exercised, ஆட்சிப் பகுதி, அதிகார எல்லை

dome *(n)* : roof-top shaped like a half-ball, குவிமாடம்

domestic *(adj)* : pertaining to the house, வீட்டிற்குரிய

domesticate *(v)* : accustom to live in a house, tame (animals) வீட்டுச் சூழலில் இருக்கப் பழக்கு, (விலங்குகளைப்) பழக்கி அடக்கு

domicile *(n)* : dwelling-house, a place to which a person belongs, இருப்பிடம், குடிவாழ்வுரிமை

dominant *(adj)* : having control or power, outstanding, ஆதிக்கமுள்ள, முதன்மையாயுள்ள, மேம்பட்ட

dominate *(v)* : have control, overlook, ஆதிக்கம் அல்லது அதிகாரம் செலுத்து, முதன்மையாயிரு மேம்பட்டு நில்

domination *(n)* : rule, control, authority, ஆட்சி, ஆதிக்கம், தனிச் செல்வாக்கு

domineering *(adj)* : over-bearing, அகந்தையுள்ள

dominie *(n)* : a school master, பள்ளி ஆசிரியன்

dominion *(n)* : authority to rule, territory, sovereignty, ஆளும் உரிமை, ஆட்சிப் பகுதி, தனி யாட்சி

domino *(n)* : a cloak with a masked cape, முகமூடி உடைய அங்கி

don *(v)* : to wear, அணி

donate *(v)* : contribute as a gift, நன்கொடை அளி

donation *(n)* : a gift, நன்கொடை

done *(v)* : past participle of do, do என்பதன் இறந்த கால முடி வெச்சம்

donee *(n)* : one to whom a donation is made, நன்கொடை பெறுபவர்

donkey *(n)* : an ass, கழுதை

donor *(n)* : one who gives a gift or donation, நன்கொடையளிப்பவர்

doodle *(n)* : meaningless scribbling with attention turned elsewhere, வேறு நினைப்புடன் பொருளற்ற தன்மையில் கிறுக்கி எழுது

doom *(n)* : ruin, fate, judgement, அழிவு, விதி, தீர்ப்பு; *(v)* : to judge, தீர்ப்பளி

door *(n)* : a shutter that closes the entrance to a house, room, cupboard etc., கதவு

dope *(n)* : an intoxicating drug, மருந்து

dormant *(adj)* : sleeping, inactive, தூங்குகிற, செயலற்ற

dormitory *(n)* : a sleeping room with several beds, பல படுக்கைகள் கொண்ட கூடம்

dormouse *(n)* : a small rodent like mouse, எலி போன்ற ஒரு வகைக் கொறித்துண்ணி விலங்கு

dorsal *(adj)* : pertaining to the back, முதுகுப் பக்க, பின்புற

dory *(n)* : a sea-fish, ஒரு வகைக் கடல் மீன்

dose *(n)* : quantity (of medicines) to be taken at one time, ஒரு வேளை மருந்தின் அளவு

dot *(n)* : a small rounded mark, சிறிய வட்டப் புள்ளி

dote *(v)* : show excessive love or fondness, அதிக அன்பு காட்டு

double *(adj)* : twice as much, இரு மடங்கான, இரட்டிப்பான

doubt *(n)* : suspicion, uncertainty, disbelief, hesitation, சந்தேகம், உறுதியற்ற நிலை, அவநம்பிக்கை, தயக்கம்; *(v)* : suspect, mistrust, hesitate, சந்தேகப்படு, அவ நம் பிக்கைக் கொள், தயங்கு

doubtful *(adj)* : suspicious, uncertain, சந்தேகத்திற்கிடமான, உறுதியற்ற

doubtless *(adj)* : without doubt, சந் தேகமில்லாமல்

douceur *(n)* : gratuity, bribe, அன் பளிப்பு, கைக்குலி

douche *(n)* : a stream of water applied to body internally or externally,

உடலின் வெளியிலோ, உட்புறமோ கழுவப் பயன்படுத்தப்படும் பீச்சுத்தாரை
dough *(n)* : kneaded flour, பிசைந்த மாவு
doughty *(adj)* : valiant, formidable, வலிமையுள்ள, துணிவுள்ள வெல்லமுடியாத
dove *(n)* : a kind of pigeon, புறா
down *(n)* : open highland, light feather, மேடான நிலம், மிருதுவான இறகு; *(adv)* : below, கீழே; *(adj)* : descending, கீழ் நோக்கிச் செல்கிற; *(v)* : defeat, தோற்கடி
downcast *(adj)* : sad at heart, directed downwards, வருத்தம் தோய்ந்த, கீழ் நோக்கிய
downfall *(n)* : great fall of rain, ruin, calamity, பெருமழைப் பொழிவு, அழிவு, வீழ்ச்சி
downpour *(n)* : a heavy rain, பெருமழை
downright *(adj)* : straight forward, fearless, வெளிப்படையான, அச்சமற்ற
downstairs *(adv)* : on the lower floor, கீழ்த்தளத்தில்; *(adj)* : pertaining to the lower part of the building, கீழ்த்தளத்தைச் சேர்ந்த
downtrodden *(adj)* : oppressed, அடக்கப்பட்ட, ஒடுக்கப்பட்ட
downward *(adj)* : descending, கீழ் நோக்கிய; *(adv)* : towards the lower level, கீழ்நோக்கி
dowry *(n)* : property given to a woman by her parents at her marriage, வரதட்சிணை
doxology *(n)* : a hymn of praise to God, கடவுள் வாழ்த்துப் பாடல்
doyen *(n)* : senior member of a body, ஒரு குழுவின் முதுநிலை உறுப்பினர்
doze *(v)* : sleep drowsily, அரைத் தூக்கம்
dozen *(n)* : a twelve, பன்னிரண்டு கொண்ட அளவு
drab *(adj)* : of dull colour, cheerless, மங்கிய நிறமான, சலிப்பு தருகிற
draft *(n)* : a rough copy, an order for payment, a check drawn, முதல் வரைவு, பணம் பெற உரிமைச் சீட்டு, காசோலை; *(v)* : prepare a draft, திட்டக் குறிப்பு எழுது, முதல் வரைவு செய், குறிப்புப் படம் வரை.
drag *(v)* : draw along with force or difficulty, வலுவுடன் இழுத்துச் செல், துன்பப்பட்டு இழு
draggle *(v)* : make wet and dirty by trailing on the ground, தரையில் இழுத்து ஈரமாக்கு அல்லது அழுக்காக்கு
dragon *(n)* : fire breathing crocodile or serpent with wings and claws, நெருப்புக் காற்றை உயிர்க்கும் பறக்கும் பாம்பு அல்லது முதலை, வேதாளம்
dragoon *(n)* : a heavy-armed cavalry man, ஆயுதம் தாங்கிய குதிரை வீரன்
drain *(n)* : a sewer, ditch, சாக்கடை, வடிகால், பள்ளம்; *(v)* : draw away water by trenches or pipes, to drink, dry, deprive, நீரைக் குழாய் வழியாக வடி, நீரைப் பருகு, ஈரம் போக்கு, உடமை இழக்கச் செய்
drainage *(n)* : a system of artificial or natural drain, sewage, வடிகால் திட்டம், சாக்கடை

drake *(n)* : the male of the duck, ஆண்வாத்து

dram *(n)* : a weight of 1/8 ounce, a small measure, 1/8 அவுன்சு, ஒரு சிறு அளவை

drama *(n)* : a stage play, an exciting happening, நாடகம், கிளர்ச்சியூட்டும் நிகழ்ச்சி

dramatic *(adj)* : pertaining to drama, exciting, நாடகத்துக்குரிய, கிளர்ச்சியூட்டும்

draper *(n)* : a cloth merchant, துணி வணிகர்

drastic *(adj)* : powerful, stern, forcible, ஆற்றலுடைய, பலமான, வன்மையான

draw *(v)* : attract, allure, drag, கவரு, மயக்கு, இழு; *(n)* : something which attracts, a game in which neither side wins, கவர்ச்சி, வெற்றி தோல்வியின்றி முடியும் விளையாட்டு

drawback *(n)* : disadvantage, குறைபாடு

~wing *(n)* : a picture drawn, படம், சித்திரம், ஓவியம்

drawl *(v)* : speak in slow manner, இழுத்துப் பேசு, மெதுவாகப் பேசு; *(n)* : slow utterance, இழுத்துப் பேச்சுதல், மெதுவாகப் பேசுதல்

dray *(n)* : a low cart for carrying heavy loads, தாழ்வான சுமை வண்டி, கட்டை வண்டி

dread *(v)* : be in great fear of, அச்சம் கொள்; *(n)* : great fear, object of fear, பெரும் அச்சம், அச்சத்திற்குக் காரணமான பொருள்; *(adj)* : terrifying, அச்சம் தருகிற, கிலியூட்டுகிற

dreadful *(adj)* : terrible, troublesome, fearful, அஞ்சி நடுங்கத்தக்க, தொல்லை தரும், அச்சமூட்டுகிற

dreadnought *(n)* : a powerful warship, வலிமை மிகுந்த போர்க்கப்பல்

dream *(n)* : fancy, hallucination, vision in sleep, கற்பனை, மனமயக்கம், கனவு

dreamy *(adj)* : fanciful, imaginative, vague, dreamlike, வீணெண்ணம் கொண்ட, கற்பனையான, தெளிவற்ற, கனவு போன்ற

dreary *(adj)* : dismal, cheerless, dull, இருண்ட, மகிழ்ச்சியற்ற, கிளர்ச்சியற்ற; **drearily** *(adv)*; **dreariness** *(n)*

dredge *(n)* : an apparatus for bringing up oysters, fish, mud etc. from the bottom of the sea or river, கடலில் இருந்து சிப்பி, மீன், சேறு முதலியவற்றை அள்ளும் இயந்திரம்

dregs *(n)* : refuse, sediment, worthless part, எச்சம், வண்டல், பயனற்ற பகுதி

drench *(v)* : make to drink, force to take medicine, wet wholly, soak, குடிக்கச் செய், மருந்து குடிக்கச் செய், முழுவதுமாக நனை, ஊறவை

dress *(n)* : clothes, garments, array, உடை, ஆடை, அணிமணி; *(v)* : put on clothes, treat (wound) with remedies, ஆடை அணி, புண்ணுக்கு மருந்திட்டுக் கட்டு

dribble *(v)* : drip, let flow in drops, to kick the ball forward little by little, கசி, துளித் துளியாகச் சொட்டச் செய், கொஞ்சம் கொஞ்சமாக முன்னேறச் செய்

drift *(n)* : course, impulse, something driven by current of air or wind, a slow movement, போக்கு, வேகம், காற்றோட்டத்தால் இழுத்துச்

செல்லப்படும் பொருள், மந்த மான இயக்கம்; *(v)* : be carried by current of air, wander, go about aimlessly, காற்றோட்டத்தால் இழுத்துச் செல்லப்படு, அலைந்து திரி, ஒரு நோக்கமின்றிச் செய்

drill *(n)* : an instrument for making holes, exercise, a row of plants, a strong rough cloth, துளையிடும் கருவி, பயிற்சி, துரப்பணம், செடிகளின் வரிசை, முரட்டுத் துணி வகை; *(v)* : to make holes, exercise, to sow seeds in rows, துளையிடு, பயிற்சி அளி, வரிசையாக விதையிடு

drink *(n)* : any liquid to be drunk, an intoxicating liquor, குடி நீர் வகை, மது; *(v)* : to swallow a liquid, குடி, பருகு

drinkable *(adj)* : good to drink, குடிக்கத்தக்க

drip *(v)* : allow to fall in drops, சொட்ட விடு, நனை; *(n)* : a drop of liquid, act of dripping, நீர்மத் துளி, துளிகளாக விழுதல்

drive *(v)* : compel, urge, ride, கட்டாயப்படுத்து, தூண்டு, ஓட்டு; *(n)* : carriage-road, push, tendency, a hard stroke at cricket, golf, etc., a pleasure trip, a ride, வண்டிப் பாதை, செயலூக்கம், தூண்டுதல், வலிமையான பந்தடி, சுற்றுலா, ஊர்திப் பயணம்

drivel *(v)* : run at mouth or nose like a child, childishly to talk nonsense, சாளை வாய் வழியச் செய், பிதற்று

driveller *(n)* : an idiot, முட்டாள்

driver *(n)* : one who drives, a wooden-headed golf club, ஓட்டுநர், குழிப் பந்தாட்டக் கைத்தடி

drizzle *(n)* : dense drops of fine rain, தூற்றல்

droll *(adj)* : strange, funny, வியப்பான, வேடிக்கையான

dromedary *(n)* : one-humped Arabian camel, அராபிய ஒற்றைத் திமில் ஒட்டகம்

drone *(n)* : male bee, a low humming sound, a lazy fellow, ஆண் தேனீ, தாழ்ந்த இசையொலி, சோம்பேறி

droop *(v)* : to hang down, to faint, lose heart, தலை குனி, சோர்வடை, மனமுடைந்து போ

drop *(n)* : a small spherical portion of liquid, a trap, a fall, துளி, சொட்டு, பொறி, வீழ்ச்சி; *(v)* : allow to fall in small amounts, to fall suddenly, leave, சிறு துளிகளாக விழச்செய், விழு, நழுவவிடு

dropsy *(n)* : collection of watery fluid in the body, excess swelling, நீர்க் கோப்பு, மிகுந்த வீக்கம்

dross *(n)* : the scum thrown off from metals in melting, waste matter, உலோகம் உருக்கும் போது வெளிவரும் கழிவு, கழிவுப் பொருள்

drought *(n)* : dryness, want of rain, thirst, scarcity, வறட்சி, மழையின்மை, தாகம், பஞ்சம்

drove *(n)* : a number of cattle being driven or moving together, broad chisel, மேய்ச்சல், மந்தை, அகன்ற உளி; *(v)* : past tense form of drive, 'drive' என்பதன் இறந்தகால வடிவம்

drown *(v)* : suffer death by being immersed or suffocated under water, நீரில் மூழ்கி மூச்சுத் திணறி இறக்கச் செய்

drowse *(v)* : doze, be sluggish, அரைத் தூக்கம் தூங்கு, சோம்பி யிரு; *(n)* : half asleep state, அரைத் தூக்க நிலை

drowsy *(adj)* : sleepy, sluggish, தூங்கி விழுகிற, சோம்பியிருக்கிற

drub *(v)* : beat in fight, thrash, சண்டை யில் அடி, நையப்புடை

drudge *(n)* : a slave, hardworking servant, அடிமை, கடுமையாக உழைக்கும் வேலையாள்

drudgery *(n)* : over work, uninteresting work, அதிக வேலை, சுவை யற்ற வேலை

drug *(n)* : a simple chemical substance used in medicine, மருந்துப் பொருள்

druggist *(n)* : dealer in medicines, மருந்து விற்பனையாளர்

drum *(n)* : a musical instrument, the inner part or tympanum of the ear, a cylindrical barrel, முரசு, செவிப் பறை, பீப்பாய்

drunk *(v)* . past participle of drink, 'drink' என்பதன் இறந்தகால, முடிவெச்ச வடிவம்

drunkard *(n)* : one who drinks too much of alcohol or wine, மிதமிஞ்சி மது அருந்துபவர், குடிகாரர்

dry *(adj)* : without moisture, ஈரமற்ற, உலர்ந்த

dryad *(n)* : wood-nymph, காட்டுத் தெய்வம், வன தேவதை

dual *(adj)* : made up of two, double, இரட்டை, இருமையான

dub *(v)* : confer title upon, smear with grease, make a second sound, track in another language, பட்டம் சூட்டு, பசை பூசு, மற்றொரு மொழியில் ஒலிப்பதிவு செய்

dubious *(adj)* : indistinct, doubtful, தெளிவற்ற, சந்தேகமான

ducal *(adj)* : pertaining to duke, கோமகனுக்குரிய

ducat *(n)* : an old gold coin used in Europe, ஐரோப்பிய நாட்டுப் பழம் பொற்காசு

duchess *(n)* : duke's wife or widow, கோமகன் மனைவி அல்லது விதவை

duchy *(n)* : territory ruled by a duke, கோமகன் ஆட்சிப் பகுதி

duck *(n)* : a water bird, a rough strong cloth, nil score, பெண்வாத்து, கித் தான் துணி, கிரிகெட் ஆட்டத்தில் சூனிய மதிப்பு; *(v)* : to dip in water, bend, நீரில் மூழ்கு, தலை தாழ்த்து

duct *(n)* : conduit or tube for carrying liquids, நுண்புழை நாளம், குழாய்

ductile *(adj)* : malleable, flexible, yielding, தகடாக்கத்தக்க, அடித்து நீட்டத்தக்க, வளைந்து கொடுக் கிற

dude *(n)* : dandy, பகட்டுக்காரன்

dudgeon *(n)* : resentment, annoyance, சினம், சீற்றம்

due *(adj)* : that ought to be given, proper, கொடுக்க வேண்டிய, தகுந்த; *(adv)* : சரியாக, நேராக

duel *(n)* : a fight between two persons, இருவருக்கிடையே நிகழும் போராட்டம்

duet *(n)* : a piece of music for two singers, இருவர் பாடுவதற்குரிய பாடல்

duffer *(n)* : a stupid person, dealer of sham articles, counterfeit coin, முட்டாள், போலிச்சரக்கு, போலிச் சரக்கு விற்பவர், போலி நாணயம்

dug *(v)* : past tense and past participle of dig, 'dig' என்பதன் இறந்தகால, இறந்தகால முடிவெச்ச வடிவம்; *(n)* : udder, விலங்குகளின் பால்மடி

dugout *(n)* : a boat made by hollowing tree-trunk, மரக்கட்டையைக் குடைந்து செய்யப்படும் படகு

duke *(n)* : a noble. பிரபு, கோமான்

dulcet *(adj)* : sweet to the taste, pleasing to the ear, சுவையான, செவிக்கின்பமான

dulcimer *(n)* : an old type of musical instrument like piano, பியானோ போன்ற பழம் இசைக்கருவி வகை

dull *(adj)* : slow of understanding, stupid, blunt, மந்தமான, மடத்தனமான, மழுங்கிய

dullard *(n)* : sluggish person, a stupid fellow, மந்தமான அறிவுடையவன், முட்டாள்

dulse *(n)* : an edible seaweed, உணவாகப் பயன்படும் கடற்பாசி வகை

duly *(adv)* : properly, at the right time, முறையாக, சரியான நேரத்தில், சரியாக

dumb *(adj)* : not having the power of speech, பேசமுடியாத

dumbfounded *(adj)* : confused, struck with great surprise, குழப்பமடைந்த, திகைப்பால் வியப்படைந்த

dump *(n)* : short stout fellow, a heap, கட்டையான தடித்த மனிதன், குவியல்; *(v)* : to throw down, deposit, sell at a low price, heap up, எறி, சாமான்களைத் திணித்து அடை, குறைந்த விலைக்கு விற்பனை செய், குவித்துவை

dumplings *(n)* : mass of thick paste boiled or baked, வேக வைக்கப்பட்ட பிசைந்த மாவு

dumps *(n)* : depression, மனச் சோர்வு

dumpy *(adj)* : short and thick, stout, தடித்துக் குறுகிய, பருத்த

dun *(adj)* : brown, dark, பழுப்பு நிறமான, இருண்ட

dunce *(n)* : a slow learner, dullard, மடையன், முட்டாள்

dune *(n)* : a hill of loose sand near the sea-coast, கடற்கரை மணற் குன்று

dung *(n)* : excreta of animals, manure, சாணம், எரு

dungaree *(n)* : a coarse calico, முரட்டுத் துணி வகை

dungeon *(n)* : a close dark prison, a dark underground cell, இருள் சிறை, இருண்ட நிலவறை

dung hill *(n)* : a heap of dung in a farmyard, சாணிக் குவியல், எரு மேடு

dupe *(n)* : one easily deceived, எளிதில் ஏமாறுபவன்; *(v)* : deceive, ஏமாற்று

duplicate *(n)* : copy, counterpart, replica, படி, ஒத்த பகுதி, மறுபகர்ப்பு; *(adj)* : two fold, இரட்டையான, இரு மடங்கான

duplicity *(n)* : deceitfulness, double-dealing, வஞ்சனை, இரண்டகம்

durable *(adj)* : long lasting, நீடித்து உழைக்கும்

duration *(n)* : length of time a thing lasts, period, நீடிக்கும் காலம், கால அளவு

duress *(n)* : forcible restraint, imprisonment, detention, illegal compulsion வலுக்கட்டாயம், சிறைப்படுத்தல், தடைக்காவல், சட்டத்திற்கு முரணாக வற்புறுத்துதல்

during *(prep)* : throughout, in the time of, நடைபெறும் காலத்தில், தொடர்ந்து, பொழுது

durra *(n)* : a kind of corn, தினை

dusk *(n)* : twilight, அந்தி ஒளி

dust *(n)* : fine particles of earth or sand, anything in the form of powder, தூசு, மாவு, பொடி

Dutch *(adj)* : belonging to Holland, ஹாலந்து நாட்டுக்குரிய

dutiful *(adj)* : service-minded, கடமை உணர்வுடைய

duty *(n)* : what one is bound to do, service, tax, moral or legal obligation, கடமை, ஊழியம், வரி, நீதிக்குக் கட்டுப்படுதல், மனசாட்சிக்குக் கட்டுப்படுதல்

dux *(n)* : a leader, top student in a school or class, தலைவர், பள்ளியில் அல்லது வகுப்பில் தலை மாணாக்கன்

dwarf *(n)* : a human being, plant or animal below the ordinary height, குள்ளன், குட்டை விலங்கு, குட்டைத் தாவரம்

lwell *(v)* : live in, to pause, fix attention, write or speak at length, குடியிரு, கருத்தூன்று, தயக்கம் காட்டு, நீடித்துப் பேசு, நீளமாக எழுது

dwelling *(n)* : living place, வசிப்பிடம், இருப்பிடம்

dwindle *(v)* : become smaller, grow feeble, படிப்படியாகத் தேய்ந்து போ, வலிமை குன்று

dye *(v)* : to colour, tinge, நிறம் கொடு, சாயம் தோய்; *(n)* : a liquid used to change or give colour to something, சாயம்

dyeing *(n & v)* : work of giving or changing the colour, சாயம் தோய்த்தல்

dynamic *(adj)* : active, powerful, mechanical, சுறுசுறுப்பான, வலிமை மிக்க, இயக்க

dynamite *(n)* : a powerful explosive, வெடிமருந்து

dynamo *(n)* : a device for producing current or electricity, மின்னாக்கி

dynasty *(n)* : a line of rulers of the same family, அரச மரபு

dysentery *(n)* : a disease of the bowels causing pain and mucous bloody evacuations, வயிற்றுக் கடுப்பு, சீதபேதி

dyspepsia *(n)* : indigestion, செரிமானமின்மை, வயிற்று மந்தம்

E

each (adj & pro) : every one of a number, two or more taken separately, ஒவ்வொரு, தனித்தனியாக, ஒவ்வொன்றும்
eager *(adj)* : keenly desirous to do or get, மிகுந்த ஆவலுள்ள
eagerness *(n)* : strong desire, பேராவல்
eagle *(n)* : large bird of prey noted for keen vision, கழுகு
eaglet *(n)* : the young of an eagle, கழுகுக் குஞ்சு
eagre *(n)* : rise of tidal wave in the river, ஆற்றின் வேலியேற்ற அலை
ear *(n)* : the organ of hearing, a husk of corn, காது, தானியக்கதிர்
earl *(n)* : an English noble man, ஆங்கிலப் பிரபு
earldom *(n)* : possessions of an English nobleman, ஆங்கில பிரபுவின் ஆட்சிப்பகுதி
early *(adj & adv)* : sooner than usual fixed time, happening in the near future, வழக்கமான அல்லது குறித்த நேரத்திற்கு முன், கூடிய விரைவில்
earmark *(v)* : set apart for a specific purpose, குறிப்பிட்ட காரியத்திற்காக ஒதுக்கி வை
earn *(v)* : to get money etc. as wages, acquire, சம்பாதி, அடை, பெறு
earnest *(adj)* : sincere, eager, நேர்மையான, ஆர்வமுள்ள, ஆவலுடைய; *(n)* : money paid in advance to confirm the contract, முன்பணம், அச்சாரம்
earshot *(n)* : hearing distance, காது கேட்கும் தூரம், கூப்பிடு தூரம்
earth *(n)* : the world, ground, soil, the planet we live in, end of a wireless set connected with the ground, உலகம், நிலம், மண், ஒரு கிரகம், மின்னோட்ட நிலத் தொடர்பு; *(v)* : cover with earth, to connect wireless set with the ground, மண்ணால் மூடு, மின்னோட்ட கம்பியில்லாத் தொகுதியை நிலத்தில் படும்படிச் செய்
earthen *(adj)* : made of earth or baked clay, மண்ணால் செய்யப்பட்ட, சுட்ட களிமண்ணால் செய்யப்பட்ட
earthenware *(n)* : utensils made of baked clay, சுட்ட களிமண்ணால் செய்யப்பட்ட பாத்திரங்கள்.
earthly *(adj)* : belonging to the terrestrial, நிலத்துக்குரிய, மண்ணுக்குரிய
earthquake *(n)* : a tremor caused to earth, பூகம்பம்
earwig *(n)* : an insect, செவிப்பூரான்
earwitness *(n)* : one who testifies from his own hearing, காதால் கேட்ட சாட்சி
ease *(n)* : relief from work, pain or trouble, வேலை, வலி, துன்பம் இவற்றிலிருந்து நிவாரணம்; *(v)* : relieve from work, pain or trouble, lessen, வலியைப் போக்கு, குறை
easel *(n)* : wooden stand to support picture, black board etc., ஓவியம், கரும்பலகை முதலியவற்றைத் தாங்கும் மரச்சட்டம்

east *(n)* : one of the four directions, the direction where the sun-rises, சூரியன் உதிக்கும் திசையான கிழக்கு; *(adv)* : towards the east, கிழக்கு நோக்கி; *(adj)* : in the east, கிழக்கிலுள்ள

Easter *(n)* : a Christian festival, இயேசு நாதர் உயிர்த்தெழுந்த விழா

easy *(adj)* : comfortable, not difficult or hard, வசதியான, எளிமையான

eat *(v)* : to chew or bite and swallow food, உண், தின்

eatable *(adj)* : thing that can be taken as food, உண்ணத்தக்க

eaves *(n & pl)* : overhanging edges of the roof, இறவாரக் கூரை

eavesdrop *(v)* : overhear (secrets), ஒட்டுக் கேள்

ebb *(v)* : decline, decay, flow back, தாழ்வுறு, வடித்திறங்கு; *(n)* : the retiring of tide, decline, கடல் பொங்குதலின் இறக்கம், தாழ்வு

ebony *(n)* : a kind of hard black wood, கருங்காலி மரம்

eccentric *(adj)* : not having the same centre, odd, ஒரே மையமற்ற, பல மையங்களைக் கொண்ட, விசித்திரமான

ecclesiastic *(n)* : a priest, மதகுரு

echo *(n)* : repetition of a sound by reflection, எதிரொலி

eclat *(n)* : general applause, renown, மகிழ்ச்சி ஆரவாரம், கீர்த்தி, புகழ்

eclectic *(adj)* : selecting the best, நல்லதைத் தேர்வு செய்கிற

eclipse *(n)* : temporary loss of light of the sun or moon, obscurity, சூரிய கிரகணம், சந்திர கிரகணம், தெளிவற்ற நிலை; *(v)* : cause an eclipse, obscure, இருட்டடி, மங்கச் செய்

ecliptic *(n)* : the apparent orbit of the sun, சூரியனின் தோற்றப்பாதை

eclogue *(n)* : a short poem of country life, நாட்டுப்புறப் பாடல்

economical *(adj)* : not wasteful, not spending much, வீணாக்காத, சிக்கனமான

economics *(n)* : the science dealing with the production, distribution and use of wealth, பொருளாதாரம்

economise *(v)* : spend sparingly, சிக்கனமாகச் செலவுசெய்

economy *(n)* : frugality, சிக்கனம்

ecstasy *(n)* : great joy, mad delight, பெருமகிழ்ச்சி, மகிழ்ச்சி வெறி

eczema *(n)* : a skin disease, படை நோய், சொறி, சிரங்கு

edacius *(adj)* : eating greedily, பேராவலுடன் சாப்பிடுகிற

eddy *(n)* : a whirlpool, circular movement of air, water, etc., நீர்ச்சுழல், நீர்ச்சுழி, சுழல்காற்று போன்றவை

Eden *(n)* : Paradise, the garden where Adam and Eve lived, state of supreme happiness, சொர்க்கம், ஆதாமும் ஏவாளும் வசித்த பூங்கா, பெருமகிழ்ச்சி நிலை

edentate *(n)* : animal without incisor and canine teeth, வெட்டுப் பற்களும் கோரைப் பற்களும் இல்லாத விலங்கு

edge *(n)* : cutting side of an instrument, the border, ஒரு கருவியின் வெட்டும் பகுதி, விளிம்பு, ஓரம்; *(v)* : make sharp, provide border, to move little by little, கூர்மையாக்கு, கரை அமை, மெல்ல மெல்ல அசைந்து போ

edible *(adj)* : eatable, உண்ணத்தக்க

edict *(n)* : an order, commana, சட்டம், கட்டளை

edifice *(n)* : a large building, பெரிய கட்டிடம்

edify *(v)* : benefit spiritually, to improve the mind, ஆன்மீகமாகப் பயனடையச் செய், உள்ள உணர்வுகளை மேம்படுத்து

edit *(v)* : arrange, set in order for publication, ஒழுங்குபடுத்து, பதிப்பி

edition *(n)* : number of copies printed at one time, ஒரே சமயத்தில் வெளியிடப்பட்ட பிரதிகள், பதிப்பு

editor *(n)* : person setting forth the work of others for publication, பதிப்பாசிரியர்

editorial *(n)* : leading article, article in a newspaper written by the editor, தலையங்கம், செய்தித்தாளில் பதிப்பாசிரியரால் எழுதப்படும் கட்டுரை; *(adj)* : pertaining to the editor, பதிப்பாசிரியருக்குரிய

educate *(v)* : provide schooling for, train, bring up, கல்வி கற்பி, பயிற்சி அளி, முன்னுக்குக் கொண்டு வா

education *(n)* : instruction, training, bringing up, கல்வி, பயிற்சி அளித்தல், முன்னுக்குக் கொண்டு வருதல்

educe *(v)* : bring out, infer, வெளிக் கொண்டு வா, உய்த்துணர்

eel *(n)* : a snake-like fish, விலாங்கு மீன்

eerie, eery *(adj)* : causing fear of strange things, காரணமின்றி அச்சம் ஊட்டுகிற

effable *(adj)* : that can be expressed, வெளிப்படுத்தக் கூடிய

efface *(v)* : rub out, destroy, disappear, forget, அழி, அழித்து விடு, மறந்து விடு, மறைத்து விடு

effect *(n)* : result, impression on others, பலன், மற்றவர்கள்பால் ஏற்படும் பாதிப்பு; *(v)* : bring about, cause to occur, நேரிடச் செய்

effective *(adj)* : producing favourable results, நல்ல பயனை அளிக்கிற

effects *(n & pl)* : property, உடைமைகள்

effeminate *(adj)* : womanish, unmanly, பெண்தன்மையுள்ள, ஆண்மையற்ற

effervesce *(v)* : give off bubbles, to froth up, குமிழிகளிட்டுக் கொதி, நுரைத்துப் பொங்கு

effete *(adj)* : weak, useless, சக்தியற்ற, பயனற்ற

efficacy *(adj)* : able to produce desired effect, விரும்பிய பலனைத் தரத்தக்க

efficient *(adj)* : capable, skilful, திறமையுள்ள, செயல் நுட்பமுடைய

effigy *(n)* : image or portrait of a person, ஒருவரின் மாதிரி உருவம் அல்லது உருவப்படம்

efflux *(n)* : that which flows out, lapse (of time) புற ஒழுக்கு, கடத்தல்

effort *(n)* : exertion, முயற்சி

effrontery *(n)* : insolence, shamelessness, துடுக்கு, அகம்பாவம், வெட்கம் கெட்ட தன்மை

effulgence *(n)* : a flood of light, glory, ஒளிவெள்ளம், பேரொளி

effuse *(v)* : to pour out, வெளியே ஊற்று

egg *(n)* : an oval object laid by bird containing germs of the young one, முட்டை; *(v)* : urge to do, விரைவுபடுத்து

eglantine *(n)* : a kind of briar. ஒரு வகை முட்செடி
egoism *(n)* : selfishness, தன்னலம்
egotism *(n)* : self-praise, தற்பெருமை பேசுதல்
egregious *(adj)* : shocking, notorious, அதிர்ச்சி உண்டாக்குகிற, கெட்ட பெயர் பெற்ற
egress *(n)* : the way out, வெளியேறும் வழி
egret *(n)* : the young of an eagle, கழுகின் குஞ்சு
eider *(n)* : a sea-duck, கடல் வாத்து
eighteen *(n)* : the number between seventeen & nineteen, பதினெட்டு
eighty *(n)* : ten times eight, எண்பது
either *(adj & pro)* : one or the other, this or that, ஏதாவது ஒன்று
ejaculate *(v)* : emit, utter, propel, உமிழ், வெளியிடு, திடீரென்று தள்ளு
eject *(v)* : expel, emit, வெளித்தள்ளு, வெளிப்படுத்து
eke *(v)* : to add to, to complete, make bigger, கூட்டு, முழுமையாக்கு, பெரிதாக்கு; *(adj)* : in addition to, கூட
ekka *(n)* : a small vehicle drawn by horse, சிறிய குதிரை வண்டி
elaborate *(v)* : to explain fully, work out in detail, விளக்கமாகச் சொல், விரிவாகச் செய்; *(adj)* : detailed, விரிவான
elapse *(v)* : pass away, கழித்து விடு
elastic *(adv)* : having the power to regain its original size or shape once the strain is removed, flexible, மீள் சக்தியுடைய, நெகிழ்ச்சியுடைய; *(n)* : springy string, நீண்டு சுருங்கும் கயிறு
elate *(adj)* : in high spirits, proud, எழுச்சியுடைய, அகந்தையுடைய; *(v)* : stimulate, make proud, ஊக்கப்படுத்து, இறுமாப்பு அடையச் செய்
elbow *(n)* : joint between fore and upper arm, முழங்கை
elder *(adj)* : older, மூத்த; *(n)* : one who is older, a kind of tree, வயதில் பெரியவர், ஒரு வகை மரம்
elderly *(adj)* : old aged, வயது முதிர்ந்த
elect *(v)* : select, choose by vote, தெரிந்தெடு, வாக்களித்துத் தேர்ந்தெடு
election *(n)* : choosing, choosing by vote, தேர்ந்தெடுத்தல், வாக்களித்துத் தேர்ந்தெடுத்தல்
electorate *(n)* : a body of electors or voters, வாக்காளர்கள், வாக்காளர் தொகுதி
electricity *(n)* : a kind of natural energy, மின்சாரம்
electrocute *(v)* : to kill by an electric current, மின்சாரத்தால் கொல்லு
electron *(n)* : an electrically charged particle existing within the atom, மின்னணு
electuary *(n)* : medicine mixed in honey or syrup, தேன் அல்லது இனிப்பு நீருடன் கலந்த மருந்து லேகியம்
elegance *(n)* : dignified, quality test, beauty, neatness, சிறப்புத் தன்மை, இயல்பு, அழகு, நேர்த்தி, பண்புடைமை
elegy *(n)* : a song about sad things or funeral song, துக்கப் பாட்டு, ஒப்பாரி, இரங்கற் பாட்டு

element *(n)* : a necessary part, the simplest part of a substance, அடிப்படைக் கூறு, தனிமம்

elementary *(adj)* : primary, introductory, அடிப்படையான, தொடக்கமான

elephant *(n)* : the biggest four footed animal having large proboscis and tusks, யானை

elephantiasis *(n)* : a kind of skin disease, யானைக்கால் நோய்

elevate *(v)* : to lift up, improve, to make cheerful, உயர்த்து, மேன்மையடையச் செய், மகிழச் செய்

elevation *(n)* : act of raising up, an upward inclination, plan or drawing as seen from a side, உயர்த்துதல், மேல் நோக்கிய சரிவு, முன் தோற்றம்

elevator *(n)* : lift, தூக்கி

eleven *(n)* : ten plus one, பதினொன்று

eleventh *(adj)* : ordinal number of 11, பதினொன்றாவது

elf *(n)* : a supernatural being, mischievous creature, dwarf, தேவதை, குறும்புத் தெய்வம், குள்ளன்

elicit *(v)* : bring out, வெளிக் கொணர்

eligible *(adj)* : suitable, desirable, தகுதியுடைய, விரும்பத்தக்க

eliminate *(v)* : to get rid of, remove, ஒதுக்கு, விலக்கு, அகற்று

elision *(n)* : suppresion of vowel or syllable in pronouncing, ஒலிப்பில் உயிரொலி (அ) அசை மறைதல்

elite *(n)* : the best among the people, the choicest part of anything, சிறந்த மனிதர், மிகச்சிறந்ததாகத் தெரிந்தெடுக்கப்பட்டது

elixir *(n)* : a drink as people once thought taken to prolong life indefinitely, any refreshing drink, அமுதம், காயகற்பம், புத்துணர்ச்சியூட்டும் பானம்

elk *(n)* : large animal of the deer kind, மான் இனத்தைச் சேர்ந்த பெரிய விலங்கு

ell *(n)* : a measure of length, ஒரு நீள அளவை

ellipse *(n)* : regular oval shape, நீள் வட்டம்

elm *(n)* : a kind of tree, ஒரு வகை மரம்

elocution *(n)* : the style and art of speech, recitation in public, பேச்சு நடை, பேச்சுக் கலை, சொற்பொழிவு

elongate *(v)* : lengthen, prolong, நீளச் செய், நீட்டு

elope *(v)* : to run away with lover from home, abscond, காதலருடன் ஓடிப் போ, தலை மறைவாகு

eloquence *(n)* : the art of fluent use of language, சொல்வன்மை, பேச்சுத் திறன்

else *(adj & adv)* : in addition, instead, மேலும், தவிர, அதுவன்றி வேறு

elsewhere *(adv)* : in some other place, வேறொரிடத்தில்

elucidate *(v)* : make clear, throw light on, தெளிவாக்கு, விளக்கு

elude *(v)* : escape, avoid, தப்பு, தவிரு

elusion *(n)* : escaping, avoidance, தப்பித்தல், தவிர்த்தல்

elver *(n)* : young of an eel, விலாங்கு மீன் குஞ்சு

elysium *(n)* : paradise, சுவர்க்கம்

emaciate *(v)* : make lean, to waste, மெலியச் செய், பாழாக்கு

emanate *(v)* : originate, proceed from, தோன்று, ஒன்றிலிருந்து வெளிவா

emancipate *(v)* : to set free from restraint, release, காவலிலிருந்து விடுதலை செய், விடுவி

embalm *(v)* : preserve dead body from decay, to endue with balmy perfume, சடலத்தைக் கெடாமல் பாதுகாப்பு செய், நறுமணம் ஊட்டு

embankment *(n)* : a raised mound to keep water back, வரப்பு, அணை

embargo *(n)* : prohibition, stoppage, தடை, நிறுத்தம்

embark *(v)* : go on board, load the ship, undertake, to start on anything, கப்பலில் செல், கப்பலில் சுமை ஏற்று, மேற்கொள், புதுச் செயலில் இறங்கு

embarrass *(v)* : perplex, to place in a dilemma, சிக்கலாக்கு, தர்ம சங்கடமான நிலைக்கு ஆளாக்கு, தொல்லை கொடு, திக்கு முக்காடச் செய்

embarrassing *(adj)* : perplexing, complicating, சிக்கலாக்கும், குழப்பமூட்டும்

embassy *(n)* : office or residence of an ambassador in a foreign country, அரசியல் தூதுவர் அலுவலகம் அல்லது வாழுமிடம்

embattle *(v)* : furnish with battlements, படை அரண் அமை

embellish *(v)* : to make beautiful, adorn, அழகுபடுத்து, அலங்கரி

ember *(n)* : burning piece of wood or coal, a cinder, கொள்ளிக் கட்டை, நீறு பூத்த நெருப்பு

embezzle *(v)* : misappropriate, steal, தகாத முறையில் பயன் படுத்து, திருடு

embitter *(v)* : make bitter, irritate, கசப்பூட்டு, வெறுப்பேற்று

emblem *(n)* : symbol, சிறப்பு அடையாளம்

embody *(v)* : include, to form into a body, give a shape, உள்ளடக்கு, உடலுருக் கொடு, உருவம் கொடு

embolden *(v)* : encourage, ஊக்க மூட்டு

emboss *(v)* : carve figures to stand out from flat surface, உருவங்கள் புடைத்து நிற்கும் படிச் செதுக்கு, புடைப் பருவமாகச் செதுக்கு

embowel *(v)* : remove the bowels from the body, குடலை வெளியே எடு

embrace *(v)* : to put one's arms round in affection, அன்புடன் கட்டித் தழுவு

embroider *(v)* : to ornament cloth etc., with needle work, துணி முதலிய வற்றில் பூ வேலைப்பாடு செய்

embroil *(v)* : bring into a state of confusion, குழப்பத்தை ஏற்படுத்து

embryo *(n)* : offspring of an anima in its early stage, கரு

emend *(v)* : to remove faults, improve, பிழை நீக்கு, சீர்ப் படுத்து

emerald *(n)* : a precious green stone, மரகதம், பச்சைக் கல்

emerge *(v)* : to rise out of, come into view, மேலெழு, வெளிப்படு

emergency *(n)* : sudden mishap, unexpected event, urgent necessity

ஆபத்து, எதிர்பாரா நிகழ்ச்சி, நெருக்கடி நிலைமை

emeritus *(adj)* : honourably retired, கௌரவமாக ஓய்வு பெற்ற

emery *(n)* : coarse corundum, குருந்தக்கல்

emetic *(adj)* : causing vomiting, வாந்தி ஏற்படுத்துகிற

emigrant *(n)* : one who leaves one's country to live abroad, தன் நாடு விட்டுப் பிற நாட்டிற்குக் குடி பெயர்ந்தவர்

emigrate *(v)* : to leave one country to settle in another, வெளிநாட்டில் குடியேறு

eminence *(n)* : remarkable position or status, a hill, குறிப்பிடத்தக்க சிறப்பு அல்லது மேன்மை நிலை, மேடு

eminent *(adj)* : distinguished, புகழ்பெற்ற

emir *(n)* : a Muslim Prince, இஸ்லாமிய இளவரசர்

emissary *(n)* : a spy, a person sent on a special mission, ஒற்றன், முக்கியப் பணியில் அனுப்பப் பட்டவர்

emit *(v)* : to give or send out, eject, வெளியே அனுப்பு, வெளித்தள்ளு

emmet *(n)* ant, ஒரு வகை எறும்பு

emollient *(n)* : a skin softening substance, தோலை மென்மை யாக்கும் மருந்து

emolument *(n)* : profit, salary, ஆதாயம், ஊதியம்

emotion *(n)* : any feeling that agitates the mind, உணர்ச்சி, மனக் கிளர்ச்சி

empanel *(v)* : enter on a panel, enrol, பட்டியலில் சேர், பெயரைப் பதிவு செய்

emperor *(n)* : the supreme head of an empire, பேரரசர்

emphasis *(n)* : stress laid on certain words or syllables, prominency, importance assigned to a thing, சொல்லழுத்தம், அசையழுத்தம், முதன்மை, முக்கியத்துவம் அளித்தல்

emphasize *(v)* : lay stress on, give importance to, அழுத்தமோடு சொல், முக்கியத்துவம் கொடு, வற்புறுத்து

empire *(n)* : group of countries under one ruler, பேரரசு

empiric *(n)* : quack doctor, முறையாகப் பயிலாத அனுபவ மருத்துவர்

emplane *(v)* : to get into a plane, விமானத்தில் ஏறு

employ *(v)* : to give work to, keep occupied, make use of, வேலைக்கு அமர்த்து, தொழில் கொடு, பயன்படுத்து

employee *(n)* : one who works for wages, ஊதியத்திற்காக வேலை செய்பவர்

employer *(n)* : person who employs others, மற்றவர்களைப் பணியில் நியமிப்பவர்

employment *(n)* : business or profession, வேலை (அ) தொழில்

emporium *(n)* : a shopping complex, market, அங்காடி, சந்தை

empower *(v)* : give power to, ஆற்றலளி, உரிமையளி

empress *(n)* : woman ruler of an empire, wife of an emperor, பேரரசி

empty *(adj)* : containing nothing, without load, ஒன்றுமில்லாத, வெறுமையான

emu *(n)* : a kind of bird, ஒரு வகை நெருப்புக் கோழி

emulate *(v)* : strive to equal, imitate with enthusiasm, போட்டியிடு, பேச்சு ஆர்வத்துடன் பின்பற்றி நட

emulsion *(n)* : milk-like liquid, பால்மம்

enable *(v)* : make able, authorize, strengthen, இயலச் செய், அதிகாரம் கொடு, ஆற்றலளி

enact *(v)* : to act on the stage, perform, ordain, மேடையில் நடி, நடத்து, சட்டமியற்று

enactment *(n)* : a law, சட்டம்

enamel *(n)* : glass-like semi trans parent substance, any smooth hard coating, கண்ணாடி போன்ற ஒரு பொருள், மெருகுப் பூச்சு

enamour *(v)* : delight, inspire with love, மகிழ்வூட்டு, காதலைத் தூண்டு

encamp *(v)* : make camp, lodge, கூடாரம் போடு, தங்கு

encase *(v)* : to put in a case, உறையில் போடு

encash *(v)* : change into cash, பணமாக மாற்று

enchain *(v)* : bind with a chain, enslave, சங்கிலியால் கட்டு, சிறைப்படுத்து

enchant *(v)* : bewitch, please, மந்திரத்தால் மயக்கு, மகிழ் வூட்டு

enchantment *(n)* : a spell, wonder, (மன) மயக்கம்,மகிழ்ச்சி

encircle *(v)* : surround, சுற்றிச் சூழ்ந்து கொள்

enclave *(n)* : region surrounded by foreign country, அயல் நாட்டினால் சூழப்பட்ட நிலப் பகுதி

enclose *(v)* : surround, to shut in, contain, நாலாபக்கமும் சூழ், சுற்றி அடை, உள்ளடக்கு

enclosure *(n)* : enclosed place, letter within an envelope, வேலியில் அடைக்கப்பட்ட இடம், உள்ள டக்கம், தாள் உறை

encomium *(n)* : very high praise, புகழ்

encompass *(v)* : surround, contain, சூழ், உள்ளே அடை

encore *(v)* : call for a repetition of a song etc., repeat, மறுபடியும் என்று சொல்லும் ஊக்கச் சொல்

encounter *(n)* : conflict, நேருக்கு நேர் எதிர்த்துச் சண்டையிடுதல்

encourage *(v)* : induce, to put courage in, தூண்டு, ஊக்கம் அளி

encroach *(v)* : invade, trespass, உரிமையின்றிக் கைப்பற்று, பிறர் எல்லையில் வரம்பு மீறிச் செல்

encrust *(v)* : to cover with a crust, மேல் ஒட்டினால் மூடச் செய்

encumbrance *(n)* : burden, hind-rance, mortgage, சுமை, தடை, வில்லங்கம், அடகு

encyclopaedia *(n)* : dictionary giving information on all branches of knowledge, கலைக் களஞ்சியம்

end *(n)* : extremity, conclusion, purpose, final stage, எல்லை, முடிவு, நோக்கம், இறுதி நிலை; *(v)* : finish, முடி, அழி

endanger *(v)* : to place in danger, இடருண்டாக்கு, ஆபத்துண்டாக்கு

endear *(v)* : to make dear, அன்புக்கு ஆளாக்கு

endeavour *(n)* : effort, முயற்சி; *(v)* : put effort, முயற்சி செய்

endless *(adj)* : without an end, continuous, infinite, எல்லையற்ற, தொடர்ச்சியான, முடிவற்ற

endorse *(v)* : to write on the back of the bill, உண்டியின் பின்புறம் எழுது

endow *(v)* : furnish with money, நிதி கொடு

endue *(v)* : clothe with, ஆடை அணி

endurance *(n)* : ability to withstand, துன்பத்தைத் தாங்கிக் கொள்ளும் ஆற்றல், சகிப்புத் தன்மை

endure *(v)* : to bear, தாங்கு

enduring *(adj)* : lasting, நீடிக்கும்

enema *(n)* : injection of liquid into the rectum, குதவாய் வழியே நீரேற்றுதல்

enemy *(n)* : opponent, a foe, எதிரி, பகைவன்

energetic *(adj)* : powerful, active, ஆற்றலுடைய, சுறுசுறுப்பான, ஊக்கமுடைய

energy *(n)* : power, strength, vigour, ஆற்றல், வலிமை, ஊக்கம்

enervate *(v)* : weaken, வலுவிழக்கச் செய்

enface *(v)* : to write or print in the face of, முகப்பில் எழுது, அச்சிடு

enfeeable (v) : to make weak, நலிவுறச் செய்

enfold *(v)* : wrap up, மடி

enforce *(v)* : compel, put into force, execute, கட்டாயப்படுத்து, நடைமுறைக்குக் கொண்டு வா, நிறைவேற்று

enfranchise *(v)* : set free, give the right to vote, விடுதலை அளி, வாக்குரிமை அளி

engage *(v)* : bind by contract or promise, வாக்கு அல்லது ஒப்பந்தம் மூலம் கட்டுப்படுத்து

engender *(v)* : bring about, உண்டாக்கு

engine *(n)* : a machine, பொறி

engineer *(n)* : one skilled in the art of designs and construction, பொறியாளர்

engineering *(n)* : application of science to design machines, bridges, railways, docks, etc., பொறியியல்

engrain *(v)* : to fix deeply in, to dye a colour, ஆழ்ந்து பதியச் செய், சாயம் தோய்

engrave *(v)* : to carve, inscribe, செதுக்கு, உருவாக்கு

engross *(v)* : absorb, write in large letters, உறிஞ்சு, பெரிய எழுத்துக் களில் எழுது

engulf *(v)* : swallow up, விழுங்கிவிடு

enhance *(v)* : exaggerate, raise, மிகைப்படுத்து, உயர்த்து

enigma *(n)* : puzzling person, a riddle, புரிந்து கொள்ள முடியாத மனிதன், புதிர்

enjoin *(v)* : to command authoritatively, impose, கட்டளையிடு, வற்புறுத்து

enjoy *(v)* : to find pleasure in, மகிழ்ச்சி அடை

enlarge *(v)* : make big, expand, release, பெரிதாக்கு, விரிவாக்கு, விடுவி

enlighten *(v)* : to throw light on, make clear by explanation, ஒளியூட்டு, விளக்கிக் கூறு

enlist *(v)* : enroll, engage for military service, பெயரைப் பதிவு செய், இராணுவத்தில் சேர்த்துக்கொள்

enliven *(v)* : animate, cheer, brighten, உயிர்ப்பி, மகிழ்வூட்டு, உற்சாகப் படுத்து

enmasse *(adj)* : in a mass, திரளாக
enmesh *(v)* : trap in a net, வலையில் சிக்கவை
enmity *(n)* : ill will, discord, unfriendly, stake, கெட்ட எண்ணம், வெறுப்பு, பகைமை
ennoble *(v)* : make noble, elevate, மேம்படுத்து, உயர்த்து
ennui *(n)* : mental weariness, மனச் சோர்வு
enormous *(adj)* : numerous, very large, எண்ணற்ற, மிகப் பெரிய
enough *(adj)* : sufficient, போதுமான
enow *(adj)* : just now, இப்பொழுதே, உடனே
enquire *(v)* : ask, seek information, கேள், தகவல் விசாரி
enrage *(v)* : irritate, make angry, எரிச்சலூட்டு, கோபமூட்டு
enrapture *(v)* : please intensely, மிகுந்த மகிழ்ச்சியூட்டு
enrich *(v)* : make rich, add more, வளமாக்கு, பெருக்கு
enroll *(v)* : to record a name in register, register as a member, பெயர்ப் பட்டியலில் சேர்த்துக்கொள், உறுப்பினராகப் பதிவு செய்
enroot *(v)* : fix by the root, வேரோடு பதி
enroute *(adj)* : on the way, வழியில்
ensconce *(v)* : render safe, பாது காப்பான இடத்தில் தங்கவை
ensemble *(n)* : the parts of a thing viewed as a whole, முழுத்தோற்றம், மொத்த மதிப்பு
ensign *(n)* : the sign or flag by which a nation or a regiment is known, நாட்டுச் சின்னம், படைக் கொடி
enslave *(v)* : to make slave of, to overpower, அடிமைப்படுத்து, அடக்கு
ensnare *(v)* : to catch in a trap, entangle, கண்ணியில் அகப் படுத்து, சிக்கவை
ensue *(v)* : follow, come next, to result, பின்தொடர், அடுத்து வா, விளைவுறு
ensuing *(adj)* : coming next, அடுத்து வருகிற
ensure *(v)* : to make sure, assure, உறுதிப்படுத்து, வாக்குறுதி அளி
entablature *(n)* : an architecturally treated wall, தூண் அமைப்பு
entail *(v)* : to settle property so that the heir cannot sell any part of it, to bring as a result, make necessary, மரபுரிமையைக் கட்டுப்படுத்து, பயன் விளைவி, தேவைப்படுத்து
entangle *(v)* : ensnare, to complicate, கண்ணியில் சிக்கவை, சிக்கலாக்கு
enter *(v)* : join, note, register, உள்ளே செல், குறிப்பிடு, பெயரைப் பதிவு செய்
enteric *(adj)* : intestinal, குடல் தொடர்பான
enterprise *(n)* : pursuit, an attempt, தொழில், முயற்சி
enterprising *(adj)* : pursuing, daring, முயற்சியுடைய, துணிவுடைய
entertain *(v)* : amuse, to give a party, please, think about it, பொழுது போக்குக்கு ஏற்பாடு செய், விருந்து அளி, மகிழ்வி, நினைத்துப் பார்
entertainment *(n)* : amusement, pastime, கேளிக்கை, பொழுது போக்கு
enthral *(v)* : enslave, to charm, அடிமைப்படுத்து, கவர்ச்சியால் கட்டுப்படுத்து

enthrone *(v)* : to place on the throne, அரியணையில் அமர்த்து
enthusiasm *(n)* : sensation, inspiration, ardour, உணர்ச்சி மிகுதி, ஊக்கம், ஆர்வம்
entice *(v)* : allure, tempt, மயக்கிச் சிக்கவை, ஆவலூட்டி ஏமாற்று
entire *(adj)* : whole, complete, முழுமையான, நிறைவான
entitle *(v)* : to name, give a right, பெயர் அளி, உரிமை அளி
entity (*n*) : actuality, existence, உண்மை, உளதாகும் தன்மை
entomb (*v*) : to place in a tomb, கல்லறையில் புதை
entomology (*n*) : study of insects, பூச்சியியல்
entourage (*n*) : staff, the attendants who follow a person of rank, பணியாளர், பணியாளர் தொகுதி
entracte (*n*) : the music played between the acts of a play, இடைவேளைப் பாடல்
entrails *(n&pl)* : the intestine, குடல்
entrain (*v*) : to get into a train, ரயிலில் ஏறு
entrance (*v*) : to fill with great delight, மகிழ்ச்சியுறச் செய்; *(n)* : passage for entering, the act of coming in, beginning, admission, நுழைவாசல், உள்ளே வருதல், தொடக்கம், நுழைவு
entrap *(v)* : beguile, ensnare, மயக்கி ஏமாற்று, பொறியில் சிக்கவை
entreat *(v)* : to ask earnestly, request, கெஞ்சிக் கேள், வேண்டு
entreaty (*n*) : begging, appeal, requisition, கெஞ்சுதல், முறையிடுதல், வேண்டுகோள்
entree *(n)* : entrance, admission, a dish served at dinner, நுழைவு, நுழைவுரிமை, துணையுணவு
entrench *(v)* : defend, to fortify with a trench, encroach, பாதுகாத்துக் கொள், அகழி தோண்டு, அரண் செய், வலிந்து கைப்பற்று
entrust, intrust *(v)* : put into the care of, confide, பாதுகாப்பில் ஒப்படை, நம்பிக் கொடு
entry *(n)* : the act of coming in, entrance, a passage, a record made in books, நுழைதல், நுழைவாயில், வழி, பதிவு செய்தல்
entwine *(v)* : interlace, to twist round, திரி, முறுக்கு, சுற்றிக் காட்டு
enumerate (*v*) : to count the number of, name in detail one by one, எண்ணிக் கணக்கிடு, ஒவ்வொன்றாக அல்லது ஒவ்வொருவராக எண்ணிக்கையெடு
enumerator (*n*) : one who counts or gathers details, கணக்கிடுபவர், புள்ளி விபரம் சேகரிப்பவர்
enunciate (*v*) : proclaim, to utter pronounce clearly, பறைசாற்று, சொல், தெளிவாகக் கூறு
envelop (*v*) : cover by wrapping conceal, உறையிலிடு, மூடு
envenom *(n)* : covering, enclosure மூடி, உறை
envenom *(v)* : to poison, நஞ்சிடு
enviable (*adj*) : such as to cause jealousy, worth having, பொறாமைப் படத்தக்க, விரும்பத்தக்க
envious (*adj*) : jealous, பொறாமையுள்ள
environment (*n*) : surroundings, circumstances, சுற்றுச் சூழல், சூழ்நிலை

envisage *(v)* : imagine, to judge intuitively, to face, எண்ணிப்பார், கருது, எதிர்நோக்கு

envoy *(n)* : an ambassador, a messenger, அரசியல், பேராள்

envy *(v)* : feel jealous of, பொறாமை கொள்; *(n)* : jealousy, பொறாமை

epaulet,epaulette *(n)* : a shoulder strap, தோள்பட்டை நாடா

ephemeral *(adj)* : short-lived, impermanent, சில நாள் வாழக்கூடிய, நிலையற்ற

epic *(n)* : a poem on a great subject, பெருங்காப்பியம்

epicure *(n)* : one fond of dainty meal, சாப்பாட்டுப் பிரியன்

epidemic *(n)* : an infectious disease, ஒரு வகைத் தொற்று நோய்

epidermis *(n)* : the covering of the skin, மேல் தோல்

epigram *(n)* : maxim, பொருள் செறிவான தொடர், திட்ப உரை

epilepsy *(n)* : an illness causing convulsions, வலிப்பு நோய்

epilogue *(n)* : the concluding part of a play, பின்னுரை, முடிவுரை

epiphany *(n)* : a Church feast, இயேசு தோன்றிய விழா

episcopacy *(n)* : government by bishops, குருமார் ஆட்சி

episcopal *(adj)* : ruled by bishops, குருமார் ஆட்சிக்குட்பட்ட

episode *(n)* : interesting occurrence, an odd unconnected event, சுவையான நிகழ்ச்சி, கிளைக்கதை

epistle *(n)* : letter, கடிதம்

epitaph *(n)* : inscription on a tomb stone, கல்லறை வாசகம்

epithet *(n)* : nomenclature, an adjective, பட்டப் பெயர், அடைமொழி

epitome *(n)* : conciseness, compendium, summary, சுருக்கம், பொழிப்பு

epitomize *(v)* : summarize, பொழிப்புரை கூறு

epoch *(n)* : a period of time remarkable for important events, an era, பொற்காலம், ஊழி

epode *(n)* : ballad, உணர்ச்சிப் பாடல்

equable *(adj)* : steady, regular, not changing much, மாறாத, ஒழுங்கான, அதிகமான, மாற்றமற்ற

equal *(adj)* : like, same in number, size, quality etc., ஒத்த, சமமான; *(n)* : one of the same rank, something of the same value, சமமதிப்பு அல்லது நிலையுடைய; *(v)* : make equal to, to be the same as, சமமாக்கு, சமமாயிரு

equality *(n)* : similarity, uniformity, சமநிலை, சமத்துவம், ஒப்புமை

equalize *(v)* : make equal, சமமாக்கு

equanimity *(n)* : calmness of temper, உள்ளச் சமநிலை, அமைதி

equator *(n)* : an imaginary circle round the earth in between its poles, நிலநடுக் கோடு

equerry *(n)* : a bodyguard, மெய்க்காப்பாளர்

equestrian *(adj)* : pertaining to horse or horse-riding, குதிரை சார்ந்த, குதிரையேற்றத் தொடர்பான

equidistant *(adj)* : separated by equal distance, சம தூரத்திலுள்ள

equilateral *(adj)* : having all sides equal, சமபக்கமுள்ள

equilibrium *(n)* : a balanced state, சமநிலை

equine *(adj)* : pertaining to a horse, horse-like, குதிரை சார்ந்த, குதிரை போன்ற
equinox *(n)* : a time in each year when day and night are equal, இரவும் பகலும் சமமான நாள்
equip *(v)* : to prepare, to dress, தயாராக்கு, அலங்கரி
equipment *(n)* : apparatus, requisite, கருவி, தேவையான சாமான்
equitable *(adj)* : acting justly, impartial, நேர்மையான, நடுநிலையான
equitation *(n)* : art of horse riding, குதிரையேற்றம்
equity *(n)* : justice, நேர்மை
equivalent *(adj)* : equal in value, meaning etc., சமமதிப்புள்ள; *(n)* : a thing equal in value, meaning, weight or force, சமமானது
equivocal *(adj)* : ambiguous, giving a double meaning, பொருள் தெளிவற்ற, இரு பொருள் தரக்கூடிய.
era *(n)* : a period beginning from an important point in history, ஊழி, வரலாற்றுப் பிரிவு
eradicate *(v)* : destroy completely, to get rid of, முழுவதும் அழி, தொலைத்து ஒழி
erase *(v)* : to rub out, remove, அழி, அகற்று
erasure *(n)* : rubber. what has been rubbed out, அழிப்பான், அழிக்கப்பட்ட இடம்
ere *(pre)* : before, முன்பு
erect *(adj)* : vertical, நிலைக்குத்தான; *(v)* : raise, build, நிமிர்த்து, கட்டு
ermine. *(n)* : small animal with white fur, காட்டு வெள்ளைக் கீரி
erode *(v)* : to eat into, to wear away gradually, அரித்துத் தின், கரம்பு
err *(v)* : to commit mistake, to wander from the right way, பிழை செய், தவறான வழியில் செல்
errand *(n)* : journey made carrying a message, a message, தூதுப் பயணம், தூதுச் செய்தி
errant *(adj)* : wandering, going after adventures, அலைந்து திரிகிற, தீரச் செயல்களை விரும்புகிற
erratum *(n)* : mistake in writing, misprint, எழுத்துப்பிழை, அச்சுப்பிழை
erroneous *(adj)* : incorrect, தவறான
error *(n)* : mistake, தவறு
erudite *(adj)* : well learned, scholarly, கற்று அறிந்த, புலமையுள்ள
erudition *(n)* : learning, knowledge, படிப்பு, அறிவு, புலமை
erupt *(v)* : explode, burst out, வெடிப்புறு, வெடித்துக் கிளம்பு
escalator *(n)* : a lift, இயங்கும் படிக்கட்டு
escape *(v)* : get free, தப்பித்துக் கொள்; *(n)* : act of freeing oneself, தப்பித்துக் கொள்ளுதல்
escarpment *(n)* : the slope of the hill, மலைச்சரிவு
escheat *(n)* : forfeiture, பறிமுதல்.
eschew *(v)* : to avoid, to shun, தவிர், ஒதுக்கு
escort *(v)* : body-guard on a journey, மெய்க்காப்பாளர்
escritoire *(n)* : a desk, சாய்வு மேசை
escutcheon *(n)* : a shield, கேடயம்
eskimo *(n)* : a race inhabiting North America, வட அமெரிக்காவில் வாழும் ஒரு மக்களின் இனம்
espalier *(n)* : lattice-work on which fruit trees are grown, செடி படரும் மரச் சட்டம்

especial *(adj)* : peculiar, specific, தனிப்பட்ட, குறிப்பிட்ட
espionage *(n)* : spy-work, ஒற்றறிதல்
espirit *(n)* : shrewdness, அறிவுத் துடிப்பு
esplanade *(n)* : plain along a sea-front, அகல் வெளி
espouse *(v)* : to marry, support, திருமணம் செய், ஆதரவு கொடு
espy *(v)* : to catch sight of, உற்றுப் பார்
esquire *(n)* : a title of respect added after a name, shield-bearer, 'உயர் திரு' என்பது போன்ற மதிப்புச் சொல், கேடயம் ஏந்துபவர்
essay *(n)* : composition, an attempt, கட்டுரை, முயற்சி; *(v)* : to attempt, examine, முயற்சி செய், ஆய்வு நடத்து
essence *(n)* : extract, சாறு
essential *(adj)* : basic requisite, most important, அடிப்படைத் தேவையான, மிக முக்கியமான
establish *(v)* : to settle or fix, demonstrate, நிறுவு, நிலைநாட்டு
establishment *(n)* : fixture, demonstration, organised body of men maintained for a purpose, நிறுவுதல், நிலை நாட்டல், நிறுவனம்
estate *(n)* : a landed property, பண்ணை.
esteem *(n)* : high regard, மதிப்பு; *(v)* : to think highly of, judge, உயர்வாகக் கருது, மதிப்பிடு
estimate *(v)* : judge, measure, count, மதிப்பிடு, அளவிடு, கண்க்கிடு; *(n)* : reputation, judgement, valuation, கணிப்பு
estimation *(n)* : act of valuation, opinion, respect, மதிப்பீடு செய்தல், கருத்து, மதிப்பு
estoppel *(n)* : a legal bar, சட்டத் தடை
estrange *(v)* : make unfriendly, alienate, seclude, நட்பைக் கெடு, பகைமையாக்கு, தனியாகப் பிரி
estuary *(n)* : arm of the sea, கழி முகம்
esurience *(n)* : hunger, பசி
etch *(v)* : engrave drawings on metals by using corrosives, அரி பொருளைப் பயன்படுத்தி உலோகத்தில் சித்திரம் செதுக்கு; *(n)* : engraving, சித்திரம் செதுக்குதல்
eternal *(adj)* : unending, perpetual, everlasting, முடிவற்ற, மாறாத, நிலையான
ether *(n)* : upper region of space, empty space, a liqiud used by scientists, ஆகாயவெளி, வெற்று வெளி, விஞ்ஞானிகள் பயன்படுத்தும் ஒரு நீர்மம்
ethical *(adj)* : moral, righteous, ஒழுக்கம் பற்றிய, நீதிக்குரிய
ethics *(n)* : morality, conscience, the science of morals, நீதி நெறி, மனச்சாட்சி, நீதியியல், ஒழுக்கவியல்
ethnology *(n)* : the study of mankind, மனித இனவியல்
etiquette *(n)* : manners, correct behaviour, பண்பாடு, நன்னடத்தை
etymology *(n)* : the science of the origin and derivation of words, சொற்பிறப்பியல்
eucalyptus *(n)* : the gum tree yielding an oil, நீலகிரித் தைல மரம்
eulogize *(v)* : admire, esteem, புகழ்ந்து கூறு, உயர்வாக மதி

eulogy *(n)* : encomium, high praise, புகழுரை, பெரும் புகழ்ச்சி

euphemism *(n)* : using pleasant words for expressing an unpleasant idea, மங்கல வழக்குச் சொற்கள்

euphony *(n)* : harmony, ஓசை இனிமை

eurhythmics *(n)* : the art of symmetrical movement of the body, உடலியக்க ஒத்திசைவு

evacuate *(v)* : to leave, to empty out, வெளியேறு, காலி செய்

evade *(v)* : avoid, escape, தவிர், தப்பித்துக் கொள்

evaluate *(v)* : appraise, set a value on, estimate, மதிப்பிடு, தொகை மதிப்பிடு, கணக்கிடு

evanescent *(adj)* : disappearing, not lasting, மறையக்கூடிய, அழியக் கூடிய

evaporate *(v)* : vaporize, ஆவியாக்கு

evasive *(adj)* : trying to evade, not straight forward, தட்டிக் கழிக்க முயலுகிற, நேரடி பதிலற்ற

Eve *(n)* : the first woman created by God, ஆதிப் பெண், ஏவாள்

eve *(n)* : evening, the days preceding any great event, மாலை, விழா விற்கு முன் நாள்

even *(adj)* : able to be divided by 2 without a remainder, smooth, impartial, இரட்டைப் படையான, சீரான, நடுநிலை மனமுடைய

evening *(n)* : decline of the day, மாலை

event *(n)* : happening, affair, நிகழ்ச்சி, செய்தி

eventual *(adj)* : final happening as a result, முடிவான, முடிவாக விளை யக்கூடிய

eventuality *(n)* : possible happening, நேரிடக்கூடிய நிகழ்ச்சி

ever *(adv)* : always, எப்பொழுதும்

evergreen *(n)* : a plant always green, newness, ஆண்டு முழுவதும் பச் சையாகவே இருக்கும் செடி, புதுமை

everlasting *(adj)* : eternal, unending, எக்காலத்துமுள்ள, முடிவற்ற

every *(adj)* : each one of a group all taken separately, ஒவ்வொரு, ஒவ் வொன்றாக

everywhere *(adj)* : in every place, at every place, to every place, எங்கும், எவ்விடத்திலும், எல்லா இடங் களிலும்

evict *(v)* : expel, displace, துரத்து, அப்புறப்படுத்து

evidence *(n)* : testimony, witness, அடையாளம், சான்று

evident *(adj)* : clear, easily understood, தெளிவான, தெளிவாகத் தெரிகிற

evil *(n)* : harm, wickedness, sin, கேடு, தீங்கு, கொடுமை, பாவம்.

evince *(v)* : show, prove, காட்டு, தெளிவாக்கு

evoke *(v)* : call upon, bring out, excite, அழை, உண்டாக்கு, தூண்டு

evolution *(n)* : development by stages, பரிணாமம், வளர்ச்சி

evolve *(v)* : develop, unfold, to work out, வளர்ச்சி அடை, பிரி, வெளிப் படுத்து

ewe *(n)* : female of the sheep, பெண் ஆடு

ewer *(n)* : a jug, ஜாடி

exacerbate *(v)* : aggravate, எரிச்ச லூட்டு

exact *(adj)* : accurate, similar, சரி நுட்பமான, ஒத்த; *(v)* : demand, compel, வலிந்து பெறு, கட்டாயப் படுத்தி வாங்கு

exacting *(adj)* : severe, making great demands, கடினமான, அவசரத் தேவையை ஏற்படுத்துகிற

exactly *(adv)* : accurately, சரியாக

exaggerate *(v)* : overestimate, increase, மிகைப்படுத்து, பெரிதாக்கு

exalt *(v)* : elevate, boast, உயர்த்து, புகழ்

exalted *(adj)* : dignified, great, மேலான, உயர்ந்த

examination *(n)* : inspection, test, தணிக்கை, தேர்வு

examine *(v)* : inspect, review, to put to a test, கண்காணி, விசாரணை செய், கூர்ந்து நோக்கு, தேர்வு செய்

examinee *(n)* : one examined, தேர்வுக்கு அல்லது விசாரணைக்கு உட்படுபவர்

examiner *(n)* : one who examines, தேர்வாளர்

example *(n)* : pattern, instance, illustration, மாதிரி, சான்று, எடுத்துக் காட்டு

exasperate *(v)* : aggravate, worsen, எரிச்சலூட்டு, மேலும் மோசமாக்கு

excavate *(v)* : to dig, to scoop out, தோண்டு, குடைந்தெடு

exceed *(v)* : to go beyond, surpass, எல்லை கட, அத்து மீறு

excel *(v)* : to be better than, be eminent, மேம்படு, சிறப்புற்றிரு

excellent *(adj)* : good, perfect, நல்ல, சிறந்த

excelsior *(adj)* : eminent, மிக உயர்ந்த

except *(prep)* : not including, but not, நீங்கலாக, தவிர, இல்லாமல்; *(v)* : exclude, set apart, நீக்கு, விலக்கு

exception *(n)* : exclusion, something left out, deviation from the operation of a rule, விலக்கு, விலக்கப்பட்டது, விதி விலக்கு

exceptional *(adj)* : unusual, objectionable, வழக்கமற்ற, மறுக்கத் தக்க

excerpt *(n)* : extract, quotation, தொகுப்பு, மேற்கோள்

excess *(n)* : surplus, மிகுதி; *(adj)* : extra, அதிகமான

exchange *(n)* : mutual change, barter, பரிமாற்றம், பண்டமாற்று

exchequer *(n)* : treasury, கருவூலம்

excise *(n)* : duty on certain articles made in a country, உள் நாட்டுப் பொருள் வரி, தீர்வை

excite *(v)* : stimulate, தூண்டு, கிளர்ச்சியூட்டு

exciting *(adj)* : thrilling, தூண்டும், கிளர்ச்சியூட்டும்

exclaim *(v)* : to cry or shout out, கூவு, கத்து

exclude *(v)* : leave out, ஒதுக்கு, தவிர்.

exclusive *(adj)* : omitting, special, ஒதுக்கித் தள்ளும், தனிப்பட்ட

excogitate *(v)* : ponder, imagine, சிந்தித்துக் கண்டு பிடி, கற்பனை செய்

excommunicate *(v)* : to exclude from communion, சமூகத்திலிருந்து விலக்கு

excrescence *(n)* : something unwanted which grows outwards, இயற்கைக்குப் புறம்பான தசை வளர்ச்சி

excrete *(v)* : discharge, secrete, வெளித்தள்ளு, கழிவுப் பொருளை வெளியேற்று

excruciating *(adj)* : causing unbearable pain, தாங்க முடியாத வலியை உண்டு பண்ணும்

exculpate *(v)* : forgive, குற்றமற்றவனாக்கு

excursion *(n)* : a tour, சுற்றுலா

excusable *(adj)* : fit to be excused, மன்னிக்கத் தக்க

excuse *(v)* : forgive, to plead, give reasons for wrong done, மன்னித்து விடு, எடுத்துச் சொல், சாக்குப் போக்குச் சொல்

execute *(v)* : to perform, put to death by law, செயலாற்று, மரண தண்டனையை நிறைவேற்று

executioner *(n)* : one who carries out the death sentence, மரண தண்டனையை நிறைவேற்றுபவர்

executive *(adj)* : administrative, செயல் சார்ந்த; *(n)* : officer who carries out decisions, செயலர்

executor *(n)* : one who sees to the carrying out of a plan, திட்டத்தை நிறைவேற்றும் செயலர்

exemplary *(adj)* : worthy to be followed, acting as a warning, பின்பற்றத்தக்க, எச்சரிக்கையாகப் பயன்படுகிற

exemplify *(v)* : illustrate by examples, எடுத்துக்காட்டுடன் விளக்கு

exempt *(v)* : to free, விடுவி; *(adj)* : freed, விடுவிக்கப்பட்ட

exequies *(n)* : cremation, இறுதிக் கடன்

exercise *(n)* : training for body, mind, practice, assignment, உடற்பயிற்சி, மனப் பயிற்சி, பயிற்சி, பாடம்

exert *(v)* : put forth strength, make an effort, ஆற்றலைப் பயன்படுத்து, முயற்சியில் ஈடுபடு

exertion *(n)* : effort, hardwork, முயற்சி, கடின உழைப்பு

exhale *(v)* : to breathe out, vaporize, மூச்சு விடு, ஆவியாக்கு

exhaust *(v)* : weaken, drain, use up completely, களைப்படையச்செய், வெளியேற்று, வெறுமையாக்கு, முழுவதையும் செலவழி; *(n)* : outlet, fatigue, வெளியேற்றும் குழாய், களைப்பு

exhaustive *(adj)* : complete, முழுமையான

exhibit *(v)* : to display, காட்சிப் பொருளாக வை

exhibition *(n)* : display, கண்காட்சி

exhilarate *(v)* : to cheer up, மகிழச் செய்

exhort *(v)* : preach, induce, அறிவுறுத்து, தூண்டு

exhume *(v)* : to dig a dead body out of a grave, புதைத்த பிணத்தை வெளியே எடு

exigence, exigency *(n)* : a demand, urgency, அவசரத் தேவை, நெருக்கடி நிலை

exiguous *(adj)* : little, சிறிய

exile *(v)* : to drive a person away from his country, நாடு கடத்து; *(n)* : one sent out of one's country, நாடு கடத்தப்பட்டவர்

exist *(v)* : to be, continue living, இரு, உயிர்வாழ்

exit *(n)* : a way out, departure, வெளியே செல்லும் வழி, புறப்பா[illegible] [illegible]யே செல்

exodus *(n)* : a going away of many people, மக்கள் கூட்டம் கூட்டமாக வெளியேறுதல்

ex-officio *(adj)* : by virtue of one's office, பணி காரணமாக ஏற்பட்ட

exonerate *(v)* : to release one from blame, responsibility or obligation, குற்றம், பொறுப்பு அல்லது கட்டுப் பாட்டிலிருந்து விடுவி

exorbitant *(adj)* : enormous, மிகுதியான

exorcise *(v)* : to drive away an evil spirit, enchant, பேயோட்டு, மந்திரம் சொல்

exorcist *(n)* : one who drives away an evil spirit, enchanter, பேயோட்டுபவர், மந்திரவாதி

exotic *(adj)* : coming from a foreign country, அயல் நாட்டைச் சார்ந்த

expand *(v)* : spread out, elaborate, பரப்பு, பெரிதாக்கு

expanse *(n)* : a wide space, பரந்த வெளி

expatiate *(v)* : speak or write in detail, விளக்கமாகப் பேசு அல்லது எழுது

expect *(v)* : anticipate, to wait for, எதிர்பார், காத்திரு

expectant *(n)* : one who expects, எதிர்பார்ப்பவர்

expectorate *(v)* : eject, to spit, துப்பு

expedite *(v)* : accelerate, விரைவு படுத்து

expedient *(adj)* : likely to be useful for a purpose, advantageous, உதவியாயுள்ள, பயனாகவுள்ள

expedition *(n)* : speed, adventurous journey with a purpose, march of an army, விரைவு, ஒரே நோக்கத்துடன் செல்லும் பயணம், படையெடுப்பு

expeditious *(adj)* : speedy, விரைவான

expel *(v)* : banish, send out, துரத்து வெளியே அனுப்பு

expenditure *(n)* : money spent செலவுத் தொகை

expense *(n)* : act of spending, price செலவழித்தல், விலை

expensive *(adj)* : costly, விலையுயர்ந்த

experience *(n)* : practical knowledge, wisdom, அனுபவ அறிவு, அறிவுக் கூர்மை

experienced *(adj)* : having practice, skilled, அனுபவமிக்க, திறமையுடைய

experiment *(n)* : trial or test, சோதனை, ஆராய்ச்சி, தேர்வு

expert *(adj)* : highly skilled, தனித் திறமை வாய்ந்த

expiate *(v)* : to make up for wrong, தவறுக்குப் பரிகாரம் செய்

expire *(v)* : breathe out, to come to an end, to die, மூச்சு விடு, மு[illegible] வடை, உயிர்விடு

expiry *(n)* : death, termination, end of a period, இறப்பு, முடிவு, மு[illegible] காலம்

explain *(v)* : clear up, to give reas[illegible] for, தெளிவாக்கு, காரணம் கா[illegible] விவரி

explanation *(n)* : act of clearin[illegible] reason, விளக்குதல், வி[illegible]க்கம்

expletive *(n)* : a swear-word, [illegible] சொல்

explicable *(adj)* : able to be expl[illegible] விளக்கத்தக்க

explicit *(adj)* : distinct, plain, வ[illegible] மான, தெளிவான, வெ[illegible] படையான

explode *(v)* : burst, to prove a belief wrong, படீரென்று வெடி, தவறென்று சான்றுடன் நிரூபி

exploit *(n)* : adventurous act, a feat, வீரச்செயல், அருஞ்செயல்; *(v)* : to use selfishly, தன்னலக்கத்திற்காகப் பயன்படுத்து

exploitation *(n)* : selfish use of other's property, சுரண்டல்

exploratory *(adj)* : relating to exploration, preliminary, ஆராய்தல் தொடர்பான, அடிப்படையான

explore *(v)* : investigate, examine carefully, to make a journey of discovery, ஆராய்ந்து அறி, கவனமாகச் சோதனை செய், ஆய்வுப் பயணம் செய்

explosion *(n)* : a violent burst with loud noise, வெடி

explosive *(n)* : thing that explodes, வெடிமருந்து

exponent *(n)* : representative, one who shows skill, interpreter, index of a number, பேராள், திறமையைக் காட்டுபவர், விளக்கிக் கூறுபவர், அடுக்குக் குறி

export *(v)* : to send goods from one's country for trade purposes, ஏற்றுமதி செய்; *(n)* : things sent, act of exporting, ஏற்றுமதிப் பொருள், ஏற்றுமதி செய்தல்

expose *(v)* : disclose, வெளிப்படுத்து, திறந்து வை

exposure *(n)* : act of disclosing, வெளிப்படுத்துதல், திறந்து வைத்தல்

expound *(v)* : make clear, to explain fully, தெளிவாக்கு, விளக்கு

express *(v)* : inform, declare, அறிவி, வெளியீடு; *(adj)* : rapid, விரைவான

expression *(n)* : act of expressing, aspect, வெளிப்படுத்துதல், நோக்கு

expressly *(adv)* : plainly, with set purpose, வெளிப்படையாக, தெளிவாக, குறிப்பிட்ட நோக்கத்துடன்

expropriate *(v)* : to take away one's property, சொத்தைப் பறிமுதல் செய்

expulsion *(n)* : driving out, ejection, வெளியே துரத்துதல், நீக்குதல்

expunge *(v)* : efface, remove, அழி, நீக்கு

expurgate *(v)* : to remove the nasty parts, வேண்டாதனவற்றை அகற்று

exquisite *(adj)* : excellent, keen, அழகிய, அறிவுக் கூர்மையுடைய

extant *(adj)* : still existing, வழக்கத்திலுள்ள

extempore *(adj)* : instantly, offhand, திடீரெனச் செயல்படுகிற, முன் கருதலற்ற; *(adv)* : without time to prepare, முன்னேற்பாடில்லாமல்

extend *(v)* : prolong, to speed out, நீட்டு, பரப்பு

extension *(n)* : prolongation, expansion, space, நீட்டுதல், விரிவுபடுத்தல், விரிவடைந்த பகுதி

extensive *(adj)* : spacious, comprehensive, இடமகன்ற, பரந்த

extent *(n)* : area, degree to which anything is extended, பரப்பு, பரப்பளவு

extenuate *(v)* : decrease, to make to seem less, குறை, குறைத்துக் காட்டு

exterior *(adj)* : external, outer, புற, வெளிப்பக்கத்திலுள்ள; *(n)* : outer space, outward appearance, வெளிப் பகுதி, வெளித் தோற்றம்

exterminate *(v)* : to destroy, root out, அழித்து விடு, வேரறு

external *(adj)* : outer, outward, வெளியேயுள்ள, புறம்பான

extinct *(adj)* : dead, no longer active, non-existing, இறந்த, செயலடங்கிய, வழக்கழிந்த

extinguisher *(n)* : destroyer, an instrument for putting out fire, அழிப்பவர், தீயணைக்கும் கருவி

extirpate *(v)* : root out, destroy completely, வேருடன் களை, முற்றிலும் அழி

extol *(v)* : exalt, to praise, புகழ், பாராட்டு

extort *(v)* : obtain by force or threat, பலவந்தமாக அல்லது பயமுறுத்திப் பெறு

extortion *(n)* : getting by force or threats, extraction, பலவந்தமாக அல்லது பயமுறுத்தி அடைதல், பறித்தல்

extra *(adj)* : additional, unusual, கூடுதலான; *(adv)* : in addition, unusually, வழக்கம் மீறி, கூடுதலாக

extract *(n)* : essence drawn, quotation, summary, சாறு, சுருக்கம், மேற்கோள்; *(v)* : to draw out, பிழிந்தெடு

extradite *(v)* : surrender the refugee, அகதியை அவன் தாயகத்தில் ஒப்படை

extraneous *(adj)* : not related, தொடர்பற்ற

extraordinary *(adj)* : unusual, special, remarkable, வழக்கமற்ற, சிறந்த, குறிப்பிடத்தக்க

extravagance *(n)* : lavishness, மட்டு மீறிய தன்மை, வீண் செலவு

extravagant *(adj)* : wasteful, going beyond proper limits, foolish, வீண் செலவு செய்கிற, எல்லை கடந்த, அறிவற்ற

extreme *(adj)* : outermost, severe, highest, very great, immoderate, வெளிப்பகுதியான, கடுமையான, உயர்ந்த, பெரிய, அளவு கடந்த; *(n)* : the limit, the end, the most distant point, எல்லை, முனை, நுனி, இறுதி, தொலைவுப் பகுதி

extremist *(n)* : enthusiast, fanatic, கிளர்ச்சி மிக்கவர், கொள்கை வெறியர்

extremity *(n)* : extreme point, end, நுனிப்புள்ளி, முடிவு

extricate *(v)* : liberate, disentangle, விடுதலை செய், தொல்லையிலிருந்து விடுவி

exuberant *(adj)* : overflowing with happiness, மகிழ்ச்சியால் பொங்குகிற

exudation *(n)* : excretion of sweat, வியர்வை

exult *(v)* : rejoice, boast, மகிழ்ச்சி அடை, பெருமிதம் கொள், இறுமாப்பு அடை

exultation *(n)* : rejoicing, மகிழ்ச்சிக் களிப்பு

exuvial *(n)* : animals' cast skin, விலங்குகளின் புறக்கணித்த தோல்

eye *(n)* : the organ of sight, கண்

eyeball *(n)* : globe of the eye, கண்விழி

eyebrow *(n)* : the hairy ridge above the eye, புருவம்

eyelash *(n)* : the hair at the edge of the eyelid, இமை

eyeless *(adj)* : blind, குருடான

eyelet *(n)* : a small opening, சிறு துளை

eyelid *(n)* : the movable lid of the eye, கண் ரப்பை

eyeminded *(adj)* : eager to acquire knowledge through the eye, கண்ணால் பார்த்து அறிவு பெறும்

eye-opener *(n)* : a thing that makes one realise the truth, உண்மையை உணரச் செய்யும் ஒன்று

eyesight *(n)* : vision, காட்சி, கண் பார்வை

eyesore *(n)* : anything that is ugly to the eye, பார்வைக்கு வெறுப்பூட்டும் பொருள், கண்ணராவி

eyewash *(n)* : deception, lotion for the eye, கண் துடைப்பு, கண் கழுவும் மருந்து

eyewitness *(n)* : a witness who testifies an event seen by him, ஒரு நிகழ்ச்சியைக் கண்ணால் கண்ட சாட்சி

F

fabian *(adj)* : purposely delaying, avoiding, ஒரு நோக்கத்துடன் கால நீட்டிப்புச் செய்கிற, தவிர்க்கிற

fable *(n)* : fiction, lie, கட்டுக் கதை, பொய்

fabric *(n)* : texture, the outside part of the building, துணி வகை, கட்டிடத்தின் வெளிப் பகுதி

fabricate *(v)* : falsify, manufacture, பொய்யாக அமை, உண்டு பண்ணு

fabulous *(adj)* : mythical, exaggerated, non-existent, கட்டுக்கதையான, மிகைப்படுத்தப்பட்ட, இல்லாத

facade *(n)* : the front view or face of a building, கட்டிடத்தின் முகப்பு

face *(n)* : front part of the head, aspect, front, முகம், தோற்றம், முன் பக்கம்; *(v)* : to stand opposite to, resist, எதிர்த்து நில், எதிரிடு

facet *(n)* : a small surface or face, one of the sides of any thing, பட்டை, ஒரு பக்கம்

facile *(adj)* : easy, skilful, yielding, எளிதான, திறமை மிக்க, இணக்கமுடைய

facilitate *(v)* : make easy, help, stimulate, எளிதாக்கு, உதவு, ஊக்குவி

facility *(n)* : easy, skill, aid, எளிமை, திறம், உதவி, வசதி

facsimile *(n)* : copy, identity, representation, படி, அடையாளம், அறிகுறி

fact *(n)* : a thing done, truth,existence, முடிந்த செயல், மெய்ம்மை, உண்மை

faction *(n)* : a party, a band of people acting against others, கட்சி, கட்சிக் காரரர்கள்

factious *(adj)* : discordant, artificial, முரணான, செயற்கையான, போலியான

factor *(n)* : an agent, merchant, a number which exactly divides another, that which produces a result, செயலாளர், வணிகப் பேராள், எண் கூறு, காரணி

factorize *(v)* : to find the factors of, எண் கூறுகளைக் கண்டுபிடி

factory *(n)* : workshop where goods are manufactured in large quantities, தொழிற்சாலை

factotum *(n)* : a general agent, பல திறப் பணியாளர்

faculty *(n)* : mental power, skill, a department of learning in a University, உளச் சக்தி, செயல்திறன், பல் கலைக்கழகப் புலம்

fad *(n)* : prejudice, an odd like or dislike, வீண் எண்ணம், பற்று, வெறி

fade *(v)* : vanish, dim, spcil, மறைந்து போ, மங்கு, வாடு

fag *(v)* : to fatigue, to do over work, strain, தளர்வுறு, சோர்வு மிகும் படி வேலை செய், களைத்துப் போ; *(n)*: fatigue, overstrain, தளர்ச்சி, களைப்பு

faggot *(n)* : bundle of firewood sticks, விறகுக் கட்டு

fail *(v)* : be unsuccessful, disappoint, miss, to break down, தோல்வியடை, ஏமாற்று, தளர்வுறு, காணாமல் போக்கு, நொடித்து போ

failing *(n)* : a fault, weakness of character, shortcoming, தவறு, ஒழுக்கக்கேடு, குறைபாடு

failure *(n)* : the act of failing, a breakdown, bankruptcy, தோல்வி, நொடிப்பு, திவாலான நிலை

fain *(adj)* : glad, compulsive, with no alternative, மகிழ்ச்சியான, கட்டாய மான, வேறு வழியற்ற; *(adv)*. gladly, மகிழ்ச்சியுடன்

faint *(adj)* : weak, depressed, not bright, to fall down senseless, மனம் தளர்ந்த, தோய்வான, மங்கலான, உணர்வகன்ற

fair *(n)* : market, exhibition, sale, சந்தை, பொருட்காட்சி, விற்பனை; *(adj)* : of a light colour, just, beautiful, impartial, honourable, straightforward, வெளிர் நிறமான, நேர்மையான, அழகான, ஒரு தலைச் சார்பற்ற, மதிப்புக்குரிய, தெளிவான,

fairness *(n)* : honesty, justice, impartiality, straightforwardness, மதிப்பு, நேர்மை, ஒருதலைச் சார்பின்மை, தெளிவு

fairy *(n)* : fabulous being, தேவதை

faith *(n)* : belief, confidence, நம்பிக்கை, திட நம்பிக்கை

faithful *(adj)* : honest, rue, loyal, நேர்மையான, நம்பிக்கைக்குரிய

faithless *(adj)* : unbelievable, false, disloyal, நம்பத்தகாத, போலியான, அவநம்பிக்கையுடைய

fake *(n)* : deceiving by making an imitation, a swindle, போலிப் பொருள் தயாரித்து ஏமாற்றுதல், மோசடி; *(v)* : to forge, போலி தயார் செய்து ஏமாற்று

fakir *(n)* : a Muslim ascetic, poor man, முகம்மதியத் துறவி, பக்கிரி, ஆண்டி

falcon *(n)* : a bird of prey, வல்லூறு, இராசாளி

fall *(v)* : fail, die, descend, drop, தவறாகு, அழிந்து போ, இறங்கு, விழு; *(n)* : a rush of water, slope, autumn, a dropping down, decline, நீர்வீழ்ச்சி, சரிவு, இலையுதிர் காலம், விழுதல், இறக்கம்

fallacy *(n)* : a wrong opinion or belief, misleading argument, delusion, error, தவறான கருத்து அல்லது

நம்பிக்கை, பிழையான வாதம், ஏமாற்றம், குற்றம், குறைபாடு

fallible *(adj)* : imperfect, liable to make mistakes, முழுமையற்ற, தவறு செய்யக்கூடிய

fallow *(adj)* : untilled, yellowish, unproductive, உழப்படாத, மஞ்சள் வண்ணச் சாயலுடைய, விளைவற்ற

fallow deer *(n)* : a yellowish brown deer smaller than the stag, மஞ்சள் நிறச் சிறு மான் வகை

false *(adj)* : not real, artificial, incorrect, போலியான, செயற்கையான, பிழையான

falsehood *(n)* : lie, dishonesty, untruth, பொய், நேர்மையின்மை, வாய்மையின்மை

falsify *(v)* : deceive, misinterpret, to prove to be wrong, ஏமாற்று, தவறாகத் திரித்துக் கூறு, தவறென்று நிரூபி

falter *(v)* : totter, stammer, hesitate, to be unsteady, தள்ளாடு, திக்கிப் பேசு, தயங்கு, தடுமாறு

fame *(n)* : renown, rumour, புகழ், வதந்தி

familiar *(adj)* : known, common, intimate, தெரிந்த, பொதுவான, நெருங்கிய

familiarity *(n)* : close contact, intimacy, நெருங்கிய தொடர்பு, நெருக்கம்

familiarize *(v)* : accustom, make well-known, பழக்கம் பண்ணு, நன்கு அறியச் செய்

family *(n)* : a class, all those living in one house, வகுப்பு, குடும்பம்

famine *(n)* : insufficiency, starvation, பற்றாக்குறை, பஞ்சம்

famish *(v)* : to suffer great hunger or thirst, starve to death, கடும் பசி அல்லது தாகத்தால் வாடு, பட்டினி போட்டுச் சாகடி

famous *(adj)* : reputed, well-known, புகழ்பெற்ற, பலரறிந்த

fan *(n)* : devotee of a specified thing, an instrument for making a rush of air, குறிப்பிட்ட ஒன்றில் பித்துப் பிடித்தவன், விசிறி

fanatic *(adj)* : extravagant, over-zealous, கொள்கைப் பிடிவாதமுடைய, வெறியார்வமுடைய

fanaticism *(n)* : enthusiasm, extreme zeal, வெறியார்வம், மிகு ஊக்க வெறி

fane *(n)* : temple, ஆலயம்

fanfare *(n)* : loud blowing of trumpets, எக்காள முழக்கம்

fang *(n)* : canine tooth of a wild beast, the poison tooth, கோரைப்பல், நச்சுப்பல்

fantastic *(adj)* : imaginary, ridiculous, fanciful, கற்பனையான, கேலிக்கிடமான, விநோதமான

far *(adj & adv)* : distant, to a great distance, தூரமான, வெகு தூரத்தில்

farce *(n)* : a dramatic play of comic doings intended to create laughter, விகட நாடகம்

fare *(v)* : to eat, to perform, to travel, உணவாகக் கொள், நிகழ்த்து, பயணம் செய்; *(n)* : cost of a journey, food, பயணச் செலவு, உணவு

farewell *(n)* : happy goodbye, departure, வழியனுப்புதல், பிரியாவிடை

farm *(n)* : a portion of land under cultivation, a countryhouse with lands for ploughing, விளைநிலம், பண்ணை வீடு, பண்ணை

farmer *(n)* : cultivator, விவசாயி

farming *(n)* : cultivation, விவசாயம், பயிர்த்தொழில்

farmyard *(n)* : open space surrounding farm-buildings; களனி முற்றம், பண்ணை வெளி

farrier *(n)* : a veterinary doctor, one who shoes horses, கால்நடை மருத்துவர், குதிரைக்கு லாடமடிப்பவர்

farrow *(n)* : a family of baby pigs, ஓரீற்றுப் பன்றிக் குட்டிகள்

farsighted *(adj)* : prudent, able to foresee future, able to see distant objects clearly, முன்னேற்பாடான, எதிர்காலத்தைக் கணிக்கவல்ல, தூரப்பார்வையுள்ள

farther *(adj)* : more remote, additional, மிகு தொலைவிலுள்ள, அதிகப்படியான

farthing *(n)* : a coin worth one-fourth of a penny, $^1/_4$ பென்னி மதிப்புள்ள ஆங்கில நாணயம்

fascinate *(v)* : attract, enchant, கவர்ச்சியூட்டு, மந்திரத்தால் மயங்க வை

fascination *(n)* : attraction, enchantment, spell, மந்திரத்தால் மயக்குதல், கவர்ச்சி, மந்திரம்

fashion *(n)* : style, custom, way of doing a thing, நாகரீகம், பழக்க வழக்கம், செயல் முறை

fashionable *(adj)* : stylish, நாகரீகமான

fast *(v)* : not to eat, பட்டினி கிட, உண்ணா விரதம் மேற்கொள்; *(adj)* : rapid, fixed, firm, unfading, விரைவான, நிலையான, உறுதியான, நிறம் மங்காத; *(adv)* : firmly, quickly, உறுதியாக, விரைவாக

fasten *(v)* : to make firm, affix, join, bind, உறுதிப்படுத்து, ஒட்டு, இணை, கட்டு

fastidious *(adj)* : dainty, difficult to please, நுட்பமான, எளிதில் திருப்திப்படுத்த முடியாத

fat *(adj)* : fleshy, கொழுத்த; *(n)* : an oily substance under the skin, கொழுப்புப் பொருள்

fatal *(adj)* : causing death, சாவை ஏற்படுத்துகிற

fatality *(n)* : an accident causing death, calamity, இறப்பை ஏற்படுத்தும் விபத்து, பேரிழப்பு

father *(n)* : male parent, a priest theologian, தந்தை, மதகுரு ஆக்கியோன்

fatherhood *(n)* : paternity, தந்தைமை

father-in-law *(n)* : father of one' husband or wife, மாமனார்

fatherland *(n)* : one's native land சொந்த நாடு

fatherly *(adj)* : paternal, தந்தைச் குரிய

fathom *(n)* : a measure of six feet depth, ஆறு அடி ஆழ அளவு; *(v)* : to find the depth of, investigate ஆழம் கண்டுபிடி, ஆழ்ந்தறி

fatigue *(n)* : weariness, exhaustion களைப்பு, தளர்வு

fatten *(v)* : make fat, கொழுக்க வை

fault *(n)* : error, failure, blemish, imperfection, பிழை, நொடிப்பு குற்றம், குறை

faultless *(adj)* : perfect, without any defect, innocent, நிறைவான, குறையற்ற, களங்கமற்ற

fauna *(n)* : the animals of a region or country, ஒரு பகுதியின் (அ) நாட்டின் விலங்கு வகை

favour *(n)* : aid, partiality, kindness, உதவி, ஒரு சார்பு, கருணை; *(v)* : help, show kindness, to be on one side of, உதவி செய், சலுகை காட்டு, கருணை காட்டு

favourable *(adj)* : good friendly co-operating, advantageous, helpful to, நல்ல, ஆதரவான, ஒத்துழைக்கிற, பலனளிக்கிற, உதவி செய்கிற

favourite *(n)* : pet, a well-liked person or thing, அன்பன், மிகவும் விரும்பும் மனிதன் அல்லது பொருள்; *(adj)* : beloved, pleasing, அன்பான, மகிழ்வூட்டும்

favouritism *(n)* : partiality, பாரபட்சம், ஒரு சார்பு, சலுகை

fawn *(n)* : a young fallow deer, ஒரு வகை மஞ்சள் மான் குட்டி; *(v)* : to cringe, flatter, கொஞ்சு, பசப்பு

fay *(n)* : a fairy, தேவதை

fealty *(n)* : respect, obedience, faithfulness to the superior, மதிப்பு, கீழ்ப்படிதல், மேல் அலுவலரிடம் உண்மையாக இருத்தல்

fear *(n)* : cowardice, அச்சம்; *(v)* : be afraid of, hesitate, அஞ்சு, தயங்கு

fearful *(adj)* : terrible, அச்சமுள்ள, பயங்கரமான

fearless *(adj)* : without fear, courageous, அச்சமற்ற, துணிச்சலுள்ள

feasible *(adj)* : possible, practicable, easy, இயலக்கூடிய, செய்யக்கூடிய, எளிதான

feast *(n)* : banquet, celebration, enjoyment, விருந்து, விழா, களியாட்டம்

feat *(n)* : a deed difficult to do, கடின செயல், வித்தை

feather *(n)* : the outer covering of birds, இறகு

February *(n)* : the second month of the English year, ஆங்கில ஆண்டின் இரண்டாவது மாதம்

fed *(v)* : past tense and past participle of feed, 'feed' என்பதன் இறந்தகால, இறந்தகால முடிவெச்ச வடிவம்

federal *(adj)* : joined by treaty or bargain, ஒப்பந்தத்தின் மூலம் இணைந்த

federate *(v)* : co-operate, unite, ஒத்துழை, ஒன்றாகு, இணை

fee *(n)* : money paid for work done or to get certain right, கூலி, கட்டணம்

feeble *(adj)* : weak, imperfect, infirm, வலுக்குறைவான, முழுமையற்ற, தளர்ச்சியான

feed *(v)* : to eat, give food, supply, உண், ஊட்டு, அளி; *(n)* : a meal, process of taking in or giving food, உணவு, உணவு அருந்துதல், உணவு அளித்தல்

feel *(v)* : to touch, suffer, perceive, be affected, தொடு, மனம் வருந்து, உணர், தாக்கப்படு

feeling *(n)* : sensibility, உணர்ச்சி; *(adj)* : emotional, மனக்கிளர்ச்சியுடைய, உணர்ச்சி வயப்பட்ட

feign *(v)* : forge, pretend, போலி தயார் செய், பாசாங்கு செய்

feint *(n)* : pretence, mock, deception, பாசாங்கு, கேலிக்கூத்து, ஏய்த்தல்

felicitate *(v)* : congratulate, express joy at one's good luck, வாழ்த்துக் கூறு, மகிழ்ச்சி தெரிவி

felicitation *(n)* : good wishes, நல்வாழ்த்து

felicitous *(adj)* : happy, apt, மகிழ்ச்சி தருகிற, பொருத்தமான

feline *(adj)* : of the cat family, stealthy, பூனை போன்ற, சூது நிறைந்த

fell *(v)* : to cause to fall, cut down, விழச்செய், வெட்டு; *(n)* : a barren hill, skin of the animal, வெற்றுக் குன்று, விலங்கின் தோல்; *(adj)* : wicked, terrible, கொடூரமான, பயங்கரமான

fellow *(n)* : a companion, one of a pair, member of a learned society, தோழன், இணையில் ஒன்று, கல்வியாளர் கழகத்தைச் சார்ந்தவர், சில ஆண்டுகளுக்கெனத் தேர்ந்தெடுக்கபபட்ட திட்ட ஆதரவு பெற்ற ஆய்வாளர்

felon *(n)* : sinner, an inflammation near the finger, குற்றவாளி, நகச் சுற்று

felony *(n)* : a serious crime, deceit, பெருங்குற்றம், வஞ்சனை

felt *(v)* : past tense and past participle of feel, 'feel' என்பதன் இறந்தகால, இறந்தகால முடிவெச்ச வடிவம்; *(n)* : a woollen fabric, ஒருவகைக் கம்பளித் துணி

female *(n)* : a human being or animal of the sex that bears young ones, பெண், பெண்ணினம்

feminine *(adj)* : pertaining to the female sex, பெண்ணினத்தைச் சார்ந்த

fen *(n)* : marshy land, a bog, சதுப்பு நிலம், சகதி

fence *(n)* : protecting barrier, railing, வேலி; *(v)* : enclose with a fence, வேலியிடு

ferment *(v)* : to effervesce, agitate, excite, புளித்து நுரையச் செய், கலக்கு, கிளர்ச்சி செய்; *(n)* : effervescence, agitation, excitement, disorder, புளித்து நுரைத்தல், கலக்குதல், கிளர்ச்சி, குழப்பம்

fern *(n)* : a kind of plant, பெரணிச் செடி

ferocious *(adj)* : brutal, wild, மிருகத் தனமான, கொடிய

ferocity *(n)* : brutality, wildness, மிருகத்தனம், கொடூரம்

ferret *(v)* : hunt with ferret, search about, சிறு பிராணியை வைத்து வேட்டையாடு, தேடி அலை; *(n)* : a small animal like weasel, கீரி வகை விலங்கு

ferry *(n)* : boat, a crossing place for boats, boat service, படகு, படகுகள் ஆற்றைக் கடக்கும் பகுதி, படகுத் துறை; *(v)* : transport by means of boats, தோணியைச் செலுத்து

fertile *(adj)* : fruitful, abundant, productive, செழிப்பான, ஏராளமான, விளைவுள்ள

fertility *(n)* : fruitfulness, richness, செழுமை, வளம்

fertilize *(v)* : make productive, enrich, செழிப்பாக்கு, வளமாக்கு

fertilizer *(n)* : manure, எரு, உரம்

fervent *(adj)* : keen, earnest, warm. ஆவலுள்ள, அக்கறையுள்ள, வெப்பமான

fervour *(n)* : keenness, earnestness, heat, ஆவல், அக்கறை, வெப்பம்

festival *(n)* : public celebration, பண்டிகை

festive *(adj)* : joyful, relating to feast, மகிழ்ச்சிகரமான, விருந்து தொடர்பான

festivity *(n)* : joyfulness, festival, மகிழ்ச்சி, திருவிழா, பண்டிகை

festoon *(n)* : a long wreath or garland of flowers etc., hanging between two points, a looped decoration, தோரணம், அலங்கார வளைவு

fetch *(v)* : to go and get, bring, சென்று பெற்றுக்கொள், கொண்டுவா

fete *(n)* celebration, பண்டிகை, விழா

fetid, foetid *(adj)* : having a bad smell, கெட்ட நாற்றமுடைய

fetter *(n)* : chain for the feet of the prisioner, கால் விலங்கு

feud *(n)* : a private long standing quarrel between families, tribes, etc., நெடுநாள் குடும்பப் பகை, இனச் சண்டை முதலியன

fever *(n)* : illness causing high body temperature, excitement, காய்ச்சல், மனவெழுச்சி

few *(adj)* : a small number, not many, கொஞ்சம், சில

fiance *(n)* : one engaged to be married, நிச்சயிக்கப்பட்ட மணமகன், மணமகள்

fiasco *(n)* : a complete failure, பெருந்தோல்வி

fib *(n)* : falsehood, harmless lie, பொய், தீமை பயக்காத பொய்; *(v)* : tell lies, பொய் கூறு

fibre *(n)* : any fine thread, or thread like substance, நார்மம்

fibrous *(adj)* : consisting of fibres, நார்உடைய

fickle *(adj)* : often changing, அடிக்கடி மாறும் இயல்புடைய, நிலையற்ற

fiction *(n)* : a novel, an imaginary or inve[illegible]ted story, false[illegible]hood, நாவல், கட்டுக் க[illegible]தை, பொய்

fictitious *(adj)* : imaginary, false, கற்பனையான, [illegible]போலியான

fiddle *(n)* : a stringed m[illegible]usical instrument, நார் இசைக் கரு[illegible]வி; *(v)* : to play with the fiddle, idle [illegible]away time, பிடில் வாசி, வீண் பொழுது போக்கு; *(interj)* : nonsense, அர்த்தமற்றது

fidelity *(n)* : truth, faithfulness, chastity, loyalty, வாய்மை, நாணயம், கற்பு, நம்பிக்கை

fidget *(v)* : to move restlessly, அமைதியற்றுத் திரி

fiduciary *(adj)* : believable, நம்பத் தக்க; *(n)* : trustee, பொறுப்பாளர்

fie *(interj)* : an expression made out of disgust, வெறுப்புணர்ச்சியின் வெளிப்பாடு

field *(n)* : arena, land, open space, அரங்கு, வயல், திறந்த வெளி

field marshal *(n)* : a military officer of the highest rank, படைத்துறையின் உயர் அலுவலர்

fiend *(n)* : demon, an evil spirit, scoundrel, பிசாசு, துர் தேவதை, கொடியவன்

fiendish *(adj)* : malevolent, devilish, wicked, துன்பம் விளைவிக்கிற, பேய்த்தனமான, கொடூரமான

fierce *(adj)* : violent, wild-looking, cruel, angry, மூர்க்கமான, பார்க்க பயங்கரமான

fiery *(adj)* : fire-like, excitable, நெருப்பைப் போன்ற, கோபமுள்ள

fifteen *(n)* : five and ten, பதினைந்து

fifty *(n)* : five times ten, ஐம்பது

fig *(n)* : a tree bearing pear shaped many seeded pulpy fruits, unimportant matter, அத்தி மரம், அத்திப் பழம்; பயனற்ற பொருள்

fight *(v)* : [illegible] struggle against, to go to war with, போராடு, சண்டையிடு; *(n)* : struggle, war, quarrel, போராட்டம், போர், சண்டை

figment *(n)* : fancy, imaginary or invented story, பொய், கற்பனை, கட்டுக் கதை

figurative *(adj)* : metaphorical, மறைபொருளுள்ள

figure *(n)* : number, shape, form, diagram, picture, எண், இயக்கம், வடிவம், உருவம், படம், சித்திரம்

figure head *(n)* : inactive leader, ornamental carved image fixed to the front end of a ship or boat, பொம்மைத் தலைவர், கப்பல் அல்லது படகின் முன் கோடியில் வைக்கப்பட்டிருக்கும் அலங்கார பொம்மை

filament *(n)* : thread like object such as thin wire in an electric bulb, இழை

filariasis *(n)* : a fever caused by filaria, யானைக்கால் நோய்

file *(n)* : a holder or other device for keeping papers etc., a row, an instrument for smoothing, கோப்பு, வரிசை, அரம்; *(v)* : put in a file, march in a file, smooth or rub with a file, கோப்பில் இணை, அணி வரிசையாகச் செல், அரத்தால் ராவு

filial *(adj)* : pertaining to son or daughter, மகன் அல்லது மகள் சார்ந்த

fill *(v)* : to make full, நிரப்பு; *(n)* : fullness, நிறைவு

fillip *(n)* : stimulus, propulsion, jerk of the finger forced from the thumb. ஊக்கம், சுண்டி எறிதல், சொடக்கு, விரல் நொடிப்பு; *(v)* : stimulate, spin, ஊக்கம் கொடு, விரலால் சுண்டி எறி

filly *(n)* : a young mare, பெண் குதிரைக் குட்டி

film *(n)* : a thin celluloid roll in which photographs are taken, a thin membrane, a layer படச் சுருள், சவ்வு, படலம்; *(v)* : cover with a film, take photos, சவ்வினால் மூடு, படம்பிடி

filter *(n)* : a strainer, வடிக்கட்டி; *(v)* : percolate, வடிகட்டு

filth *(n)* : nasty matter, impurity, dirt, அருவருப்பான பொருள், மாசு, அழுக்கு, தூசு

filthy *(adj)* : unclear, impure, dirty, தூய்மையற்ற, அழுக்கான, கெட்ட

filtration *(n)* : percolation, வடிகட்டுதல்

fin *(n)* : the wing like organ of the fish by which it balances or swims, மீன் துடுப்பு

final *(adj)* : conclusive, resolved, ending, last, முடிவான, உறுதியான, கடைசியான

finale *(n)* : the last part in a concert, termination, நிகழ்ச்சியின் முடிவில் பாடும் மங்கள இசை, முடிவு

finality *(n)* : conclusiveness, end, completeness, இறுதி நிலை, முடிவு, நிறைவு, முழுமை

finance *(n)* : money, revenue, நிதி, வருவாய்; *(v)* : give money for, பணம் கொடு

financial *(adj)* : pertaining to money, நிதி தொடர்பான

financier *(n)* : one who looks after money matters, capitalist, treasurer, நிதி அலுவலர், முதல் போடுபவர், பொருளாளர்.

find *(v)* : to discover, provide, to meet with, கண்டுபிடி, அளி, எதிருறு; *(n)* : thing discovered, கண்டுபிடிக்கப்பட்ட பொருள்

finding *(n)* : judgement of a count, conclusion, தீர்ப்பு, முடிவு, கண்டுபிடிப்பு

fine *(adj)* : beautiful, thin, sharp, refined, not coarse, made up of small parts, அழகான, நேர்த்தியான, மெல்லிய, கூரான, தூய்மையான, நுண்ணிய, சிறு துணுக்குகளான; *(n)* : minute particle, money paid as a penalty, நுண்பொருள், அபராதம்

finery *(n)* : fine dress, ornament, a kind of hearth used to refine iron, பகட்டான ஆடை, அணிமணி, உலைக்களம்

finger *(n)* : one of the five branching parts of the hand, விரல்

finger post *(n)* : a sign post with an arm, கை காட்டி

finish *(v)* : complete, achieve, முடித்துவிடு, நிறைவு செய்; *(n)* : end, symmetry, முடிவு, ஒழுங்கு

finite *(adj)* : having a limit or end, எல்லை அல்லது முடிவுடைய

fiord *(n)* : a long narrow part of the sea projecting inland among hills, கடற்சுழி

fir *(n)* : a cone bearing tree related to the pine, ஊசியிலை மர வகை

fire *(n)* : light and flame given off by something burning, heat, தீ, வெப்பம்

firearms *(n)* : gun, rifle, etc., வெடிக்கும் போர்க்கருவிகள்

firebrand *(n)* : a piece of burning stick, person or thing that kindles strife, கொள்ளிக் கட்டை, கலகக்காரன்

fire brigade *(n)* : a body of trained persons putting out fires, தீயணைப்புப் படை

fire engine *(n)* : a machine used for putting out fires, தீயணைப்புக் கருவி

fire fly *(n)* : a winged glowing insect, மின்மினிப் பூச்சி

fire place *(n)* : furnace, hearth, அடுப்பு, உலை

fireproof *(adj)* : incombustible, தீப் பற்றாத

fireside *(n)* : a place near the fire place, அடுப்படி

firewood *(n)* : wood used for burning, விறகு

fireworks *(n)* : combustible or explosive things used for a display, pyrotechnic exhibition, பட்டாசு, வாண வேடிக்கை

firm *(n)* : an institution, partnership, வாணிகக் கழகம், தொழிற்கூட்டு; *(adj)* : stable, fixed, நிலையான, உறுதியான

firmament *(n)* : the sky, atmosphere, வான வெளி, வான மண்டலம்

firman *(n)* : decree of an oriental king, அரசரின் ஆணை

first *(adv)* : in the first place, முதலில்; *(n)* : beginning, top place, முதலாவது முதன்மையானது

first aid *(n)* : help rendered to an injured person before the doctor's arrival, முதலுதவி

first class *(adj)* : top ranking, முதல் வகுப்பு

first hand *(adj)* : reliable, direct, நம்பத் தகுந்த, நேரடியான

firstling *(n)* : the first issue of any animal, தலைச்சன் குழந்தை, முதல் குஞ்சு அல்லது குட்டி

first rate *(adj)* : excellent, highest,

quality, நேர்த்தியான, உயர்ந்த, முதல் தரமான

fiscal *(adj)* : financial, நிதிக்குரிய

fish *(n)* : a common vertebrate living in water, மீன்

fishy *(adj)* : pertaining to fish, uncertain, மீன் சார்ந்த, சந்தேகத்திற்கிடமான

fissiparous *(adj)* : propagated by bursting or disintegrating, வெடித்து அல்லது பகுதிகளாகப் பிரிந்து பெருகுகின்ற

fissure *(n)* : a crack, split, பிளவு, வெடிப்பு

fist *(n)* : a tightly closed hand, கை முஷ்டி

fit *(n)* : convulsion, இழுப்பு; *(adj)* : suited to purpose, proper, in good health, பொருத்தமான, தக்க, உடல் நலம் சீராக இருக்கிற

fitness *(n)* : suitability, பொருத்தம், தகுதி

fitting *(adj)* : right, suitable, சரியான, பொருத்தமான

fittings *(n & pl)* : instruments, துணைக் கருவிகள்

five *(n)* : number next to four, ஐந்து

fivefold *(adj)* : repeated in fives, ஐந்து மடங்கு

fix *(v)* : fasten, to make firm, தீர்மானிக்கப் பெற்ற, நிலையான, நிலைநிறுத்தப்பட்ட, முடிவாக்கப் பட்ட

fixity *(n)* : state of being fixed, stability, firmness, நிலை பேற்றுத் தன்மை, நிலைத் தன்மை, உறுதி

fixture *(n)* : stability, fixity, anything fixed in position, நிலைப்புத் தன்மை, உறுதி நிலை, ஓரிடத்தில் பொருத்தப்பட்ட பொருள்

fizzle *(v)* : make a hissing noise, 'உஸ்' என்ற ஓசை எழுப்பு

flabby *(adj)* : soft, hanging loose, மென்மையான, தளர்ந்து தொங்கும்

flaccid *(adj)* : soft and weak, lax, flexible, மென்மையான, உறுதியற்ற, இளகிய, நெகிழும் தன்மையுடைய

flag *(n)* : a banner, a water plant, weakness, flat stone, கொடி, ஒரு வகை நீர்ச் செடி, சோர்வு, தட்டைக் கல்; *(v)* : become weak, சோர்வடை

flaggy *(adj)* : bending, weak, flexible, வளைகிற, சோர்வுடைய, தளர்ச்சியுள்ள

flail *(n)* : a wooden tool for thrashing grain, கதிரடிக்கும் கோல்

flame *(n)* : tongue of fire, any strong passion, தீ நாக்கு, தீச்சுடர், உணர்ச்சி மிகுதி

flank *(n)* : side of the body, the side of anything, விலாப் பக்கம், பக்கவாடு; *(v)* : be on the side of, பக்கவாட்டில் அமைத்திடு

flannel *(n)* : soft woollen cloth, மென்மையான கம்பளித் துணி

flap *(n)* : anything hanging broad and loose, the sound made when such a thing moves, தொங்கும் பொருள், தொங்கும் பகுதி. அசையும் போது எழும் ஒலி; *(v)* : to hang down loosely, strike with the wings, தொங்கு, சிறகடி

flare *(n)* : a sudden bright light, excitation, flash, திடீர் ஒளிவெள்ளம், உணர்ச்சிப் பிழம்பு, ஒளிவீச்சு; *(v)* : burst into bright flame, be excited கொழுந்து விட்டு எரி, உணர்ச்சி வயப்படு

flash *(n)* : a sudden burst of light, fire, thought, etc., திடீரென்று ஏற்படும் கணநேர ஒளிச்சிதறல், தீ, எண்ணம் முதலியன; *(v)* : to shine out suddenly, திடீரென்று பிரகாசி

flask *(n)* : a narrow necked jar, குடுவை

flat *(adj)* : level, horizontal, positive, uniform, dull, சம மட்டமான, கிடையான, நேரான, சீரான, சாரமற்ற; *(n)* : any level stretch, one of the storeys of house, சம மட்டமான நிலப் பகுதி, அடுக்கு மாடிக் கட்டிடத்திலுள்ள ஓர் அடுக்கு

flatten *(v)* : make flat, depress, மட்டமாக்கு, அழுத்து

flatter *(v)* : adulate, பொய் புகழ்ச்சி செய்

flatterer *(n)* : eulogist, பொய் புகழ்ச்சி செய்பவன்

flattery *(n)* : an undue praise, பொய்யான புகழ்ச்சி

flatulent *(adj)* : windy, troubled with gas in the stomach or intestine, காற்றுள்ள, வாயுப் பொருமலுள்ள

flaunt *(v)* : display, move about with pride, பெருமையாக வெளிக் காட்டிக்கொள், அகந்தை கொள்

flavour *(n)* : good taste or smell, நறுஞ்சுவை, நறுமணம்; *(v)* : to give a taste or smell to, சுவையூட்டு, மணமூட்டு

flaw *(n)* : imperfection, error, crack, a short wind, குறைபாடு, பிழை, பிளவு, சிறு புயல்

flawless *(adj)* : without any fault or defect, பிழையற்ற, குறையற்ற

flax *(n)* : a fibrous plant, its fibre, சணல் செடி, சணல்

flay *(v)* : punish, strip off the skin, தண்டனை கொடு, தோலை உரி

flea *(n)* : a wingless blood sucking insect, தெள்ளுப் பூச்சி

fled *(v)* : past tense and past participle of flee, flee, என்பதன் இறந்தகால, இறந்தகால முடிவெச்ச வடிவம்

flee *(v)* : escape, avoid, தப்பி ஓடு, தவிர்

fleece *(n)* : sheep's wool, கம்பளி ஆட்டின் உரோமம்; *(v)* : to strip of the wool, to rob, கம்பளி உரோமத்தை உரித்தெடு, பணம் பறி

fleet *(n)* : a number of ships, a group of vehicles of the same kind, கப்பல் தொகுதி, வாகனங்களின் தொகுதி; *(adj)* : swift, வேகமான

flesh *(n)* : muscular tissue of animal body, the soft eatable part of fruit, தசை, பழத்தின் சதைப் பகுதி

fleshy *(adj)* : having flesh, கொழுத்த, சதைப்பற்றுள்ள

flew *(v)* : past tense of fly, fly என்பதன் இறந்தகால வடிவம்

flex *(n)* : pliable wire for electric connections, நெகிழும் தன்மையுடைய மின்கம்பி; *(v)* : bend, வளை

flexibility *(n)* : pliability, நெகிழ்மை

flexible *(adj)* : that can be bent easily, malleable, நெகிழத்தக்க, எளிதில் வளையத்தக்க

flicker *(n)* : twinkle, மினுக் மினுக் ஒளி

flight *(n)* : flying, a flock of birds, stairs, பறத்தல், பறவைத் தொகுதி, படிக்கட்டுகள்

flimsy *(adj)* : thin, easily destroyed, weak, மெல்லிய, எளிதில் அழியக் கூடிய, உறுதியற்ற

flinch *(v)* : move back in fear or pain, avoid, அஞ்சி விலகு, பின் வாங்கு, தயங்கு

flinchingly *(adv)* : in fear, பயந்து

fling *(v)* : scatter, propel, சிதறு, தள்ளு

flint *(n)* : a hard kind of stone giving out sparks when struck, சிக்கி முக்கிக் கல், தீக்கல்

flinty *(adj)* : hard, கடினமான

flippant *(adj)* : talkative, not serious, வாயாடித்தனமான, பொறுப்பற்ற

flirt *(n)* : a jerk, a person who pretends to love, திடீர் குலுக்கம், காதலிப்பது போல் நடிப்பவர்; *(v)* : pretend to make love, throw with a jerk, காதலிப்பது போல் நடி, குலுக்கலோடு எறி

flit *(v)* : flutter, to move quickly, சிறகடி, விரைந்து செல்

float *(v)* : buoy up, swim, give currency to, மிதந்து செல், நீந்து, புழக்கத்திற்குக் கொண்டு வா; *(n)* : that which swims, மிதவை

flock *(n)* : herd, assemblage, மந்தை, மக்கள் தொகுதி; *(v)* : to gather, திரட்டு

floe *(n)* : floating mass of ice, மிதக்கும் பனிக்கட்டி

flog *(v)* : punish by beating, அடி கொடுத்துத் தண்டி

flood *(n)* : superfluity, great quantity of water, மிகைமை, வெள்ளப் பெருக்கம்; *(v)* : to flow freely, to fill, வழிந்தோடு, நிரப்பு

floor *(n)* : surface or ground, நிலம், தளம்

flooring *(n)* : the floor, things required to lay the floor, தளம், தளமிடுவதற்குத் தேவையான பொருள்கள்

flora *(n)* : the plants of a region, goddess of flowers, ஒரு நிலப் பகுதிக்குரிய செடி வகைகள், மலர்த் தெய்வம்

florin *(n)* : a coin of England worth 2 Shillings, 2 ஷில்லிங் மதிப்புடைய இங்கிலாந்து நாணயம்

florist *(n)* : a seller or cultivator of flowers, பூக்களை விற்பவன், பூ வியாபாரி

flottilla *(n)* : a small fleet of warships, சிறு கப்பற்படை

flounder *(n)* : a kind of small flat fish, wavering, தட்டையான ஒரு வகைச் சிறிய மீன், தடுமாற்றம்; *(v)* : straggle, fluctuate, to blunder, தடுமாறிப் போராடு, அலை மோது, தவறு செய்

flour *(n)* : fine soft powder, மாவு; *(v)* : grind into fine powder, மாவாக்கு

flourish *(v)* : prosper, to wave something as a display or threat, செழிப்படை, கையில் வைத்துச் சுழற்று; *(n)* : rich growth, waving of something, செழுமை, சுழற்றுதல்

flout *(v)* : mock, condemn, கேலி செய், இகழ்ந்து கூறு

flow *(v)* : move like liquid, பாய்ந்து ஓடு, ஒழுகு; *(n)* : a stream, motion, plenty, நீரோடை, ஒழுக்கு, ஏராளம்

flower *(n)* : the reproductive organ of a plant, the blossom, the best of anything, தாவரத்தின் இனப் பெருக்க உறுப்பு, பூ, சிறந்த பகுதி; *(v)* : to blossom, மலரச் செய்

flown *(v)* : past participle of fly, 'fly' என்பதன் இறந்தகால முடிவெச்ச வடிவம்

fluctuate *(v)* : oscillate, waver, அலைவுறு, தடுமாறு

fluctuation *(n)* : oscillation, unsteadiness, variation, அலைவு, ஏற்ற இறக்கம், மாறுபாடு

flue *(n)* : air-pipe, short form of the word influenza, a kind of fever, புகை போக்கி, 'influenza' என்ற சொல்லின் சுருங்கிய வடிவம், ஒரு வகைக் காய்ச்சல்

fluency *(n)* : ready utterance, smooth easy flow in speech, தட்டுத் தடங்கலற்ற பேச்சு, சொல்லோட்டம்

fluent *(adj)* : flowing, talking easily, skilful, ஒழுகும், எளிதாகத் தங்கு தடையின்றிப் பேசுகிற, பேசும் திறமையுள்ள

fluid *(n)* : something which flows, பாய்மம்; *(adj)* : flowing, unstable, ஒழுகுகிற, நிலையற்ற

flung *(v)* : past tense and past participle of fling, 'fling' என்பதன் இறந்தகால, இறந்தகால முற்றெச்ச வடிவம்

flush *(v)* : rush out, cleanse by flow of water, to become red in the face, fly, பாய்ந்து செல், தண்ணீரைப் பீய்ச்சித் தூய்மையாக்கு, முகம் சிவப்பாகு, சிறகடித்துப் பறந்து செல்; *(n)* : rush of water, sudden abundance, cleansing by flushing, rush of blood to the face, glow, group of birds let out to fly, நீரொழுக்கு, பொங்குவளம், நீர்ப்பீச்சினால் தூய்மைப் படுத்துதல், முகம் சிவத்தல், ஒளிர்வு, திடீரெனப் பறக்க விடப்பட்ட பறவைத் தொகுதி

flute *(n)* : a musical wind instrument, புல்லாங்குழல்

flutter *(n)* : rapid irregular movement, (of wings), vibration, confusion, படபடவென அசைதல், துடிப்பு, கலக்கம்

fly *(n)* : a small two-winged insect, ஈ

flying fox *(n)* : a kind of fruit eating bat, பழம் தின்னி வௌவால்

fly leaf *(n)* : a blank page at the end or beginning of a book, ஒரு புத்தகத்தின் முதல் அல்லது கடைசியில் உள்ள வெற்றுத் தாள்

foal *(n)* : young one of a horse or ass, குதிரை அல்லது கழுதைக் குட்டி

foam *(n)* : froth, bubbles on the surface of liquids formed by agitation or fermentation, நீர்மங்களைக் கலக்கும் போது (அ) அவை புளிக்கும் போது அவற்றின் மேற்பரப்பில் தோன்றும் குமிழிகள்

focus *(n)* : point where light rays or sound waves converge, concentration, குவியம், கவனம்; *(v)* : converse, concentrate, குவியச் செய், கவனத்தை செலுத்து

fodder *(n)* : dried cattle food, வைக்கோல்

foe *(n)* : enemy, ill wisher, எதிரி, கேடு நினைப்பவன்

fog *(n)* : vapour suspended in atmosphere, a kind of grass, மூடுபனி, பின் அறுவடைப் புல்; *(v)* : to cover in a fog, confuse, வயலில் வளர விடு, பனியால் மூடு, குழப்பு

foh *(interj)* : expression of exclamation or disgust, வியப்புக்குறி (அ) வெறுப்புக் குறி

foible *(n)* : weak point, weakness of character, குறைபாடு, குணத்திலுள்ள குறைபாடு

foil *(n)* : a thin sheet of metal, track of hunted animals, blunt edged sword, மிக மெல்லிய உலோகத் தகடு, வேட்டையாடப்பட்ட விலங்கின் தடம், கூர் மழுங்கின வாள்; *(v)* : baffle, repulse, தடு, துரத்து

foist *(v)* : insert in, to pass off as genuine, உள்ளே புகுத்து, உண்மை போலப் பரப்பு

fold *(n)* : plait, pen, congregation, மடிப்பு, ஆட்டுப்பட்டி சமயத்தார் கூட்டம்; *(v)* : to wrap up, embrace, form into layers, மடி, தழுவு, மடிப்பாக்கு

foliage *(n)* : leaves or leafage, இலைகள், இலைத் தொகுதி

folio *(n)* : two opposite pages of ledger, sheet of paper folded once, கணக்கு ஏட்டின் எதிர் எதிர் பக்கங்கள், ஒரு முறை மடித்த தாள்

folk *(n)* : people, nation, race, மக்கள், நாடு, இனம்

folk dance *(n)* : group dance characteristic to a part of a country, நாட்டுப்புற நடனம்

follow *(v)* : go or come after, aim at, accompany, obey, பின்பற்று, இலக்கைப் பின் பற்று, உடன் செல், கீழ்ப்படி

following *(n)* : body of followers, பின்பற்றி நடப்பவர் குழு, சீடர். *(adj)* : to be mentioned below, பின் குறிப்பிடப்படுவன

folly *(n)* : unwise conduct, stupidity, அறிவற்ற செய்கை, முட்டாள் தனம், மடமை

foment *(v)* : bathe with warm or medicated water, stimulate, ஒத்தடம் கொடு, தூண்டிவிடு

fond *(adj)* : over affectionate, loving, அளவுக்கு மீறின, அன்புடைய, அன்புள்ள

fondle *(v)* : caress, dandle, தடவிக் கொடு, சீராட்டு

fondling *(adj)* : caressing, கொஞ்சுதல். *(n)* : one that is treated lovingly, சீராட்டப்படுபவர், சீராட்டப்படுவது

food *(n)* : edibles, nourishment, உணவு, ஊட்டம்

food-stuff *(n)* : constituents of food, உணவுப் பண்டம்

fool *(n)* : a stupid or silly person, அறிவற்றவன், முட்டாள்; *(v)* : to deceive, act as a fool, ஏமாற்று, முட்டாள் போல நடி

fool hardy *(adj)* : foolishly bold, delighting in needless risks, அசட்டு துணிச்சலுடைய, தேவையற்ற விசயங்களில் வீரம் காட்டி மகிழ்கிற

foolish *(adj)* : silly, unwise, irrational மடத்தனமான, முட்டாள் தனமான, அறிவற்ற, அறிவுக்குப் பொருந்தாத

foolscap *(n)* : a size of paper, a kind of cap worn by jesters, முழுநீளத் தாள், கோமாளியின் தொப்பி

foot *(n)* : termination of leg beginning at ankles, the lower part of anything, infantry, a length equivalent to twelve inches, unit in the meter of verse, பாதம், அடிப்பகுதி, காலாட்படை, ஒரு அடி அளவு, செய்யுள் அடி; *(v)* : dance, step, pay, mount up, walk, நடனமாடு, அடியெடுத்து வை, கொடு, ஏறு, நட

footboard *(n)* : a board leading into or out of carriage, வண்டியில் ஏறி இறங்க அமைந்த படி

footboy *(n)* : an attendant, பணியாள்

footbridge *(n)* : a narrow bridge for pedestrians நடைப்பாலம்

foothold *(n)* : a support for securely placing the foot, காலடிப் பிடிப்பு

footing *(n)* : a hold for placing the feet, foot hold, a beginning, secure position, influence, கால் வைப்பதற்கான இடம், காலடிப் பிடிப்பு, அடித்தளம், பாதுகாப்பு நிலை

footnote *(n)* : a note at the bottom of a page, அடிக்குறிப்பு

footpath *(n)* : way, a tract for pedestrians, பாதை, நடை பாதை

footprint *(n)* : impression left by the foot, the way one has gone, காலடித் தடம், அடிச்சுவடு

footstep *(n)* : one step of the foot, the sound of a person's walking, காலடி, காலடியோசை

footwear *(n)* : shoes, sandals, etc. worn on the foot, காலணி

fop *(n)* : a dandy, பகட்டுக் காரன்

for *(prep & conj)* : because, since, instead of, for the sake of, ஆக, முதலாக, பதிலாக, வேண்டி

forage *(n)* : food for horses and cattle, searching for provisions, குதிரை, கால்நடைகளின் தீனி, தீவனம் தேடுதல்; *(v)* : feed the cattle, plunder, search, தீனிவை, சூறையாடு, தீவனம் தேடு

foray *(n)* : robbery, sudden attack for plunder, கொள்ளை, கொள்ளையிடச் செய்யும் திடீர் தாக்குதல்

forbade *(v)* : past tense of forbid, forbid என்பதன் இறந்தகால வடிவம்

forbear *(v)* : abstain, avoid, to hold back from, விட்டுவிடு, தவிர், பின்வாங்கு

forbid *(v)* : prohibit, தடை செய்

forbidden *(adj)* : prohibited, தடைவிதிக்கப்பட்ட; *(v)* : past participle of forbid, 'forbid' என்பதன் இறந்த கால முடிவெச்சம்

force *(n)* : power, validity, strength, வலிமை, நடப்பு நிலை, ஆற்றல்; *(v)* : to compel, கட்டாயப்படுத்துதல்

forceful *(adj)* : powerful, ஆற்றல் வாய்ந்த

force meat *(n)* : chopped meat, வெட்டப்பட்ட இறைச்சி

forceps *(n)* : a pair of pincers, குறடு

forcible *(adj)* : powerful, done by force, compulsory, வலிமையுடைய, வலுக்கட்டாயமான

ford *(n)* : place where river etc. may be crossed, ஆற்றில் நடந்து கடக்கக் கூடிய ஆழமில்லாத பகுதி

fordable *(adj)* : capable of being forded or crossed, கடக்கக்கூடிய

fore *(n)* : front part, முன்பக்கம்; *(adj)* : situated in front, முன்னாலுள்ள; *(adv)* : before, முன்னால்

forearm *(n)* : the part of the arm between the wrist and elbow, முன்கை

forebode *(v)* : predict, முன்னறிவிப்புக் கொடு

foreboding *(n)* : a sign of coming evil, தீய அறிகுறி

forecast *(v)* : to guess a coming event, to foresee, உய்த்துணர், வரப்போவதை முன்னறிவி; *(n)* : prediction of a coming event, oversight, முன்னறிவிப்பு, உய்த்துணர்வு

forefather *(n)* : ancestor, மூதாதையர்

forefinger *(n)* : index finger, finger next to the thumb, ஆள்காட்டி விரல்

forefront *(n)* : foremost part, an important position, முன்பகுதி, முன்னணி

forego *(v)* : give up, abstain from, விட்டுவிடு

foregone *(adj)* : past, guessed in advance, கடந்த, உய்த்துணர்ந்த

forehead *(n)* : the front part of the face above the eyebrows, நெற்றி

foreign *(adj)* : belonging to another country, not connected, external, alien, அயல்நாட்டைச் சேர்ந்த, தொடர்பற்ற, வெளிப்புறத்து, அந்நிய

foreleg *(n)* : front leg of an animal, விலங்குகளின் முன்னங்கால்

forelock *(n)* : the lock of hair on the forehead, முன்னுச்சி மயிர்

foreman *(n)* : chief man supervising and directing others, தொழிலாளர்களைக் கண்காணிப்பவர்

foremost *(adj)* : superior, beginning, தலைசிறந்த, முதன்மையான, முதலாவதான

forenoon *(n)* : part of the day before noon, முற்பகல்

forensic *(adj)* : pertaining to the courts of law, judicial, வழக்கு மன்றத் தொடர்புடைய, சட்டம் சார்ந்த

forerunner *(n)* : one sent in front to tell of other's arrival, an omen, முன்சென்று மற்றவர் வருகையை அறிவிப்பவன், முன்னறிகுறி

foresee *(v)* : foreknow, expect, ஊகி, எதிர்பார்

foreshadow *(v)* : predict, முன்னறிவி

foreshore *(n)* : part of the shore between high and low water marks, கடற்கரை, குளக்கரை போன்ற நீர்க்கரை

foresight *(n)* : anticipation, premonition, முன்னோக்கு, முன்னறிவு

forest *(n)* : a large wood, chase, காடு, வேட்டைக்களம்; *(v)* : make into forest, காடாக்கு

forestall *(v)* : to buy up the whole stock of goods before they reach the market so as to sell them at higher prices, expect, act in advance of, அதிக விலை ஆதாயத்திற்காக மொத்த சரக்குகளையும் வாங்கி விடு, முன்யோசனையுடன் செயல்படு, முன்நடவடிக்கை எடு

foretaste *(n)* : partial enjoyment or suffering in advance, முன்னுணர்வு, முன்னனுபவம்

foretell *(v)* : predict, to tell before, முன்னறிவி, வருவது உரை

forethought *(n)* : thought or planning for the future, முன்யோசனை, எதிர்க்காலத் திட்டமிடுதல்

forever *(adj)* : for always, at all times, என்றைக்கும், எக்காலத்தும்

forewarn *(v)* : warn in advance, advise, முன்னெச்சரிக்கை செய், அறிவுறுத்து

foreword *(n)* : introductory remarks to a book by third person, முன்னுரை

forfeit *(v)* : lose a right by an offence, தவறு செய்வதன் காரணமாக உரிமையை இழ; *(n)* : that which is lost by an offence, penalty, பறிமுதலானது, அபராதம்

forge *(n)* : workshop of a blacksmith, furnace for melting metals, கொல்லன் பட்டறை, உலை. *(v)* : heating and hammering, imitate something in order to deceive, காய்ச்சி அடித்து உருவாக்கு, போலியாக அமை

forgery *(n)* : imitating or altering any writing for fraud, கள்ள ஆவணம் தயாரித்தல், பொய்கையெழுத்திடல்

forget *(v)* : fail to keep in the memory, மறந்து விடு

forgetful *(adj)* : out of mind, apt to forget, நினைவில் இல்லாத, மறந்து விடும் தன்மையுடைய

forgive *(v)* : to pardon, மன்னித்து விடு

forgo *(v)* : renounce, do or go without, கைவிடு, விட்டு விடு, இல்லாமலிரு

forgot *(v)* : past tense of forget, 'forget' என்பதன் இறந்த காலம்

fork *(n)* : an instrument with two or more points, a farm tool, முள் கரண்டி, கவடு, கொத்துக் கரண்டி; *(v)* : divide into branches, bifurcate, கிளைகளாகப் பிரி, இரண்டாகப் பிரி

forlorn *(adj)* : abandoned, helpless, கைவிடப்பட்ட, திக்கற்ற

form *(n)* : shape, manner, structure, etiquette, beauty, state, a bench without a back, a school class, nest of hare, a paper with blank spaces to be filled in, உருவம், முறை, அமைப்பு, ஒழுங்கு, அழகு, நிலை, நீள் இருக்கை, பள்ளி வகுப்பு, முயல் வளை, நிரப்புப் படிவம்

formal *(adj)* : in accordance with rules, customs and conventions, விதிமுறைக்கேற்ப, ஒழுங்கு முறைக்கேற்ப, மரபிற்கிணங்க

formality *(n)* : ceremony, strict attention to rules, customs and conventions, சடங்கு, விதிமுறை, ஒழுங்கு முறை, மரபு முறை

format *(n)* : shape and size of a book, நூலின் வடிவமைப்பு

formation *(n)* : production, arrangement, உருவாக்குதல், அமைப்பு

former *(adj)* : of an earlier period, முற்காலத்தைய, முதலில் குறிப்பிட்ட

formerly *(adv)* : of an earlier period முன் காலத்தில், முன்பு

formidable *(adj)* : causing fear, terrible, hard to tackle, அச்சம் ஏற்படுத்துகிற, பயங்கரமான, சமாளிக்க முடியாத

formula *(n)* : a set of rules, rule expressed by signs or numbers, set of directions for medical preparation, விதி, வாய்ப்பாடு, மருந்து கலக்கும் விதிமுறை

formulate *(v)* : express clearly, express as a formula, தெளிவாகக் கூறு, வாய்ப்பாடாக அல்லது விதியாகக் கூறு

fornicate *(v)* : to prostitute, விபச்சாரம் செய்

forsake *(v)* : abandon, to desert, to leave, புறக்கணி, கைவிடு, விட்டுவிடு

forsaken *(adj)* : abandoned, deserted, புறக்கணிக்கப்பட்ட, கைவிடப்பட்ட; *(v)* : past participle of forsake, 'forsake' என்பதன் இறந்த கால முடிவெச்சம்

forsooth *(adv)* : in truth, உண்மையாக

forswear *(v)* : to deny upon oath, give up doing, ஆணையிட்டு மறு, கை விடு

fort *(n)* : a place built for military defence, கோட்டை, அரண்

forth *(adv)* : forward, out of doors, முன்னே, வெளிப்புறமாக

forthcoming *(adj)* : going to happen. approaching, நிகழ இருக்கிற, வரவிருக்கிற

forthwith *(adv)* : at once, without losing time, உடனே, காலந்தாழ்த் தாமல்

fortify *(v)* : to strengthen, to build forts, பலப்படுத்து, அரண் அமை.

fortitude *(n)* : courage in meeting pain, danger or difficulty, endurance, மன உரம், உளவலிமை, தாங்கும் திறன்

fortnight *(n)* : a period of two weeks, இரண்டு வார காலம்

fortress *(n)* : a fortified place, a fort, கோட்டை, அரண்

fortunate *(adj)* : prosperous, lucky, opportune, செல்வச் செழிப்புடைய, அதிர்ஷ்டமுடைய, நல்வாய்ப்பு

fortune *(n)* : chance, prosperity, luck, தற்செயல், வாய்ப்பு, அதிருஷ்டம்

forty *(n)* : four times ten, நாற்பது

forum *(n)* : any place for public discussion, law court, பொது மன்றம், நீதிமன்றம்

forward *(adv)* : onward, in advance, முன்னோக்கிச் செல்கிற, முன் னோக்கி

foster *(v)* : care for, patronise, ஆதரவு காட்டு, அன்பை வளர்

fought *(v)* : past tense and past participle of fight, 'fight' என்பதன் இறந்த கால, இறந்த கால முடி வெச்ச வடிவம்

foul *(adj)* : corrupt, offensive, ugly, vicious, நேர்மையற்ற, குற்றமு டைய, அழுக்கான, கயமையான

found *(v)* : past tense and past participle of find, lay foundation, establish, construct, melt and mould, provide money to start a school, hospital etc., 'find' என்பதன் இறந்தகால, இறந்தகால முடிவெச்ச வடிவம், கட்டிடத்திற்கு அடிக்கல் இடு, நிறுவு, கட்டு வார்ப்படம் செய், நிதி ஏற்பாடு செய்

foundation *(n)* : base of a building, endowed institution, கடைகால், நிதி ஏற்பாட்டு நிறுவனம்

founder *(n)* : one who lays foundation, originator, a worker in a foundry, நிறுவுபவர், தோற்றுவிப்பவர், வார்ப்பட வேலை செய்பவர்

foundery, foundry *(n)* : workshop for casting metals, வார்ப்படச் சாலை

foundling *(n)* : abandoned child, an orphan, பெற்றோரால் கைவிடப் பட்ட குழந்தை, அநாதை

fountain *(n)* : spring of water, source or origin, நீரூற்று பிறப்பிடம்

four *(n & adj)* : two plus two, நான்கு

fourteen *(n)* : four plus ten, பதி னான்கு

fowl *(n)* : domestic cock or hen, கோழி

fowler *(n)* : hunter of wild birds, பறவை வேட்டைக்காரன்

fox *(n)* : a cunning animal of the dog family, நரி

fracas *(n)* : brawl, a noisy quarrel. சச்சரவு அமளி

fraction *(n)* : a fragment or part, a number that is not a whole number, கூறு, பகுதி, பின்னம்

fracture *(n)* : a break, crack, முறிவு, பிளவு

fragile *(adj)* : brittle, எளிதில் உடையக் கூடிய

fragility *(n)* : weakness, brittleness defect, தளர்ச்சி, உடையும் தன்மை, குறை

fragment *(n)* : a part, bit, a part broken off, ஒரு பகுதி, துண்டு, முறிந்த துண்டு

fragrance *(n)* : aroma, நறுமணம்.

fragrant *(adj)* : aromatic, நறுமண முடைய

frail *(adj)* : weak, brittle, erring, நலிந்த, எளிதில் உடைகிற, தவறிழைக்கக் கூடிய

frame *(v)* : form, plan, construct, support, put a frame, உருவாக்கு, திட்டமிடு, வடிவம் அமை, தங்கு, சட்டம் இடு

franc *(n)* : standard unit of currency in France, Belgium and Switzerland, பிரான்சு, பெல்ஜியம், சுவிட்சர் லாந்து நாடுகளின் நாணயம்

franchise *(n)* : the right to vote at elections, வாக்குரிமை

frank *(adj)* : open, outspoken, plain, மனம் திறந்த, வெளிப்படையாகப் பேசுகிற, வெளிப்படையான

frantic *(adj)* : violent, excited, கொடூரமான, வெறியுள்ள

fraternal *(adj)* : brotherly, friendly, உடன்பிறப்புக்குரிய, உடன்பிறப் புத் தன்மையுடைய

fraternity *(n)* : brotherhood, assemblage, உடன்பிறப்புத் தன்மை, சங்கம்

fraternize *(v)* : behave in a friendly way, cooperate, நட்புடன் பழகு, ஒத்துழை

fratricide *(n)* : one who murders one's own brother or sister, உடன் பிறப்பைக் கொலை செய்பவன்

fraud *(n)* : deception, dishonest dealing, ஏமாற்று, வஞ்சனை, மோசடி

fraudulent *(adj)* : deceitful, dishonest, ஏய்க்கும் இயல்புடைய, வஞ்சகமான, மோசடிக்குரிய

fraught *(adj)* : laden, full of, சுமையேற்றப்பட்ட, நிறைந்த

fray *(n)* : fight, brawl, சச்சரவு, சண்டை

freak *(n)* : absurd notion, animal or plant which is abnormal in form, இயற்கைக்கு மாறான கருத்து, மனம் போன போக்கு, இயற் கைக்கு மாறான உருவமைப்பு

free *(adj)* : detached, unobstructed, liberal, exempt, without cost, தொடர்பற்ற, தடையற்ற, கட்டுப் பாடற்ற, வரையறையற்ற, விலை யற்ற; *(adv)* : without obstruction, தங்கு தடையின்றி; *(v)* : release, விடுவி

freebooter *(n)* : a pirate, கடற் கொள்ளைக்காரன்

freedom *(n)* : liberty, சுதந்திரம்

freespoken *(adj)* : frank, straight forward, கருத்து மறைவில்லாத, ஒளிவு மறைவின்றிப் பேசுகிற.

freeze *(v)* : to become ice, feel very cold, stiffen, cover with ice, பனிக் கட்டியாகு, குளிரால் ஒடுங்கு, கெட்டிப்படுத்து, பனிக்கட் டியால் மூடு

freight *(n)* : carriage of goods from place to place, goods carried, charge for carrying the load, சரக்கு வண்டி, சரக்குக் கூலி

frenzy *(n)* : insanity, rage, மூளைக் கோளாறு, மிகு சினம்

frequent *(adj)* : happening often, அடிக்கடி நிகழுகிற

fresh *(adj)* : healthy, good, new, unforgotten, நலமான, நல்ல, புதிய, மறந்து போகாத

freshet *(n)* : flood, a small river, புது வெள்ளம், சுத்தமான புதிய நீரோடை

fret *(n)* : a carved work, grievance, irritation, செதுக்கு வேலைப்பாடு, தொந்தரவு, எரிச்சல்; *(v)* : adorn wood with patterns made by carving, grieve, irritate, மரச்செதுக்கு வேலை செய்து அலங்கரி, தொந்தரவு செய், எரிச்சலூட்டு

friar *(n)* : a clergyman, துறவி

friction *(n)* : obstacle, the rubbing of one thing against another, bad feeling, தடை, உராய்வு, முரண்பாடு

Friday *(n)* : the day of the week after Thursday, வெள்ளிக் கிழமை

fried *(v)* : past tense and past participle of 'fry','fry' என்பதன் இறந்த கால, இறந்தகால முடிவெச்ச வடிவம்

friend *(n)* : well wisher, a companion, நன்மை நாடுபவன், நண்பன், தோழன்

friendly *(adj & adv)* : helping, acting as a friend, favourable, உதவும், நண்பராகச் செயல்புரிகிற, சார்பான

friendship *(n)* : relationship existing between friends, intimacy, நட்பு, நெருக்கம்

frigate *(n)* : a swift sailing warship, விரைவான போர்க் கப்பல்

fright *(n)* : sudden fear, alarm, ugly person, திடீர்ப் பயம், அச்சம், கோர உருவமுடையவன்

frighten *(v)* : make one afraid, பயமுறுத்து

frightful *(adj)* : dreadful, பயங்கரமான

frigid *(adj)* : cold, reluctant,indifferent, குளிர்ந்த, விருப்பமற்ற, உற்சாகமற்ற

frill *(n)* : an ornamental border of woven materials, கொசுவம்

fringe *(n)* : lace, an ornamental border to garments, any edge, பின்னல், உடையின் அலங்காரமான கரை ஓரம், ஓரம்

frisk *(v)* : move sportively, be brisk, துள்ளி விளையாடு, சுறுசுறுப்பாக இரு

fritter *(v)* : diminish into small pieces, to waste away, துண்டு துண்டாக்கு, வீணாகச் சிதறு

frivolous *(adj)* : unimportant, silly, fond of playing, முக்கியமற்ற, அற்பமான, விளையாட்டுத் தனமான

frizzle *(v)* : curl, fry with sputtering noise, மயிரை முறுக்கு, சுரீர் ஓசையுடன் பொரி

fro *(adj)* : backward, மீண்டும், திரும்பி

frock *(n)* : gown, உடுப்பு, சட்டை.

frog *(n)* : an amphibious animal, தவளை

frolic *(adj)* : gay, sportive, merry, உல்லாசமான, விளையாட்டுத் தனமான, மகிழ்ச்சியுடைய; *(n)* : amusement, sport, a merry-making, கேளிக்கை, விளையாட்டு, களியாட்டம்

frolicsome *(adj)* : cheerful, மகிழ்ச்சியுடைய

from *(prep)* : away, out of, since, starting at, அப்பால், இருந்து, முதலாக, காரணமாக

front *(n)* : fore-part, beginning, area of military operations, முன்பகுதி, தொடக்கம், போர்முனை

frontier *(n)* : border of a country, எல்லைப் பகுதி

frost *(n)* : frozen dew, உறைபனி

frost-bitten *(adj)* : suffering from exposure to excessive cold, கடுங்குளிரால் விறைத்துப் போன

froth *(n)* : collection of small bubbles on liquids, foam, குமிழிகளின் தொகுதி, நுரை

frown *(n)* : wrinkling the brows to express displeasure or concentrate attention, புருவச் சுழிப்பு; *(v)* : to wrinkle the brows, disapprove, புருவத்தைச் சுழி, விருப்பமின்மையைக் காட்டு

frozen *(adj)* : past participle of freeze, 'freeze' என்பதன் இறந்தகால முடிவெச்சம்

fructify *(v)* : yield fruit, prosper, make fruitful, கனி கொடுக்கச் செய் செழிப்பாக்கு, பலனளிக்கச் செய்

frugal *(adj)* : economical, temperate, சிக்கனமான, மட்டமான

fruit *(n)* : rapid eatable product of a plant, பழம்

fruition *(n)* : ripeness, pleasure, fulfilment, பலன் தருதல், இன்ப உணர்வு, விருப்பம் கைகூடுதல்

fruitless *(adj)* : useless, unproductive, பலனற்ற, மலடான

frustrate *(v)* : to disappoint, to defeat, prevent, ஏமாற்று, முறியடி

fry *(n)* : young one of a fish, small things, மீன்குஞ்சு, சிற்றினத்திரள்; *(v)* : cook by heating with oil, பொரி, வறு

fuddle *(v)* : make stupid with drink, குடியால் மதி மயங்கச் செய்

fudge *(n)* : a made up story, nonsense, கட்டுக்கதை, மடத்தனம்

fuel *(n)* : anything for feeding fire, எரிபொருள்

fugitive *(adj)* : going away from justice, changeful, transitory, emigrant, நீதிக்கு மறைந்து தப்பி ஓடுகிற, மாறுகிற, நிலையற்ற, பிழைத்தோடி வந்த

fulcrum *(n)* : a fixed point on which a lever rests, நெம்புகோலின் இயக்க ஆதாரம்

fulfil *(v)* : to bring to consummation, carry out, செய்து முடி, நிறைவேற்று

fulfilment *(n)* : completion, act of fulfilling, செயல்முடிவு, நிறைவேற்றுதல்

full *(adj)* : abundant, complete, ஏராளமான, முழுமையான

fumble *(v)* : handle clumsily, grope about awkwardly, நடுக்கத்துடன் கையாளு, தட்டுத் தடுமாறு

fume *(n)* : exhalation, ஆவி, நறுமணப் புகை

fumigate *(v)* : purify by means of smoke, to smoke, புகையூட்டித் தூய்மை செய், புகையூட்டு

fun *(n)* : jocularity, amusement, கோமாளித்தனம், வேடிக்கை விளையாட்டு, கேளிக்கை

function *(n)* : business, duty, operation, ceremony, தொழில், கடமை, செயல் பண்பு, சடங்கு

fund *(n)* : capital, stock of money, மூலதனம், நிதிவளம்

fundamental *(adj)* : basic, necessary, important, அடிப்படையான, தேவையான, இன்றியமையாத

funeral *(n)* : burial or cremation of the dead, சவ அடக்கம், சவ தகனம்

fungus *(n)* : mushroom, disease, growth on animals and plants, நாய்க் குடை, உயிரினங்களில் ஏற்படும் ஒரு வகை நோய்
funicular *(adj)* : depending on the strength of a rope or cord, கயிறின் ஆற்றல் சார்ந்த
funk *(n)* : fear, cowardice. அச்சம், கோழைத்தனம்
funky *(adj)* : cowardly, பயந்த, கோழையான
funnel *(n)* : air pipe, a conical filter used for pouring liquids into small opening, புகை போக்கி, புனல்
funny *(adj)* : witty, ridiculous, amusing, கேலியான, இகழ்ச்சிக்குரிய வேடிக்கையான
fur *(n)* : soft fine hair of certain animals, விலங்கின் மென்மயிர்
furbish *(v)* : polish up, burnish, beautify, renovate, மெருகேற்று, தேய்த்துப் பளபளப்பாக்கு, அழகு படுத்து, புதுப்பி
furious *(adj)* : violent, angry, மூர்க்க மான, கோபமுள்ள
furl *(v)* : roll up, fold, சுருட்டு, மடி
furlong *(n)* : one eighth of a mile, ஒரு மைலின் எட்டில் ஒரு பகுதி
furlough *(n)* : holiday, leave, விடு முறை
furnace *(n)* : closed fire place for heating, உலை
furnish *(v)* : provide, prepare fill with furniture, அளி, அமை, தட்டு முட்டுச் சாமான்களை நிறை
furnisher *(n)* : a dealer in furniture, தட்டுமுட்டுப் பொருள் விற்பனை யாளர்
furniture *(n)* : movable materials in a building, தட்டுமுட்டுப் பொருள்
furore *(n)* : enthusiastic admiration, excitement, ஆர்வ மிகுதியால் பாராட்டுதல், பெருமகிழ்ச்சி
furrow *(n)* : a narrow trench made by plough, உழவு சால், பள்ளம்
further *(adj & adv)* : at a great distance, in addition, அதிகத் தொலைவி லுள்ள, மேலும்
furtherance *(n)* : advancement, a helping, முன்னேற்றம், உதவி
furthermore *(adv)* : besides, moreover, அன்றியும், மேலும்
furtive *(adj)* : stolen, false, திருடிய, கபடமான
fury *(n)* : violence, anger, evil doer, மூர்க்கத்தனம், பெருங்கோபம், தீங்கு விளைவிப்பவன்
fuse *(v)* : melt, weld, combine, உருக்கு, பற்றவை, கலந்து ஒன் றாக்குதல்
fusion *(n)* : melting, uinion, liquefaction, உருக்குதல், சுட்டுக் கலவை, உருக்கிய பிழம்பு
fuss *(n)* : hurry, abundance of petty detail, unnecessary botheration, bustle, agitation, சிறியவற்றைப் பெரிதுபடுத்துதல், வெற்று ஆர வாரம், குழப்பம், பரபரப்பு
futile *(adj)* : useless, பயனற்ற
futility *(n)* : uselessness, பயனின்மை
future *(adj)* : going to happen, awaiting, forthcoming, இனிமேல் நிகழக் கூடிய, எதிர் நோக்கும், வருங் காலத்துக்குரிய
futurity *(n)* : the future, the time to come, எதிர்காலம், வருங்காலம்
fuzz *(n)* : loose volatile matter, எளிதில் ஆவியாகும் பொருள்

G

gab *(n)* : chatter, idle talk, அரட்டை, வம்பளப்பு; *(v)* : talk much, அரட்டையடி

gabble *(v)* : to talk fast, கடகடவென்று பேசு; *(n)* : confused unintelligible talk, உளறல், பிதற்றல்

gaby *(n)* : fool, முட்டாள்

gad *(v)* : go about idly, வீணாக அலைந்து திரி

gadabout *(n)* : one who is interested in wandering about, சுற்றி அலைபவர்

gadfly *(n)* : a fly which is a parasite, உண்ணி

gadget *(n)* : a small fitting or tool in machinery, trick, சிறு பொறியமைப்பு, கருவி

gadi *(n)* : throne, அரியணை

gaffer *(n)* : an elderly man, foreman, முதியவன், பணியாளர்களின் தலைமைப் பொறுப்பாளி

gag *(n)* : something put in a person's mouth to prevent speech or outcry, வாயடைப்பு, வாய்ப்பூட்டு; *(v)* : to silence by thrusting something into the mouth, வாயடைப்புச் செய்

gaggle *(v)* : make the cry of goose, வாத்துப்போல் கத்து

gaiety *(n)* : merriment, amusement, மகிழ்ச்சி, களியாட்டம்

gaily *(adv)* : in a cheerful manner, மகிழ்வோடு

gain *(n)* : winnings, profit, acquisition, வெற்றி, ஆதாயம், பேறு; *(v)* : obtain, reach, earn, பெறு, அடை, செல்வம் ஈட்டு

gainly *(adj)* : handsome, beautiful, அழகான

gainsay *(v)* : negate, deny, contradict, எதிர்ப்புக் கூறு, மறுத்துரை, முரண்படு

gait *(n)* : manner of walking, நடக்கும் முறை

gala *(n)* : a day for rejoicing and merry making, a festival day, மகிழ்ச்சிக்குரிய நாள், கொண்டாட்ட நாள், விழா நாள்

galaxy *(n)* : milky way, irregular luminous band of stars, சப்தரிஷி மண்டலம், நட்சத்திர மண்டலம்

gale *(n)* : strong wind, புயல் காற்று

gall *(n)* : bile, bitterness, a resin oozing out of trees, பித்த நீர்ப்பை, கசப்பு, மரங்களிலிருந்து வெளிப்படும் ஒரு வகைப் பிசின்; *(v)* : rub, irritate, தேய், புண்படுத்து

gallant *(adj)* : showy, fine, brave, attentive to ladies, பகட்டான, அழகான வீரமுடைய, காதல் சார்ந்த

gallantly *(adv)* : in a stately manner, nobly, bravely, கம்பீரமாக, பெருந்தன்மையாக, வீரமாக

gallantry *(n)* : show, bravery, devotion to ladies, sexual immorality, பகட்டு, வீரம், பெண்களிடம் ஆர்வம் காட்டுதல், சிற்றின்ப ஒழுக்கக் குறைவு

galleon *(n)* : a large warship, ஒரு வகை பெரிய போர்க் கப்பல்

gallery *(n)* : a long passage, raised floor of seats in a theatre, நீண்ட ஒடுங்கிய பாதை, படி அரங்கம்

galley *(n)* : a low flat single decked ship, a long rectangular tray used by compositors, ஒரே தளமுடைய குட்டையான கப்பல், அச்சுக் கோர்ப்போர் பயன்படுத்தும் நீள் சதுரத் தட்டு

gallnut *(n)* : a plant product of a tree, கடுக்காய்

gallon *(n)* : a measure of capacity for liquids, முகத்தலளவை

gallop *(v)* : to run in leaps, ride a galloping horse, குதித்து ஓடு, குதிரையை வேகமாகச் செலுத்து

gallows *(n)* : a wooden frame for hanging criminals, தூக்கு மரம்

galvanize *(v)* : pass electric current, coat metals by means of electricity, மின்சாரம் பாய்ச்சு, மின் முலாம் பூசு

gamble *(v)* : play a game of chance for money, சூதாடு

game *(n)* : play, sport of any kind, animal hunted, விளையாட்டுப் போட்டி, வேட்டையாடப்பட்ட விலங்கு

gamesome *(adj)* : sportive, விளை யாட்டு இயல்பான

gamester *(n)* : a gambler, சூதாடி

gammer *(n)* : an old woman, கிழவி

gander *(n)* : male goose, fool, ஆண் வாத்து, முட்டாள்

gang *(n)* : a company of people having a common aim, கூட்டம், கூட்டுக் குழு

gangster *(n)* : an armed evil-doer, ஆயுதந்தாங்கிய கொடியவன்

gangway *(n)* : a movable passage, way, இடைவெளி, நடைபாதை

gaol *(n)* : prison, சிறைச்சாலை

gap *(n)* : discontinuity, opening, தொடர்ச்சி முறிவு, இடைவெளி, திறப்பு

gape *(n)* : open-mouthed state, வாய் பிளந்த நிலை; *(v)* : open the mouth wide, வாய் பிள

garage *(n)* : a shed for keeping motor-car, பொறி வண்டிக் கொட்டகை

garb *(n)* : dress, உடை

garbage *(n)* ; filth, waste matter, குப்பை, கழிவுப் பொருள்

garble *(v)* : misinterpret, falsify, திரித்துக் கூறு, பொய்ப்படுத்து

garden *(n)* : a piece of ground for growing flowers, fruits or vegetables, தோட்டம்

gardener *(n)* : one in charge of a garden, தோட்டக்காரன்

gardening *(n)* : the technique of maintaining a garden, தோட்டக் கலை

gargantuan *(adj)* : gigantic, huge, பிரம்மாண்டமான, மிகப் பெரிய

gargle *(v)* : wash the throat with a liquid making a bubbling sound in doing so, தொண்டையில் நீர் வைத்து களகளவென்று கொப்பு ளித்துக் கழுவு

garish *(adj)* : over-decorated, பகட் டான

garland *(n)* : wreath of flowers, leaves etc., பூமாலை

garlic *(n)* : plant of the onion kind with strong smell and pungent taste, வெள்ளைப் பூண்டு

garment *(n)* : article of dress, ஆடை, துணிமணி

garner *(n)* : storehouse for corn, தானியக் களஞ்சியம்; *(v)* : collect, சேகரி

garnet *(n)* : a precious red stone, செந்நிற மாணிக்கக் கல்

garret *(n)* : a room in the top floor, மேல்மாடி அறை

garrison *(n)* : a body of soldiers for guarding a fortress, கோட்டைப் பாதுகாப்புப் படை

gas *(n)* : any aeriform or completely elastic fluid, வாயு, ஆவி

gaseous *(adj)* : like gas, வாயு போன்ற

gash *(n)* : a deep long cut or wound, நீண்ட ஆழமான வெட்டு அல்லது புண்

gasp *(v)* : to breathe with difficulty, மூச்சுத் திணறு

gastric *(adj)* : relating to stomach, இரைப்பை தொடர்பான

gate *(n)* : opening in wall made for entrance or exit, வாயில், வாயிற் கதவு

gate-keeper *(n)* : watchman at the gate, வாயிற் காப்போன்

gather *(v)* : collect, acquire, conclude, ஒன்று திரட்டு, பெறு, அறிந்து கொள்

gathering *(n)* : act of collecting, meeting, a swelling, ஒன்று திரட்டுதல், கூட்டம், வீக்கம்

gaudy *(adj)* : showing, flaunting, பகட்டான, ஆடம்பரமான

gauge *(v)* : to measure, to guess, அளவிடு, மதிப்பிடு; *(n)* : an instrument for measuring, அளவி

gauntlet *(n)* : an iron glove, a form of punishment, இரும்புக் கையுறை, ஒரு வகைத் தண்டனை

gauze *(n)* : a thin transparent cloth, மெல்லிய வலை போன்ற துணி

gawky *(adj)* : awkward, ridiculous, அருவருப்பான, முட்டாள் தனமான

gay *(adj)* : cheerfui, bright coloured, மகிழ்ச்சியுடைய, வண்ண ஒளியுடைய

gaze *(v)* : look steadily, கூர்ந்து நோக்கு; *(n)* : a fixed look, கூர்ந்து நோக்குதல்.

gazette *(n)* : news bulletin published by the government, அரசுச் செய்தி இதழ்

gazetteer *(n)* : a dictionary giving geographical and historical information, நிலவியல் அகராதி

gear *(n)* : combination of wheels, levers etc., harness, பற்சக்கரம். சேணம்

gem *(n)* : any precious stone, object or person of beauty or worth, இரத்தினக் கல், அழகான அல்லது மதிப்பு மிக்க மனிதர் அல்லது பொருள்

gemini *(n)* : the third sign of the zodiac, duality, மிதுனராசி, இரட்டை

gender *(n)* : a grammatical classification denoting the sex, பால் பாகுபாடு

genealogy *(n)* : a history showing family descent, குடி வழிப்பட்டியல்

general *(adj)* : common, ordinary, பொதுவான, வழக்கமான; *(n)* : chief of an army, படைத் தலைவர்

generalize *(v)* : deduce, make a common inference, பொதுப்படை யாக்கு, பொது விதி அமை

generally *(adv)* : not specially, commonly, தனிப்பட்ட முறையி ன்றி, பொதுவாக

generate *(v)* : produce, bring into life, உருவாக்கு, பிறப்பி

generation *(n)* : production, people belonging to the same age or period, உருவாக்குதல், பிரித்தல், தலை முறை

generosity *(n)* : liberality, benevolence, unselfishness, தாராளகுணம், பெருந்தன்மை, தன்னலமின்மை

generous *(adj)* : liberal, benevolent, unselfish, தாராள குணமுள்ள, பெருந்தன்மையான, தன்னல மற்ற

genesis *(n)* : origin, beginning, மூலம், தோற்றம், தொடக்கம்

genial *(adj)* : cordial, courteous, cheerful, அன்புள்ள, பண்பமைதி யுடைய, மகிழ்ச்சியான

genitals *(n & pl)* : external organs of reproduction, பிறப்புறுப்புகள்

genitive *(n)* : possessive case, உடைமைப் பொருள் தரும் ஆறாம் வேற்றுமை

genius *(n)* : intellect, proficient person, spirit, பேரறிவாளன், சிறப்பாற்றல் உடையவன், ஆவியுரு

genteel *(adj)* : fashionable, elegant, polite, நாகரீகமுடைய, நேர்த்தி யான, நற்பண்புடைய

gentility *(n)* : politeness, nobleness of birth, நற்பண்பு, நற்குடிப் பிறப்பு

gentle *(adj)* : of good birth, slow, soft, courteous, lenient, நற்குடி சார்ந்த, மெதுவான, மென்மையான, பண்பமைதியுடைய, படிமான முடைய

gentlefolk *(n)* : people of good position and family, நற்குடிப் பிறந்தோர்

gentleman *(n)* : man of gentle birth, a well mannered man, நற்குடிப் பிறந்தோன், பண்பாளன்

gentlemanly *(adj)* : behaving like a gentleman, நன்னடத்தையுடைய

gentry *(n)* : people of high birth and good position, நற்குடிப் பிறந்தோர், மேன்மக்கள்

genuflect *(v)* : bend the knee (in worship), மண்டியிடு

genuine *(adj)* : true, real, good, உண்மையான, போலியற்ற, நல்ல

genus *(n)* : classs, வகை

geography *(n)* : the branch of science dealing with the earth's surface, physical features, climate, population etc., புவியியல்

geology *(n)* : the branch of science dealing with the structure of earth, மண்ணியல்

geometry *(n)* : a branch of study which deals with the study of lines, angles, figures etc., வடிவியல்

germ *(n)* : bud, microbe, a very minute form of living, the origin, மொட்டு, நோய் நுண்மம், நுண் ணுயிர், மூலம்

germane *(adj)* : closely related, suitable, நெருங்கிய, தொடர்புடைய, பொருத்தமான

germicide *(n)* : a germ-killer, பூச்சிக் கொல்லி

germinate *(v)* : begin to grow, sprout, produce, வளரத் தொடங்கு, முளைவிடு, உருவாக்கு

germination *(n)* : offshoot, sprouting, தளிர்விடுதல், முளைத்தல்

gerund *(n)* : verbal noun, form of verb ending in 'ing', தொழிற்பெயர்

gestation *(n)* : pregnancy, கருக் கொண்ட நிலை

gesticulate *(v)* : to make signs, சைகை காட்டு

gesture *(n)* : movement of the parts of the body to express something,a hint, சைகை, குறிப்பு

get *(v)* : acquire, become, to go or move, பெறு, ஆகு, சென்று சேர்

geyser *(n)* : a hot water spring, an apparatus for heating water, வெந்நீரூற்று, வெந்நீர் கொதிகலம்
ghastly *(adj)* : frightful, like a ghost, பயங்கரமான, பேய் போன்ற
ghat *(n)* : a range of mountains, mountain pass, a place in the river suitable for bathing etc., மலைத்தொடர், கணவாய், படித்துறை
ghee *(n)* : an oily liquid obtained by heating butter, நெய்
ghost *(n)* : spirit of the dead person, ஆவி, பேய்
giant *(n)* : person or extraordinary strength, size or ability, ஆற்றல் மிகுந்தவன், பேருருவுடையவன், மிகு திறமையுடையவன்
gibber *(v)* : speak rapidly and inarticulately, வேகமாகத் தெளிவின்றிப் பேசு, பிதற்று, உளறு; *(n)* : such a talk, பிதற்றல், உளறல்
gibe *(n)* : jeer, to mock unkindly, இகழ்ச்சி செய், இரக்கமின்றிக் கேலி செய்
giddiness *(n)* : a whirling sensation in the head, dizziness, தலைச் சுற்று, மயக்கம்
gift *(n)* : a present, talent, பரிசு, திறமை
gig *(n)* : a light two-wheeled carriage, இலேசான இரண்டு சக்கர வண்டி
gigantic *(adj)* : huge, மிகப்பெரிய
gild *(v)* : to coat with gold, adorn, தங்க முலாம் பூசு, அலங்கரி
gill *(n)* : one fourth of a pint, breathing organ in fishes and other water breathing animals, flesh under the chin and ears of a person, ஆழாக்கு போன்ற முகத்தலளவை, நீர்வாழ் உயிரிகளின் மூச்சு உறுப்பு, மனிரின் தாடைக்குக் கீழும் காதுகளின் கீழும் உள்ள தசை
gilt *(n)* : gold covering, past participle of gild, தங்க முலாம் பூச்சு, 'gild' என்பதன் இறந்தகால முடிவெச்ச வடிவம்
gimlet *(n)* : perforator, துளைக் கருவி
gin *(n)* : a kind of drink, trap, machine for removing seeds from cotton, ஒரு வகைச் சாராயம், கண்ணி, பருத்தியிலிருந்து விதை எடுக்கும் கருவி; *(v)* : entrap, remove seeds from cotton, கண்ணிவை, பருத்தியிலிருந்து விதைகளை நீக்கு
ginger *(n)* : a hot spicy root. இஞ்சி; *(v)* : stir up, தூண்டு
gingerly *(adj)* : careful, முன்னெச்சரிக்கையுடைய, விழிப்புடைய
gingili *(n)* : seed yielding a sweet oil, எள்
gipsy, gypsy *(n)* : fortune teller, member of a wandering tribe, குறி சொல்பவன், நாடோடி
giraffe *(n)* : an African animal with long neck and legs, ஒட்டகச்சிவிங்கி
gird *(v)* : bind, surround, enclose, strengthen, கட்டு, சுற்றிக் கட்டு, சூழ்ந்து கொள், ஆற்றல் பெருக்கு
girder *(n)* : a supporting beam used in building, உத்தரம்
girdle *(n)* : a belt worn round the waist, அரைக்கச்சை
girl *(n)* : a female child, a young, unmarried woman, பெண்குழந்தை, சிறுமி, கன்னி
girt, girth *(n)* : saddle band, measurement round the middle, சேணப் பட்டை, சுற்றளவு
gist *(n)* : main point or summary of matter, முக்கிய கருத்து, சுருக்கம், சாரம்

give *(v)* : bestow, grant, deliver, அளி, கொடு, தா

glacier *(n)* : a slowly moving mass of ice and snow, பனிக் கட்டி ஆறு

glad *(adj)* : cheerful, pleasing, மகிழ்ச்சிவாய்ந்த, இன்பமான

gladden *(v)* : make happy, மகிழ்ச்சியூட்டு

glade *(n)* : an open space between forest trees, காட்டு வழிப்பாதை

gladiator *(n)* : a man fighter to fight in the circus, காட்சி அரங்கில் சண்டைவீரன், அரங்க மல்லன்

glamour *(n)* : charm, attractiveness, magic, பகட்டு, கவர்ச்சி, மருட்சி

glance *(n)* : a sudden look, கண்ணோட்டம்; *(v)* : to take a quick look at, dart and fly, கண்ணோட்டமிடு, குத்திப் பற

gland *(n)* : an organ of the body secreting liquids, சுரப்பி

glare *(n)* : strong fierce light, கண் கூசும் ஒளி; *(v)* : to shine with dazzling light, ஒளி வீசு

glaring *(adj)* : dazzling, shining, visible, கண் கூசுகிற, ஒளி வீசும், நன்கு புலப்படுகிற

glass *(n)* : hard brittle transparent substance, anything made of glass, கண்ணாடி, கண்ணாடிச் சாமான்

glaze *(v)* : fit with glass, give glassy surface to, கண்ணாடி பொருத்து, மெருகிடு, பளபளபாக்கு. *(n)* : glassy surface, கண்ணாடி போன்ற பளபளப்பான பரப்பு

glazier *(n)* : one who fixes glass, கண்ணாடி பொருத்துபவன்

gleam *(n)* : a beam of light, brightness, ஒளிச்சுடர், பளிச்சிடுதல்; *(v)* : emit light, shine, ஒளி வீசு, பளிச்சிடு

glean *(v)* : gather remnants, collect carefully, மிச்சம் மீதியைச் சேகரி, பொறுக்கு

glebe *(n)* : a field, land belonging to a clergyman, வயல், சமயகுருவிற்குச் சொந்தமான இடம்

glee *(n)* : a group song, joy, கோஷ்டி கானம், மகிழ்ச்சி

glen *(n)* : a narrow valley, குறுகிய பள்ளத்தாக்கு

glide *(v)* : pass by smooth continuous movement, fly without an engine, சறுக்கு, பொறியில்லா வானூர்தியில் பறந்து செல்

glimmer *(v)* : give out a faint unsteady light, மினுங்கு, மங்கலாக விட்டு விட்டுப் பிரகாசி; *(n)* : a faint light, மங்கலான ஒளி

glimpse *(n)* : a short hurried view, நொடி நேரப் பார்வை. அரை குறைப் பார்வை; *(v)* : see partly, அரைகுறையாகப் பார்

glisten *(v)* : to glitter, மின்னு

glitter *(v)* : to sparkle, பளபளப்பாக ஒளிவிடு, மின்னு; *(n)* : gleam, மின்னுதல்

gloat *(v)* : to look at with a selfish joy, பிறர் துன்பத்தை மகிழ்வோடு நோக்கு

globe *(n)* : a sphere, a round body with a map of the world drawn on it, உருண்டை, கோளம், நிலக்கோளம்

globule *(n)* : a minute round particle, spherule, நுண்ணுருண்டை, சிறு கோளம்

gloom *(n)* : darkness, sadness, இருட்டு, மனவருத்தம்

glorify *(v)* : to praise highly, beautify, worship, மட்டின்றிப் புகழ், அழகுபடுத்து, கொண்டாடு

glorious *(adj)* : illustrious, honourable, magnificent, worshipping, புகழத்தக்க, மதிப்புமிக்க, உயர்வான, கொண்டாடத்தக்க

glory *(n)* : honour, splendour, bright light, boast, மதிப்பு, மேன்மை, பேரொளி, பெரும் புகழ்; *(v)* : feel proud, to boast about, பெருமை கொள், தற்பெருமை கொள்

gloss *(n)* : beauty, falsehood, superficial lustre, interpretation, அழகு, போலித்தனம், வெளிப்பூச்சு, விளக்கம்

glossary *(n)* : a short dictionary of obsolete or technical terms with their special meaning, சொற்றொகுதி, அரும் பொருள் விளக்க அகராதி

glossy *(adj)* : smooth, shiny, வழுவழுப்பான, பளபளப்பான

glove *(n)* : covering for the hand, கையுறை

glow *(n)* : emitting light and heat without flame, கனல் ஒளி; *(v)* : shine with great heat, கனலொளி வீசு

glow-worm *(n)* : a kind of beetle which shows a tiny light at night, மின்மினிப்பூச்சி

glue *(n)* : an abhesive substance, ஒரு வகைப்பசை

glut *(v)* : overload with food, to supply too much, அளவுக்கு மிஞ்சி உண், தேவைக்கு மீறி அளி; *(n)* : too much of something, தேவைக்கு அதிகமானது

glutton *(n)* : an excessive eater, a kind of weasel, a great lover of reading books, பெருந்தீனிக்காரன், கீரியின விலங்கு, நூல்களை அதிகமாக விரும்பிப் படிக்கும் பழக்கமுடையவன்

gluttony *(n)* : having excessive liking for food, உணவுப்பிரியன்

gnarled *(adj)* : twisted, knotty, வளைந்து நெளிந்த, கணுக்களுள்ள

gnash *(v)* : grind the teeth, பற்களை நெறி

gnat *(n)* : a small blood-sucking fly, a very small thing, a small trouble, ஒரு வகைக் கொசு, மிகச் சிறு பொருள், சிறு தொல்லை

gnaw *(v)* : corrode, to bite into small bits, அரி பல்லால் கரம்பிச் சிறு துண்டுகளாக்கு

gneiss *(n)* : a hard kind of rock, தீப் பாறை

go *(v)* : proceed, depart, try, to become, போ, செய், முயல், நடைபெறு

goad *(n)* : a sharp-pointed stick for driving cattle, motive, தார்க்குச்சி, தாற்றுக் கோல், தூண்டு கோல், *(v)* : to induce, தூண்டு

goal *(n)* : objective, score in game, winning post of a race, இலக்கு, விளையாட்டுப் போட்டியில் கெலிப்பெண், பந்தயத்தின் முடிவெல்லை

goat *(n)* : a domestic animal of the sheep family, வெள்ளாடு

gobble *(v)* : eat hurriedly and noisily, produce a sound in the throat like a turkey, ஓசையுடன் விரைவாக உண், வான்கோழி போன்று குரல் எழுப்பு

goblet *(n)* : a handless drinking glass, கைப்பிடியில்லாக் கோப்பை

goblin *(n)* : a mischievous spirit, demon, பேய், பிசாசு

gocart *(n)* : a wheeled framework for training infants to walk, நடைவண்டி

God *(n)* : deity, the creator of the world, கடவுள், படைப்பாளர்

god-father *(n)* : one who sponsors baptism, ஞானத் தந்தை

godliness *(n)* : devotion to god, piety, கடவுள் பற்று, நேர்மை

godown *(n)* : a store-house, கிடங்கு, பண்டக சாலை

godsend *(n)* : unexpected good fortune coming when greatly needed, எதிர்பாரா அதிர்ஷ்டம்

godspeed *(n)* : a wish for success or good fortune, நல் வெற்றி பெற அல்லது நன்மைபெற வாழ்த்துதல்

gogetter *(n)* : a pushing person, தன் முனைப்பு உடையவன்

goggle *(v)* : roll about eyes, கண்களை உருட்டி விழி

goggles *(n)* : a kind of spectacles, ஒரு வகை மூக்குக் கண்ணாடி

going *(adj)* : existing, நடை பெறும்

gold *(n)* : a precious metal, a thing of highest quality, பொன், தங்கம், விலை மதிப்பற்ற பொருள், மிகச் சிறந்த ஒன்று

goldsmith *(n)* : a worker in gold, பொற்கொல்லன்

golf *(n)* : a game played with clubs and hard ball, குழிப்பந்தாட்டம்

gong *(n)* : a rimmed metal disc which when struck gives a booming sound, சேகண்டி, கண்டாமணி

good *(n)* : advantage, benefit, நலம், நன்மை; *(adj)* : advantageous, virtuous, right, நல்ல, நன்மை பயக்கும், தூய்மையான, சரியான

good-bye *(interj)* : word used as greeting at parting, விடைபெறு சொல்

goodly *(adj)* : good-looking, அழகான

goodwill *(n)* : benevolence, friendship, the right to deal with the customers of a shop, நல்லெண்ணம், நட்புறவு, வாணிபச் செல்வாக்கு

goose *(n)* : a female waterfowl, பெண் வாத்து

gooseberry *(n)* : a thorny shrub or its eatable berry, ஒரு வகை முட்செடி, அதன் பழம்

goosestep *(n)* : balancing drill taught to soldiers, படைத்துறையினருக்கு அளிக்கப்படும் ஒருவகை நடைப் பயிற்சி

gore *(n)* : thick clotted blood, triangular shaped piece of cloth, உறைந்த இரத்தம், முக்கோண வடிவத் துணி; *(v)* : attack with a pointed weapon or horn, கூரான கொம்பினால் தாக்கு

gorge *(n)* : a narrow passage usually with stream between hills, the throat, gluttony, மலையருவி ஓடும் குறுகிய வழி, தொண்டை, பெருந்தீனி, ஆவலுடன் விழுங்குதல்

gorgeous *(adj)* : splendid, ornamented, பகட்டான, அலங்காரமான

gorilla *(n)* : the man-like ape, மனிதக் குரங்கு

gormandize *(v)* : eat voraciously, பேராசையுடன் விரைந்து உண்

gosling *(n)* : young one of a goose, வாத்துக் குஞ்சு

gospel *(n)* : the teachings of Christ, His life-story, good news, இயேசு

நாதரின் போதனைகள், அவர் வாழ்க்கை வரலாறு, நற்செய்தி

gossip *(n)* : idle talk, chatter, வீண் பேச்சு, அரட்டையடிப்பவன்

gourd *(n)* : a large fleshy fruit, the gourd emptied, dried and used as a drinking cup, சுரைக்காய், சுரைக் குடுக்கை

gout *(n)* : a disease causing painful swelling of the joint, கீல் வாதம்

govern *(v)* : control by authority, rule, அடக்கி ஆள், ஆட்சி செய்

government *(n)* : administration, act of governing, அரசு, ஆட்சி செய்தல்

governor *(n)* : a ruler, a regulator which controls the speed of working, ஆளுநர், கட்டுப்படுத்தி

gown *(n)* : a long loose robe, a woman's upper garment, மேலங்கி, பெண்களின் நெடுஞ்சட்டை

grab *(v)* : to snatch, கைப்பற்று, திடீரெனப் பிடி; *(n)* : capture, கைப்பற்றுதல், பறித்தல்

grace *(n)* : elegance, polish, forgiveness, mercy, title, honour, piety, அழகு, நயம், மன்னிக்கும் பண்பு, இரக்கம், அருள், பட்டம், சிறப்பு, பண்பு

graceful *(adj)* : elegant, அழகான, நேர்த்தியான, அன்பான

gracious *(adj)* : merciful, pleasing, polite, இரக்கமுள்ள, அழகான, இணக்கமுள்ள

grade *(n)* : quality, rank, class, slope, தரம், தரவரிசை, பிரிவு, சரிவு

gradient *(n)* : a slope, obliquity, சரிவு, சாய்மை, சாய்வளவு

gradual *(adj)* : taking place by degrees, not rapid, படிப்படியான, விரைவற்ற

graduate *(n)* : one who received an academic degree of a University, a graduated measuring glass, பல்கலைக்கழகப்பட்டதாரி, அளவுக் குறிகளையுடைய கண்ணாடிக் கலம்; *(v)* : to take a degree, mark out in degrees or portions, பட்டம் பெறு, அளவுகளைக்குறி

graft *(v)* : to fix a shoot of one plant on another, join the skin from one part of the body to another part, கிளை ஒட்டு, உடலின் ஒரு பகுதியிலிருந்து தோலை எடுத்து இன்னொரு பகுதியில் இணை; *(n)* : scion in stocks, ஒட்ட வைத்த கிளை

grain *(n)* : corn, seed, minute particle, a measure of weight, the run of the marking lines in wood, leather etc., தானியம், விதை, நுண்மணி, எடை அளவு, மரம், தோல் போன்றவற்றிலுள்ள நார் வரி அமைப்பு

gram *(n)* : a kind of cereal grain, a unit of weight, கொள்ளு, கொள்ளு வகைப் பயிர், நிறுத்தலளவை

gramaphone *(n)* : an instrument reproducing speech, music etc., from a record, பதிவிசைக் கருவி

grammar *(n)* : the study which deals with inflexions or other means of showing relation between word as used in speech and writing, இலக்கணம்

granary *(n)* : a store-house for grains, தானியக் களஞ்சியம், பண்டகசாலை

grand *(adj)* : important, beautiful, glorious, great, சிறப்பான, அழகான, மேன்மையான, பெரிய

grandchild *(n)* : son's or daughter's child, பேரன், பேத்தி

granddaughter *(n)* : daughter of one's son or daughter, பேத்தி

grandee *(n)* : (Spanish or Portuguese) man of high rank, பெருமகன்

grandeur *(n)* : splendour, beauty, repute, பகட்டு, அழகு, மதிப்பு, புகழ்

grandfather *(n)* : father of one's father or mother, தாத்தா, பாட்டன்

grandma(e) *(n)* : grandmother, an old woman, பாட்டி, கிழவி

grandmother *(n)* : mother of one's father or mother, பாட்டி

grandsire *(n)* : ancestor, an old man, மூதாதை, கிழவன்

grandson *(n)* : son of one's son or daughter, பேரன்

granite *(n)* : granular crystalline rock, கருங்கல்

granivorous *(adj)* : grain eating, தானியம் உண்ணும்

granny *(n)* : grand mother, an old woman, பாட்டி, கிழவி

grant *(v)* : give, allow, consent, கொடு அனுமதி, இணங்கு

grape *(n)* : edible fruit of the wine, திராட்சை

graph *(n)* : symbolic diagram drawn showing the mathematical or chemical relations, வரைபடம்

graphic *(adj)* : descriptive, intelligible, of symbolic diagrams, விளக்கமான, தெளிவான, வரை படங்களுடைய

graphite *(n)* : black lead, காரீயம்

grapnel *(n)* : an iron-clawed instrument thrown to seize objects, a small anchor with several claws or arms, பல கொக்கிகளையுடைய பிடி கருவி, பல் வளை நகங்களுடைய சிறு நங்கூரம்

grapple *(v)* : to catch, to seize, கெட்டியாகப்பிடி, கைப்பற்று; *(n)* : an instrument for holding ships, grip, fight, கப்பல்களைப் பிடித்து நிறுத்தும் கருவி, கொளுவி, சரி சமமான சண்டை

grasp *(v)* : seize, comprehend, understand, பற்றிக் கொள், புரிந்து கொள், அறிந்து கொள்

grass *(n)* : common herbage eaten by cattle, புல்

grasshopper *(n)* : a jumping insect, வெட்டுக்கிளி

grate *(n)* : metal frame work for holding fuel in a fire place, இரும்பாலான அடுப்புச் சட்டம்

grateful *(adj)* : thankful, நன்றியுடைய

gratify *(v)* : remunerate, please, satisfy, கைம்மாறு செய், மகிழ்ச்சியூட்டு, மனநிறைவு அடையச்செய்

grating *(adj)* : harsh, உராய்கிற; *(n)* : frame work of bars, கிராதி, அழி

gratis *(adv)* : free of charge, for nothing, இலவசமாக, விலையில்லாமல்

gratitude *(n)* : thankfulness, feeling of obligation, நன்றியுணர்வு, கடப்பாடு

gratuity *(n)* : a money gift in return for the services, பணிக்கொடை

gravamen *(n)* : grievance, essence of complaint, மனக்குறை, குற்றச் சாட்டின் சாரம்

grave *(n)* : burial place for the corpse, சவக்குழி, கல்லறை, புதைகுழி

gravel *(n)* : sand and small stones mixed, சரளைக்கல்

graver *(n)* : an engraving tool, செதுக்குளி

graveyard *(n)* : burial ground, மயானம், சுடுகாடு, இடுகாடு

gravitation *(n)* : force of attraction, ஈர்ப்பு விசை

gravity *(n)* : force of attraction of the earth on bodies, weight, seriousness, importance, புவியீர்ப்பு விசை, கனம், முக்கியத்துவம், சிறப்பு

gray, grey *(adj)* : having black and white colours mixed, சாம்பல் நிற முடைய

graze *(v)* : to feed on grass, to touch lightly in passing, புல் மேயவிடு, உராய்ந்து செல்

grease *(v)* : lubricate, to smear with grease, எண்ணெய் பூசு, மசகிடு; *(n)* : thick animal fat, oily matter of any kind, கொழுப்பு, எண்ணெய்ப் பசை, மசகு

great *(adj)* : much, big, important, glorious, magnanimous, மிகுந்த, பெரிய, மேன்மையுடைய, உயர்ந்த, பெருந்தன்மையுடைய

greed *(n)* : great and selfish desire for anything, பேராசை

greedy *(adj)* : desirous, voracious, பேராசையுடைய, பெருந்தீனி உண்ணும்

green *(adj)* : grass-coloured, unripe, inexperienced, unskilled, new, பச்சை நிறமுடைய, பசுமையான, பழுக்காத, அனுபவமற்ற, திறமை யற்ற, புதிய

green grocer *(n)* : a dealer in fresh vegetables, பச்சைக் காய்கறி விற்பனையாளர்

green house *(n)* : a house of glass for growing plants, செடிகள் வளர்க்கப் பயன்படும் கண்ணாடி வீடு

greenroom *(n)* : a room for the actors in a drama when off stage, ஒப்பனை அறை, ஓய்வு அறை

green-wood *(n)* : woodlands in summer, கோடைக்காலத்திலும் பசுமையாக இருக்கும்

greet *(v)* : to send kind wishes to, to welcome, a salute with words, to hail, வாழ்த்தனுப்பு, வரவேற்புக்கூறு, முகமனுரை, வாழ்த்துக் கூறு

greetings *(n)* : words of joy, welcome, a salutation, வாழ்த்து, மகிழ்ச்சிச் சொற்கள், வரவேற்பு, முகமன், வணக்கவுரை

gregarious *(adj)* : living in flocks or herds, social, மந்தையாக வாழ்கிற, கூட்டமாக வாழ்கிற

grenade *(n)* : a small explosive thrown by hand or shot from rifle-barrel, எறிகுண்டு, வெடிகுண்டு

greybeard *(n)* : an old man, a jug for spirit, a kind of plant, கிழவன், மது சாடி, ஒரு வகைப் பாசிச் செடி

greyhound *(n)* : a hunting dog, வேட்டை நாய்

grid *(n)* : a net work for distributing electricity, a grating of bars, மின் நிலைய இணைப்பு வரை சட்டம், கனல் தாங்கும் இரும்புச் சட்டம்

grief *(n)* : dejection, sorrow, சோர்வு, துன்பம்

grievance *(n)* : ground for complaint, மனக்குறைக்கு காரணம்

grieve *(v)* : to feel deep sorrow, to vex ஆழ்ந்த துயரம் அடை, வருத்தப் படு

grievous *(adj)* : injurious, painful, exciting grief, தீங்கான, துன்பம் தருகிற, துயரமூட்டும்

grim *(adj)* : frightful, stern, அச்சம் தரும், கடுமையான

grimace *(n)* : distortion of face in fun or pain, முகச் சுழிப்பு

grime *(n)* : soot, dirt, கரி, அழுக்கு

grin *(v)* : smile meaninglessly or ridiculously, a smile showing the teeth, பொருளின்றிச் சிரி, அசட்டுத் தனமாகச் சிரி, புல்லிளி

grind *(v)* : to sharpen, to crush into powder, கூராக்கு, பொடியாக்கு, தூளாக்கு

grind stone *(n)* : a revolving stone, instrument for grinding or sharpening, சாணைக்கல்

grip *(v)* : hold firmly with the hand or mind, இறுகப்பிடி; உணர்ச்சிகளை அடக்கு; *(n)* : a hold, the handle, grasping power, பற்றி, கைப்பிடி, பிடிப்பாற்றல்

gripe *(v)* : hold firmly, produce pain in the stomach, இறுகப்பிடி, வயிற்றை நோகச் செய்

grisly *(adj)* : dreadful, causing terror, கொடிய, அச்சம் விளைவிக்கும்

grit *(n)* : sand, gravel, firmness of character, மணல், சரளைக்கல், உறுதியான குணம், மன உறுதி

groan *(v)* : to make a painful deep sound, முனகு

groat *(v)* : an old English coin with four pence, நான்கு பென்ஸ் மதிப்புள்ள பழைய ஆங்கில நாணயம்

grocer *(n)* : a dealer in miscellaneous domestic stores, மளிகை வியாபாரி

groceries *(n & pl.)* : articles sold by grocers, மளிகைச் சாமான்கள்

grocery *(n)* : business of grocer, மளிகை வியாபாரம்

groin *(n)* : part of the body between belly and thigh, a curve formed by interjection of two vaults, அடிவயிறு தொடையோடு சேரும் பகுதி, இரு வில் வளைவுகள் ஒன்றோடொன்று சேருமிடத்தில் ஏற்படும் வளைவு

groom *(n)* : horse keeper, waiter, a man who is being married, குதிரைக்காரன், பணியாளன், மணமகன்

groove *(n)* : a long hollow channel, a furrow, habit, நீண்ட குறுகிய சால், பள்ளம், நடைமுறை வழக்கம்

grope *(v)* : to search by feeling, துழாவு

gross *(adj)* : whole, great, impure, vulgar, மொத்த, பெரிய, தூய்மையற்ற, முரட்டுத்தனமான, நாகரீகமற்ற; *(n)* : the whole twelve dozen, மொத்தம் 12 டசன்கள்

grot, grotto *(n)* : artificial ornamented cave, செயற்கைக் குகை

grotesque *(adj)* : deformed, ridiculous, விகாரமான, கோமாளித்தனமான

ground *(n)* : arena, land, support, cause, base, motive, அரங்கம், நிலம், ஆதாரம், காரணம், அடிப்படை, தூண்டம்; *(v)* : to touch the ground, teach, past tense and past participle of 'grind', நிலத்தில் இறக்கு, கற்பி, 'grind' என்பதன் இறந்தகால, இறந்தகால முடிவெச்ச வடிவம்

ground floor *(n)* : the floor of the house at street level, கட்டிட நிலத் தளம்

grounding *(n)* : the fundamental knowledge in learning something, அடிப்படை அறிவு

groundless *(adj)* : baseless, அடிப்படையற்ற

groundnut *(n)* : an edible nut which grows under the ground, நிலக்கடலை

groundwork *(n)* : basis, support, foundation, அடிப்படை, ஆதாரம், அடிப்படை அமைப்பு

grove *(n)* : small wood, group of trees, தோட்டம், தோப்பு

grovel *(v)* : cringe, move slowly, be low, நிலத்தில் ஊர்ந்து செல், தவழ், இழிவாக நடந்து கொள்

grow *(v)* : increase, expand, cultivate, வளர், பெருக்கு,பயிர் செய்

grower *(n)* : one who produces by cultivation, விவசாயி, பயிர் வளர்ப்பவர்

growl *(v)* : murmer angrily,complain, utter snarling sound like a dog, சினத்தால் முணு முணு, குற்றஞ்சாட்டு, உறுமு

growth *(n)* : process of growing, increase in size, வளர்ச்சி, வளர்த்தி

grub *(v)* : to dig, to make eat, rate up, தோண்டு, உண்பி, கிளறு, கிண்டு; *(n)* : larva of an insect, புழு

grudge *(v)* : hate, be envious, be unwilling to give, வெறு, பொறாமை கொள், தர விருப்பமின்றி இரு; *(n)* : enmity, bad feeling, பகைமை, வன்மம்

gruel *(n)* : a liquid food made from meal boiled in water or milk, தானியக் கஞ்சி, கூழ்; *(v)* : to punish, தண்டனை கொடு

gruelling *(n)* : punishment, தண்டனை

gruesome *(adj)* : fearful, disgusting, அச்சம் தரும், கொடிய, வெறுப்பூட்டும்

gruff *(adj)* : rough in manner, வெடு வெடுப்பான, முரட்டுத்தனமான

grumble *(v)* : to murmur with discontent, complain, மனக்குறை காரணமாக முனகு, குறைபடு

grumous *(adj)* : dense, pulpy, frozen, தடித்த, கொழுத்த, உறைந்த

grunt *(v)* : cry like a pig, express discontent, பன்றி போல் உறுமு, சலிப்புத்தெரிவி; *(n)* : cry of a pig, பன்றியின் உறுமல்

guarantee *(n)* : surety, security, promise, பிணையம், உத்திர வாதம், வாக்குறுதி

guard *(v)* : defend, keep watch, protect, காப்பாற்று, காவல் செய், பாதுகாப்பு செய்; *(n)* : one who or that which guards, a position of defence (in cricket etc.,) பாதுகாப்புப் படை, பாதுகாவலர், காவலர், மரப்பந்தாட்டத்தில் ஒரு வகை காப்பு நிலை

guardian *(n)* : protector, one who takes care of an infant or property, பாதுகாவலன், குழந்தை அல்லது உடைமைகளின் பொறுப்பாளன்

guava (*n*) : a tropical tree with bean-shaped fruits, கொய்யா மரம், கொய்யாப் பழம்

gubernatorial *(adj)* : of a governor, ஆளுநருக்குரிய

guddle *(v)* : to catch fish with the hand, கையால் மீனைப் பிடி

guerilla *(n)* : irregular war waged by small bodies acting independently, a member of such a body, சிறு குழுவினரின் ஒழுங்கற்ற போர், அக்குழுவைச் சார்ந்த உறுப்பினர்

guess *(v)* : suppose, form hypothesis as to, உய்த்துணர், ஊகி, எடுகோள் உருவாக்கு, *(n)* : supposition, hypothesis, உய்த்துணர்வு, ஊகம், எடுகோள்

guidance *(n)* : advice, lead, அறிவுரை, வழிகாட்டுதல்

guide *(n)* : person showing the way, one who points out interesting things about a place, a book that instructs as the way, time etc., வழி காட்டி, *(v)* : lead, வழி காட்டு

guild (gild) *(n)* : an association of persons joined together for special reason, corporation, சங்கம், கூட்டுறவுக் குழு

guild-hall *(n)* : the hall of assembly for a guild or corporation, சங்கக் கட்டடம், நகராட்சிக் கட்டடம்

guile *(n)* : treachery, deceit, வஞ்சகம், ஏமாற்று

guillotine *(n)* : a machine for beheading, a machine for cutting paper or straw, தலைவெட்டும் எந்திரம், காகிதம் அல்லது வைக்கோல் வெட்டும் எந்திரம்

guilt *(n)* : crime, wilful breaking of rules, குற்றம், பிழை, சட்டத்தை மீறிய நிலை

guinea *(n)* : English gold coin worth 21 shillings, part of west coast of Africa, 21 ஷில்லிங் மதிப்புள்ள ஆங்கிலப் பொன் நாணயம், ஆப்பிரிக்காவின் மேற்குக் கடற் கரைப் பகுதி

guinea-a-corn *(n)* : Indian millet, சோளம்

guinea fowl *(n)* : an European bird having white-spotted feathers, வெள்ளைப் புள்ளி இறகுகளுடைய சீமைக் கோழி

guinea-pig *(n)* : a small rodent resembling a pig, சீமைப் பெருச்சாளி

guise *(n)* : external appearance, manner, false pretence, வெளித் தோற்றம், தோரணை, பாசாங்கு

guitar *(n)* : a kind of stringed musical intrument, ஒரு வகை நரம்பிசைக் கருவி

gulf *(n)* : a large inlet of the sea, வளைகுடா

gull *(n)* : a web-footed seabird, a dupe, ஒரு வகைக் கடல் பறவை, ஏமாளி

gullet *(n)* : the food passage from throat to the stomach, உணவுக் குழாய்

gullible *(adj)* : easily deceived, எளிதில் ஏமாறக்கூடிய

gully *(n)* : a small water channel, a drain, சிறிய நீரோடை, சாக்கடை

gulp *(v)* : swallow greedily or in large mouthfuls, பேராசையுடன் விழுங்கு, வாய் நிறைய உணவை எடுத்து விழுங்கு

gum *(n)* : firm flesh into which teeth are fixed in the jaws, a sticky semi liquid obtained from trees, ஈறு, கோந்து

gun *(n)* : a tubular arm firing bullets or shells, துப்பாக்கி

gunboat *(n)* : a boat carrying cannons, பீரங்கிகளை ஏற்றிச் செல்லும் படகு

gunmetal *(n)* : an alloy of copper and tin or zinc, செம்புடன் வெள்ளீயம் அல்லது துத்தநாகம் கலந்த கலவை உலோகம்

gunnery *(n)* : the science of firing, பீரங்கி சுடும் கலை

gunny *(n)* : coarse sack woven from jute, கோணி, சாக்கு

gun powder *(n)* : an explosive powder, வெடிமருந்து, துப்பாக்கி மருந்து

gunshot *(n)* : range of a gun, துப்பாக்கி குண்டு பாயும் தூரம்

gurgle *(v)* : make a bubbling sound களகளவென்று ஓசை எழுப்பு

gush *(v)* : to flow out copiously, பீறிடு

பாய்ந்து வெளிப்படு; *(n)* : a strong flow, பீறிட்டு ஒழுகுதல்

gust *(n)* : a sudden blast of wind, taste, கொடுங்காற்று, சுவை யுணர்வு

gut *(n)* : the alimentary canal, cord for violin strings, குடல், நரம்பு, நாண்; *(v)* : to destroy the inner fittings, உள்ளிருக்கும் பொருள் களை அழி

gutter *(n)* : a water-channel, groove, நீர்த்தாரை, சாக்கடை, வழிப் பள்ளம்

guts *(n)* : courage, strength, வீரம், உறுதி

gymnasium *(n)* : a place for athletic exercises, உடற்பயிற்சிக் கூடம்

gymnastics *(n)* : athletic or physical exercises, உடற்பயிற்சித் துறை

gypsum *(n)* : sulphate of lime, கனிக் கல்

gypsy, gipsy *(n)* : a wandering race, நாடோடி இனம்

gyro compass *(n)* : gyroscope arranged to serve as a compass, திசைக் காட்டியாகச் செயல் புரியும் சுழல் வேகமானி

gyve *(n)* : fetters, chains, shackles விலங்கு, சங்கிலி, தளை

H

haberdasher *(n)* : a seller of drapery, small wares, நாடா முதலிய சில்லறைத் துணிச்சரக்குகளை விற்பவர்

habiliment *(n)* : garment, clothing, உடுப்பு, உடை

habit *(n)* : custom, usual behaviour, manner, வழக்கம், பழக்கம், முறை

habitable *(adj)* : fit for living, குடியிருக்கத்தக்க

habitation *(n)* : a dwelling place, act of inhabiting, உறைவிடம், இருப்பிடம், குடியிருத்தல்

habitual *(adj)* : customary, வழக்கமான

habituate *(v)* : to accustom, பழக்கப்படுத்து

habitude *(n)* : habit, custom, இயல்பு, வழக்கம்

hack *(v)* : to cut, சின்னாபின்னமாக வெட்டு *(n)* : a horse kept for hire, சவாரிக் குதிரை

hackney *(n)* : a horse for hire, வாடகைக் குதிரை; *(v)* : make common, பொதுவாக்கு

hacksaw *(n)* : a tool for cutting metals, உலோக ரம்பம்

had *(v)* : past tense of have, 'have' என்பதன் இறந்தகாலம்

hades *(n)* : hell, nether world, நரகம், பாதாள உலகம்

haemorrhage *(n)* : escape of blood from bloodvessel, இரத்தப் போக்கு

hag *(n)* : an ugly old woman, அருவருக்கத்தக்க தோற்றமுடைய கிழவி

haggard *(adj)* : lean and wild looking, மெலிவான தோற்றமுடைய, விகாரமான

haggle *(v)* : to bargain, பேரம் பேசு

hail *(n)* : greeting, a shower of frozen drops, வாழ்த்து, ஆலங்கட்டி மழை; *(v)* : to greet, call, வாழ்த்துக்கூறு, கூவி அழை

hailstone *(n)* : a lump of ice of frozen rain, ஆலங்கட்டி

hailstorm *(n)* : a storm accompanied with hail, புயல் காற்றுடன் கூடிய ஆலங்கட்டி மழை

hair *(n)* : animal filament growing on the head and skin, முடி, மயிர்

hairbreadth *(n)* : very small distance like the breadth of the hair, மயிரிடை

hakeem, hakim *(n)* : specialist in indigenous medicines, philosopher, நாட்டு வைத்தியர், தத்துவஞானி

hale *(adj)* : strong, healthy, திடமான, உடல் நலமுடைய; *(v)* : to drag, இழு

half *(n)* : one of two equal parts, பாதி, அரை, இருசமக் கூறு

hall *(n)* : a large room at the entrance large public room, கூடம், பொது அறை

hallmark *(n)* : a distinctive sign, stamp of purity, அடையாளக் குறி, தூய்மை முத்திரை; *(v)* : make such a mark, அங்ஙனம் அடையாளமிடு

hallo *(v)* : call out, கூவு; *(n)* : a cry to arrest attention, கவனத்தைக் கவரப் பயன்படும் விளிச்சொல்

hallow *(v)* : to sanctify, தூய்மையாக்கு; *(n)* : a pious person, துறவி, தூய்மையானவர்

hallucination *(n)* : a delusion, மனமருட்சி

halo *(n)* : a luminous circle, ஒளிவட்டம்

halt *(v)* : to stop, நிறுத்து; *(n)* : stoppage, the lame, தங்குதல், முடம்

halter *(n)* : head rope for horse, rope for hanging offenders, கடிவாளம், தூக்குக் கயிறு

halve *(v)* : to divide into two equal parts, பாதியாக்கு, சமகூறாக்கு

hamlet *(n)* : a small village, குக்கிராமம்

hammer *(n)* : mallet, சுத்தியல்

hammock *(n)* : a swinging bed, ஊஞ்சல் படுக்கை

hamper *(v)* : to obstruct, fetter, தடைசெய், விலங்கிடு; *(n)* : a large covered basket, மூடியுள்ள பெரிய கூடை

hand *(n)* : part of the arm below the wrist, worker, கை, வேலையாள் *(v)* : to give to, கொடு

handbill *(n)* : a small printed notice, துண்டு பிரசுரம்

handbook *(n)* : a reference book, கையேடு

handcuff *(n)* : fetter for the wrist, கைத்தளை

handful *(n)* : small quantity that can be held in the hand, smallness, ஒரு கைப்பிடியளவு, சிறிய அளவு

handgrenade *(n)* : a bomb thrown by the hand, கையினால் எறியப் படும் வெடிகுண்டு

handicap *(n)* : disadvantage, முட்டுக் கட்டை, தடை; *(v)* : to place at a disadvantage, தடை ஏற்படுத்து

handiwork *(n)* : work done by the hand, கைவேலை

handle *(n)* : that part of a thing by which it is held by hand, கைப்பிடி, *(v)* : to lay, hold of, discuss, feel, கையாளு, விவரி, உணர், தொடு

handloom *(n)* : a weaving machine worked by the hand, கைத்தறி

handmaid *(n)* : a female servant midwife, வேலைக்காரி, செவிலி

handpost *(n)* : guide post, கை காட்டி மரம்

handsome *(adj)* : good looking, attractive, நேர்த்தியான, கவர்ச்சியான

handwriting *(n)* : calligraphy, writing with the hand, கையெழுத்து, கையால் எழுதுதல்

handy *(adj)* : near, useful, convenient, easy to be handled, அருகிலுள்ள, பயனுள்ள, வசதியான, கையாளத் தக்க

hang *(v)* : to suspend, kill by hanging, தொங்கவிடு, தூக்கிலிடு

hangar *(n)* : a covered shed for housing aeroplanes, or airships, வானூர்திக் கொட்டகை

hanger *(n)* : a person or thing that hangs, தூக்கிலிடுபவர், தொங்க விட உதவும் பொருள்

hangeron *(n)* : a dependent, சார்ந் திருப்பவர்

hangman *(n)* : an executioner, தூக் கிலுடும் பணியாளர்

hank *(n)* : yarn of fixed length, நூல் சிட்டம், நூல்கழி

hanker *(v)* : to desire eagerly, மிகுந்த ஆசை கொள்

hanky-panky (*n*) : jugglery, புரட்டு

hansom *(n)* : a two-wheeled vehicle, இரு சக்கர வண்டி

hap *(n)* : chance, வாய்ப்பு, தற் செயல்

haphazard *(n)* : mere chance, accident, தற்செயல், எதிர்பாரா நிகழ்ச்சி

hapless *(adj)* : unlucky, hopeless, miserable, unhappy, வாய்ப்பற்ற, நம்பிக்கையற்ற, துன்பமான, மகிழ்ச்சியற்ற

happen *(v)* : to take place, நேரிடு, நிகழ்

happy *(adj)* : glad, felicitous, மகிழ்ச்சி யான, மகிழ்ச்சி தருகிற

harangue *(n)* : a pompous speech, ஆவேசமான பேச்சு

harass *(v)* : to vex, to torment அலைக்கழி, தொல்லை கொடு

harbinger *(n)* : precursor, a messenger, முன்னோடி, தூதுவன்

harbour *(n)* : sea-port, துறைமுகம்

hard *(adj)* : strong, solid, severe, difficult, உறுதியான, கெட்டியான, கடுமையான, கடினமான

hard-earned *(adj)* : earned by hard and sincere work, நேர்மையுடன் கடின உழைப்பினால் சம்பாதித்த

harden *(v)* : to make hard, கெட்டி யாக்கு

hard-hearted (*adj*) : stingy, cruel, unfeeling, கஞ்சத்தனமான, இரக்க மற்ற, உணர்வற்ற

hardly *(adv)* : infrequently, scarcely, அரிதாக, போதாமல்

hardship *(n)* : severe toil, adversity, கொடுமை, துன்பம்

hardware *(n)* : iron wares, இரும்புச் சாமான்

hardy *(adj)* : strong, resolute, திட மான, மன உறுதியுள்ள

hare *(n)* : a timid animal, முயல்

harem *(n)* : women's apartment, அந்தப்புரம், மகளிர் அறை

hark *(v)* : to hear, உற்றுக் கேள்

harlot *(n)* : a prostitute, விலைமகள்

harm *(n)* : injury, badness, evil, தீங்கு, கெடுதி, கேடு
harmful *(adj)* : causing harm, கேடு விளைவிக்கக் கூடிய
harmless *(adj)* : uninjured, innocent, தீங்கற்ற, குற்றமற்ற
harmonium *(n)* : an instrument of music, ஒரு வகை இசைக் கருவி
harmonious *(adj)* : musical, agreeable, இன்னிசையான, இணக்கமுள்ள, ஒத்திசைந்த
harmony *(n)* : accord of sounds, fitness, agreement, ஒத்திசைவு, பொருத்தம், இணக்கம்
harness *(n)* : an equipment for the horse, சேணம்
harp *(n)* : a stringed musical instrument, யாழ் போன்ற இசைக் கருவி; *(v)* : to repeat idly, to weary, திரும்பத்திரும்பக் கூறு, அலுக்கும் படிப்பேசு
harper, harpist *(n)* : a harp player, யாழ் இசைப்பவர்
harpoon *(n)* : a dart used to catch whales, திமிங்கிலத்தைப் பிடிக்கப் பயன்படும் ஒரு வகை ஈட்டி
harpy *(n)* : evildoer, plunderer, கேடு விளைவிப்பவன், சூறையாடுபவன்
harrow *(n)* : a toothed instrument for breaking up the soil and levelling the land, நிலச்சமன் பொறி
harsh *(adj)* : cruel, severe, கொடுமையான, கடுமையான
hart *(n)* : stag, மான்
harvest *(n)* : cutting and gathering of crops, அறுவடை
has *(v)* : singular form of have, 'have' என்பதன் ஒருமை வடிவம்
hasp *(n)* : a clasp, lock, கொக்கி, பூட்டு
hassock *(n)* : a mat used for kneeling on, a foot cushion, முழங்காலிட்டு நிற்க உதவும் துண்டு, மிதியடி
haste *(n)* : speed, quickness, வேகம், விரைவு
hasten *(v)* : quicken, விரைவு படுத்து
hasty *(adj)* : quick, thoughtless, விரைவான, முன்யோசனையற்ற
hat *(n)* : a head covering, தொப்பி
hatch *(n)* : a covering for the hole, sluice, young one coming out of the eggs at a time, துளை மூடி, மதகு, ஒரே நேரத்தில் முட்டைகளிலிருந்து பொரிக்கப்படும் குஞ்சுகள்; *(v)* : to produce young ones from eggs, to plot, குஞ்சுபொரி, சதிசெய்
hatchet *(n)* : a small axe, கைக் கோடாரி
hatchway *(n)* : an opening in a ship's deck, கப்பல் தளத்தின் நுழைவாயில்
hate *(v)* : to dislike, வெறு; *(n)* : hatred, aversion, பகை, வெறுப்பு
hatred *(n)* : extreme dislike, வெறுப்பு
hattrick *(n)* : three successive victories, அடுத்தடுத்து மும்முறை வரும் வெற்றி
haughty *(adj)* : proud, arrogant; அகந்தையுடைய, கர்வமான
haul *(n)* : pull, traction, இழுவை, இழுத்தல்; *(v)* : to drag, வலித்து இழு
haunch *(n)* : part of the body between the ribs and the thighs, இடுப்புப் பகுதி
haunt *(v)* : to visit frequently, அடிக்கடிச் சென்று வா
haunted *(adj)* : frequently visited by ghosts, பேய்கள் நடமாட்டமுடைய

hautboy *(n)* : a musical reed instrument, ஒரு வகை ஊது குழல்
have *(v)* : plural form of has, own, accept, 'has' என்பதன் பன்மை வடிவம், உடைமையாகப் பெறு, ஏற்றுக்கொள்
haven *(n)* : harbour, asylum, துறை முகம், புகலிடம், பாதுகாப்பான இடம்
haversack *(n)* : a soldier's provision bag, படை வீரனின் உணவுப் பொருள் பை
havildar *(n)* : a sergeant of the army, படைத்துறை அலுவலர்
havoc *(n)* : general waste, destruction, சேதம், அழிவு
hawk *(n)* : a bird of prey, வேட்டைப் பறவை வகை; *(v)* : to go about with goods for sale, பொருள்களைக் கூவி விற்பனை செய்
hawker *(n)* : one who goes about with goods for sale, பொருள்களைக் கூவி விற்பனை செய்பவன்
hawthorn *(n)* : a hedge shrub, ஒரு வகை முட்செடி
hay *(n)* : dried grass, வைக்கோல்
haystack *(n)* : heaped up hay, வைக்கோல் போர்
hazard *(n)* : danger, chance, அபாயம், தற்செயல், இடையூறு
hazardous *(adj)* : dangerous, அபாயமான
haze *(n)* : mist, obscurity, dimness, மூடுபனி, தெளிவின்மை, மங்கல்
hazel *(n)* : shrub bearing brown nuts, பழுப்பு நிறக் கொட்டைகளைத் தரும் சிறிய செடி
hazy *(adj)* : misty, obscure, dim, பனி மூடிய, தெளிவற்ற, மங்கலான
he *(pron)* : third person masculine singular, படர்க்கை ஆண்பால் ஒருமை வடிவம், அவன்
head *(n)* : the uppermost part of an animal body, தலை
headache *(n)* : pain in the head, தலைவலி
header *(n)* : a dive with the head first, தலை குப்புற பாய்தல்
heading *(n)* : title, top-line, தலைப்பு, தலையங்கம்
headland *(n)* : a cape, நிலமுனை
headlong *(adj & adv)* : swiftly, thoughtlessly, with the head first, விரைவா(ன)க, கண் மூடித் தனமா(ன)க, தலை கீழா(ன)க
headman *(n)* : chief, தலைவன்
headmaster *(n)* : chief master of a school, தலைமை ஆசிரியர்
headquarters *(n)* : the main office of an organization, தலைமை அலுவலகம்
headsman *(n)* : a public executioner, தலை வெட்டுத் தண்டனையை நிறைவேற்றுபவன்
headstrong *(adj)* : stubborn, self-willed, முரட்டு பிடிவாதமுடைய, தன்முனைப்புடைய
headway *(n)* : progress, முன்னேற்றம்
headwind *(n)* : the wind that blows directly on one's face or against the direction of the ship, எதிர்காற்று
heal *(v)* : to cure, குணப்படுத்து
health *(n)* : freedom from disease, ஆரோக்கியம், உடல்நலம்
healthy *(adj)* : of good health, உடல் நலமுடைய
heap *(n)* : a pile, mass, குவியல், திரள்; *(v)* : pile up, குவி
hear *(v)* : to perceive by the ear, listen, கேள், கவனி
hearken *(v)* : to listen, உற்றுக் கேள்

hearsay *(n)* : common rumour, வதந்தி, செவிவழிச் செய்தி

hearse *(n)* : a carriage for the dead, பாடை, பிண வண்டி

heart *(n)* : organ keeping up the ciriculation of the blood, affection, courage, இருதயம், கனிவு, வீரம்

heart-broken *(adj)* : suffering from deep sorrow, துயரத்தால் மன முடைந்த

heart burning *(n)* : discontent, ill-will, மன நிறைவின்மை

hearten *(v)* : stimulate, inspire, தூண்டு, ஊக்கமூட்டு

heartful *(adj)* : hearty, மனமார்ந்த

hearth *(n)* : fire place, அடுப்பு

heartily *(adv)* : with good will or appetite, நல்லெண்ணத்துடன், மனமார, பசியுடன்

heartless *(adj)* : malevolent, இரக்க மற்ற

heartrending *(adj)* : heart breaking, நெஞ்சைப் பிளக்கும்

hearty *(adj)* : cheerful, warm, generous, மனமுவந்த, அன்பான, மனம் கனிந்த

heat *(n)* : warmth, வெப்பம், சூடு

heath *(n)* : barren land, தரிசு நிலம்

heathen *(n)* : irreligious person, a pagan, சமயச்சார்பற்றவர், சமய நம்பிக்கையற்றவர்

heather *(n)* : a wild shrub, ஒருவகைக் காட்டுச் செடி

heave *(v)* : to raise, to swell, to throw, உயர்த்து, வீங்கு, தூக்கி எறி; *(n)* : rise and fall, swelling, a throw, ஏற்ற இறக்கம், வீக்கம், எறிதல்

heaven *(n)* : place of the blessed, paradise, the sky, God, வானுலகம், இன்ப உலகம், சுவர்க்கம், வானம், கடவுள்

heaven born *(adj)* : of divine origin தெய்வத்தன்மையுடைய

heavenly *(adj)* : divine, celestial, தெய்வத்தன்மையுடைய, வான வெளி சார்ந்த

heavy *(adj)* : weighty, எடைமிக்க, பளுவான

heckle *(v)* : to comb, ask awkward questions in a public meeting, சிக் கெடு, பொதுக் கூட்டத்தில் குறுக் குக் கேள்விகளால் திணறடி

hectic *(adj)* : feverish, flushed in the face, காய்ச்சலுள்ள, நோயால் முகம் சிவந்த

hector *(v)* : to bully, கொடுமைப் படுத்து

hedge *(n)* : a bushy thicket, a fence, புதர்க்காடு, எல்லை வேலி; *(v)* : to surround with a hedge, புதர் வேலி அமை

hedgebill *(n)* : a tool for dressing hedges, வேலியை கத்தரிக்கும் கொடுவாள்

hedgehog *(n)* : a small spine-covered animal which rolls itself into a ball for defence, முள்ளெலி

heed *(n)* : caution, எச்சரிக்கை, கவனம்; *(v)* : to notice, கவனி

heedful *(adj)* : cautious, எச்சரிக்கை யுள்ள, முன் கவனமுள்ள

heedless *(adj)* : inattentive, neglectful, கவனமற்ற, அக்கறையற்ற, பொருட்படுத்தாத

heel *(n)* : the back part of the foot, குதிகால்

hefty *(adj)* : big and strong, வலிமை மிகுந்த, திடமான

heifer *(n)* : a young cow, ஈனாத இளம் பசு

height *(n)* : distance upwards, a high

place, utmost degree, உயரம், உயர்ந்த இடம், உயர்வு

heighten *(v)* : raise, exaggerate, improve, உயர்த்து, மிகைப்படுத்து, மேம்படுத்து

heinous *(adj)* : atrocious, கொடிய

heir *(n)* : one who inherits, possessor, மரபுரிமையாளன், உரிமையாளன்

heir-apparent *(n)* : a legally acknowledged heir, சட்டப்படியான உரிமையாளன்

held *(v)* : past tense and past participle of hold, 'hold' என்பதன் இறந்தகால, இறந்தகால முற்றெச்ச வடிவம்

helicopter *(n)* : an aircraft that can go straight up and down, செங்குத்தாக மேலெழும்பி இறங்கவல்ல ஒரு வகை வானூர்தி

heliograph *(n)* : a means of signalling using the sun's rays, கதிரவச் சைகைமானி

heliotrope *(n)* : a kind of plant with sweet smelling flowers, மணமுள்ள மலர்களையுடைய ஒரு வகைச் செடி

hell *(n)* : place of torment, the dwelling place of evilspirits, the place of punishment of the wicked after death, துன்ப உலகம், கெட்ட தேவதைகளின் இருப்பிடம், கொடியவர் இறந்த பின் தண்டனை அடையும் இடம்

hellish *(adj)* : malevolent, unbearable, இரக்கமற்ற, பயங்கரமான

helm *(n)* : the steering instrument of the ship, சுக்கான்

helmet *(n)* : armour covering for the head, தலைக் கவ்சம்

helmsman *(n)* : one who steers the ship, கப்பலோட்டி

help *(v)* : to assist, உதவி செய்; *(n)* : assistance, உதவி

helpful *(adj)* : useful, giving help, பயன்படும், உதவி செய்கிற

helter-skelter *(adj)* : in confusion, குழப்பமாக, ஒழுங்கில்லாமல்

helve *(n)* : the handle of an axe, கோடாரிக் காம்பு

hem *(n)* : the stitched border of a garment, துணியின் தைக்கப்பட்ட விளிம்பு; *(v)* : to stitch the border of a garment, விளிம்பு தை

hemisphere *(n)* : a half-sphere, half-globe, அரை உருண்டை, அரைக் கோளம்

hemlock *(n)* : a poisonous plant, ஒரு வகை நச்சுச்செடி

hemorrhage *(n)* : see haemorrhage

hemp *(n)* : fibres of a plant used for making ropes etc., சணல் நார்

hen *(n)* : female fowl, பெட்டைக் கோழி

hence *(adv)* : from this place or time, therefore, for this reason, இங்கிருந்து, இப்போதிருந்து, இதனால், இதன் விளைவாக

henceforth, hence forward *(adv)* : from now on, in future, இப்போது முதல், இது முதற்கொண்டு

henchman *(n)* : a servant, வேலையாள்

henpecked *(adj)* : domineered over by one's wife, மனைவிக்கு அடங்கி நடக்கிற

henroost *(n)* : place where fowls roost at night, கோழிக் கூண்டு

heptagon *(n)* : seven sided plane figure, ஏழு பக்க வடிவம்

her *(pron)* : object form of she, அவளை

herald *(n)* : precursor, முன்னறிவிப் பவன்; *(v)* : to predict, முன்னறிவி

herb *(n)* : a plant whose roots, stems, or leaves are used as food or medicine, உணவாகப் பயன்படும் சிறு செடி, மூலிகை

herbage *(n)* : grass and other field plants, pasture, புல் பூண்டு

herbiferous *(adj)* : full of herbs, புல் பூண்டு நிறைந்த

herbivorous *(adj)* : herb-feeding, தழையுண்ணும்

Herculean *(adj)* : extremely difficult, very strong, செயற்கரிய, வலிமை மிக்க

herd *(n)* : a flock of animals feeding or going about together, மந்தை

herdsman *(n)* : one who looks after a herd, மந்தையை மேய்ப்பவன்

here *(adv)* : in, at, to this place, இந்த இடத்தில், இங்கே, இந்த இடத்துக்கு

hereabout *(adv)* : near or about, இந்த இடத்திற்குப் பக்கத்தில்

hereafter *(adv)* : in the future இனி மேல், வருங்காலத்தில்; *(n)* : the future; வருங்காலம்

hereby *(adv)* : as a result, இதன் விளைவாக

hereditary *(adj)* : descending by inheritance, மரபுவழி வருகிற

heredity *(n)* : the transmission of ancestral qualities, diseases etc., மரபு வழித் தொடரும் பண்புகள், மரபு வழி நோய்

herein *(adv)* : in this, இதில்

hereinafter *(adv)* : afterwards, below, இதன் பின்னால், கீழே

heresy *(n)* : a belief or opinion contrary to that which is generally accepted, முரணான சமயக் கருத்து, முரண் கோட்பாடு

heretic *(n)* : holder of an orthodox opinion, வழக்கிலுள்ள நம்பிக்கைக்கு மாறான கருத்தை உடையவர்

hereto *(adv)* : to this, இவ்வகையில்

herewith *(adv)* : with this, இதனுடன்

heritage *(n)* : an inheritance, மரபுரிமை

hermaphrodite *(n)* : human being or other animals having the combined characteristics of both sexes, பேடு, இரு பால் சின்னங்களையும் உடைய விலங்கு

hermit *(n)* : one who lives in solitude for the purpose of devotion, துறவி

hermitage *(n)* : the dwelling place of a hermit, துறவிகளின் இருப்பிடம்

hern or heron *(n)* : a long legged water fowl, ஒரு வகை நாரை

hero *(n)* : a man of distinguished bravery or noble qualities, chief man in poem, play or story, பெருந்தகை, பாட்டுடைத் தலைவன், நாடகத் தலைவன், கதைத் தலைவன்

heroic *(adj)* : like a hero, daring, brave, தலைவன் போன்ற, துணிச்சலான, வீரமான

heroism *(n)* : bravery, வீரம்

herr *(n)* : a German word meaning Mr., 'திரு' என்று பொருள்படும் ஜெர்மானிய மொழிச்சொல்

herring *(n)* : sea fish much used for food, உணவாகப் பயன்படும் ஒரு வகைக் கடல் மீன்

herself *(pron)* : reflexive and emphatic form of she, அவளே, அவளுக்கே, அவளையே

hesitate *(v)* : to be undecided about, to be doubtful about something, தயங்கு, முடிவெடுக்கத் தயக்கம் காட்டு, சந்தேகம் கொள்

hesitation *(n)* : uncertainty, reluctance, உறுதியற்ற நிலை, தயக்கம்

hesperus *(n)* : Venus, the evening star, வெள்ளி, மாலைக்கால நட்சத்திரம்

hessian *(n)* : coarse cloth of hemp, a high boot, கெட்டியான, சணல் துணி, குதிகால் உயர்ந்த செருப்பு

hest *(n)* : a command, கட்டளை

heterodox *(adj)* : not orthodox, வழக்கத்திலுள்ள நம்பிக்கைக்கு மாறான

heterogenous *(adj)* : of another kind, unlike, பலவகையான, பலபடித்தான, வேறான

hew *(v)* : to cut vigorously, shape by cutting, வெட்டு, செதுக்கு

hewer *(n)* : one who hews, வெட்டுபவர்

hewn *(v)* : past participle of hew, hew என்பதன் இறந்தகால முடிவெச்ச வடிவம்

hexagon (*n*) : six sided plane figure, அறுபக்க வடிவம்

hey-day *(n)* : time of greatest prosperity or strength, full bloom, வளமான காலம், பருவகாலம்

hiatus *(n)* : a gap in between, an opening, இடைவெளி, பிளவு

hibernate *(v)* : to pass the winter in sleep, குளிர் காலத்தில் தூக்கத்தால் செயலற்றிரு

hiccough or hiccup *(n)* : a short gasp caused by laughing, eating or drinking, விக்கல்

hickory *(n)* : a kind of nut bearing tree, கொட்டைப் பருப்புடைய ஒரு வகை மரம்

hid *(v)* : past tense of hide, 'hide' என்பதன் இறந்த கால வடிவம்

hidden *(v)* : past participle of hide, 'hide' என்பதன் இறந்தகால முடிவெச்ச வடிவம்

hide *(v)* : to conceal, to thrash, மறைத்துவை, நையப்புடை; *(n)* : thick skin of beast, an old land measure, விலங்கின் தோல், பழைய நில அளவை

hideous *(adj)* : ugly, frightful, அருவருப்பான, அச்சமூட்டுகிற

hide-out *(n)* : a hiding place, மறைவிடம்

hiding *(n)* : concealment, thrashing, மறைவு, ஒளிப்பு, கசையடி

hie *(v)* : to go quickly, விரைவாகப் போ

hierarch *(n)* : chief priest, தலைமைக் குரு

hierarchy *(n)* : a body of church rulers in order of rank, குருக்களின் படிநிலைக் குழுமம்

hieroglyph *(n)* : ancient writing in which pictures and symbols are used as letters, சித்திர எழுத்துமுறை, அடையாள எழுத்து முறை

higgle *(v)* : to chaffer, விடாது பேரம் பேசு

higgledy-piggledy *(adj & adv)* : in great disorder, பெருங்குழப்பமாக, குளறுபடியான; *(n)* : confused situation, குழப்பநிலை, சீர்கேடு

high *(adj & adv)* : lofty, eminent, far up, உயரமான, மேன்மையுடைய, உயரத்தில்

highborn *(adj)* : born of a noble family, உயர்குடிப்பிறந்த

highbred *(adj)* : brought up nobly, நல்லொழுக்கத்துடன் வளர்க்கப் பட்ட

highflown *(adj)* : high sounding but often not very sensible, proud, பகட்டான, ஆணவமான

highhanded *(adj)* : insolent, overbearing, proud, துடுக்கான, வீறாப் பான, ஆண்வமான

highland *(n)* : a hilly region, மேட்டுப் பகுதி

highminded *(adj)* : having high principles and moral character, உயர் கொள்கையுடைய, பெருந்தன் மையுடைய

highpriest *(n)* : chief priest, தலை மைக் குரு

highway *(n)* : a public road, நெடுஞ் சாலை

highwayman *(n)* : a robber who stops people on the public road, வழிப்பறிக் கொள்ளைக்காரன்

hike *(n)* : a journey on foot, பாத யாத்திரை, நடைப்பயணம்; *(v)* : to go for a long walk, கால் நடையாகச் செல்

hilarious *(adj)* : cheerful, merry, மகிழ்ச்சியான, களிப்பான

hilarity *(n)* : cheerfulness, merriment, மகிழ்ச்சி, களிப்பு

hill *(n)* : a high land of lesser altitude than a mountain, குன்று

hillock *(n)* : a small hill, சிறு குன்று

hilt *(n)* : a sword handle, கத்தியின் கைப்பிடி; *(v)* : fix a handle, பிடி போடு

him *(pron)* : objective case of he, அவனை

himself *(pron)* : emphatic and reflexive form of him, அவனே, அவ னையே, அவனுக்காக

hind *(n)* : female deer, peasant, பெண் மான், குடியானவன்; *(adj)* : situated in the back, பின்புறமான

hinder *(v)* : prohibit, தடை செய்

hindrance *(n)* : obstruction, தடை, இடையூறு

Hindu *(n)* : follower of Hinduism, இந்து மதத்தினர்

Hinduism *(n)* : a religion, இந்து மதம்

Hindustani *(n)* : a north Indian language, வட இந்தியமொழி

hinge *(n)* : a movable joint on which a door turns, that on which anything depends, கீல் அச்சு, ஆதாரம்; *(v)* to turn, to depend on, கீல் பொருத்து, சுழலு, ஆதாரமாகக் கொள்

hint *(v)* : suggest, குறிப்பாகத் தெரிவி; *(n)* : suggestion, insinuation, குறிப்பு, மறைமுகமாகக் குறிப் பிடுதல்

hinterland *(n)* : the region lying inland from the coast, கரையோரப் பகுதியை அடுத்த உள்நாடு

hip *(n)* : the part of the body above the thigh, fruit of the wild rose, cheer of satisfaction or approval, இடுப்பு, காட்டு ரோசாவின் காய், மகிழ்ச்சி ஆரவாரம்

hippodrome *(n)* : arena, a circus, பந்தய அரங்கம், விலங்குப் பயிற்சிக் காட்சி அரங்கு

hippopotamus *(n)* : a large skinned quadrupled living in water, நீர்யானை

hire *(v)* : to engage help for pay, வாடகைக்கு அமர்த்து

hireling *(n)* : a servant, கூலியாள்

hirsute *(adj)* : hairy, மயிரடர்ந்த

his *(pron)* : belonging to him, அவனுடையது

hiss *(v)* : to make sound like that of 's'; 'ஸ்' என்ற ஒலியெழுப்பு

historian *(n)* : one who writes history, வரலாற்றாசிரியன்

historic *(adj)* : noted in history, வரலாற்றில் குறிப்பிடத் தக்க

history *(n)* : a record of events, வரலாறு

histrionic *(adj)* : theatrical, having to do with the actor, நடிப்பிற்குரிய நடிகர்களுக்குரிய

hit *(v)* : strike, discover, அடி, தற்செயலாகக் கண்டுபிடி; *(n)* : stroke, a surprising success, அடி, திடீர் வெற்றி

hitch *(v)* : to catch by a hook, pull with a quick movement, கொக்கி வைத்துப்பிடி, வெட்டி இழு, *(n)* : an obstacle, a kind of knot, a sudden movement, தடை, சுருக்கு, முடிச்சு, திடீர் அசைவு

hither *(adv)* : here, இங்கே

hitherto *(adv)* : up to now, இதுவரை

hive *(n)* : dwelling place of the bees, தேன்கூடு

hoar *(adj)* : white, aged, வெள்ளையான, வயது முதிர்ந்த

hoard *(v)* : accumulate, stock, திரட்டு, சேர்த்துவை; *(n)* : a hidden store. கருவூலம்

hoarding *(n)* : fence of boards often covered with advertisement, விளம்பரங்கள் ஒட்டப் பயன்படும் சாரம்

hoarfrost *(n)* : a white frost, உறைவெண் பனி

hoar hound, hore hound *(n)* : a herb used in medicine, ஒருவகை மூலிகைச் செடி

hoarse *(adj)* : having a rough harsh voice, கரகரப்பான, கம்மிய

hoary *(adj)* : white with age, very old, நரைத்த, வயது முதிர்ந்த

hoax *(n)* : humorous deception, குறும்புத்தனமாக ஏமாற்றுதல்; *(v)* : to deceive for fun, கேலிக் கூத்தடி

hob *(n)* : a shelf fixed at the side of the fire place, அடுப்பின் அருகில் பொருத்தப்பட்டுள்ள கணப்புத் தட்டம்

hobble *(v)* : walk lamely, to tie the legs of the horse to prevent it from going, நொண்டி நொண்டி நட, நடக்க முடியாதபடி குதிரைக்குக் கால் கட்டுப்போடு

hobby *(n)* : favourite pastime, விருப்பமான பொழுது போக்கு, விருப்பத் தொழில்

hobby-horse *(n)* : wooden horse like that on a merry-go-round, figure of a horse fastened to a dancer, இராட்டினத்திலுள்ள மரக்குதிரை, பொய்க்கால் குதிரை

hobgoblin *(n)* : demon, பூதம்

hobnail *(n)* : heavy headed nail for horse shoe and boot holes, செருப்புகளில் அடிக்கப்படும் தடித்த தலையுடைய ஆணி

hobnob *(v)* : have a friendly talk, drink together, நட்பாக உரையாடு, கூடிக் குடித்து மகிழ்

hock *(n)* : German white wine, middle joint of an animals's hind leg, செர்மானிய நாட்டு மதுவகை, விலங்கின் பின்னங்கால், முழங்கால் மூட்டு

hockey *(n)* : game played by two teams of eleven players with curved sticks, வளை கோல் பந்தாட்டம்

hocus-pocus *(n)* : jugglery, cheating, செப்படி வித்தை, ஏமாற்று

hod *(n)* : a wooden trough for carrying bricks, mortar etc., கொத்து வேலைக்கு எடுத்துச் செல்லும் தட்டு

hoe *(n)* : a garden tool for weeding and loosening the soil, மண்வெட்டி, களைகொத்தி

hog *(n)* : castrated male pig, விதையடிக்கப்பட்ட ஆண் பன்றி

hogshead *(n)* : a large cask for wine, பீப்பாய்

hoist *(v)* : to lift, உயர்த்து, மேலே ஏற்று; *(n)* : a kind of elevator, பளுதூக்கி

hold *(v)* : to contain, possess, stop, வைத்திரு, உரிமை பெறு, தடு; *(n)* : cavity in ship where cargo is stored, grip, grasp, கப்பலில் சரக்குகள் சேகரிக்கும் அடிப்பகுதி, பிடி, பிடிப்பு

holdall *(n)* : a portable case for holding bed, clothes etc., துணி, படுக்கை முதலியவற்றை எடுத்துச் செல்லப் பயன்படும் பெரிய பை

holding *(n)* : the amount held (as in land or shares in a company) tenure of land, குத்தகைக்கு எடுத்த நிலம், நிலக் குத்தகைக் காலம்

hold up *(v)* : sustain, arrest progress of, plunder on high way, நிறுத்திவை, வளர்ச்சியைத் தடை செய், வழிப்பறிக் கொள்ளையடி; *(n)* : stoppage of traffic, an attack of robbery, போக்குவரவை நிறுத்துதல், வழிப்பறிக் கொள்ளை

hole *(n)* : an opening or hollow place in something solid, துளை, குழி

holiday *(n)* : a day of rest, விடுமுறை நாள்

holiness *(n)* : sacredness, title of Pope, புனிதத் தன்மை, சமயத் தலைவரின் பட்டம்

hollow *(adj)* : with an empty space inside, false, unsubstantial, உட்குழியான, போலியான, வெறுமையான; *(n)* : concavity, hole, உட்குழிவு, துளை, பள்ளம் *(v)* : to make a hole in, துளையிடு, அகழ்

holly *(n)* : an ever green shrub, இலையுதிர்க்காத ஒரு வகைப் புதர்ச்செடி

hollyhock *(n)* : a tall garden plant with large flowers, பெரிய மலர்களையுடைய நெட்டையான செடிவகை

holm oak *(n)* : an evergreen oak, இலையுதிர்க்காத ஆல மர வகை

holocaust *(n)* : a large scale destruction by fire, பெரிய அளவில் எரிந்து அழிதல்

holster *(n)* : leather case for a pistol, துப்பாக்கி வைக்கும் தோலுறை

holt *(n)* : wooded hill, புதர்க்காடு

holy *(adj)* : sacred, devoted to religion, புனிதமான, சமயச்சார்பான

homage *(n)* : respect outwardly shown, tribute paid, மரியாதை, வழிபாடு

home *(n)* : one's usual dwelling place, native land, இல்லம், வீடு, தாய்நாடு; *(adj)* : relating to one's dwelling or country, சொந்த வீடு, அல்லது நாட்டைச் சார்ந்த; *(adv)* : towards home, வீட்டுக்கு, தாய்நாட்டுக்கு

homely *(adj)* : simple, making one feel at home, எளிய, வீட்டில் இருப்பது போன்ற, தாய்நாட்டில் இருப்பது போன்ற

home-made *(adj)* : made at home, வீட்டில் செய்யப்பட்ட, தாய் நாட்டில் செய்யப்பட்ட

homesick *(adj)* : depressed as a result of separation from home, வீட்டு ஏக்கம் கொண்ட, தாய்நாட்டு ஏக்கம் கொண்ட

homespun *(adj)* : woven at home, வீட்டில் நெய்யப்பட்ட

homeward *(adv)* : towards home, வீடுநோக்கி, தாயகம் நோக்கி

homicide *(n)* : killing of a human being, a murderer, மனிதக் கொலை, கொலையாளி

homily *(n)* : a simple sermon, சமயச் சொற்பொழிவு

homogeneous *(adj)* : of the same kind or nature, ஒரே தன்மையுடைய, ஒரு படித்தான்

homonyms *(n & pl)* : words of same form but a different meaning, பொருள் வேறுபட்டு ஒலிவடிவம் ஒத்தச் சொல், பல பொருளொருசொல்

hone *(n)* : stone used for sharpening, சாணைக்கல்

honest *(adj)* : sincere, truthful, நேர்மையான, உண்மையான

honesty *(n)* : sincerity, நேர்மை

honey *(n)* : a sweet thick fluid collected by bees from flowers, தேன்

honeycomb *(n)* : bees' network of wax cells for honey and eggs, தேனடை

honeymoon *(n)* : a holiday spent by the newly married couple, தேன் நிலவு

honeysuckle *(n)* : a climbing plant with sweet smelling flowers, நறுமணப் பூக்கள் உடைய கொடி வகை

honk *(n)* : wild goose's cry, the noise of the motor horn, காட்டு வாத்தின் கூச்சல், உந்து வண்டியின் ஊதுகுழல் எழுப்பும் ஒலி

honorarium *(n)* : fee offered (but not claimed) for services, மதிப்பூதியம்

honorary *(adj)* : acting without payment, given as an honour, உழைப் பூதியமின்றிப் பணிசெய்கிற, மதிப்பு காரணமாக வழங்கப் படுகிற

honorific *(adj)* : conferring honour, மரியாதை அளிக்கும்

honour *(n)* : respect, glory, a title, மதிப்பு, புகழ், நற்பெயர்; *(v)* : show respect to, pay money when due, மதிப்புக்கொடு, உரிய சமயத்தில் பாக்கிப் பணத்தைச் செலுத்து

honourable *(adj)* : worthy of honour, மதிப்புக்குரிய, பெருமைக்குரிய

hood *(n)* : a cap, தொப்பி

hoodwink *(v)* : mislead, conceal, ஏமாற்று, கண்ணைக்கட்டு

hoof *(n)* : horny part on the feet of certain animals, குளம்பு

hook *(n)* : carved or bent piece of metal for catching or hanging anything, கொக்கி; *(v)* : to catch or hang with hook, கொக்கிப் போட்டுப் பிடி, கொக்கியில் மாட்டு

hookah, hooka *(n)* : a tobacco pipe, புகைபிடி குழாய்

hookworm *(n)* : a blood sucking worm, கொக்கிப்புழு

hooligan *(n)* : ruffian, rowdy, முரடன், போக்கிரி

hooliganism *(n)* : brutality, முரட்டுத் தனம், போக்கிரித்தனம்

hoop *(n)* : a metal or wooden circular band, வளையம்

hooping-cough, whooping-cough *(n)* : contagious disease of children with dreadful cough, கக்குவான் இருமல்

hoopoe *(n)* : a bird with large erectile crest, பெரிய நிமிர்ந்த கொண்டையுடைய பறவை

hoot *(v)* : to cry like an owl, ஆந்தை போல் அலறு

hop *(n)* : a tall climbing plant, a jump, நீண்டு படரும் வகை, துள்ளல்; *(v)* : to jump with one foot, cross by leaping, நொண்டியடி, துள்ளி நட

hope *(n)* : expectation, confidence, நம்பிக்கை; *(v)* : to expect good to happen, நலனை எதிர்பார்

horde *(n)* : wandering tribe, நாடோடி இனம்

horizon *(n)* : the line at which earth or sea and sky appear to meet, the limit that a person can see or understand, தொடுவானம், அடிவானம், காட்சியெல்லை, அறிவெல்லை

horizontal *(adj)* : parallel to the horizon, flat, படுக்கையான, மட்டமான, கிடையான

horn *(n)* : pointed out-growth on the head of certain animals, a wind instrument, part of a motor car used to give a sound, கொம்பு, துளைக் கருவி வகை, உந்து வண்டியில் பொருத்தப்படும் ஊது குழல்; *(v)* : play on the horn, furnish with horns, இசைக் கொம்பு ஊது, ஊது குழலை ஒலிக்கச் செய்

hornet *(n)* : a kind of wasp with a powerful sting, குளவி

hornpipe *(n)* a wind instrument, a lively dance, ஒரு வகைத் துளைக் கருவி, ஒரு வகை ஆடல்

horoscope *(n)* : prediction of one's fortune by observing the positions of the stars at the time of one's birth, பிறப்புக் கணிதம், ஜாதகம்

horrible, horrid *(adj)* : fearful, shocking, கோரமான, அச்சமூட்டும், அதிர்ச்சி தரும்

horrify *(v)* : to frighten, அச்சமூட்டு

horror *(n)* : extreme fear, dislike, பேரச்சம், பெருவெறுப்பு

horse *(n)* : a well-known solid-hoofed animal, குதிரை

horsegram *(n)* : a kind of grain used as food for horses, கொள்ளு

horsemanship *(n)* : art of riding on horseback, குதிரையேற்றம்

horseplay *(n)* : rough noisy fun, முரட்டு விளையாட்டு

horseshoe *(n)* : curved metal shoe for horses, குதிரை லாடம்

horticulture *(n)* : art of cultivating gardens, தோட்டக்கலை

hosanna *(n)* : cry of praise to god, இறைவனைப் புகழ்ந்து பாடும் வாழ்த்தொலி

hose *(n)* : stockings, flexible tube for carrying water, முழு நீளக் காலுறை, நெளியக் கூடிய நீர்க் குழாய்; *(v)* : water with a hose, நீர்க் குழாயின் மூலம் நீர் ஊற்று

hosier *(n)* : dealer of hose and other knitted undergarments, காலுறைகளும் பின்னப்பட்ட உள்ளாடைகளும் விற்பவர்

hosiery *(n)* : knitted undergarments, hose, பின்னப்பட்ட உள்ளாடைகள், காலுறைகள் முதலியன

hospice *(n)* : a rest house for travellers, வழிப்போக்கர் விடுதி, சத்திரம்

hospitable *(adj)* : giving friendly and generous reception in one's own home, விருந்தோம்பும் பண்புடைய

hospital *(n)* : a place for the treatment of the sick or wounded, மருத்துவமனை

hospitality *(n)* : friendly welcome and entertainment of guests or strangers, விருந்தோம்பும் பண்பு

host *(n)* : one who entertains guest, hotel-keeper, a large number, army, the holy bread used in the Lord's supper, விருந்தளிப்பவர், விடுதிக்காரன், பெருந்தொகுதி, படை, இறை விருந்தில் இறைவனுக்காக அளிக்கப்படும் அப்பம்

hostage *(n)* : a person kept in custody as a pledge, பிணையாக நிறுத்தப்படுபவர், பிணை

hostel *(n)* : an inn, a building where boarding and lodging are provided for the students, விடுதி, மாணவர் இல்லம்

hostess *(n)* : a lady who entertains guests, mistress of inn, விருந்தோம்பும் பெண், விடுதித் தலைவி

hostile *(adj)* : adverse, unfriendly, பகையான, எதிரான

hostility *(n)* ; enmity, பகைமை

hostler, ostler *(n)* : stable man at inn, குதிரைலாயமேற்பார்வையாளன்

hot *(adj)* : warm, angry, சூடான, சினமுடைய; *(adv)* : eagerly, hotly, angrily, ஆர்வமாக, சூடாக, கோபத்துடன்

hotbed *(n)* : garden bed heated by fermenting manure to quicken growth, வளர்ச்சியை விரைவுபடுத்துவதற்காக அழுகின எருபோட்டு சூடாக்கப்பட்ட நிலம்

hotch-potch, hotchpot *(ns)* : a kind of broth, a confused mixture, ஒருவகை இறைச்சிக் கூட்டு, கூட்டுக்கறி, கதம்பக்கூட்டு

hotel *(n)* : a place where meals and rooms are provided on payment, உணவகம்

hot headed *(adj)* : acting without sufficient thought, சிந்திக்காமல் செயல்புரிகிற, கண்மூடித்தனமான

hot house *(n)* : a house kept warm for growing tender plants, இளஞ்செடிகளை வளர்ப்பதற்கான செயற்கை வெப்பநிலப் பண்ணை

hough, hock *(n)* : the joint on the hind leg of the quadruped, விலங்குகளின் பின்னங்காலிலுள்ள இணைப்பு

hound *(n)* : a hunting dog, a mean fellow, வேட்டை நாய், கீழான குணமுடையவன்; *(v)* : chase or hunt with the hound, வேட்டை நாயின்உதவியால் தேடு அல்லது வேட்டையாடு

hour *(n)* : a period of 60 minutes, ஒரு மணி நேரம்

hourglass *(n)* : sand glass for measuring time, மணல் வட்டில்

house *(n)* : a dwelling place, வீடு, இல்லம்; *(v)* : to provide a house for, வீடமைத்துக் கொடு, தங்குமிடம் அளி

house-breaker *(n)* : a thief who enters another's home by day, workman employed to pull down old buildings, பகல் கொள்ளைக்காரன், பாழடைந்த வீட்டை இடித்துத் தள்ளுபவன்

household *(n)* : all the people living in one house, குடும்பத்தினர், குடும்பம்; *(adj)* : domestic, குடும்பத்திற்கான

housemaid *(n)* : a servant maid, வீட்டு வேலைக்காரி

housewife *(n)* : the mistress of a family, a pocket case for keeping the sewing articles, குடும்பத் தலைவி, தையல் பொருட்கள் வைக்கும் உறை

housing *(n)* : a cover for the horse for protection or ornament, குதிரையின் மேல் பாதுகாப்பிற்காக அல்லது அழகிற்காகப் போடப்படும் துணி

hovel *(n)* : a small dirty house, மோசமான நிலையிலுள்ள சிறு குடிசை

hover *(v)* : to move to and fro near something, to remain in air, அங்குமிங்கும் திரிந்து கொண்டிரு, சுற்றி வட்டமிடு, வானில் பறந்து திரி

how *(adv)* : in what degree, in what state, எம்முறையில், எவ்வழியில், எவ்வளவில், எத்தரத்தில், எந்நிலையில்

howdah *(n)* : seat on elephant's back, அம்பாரி

however *(adv)* : in whatever manner, to what ever extent, எவ்வழியிலாயினும், எவ்வளவிலாயினும்; *(conj)* : in spite of that, but yet, எப்படியாயினும், இருப்பினும்

howitzer *(n)* : a kind of short gun, குட்டையான ஒரு வகைத் துப்பாக்கி

howl *(v)* : make a long loud cry (of animals), ஊளையிடு

howsoever *(adv)* : however, although, in whatever degree, எவ்விதத்திலும், இருந்தாலும், எவ்வளவிலேனும்

hub *(n)* : central part of the wheel, centre, சக்கரத்தின் குடம், மையம்

hubbub *(n)* : uproar, confused talk, கூச்சல், குழப்பமான பேச்சு

huckster *(n)* : hawker, கூவிவிற்கும் சிறு வணிகன்

huddle *(v)* : heap up in a hurry, pack together, அவசரத்தில் தாறுமாறாகக் குவி, நெருக்கமாகத் திணி; *(n)* : confusion, disordered state, குழப்பம், கலவரம்

hue *(n)* : colour, வண்ணம்

huff *(n)* : fit of ill temper, கோப நிலை, வெடுவெடுப்பு

hug *(v)* : to embrace, to show love, அன்போடு கட்டியணை; *(n)* : an embrace, அணைப்பு, இறுகத் தழுவுதல்

huge *(adj)* : large in size or degree, மிகப்பெரிய

hulk *(n)* : an old ship unfit for use, a big clumsy person, பயன்பாடற்ற பழைய கப்பல், மிகப்பருமனான மனிதர்

hull *(n)* : the body of the ship, outer covering of fruits, grains etc., கப்பலின் உடற்பகுதி, மேல் தோல், உமி; *(v)* : remove the outer covering, மேல்தோல் நீக்கு

huller *(n)* : a machine for removing husks from grains, தானியங்களிலிருந்து உமிநீக்கும் எந்திரம்

hullo *(interj)* : a word to call attention, கவனத்தை ஈர்க்க உதவும் குறிப்புச் சொல்

hum *(v)* : make a buzzing sound, sing with closed lips, be active, முனகு,

வாய்க்குள் பாட்டை முனகு, சுறு சுறுப்பாக இரு

human *(adj & adv)* : pertaining to man, மனிதனுக்குரிய

humane *(adj)* : benevolent, இரக்க முடைய

humanitarian *(adj)* : kind and gentle, கருணையுடைய, அன்பான; *(n)* : love of mankind, மனித இன நலப் பற்றுடையவர்

humanity *(n)* : benevolence, human race, literary subjects of study, கருணை, இரக்கம், மனிதனம், இலக்கண இலக்கியக் கலைப் பயிற்சி

humanly *(adv)* : within the power of mankind, மனித சக்திக்கு உட்பட்டு

humble *(adj)* : meek, modest, low in rank, பணிவுள்ள, அமரிக்கையான, அடக்கமுள்ள, தாழ்நிலையிலுள்ள; *(v)* : make low, தாழ்வுபடுத்து

humble-bee *(n)* : bumble - bee, கோத்தும்பி

humbug *(n)* : deception, falsehood, மோசடி, கள்ளத்தனம், பாசாங்கு; *(v)* : delude, ஏமாற்று

humdrum *(adj)* : dull, சலிப்பூட்டுகிற

humid *(adj)* : moist, ஈரப்பதமான

humidity *(n)* : dampness, ஈரப்பதம்

humiliate *(v)* : lower the self-respect, தன் மதிப்பிழக்கும்படிச் செய்

humiliation *(n)* : something which hurts one's self respect, தன்மான இழப்பு, தாழ்வு

humility *(n)* : humble condition, meekness, தாழ்ந்தநிலை, தாழ்மை யுணர்ச்சி, அடக்கம்

hummingbird *(n)* : a beautiful tropical bird whose wings make a humming sound, சிறகுகளை இன்னிசையோடு அடிக்கும் ஒரு அழகிய பறவை

hummock *(n)* : hillock, சிறு குன்று

humorist *(n)* : funny man, joker, நகைச்சுவை மனிதன், கோமாளி

humorous *(adj)* : full of humour, நகைச்சுவை நிரம்பிய

humour *(n)* : comicality, the state of mind, amusement, one of certain liquids in the body, நகைச்சுவை, மனநிலை, வேடிக்கை விளையாட்டு, உடலிலுள்ள நீர்க்கூறு; *(v)* : gratify, please, இணங்கச் செய், மகிழ்ச்செய்

hump or hunch *(n)* : a lump on the animal's back, திமில்

humpback, hunchback *(n)* : one with a hump on one's back, கூனுடையவன், கூன்முதுகு, கூனன்

humus *(n)* : the decay of vegetables in the soil making it rich, இலை, தழை, மக்கிய மண்

hundred *(n & adj)* : ten times ten, நூறு

hundredfold *(adv)* : hundred times as much, நூறுமடங்கான

hundredth *(adj)* : the next number after 99th, நூறாவதான

hundred weight *(n)* : a weight of 112 pounds, 112 பவுண்டு எடை

hung *(v)* : past tense and past participle of hang, hang, என்பதன் இறந்தகால, இறந்தகால முற்றெச்ச வடிவம்

hunger *(n)* : uneasy sensation caused by want of food, any strong desire, பசி, மிகு விருப்பம்; *(v)* : to feel hunger, பசித்திரு

hungry *(adj)* : feeling hunger, eager, பசித்திருக்கும், ஆவலுடைய

hunt *(v)* : pursue wild animals, try to find, காட்டு விலங்கை வேட்டையாடித் துரத்து, கண்டறிய முயல்; *(n)* : the action of hunting, வேட்டையாடுபவன், வேடன்

hunter *(n)* : one who hunts, வேடன்

hunterman *(n)* : a hunter, வேட்டைக்காரன்

hurdle *(n)* : portable frame used as temporary fencing, obstacle, தட்டி கட்டி மறைத்தல், தடை

hurdy-gurdy *(n)* : a musical instrument played by turning handle, கைப்பிடியைச் சுற்றி இயக்கும் ஒருவகை இசைக்கருவி

hurl *(v)* : to whirl or throw violently, சுழற்றி எறி, வீசி எறி

hurly-burly *(n)* : confusion, commotion, குழப்பம், கொந்தளிப்பு

hurrah *(interj)* : a shout of joy, triumph etc., மகிழ்ச்சி ஆரவாரம், வெற்றி எக்காளம்

hurricane *(n)* : violent-wind, storm, புயல் காற்று

hurried *(adj)* : urgency, haste, அவசரமான, விரைவான

hurry *(n)* : swiftness, eagerness, வேக விரைவு, மிகை ஆர்வம், பரபரப்பு; *(v)* : to hasten, விரைவுபடுத்து

hurt *(v)* : to cause moral or physical pain to, மனதை (அ) உடலைப் புண்படுத்து

hurtle *(v)* : to move with a clattering sound, தட தடவென்ற ஒலியுடன் ஓடு

husband *(n)* : man to whom a woman is married, கணவன்; *(v)* : uneconomically, சிக்கனமாகக் கையாளு

husbandman *(n)* : agriculturist, விவசாயி, உழவன்

husbandry *(n)* : economy, farming, சிக்கனம், வேளாண்மை

hush *(n)* : silence, அமைதி; *(v)* : to make quiet, அமைதிப்படுத்து

husk *(n)* : the outer covering of grain, உமி; *(v)* : remove husk from the grain, உமியைப்போக்கு

husky *(adj)* : dry, full of husks, hoarse, உலர்ந்த, உமி நிறைந்த, கரகரப்பான

hussar *(n)* : a light armed cavalry, பளுவற்ற ஆயுதம் தாங்கிய குதிரை வீரன்

hussy *(n)* : ill-mannered woman, ஒழுக்கம் குறைந்த பெண்

hustings *(n & pl)* : proceedings leading up to a parlimentary election, தேர்தல் நடவடிக்கைகள்

hustle *(v)* : push roughly, to hurry, நெருக்கித் தள்ளு, விரைந்து செய்; *(n)* : quick and energetic action, விரைவான, சுறுசுறுப்பான செயல்

hut *(n)* : a small mean house, குடிசை

hutch *(n)* : hut, a low wagon used in mining, குடிசை, சுரங்க வேலைக்கு பயன்படுத்தப்படும் கட்டை வண்டி

huzza *(interj)* : a shout of joy, triumph etc., மகிழ்ச்சி ஒலி, வெற்றி ஆரவாரம்

hyacinth *(n)* : a sweet smelling bulbous plant, a precious stone, ஒரு வகைப் பூங்கோரை, புது மரகதக்கல்

hyaena, hyena *(n)* : a wild animal like wolf, கழுதைப்புலி

hybrid *(n)* : an offspring of two different species, கலப்பினம்; *(adj)* : possessing the qualities of hybird, கலப்பினமான

hydra *(n)* : a water serpent whose many heads grow when cut off,

வெட்ட வெட்ட வளரும் பல தலைப் பாம்பு

hydrant *(n)* : a water pipe nozzle to which a main pipe can be attached, பெருங்குழாயில் இணைக்கத் தகுந்த வாயினையுடைய நீர்க் குழாய்

hydraulic *(adj)* : carrying water through pipes, நீரைக் கொண்டு செல்கிற

hydrogen *(n)* : an element, ஒரு தனிமம், நீரியம்

hydrophobia *(n)* : aversion to water due to rabies, வெறிநாய்க்கடியால் உண்டாகும் நீர்வெறுப்பு நோய்

hygiene *(n)* : study of health, உடல் நலவியல்

hymn *(n)* : song of praise to god, பாசுரம், துதிப்பாடல்

hyperbole *(n)* : exaggeration, மிகை யுரை

hypercritical *(adj)* : fastidious, நுணுக்கமாகக் கவனிக்கிற, குற்றம் கண்டுபிடிக்கும் நிலையிலுள்ள

hyphen *(n)* : a short stroke (–) for joining words, இணைப்புக் குறி (—)

hypnotic *(n)* : a sedative, தூங்க வைக்கும் மருந்து

hypnotism *(n)* : artificial production of deep sleep-like state, அறிதுயில்

hypocrisy *(n)* : pretence, பாசாங்கு, வெளிவேடம்

hypocrite *(n)* : a pretender, deceiver, பாசாங்குக்காரன், ஏமாற்றுபவன்

hypodermic needle (syringe) *(n)* : an injection needle used to inject below the skin, தோலினடியில் போடும் ஊசி

hypotenuse *(n)* : the largest side of a right angled triangle, செங்கோண முக்கோணத்தின் நீளமான பக்கம்

hypothecate *(v)* : pledge, அடகுவை, பணையம் வை

hypothesis *(n)* : supposition, கருது கோள்

hypothetical *(adj)* : supposed, கருதப் பட்ட

hyssop *(n)* : a sweet smelling herb, மணமுள்ள புதர்ச்செடி வகை

hysteria *(n)* : functional disturbance of the nervous system, நரம்புத் தளர்ச்சி நோய்

hysterics *(n)* : attack of hysteria, இழுப்பு வலிப்புகள்

I

I *(pro)* : subjective case of first person, நான்

ibex *(n)* : a mountain goat with large curved horns, மலை ஆடு

ibis *(n)* : a wading bird, ஒரு வகை நாரைப் பறவை

ice *(n)* : frozen water made solid by cold, பனிக்கட்டி; *(v)* : cool with ice, பனிக்கட்டியால் குளிரவை

iceberg *(n)* : large mass of ice floating in the sea, கடலில் மிதக்கும் பெரிய பனிக்கட்டி, பனிப்பாறை

ichneumon *(n)* : weasel like carnivore, noted for eating eggs of snakes or of crocodiles, பாம்பு அல்லது முதலை களின் முட்டைகளைத் தின்னும் கீரி போன்ற ஊன் உண்ணி

ichthyosaurus *(n)* : extinct marine reptile, மரபற்ற கடல்வாழ் உயிரினம்

icicle *(n)* : hanging piece of ice, தொங்கு பனி

icon *(n)* : image, சிலை

iconoclasm *(n)* : the destruction of images, சிலைகளை அழித்தல்

iconoclast *(n)* : a breaker of idols or images, one who attacks popular beliefs, தெய்வச் சிலைகளை உடைப்பவன், பழங்கால நம்பிக் கைகளையும் பழக்கவழக்கங் களையும் தாக்குபவன்

icy *(adj)* : extremely cold, without love, பனிக்கட்டியாலான, அன்பார்வமற்ற

idea *(n)* : conception of anything in the mind, a notion, thought, உள் கருத்து, புது எண்ணம், சிந்தனை

ideal *(n)* : satisfying one's highest idea of what is perfect, that which is highest or best, குறிக்கோள், இலட்சியம், மிகச்சிறந்தது

identical *(adj)* : the very same, agreeing in every way, அதுவேயான, ஒரே மாதிரியான

identity *(n)* : absolute sameness, who somebody is, what something is, முழுவதும் ஒத்திருத்தல், யார், எது என்று அடையாளம் காணுதல்

ideology *(n)* : system of ideas, manner of thinking, கருத்தியல், கருத்துப் பாங்கு

idiocy *(n)* : stupidity, மடமை

idiom *(n)* : group of words whose meaning must be learnt as a whole, a manner of expression peculiar to a language, மரபுத் தொடர், மரபு வழக்கு

idiosyncrasy *(n)* : personal mannerism, an old way of doing or thinking, தனிப்பண்பு, செயல் முரண் பாடு, சிந்தனை முரண்பாடு

idiot *(n)* : a stupid person, முட்டாள், மடையன்

idle *(adj)* : doing no work, lazy, useless, வேலை செய்யாமல், சோம்பேறியான, பயனற்ற

idol *(n)* : an image worshipped as God, beloved, தெய்வச்சிலை, அன்புக்கு உகந்தவர்

idolator *(n)* : one who worships idols, admirer, உருவ வழிபாடு செய் பவர், கொண்டாடுபவர்

idolatory *(n)* : the practice of worshipping idols, உருவ வழிபாடு

idyll,idyl *(n)* : a verse describing simple scene or event, நாட்டுப்புற வாழ்க் கைச் சித்திரம்

if *(conj)* : on condition that, அப்படி யானால்

igloo *(n)* : dome-shaped hut made of snow, பனிக்கட்டியினாலான வீடு

igneous *(adj)* : pertaining to fire, நெருப்புத் தொடர்பான

ignite *(v)* : set on fire, நெருப்பு வை

ignoble *(adj)* : of low birth, mean, not able, கீழ்க்குடி பிறந்த, இழி வான, மேன்மையற்ற

ignominious *(adj)* : disgraceful, மானக் கேடான

ignominy *(n)* : shame, the loss of one's good name, வெட்கம், மானக் கேடு

ignoramus *(n)* : ignorant person, பேதை, அறிவிலி

ignorance *(n)* : lack of knowledge, unawareness, அறியாமை, உணராமை

ignorant *(adj)* : not knowing, not aware, அறிவற்ற, அறியாத, உணராத

ignore *(v)* : refuse to take notice of புறக்கணி, அசட்டை செய்

iguana *(n)* : a kind of lizard, உடும்பு

ilk *(n)* : the same, அதே இனம்

ill *(adj)* : sick, evil, unlucky, நோயுற்ற, கெட்ட, நல்வாய்ப்பற்ற

ill-bred *(adj)* : badly brought up, rough in manners, தவறான முறையில் வளர்க்கப்பட்ட, முரட்டுத் தனமான, பண்பற்ற

illegal *(adj)* : against the law, சட்டத்திற்குப் புறம்பான

illegality *(n)* : being illegal, சட்ட விரோதம்

illegible *(adj)* : difficult to read, badly written, கடினமான, தெளிவற்ற

illegitimate *(adj)* : contrary to law, born of unmarried parents, சட்டத்திற்கு முரணான, முறைதவறிப் பிறந்த

ill-feeling *(n)* : bad feeling, பகைமை உணர்வு

ill-gotten *(adj)* : procured by wrong or unlawful methods, தீய அல்லது சட்டவிரோதமான முறையில் பெற்ற

illiberal *(adj)* : not free in giving, ungenerous, கஞ்சத்தனமான, இரக்கமற்ற

illicit *(adj)* : unlawful, சட்டத்திற்குப் புறம்பான

illiteracy *(n)* : inability to read or write, எழுத்தறிவின்மை

illiterate *(adj)* : unable to read or write, எழுதப்படிக்கத் தெரியாத, கல்வியறிவற்ற

ill luck *(n)* : bad luck, துர்ப்பாக்கியம்

illnatured *(adj)* : bad-tempered, சிடுசிடுப்புள்ள, எளிதில் கோபம் அடையும்

illness *(n)* : being ill, badness, உடல் நலக்கேடு, தீமை

illogical *(adj)* : unreasonable, contrary to logic, பகுத்தறிவுக்குப் பொருந்தாத, தர்க்க முறையற்ற

illtreat *(v)* : treat badly or cruelly, மோசமாக நடத்து, கொடுமைப் படுத்து

illuminate *(v)* : to light up, enlighten, விளக்கேற்று, ஒளிரச்செய்

illumine *(v)* : to give light to, to make easy to understand, ஒளியூட்டு, அறியவை, தெளிவாக்கு

illusion *(n)* : the seeing of something that does not really exist, false show, deception, மாறாட்டத்தோற்றம், பொய்த் தோற்றம், மாயை, ஏமாற்றுதல்

illusive *(adj)* : deceitful, unreal, ஏமாற்றுகிற, போலியான

illusory *(adj)* : based on illusion, பொய்த் தோற்றங்களால் ஏமாற்றுகிற, மாயையான

illustrate *(v)* : explain by example, picture etc., எடுத்துக் காட்டுகளுடன் விளக்கு, படங்கள் மூலம் விவரி

illustrious *(adj)* : glorious, reputed, புகழ்பெற்ற, சிறந்த

illwill *(n)* : enmity, பகை, அன்பின்மை

image *(n)* : likeness, statue, idol, mental picture, ஒத்தவடிவம், சிலை, படிமம், மனத்தோற்றம்

imaginary *(adj)* : non-existing, கற்பனையான

imagination *(n)* : fancy, power of mind, to form images, கற்பனை, புனைவாற்றல், மனத்தோற்றம்

imagine *(v)* : guess, to form a picture in the mind, கற்பனை செய், கருத்துருவாக்கம் செய்

imbecile *(adj)* : weak-minded, foolish, மனத்திடமற்ற, மடத்தனமான

imbecility *(n)* : weak-mindedness, absence of intellect, சபலபுத்தி, அறிவின்மை

imbibe *(v)* : to drink in, take into the mind, குடி, உட்கொள், மனத்தில் வாங்கிக்கொள்

imbue *(v)* : teach, impress on the mind, inspire, கற்பி, மனதில் பதித்துக்கொள், தூண்டு

imitate *(v)* : make a likeness of, follow as a model, போலச் செய், முன்மாதிரியாகக் கொள்

imitation *(n)* : a copy, imitating, போலச் செய்தல், பின்பற்றுதல்

immaculate *(adj)* : faultless, spotless, குற்றமற்ற, களங்கமற்ற

immaterial *(adj)* : unsubstantial, spiritual, பொருளற்ற, கருத்தியலான, ஆவியியலான

immature *(adj)* : not fully developed, பருவமடையாத, முழு வளர்ச்சியடையாத

immeasurable *(adj)* : that cannot be measured, infinite, அளவிட முடியாத, எல்லையற்ற

immediate *(adj)* : direct, nearest, instantaneous, நேரான, நெருங்கிய, அடுத்துள்ள, காலந்தாழ்த்தாத, உடனடியான

immemorial *(adj)* : going further back in time beyond the reach of memory, old, தொன்று தொட்டுள்ள, பண்டைய

immense *(adj)* : great, மிகப்பெரிய

immerse *(v)* : to plunge into water or liquid, நீர்மத்தில் அமிழ்த்து

immigrant *(n)* : an incomer to settle in a country, ஒரு நாட்டில் குடியேறுபவர்

immigrate *(v)* : to enter a country as a settler, ஒரு நாட்டில் குடிபுகு

imminent *(adj)* : about to happen, உடனடியாக நிகழக்கூடிய

immobile *(adj)* : motionless, unable to move, அசைவற்ற, இயக்கமற்ற, நகர்த்த முடியாத

immoderate *(adj)* : unreasonably excessive, அளவுக்கு மீறிய, மிதமிஞ்சிய, மட்டற்ற

immodest *(adj)* : lacking modesty, shameless, ஒழுக்கக் குறைவான, வெட்கமற்ற

immolate *(v)* : kill in sacrifice, பலியிடு

immoral *(adj)* : vicious, wrong, கொடிய, ஒழுக்கங்கெட்ட

immorality *(n)* : depravity, நெறியின்மை, கற்பின்மை

immortal *(adj)* : living for ever, நிலையான, அழியாத

immovable *(adj)* : fixed, that cannot be moved, unchangeable, நிலையான, நகர்த்த முடியாத, மாற்ற முடியாத

immunity *(n)* : exemption, freedom, தடுப்புத்தன்மை, பாதுகாப்பு

immure *(v)* : imprison, shut oneself up, சிறைப்படுத்து, அடைத்துவை

imp *(n)* : a demon, mischievous child, குட்டிச்சாத்தான், குறும்புக்கார குழந்தை

impact *(n)* : effect, impulse, collision, விளைவு, தாக்கம், மோதல்

impair *(v)* : damage, weaken, பழுதாக்கு, ஆற்றல் குறை

impale *(v)* : execute by fixing on a stake or by piercing, கழுவேற்று, குத்திக்கொல்

impalpable *(adj)* : imperceptible to the touch, not easily grasped by the mind, புலனறிவுக்கு எட்டாத, புரிந்து கொள்ளக் கடினமான

impart *(v)* : give share of, inform, பங்களி, அறிவி

impartial *(adj)* : just, unbiased, நடுநிலைமையுள்ள, ஒரு சார்பற்ற

impassable *(adj)* : impossible to pass through, கடக்க முடியாத

impasse *(n)* : blind lane, position from which there is no escape, முட்டுச்சந்து, தப்பமுடியாத நிலை

impassioned *(adj)* : moved by strong feeling, உணர்ச்சி வயப்பட்ட, மனவெழுச்சி மிக்க

impassive *(adj)* : unemotional, உணர்ச்சியற்ற

impatience *(n)* : want of patience, restlessness, பொறுமையின்மை, அமைதியின்மை

impatient *(adj)* : restless, desiring, பொறுமையற்ற, ஆவல் மிகுந்த

impawn *(v)* : put in pawn, அடகு வை

impeach *(v)* : accuse, find fault with, to question, பழி கூறு, குற்றஞ்சாட்டு, விசாரணை செய்

impeccable *(adj)* : doing no wrong, குற்றமற்ற

impecunious *(adj)* : poor, பணமற்ற, ஏழையான

impede *(v)* : retard, get into the way of, வேகம் குறை, முட்டுக்கட்டையிடு

impel *(v)* : induce, push, move, ஊக்குவி, உந்து, இயக்கு

impend *(v)* : to hang over, to be imminent, தொங்கு, உடனடியாக நிகழ்

impending *(adj)* : about to happen, உடனடியாக நிகழவிருக்கிற

impenetrable *(adj)* : that cannot be passed through, ஊடுருவிச்செல்ல முடியாத

impenitent *(adj)* : graceless, of a hard heart, unrepentant, கருணையற்ற, கல்நெஞ்சுடைய, தன் தவற்றையுணர்ந்து வருந்தாத

imperative *(adj)* : expressing command, urgent, கட்டளையிடுகிற, அவசரமான

imperceptible *(adj)* : invisible, very small, கண்ணுக்குப் புலப்படாத, மிகச்சிறிய, நுண்ணிய

imperfect *(adj)* : incomplete, having a fault, நிறைவடையாத, குற்றமுள்ள

imperial *(adj)* : pertaining to an empire or its ruler, பேரரசுக்குரிய, பேரரசருக்குரிய

imperialism *(n)* : policy of extending a country's empire and influence, பேரரசுக்கொள்கை

imperil *(v)* : to put in danger, ஆபத்துக்குள்ளாக்கு

imperious *(adj)* : stern, insolent, கடுமையான, வீறாப்பான

imperishable *(adj)* : everlasting, நிலையான, அழிவற்ற

impermanent *(adj)* : transitory, நிலையற்ற

impermeable *(adj)* : impervious, ஊடுருவமுடியாத

impersonal *(adj)* : having no personal preference, தனி ஒருவரைக் குறிக்காத

impersonate *(v)* : play the part of someone, personify, ஆள் மாறாட்டம் செய், உருவகப்படுத்து

impertinent *(adj)* : irrelevant, insolent, discourteous, பொருத்தமற்ற, விறாப்பான, முறைகெட்ட

imperturbable *(adj)* : not easily worried, அமைதியான, சாந்தமான

impervious *(adj)* : not able to pass through, ஊடுருவிச் செல்ல முடியாத

impetigo *(n)* : a contagious skin disease, தொற்றும் தன்மையுடைய ஒரு தோல்நோய்

impetuous *(adj)* : without enough thought, hasty, சிந்திக்காமல் செயலாற்றுகிற, வேகமான

impetus *(n)* : impulse, உந்துவிசை

impiety *(n)* : profaneness, ungodliness, கடவுள் பக்தியற்ற நிலை, கடவுள் நம்பிக்கையின்மை

impinge *(v)* : to impel, collide, தாக்கு, மோது

impious *(adj)* : cruel, lacking in respect for god, கொடிய, கடவுள் நிந்தனை செய்யும்

implacable *(adj)* : that cannot be soothed or calmed unforgiving, எளிதில் தணிக்க அல்லது அமைதிப்படுத்த முடியாத, மன்னிக்கும் இயல்பற்ற

implant *(v)* : to plant on, insert firmly, நடு, உறுதியாக ஊன்றச் செய்

implement *(n)* : a tool or instrument, கருவி; *(v)* : to carry into effect, நடைமுறைக்குக் கொண்டுவா

implicate *(v)* : involve, entangle, தொடர்புபடுத்து, சிக்க வை

implication *(n)* : the act of involving.• inference. தொடர்புபடுத்துதல, ஊகம்

implicit *(adj)* : understood, absolute, மறைமுகமான, முழுமையான

implore *(v)* : pray earnestly for, கெஞ்சிக் கேள், மன்றாடிக் கேள்

imply *(v)* : hint, suggest, குறிப்பாகத் தெரிவி, குறிப்பிடு

impolite *(adj)* : rude, vulgar, முரட்டுத்தனமான, மரியாதையற்ற

impolitic *(adj)* : unwise, inexpedient, விவேகமற்ற, பொருத்தமற்ற

import *(v)* : to bring goods from a foreign country, இறக்குமதி செய்

importance *(n)* : significance, dignity முக்கியத்துவம், சிறப்பு, பெருமை

importation *(n)* : act of importing, things imported, இறக்குமதி செய்தல், இறக்குமதிப் பொருட்கள்

importer *(n)* : one who imports articles from a foreign country, இறக்குமதி செய்பவர்

importunate *(adj)* : requesting again, விடாப்பிடியாகக் கேட்கும், மீண்டும் மீண்டும் கேட்கிற

importune *(v)* : request repeatedly, pester, வற்புறுத்திக் கேள், விடாப்பிடியாகக் கேள்

impose *(v)* : cheat, be unjust, to lay on, ஏமாற்று, சுமத்து

imposing *(adj)* : grand, showy, impressive, கம்பீரமான, கவர்ச்சியான, மனதில் பதியத்தக்க

imposition *(n)* : act of imposing, that which is imposed, விதிப்பு, சுமை

impossibility *(n)* : impracticality, இயலாமை

impossible *(adj)* : not possible, இயலாத

impost *(n)* : tax, வரி

impostor *(n)* : one who deceives by false pretences, பாசாங்கு செய்து ஏமாற்றுபவன்

imposture *(n)* : deception by means of false pretences, பாசாங்கு காட்டி ஏமாற்றுதல்

impotent *(adj)* : weak, lacking in manly sexual capacity, தளர்ந்த, செயலற்ற, ஆண்மையற்ற

impound *(v)* : to seize by legal authority, to shut up (animal) in a pound, சட்டப்படி கைப்பற்று, விலங்குகளைப் பட்டியில் அடை

impoverish *(v)* : to make poor, render less fertile, weaken, ஏழ்மை யாக்கு, வளத்தைக் குறை

impracticable *(adj)* : not able to be done, செயல் முறைக்கு ஒவ்வாத

imprecate *(v)* : to call down curses upon, அவதூறு சொல்

impregnable *(adj)* : able to withstand any attack, தாக்குதலைச் சமாளிக்கக் கூடிய

impress *(v)* : imprint, press, stamp, fix deeply in the mind, முத்திரையிடு, அழுத்து, அடையாளமிடு, மனத்தில் பதி

impression *(n)* : idea, mark made by pressure, number of copies of book etc., printed at one time, கருத்து, முத்திரைப் பதிப்பு

impressionable *(adj)* : easily affected, sensitive to impressions, சுலபமாகப் பாதிக்கப்படுகிற, எளிதில் பதிகிற

impressive *(adj)* : creating a great effect on the mind and the feelings, மனத்தில் ஆழமாகப் பதியத்தக்க, உள்ளக் கிளர்ச்சி தருகிற

imprint *(v)* : to stamp, produce by pressure, முத்திரையிடு, அடையாளமிடு; *(n)* : an impression, அடையாள முத்திரை

imprison *(v)* : to confine in a prison, சிறையிலடை

imprisonment *(n)* : confining in a prison, சிறையிலடைத்தல்

improbability *(n)* : that which is not likely to happen, நிகழ முடியாதது, நிகழக்கூடாதது

improbable *(adj)* : not likely to be true or to happen, உண்மையாக இருக்க முடியாத, நிகழக்கூடாத

impromptu *(adj)* : done without previous preparation, முன்னேற் பாடின்றிச் செய்கிற, ஒத்திகையற்ற

improper *(adj)* : not suitable, incorrect, தகுதியற்ற, தவறான

improve *(v)* : to make or become better, utilize, திருத்து, முன்னேற்று, பயன்படுத்து

improvement *(n)* : betterment, a beneficial change, மேம்பாடு, திருத்தம், முன்னேற்றம்

improvident *(adj)* : not providing for future needs, சேமித்து வைக் காத, சிக்கனமற்ற

improvise *(v)* : to devise on the spur of the moment, முன் முயற்சியின்றிச் செய், உடனடியாகச் செய்

imprudence *(n)* : rashness, அவசர புத்தி

imprudent *(adj)* : uncautious, rash, foolhardy, எச்சரிக்கையற்ற, விவேக மற்ற

impudence *(n)* : insolence, shamelessness, அடக்கமற்ற இயல்பு, வெட்கங்கெட்டத் தன்மை

impudent *(adj)* : shameless, bold, rude, வெட்கமற்ற, துணிவான, முரட்டுத்தனமான

impugn *(v)* : to attack in argument, தர்க்கம் செய்

impulse *(n)* : force, incentive, motive, தாக்கு விசை, தூண்டுதல், உந்தம்

impulsive *(adj)* : tending to impel, liable to act without calm thinking, உந்தக்கூடிய, திடீர் உணர்வினால் உந்தப்பட்டுச் செயலாற்றுகிற, முன்யோசனையற்ற

impunity *(n)* : exemption from punishment, injury or loss, தண்டனை, கேடு, இழப்பு முதலியவற்றிலிருந்து ஏற்பட்ட விலக்கு

impure *(adj)* : not pure, dirty, immoral, தூய்மையற்ற, ஒழுக்கமற்ற

impurity *(n)* : dirtiness, adulteration, மாசு, அழுக்கு, ஒழுக்கக்கேடு

impute *(v)* : to blame for, ascribe, குற்றஞ்சாட்டு, சுமத்து

in *(prep)* : inside of, உள்நோக்கிய

inability *(n)* : lack of power or means, இயலாமை

inaccessible *(adj)* : not easily attained, out of the way, எளிதில் அடைய முடியாத, தவறான முறையிலான

inaccurate *(adj)* : not exact, wrong, சரி நுட்பமற்ற, பிழையான

inaction *(n)* : idleness, செயலற்ற நிலை

inactive *(adj)* : idle, not working, மந்தமான, செயலற்ற

inactivity *(n)* : idleness, inertness, செயல்பாடின்மை, மந்த நிலை

inadequate *(adj)* : insufficient, imperfect, defective, பற்றாக் குறையான, பொருந்தாத, நிறை வற்ற, குறையுடைய

inadmissible *(adj)* : that cannot be allowed, unfit, அனுமதிக்க முடியாத, தகாத

inadvertence *(n)* : want of care, கவனக்குறைவு

inadvisable *(adj)* : not advisable, செய்யத்தகாத

inalienable *(adj)* : not transferable, மாற்றவியலாத

inane *(adj)* : foolish, முட்டாள் தனமான

inanimate *(adj)* : without organic life, உயிர்வாழ்வற்ற

inanition *(n)* : emptiness, exhaustion from lack of food, வெறுமை, பட்டினி

inapplicable *(adj)* : not suitable, inappropriate, பொருத்தமற்ற, ஒவ்வாத

inappreciable *(adj)* : that cannot be appreciated, பாராட்டு பெறத் தகுதியற்ற

inapproachable *(adj)* : difficult to meet or reach, நெருங்க முடியாத

inappropriate *(adj)* : unsuitable, unfitting, தகுதியற்ற, பொருத்தமற்ற

inapt *(adj)* : unskilled, not bearing on the subject, திறனற்ற, தகுதி யற்ற, பொருந்தாத

inartistic *(adj)* : unskilled, not following the principles of art, திறமையற்ற, கலைத் திறனில்லாத

inarticulate *(adj)* : unable to speak clearly, not distinct, தெளிவாகப் பேச இயலாத, தெளிவற்ற

in as much as *(adv)* : since, because, seeing that, அதனால், அதன் காரணமாக, என்ற காரணத்தால்

inattention *(n)* : heedlessness, கவனமின்மை

inaudible *(adj)* : not loud enough to be heard, கேட்க முடியாத, செவிப்புலனற்ற

inaugural *(adj)* : pertaining to an opening ceremony, தொடக்க விழாவுக்குரிய

inaugurate *(v)* : to make a beginning formally or conventionally, முறையாகத் தொடங்கு, தொடக்க விழா நடத்து

inauspicious *(adj)* : unlucky, unfavourable, அமங்கலமான, கெடுதலான

inborn *(adj)* : innate, implanted by nature, உடன் பிறந்த, இயல்பாய் அமைந்த, இயற்கையான

incalculable *(adj)* : uncertain, not foreseeable, that cannot be counted or measured, உறுதியற்ற, எதிர்பாராத, எண்ணற்ற

incandescent *(adj)* : glowing with heat, வெப்பத்தால் ஒளி விடுகிற

incantation *(n)* : enchantment, any magic, மந்திரித்தல், மாய வித்தை

incapable *(adj)* : incompetent, disqualified, திறமையற்ற, தகுதியற்ற

incapacitate *(v)* : make unfit, to disqualify, தகுதியற்றதாகச் செய், இயலாதவாறு செய்

incapacity *(n)* : incapability, திறமையின்மை

incarceration *(n)* : confinement, காவலில் வைத்தல்

incarnation *(n)* : embodiment of idea, quality, principle etc., in concrete form, personification, பண்பின் திருவுருவம், மனித உரு எடுத்தல், அவதாரம்

incendiarism *(n)* : the crime of setting fire to property, தீ வைப்புக் குற்றம்

incense *(n)* : fragrant smoke from burning aromatic herbs, spices etc. நறும் புகை, ஊதுவத்தி

incentive *(adj)* : stimulating, encouraging, தூண்டுகிற, ஊக்கமூட்டுகிற

inception *(n)* : beginning, initial period, தொடக்கம், தொடக்க நிலை

incessant *(adj)* : continued or repeated without a pause, இடைவிடாது, தொடருகிற

inch *(n)* : one-twelfth of a foot, ஒரு அடியின் பன்னிரண்டில் ஒரு பகுதி

incidence *(n)* : manner of falling, occurrence, விழுதல், நிகழ்தல்

incident *(n)* : any event, நிகழ்ச்சி; *(adj)* : liable to happen, falling on, நேரிடக்கூடிய, மேல் விழுகின்ற

incidental *(adj)* : casual, தற்செயலான, முக்கியமான

incipient *(adj)* : initial, தொடங்குகிற

incision *(n)* : a cut, வெட்டு

incisor *(n)* : cutting tooth in man வெட்டும் பல்

incite *(v)* : to stir up, excite, stimulate, கிளறு, தூண்டு, ஊக்கு

incitement *(n)* : stimulus, ஊக்கம்

incivility *(n)* : discourtesy, a rude act, அநாகரீகம், முரட்டுச் செயல்

inclement *(adj)* : harsh, rigorous as weather, கடுமையான, கடுமையான கால நிலை போன்ற

inclination *(n)* : a slope, a bent, சாய்வு, வளைவு

incline *(v)* : to have a tendency to bend, slant, சரி, சாய்

inclined *(adj)* : sloping, bend out of line, disposed, சாய்ந்த, சரிந்த, மனப்பாங்குள்ள

include *(v)* : comprise, to count in, அடக்கு, உட்படுத்து

inclusive *(adj)* : counting all in, உள்ளடங்கிய

incog, incognito *(adv)* : under an assumed name, without being known மறுபெயர் பூண்டு எவருக்கும் தெரியாமல்

incoherent *(adj)* : incongruous, unconnected, ஒவ்வாத, பொருத்த மில்லாத

incombustible *(adj)* : incapable of burning, or of being burned, தீப்பற்றாத

income *(n)* : money periodically received as salary, rent profit etc வரவு, வருமானம், சம்பளம்

incoming *(adj)* : coming in or back, succeeding, உள்ளே வருகிற, தொடர்ந்து வரும்

incommunicative *(adj)* : reserved, not communicative, பழக விரும் பாத, பேசும் ஆர்வமற்ற

incomparable *(adj)* : unsuitable for comparison, matchless, பொருத்த மற்ற, ஈடற்ற

incompatible *(adj)* : dissimilar, not in agreement, முரண்பாடான, ஒவ்வாத

incompetent *(adj)* : unfit, not legally qualified, தகுதியற்ற, திறமை யற்ற, சட்டப்படி உரிமையற்ற

incomplete *(adj)* : not finished, முற்றுப்பெறாத, முழுமை யடையாத

incomprehensible *(adj)* : not understandable, புரிந்து கொள்ள இயலாத

inconceivable *(adj)* : that cannot be imagined, நினைத்துப் பார்க்க முடியாத

inconclusive *(adj)* : not decided, ineffective, முடிவுக்கு வராத, முடிவு பெறாத

incongruous *(adj)* : not harmonious, unsuitable, ஒற்றுமையற்ற, பொருத்தமற்ற

inconsequent *(adj)* : not according to sequence, irrelevant, தொடர்ச்சி யற்ற, பொருத்தமற்ற

inconsiderable *(adj)* : unimportant, petty, முக்கியமற்ற, சிறிதளவான

inconsiderate *(adj)* : thoughtless, showing lack of consideration, முன் கருதலற்ற, பிறர் கருத்துக்களை மதிக்காத

inconsistency *(n)* : lack of uniformity in thought or conduct, முரண்பாடு, ஒருமைப்பாடின்மை

inconsistent *(adj)* : variable, not agreeing with, not uniform, மாறு பாடான, முரணான, சீரற்ற

inconsolable *(adj)* : that cannot be appeased, broken hearted, தேற்ற முடியாத, மனமுடைந்த

inconspicuous *(adj)* : not prominent, கவனத்தைக் கவராத

inconstant *(adj)* : variable, நிலை யாக இல்லாத

incontestable *(adj)* : indisputable, unquestionable, certain, போட்டி யிடமுடியாத, கேள்விக்கிடமற்ற, மறுக்க முடியாத, உறுதியான

incontinent *(adj)* : unchaste, unrestrained ஒழுக்கமற்ற, கட்டுப்பாடற்ற

incontrovertible *(adj)* : that cannot be challenged, மறுக்க முடியாத

inconvenience *(n)* : discomfort, வசதியின்மை; *(v)* : to cause trouble to, தொல்லை கொடு

inconvenient *(adj)* : uncomfortable, unsuitable, troublesome, வசதி யற்ற, தகாத, தொல்லை தரும்

inconvertible *(adj)* : not interchangeable, மாற்றவியலாத

incorporate *(v)* : to combine, amalgamate, absorb, இணை, கட்டு, உள்ளடக்கு

incorrect *(adj)* : erroneous, inaccurate, தவறான, சரியில்லாத ,

incorrupt *(adj)* : honest, not to be tempted by bribes, நேர்மையான, கைக்கூலி வாங்காத, லஞ்ச ஊழலற்ற

increase *(v)* : to grow or make to grow in size, number etc., பெருக்கு, வளர், அதிகமாக்கு

incredible *(adj)* unbelievable, நம்பமுடியாத

incredulous *(adj)* refusing to believe; நம்ப மறுக்கிற

increment *(n)* : increase in size or in degree, a part added, உயர்வு, பெருக்கம், மிகைப்பாடு, உயர்வுப் படி, கூடுதல், மிகைப்பகுதி

incriminate *(v)* : to charge with a crime, குற்றஞ்சாட்டு, பழி சுமத்து

incubate *(v)* : hatch by sitting on eggs or by artificial warmth, அடை காக்க முட்டையின் மேல் உட்கார், குஞ்சு பொரி

incubation *(n)* : brooding, the time a disease takes to develop, அடைகாத்தல், நோய் நுண்மப் பெருக்க நிலை

incubus *(n)* : nightmare, தூக்கத்தில் ஆளை அடிக்கும் பிசாசு

inculcate *(v)* : fix the ideas firmly by repetition, மனத்தில் பதியவை

inculpate *(v)* : to accuse, to involve in guilt, குற்றஞ்சாட்டு, பழி கூறு

incumbent *(adj)* : resting upon as duty, கடமைப்பட்டுள்ள

incur *(v)* : to bring oneself, தானாகவே வருவித்துக்கொள்

incurable *(adj)* : that cannot be cured or remedied; குணப்படுத்த முடியாத

incurious *(adj)* : uninteresting, careless, ஆர்வமற்ற, கவனமற்ற

incursion *(n)* : a raid, திடீர்த் தாக்குதல்

indebted *(adj)* : being in debt, under an obligation, கடன்பட்ட, கடமைப்பட்ட

indecent *(adj)* : obscene, immodest, இழிவான, கண்ணியமற்ற

indecision *(n)* : hesitation, irresolution, தயக்கம், உறுதியின்மை, தீர்மானமின்மை

indecisive *(adj)* : inconclusive, uncertain, முடிவற்ற, உறுதியற்ற

indecorous *(adj)* : vulgar, improper, கண்ணியமற்ற, முறைகேடான

indeed *(adv)* : really, in truth, உறுதியாக, உண்மையாக

indefatigable *(adj)* : never tiring, சோர்வற்ற, விடாமுயற்சியுடைய

indefensible *(adj)* : admitting of no defence, பாதுகாக்க இயலாத

indefinable *(adj)* : not able to be described clearly, வரையறுத்துக் கூற முடியாத, விளக்க முடியாத

indefinite *(adj)* : uncertain, infinite, vague, உறுதியற்ற, நுட்பமற்ற, எல்லையற்ற, தெளிவற்ற

indelible *(adj)* : unable to be rubbed out, துடைத்தழிக்க முடியாத

indelicate *(adj)* : not delicate, immodest, உணர்ச்சி நயமற்ற, பணிவற்ற

indemnify *(v)* : to compensate of loss or damage, free from responsibility, நஷ்டஈடு செய், பொறுப்பினின்றும் விடுவி

indent *(v)* : place an order for, to dent, start farther from the margin, தேவை குறிப்பிடு, . பள்ளம் உண்டாக்கு, ஓரத்தில் இடம் விட்டு எழுதத் தொடங்கு; *(n)* : official requisition for the supply of goods, a depression, சரக்கு தேவைக்கான அலுவலகக் குறிப்பு, பள்ளம்

indenture *(n)* : a legal agreement, சட்ட முறையிலான உடன் படிக்கை

independence *(n)* : freedom, self-reliance, சுதந்திரம், விடுதலை, தற்சார்பு

independent *(adj)* : self-governing, not relying on others, தன்னியலான, சுதந்திரமான

indescribable *(adj)* : not able to be described or defined, விளக்க முடியாத, வரையறுக்க இயலாத

indestructible *(adj)* : unable to be destroyed, அழிக்க முடியாத

index *(n)* : alphabetical list, arrangement; sign, pointer, அகர வரிசை, அட்டவணை, குறி காட்டி

index finger *(n)* : the forefinger, ஆள் காட்டி விரல்

Indiaman *(n)* : a native of India, a sailing ship used in trade in India, இந்தியர், இந்திய வாணிகக் கப்பல்

India rubber *(n)* : a piece of rubber used for erasing, அழிக்க உதவும் ரப்பர்

indicate *(v)* : to point out, manifest, to mean, சுட்டிக்காட்டு, தெளிவாக விளக்கு

indication *(n)* : act of indicating, சுட்டிக்காட்டுதல்

indices *(n)* : plural of index, அட்டவணை (பன்மையில்)

indict *(v)* : to accuse or charge, குற்றஞ்சாட்டு

indictable *(adj)* : criminal, குற்றவியலான

indictment *(n)* : a chargesheet, குற்றச்சாட்டு

indifference *(n)* : unconcern, lack of interest, கருத்தின்மை, அக்கறையின்மை

indifferent *(adj)* : impartial, having no interest, நடுநிலையான, அக்கறையற்ற

indigence *(n)* : poverty, வறுமை

indigenous *(adj)* : belonging to a country, நாட்டு, நாட்டிற்குரிய

indigent *(adj)* : poor, insufficient, ஏழ்மையான, பற்றாக்குறையுடைய

indigestion *(n)* : difficulty in digesting food, உணவுச் செரிமானமின்மை

indignant *(adj)* : angry and displeased, சினமுடைய, வெறுப்புடைய

indignation *(n)* : anger with contempt, வெறுப்பினால் எழுந்த் சினம்

indignity *(n)* : insult, அவமதிப்பு

indigo *(n)* : a dark blue dye, அவுரிச் சாயம்

indirect *(adj)* : not straight, round about, மறைமுகமான, சுற்று வழியான

indiscipline *(n)* : want of discipline, ஒழுக்கமின்மை

indiscreet *(adj)* : neglectful, foolish, thoughtless, அக்கறையற்ற, அறிவுக்கொவ்வாத, முன் கருதலற்ற

indiscretion (n) : saying or acting foolishly, thoughtlessness, விவேகமற்ற சொல், மடச் செயல், முன்யோசனையின்மை

indiscriminately *(adv)* : without distinction, கண்மூடித்தனமாக, பகுத்தறிவின்றி

indispensable *(adj)* : necessary, cannot be set aside, தேவையான, இன்றியமையாத

indisposed *(adj)* : disinclined, sick, விருப்பமற்ற, நோயுள்ள

indisposition *(n)* : slight illness, unwillingness, நலக்கேடு, விருப்பமின்மை

indisputable *(adj)* : that cannot be denied, மறுக்க முடியாத

indistinct *(n)* : vague, dim, குழப்பமான, தெளிவற்ற, மங்கின

indite *(v)* : to compose, put into words, எழுது, இயற்று

individual *(n)* : single human being, தனி மனிதன்; *(adj)* : special, single, சிறப்பான, தனிப்பட்ட

individuality *(n)* : unity, separate existence, individual character, ஒருமை, தனித்தன்மை

indivisible *(adj)* : that cannot be divided, வகுக்க அல்லது பிரிக்க முடியாத

indolent *(adj)* : inactive, lazy, செயலற்ற, சோம்பேறித்தனமான

indomitable *(adj)* : unyielding, tireless, வெல்ல முடியாத, தளர்வற்ற

indoor *(adj)* : being within a building, மனைக்குள்ளே

indubitable *(adj)* : that cannot be doubted, ஐயத்திற்கு இடமற்ற

induce *(v)* : motivate, to bring on, give rise to, தூண்டு, செய்வி, உண்டாக்கு

inducement *(n)* : incitement, தூண்டுகை

induct *(v)* : instal with ceremony, instal formally into an official position, தொடக்கவிழா நடத்து

indulge *(v)* : allow, give way to, gratify, அனுமதி கொடு, மனம் போன போக்கில் போக விடு, மகிழச்செய்

indulgence *(n)* : the habit of gratifying one's own desires, granting of freedom from punishment for a sin after the sinner has repented, தற்போக்குக்கு விடுதலை, சலுகை காட்டுதல், தண்டனை நீக்கம், பாவமன்னிப்பு

indulgent *(adj)* : satisfying the wishes of others, kind, இணக்கமான, இடம் கொடுக்கிற, கருணையுள்ள

industrial *(adj)* : having to do with industry, தொழிலக

industrialist *(n)* : owner of a large scale industry, தொழிலதிபர்

industrious *(adj)* : busily at work, showing care and effort, கடினமாக உழைக்கிற, பெரு முயற்சியுள்ள

industry *(n)* : business or manufacture, quality of being hard working, தொழில் துறை, கடும் உழைப்பு

inebriate *(v)* : to intoxicate, மது குடிக்கச் செய்

inedible *(adj)* : not eatable, உண்ணத் தகாத

ineffable *(adj)* : indescribable, சொற்களால் விளக்க முடியாத

ineffective *(adj)* : not producing the desired effect, inefficient, பயனற்ற, திறமையற்ற

inefficient *(adj)* : incapable, weak, திறமையற்ற, பயனற்ற

inelegant *(adj)* : ugly, அழகற்ற

ineligible *(adj)* : not suitable or qualified, பொருத்தமற்ற, தகுதியற்ற

inept *(adj)* : unsuitable, absurd, பொருத்தமற்ற, பொருளற்ற, மடத்தனமான

inequality *(n)* : unevenness, imbalance, சமமின்மை, ஏற்றத்தாழ்வு

inequitable *(adj)* : unjust, unfair, முறைகேடு, நேர்மையின்மை

inequity *(n)* : injustice, அநீதி

inert *(adj)* : inactive, dull, சுறுசுறுப்பில்லாத, மந்தமான

inertia, inertness *(n)* : inactivity, dullness, இயங்காமை, சடத்துவம்

inestimable *(adj)* : not able to be valued, மதிப்பிடமுடியாத

inevitable *(adj)* : unavoidable, தவிர்க்க முடியாத

inexact *(adj)* : not accurate or true, துல்லியமற்ற, உண்மையில்லாத

inexcusable *(adj)* : unpardonable, மன்னிக்க முடியாத

inexhaustible *(adj)* : not fully used up, tireless, முழுவதும் பயன்படுத்தப்படாத, களைப்பற்ற

inexorable *(adj)* : stern, மனமிரங்காத, கடுமையான

inexpedient *(adj)* : disadvantageous, unfit, unwise, பயனற்ற, ஒவ்வாத, முட்டாள்தனமான

inexpensive *(adj)* : cheap in price, மலிவான

inexperience *(n)* : want of knowledge, அனுபவமின்மை

inexpert *(adj)* : unskilled, திறமையற்ற

inexplicable *(adj)* : unintelligible, not able to be explained, தெளிவற்ற, விளக்க முடியாத

inexpressible *(adj)* : that cannot be expressed in words, சொற்களால் விளக்க முடியாத

inextricable *(adj)* : that cannot be solved or escaped from, தீர்வு செய்ய முடியாத, தப்பமுடியாத

infallible *(adj)* : perfect, certain, தவறற்ற, நிச்சயமான

infamy *(n)* : public disgrace, shame பொது அவமதிப்பு, பழி அவமானம்

infancy *(n)* : the beginning, childhood, தொடக்கம், குழந்தைப் பருவம்

infant *(n)* : baby, குழந்தை

infanticide *(n)* : one who kills an infant, murder of an infant, குழந்தையைக் கொன்றவன், குழந்தைக் கொலை

infantry *(n)* : foot soldier, காலாட்படை

infatuate *(v)* : to inspire with extreme folly, உணர்ச்சிவயப்பட்டு அறிவை இழ, முட்டாளாக்கு

infect *(v)* : cause disease, pollute, நோய் உண்டாக்கு, நோய் பரவச் செய்

infection *(n)* : communication of disease, நோய் தொற்றுதல், நோய் பரவுதல்

infectious *(adj)* : contagious, தொற்றக்கூடிய

infer *(v)* : to judge, to hint at, முடிவு காண், குறிப்பால் உணர்த்து, உயத்துணர்

inference *(n)* : interpretation, judgement, a hint, விளக்கம், முடிவு, குறிப்பு

inferior *(adj)* : lower in rank, of less value or quality, தாழ் நிலையிலுள்ள, மட்டமான

inferiority *(n)* : subordination, கீழான நிலை, தாழ்வு

infernal *(adj)* : malevolent, of hell, கொடிய, நரகத்துக்குரிய

infest *(v)* : annoy, attack, crowd, தொல்லையளி, தாக்கு, நிரப்பு

infidel *(n)* : person with no belief in religion, சமய நம்பிக்கையற்றவர்

infidelity *(n)* : unfaithfulness, disbelief, உண்மையின்மை, நம்பிக்கையின்மை

infiltrate *(v)* : intervene, to filter through, உட்படு, ஊடுருவு, வடிகட்டு

infinite *(adj)* : without end or limit, that cannot be measured, முடிவற்ற, எல்லையற்ற, எண்ணற்ற

infinitesimal *(adj)* : minute, நுண்ணிய

infinitive *(n)* : form of verb not showing person, number or tense, வினையெச்சம்

infirm *(adj)* : feeble, sick, உறுதியற்ற, வலிமையற்ற, நோயுள்ள

inflame *(v)* : burn, stir up, தீ மூட்டு, சினமூட்டு

inflammable *(adj)* : easily combustible, easily excited, எளிதில் தீப்பிடிக்கத்தக்க, எளிதில் சினம் கொள்கிற

inflammation *(n)* : setting on fire, place in the body where there is redness, swelling and pain, தீ மூட்டுதல், அழற்சி, வீக்கம்

inflammatory *(adj)* : causing fire, giving rise to swelling, rousing to excitement, தீப்பற்றக் கூடிய, அழற்சி உண்டு பண்ணுகிற, உணர்ச்சி ஊட்டுகிற

inflate *(v)* : fill with air or gas, raise the value abnormally, காற்றடை, வீங்கச் செய், மதிப்பை அளவுக்கு மீறி உயர்த்து

inflation *(n)* : the act of blowing up, expansion of the supply of money, காற்றடித்தல், பண வீக்கம்

inflexible *(adj)* : not able to be bent, not yielding, வளைக்க முடியாத, இணக்கமற்ற

inflict *(v)* : give pain, to lay on, வேதனையளி, சுமத்து

infliction *(n)* : painful experience, punishment, வேதனையான அல்லது கசப்பான அனுபவம், தண்டனை

influence *(n)* : power exercised over man or things, செல்வாக்கு

influential *(adj)* : having great influence, செல்வாக்குடைய

influenza *(n)* : a kind of infectious disease, ஒரு வகைச் சளிக் காய்ச்சல்

influx *(n)* : a flowing in, உள் நோக்கிய ஒழுக்கு

inform *(n)* : communicate, mention, தகவல் கூறு, அறிவி

informal *(adj)* : without formality, முறைப்படியல்லாத

informant *(n)* : one who gives information, தகவல் தருபவர்

information *(n)* : knowledge, communication, செய்தி, தகவல்

infrequent *(adj)* : uncommon, அடிக்கடி நிகழாத, அரிய

infringe *(v)* : break through, மீறி நட

infuriate *(v)* : fill with anger, சீற்ற முண்டாக்கு

infuse *(v)* : to pour in, instil, ஊற்று, உட்புகுத்து
ingathering *(n)* : gathering in, harvest, திரட்டிச் சேர்த்தல், அறுவடை
ingenious *(adj)* : shrewd, able, அறிவு நுட்பமுடைய, திறமையுள்ள
ingenuity *(n)* : shrewdness, ability, அறிவுக்கூர்மை, திறமை
ingenuous *(adj)* : straightforward, innocent, ஒளிவு மறைவற்ற, கள்ளம் கபடமற்ற
inglorious *(adj)* : shameful, dishonourable, obscure, இழிவான, அவமதிப்பான, புகழற்ற
ingot *(n)* : lump of metal, உலோகக் கட்டி
ingratiate *(v)* : bring oneself into favour with another in order to win an advantage, பலன் கருதி ஒருவரைத் தனக்கு வேண்டியவராகக் கொள்
ingratitude *(n)* : ungratefulness, நன்றிகெட்டத் தன்மை
ingredient *(n)* : component of a mixture, கலவைக் கூறு
ingress *(n)* : entry, நுழைவாயில்
inhabit *(v)* : to dwell in, தங்கி வாழ்
inhabitant *(n)* : a person living in a place, குடியிருப்பவர்
inhale *(v)* : sniff, மூச்சை உள்ளே இழு
inherent *(adj)* : intrinsic, inborn, உள்ளார்ந்த, இயல்பான
inherit *(v)* : acquire by legal descent, மரபு வழிப்பெறு
inheritance *(n)* : inheriting, that which is inherited, மரபுரிமையாக அடைதல், மரபு வழிச் சொத்து
inhibit *(v)* : profit, forbid, தடை செய், விலக்கு
inhospitable *(adj)* : not affording food, shelter etc., விருந்தோம்பாத
inhuman *(adj)* : malevolent, brutal, இரக்கமற்ற, மனிதத் தன்மையற்ற
inimical *(adj)* : unfavourable, பகையான, நட்பற்ற
inimitable *(adj)* : not able to be imitated, பின்பற்ற முடியாத, பார்த்துச் செய்ய முடியாத
iniquity *(n)* : wrong, wickedness, gross injustice, கொடிய செயல் கொடுமை, அநீதி
initial *(adj)* : first, beginning, முதலிலுள்ள, தொடக்க; *(n)* : first letter of a person's name, பெயரின் முதலெழுத்து
initiate *(v)* : begin, originate, தொடங்கி வை, தோற்றுவி
initiative *(n)* : a first move, முதற்படி
inject *(v)* : to force into, insert, உட்செலுத்து, புகுத்து
injudicious *(adj)* : unwise, ill-judged, அறிவுபூர்வமற்ற, ஆராயாது முடிவெடுக்கப்பட்ட
injunction *(n)* : authoritative order, prohibited by law, அதிகார ஆணை, தடையுத்தரவு
injure *(v)* : to worry, to hurt, to damage, தீங்கு செய், துன்புறுத்து, இழப்பு ஏற்படுத்து
injurious *(adj)* : wrongful, hurtful, harmful, தீங்குடைய, புண்படுத்தும், தொல்லை தரும், கெடுதலான
injury *(n)* : hurt, damage, தீங்கு, இழப்பு
injustice *(n)* : unfairness, அநீதி
ink *(n)* : a writing fluid, மை; *(v)* : to spread ink upon, to mark with ink, மைபூசு, மையினால் எழுது

inkling *(n)* : supposition, hint, குறிப்பு, அறிகுறி, சைகை

inland *(adj)* : remote from the sea, interior of a country, கடலுக்கு மிகுந்த தொலைவிலுள்ள, உள் நாட்டுக்குரிய

inlet *(n)* : small arm of sea, way to the inside, சிறு கடற்கழி, உட் செல்லும் வழி

inmate *(n)* : one who lives in a place with others, உடன் வசிப்பவர், குடியிருப்பவர்

inmost *(adj)* : most inward, intimate, உள்ளார்ந்த, அந்தரங்கமான

inn *(n)* : public house of travellers for lodging, சத்திரம், சாவடி, பயணிகள் விடுதி

innate *(adj)* : inborn, inherent, இயல்பான, உள்ளார்ந்த

inner *(adj)* : interior, internal, உட்புறமான, உள்

innings *(n, sl & pl)* : play of one batsman during his turn, ஆட்டக்காரர் ஒரு முறையில் ஆடிய ஆட்டம்

innocence *(n)* : sinlessness, guiltlessness, களங்கமற்ற தன்மை, குற்றமற்ற தன்மை

innocent *(adj)* : sinless, guiltless, harmless, களங்கமற்ற, குற்றமற்ற, தீங்கற்ற

innocuous *(adj)* : harmless, தீங்கற்ற

innovation *(n)* : alternation, புதுமை காணுதல்

innoxious *(adj)* : not hurtful, தீங்கு விளைவிக்காத

innumerable *(adj)* : countless, எண்ணிக்கையற்ற

inobservant *(adj)* : inattentive, கவனமற்ற, விழிப்பற்ற

inoculation *(n)* : impregnation of the mild form of a germ to protect against the di:ease, நோய்த்தடுப்பு ஊசி போடுதல்

inoffensive *(adj)* : unoffending, புண் படுத்தாத

inopportune *(adj)* : untimely, unfavourable, காலந்தவறிய, பொருந்தா வேளையிலான, அனுகூலமற்ற

inordinate *(adj)* : extravagant, superfluous, disorderly, மட்டு மீறிய, அளவுக்கு மீறிய, ஒழுங்கற்ற

inpatient *(n)* : a patient who is lodged and receives treatment in a hospital, மருத்துவமனையில் தங்கி சிகிச்சை பெறும் நோயாளி, உட்புற நோயாளி

inquest *(n)* : inquiry to ascertain the fact, உண்மையை அறிவுறுத்துவதற்கான விசாரணை

inquire *(v)* : search, seek information, விவரம் தேடு, விசாரணை செய்

inquiry *(n)* : investigation, விசாரணை

inquisitive *(adj)* : curious to know, அறியும் ஆர்வமுடைய

inroad *(n)* : raid, any illegal enroachment, படையெடுப்பு, ஆக்கிரமிப்பு

insane *(adj)* : mad, senseless, பித்துப் பிடித்த, மூளையற்ற

insanitary *(adj)* : injurious to health, சுகாதாரமற்ற

insatiable *(adj)* : not able to be satisfied, greedy, திருப்திப்படுத்த முடியாத, பேராசையுடைய

inscribe *(v)* : to write down, to engrave, எழுது, பொறி

inscription *(n)* : writing engraved on monument, coin etc., எழுத்துப் பொறிப்பு

inscrutable *(adj)* : unintelligible, தெளிவற்ற, அறியமுடியாத

insect *(n)* : a small invertibrate animal, பூச்சியினம்

insensible *(adj)* : unconscious, too small or gradual to be perceived, உணர்வற்ற, புலப்படாத, மிக நுட்பமான

inseparable *(adj)* : that cannot be separated, பிரிக்க முடியாத

insert *(v)* : put in, interpose, செருகு, ஊடாக நுழை

inset *(n)* : an insertion, இடையில் சேர்க்கப்பட்ட பகுதி அல்லது பொருள்; *(v)* : put it as an inset, உள்செருகு

inshore *(adj)* : close to the shore, கரைக்கருகிலுள்ள; *(n)* : interiority, உள்பக்கம்; *(adj)* : interior, உள்ளேயிருக்கிற; *(adv & prep)* : in the interior of, உள்ளே

insidious *(adj)* : cunning, doing harm secretly, தந்திரமான, இரகசியமாகத் தீங்கு செய்கிற

insight *(n)* : knowledge, intuition, நுண்ணறிவு, உள்நோக்கு

insignia *(n)* : distinguishing marks, badges, சிறப்புச் சின்னம் விருது

insignificant *(adj)* : unimportant, சிறப்பற்ற, அற்பமான

insincere *(adj)* : not sincere, hypocritical, நேர்மையற்ற, வாய்மையற்ற

insinuate *(v)* : to penetrate gradually, imply, சிறிது சிறிதாக ஊடுருவி உட்புகு, மறைமுகமாகச் சொல்

insipid *(adj)* : tasteless, dull, indifferent, சுவையற்ற, மந்தமான, உணர்ச்சியற்ற

insist *(v)* : to make repeated assertion, to demand emphatically, வற்புறுத்து, விடாப்பிடியாக வேண்டு, கட்டாயப்படுத்து

insolence *(n)* : arrogance, an insult, இறுமாப்பு, துடுக்கு, அவமதிப்பு

insolent *(adj)* : arrogant, துடுக்குத் தனமுடைய, திமிரான

insoluble *(adj)* : that cannot be solved, that cannot be dissolved, தீர்வுகாண முடியாத, கரைக்க முடியாத

insolvent *(n)* : bankrupt, பணமின்றி நொடித்துப் போனவர்; *(adj)* : unable to pay the debts, கடனைத் தீர்க்கமுடியாத

insomnia *(n)* : inability to sleep, தூங்க முடியாத நோய்

insomuch *(adv)* : to such an extent, இந்த அளவுக்கு

inspect *(v)* : look carefully into, examine officially, கண்காணி, மேற்பார்வை செய்

inspiration *(n)* : drawing-in of breath, a mental or spiritual influence, உள்ளுயிர்ப்பு, ஊக்கம்

inspire *(v)* : to breathe in, in fine thought or feeling into, மூச்சை உள்ளே இழு, தூண்டுதல் அளி

instability *(n)* : lack of stability, நிலையற்ற தன்மை, உறுதியின்மை

install *(v)* : to locate, establish, பதவியில் அமர்த்து, நிலைநாட்டு

instalment *(n)* : the purchase of goods by means of deferred payments at regular intervals, தவணை முறை

instance *(n)* : case, example, request, மாதிரி, எடுத்துக்காட்டு, வேண்டுகோள்

instant *(n)* : second, moment, நொடி, கணநேரம்

instantaneous *(adj)* : occurring in an instant, உடனடியான, உடனடியாக நிகழ்கிற

instead *(adv)* : as a substitute or alternative, in the place of, பதிலாக, இடமாக

instep *(n)* : upper part of a foot where it joins the leg, பாதத்தின் மேல்பகுதி

instigate *(v)* : motivate, தூண்டு

instill *(v)* : introduce, infuse, pour, அறிவுறுத்து, புகட்டு, துளித்துளியாக விடு

instinct *(n)* : intuition, impulse, உள்ளுணர்வு, திடீர்த்தூண்டம்

institute *(v)* : begin, found, organize, தொடங்கி வை, நிறுவு, ஏற்பாடு செய்

institution *(n)* : organization, establishment, கழகம், நிறுவனம்

instruct *(v)* : teach, command, கற்பி, அறிவு புகட்டு, கட்டளையிடு

instructive *(adj)* : informative, தகவல் நிறைந்த, அறிவுறுத்துகிற

instructor *(n)* : teacher, ஆசிரியர்

instrument *(n)* : a tool or implement, கருவி

insubordinate *(adj)* : rebellious, disobedient, கிளர்ச்சி செய்கிற, கீழ்ப்படியாத

insubordination *(n)* : disobedience, கீழ்ப்படியாமை

insufferable *(adj)* : unbearable, arrogant, பொறுக்க முடியாத, இறுமாப்புள்ள

insular *(adj)* : pertaining to an island, narrow minded, தீவுத்தொடர்பான, குறுகிய மனப்பான்மையுடைய

insulator *(n)* : a non-conducting substance, கடத்தாப் பொருள்

insult *(n)* : an affront, disrepect, இகழ்ச்சி, அவமதிப்பு; *(v)* : to treat with indignity, அவமதி

insuperable *(adj)* : impossible, that cannot be overcome, இயலாத, வெல்ல முடியாத

insure *(v)* : to secure, to conduct, to receive or pay a sum of money on a prescribed date as compensation for loss of damages by payment or premium, பாதுகாத்துக்கொள், சாவு அல்லது இழப்புக்கு முன்காப்பீடு செய்

insurgent *(adj)* : rebellious, கிளர்ச்சி செய்கின்ற

insurmountable *(adj)* : that cannot be climbed or overcome, ஏறமுடியாத, வெல்ல முடியாத

insurrection *(n)* : mutiny, riot, கலகம், கிளர்ச்சி

intact *(adj)* : unhurt, safe, pure, பழுதுபடாத, பாதுகாப்பான, முழுமை கெடாத

intangible *(adj)* : that cannot be touched, that cannot be grasped mentally, தொட்டு உணரமுடியாத

integer *(n)* : whole number, undivided quantity, முழு எண், பகுபடா அளவு, முழுமை

integral *(adj)* : whole, complete, முழுமையான, முழுமையடைந்த

integrate *(v)* : incorporate, consolidate, ஒன்றாக இணை, முழுமையாக்கு

integrity *(n)* : honesty, wholeness, நேர்மை, முழுமை

intellect *(n)* : sense, intelligence, power of understanding, அறிவு, நுண்ணறிவு, அறிவாற்றல்

intellectual *(adj)* : pertaining to the power of thinking, clever, அறிவாற்றலுடைய, அறிவுடைய

intelligence *(n)* : wisdom, quick understanding, information, அறிவுத்திறம், அறிவுக்கூர்மை, புரிதிறன், செய்தி

intelligent *(adj)* : having intelligence, அறிவுக்கூர்மையுடைய

intelligentsia *(n)* : educated intelligent people, கல்வி அறிவுடையோர்

intelligible *(adj)* : understandable, புரிந்துகொள்ளக்கூடிய, விளக்க மான

intemperate *(adj)* : immoderate, addicted to drinking, மட்டுமீறிய, குடிப்பழக்கமுடைய

intend *(v)* : design, to mean, திட்டமிடு, கருது

intense *(adj)* : in a high degree, violent, அளவிலாத, கடுமையான

intensify *(v)* : make severe, aggravate, கடுமையாக்கு, தீவிரமாக்கு

intensity *(n)* : severity, கடுமை

intensive *(adj)* : giving force, concentrated, serving to increase production of a given order, கடுமையான, உற்பத்தி பெருக்கும்

intent *(n)* : purpose, aim, கருத்து, செயல் நோக்கம்; *(adj)* : fixed, eager, thoughtful, உறுதியுடைய, ஆவலுடைய, கருத்துடைய

intention *(n)* : purpose, idea, உட்கருத்து, எண்ணம்

intentional *(adj)* : done on purpose, வேண்டுமென்றே செய்யப்பட்ட

inter *(v)* : to bury, புதை; *(prep)* : between, இடையே

intercede *(v)* : plead on behalf of another, பரிந்து பேசு

intercept *(v)* : stop on the way, arrest, hinder, வழிமறி, தடு, குறுக்கிடு

interchange *(v)* : to put one in the place of another, பரிமாற்றம் செய்

intercourse *(n)* : mutual exchange, communication, பரிமாற்றம், தொடர்பு

interdependent *(adj)* : mutually dependent, ஒன்றையொன்று சார்ந்திருக்கிற

interest *(n)* : advantage, benefit, curiosity, extra sum paid for the loan of money, பலன், நன்மை, அக்கறை, வட்டி

interesting *(adj)* : attractive, கவனத்தைக் கவருகிற

interfere *(v)* : to meddle, hinder, தலையிடு, தடைசெய்

interim *(n)* : the time between, இடைக்காலம்; *(adj)* : happening in the mean time, இடையில் ஏற்படும்

interior *(n & adj)* : inland, inside of anything, உள்நாட்டு, உள்

interject *(v)* : interrupt, இடைமறித்துப் பேசு

interjection *(n)* : word or words used as an exclamation, வியப்பிடைச் சொல்

interlace *(v)* : to weave or twine together, இழை பின்னு, முறுக்கிப் பின்னு

interlard *(v)* : to scatter in amongst, இடையே கல

interleaf *(n)* : a blank paper between leaves of a book, ஒரு புத்தகத்தின் பக்கங்களுக்கிடையேயுள்ள வெற்றுத் தாள்

interline *(v)* : to write between the lines, வரிகளுக்கு இடையே எழுது

interlock *(v)* : lock within each other, ஒன்றையொன்று பிணை

interloper *(n)* : one who interferes without right, தேவையின்றி அல்லது உரிமையின்றித் தலையிடுபவர்

interlude *(n)* : pause between the acts of a drama, a short entertainment like magic in the interval, இடைவேளை, இடைவேளை இசை

intermarriage *(n)* : marriage between persons of different castes or tribes, கலப்புத் திருமணம்
intermediary *(n)* : mediator, இடையீட்டாளர், நடுவர்
intermediate *(adj)* : situated between, இடையிலுள்ள
interment *(n)* : burial, புதைத்தல்
intermezzo *(n)* : short music played in between the scenes of a drama, நாடகத்தின் இரு காட்சிகளுக்கிடையே போடப்படும் இசை
interminable *(adj)* : never ending, முடிவில்லாத
intermingle *(v)* : to mix together, சேர்த்துக் கலக்கு
intermittent *(adj)* : with some intervals, இடைவிட்ட
intermix *(v)* : mix together, ஒன்றாகக் கல
intern *(v)* : to confine to a specified area, ஒரு குறிப்பிட்ட எல்லைக்குள் நடமாட்டத்தைக் கட்டுப்படுத்து
internal *(adj)* : pertaining to the inner part, உட்புறமான
international *(adj)* : pertaining to the dealings between nations, அனைத்து நாடு
internecine *(adj)* : killing each other, ஒருவரை ஒருவர் அழிக்கிற
interpellation *(n)* : summons, inquiry, மன்ற வினா, விசாரணை
intersperse *(v)* : to scatter here and there, அங்குமிங்குமாகச் சிதறு
interplay *(n)* : the working of one part with another, இடைத் தொடர்பு
interpolation *(n)* : making insertions, இடைச் செருகல்
interpose *(v)* : interfere, to place in between, தலையிடு, குறுக்கே வை
interpret *(v)* : to explain, translate, மொழிபெயர்த்துக் கூறு
interrogate *(v)* : put questions to, கேள்வி கேள்
interrogative *(adj)* : having the form of a question, கேள்வியாகக் கேட்கிற
interrupt *(v)* : disturb one while talking or working, குறுக்கிடு செய்
intersect *(v)* : cut each other, ஒன்றையொன்று வெட்டு
interstice *(n)* : crack, a small space between things closely placed, பிளவு, சிறு இடைவெளி
intertwine *(v)* : to twine together, ஒன்றோடொன்று முறுக்கிப்பின்னு
interval *(n)* : time or space in between, இடைவேளை, இடைவெளி
intervene *(v)* : interpose, interfere, இடையில் புகு, தலையிடு
interview *(n)* : meeting of persons face to face for purposes of business or giving information, நேர்முகத் தேர்வு
intestate *(adj)* : without leaving a will, இறுதி ஆவணம் எழுதி வைக்காத
intestine *(n)* : the inside part of the body between the stomach and the anus, குடல்
intimacy *(n)* : close relationship, நெருங்கிய உறவு
intimate *(adj)* : close, familiar, intensive, நெருங்கிய பழக்கமுடைய, உள்ளார்ந்த; *(v)* : make known, imply, அறிவி, தெரிவி
intimation *(n)* : announcement notification, அறிக்கை, அறிவிப்பு
intimidate *(v)* : cause fear in, அச்சுறுத்து
into *(prep)* : towards inside, உள் நோக்கி

intolerable *(adj)* : unbearable, பொறுக்கமுடியாத

intolerant *(adj)* : not tolerant, impatient, பொறுக்க முடியாத, பொறுமையற்ற

intone *(v)* : to recite in a singing voice, to talk with particular intonation, இசையோடு ஓது, தனிப் பட்ட ஓசை நயத்துடன் பேசு

intoxicant *(n)* : strong drink, வெறியூட்டும் குடிவகை

intoxication *(n)* : state of being drunk, excitement, venom, குடிவெறி, கிளர்ச்சி, நஞ்சு

intractable *(adj)* : unmanageable, stubborn, சமாளிக்க முடியாத, பிடிவாதமுடைய

intransigent *(adj)* : not ready to agree or compromise, இணங்கிப் போகாத, விட்டுக்கொடுக்காத

intransitive *(adj)* : not taking a direct object, செயப்படு பொருள் குன்றிய

intrepid *(adj)* : fearless, அச்சமற்ற

intricate *(adj)* : complicated, சிக்கலான

intrigue *(n)* : secret plot, சதி ஆலோசனை; *(v)* : to form such a plot, சதி செய்

intrinsic *(adj)* : real, natural, உண்மையான, இயல்பான

introduce *(v)* : bring in, inject, familiarize, புகுத்து, செருகு, அறிமுகப்படுத்து

introspection *(n)* : examining one's own feelings, உள்முக நோக்கு

intrude *(v)* : come uninvited, அழையாது நுழை

intrust *(v)* : confide, நம்பி ஒப்படை

intuition *(n)* : insight, உள்ளுணர்வு

inundate *(v)* : to flood, overflow, வெள்ளப்பெருக்கெடு, வழிந்தோடு

inure *(v)* : to make accustomed, பழக்கப்படுத்து

invade *(v)* : to enter a country with a view to conquest, படையெடு

invalid *(adj)* : feeble, without value, வலிமையற்ற, சட்டப்படிச் செல்லாத

invalidate *(v)* : to weaken or destroy the validity of, செல்லாததாக்கு

invaluable *(adj)* : of great value, priceless, மதிப்புமிக்க, விலை மதிப்பிட முடியாத

invariable *(adj)* : unchangeable, fixed, மாறாத, நிலையான

invasion *(n)* : invading or being invaded, படையெடுப்பு

invective *(n)* : abusive language, வசைமொழி

inveigh *(v)* : speak bitterly, attack in words, வார்த்தையால் தாக்கு

invent *(v)* : originate for the first time, புதிதாகக் கண்டுபிடி

invention *(n)* : a thing newly found out or devised, கண்டுபிடிப்பு

inventory *(n)* : detailed list of goods, furniture etc., பொருள் விளக்கப் பட்டியல்

inverse *(adj)* : contrary, reversed, opposite in effect, மாறுபாடான, தலைகீழான, எதிரான

invert *(v)* : to turn upside down, தலைகீழாக்கு

invertebrate *(adj)* : having no back bone, முதுகெலும்பற்ற

inverted *(adj)* : turned upside down, தலைகீழாகப் புரட்டப்பட்ட

investigate *(v)* : examine, inquire into, ஆராய், விசாரணை செய்

investigation *(n)* : the act of examining, ஆய்தல், விசாரணை

investment *(n)* : placing of money or other resources to gain a profit, முதலீடு

inveterate *(adj)* : hardened, habitual, வேர்பாய்ந்த, பழக்கமான

invidious *(adj)* : likely to cause envy, பொறாமையூட்டக்கூடிய

invigorate *(v)* : to strengthen, திடப் படுத்து

invincible *(adj)* : not able to be conquered, வெல்ல முடியாத

inviolable *(adj)* : not to be broken, மீறக்கூடாத

invisible *(adj)* : not to be seen, கண்ணுக்குப் புலப்படாத

invitation *(n)* : a polite request to come, அழைப்பு

invite *(v)* : to request attendance, வரும்படி அழை

inviting *(adj)* : tempting, alluring, attractive, மனத்தைக் கவருகிற

invocation *(n)* : calling upon god in prayer, வணக்க வழிபாடு

invoice *(n)* : list of goods sent with details of prices and charges, சரக்குப் பட்டியல், விலைப்பட்டி

invoke *(v)* : request earnestly, to address in prayer, வணங்கி வேண்டு, வழிபட்டு அழை

involuntary *(adj)* : not done willingly, done unconsciously, எண்ணாமல் நிகழ்கிற, விருப்பாற்றலின்றி நிகழ்கிற

involve *(v)* : include, entangle, உள்ளடக்கு, சிக்கவை

invulnerable *(adj)* : not able to be wounded or hurt, புண்படுத்த முடியாத, ஊறு செய்ய முடியாத

inward *(adj)* : placed within, உள் நோக்கிய

inwardly *(adv)* : in mind or spirit, within oneself, மனத்துள், தனக்குள்

iota *(n)* : very small part, மிகச்சிறிய

ipecacuanha *(n)* : a plant whose root is used as a medicine, ஒரு மூலிகை வேர்

irascible *(adj)* : easily made angry, எளிதில் கோபம் அடைகிற

irate *(adj)* : angry, கோபமான

ire *(n)* : anger, சினம்

iris *(n)* : circular coloured part of the eye, கருவிழி

irksome *(adj)* : tedious, tiresome, தொந்தரவான, களைப்பூட்டுகிற

iron *(n)* : a largely used metal, இரும்பு

ironical *(adj)* : satirical, வஞ்சப் புகழ்ச்சியான

irrational *(adj)* : unreasonable, illogical, absurd, அறிவுக்கு ஒவ்வாத, பகுத்தறிவிற்கு மாறான, குளறுபடியான

irreconcilable *(adj)* : that cannot be pacified, incompatible, சமாதானப் படுத்த முடியாத, பொருத்தமற்ற

irrecoverable *(adj)* : that cannot be remedied or recovered, குணப்படுத்த முடியாத, மீட்க முடியாத

irredeemable *(adj)* : that cannot be restored, hopeless, திரும்ப வாங்க முடியாத, மீட்க முடியாத, பலனற்ற

irreducible *(adj)* : that cannot be lessened or simplified further, குறைக்க முடியாத அல்லது சுருக்க முடியாத

irrefutable *(adj)* : that cannot be disproved, பொய்யென்று காட்ட முடியாத, மறுக்க முடியாத

irregular *(adj)* : abnormal, uneven, disorderly, against rules, இயல் பற்ற, சீரற்ற, ஒழுங்கற்ற, சட்டத்திற்குப் புறம்பான

irrelevant *(adj)* : not to the point, inapplicable, தலைப்புக்குப் பொருத்தமற்ற, தொடர்பற்ற, பயனற்ற

irreligion *(n)* : ungodliness, சமய மறுப்பு, சமயக் கொள்கையின்மை

irremediable *(adj)* : that cannot be remedied, சீர்ப்படுத்த அல்லது சரிப்படுத்த முடியாத

irremovable *(adj)* : that cannot be removed, விலக்க முடியாத

irreparable *(adj)* : not able to be repaired, சீர்ப்படுத்த முடியாத, பழுது பார்க்க முடியாத அல்லது செப்பனிட முடியாத

irrepressible *(adj)* : that cannot be controlled, அடக்க முடியாத

irreproachable *(adj)* : free from fault, குற்றமற்ற,குறையற்ற

irresistible *(adj)* : that cannot be resisted or opposed, தடுக்க முடியாத, எதிர்த்து நிற்க முடியாத

irresolute *(adj)* : undecided, hesitating, மன உறுதியற்ற, தயக்கமுள்ள

irrespective *(adj)* : not taking into account, regardless, lacking respect, எவ்வாறாயினும், பொருட்படுத்தாத, மதிக்காத

irresponsible *(adj)* : having no sense of responsibility, பொறுப்புணர்ச்சியற்ற

irrevocable *(adj)* : final, not to be changed, முடிவான, செயல் மாற்ற முடியாத

irrigate *(v)* : supply water through channels, நீர்பாய்ச்சு, நீர்ப்பாசனம் வசதி செய்

irrigation *(n)* : method of watering land, நீர்ப்பாசனம்

irritable *(adj)* : quick tempered, easily made angry, முன்கோபியான, எளிதில் கோபம் கொள்கிற

irritate *(v)* : produce uneasy sensation, make angry, எரிச்சலூட்டு, சினமூட்டு

Islam *(n)* : religion followed by Muslims, முகம்மதிய சமயம்

island *(n)* : mass of land surrounded by water, தீவு

isle *(n)* : any island, தீவு, நிலத்திட்டு

islet *(n)* : a little island, சிறு தீவு

isobar *(n)* : a line on the map connecting places where the atmospheric pressure is the same, சம அழுத்தக் கோடு

isolate *(v)* : place apart, வேறாகப் பிரித்து வை, தனிப்படுத்து

isosceles *(adj)* : having two sides equal, இரு சமபக்க

isotherm *(n)* : a line on the map connecting places having the same temperature, சம வெப்பநிலைக் கோடு

issue *(n)* : a flow, the end or result, an offspring, problem, copies of a book, paper etc. sent out at a time, புறக் கசிவு, விளைவு, வழிமரபு, பிரச்சினை, ஒரு வெளியீட்டுத் தொகுதி; *(v)* : publish, give out, வெளியிடு, கொடு

isthmus *(n)* : a narrow strip of land connecting two large bodies of land, நில இடுக்கு, நிலசந்தி

it *(pron.)* : the thing already spoken about, அது, அதனை

itch *(n)* : irritation in the skin, a strong desire, சொறி சிரங்கு, மிகுந்த ஆவல்; *(v)* : scratch, desire strongly, சொறிந்து கொள், ஆவல் கொள்

item *(n)* : separate article in a list, a

particular news, பட்டியலில் உள்ள ஒரு உருப்படி, வகை, இனம், பத்திரிகைச் செய்திக் குறிப்பு

itinerant *(adj)* : travelling from place to place, *அலைந்து திரிகிற*

itinerary *(n)* : a guide book, the route to be travelled, *பயண வழிகாட்டி நூல், பயணப்பாதை*

its *(poss pron & adj)* : belonging to it, *அதனுடைய*

itself *(pron.)* : of its own accord, *தானே, தானாக, அதுவே*

ivory *(n)* : hard white substance that forms the trunk of an elephant, *தந்தம்*

ivy *(n)* : a climbing evergreen plant, ஒருவகைக் கொடி

J

jab *(v)* : to stab, push, *கத்தியால் குத்து, தள்ளு*

jabber *(v)* : to chatter, to stammer, *உளறு, பிதற்று*; *(n)* : nonsense, *பிதற்றல், உளறல்*

jack *(n)* : an Indian tree, a common name for sailor, a playing card, an instrument for raising heavy weights, the small white ball which is the aiming-mark in bowls, *பலா மரம், மாலுமி, சீட்டாட்டத்தில் ஒரு சீட்டு, ஒருவகைப் பளுதூக்கி, ஆட்டக்காரர் குறியாக வைக்கும் சிறிய வெண்பந்து*

jackal *(n)* : a wild animal, *நரி*

jackanapes *(n)* : monkey, a cheap fellow, குரங்கு, இழிவானவன்

jackass *(n)* : a male ass, *ஆண் கழுதை*

jacket *(n)* : an upper garment, a paper cover for a book, *மேற்சட்டை, புத்தக அட்டை*

jade *(v)* : to tire out, *களைப்படையச் செய்*; *(n)* : a tired horse, a mean woman, dark green precious stone, *களைத்த குதிரை, இழிவான பெண், விலையுயர்ந்த பச்சைக் கல்*

jag *(n)* : a sharp rough point of a rock, *கூர்மையான பாறைமுனை*; *(v)* : to prick, to tear, *குத்து, தாறுமாறாகக் கிழி*

jaggery *(n)* : a coarse brown sugar, வெல்லம்

jaguar *(n)* : an American animal like leopard, *அமெரிக்க சிறுத்தையினம்*

jail *(n)* : a prison, *சிறை*; *(v)* : to put in a prison, *சிறையில் அடை*

jam *(v)* : to crush between two surfaces or things, cause to be fixed so that they cannot work, squeeze together, (things) in a compact mass, thrust, block, நெருக்கு, *சிக்கவை, பிழி, அழுத்து, தடு*; *(n)* : preserved fruit, crowd, *பழச்சாறு, நெருக்கடி*

jamb *(n)* : door-post, *கதவுச் சட்டம்*

jamboree *(n)* : merry making, *கொண்டாட்டம், கேளிக்கை*

jangle *(v)* : take part in a noisy or angry argument, *சச்சரவு செய்*; *(n)* : discordant voice or sounds, *சச்சரவு*

janitor *(n)* : a door-keeper, வாயிற் காவலன்

January *(n)* : first month of the English calendar, ஆங்கில ஆண்டின் முதல் மாதம்

japan *(v)* : to varnish in the Japanese style, ஜப்பானிய முறையில் மெருகிடு

Japanese *(adj)* : belonging to Japan, ஜப்பானுக்குரிய; *(n)* : people of Japan or their language, ஜப்பானிய மொழி

jar *(n)* : a vessel with a wide mouth, shock, disagreement, சாடி, அதிர்ச்சி, முரண்பாடு

jargon *(n)* : confused chatter, பிதற்றல்

jasmine *(n)* : a climbing plant with sweet smelling flowers, மல்லிகைச் செடி

jaundice *(n)* : a liver disease, மஞ்சள் காமாலை

jaunt *(n)* : short journey for pleasure, சுற்றுலா

jaunty *(adj)* : showy, showing self-confidence, இன்பமான, தன்னம்பிக்கை நிறைந்த

javelin *(n)* : a spear, ஈட்டி

jaw *(n)* : the bone that holds teeth, தாடை எலும்பு

jay *(n)* : a bright coloured bird of the crow kind, காக்கையினத்தைச் சேர்ந்த ஒரு பறவை

jay-walker *(n)* : a careless walker in the road, பாதையில் தன்னிச்சையாக கவனமின்றிச் செல்பவர்

jealous *(adj)* : envious, suspicious, பொறாமையுள்ள, சந்தேகப்படும்

jealousy *(n)* : envy, பொறாமை

jeer *(v)* : to make fun of, mock, கேலி செய், இகழ்ச்சி செய்

Jehovah *(n)* : the Hebrew name of God, யூதர் மொழியில் கடவுளின் பெயர்

jelly *(n)* : the fruit juice boiled with sugar, anything gelatinous, பழக் கூழ், பாகு

jemmy *(n)* : iron tool used by burglars, சிறிய கடப்பாரை, கன்னக்கோல்

jennet *(n)* : a small Spanish horse, ஸ்பெயின் நாட்டுச் சிறு குதிரை

jenny *(n)* : a female bird, a machine for spinning thread, ஒரு பெண் பறவை, நூற்புக் கதிர்ப் பொறி

jeopardize *(v)* : to endanger, ஆபத்திற்குள்ளாக்கு

jeopardy *(n)* : danger, இடையூறு

jerboa *(n)* : a small animal with bony hind legs, நீளமான பின் கால்களை உடைய சிறு கொறி விலங்கு வகை

jerk *(n)* : a sharp sudden movement, வெட்டியிழுப்பு, குலுக்கு, உதறல்; *(v)* : to move or throw suddenly, வெட்டியிழு, குலுக்கு

jerkin *(n)* : a short close fitting coat, குறுஞ்சட்டை

jersey *(n)* : a close fitting knitted jacket, இறுக்கமான கம்பளிச் சட்டை

jest *(n)* : a joke, கேலி, வேடிக்கைப் பேச்சு; *(v)* : to make fun of, வேடிக்கை பேசு, கேலி செய்

jester *(n)* : a comedian, விகடன், கோமாளி, கேலி செய்பவர்

jet *(n)* : a black mineral substance a spout of water, a gas bucket. கரு நிமிளைக் கல், திட்டிக் கல், நீர்த்தாரை, பீற்றுவாளி

jetsam *(n)* : goods thrown overboard to lighten a ship, கப்பலின் பளுவைக் குறைக்க எறியப்படும் சரக்கு

jettison *(v)* : throw goods overboard to lighten a ship in distress, ஆபத்துக் காலத்தில் கப்பலின் பளுவைக் குறைக்க சரக்குகளை கடலில் எறி

jetty *(n)* : a small landing pier, தோணித் துறை

Jew *(n)* : a Hebrew, யூதர்

jewel *(n)* : a precious stone, an ornament, விலையுயர்ந்த மணி, நகை

jews-harp *(n)* : a small musical instrument played by holding the frame between teeth and striking a string, மோர்சிங்

jib *(n)* : a short movable triangular sail, கப்பலின் சிறு முக்கோணப் பாய்; *(v)* : to refuse to do something, செய்ய மறு

jig *(n)* : a dance, துடிப்பான ஆடல் வகை

jilt *(v)* : be taithless (to a lover), நம்பிக்கை மோசம் செய்

jingle *(n)* : a mingled noise, கலவை ஒலி; *(v)* : to tinkle, மணியோசை எழுப்பு

job *(n)* : a piece of work, சிற்றூதிய பணி; *(v)* : to hire, do a small piece of work, வாடகைக்கு விடு, சிறு பணி செய்

jockey *(n)* : one who rides horses, பந்தயக் குதிரையோட்டி

jocular *(adj)* : sportive, joking, விளையாட்டான, நகைச்சுவையுடைய

jocund *(adj)* : merry, joyful, உல்லாசமான, மகிழ்ச்சியான

jog *(v)* : to shake, to walk slowly, குலுக்கு, தள்ளாடி நட

join *(v)* : to unite, put together, இணை, ஒன்றுசேர்

joiner *(n)* : one who joins, a carpenter, இணைப்பவர், சேர்த்து வைப்பவர், தச்சர்

joint *(n)* : a joining, இணைப்பு, மூட்டு, பொருத்து; *(adj)* : united, held in common, இணைக்கப்பட்ட, கூட்டான, பொதுவான

joist *(n)* : a supporting beam, உத்திரம

joke *(n)* : something said or done to raise a laugh, வேடிக்கைப் பேச்சு

jolly *(adj)* : joyful, மகிழ்ச்சி நிறைந்த

jollyboat *(n)* : a small boat, சிறு

jolt *(v)* : to shake jerkily, குலுக்கு

jonquil *(n)* : a flowering plant, ஒரு வகைத் தாழை

jorum *(n)* : a large drinking bowl, a great drink, பெரிய குடிகலம், அக்காலத்திலுள்ள பானவகை

joss *(n)* : Chinese idol, சீன வழிபாட்டுச் சிலை

jostle *(v)* : to knock against, clash, to elbow, முட்டி மோது, நெருக்கித் தள்ளு, முழங்கையினால் தள்ளு

jot *(n)* : a very small quantity, மிகச் சிறிய அளவு; *(v)* : to record concisely, குறிப்பு எடு

journal *(n)* : a periodical magazine or news paper, a book containing daily transactions, பத்திரிகை, செய்தி இதழ், வரவு செலவு புத்தகம்

journey *(n)* : distance travelled, travel, பயண தூரம், பயணம்; *(v)* : to travel, பயணம் செய்

joust *(n)* : a fight on horseback of a tournament, குதிரை மேலமர்ந்து போரிடும் போட்டி

Jove *(n)* : Jupiter, ரோமானியரது பெருந்தெய்வமான ஜூபிடர்

jovial *(adj)* : full of fun, jolly, வேடிக்கை நிறைந்த, களிப்பான

jowl *(n)* : cheek, laterality, கன்னம், பக்கவாடு

joy *(n)* : delight, மகிழ்ச்சி

joyous *(adj)* : full of joy, மகிழ்ச்சி நிறைந்த

jubilant *(adj)* : joyous, மகிழ்ச்சியான

jubilation *(n)* : a shouting for joy, மகிழ்ச்சியாரவாரம்

jubilee *(n)* : a time of rejoicing, கொண்டாட்ட நாள்

judge *(n)* : a public officer who passes judgement in law cases, one who decides in a dispute, நீதிபதி, நடுவர்; *(v)* : to hear a case and decide, to form an opinion, வழக்கை விசாரித்துத் தீர்ப்பளி, கருது, திறனாய்வு செய்

judgement *(n)* : judicial decisions, sentence passed, opinion, சட்ட மன்றத் தீர்ப்பு, வழங்கப்பட்ட தண்டனை, திறனாய்வுக் கருத்து

judicature *(n)* : body of judges, administration of justice, நடுவர் குழு, நீதித்துறை ஆட்சி

judicial *(adj)* : pertaining to law, சட்டம் சார்ந்த

judiciary *(n)* : the judges of a state collectively, நடுவர் தொகுதி

judicious *(adj)* : possessing right judgement, sensible, சரியாகத் தீர்ப்பளிக்க வல்ல, நன்கு முடிவு செய்யும் திறமையுள்ள, விவேக முள்ள

jug *(n)* : a deep vessel with handle for holding liquids, கூசா, சாடி

Juggernaut *(n)* : an idol of Lord Krishna under whose chariot devotees sacrifice themselves, கண்ணன் திருவுருவ ஊர்வலத்தில் மக்கள் தம்மைத்தாமே பலியிட்டுக் கொள்ளுதல்

juggle *(v)* : to play conjuring tricks, ஏமாற்று, செப்பிடு வித்தை செய்

jugglery *(n)* : the art of juggling, கண்கட்டு வித்தை, செப்பிடு வித்தை, புரட்டு

jugular veins *(n)* : large veins at the side of the neck, கழுத்தின் பக்க வாட்டுப் பெரு நரம்புகள்

juice *(n)* : liquid part of a fruit, vegetable or animal body, சாறு

jujube *(n)* : edible berry like fruit, a jelled sweetmeat, இலந்தைப் பழம், இனிப்புக் கூழ்ப்பண்டம்

July *(n)* : the seventh month of the English year, ஆங்கில ஆண்டின் ஏழாவது மாதம்

jumble *(v)* : to mix confusedly, to throw together without order, தாறுமாறாகக் கலக்கு, ஒழுங் கின்றிச் சேர்த்து வை, *(n)* : a confused mixture, கூட்டுக் குவியல், தாறுமாறான நிலை

jump *(v)* : to leap, குதி, துள்ளு; *(n)* : a sudden movement, குதிப்பு, துள்ளல்

jumper *(n)* : a blouse, one who or that which jumps, a drilling instrument, மகளிர் மேற்சட்டை, குதிப்பவர், துளை போடும் நெட்டுளி

junction *(n)* : a place or point of joining, சந்திப்பு, கூடல், இணைப்பிடம்

juncture *(n)* : junction, a critical time, கூடுமிடம், இணைவு, திருப்பு முனை

June *(n)* : the sixth month of the English year, ஆங்கில ஆண்டின் ஆறாவது மாதம்

jungle *(n)* : thick forest, அடர்காடு

junior *(adj)* : younger, lower, இளைய, பிந்திய, கீழ் நிலையிலிருக்கிற

juniper *(n)* : an evergreen shrub or its berry, என்றும் பசுமையான ஒரு வகைப் புதர்ச் செடி, அதன் பழம்

junk *(n)* : old ropes, saltmeat, a small Chinese ship, பழங்கயிறுகள், உப்புத் துண்டம், சீனமரக்கலம்

junket *(n)* : a sweetmeat made by mixing curd with cream, a feast, தயிரும் பாலாடையும் சேர்த்து செய்யப்படும் இனிப்புப் பண்டம், விருந்து

Jupiter *(n)* : king of the Roman gods, a large planet, ரோமானியரின் பெருந் தெய்வம், ஒரு பெரிய கிரகம்

jurisdiction *(n)* : the district within which one has authority, ஆட்சி எல்லை

jurisprudence *(n)* : the science of law, சட்டவியல்

jurist *(n)* : expert in law, சட்ட அறிஞர், சட்டவல்லுநர்

jury *(n)* : a body of people to decide important law cases, தீர்ப்புச் சான்றாளர் குழு

just *(adj)* : right, accurate, reasonable, equitable, நேர்மையான, சரியான, முறை தவறாத, நடுநிலை மாறாத

justice *(n)* : magistrate, right, legality, equity, நீதிபதி, நேர்மை, நீதி, நடுநிலை

justify *(v)* : to prove to be right or just, நேர்மை என்று நிறுவு, உரிமை நிலைநாட்டு

jut *(v)* : to project, துருத்து, உந்து

jute *(n)* : fibre from the bark of certain plants, சணல்

juvenile *(adj)* : youthful, இளமையான; *(n)* : young man, இளைஞர்

juxtaposition *(n)* : continuity, nearness, அடுத்தடுத்து வைத்தல், அண்மை நிலை

K

kaiser *(n)* : the title of the German emperor, ஜெர்மன் நாட்டுப் பேரரசர்

kala, kail *(n)* : a kind of cabbage, ஒரு வகைக் கோசுக் கீரை

kala-azar *(n)* : a kind of infectious disease, ஒரு வகைக் கொள்ளை நோய்

kaleidoscope *(n)* : an optical top consisting of a tube with a variety of beautiful coloured glass pieces, பல வண்ணம் காட்டும் ஒரு ஒளியியல் விளையாட்டுக் கருவி

kangaroo *(n)* : an Australian animal with very long hind legs and great power of leaping, கங்காரு என்னும் ஆஸ்திரேலிய விலங்கு

kapok *(n)* : soft material obtained from the seeds of a tropical tree, இலவம் பஞ்சு

kauri-pine *(n)* : a forest tree yielding a kind of gum, ஒரு வகை நறுமணப் பிசினைத் தரும் காட்டு மரம்

kedge *(n)* : a small anchor, சிறு நங்கூரம்

keel *(n)* : the lower timber of a ship, கப்பலின் அடிக்கட்டை; *(v)* : turn upside down, கப்பலைக் கவிழ், தலைகீழாக்கு

keen *(adj)* : desirous, alert, sharp, energetic, pungent, ஆர்வமுண்டைய, விருப்பமுடைய, கூரிய, சுறுசுறுப்பான, காரச் சுவையுடைய

keep *(v)* : retain, to continue, to preserve, observe, வைத்திரு, இழக்காதிரு, கெடாமல் வை, கவனித்துப் பின்பற்று

keeper *(n)* : one who guards, காவல்காரன், பாதுகாப்பவன்

keeping *(n)* : care, agreement, காவல், பராமரிப்பு, இணக்கம், ஒப்புமை

keg *(n)* : a small cask, சிறு பீப்பாய், குட்டுவம்

kelp *(n)* : a sea-weed used for making iodine etc., அயோடின் தயாரிக்கப் பயன்படும் ஒரு வகை கடல் பூண்டு

kelpy/kelpie *(n)* : a malignant water-spri t haunting fords in the form of a horse; A kind of collie; குதிரை வடிவில் உள்ள கடல்வாழ் துர்தேவதை; ஒருவகை வேட்டை நாய்

ken *(v)* : to cause to know, அறி; *(n)* : range of knowledge, அறிவுப்பரப்பு, அறிவெல்லை

kennel *(n)* : a shelter for dogs, நாய்ப்பட்டி

kept *(v)* : past tense and past participle of keep, 'keep' என்பதன் இறந்தகால, இறந்தகால முடிவெச்ச வடிவம்

kerb *(n)* : the edge of a pavement, நடைபாதை ஓரத்தளம்

kerchief *(n)* : a small piece of cloth used for wiping the face, hands etc., கைக்குட்டை

kernel *(n)* : seed within a shell, the important part of anything, கொட்டை, பருப்பு, மூலப்பகுதி, உருவாக்க மையம்

kerosene *(n)* : coal oil, மண்ணெண்ணெய்

kersey *(n)* : a coarse woollen cloth, ஒரு வகை முரட்டுத் துணி

kestrel *(n)* : a kind of falcon, ஒரு வகைப் பருந்து

ketch *(n)* : a small sailing vessel, சிறு மரக்கலம்

ketchup *(n)* : a flavouring sauce made from mushrooms, tomatoes & other vegetables, காளான்கூட்டு

kettle *(n)* : a vessel for boiling liquids, கொதிகலம்

key *(n & adj)* : an instrument for closing or opening, interpretation , a book containing answer, fundamental, திறவுகோல், சாவி, விளக்கக் குறிப்பு, விடைநூல், அடிப்படை

khaki *(adj)* : dust coloured, காவி நிறமான

khan *(n)* : an Asiatic chief, leader, ஆசியத் தலைவனின் பட்டப் பெயர்

kick *(v)* : to kick with the foot, உதை; *(n)* : a blow with the foot, excitement, power to react, recoil of a gun, உதை, கிளர்ச்சி, எதிர்ப் பாற்றல், துப்பாக்கியின் எதிர் எறிவு

kid *(n)* : child, a young goat, kid leather, குழந்தை, ஆட்டுக் குட்டி, ஆட்டுக் குட்டியின் தோல்

kidnap *(n)* : to carry off a human being by force, மனிதர்களைக் கடத்திச் செல்லுதல்

kidney *(v & n)* : a pair of glands for secretion of urine, சிறு நீரகம்

kill *(v)* : put to death, கொல், சாகடி

kiln *(n)* : a furnace for baking bricks, சூளை

kilogramme *(n)* : a measure of weight equivalent to 1000 grammes, 1000 கிராமுக்குச் சமமான ஒரு எடையளவை, அலகு

kilometre *(n)* : a measure of length equivalent to 1000 metres, ஆயிரம் மீட்டருக்கு சமமான ஒரு எடையளவை, அளவு

kin *(n)* : family, relations, குடும்பத்தினர், உறவினர், சுற்றத்தார்

kind *(adj)* : good, generous, benevolent, நல்லெண்ணமுடைய, அன்புடைய, கருணையுள்ள, இரக்கமுள்ள

kindergarten *(n)* : a nursery school, குழந்தைகள் விளையாட்டு முறைக் கல்விப் பள்ளி

kindle *(v)* : to set fire to, to inflame, rouse, நெருப்பு பற்றவை, தீ பொருத்து, எரியச் செய், தூண்டு

kindly *(adv)* : in a kind way, அன்புடன்; *(adj)* : gentle, அன்புள்ள, கருணையுள்ள

kindred *(n)* : relations, உறவினர்

kine *(n. pl)* : cows, பசுக்கள்

king *(n)* : a male ruler, அரசன்

kingdom *(n)* : the territory ruled over by a king, முடியரசு நாடு, அரசு

king-fisher *(n)* : a bird, மீன் கொத்திப் பறவை

kink *(n)* : a twist or knot in a string, rope, etc., முறுக்கு, வளைவு; *(v)* : to go into twists, முறுக்கு

kinsfolk *(n)* : kindred, உறவினர்

kinship *(n)* : relationship, உறவுமுறை

kinsman *(n)* : a male relative, உறவினன்

kiosk *(n)* : a pavilion, கூடாரம்

kipper *(n)* : preserved herring, கெடாமல் பாதுகாக்கப்பட்ட மீன் உணவு

kirtle *(n)* : a kind of gown, மேலங்கி

kiss *(v)* : to touch lovingly with one's lips, முத்தமிடு; *(n)* : a touch with lips, முத்தம்

kit *(n)* : equipment needed for a special activity, கருவித் தொகுதி

kitchen *(n)* : a room where cooking is done, சமையலறை

kite *(n)* : a large bird of prey, a flying toy with a light frame covered with paper, பருந்து, காற்றாடி, பட்டம்

kith *(n)* : friends, நண்பர், உற்றார்

kith & kin *(n)* : friends and relatives, உற்றார், உறவினர்

kitten *(n)* : the young one of a cat, பூனைக்குட்டி

kittiwake *(n)* : a kind of gull, ஒரு வகைக் கடற் பறவை

kiwi *(n)* : a wingless bird, சிறகற்ற ஒருவகைப் பறவை

kleptomania *(n)* : a mad impulse to steal, திருட்டார்வ நோய்

knack *(n)* : special aptitude, சிறப்புத் திறமை, தனிநுட்ப ஆற்றல்
knap sack *(n)* : a provision bag, சரக்குப் பை
knave *(n)* : a rogue, deceiver, a playing card, போக்கிரி, ஏமாற்று பவன், விளையாட்டுச் சீட்டில் ஒன்று
knead *(v)* : to work and press, make into a paste, அழுத்திப் பிசை, பிசைந்து மாவாக்கு
knee *(n)* : the joint between the leg and the thigh, முழங்கால் மூட்டு
kneel *(v)* : to bend the knees, மண்டியிடு, முழந்தாளிடு
knell *(n)* : slow sounding of a bell at a funeral, சாவு மணி
knelt *(v)* : past tense and past participle of kneel, 'kneel' என்பதன் இறந்தகால, இறந்தகால முடிவெச்ச வடிவம்
knew *(v)* : past tense of know, 'know' என்பதன் இறந்தகால வடிவம்
knickerbocker, knickers *(n)* : short trousers, அரைக்கால் சட்டை
knife *(n)* : a cutting tool, கத்தி; *(v)* : to cut with a knife, கத்தியால் குத்து
knight *(n)* : a noble trained to use arms, one who holds the title sir, ஆயுதம் தாங்கிய பிரபு, படை வீரன், 'ஸர்' பட்டமுடையவர்
knit *(v)* : yarn on long needles, unite firmly, draw together, பின்னல் வேலை செய், ஒன்றுபடுத்து, இழுத்து நெருக்கு
knitting *(n)* : work produced by knitting, பின்னல் வேலை
knitting needle *(n)* : a long needle used for knitting by hand, பின்னல் ஊசி
knob *(n)* : round shaped handle, a small lump, குமிழ் வடிவக் கைப்பிடி, சிறு கட்டி
knock *(v)* : to strike, to tap at the door, மோது, கதவைத் தட்டு; *(n)* : a sudden stroke, a tap on the door, குத்துதல், மோதுதல், கதவைத் தட்டுதல்
knoll *(n)* : summit of a hill, மலையுச்சி, குன்று
knot *(n)* : a tight joint in string or rope, a speed measure for ships, the hard part in the wood of the tree, முடிச்சு, கப்பலின் வேக அளவை, மரத்தின் தண்டுப் பகுதியில் உள்ள புடைப்பு
knotty *(adj)* : difficult, abounding in knots, சிக்கலான, புதிரான, முடிச்சுக்கள் உடைய
knout *(n)* : a whip used as an instrument of punishment, சாட்டை, சவுக்கு
know *(v)* : to understand, to perceive, அறி, தெரிந்துகொள்
knowledge *(n)* : learning, information, அறிவு, தகவல்
known *(n)* : past participle of know, 'know' என்பதன் இறந்தகால முடிவெச்ச வடிவம்
knuckle *(n)* : finger joint, விரல்கணு, கைமுட்டி; *(v)* : to bend the fingers, கைவிரல்களை மூடு
koalabear *(n)* : Australian tree climbing animal like a bear, ஆஸ்திரேலியாவிலுள்ள மரமேறும் கரடி போன்ற ஒரு விலங்கு
kopie *(n)* : a small hill in Africa, தென் ஆப்பிரிக்காவில் உள்ள சிறு குன்று;

Koran *(n)* : the holy book of Mohammadans, முகம்மதியரின் திருமறை நூல்

krall *(n)* : fence for keeping domestic animals, தொழுவம், கொட்டில், பட்டி

kudos *(n)* : repute, glory, சிறப்பு, புகழ்

L

label *(n)* : a descriptive piece of paper fixed on something, விளக்கச் சீட்டு

labial *(adj)* : pertaining to the lips, இதழ் சார்ந்த

laboratory *(n)* : place for scientific experiments, ஆய்வுக் கூடம்

laborious *(adj)* : with diligence, toilsome, விடாமுயற்சியுடைய, கடினமான

labour *(n)* : work, pains of child birth, உழைப்பு, மகப்பேறு நோவு

labourer *(n)* : one who works with his hands, உழைப்பாளி, தொழிலாளி

labyrinth *(n)* : network of winding roads, சிக்கலான சுற்றுப்பாதை

lac *(n)* : a dark resin used in dyeing, lakh, அரக்கு, இலட்சம்

lace *(n)* : delicate net work, string for fastening, இழைப்பின்னல், இழைவார்

lacerate *(v)* : to tear, to wound, கீறு, புண்படுத்து

lack *(v)* : to want, குறைப்படு, தேவையாயிரு; *(n)* : need, want, தேவை, குறைபாடு

lackadaisical *(adj)* : affected, indifferent, வருத்தும் தோற்ற முள்ள, சோர்வுற்ற

lackey, lacquey *(n)* : male attendant, பணியாள்

laconic *(adj)* : concise, short, பொழிப்பான, சுருக்கமான

lacquer *(n)* : a kind of varnish made of lac, அரக்குச் சாயம்

lacrosse *(n)* : a ball game, வளை கோல் பந்தாட்டம்

lactic *(adj)* : pertaining to milk, பாலுக்குரிய

lacuna *(n)* : a hiatus, இடைவெளி

lad *(n)* : a boy, சிறுவன்

ladder *(n)* : a portable frame with steps by which one may climb up or down, ஏணி

lade *(v)* : to load, பளு ஏற்று

laden *(adj)* : loaded, பளுவேற்றப் பட்ட, சரக்கேற்றப்பட்ட

ladle *(n)* : a large deep spoon for lifting out liquids, அகப்பை, கரண்டி

lady *(n)* : female, a woman of noble birth, a female of rank or position, மங்கை, உயர்குடிப் பெண், பெருமாட்டி

lag *(v)* : move too slowly, மெல்ல நட, மெதுவாக இயங்கு, பின்னடை, பின்தங்கு

lagoon *(n)* : a shallow lake separated from the sea by sand banks, காயல், கடற்கழி

laid *(v)* : past tense and past participle of lay, 'lay' என்பதன் இறந்தகால, இறந்தகால முடிவெச்ச வடிவம்

lain *(v)* : past participle of lie, 'lie', என்பதன் இறந்தகால முடிவெச்ச வடிவம்

lair *(n)* : resting place of wild animals or den, வளை, குகை, பொந்து

laird *(n)* : landowner in Scotland, ஸ்காட்லாந்தின் நிலக்கிழார்

laity *(n)* : people, laymen, பொது மக்கள், பாமர மக்கள்

lake *(n)* : a body of water surrounded by land, ஏரி

lakh *(n)* : measure of one hundred thousand, இலட்சம்

lama *(n)* : Tibetan priest, திபெத்து நாட்டின் மதகுரு

lamb *(n)* : a young sheep, ஆட்டுக் குட்டி

lambent *(adj)* : flickering, ஒளிவீசுகின்ற

lame *(adj)* : crippled, முடமான

lament *(v)* : to show grief, புலம்பு, அழு; *(n)* : an expression of grief or sorrow, புலம்பு, அழுகை, ஒப்பாரி

lamentable *(adj)* : sorrowful, regretful, துக்கம் நிறைந்த, வருந்தத்தக்க

lamentation *(n)* : the act of sorrowing, weeping, புலம்புதல், ஒப்பாரி, அழுதல், அழுகை

lammas *(n)* : the harvest feast entertainments held on first August, ஆகஸ்டு முதல் தேதியன்று கொண்டாடப்படும் அறுவடைத் திருநாள்

lamp *(n)* : container for oil wick used for producing light, விளக்கு

lampoon *(n)* : a piece of writing attacking somebody, வசைப்பாட்டு, ஒருவரைத் தாக்கி எழுதப்பட்டது

lamprey *(n)* : an eel-like fish, விலாங்கு போன்ற மீன்

lance *(n)* : a pointed weapon, ஈட்டி, வேல்

lancet *(n)* : double-edged surgical knife, அறுவை சிகிச்சைக் கருவி

land *(n)* : the solid portion of the earth's surface, country, நிலம், நாடு; *(v)* : to alight, to set on land, கீழே இறக்கு, தரைமீது வை

landau, landaulet *(n)* : a coach with a top which may be opened or folded back, மடிப்பு முகட்டு வண்டி

landholder *(n)* : owner of a land, நிலக்கிழார்

landing *(n)* : the act of reaching land, coming ashore, a place for landing, the platform between two flights of stairs, நிலத்தில் இறங்குதல், கரையேறுதல், இறங்குமிடம், இரு படிக்கட்டு வரிசைகளின் இடையே யுள்ள மேடை

landmark *(n)* : a prominent mark, an important event, boundary mark, சிறப்பு அடையாளம், முக்கிய நிகழ்ச்சி, எல்லைக் குறி

landscape *(n)* : a land view, natural scenery, நிலக்காட்சி, இயற்கைக் காட்சி

landslide, landslip *(n)* : a fall or sloping down of land, நிலச்சரிவு

lane *(n)* : a narrow road, சந்து, முடுக்கு

language *(n)* : human speech, mode of expression, any manner of expressing thought or feeling, a system of signs and symbols with rules for forming intelligible communications, மொழி

languid *(adj)* : feeble, sluggish, சோர்ந்த, மந்தமான

languish *(v)* : to grow weak or feeble, சோர்ந்து போ, களைத்துப் போ

languor *(n)* : weakness, dullness, சோர்வு, மந்தம்

laniard,lanyard *(n)* : a short rope used as a fastening or handle, கட்டுவதற்கு அல்லது கைப்பிடியாகப் பயன்படும் சிறு கயிறு

lank *(adj)* : thin, loose, weak, மெலிந்த, தொய்வான, சோர்வான

lantern *(n)* : a case for holding light or lamp, ஒளிக்கூண்டு, விளக்குக்கூண்டு

lap *(n)* : upper part of the legs of a person, the loose flap, consuming a liquid by licking with the tongue, மடி, தொடை, தொங்கல், மடிப்பு, நக்கிக் குடித்தல்; *(v)* : fold, drink liquid by scooping with the tongue, மடி, நக்கிக் குடி

lapel *(n)* : flap of a garment, துணி மடிப்பு

lapidary *(n)* : a cutter and shaper of precious stones, மணிக்கற்களைச் செதுக்கி இழைப்பவர்

lapse *(v)* : to glide, to err, நழுவ விடு, தவறு செய்; *(n)* : a passing away, error, காலக் கடப்பு, நழுவுதல், தவறு

lapwing *(n)* : a bird of plover family, ஒரு வகை நீர்ப்பறவை

larboard *(n)* : portside of a ship, கப்பலின் இடப்பக்கம்

larceny *(n)* : theft, திருட்டு, களவு

larch *(n)* : any tree of the coniferous genus, ஒருவகை ஊசியிலை மரம்

lard *(n)* : the melted fat of swine, பன்றிக் கொழுப்பு

larder *(n)* : a room or place where provisions are kept, உணவு அரங்கு, அரங்கு

large *(adj)* : big, great, extensive, பெரிய, பெருமதிப்புடைய

largehearted *(adj)* : generous, கருணை மனமுடைய

largesse *(n)* : a present, பரிசு, நன்கொடை

largo *(n)* : a piece of music played in slow manner, மெல்லிய இசை

lariat *(n)* : a rope for fastening horse, குதிரைகளைக் கட்டும் கயிறு

lark *(n)* : a singing bird, a trick, வானம்பாடி, குறும்பு; *(v)* : to play tricks, குறும்பு செய்

larva *(n)* : an insect in its caterpillar stage, பூச்சியின் முட்டையினின்றும் வெளிவரும் புழுப் பருவம்

larynx *(n)* : the organ of voice, குரல் வளை

lascar *(n)* : an Indian sailor, கப்பலோட்டி

lascivious *(adj)* : lustful, காமம் நிறைந்த

lash *(n)* : the cord of a whip, சாட்டை, கசைவார்; *(v)* : to strike with a whip, சாட்டையால் அடி

lass *(n)* : a girl or young woman, சிறுமி, மங்கை

lassitude *(n)* : tiredness, களைப்பு

lasso *(n)* : a long rope looped with a slip-knot for catching wild horses, காட்டுக்குதிரைகளைப் பிடிக்கும் சுருக்குக் கயிறு

last *(n)* : shoe maker's wooden mould, the ultimate, செருப்புத் தைப்பவரின் மாதிரி மரப்படிவம், கடைசி, இறுதி; *(v)* : to continue in good condition, நீடித்து உழை; *(adj)* : final, more recent, இறுதியான, அண்மைக் காலத்திலான

lasting *(adj)* : durable, நீடித்து உழைக்கும்

latch *(n)* : a fastening, தாழ்ப்பாள்; *(v)* : to fasten with a latch, தாழ்ப்பாளிடு

late *(adj)* : departed, slow, recent, after the right time, மறைந்த, மெதுவான, அண்மைக் காலத்திய, குறித்த காலம் கடந்த; *(adv)* : recently, after the right time, அண்மைக் காலத்தில், காலங்கடந்து

lately *(adv)* : a short time ago, recently, சிறிது காலத்திற்கு முன், அண்மையில்

latent *(adj)* : implicit, hidden, உள்ளமைந்த, மறைவான

lateral *(adj)* : relating to the side, பக்கவாட்டிலான

latex *(n)* : the milking juice of plant, மரப்பால்

lath *(n)* : thin strip of wood, மென் மரப்பட்டை

lathe *(n)* : turner's machine, கடைசல் பொறி

lather *(n)* : a foam produced by soaps, நுரை; *(v)* : to produce lather, நுரையுண்டாக்கு

Latin *(n)* : a language of ancient Rome, இலத்தின் மொழி

latitude *(n)* : width, distance from the equator, freedom from rules or restrictions, அகலம், நில நடுக்கோடு, கட்டுப்பாடின்மை

latrine *(n)* : urinal, கழிப்பிடம்

latter *(adj)* : recent, last of two, அண்மைக்காலத்திய, குறிப்பிட்டதில் இரண்டாவதான

lattice *(n)* : a network of cross bars, பின்னல் சட்டம்

laud *(v)* : to praise, புகழ்

laudable *(adj)* : praiseworthy, புகழத்தக்க

laudanum *(n)* : tincture of opium, அபினி

laugh *(v)* : to make a merry sound, சிரி; *(n)* : the sound made in merriment, சிரிப்பு

laughter *(n)* : laugh, சிரிப்பு

launch *(v)* : to send forth, to propel a ship to slide into the water, to throw, புதுமுயற்சி மேற்கொள், கடலில் மிதக்கவிடு, வீசியெறி; *(n)* : passenger carrying boat, தோணி, பயணப் படகு

launder *(v)* : to wash and iron the clothes, துணியைச் சலவை செய்; *(n)* : washerwoman or washerman, சலவைத் தொழிலாளி

laundry *(n)* : a place where clothes are washed, சலவையகம்

laureate *(n)* : the court poet, one crowned with laurel, அரசவைக் கவிஞர், வாகைப்பூவைச் சூடியவர் மட்டிலா மதிப்பை / சம்மானத்தைப் பெற்றவர்

laurel *(n)* : a kind of evergreen shrub, victory, வாகைச் செடி, வெற்றி

lava *(n)* : molten matter emitted by a volcano, எரிமலைக் குழம்பு

lavatory *(n)* : water-closet, a place or rock for washing purpose, கழிப்பிடம், குளியலறை

lavender *(n)* : a plant with sweet smelling flowers, நறுமண மலர்ச் செடி

laverock *(n)* : the lark, வானம்பாடி

lavish *(adj)* : wasteful, giving or spending generously, வீண் செலவு செய்கிற, அளவுக்கு மிஞ்சிக் கொடுக்கிற; *(v)* : to waste, to spend freely, வீண்செலவு செய், தாராள மாகச் செலவிடு

law *(n)* : rule of conduct of action authoritatively imposed, any set of rules, (in science) சட்டம், விதி

lawful *(adj)* : fair, right, நியாயமான, சட்டத்திற்குட்பட்ட

lawless *(adj)* : violent, disorderly, குழப்பமிக்க, ஒழுங்கற்ற

lawmaker *(n)* : one who makes laws, சட்டமியற்றுபவர்

lawn *(n)* : a grassy ground, புல்வெளி

lawyer *(n)* : advocate, one learned in law, வழக்கறிஞர், சட்ட நிபுணர்

lax *(adj)* : vague, loose, not firm, தெளி வற்ற, தளர்ந்த, உறுதியற்ற

laxative *(n)* : a medicine used for loosening the bowels, மலமிளக்கி

laxity *(n)* : looseness, தளர்ச்சி, உறுதி யின்மை

lay *(adj)* : pertaining to nonprofessionalist, பாமர; *(n)* : a narrative poem, பாட்டு; *(v)* : to produce eggs, put down, to beat down, past-tense of lie, முட்டையிடு, படுக்க வை, கீழே போடு, அடி, lie என்பதன் இறந்தகால வடிவம்

layer *(n)* : a stratum, அடுக்கு, பாளம்

layette *(n)* : an infant's complete outfit, குழந்தையின் முழு உடைகள்

lay-figure *(n)* : model of the human figure, மனிதனின் மாதிரி உருவம்

lazar *(n)* : a person with a dreadful disease, தொழு நோயாளி

lea *(n)* : a field, lawn, நிலம், புல்வெளி

lead *(n)* : a soft grey metal, ஈயம்; *(v)* : guide, control, cause to pass through, வழிகாட்டு, அடக்கு, ஊடாகக் கடத்து

leader *(n)* : one who leads, தலைவர், வழிகாட்டுபவர்

leading *(adj)* : chief, most important, முதன்மையான, சிறப்பான

leaf *(n)* : one of the external parts of a plant or tree, a division of a flat body as the leaf of the book, இலை, ஏடு

league *(n)* : union, alliance, a measure of distance of 3 miles, சங்கம், ஒப் பந்தக்குழு, 3 மைல் தூர அளவு

leak *(n)* : a small hole that lets out liquids, ஒழுக்கு; *(v)* : to ooze out, ஒழுகு

leal *(adj)* : true hearted, loyal, உண் மையுள்ள, நேர்மையுள்ள

lean *(v)* : to incline, சாய்ந்திரு; *(adj)* : not fat, மெலிந்த

leap *(v)* : to spring or jump, பாய், குதி; *(n)* : a jump, துள்ளுதல்

leapt *(v)* : past tense and past participle of leap, 'leap' என்பதன் இறந்த கால, இறந்தகால முடிவெச்ச வடிவம்

leap-year *(n)* : every fourth year, (when February has 29 days), பிப்ர வரியில் ஒரு நாள் கூடுதலாக 366 நாட்கள் கொண்ட ஆண்டு

learn *(v)* : to acquire knowledge, கற்றுணர்

learned *(adj)* : scholarly, கற்றறிந்த

learnt *(v)* : past tense and past participle of learn, 'learn' என்பதன் இறந்தகால, இறந்தகால முடிவெச்ச வடிவம்

lease *(n)* : an agreement giving use of land or other property, குத்தகை; *(v)* : to let for hire, குத்தகைக்கு விடு

lease-hold *(n)* : land or other property taken out on lease, *குத்தகை; (adj)* : taken out on lease, குத்தகைக்கு எடுக்கப்பட்ட

leash *(n)* : a leather strap for holding animals, விலங்குகளைக் கட்ட உதவும் தோல்வார்; *(v)* : to fasten with a strap, வாரினால் கட்டு

least *(adj)* : last, lowest, *கடைசியான, மிகச்சிறிய, தாழ்ந்த*

leather *(n)* : material made by curing animal skin, பதனிட்ட தோல்

leave *(n)* : a period of permission, விடுப்பு; *(v)* : to discard, depart, allow to remain in specified state, to give to a person's charge or care, விட்டுவிடு, வெளியேறு, குறிப்பிட்ட நிலையில் வைத்திடு, பொறுப்பில் விடு

leaven *(n)* : substance added to dough to produce fermentation, நொதி, புளிக்க வைக்கும் பொருள்

leaves *(n)* : plural of leaf, 'leaf', என்பதன் பன்மை வடிவம்

leavings (*n*) : things left as worthless, *மிச்சம், கழிவு*

lecherous *(adj)* : lustful, காமம் நிறைந்த

lectern *(n)* : reading or singing-desk in a church, கிருத்துவக்கோயில் மேடையின் சாய்வு மேசை

lecture *(n)* : discourse on a given subject usually by way of instruction, விரிவுரை, பேருரை, சொற்பொழிவு; *(v)* : to deliver a lecture, விரிவுரையாற்று, சொற்பொழிவாற்று

led *(v)* : past tense and past participle of lead, 'lead' என்பதன் இறந்த கால, இறந்தகால முடிவெச்ச வடிவம்

ledge *(n)* : a shelf, ridge, *சுவர் அலமாரி, விளிம்பு*

ledger *(n)* : an account book, வரவு செலவுக் கணக்குப் புத்தகம்

lee *(n)* : shelter given by neighbouring object, side away from wind, *காற்றுப் பாதுகாப்பான பகுதி, காற்று அடிக்காத பக்கம்*

leech *(n)* : blood sucking worm, அட்டை

leek *(n)* : vegetable of the onion family, ஒரு வகைப் பூண்டு

leer *(n)* : sarcastic look that suggests evil desire, lecherous look, கெட்ட எண்ணத்துடன் பார்க்கும் கடைக் கண்பார்வை

lees *(n & pl)* : dregs, sediment, கசடு, வண்டல்

leet *(n)* : court of records, a chosen list of candidates for a job, பதிவு நீதி மன்றம், வேலைக்காகத் தேர்ந்தெடுக்கப்பட்டோரின் பெயர் பட்டியல்

leeward *(adv)* : towards the sheltered side, காற்றிற்கு ஒதுக்கமாக

left *(n)* : the side opposite to the right, இடதுபக்கம்; *(v)* : past tense and past participle of leave, 'leave', என்பதன் இறந்தகால, இறந்தகால முடிவெச்ச வடிவம்

leg *(n)* : organ of support and locomotion in living beings, கால்

legacy *(n)* : that which is given by will, விருப்ப இறுதி ஆவணச் சொத்து, மரபுரிமைச் சொத்து

legal *(adj)* : pertaining to law, *சட்டம் சார்ந்த*

legalize *(v)* : to make lawful, *சட்டப் படுத்து*

legate *(n)* : an ambassador, delegate, *சமயத்தூதுவர், பேராளர்*

legatee *(n)* : the recipient of a legacy, இறுதி ஆவணப்படி சொத்தைப் பெறுபவர்

legend *(n)* : fable, myth, கட்டுக் கதை, புராணம்

legerdemain *(n)* : conjuring tricks by a quickness of the hand, கண் கட்டு வித்தை

legible *(adj)* : readable, தெளிவான, வாசிக்கத்தக்க

legion *(n)* : a large number, a body of soldiers, பேரெண்ணிக்கை, படைத் தொகுதி

legislate *(v)* : to make laws, சட்டம் இயற்று

legislation *(n)* : making of laws, சட்டம் இயற்றுதல்

legislative *(adj)* : enacting laws, சட்டம் இயற்றுகிற

legislature *(n)* : a body of law makers, சட்டமன்றம், சட்டசபை

legitimate *(adj)* : legal, real, fair, சட்டப்படியான, உண்மையான, நேர்மையான

leisure *(n)* : spare time, ஓய்வு நேரம்

lemming *(n)* : a small rat like rodent, எலி போன்ற கொறி விலங்கு

lemon *(n)* : pale-yellow oval shaped acidic juicy fruit, எலுமிச்சம்பழம்

lemur *(n)* : a monkey-like animal of Madagascar, மெட்காஸ்கரில் உள்ள குரங்கு போன்ற ஒரு விலங்கு

lend *(v)* : grant something on loan, to give on hire, கொடுத்துதவு, கடனாகக் கொடு, வாடகைக்குக் கொடு

length *(n)* : measurement from end to end, நீளம்

lengthen *(v)* : to make longer, elongate, நீட்டு

lengthwise *(adv)* : in the direction of the length, நீளவாக்கில்; *(adj)* : along the length, நீளவாக்கான

lengthy *(adj)* : of great length, longish, மிக நீண்ட, நீளமான

lenience, leniency *(n)* : mildness, gentleness, இணக்கம், கண்டிப்புக் குறைவு, கருணை

lenient *(adj)* : mild, gentle, இணக்கமான, கண்டிப்புக் குறைவான, கருணை காட்டும்

lens *(n)* : a magnifying glass, கண்ணாடி வில்லை

lent *(v)* : past tense and past participle of lend, 'lend', என்பதன் இறந்த கால, இறந்தகால முடிவெச்ச வடிவம்; *(n)* : a fast of forty days before Easter, ஈஸ்டர் பண்டிகைக்கு முன்புள்ள நாற்பது நாள் நோன்பு

lentil *(n)* : a pulse bearing plant grown for food, உணவாகப் பயன் படும் அவரையினச் செடி

Leo *(n)* : the lion, fifth sign of the zodiac, சிங்கம், சிம்மராசி

leonine *(n)* : lion like, சிங்கம் போன்ற

leopard *(n)* : a spotted wild animal of the cat family, சிறுத்தைப்புலி

leper *(n)* : a person suffering from leprosy, தொழுநோயாளி, பெரு நோயாளி

leprosy *(n)* : chronic intectious bacterial disease affecting skin and nerves resulting in mutilations and deformities, தொழுநோய், பெரு வியாதி

less *(adj)* : in a smaller degree, சற்றுக் குறைவான; *(adv)* : not so much, மேலும் குறைவாக; *(n)* : a smaller portion, சற்றுக்குறைவான பகுதி; *(prep)* : minus, குறைவாக

lessee *(n)* : a lease-holder, குத்தகைக் காரர்

lessen *(v)* : to diminish, to make less, சுருக்கு, குறை

lesson *(n)* : a portion of study to be learnt by a pupil, பாடம், பாடப் பகுதி

lessor *(n)* : a lease granter, குத்த கைக்கு விடுபவர்

lest *(conj)* : so that not, அவ்வாறு ஆகாதபடி

let *(v)* : to permit, to lease, இணங்கு, வாடகைக்கு விடு

lethal *(adj)* : deadly, mortal, கொல்லக் கூடிய, கொடிய

lethargy *(n)* : dullness, heaviness, மந்தம், மயக்கம்

letter *(n)* : a written message, a sign of the alphabet, கடிதம், எழுத்து

lettered *(adj)* : learned, கற்றறிந்த

lettuce *(n)* : an edible plant, ஒரு வகைக் கீரை, முட்டைகோஸ்

levee *(n)* : an assembly of visitors, assembly held by a king, a river bank, பேட்டிக் குழு, அரசவைக் குழு, ஆற்றின் கரை

level *(n)* : a horizontal place, an instrument for finding the evenness of the surface, மட்டம், சமதளம், மட்டம் பார்க்கும் கருவி; *(v)* : equalise, make even, சமன்படுத்து, மட்டப் படுத்து

lever *(n)* : a rigid bar used for raising weights, நெம்புகோல்

leveret *(n)* : a young hare, முயல்குட்டி

leviathan *(n)* : a large sea-monster, பெரும் கடல் விலங்கு

levity *(n)* : want of seriousness, thoughtlessness, அக்கறையின்மை, கருத்தின்மை, கவனமின்மை

levy *(v)* : to demand by order, to impose, வரி வசூல் செய், வரி சுமத்து; *(n)* : the act of collecting by authority, வரி வசூலித்தல்

lewd *(adj)* : lustful, காமம் நிறைந்த, கற்பற்ற

lexicographer *(n)* : compiler or a dictionary or lexicon, அகராதி தொகுப்பாளர்

lexicon *(n)* : a dictionary, பேரகராதி

liability *(n)* : responsibility, debt, பொறுப்பு, கடமை

liable *(adj)* : accountable, subject to, கடமைப்பட்டுள்ள, பொறுப்புள்ள

liaison *(n)* : union, illegal love, பிணைப்பு, முறையற்ற காதல்

liaison officer *(n)* : one who keeps two units in touch with each other, இணைப்பு அலுவலர்

liana *(n)* : a climbing plant, ஒரு படர் கொடி

liar *(n)* : one who tells lies or falsehood, பொய்யர், புளுகர்

libation *(n)* : an offering of wine and other liquids to god, கடவுளுக்கு அளிக்கப்படும் மதுபானம்

libel *(n)* : written or printed statement that damages one's reputation, anything that brings discredit, எழுத்து மூலமான குற்றச்சாட்டு, அவதூறு, புரளி; *(v)* : to defame, அவதூறு சொல், புகழ்கெடு

libellous *(adj)* : defamatory, அவ தூறான, புகழ் கெடுக்கின்ற

liberal *(adj)* : generous, ample, பெருந்தன்மையுடைய, தாராள குணமுடைய

liberality *(n)* : generosity, nobleness of mind, தாராளகுணம், பெருந் தன்மை

liberate *(v)* : release, disjoin, விடுவி, தளைநீக்கு.

liberty *(n)* : freedom, permission, விடுதலை, தன் செயலுரிமை

libidinous *(adj)* : lustful, சிற்றின்ப உணர்ச்சியுடைய

library *(n)* : a room or building where books are kept, நூல் நிலையம், நூலகம்

lice *(n)* : plural of louse, 'louse' என்பதன் பன்மை வடிவம்

licence *(n)* : a written permission to do something, இணக்க ஆணை; *(v)* : to permit, authorise, அனுமதி அளி, உரிமை அளி

licentious *(adj)*: lawless, immoral, சட்ட மீறிய, கட்டுப்பாடற்ற, இழிவான

lichen *(n)* : a kind of flowerless plant, காளான் வகைப் பூண்டு

lich-gate, lychgate *(n)* : the roofed gate of a churchyard, கிருத்துவத் திருக்கோயில் முற்றத்தின் வாசல்

licit *(adj)* : lawful, proper, வழி முறைக்குட்பட்ட, சட்டத்திற் குட்பட்ட, முறையான

lid *(n)* : a movable cover for an opening, மூடி

lie *(interj)* : untruth, falsehood, பொய்; *(v)* : to tell falsehood, to remain in a flat position, பொய்கூறு, படு

liege *(adj)* : faithful (to landlord), நிலமானியப் பணிசெய்யக் கடமைப்பட்டுள்ள

lien *(n)* : a legal claim, சட்டப்பூர்வ மான உரிமை

liet *(adv)* : willingly, gladly, விருப்பத் துடன், மகிழ்ச்சியுடன்

lieu *(n)* : instead, பதிலாக, மாற்றாக

lieutenant *(n)* : an officer in the army below the rank of a captain, துணைப் படைத்தலைவர்

life *(n)* : vitality, animate existence, உயிர்சக்தி, வாழ்க்கை

life-boat *(n)* : a boat for saving people in danger or drowning, பாதுகாப்புப் படகு

lifeless *(adj)* : dead, uninteresting, உயிரற்ற

life-like *(adj)* : like a living person, உயிர்க்களையுடைய

life-time *(n)* : duration of one's life, வாழ்நாள்

lift *(v)* : to raise to higher position, hoist, உயர்த்து, தூக்கு; *(n)* : a rise in rank, apparatus for carrying goods or persons from one floor to another, ஏற்றம், உயர்த்தி

ligament *(n)* : a tough fibrous tissue which binds the movable bones of the body, தசை நார்

ligature *(n)* : a thing used for binding, a bandage, காயங்கள் கட்டும் துணி, கட்டு

light *(n)* : that which makes things possible to be seen, lamp, ஒளி, விளக்கு; *(adj)* : not heavy, not dark, easy, லேசான, ஒளியுடைய, எளி தான; *(v)* : to give light, brighten, to set fire to, ஒளியூட்டு, பிரகாச மாக்கு, கனம் குறை

lighten *(v)* : to make less heavy, shine, கனம் குறை, ஒளியூட்டு, பிரகாசி

light-hearted *(adj)* : cheerful, மனச் சுமையற்ற, மகிழ்ச்சியான

light-house *(n)* : a tower with a powerful light to guide or warn ships, கலங்கரை விளக்கம்

lightning *(n)* : a flash of light from the clouds produced by the natural electricity in the sky, மின்னல்

lignite *(n)* : soft brown coal, பழுப்பு நிலக்கரி

like *(adj)* : similar, equal, ஒத்த, போலிருக்கிற, சமமான; *(v)* : enjoy, to love, விரும்பு; *(n)* : something simiar to another, ஏற்ற பொருள்

likelihood *(n)* : probability, நிகழ் திறம்

likely *(adj)* : probable, suitable, நிகழத் தக்க, பொருத்தமான, நம்பத்தக்க

liken *(v)* : to find out the resemblance, ஒப்பு நோக்கு

likeness *(n)* : a portrait, similarity, ஓவியம், ஒத்த தன்மை

likewise *(adv & conj)* : similarly, also, moreover, too, இதுபோலவே, மேலும், இன்னும்

liking *(n)* : fondness, taste, fancy, விருப்பம், சுவை ஈடுபாடு

lilac *(n)* : a shrub with purple or white blossoms, இளஞ்சிவப்பு அல்லது வெள்ளை நிறப் பூக்களையுடைய ஒருவகைப் புதர்க்கொடி; *(adj)* : pale purple, இளஞ்சிவப்பான

lilliputian *(adj)* : tiny, குள்ளமான, சிறிய உருவமுடைய; *(n)* : native of Lilliput, லில்லிப்புட் என்ற கற்பனை நாட்டவர்

lilt *(n)* : a cheerful tune, இனிமை யான இசைப்பாடல்; *(v)* : sing melodiously, இனிமையாகப் பாடு

lily *(n)* : a bulbous plant with large beautiful flowers, அல்லி, குவளை

limb *(n)* : arms, leg, wing, branch of a tree, a part, கை, கால், சிறகு, கிளை, ஒரு பகுதி

limber *(n)* : detachable part of the gun-carriage, பீரங்கி வண்டியின் கழற்றத்தக்கப் பகுதி; *(adj)* : easily bent, எளிதில் வளையக்கூடிய

lime *(n)* : white substance got by burning limestone, any sticking substance, a juicy fruit, European tree with fragrant flowers, சுண்ணாம்பு, எலுமிச்சை, நறுமண மலர்களை யுடைய ஐரோப்பியச் செடி

limekiln *(n)* : a kind of furnace in which limestone is burnt to lime, சுண்ணாம்புக் காளவாய்

limelight *(n)* : intense white light got by heating piece of lime in the oxy-hydrogen flame, சுண்ணாம்புக் கல்லை ஆக்ஸி-ஹைட்ரஜன் சுடரில் சூடாக்குவதால் ஏற்படும் வெண்ணொளி

limit *(n)* : boundary, end, எல்லை, வரம்பு, முனை; *(v)* : prohibit, set, bound to, வரையறு, கட்டுப்படுத்து, வரம்பு ஏற்படுத்து

limitation *(n)* : restriction, வரை யறை, கட்டுப்பாடு

limn *(v)* : to paint, to portray, வண்ணம் தீட்டு, படம் வரை

limousine *(n)* : motor car with closed body and roof, மூடிய உந்து வண்டி

limp *(v)* : walk lamely or unevenly, நொண்டி நொண்டி நட; *(adj)* : not stiff, weak, tired, விறைப்பற்ற, உறுதியற்ற, சோர்வுடைய

limpet *(n)* : a small shellfish sticking tightly to rocks, பாறையில் ஒட்டி வாழும் நத்தையினம்

limpid *(adj)* : clear (of liquids, atmosphere, eyes etc.), தெளிவான, கலங்கலற்ற

linchpin *(n)* : a pin used to keep the wheel in position, கடையாணி

linden *(n)* : lime tree, எலுமிச்சை மரம்

line *(v)* : to mark with the lines, to put

an additional layer on the inside, form into a line, கோடுவரை, உள்ளே அதிகமாக ஒரு மடிப்பு வைத்துத் தை, வரிசையாக நிறுத்து; *(n)* : row, thin long mark drawn, string, direction, வரிசை, கோடு, கயிறு, வழி

lineage *(n)* : ancestry, வழி மரபு

linen *(n)* : cloth woven from flax, நாரால் நெய்யப்பட்ட துணி

liner *(n)* : a steamer belonging to a company, நீராவிக்கப்பல்

ling *(n)* : a sea fish, a kind of heather, ஒருவகைக் கடல் மீன், ஒருவகைப் புதர்ச் செடி

linger *(v)* : be late, or slow in going away, to remain long, தயங்கி நில், நேரம் தாழ்த்திப் போ, நீடித்திரு

lingerie *(n)* : women's under-garments, பெண்களின் உள்ளாடைத் தொகுதி

lingua franca *(n)* : language of general communication serving as a medium between people who speak different languages, இடையீட்டுப் பொது மொழி

linguist *(n)* : one who is skilled in the science of language, மொழியியல் வல்லுநர், மொழியியலார்

liniment *(n)* : a liquid ointment for rheumatism, வாதத்திற்கான தைலம், பூச்சி மருந்து

lining *(n)* : the inside layer, உள்வரிப் பூச்சு, அக உறை

link *(n)* : ring or loop of chain, the connecting part, a measure equal to 8 inches approximately, torch or pitch and tow, கண்ணி, கொக்கி, ஏறக்குறைய 8 அங்குல நீளமுள்ள அளவு, தீவட்டி; *(v)* : join as by a link, join closely, ஒன்று சேர், ஒட்டவை, கொக்கியில் பிணை

linn *(n)* : a waterfall, the pool below the waterfall, நீர்விழ்ச்சி, அருவிப் பள்ளம்

linnet *(n)* : a song-bird, குருவி வகைப் பறவை

linoleum *(n)* : a thick cloth made mostly from linseed oil, மெருகிடப் பட்ட மெழுகுத் துணி

linotype *(n)* : a machine which makes stereotyped lines of words in printing, வரியச்சுப் பொறி

linseed *(n)* : seed of flax, ஆளிவிதை

lint *(n)* : a stiff cloth of line used in dressing wounds, காயம் கட்டும் துணி

lintel *(n)* : horizontal timber or stone over a window, வாசல்படி நிலைக் கட்டை

lion *(n)* : a well known flesh-eating wild animal, a prominent person, the sign of zodiac, சிங்கம், புகழ் வாய்ந்தவர், சிம்மராசி

lion-hearted *(adj)* : very brave, மன வலிமையுடைய

lip *(n)* : the fleshy edge of the mouth, the outer edge of anything, இதழ், உதடு, விளிம்பு; *(v)* : to touch lightly in the lip, உதட்டால் தடவு

lip sympathy *(n)* : the outward show of sympathy, உதட்டளவுக் கருணை

liquefy *(v)* : to melt, நீர்மமாக்கு

liquid *(n)* : a flowing substance, நீர்மம்; *(adj)* : in the form of liquid, clear, not fixed, நீரியலான, தெளிவான, நிலையற்ற

liquidate *(v)* : to settle or wind up, தீர்த்து விடு, மூடிவிடு, கலை

liquor *(n)* : a strong drink, anything liquid, மதுபானம், நீர்மம்

liquorice *(n)* : plant with sweet root used in medicine, அதிமதுரம் (செடி)

lira *(n)* : Italian coin, இத்தாலிய நாட்டு நாணயம்

lisp *(v)* : to articulate sibilants imperfectly, speak with imperfect pronunciation, உரசொலிகளைத் தெளிவின்றி அல்லது குறைபாட்டோடு உச்சரி, மழலை பேசு

lissom, lissome *(adj)* : flexible, வளையும் தன்மையுடைய

list *(n)* : a catalogue, பட்டியல், வரிசை; *(v)* : to desire, to prepare catalogue, to lean over to oneside, விரும்பு, பட்டியல் தயார் செய், ஒரு பக்கமாகச்சாய்

listen *(v)* : to hear, to give close attention, கேள், கவனி

listless *(adj)* : indifferent, uninterested, weary, கவனமற்ற, அக்கறையற்ற, ஆர்வமற்ற, களைத்த

lists *(n & pl)* : the ground enclosed for a battle between men, போர்க் களம்

litany *(n)* : a set form of public prayer, வழிபாட்டுப் பாசுரம்

literacy *(n)* : ability to read and write, எழுத்தறிவு

literate *(n)* : one who is able to read and write, எழுதப்படிக்க தெரிந்தவர்; *(adj)* : learned, கற்றுத் தேர்ந்த

literateur *(n)* : one who is fond of books and writings, புத்தகங்களை விரும்பிப் படிப்பவர், புத்தகப் புழு

literature *(n)* : books of writings collectively, all that has been written on a subject, இலக்கியம்

lithe *(adj)* : flexible, வளையக்கூடிய

lithograph *(n)* : a stone print, கல் அச்சு

litigate *(v)* : to carry on a law case, வழக்குத்தொடு, வழக்காடு

litigation *(n)* : suit in a law-court, law proceedings, வழக்குத் தொடுத்தல், சட்ட நடவடிக்கைகள்

litre, liter *(n)* : a liquid measure equivalent to 1000 cc., *1000* சென்டிமீட்டருக்குச் சமமான முகத்தலளவை

litter *(n)* : a bed for carrying the dead or injured, the young of an animal produced at one time, an untidy mass of waste materials, நோயாளிகளைத் தூக்கிச் செல்லும் படுக்கை, பாடை, ஓரீற்றுக்குட்டிகள், குப்பை கூளம்; *(v)* : to produce a litter of young, to cover with litter, scatter, குட்டிகளை ஈனு, குப்பை செத்தையை பரப்பு, பொருள் களைத் தாறுமாறாகப் போடு

little *(adj)* : small in size, quantity or degree, (வடிவில், அளவில், தரத்தில்) சிறிய; *(adv)* : in a small quantity, not much, சிறிய அளவில், ஒரு சிறிது மட்டும்

littoral *(adj)* : pertaining to the sea-shore, கரையோரப் பகுதியைச் சார்ந்த

liturgy *(n)* : the form of service prescribed for a church, கிறித்துவ கோவில்களில் உள்ள நற் கருணைச் சுவடி

live *(v)* : to have life, to dwell, உயிருடன் இரு, தங்கியிரு, குடியிரு

livelihood *(n)* : means of living, வாழ்க்கைத் தொழில்

live long *(adj)* : long lasting, நீடித்து உழைக்கிற

lively *(adj)* : full of life, active, சுறு சுறுப்புடைய, உயிருடைய

liver *(n)* : the large gland in the body that purifies blood, கல்லீரல்

livery *(n)* : uniform of servants, பணியாட்களின் தொழிலுடை

live-stock *(n)* : farm animals, கால் நடை

livid *(adj)* : discoloured, of a lead colour, நிறமற்ற, ஈய நிறமுடைய; *(n)* : lead colour, ஈய நிறம்

living *(adj)* : having life, active, உயிருடைய, சுறுசுறுப்புடைய; means of living பிழைப்பு, வாழ்க்கைத் தொழில்

lizard *(n)* : a reptile, பல்லி

llama *(n)* : a beast of burden of the camel genus, ஒட்டகம் போன்ற பொதி விலங்கு

llana *(n)* : one of the vast plains of America, அமெரிக்காவின் பெரிய சமவெளிகளில் ஒன்று

lo *(interj)* : look, அதோ பார், ஐயோ

loach *(n)* : a small river fish, ஒரு ஆற்று மீன்

load *(n)* : a burden, what is carried, பளு, சுமை; *(v)* : to put on as much as can be carried, to charge a gun, சுமை ஏற்று, பளுவேற்று, துப்பாக்கியில் மருந்தடை

loadstone, loadestone *(n)* : a magnetic ore of iron, காந்தக்கல்

loaf *(n)* : a shaped mass of bread or sugar, ரொட்டித் துண்டு, வெல்லக் கட்டி; *(v)* : to pass time idly, சோம்பித்திரி

loafer *(n)* : an idler, சோம்பித் திரிபவர்

loam *(n)* : soil chiefly of clay, sand and decayed plants, களிமண், வண்டல் உரம்

loan *(n)* : money or object lent, கடன்; *(v)* : lend, கடன் கொடு

loath *(adj)* : unwilling, விருப்பமற்ற

loathe *(v)* : regard with disgust, hate, வெறு, அருவருப்பு கொள்

loathsome *(adj)* : causing disgust, வெறுப்புண்டாக்கும், அருவருப்பு ஏற்படுத்தும்

lob *(n)* : ball bowled underhand, கீழ்க்கை வீச்சுப் பந்து; *(v)* : to send such a ball, move slowly or clumsily, பந்தைச் சுற்றி வீசு, தட்டுத் தடுமாறிச் செல்

lobby *(n)* : corridor, இடைக்கழி, புறவாரம்; *(v)* : talk to win favour, ஆதரவு நாடிப் பேசு

lobe *(n)* : the lower part of the external ear, காது மடல்,

lobster *(n)* : a shell fish, கடல் நண்டு

lobworm *(n)* : a sea worm, கடல் புழு

local *(adj)* : belonging to a certain place, restricted, குறிப்பிட்ட இடம் சார்ந்த, உள்ளூருக்குரிய, உட்படுத்தப்பட்ட

locality *(n)* : place, district, position, இடம், வட்டாரம், சூழல்

localize *(v)* : restrict to particular place, இட எல்லைக்குள் உட் படுத்து

locate *(v)* : to mark the location of, to place, இடம் குறி, இடத்தில் வை

loch *(n)* : an arm of the sea, கடற்கழி

lock *(n)* : an instrument for fastening doors, cabinets etc., the enclosure of a canal, பூட்டு, கால்வாய்

அடைப்பு, விசைத்தடுப்பு; *(v)* : to fasten with a lock, to unite, confine, பூட்டு, இணை, சிறைப் படுத்து

locket *(n)* : an ornamental case of gold or silver, பதக்கம்

lock-up *(n)* : room for temporary detention of prisoners, தடுப்புக் காவலறை

locomotive *(adj)* : moving, இடம் விட்டுப் பெயர்கிற; *(n)* : a railway engine, தொடர் வண்டி இயக்கு பொறி

locum-tenens *(n)* : one performing the duties of another who is away, தற்காலிகப் பொறுப்பு

locust *(n)* : a destructive insect, a thorny tree, வெட்டுக்கிளி, முள் செடி

lode *(n)* : metallic vein in the earth, a channel, தாதுப்படுகை, திறந்த சாக்கடை

lodestor, lodestar *(n)* : the pole-star, guide, வடமீன், துருவ நட்சத்திரம், வழிகாட்டி

lodge *(n)* : a small cottage, சிறிய வீடு, தங்கிடம்; *(v)* : to reside temporarily, file a complaint, தற்காலிகமாகத் தங்கு, முறை யீட்டைப் பதிவு செய்

lodging *(n)* : room rented to live in, வாடகை அறை

loft *(n)* : a space of room close under the roof, a gallery, பரண், புறாக்கூண்டு, அடுக்கிருக்கை

lofty *(adj)* : high, noble, proud, உயர மான, சிறந்த, பெருமிதமுடைய

log *(n)* : bulky mass of wood, a device for measuring a ship's speed, a list of events, மரக்கட்டை, கப்பலின் வேக அளவி, நிகழ்ச்சி அட்டவணை; *(v)* : to write down events, நிகழ்ச்சிப் பட்டியல் தயாரி

log-book *(n)* : a diary, நாள் குறிப்பேடு

logger-head *(n)* : a fool, மூடன்

logic *(n)* : the act of reasoning, தருக்க முறை

loin *(n)* : the part near above hip or below the ribs, அரை

loin cloth *(n)* : a piece of cloth worn on the loins, அரைத்துணி

loiter *(v)* : to delay, காலந்தாழ்த்து, கால தாமதம் செய்

loll *(v)* : to lean lazily, சோம்பலுடன் சாய்ந்திரு

lone *(adj)* : solitary, without companions, தனிமையான, துணையற்ற, தோழமையற்ற, குடியிருப்புகளற்ற

loneliness *(n)* : solititude, தனிமை

lonely *(adj)* : alone, without companions, solitude, far from inhabited place, தனிமையான, ஆளரவ மில்லாத

long *(adj)* : lengthy, drawn out, நெடிய, நீளமான, நீண்ட; *(adv)* : for a long time, நீண்டகாலமாக; *(v)* : to have a desire for, விருப்பம் கொள்

longevity *(n)* : long life, நீண்ட வாழ்நாள், நீடுவாழ்வு

longing *(n)* : craving, desire, மிகு ஆவல், விருப்பம்; *(adj)* : desirous, ஆவலுடைய, விருப்பமுடைய

longitude *(n)* : distance, from east to west of a given meridianal length, நிரை கோடு, நீளப்பாங்கு, நீள வாட்டம்

look *(v)* : to see, to observe, பார், கவனி; *(n)* : seeing, பார்த்தல், பார்வை, நோட்டம்

loom *(n)* : a weaving machine, நெசவுத்தறி; *(v)* : to appear indistinctly or in a threatening way, தெளிவின்றித் தோன்று, அச்சுறுத்தும் வகையில் தோன்று

loop *(n)* : shape, formed by a curve crossing itself, வளையம், கண்ணி

loophole *(n)* : a hole in a wall, way of escape, மதிலில் உள்ள சிறு துளை, மதில் துளை, தப்பும் வழி

loose *(adj)* : unfastened, not tight, free, கட்டற்ற, தளர்ச்சியான, தடையற்ற; *(v)* : untie, make loose, set free, கட்டவிழ், தளர்த்து, விட்டு விடு, கட்டுப்பாட்டை அகற்று

loosen *(v)* : make loose, unfasten, relax, தளர்த்து, கட்டவிழ், நெகிழ்த்து

loot *(n)* : plunder, கொள்ளை, வழிப்பறி; *(v)* : to plunder, கொள்ளையடி

lop *(v)* : to hang down, to cut away, தொங்க விடு, வெட்டு

lope *(v)* : move along with long easy steps, தளரச்செய்

loquacious *(adj)* : talkative, அரட்டையடிக்கிற

lord *(n)* : the title given to a noble man, a person of rank and authority, பெருமகன், அண்ணல், தலைவர்; *(v)* : to rule over, மேலாண்மை செய்

lore *(n)* : learning, doctrine, புலமை, கல்வியறிவு, கோட்பாட்டுத் தொகுதி

lorgnette *(n)* : an opera glass with a handle, ஒருவகைத் தொலை நோக்கி

lorn *(adj)* : desolate, கைவிடப்பட்ட, தனிமையான

lorry *(n)* : a four wheeled goods wagon, சுமை உந்து

lose *(v)* : to misplace, to waste, to miss, (the train, etc.,) to suffer damage or defect, தொலைத்துவிடு, வீணாக்கு, (ரயில்வண்டி போன்றவற்றைத்) தவறவிடு, சேதமுறு, இழந்துவிடு, தோல்வியடை

lot *(n)* : a large quantity, மொத்தம், பெரிய அளவு, பங்கு

lotion *(n)* : a medicinal liquid for washing, கழிவு நீர்மம்

lottery *(n)* : a game of chance, prize giving by lot, சூதாட்டம், பரிசுக் குலுக்கல்

lotus *(n)* : water-lily, தாமரை

loud *(adj)* : noisy, showy, உரத்த, பகட்டான

loud-speaker *(n)* : a sound amplifier, ஒலிபெருக்கி

louis *(n)* : an old French coin, முற்கால பிரெஞ்சு நாணயம்

lounge *(v)* : to lie back at one's ease, idle away, ஓய்வாகச் சாய்ந்திரு, சோம்பியிரு; *(n)* : a kind of sofa, a room for sitting at ease, சாய்விருக்கை, ஓய்வு அறை

louse *(n)* : a small wingless parasite found on bodies of animals, பேன், உண்ணி

love *(n)* : affection, regard, (in games) no score, அன்பு, காதல், மதிப்பு, எண்மானம் இல்லா ஆட்டம்; *(v)* : have great affection for, to delight in, அன்பு காட்டு, காதலி, நுகர்ந்து மகிழ்

lovely *(adj)* : charming, delightful, கவர்ச்சியான, அழகான, மகிழ்ச்சி தரும்

lover *(n)* : one who loves, a sweetheart, காதலர், ஆசைக்குகந்தவர், அன்புக்குகந்தவர்

low *(adj)* : of little elevation, not notable, தாழ்வான, தாழ்ந்த, மதிப்பற்ற, சிறப்பற்ற; *(adv)* : cheaply, softly, not loudly, இழிவாக, மெல்ல, தாழ்குரலில்; *(n)* : something low, sound made by cows, தாழ்வானது, குறைந்தது, பசுவின் கதறல்; *(v)* : to cry like a cow, பசுவைப்போல் கத்து

lower *(adj)* : still further low, கீழுள்ள, தாழ்ந்த; *(v)* : to humble or degrade, தாழ்த்து, கீழே இறக்கு, படிப்படியாகக் குறை

lowly *(adj)* : humble, simple, modest, பணிவுள்ள, எளிய, அடக்கமுடைய

loyal *(adj)* : faithful, நம்பிக்கைக்குரிய, பற்றுறுதியுடைய

loyalty *(n)* : faithfulness, நம்பிக்கை, வாய்மையுடைமை, பற்றுறுதிக் கொள்கை

lozenge *(n)* : a small sweetmeat, any diamond shaped figure, இனிப்பு பண்டம், சாய் சதுர வடிவம்

lubber, lubbard *(n)* : a clown, clumsy, or lazy fellow, பட்டிக்காட்டான், அருவருப்பான உருவமுடையவன், முட்டாள்

lubricant *(n)* : oil or grease used for reducing friction, மசகு எண்ணெய், உயவுப் பொருள்

lubricate *(v)* : to make smooth by removing friction, மசகிடு, உயவிடு

lucerne *(n)* : a fodder plant, கால்நடைத் தீவன செடி வகை

lucid *(adj)* : clear, bright, transparent, பிரகாசமான, தெளிவான, நன்கு விளங்குகிற

lucifer *(n)* : the morning star, Satan or chief of rebel angel, விடிவெள்ளி, சைத்தான்

luck *(n)* : future, fate, chance, நற்பேறு, விதி, வாய்ப்பு

lucky *(adj)* : fortunate, நற்பேறுடைய

lucrative *(adj)* : giving gain, profitable, நற்பலன் தரும், ஆதாயம் அளிக்கிற

lucre *(n)* : gain, profit, நற்பலன், ஆதாயம்

ludicrous *(adj)* : silly, laughable, கேலியான, பொருந்தாத, நகைப்புக்கிடமான

luff *(v)* : to turn a ship towards the wind, கப்பலைக் காற்றுத் திசையில் திருப்பு

lug *(v)* : to drag, இழு, வலித்து இழு

luggage *(n)* : the personal baggage of a traveller, பயணமுடிச்சு.

lugubrious *(adj)* : mournful. முடைய

lugworm *(n)* : worm found in the sea-shore, கடற்கரையோரப் புழு

lull *(n)* : an interval of calm, or silence, அமைதி வேளை, ஓய்வமைதி; *(v)* : to sooth or calm, to make sleep, அமைதிப்படுத்து, தூங்கவை

lullaby *(n)* : a song to quieten children, a cradle song, தாலாட்டு, தாலாட்டுப் பாட்டு

lumbago *(n)* : rheumatic pain in the back, இடுப்புவாத நோய்

lumbar *(n)* : pertaining to the loins, இடுப்பு சார்ந்த

lumber *(n)* : timber, any useless heavy material, தடித்துண்டு, கழிவுப் பொருள்கள்; *(v)* : to move heavily, to fill with useless things, தட்டுத் தடுமாறி செல், அருவருப்பான தோற்றத்துடன் இயங்கு, குப்பை கூளம் குவி

luminary *(n)* : a body giving light, a great person, ஒளிப்பிழம்பு, புகழ் வாய்ந்தவர்

luminous *(adj)* : shining, clear, ஒளி வழங்கும், விளக்கமான

lump *(n)* : a small mass, கட்டி; *(v)* : form into a mass, கட்டியாக்கு, ஒன்றுசேர்

lunacy *(n)* : insanity, madness, கிறுக்கு, பைத்தியம்

lunar *(adj)* : pertaining to the moon, நிலவுக்குரிய

lunatic *(n)* : a mad man, கிறுக்கர், பைத்தியம் பிடித்தவர்; *(adj)* : mad, கிறுக்கான, பைத்தியமான

lunch, luncheon *(n)* : a meal taken between breakfast and dinner, a midday meal, நண்பகலுணவு; *(v)* : to take lunch, பகலுணவு அருந்து

lung *(n)* : breathing organ, நுரையீரல்

lunge *(n)* : a sudden push, திடீரென்று பாய்ந்து செல்

lupin *(n)* : a garden plant, தோட்டச் செடி வகை

lurch *(v)* : to shift the ship to one side, கப்பலை ஒரு பக்கமாகச்சரி; *(n)* : a sudden roll of a ship, (கப்பல்) திடீரென்று ஒரு பக்கத்தில் சாய்தல்

lure *(n)* : something that attacks, கவர்ந்திழுக்கும் பொருள்; *(v)* : attack, tempt, கவரு, தூண்டு

lurid *(adj)* : gloomy, ghostly, horrible, வெளிறிய, பேய் போன்ற, கோரமான

lurk *(v)* : to lie in wait, to lie, concealed, காத்திரு, மறைந்திரு, பதுங்கியிரு

luscious *(adj)* : delicious, அருஞ் சுவையுடைய

lush *(adj)* : fresh, rich, or juicy, (of grass), புதிய, வளமான, செழிப்பான

lust *(n)* : mean sexual desire, காமம்; *(v)* : to have evil desire, to crave immoderately, காமுறு, மிகு விருப்பம் கொள்

lustre *(n)* : brightness, splendour, பளபளப்பு, பேரொளி

lute *(n)* : a stringed musical instrument, நரம்பிசைக் கருவி

luxuriant *(adj)* : rich in growth, abundant, கொழுத்து வளர்ந்துள்ள, மிகையான

luxurious *(adj)* : pleasurable, fond of luxury, சொகுசான, ஆடம்பர வாழ்க்கையை விரும்புகிற

luxury *(n)* : anything more than necessary, சொகுசு, ஆடம்பரம்

lyddite *(n)* : an explosive, ஆற்றல் மிகுந்த வெடிமருந்து

lying *(adj)* : falsifying, being in a flat position, பொய் பேசுகிற, ஏமாற்றுகிற, படுத்திருக்கிற

lymph *(n)* : a colourless fluid contained in animal bodies. நிணநீர்

lynch *(v)* : to judge and punish without legal trial, விசாரணை யின்றித் தீர்ப்பளி

lynx *(n)* : short tailed wild animal of the cat family, பூனையினக் காட்டு விலங்கு

lyre *(n)* : stringed musical instrument like the harp, யாழ் போன்ற

நரம்பிசைக் கருவி
lyric *(n)* : a poem to be sung, தன்னுணர்ச்சிப் பாட்டு

lysol *(n)* : a liquid used as an antiseptic and disinfectant, நச்சுத் தடை மருந்து, தடுப்பு மருந்து

M

macaroon *(n)* : cake or biscuit made chiefly of almonds and sugar, சர்க்கரை, வாதுமை சேர்த்துச் செய்யப்படும் அப்பம்

mace *(n)* : a heavy club-like weapon carried before persons in authority, the cover of the nutmeg, கட்டியக் கோல் அல்லது கதை, சாதிப் பத்திரி

machination *(n)* : an artful plan for doing evil, contrivance, சதி, சூழ்ச்சி

machine *(n)* : a contrivance producing action of force, எந்திரம்

machinery *(n)* : machines in general, work of a machine, method, organization, எந்திரங்கள், எந்திரங்களின் செயல்முறை, நிறுவனம்

mackintosh, macintosh *(n)* : a rain coat, மழைச்சட்டை

mad *(adj)* : insane, furious, பித்துப் பிடித்த, அறிவற்ற

madam *(n)* : a respectful form of addressing a lady, மாதரைக் குறிக்கும் மரியாதை விளி

madden *(v)* : to make mad or angry, பைத்தியமாக்கு, வெறியூட்டு, சினமூட்டு

made *(v)* : past tense and past participle of make, 'make' என்பதன் இறந்தகால, இறந்தகால முடிவெச்ச வடிவம்

maelstrom *(n)* : great whirlpool, பெரிய நீர்ச்சுழி

magazine *(n)* : a periodical, military store-house, கால வெளியீடு, தளவாடக் கிடங்கு

magenta *(n)* : a colour between pink and red, வெளிர் சிவப்பு நிறம்

maggot *(n)* : a small worm found in rotten fruit or meat, கெட்டுப் போன உணவுப் பண்டங்களில் உருவாகும் புழு

magic *(n)* : witchcraft, enchantment, மாயவித்தை, மந்திரம்

magician *(n)* : an enchanter, one skilled in magic, மந்திரவாதி, மாயவித்தைக்காரன்

magic-lantern *(n)* : an optical instrument which throws pictures on a screen, படவிளக்குக் கருவி

magistrate *(n)* : a public officer with judicial powers, (சட்ட) நடுவர்

magnanimity *(n)* : generosity, broad-mindedness, கருணை, பெருந்தன்மை

magnanimous *(adj)* : generous, broad-minded, கருணையுடைய, பெருந்தன்மையான

magnate *(n)* : a man of rank or influence, மேம்பாடுடையவர், பெரிய மனிதர்

magnet *(n)* : a loadstone, காந்தம்
magnetise *(v)* : to influence, to attract, give magnetic properties to, வசீகரம் செய், கவரு, காந்த இயல்பூட்டு
magnetism *(n)* : the part of science which deals with magnets, power of attraction, காந்தவியல், காந்தக் கவர்ச்சி
magneto *(n)* : an electrical apparatus for producing electricial sparks that work the engine, தனி நிலைக் காந்த மின்னாக்கி
magnificent *(adj)* : splendid, great in deeds or appearance, சிறந்த, உயர்ந்த, பகட்டான
magnify *(v)* : enlarge, பெரிதாக்கு
magnitude *(n)* : size, greatness, importance, அளவு, சிறப்பு, முக்கியத்துவம்
mahout *(n)* : elephant driver, யானைப்பாகன்
maid *(n)* : girl, female, servant, பெண், பணிப் பெண்
maiden *(n)* : a maid, பெண், திடல், விளையாட்டுத் திடல்; *(adj)* : pure, unmarried, happening for the first time, தூய, மண மாகாத, முதல் தடவையாக நிகழ்கிற
mail *(n)* : armour, post, கவசம், அஞ்சல்; *(v)* : protect with armour, send by post, கவசம் பூட்டு, அஞ்சல் வழி அனுப்பு
maim *(v)* : to injure, to make lame or cripple, காயப்படுத்து, முடமாக்கு, ஊனமாக்கு
main *(adj)* : principle, chief, தலைமை யான, முதன்மையான; *(n)* : the chief part, the ocean, chief passage for supply of water, power etc., முதன்மை நிலை, சமுத்திரம், தலைமை வழி
mainland *(n)* : the land as distinct from sea, பெருநிலப் பகுதி
mainspring *(n)* : chief spring, chief cause of action, தலைமைச் சுருள், முக்கியச் சுருள், மூலவிசை
mainstay *(n)* : the main rope which stretches forward from the top of the mast or post, chief support, பாய் மரத்தை இழுத்துக் கட்டியிருக்கும் கயிறு, மூலாதாரம்
maintain *(v)* : support, to keep in good working order, to continue, ஆதரி, காப்பாற்று, பேணு, தொடர்ந்து செயலாற்று
maize *(n)* : a kind of corn, சோளம்
majestic *(adj)* : grand, imposing, கம்பீரமான, மாட்சிமை பொருந்திய
majesty *(n)* : a royal title, dignity, மாட்சிமை, கம்பீரம்
major *(adj)* : greater, elder, பெரிதான, மூத்த; *(n)* : a person 21 years of age, a military officer, வயது வந்தவர், படைத்துறைத் தலைவர்
majority *(n)* : the large number, age of major, a major's rank, பெரும் பான்மை, பெரும்பாலோர், உரிமை வயது, படைத்துறைத் தலைமைப் பதவி
make *(v)* : to form, construct, செய், உருவாக்கு; *(v)* : manufacture, shape, உற்பத்தி, உருவம்
making *(n)* : process of building up, செயலாக்கம், உருவாக்கம்
maladministration *(n)* : a bad government or administration, முறையற்ற ஆட்சி அல்லது மேலாண்மை

maladroit *(adj)* : clumsy, bungling, தவறான, குளறுபடியான

malady *(n)* : sickness, நோய்

malaise *(n)* : a feeling of sickness, உடல் நலம் குன்றிய நிலை

malcontent *(n)* : discontented and rebellious person, மனக் குறையுடையவர், கிளர்ச்சிக்காரர்

male *(adj)* : masculine, ஆண் பாலைச் சேர்ந்த; *(n)* : a human being or animal that impregnates, ஆண், ஆணினம்

malediction *(n)* : a curse, வசைமொழி

malefactor *(n)* : an evildoer, a criminal, தீங்கு செய்பவர், குற்றவாளி

malevolent *(adj)* : wishing ill to others, தீய எண்ணமுள்ள

malformation *(n)* : faulty formation, தோற்றக் கேடு, பொருத்தமில்லாத அமைப்பு, தவறான ஆக்கம்

malice *(n)* : ill-will, enmity, தீய எண்ணம், பகைமை எண்ணம்

malicious *(adj)* : wicked, envious, கெட்ட, பொறாமையுள்ள

malign *(v)* : to talk ill or defame, அவதூறு சொல்

malignancy *(n)* : extreme malevolence, cancerous condition, கடுமையான வெறுப்புணர்ச்சி, புற்றுநோய் நிலை

malignant *(adj)* : spiteful, dangerous, cancerous, பகைமையுடைய, உயிருக்கு ஆபத்தான, புற்றுநோய்த் தொடர்பான

malignity *(n)* : intense ill-will, hatred, மிகுந்த கெட்ட எண்ணம், ஆழ்ந்த வெறுப்புணர்ச்சி

malinger *(v)* : to pretend to be sick நோயுற்றவர் போல் பாசாங்கு செய்

malison *(n)* : a curse, வசை மொழி, சாபம்

mall *(n)* : a big wooden hammer, sheltered path, கொட்டாப்புளி, சாலை வழி, நிழலுடைய, நடைபாதை

malleable *(adj)* : that can be hammered or pressed into new shapes, easily trained or adopted, தகடாக்கத்தக்க, அடித்து நீட்டக் கூடிய, வளைந்து கொடுக்கிற

mallet *(n)* : a small wooden hammer, மரச்சுத்தி

mallow *(n)* : wild plant with soft downy leaves, மென்மையான இலைகளையுடைய காட்டுச் செடி

malnutrition *(n)* : under feeding, ஊட்டக் குறைவு, சத்துக்குறை உணவு

malodorous *(adj)* : ill-smelling, கெட்ட வாடை வீசும்

malpractice *(n)* : wrong doing, தவறான செய்கை, கெட்ட வழக்கம்

malt *(n)* : barley or other grain prepared for brewing or distilling, ஊறவைத்து அரைத்த மாவு

maltreat *(v)* : treat roughly or unkindly, தவறாக நடத்து, துன்புறுத்து, வருத்து

mamma, mama *(n)* : mother, அம்மா

mammal *(n)* : an animal that feeds its young with its own milk, பாலூட்டி

mammon *(n)* : riches, god of wealth, செல்வந்தர், செல்வத்துக்குரிய கிரேக்கத் தெய்வம்

mammoth *(adj)* : immense, gigantic, மிகப்பெரிய; *(n)* : a large elephant now extinct, மரபற்றுப்போன கம்பிளியானை

mammy *(n)* : mother, அம்மா

man *(n)* : adult male human being, ஆண், ஆடவன்; *(v)* : to supply with men, to guard, ஆள்பலம் பெருக்கு, பாதுகாப்புச் செய்

manacles *(n)* : handcuff, கைவிலங்கு

manage *(v)* : control, make use of, அடக்கியாள், தக்கவாறு பயன் படுத்து

management *(n)* : skilful treatment, all those concerned in managing an industry, business, etc., செயலாட்சி, மேலாண்மை, நிர்வாகம்

manager *(n)* : one who looks after a business hotel, etc., one who controls, one who directs and manages, மேலாளர், செயலாட்சியாளர்

mandarin *(n)* : a high Chinese government official, an orange, a chinese language, சீன அரசு உயர் அலுவலர், ஒரு வகைக் கிச்சிலிப் பழம், சீன மொழி

mandate *(n)* : a command, a power given to act in the name of another, ஆணை, உரிமைக் கட்டளை

mandoline *(n)* : a stringed musical instrument, ஒரு நரம்பிசைக் கருவி

mandrake *(n)* : poisonous plant that brings sleep when eaten, உறக்க மருந்துப் பூண்டு வகை

mane *(n)* : the long hair on the neck of the lion, horse etc., பிடரி மயிர்

man-eater *(n)* : one who or that which eats man, மனிதரைத் தின்னும் உயிரினம்

manful *(adj)* : brave, determined, வீரமிக்க, மன உறுதியுள்ள

manganese *(n)* : a hard, brittle light grey metal, மங்கனீசு

mange *(n)* : a skin disease in hairy animals, மயிரடர்ந்த விலங்குகளில் தோன்றும் தோல் நோய்

manger *(n)* : long open box to hold food for horses and cattle, கால்நடை, குதிரை ஆகியவற்றின் தீனித் தொட்டி

mangle *(n)* : a rolling ironing machine, துணிகளுக்குப் பெட்டிபோடும் ஒரு சுழல் பொறி; *(v)* : to smooth with a mangle, பெட்டிபோடு

mango *(n)* : an Indian tree, or its edible fruits, மாமரம், மாம்பழம்

mangrove *(n)* : a species of tree growing in muddy swamps on tropical coasts, வெப்ப மண்டலத்தில் வளரும் சதுப்பு நிலத்து மரம்

manhandle *(v)* : treat roughly with force, முரட்டுத்தனமாகக் கையாளு

mania *(n)* : violent madness, வெறி

maniac *(n)* : a mad man, வெறி பிடித்தவன்

manicure *(n)* : care of hands and fingernails, கைவிரல் நக ஒப்பனை

manifest *(adj)* : evident, obvious, தெளிவான, வெளிப்படையான; *(v)* : to show plainly, விளக்கு, தெளிவாக்கு; *(n)* :list of ship's cargo, கப்பலின் சரக்குப் பட்டியல்

manifesto *(n)* : a public declaration of what is going to be done, கொள்கை விளக்க அறிவிப்பு, திட்ட அறிவிப்பு

manifold *(adj)* : of many kinds, many in number, பல வகையான, பல படியான; *(v)* : make a number of copies on a machine, கருவிமூலம் பல படிகளை எடு

manila, manilla *(n)* : plant fibre used in making ropes, a kind of cigar, மணிலாச்சணல் கயிறு, மணிலாச் சுருட்டு

manipulate *(v)* : to work with the hands, manage skilfully and cunningly, கையால் செய், திறமை யாகக் கையாளு, சூழ்ச்சித் திறத் துடன் நடத்து

mankind *(n)* : human race, மனித இனம்

mannequin *(n)* : a woman employed in a cloth shop who wears clothes to show buyers how they look, human figure made of wax, wood, etc., for the display of clothes, துணிக்கடைகளில் உடைகளை அணிந்து காட்டும் பெண், துணிக்கடை பொம்மை

manly *(adj)* : having the qualities of a man, bold, மனிதத் தன்மை யுடைய, வீரமுடைய

manner *(n)* : way in which a person behaves in public, வகை, வழி வகை, வகை முறை, நடத்தை, பண்பு

mannerism *(n)* : a peculiarity of writing, speech behaviour, தனிப் பழக்கம், தனிப்பாங்கு

manners *(n)* : behaviour, நடத்தை, பழக்க வழக்கம்

manoeuvre *(v)* : to manage cunningly or cleverly, to move the troops, ஆட்சித் திறத்துடன் கையாளு, திறமையாக நடத்து, படை நடத்து;*(n)* : military action, intrigue, clever management, படைத்துறை நடவடிக்கை, சூழ்ச்சித் திறமை யான மேலாண்மை

manor *(n)* : land belonging to a lord or squire, பண்ணை

man-power *(n)* : amount of men available for military or other service, ஆள்பலம்

mansion *(n)* : a large and stately house, மாளிகை, அரண்மனை

mantel *(n)* : an ornamental structure over a fire place in the living room, வீட்டுக் கூடத்தில் உள்ள தண் டையப் பலகை

mantle *(n)* : an outer garment, a net-like covering for a stove to make the flame brilliant, மேலாடை, விளக் கின் சுடர் வலை மூடி; *(v)* : put on a mantle, மூடு, வலை மூடியிடு

manual *(adj)* : pertaining to the hand, done by hand, கை சார்ந்த, கையால் செய்யப்பட்ட

manufacture *(v)* : to produce, உருவாக்கு, விளைவி; *(n)* : things produced, the making of goods, உற்பத்திப் பொருள், உருவாக்கம், உற்பத்தி

manumit *(v)* : to set free from slavery, அடிமைத்தளையிலிருந்து விடுவி

manure *(n)* : fertilizer, உரம்; *(v)* : apply manure to, உரமிடு

manuscript *(n)* : written matter, கையெழுத்துப்படி

many *(adj)* : large in number, பல, ஏராளமான; *(n)* : a large number, பல, பலர்

map *(n)* : a sketch showing the earth's surface or a country, நாட்டுப் படம், உலகப்படம், நிலப்படம்

maple *(n)* : a tree grown for timber and ornament, sugar made from one kind of maple, அழகுடைய மரவகைக் கட்டை, சர்க்கரை தரும் மர வகை

mar *(v)* : to spoil, to ruin, கெடு, பழுதாக்கு

maraud *(v)* : to wander seeking plunder, கொள்ளையடி, திருடித்திரி

marauder *(n)* : a plunderer, கொள்ளைக்காரன், திருடன்

marble *(n)* : a kind of limestone that takes a high polish used for building of sculpture, சலவைக்கல்

march *(v)* : to move in regular steps, அணிவகுத்துச் செல்; *(n)* : procession, the third month of the English year, அணிவகுப்பு, ஆங்கில ஆண்டின் மூன்றாவது மாதம்

marches *(n)* : the borders of a country, எல்லைப்புறப் பகுதி

mare *(n)* : the female horse, பெண் குதிரை

margarine *(n)* : butter substitute made from animal or vegetable fats, விலங்கு அல்லது காய்கறிக் கொழுப்பெண்ணெய்

margin *(n)* : the blank edge near the border of a page, an edge, காகிதத்தின் பக்க விலக்கு, ஓரம்

margosa *(n)* : the neem tree, வேம்பு

marigold *(n)* : a plant with the yellow flower, பொன் வண்ண மலர்ச் செடி

marine *(adj)* : pertaining to the sea, கடல் சார்ந்த; *(n)* : a soldier serving on a ship, கடற்படை வீரன்

mariner *(n)* : a sailor, கப்பலோட்டி

marionette *(n)* : a puppet or doll moved by strings, பொம்மலாட்டம்

marital *(adj)* : having to do with a husband, pertaining to marriage, கணவனுக்குரிய, திருமணத்திற்குரிய

maritime *(adj)* : pertaining to the sea and shipping, கடல் சார்ந்த, கப்பல் சார்ந்த

mark *(n)* : a sign, an impression, a badge, target, a German coin worth nearly one shilling, குறி, அடையாளம், முத்திரை, இலக்கு, ஜெர்மன் நாணய வகை; *(v)* : to put a mark, அடையாளம் இடு

marked *(adj)* : easily noticed distinguished, கவனிக்கத்தக்க, சிறப்பான

market *(n)* : a public place for trade, சந்தை, அங்காடி

marketable *(adj)* : that can be bought and sold, வாணிபம் செய்யத்தக்க

marksman *(n)* : one clever at shooting, குறி தவறாது சுடுபவன் அல்லது எய்பவன்

marmalade *(n)* : a jam made from oranges, grapes or lemon, பழப்பாகு

maroon *(n)* : a brown red colour, பழுப்புச் சிவப்பு நிறம்; *(v)* : to abandon in an uninhabited island, நாடு கடத்தும் தண்டனையாகத் தனியாக ஒரு தீவில் விட்டு விடு

marquess *(n)* : a title or rank above a duke, பிரபுவின் பட்டம்

marriage *(n)* : wedding, திருமணம்

marrow *(n)* : soft matter contained in bones, essense, எலும்புச் சோறு

marry *(v)* : wed, திருமணம் செய்து கொள்

Mars *(n)* : a planet, the god of war of the Romans, செவ்வாய் கிரகம், ரோமர்களின் போர்க் கடவுள்

marsh *(n)* : a low wet ground, சதுப்பு நிலம்

[illegible] a high officer in the [illegible] regulating ceremonies, [illegible] த்துறைத் தலைமை அலுவலர்

mart *(n)* : a place for public trade, சந்தை, பொது விற்பனை இடம்

martello *(n)* : a round coastfort, சிறு வட்டவடிவக் கடற்கரைக் கோட்டை

marten *(n)* : a kind of weasel, ஒரு வகைக் கீரி

martial *(adj)* : relating to war, bold, போர் தொடர்பான, வீரமுடைய

martin *(n)* : a small bird of swallow kind, தூக்கணாங் குருவி வகை

martinet *(n)* : strict disciplinarian, கண்டிப்பாளர்

martyr *(n)* : one who suffers for his faith, கொள்கைக்காகத் துன்பங் களை ஏற்பவர், கொள்கைவாதி

martyrdom *(n)* : the sufferings of a martyr, கொள்கைக்காகத் தியாகம் செய்தல்

marvel *(n)* : a wonder, வியப்பு; *(v)* : to wonder, வியப்படை

mascot *(n)* : person or thing that brings luck, நற்பேற்றினை விளை விக்கும் ஆள் அல்லது பொருள்

masculine *(adj)* : pertaining to the male sex, ஆண்பாலுக்குரிய

mash *(v)* : to beat into a mixed mass, மசியலாக்கு, கூழாக்கு; *(n)* : malt mixed with hot water, a mixture of boiled grain, etc., given warm to cattle, horses, etc., சூடான கூழ், தவிடு, கால்நடை ஆகிய வற்றிற்குப் பயன்படும் வெந்த தானியக் கலவை

mask *(n)* : a veil for the face, முகமூடி; *(v)* : cover the face, முகத்தை

mason *(n)* : a worker in stone or brick, கொத்தன், கல்தச்சன்

masonic *(adj)* : pertaining to masonry, கொத்த வேலைக்குரிய

masquerade *(n)* : a masked entertainment, முகமூடி, மாறுவேட நிகழ்ச்சி; *(v)* : to entertain in masks, to pretend as someone else, முக மூடி நடனம் ஆடு, மாறு வேடம் அணிந்து கொள்

mass *(n)* : a lump, a large number, amount of matter in a body, கட்டி, பொருள் திணிவு, பெரிய எண்ணிக்கை; *(v)* : collect together, concentrate, ஓரிடத்தில் சேகரி, பொருள் திணிவாக்கு

massacre *(n)* : murder, கொலை

massage *(n)* : the rubbing or pressing of parts of the body, உடம்பின் தசைகளையும், மூட்டுகளையும் தேய்த்து உருவி விடுதல்; *(v)* : rub or press the body, உடம்பை அமுக்கு, உருவு

massive *(adj)* : large, heavy, bulky, பெரிய, பளுவான, பெருத்த

mast *(n)* : the tall upright pole for a ship's sail, கப்பலின் பாய்மரம்

master *(n)* : a teacher, an expert, ஆசிரியர், வல்லுநர், தேர்ச்சி யாளர்; *(v)* : to control over, to gain, அடக்கியாள், தேர்ச்சி பெறு

masterly *(adj)* : having supreme skill, கைதேர்ந்த, முதன்மைத் திறமுடைய

masterpiece *(n)* : the chief work or production of a person, ஒருவனது தலைசிறந்த படைப்பு

mastery *(n)* : sway, full bearing, skill, வெற்றி, தேர்ச்சி, திறமை

masticate *(v)* : to chew, மென்று தின்னு

mastiff *(n)* : a kind of watch dog, ஒரு வகை வேட்டை நாய்

mat *(n)* : flat material of fibre, straw, etc., பாய்

matador, matadore *(n)* : a person who kills the bull in the sport of bull-fighting, எருதுச் சண்டையில் எருதைக் கொல்லுபவன்

match *(n)* : a small piece of wood or wax tipped with a cumbustible substance, a game, mate, தீக்குச்சி, ஆட்டம், இணை; *(v)* : join so as to suit, marry, compete with, பொருத்தமாக இணை, மணம் செய்து கொள், போட்டியிடு, எதிர்த்து நில்

matchlock *(n)* : a gun fired by a match, ஒரு வகைத் துப்பாக்கி

mate *(n)* : a companion, husband or wife, an official in a ship. தோழன், இணை (கணவன் அல்லது மனைவி), கப்பல் அலுவலர்: *(v)* : to marry. join in pairs, மணம் செய், இணை சேர்

material *(n)* : substance out of which anything is made, மூலப்பொருள்; *(adj)* : essential, composed of matter, தேவையான, பொருள் வகையான

materialize *(v)* : to happen, to be fulfilled, உருவாக்கு, நடத்து, முழுமையாக்கு

maternal *(adj)* : pertaining to mother, தாய்க்குரிய

maternity *(n)* : motherhood, தாய்மை

mathematician *(n)* : one well versed in mathematics, கணித வல்லுநர், கணிதவியலார்

mathematics *(n)* : the science of numbers, கணிதவியல்

matinee *(n)* : a performance, entertainment in the day time, பகல் காட்சி

matricide *(n)* : murderer of one's own mother, killing of one's own mother, தாயைக் கொலை செய்பவன், தாய்க் கொலை

matriculate *(v)* : to pass an examination which gives the right to enter a university as a student, admit as a member of the university, பல்கலைக்கழக நுழைவுத் தேர்வில் வெற்றி பெறு, பல்கலைக்கழக நுழைவுரிமை பெறு

matrimonial *(adj)* : pertaining to marriage, திருமணத்தைச் சார்ந்த

matrimony *(n)* : திருமணம்

matrix *(n)* : a mould in which metal is poured to be shaped, அச்சு வார்ப்புரு

matron *(n)* : lady superintendent, கண்காணிப்பாளர் (பெண்)

matter *(n)* : a substance, பருப் பொருள்; *(v)* : to be of importance, முக்கியமாகு

mattock *(n)* : a pick-axe, மண் கொத்தி

mattress *(n)* : a soft bed or cushion filled with cotton, wool, etc., மெத்தை

mature *(adj)* : fully developed, ripe, முழு வளர்ச்சி அடைந்த, பழுத்த, பருவமடைந்த; *(v)* : to grow in full stature, to ripen, முழு வளர்ச்சி அடை, பருவமெய்து

maturity *(n)* : full growth, ripeness, முழு வளர்ச்சி, பருவ நிறைவு

maudlin *(adj)* : sentimental in a tearful way, half drunk, எளிதில் உணர்ச்சிவசப்பட்டுக் கண்ணீர் விடும், குடி வெறியில் அழுகிற

maul *(v)* : hurt or injure badly by rough treatment, அடித்துக் காயப் படுத்து, முரட்டுத்தனமாகக் கையாளு; *(n)* : a heavy wooden hammer, பெரிய சம்மட்டி

maund *(n)* : a measure of weight once used in India, மணங்கு

mauve *(n)* : pale purple colour, ஊதா நிறம்

mavis *(n)* : song - thrush, பாடும் குருவி

maw *(n)* : animal's stomach, விலங்கு இரைப்பை

mawkish *(adj)* : foolishly sentimental, எளிதில் உணர்ச்சி வசப்படுகிற

maxim *(n)* : general principle, a wise saying, முதுரை, நீதிமொழி

maximum *(n)* : the greatest number or quantity, the highest point, பெருமம், உச்சம்

may *(aux v)* : a word expressing probability, permission of wish, கூடும், செய்யலாம், இருக்கலாம்; *(n)* : the fifth month of the English calendar, ஆங்கில ஆண்டின் ஐந்தாவது மாதம்

may be *(adv)* : perhaps ஒரு வேளை, சில வேளை

mayor *(n)* : head of municipal corporation, மாநகர் முதல்வர்

maze *(n)* : a place full of windings, a puzzle, சிக்கல் நிறைந்த வழி, புதிர்; *(v)* : to bewilder, திகைக்கவை

me *(pron)* : objective case of I, என்னை, எனக்கு

mead, meadow *(n)* : grassland, a drink made from honey, பசும் புல்வெளி, தேன் பானம்

meagre *(adj)* : scanty, lacking in flesh, அற்பமான, ஒல்லியான

meal *(n)* : food that is taken at one time, flour, ஒரு வேளை உணவு,

mean *(adj)* : low in thought or action, இழிந்த; *(n)* : average, medium, சராசரி, இடைநிலை; *(v)* : intend, signify, கருது, நோக்கம் கொள், குறி

meaning *(n)* : what is conveyed by a word or statement, significance, பொருள், கருத்து

meaningless *(adj)* : having no meaning or significance, பொருளற்ற, சிறப் பற்ற

means *(n)* : resource, instrument or agency, வரும்படி, வழிவகை, கருவி, பிழைப்புவழி

meant *(v)* : past tense and past participle of mean, 'mean' என்பதன் இறந்தகால, இறந்தகால முற்றெச்ச வடிவம்

meantime, meanwhile *(adv)* : the interval between two happenings, இடைப்பட்ட வேளையில், இடைக் காலத்தில்

measles *(n)* : a contageous disease, தட்டம்மை

measure *(n)* : dimension of a thing, a standard quantity, அளவு, பொது அளவு; *(v)* : to find out the quantity or size of a thing, நீள அகல உயர அளவுகளைக் கண்டு பிடி

measurement *(n)* : dimension, the act of measuring, அளவு, அளத்தல்

meat *(n)* : flesh of animals eaten as food, any food, இறைச்சி, உணவுப் பண்டம்

mechanic *(n)* : an artisan, கலை வினைஞர், எந்திர வல்லுநர்; *(adj)* : pertaining to machines, எந்திரம் சார்ந்த

mechanics *(n)* : the science of action at force, எந்திரவியல்

mechanize *(v)* : cause to work on machinery, give a mechanical character to, எந்திர ஆற்றலால் இயக்கு, எந்திர மயமாக்கு

medal *(n)* : a piece of metal in the form of a coin with inscription on its faces issued as an award, பதக்கம்

meddle *(v)* : to interfere, தலையிடு, குறுக்கிடு

meddlesome, meddling *(adj)* : interfering, தலையிடுகிற

medi(a)eval *(adj)* : pertaining to the middle ages, இடைக்காலத்திற்குரிய

mediate *(v)* : to settle a dispute, இணக்கம் ஏற்படுத்து

medicine *(n)* : any substance that, cures, மருந்து

medicinal *(adj)* : possessing the healing power, மருத்துவ இயல்புடைய

mediocre *(adj)* : ordinary, moderate, சாதாரணமான, இடைத்தரமான

meditate *(v)* : think over deeply, ஆழ்ந்து சிந்தி

meditation *(n)* : serious thought, worshipping god in silence by thinking deeply about him, ஆழ்ந்த சிந்தனை, தியானம்

medlar *(n)* : a small tree bearing edible sour fruit, சிறிய ஆப்பிள் இன மரம்

medley *(n)* : a confused mixture of thing, a miscellany, கூட்டுக் கலவை, கதம்பம்

meed *(n)* : reward, பரிசு, புகழ்

meek *(adj)* : mild and gentle, submissive, பணிவான, அடக்கமான, கீழ்ப்படிதலுள்ள

meet *(v)* : to come face to face, to pay, to be suitable, assemble, சந்தி, எதிர்ப்படு, பொருந்து, கூடு; *(n)* : a meeting, சந்திப்பு, கூட்டம்; *(adj)* : right, proper, சரியான, பொருத்தமான, தகுதி வாய்ந்த

meeting *(n)* : a getting together, சந்திப்பு, கூட்டம், எதிர்படுதல்

megalith *(n)* : a large stone, பெரிய கல்

megaphone *(n)* : a large speaking-horn, ஒலிபெருக்கி

melancholy *(n)* : gloom, dissection, வருத்தம், மனச்சோர்வு

melee *(n)* : confused struggle, a mix-up, கைகலப்பு, கூட்டம்

mellow *(adj)* : soft, ripe, mature, pleasant, மென்மையான, பழுத்த, முதிர்ந்த, இனிய

melodious *(adj)* : pleasing to the ear, காதுக்கினிய

melodrama *(n)* : a sensational play, உணர்ச்சி நாடகம்

melody *(n)* : sweet music, air or tune, இன்னிசை, பண்

melon *(n)* : a large edible juicy fruit, முலாம்பழம்

melt *(v)* : become liquid through heating, be softened, உருகு, இளகு

member *(n)* : a part, one belonging to a group, உறுப்பு, உறுப்பினர்

membrane *(n)* : a thin skin which covers the parts of the body, a thin sheet like covering, சவ்வு, மெல்லிய தோல்

memento *(n)* : a souvenir, a token, நினைவுக் குறிப்பு, நினைவுச் சின்னம்

memoir *(n)* : a short biography, ஒரு வரது சுருக்கமான வாழ்க்கைக் குறிப்பு

memorable *(adj)* : famous, worthy of remembrance, புகழ்பெற்ற, நினைவில் வைக்கத்தக்க

memorandum *(n)* : a record, a short note, பதிவுக் குறிப்பு, சிறு குறிப்பு

memorial *(n)* : monument, something which keeps a person or events of the past in remembrance; நினைவுச் சின்னம்

memorize *(v)* : to learn by heart, to keep in memory, மனப்பாடம் பண்ணு, நினைவில் வைத்துக் கொள்

memory *(n)* : the power to remember, something remembered, நினைவாற்றல், நினைவு

men *(n & pl)* : plural form of man, 'man' என்பதன் பன்மை வடிவம்

menace *(v)* : to frighten, அச்சுறுத்து; *(n)* : a threat, அச்சுறுத்தும் செய்தி

menagerie *(n)* : a collection of wild animal, (காட்டு) விலங்குக் காட்சி சாலை

mend *(v)* : to set right something broken or torn, திருத்து, சரிசெய், பழுது பார்; *(n)* : a part which has been repaired, பழுதுபார்க்கப் பட்டபகுதி

mendacious *(adj)* : false, untruthful, பொய்யான, ஏமாற்றுகிற

mendacity *(n)* : falsehood, untruthfulness, பொய்க்கூற்று, பொய்மை

mendicant *(n)* : a beggar, பிச்சைக் காரன்; *(adj)* : begging, பிச்சை எடுக்கும்

menial *(adj)* : servile, பணிபுரியும்: *(n)* : a household servant, வீட்டுப் பணியாள்

menses *(n & pl)* : monthly discharge from the uterus of a woman, மாத விலக்கு, மாதவிடாய்

mensuration *(n)* : the science of measuring, அளவையியல்

mental *(adj)* : pertaining to the mind, done in the mind, மனம் சார்பான, மனத்தால் செய்யப்பட்ட

mentality *(n)* : characteristic attitude of a person's mind, மனப் போக்கு, மனப்பாங்கு

menthol *(n)* : solid white substance like camphor used for colds etc., பச்சைக் கற்பூரம்

mention *(v)* : to refer, to speak about, குறிப்பிடு, தெரிவி; *(n)* : a short statement, குறிப்பீடு

mentor *(n)* : an adviser and helper, அறிவுரையாளர், உதவுபவர்

menu *(n)* : list of dishes served at a meal, உணவுப் பட்டியல்

mercantile *(adj)* : pertaining to trade, or traders, வாணிகத்துக்குரிய

mercenary *(adj)* : greedy, hired, பேராசையுடைய, கூலிக்காக வேலை செய்யும்; *(n)* : one who or that which is hired, கூலிப்பணியாள்

merchandise *(n)* : tradable goods, வாணிகப் பொருள்

merchant *(n)* : a trader, வணிகன்

merciful *(adj)* : feeling mercy, கருணையுள்ள, இரக்கமுள்ள

merciless *(adj)* : pitiless, இரக்கமற்ற, கருணையற்ற

mercury *(n)* : silvery liquid metal, planet nearest to the sun, பாதரசம், புதன் கோள்

mercy *(n)* : pity, kindness, இரக்கம், கருணை

mere *(adj)* : simple, வெறும்; *(n)* : a pond, குட்டை

merely *(adv)* : simply, வெறுமனே
meretricious *(adj)* : attractive but false, போலிக் கவர்ச்சியுடைய
merge *(v)* : to sink, to join together, அமிழ்த்து, இணை
merger *(n)* : a joining together, இணைப்பு
meridian *(n)* : an imaginary circle drawn round the earth passing through the north and south poles, noon, the highest point of success, வான்கோள வட்டம், நடுப்பகல், வெற்றியின் உச்ச கட்டம்
merit *(n)* : quality of deserving well, goodness, that which is deserved, தகுதி, நன்மை, மதிப்பு; *(n & pl)* : the good qualities, நற்பண்புகள் *(v)* : to deserve, தகுதியாகு
meritorious *(adj)* : having merit, பாராட்டுக்குரிய
mermaid *(n)* : an imaginary sea-woman with lower part of the body like a fish, கடல்கன்னி (இடையின் கீழ் மீனுருவம் கொண்ட பெண்)
merriment *(n)* : gaiety, laughter, களிப்பு, மகிழ்ச்சி, வேடிக்கை
merry-go-round *(n)* : a revolving umbrella shaped frame with toy horses or seats for children to ride on, குடைராட்டினம்
mesh *(n)* : one of the spaces between the threads of a net or wire screen, net work, வலைக்கண், வலை; *(v)* : interlock, catch in a net, ஒன்றோடொன்று பொருந்தும்படி வை, வலையில் சிக்கவை
mess *(n)* : state of confusion, குழப்ப நிலை, உணவு, உணவு அறை, உணவு விடுதி; *(v)* : eat
message *(n)* : a communication sent from one person to another, தூதுச் செய்தி, தகவல் செய்தி
messenger *(n)* : one who carries a message, தூதுவர், தகவலாளர்
Messiah *(n)* : Jesus Christ, இயேசு நாதர்
met *(v)* : past tense and past participle of meet, 'meet' என்பதன் இறந்தகால, இறந்தகால முடிவெச்ச வடிவம்
metal *(n)* : a hard opaque fusible mineral ore, stone piece used as material for making roads, உலோகம், சாலை போட உதவும் சரளைக்கல்
metallurgy *(n)* : the art of refining metals, உலோகவியல்
metamorphose *(v)* : to transform, to alter the shape of, முழுதாக மாற்று, உருமாற்று
metamorphosis *(n)* : a transformation, உருமாற்றம், இயல் மாற்றம், பண்பு மாற்றம்
metaphor *(n)* : a figure of speech in which the words are used to indicate something different from the literal meaning, உருவகம்
mete *(n)* : a boundary stone, எல்லைக் கல்; *(v)* : to measure, அள, அளந்து பங்கிடு
meteor *(n)* : a shooting star falling from the sky, எரிமீன், எரி நட்சத்திரம்
meter *(n)* : measuring instrument, அளவுக்கருவி, மானி
methinks *(v)* : it seems to me, எனக்குத் தோன்றுகிறது
method *(n)* : way of doing, orderly arrangement, முறை, வகை, ஒழுங்கு
methought *(v)* : past tense of 'me think', 'me think' என்பதன் இறந்த கால வடிவம்

methylated spirit *(n)* : form of alcohol which quickly turns to vapour used for burning, cleaning, etc., எரி. சாரா யம்

meticulous *(adj)* : paying too great attention to small matters, careful and exact, மிக உன்னிப்பான, கவன முடைய, நுட்பமுடைய

metre *(n)* : a unit of length, poetic measure, நீள அலகு, செய்யுளில் சீர்

metropolis *(n)* : chief city of a country, capital, முக்கிய நகரம், தலை நகரம்

mettle *(n)* : high spirit, strength of mind, எழுச்சி நிலை, மனவலிமை, ஊக்கம்

mew *(n)* : a cat's cry, a sea fowl, பூனை யின் 'மியாவ்' ஒலி, கடற்காகம்

miasma *(n)* : poisonous mist rising from the ground, நச்சு வளி

mica *(n)* : a transparent mineral substance which can be separated easily into thin layers, அபிரகம், மைகா, காக்காய் பொன்

mice *(n & pl)* : plural form of mouse, 'mouse' என்பதன் பன்மை வடிவம், எலிகள்

microbe *(n)* : a minute germ causing disease, நோய் நுண்ம உயிரி

micrometer *(n)* : instrument used for measuring small objects, நுண்மானி

microphone *(n)* : an electric sound amplifier, ஒலிவாங்கி

microscope *(n)* : a magnifying optical instrument, நுண்ணோக்கி

mid *(adj)* : middle, நடுவிலுள்ள, இடைத்தரமான

midden *(n)* : a rubbish heap, குப்பை மேடு

middle *(adj)* : equi-distant from both ends, மையமான, இடைப்பட்ட

middle-man *(n)* : a broker, தரகன்

midget *(n)* : a dwarf, குள்ளன்

midnight *(n)* : 12 O'clock at night, நள்ளிரவு

midst *(n)* : middle, நடு; *(adv)* : in the middle of, இடையில்; *(prep)* : among, இடையே

midway *(adj & adv)* : situated in the middle of way, half way, நடு வழியில், பாதி வழியில்

midwife *(n)* : a lady who assists a woman in child birth, பேறுகால மருத்துவச்சி

mien *(n)* : the appearance or expression of a person, aspect, தோற்றம், நடையுடை, சாயல்

might *(n)* : great power, வலிமை, ஆற்றல்; *(v)* : past tense of may, 'may', என்பதன் இறந்தகால வடிவம்

mightily *(adv)* : greatly, அதிக அளவில்

mighty *(adj)* : great, strong, important, மிகுதியான, ஆற்றல் மிக்க, வலிமையுடைய

migrate *(v)* : to move from one place to another, இடம் பெயர், குடி பெயர்

mike *(n)* : abbreviated form of micro phone, 'microphone' என்பதன் சுருக்க வடிவம்

milch *(adj)* : yielding milk, பால் தரும், கறவைக்குரிய

mild *(adj)* : soft, not severe, அமைதி யான, கடுமையற்ற

mildew *(n)* : growth of tiny fungus forming on plants, leather, food, etc., பூஞ்சணம், பூஞ்சக்காளான்

mile *(n)* : measure of distance, மைல்

milestone *(n)* : a stone showing the distance in miles, an important event, மைல்கல், உச்சக்கட்ட நிகழ்ச்சி

militant *(adj)* : quarrelsome, warlike, சண்டையிடும், போர் விருப்பமுள்ள

military *(adj)* : having to do with the army, போர்சார்ந்த

milk *(n)* : a white liquid secreted by the female mammals as food for their young, பால்

milksop *(n)* : a spiritless man, ஆர்வமற்றவன்

mill *(n)* : a machine for grinding, factory or work shop, அரவை எந்திரம், ஆலை, தொழிற்சாலை

millennium *(n)* : one thousand years, ஆயிரம் ஆண்டுக் காலம்

millet *(n)* : plant producing an edible grain, the grain, தினை, சாமை

milliard *(n)* : a thousand millions, நூறு கோடி

milliner *(n)* : one who makes and sells women's hats, ribbons, etc., மகளிர் தொப்பி, ரிப்பன் முதலியவற்றைச் செய்பவர், மற்றும் விற்பவர்; *(v)* : to grind, cut grooves at the edge, பொடியாக்கு, அரை விளிம்பில் வரிவெட்டு

million *(n & adj)* : ten lakhs, பத்து லட்சம்

millionaire *(n)* : a man who has a million or more, கோடீசுவரன்

mime *(n)* : a simple kind of drama in which actions or dancing take the place of speaking, actor in such a drama, அபிநய நாடகம், பேசா நாடகம், இவ்வகை நாடகங்களில் நடிப்பவர்

mimic *(n)* : one who imitates, போலச் செய்பவர்

mimicry *(n)* : an imitation, போலச் செய்தல்

minaret *(n)* : tall slender tower connected with a mosque, மசூதிக் கம்பம்

mince *(v)* : to cut or chop into small pieces, நறுக்கு, கொத்து

mind *(n)* : the power by which we feel or think, memory, intention, மனம், உணர்வு, நினைவாற்றல், கருத்து, எண்ணம்; *(v)* : to pay attention to, to look after, to object to, கவனி, அக்கறை கொள், பொருட்படுத்து

mindful *(adj)* : thinking much about, அக்கறையுள்ள, கவனமுள்ள, விழிப்பான

mine *(n)* : a place from which ores are dug, an explosive, a rich source of valuable things, சுரங்கம், வெடி, மூலவளம்; *(v)* : dig out for ores, சுரங்கம் வெட்டு; *(pron)* : belonging to me, என்னுடைய

mineral *(n)* : an inorganic substance got from the earth, any substance comprising metal, கனிப்பொருள் உலோகத் தாது; *(adj)* : relating to the substances dug from the earth or mines, சுரங்கத்திலிருந்து அல்லது நிலத்திலிருந்து கிடைக்கும் பொருள் சார்ந்த

mingle *(v)* : blend together, ஒன்றாகக் கல

miniature *(n)* : a small painting, reduced form, நுணுக்க ஓவியம், நுணுக்கப் பதிப்பு; *(adj)* : on a small scale, சிறிய அளவிலான

minimize *(v)* : to reduce as much as possible, முடிந்த அளவு குறை

minimum *(n)* : the least quantity, the lowest point, சிறுமம், தாழ்மம்

mining *(n)* : the process of digging out minerals, சுரங்க வேலை

minion *(n)* : a favourite servant. மனதிற்கு உகந்த பணியாள்

minister *(n)* : the head of one of the divisions of the government, a religious head, அமைச்சர், சமயத்தலைவர்; *(v)* : give help or service. உதவு, தொண்டு செய்

ministry *(n)* : office of minister, body of ministers of a state. அமைச்சரவை, அமைச்சர் குழு

mink *(n)* : small animal valued for its fur, மென் மயிர்களை உடைய கீரியின விலங்கு

minnow *(n)* : a very small fresh-water fish. ஆற்றுமீன், குளத்து மீன்

minor *(adj)* . smaller, younger, ordinary, சிறிய, இளைய, சாதாரண மான; *(n)* a person under 21 years of age. 21 வயதுக்கு உட்பட்டவர்

minority *(n)* : smaller number state of being under age, குறைந்த எண், சிறுபான்மையோர், உரிய வயதுக் குக் குறைவான நிலை.

minster *(n)* : a monastry church especially a cathedral, கிறித்துவத் துறவி, மடந்திருக் கோயில்

minstrel *(n)* : a wandering musician a singer. நாடோடிப் பாடகன், பாணன்

mint *(n)* : place where money is coined by the government, an aromatic plant, தங்கசாலை, அச்சு சாலை, நாணயச் சாலை, ஒருவகைப் புதி னாக் கீரை

minus *(adj)* : the sign –, less than nothing, '–' குறி, குறைவான

minute *(n)* : a measure of time consisting of sixty seconds, the sixtieth part of a degree, *(pl)* : notes taken at a meeting, மணித்துளி, கோண அளவில் பாகையின் அறுபதில் ஒரு கூறு, சட்ட நடவடிக்கைக் குறிப்பு; *(adj)* : very small, மிகச் சிறிய

minx *(n)* : an imprudent girl, துடுக்குக் காரி, தளுக்குக்காரப் பெண்

miracle *(n)* : a supernatural happening, அற்புதம், தெய்வீக அருள் நிகழ்ச்சி, இயற்கை மீறிய நிகழ்ச்சி

mirage *(n)* : an illusory appearance of water, trees etc in a desert, கானல் நீர்

mire *(n)* : deep wet mud, சகதி, சேறு

mirle *(n)* : dark, இருள்

mirror *(n)* : a looking-glass, a reflector முகம் பார்க்கும் கண்ணாடி, உருக் காட்டி

mirth *(n)* : happiness, laughter களிப்பு, நகைப்பு

misadventure *(n)* : misfortune, கேடு காலம்

misanthrope *(n)* : one who hates humankind, மனித இனத்தை வெறுப்பவர்

misapprehend *(v)* : to conceive wrongly, தவறாகப் புரிந்து கொள்

misappropriate *(v)* to put to a wrong use தவறாகப் பயன்படுத்து

misbehave *(v)* : to behave badly, முறைதவறி நட, தவறாக நட

misbehaviour *(n)* : bad conduct தவறான நடத்தை

miscarriage *(n)* : the act of giving birth prematurely failure, குறைப் பிரசவம், தவறு

miscarry *(v)* : go wrong, give birth before the due time, தவறாகப் போ, உரிய காலத்திற்கு முன் குழந்தை பெறு

miscellaneous *(adj)* : mixed, various பலவகையான, பிறகலவை, வெவ்வேறான

mischance *(n)* : ill-luck, mishap, துரதிர்ஷ்டம், இடையூறு

mischief *(n)* : injury, harm, damage, foolish or thoughtless behaviour, ஊறு, தீங்கு, அழிபாடு, குறும்பு

mischievous *(adj)* : causing mischief, தீங்கிழைக்கும், குறும்புத்தன மான

misconceive *(v)* : to understand wrongly, தவறாகப் புரிந்து கொள்

misconduct *(n)* : bad behaviour, தவறான நடத்தை

misconstrue *(v)* : to get a wrong idea, தவறாகப் பொருள் கொள்

miscount *(v)* : to count wrongly, தவறாக எண்ணு

misdeal *(v)* : to deal wrongly, தவறாகப பங்கிடு செய்

misdeed *(n)* : wicked act, crime, தீச்செயல், குற்றம்

misdemeanour *(n)* : evil conduct, an error, தீய நடத்தை, சிறு குற்றம்

misdirect *(v)* : to direct wrongly, தவறாக வழிகாட்டு

miser *(n)* : a stingy man, a mean person, கஞ்சன், இழிந்தவன்

miserable *(adj)* : wretched, worthless, துயர் நிறைந்த, இழிந்த

misery *(n)* : distress, poverty, பெருந் துயரம், ஏழ்மை

misfire *(v)* : (of guns and revolvers) fail to go off, குறி தவறிச் சுடு

misfit *(n)* : a bad fit, a wrong size, பொருந்தாதது, தவறான அளவு உடையது

misfortune *(n)* : calamity, bad fortune, இடையூறு, வாய்ப்புக் கேடு

misgiving *(n)* : mistrust, suspicion, அவநம்பிக்கை, ஐயப்பாடு

misgovern *(v)* : to govern badly or unjustly, தவறான முறையில் ஆட்சி செய்

misguide *(v)* : lead wrongly, give wrong information, தவறான பாதையில் செலுத்து, தவறான கருத்தை அளி

mishandle *(v)* : to treat roughly or rudely, தவறாகக் கையாளு, முரட்டுத்தனமாக நடத்து

mishap *(n)* : ill-luck, a fatal accident, வாய்ப்புக் கேடு, எதிர்பாரா விபத்து

misinform *(v)* : to inform wrongly, to mislead, தவறான செய்தி கொடு, தப்புவழி காட்டு

misinterpret *(v)* : give wrong meaning to, தவறாகப் பொருள் கொள்

mislay *(v)* : put in the wrong place and forget, தவறான இடத்தில் வை, வைத்த இடத்தை மற

mislead *(v)* : to guide wrongly, தவறான வழிகாட்டு, தவறாகக் கருதச் செய்

mismanage *(v)* : manage badly or wrongly, திறமையின்றி காரிய மாற்று, தவறாக நடத்து

misnomer *(n)* : a wrong name, an unsuitable name, தவறாக வழங்கும் பெயர், ஒவ்வாத பெயர்

misplace *(v)* : to put in a wrong place, இடந்தவறி வை, வைத்து மறந்து போ

misrepresent *(v)* : to represent wrongly, give an unfaithful picture, தவறாக எடுத்துரை, பொய் விவரம் அளி

miss *(v)* : fail to hit or reach, to go without, let slip, குறி தவறு, தவற விடு, நழுவ விடு; *(n)* : an unmarried young woman, இளம் கன்னிப் பெண்

nisile *(n)* : a weapon thrown out or shot, *எறிபடை, ஏவுகணை*

missing *(adj)* : lost, wanting, *தவறிய, காணப்படாத, தேவைப்படும்*

mission *(n)* : the act of sending some one to do a certain task, one's aim in life, *தூதுக்குழு, வாழ்க்கைக் குறிக்கோள்*

missionary *(n)* : a preacher at a church, mission, *சமயப்பரப்பாளர், சேவைக்குழு*

missive *(n)* : letter, a message, *கடிதம், செய்தி*

misspell *(v)* : spell wrongly, *தவறாக உச்சரி*

mist *(n)* : water vapour descending in drops near the earth's surface, thin fog, *மூடுபனி*

mistake *(v)* : to err, to understand wrongly, *தவறு செய், தவறாகப் புரிந்து கொள்; (n)* : an error, *தவறு*

mistress *(n)* : woman in authority over servants, female head of the house hold, a lady teacher, *தலைவி, வீட்டுத்தலைவி, ஆசிரியை*

mistrust *(v)* : disbelief, *அவநம்பிக்கை; (n)* : wanting in trust, *அவநம்பிக்கை கொள்*

misunderstand *(v)* : to understand words in a wrong sense, *தவறாகப் பொருள் கொள்*

misunderstanding *(n)* : difference of opinion, a mistake in meaning, *கருத்து வேறுபாடு, தவறாகப் பொருள் கொள்ளல், தவறாக உணர்ந்து கொள்ளுதல்*

misuse *(v)* : to use in a wrong way, ill-treat, *தகாத வழியில் பயன் படுத்து, மோசமாக நடத்து*

mite *(n)* : a small coin, a very small insect, anything very small, *செப்புக் காசு, சிறுபூச்சி வகை, சிறு பொருள், சிறிதளவு*

mitigate *(v)* : to make less severe, *மட்டுப்படுத்து, தணி*

mix *(v)* : blend, mingle, *கல, ஒன்று சேர்*

mixture *(n)* : a mingled mass, a liquid medicine, mixing, *கலவை, மருந்துக் கலவை, கலத்தல், கலப்பு*

mnemonic *(adj)* : helping to remember a thing, *நினைவில் கொள்ள உதவும்; (n)* : something which helps to keep in memory, *நினைவுக் குறிப்பு*

moan *(v)* : to make a low sound to express physical or mental suffering, *புலம்பு, முனகு; (n)* : moans, lament, *அழுகை, புலம்பல்*

moat *(n)* : deep wide defensive trench surrounding a town usually filled with water, *அகழி*

mob *(n)* : a disorderly crowd, *கும்பல்; (v)* : to attack, assemble in mob *கூட்டமாகத் தாக்கு, கும்பலாகக் கூடு*

mobile *(adj)* : movable, free to move, that may be easily moved from place to place, *நகரத்தக்க, எளிதில் இயங்கும், எளிதில் பெயர்க்கத்தக்க*

mobility *(n)* : quality of moving easily, activity, *எளிதில் இயங்கும் தன்மை, இயக்கம்*

mobilize *(v)* : collect together for use, to gather troops, *ஒன்று திரட்டு, பழக்கத்தில் கொண்டு வா, படை திரட்டு*

moccasin *(n)* : soft leather made from deer skin, a shoe made from this, *பதனிட்ட மான்தோல், மான் தோல் செருப்பு*

mock *(v)* : ridicule, make fun of, imitate, ஏளனம் செய், கேலி செய், விகடம் செய், போலச் செய்; *(adj)* : unreal, not genuine, பாசாங்கான, போலியான

mockery *(n)* : the act of making fun of somebody or something, இகழ்ச்சி, ஏளனம், நிந்தை

mode *(n)* : way of speaking or behaving, செயல் வகை, செயல்பாணி முறை, பாங்கு

model *(n)* : a copy of something, design to be copied, one who poses for sculptures and painters, example, மாதிரி, உருப்படிவம், உருமாதிரி

moderate *(adj)* : mediocre, நடுத்தரமான, மிதமான; *(v)* : to become less violent, மிதமாக்கு, குறை

modern *(adj)* : belonging to the present or recent, நவீன, புதுமையான, தற்காலத்திற்குரிய; *(n)* : new and up-to-date, நவீனம், புதுமை

modernize *(v)* : bring upto date, make suitable for present-day needs, புதுமையாக்கு, தற்காலத் தேவைகளுக்குப் பொருத்தமுடையதாக்கு

modest *(adj)* : moderate, humble, not boastful, மிதமான, பணிவுள்ள, தன்னடக்கமுள்ள

modesty *(n)* : state of being modest, நிதானம், நாணம், தன்னடக்கம், பணிவு

modify *(v)* : qualify, to make a change in, to make less severe, தரப்படுத்து, திருத்தம் செய், மட்டுப்படுத்து

modulate *(v)* : regulate, change the tone of voice, ஒழுங்கு படுத்து, குரலில் ஏற்ற இறக்கம் கொடு

moisten *(v)* : to make slightly wet, ஈரமாக்கு, நனை

moisture *(n)* : dampness, ஈரம், நனைவு

molar *(n)* : back tooth used for grinding food, பின்கடை வாய்ப் பல்

molasses *(n & pl)* : thick dark syrup obtained from raw sugar during the refining process, வெல்லப் பாகு

mole *(n)* : permanent small dark spot on the human skin, a small burrowing animal, stone wall built in the sea as a break water, மறு, மச்சம், அகழெலி, அலைதாங்கி, அணைகரை

molecule *(n)* : the smallest passive part of a substane, மூலக்கூறு

mole-hill *(n)* : heap of earth thrown up by a mole, அகழெலிப் புற்று

molest *(v)* : trouble or annoy intentionally, தொந்தரவு செய், இடையூறு செய்

molten *(adj)* : melted, உருக்கிய, உருக்கி வார்க்கப்பட்ட

moment *(n)* : very brief period of time, importance or value, கணம், நொடி, சிறப்பு, மதிப்பு

momentary *(adj)* : lasting for a moment, passing, கணநேரமே நிலைக்கிற, தோன்றி மறைகிற

momentous *(adj)* : of great importance, முக்கியத்துவம் நிறைந்த, சிறப்பு வாய்ந்த

monarch *(n)* : a supreme ruler, முடி மன்னன், பேரரசன்

monarchy *(n)* : government by a monarch, முடியாட்சி

monastery *(n)* : residence for monks, துறவி, மடம்

Monday *(n)* : second day of the week, திங்கட்கிழமை

money *(n)* : metal stamped into coins used for payments, currency note, wealth, பணம், நாணயம், செல்வம்

monger *(n)* : trader, dealer, வணிகன், விற்பனையாளர்

mongoose, mungoose *(n)* : a big squirrel-like animal clever at destroying venomous snake, கீரி

mongrel *(n)* : dog of of mixed breed, plant or animal of mixed origin, கலப்பின நாய், கலப்பின தாவரம் அல்லது விலங்கு

monitor *(n)* : a pupil given authority over his fellows, one who advises, a warship with revolving gun turrets, மாணவர் தலைவன், சட்டாம்பிள்ளை, எச்சரிப்பவர், காவற்கப்பல்

monk *(n)* : a male member who takes religious vows and lives in a monastery, மடத்துறவி

monkey *(n)* : an animal closely resembing man, குரங்கு; *(v)* : act mischievously, குறும்பு செய்

monocle *(n)* : eye glass for one eye only, ஒற்றை மூக்குக் கண்ணாடி

monogamy *(n)* : practice of being married to only one person at a time, ஒரு சமயத்தில் ஒரே வாழ்க்கைத் துணையுடன் வாழும் முறை, ஒரு மணத்துணை

monogram *(n)* : two or more letters combined into a single design, கூட்டெழுத்து

monolith *(n)* : simple upright block of stone, ஒற்றைப் பாளக்கல்லில் செதுக்கப்பட்ட உருவம்

monologue *(n)* : speech in a play, etc by only one person, தனிமொழி

monoplane *(n)* : an aeroplane with one wing on each side of the fuselage, ஓரிணைச் சிறகு விமானம், ஒரு தள விமானம்

monopolize *(v)* : acquire the full rights in anything, முழு ஆதிக்கம் செலுத்து

monopoly *(n)* : sole right of dealing a thing, தனிஉரிமை

monosyllable *(n)* : a word of one syllable, ஓரசைச்சொல்

monotheism *(n)* : belief that there is only one god, ஒரே கடவுள் கோட்பாடு

monotonous *(adj)* : uttered in one unchanging tone, lacking variety, uninteresting, ஏற்றத்தாழ்வற்ற குரலுடைய, ஒரே மாதிரியான, சலிப்பூட்டும்

monotype *(n)* : composing-machine that casts and sets up type, ஓரச்சுப் பொறி

monseigneur *(n)* : French title given to a person of high rank, பிரெஞ்சுப் பட்டம்

monsoon *(n)* : a periodical Indian wind, பருவக்காற்று

monster *(n)* : something unnatural, இயற்கைக்கு மாறுபட்டது; *(adj)* : huge, giant, மாபெரும்

monstrous *(adj)* : horrible, huge, unnatural, கொடிய, அச்சம் தரும், மிகப்பெரிய, இயல்மீறிய

month* *(n)* : one twelfth part of a year, திங்கள், மாதம்

monthly *(adj)* : happening once a month, திங்களொரு முறை நிகழும், மாதமொரு முறைநிகழும்; *(n)* : a magazine published once in a month, திங்கள் இதழ், மாத இதழ்

monument *(n)* : a memorial built in memory of a person or an event, நினைவுச் சின்னம்

monumental *(adj)* : serving as a monument, important, நினைவுச் சின்னமான, நிலை பேறான, நினைவுக்குரிய, சிறப்பு வாய்ந்த

mood *(n)* : manner, state of mind, the inflection of a verb, மனப் போக்கு, மனநிலை, வினைச் சொல்லின் பாங்கு

moon *(n)* : the heavenly body which revolves round the earth and shines at night, சந்திரன், திங்கள்

moor *(n)* : a large stretch of uncultivated land, one of a Mohammedan race, தரிசுநிலம், புதர்க்காடு, முகம்மதிய இனத்தவர்; *(v)* : to fasten a ship by ropes or by anchor, கப்பலை நங்கூரம் பாய்ச்சி நிலை நிறுத்து

moorings *(n & pl)* : permanent anchors & chains required to hold a ship in position, the place where a ship is fastened, நங்கூரச் சங்கிலி பிணைப்பு, நங்கூரமிட்டுப் பிணைக்கும் இடம்

moose *(n)* : North American deer like animal, வடஅமெரிக்க மானின விலங்கு

moot *(v)* : a discuss, to propose for debate, சர்ச்சை செய், சர்ச்சைக்குக் கொண்டு வா; *(adj)* : disputable, debatable, சர்ச்சைக்குரிய, சர்ச்சை செய்யப்பட வேண்டிய

mop *(n)* : a duster, துடைப்பான்; *(v)* : wipe, dust with a mop, துடை, துடைப்பத்தால் பெருக்கு

mope *(v)* : to be dull, மந்தமாக இரு

mopish *(adj)* : dull, spiritless, மந்த மான, கிளர்ச்சியற்ற, ஊக்கமற்ற

moraine *(n)* : rocks and gravels on the edge of glaciers, பனிப்படலப் பாறை, பனிப்படல வண்டல்

moral *(adj)* : pertaining to the right and wrong, good and bad, நன்மை தீமையுணர்வுக்குரிய, அறத்தைப் பற்றிய, நல்ல; *(n)* : principle of right and wrong, the lesson of a fable or story, நீதி, கருத்து, படிப்பினை

morale *(n)* : moral condition, ஒழுங் குணர்வு, உளஅமைதி

morality *(n)* : moral science, ஒழுக்கத் தன்மை, நீதி நெறி

morals *(n & pl)* : moral principles or behaviour, ethics, ஒழுக்கக் கோட் பாடு, ஒழுக்க நடத்தை, அறமுறை

morass *(n)* : a marsh, சதுப்பு நிலம்

morbid *(adj)* : unsound, not healthy, கோளாறான, உடல் நலமற்ற

more *(adj)* : existing in greater quantity, amount or degree, additional, மிகுதி யான, கூடுதலான

moreover *(adv)* : in addition, மேலும்

moribund *(adj)* : dying, சாகும் நிலையிலுள்ள

morn, morning *(n)* : the first part of the day, காலைப் பொழுது

morning star *(n)* : Venus, bright planet seen at dawn, விடிவெள்ளி, சுக்கிரன்

morocco *(n)* : a fine leather made from goat skin, வெள்ளாட்டுத் தோல்

morose *(adj)* : gloomy and unsocial, வருத்தம்தோய்ந்த, சிடுசிடுப்பான

morphia *(n)* : a drug used to deaden pain or to cause sleep, வலி நீக்கி தூங்க வைக்கும் மருந்து

morrow *(n)* : tomorrow, மறுநாள், நாளை

morse *(n)* : a code of signals used in signalling and telegraphy, மோர்சுக் குறியீட்டு முறை

morsel *(n)* : a small piece, சிறு துண்டு கவளம்

mortal *(adj)* : causing death, சாகடிக்கக் கூடிய

mortality *(n)* : liability to death, death-rate, இறப்பு, இறப்புவீதம் இறப்புவிகிதம்

mortar *(n)* : a mixture of lime or cement, sand and water for joining stones or bricks, a vessel in which substances grounded, a shell throwing instrument, *சாந்துக் கலவை, காரை, உரல், சிறுபீரங்கி*

mortgage *(n)* : giving a property as a security for debt, *அடகு*

mortify *(v)* : humiliate, to vex, *துன் புறுத்து, புண்படுத்து*

mortise *(v & n)* : hole in a frame work designed to receive the end of some other part, *துளை பொருத்து*

mortuary *(n)* : a building where dead bodies are kept temporarily, *சவக் கிடங்கு*

mosque *(n)* : Mohammedan temple, *பள்ளி, பள்ளிவாசல், மசூதி*

mosquito *(n)* : a small blood-sucking insect, *கொசு*

moss *(n)* : wet spongy soil, lichen, *புதை மணல், பாசி, காளான்*

most *(adj & adv)* : superlative term of much and many, *மிகப்பல, பெரும்பாலாக*

mote *(n)* : a small particle of dust, *தூசு*

moth *(n)* : a sort of winged insect related to the butterfly but seen mostly at night, *அந்துப்பூச்சி, விட்டில்*

mother *(n)* : the female parent, the female head of a convent or religious house, *அன்னை, தாய், தலைவி கன்னிமாடத் தலைவி*

mother-in-law *(n)* : the mother of one's husband or wife, *மாமியார்*

motherland *(n)* : one's native land, *தாய் நாடு*

motherly *(adj)* : mother-like, maternal, *தாய் போன்ற, தாய்க்குரிய, தாய் வழியிலான*

mother-of pearl *(n)* : the hard shining material which forms inside certain shells, *முத்துச்சிப்பி*

mother tongue *(n)* : one's native language, *தாய்மொழி*

motion *(n)* : the state of moving, proposal to be discussed in a meeting, evacuation of the bowels, *இயக்கம், கூட்ட நடவடிக்கை, மலம்*

motive *(n)* : that which tends to action, design, *நோக்கம் திட்டம்; (adj)* : causing action, *இயக்கும்*

motley *(adj)* : of variot s colours, *பல வண்ண; (n)* : the multi-coloured dress, *பலவண்ண ஆடை*

motor *(n)* : a machine that produces motion, *உந்து வண்டி, விசை உந்து; (v)* : go by a motor car, *விசை உந்தில் செல்*

mottled *(adj)* : having spots of many colours, *பல வண்ணப் புள்ளிகளை யுடைய*

motto *(n)* : a concise sentence, an inscription, quotation, *நீதிமொழி, பொன்மொழி, முத்திரை மொழி, மேற்கோள் வாக்கியம்*

mould *(v)* : give a shape or form to cast, *வடிவமை, வார்ப்படம் செய்; (n)* : woolly growth of fungi on moist surfaces, soft fine loose earth, a cast, *பூஞ்சக்காளான், உதிர் மணல் பூமி, புழுதி மண், வார்ப்படம்*

moult *(v)* : to shed hair, skin or feathers, *இறகுரி, தோலுரி, முடியுதிர்*

mound *(n)* : a heap of earth or stone, *மண்மேடு, திட்டு, சிறுகுன்று*

mount *(n)* : mountain, a piece of cardboard on which anything is pasted, horse for person's riding, மவுண்ட், பட்டச்சட்டம், படப்பின்னணி, அட்டை, போக்குவரத்திற்குப் பயன் படும் குதிரை; *(v)* : to go upwards, get on horse, to fix, மேல் நோக்கி மலையேறு, குதிரை யேறு, பதிய வை

mountain *(n)* : a very high hill, மலை

mountaineer *(n)* : a climber of mountains, one who lives among mountains, மலையேறு, மலை வாழ்நர்

mountaineering *(n)* : the act of climbing mountains, மலையேறுதல்

mountainous *(adj)* : having mountains, மலைகளையுடைய

mountebank *(n)* : a pretender, போலி அறிஞன்

mourn *(v)* : to lament, feel sorrow, புலம்பு, அழு, துயரம் கொள்

mournful *(adj)* : sad, துயரம் நிறைந்த

mourning *(n)* : grief, act of expressing sorrow at death, துயருறுதல், இழவுக்குறி

mouse *(n)* : a species of common pest of rodent family found in houses and storeyards, சுண்டெலி

moustache, mustache *(n)* : hair grown on the upper lip, மீசை

mouth *(n)* : the organ through which food is taken, வாய்

mouthpiece *(n)* : the part of an instrument placed at or between the lips, a means of expressing one's views, one who speaks for other, இசைக்கருவியின் வாயில் பொருத்தும் பகுதி, கருத்தை வெளியிடும் கருவி, பிறருக்காகப் பரிந்து பேசுபவர்

movable *(adj)* : capable of being moved, அசைக்கக்கூடிய, இயங்கக் கூடிய

movables *(n)* : personal property, something movable, இயங்குடைமை, நகர்பொருள்

move *(v)* : to change the position of, to effect emotionally, நகர், அசை, இடம் பெயர், இயங்கு, உணர்ச்சியைத் தூண்டு; *(n)* : change in position, movement, step, புடைப்பெயர்ச்சி, இயக்கம், செயற்கூறு, ஏற்பாடு

movement *(n)* : change of place, act of moving, an action of a person or group, நகர்த்தல், இடம் பெயர்த்தல், புடைப்பெயர்ச்சி, இயக்கம்

movie *(n)* : cinema picture, திரைப்படம்

moving *(adj)* : causing motion or action, stirring the emotions, நகரும், அசையும், உணர்ச்சியைத்தூண்டும்

mow *(v)* : to cut down grass, etc harvest, புல் அறு, வயலறு; *(n)* : haystack, a heap of corn, வைக்கோல் போர், தானியக் குவியல்

much *(adj)* : great in quantity, or amount, மிகுதியான, பெரிய அளவிலான; *(n)* : a large amount a great extent, மிகு அளவில், அதிக அளவில்

muck *(n)* : dirt, அழுக்கு

mucus *(n)* : the viscous fluid secreted by the mucous membranes, சளி

mud *(n)* : soft wet earth, சேறு, சகதி

muddle *(n)* : state of confusion and disorder, குழப்பநிலை; *(v)* : to confuse, குழப்பு

Muezzin *(n)* : a Mohammedan Priest who calls out the prayer hours, பள்ளி வாசலில் தொழுகை நேர அழைப்பாளர்

muff *(n)* : fool, a warm covering for the hands, முட்டாள், மூடன், கம்பளிக் கையுறை; *(v)* : miss a ball (in cricket), பந்தைத் தவறவிடு

muffin *(n)* : a kind of cake, ஒருவகை அப்பம்

muffle *(v)* : cover for protection from the weather, suppress the sound of something by covering, குளிருக்கு அடக்கமாகப் போர்த்திக் கொள், மூடிவைத்து ஓசையை அடக்கு

muffler *(n)* : a scarf, கழுத்துக் குட்டைத் துணி

mufti *(n)* : a Muslim priest, ordinary clothes contrasted with uniform, இஸ்லாமிய சமய அலுவலர், அலுவல் சாரா (பொது) உடை

mug *(n)* : a drinking vessel, a jug, குவளை, கூஜா

muggy *(adj)* : foggy, புழுக்கமான

mulberry *(n)* : tree on whose leaves silkworms feed, பட்டுப்புழு உணவாகக் கொள்ளும் இலைகளையுடைய முசுக்கொட்டை மரம்

mulct *(n)* : a fine, தண்டத் தொகை

mule *(n)* : the off spring of a female horse and a male ass, a machine for spinning, a heelless slipper, a stubborn person, கோவேறு கழுதை, நூல்நூற்புப் பொறி, குதிகால் பகுதி அதிக உயரமில்லாத மிதியடி, பிடிவாத குணமுள்ளவர்

mullet *(n)* : a small sea fish, சிறு கடல்மீன்

multicoloured *(adj)* : of various colours, பலவண்ணங்களுடைய

multifarious *(adj)* : of many kinds, varied, பலவகையான, வேறுபட்ட

multiple *(n)* : the product obtained by multiplying a number by another, பெருக்குத் தொகை; *(v)* : having many components, பல கூறுகளான

multiplication *(n)* : the act of multiplying, increase in number, பெருக்குதல், பெருக்கம்

multiplicity *(n)* : state of being numerous or various, பல்வகை, பலவர்ன தன்மை

multiply *(v)* : increase many times, find the product of multiplication, பன்மடங்காக்கு, பெருக்கு

multitude *(n)* : greatness of number, பேரெண்ணிக்கை, மிகு எண்ணிக்கை

mum *(inter)* : silence, பேசாதிரு; *(adj)* : silent, வாய் பேசாத

mumble *(v)* : to speak indistinctly, முணுமுணு, தெளிவின்றிப் பேசு

mummy *(n)* : mother, dead body preserved from decay, அம்மா, கெடாமல் பாதுகாக்கப்படும் பிணம்

mumps *(n)* : a contagious disease characterized by swelling of the salivary glands, புட்டாளம்மை, பொன்னுக்கு வீங்கி

munch *(v)* : to chew, மெல்லு

mundane *(adj)* : belonging to the world, உலக வாழ்விற்குரிய, உலகியலான

municipal *(adj)* : pertaining to the government of a city or town, relating to municipality, நகராட்சிக்குரிய, நகருக்குரிய

municipality *(n)* : city with local self-government, governing body of a city or town, நகரம், நகராட்சி

munificent *(adj)* : generous, liberal, கருணையுள்ள, தாராள இயல்புடைய

munition *(n & pl)* : military materials, போர்த்தளவாடம்

mural *(adj)* : pertaining to the wall, சுவருக்குரிய

murder *(n)* : unlawful killing of a human being, கொலை; *(v)* : to kill unlawfully, கொலை செய்

murk *(n)* : darkness, இருள்

murky *(adj)* : dark, இருண்ட

murmur *(n)* : a low indistinct continuous sound, முணு முணுப்பு; *(v)* : to speak in a low voice, முணு முணுவென்று பேசு

murrain *(n)* : a contagious disease among cattle, மாட்டுத் தொற்று நோய்

muscle *(n)* : elastic fibrous tissue of an animal body, தசை, தசை நார்

muse *(v)* : to think over a matter quietly, ஆழ்ந்துசிந்தி; *(n)* : Greek goddess of poetry, கிரேக்கக் கவிதைக் கடவுள்

museum *(n)* : a building where interesting and rare things are set out for show, அருங்காட்சியகம்

mushroom *(n)* : an edible fungus, காளான்

music *(n)* : any sweet pleasing combinations of sounds or tones, melody, இசை, பாட்டு

musician *(n)* : a person skilled in music, பாடகர்

musk *(n)* : a strong perfume secreted by the glands of musk deer, கஸ்தூரி

musket *(n)* : a hand gun, கைத் துப்பாக்கி

muslin *(n)* : a light-weight cotton fabric, மெல்லிய துணி வகை

mussel *(n)* : a shellfish, சிப்பி வகை

Mussulman *(v)* : a Mohammedan, இஸ்லாமிய மதத் தலைவர்

must *(v)* : should be, ought to be, வேண்டும்

mustard *(n)* : a yellow flowered plant yielding pungent seeds used in cooking, கடுகு

muster *(v)* : assemble, ஒன்று கூடு

musty *(adj)* : mouldy, having a damp smell, பூஞ்சைக் காளான் பிடித்த, ஊசை வாடை அடிக்கிற

mute *(adj)* : silent, not capable of speaking, ஓசையற்ற, பேசாத, ஊமையான; *(n)* : a dumb person, ஊமை

mutilate *(v)* : to cripple, முடமாக்கு

mutineer *(n)* : one who takes part in a mutiny, கலகக்காரர்

mutiny *(n)* : rebellion against authority, revolt, ஆட்சி எதிர்ப்புக் கிளர்ச்சி, கலகம்; *(v)* : rise against authority, rebel, ஆட்சியை எதிர்த்து கிளர்ச்சி செய், கலகம் செய்

mutter *(v)* : murmur, முணு முணு; *(n)* : a murmur, முணு முணுப்பு

mutton *(n)* : flesh of sheep, ஆட்டு இறைச்சி

mutual *(adj)* : reciprocal, done in common, entertained by each one to the other, செயலெதிர்ச் செயலான, பொதுவாகச் செய்யப் பட்ட, ஒருவருக்கொருவர் ஆன, ஒன்றுக்கொன்று பரிமாற்றமான

muzzle *(n)* : projecting nose and mouth of an animal, mouth or opening of anything, a guard for the mouth, மூஞ்சி, வாய்ப்பகுதி, வாய்ப்பூட்டு, *(v)* : restrict the freedom of speech, பேச்சைத் தடைசெய்

my *(adj)* : belonging to me, என்னுடைய

myself *(pron)* : emphatic form and reflexive form of I, நானே, என்னையே, எனக்கே

myopia *(n)* : short sight, கிட்டப் பார்வை
myriad *(n)* : a countless number, மிகப்பல
myrmidon *(n)* : a paid servant, அடியாள், கூலி வேலைக்காரன்
myrrh *(n)* : gum resin used in medicine and perfumery, சாம்பிராணி
myrtle *(n)* : evergreen shrub with aromatic leaves, பசுமை மாறா நறுமணச்செடி
mysterious *(adj)* : full of mystery, puzzling, மனித அறிவுக்கு அப்பாற் பட்ட, எளிதில் புரிந்து கொள்ள முடியாத
mystery *(n)* : secrecy, something beyond human understanding, மறை பொருள், மாயை, விளங்கா மெய்மை, மனித அறிவுக்கு அப் பாற்பட்டது
mystic, mystical *(adj)* : not able to understand, having a secret meaning, மாயையான, மறைபொருளுடைய
mysticism *(n)* : doctrine of deep thought to realise God, இறைநிலை இணைவுக் கோட்பாடு
mystify *(v)* : make mysterious, puzzle, மருட்சிக்கு ஆளாக்கு, புதிரிடு
myth *(n)* : traditional story, religious legend, கட்டுக் கதை, புராணக் கதை
mythology *(n)* : science of myths, புராணத்துறை, புராண இலக்கியம்

N

nab *(v)* : catch suddenly, திடீரென்று பிடி, பற்று
nabob *(n)* : a title given to Mohammedan official, wealthy man, மொகலாய இளவரசர் (அ) தலைவரின் பட்டப்பெயர், செல்வந்தர்
nag *(n)* : a small horse, சிறு குதிரை; *(v)* : scold persistently, ஓயாது குறை கண்டு திட்டு
naivate *(n)* : natural simplicity, இயல்பான எளிமை
naive *(adj)* : natural or innocent in speech, சூதற்ற, எளிமையான
nail *(n)* : a thin pointed piece of metal for fastening substances, horny scale at the fingers and toes, ஆணி, நகம்
naked *(adj)* : bare, innocent, உடையற்ற, உறையற்ற, களங்கமற்ற
name *(n)* : a word by which a person or thing is known or called, title, பெயர், பட்டப் பெயர்; *(v)* : to give a name to, call by name, பெயரிடு, பெயர் சொல்லிக் கூப்பிடு
namely *(adv)* : that is to say, அதாவது
name-sake *(n)* : one with like name to another, அதே பெயரை உடையவன்
nanny-goat *(n)* : she goat, பெண் ஆடு
nap *(n)* : a short sleep, woolly surface, அரைத்தூக்கம், குட்டித் தூக்கம், மென்பரப்பு
nape *(n)* : the back of the neck, பிடரி, பின் கழுத்து
napery *(n)* : table cloth, மேசை விரிப்பு

naphtha *(n)* : a kind of inflammable oil obtained from petroleum, இரச கற்பூரத் தைலம்

napkin *(n)* : a small towel, கைத்துண்டு

narcotic *(adj)* : inducing sleep or deadening pain, தூக்கத்தை உண்டு பண்ணும், வலி குறைக்கும்

narrate *(v)* : report, tell, விவரி, சொல்

narration *(n)* : the telling of a story, a description, கதை சொல்லுதல், விவரித்தல், விளக்கம்

narrative *(n)* : a story, an account of events, கதை, நிகழ்ச்சி, விரிவுரை

narrow *(adj)* : of small extent, selfish, குறுகிய, சுருக்கமான, தன்னல முடைய; *(v)* : make narrow, இறுக்கு, குறை

nasal *(adj)* : pertaining to the nose, மூக்குக்குரிய

nasty *(adj)* : very dirty, dangerous, unfriendly, அழுக்கான, அருவருக்கத் தக்க, அபாயகரமான, நட்பற்ற

natal *(adj)* : pertaining to birth, பிறப்பு சார்ந்த

nation *(n)* : a district, people living under one government, இனம், ஒரு நாட்டு மக்கள், நாடு

national *(adj)* : pertaining to a nation, நாட்டுக்குரிய

nationalism *(n)* : patriotic feeling, நாட்டுப்பற்று

nationality *(n)* : being one in a particular country, நாட்டுரிமை

nationalize(se) *(v)* : convert into national property or undertakings, நாட்டுரிமைப்படுத்து, பொது உரிமையாக்கு

native *(n)* : proper, home, நாடு, வீடு; *(adj)* : inborn, pertaining to a person by birth, பிறப்பிலேயே இருக்கும், பிறப்புக்குரிய

natty *(adj)* : neat, tidy, நேர்த்தியான, அழகான

natural *(adj)* : unartificial, inborn, relating to nature, இயற்கையான, இயல்பான, இயற்கைக்குரிய

naturalize *(v)* : to grant the rights of a citizen to one born in another country, borrow and make one's own, அயல் நாட்டுக்காரனுக்குத் தன்னாட்டுரிமை கொடு, இயல் பாக்கு, உரிதாக்கு

naturally *(adv)* : in the natural course, without any effort, இயல்பாக, முயற்சியின்றி

nature *(n)* : the qualities, the world around us, இயற்கையான பண்பு அல்லது ஆற்றல், இயற்கை

naught *(n)* : nothing, ஒன்றும் இன்மை

naughty *(adj)* : badly behaved, indecent, mischievous, கயமைத் தனமான, நன்னடத்தையற்ற, குறும்பான

nausea *(n)* : a feeling of vomit, குமட்டல், வாந்தி

nauseate *(v)* : to sicken, make disgusting, நோயுறு, அருவரு, வெறுப் பூட்டு

nautical *(adj)* : pertaining to sails or navigation, கப்பல்துறை சார்ந்த

nautilus *(n)* : a small sea creature, நத்தை வகை

naval *(n)* : pertaining to warships, போர்க் கப்பல் தொடர்பான

navel *(n)* : a small hole in the middle part of the body, தொப்புள், உந்தி

navigable *(adj)* : sailable, கப்பல் போக்குவரத்திற்கேற்ற

navigate *(v)* : to sail, to steer a ship, கப்பல் பயணம் செய், கப்பலை ஓட்டு

navy *(n)* : one employed in making roads, etc., a fleet of warships, சாலை முதலியன போடும் பணியாள், கப்பல் படை

nawab *(n)* : see nabob

nay *(adv)* : no, not only that, இல்லை, அதுமட்டுமல்ல, மேலும்; *(n)* : denial, மறுப்பு

naze *(n)* : a cape, நிலமுனை

neap-tide *(n)* : a low tide, சிறு வேலியேற்றம்

near *(adv & prep)* : close, அடுத்து, பக்கத்தில்; *(adj)* : not far away, அருகிலுள்ள; *(v)* : approach, நெருங்கு

nearly *(adv)* : almost, closely, சற்றேறக் குறைய, கிட்டத்தட்ட

nearness *(n)* : being near, proximity, சமீபம், அண்மை

neat *(adj)* : tidy, pertaining to cattle, தூய, ஒழுங்கான, கால்நடைக் குரிய; *(n)* : any animal of ox-kind, கால்நடை

neatly *(adv)* : in a clean manner, துப்புரவாக

neatness *(n)* : tidiness, cleanliness, தூய்மை, ஒழுங்கு, துப்புரவு

nebula *(n)* : a glazy cloud, a film formed in cornea causing defective sight, star cluster, ஒளிமுகில், கண் விழிப்படலம், நட்சத்திரக் கூட்டம்

nebulous *(adj)* : cloudlike, vague, indistinct, மேகம் போன்ற, தெளிவற்ற, குழப்பமான

necessary *(adj)* : needful, inevitable, தேவையான, அவசியமான, தவிர்க்க முடியாத

necessitate *(v)* : make necessary, compel, தேவையாக்கு, கட்டாயப் படுத்து

necessity *(n)* : want, need, that which cannot be done without, தேவை, இன்றியமையாதது

neck *(n)* : the connecting link between the head and body, anything like the neck, கழுத்து, ஒடுங்கிய பகுதி; *(v)* : push out by the neck, கழுத்தைப் பிடித்து வெளியே தள்ளு

necklace *(n)* : an ornament worn round the neck, கழுத்தணி

necropolis *(n)* : a cemetery, சுடுகாடு, இடுகாடு

nectar *(n)* : the drink of the gods, a delicious drink, honey, அமிர்தம், இன்சுவை பானம், தேன்

nectarine *(n)* : a kind of peach, ஒரு வகை பேரியினம்

nee *(adj)* : born, பிறந்த

need *(n)* : necessity, poverty, தேவை, ஏழ்மை, வறுமை; *(v)* : to be in want of, require, தேவைப்படு, வேண்டு

needful *(adj)* : necessary, தேவையான; *(n)* : that which is needed, தேவையானது

needle *(n)* : a sharp headless pin with an eye for the thread, ஊசி

needless *(adj)* : unnecessary, தேவையற்ற

needs *(n)* : wants, தேவைகள்; *(adv)* : out of necessity, கட்டாயமாக, தேவைகாரணமாக

needy *(adj)* : poor, வறிய; *(n)* : those in poverty, வறியோர்

neem *(n)* : margosa, வேம்பு

nefarious *(adj)* : very wicked, villainous, கொடிய, வெறுக்கத் தக்க.

negation *(n)* : denial, refusal, contradiction, மறுப்பு, மறுத்தல், மறுப்புக் கோட்பாடு

negative *(n)* : a proposition that denies, a negative statement, an image on a glass or film, எதிர்மறை விகுதி, மறுப்புரை, எதிர்மறை மொழி, நிழற்படத்தில் மறுநிலைத் தகடு; *(adj)* : denying, மறுக்கிற, எதிர் மறையான; *(v)* : to prove to be useless, பயனில்லையென்று நிரூபி

neglect *(v)* : omit, to disregard, to treat carelessly, செய்யத்தவறு; மதியாதிரு, புறக்கணி, அசட்டை செய்; *(n)* : carelessness, want of attention, புறக்கணிப்பு, அசட்டை செய்தல்

negligence *(n)* : habitual carelessness, கருத்தின்மை, கவனக்குறைவு, புறக்கணிப்பு

negligible *(adj)* : insignificant, very small, புறக்கணிக்கத்தக்க, மிகச் சிறிய

negotiable *(adj)* : passable, transferable, செல்லத்தக்க, மாற்றத்தக்க

negotiate *(v)* : encash, to arrange by discussion, find a solution for a tangle, காசாக மாற்று, கலந்து பேசி முடிவு செய், இக்கட்டான நிலைக்கு முடிவு காண்

Negress *(n)* : a female Negro, நீக்ரோ இனப் பெண்

Negro *(n)* : one of the natives of Africa, நீக்ரோ இனத்தவர்

neigh *(v)* : to cry like a horse, குதிரை போல் கனை

neighbour *(n)* : one who lives next door or near, அண்டை வீட்டுக் காரர், அயலார்

neighbourhood *(n)* : nearness, the district around, அண்மை, அக்கம் பக்கம், சுற்றுப்புறம்

neighbourly *(adj)* : social, friendly, அயலாருடன் இணக்கமுடைய, நட்பான

neither *(conj)* : and not, not yet, அதுவுமல்ல, இதுவுமல்ல; *(pro)* : not one of two, not either, இரண்டு மல்ல, இரண்டில் ஒன்றுமல்ல; *(adj)* : not either, இரண்டுமற்ற

nemesis *(n)* : the goddess of retribution, the result of one's past wrong doing, பழித்தெய்வம், தீவினைப் பயன்

nephew *(n)* : the son of one's brother or sister, உடன்பிறப்பின் மகன், மருமகன்

nepotism *(n)* : undue favour shown to one's relative, உறவினருக்குத் தனிச் சலுகை அளித்தல்

Neptune *(n)* : the sea god, கடல் தெய்வம்

nerve *(n)* : a fibrous thread like organ of sensation, self command, courage, நரம்பு, உணர்ச்சி நாளம், மன உறுதி, ஆற்றல், ஊக்கம்

nervous *(adj)* : easily agitated or frightened, pertaining to the nerves, எளிதில் சினம் அடைகிற, அஞ்சும் இயல்புடைய, நரம்பு சார்ந்த

nervousness *(n)* : fear, அச்சம்

nest *(n)* : place for birds to lay eggs and shelter young ones, (பறவை) கூடு; *(v)* : to build a nest and live in, கூடுகட்டி வாழ்

nestle *(v)* : to settle in a nest, to lie close together, to settle comfortably, கூடுகட்டி வாழ், தழுவி அணைத்துப் படு, வாய்ப்பாக வாழ், வசதியாக வாழ்

nestling *(n)* : newly hatched bird unable to fly out of the nest, சிறகு முளைக்காத பறவைக் குஞ்சு

net *(n)* : a meshed fabric of twine, chord, hair, etc., a contrivance, வலை; *(v)* : catch in a net, வலை போட்டுப் பிடி; *(adj)* : free of deductions, கழிவு நீங்கிய, நிகர

nether *(adj)* : lower, கீழேயுள்ள

nethermost *(adj)* : lowest, மிகத் தாழ்ந்த, எல்லாவற்றிற்கும் கீழேயுள்ள

nettle *(n)* : a plant covered with stinging hairs, முள் செடி

network *(n)* : any work formed like a net, பின்னல் வலையமைப்பு

neurotic *(adj)* : affecting nervous system, நரம்பு மண்டலத்தைப் பாதிக்கும்; *(n)* : one who has bad nerves, நரம்புத் தளர்ச்சி உடையவர்

neuter *(adj)* : neither masculine nor feminine, அஃறிணையான

neutral *(adj)* : impartial, supporting no side in a quarrel or war, நடுநிலையான, போரில் அல்லது சண்டையில் ஈடுபடாமல் விலகி நிற்கிற; *(n)* : a person or nation occupying a neutral position, நடு நிலை ஆள், நடுநிலை நாடு

neutrality *(n)* : condition of not taking sides, நடுநிலை, கட்சி சேரா நிலை

never *(adj)* : not ever, at no time, எப்பொழுதும் இல்லை, ஒரு காலத்திலும் இல்லை

nevertheless *(adv & conj)* : in spite of that, for all that, எனினும், ஆனாலும்

new *(adj)* : recently made, fresh, not seen or known before, அண்மையில் செய்யப்பட்ட, புதிய, முன் பார்த்திராத அல்லது அறிந்திராத

news *(n & sg)* : new information or fresh events reported, செய்தி, புதிய செய்தி

news-boy *(n)* : a boy who distributes newspaper, செய்தித்தாள் விற்கும் பையன்

nib *(n)* : a pen point, பேனாவின் எழுதுமுனை

nibble *(v)* : to bite lightly, கொறி, கடி; *(n)* : a little bite, கொறித்தல்

nice *(adj)* : fine, aggreeable, pleasing, நயமான, சரியான, நேர்த்தியான

nicety *(n)* : minute accuracy, சரி நுட்பம்

niche *(n)* : a small hollow in the wall, மாடக்குழி, பிறைமாடம்

nick *(n)* : notch, the exact moment, கத்தரிப்பு, உற்ற சமயம், சரியான நேரம்

nickel *(n)* : a greyish white silver-like metal, வெள்ளி போன்ற ஒரு வகை உலோகம், நிக்கல்

nick-nacks *(n)* : trifles, சிறுநிறப் பொருள்கள்

nick-name *(n)* : a name given in fun or scorn, அடைப்பெயர், சாட்டுப் பெயர்

nicotine *(n)* : a poisonous juice in tobacco, புகையிலைச்சாறு, புகையிலை நஞ்சு

niece *(n)* : daughter of one's brother or sister, உடன்பிறப்பின் மகள், மருமகள்

niggard *(n)* : a mean fellow, stingy person, இழிவானவர், கருமி

Nigger *(n)* : a Negro, நீக்ரோ இனத்தவர்

niggling *(adj)* : of little account, petty, சில்லறையான, அற்பமான

nigh *(adj)* : near, அருகிலுள்ள; *(adv)* : nearly, அருகே; *(pre)* : near to, அருகில்

night *(n)* : the time between sunset and sunrise, இரவு

nightingale *(n)* : a small bird which sings at night, இராப்பாடி (பறவை)

nightmare *(n)* : a violent dream, தீக்கனவு

nil *(n)* : nothing, ஒன்றும் இல்லை

nimble *(adj)* : brisk, active, எளிதில் இயங்குகிற, சுறுசுறுப்பான

nincompoop *(n)* : a foolish fellow, அறிவற்றவன், பேதை

nine *(n & adj)* : one less than ten, ஒன்பது

nine-pins *(n)* : a game with nine pins and a ball, ஒன்பது முளைகளை வைத்து ஆடும் பந்தாட்டம்

nineteen *(n & adj)* : one less than twenty, பத்தொன்பது

ninety *(n & adj)* : nine times ten, தொண்ணூறு

ninny *(n)* : a fool, முட்டாள்

nip *(v)* : pinch, bite, to check the growth of, destroy, கிள்ளு, முளையிலேயே கிள்ளி எறி, வளர்ச்சியைத் தடை செய், அழி

nit *(n)* : the egg of insects, பேன் முட்டை, ஈரு

nitre *(n)* : nitrate of potash, வெடியுப்பு

nitrogen *(n)* : an inert gas, ஒரு வாயுத் தனிமம்

no *(adj)* : not any, எதுவும் இல்லாத; *(adv)* : by no amount, not at all, அல்லாது, இல்லை; *(n)* : a negative reply, மறுப்புரை

nobility *(n)* : noble birth, rank or character, உயர் குடிப்பிறப்பு, உயர்பதவி, பெருந்தன்மை

noble *(adj)* : high in rank, birth or character, உயர்ந்த, உயர்குடிப் பிறந்த, பெருந்தன்மையுடைய

nobody *(n)* : no one, ஒருவருமில்லை

nocturnal *(adj)* : relating to night, இரவுக்குரிய

nocuss *(adj)* : harmful, தீங்கு நிறைந்த

nod *(v)* : to incline the head as a sign of approval, ஒப்புதலுக்கு அடையாளமாகத் தலையசை; *(n)* : slight bow, தலையசைப்பு

noddle *(n)* : the head, தலை; *(v)* : nod, தலை அசை

node *(n)* : knob on root or branch, knot, கணு, முடிச்சு

noise *(n)* : an uproar, இரைச்சல், ஓசை

noisy *(adj)* : loud, கூச்சல்மிக்க

nomad *(n)* : a wanderer, நாடோடி

nomadic *(adv)* : wandering, roving, அலைந்து திரியும், நாடோடியான

nomenclature *(n)* : names, method of naming, பெயர்கள், பெயரிடு முறை

nominal *(adj)* : in name only, not real, very small, செயலளவான, உண்மையல்லாத, மிகச்சிறிய

nominate *(v)* : to name or propose for an office, பெயர் குறிப்பிடு

nomination *(n)* : appointment, right to nomination, பதவி அமர்விப்பு, பதவி அமர்த்தும் உரிமை

nominative *(n)* : the first case subjective, முதல் வேற்றுமை எழுவாய்

nonage *(n)* : minority, இருபது வயதுக்கு உட்பட்ட பருவம்
nonagenarian *(n)* : one who is ninety years old, தொண்ணூறு வயதுடையவர்
nonce *(n)* : the present occasion, தற்சமயம்
nonchalant *(adj)* : cool, indifferent, அமைதியான, அக்கறையற்ற
noncooperation *(n.)* : a movement in which cooperation is lacking, ஒத்துழையாமை
nondescript *(adj)* : not easily classified, indescribable, odd, வகைப்படுத்த முடியாத, விளக்கமுடியாத, முரண்பட்ட இயல்புடைய
none *(pro)* : no one, ஒருவருமில்லை
nonentity *(n)* : person or thing of no importance,non-existent, மதிப்பில்லாதவர், மதிப்பில்லாத பொருள், இல்லாத ஒன்று
nonplus *(v)* : to puzzle, perplex, குழப்பு, திகைப்படையச் செய்
nonsense *(n)* : absence of sense, absurdity, meaningless talk, அறிவின்மை, முட்டாள்தனம், பொருளற்ற பேச்சு
non-stop *(adj & adv)* : not stopping, running through, நிற்காத, நிற்காமல் ஓடும்
noddle *(n)* : fool, முட்டாள்,
nook *(n)* : a corner, secluded place, மூலை, தனியிடம், ஒதுக்கிடம்
noon *(n)* : midday, twelve O'clock in the day, நடுப்பகல், உச்சிவேளை, பகல் 12 மணி
noose *(n)* : a running knot, சுருக்கு, கண்ணி; *(v)* : to entrap, சுருக்குக் கண்ணி போட்டுப்பிடி
nor *(adj)* : and not, அதுவுமல்ல
norm *(n)* : a rule, pattern or type, விதி, உருமாதிரி, மாதிரிப் படிவம்
normal *(adj)* : regular, useful, perpendicular position, வழக்கமான நிலை, இயல்பான நிலை, செங்குத்துக் கோடு
north *(n)* : the direction towards the left hand side of the observer who faces the rising sun, வடதிசை
northerly *(adj & adv)* : pertaining to the north, towards the north, வடதிசைக்குரிய, வடக்கு நோக்கி
northern *(adj)* : lying in or near the north, வடக்கிலுள்ள, வடக்கு நோக்கிய
nose *(n)* : the organ of the sense of smell, மூக்கு; *(v)* : to smell, வாசனை அறி, மோப்பம் பிடி
nosegay *(n)* : a bunch of flowers, பூச்செண்டு
nostril *(n)* : nose passage, மூக்குத் துளை
nostrum *(n)* : patent, a medicine, தனி உரிமை, மருந்து
not *(adv)* : word expressing denial, இல்லை, அல்ல
notable *(adj)* : remarkable, distinguished, குறிப்பிடத்தக்க, பெயர் பெற்ற
notary *(n)* : a testifying legal officer, ஆவண எழுத்துப் பதிவாளர்
notation *(n)* : the act of noting by figures, signs, etc., குறியீடு முறை
notch *(n)* : 'v' shaped cut or indentation, காடி வெட்டு, வி வெட்டு; *(v)* : to make a cut like 'v', காடி வெட்டு
note *(n)* : a sign or piece of writing to draw someone's attention, an explanatory comment, a currency paper, a mark, a single sound in

music, குறிப்பு, சீட்டு, விளக்க உரை, காகித நாணயம், குறி, புகழ், இசைக் குறியீடு; (v) : to mark, to attend to, குறியிடு, கவனி

noted *(adj)* : famous, well-known, புகழ்வாய்ந்த, பெயர்பெற்ற

noteworthy *(adj)* : worthy of being noted, குறிப்பிடத்தக்க

nothing *(n)* : not anything, ஒன்றும் இல்லாத நிலை

notice *(n)* : a warning or command, attention, information, அறிவிப்பு, எச்சரிக்கை, கவனம், செய்தி

notification *(n)* : notice given, giving notice to, விளம்பரம் அறிவித்தல்

notify *(v)* : to make known, தெரியப் படுத்து, விளம்பரம் செய்

notion *(n)* : an idea, fancy, கருத்து, எண்ணம்

notoriety *(n)* : bad name, கெட்ட பெயர்

notorious *(adj)* : known to discredit, கெட்ட பெயரெடுத்த

notwithstanding *(prep)* : inspite of, ஆனாலும்; *(conj)* : although, என்றாலும்; *(adv)* : in spite of everything, இருந்தபோதிலும்கூட

nought *(n)* : nothing, the figure 0, ஒன்றும் இல்லை, சூனியம்

noun *(n)* : the word used to denote the name of a person, place or thing, பெயர்ச்சொல்

nourish *(v)* : to feed, to cherish, to keep in the mind, உணவு ஊட்டு, வளர்த்து, மனதில் கொள்

nourishment *(n)* : sustaining food, the act of nourishing, ஊட்டச் சத்துள்ள உணவு, உணவு ஊட்டுதல்

[illegible]el *(adj)* : new, strange, unusual, முன்னர் அறிந்திராத, புதுமை வாய்ந்த; *(n)* : a long story, நவீனம், நாவல்

novelist *(n)* : one who writes novels, நாவலாசிரியர், புனைக் கதை ஆசிரியர்

novelty *(n)* : something new or strange, புதுமை

November *(n)* : the eleventh month of the English year, ஆங்கில ஆண்டின் பதினோராவது மாதம்

novice *(n)* : a beginner, learner, தொடக்க நிலையாளர், புதிதாகப் பயிற்சி பெறுபவர்

now *(adv)* : at the present time, இப்பொழுது

now-a-days *(adv)* : at the present day or time, இந்நாட்களில், இக்காலத்தில்

nowhere *(adv)* : to no place, not in any place, எங்குமில்லாமல், ஓரிடமுமின்றி

noxious *(adj)* : harmful, ill-favoured, bad, தீங்கு நிறைந்த, நஞ்சு உடைய, கெட்ட

nozzle *(n)* : mouth of an apparatus, தூம்புவாய், மூக்குக் குழாய்

nucleus *(n)* : the core, central point, உட்கரு, நடுமையம்

nude *(adj)* : naked, without any dress, மூடப்பெறாத, ஆடையற்ற

nudge *(v)* : push slightly to draw attention privately, மெதுவாகச் (இரகசியமாக) சுரண்டி கவனத்தைத் தன் பக்கம் இழு

nugatory *(adj)* : worthless, not valid, மதிப்பற்ற, பயனற்ற

nugget *(n)* : a lump of ore, உலோகக் கட்டி

nuisance *(n)* : that which irritates or hurts, தொல்லை, தொந்தரவு, நச்சரிப்பு

null *(adj)* : of no effect, having lost its value, பயனற்ற, பொருளற்ற, மதிப்பில்லாத

nullify *(adj)* : to make worthless or of no effect, பயனற்றதாக்கு, மதிப்பிழக்கவை

numb *(adj)* : dead to sensation, மரத்துப்போன, உணர்வற்ற; *(v)* : to take away the power of sensation, மரத்துப் போகச்செய், உணர்விழக்கச் செய்

number *(n)* : a numeral, total, singular or plural, எண் மொத்தம், ஒருமை, பன்மை; *(v)* : assign a number to, count, எண் கொடு, கணக்கிடு

numeral *(adj)* : pertaining to a figure, எண்ணுக்குரிய; *(n)* : a figure, எண், இலக்கம்

numeration *(n)* : the act of numbering, எண்ணும் முறை, எண்ணுதல்

numerator *(n)* : one who numbers, the upper number of a vulgar fraction, எண்ணுபவர், கணக்கிடுபவர், பின்னத்தின் மேல்கூறு

numerous *(adj)* : many, comprising many units, ஏராளமான, எண்ணற்ற கூறுகள் கொண்ட

numismatist *(n)* : one who collects and studies coins, நாணய ஆராய்ச்சியாளர்

numskull *(n)* : a foolish fellow, மடையன், மூளையற்றவன்

nun *(n)* : a woman living in a convent, கிறித்துவப் பெண்துறவி

nunnery *(n)* : a convent for nuns, கன்னிமாடம்

nuptial *(n)* : marriage, திருமணம்

nurse *(n)* : a female attendant who looks after infants or the sick, தாதி, செவிலி

nursery *(n)* : an apartment for children, a place set apart for bringing forward young plants, குழந்தைக் காப்பகம், செடிப் பண்ணை

nurs(e)ling *(n)* : an infant cared for by a nurse, a young plant, a young animal, செவிலியின் பாதுகாப்பில் உள்ள குழந்தை, நாற்று, குட்டி

nurture *(n)* : bringing up, training, nourishment, வளர்ப்பு, பயிற்றுவித்தல், ஊட்டமளித்தல்

nut *(n)* : the hard seed inside a fruit, a fruit having it, showy youngman, a small clock of metal or wood for screwing on the end of a bolt, கொட்டை, பருப்பு, கொட்டையுடைய, பழம், பகட்டான இளைஞன், மரை; *(v)* : to seek and gather nuts, கொட்டைப் பருப்புகளைத் தேடிப் பொறுக்கு

nutcrackers *(n)* : an instrument for breaking nuts, பாக்கு வெட்டி

nutmeg *(n)* : aromatic nut got from a tree, ஜாதிக்காய்

nutriment *(n)* : nourishing food, ஊட்ட உணவு

nutrition *(n)* : nourishment, food, ஊட்டச்சத்து, உணவு

nutritious *(adj)* : possessing nourishing qualities, ஊட்டச்சத்துடைய

nutshell *(n)* : the hard shell round a nut, கொட்டையின் ஓடு

nylon *(n)* : an artificial thread made from chemicals, செயற்கை இழை வகை

nymph *(n)* : goddess of the river, tree, etc., நீர்த்தெய்வம், காட்டுத் தெய்வம், மலைத் தெய்வம்

O

O *(interj)* : cry of surprise, fear, etc., ஓ, ஆ
oaf *(n)* : deformed or idiot child, கோணல் உருக்குழந்தை, மட்டிக் குழந்தை, பேய்க்குழந்தை
oak *(n)* : a kind of tree that has very hard wood and large leaves, சிந்தூர மரம்
oakum *(n)* : loose hemp-distained by picking old ropes, நார்நாராகப் பிரிந்த பழங்கயிறு
oar *(n)* : a rowing implement, துடுப்பு
oasis *(n)* : a fertile place in the desert, பாலைவனச்சோலை
oat *(n)* : a kind of grass that produces edible seed or grain, ஒருவகைத் தானியம்
oath *(n)* : solemn declaration in God's name, உறுதிமொழி, சத்தியம்
obduracy *(n)* : sternness of heart, கல்நெஞ்சம்
obdurate *(adj)* : stern, hard hearted, முரண்டான, கல் நெஞ்சுள்ள
obedience *(n)* : willingness to obey, கீழ்ப்படிதல்
obedient *(adj)* : willing to do what one is told, கீழ்ப்படிதலுள்ள
obeisance *(n)* : an act of reverence or homage, வந்தனம், வணக்கம்
obese *(adj)* : fat, கொழுத்த
obey *(v)* : do what one is told, to yield to, சொற்படிக்கேள், கீழ்ப்படி
obituary *(n)* : a notice of a person's death, இறப்பறிவிப்பு
object *(n)* : purpose or aim, a thing that one can see or feel, நோக்கம், பொருள்
objection *(n)* : opposition, act of objecting, எதிர்ப்பு, மறுப்பு
objective *(adj)* : relating to an object, external to the mind, பொருள் தொடர்பான, புறநிலை மெய்மை சார்ந்த, மனத்திற்குப் புறம்பான; *(n)* : the case of the object, aim, இரண்டாம் வேற்றுமை, நோக்கம்
oblation *(n)* : a sacrifice or offering, பலி, படையல்
obligation *(n)* : duty, responsibility, indebtedness, help, கடமை, பொறுப்பு, நன்றிக்கடன், உதவி
obligatory *(adj)* : compulsory, binding, கட்டாயமான, கட்டுப்பாடுள்ள
oblige *(v)* : bind by some favour, gratify, force, கடமைப்படுத்து, நன்றிக் கடன் செலுத்து, வலியுறுத்து
oblique *(adj)* : slanting, சாய்வான
obliterate *(v)* : to efface, அழித்துவிடு, துடைத்துவிடு
oblivion *(n)* : state of being forgotten, disregard, மறதி, அசட்டை
oblivious *(adj)* : forgetful, not aware, மறதியுள்ள,கவனமற்ற
oblong *(adj)* : longer than wide, நீள் சதுரமான, நீள்வட்டமான; *(n)* : a rectangle, நீள்சதுரம், செவ்வகம்

obnoxious *(adj)* : offensive, hurtful, வெறுப்பூட்டும், தீமை விளை விக்கும்

oboe *(n)* : wooden wind instrument, மரத்தாலான துளை இசைக்கருவி

obscene *(adj)* : impure, indecent, குப்பையான, இழிவான, ஒழுக்கமற்ற

obscenity *(n)* : impurity, indecent act or language, நாற்றம், இழிமை, களங்கம், ஒழுக்கக்கேடு

obscure *(adj)* : indistinct, dark, hidden, தெளிவற்ற, இருளடைந்த, மறை வான; *(v)* : hide, darken, மறைத்து வை, தெளிவற்றதாக்கு

obsequies *(n · pl)* : funeral rites, ஈமச்சடங்கு

obsequious *(adj)* : submissive, humble, மதிப்பின்றி தாழும், அடிமைப் பணிவுடைய

observance *(n)* : attention, a religious rite, கவனம் சமயச் சடங்கு, சடங்கு

observant *(adj)* : watchful, obedient to laws and customs, கூர்ந்து கவனிக் கிற, சட்டங்களையும் ஆசாரங் களையும் கண்டிப்புடன் கடை பிடிக்கிற

observation *(n)* : act of observing, remark, that which is observed, கூர் நோக்கு, குறிப்புரை, நுண்காட்சி

observatory *(n)* : a place where astronomical phenomenon may be observed, வானிலை ஆய்வுக் கூடம், வானாராய்ச்சி நிலையம்

observe *(v)* : to see or notice, follow, remark, பார், கவனி, பின்பற்று, குறித்துரை

obsess *(v)* : to fill the mind completely, மனத்தில் நிறைந்திடு

obsolete *(adj)* : out of date, disused, வழக்கமற்ற, பயனற்ற

obstacle *(n)* . a thing that obstructs progress, தடை

obstinacy *(n)* : stubbornness, முரண்டு, அடம்

obstinate *(adj)* : stubborn, அடமுடைய

obstreperous *(adj)* : making noise, கூச்சலிடுகிற

obstruct *(v)* : to block, hinder, impede, மறி, தடு, தடை செய்

obstruction *(n)* : obstacle, the act of obstructing, தடை, தடுத்தல், தடை செய்தல்

obstructive *(adj)* : causing obstruction, தடை ஏற்படுத்தும் இடையூறு செய்யும்

obtain *(v)* : to get, to gain, to hold, அடை, பெறு, கைப்பற்று

obtrude *(v)* : to intrude, to force upon, உரிமையின்றித் தலையிடு, வலிந்து செய்

obverse *(n)* : the headside of a coin, நாணயத்தின் தலைப்பக்கம்

obviate *(v)* : to prevent, to free from difficulty, விலக்கு, அகற்று, தவிர்

obvious *(adj)* : clear, indisputable, evident, தெளிவான, கருத்து மாறு பாடற்ற, வெளிப்படையான

occasion *(n)* : a happening, an opportunity, நிகழ்ச்சி, தறுவாய்

occasional *(adj)* : occuring now and then, அவ்வப்போது நிகழ்கிற

occasionally *(adv)* : at times, not regularly அரிதாக, தற்செயலான

occident *(n)* : the west. மேற்கு

occult *(adj)* : mysterious, secret, அறிவு கடந்த, மறைபொருளான

occupant *(n)* : one who occupies, குடியிருப்பவர், நடைமுறை உரிமையாளர்.

occupation *(n)* : business or work, what one is doing, வேலை, அலுவல், தொழில்

occupy *(v)* : to possess, to hold, live or be in, ஆக்கிரமி, கைப்பற்று, தங்கு

occur *(v)* : to take place or happen, to appear, come to one's mind, நிகழ், நடைபெறு, தோன்று, மனத்தில் தோன்று

occurrence *(n)* : an incident, நிகழ்ச்சி

ocean *(n)* : the sea that covers the greater part of the earth, மாக்கடல், பெருங்கடல்

ochre *(n)* : a kind of clay used for dousing, மஞ்சள் களிமண்

octagon *(n)* : an eight-sided plane figure, எண்கோணம்

octave *(n)* : that which consists of eight, the musical eighth, எட்டு அடங்கிய பொருள், எட்டாம் இசை

October *(n)* : the tenth month of the English year, ஆங்கில ஆண்டின் பத்தாவது மாதம்

ocular *(adj)* : seen by actual sight, relating to the eye, கண்ணுக்குப் புலனான, கண் பார்வைத் தொடர்பான

odd *(adj)* : not even, strange, irregular, not matching, ஒற்றைப்படையான, விந்தையான, முரண்பாடான, இணையாகாத

oddity *(n)* : peculiarity, queerness, தனிப்பட்ட போக்கு, புதுமை

odds *(n)* : the difference, inequality, strife, வேற்றுமை, சமமின்மை, சச்சரவு

ode *(n)* : a song, ஆடல் சார்ந்த பாடல் வகை

odium *(n)* : hatred, வெறுப்பு

odorous *(adj)* : fragrant, sweet-smelling, நறுமணம் பரப்பும், மணமுடைய

odour *(n)* : smell, நறுமணம்

of *(prep)* : out of, belonging to, about, among, that has, from, உடைய, இல், இன், குறித்து, கொண்டு, இருந்து, கொண்டாக்கப்பட்ட

off *(adj)* : distant, far, அப்பாலுள்ள, தொலைவிலுள்ள; *(adv)* : away from, அப்பால்; *(prep)* : not on, away from, விட்டு, இருந்து; *(interj)* : away, அகன்று

offal *(n)* : refuse, waste, கழிவுப் பொருள், குப்பை

offence *(n)* : illegal act, an insult, injury, crime, சட்ட மீறுகை, அவமதிப்பு, புண்படு நிலை, குற்றம்

offend *(v)* : displease or hurt the feelings of, சினமூட்டு, வெறுப் புண்டாக்கு

offensive *(adj)* : displeasing, insulting, அருவருக்கத்தக்க, தாக்குதலான சினமூட்டும், அவமதிப்பான

offer *(n)* : that which is offered, கொடை, கொடுக்கப்பட்ட பொருள்; *(v)* : tender, propose, கொடு, முன்வை

offering *(n)* : a gift, sacrifice, கொடை, படையல், பலி

offhand *(adj)* : without study, முன் பின் ஆராயாத; *(adv)* : at once, உடனே

office *(n)* : a place in which a business or profession is carried on, a position, அலுவலகம், பதவி

officer *(n)* : the holder of an office, அலுவலர்

official *(n)* : a public officer, பொது அலுவலர்; *(adj)* : relating to an office, அலுவலகம் தொடர்பான

officiate *(v)* : to serve, to act, கடமை யாற்று, செயலாற்று

officious *(adj)* : meddling, too obliging, வலிந்து தலையிடுகிற, மிகு உதவி செய்கிற

offing *(n)* : off the shore, கடற்கரைக்கு தொலைவிலுள்ள இடம்

offset *(n)* : something which balances or makes up for something else, equivalent, எதிரீடு, சரிக்கு சரி; *(v)* : balance, compensate, சரியீடு செய், குறை நிரப்பு

offshoot *(n)* : branch, consequence, கிளை, விளைவு

offspring *(n)* : a child or children, குழந்தை, வழிமரபு

oft, often *(adv)* : frequently, அடிக்கடி

ogle *(v)* : look suggestive by, கடைக் கண்ணால் பார்

ogre *(n)* : a man-eating monster, மனிதரைக் கொன்று தின்னும் அரக்கன்

oh *(interj)* : an exclamation, a word that expresses a sudden feeling, ஓ, ஆ, ஐயோ

oil *(n)* : grease or fat that comes from plants, animals or minerals, எண்ணெய்; *(v)* : to lubricate with oil, எண்ணெய் போடு

oil monger *(n)* : an oil dealer, எண்ணெய் வணிகன்

oily *(adj)* : greasy, covered with oil, எண்ணெய்ப் பிசுக்குடைய, எண்ணெய் பூசப்பட்ட

ointment *(n)* : a greasy substance applied to the skin or wounded parts, களிம்பு, பூச்சு மருந்து

old *(adj)* : of age, not new, வயதான, பழைய

oleaginous *(adj)* : oily, எண்ணெய் பசையுடைய

oligarchy *(n)* : government by a few, சிறுபான்மையோராட்சி, சிறு குழு ஆட்சி

olive *(n)* : an evergreen tree yielding an oil, a yellowish green colour, ஆலிவ மரம், தேவதாரு மரவகை, பசு மஞ்சள் நிறம்

omelet, omelette *(n)* : a pancake made of eggs, beaten up and fried in a pan, முட்டை தோசை

omen *(n)* : a sign of future event, சகுனம்

ominous *(adj)* : suggestive, ill-omened, அறிவுறுத்துகிற, தீச்ச குனமான

omission *(n)* : neglect, exclusion, oversight, அசட்டை, விடுபாடு, புறக்கணிப்பு

omit *(v)* : leave out, miss, fail, neglect, skip over, விட்டு விடு, தள்ளு, செய்யத் தவறு, புறக்கணி, தவிர்

omnibus *(n)* : a large passenger vehicle, பயணியர் பேருந்து

omnipotent *(adj)* : all-powerful, எல்லாம் வல்ல; *(n)* : the god, இறைவன்

omnipresent *(adj)* : present everywhere, எங்கும் நிறைந்திருக்கும் இறைவன்

omniscient *(adj)* : all-wise, எல்லாம் அறிகிற; *(n)* : god, கடவுள்

omnivorous *(adj)* : feeding on all kinds of food, எல்லா வகை உணவு களையும் உண்கிற

on *(prep)* : showing the place above, upon, at, நோக்கி, மேலே, மீது, இல்; *(adj)* : forward, above, not stopping, முன்னோக்கி, மேலே, முன்பகுதி சார்ந்த, நிற்காமல்

once *(adv)* : one time only, at a former time, at anytime, ஒருமுறை, முன்னொரு தடவை, எப்பொழுதாவது

oncoming *(adj)* : nearing, approaching, வருகிற, அடுத்துவரும்; *(n)* : approach, வருகை

one *(n)* : the first of the numeral, ஒன்று; *(adj)* : single, united, any, ஒற்றையான, இணைந்த, ஏதாவதொரு; *(pron)* : a or thing, ஒருவர், ஒருவன், ஒருத்தி

onerous *(adj)* : burdensome, difficult, heavy, பொறுப்பு நிறைந்த, இன்னல் நிறைந்த, பளுவேறிய

one-sided *(adj)* : biased, unfair, ஒரு சார்பான, ஒருதலையான

ongoing *(adj)* : continuing to exist, தொடர்ந்து இருக்கிற

onion *(n)* : a plant producing an edible bulb, வெங்காயம், உள்ளி

onlooker *(n)* : an observer, பார்வையாளர்

only *(adj)* : one, single, ஒரு, ஒரே; *(adv)* : singly for one purpose, மட்டும்; *(conj)* : but, except that, ஆனால், மட்டும்

onrush *(n)* : dashing forward, திடீர்ப் பாய்ச்சல், மோதல்

onset *(n)* : a sudden attack, திடீர்த் தாக்குதல்

onshore *(adj)* : going towards the shore, happening on the land, கடற்கரையை நோக்கிய நிலத்தில் நிகழ்கிற

onslaught *(n)* : a violent attack, கடுந் தாக்குதல்

onus *(n)* : responsibility, பொறுப்பு, கடமை

onward *(adv)* : forward, ahead, முன்னோக்கி, மேலே

onyx *(n)* : a kind of precious stone, பன்னிறம் காட்டும் மணி வகை

ooze *(v)* : to percolate, கசி

opal *(n)* : a precious stone, பன்னிறங் காட்டும் இரத்தினக்கல்

opaque *(adj)* : not transparent, ஒளி ஊடுருவாத

open *(v)* : open, lift the lid or shutter, open, திற, மூடியைத் திற, தொடங்கு; *(adj)* : not closed, spread out, frank, திறந்த, பரந்த, வெளிப்படையான; *(n)* : a clear space, திறந்தவெளி

opener *(n)* : one who or that which opens, திறப்பி, திறப்பவன்

open-hearted *(adj)* : frank, sincere, வெளிப்படையான, கள்ளம் கபடமற்ற, நேர்மையான

opening *(n)* : the act of opening, beginning, opportunity, a hole, திறப்பு, திறத்தல், தொடக்கம், வாய்ப்பு, துளை

openly *(adv)* : in a frank manner, publicly, வெளிப்படையாக, பலர் முன்னிலையில்

opera *(n)* : musical drama, இசை நாடகம்

operate *(v)* : to work, to perform a surgery, செயல்படு, இயக்கு, அறுவை சிகிச்சை செய்

operation *(n)* : surgical treatment, an act, a movement, the way a thing works or acts, அறுவை சிகிச்சை, செயல் இயக்கம், செயற்பாடு, செயல்முறை

operetta *(n)* : a short musical play, ஓரங்க இசை நாடகம்

ophthalmia *(n)* : an inflammation of the eye, கண்நோய்

opiate *(n)* : a sleeping drug with opium, அபின் கலந்த தூக்கமருந்து

opine *(v)* : to suppose, கருது

opinion *(n)* : view, judgement, notion, a belief or way of thinking, எண்ணம், தீர்ப்பு, மதிப்பீடு, அடையாளம், கருத்து, நம்பிக்கை, கொள்கை, கருத்துரை

opium *(n)* : juice of the white poppy plant, அபின்

opponent *(n)* : one who opposes, எதிரி, எதிர்த்தரப்பாளர்

opportune *(adj)* : timely, reasonable, தக்க சமயத்திற்கேற்ற, பொருத்தமான

opportunity *(n)* : a favourable time or chance, தக்கவேளை, வாய்ப்பு

oppose *(v)* : be against, disagree with, எதிர்த்து நில், மாறுபடு

opposed *(adj)* : acting against, எதிராகச் செயல்படும்

opposite (*adj*) : facing, reverse, contrary, எதிர்பக்கமான, எதிரான, மாறான

opposition *(n)* : resistance, an opposing party, எதிர்ப்பு, முரண், எதிர்க்கட்சி

oppress *(v)* : to press upon, to burden, அமுக்கு, பளுவால் அழுத்து

oppressive *(adj)* : unjust, heavy, நியாயமற்ற, பளுவான

opprobrium *(n)* : great disgrace, கெட்டபெயர், இழிவு

optic(al) *(adj)* : relating to sight, கண்பார்வைத் தொடர்பான

optician *(n)* : one who makes or sells spectacles, மூக்குக் கண்ணாடி விற்பனையாளர்

optics *(n)* : the science of light and vision, பார்வை ஒளியியல்

optimism *(n)* : the belief that everything is for the best, நன்னம்பிக்கைக் கோட்பாடு

optimist *(n)* : one who believes that things happen for the best, everything will end well, நன்னம்பிக்கைக் கொள்கையுடையவர்

optimistic *(adj)* : having a hopeful belief, நம்பிக்கையார்வமுடைய

option *(n)* : wish, a power of choice, விருப்பம், தேர்வுரிமை

optional *(adj)* : left to choice, கட்டாயமற்ற

opulence *(n)* : wealth, செல்வ நிறைவு, வளமை

opulent *(adj)* : wealthy, abundant, வளமான, தாராளமான

or : (*conj*) else, அல்லது; **or so :** about, பற்றி

oracle *(n)* : holy place where God was thought to give advice, one famed for wisdom, தெய்வ வாக்குத் தலம், சான்றோர்வாக்கு, சான்றோர்

oral *(adj)* : spoken, வாய்மொழியான

oran *(n)* : man-like ape, மனிதக் குரங்கு, வாலில்லாக் குரங்கு வகை

orange *(n)* : a well-known fruit, a colour, ஆரஞ்சுப் பழம், ஆரஞ்சு நிறம்

oration *(n)* : formal address or discourse, way of speaking, சொற்பொழிவு, பேசும் முறை

oratorio *(n)* : semi-dramatic religious theme, புராண இசைச் சொற்பொழிவு

oratory *(n)* : art of making speeches, small chapel, place for private worship, சொற்பொழிவுக் கலை, சொற்கோப்புக் கலை, சிறு வழிபாட்டிடம், தனியார் கோவில்

orb *(n)* : a sphere or globe, கோளம், உருண்டை

orbit *(n)* : sphere of action, eye-socket, course of planet, *செயல் எல்லை, கண் குழி, கோளப்பாதை*

orchard *(n)* : ground with fruit trees, *பழத்தோட்டம்*

orchestra *(n)* : instrumental performers, *வாத்திய இசைக்குழு*

orchid *(n)* : a herb with a showy flower, *மலர்ச்செடி வகை*

ordain *(v)* : to appoint, to put in order, to set apart, *பணியில் அமர்த்து, ஆணையிட்டமர்த்து, ஒதுக்கிவை*

ordeal *(n)* : a severe trial or test, suffering, *கடுமுயற்சி, கடுஞ் சோதனை, இடர்பாடு*

order *(n)* : command, method, regular arrangement, rank or position, an honour, brotherhood, *ஆணை, கட்டளை, முறைமை, ஒழுங்கமைவு, பதவி, மதிப்பு; (v)* : to arrange, to command, *ஒழுங்குபடுத்து, வரிசைப்படுத்து, கட்டளையிடு*

orderly *(adv)* : methodical, regular, *ஒழுங்கான, முறையான; (n)* : a soldier who carries the orders of an officer, an attendant, *படைத்துறை ஏவலாள், பணியாள்*

ordinance *(n)* : authoritative direction, statute, religious rite, *சட்டம், விதி, சடங்கு*

ordinary *(adj)* : regular, common, *சாதாரணமான, வழக்கமான, பொதுமுறையான*

ordnance *(n)* : any arrangement, disposition or equipment, munitions, great guns, artillery, *தளவாடங்கள், பீரங்கிகள்*

ore *(n)* : a mineral from which a metal is recovered, *தாதுப்பொருள்*

organ *(n)* : a vital part of animal or plant doing certain functions, a large wind instrument, a newspaper, *உறுப்பு, காற்றிசைக் கருவி, செய்தித்தாள்*

organism *(n)* : individual animal or plant, organic structure, *உயிரினம், உறுப்பமைப்பு*

organization *(n)* : organised body, system of society, *அமைப்பு, சங்கம்*

organize *(v)* : to form parts in a whole, to set different parts into operation, arrange, *உறுப்பினை சேர்த்து ஒன்றுபடுத்து, ஒழுங்குபடுத்து, ஒழுங்கமை*

orgy *(n)* : drunken revelry, *வெறியாட்டம்*

oriel *(n)* : projecting window, *சுவராதாரப் பலகணி*

orient *(n)* : the east, *கீழ்த்திசை; (adj)* : eastern, *கீழ்திசைக்குரிய*

oriental *(adj)* : eastern, *கீழ்த் திசைக்குரிய*

orifice *(n)* : an opening, *துளை, துவாரம்*

origin *(n)* : beginning, source, cause, *தொடக்கம், மூலம், காரணம்*

orison *(n)* : a prayer, *வழிபாட்டு உரை*

ornament *(n)* : anything that adds beauty, *நகை, அலங்காரம்*

ornithology *(n)* : science of birds, *பறவையியல்*

orographical *(adj)* : showing the mountains of a country, *ஒரு நாட்டின் மலையமைப்பைக் காட்டும்*

orphan *(n)* : a child without father or mother, *அனாதை*

orrery *(n)* : an apparatus for illustrating the movements of the planets, *கோள் மண்டல அமைப்புக்கருவி*

orthodox *(adj)* : according to the established general belief, பழமைக் குட்பட்ட, மரபு வழக்கம் மீறாத

orthography *(n)* : grammar dealing with letters and spelling, எழுத்திலக்கணம்

oscillate *(v)* : to swing between extremes of opinion, action, etc., ஊசலாடு (கருத்து செயல்நிலை முதலியவற்றில்) இரு கோடிகளுக்கிடையே தயங்கி ஊசலாடு

osier *(n)* : a kind of willow used in basket-work, கூடை முடையப் பயன்படும் ஒரு வகைப் பிரம்பு

osprey *(n)* : the sea-eagle, கடல் பருந்து

ossify *(v)* : harden, turn into bone, கெட்டிப்படுத்து, எலும்பாக மாற்று

ostensible *(adj)* : apparent, plausible, வெளிப்படையாகத் தெரியும், வெளியேயான

ostentation *(n)* : pretentious display, vain show, புறப்பகட்டு, வெளி வேடம்

ostentatious *(adj)* : showy, பகட்டான

ostler *(n)* : stable man குதிரை இலாயக்காரன்

ostracize *(v)* : to banish, விலக்கு, ஒதுக்கி வை

ostrich *(n)* : large swift running bird, தீக்கோழி

other *(adj)* : different, opposite, not the same, வேறான, எதிரான, மற்ற

otherwise *(adv)* : in a different way, மற்றொரு வழியில், அல்லா விட்டால், இல்லையென்றால்

otiose *(adj)* : lazy, not required, சோம்பலான, தேவையற்ற

otter *(n)* : a fur covered, aquatic fish eating animal, நீர் நாய்

ottoman *(n)* : a turk, a cushioned seat, துருக்கியர், பஞ்சு இருக்கை

ought *(aux v)* : to be bound in duty, வேண்டும்

ounce *(n)* : a weight equal to 1/16 pound, snow leopard, விசம் எடையளவு, மலைச் சிறுத்தை

our *(adj)* : belonging to us, நம்முடைய, எங்களுடைய

ours *(pron)* : belonging to us, நம்முடையது, எங்களுடையது

ourselves *(pron. pl.)* : emphatic of and reflexive form, நாமே, நாங்களே

oust *(v)* : to expel, put out of possession, வெளியேற்று, தள்ளு, அகற்று

out *(adv)* : not in or at a place, away from, வெளியே, தொலைவில்

out and out *(adj)* : complete, முழுக்க முழுக்க; *(adv)* : completely, முழுவதும்

outbid *(v)* : to bid higher than others, ஏலத்தில் தொகை கூட்டிச் சொல்

outbreak *(n)* : a beginning, bursting forth, தொடக்கம், திடீர் எழுச்சி, திடீர் வெடிப்பு

outbuilding *(n)* : a shed, புறமனை வீடு

outburst *(n)* : a bursting out, திடீர் வெடிப்பு, திடீர் எழுச்சி

outcast *(adj)* : banished from home and friends, homeless or friendless, தள்ளி வைக்கப்பட்ட, உற்றார் உறவினரற்ற

outcaste *(n)* : one expelled from one's caste, சாதி நீக்கம் செய்யப்பட்டவர்; *(v)* : expel from caste, சாதியிலிருந்து நீக்கு

outcome *(n)* : issue, result, விளைவு, பலன்

outcry *(n)* : uproar, a cry of distress, கூக்குரல், கண்டனக்குரல், துன்பக்குரல்

outdistance *(v)* : get far ahead of, மிகவும் முந்திச்செல்

outdo *(v)* : to outwit, செயலில் மேம்படு, வெல்லு

outdoor *(adj)* : done in the open air, out of house, திறந்தவெளியில் செய்யப்படுகிற

outer *(adj)* : farther from centre, external, மையத்திலிருந்து விலகியுள்ள, வெளிப்புறத்திற்குரிய

outermost *(adj)* : farthest from centre or inside, மையத்திலிருந்து விலகிய, வெளியேயுள்ள, மிகத் தொலைவிலுள்ள

outfall *(n)* : outlet of river, வடிகால்

outfit *(n)* : complete equipment, கருவித்தொகுதி

outflank *(v)* : pass round the flank of the enemy, to get the better of, படையைச் சுற்றித் தாண்டிச் செல், மேம்படு

outflow *(n)* : flowing out, வழிந்தோடுதல்

outgoing *(n)* : expenditure, the act of going out, செலவு, வெளியே செல்லுதல்; *(adj)* : going out, வெளியே செல்லும்

outgrow *(v)* : grow faster or get taller than, வேகமாக வளரு, உயரமாக வளரு

outhouse *(n)* : a small house adjacent to the chief one, புறவீடு

outing *(n)* : a pleasure trip, உல்லாசப் பயணம்

outlaw *(n)* : a person deprived of the protection of law, a habitual criminal, சட்டப் பாதுகாப்பை இழந்தவன், சமூகத்திலிருந்து ஒதுக்கப்பட்டவன்

outlay *(n)* : spending of money, amount of money spent, செலவிடுதல், செலவிட்ட தொகை

outlet *(n)* : a passage for letting something out, வெளியேறும் வழி

outline *(n)* : line bounding the limits of an object, a sketch or draft of the general plan, எல்லைக்கோடு, வரைச்சட்டம்; சுருக்கம்; *(v)* : to draw an outline, to sketch roughly, எல்லைக்கோடு வரை, சுருங்கக் கூறு

outlive *(v)* : to continue to live, தொடர்ந்து வாழ்ந்திடு, தன் எல்லையைத் தாண்டி வாழ்ந்திடு

outlook *(n)* : act of looking out, mental view, a place for watching out, expectation, விழிப்புடைய காவல், காவல் புரியும் இடம், மனப்பாங்கு, எதிர்காலக் கணிப்பு

outlying *(adj)* : remote, lying at a distance from the centre, தொலைவிலுள்ள, புறம்பாயுள்ள, மையப்பகுதியிலிருந்து மிகவும் விலகியிருக்கிற

outnumber *(v)* : to exceed in number, எண்ணிக்கையில் மிஞ்சு

out of date *(adj)* : not current, old-fashioned, பழக்கத்திலில்லாத, காலத்திற்கு ஒவ்வாத, பழங்காலத்திய

out of the way *(adj)* : unusual, not proper, remotely situated, வழக்கத்திலில்லாத, முறையற்ற, தொலைவில் அமைந்துள்ள

outpatient *(n)* : a non-resident patient, (மருத்துவமனைப்) புறநோயாளி

outpost *(n)* : a post or station beyond the main body, in the wilds, a remote settlement, எல்லைக் காவல் பகுதி

output *(n)* : the amount or rate of production, உற்பத்தியளவு, வெளியீடு

outrage *(n)* : insult, violence, அவமதிப்பு, மானக்கேடு, கொடுமை

outrider *(n)* : a servant who rides in front of a carriage, வண்டிக்கு முன் குதிரையில் செல்லும் பணியாள்

outright *(adj)* : straight forward, total, நேரடியான, முழுமையான; *(adv)* : at once, wholly, உடனே, முழுவதும்

outrun *(n)* : to run faster than, ஓட்டத்தில் மிஞ்சு

outset *(n)* : commencement, beginning, எடுப்பு, தொடக்கம்

outshine *(v)* : to shine out, ஒளிவீசு, புகழில் மேம்படு

outside *(n)* : the external part of anything, வெளிப்புறம்; *(adj)* : external, வெளியே, வெளிப்புறத்தில்; *(prep)* : to the outer side of, வெளிப்புறத்தில்

outsider *(n)* : one who is outside, one who is not connected with a matter in question, வெளியார், அயலார், தொடர்பற்றவர்

outsize *(n)* : a very large size, தேவைக்கு மேற்பட்ட பெரிய அளவு

outskirts *(n)* : borders, எல்லை, புறநகர்ப் பகுதி

outspan *(v)* : to loosen oxen from a wagon, வண்டிக் காளையை அவிழ்த்து இளைப்பாற விடு

outspoken *(adj)* : frank, candid, வெளிப்படையான், ஒளிவு மறைவற்ற

outstanding *(adj)* : distinguished, unsettled, தலைசிறந்த, கணக்குத் தீர்க்கப்படாத, செலுத்தப்படாத

outstrip *(v)* : to leave behind, to pass, மிஞ்சு, மேம்படு, கடந்துசெல்

outvote *(v)* : to defeat by a greater number of votes in an election, தேர்வில் மிகு வாக்குகள் பெற்று தோல்வியுறச் செய்

outward *(adj)* : outer, external, obvious, வெளிநோக்கிய, புறம்பான, தெளிவான

outweigh *(v)* : to be more important than, மதிப்பு எடை செல்வாக்கு முதலியவற்றில் மேம்படு

outwit *(v)* : defeat cleverly or cunningly, சூழ்ச்சியால் வெல், அறிவால் வெல்

outwork *(n)* : work outside the main line of fortification, புற அரண்

oval *(adj)* . egg shaped, முட்டை வடிவமுடைய

ovary *(n)* : a reproductive organ in which eggs are formed, கருப்பை, கருவகம்

ovation *(n)* : an enthusiastic out burst or public applause, கை தட்டி ஆர்ப்பரித்தல்

oven *(n)* : a fire place where cooking is done, a furnace, அடுப்பு, உலை

over *(prep)* : above, மேலாக, மேலே; *(adv)* : over, in excess, முடிந்து, அதிகமாக; *(adj)* : upper, finished, மேலுள்ள, முடிந்துபோன

overact *(v)* : to act with exaggeration, மிகையாக நடி

overall *(n)* : a protective outer garment, மேலாடை; *(adj)* : total, எல்லாவற்றையும் உள்ளிட்ட, மொத்த

overawe *(v)* : frighten, subdue by terror, பயமுறுத்து, அச்சுறுத்தி பணியவை

overbearing *(adj)* : haughty, வீறாப்பான

overboard *(adv)* : over the side of a ship, (கப்பலுக்கு) வெளியே

overburden *(v)* : to overload, மிகு பளுவேற்று

overcast *(v)* : to cloud, (மேக) மூடாக்கிடு; *(adj)* : cloudy, மேக மூட்டமான

overcharge *(v)* : to overload, to charge too high a price, மிகுபளு வேற்று, விலையேற்றிக் கூறு

overcome *(v)* : conquer, get over, வெல், சமாளி

over-confidence *(n)* : excessive reliance, மட்டற்ற தன்னம்பிக்கை

overcrowd *(v)* : to crowd too much, அளவுமீறிக் கூட்டம் போடு, கூட்டம்கூட்டு

overdo *(v)* : to do too much, அத்து மீறிச் செய், வரம்பு மீறு

overdraft *(n)* : the act of (drawing) showing from a bank a sum of money exceeding the amount to one's credit, வங்கி இருப்புக்கு மேல் பணம் எடுத்தல், மிகை எடுப்பு

overdraw *(v)* : exaggerate, to draw excessively, மிகைப்படுத்திக் கூறு, வங்கி இருப்புக்கு மேல் பணம் எடு

overdue *(adj)* : past the time for payment, தவணை கடந்த

overflow *(n)* : to flow over, to flood, பொங்கி வழி, வெள்ளப் பெருக் கேடு; *(n)* : a flowing over, quantity in excess, வழிந்தோர்டுதல், பொங்குதல், மிகையளவு

overgrown *(adj)* : covered, having grown too fast, மூடிய, அளவுக்கு மீறி வளர்ந்த, வேகமான வளர்ச்சியுடைய

overhang *(v)* : to jut out over, தொங்கு

overhaul *(v)* : to examine thoroughly with a view to repairing, பழுது பார்க்கும் நோக்கோடு ஆராய்ந்து பார்

overhead *(adj)* : located above, மேலே இருக்கும்; *(adv)* : above the head level, தலைக்கு மேலே

overhear *(v)* : to hear what was not intended, hear by accident, ஒட்டுக் கேள், உற்றுக்கேள், தற்செய லாகக்கேள்

overjoyed *(adj)* : giving great joy, மிகுந்த மகிழ்ச்சி அளிக்கும்

overland *(adv & adj)* : by on or across land, நிலவழியாக

overlap *(v)* : partly cover, partly outside, மேலே கவிழ்ந்து செல், மற்றொன்றின் மீது படிந்திடு

overload *(v)* : to load with too heavy a burden, அளவுக்கு மீறிப் பளு ஏற்று

overlook *(v)* : fail to observe, be higher than, to forgive, to inspect, காணத்தவறு, உயர்ந்திரு, மன்னித்துவிடு, கண்காணி

overlord *(n)* : supreme lord, master, தலைவன், மேலோன்

overmuch *(adv)* : too much, மிக அதிகமாக

overnight *(n)* : the fore part of the night, முன்னிரவு; *(adv)* : during the night, முன்னிரவில்

overpower *(v)* : subdue, defeat, அடக்கி ஆள், கீழடக்கு, வெற்றி கொள்

overrate *(v)* : to rate too highly, அதிகமாக மதிப்பிடு

overreach *(v)* : to reach beyond, to cheat, எல்லை மீறு, தந்திரத் தால் ஏமாற்று

override *(v)* : ride over with armed forces, disregard, குதிரைக் காலடியில் மிதித்து அடக்கு, புறக்கணி

overrule *(v)* : to set-aside by superiors, reject, ஒதுக்கித் தள்ளு, புறக்கணி

overrun *(v)* : to grow or spread over, மிஞ்சி ஓடு, பறந்து செல்

overseas *(adj)* : foreign, அயல் நாட்டு; *(adv)*. beyond the sea, கடலுக்கப்பால் கடல் கடந்து

overseer *(n)* : a superintendent, மேற்பார்வையாளர்

overshadow *(v)* : to cast a shadow over, to darken, நிழல் கொடு, இருளடை

oversight *(n)* : a mistake, something not noticed, தவறு, காணத் தவறுதல்

overshoot *(v)* : to pass over, exceed, இலக்கு கடந்து செல், அத்துமீறி நட

overstate *(v)* : exaggerate; மிகைப் படுத்திக் கூறு

overstay *(v)* : to stay for a period longer than expected, காலம் கடந்து தங்கியிரு

overstep *(v)* : to go beyond, மீறு, வரம்பு மீறு

overt *(adj)* : open, not hidden, வெளிப்படையான, மறைவற்ற

overtake *(v)* : to come up with, to catch by, திடீரென வா, தொடர்ந்து சென்று பிடி

overthrow *(v)* : defeat, to throw down, தோற்கடி, கீழே தள்ளு

overtime *(n)* : time spent in working beyond one's set hours, மிகை நேரம்

overture *(n)* : introductory piece of music, a proposal, அரங்கத் தொடக்க நிகழ்ச்சி, முறை நிலை வேண்டுகோள்

overturn *(v)* : to throw over, to conquer, to ruin, கவிழ், வீழ்த்து, வெல்லு, பாழாக்கு

overweening *(adj)* . arrogantly thinking too high of one's powers, இறுமாப்புடைய, தற்பெருமை யுடைய

overwhelm *(v)* : to crush, to flow over, to defeat; நசுக்கு, பொங்கு, அடக்கு, வெற்றிகொள்

overwork *(v)* : work too hard, கடினமாக உழை; *(n)* : excessive work, அதிக வேலை

overwrought *(adj)* : exhausted by excessive work, அதிக வேலையால் களைத்த

oviparous *(adj)* : egg-laying, முட்டையிடும்

ovum *(n)* : an egg, முட்டை

owe *(v)* : be in debt, be under obligation to, கடன்பட்டிரு, கடமைப்பட்டிரு

owing *(adj)* : due, செலுத்தப்பட வேண்டிய; *(prep)* : because of, காரணத்தினால்

owl *(n)* : a bird of prey, ஆந்தை

own *(adj)* : belonging to oneself individual, ஒருவருக்குச் சொந்; மான, தனக்கே உரிய; *(v)* : t possess, உடைமையாகக்கொள்

ox *(n)* : the male of the cow, காளை

oxygen *(n)* : a colourless tasteless, odourless gas, உயிரியம்

o'yes, o'yez *(inter)* : uttered to bespeak silence or attention, அமைதிக் குறிப்பு

oyster *(n)* : a kind of edible shell-fish, சிப்பி

oz *(n)* : abbreviation for ounce, 'அவுன்ஸ்' என்பதன் சுருக்கம்

P

pace *(n)* : a single step, rate of walking, ஒரு காலடி, காலடித் தொலைவு, நடை வேகம்; *(v)* : to walk with regular measured steps, ஒழுங்கு நடை நட, அளந்து நட, அடிமேல் அடிவைத்து நட

pacific *(adj)* : mild, desiring calm, அமைதியான, அமைதி நாடுகிற

pacify *(v)* : to establish peace, appease, அமைதிப்படுத்து, சினம் தணிவி

pack *(n)* : a bundle, a number of animals that travel together, கட்டு, மந்தை, பறவைத் தொகுதி; *(v)* : to fill, put together carefully, திணி, கட்டு

package *(n)* : parcel, bundle of packed things, மூட்டை, கட்டு

packet *(n)* : a parcel, சிறிய கட்டு

pack *(n)* : a bargain or contract, உடன்படிக்கை, ஒப்பந்தம்

pad *(n)* : thing stuffed with soft material, திண்டு, மெத்தை; *(v)* : to stuff with material, மெத்தென்று அடை, திணி

paddle *(v)* : to row or propel with an oar, dabble feet in shallow water, துடுப்பு போடு, நீரில் அளைந்து விளையாடு; *(n)* : short oar with broad rounded blades, படகுத் துடுப்பு

paddy *(n)* : rice with the husk, நெல்

padlock *(n)* : a movable lock with a hinged hook, தாழ்ப்பாள்

paean *(n)* : a song of victory or joy, வெற்றிப்பாடல்

pagan *(n)* : one not believing in one of the great world religions, சமய நம்பிக்கையில்லாதவர்

page *(n)* : one side of a leaf of paper in a book, a boy servant, நூலின் அல்லது தாளின் பக்கம், பணிச் சிறுவன்

pageant *(n)* : a colourful display, பேரணி, வண்ணக் கண்காட்சி

pagoda *(n)* : a sacred tower, former Indian gold or silver coin valued Rs. $3^1/_2$. கோயில், கோபுரம், இந்தியப் பழம்பொன் நாணயம்

paid *(v)* : past tense and past participle of 'pay', pay என்பதன் இறந்தகால, இறந்தகால முற்றெச்ச வடிவம்

pail *(n)* : a bucket, வாளி, தூக்கு

pain *(n)* : suffering of body or mind, வலி, நோவு; *(v)* : cause pain to, துன்புறுத்து, நோவு உண்டு பண்ணு

pains *(pl)* : pains of child birth, trouble, பேற்று நோவு, கடுமுயற்சி

painstaking *(adj)* : taking trouble, diligent, கடுமுயற்சியுள்ள, கவனமுள்ள

paint *(n)* : colouring matter, வண்ணப் பூச்சு, வண்ணப் பொருள்; *(v)* : smear with paint, describe, வண்ணம் பூசு, விவரி

painter *(n)* : one who paints, mooring rope for fastening boat to a ship, ஓவியர், வண்ணம் பூசுபவர், கயிறு

painting *(n)* : the act of painting pictures, a painted picture, wall, etc., ஓவியம், வண்ணம் பூசுதல்

pair *(n)* : a set of two similar things, couple, இரட்டை; *(v)* : form pairs, இணை

pal *(n)* : friend, chum, தோழன், நெருங்கிய நண்பன்; *(v)* : be friends, நட்புக்கொள்

palace *(n)* : residence of royalty or bishop, அரண்மனை

palaeolithic *(adj)* : pertaining to the early stone age, கற்காலம் சார்ந்த

palankeen, palanquin *(n)* : a light carriage carried by 4 or 6 men, சிவிகை, பல்லக்கு

palatable *(adj)* : pleasing to the taste, நாவுக்கினிய

palate *(n)* : roof of the mouth, மேலண்ணம்

palatial *(adj)* : like a palace, magnificent, அரண்மனை போன்ற, பெரிய

pale *(adj)* : lacking colour, whitish, மங்கலான, வெளிறிய; *(v)* : to grow pale, வெளிறு; *(n)* : limit, fence, space enclosed, stake, எல்லை, வேலி, வேலியிடப் பட்ட இடம், வேலிக்கம்பி

palette *(n)* : a small board on which an artist mixes his colour, வண்ணக் கலவைக் கிண்ணம்

palfrey *(n)* : riding horse, மட்டக் குதிரை

palisade *(n)* : defensive barrier of stakes, one such heavy stake, வேலி, கிராதிக் கம்பி

pall *(n)* : a dark cloth covered over a coffin, any covering, சவச்சீலை, போர்வைத்துணி; *(v)* : to become tedious, சலிப்படை

pallbearer *(n)* : person holding corner of a coffin, சவப்பெட்டி தூக்குபவன்

pallet *(n)* : a straw bed, வைக் கோல் தடுக்கு

palliasse *(n)* : an under mattress of straw, வைக்கோல் மிதியடி

palliate *(v)* : to mitigate pain, disease etc., நோயைத் தணி, துயர் குறை

pallor *(adj)* : pale, வெளிறிய; *(n)* : paleness, சோகை, வெளிறிய நிறம்

palm *(n)* : a tree with branchless trunk, a symbol of victory, inner part of the hand between wrist and fingers, ஒற்றைத் தடிமரம், வெற்றிச் சின்னம், உள்ளங் கை

palmist *(n)* : one who tells fortunes reading the lines on the palm, கைரேகைச் சோதிடன்

palmistry *(n)* : the art of telling fortunes reading the lines on the palm, கைரேகையியல்

palmy *(adj)* : abounding in palm trees, flourishing, prosperous, பனை மரங்கள் நிறைந்த, செழிப்புடைய

palpable *(adj)* : obvious, தெளிவான

palpitation *(n)* : fast or irregular beating of the heart, இதயத் துடிப்பு

palsy *(n)* : paralysis, முடக்கு வாதம்

paltry *(adj)* : petty, contemptible, அற்பமான, வெறுக்கத்தக்க

pamper *(v)* : to feed with good food, to spoil by giving way to, இனிய உணவு ஊட்டு, இடம் கொடுத்துக் கெடு

pamphlet *(n)* : small printed unbound book, துண்டு வெளியீடு, சிறு நூல்

pan *(n)* : a shallow cooking vessel, அகன்ற சட்டி

panacea *(n)* : universal remedy for all diseases, சஞ்சீவி மருந்து

pancake *(n)* : flat soft cake baked in a pan, தோசை

pancreas *(n)* : a tongue shaped grandular organ lying below and behind the stomach, கணையம்

pandemonium *(n)* : utter confusion and uproar, lawlessness, பெருங் குழப்பம், கலவரம், வன்முறைச் செயல்

pander *(v)* : minister to the passions, கீழ்த்தரமான ஆசைக்கு இடம் கொடு

pandit, pundit *(n)* : a learned-scholar, அறிஞர்

pane *(n)* : single sheet of glass fixed to a window, பலகணியில் பொருத் தும் கண்ணாடிப் பாளம்

panegyric *(n)* : something said praising some person or event, புகழுரை

panel *(n)* : a flat piece of wood, a list of names who may be summoned to serve on a jury or a list of injured persons under a doctor, மரச்சட்டம், பெயர்ப்பட்டியல்

pang *(n)* : extreme physical or mental pain, கடும் வேதனை, மன நோவு

panic *(n)* : sudden terror, பேரச்சம்

pannier *(n)* : a basket carried by beast of burden or on the shoulders, சுமை கூடை

panoply *(n)* : full equipment in armour, முழுக்கவசம்

panorama *(n)* : a wide and all round view, பரந்தகாட்சி

pansy *(n)* : a flower kind, பூச்செடி வகை

pant *(v)* : to gasp for breath, பெருமூச்சு விடு, பதை: *(n)* : gasp, பெருமூச்சு, பதை பதைத்தல்

pantechnicon *(n)* : a furniture-van, தட்டு முட்டுச் சாமான் கிடங்கு, இவற்றை எடுத்துச் செல்லும் மூடுவண்டி

pantheon *(n)* : temple of all gods, gods of a people collectively, பல கடவுள் கோவில், ஓரின மக்களின் கடவுள்கள், தெய்வத்தொகுதி

panther *(n)* : leopard, சிறுத்தைப் புலி

pantomime *(n)* : dumb show, ஊமைக் கூத்து

pantry *(n)* : a store room where vessels and provision are kept, பொருட் கிடங்கு, உக்கிராணம்

pants *(n pl)* : trousers, கால் சட்டை

papa *(n)* : father, daddy, அப்பா

papacy *(n)* : Pope's office as well as power, போப்பாண்டவர் பதவி, போப்பாதிக்கம்

papaw *(n)* : a tree bearing edible fruit, பப்பாளி மரம்

paper *(n)* : substance used for writing, drawing etc., a newspaper, document, an essay, தாள், செய்தி இதழ், ஆவணம், கட்டுரை

papier-mache *(n)* : a substance consisting of paper pulp moulded into toys, idols, boxes etc., தாள் கூழ்

papyrus *(n)* : a seed once used to make paper, தாள்புல்

par *(n)* : equality, சரிசமம்

parable *(n)* : a story embodying a moral, நீதிக்கதை

parachute *(n)* : an apparatus opening like a huge umbrella for descending from a balloon or an aircraft, வான்குடை, குடை மிதவை

parade *(n)* : military display, அணி வகுப்பு; *(v)* display, to march about, வெளிப்படுத்து, அணி வகுத்து நட

paradise *(n)* : heaven, any delightful place, விண்ணுலகம், பொன்னுலகம்

paradox *(n)* : an apparent contradiction of a saying, முரணுரை

paraffin *(n)* : an oil yielding white wax substance, மெழுகு வகை

paragon *(n)* : model of perfection, மிகச் சிறந்த மாதிரி

paragraph *(n)* : a division of a piece of writing, பத்தி

parallel *(adj)* : exactly similar, being at an equal distance throughout, இணையொத்த, ஒரு போக்கான

parallelogram *(n)* : four sided plane figure whose opposite sides are equal and parallel, இணைகரம்

paralyse, paralyze *(v)* : to effect with paralysis, make inactive, பக்கவாதத்தால் தாக்குறு, முடக்கு

paralysis *(n)* : loss of sensory functions of the body, பக்கவாதம்

paramount *(adj)* : chief, preeminent, முதன்மையான, சிறந்த

paramour *(n)* : illegal sexual partner, கள்ளக்காதலன்

parapet *(n)* : rampart, கைப்பிடிச் சுவர்

Paraphernalia *(n pl)* : personal belongings, உடமைப் பொருள்கள்

paraphrase *(n)* : expressing a passage in other words without changing its meaning, free translation, பொழிப்புரை, எளிய மொழி பெயர்ப்பு; *(v)* : to express in other words, பொழிப்புரை கூறு

parasite *(n)* : an animal, plant or person who lives on another, புல்லுருவி, ஒட்டுண்ணி, பிறரை அண்டி வாழ்பவர்

parasol *(n)* : a small umbrella used as a sunshade, கைக்குடை

parboil *(v)* : to boil slightly, மிதமாகக் கொதிக்கவை

parcel *(n)* : small package, பொட்டலம் : *(v)* : bundle up, பொட்டலம் கட்டு

parch *(v)* : to roast slightly, make dry, வறு, உலரச்செய், வறண்டு போகச் செய்

parchment *(n)* : skin of sheep prepared as writing material, தோல் காகிதம்

pard *(n)* : panther, சிறுத்தைப் புலி

pardon *(v)* : forgive, excuse, மன்னிப்பு அளி, பிழை பொறு; *(n)* forgiveness, மன்னிப்பு

pare *(v)* : to peel off, உரி, சீவு

parent *(n)* father or mother, தாய், தந்தை

parenthesis *(n)* : words etc., inserted into a sentence which is grammatically complete without it, brackets for this, தனிநிலைத் தொடர், அடைப்புக்குறி

parish *(n)* : sub division of a country, or under the care of a single clergyman, வட்டாரம், சமயத்தலைவரின் வட்டாரம்

parity *(n)* : equality, similarity, சரிநிகர், ஒப்புமை

park *(n)* : area of open land with trees, a place for public recreation, place where motor cars etc., can temporarily be left, பூங்கா, வண்டிகளை நிறுத்துமிடம்; *(v)* : to enclose as a park, leave cars etc., temporarily, பூங்கா அமை, வண்டிகளைத் தற்காலிகமாக நிறுத்தி வை

parlance *(n)* : way of speaking, பேச்சு முறை, பேசும் முறை

parley *(n)* : a discussion of disputed points, சமரசப் பேச்சு; *(v)* : discuss terms, பேச்சுவார்த்தை நடத்து

parliament *(n)* : the legislative assembly for the country, நாடாளுமன்றம்

parlour *(n)* : a sitting-room, reception room, கூடம், வரவேற்பறை

parlous *(adj)* : hard to deal with, கையாளக் கடினமான

parole *(n)* : word of promise not to escape, word of honour, திரும்பி வரும் வாக்குறுதியுடன் கைதியைச் சிறைக்கு வெளியே அனுப்புதல், வாக்குறுதி

paroxysm *(n)* : sudden fit of pain, திடீர் வலிப்பு

parr *(n)* : a young salmon, சால்மன் மீன் குஞ்சு

parricide *(n)* : one who murders one's parent, the murder of one's parent, தந்தையைக் கொலை செய்பவர், தந்தையைக் கொல்லல், தந்தைக் கொலை

parrot *(n)* : a tropical bird, கிளி

parry *(v)* : to turn aside, திருப்பு, விலக்கு

parse *(v)* : to describe grammatically, சொல்லிலக்கணம் கூறு

parsimonious *(adj)* : careful in spending money, சிக்கனமான, செட்டான

parsimony *(n)* : care in spending money, செட்டு, சிக்கனம்

parsnip *(n)* : a plant with an edible root, கிழங்குவகை

parson *(n)* : a clergy man, ஊர் சமய குரு, பாதிரி

part *(n)* : a portion, a fragment, a character in a play, பகுதி, கூறு, நாடகப் பாத்திரம்; *(v)* : separate into parts, go away from, கூறுகளாகப் பிரி, பிரிந்து செல்

partake *(v)* : take part, have a share, பங்கெடு, பங்கு பெறு

partial *(adj)* : incomplete, biased, முழுமையற்ற, ஒரு சார்பான

partiality *(n)* : bias, ஒரு தலைச்சார்பு

participate *(v)* : to take part, பங்கெடு, கலந்துகொள்

participle *(n)* : verbal adjective, எச்சவினை

particle *(n)* : minute fragment of matter, சிறுதுணுக்கு, துகள்

particular *(adj)* : remarkable, noteworthy, சிறப்பான, குறிப்பிடத்தக்க

particularize *(v)* : to state in detail, specify, சுட்டிக் காட்டு, தனிப்படக் குறிப்பிடு

parting *(n)* : division, death, வகுப்பு, பிரிவு, சாவு

partisan *(n)* : member of a party, கட்சிக்காரன்

partition *(n)* : act of dividing, dividing wall etc., compartment, பங்கு பிரித்தல், பிரிப்புச் சுவர், தட்டி *(v)* : divide making a wall, to divide into parts, பிரிப்புச் சுவர் எழுப்பு, பங்கிடு

partly *(adj)* : in part, ஓரளவு, அரை குறையாக

partner *(n)* : one who shares, பங்காளி

partnership *(n)* : state of being a partner, a joint enterprise, கூட்டாளி யாக இருத்தல், கூட்டு வாணிகம்

partridge *(n)* : a bird which is shot for sport கவுதாரி

part-time *(adv & adj)* : for only a part of the working day or week, குறை நேரத்திற்குரிய

party *(n)* : a group of persons united in opinions, interests etc., a social gathering, கட்சி, விருந்து

pass *(v)* : to be successful, to move onward, spend, accept, transmit, தேர்ச்சியடை, முந்து, கடந்து செல், ஒப்புக் கொள், செலுத்து ; *(n)* : act of passing, a permit, a narrow way, தேர்ச்சி, தேறுதல், அனுமதிச் சீட்டு, கணவாய்

passage *(n)* : way, path, வழி, பாதை

passenger *(n)* : a traveller, பயணி

passer-by *(n)* : one who happens to walk that way, வழிப்போக்கன், கடந்து செல்பவர்

assing *(adj)* : transient, incidental, நிலையற்ற, தற்செயலான

passion *(n)* : strong emotion, தீவிர உணர்ச்சி

passionate *(adj)* : readily moved, எளிதில் உணர்ச்சிவயப்படும்

passive *(adj)* : inert, offering no resistance, முனைப்பற்ற, மந்தமான, எதிர்ப்பற்ற

passport *(n)* : document issued to citizen of a country to travel in foreign countries with protection, வெளி நாட்டுக்கடவுச் சீட்டு

password *(n)* : a secre. word which admits those who know it to pass, சங்கேத மொழி, அடையாளச் சொல்

past *(adj)* : over and gone, கடந்த, சென்ற; *(prep)* : beyond in time and place, அப்பால், கடந்து; *(n)* : former time, முன்காலம், இறந்த காலம்

paste *(n)* : an adhesive compound, பசை

pastel *(n)* : a coloured crayon, நீலச்சாயம்

pastime *(n)* : recreation, amusement, பொழுதுபோக்கு, வேடிக்கை

pasteurize *(v)* : to boil or heat food in order to kill disease germs, கொதிக்க வைத்து நோயணுக் களை அழி

pastor *(n)* : a clergy man, சமயக்குரு

pastoral *(adj)* : pertaining to shepherds and their life, having to do with the country life, இடையருக் குரிய, நாட்டுப்புற வாழ்க்கைத் தொடர்பான; *(n)* : a poem describing the scenery and life of the country, முல்லைப் பாட்டு, நாட்டுப்புறப் பாடல்

pastry *(n)* : baked article made of paste or dough prepared with wheat flour, a small cake, மாப் பண்டம்

pasture *(n)* : cattle food like grass, grazing ground, பசும் புல் மேய்ச்சல் நிலம், புல்தரை

pat *(n)* : slight tap of the hand, தட்டிக் கொடுத்தல்; *(v)* : strike gently, தட்டிக் கொடு; *(adv & adj)* : at the right moment, readily, வாய்ப்பாக, சரியாக, ஆயத்தமான

patch *(n)* : a piece put or sewed on, a plot, ஒட்டுப் பகுதி, நிலத் துண்டம்; *(v)* : to mend by putting in a new piece, ஒட்டுப் போடு

pate *(n)* : the top of the head, தலை உச்சி

patent *(adj)* : open, easily seen, வெளிப்படையான, தெளிவாகத் தெரிகிற ; *(n)* : grant of right to an invention, காப்புரிமைப் பட்டயம்,

paternal *(adj)* : fatherly, related to one's father, தந்தைக்குரிய, தந்தை வழி உறவுடைய

path *(n)* : footway, tract for foot passengers, வழி, காலடிப்பாதை

pathetic *(adj)* : causing pity, touching, இரக்கமூட்டும், துயரமூட்டும்

pathology *(n)* : that part of medical science which deals with the causes and nature of diseases, நோய்க் குறியியல், நோய்க்கூறியல்

pathos *(n)* : pity, deep feeling, கருணை, இரக்கம்

pathway *(n)* : foot path, நடைபாதை

patience *(n)* : forbearance, endurance, பொறுமை, அமைதி

patient *(adj)* : enduring, able to bear troubles, calm, பொறுமையான, பொறுத்துக் கொள்கிற ; *(n)* : a sick person, நோயாளி

patois *(n)* : a dialect of the common people differing from the standard language of the country, திசைமொழி

patriarch *(n)* : the head of a family or tribe, குடும்பத் தலைவன், குலத் தலைவன்

patricide *(n)* : the murder or murderer of one's father, தந்தைக் கொலை, தந்தையைக் கொல்பவன்

patrimony *(n)* : inherited property, தந்தைவழி உடைமை, தந்தை வழிச் சொத்து

patriot *(n)* : one devoted to one's country, நாட்டுப்பற்றுடையவர்

patriotism *(n)* : love of one's country, நாட்டுப்பற்று

patrol *(v)* : to guard, to go on rounds, பாதுகாப்புச் செய், சுற்றித் திரிந்து காவல் செய்

patron *(n)* : a protector, one who encourages, புரவலர், ஊக்குபவர்

patronize *(v)* : to protect or encourage, துணை செய், ஊக்கம் கொடு

patronymic *(n)* : the family name, தந்தைவழிப் பெயர்

patter *(v)* : to make a tapping sound, to make rapid sounds, தடதடவென்று ஒலியெழுப்பு ; *(n)* : rapid sound or utterance, தடதடவென்ற ஒலி

pattern *(n)* : a model, a design, மாதிரி, படிவம்

patty *(n)* : a little pie, மாப்பண்டம்

paucity *(n)* : meagre quantity, scarcity, போதாமை, குறை, சொற்பம்

paunch *(n)* : the belly, வயிறு

pauper *(n)* : a very poor person ஏழை, வறியவர்

pause *(n)* : a short stop, இடை நிறுத்தம், தயக்கம் ; *(v)* : to cease for a time, hesitate, சிறிது நிறுத்து, தயங்கு

pave *(v)* : to lay stone etc., on the road to form a level surface, தளம்பாவு

pavilion *(n)* : a large tent, a planned building, கூடாரம்

paw *(n)* : the foot of an animal, விலங்கின் பாதம்; *(v)* : to beat the ground with the foot, காலால் நிலத்தில் அடி

pawl *(n)* : short bar used ot prevent a toothed wheel from running back, அடைகோல்

pawn *(v)* : to pledge, அடகுவை *(n)* : a thing given as security, a small piece of lower rank in chess, ஈடு, அடகு, அடமானம், சதுரங்க விளையாட்டில் ஒரு காய்

pawnbroker *(n)* : one who lends money on security of thing, அடகு பிடிப்பவர்

pay *(v)* : to reward, to give money for service rendered, பரிசளி, பணம் கொடு, ஊதியம் கொடு; *(n)* : salary, wages, ஊதியம்

payable *(adj)* : requiring to be paid, செலுத்த வேண்டிய

payee *(n)* : one to whom money is paid, பணம் பெறுவோர்

paymaster *(n)* : official responsible for paying troops, workers etc., ஊதியம் கொடுப்பவர்

payment *(n)* : act of paying, salary paid, செலுத்துதல், ஊதியம்

pea *(n)* : a climbin[illegible]lant of the bean family, பட[illegible]

peace *(n)* : [illegible]ss, calmness, சந்தடியின்[illegible] அமைதி

peaceful *(adj)* : quiet, calm, அமைதியான

peach *(n)* : a juicy fruit, ஒரு பழவகை

peacock *(n)* : a large bird with splendid feathers, தோகை மயில்

peak *(n)* : the highest point, climax, கொடுமுடி, மலையுச்சி, உச்சம்

peal *(n)* : a ringing sound, loud sound, பேரொலி, மணியோசை; *(v)* : to sound loudly, பேரொலி எழுப்பு

pear *(n)* : a juicy fruit, பேரிக்காய் வகை

pearl *(n)* : a silvery gem from oyster and several other shellfish, முத்து

peasant *(n)* : a country labourer, குடியானவன்

peat *(n)* : decayed vegetable matter. நிலக்கரி

pebble *(n)* : a small rounded stone, கூழாங்கல்

peck *(v)* : strike with the beak, அலகால் கொத்து ; *(n)* : a stroke with the beak, அலகினால் கொத்துதல்

peculiar *(adj)* : special, singular, one's own, சிறப்பான, தனிப்பட்ட, தனி நபருக்குரிய

peculiarity *(n)* : something special or odd persón, தனித்தன்மை, சிறப்பியல்பு

pecuniary *(adj)* : relating to mone[illegible], பணம் சார்ந்த

pedagogu[illegible] *(n)* : a teacher, ஆசிரியர்

pedal *(n[illegible]* [illegible] lever worked by the foot, மிதி[illegible], இயக்கி, மிதி நெம்பு

ped[illegible]nt *([illegible]n)* a scholastic pretender, கல்[illegible]ச் செருக்குடையவர்

peddle *(v)* : to hawk goods, சுற்றித் தி[illegible]ந்து விற்பனை செய்

ped[illegible]tal *(n)* : the base of a pillar, column etc., தூணின் அடிப்பகுதி, நிலை மேடை

pedestrian *(n)* : one who goes on foot, கால்நடையாகச் செல்பவர்; *(adj)* : going on foot, நடந்து செல்கிற

pedigree *(n)* : particulars of lineage, குடி வழி, மரபு வழி

pedlar, peddler *(n)* : travelling vendor of small wares, தெருத் தெருவாகச் சென்று விற்பவன்

pedometer *(n)* : instrument used to measure the distance covered on foot, அடியீடுமானி

peel *(v)* : to strip off the skin or bark, பட்டை அல்லது தோலை உரி; *(n)* : skin, bark, a wooden shovel used by bakers, தோல், பட்டை, சீவல், ரொட்டி சுடும் மரச்சட்டுவம்

peep *(v)* : to have a sly look, to look through a narrow opening, எட்டிப் பார், உற்றுப்பார், இடுக்கு வழியாகப்பார்; *(n)* : a sly look, எட்டிப் பார்த்தல்

peer *(n)* : one of equal status, a noble man, ஒப்பானவர், பெருமகன்; *(v)* : to look, closely peep, கூர்ந்து நோக்கு, உற்றுப்பார்

peevish *(adj)* : ill-mannered, complaining, சிடுசிடுப்புடைய, சீறி விழும்

peewit *(n)* : the lapwing, ஒரு வகை நீர்ப்பறவை

peg *(n)* : a wooden or metal fastening pin, a drink like brandy, ஆப்பு, முளை, மது வகை ; *(v)* : fix with a peg, முளையடித்துக் கட்டு

pelf *(n)* : ill-gotten money, குறுக்கு வழியில் தேடிய பணம்

pelican *(n)* : a large webfooted water bird, நீர்க்கோழி வகை.

pellet *(n)* : a small ball or shot, a small pill, சிறு உருண்டை, சிறு குண்டு, மாத்திரை

pell-mell *(adv)* : in great confusion, குழப்பமாய், தாறுமாறாக

pellucid *(adj)* : clear, transparent, தெளிவான, ஒளி ஊடுருவக்கூடிய

pelt *(n)* : a raw skin, பச்சைத் தோல்; *(v)* : to throw out like rain, to fall heavily, எறி, மழைபோல் வாரியடி

pelvis *(n)* : basin-shaped cavity holding the bowel, bladder etc., இடுப்பு

pemmican, pemican *(n)* : dried meat, உலர் இறைச்சி

pen *(n)* : an instrument of writing place for confining animals, பேனா, கால்நடைப் பட்டி; *(v)* : write, to shut up, enclose, எழுது, பட்டியில் அடை

penalize *(v)* : to punish, தண்டனைக்குரியதாக்கு

penance *(n)* : repentance, self-imposed punishment for wrong doing, கழுவாய், பிராயச்சித்தம்

pence *(n)* : plural of penny, பென்னி என்பதன் பன்மை வடிவம்

pencil *(n)* : an instrument with black lead or graphite to write with, எழுதுகோல், பென்சில்

pendant *(n)* : anything hanging as an ornament, பதக்கம், தொங்கட்டான்

pending *(adj)* : undetermined, awaiting a decision, முடிவு செய்யப்படாத, எதிர்நோக்கி

pendulum *(n)* : swinging weight, ஊசல் குண்டு

penetrate *(v)* : to pierce into, to enter, ஊடுருவிச் செல், உட்புகு

penetrating *(adj)* : piercing, keen, துளைக்கும், கூர்ந்த

penetration *(n)* : the act of piercing through, ஊடுருவல்

penguin *(n)* : a sea-bird which cannot fly, பறக்க இயலாத கடல் பறவை வகை

penicillin *(n)* : a medicine, ஒரு வகை மருந்து

peninsula *(n)* : a neck of land almost surrounded by water, தீபகற்பம்

penis *(n)* : the male reproductive organ, ஆண்குறி

penitence *(n)* : repentance, கழிவிரக்கம்

penitent *(n)* : repentant, தவற்றுக்கு வருந்துபவர்

penitentiary *(n)* : reformatory prison சீர்திருத்த சிறைச்சாலை

penknife *(n)* : a pocket knife, பேனாக் கத்தி

penname *(n)* : literary pseudonym, புனைப்பெயர்

pennant *(n)* : long narrow flag, சிறு கொடி

penny *(n)* : British coin worth one twelfth of a shilling, ஆங்கில நாட்டு நாணயம்

pension *(n)* : payment to one because of past services or old age, a retiring allowance, ஓய்வூதியம்

pensive *(adj)* : thoughtful, சிந்தனையில் மூழ்கிய

pent *(adj)* : closely confined, அடைத்து வைக்கப்பட்ட

pentagon *(n)* : a five-sided plane figure, ஐங்கரம், ஐங்கோணம்

penthouse *(n)* : roof sloping from a main building, சாய்ப்புக் கூரை

penultimate *(n)* : last but one, ஈற்றயல்

penury *(n)* : excessive poverty, வறுமை

peon *(n)* : orderly, an attendant, ஏவலாள், பணியாள்

peony, paeony *(n)* : a garden plant, of the buttercup family, with large, globular, crimson flowers, ஒருவகைத் தோட்டச் செடி

people *(n)* : inhabitants of a country, mankind (generally), மக்கள்; *(v)* : to inhabit, குடிமக்களாக்கு

pepper *(n)* : a pungent aromatic condiment, மிளகு, நல்ல மிளகு

per *(prep)* : through, for each, by means of, according to, வழியாக, மூலமாக, ஒவ்வொருவருக்கும், ஒவ்வொன்றிற்கும்

peradventure *(adv)* : by chance, perhaps, தற்செயலாக

perambulate *(v)* : walk through, நடந்து திரி

perceive *(v)* : to understand, observe, புரிந்துகொள், காண்

percentage *(n)* : the rate per hundred, விழுக்காடு

perceptible *(adj)* : able to be seen or understood, காணக்கூடிய, உணரத்தக்க, அறியக்கூடிய

perception *(n)* : power to understand, புலனுணர்வு, அறிதிறன்

perch *(n)* : a freshwater fish, a roosting stick, நன்னீர் மீன், பறவைகள் உட்காருமிடம்; *(v)* : to alight, to sit or roost on a perch, ஓய்வு எடு

perchance *(adv)* : by chance, perhaps, தற்செயலாய், ஒருவேளை

percolate *(v)* : to filter through, to strain, கசியவை, வடிகட்டு

percussion *(n)* : forcible striking of one body against another, மோதுதல், தட்டுதல்

perdition *(n)* : ruin, damnation, அழிவு, நரகவேதனை

peregrinate *(v)* : to travel about from place to place, சுற்றித்திரி, அலை

peremptory *(adj)* : commanding, decisive, கட்டளை வகையான, முடிவான

perennial *(adj)* : perpetual, lasting throughout the year, நிலையான, ஆண்டுதோறுமுள்ள, ஆண்டு முழுதுமுள்ள

perfect *(adj)* : complete, without fault, முழுமையான, குறையற்ற, நிறைவான; *(v)* : to make perfect, to complete, நிறைவுபடுத்து, முழுமையாக்கு

perfection *(n)* : completion, faultlessness, நிறைவு, குறைபாடின்மை

perfervid *(adj)* : eager, ஆர்வமுள்ள

perfidy *(n)* : treachery, hatred, நயவஞ்சகம்

perforate *(v)* : to pierce, make a hole in, துளையிடு

perforce *(adv)* : of necessity, தேவை காரணமாக, கட்டாயத்தால்

perform *(v)* : accomplish, execute, நிறைவேற்று, செயல்படுத்து

performance *(n)* : a show at a theatre, an action or deed, அரங்கக்காட்சி, செயல், செய்கை

perfume *(n)* : aroma, a sweet smelling scent, நறுமணம்

perfunctory *(adj)* : careless, superficial, அக்கறையற்ற, மேலோட்டமான

perhaps *(adv)* : possibly, may be, ஒருவேளை

peril *(n)* : risk, exposure to harm or destruction, இடர், இன்னல்

perimeter *(n)* : the outside line enclosing a figure, fortified line built round a town, சுற்றளவு, புறஎல்லை

period *(n)* : any portion of time, காலப்பகுதி, காலஅளவு

periodical *(adj)* : happening again and again at regular intervals, பருவந்தோறும் நிகழ்கிற; *(n)* : a magazine or journal, காலமுறை இதழ்

peripatetic *(adj)* : going from place to place on one's business, அலைந்து திரிகிற

periphrasis *(n)* : a round about way of speaking, சுற்றிவளைத்துப் பேசுதல்

periscope *(n)* : a device comprising a tube with angularly adjusted mirrors by which an observer in a trench or submarine can see what is going above, மேற்பரப்புக் காட்சிக் கருவி

perish *(v)* : to die, to ruin, இறந்து போ, அழி

periwig *(n)* : a small wig, பொய் மயிர்க் குல்லாய்

periwinkle *(n)* : a small shell fish, a creeper, ஒரு வகை நத்தை

perjury *(n)* : the crime of giving false evidence, violation of oath, பொய்ச் சான்று, வாக்குறுதி மீறுதல்

permanent *(adj)* : lasting, unchanging, நிலையான, மாறாத

permeate *(v)* : to pass into all parts of, saturate, ஊடு, பரவு

permissible *(adj)* : that may be allowed, அனுமதிக்கத்தக்க

permit *(v)* : allow, admit, இசைவளி, அனுமதி கொடு; *(n)* : a document giving official permission, a licence, அனுமதிச் சீட்டு, இசைவாணை

permutation *(n)* : the arrangement of numbers, things etc. in every possible way, உறுப்பு வரிசை மாற்றம்

pernicious *(adj)* : ruinous, extremely harmful, அழிக்கக்கூடிய, கேடு பயக்கும்

peroration *(n)* : the closing part of a speech, சொற்பொழிவின் முடிவுரை

perpend *(v)* : to consider carefully, ஆராய்ந்து சிந்தி

perpendicular *(adj)* : vertical, செங்குத்தான; *(n)* : vertical line or position, செங்குத்துக்கோடு

perpetual *(adj)* : eternal, ceaseless, continuous, நிலையான, முடிவற்ற, இடைவிடாத

perpetrate *(v)* : to commit, குற்றஞ் செய்

perpetuate *(v)* : to make perpetual, to preserve, நிலைபேறுடையதாக்கு, பேணு

perplex *(v)* : to puzzle, to complicate, குழப்பமடையச்செய், சிக்கலாக்கு

perplexity *(n)* : bewilderment, confusion of mind, மலைப்பு, திகைப்பு, தடுமாற்றம்

perquisite *(n)* : casual profit, extra income, இதரசலுகை, மேல் வரும்படி

persecute *(v)* : to annoy with unjust and cruel treatment, முறையின்றி வருத்து, கொடுமைப்படுத்து

persecution *(n)* : harassment, annoyance, அடக்குமுறை, விடாது துன்புறுத்துதல்

perseverance *(n)* : persistence in anything undertaken, constant effort, விடாமுயற்சி

persevere *(v)* : continue, doing in spite of the obstacles, விடாமுயற்சி செய்

persevering *(adj)* : doing continuously in spite of difficulties, விடாமுயற்சி உடைய

persist *(v)* : to continue obstinately, நிலைத்திடு, விடாப்பிடியாயிரு

persistence *(n)* : obstinacy, steadily continuing a course of action, பிடிவாதம், விடாப்பிடித்தன்மை

persistent *(adj)* : enduring, persisting, stubborn, உறுதியாக நிற்கிற, விடாப்பிடியான

person *(n)* : individual human being, each of the three classes of personal pronouns, தனியொரு மனிதன், இலக்கணத்தில் மூவிடங்களில் ஒன்று

personage *(n)* : person of rank or position, உயர்நிலையினர்

personal *(adj)* : pertaining to a person, individual, தனிமனிதனுக்குரிய, தனிப்பட்ட

personate *(v)* : pretend to be, to play the role of, போல நடி, ஆள் மாறாட்டம் செய்

personify *(v)* : to conceive as a person, ஆளுருவம் கொடு

personnel *(n)* : staff of persons employed in public institutions, அலுவலகப் பணியாளர்

perspective *(n)* : a scene or view, தொலைத் தோற்றம்

perspicacious *(adj)* : of clear or sharp understanding, quick sighted, நுண்ணறிவுடைய, கூர்மதியுடைய

perspicuous *(adj)* : clearly expressed, lucid, தெளிவாகக் கூறப்பட்ட, எளிதில் விளங்குகிற

perspiration *(n)* : the act of sweating, வியர்வை, வியர்த்தல்

perspire *(v)* : to sweat, வியர்வை யரும்பு

persuade *(v)* : get someone to do something, convince by urging, இணங்கச் செய், அறிவுறுத்தி இசையச் செய், நம்பவை

persuasion *(n)* : the act of persuading, இசைவித்தல், நம்ப வைத்தல்

persuasive *(adj)* : having the power to win over by argument etc., தூண்டு கிற, அறிவுறுத்துகிற

pert *(adj)* : impertinent, forward in manner, துடுக்கான, அடக்கமற்ற

pertain *(v)* : be relevant to, to belong to, தொடர்புடையதாயிரு, உரியதாக யிரு

pertinacious *(adj)* : stubborn, persistent, பிடிவாதமுள்ள, விடாப்பிடி யான

pertinacity *(n)* : obstinacy, persistence, பிடிவாதம், உறுதி

pertinent *(adj)* : relevant, பொருத்த மான, ஏற்ற

perturb *(v)* : to throw into confusion, disconcert, குழப்பு, மனக்கலக்கம் உண்டாக்கு

peruke *(n)* : a wig, பொய் மயிர்த் தொப்பி

peruse *(v)* : read through with attention, go through, கருத்தூன்றிப்படி

pervade *(v)* : to move along through, permeate, பரவு, ஊடுருவு

perverse *(adj)* : wilfully continuing in wrong doing, வேண்டும் என்றே தவறான வழியில் செல்கிற

pervert *(v)* : to turn from proper use, meaning etc., தவறான வழியில் பயன்படுத்து, தவறாகப் பொருள் கொள்

perverted *(adj)* : misled, நெறிதவறிய

pervious *(adj)* : having a way through, passable, penetrable, ஊடுருவத்தக்க

perky *(adj)* : annoying, தொல்லை தரும்

pessimism *(n)* : tendency to look at the dark side of things, எதிலும் கெடுதலையையே காணும் மனப் பான்மை, சோர்வு மனப்பான்மை

pest *(n)* : harmful person or animal, தீங்கு விளைவிக்கும் மனிதன் அல்லது விலங்கு

pester *(v)* : overburden, to vex, to annoy persistently, துன்புறுத்து, தொல்லை கொடு

pestilence *(n)* : a contagious disease, பெருவாரி நோய்

pestle *(n)* : a heavy instrument for pounding stuff in a mortar, குழவி, உலக்கை

pet *(n)* : tame animal, செல்லமாக வளர்க்கும் விலங்கு, ஆசை விலங்கு; *(adj)* : favourite, செல்லமான, அன்புக் குரிய, ஆசைக்குரிய

petal *(n)* : single section of the corolla of a flower, பூவிதழ், அல்லி

petard *(n)* : a case containing an explosive, used for blowing down walls, doors etc., சுவர், கதவு முதலிய வற்றைத் தகர்க்கப் பயன்படும் வெடிகுண்டு

petition *(n)* : humble request, earnest prayer, வேண்டுகோள், விண்ணப்பம்

petrel *(n)* : a long winged sea-bird, நீண்ட சிறகுகளை உடைய சிறு கடற்பறவை

petrify *(v)* : change into stone, to turn stiff with fear, கல்போல மாற்று, அச்சத்தால் உணர்ச்சியிழக்கச் செய்

petrol *(n)* : purified petroleum used in light combustion engines, பெட்ரோல்

petroleum *(n)* : crude mineral oil, தாது எண்ணெய், பெட்ரோலியம்

petticoat *(n)* : women's undergarment, பெண்கள் அணியும் உள்பாவாடை உள்ளங்கி

petty *(adj)* : small in amount or importance, சிறிய, முக்கியமல்லாத

petulant *(adj)* : peevish, fretful, சிடு சிடுப்புடைய, சீறிவிழும்

pew *(n)* : a bench or long seat with a high back, சாய்வுத் திண்ணை, சாய்விருக்கை

phaeton *(n)* : light four wheeled open carriage, நான்கு சக்கர திறப்பு வண்டி

phalanx *(n)* : a group of people banded together for a common purpose, heavy infantry in a close array, a bone of a finger or toe, பொதுச் செயல்குழு, வியூகம், விரல் எலும்பு

phantasm *(n)* : an image seen in fancy, a ghost, கற்பனைக் காட்சி, ஆவியுரு

phantom *(n)* : a ghost, illusion of the mind, ஆவியுருமாயை

pharisee *(n)* : member of the ancient Jewish sect, யூதசமயத்தினன்

pharmacy *(n)* : a chemist's shop, the preparation and dispensing of medicines, மருந்தகம்

pharos *(n)* : a light house, கலங்கரை விளக்கம்

pharynx *(n)* : the cavity or cleft forming the upper part of the gullet, முன் தொண்டை

phase *(n)* : one of the different appearances of moon, a stage of changed development in one's life etc., திங்கள் கலை, வளர்ச்சிக் கட்டம், மாறுபாட்டுநிலை

pheasant *(n)* : a long tailed bird, வான்கோழி

phenomenon *(n)* : an uncommon event, remarkable event, person or thing, அரிய நிகழ்ச்சி, குறிப்பிடத் தக்க ஒன்று, குறிப்பிடத்தக்க நிகழ்ச்சி அல்லது ஆள்

phial *(n)* : a small glass bottle for liquids, சிறு மருந்துப் புட்டி

philander *(v)* : to make love, காதல் புரி

philanthropist *(n)* : a person having love and sympathy towards other people, மானிடப் பற்றுடையவன், மனித இனப்பற்றுடையவன்

philanthropy *(n)* : love and sympathy towards mankind, மானிடப்பற்று, மனித இனப்பற்று

philatelist *(n)* : one who collects postage stamps, அஞ்சல் தலை சேகரிப்பவர்

philology *(n)* : the science of language, மொழி நூல்

philosopher *(n)* : a person who loves and seeks truth and wisdom, தத்துவ ஞானி, மெய்யியல் அறிஞர்

philosophy *(n)* : the study of ultimate reality, தத்துவவியல், மெய்யியல்

philtre, philter *(n)* : a drink, to excite love, வசிய மருந்து

phlegm *(n)* : thick viscous fluid secreted by mucous membrane, கோழை

phlox *(n)* : a garden plant, தோட்டச் செடி வகை

phone *(n)* : telephone, a single vowel or consonant sound, தொலைபேசி, பேச்சொலி; *(v)* : speak through the telephone, தொலைபேசியில் பேசு

phonetics *(n)* : the science of speech-sounds, ஒலியியல்

phonograph *(n)* : an instrument for recording, reproducing sound, ஒலிப் பதிவுக் கருவி

phosphorus *(n)* : a non-metallic element appearing luminous in the dark, ஃபாஸ்பரஸ்

photograph *(n)* : a picture made with a camera, ஒளிப்படம்

photographer *(n)* : a person who takes pictures with a camera, ஒளி படக்காரர்

phrase *(n)* : a group of words which go together as part of a sentence without a predicate, சொற்றொடர்; *(v)* : express in a certain way, சொற் றொடராக்கிக் கூறு

phrenology *(n)* : the study of the outside of the skull believing that a person's character, capabilities etc. may be judged from the shape of his skull, மண்டையோட்டு ஆய்வியல்

phthisis *(n)* : a kind of disease, எலும்புருக்கி நோய்

physic *(n)* : a medicine that makes the bowels work, the medical profession, a medicine, மலமிளக்கி, மருத்துவத் தொழில், மருந்து; *(v)* : to administer a medicine to, மருந்து கொடு

physical *(adj)* : pertaining to the body, about or having to do with things that one can sense, connected with matter or material thing, உடல் சார்ந்த, இயற்பியல் சார்ந்த, பருப்பொருள் சார்ந்த

physician *(n)* : a doctor of medicine, மருத்துவர்

physics *(n)* : the study of the properties of matter and energy, இயல்பியல்

physiognomy *(n)* : the expression on one's face, முகக்குறி

physiography *(n)* : description of rivers, mountains etc., நிலஇயற்கை நூல்

physiology *(n)* : the science dealing with living organisms and their functions, உடலியங்கியல்

physique *(n)* : bodily structure, physical development, உடலமைப்பு, உடல் கட்டு

piano *(n)* : a large musical instrument played by striking keys, இசைப்பெட்டி வகை

piazza *(n)* : public square, a veranda, பொதுச் சதுக்கம், தாழ்வாரம்

pibroch *(n)* : a kind of music, ஒத்து வாத்தியவகை

piccolo *(n)* : a small flute, சிறு புல்லாங் குழல் வகை

pick *(v)* : choose, lift, pluck, gather, remove small piece from, improve, தேர்ந்தெடு, பறி, திரட்டு, பொறுக்கு; *(n)* : a choice, a sharp pointed tool, தேர்ந்தெடுக்கப்பட்டது, கடப் பாறை போன்ற கருவி

pick-axe *(n)* : a long handled tool, கடப்பாரை, மண்வெட்டி

picket *(n)* : a pointed stake, a soldier on guard at a certain place, முளை, எல்லைக் காவலர், காவலர்; *(v)* : watch and guard, enclose, tie to a peg, secure, பாதுகாவல் செய், அரண் செய், முளையில் கட்டு

pickle *(n)* : a vegetable or fruit preserved in vinegar or salt solution, ஊறுகாய்; *(v)* : preserve, ஊறுகாய் போடு

pickpocket *(n)* : one who robs another person's pockets, முடிச்சுமாறி

picnic *(n)* : an outdoor party with food, மனைப்புற விருந்து; *(v)* : go on a picnic, மனைப்புற விருந்துக்குச் செல்

picture *(n)* : a painting, drawing or photograph of something, ஓவியம், படம், சித்திரம்; *(v)* : to paint, imagine, படம் வரை, கற்பனை செய்

picturesque *(adj)* : pleasing to the eye, vivid and colourful, like a picture, கண்ணுக்கினிய

pie *(n)* : food baked in a covering of paste, சினையப்பம்

piebald *(adj)* : spotted, பலவண்ணப் புள்ளிகளுடைய

piece *(n)* : a part, a bit, one thing of its kind, an example, பகுதி, துண்டு, மாதிரிப் பகுதி

piecegoods *(n)* : fabric woven in definite standardized lengths, திட்டமான நீளமுடைய துணி

pied *(adj)* : of mixed colours, பல வண்ணங்களாலான

pier *(n)* : a dock, a landing place for boats or ships, கடற்பாலம், அலை தாங்கி

pierce *(v)* : to thrust, stab, make hole in, ஊடுருவு, குத்து, துளை

pierrot *(n)* : a buffoon sporting a white fluffy face and loose long-sleeved garb, நகைச்சுவைஞன்

piety *(n)* : devotion to religious principles and practices, சமயப்பற்று, கடவுள் பற்று

pig *(n)* : a hog, பன்றி

pigeon *(n)* : a young dove, any bird of the dove family, மாடப்புறா

pigeon-hearted *(adj)* : timid, நெஞ்சுர மற்ற

pigheaded *(adj)* : stupid, stubborn, அறிவற்ற, பிடிவாதமுடைய

pigment *(n)* : substance used for colouring, நிறமி

pigmy, pygmy *(n)* : one of the races, dwarf, person of stunted growth, பிக்மி இனத்தார், குள்ளன்

pigsty *(n)* : a pen for pigs, பன்றிப்பட்டி

pike *(n)* : a weapon with a long shaft and iron or steel head, a road with toll gate, a fresh water fish with a pointed head, வேல், ஈட்டி, சுங்கச் சாவடிப் பாதை, நன்னீர் மீன்

pile *(n)* : a heap, pointed stake, a large building, the woolly surface of cloth, குவியல், குத்தூண், பெரிய கட்டிடம், துணியின் கம்பளிப் பரப்பு; *(v)* : put in a pile, supply with supports, குவி, குத்தூண் இறக்கு

piles *(n)* : disease marked by swelling in the veins around the anus, மூல நோய்

pilfer *(v)* : steal in small quantities, சிறுகளவு செய்

pilferer *(n)* : one who commits small thefts, சிறிய திருட்டைச் செய்யும் திருடன்; களவாணி

pilgrim *(n)* : one who makes a journey to holy places, திருத்தலப்பயணம் செய்பவர்

pill *(n)* : a medicine made into small ball, மாத்திரை

pillage *(n)* : act of plundering and robbing, கொள்ளை, திருட்டு; *(v)* : to plunder, கொள்ளையடி

pillar *(n)* : an upright post that supports a roof or ceiling, தூண்

pillion *(n)* : a seat for passenger on a motor-cycle, பின்னிருக்கை

pillory *(n)* : a wooden-frame for the punishment of wrong doers, குற்றவாளி களைத் தண்டிக்கப் பயன்படும் மரச்சட்டம்

pillow *(n)* : soft cushion used to rest one's head on when lying down, தலையணை

pilot *(n)* : one who guides or steers a ship or aircraft, விமான ஓட்டி, கப்பலோட்டி, வழிகாட்டி; *(v)* : guide, steer, வழிகாட்டு, ஓட்டு

pimpernal *(n)* : a plant with small pink flowers, வண்ணமலர்ச்செடி வகை

pimple *(n)* : small inflammation on the facial skin, பரு

pin *(n)* : a short piece of metal or wood with a sharp point used to fasten things together, குண்டூசி, பிணைப்பூசி; *(v)* : fasten with a pin, குண்டூசியால் குத்திப் பிணை

pincers *(n)* : a tool used to clasp or hold a thing, குறடு, இடுக்கி

pince-nez *(n)* : a pair of eye-glasses with a spring for catching nose, மூக்குக் கண்ணாடி

pinch *(n)* : a squeeze between fingers, a tiny bit, கிள்ளுதல், சிட்டிகை

pinchbeck *(n)* : a yellow alloy of copper and zinc, simulating gold, போலித்தங்கம்; *(adj)* : sham, போலியான

pine *(n)* : an evergreen tree useful for timber, தேவதாரு மரம்

pineapple *(n)* : a large juicy tropical fruit shaped like a pine-cone, அன்னாசிப்பழம்

pinion *(n)* : the wing of a bird, a small toothed wheel, சிறகு, சிறு பல் சக்கரம்

pink *(n)* : light red colour, இளஞ் சிவப்பு நிறம்

pinmoney *(n)* : money allowed to a woman for small personal expenses, (பெண்ணின்) கைச்செலவுப் பணம்

pinnace *(n)* : a small boat with oars and sails, சிறு படகு

pinnacle *(n)* : ornamental pointed roof, zenith, summit, கோபுர முகடு, உச்சி

pint *(n)* : a unit of measure ($^1/_8$ gallon), கேலனின் எட்டில் ஒரு பங்கு அளவு

pioneer *(n)* : one who prepares the way for others by exploring new fields of activity, புதியதாகப் படைப் பவர், முன்னோடி

pious *(adj)* : religious, godly, good-living, சமயச் சார்பான, கடவுள் பக்தியுடைய, கடமை பேணுகிற

pip *(n)* : a seed, spot, தனிச்சிறு விதை, புள்ளிக் குறி

pipe *(n)* : a tube, a smoking device, a musical wind instrument, குழல், புகை பிடிக்கும் குழாய், குழல் வடிவ இசைக்கருவி

pipit *(n)* : a small bird, வானம்பாடி வகை

pippin *(n)* : a kind of apple, ஆப்பிள் பழவகை

piquant *(adj)* : pungent, rousing the appetite or interest, விறுவிறுப் பான, பசியை அல்லது ஆவலைத் தூண்டுகிற

piracy *(n)* : sea-robbery, கடற்

pirate *(n)* : a robber on the seas, கடற்கொள்ளைக்காரன்

pisces *(n. pl)* : twelfth sign of zodiac, animal of the fish kind, மீன ராசி, மீன் வகை உயிரினங்கள்

piscatorial *(adj)* : relating to fishing, மீன்பிடித்தல் தொடர்பான

pish *(interj)* : an expression to show contempt or disgust, an utterance of impatience, பொறுமையின்மையை வெளிப்படுத்தும் 'ப்ச்' என்ற சொல், வெறுப்பைக் காட்டும் சொல்

pistil *(n)* : the seed-bearing part of a flower, சூலகம்

pistol *(n)* : a small handgun, கைத் துப்பாக்கி

piston *(n)* : a flat circular plate fitting the base of a cylinder in which it moves up and down, உந்து தண்டு

pit *(n)* : a deep hole in the ground, the back seats in the ground floor of a theatre, நிலத்தில் உள்ள பள்ளம், காட்சி அரங்கத்தில் உள்ள நிலைத் தளம்; *(v)* : put holes in, பள்ளம் தோண்டு

pitch *(n)* : a thick black tarlike material, the space between wickets in cricket, the mode of bowling, the height or depth of a note, நிலக்கீல், கிரிக்கெட் முளைகளுக்கிடையேயுள்ள இடம், பந்தெறியும் வகை, தொனியின் செறிவு உயர்வளவு; *(v)* : to fix in the ground, to throw, let in a certain key (in music), கூடாரம் அடி, எறி, சுருதி கூட்டு

pitcher *(n)* : a jug, player in a base ball game, பெரியசாடி, பரணி

piteous *(adj)* : arousing pity, இரக்கத்தை ஏற்படுத்தும்

pitfall *(n)* : a trap, படு குழி

pith *(n)* : marrow, energy, மரச்சோறு, ஆற்றல்

pitiable *(adj)* : arousing pity, இரங்கத் தக்க

pitiful *(adj)* : making one feel pity, இரக்கமுடைய

pittance *(n)* : small inadequate portion or allowance, சிறு தொகை, இரக்கப்படி, கருணைப்படி

pity *(n)* : feeling of sorrow for some one else's trouble, இரக்கம்

pivot *(n)* : the pin or centre on which anything turns or depends, சுழலச்சு; *(v)* : turn or place on a pivot, சுழலச் செய், முளையின் மேல் வை

pixy *(n)* : a fairy, குறளிப்பேய்

placard *(n)* : poster, சுவரொட்டி

placate *(v)* : pacify, conciliate, அமைதிப்படுத்து, மனநிறைவு உண்டாக்கு

place *(n)* : particular part of place, city, town, village, rank or position, இடம், பதவி, தொழில்; *(v)* : to put, locate, substitute, settle, வை, இடத்தில் வை, அமர்த்து

placid *(adj)* : calm, undisturbed, அமைதி யான, கலக்கமற்ற

plague *(n)* : a deadly spread disease, nonsense, கொள்ளை நோய்; *(v)* : to trouble,, to worry, தொந்தரவு செய்

plaguy *(adj)* : annoying, troublesome, கவலைக்குள்ளாக்கும், தொல்லை தரும்

plaice *(n)* : edible flat-fish, தட்டை உணவு மீன்

plain *(n)* : obvious, simple, artless, வெளிப்படையான, தெளிவான, கவர்ச்சியற்ற; *(n)* : a level stretch of land, சமவெளி; *(adv)* : clearly, தெளிவாக

plain-speaking *(adj)* : out spoken, வெளிப்படையாகப் பேசும்; *(n)* : frankness, வெளிப்படையான தன்மை

plaint *(n)* : lamentation, a complaint, புலம்பல், குற்றச்சாட்டு, முறையீடு

plaintiff *(n)* : one who complains, வழக்காடி

plaintive *(adj)* : sorrowful, துயரம் நிறைந்த

plait *(v)* : fold, interlace, மடி, பின்னு; *(n)* : a fold, a braid, மடிப்பு, பின்னல்

plan *(n)* : drawing of a building, drawing of a building as if seen from above, diagram, way of proceeding, திட்டப்படம், வரைவு, கட்டட நிலப்படம், திட்டம், ஏற்பாடு; *(v)* : make a plan, scheme, திட்டமிடு, ஏற்பாடு செய்

plane *(n)* : a flat level surface, a smoothing instrument, abbreviation of aeroplane, a tree with broad leaves, மட்டமான தளம், இழைப்புளி, வானூர்தி, மர வகை; *(v)* : to smooth, இழை, மட்டமாக்கு; *(adj)* : flat, smooth, சமமட்டமான, இழைக்கப்பட்ட

planet *(n)* : one of the heavenly bodies round the Sun, கோள்

plank *(n)* : long flat piece of timber, மரப்பலகை

plant *(n)* : member of the vegetable kingdom, fixtures, machinery etc., used in industrial purposes, செடி, செடியினம், இயந்திரத் தொகுதி; *(v)* : fix to the ground, establish, to fix firmly, ஊன்று, நிலைநாட்டு, நடு

plantain *(n)* : a tropical plant bearing banana like fruits, வாழை மரம்

plantation *(n)* : area of land planted with trees, an estate for growing cotton, rubber, tobacco etc., தோப்பு, தோட்டம்

plaque *(n)* : ornamental metal tablet, அலங்காரச் சிறு தகடு

plash *(n)* : marshy pool, strike surface of (water) so as to break it up, குட்டை, சதுப்பு நிலக் குளம், தடாரென்று நீரால் அடித்து உடை; *(v)* : to splash, அளைந்து விளையாடு

plaster *(n)* : a mixer of lime, sand and water, a sticky substance used for healing wounds, காரை, சாந்து; *(v)* : to cover with plaster, காரை பூசு

plastic *(adj)* : soft and pliable, easily shaped, நெகிழும் தன்மையுடைய, எளிதில் உருவாக்கத் தக்க; *(n)* : a synthetic resinous substance, நெகிழி

plate *(n)* : a flat piece, a thin sheet of metal, a flat dish for holding food, தகடு, உலோகத் தகடு, உணவுத் தட்டம்; *(v)* : to cover with a coating of metal, முலாம் பூசு, தகடு பொறி

plateau *(n)* : table-land, மேட்டு நிலம்

platform *(n)* : raised level surface along the side of a line like the one at railway stations, raised flooring from which speaker addresses audience, நடைபாதை, சொற்பொழிவு மேடை

platinum *(n)* : white heavy ductile metal, உலோக வகை, பிளாட்டினம்

platitude *(n)* : a dull commonplace, an empty remark, வெற்றுரை

platoon *(n)* : a small infantry, காலாட்படைப் பிரிவு

platter *(n)* : flat dish, உணவுத் தட்டு

plaudit *(n)* : applause, emphatic expression of approval, கைதட்டுதல், ஆரவாரம் செய்தல்

plausible *(adj)* : probable, seeming reasonable, நிகழக்கூடிய, உண்மை போல் தோன்றுகிற

play *(v)* : engage in a fun or game, விளையாடு; *(n)* : playing a game, amusement, drama for the stage, gambling, freedom to move, விளையாட்டு, களியாட்டம், நாடகம், சூதாட்டம், தடையற்ற இயக்கம்

playful *(adj)* : fond of playing, விளையாட்டுத்தனமான

playground *(n)* : a ground used for play, விளையாட்டுத் திடல்

playwright *(n)* : a writer of plays, நாடக ஆசிரியர்

plea *(n)* : an excuse, request, a prisoner's statement in a law court, கோரிக்கை, முறையீடு, வழக்காடல்

plead *(v)* : to speak in defence in a law court, argue in support, வழக்குரை, ஆதரித்துப் பேசு

pleader *(n)* : a lawyer, வழக்குரைஞர்

pleasant *(adj)* : agreeable, amusing, இணங்கத்தக்க, மகிழ்ச்சியான

please *(v)* : to give pleasure, satisfy, மகிழ்ச்சி ஏற்படுத்து, மனநிறைவளி

pleasing *(adj)* : agreeable, மன நிறைவளிக்கிற

pleasure *(n)* : enjoyment, will, desire, இன்பம், மகிழ்ச்சி, விருப்பம்

pleasureground *(n)* : recreation ground, விளையாட்டுத்திடல்

plebiscite *(n)* : a system of deciding a matter by the votes of all qualified persons, குடிமக்களின் வாக்களிப்பினால் முடிவெடுக்கும் முறை

pledge *(n)* : something handed over to a person as security, a solemn promise, ஈடு, அடகு, பிணையம், வாக்குறுதி; *(v)* : to give as security, to pawn, promise, ஈடு வை, பிணையமாக வை, அடகு வை, வாக்குறுதியளி

plenary *(adj)* : full, complete, abundant, நிறைந்த; முழுமையான, ஏராளமான

plenipotentiary *(n)* : an ambassador invested with full powers deputed to act at discretion, முழு உரிமை பெற்ற அரசியல் தூதுவர்

plenty *(n)* : abundance, sufficiency, நிறைவு, மிகுதி, ஏராளம், போதுமான அளவு

plethora *(n)* : the state of too much of anything, over abundance, ஏராளம், மிகைபாடு

pleurisy *(n)* : inflammation of the pluera that covers the lung, நுரையீரல் சவ்வழற்சி

pliable, pliant *(adj)* : soft, yielding, bending, நெகிழ்வுடைய, இணக்கமான, வளையும் இயல்புடைய

pliers *(n&pl)* : pincers having long jaws, குறடு, சாமணம்

plight *(v)* : to pledge, வாக்குக் கொடு; *(n)* : a pledge, condition, state, வாக்குறுதி, நிலைமை

plimsolls *(n & pl)* : cheap rubber-soled canvas shoes, ரப்பர் தோல் புதை செருப்பு

plinth *(n)* : lower square part of base of column, தூணின் அடிப்பீடம்

plod *(v)* : to walk slowly and steadily, to work laboriously, இடைவிடாது நட, கடினமாக உழை

plot *(n)* : a small piece of ground, a secret plan for doing evil, plan of play, poem etc., மனையிடம் சதித்திட்டம், கதை நிகழ்ச்சி; *(v)* : contrive, make a plan or map of சூழ்ச்சி செய், திட்டமிடு

plough *(n)* : a tool used by the farmer to turn up the soil, கலப்பை, ஏர்; *(v)* : to turn up the soil with a plough, கலப்பையால் உழு

ploughshare *(n)* : the plough blade, கலப்பைக்கொழு

plover *(n)* : a bird, குருவியினப் பறவை

pluck *(v)* : to pull off, drag, பறி, கொய், இழு, பிடுங்கு; *(n)* : spirit, courage, வீரம், துணிச்சல்

plug *(n)* : piece of wood used to fill gap or hole, a wedge, a stopper, அடைப்பு, முளை, ஆப்பு, அடைப்பான்; *(v)* : stop with plug, அடைப்புப் போடு

plumage *(n)* : birds' feathers, இறகு, தோகை

plumb *(n)* : ball of lead hung on a string to test the perpendicularity of wall etc., நூல்குண்டு; *(adj)* : upright, செங்குத்தான; *(v)* : to test the depth, ஆழம் கண்டு பிடி

plumbago *(n)* : black-lead, காரீயம்

plumber *(n)* : artisan who fits and mends pipes, taps etc., குழாய் பழுது பார்ப்பவன்

plumb-line *(n)* : the string to which the plumb is attached, தூக்குநூல்

plume *(n)* : a feather used as an ornament, இறகணி; *(v)* : to adorn with feathers, இறகினால் அழகு

plump *(adj)* : fleshy, round, கொழுத்த, உருண்ட; *(v)* : drop or plunge, விழு, மூழ்கு

plunder *(n)* : seizing by force, கொள்ளையடித்தல்; *(v)* : to forcibly rob goods, கொள்ளையடி

plunge *(v)* : thrust violently into any liquid, dive, அமிழ்த்து, முழுகு; *(n)* : an act of plunging, dive, அமிழ்த்துதல், நீரில் பாய்தல்

plural *(adj)* : denoting more than one, ஒன்றுக்கு மேற்பட்ட; *(n)* : the form which shows more than one in number, பன்மை

plus *(adj)* : with the addition of, மிகுதியான, கூடுதலான: *(n)* : the symbol (+), additional or positive quantity, கூட்டற்குறி (+), கூடுதலான அளவு

ply *(v)* : use, work at, supply, assail vigorously, go to and fro, பயன் படுத்து, உழை, வழங்கு, பலமாகத் தாக்கு, அங்குமிங்கும் செல்

plywood *(n)* : strong thin board glued together with grains crosswise, ஒட்டுப் பலகை

pneumatic *(adj)* : acting by means of wind or air, காற்றுக்குரிய, காற்றழுத்தத்திற்குரிய, காற்றினால் இயங்கும்

pneumonia *(n)* : inflammation of the substance of one or both the lungs, நுரையீரல் அழற்சி

poach *(v)* : cook eggs without the shell in boiling water, obtain advantage by unfair methods, முட்டையைத் தோடு நீக்கிக் கொதி நீரில் போட்டு வேகவை, தவறான வழியில் இலாபம் பெறு

pock *(n)* : eruptive spot in the skin, அம்மைக் கொப்புளம்

pocket *(n)* : a pouch, சட்டைப் பை; *(v)* : to put into a pocket, பையில் போடு

pocket-money *(n)* : money allowed for occasional expenses, கைச் செலவுப் பணம்

pod *(n)* : seed-case of leguminous plants, cocoons of silk worms, விதையுறை, பட்டுப்புழுக் கூடு

podgy *(adj)* : short and fat, குட்டையாயும் தடித்துமுள்ள

podium *(n)* : raised platform, round arena of amphitheatre, உயர் மேடை, அரங்கத்தைச் சுற்றியுள்ள மேடை

poem *(n)* : a metrical composition in prose or verse, செய்யுள், பாடல்

poet *(n)* : one who writes poems and verse, கவிஞர்

poetry *(n)* : art of the work of the poet, poems as whole, செய்யுள் புலமை, கவிதை

poignant *(adj)* : pungent, painful, உறைப்பான, துன்பம் தரும், கசப்பான

point *(n)* : small dot, sharp end, the chief matter of an argument, a mark, புள்ளி, கூர்நுனி, குறிப்பு, முற்றுப்புள்ளி; *(v)* : sharpen, punctuate, to aim, to direct attention, கூராக்கு, அடையாளப் புள்ளிகளிடு, குறிபார், குறிப்

pointblank *(adj&adv)* : horizontally, with direct aim, இடைமட்டமாக, குறிவைத்து, நேரடியாக

pointed *(v)* : having a sharp point, outspoken, கூர்நுனியுடைய, தெளிவாகச் சுட்டிக் காட்டப் பட்ட, வெளிப்படையான

poise *(v)* : balance, சமநிலையில் நிறுத்து; *(n)* : self-confidence equilibrium, தயக்க நிலை, சமநிலை

poison *(n)* : a substance that destroys life or injures health, நஞ்சு; *(v)* : to kill or injure thus, நஞ்சூட்டிக்கொல்

poke *(v)* : thrust, push with arms, தலையிடு, திணி, குத்து; *(n)* : a thrust, bag, a pocket, திணிப்பு, கோணிப்பை, பை

polar *(adj)* : pertaining to the poles, துருவப்பகுதிக்குரிய

pole *(n)* : long slender piece of wood or metal, the two points in the celestial sphere about which the stars appear, the point around which anything turns, கழி, துருவம், சுழலச்சு

polecat *(n)* : small dark brown carnivorous of the weasel kind, மரநாய்

polestar *(n)* : a celestial star near the north pole, துருவ நட்சத்திரம், வடமீன்

police *(n)* : civil force responsible for maintaining public order, காவல் துறை; *(v)* : guard, to keep law and order, பாதுகாப்பு செய், ஒழுங்கமைதி ஏற்படுத்து

policy *(n)* : course of action adopted by government, party etc., document containing contract of insurance and assurance, கொள்கை, கோட் பாடு, காப்புறுதி

polish *(v)* : to make smooth and glossy by friction, make elegant மெருகிடு, பளபளப்பாக்கு நேர்த்தியாக்கு; *(n)* : smoothness substance used to produce smooth surface, fine manners, language of Poland, மெருகு, தேய்ப்பு பொருள், பண்பு நயம், போலந்து மொழி; *(adj)* : of Poland போலந்து நாட்டுக்குரிய

polite *(adj)* : of refined manners courteous, பண்பட்ட, நாகரிக முடைய, மரியாதையுடைய

politic *(adj)* : judicious, crafty திறமுடைய, சூழ்ச்சியுடைய

political *(adj)* : having to do with government, public affairs or politics, அரசுக்குரிய, ஆட்சித் துறைக்குரிய

politician *(n)* : one skilled in politics, *அரசியல்வாதி, அரசியலறிஞர்*
politics *(n)* : the art of government, political affairs or life, *அரசியல்*
polka *(n)* : a kind of dance, *ஒரு வகை நடனம்*
poll *(n)* : human head, list of voters, voting at election, place of an election, *தலை, வாக்காளர் பட்டியல், தேர்தல் வாக்களிப்பு, வாக்குச் சாவடி;* *(v)* : to crop the hair of, to cut off tree branches, horns etc., to vote, *முடி வெட்டு, கொம்பு சீவு, மரத்தின் நுனியை வெட்டு, வாக்கெடுப்பு நடத்து, வாக்களி*
pollard *(n)* : a hornless animal, tree having the whole top cut off so as to produce close rounded head of new branches, *கொம்பில்லாத ஒரு விலங்கு, இளங் கிளைகள் அடர்த்தியாக வளரு வதற்காக நுனி வெட்டப்பட்ட மரம்*
pollen *(n)* : fertility dust discharged from anther of flowers, *மகரந்தத் தூள், பூந்தாது*
pollinate *(v)* : cause the pollen to fall into the stigma, *மகரந்தச் சேர்க்கை ஏற்படுத்து*
pollute *(v)* : destroy the purity of, make water, air etc., foul, *தூய்மை கெடு, மாசுபடுத்து*
polo *(n)* : a game like hockey played on horseback, *குதிரைப் பந்தாட்டம்*
poltroon *(n)* : spiritless coward, *கோழை*
polyandry *(n)* : plurality of husbands, *பல கணவர்களுடைய நிலை*
polygamy *(n)* : the practice of having at a time more than one wife or one husband, *பலமண முறை*
polyglot *(adj)* : speaking or writing several languages, *பன்மொழி அறிவுடைய*
polygon *(n)* : a figure with many angles or sides, *பல கோண வடிவம்*
polysyllable *(n)* : a word having many syllables, *பல அசைச்சொல்*
polytechnic *(adj)* : dealing with various arts or subjects, *தொழில் நுட்பம் தொடர்பான*
polytheism *(n)* : belief in worship of many Gods or more than one God, *பல தெய்வ வழிபாடு*
pomade *(n)* : scented ointment for hair and skin of the head, *நறுமணத் தைலம்*
pomegranate *(n)* : orange sized fruit with thick skin and many seeds, the fruit bearing tree, *மாதுளம் பழம், மாதுளை*
pommel *(n)* : the rounded knob as the hilt of a sword, the high part of a saddle, *கத்தியின் கைப்பிடிக் குமிழ், சேணத்தின் முனைப் பான முன்பக்கம்*
pomp *(n)* : splendid display, splendour, *பகட்டாரவாரம், பகட்டு*
poncho *(n)* : oblong piece of cloth with a slit in the middle for head, *ஒரு வகை உடை*
pond *(n)* : a pool of still water *குட்டை, குளம்*
ponder *(v)* : think over, *ஆழ்ந்து சிந்தி*
ponderous *(adj)* : heavy, *பளுவான*
poniard *(n)* : dagger, *குத்து வாள்*
pontiff *(n)* : chief priest, the pope, *சமய முதல்வர், போப்பாண்டவர்*
pontoon *(n)* : flat-bottomed boat, *தட்டைப் படகு*

pony *(n)* : horse of any small breed, மட்டக்குதிரை

poodle *(n)* : a pet dog with long curly hair, சடைநாய்

pooh-pooh (v) : make fun of, கேலிசெய், அலட்சியம் பண்ணு

pool *(n)* : small stretch of still water, a collection of produce in one place, நீர் நிலை, மடு, குட்டை, விளை பொருள் தொகுதி, சேமிப்புத் தொகுதி, சேகரம்; *(v)* : to put or collect together, ஒன்றுசேர்,

poor *(adj)* : needy, ill-supplied, deficient, unproductive, வறிய, போதாத, குறைபாடுடைய, விளைவற்ற

poorhouse *(n)* : a work house of paupers, வறியோர் இல்லம்

pop *(v)* : make a sharp explosive sound, to move unexpectedly, வெடிப்பொலி எழுப்பு, திடீரென இயங்கு; *(n)* : abrupt explosive sound, popular concert, வெடிப் பொலி, பொது இசை; *(adj)* : suddenly, with a sharp sound, திடீரென, வெடிப்பொலியுடன்

pope *(n)* : Bishop of Rome as head of Roman catholic church, ரோமன் கத்தோலிக்கத் திருச்சபையின் தலைவர், போப்பாண்டவர்

popgun *(n)* : toy gun, பொம்மைத் துப்பாக்கி

popinjay *(n)* : parrot, a target like a figure of parrot to shoot, a dandy, கிளி, கிளி வடிவ இலக்கு, பகட்டானவன்

poplin *(n)* : a kind of fabric, ஒரு வகைத் துணி

poppy *(n)* : genus of herbs with milky juice and showy flower, கசகசாச் செடி

populace *(n)* : the common people, பொது மக்கள்

popular *(adj)* : carried on by the people, pleasing to meet people, common, admired by the people, பொது மக்களால் நடத்தப் படும், மக்கள் விரும்பும், பொது வான, மக்களது பாராட்டிற்குரிய

popularity (n) : quality liked by the people, புகழ், பெருவழக்கு, மக்கள் செல்வாக்கு

popularize *(v)* : make popular, make known, பரப்பு, பெரு வழக்காக்கு, அறிமுகப்படுத்து, எளிதில் அறியும்படிச் செய்

populate *(v)* : inhabit, to fill with people, வாழச்செய், குடியேற்று

population *(n)* : total number of the inhabitants, people of the country etc., மக்கள் தொகை

populous *(adj)* : thickly inhabited, மக்கள் நெருக்கமுள்ள

porcelain *(n)* : a fine kind of earthernware, articles made out of this, பீங்கான், பீங்கான் சாமான்

porch *(n)* : a covered approach, தலைவாயில், கட்டிட முகப்பு, முகமண்டபம்

porcupine *(n)* : a rodent covered with sharp quills, முள்ளம் பன்றி

pore *(n)* : minute hole, நுண் துளை; *(v)* : study closely, ponder, கருத்தூன்றிப்படி, சிந்தி

pork *(n)* : edible flesh of swine, பன்றியிறைச்சி

porous *(adj)* : full of pores, நுண் துளையுடைய

porphyry *(n)* : a kind of igneous rock, சிவப்பு அல்லது வெள்ளை நிறப்பாறை வகை

porpoise *(n)* : a sea mammal, கடற் பன்றி வகை

porridge *(n)* : food made by stirring oatmeal or cereal in boiled water or milk, கூழ்

porringer *(n)* : a small basin for holding porridge, சிறு வட்டில், தட்டு

port *(n)* : harbour, town, gateway, opening inside of ship for entrance, loading etc., the left side of a ship, a dark-red wine, துறைமுகம், துறைமுகப் பட்டிணம், கோட்டை வாசல், கப்பல் பக்க நுழைவாய், கப்பலின் இடது பக்கம், உயர் வகை திராட்சை மது

portable *(adj)* : convenient for carrying, எளிதில் தூக்கிச் செல்லத்தக்க

portal *(n)* : door way, gate way, நுழைவாயில், கதவு

portcullis *(n)* : a sliding doorway of the fortress, கோட்டையின் நகர் கதவு

portend *(v)* : to foretell as an omen, சகுனம் பார்த்துக் குறி சொல், முன்னறி குறி காட்டு

porter *(n)* : one employed to carry burdens, a gate keeper, a dark brown bear, சுமை கூலியாள், வாயிற் காவலன், ஒருவகைக் கரடி

portfolio *(n)* : office of the minister of state, a case for keeping loose sheets of papers, a collection of such papers அமைச்சர் அலுவலகம், கோப்புக் கூடு, கோப்பு

portico *(n)* : porch with roof in front of a building, a covered hall, வாயில் முகப்பு, நுழைமாடம்

portion *(n)* : part, share, பகுதி, பங்கு; *(v)* : to divide into shares, பங்கிடு

portly *(adj)* : bulky, of stately appearance, கொழுத்த, கம்பீரத் தோற்றமுடைய

portmanteau *(n)* : a leather suitcase, தோல் பெட்டி, பயணப்பெட்டி

portrait *(n)* : drawing, painting or photograph of person or animal, a description, உருவப்படம், ஓவியம், ஒளிப்படம், விளக்கப் படம்

pose *(v)* : assume an attitude, project a problem, pretend, தோரணை யுடன் நில், சிக்கல் வினா எழுப்பு, நடி

poser *(n)* : one who poses, a puzzling question, தோரணையுடன் நிற்பவர், கடினவினா, திகைப் பூட்டும் புதிர்

position *(n)* : place, situation, rank or status, job, இடம், நிலைமை, பதவி, பணி

positive *(adj)* : confident, definite, real, தன்னுறுதியுடைய, ஐயமற்ற, உண்மையான

posse *(n)* : a body of constables, காவலர் தொகுதி

possess *(v)* : to seize, own, கைக் கொள், உடமையாகப்பெறு

possession *(n)* : something owned, ownership, உடமைப் பொருள், உடமை

possessive *(adj)* : showing possession, உடைய, உடைமையான ; *(n)* : the sixth case, ஆறாம் வேற்றுமை

possible *(adj)* : that can be done, able to happen, செய்யக்கூடிய நிகழக்கூடிய,

post *(n)* : an upright piece fixed in the ground, a job, place of duty,a station, the carrying of letters, letter, கம்பம், தூண், பணி, பணியிடம், தங்குமிடம், அஞ்சல், கடிதம் ; *(v)* : travel with haste, put in post office, to set or place in position, to supply with full information, விரைந்து பயணம் செய், பணியில் அமர்த்து அஞ்சல் பெட்டியில் போடு, முழுச் செய்திகளையும் தெரிவி; *(adv)* : with speed, விரைவாக

postage *(n)* : amount charged for carrying a letter, அஞ்சல் கட்டணம்

post-chaise *(n)* : a four wheeled travelling carriage, அஞ்சல் வண்டி

post date *(v)* : affix a date later than the actual date, பின் தேதியிடு

poster *(n)* : placard displayed in a public place, சுவரொட்டி, விளம்பரத் தட்டி

posterior *(adj)* : later, coming after in series, situated behind, பிந்தின, தொடர்ந்து வருகிற, பின்பக்கத்திலுள்ள

posterity *(n)* : descendants of any person, கால்வழி, தலைமுறை

postern *(n)* : sideway or back door entrance, புறக்கடை, பின்பக்கக் கதவு

post-haste *(adv)* : at speed, படுவிரைவாக

posthumous *(adj)* : born after the death of father, printed after the author's death, தந்தையின் மறைவுக்குப் பின் பிறந்த, ஆசிரியரது மறைவுக்குப் பின் வெளியிடப்பட்ட

post-meridian *(adv)* : after mid day, பிற்பகலில்

post-mortem *(adj)* : after death, இறப்புக்குப் பின்னாலான; *(n)* : examination made after death, சவப் பரிசோதனை

postpone *(v)* : put off defer, delay, ஒத்திப்போடு, தள்ளி வை, காலம் தாழ்த்து

postscript *(n)* : a part added at the end of the letter after signature, பின் குறிப்பு

postulate *(v)* : take for granted, முற்கோளாகக் கொள்; *(n)* : assumption on the basis of reasoning, முற்கோள்

posture *(n)* : attitude of body or mind, appearance, மனநிலை, நிற்கும் பாங்கு, தோரணை, தோற்றப் பாங்கு

postwar *(adj)* : after war, போருக்குப் பிறகான

posy *(n)* : line of verse or motto, சிறு செய்யுள்

pot *(n)* : round vessel, பானை; *(v)* : to put in a pot, preserve, பானையில் வை

potable *(adj)* : drinkable, குடிக்கத் தகுந்த

potash *(n)* : an alkaline substance, வெடி உப்பு, பொட்டாஷ்

potation *(n)* : drinking, a drink, குடித்தல், குடிநீர் வகை

potato *(n)* : a plant with edible tubers, உருளைக்கிழங்கு

potbelly *(n)* : person with protuberant belly, பானை வயிறன்

potence, potency *(n)* : power, ஆற்றல், வீரியம்

potent *(adj)* : powerful, able to do much, ஆற்றல்மிக்க, வீரியமுள்ள

potential *(adj)* : capable of taking action, latent, செயல் திறமுடைய, உள்

ளார்ந்த தன்மையுடைய; *(n)*: possibility, hidden power, mood, நிகழுமை, மறையாற்றல், உள்ளியல்பு

pother *(n)*: choking smoke, bustle, மூச்சுத் திணற வைக்கும் புகைப் படலம், பேரிரைச்சல்

pothouse *(n)*: toddy shop, மதுக் கடை

potion *(n)*: a dose, ஒரு வேளை அளவு

pot-pourri *(n)*: mixture of dried petals and spices used as a perfume, நறுமணக்கலவை

pottage *(n)*: soup, stew, வடிசாறு

potter *(n)*: one who makes earthenware, குயவன்

pottery *(n)*: earthenware, மட்பாண்டத் தொழில்

pouch *(n)*: small bag, purse, pocket, சிறு பை, பணப்பை, சட்டைப் பை

poultice *(n)*: soft mass of bread, linseed etc., with hot water put on the body to lessen pain, வலியைக் குறைக்கப் போட்ப்படும் மாக்கட்டு

poultry *(n)*: domestic fowls, ducks etc., வளர்ப்புப் பறவைகள்

pounce *(v)*: to seize with claws, make sudden attack upon, நகத்தால் பற்றிப் பிடி, திடீரெனத் தாக்கு; *(n)*: claw, a jump, fine powder, பறவைகள் நகம், பாய்ச்சல், தூள்

pound *(n)*: a measure of weight, enclosure for animal, எடையளவு, பட்டி; *(v)*: to confine, pulverise, பட்டியில் அடை, தூளாக்கு

pour *(v)*: cause to flow, discharge copiously, ஊற்று, கொட்டு

pout *(v)*: protrude lips, உதட்டைப் பிதுக்கு; *(n)*: a kind of fish, ஒரு வகை மீன்

poverty *(n)*: poorness, scarcity, வறுமை, இல்லாமை, ஏழ்மை

powder *(n)*: fine dust, நுண்தூள்; *(v)*: pulverise, sprinkle with powder, பொடியாக்கு, தூளாக்கு, பொடி தூவு

power *(n)*: ability to do, strength, force, rule, the product of a number multiplied by itself, திறமை, ஆற்றல், வலிமை, ஆட்சியுரிமை, ஒரு எண்ணின் பெருக்கடுக்கு

powerful *(adj)*: having great power or influence, ஆற்றல் மிக்க, செல்வாக்குடைய

powerless *(adj)*: without power, unable, அதிகாரமற்ற, ஆற்றலற்ற, வலுவற்ற

pox *(n)*: skin disease, அம்மை நோய்

practical *(adj)*: shown in practice, experienced, செயல் முறைக்கு உகந்த, நடைமுறைக்குரிய, அனுபவமுடைய

practice *(n)*: habitual action, repeated exercise, a doctor's or lawyer's business, நடைமுறை, ஒழுங்கு, பழக்கம், பயிற்சி, மருத்துவர் வழக்கறிஞர் ஆகியோரின் தொழில் முறைப் பணி

practise *(v)*: perform habitually, carry out in action, to do exercises, to follow one's profession, வழக்கப் படுத்து, பழகு, செயற்படுத்து, பயிற்சிபெறு, தொழில் நடத்து

practitioner *(n)*: one who practises, வழக்கறிஞர், மருத்துவர், தொழில் முறைப்பணிபுரிவோர்

praise *(v)*: to speak highly of, give glory, புகழ்ந்து பேசு, போற்று; *(n)*: commendation, hymn-singing, போற்றுதல், துதி

praise-worthy *(adj)* : worthy of praise, commendable, புகழத்தக்க, போற்றத்தகுந்த, பாராட்டத்தக்க
prance *(v)* : move forwards like in a showy or warlike manner, துள்ளி நட, பகட்டாக நட, இறுமாப்புடன் நட
prank *(v)* : to adorn, அலங்கரித்துக் கொள்; *(n)* : mischievous trick, குறும்பு
prate *(v)* : talk too much, chatter, உளறு, பிதற்று
prattle *(v)* : talk in childish or artless manner, மழலை பேசு, கொஞ்சிப் பேசு, பிதற்று; *(n)* : childish chatter, பொருத்தமற்ற பேச்சு
prawn *(n)* : a shell-fish, இறால் மீன்
pray *(v)* : to worship, to beg, வழிபடு, வேண்டு, இரந்து கேள்
prayer *(n)* : solemn request to God, one who prays, வழிபாடு, வேண்டுகோள், வழிபாடு செய்பவர்
preach *(v)* : deliver a sermon, சமயச் சொற் பொழிவாற்று
preamble *(n)* : introductory part of writings and speeches, முன்னுரை, தொடக்கப் பகுதி
prearrange *(v)* : to arrange before hand, முன்னேற்பாடு செய்
prebend *(n)* : part of revenue of cathedral paid to clergyman, a stipend, திருச்சபை உறுப்பினருக்கு அளிக்கப்படும் மானிய வருவாய்ப் பகுதி, உதவித் தொகை
precarious *(adj)* : uncertain, dangerous, உறுதியற்ற, ஆபத்தான
precaution *(n)* : previous care, முன்னெச்சரிக்கை
precede *(v)* : to go before, முற்படு, முன்நிகழ்வுறு
precedent *(n)* : previous case taken as example, முன்மாதிரி; *(adj)* : preceding, முந்திய, முன்நிகழ்வான
preceding *(adj)* : previous, going before, முந்திய, முற்பட்ட, முன் சென்ற, முற்கூறப்பட்ட
precentor *(n)* : one who leads singing, இசைக்குழுத் தலைவன்
precept *(n)* : command or maxim, கட்டளை, அறிவுரை, முதுமொழி
preceptor *(n)* : teacher, ஆசிரியர்
precinct *(n)* : an enclosed space, limit, boundary, எல்லைக்குட்பட்ட பகுதி, எல்லை
precious *(adj)* : of great price, விலையுயர்ந்த, மதிப்புமிக்க
precipice *(n)* : vertical phase of cliff, rocks etc., செங்குத்துப் பாறை, செங்குத்துச்சரிவு
precipitate *(v)* : throw down head long, urge on, condense, make to settle at the bottom, தலைகீழாக வீசு, விரைவு படுத்து, குளிர வை அடியில் படியச் செய்; *(n)* : substance which settles down at the bottom in a solution, moisture condensed from vapour, மண்டி, வீழ்படிவு, ஆவியின் குளிர் உறைவுப் படிவு; *(adj)* : head long, hurried, hasty, கண்மூடித்தனமான, தலைகீழான, அவசரமான, விரைகிற
precis *(n)* : summary, abstract, சுருக்கம், பொழிப்பு
precise *(adj)* : definite, accurate, தெளிவான, சரிநுட்பமான
precision *(n)* : accuracy, சரி நுட்பம்
preclude *(v)* : exclude, make impracticable, prevent, விலக்கு, நடைமுறைக்கு ஒவ்வாததாக்கு, தடு

precocious *(adj)* : too wise for one's age, developing earlier than expected, வயதுக்கு மீறிய, அறிவு வளர்ச்சியுடைய, பிஞ்சிலே பழுத்த

preconceive *(v)* : conceive beforehand, முன்னதாகவே உய்த்துணர்

precursor *(n)* : forerunner, முன்னோடி, முன்வரு தூதுவன்

predatory *(adj)* : addicted to plunder, preying upon others, கொள்ளையடிக்கும், மற்ற விலங்குகளைக் கொன்று தின்கிற

predecessor *(n)* : a former holder of an office, forefather, முற்பதவியாளர், மூதாதை

predestine, predestinate *(v)* : to determine beforehand, முன் முடிவெடு, முன்னுறுதி செய்

predetermine *(v)* : to decree before hand, முன்னரே அறுதியிடு

predicament *(n)* : thing predicated, dangerous or unpleasant situation, பயனிலைக் கூறு, இடர் நிலை, இக்கட்டான நிலை

predicate *(v)* : assert, declare, உறுதிப்படுத்து, அறிவி; *(n)* : what is said of the subject, பயனிலை

predict *(v)* : foretell, prophesy, வரு முன் கூறு, வருவது உரை, குறிசொல்

prediction *(n)* : fortelling, prophecy, வருவதுரைத்தல், குறி சொல்லுதல்

predilection *(n)* : a preference, partiality, இயற்சார்பு, ஒருதலைச் சார்பு

predispose *(v)* : render liable, இணக்கமாக இரு

predominance *(n)* : superiority, influence, மேன்மை, செல்வாக்கு

predominant *(adj)* : supreme, ruling, noticeable, சிறந்த, உயர்ந்த, ஆளுகிற, குறிப்பிடத்தக்க

predominate *(v)* : rule over, be superior to, அதிகாரம் செலுத்து, மேம்பட்டிரு

preeminent *(adj)* : superior, best of all, மேம்பாடுடைய, முதன்மையான

preen *(v)* : to comb and arrange the feathers with beak, அலகால் இறகைக் கோதிவிடு

preface *(n)* : author's explanatory remark to a book, முகவுரை

prefect *(n)* : police officer, governor, student monitor, காவல் அலுவலர், ஆளுநர், சட்டாம்பிள்ளை

prefer *(v)* : choose, like better, தெரிந்தெடு, ஒன்றைவிட மற்றொன்றை விரும்பு

preferable *(adj)* : more desirable, (ஒன்றைவிட மற்றொன்று) பெரிதும் விரும்பத்தக்க

preference *(n)* : better liking, choice of one thing before another, அதிகமாக விரும்பப்பட்ட பொருள், தேர்ந்தெடுக்கப்பட்ட பொருள், முன்னுரிமை விருப்பத் தேர்வு

prefix *(v)* : to fix before, முன்னே இணை; *(n)* : something prefixed, முன்னொட்டு

pregnancy *(n)* : state of being pregnant, significance, கருக்கொள்ளுதல், கருத்துச்செறிவு

pregnant *(adj)* : carrying offspring before birth, full of meaning, கருவுற்ற, கருத்துச் செறிவுடைய

prehensile *(adj)* : suitable for seizing or holding, பற்றிப் பிடிக்கத்தக்க

prehistoric *(adj)* : pertaining to the time before recorded history வரலாற்றிற்கு முற்பட்ட காலத்திய

prejudge *(v)* : form an opinion and decide in advance, முன் முடிவு செய், விசாரணையின்றித் தீர்ப்பளி

prejudice *(n)* : unfair opinion, injury, தப்பெண்ணம், கேடு; *(v)* : to fill with prejudice, damage, harm, தப்பெண்ணம் கொள், கேடுண்டாக்கு, தீங்கிழை

prelate *(n)* : a bishop or arch bishop, சமயகுரு

preliminary *(adj)* : going first, preparatory, தொடக்க, ஆயத்த

prelude *(n)* : an introductory piece, பீடிகை, முன்னுரை

premature *(adj)* : ripe before proper time, உரிய காலத்திற்கு முந்திய

premeditate *(v)* : to think out beforehand, முன்யோசனை செய்

premier *(n)* : prime minister. முதலமைச்சர்; *(adj)* : first, chief, foremost, முதலான, தலைமையான

premiere *(n)* : first public performance, அரங்கேற்றம்

premise *(n)* : statement on which reasoning is based, காரண காரியக் கூற்று

premises *(n. pl)* : main building with its outer building, yard etc., மனையிடம்

premium *(n)* : amount to be paid in consideration of contract or insurance, reward, bonus, காப்பீட்டுத் தவணைக் கட்டணம், பரிசுப் பணம், ஊக்கத் தொகை

preoccupy *(v)* : engage before hand, occupy beforehand, வேறு சிந்தனையில் ஈடுபடு, முன்பே இடம் கொள், முன் ஈடுபடுத்திக் கொள்

preparation *(n)* : state of being ready something made ready, முன்னேற்பாடு, முன் ஆயத்தம்

prepare *(v)* : get or make ready, be able to do, ஆயத்தமாக்கு, முன்னேற்பாடு செய், தகுதி ஏற்படுத்து

preparedness *(n)* : readiness, ஆயத்த நிலை, தகுதி நிலை

prepay *(v)* : to pay beforehand or in advance, முன்பணம் செலுத்து

preponderate *(v)* : weigh more, outnumber, be the chief element, எடையில் மிஞ்சு, முதன்மையாயிரு

preposition *(n)* : a functional word used with a noun or pronoun to mark its relation with another word, முன்னிடைச் சொல்

prepossessing *(adj)* : pleasant, மனத்தைக் கவரும்

preposterous *(adj)* : foolish, contrary to common sense, மதிகெட்ட, பகுத்தறிவுக்குப் பொருந்தாத

prerequisite *(n)* : something required as a previous condition, முன்தேவைப் பொருள், முற்படு தேவை

prerogative *(n)* : peculiar right or privilege, தனிச்சிறப்புரிமை, உயர் உரிமை

presage *(v)* : foretell, predict, warn, முன்னறிகுறி காட்டு, எச்சரி

prescience *(n)* : knowledge of something beforehand, முன்னறிவு

prescribe *(v)* : lay down authoritatively, to advise use of medicines, ஆணையிடு, மருந்து குறித்துக்கொடு

prescription *(n)* : doctor's written direction for composition and use of medicines, மருந்துச் சீட்டு

presence *(n)* : the state of being present, appearance, உளதாகும் தன்மை, இருத்தல், தோற்றம்

present *(n)* : a gift, time present, அன்பளிப்பு, நிகழ்காலம்; *(v)* :

to give a present, to offer, introduce, produce before, பரிசளி, கொடு, அறிமுகப்படுத்து, முன்னிறுத்து

presentable *(adj)* : of decent appearance, fit to be presented, கண்ணியமான, நல்ல தோற்ற முடைய, பரிசளிக்கத் தகுந்த

presentation *(n)* : an introduction, அறிமுகம், அன்பளிப்பு, பரிசளிப்பு

presentiment *(n)* : a feeling that something bad is about to happen, முன்னுணர்வு

presently (*adv*) : after a while, உடனே

preserve *(v)* : to keep safe, to defend, keep undisturbed for private use, பாதுகாப்பு செய், காப்பாற்று; *(n)* : that which is preserved, ஊறு காய், பாதுகாக்கப்பட்ட பொருள்

preside *(v)* : to be chair person at a meeting, தலைமை தாங்கு

president *(n)* : chairperson, the leading member of a club, association etc., the head of the republic, அவைத் தலைவர், கழகத் தலைவர், குடியரசுத் தலைவர்

press *(v)* : push, urge, அழுத்து, நெருக்கு, வற்புறுத்து; *(n)* : a pressing or printing machine, printing place, newspapers, அழுத்தி, அச்சுப்பொறி, அச்சுக் கூடம், செய்தி இதழ்

pressgang *(n)* : a body of men formerly employed to carry off men by force into the army or navy, படை சேர்ப்புக் குழு

pressing *(adj)* : demanding immediate action. important, அவசர நடவடிக்கைக்குரிய, கட்டாயமான

pressure *(n)* : a pressing against or on force, demand, urgency, அழுத்தம், அவசரம், நெருக்கடி

prestige *(n)* : renown, தன்மதிப்பு, தன்மானம்

presume *(v)* : suppose, dare, கருது, துணிவு கொள்

presumption *(n)* : blind self-assertion, arrogance, probability, தன்மூப்பு, துணிவு, ஊக்கம்

presumptuous *(adj)* : insolent, showing presumption, துடுக்கான, தன் மூப்புடைய

presuppose *(v)* : assume to start with, முன்னதாகவே ஊகித்துக் கொள்

pretence *(n)* : false show, assumption, போலித்தனம், பாசாங்கு

pretend (*v*) : assume, make believe claim, பாசாங்கு செய், நம்பச் செய், உரிமை கோரு

pretended *(adj)* : asserted, professed, போலியான, பாசாங்கான

pretentious *(adj)* : making an outward show, போலிப் பெருமை கொள்கிற, பகட்டான, நடிக்கிற

pretext *(n)* : a specious excuse or reason, பொய்க் காரணம், சாக்குப் போக்கு

pretty *(adj)* : pleasing to look at, அழகான; *(adv)* : rather, moderately, ஓரளவு, மட்டான அளவில்

prevail *(v)* : be victorious, be prevalent, வெற்றி பெறு, வழக்கத்தில் நீடித்திரு, நடை முறையிலிரு

prevailing *(adj)* : usual, current, நடைமுறையிலுள்ள, நடப்பிலுள்ள

prevalent *(adj)* : predominant, common, effective, எங்குமுள்ள, நடைமுறையில் உள்ள

prevaricate *(v)* : try to avoid telling the truth, உண்மையைக் கூறாமல் மழுப்பு

prevent *(v)* : keep from happening, stop, interfere, நிகழாமல் தடு, தடைசெய், குறுக்கிட்டு நிறுத்து
preventive *(adj)* : tending to prevent, தடுக்கிற; *(n)* : that which prevents, தடை, தடைப்படு செயல்
previous *(adj)* : earlier, precedent, முந்தின, முற்பட்ட, சென்ற
prey *(n)* : an animal that is caught by another for food, robbery, இரை, கொள்ளை; *(v)* : kill and eat, rob, கொன்று தின்றுவிடு, கொள்ளையடி
price *(n)* : charge, worth, விலை, மதிப்பளவு
priceless *(adj)* : beyond price, invaluable, விலைமதிக்க முடியாத
prick *(v)* : puncture, sting, குளையிடு, குத்து, கொட்டு; *(n)* : that which pricks, a puncture, முள், துளை, குத்து, கொட்டுதல்
prickly heat *(n)* : summer rash of red pimples, வியர்க்குரு
prickly pear *(n)* : a cactus having pear shaped prickly fruit, கற்றாழை, சப்பாத்திக் கள்ளி
pride *(n)* : self-respect, vanity, இறுமாப்பு, தற்பெருமை
priest *(n)* : an official, minister of any religious system, பூசாரி, சமயகுரு
prig *(n)* : a narrow minded person, குறுகிய மனப்பான்மையுடையவர்
prim *(adj)* : proper, neat in appearance, dignified, சரியான, நல்ல தோற்றமுடைய
prima-donna *(n)* : a famous woman singer, புகழ்பெற்ற பெண்பாடகி
primary *(adj)* : first in time or order, important, அடிப்படையான, முதலாவதான, தொடக்கத்திலிருந்தேயுள்ள, முக்கிய
primate *(n)* : an archbishop, கிறித்துவத் தலைமைக்குரு
prime *(adj)* : first in time, rank or importance, of the highest quality, முதலாவதான, தலைமையான, முதன்மையான, மிகச்சிறந்த; *(n)* : state of highest perfection, முழு நிறைவு நிலை
primer *(n)* : elementary text book, அரிச்சுவடி, அடிப்படை பாடநூல்
primeval *(adj)* : pretaining to the first age of the world, old, முதல் ஊழிக் காலம் சார்ந்த, பண்டைக் காலத்திய
primitive *(adj)* : pr ehistoric, uncivilized, முற்பட்ட காலத்திய, நாகரீகமற்ற
prince *(n)* : son of a king, nobleman of the highest rank belonging to the royal family, இளவரசன், அரசகுலத்தவன்
princely *(adj)* : befitting a prince, அரசகுலத்திற்குரிய
princess *(n)* : daughter of a king, female member of a royal family, இளவரசி, அரசகுலப்பெண்
principal *(adj)* : main, chief, சிறப்பான, முதன்மையான; *(n)* : head of an educational institution, an amount of money put out to interest, கல்லூரி முதல்வர், வட்டிக்கு விட்ட தொகை, விடுமுதல்
principle *(n)* : basic rule, fundamental essence, கொள்கை, கோட்பாடு
print *(v)* : mark by pressing, அச்சடி; *(n)* : a line or mark made by pressing one thing against another, அச்சு, முத்திரை
prior *(adj)* : earlier, previous, more important, காலத்தால் முற்பட்ட, முந்திய, முக்கிய; *(n)* : superior of a monastery, மடத்தலைவர்

priority *(n)* : claim to first considera-tion, முந்துரிமை, முன்னுரிமை, சலுகை

prism *(n)* : solid figure with equal and parallel ends, பட்டகம்

prison *(n)* : place of confinement, a place in which law breakers are kept, காவல் கூடம், சிறை

prisoner *(n)* : one shut up in a prison, கைதி

pristine *(adj)* : former, primitive, முந்திய, புராதன, பண்டைய

prithee *(interj)* : please, தயவு செய்து

privacy *(n)* : seclusion, secrecy, தனிமை, இரகசியம், அந்தரங்கம்

private *(adj)* : secret, individual, இரகசியமான, அந்தரங்கமான, தனிப்பட்ட; *(n)* : a soldier of the lowest rank, கடைநிலைப் படை வீரர்

privateer *(n)* : an armed private vessel allowed to attack enemy ships தனியார் போர்க்கப்பல்

privation *(n)* : absence of necessities and comforts of life, want, வறுமை, இல்லாமை

privet *(n)* : an evergreen shrub, பசுமை மாறா வேலிப் புதர்ச்செடி வகை

privilege *(n)* : the right to do a special thing, சிறப்புரிமை, பேறு, தனிச் சலுகை

privy *(adj)* : secret or private, இரகசிய மான, தனிப்பட்ட, அந்தரங்க மான; *(n)* : latrine, கழிப்பிடம்

prize *(n)* : gift for a merit, பரிசு; *(v)* : value highly, உயர்வாக மதி, பாராட்டு

probability *(n)* : likelihood, chance, நிகழுமை, வாய்ப்பு

probable *(adj)* : likely, likely to happen, உண்மையாக இருக்கக்கூடிய, நிகழக் கூடிய

probation *(n)* : a state or period of being tested, தகுதி ஆய்வுக்காலம்

probe *(v)* : to enquire into, to examine thoroughly, நுணுக்கமாக ஆய்வு செய், ஊடுருவிப் பார், ஆழ்ந்து ஆய்வு செய்; *(n)* : an instrument for exploring wound, புண்ணை ஆராய உதவும் கருவி

probity *(n)* : proved integrity, honesty, நாணயம், நேர்மை

problem *(n)* : something to be worked out, anything that is hard to understand or deal with, சிக்கலான ஒன்று, பிரச்சினை, சிக்கல்

proboscis *(n)* : the elongated part of the mouth of animal or insect, elephant's trunk, பூச்சிகளின் தூண்டிழை, புழுக்களின் உறிஞ்சு குழல், தும்பிக்கை

procedure *(n)* : a way or manner of doing things, போக்கு, செயல் முறை, நடவடிக்கை

proceed *(v)* : move forward, continue, come forth, முன்செல், தொடர்ந்து செய், முற்படு

proceeding *(n)* : action, behaviour, செயல், நடவடிக்கை

proceedings *(n. pl)* : record of transactions, legal action, நடவடிக் கைக் குறிப்புகள், சட்ட நட வடிக்கை

proceeds *(n. pl)* : profit, ஆதாயம், வருமானம், விளைபயன்

process *(n)* : plan or method, a course of legal action, செய்முறை, நடைமுறை, சட்டமன்ற நட வடிக்கை; *(v)* : to subject to process, prosecute, உரிய முறையில் பதனிடு, செயலாற்று

procession *(n)* : number of persons marching in an orderly way, ஊர்வலம்

proclaim *(v)* : to announce publicly and officially, விளம்பரம்செய், பறைசாற்று

proclivity (*n*) : a tendency, leaning towards something, inclination, சார்பு, மனக்கோட்டம்

procrastination *(n)* : habit of delaying, postponement, காலத் தாழ்த்துதல், ஒத்திபோடுதல்

procure *(v)* : acquire, bring about, முயன்று பெறு

prod *(v)* : to prick, to urge on, குத்து, தூண்டு

prodigal *(adj)* : lavish, wasteful, தாராளமாகச் செலவு செய்கிற, வீண் செலவு செய்கிற; *(n)* : spendthrift, squanderer, ஊதாரி, வீண் செலவாளி

prodigious *(adj)* : abnormal, vast, amazing, அளவு மீறிய, மிகப் பெரிய, வியப்பிற்குரிய

prodigy *(n)* : person of abnormal ability or talents, uncommon phenomenon, கடுந்திறமுடையவர், வியத்தகு நிகழ்ச்சி

produce *(v)* : show or exhibit something, manufacture, cause to grow, பார்வைக்கு வை, உற்பத்தி செய், பயிர்விளைவி, வளரச் செய்; *(n)* : what is produced, harvest, yield, விளைபொருள், அறுவடை, விளைவு

producer *(n)* : one who produces, தயாரிப்பாளர்

product *(n)* : what is produced, விளைபொருள், பயன், பெருக்குத்தொகை

production *(n)* : act of produc ng, what is produced, உற்பத்தி செய்தல், விளைவு, உற்பத்தி

profane *(v)* : to treat irreverently, misuse wickedly, புனிதநிலை கெடு, திட்டாக்கு; *(adj)* : not holy, impious, சமயச் சார்பற்ற, தெய்வ நிந்தனை செய்கிற

profess *(v)* : to declare, affirm, pretend, அறிவி, உறுதிப் படுத்து, பாசாங்கு செய்

professed *(adj)* : openly acknowledged, வெளிப்படையாக ஒப்புக் கொள்ளப்பட்ட

profession *(n)* : a work or occupation, தொழில், வாழ்க்கைத் தொழில்

professor *(n)* : one of the high ranking teachers in a college or university, பேராசிரியர்

proffer *(v)* : to offer, கொடுக்க முன்வா

proficiency *(n)* : state of being proficient, செயல் திறமை, தேர்ச்சி

proficient *(adj)* : well-skilled, திறமை மிக்க; *(n)* : an expert, வல்லுநர்

profile *(n)* : an outline, a side view of a head or portrait, வடிவுருவம், பக்கவாட்டுத் தோற்றம்

profit *(n)* : benefit, use, ஆதாயம், பலன்; *(v)* : to gain profit or advantages, ஆதாயம் பெறு, பயனடை

profitable *(adj)* : gainful, advantageous, ஆதாயமுடைய, பலன் தரும்

profiteer *(n)* : one seeking or obtaining unreasonable profit, நெருக்கடியைப் பயன் படுத்திக் கொள்ளை லாபம் அடிப்பவன்

PRO

profligacy *(n)* : corruptness of morals, wastefulness, ஒழுக்கக்கேடு, ஊதாரித் தனம்

profligate *(adj)* : extravagant, immoral, ஊதாரித்தனமான, ஒழுக்கம் கெட்ட; *(n)* : a reckless spendthrift, a depraved person, ஊதாரி, ஒழுக்கம் கெட்டவன், சீரற்றவன்

profound *(adj)* : intellectually exhaustive, deep, பரந்த அறிவுள்ள, ஆழமான

profuse *(adj)* : extravagant, copious, மட்டுமீறிய, தாராளமான

progeny *(n)* : offspring, பின்மரபு, சந்ததி

prognosticate *(v)* : to foretell, முன்னறிவி, வருவதுரை

programme, program *(n)* : any prearranged plan, a list of things that are going to happen, நிகழ்ச்சி, நிகழ்ச்சி நிரல்

progress *(n)* : advancement, development, முன்னேற்றம், வளர்ச்சி, மேம்பாடு

progressive *(adj)* : advancing, increasing, முன்னேறுகிற, படிப்படியாக வளரும்

prohibit *(v)* : disallow, prevent, விலக்கு, தடைசெய்

prohibition *(n)* : an interdiction, barrier, a law or rule forbidding something, தடுத்தல், தடை, தடையுத் தரவு

project *(n)* : plan, scheme, contrivance, திட்டம், செயல் முறை, ஏற்பாடு; *(v)* : to plan, to cause to fall on a surface, to cause to extend forward, கருத்துருவாக்கு, மேற்பரப்பில் விழச்செய், துருத்து, புறஞ் செலுத்து

projector *(n)* : a promoter, an apparatus used to throw pictures on a screen, திட்ட இயக்குநர், திரைப் படக் கருவி

proletariat *(n)* : the working people, பாட்டாளி இனம்

prolific *(adj)* : fertile, creative, இனப் பெருக்க வளமுடைய, ஆக்க சக்தி யுடைய

prolix *(adj)* : tiresome, long and wordy, சலிப்பூட்டும் அளவுக்கு நீண்ட, சொற் பெருக்கமுடைய

prologue *(n)* : a preface, the introductory lines before a play, முகப் புறுப்பு, நாடக முகப்பு, பீடிகை

prolong *(v)* : make longer, increase the length, நீட்டு, நீளமாக்கு

promenade *(n)* : a walk for amusement or exercise, a place for promenading, உலாவுதல், உலாவும் சாலை

prominence *(n)* : fame, protuberance, மேம்பாடு, மேன்மை, மேற் புடைப்பு

prominent *(adj)* : eminent, important, projecting, புகழ்வாய்ந்த, முக்கிய மான, மேற்புடைப்பான

promiscuous *(adj)* : indiscriminate, composed of individuals or things mingled confusedly, வரைமுறை யற்ற, குழப்பமான, கலப்படமான

promise *(n)* : assurance, pledge, வாக்குறுதி, உறுதிமொழி; *(v)* : to pledge by a promise, to give a reason, வாக்குறுதி அளி, நம்பிக்கைக்கு இடம் கொடு

promissory *(adj)* : containing a promise, உறுதி மொழியடங்கிய

promontory *(n)* : headland, a rounded projection or port, நில முனை, நிலக்கூம்பு, உந்துறுப்பு

promote *(v)* : raise in rank, position etc.. help to happen successfully, மேம்படுத்து, உயர்த்து, வெற்றி பெற உதவி செய்

promotion *(n)* : a raising in rank or grade, a helping towards a success, பதவி உயர்வு, மேம்பாடு, உயர்வு, முன்னேற்றத்திற்கான ஆக்க முயற்சி

prompt *(adj)* : on time, punctual, உடனடியான, காலந்தவறாத; *(v)* : lead, remind, அடியெடுத்துக் கொடு, நினைவூட்டு

promptitude *(n)* : the habit of being prompt, ஆயத்த நிலை, செயல் விரைவு

promulgate *(v)* : announce, publish, spread, அறிவி, வெளியிடு, விளம்பரம் செய், பரப்பு

promulgation *(n)* : act of announcing, publication, விளம்பரப்படுத்துதல், வெளியீடு

prone *(adj)* : lying flat with the face downward, leaning forward or downward, addicted, குப்புறப் படுத்திருக்கும், சாய்ந்திருக்கும், பழக்கப்பட்ட

prong *(n)* : pointed end of an implement, கவர்முள்

pronoun *(n)* : a word used as a substitute for a noun, பெயர்ப்பதிலி, மறுபெயர்

pronounce *(v)* : speak, to declare, உச்சரி, அறிவி

pronouncement *(n)* : the act of pronouncing, an announcement, உச்சரித்தல், அறிவிப்பு

pronunciation *(n)* : the sound of a spoken word, the act of speaking sounds, உச்சரிப்பு, ஒளிப்பு

proof *(n)* : that which ascertains the truth of something, the rough copy, சான்று, தெளிவு, பார்வைப்படி, திருத்தப்படி

prop *(v)* : hold up or support, முட்டுக்கொடு, தாங்கு, ஆதரி; *(n)* : a support, ஆதாரம், ஊன்றுகோல்

propaganda *(n)* : news and opinions, கருத்துப் பரப்பு, பிரசாரம்

propagate *(v)* : to reproduce, disseminate, இனப்பெருக்கம் செய், பரவச் செய்

propel *(v)* : drive or urge forward, push, முன்னே செலுத்து, தள்ளு, உந்து

propensity *(n)* : natural tendency, இயல்பான போக்கு, இயற்கைக் குணம், மனப்பாங்கு

proper *(adj)* : appropriate, convenient, correct, good, முறையான, இசைவான, சரியான, நல்ல

property *(n)* : possessions, ownership, quality, சொத்து, உடைமை, இயல்பு, தன்மை

prophecy *(n)* : foretelling, prediction, குறிசொல்லுதல், வருவதுரைத்தல்

prophet *(n)* : one who foretells the fortune, a religious leader, வருவதுரைப்பவர், குறிசொல்வோன், சமயத் தலைவர்

propinquity *(n)* : nearness, அண்மை, நெருக்கம்

propitiate *(v)* : appease, conciliate, குறையகற்று, அமைதிப்படுத்து

propitious *(adj)* : auspicious, favourable, உகந்த, இசைவான

proportion *(n)* : a share or part, the relation between parts, பங்கு வீதம், விகிதம்; *(v)* : to adjust to proper share, to form with a harmonious relation of parts, சரி பங்கு வை, விகிதப்படுத்து

proposal *(n)* : an offer, a suggestion, புதுத்திட்டம், கருத்து

propose *(v)* : suggest, to offer, to nominate, to intend, to announce a plan, கருத்து தெரிவி, விருப்பம் தெரிவி, முன்மொழி, கருது, திட்ட அறிவிப்பு செய்

proposition *(n)* : something suggested or proposed, ஆய்வுத் திட்டம், முன்மொழிவு

propound *(n)* : to put forward, முன்வை, முன்மொழி

proprietor *(n)* : the owner and manager of a business, உரிமையாளர்

propriety *(n)* : reasonableness, fitness, decency, நேர்மை, தகுதி, ஒழுங்கு முறை

propulsion *(n)* : a driving forward, உந்தம்

prorogation *(n)* : continuance, prolongation, நீடிப்பு, தள்ளி வைத்தல்

prorogue *(v)* : to discontinue, to postpone, தற்காலிகமாக நிறுத்து, தள்ளிவை

prosaic *(adj)* : unimaginative, dull, புதுமை நயமற்ற, எழுச்சியூட்டாத

pros & cons *(n)* : reasons for and against, சார்பெதிர்வுகள்

proscribe *(v)* : prohibit, to banish, தடையுத்தரவு போடு, விலக்கு, நாடு கடத்து

prose *(n)* : ordinary writing without metrical structure, உரைநடை

prosecute *(v)* : take to a law court, bring to trial, to continue, வழக்குத் தொடு, சோதனைக்குட்படுத்து, தொடர்ந்து மேற்கொள்

prosecution *(n)* : the act of prosecuting, குற்றச்சாட்டு, வழக்கு தொடர்தல்

prosecutor *(n)* : the law officer who leads a case against a prisoner, குற்றச்சாட்டு வழக்கறிஞர்

proselyte *(n)* : a convert, மதம் மாறியவர்

prosody *(n)* : the science of poetical form, யாப்பிலக்கணம்

prospect *(n)* : an extended view, an outlook, what we may expect to happen, காட்சிப்பரப்பு, பரந்த காட்சி, எதிர்பார்ப்பு, வருங்கால வாய்ப்பு; *(v)* : to explore, ஆராய்

prospective *(adj)* : anticipated, future, எதிர்பார்க்கும், வருங்கால வளமுடைய

prospectus *(n)* : a booklet containing information of a proposed literary commercial or industrial institution, தகவல் தொகுப்பு

prosper *(v)* : to be prosperous, flourish, be successful, செழிப்படை, முன்னேறு, வெற்றிபெறு

prosperity *(n)* : good fortune, wealth condition, நற்பேறு, வளமை, செழிப்பு

prosperous *(adj)* : flourishing, well off, வளமுள்ள, செழிப்பான

prostitute *(n)* : harlot, whore, பரத்தை, விலைமகள்

prostitution *(n)* : the act of prostituting, பரத்தமை

prostrate *(adj)* : lying flat with the face to the ground, defenceless, குப்புறப்படுத்த நிலையிலுள்ள, சரணடைந்த; *(v)* : to bow, lay on the ground, defeat, தலைவணங்கு, கீழே விழுந்து வணங்கு

protect *(v)* : guard, keep from danger or harm, காவல் செய், பாதுகாப்பு அளி, காப்பாற்று

protective *(adj)* : defensive, affording protection, காப்பு தரும், பாதுகாப்பு அளிக்கும்

protege *(n)* : one who is under the care of another, ஆதரவில் இருப்பவர்

protein *(n)* : a body-building substance rich in nitrogen, புரதம்

protest *(n)* : a statement objecting to something, மறுப்புரை, கண்டனம்; *(v)* : object, speak against, எதிர்ப்புத் தெரிவி, மறுத்துக் கூறு

prototype *(n)* : the first or original type, a pattern, முதல் வடிவம், மூல வடிவம், மாதிரி

protract *(v)* : elongate, to delay, நீட்டு, காலங்கடத்து

protractor *(n)* : an instrument for measuring and laying off angles, கோணமானி, பாகைமானி

protrude *(v)* : project outward, துருத்திக்கொண்டு நில், பிதுங்கு

protuberance *(n)* : a swelling, a bulging mass, வீக்கம், புடைப்பு

proud *(adj)* : having a high regard for oneself, splendid, இறுமாப்புடைய, பகட்டான

prove *(v)* : establish the truth of, மெய்யெனக் காட்டு, சான்று காட்டு, நிறுவு

provender *(n)* : fodder, கால்நடைத் தீவனம்

proverb *(n)* : a wise saying, a maxim, பழமொழி, மூதுரை

proverbial *(adj)* well-known, notorious, relating to a proverb, நாடறிந்த, கெட்ட பெயர் பெற்ற, பழமொழி தொடர்பான

provide *(v)* : supply, prepare, arrange, தருவி, அளி, முன்னொருக்கம் செய், ஏற்பாடு செய்து கொடு

provided *(adj&conj)* : on condition, என்ற நிபந்தனைக்குட்பட்டு

providence *(n)* : the Deity, economy, கடவுள், முன் கருதல், சிக்கனம்

providential *(adj)* : fortunate; coming as if from God, நற்பேறான கடவுள் அருளாலான

province *(n)* : a large division of a country, jurisdiction, மாநிலம், கடமை எல்லை, செயல் துறை எல்லை

provincial *(adj)* relating to province, மாநிலத்துக்குரிய

provison *(n)* : something prepared as against future need, nutriment, stock, a given condition, முன்னேற்பாடு செய்தல், உணவுப் பொருள், முற்சேகரப் பொருள், கட்டுப்பாட்டு விதி

provisional *(adj)* : provided for a temporary necessity, தற்காலிகமான

proviso *(n)* : a condition, நிபந்தனை

provocation *(n)* : something that stirs anger, the act of provoking, சினமூட்டுதல், தூண்டுதல்

provoke *(v)* : to call forth, to rouse to anger, தூண்டு, கிளறு, சினமூட்டு

provost *(n)* : a dean, head of a cathedral, புலத் தலைவர், திருச்சபைத் தலைவர்

prow *(n)* : the front part of a ship or boat, கப்பல் அல்லது படகின் முன்பகுதி

prowess *(n)* : bravery, strength, வீரம், ஆற்றல்

prowl *(v)* : wander about looking for food, to roam about in search of plunder, உணவு தேடி நட, கொள்ளையடிக்கும் நோக்கத்துடன் சுற்றித்திரி

proximity *(n)* : the state of being near or next, அண்மை, நெருக்கம்

proximo *(adv)* : in the coming month, அடுத்த மாதத்தில், வரும் திங்களில்

proxy *(n)* : one empowered by another to act for him, செயலுரிமை பெற்ற பதிலாள்

prude *(n)* : one who is too modest and delicate in behaviour, பாசாங்கு ஒழுக்கமுடையவர்

prudence *(n)* : carefulness, wisdom, முன்மதி, செயலறிவு

prudent *(adj)* : careful, wise, முன் கவனமுடைய, அறிவு நுட்பமுடைய

prune *(n)* : a kind of dried palm, உலர் பழவகை; *(v)*: to trim or cut off the superfluous branches of plants, செடி கொடிகளை நுனிவெட்டித் திருத்தம் செய், தழை வெட்டு

pry *(v)* : to look curiously, துருவிப்பார்

psalm *(n)* : a sacred song or poem, பாசுரம், வழிபாட்டுப் பாடல், துதிப்பாடல்

psalter *(n)* : the book of psalms, தோத்திர நூல், வழிபாட்டுப் பாடல் நூல்

pseudonym *(n)* : pen name, false name, புனைப் பெயர்

psha *(interj)* : an expression of impatience or disgust, சீ ! சீ !

psychic *(adj)* : pertaining to the mind or soul or spirit, உளவியல் சார்ந்த, ஆன்மீக, ஆவியுலகு சார்ந்த

psychology *(n)* : the science of the human mind, உளவியல்

ptomaine *(n)* : a poison which forms in stale food, ஊசிப்போன பண்டங்களில் உருவாகும் நச்சுப்பொருள்

puberty *(n)* : sexual maturity, பூப்பு, பருவமடைதல்

public *(n)* : the people as a whole, பொதுமக்கள்; *(adj)* : of or for all the people, open, பொதுமக்களுக்குரிய, வெளிப்படையான

publication *(n)* : proclamation, any printed work placed on sale to the public, வெளியிடுதல், வெளியீடு

public house *(n)* : an inn, பொது விடுதி

publicity *(n)* : the state of being noticed by the people, advertisement, பலரறி நிலை, பொது விளம்பரம்

publish *(v)* : proclaim, to print and issue to the public, விளம்பரப்படுத்து, நூல் வெளியிடு, பொதுமக்கள் அறியச் செய்

publisher *(n)* : one who publishes, வெளியீட்டாளர்

pucker *(v)* : draw together into wrinkles, சுருங்கச் செய்; *(n)* : a wrinkle or group of wrinkles, சுருக்கம், மடிப்பு

pudding *(n)* : a sweetened soft food, இனிப்புப் பண்டம்

puddle *(n)* : a small pool of dirty water, குட்டை, சேறு

puerile *(adj)* : childish, silly, சிறுபிள்ளைத்தனமான, அற்பமான

puff *(n)* : a short quick breath, round soft protuberant material in dress, a soft light hollow pasty shell filled with cream, vegetables, mutton etc., சிறு மூச்சொலி, மென்மையான துணி அடைப்பு, ஒருவகை பொதியப்பம்

puffin *(n)* : a water-bird, நீர்ப் பறவை வகை

pug *(n)* : a little dog, ஒரு வகை நாய்

pugh *(interj)* : an expression of contempt or disgust, சீ ! சீ !

pugilist *(n)* : a boxer, குத்துச் சண்டை வீரர்

pugnacious *(adj)* : quarrelsome, சண்டைக்கிழுக்கும்

puke *(v)* : to vomit, வாந்தியெடு

pull *(v)* : to apply force to drag towards one, இழு; *(n)* : a drawing towards, இழுத்தல், இழுப்பு

pullet *(n)* : a young hen, இளம் பெட்டைக் கோழி

pulley *(n)* : a wheel grooved so as to receive a rope, கப்பி

pulmonary *(adj)* : pertaining to the lungs, நுரையீரல் தொடர்பான

pulp *(n)* : the juicy part of the fruit, a soft wet mass, பழக்கூழ், பசை

pulpit *(n)* : an elevated stand or desk for speaking from, சொற் பொழிவு மேடை

pulsation *(n)* : a throbbing beat, நாடித்துடிப்பு

pulse *(n)* : any beating or throbbing like that of the heart, grain or seed of beans, peas etc., நாடி, நாடித் துடிப்பு, பருப்பு வகைத் தானியம்

pulverize, pulverise *(v)* : reduce to powder by grinding or crushing, பொடியாக்கு, மாவாக்கு

pumice *(n)* : a light rocky substance thrown up by volcanoes, எரி மலைக்கல்

pummel *(v)* : to beat with fist, கைமுட்டியால் குத்து

pump *(n)* : a mechanical device for exhausting or circulating air, liquid etc., குழாய்ப்பொறி, பம்பு; *(v)* : fill with a pump, to work with a pump, காற்றடி, குழாய்ப் பொறியைப் பயன்படுத்து

pumpkin *(n)* : a large yellow fruit பூசனிக்காய்

pun *(n)* : the witty use or two words having similar rounds but different meanings, சிலேடை

punch *(v)* : hit, pierce a hole கை முட்டியால் குத்து, துளையிடு; *(n)* : a blow, a tool used to make holes, a kind of drink, குத்து, துளையிடு கருவி, பானகம்

punctual *(adj)* : prompt, exact, நேரந்தவறாத, காலந்தவறாத

punctuality *(n)* : the quality or habit of being prompt. காலந் தவறாமை

punctuate *(v)* : use suitable commas, question marks, full stops etc., நிறுத்தற் குறிகளிடு

punctuation *(n)* : marking with full stops, commas etc., நிறுத்தற் குறிகள் இடுதல்

puncture *(n)* : a small hole pierced by something sharp, துளை, ஓட்டை; *(v)* : pierce, துளையிடு, ஓட்டை போடு

pungent *(adj)* : sharp tasting or smelling, hurting, காரமான, புண்படுத்துகிற

punish *(v)* : bring pain or unpleasantness to a person for a crime or fault, தண்டனை கொடு

punishable *(adj)* : liable to punishment, கண்டிக்கத்தக்க

punishment *(n)* : penalty, the act of giving sufferings in consequence of wrong doing, தண்டனை

punitive *(adj)* : pertaining to punishment, தண்டனை தொடர்பான

punt *(n)* : a flat bottomed boat propelled with a pole, a bet, a trick made by dropping the ball from the hands and kicking it before it hits the ground, பரிசல், பந்தயம், கால் பந்தாட்டத்தில் பந்து கீழே விழுந்து நிலத்தைத் தொடு முன் காலால் உதைத்தல்; *(v)* : to propel a boat or ball, to gamble or bet, பரிசலைத் தள்ளு, பந்தை உதை, பந்தயம் வை

puny *(adj)* : weak and insignificant, petty, இளைத்த, வலிமையற்ற, மிகச்சிறிய, அற்பமான

pup *(n)* : a young dog, நாய்க்குட்டி

pupa *(n)* : the third stage of development of an insect, கூட்டுப்புழுப் பருவம்

pupil *(n)* : a student, the dark centre of the eye, மாணவன், கண்மணி, கருவிழி

puppet *(n)* : a doll moved by strings, கைப்பொம்மை

puppy *(n)* : a young dog, நாய்க் குட்டி

purchase *(v)* : buy, வாங்கு; *(n)* : anything bought, buying, விலைக்கு வாங்கிய பொருள், கொள் முதல், வாங்குதல்

pure *(adj)* : clean and clear, stainless, unmixed with other things, தூய்மையான, கறை படாத, கலப்பற்ற

purgative *(n)* : a laxative, மலமிளக்கி

purge *(v)* : purify, to cause evacuation of the bowels, மலங்கழி; *(n)* : a medicine causing active evacuation of bowels, மலமிளக்கி

purify *(v)* : make pure or clean, தூய்மைப்படுத்து

puritan *(n)* : one who believes in keeping religion, language etc., pure, தூய்மைவாதி

purity *(n)* : condition of being pure, தூய்மை

purl *(v)* : to flow with a bubbling sound, சல சலவென்று ஓடு

purloin *(v)* : to steal, திருடு

purple *(n)* : a dark rich colour got by mixing red and blue, ஊதா நிறம்

purport *(n)* : significance, purpose, உட்கருத்து, செயல் நோக்கம்

purpose *(n)* : an aim, deliberate intention, செயல் நோக்கம், உட்கருத்து

purposeful *(adj)* : intentional, important, வேண்டுமென்றே செய்யப்பட்ட, முக்கியமான

purposely *(adv)* : intentionally, வேண்டுமென்றே

purse *(n)* : a small bag or pouch for keeping money, பணப்பை

pursue *(v)* : chase, to seek, துரத்து, பின் தொடர்ந்து செல், தேடு

pursuit *(n)* : a chase, occupation, பின்தொடர்தல், தொழில்

purvey *(v)* : to furnish or provide, அமைத்துக் கொடு, ஏற்பாடு செய்

purview *(n)* : range of activity செயல் எல்லை

pus *(n)* : the yellowish-white matter found in boils and sores, சீழ்

push *(v)* : thrust, propel, press, urge, தள்ளு, முன்னே இயக்கு, அழுத்து; தூண்டு; *(n)* : act of pushing, vigorous effect, enterprise, தள்ளுதல், முனைப்பாற்றல், கடுமுயற்சி

pusillanimous *(adj)* : mean spirited, lacking courage, timid, இழிந்த, திடமனற்ற, பயந்த

pustule *(n)* : a small pimple, பரு

put *(v)* : deposit, lay, set, place, போடு, வை, இடு, அமர்த்து

putrefaction *(n)* : decomposition, corruptness, அழுகல், புழுது

putrefy *(v)* : decompose, corrupt, அழுகிப்போ, கெடு

putrid *(adj)* : decomposed, corrupt, அழுகிய, கெட்டுப்போன

putt *(v)* : to send a ball forward, பந்தைக் குழியில் வீழ்த்து

putty *(n)* : paste of white lime and oil, மெருகு சுண்ணம்

puzzle *(v)* : to confuse or perplex, புதிரிடு, குழப்பு, தடுமாறச் செய்; *(n)* : a thing difficult to understand, perplexity, a riddle, புதிர், குழப்பம், தடுமாற்றம், விடுகதை

pygmy, pigmy *(n)* : dwarf, குள்ளன், குள்ள இனத்தவர்

pyjamas, pajamas *(n)* : a two-piece garment, தொள்த்தியான காலசட்டை

pylon *(n)* : a tower or pillar, எல்லைக் கோபுரம்

pyorrh(o)ea *(n)* : a discharge of pus from the gums, பல்சீழ் நோய்

pyramid *(n)* : a solid with a square base and triangular sides meeting in an apex, கூர்நுனிக் கோபுரம்

pyre *(n)* : a heap of combustible material on which a dead body is burnt, சிதை

pyrotechnics *(n)* : fire works, வாண வேடிக்கை

python *(n)* : a large non-poisonous serpent that crushes its prey in its folds, மலைப்பாம்பு

Q

quack *(n)* : the cry of a duck, a pretender of knowledge and skill esp. in medicine, வாத்தின் கத்தல், போலி மருத்துவர்; *(v)* : make the sound quack, engage in senseless talk, வாத்தைப் போல ஒலி எழுப்பு, பொருளின்றி பேசு

quad *(n)* : abbreviation of quadrangle, a court, 'quadrangle' என்ற சொல்லின் சுருக்கம், முற்றம்

quadrangle *(n)* : four-sided four-angled plane figure, நாற்கோண வடிவம்

quadrant *(adj)* : fourth part of a circle or its circumference, an instrument used for measuring angles and altitudes, வட்டத்தில் நாலில் ஒன்று, கோணமானி

quadrilateral *(n)* : four-sided plane figure, நான்கு பக்க வடிவம்; *(adj)* : four-sided, நான்கு பக்கங்களுள்ள

quadrille *(n)* : card game for four with 40 cards, நான்கு இணைகள் சேர்த்து ஆடும் ஆட்ட வகை

quadruped *(n)* : a four - footed animal, நாலு கால் விலங்கு

quadruple *(adj)* : made up of 4, நான்கு பகுதிகள் கொண்ட, நான்கு மடங்குள்ள; *(n)* : an amount four times another, நான் மடி எண்; *(v)* : make four-fold, நான்கு மடங்காக்கு, நாலால் பெருக்கு

quaff *(v)* : to drink or swallow in large gulps, ஒரே மடக்காக விழுங்கு, விழுங்கு

quagmire *(n)* : a swamp, சதுப்பு நிலம்

quail *(v)* : shrink with fear or dread, அஞ்சி நடுங்கு; *(n)* : a kind of bird, கவுதாரிப் பறவை

quaint *(adj)* : odd, eccentric, விந்தையான, வியப்பான

quake *(v)* : tremble, shake, நடுங்கு, குலுக்கு

qualification *(n)* : fitness for a post or office, தகுதி, தகுதிப்பேறு

qualify *(v)* : be able or well situated, தகுதிபெறு

quality *(n)* : grade or degree of excellence, merit or good value, தரம், பண்பு, உயர் தன்மை

qualm *(n)* : feeling of faintness, uneasiness, மனநடுக்கம், மன சாட்சி உறுத்தல்

quandary *(n)* : difficult situation, dilemma, இக்கட்டான நிலை, ஊசலாட்ட நிலை

quantity *(n)* : amount, a large number, தொகை, அளவு

quarantine *(n)* : a system under which persons are kept in seclusion until it is known that there is no danger of spreading disease, நோய்த் தடுப்புக்காப்பு

quarrel *(n)* : dispute, or disagreement, சண்டை, சச்சரவு, கருத்து வேறுபாடு; *(v)* : disagree, find fault with, சண்டையிடு, வேறுபடு, குறைகாண்

quarrelsome *(adj)* : in the habit of quarrelling, சண்டை போடும் இயல்புடைய

quarry *(n)* : a place in the ground from which stone is dug, a hunted animal etc., கல் சுரங்கம், வேட்டை விலங்கு; *(v)* : dig from a quarry, கல் வெட்டி எடு

quart *(n)* : a unit for the measurement of liquids, நீர்ம அளவை அலகு

quarter *(n)* : one fourth, a section or region, கால்பகுதி, இடப்பகுதி; *(n pl.)* : quarters, குடியிருப்பு; *(v)* : divide into 4 equal parts, give room to, நான்கு சமபகுதிகளாக்கு, இடமளி

quarter-deck *(n)* : place in the ship reserved for officer, கப்பலில் அலுவலர் தளம்

quarter master *(n)* : officer in charge of stores etc. of a regiment, படைத் துறைச் சரக்கு அலுவலர்

quartz *(n)* : a kind of mineral that is made up of a hard crystal, படிகக் கல்

quash *(v)* : to crush, to wipe out, நசுக்கு, அழி, தள்ளுபடி செய்

quaver *(v)* : shake the voice, vibrate, குரலை நடுக்கு, அதிர்; *(n)* : a shake, குரல் நடுக்கம்

quay *(n)* : a landing place where boats are loaded or unloaded, கப்பல்துறை, கப்பலில் சரக்கு ஏற்றி இறக்குமிடம்

queasy *(adj)* : inclined to be sick, எளிதில் நோய் வாய்ப்படுகிற

queen *(n)* : a woman ruler or wife of a king, அரசி, ராணி

queer *(adj)* : peculiar, odd, புதுமையான, விந்தையான

quell *(v)* : to suppress, அடக்கு, கீழ்ப்படியச் செய்

quench *(v)* : put an end to, to cool, நிறுத்து, தணி, குளிரச் செய்

querulous *(v)* : full of complaints, fond of quarrelling, குறைபட்டுக் கொள்ளும், சிடு சிடுப்புடைய, வீண் சண்டையிழுக்கும்

query *(n)* : a question, விசாரணை; *(v)* : ask a question, கேள்வி கேள், வினவு

quest *(n)* : search, pursuit, தேடுதல், நாட்டம்

question *(n)* : a sentence that asks somethings, a doubt or uncertainty, problem, வினா, ஐயம், சிக்கல்; *(v)* : ask, doubt, கேள், சந்தேகப்படு

questionable *(adj)* : open to question, dubious, கேள்விக்கு இடம் தரும், ஐயத்துக்கு இடமளிக்கும்

questionnaire *(n)* : a list of formal questions for obtaining information, வினாப்பட்டியல்

queue *(n)* : a line of persons waiting their turn, a long plait of hair, முறை வரிசை, பின்னல் சடை

quibble *(n)* : a clever use of words in order to escape giving an honest answer, சொற்புரட்டு

quick *(adj)* : done with speed, acting rapidly, lively, விரைவாக, வேகமாக, உயிர்த்துடிப்புடைய; *(adv)* : rapidly, within a brief time, வேகமாக, குறைந்த நேரத்தில்; *(n)* : a living creature, sensitive part, உயிர்மம், உணர்ச்சி உறுப்பு

quicklime *(n)* : unslaked lime, சுண்ணாம்புக் கிளிஞ்சல்

quicksand *(n)* : loose wet sand, புதை மணல்

quick-silver *(n)* : mercury, பாதரசம்

quiescent *(adj)* : lying at rest, அடங்கிக் கிடக்கிற, அமைதியான

quiet *(adj)* : silent and still, motionless, gentle, அமைதியான, அசைவற்ற, அடக்கமான; *(n)* : stillness, calmness, அசைவின்மை, அமைதி

quill *(n)* : a large feather, a stiff spine, இறகு, பன்றி முள்

quill-driver *(n)* : clerk, journalist or author, எழுத்தர், பத்திரிகையாளர், எழுத்தாளர்

quilt *(n)* : a thick bed, இணைப்பு மெத்தை

quince *(n)* : a kind of fruit, ஒரு பழ வகை

quinine *(n)* : a bitter tasting alkaloid found in chinchona bark and used as a cure for fever, காய்ச்சல் மருந்தாகப் பயன்படும் சின்கோனாப் பட்டையில் உள்ள கொயினா

quinquennial *(adj)* : lasting five years, happening once in five years, ஐந்தாண்டுகளுக்கு [illegible]

ஐந்தாண்டுகளுக்கு ஒரு முறை நிகழும்

quinsy *(n)* : a painful disease of the throat, தொண்டை விக்கம்

quintessence *(n)* : refined extract, வடிசாறு

quintet, quintette *(n)* : group of five singers, the music written for them, ஐங்குரல் பாடகர், ஐவர் இசை

quip *(n)* : a smart saying, திறமை யான பேச்சு

quire *(n)* : 24 sheets of paper, 24 தாள்கள் கொண்ட அளவு

quirk *(n)* : a trick, a clever or witty saying, மழுப்புதல், பேச்சின் திசை மாற்றுதல், சிலேடை

quit *(v)* : stop, leave, கைவிடு, வெளியேறு

quite *(adv)* : fully, entirely, முழு வதும், முற்றிலும்

quiver *(v)* : shiver gently, நடுங்கு; *(n)* : a case for carrying arrows, அம்பறாத் துணி

quixotic *(adj)* : having noble but foolish aims, நடைமுறைக்கு ஒவ் வாத, உயர் நோக்கங்களுடைய

quiz *(n)* : a test or examination, வினாடி வினா

quoit *(n)* : a heavy flat ring thrown to encircle iron peg in ground in the game of rewits, எறிவட்டு

quondam *(adj)* : that was formerly, முன்னாளைய

quorum *(n)* : minimum number of persons required to be present at a meeting, குழுக்கூட்டத்துக்கு வேண்டிய குறைந்த அளவு உறுப் பினர் எண்ணிக்கை

quota *(n)* : proportional share, உரியபங்கு, பங்கு வீதம்

quotation *(n)* : the exact words spoken or written by one person when cited by another, estimate of cost, மேற்கோள் வாக்கியம், குறிக்கப்பட்ட விலை, விலைப் புள்ளி

quote *(v)* : repeat exactly another's words, set the price of, மேற்கோள் காட்டு, விலை மதிப்புக் கூறு

quoth *(v)* : said, சொன்னான், சொன்னார், சொன்னாள், சொன் னேன்

quotient *(n)* : the number resulting from a division, ஈவு

Quran *(n)* : the sacred book of Islam, இஸ்லாமியத் திருமறை நூல்

R

rabbit *(n)* : a small burrowing animal of the hare kind, குழி முயல்

rabble *(n)* : a disorderly noisy crowd, a mob, ஒழுங்கற்ற கும்பல், கீழ் மக்கள் கூட்டம்

rabid *(adj)* : furious, (of dogs) mad, முரட்டுத்தனமான, வெறிபிடித்த

rabies *(n)* : disease caused by madness in dogs, disease caused by the mad dog's bite, நாய் வெறி நோய், வெறிநாய்க்கடி நோய்

raccoon, racoon *(n)* : a North American fur bearing animal, அமெரிக்கக் கரடியின விலங்கு

race *(n)* : living beings of the same kind, a contest in speed, இனம், ஓட்டப் பந்தயம்

racial *(adj)* : pertaining to a race, இனத்தொடர்பான

rack *(n)* : a shelf for holding articles, an instrument for torturing victims, a fodder holder, நிலையடுக்கு, சித்திரவதைக் கருவி, தீனித் தொட்டி; *(v)* : to put on the rack, to put a great strain on, நிலையடுக்கில் வை, சித்திரவதை செய்

racket, racquet *(n)* : a bat for playing tennis, badminton etc., பந்தடி மட்டை

raconteur *(n)* : a story-teller, கதை சொல்பவர்

radiant *(adj)* : giving out rays of light or heat, shining, ஒளி அல்லது வெப்பக்கதிர் வீசுகிற, ஒளிரும்

radiate *(v)* : emit rays of light or heat, spread from central point, emit from centre, ஒளி (அ) வெப்பக்கதிர் வீசு, மையப்புள்ளியிலின்று பரவு, மையத்திலிருந்து வெளிப்படு

radiation *(n)* : emitting out rays of heat or light, கதிர்வீச்சு

radical *(adj)* : extreme, fundamental, going to the root or bottom, favouring great change, தேவையான, அடிப்படையான, வேர் நிலையான, முழு மாற்றம் விரும்புகிற; *(n)* : a root, one who desires to make great changes, வேர்ச்சொல் மாற்றம் விரும்புவோர்

radii *(n)* : plural of radius, ஆரைகள்

radio *(n)* : a wireless apparatus, வானொலி

radioactive *(adj)* : having the property of giving off dangerous rays, கதிரியக்க

radish *(n)* : a small pungent root served raw in salads, முள்ளங்கி

radium *(n)* : rare metal resembling barium used in the treatment of some diseases, ரேடியம்

radius *(n)* : a straight line from the centre to the circumference of a circle, ஆரை

raffle *(n)* : lottery, குலுக்குச் சீட்டு பரிசுச் சீட்டு

raft *(n)* : logs, planks etc. fastened together and used as a boat, கட்டு மரம்

rafter *(n)* : supporting beam of a roof, உத்தரம், தராய்

rag *(n)* : torn piece of cloth, large coarse roofing slate, கந்தை, கந்தல், கூரையாகப் பயன்படும் கடினப் பலகை, ஓடு; *(v)* : scold, tease, play rough jokes upon, திட்டு, தொல்லை கொடு, கேலி செய், இழிவாகப் பேசு

rage *(n)* : violent anger, சீற்றம்; *(v)* : be full of anger, சினங்கொள்

ragged *(adj)* : badly torn, rough, கந்தலான, திருத்தமற்ற

raid *(n)* : short sudden talk, surprise inspection by the police, திடீர்த் தாக்கம், திடீர்ச் சோதனை; *(v)* : to attack or inspect suddenly, திடீரெனத் தாக்கு, திடீர்ச் சோதனை செய்

rail *(n)* : bars used as fence, கிராதி, கம்பியழி; *(v)* : to enclose with rails, to send by railway, use abusive language, கம்பியழி போடு, ரயிலில் அனுப்பு, வசை கூறு

railing *(n)* : scolding, a fence of posts and rails, திட்டுதல், வசை, வேலியிடுதல்

raillery *(n)* : good humoured ridicule, கேலிப்பேச்சு

rails *(n & pl)* : railway track, தண்டவாளம்

railway *(n)* : the track on which trains run, இருப்புப்பாதை

raiment *(n)* : clothing, உடுப்பு, உடை

rain *(n)* : condensed moisture of atmosphere falling from the clouds in drops, மழை; *(v)* : to fall in drops, மழை பொழி

rainbow *(n)* : the brilliant coloured bow or arch of seven colours seen opposite to the sun during the rain, வானவில்

rainfall *(n)* : rain, quantity of rain that falls in a certain time, மழை, மழை பெய்யளவு

raingauge *(n)* : an instrument for measuring rainfall, மழைமானி

rainy *(adj)* : bearing rain, மழை நிறைந்த, மழைபெய்யும்

raise *(v)* : to lift up, to build, to collect, put forward, தூக்கு, கட்டு, சேகரி, முன்வை, எழுப்பு

raisin *(n)* : dried grape, உலர் திராட்சை

rake *(n)* : an implement for drawing together hay etc., one who lives a wicked life, வைக்கோல் வாரி, கயவன்; *(v)* : collect, draw together, திரட்டு, ஒன்று கூட்டு

rally *(v)* : reassemble, to recover a little from an illness, மீண்டும் ஒன்று கூட்டு, நோய் நீங்கி உடல் நலம் பெறு; *(n)* : gathering, recovery, திரள், புத்தூட்டம் பெறுதல்

ram *(n)* : male sheep, one of the signs of the zodiac, ஆட்டுக்கடா, மேடராசி

ramble *(v)* : walk for pleasure, to speak in a round about way, உலாவு, சுற்றி வளைத்துப் பேசு; *(n)* : a wandering walk, உலாவுதல், சுற்றித் திரிதல்

ramify *(v)* : to subdivide into branches, to spread out, கிளைவிடு, பல்கிப் பரவு

ramp *(v)* : to leap or bound, குதித்துப் பாய்; *(n)* : a leap, the upward bend in a stair-rail, குதித்தல், இருதள

மட்டங்களை இணைக்கும் சாய்தளம்

rampant *(adj)* : standing on hind legs, furious, going unchecked, பின்னங் கால்களில் நிற்கிற, மூர்க்கமான, தடையில்லாத

rampart *(n)* : parapet wall surrounding a fortified place, கோட்டை மதிற்சுவர்

ramshackle *(adj)* : badly made, almost collapsing, நன்றாகக் கட்டப் படாத, இடிந்துவிடும் போலிக்கிற

ran *(v)* : past tense of run, 'run' என்பதன் இறந்தகால வடிவம்

rancour *(n)* : bitterness, ill-feeling, spitefulness, தீவிர வெறுப்பு, மனக்காழ்ப்பு, கொடும்பகை

range *(n)* : a row of mountains, distance between limits, the distance which a shot carries, மலைத் தொடர், பரப்பெல்லை, குண்டு பாயுந்தொலை; *(v)* : to set in a row, extend, wander, வரிசையாய் வை, பரவு, திரி

rankle *(v)* : to cause painful feelings, மனதைப் புண்படுத்து

ransack *(v)* : to rob, to search thoroughly, கொள்ளையடி, துருவித்தேடு

ransom *(n)* : something paid for the freeing of a captive person, price paid for the liberty, மீட்புப்பிணையம், மீட்புப்பணம்

rant *(v)* : speak boastingly, talk noisily, பகட்டாகப்பேசு, உரத்த குரலில் முழங்கு

rap *(n)* : a blow, ஒரு தட்டு, கொட்டு; *(v)* : to give a blow, தட்டு, கொட்டு

rapacious *(adj)* : greedy, seizing by force, பேராசைமிக்க, பலவந்த மாகக் கைப்பற்றும்

rape *(v)* : to carry away by force, violate modesty, கடத்திச்செல், கற்பழி; *(n)* : carrying off by force, violation of a woman, வன்முறை யில் கடத்திச் செல்லுதல், கற் பழித்தல்

rapid *(adj)* : speedy, quick, விரை வான

rapier *(n)* : a small sword, குத்துவாள்

rapt *(adj)* : fully absorbed, தன்னை மறந்த, கருத்தொன்றிய

rapture *(n)* : great delight, பெரு மகிழ்ச்சி, உவகை

rare *(adj)* : uncommon, not dense, seldom found, remarkably good, அரிய, அடர்த்தியில்லாத, அடிக் கடி காணப்படாத, போற்றத்தக்க

rarity *(n)* : rareness, அருமை, அரும் பொருள்

rash *(adj)* : hasty, done without caution, போக்கிரி, கயவன்

rash *(adj)* : in haste, done without enough thought, மிகு விரைவான, முன்பின் ஆராயாமல் செய்யப் படும்; *(n)* : tiny red spots or patches on the skin, சிரங்கு

rasher *(n)* : thin slice of bacon or ham, பன்றியிறைச்சித் துண்டு

rasp *(n)* : an instrument used for scraping, பெரிய அரம்; *(v)* : scrap with a rasp, அராவு

raspberry *(n)* : a kind of berry with yellow or red colour, இலந்தையினத் தைச் சேர்ந்த ஒரு வண்கப் பழம்

rat *(n)* : a rodent of the mouse kind, எலி

ratchet *(n)* : a gear wheel with a spring catch allowing winding in one direction only, ஒரு வழிப் பற்சக்கரத் தடை

rate *(n)* : amount, proportion, விலை, விகிதம்; *(v)* : estimate, to scold, விலை மதிப்பிடு, கடிந்துரை

rate payer *(n)* : one who pays rates, வரிகொடுப்பவர்

rather *(adv)* : somewhat, more truly, more willingly, ஓரளவுக்கு, சரியாகச் சொல்லப்போனால், விருப்பத்துடன்

ratify *(v)* : affirm, to make valid, உறுதிசெய், செல்லத்தக்கதாக்கு

rating *(n)* : fixing class or grade, one's rank, tax, அறுதிப்பாடு, வகை, தரம், தகுதி, வரித்தொகை

ratio *(n)* : relation, proportion, விகிதத் தொடர்பு, விகிதப்பங்கு

ration *(n)* : a portion, a limited quantity, பங்கீடு, பங்குக்கூறு

rational *(adj)* : sane, intellectual, judicious, விவேகமுடைய, பகுத்தறிவுள்ள, நேர்மையுடைய

rattan *(n)* : a tall climbing palm, article made from that, பிரம்புப்பனை, பிரம்பு

rattle *(n)* : a clattering sound, a noisy toy, கலகலவென்ற ஒலி, கிலுகிலுப்பை; *(v)* : to clatter, to speak quickly, கடகடவென்று ஒலி எழுப்பு, கிலுகிலுப்பையை ஆட்டு, விரைவாகப் பேசு

ravage *(v)* : to destroy, despoil, பாழ்படுத்து, சூறையாடு, கொள்ளையடி; *(n)* : ruin, plunder, அழிவு, கொள்ளை

rave *(v)* : to be mad, talk angrily, பிதற்று, சினவெறியுடன் பேசு

ravel *(v)* : entangle, confuse, to twist, சிக்கிக் கொள், குழப்பு, சிக்கலாக்கு; *(n)* : entanglement, a knot, சிக்கல், முடிச்சு

raven *(n)* : a kind of crow, அண்டங் காக்கை

ravenous *(adj)* : voracious, very hungry, பெருந்தீனி தின்கிற, கடும் பசியுடன் உண்கிற

ravine *(n)* : a pass, கணவாய், பள்ளத் தாக்கு

ravish *(v)* : rape, to rob, fill with delight, வன்முறையில் தூக்கிச் செல், கற்பழி, கொள்ளையடி, பெருமகிழ்ச்சியடை

raw *(adj)* : immature, unskilful, cold, unrefined, பக்குவமடையாத, பச்சையான, சமைக்கப்படாத, செப்பமற்ற, திறமையற்ற, ஈரமான, பண்படாத

ray *(n)* : a straight line of heat or light, கதிர்

rayon *(n)* : a kind of artificial silk, செயற்கைப் பட்டு

raze *(v)* : scratch out, level with the ground, destroy, சுரண்டி நீக்கு, தரைமட்டமாக்கு, அழி

razor *(n)* : an instrument used for shaving, சவரக் கத்தி

re *(prep)* : concerning, இது தொடர்பாக

reach *(v)* : arrive at, fetch, to stretch the hand, சென்றடை, எட்டிப்பிடி, கைநீட்டு; *(n)* : extent, stretch, range, நீட்டெல்லை, செயல் வரம்பு, பரப்பெல்லை

reaction *(n)* : responsive or reciprocal action, எதிர்ச்செயல், எதிர்வினை

reactionary *(adj)* : trying to go back to the old state, பிற்போக்கான; *(n)* : one who tries to do so, பிற்போக்குடையவன்

read *(v)* : look at and refer to meaning, interpret, show or indicate, படி,

படித்துப் புரிந்துகொள், உரத்துப் படி, காட்டு; *(adj)* : learned, readable, படித்த, படிக்கத்தக்க

reader *(n)* : a text book, teacher, பாடநூல், உயர் விரிவுரையாளர்

readily *(adj)* : willingly, quickly, without difficulty or trouble, உடனே, மனமார, தடையின்றி

readiness *(n)* : state of being ready, தயார்நிலை, ஆயத்தம்

reading *(n)* : act of a reader, literary knowledge, successive occasions on which bill must have been presented before a legislature, figure shown by graduated instrument, alternative wording in an author's original text, படிப்பு, படித்தல், இலக்கிய அறிவு, சட்டமன்ற வாசிப்பு முறை, அளவீடு, பாட வேறுபாடு

ready *(adj)* : prepared, capable, eager, quick to act, முன்னேற்பாடாயுள்ள, ஆயத்தமான, செயல் தகுதி நிலையிலுள்ள, மனமார, உடனடியாகச் செயல்படுகிற

real *(adj)* : true, not artificial or imaginary, உண்மையான, இயற்கையான, கற்பனையல்லாத, மெய்யான

realise *(v)* : to make real, to understand completely, to sell something and get money for that, மெய்யாக்கு, உண்மையாக்கு, செயலுருவாக்கு, தெளிவாக உணர்ந்து கொள், விலை பெறு

reality *(n)* : existence, that which is not imaginary, உண்மையாயிருப்பது, மெய்ம்மை, கற்பனையில்லாதது

realm *(n)* : kingdom, region, land, ஆட்சி எல்லை, அரசு, வட்டாரம், நாடு

ream *(n)* : a measure for paper equivalent to 20 quires, 20 குயர் அளவு கொண்ட கட்டு

reap *(v)* : to harvest, to receive a reward, அறுவடை செய், பயன் பெறு

rear *(n)* : the hind or back part of anything, பின்பகுதி; *(v)* : to bring up, raise the hind legs, வளர்த்து உருவாக்கு, உயர்த்து, பின்காலைத் தூக்கு

reason *(n)* : cause, motive, evidence, wisdom, excuse, காரணம், செயல் நோக்கம், சான்று, அறிவுத்திறம், செயற்காரணம்; *(v)* : to argue, to think out opinions, வாதிடு, காரண காரியங்களை ஆராய், பகுத்தறிவைப் பயன்படுத்து

reasonable *(adj)* : right, sensible, probable, judicious, நேரிய, நியாயமான, ஒத்துக்கொள்ளத்தக்க, எதிர்பார்க்கத்தக்க, பகுத்தறிவுக்கு ஏற்ற

reassure *(v)* : to hope, drive away doubts or fears, நம்பிக்கை கொள், ஐயப்பாடகற்று, அச்சமகற்று

rebate *(n)* : deduction, discount, கழிப்பு, கழிவு, தள்ளுபடி

rebel *(n)* : one who fights against authority, கலகக்காரர், கிளர்ச்சிக்காரர்; *(v)* : to revolt, கிளர்ச்சி செய்

rebellion *(n)* : revolution, resistance, கலகம், கிளர்ச்சி, எதிர்ப்புணர்ச்சி

rebound *(v)* : react, revert, எதிர்த்துத் தாக்கு, திருப்பித்தாக்கு

rebuff *(n)* : resistance, blunt refusal, repulsion, திடீர்த்தடுப்பு, மறுப்பு, எதிர்ப்பு

rebuke *(v)* : to scold, to be false, கடிந்து கொள், மறுதலி

rebut *(v)* : to deny, prove to be false மறு, தவறென்று நிரூபி

recalcitrant *(adj)* : disobedient, stubborn, கீழ்ப்படியாத, அடம்பிடிக்கும்

recall *(v)* : to call back, recollect, cancel, திரும்பவும் அழை, நினைவு கொள், தள்ளுபடி செய்

recapitulate *(v)* : enumerate, summarise, திரும்பக் கூறு, வரிசைப் படுத்திக் கூறு, தொகுத்துக்கூறு

recapture *(v)* : to get possession of once again, மீண்டும் பெறு, திரும்பக் கைப்பற்று

recast *(v)* : refashion, shape anew, மாற்றி அமை, மறுபடியும் உருக்கிவார்

recede *(v)* : move back, move from, decline, பின்செல், நழுவு, பின் வாங்கு

receipt *(n)* : a recipe, an acknowledgement for the money received, குறிப்பு, பற்றுச்சீட்டு

receive *(v)* : to accept, take in, acquire, welcome, ஏற்றுக் கொள், உட் கொள், பெறு, வரவேற்பளி

receiver *(n)* : one who receives, a telephone or wireless set used for hearing, பெறுபவர், செவிக்குழல்

recent *(adj)* : not long before, fresh, new, modern, நாட்படாத, புதிய, நவீன, அண்மைக் காலத்திய

receptacle *(n)* : a vessel or place to hold things in, கொள்கலம்

reception *(n)* : welcome, manner of receiving, வரவேற்புமுறை

recess *(n)* : temporary cessation from work, an out of the way spot, alcove, இடைக்கால ஓய்வு, விடுமுறைக் காலம், மறைவிடம், தனியிடம், தொலை ஒதுக்கிடம்

recipe *(n)* : a prescription, a s of ingredients and procedure which make up a dish, குறிப்பு, சமையல் குறிப்பு

recipient *(n)* : one who receives, பெறுநர்

reciprocal *(adj)* : mutual, interchangeable, எதிரீடான, பரிமாற்ற மான

reciprocate *(v)* : to give and take, interchange, to move backwards and forwards in a straight line (of an engine), கொள்வினை கொடுப்பினை செய், பரிமாற்றம் செய், முன்னும் பின்னுமாக ஒரே நேர் கோட்டில் இயங்கு

recital *(n)* : a musical performance, a narration, இசைநிகழ்ச்சி, ஒப்புவித்தல்

recite *(v)* : narrate, to repeat from memory, நெட்டுருப்பண்ணி ஒப்புவி, நினைவில் வைத்துச் சொல்லு

reck *(v)* : to care for, அக்கறை' கொள்

reckless *(adj)* : careless, rash, அக்கறையற்ற, அசட்டுத் துணிச்சலுடைய

reckon *(v)* : measure, believe, அளவிடு, கணக்கிடு, நம்பிக்கை வை

reclaim *(v)* : bring back to a useful condition, to demand the return of, reform, பயன்தரத்தக்கதாகச் செய், திருப்பிக் கொடுக்கும்படிக் கேள், பண்படுத்து, சீர்திருத்து

reclamation *(n)* : recovery, reformation, திரும்பப் பெறுதல், சீர் திருத்தம்

recline *(v)* : lie flat, lean, rest upon, படு, சாய்ந்திரு, ஓய்வெடு

recluse *(n)* : one who lives in seclusion, ஒதுங்கி வாழ்பவர், துறவி

recognition *(n)* : act of recognising, ஏற்பு, ஒப்புக்கொள்ளுதல், ஒத்துக் கொள்ளுதல்

recognize *(v)* : remember, acknowledge, to see the truth of, இனம் கண்டுகொள், அடையாளம் காண், ஒப்புக்கொள், இயல்பு கண்டறி

recoil *(v)* : kick back, react, திரும்பத் தாக்கு, எதிர்த்தடி : *(n)* : a rebound, எதிர்த்தாக்கம்

recollect *(v)* : to remember, நினைவு கூர்

recollection *(n)* : remembrance, memory, நினைவு கூர்தல், நினைவாற்றல்

recommend *(v)* : to advise, speak favourably of, to say that a person or thing is good, அறிவுரை வழங்கு, பரிந்துரை செய், பாராட்டு

recommendation *(n)* : favourable report about something or somebody, பரிந்துரை

recompense *(v)* : to make up for the loss, ஈடுசெய்

reconcile *(v)* : pacify, to make friends again after a quarrel, அமைதிப் படுத்து, ஒத்துப்போ, சமரசப் படுத்து

recondite *(adj)* : secret, little known, மறை பொருளான, புரியாத

reconnaissance *(n)* : survey of stretch of area occupied by the enemy forces, நோட்டம் விடுதல், எதிரியைப்பற்றிய இடத்தை வேவு பார்த்தல்

reconnoitre *(v)* : to spy about the position, strength etc., of the enemy forces, வேவு காண், எதிரிகளின் படை வலிமையை ஒற்றர் மூலம் அறி

reconsider *(v)* : re-think, மறு ஆய்வு செய்

record *(v)* : to register, set down for remembrance, பதிவு செய், குறித்து வை *(n)* பதிவேடு

recount *(v)* : to count again, narrate, மீண்டும் கணக்கிடு, மீண்டும் எண்ணு, விளக்கு

recoup *(v)* : to recover for losses, ஈடு செய்

recourse *(n)* : going for possible source of help, உதவி நாடல், புகலிடம்

recover *(v)* : to improve after sickness, get back, உடல்நலம் பேறு, இழந்ததை மீண்டும் பெறு

recovery *(n)* : regain health, getting back, நோயிலிருந்து மீண்டும் உடல் நலம் பெறுதல், மீளப் பெறுதல்

recreant *(adj)* : cowardly, கோழையான

recreation *(n)* : refreshment, amusement, இளைப்பாறுதல், கேளிக்கை

recrimination *(n)* : accusing in return, எதிர்க் குற்றச்சாட்டு

recrudescence *(n)* : recurrence, outbreak, மீண்டும் தோன்றுதல், மறுகிளர்ச்சி

recruit *(n)* : newly enlisted soldier, one who joins a society, group etc., புதிதாகச் சேர்ந்த படை வீரர், புதிதாகச் சேர்ந்தவர் ; *(v)* : to enlist, refresh, reinstate, புதிதாகச் சேர், ஊக்கமூட்டு, ஈடுசெய்

rectangle *(n)* : a four-sided right angled plane-figure with its opposite sides equal, நீள் சதுரம்

rectify *(v)* : to set right, improve, திருத்தியமை, சீர்திருத்து

rectitude *(n)* : righteousness, நேர்மை

rector *(n)* : head of an educational or religious institution, கல்வி நிலைய அல்லது சமய முதல்வர்

rectum *(n)* : the lower section of the large intestine, மலக்குடல்

recumbent *(adj)* : lying down, படுத்திருக்கிற

recuperate *(v)* : refresh, recover from illness, loss etc., புத்துணர்ச்சி பெறு, நோயிலிருந்து மீண்டும் வரப் பெறு, இழப்பிலிருந்து மீள்

recur *(v)* : to come up again, நினைவிற்குக் கொண்டு வா, மீண்டும் மீண்டும் நிகழ், மறித்து வா

recurrence *(n)* : the act of occurring again, மறுபடியும் தோன்றுதல்

recusant *(n)* : one who refuses to accept rules and regulations of the authority, சட்டதிட்டங்களுக்குக் கட்டுப்பட மறுப்பவர்

red *(n)* : the colour of the blood, சிவப்பு நிறம்

redan *(n)* : a rampart with two faces forming salient angle, இரு முகப்புக் காவலரண்

rede *(n)* : advice, அறிவுரை

redeem *(v)* : get back by payment, to carry out a promise to deliver from sin, compensat, பணம் கொடுத்து திரும்பப் பெறு, வாக்குறுதியை நிறைவேற்று, பாவத்திலிருந்து காப்பாற்று, சரியீடு செய்

redemption *(n)* : deliverance or rescue, salvation, காப்பாற்றுதல், மீட்பு ; *(adj)* : அருள், மீட்பு

redhand, redhanded *(adj)* : with hand red with blood, in the act of doing something wrong, இரத்தம் தோய்ந்த கைகளையுடைய, கையும் களவுமாக

redolent *(adj)* : fragrant, நறுமணமுடைய

redoubt *(n)* : defence, a fortification, காவல் அரண், புற அரண்

redound *(v)* : to add to, contribute, சேர்த்துதவு, பயன்படு

redress *(v)* : rectify, compensate, சீராக்கு, ஈடுசெய்

reduce *(v)* : lessen, shorten, lower, weaken, subdue, குறை, சுருக்கு, தாழ்த்து, வலிமை குறை, அடக்கு

redundant *(adj)* : ample, excessive, தாராளமான, மிகையான, தேவைக்கு மேற்பட்ட

reed *(n)* : a musical instrument, a tall grass with hollow stems growing in or near water, ஒரு வகை இசைக் கருவி, நாணல் வகை

reef *(n)* : part of a sail which can be rolled or folded up, ridge of rock, stone etc., lying under the surface of the water, பாய்மர மடிப்பு, நீர்ப் பரப்பின் அடியிலுள்ள கல் மணல் போன்றவை

reek *(n)* : smoke, புகை

reel *(n)* : a bobbin, a winding frame for yarn, wire, film etc., a kind of dance, நூல் சிட்டம் அல்லது உருளை, சினிமாப் படச்சுருள், ஒரு வகைக் கூத்து ; *(v)* : to roll or wind, move unsteadily, to stumble, நூல் சுற்று, தடுமாறி நட, தள்ளாடு

refectory *(n)* : a refreshment room, a dining hall, சிற்றுண்டிச்சாலை, உணவுக்கூடம்

refer *(v)* : relate, direct, cite authority or passage, தொடர்புபடுத்து, சுட்டு, குறிப்பிடு, மேற்கோள் காட்டு

referee *(n)* : an umpire, a judge, ஆட்ட நடுவர், மதிப்பீட்டாளர்

reference *(n)* : a mention, looking into a book, a note telling where certain information may be found, மேற்கோள், குறிப்பு, தேவை நோக்கிடு, தகவல் குறிப்பு, சான்றாதாரம்
referendum *(n)* : referring a question to the electorate for direct decision by a general vote, ஒரு பிரச்சினைக்கு தீர்வு காண பொதுமக்கள் வாக்கெடுப்புக்கு விடுதல்
refine *(v)* : purify, to make fine, தூய்மைப்படுத்து, பண்படுத்து
refined *(adj)* : purified, தூய்மைப் படுத்தப்பட்ட, நயமான, நல்ல
refinery *(n)* : a place where things are purified, தூய்மிப்பாலை
refit *(v)* : repair, reinstate, செப்பனிடு, மீண்டும் அமை
reflect *(v)* : imitate, throw back, go back in thought, to give an image, போலச்செய், ஒளியை எதிரொளித்துக் காட்டு, மீண்டும் நினைத்துப் பார், உரு நிழல் காட்டு
reflection *(n)* : reflected light, image etc., thought, பிரதிபலித்தல், எதிரொலித்தல், உரு நிழல், சிந்தனை
reflex *(n)* : an action done involuntarily, அனிச்சைச் செயல்
reform *(v)* : improve, change, சீர் திருத்து, மாற்றியமை
reformation *(n)* : change for the better in morals, habits etc., or in society, சீர்திருத்தம்
reformer *(n)* : one actively supporting reforms, சீர்திருத்தவாதி
refractory *(adj)* : resisting, hard to melt, not yielding to treatment, தடுப்பாற்றலுடைய, எளிதில் உருகாத, செயலிணக்கமற்ற
refrain *(v)* : avoid, hold oneself back from doing something, தவிர், விலகியிரு; *(n)* : lines of song which are repoeated at the end of each verse of a song, பல்லவி
refresh *(v)* : strengthen, to bring facts to mind, புத்துணர்ச்சியூட்டு, இளைப்பாறு, நினைவாற்றலைப் பெருக்கு
refreshment *(n)* : food or drink, சிற்றுண்டி, பானம்
refrigerator *(n)* : a machine in which food is kept cold, குளிர்பதனப் பெட்டி
refuge *(n)* : shelter from touble, danger etc., புகலிடம், பாதுகாப்பிடம், அடைக்கலம்
refugee *(n)* : one who wants protection from trouble, danger etc., அகதி, புகலிடம் தேடுவோர்
refund *(v)* : pay back, திருப்பிக் கொடு
refuse *(v)* : to be unwilling, to say 'no' to, மறு, இல்லையென்று கூறு
refute *(v)* : to prove to be wrong, தவறென்று நிரூபி
regain *(v)* : to acquire again, to recover, மீளப்பெறு, இழந்ததை மறுபடியும் அடை
regal *(adj)* : fit for a king, அரசருக்குரிய
regale *(v)* : to feast, to please, விருந்தளி, மகிழ்வூட்டு
regard *(v)* : look closely at, consider, pay attention to, to respect, to judge, உற்றுப்பார், கருது, கவனம் செலுத்து, மதிப்புக் கொடு, அன்பு காட்டு; *(n)* : respect, compliment, view, consideration, மதிப்பு, வாழ்த்து, நோக்கு, கவனம் செலுத்துதல்
regarding *(prep)* : concerning, குறித்து, தொடர்பாக

regatta *(n)* a boat race, படகுப் போட்டி

regency *(n)* : authority, a commission acting as a regent, அதிகாரக் குழு, பகர ஆட்சிக்குழு, பொறுப்புக்குழு

regenerate *(v)* : reproduce, restore, reform oneself, மறுபடியும் உண்டாக்கு, புத்துயிர்கொடு, மேம் படுத்து

regent *(n)* : a deputy who rules in the place of the king, பகர ஆட்சியாளர்

regicide *(n)* : the murder of a king, the murderer, அரச கொலை, அரச கொலை செய்பவன்

regime *(n)* : mode of government, government, ஆட்சிமுறை, நடப் பாட்சி, அரசு

regiment *(n)* : a large division of the army, படைவகுப்பணி

region *(n)* : area, stretch of a country, வட்டாரம், இருப்பிடம், நிலப் பரப்பு

register *(n)* : a record, a written list, பதிவேடு, அட்டவணை; *(v)* : make a written record, to enroll, send by special post paying a fee, பதி வேட்டில் குறி, பட்டியலில் குறி, பதிவு செய்

registrar *(n)* : one who keeps records or registers, பதிவாளர்

regress *(n)* : retrogression, பிற் போக்கு

regret *(v)* : to be sorry, வருந்து, வருத்தம் தெரிவி; *(n)* : sorrow, வருத்தம், துயரம்

regretful *(adj)* : expressing sorrow, வருத்தம் தெரிவிக்கிற

regrettable *(adj)* : to be regretted, வருந்தத்தக்க

regular *(adj)* : orderly, periodic, usual, ஒழுங்கான, முறையான, வழக்க மான

regularity *(n)* : state of being regular, ஒழுங்கு, முறைமை

regularize *(v)* : make regular, முறைப் படுத்து, ஒழுங்காக்கு

regulate *(v)* : direct, to control by rules, put in good order, நடத்து, கட்டுப்படுத்து, விதிக்குட்படுத்து, ஒழுங்குபடுத்து

regulation *(n)* : rule or order, law, விதி, ஒழுங்கு, சட்டம்

rehabilitate *(v)* : reinstate, மறுசீரமை

rehearsal *(n)* : a private practice of drama, music etc., before performance in public, ஒத்திகை

reign *(n)* : rule, period during which one rules, ஆட்சி, ஆட்சிக் காலம்

reimburse *(v)* : to repay, திரும்பக் கொடு

rein *(n)* : long narrow strap attached to a bridle, சடிவாள வார்

reincarnation *(n)* : a religious belief that after one's death the soul enters into another body, மறுபிறப்பு

reindeer *(n)* : a kind of deer, கலை மான்

reinforce *(v)* : to support and strengthen, வலுவூட்டு

reinstate *(v)* : to put back in the former state or position, மீண்டும் பழைய நிலைக்குக் கொண்டுவா, மீண்டும் பழைய பதவியில் அமர்த்து

reiterate *(v)* : to repeat again and again, திரும்பத் திரும்பச்சொல் அல்லது செய்

reject *(v)* : refuse to accept, exclude, ஏற்க மறு, புறந்தள்ளு, விலக்கு

rejoice *(v)* : to delight, மகிழ்ச்சியடை

rejoicing *(n)* : joy, delight, மகிழ்ச்சி, களிப்பு

rejoin *(v)* : to join again, to answer to a reply, மீண்டும் ஒன்றுசேர், மறுமொழி கூறு

rejoinder *(n)* : an answer to a reply, எதிருரை

rejuvenate *(v)* : make or become young again, இளமை பெறு, இளமையாக்கு

relapse *(v)* : revert, பழைய நிலைக்கு வா; *(n)* : reversion, பழைய நிலையை அடைதல்

relate *(v)* ; connect, refer, narrate, தொடர்பு படுத்து, கூறு, விவரி

related *(adj)* : of the same family, allied, உறவுடைய, தொடர்புடைய

relation *(n)* : connection, dealings, a person related by blood or marriage, தொடர்பு, செயல் தொடர்பு, உறவு

relative *(adj)* : having a connection with, தொடர்புடைய, உறவுடைய

relax *(v)* : to weaken, become less stiff, to make less severe, slacken, நலிவுறு, தளர்த்து, கண்டிப்பைக் குறை, நெகிழ்த்து

relay *(n)* : set of horses or men substituted for tired ones, transmission in successive stages, இடை மாற்றீடு, அஞ்சல் முறை; *(v)* : send by relay, send out, lay again, அஞ்சல் செய், மறுஒலிபரப்பு செய், இடை மாற்றீடு செய்

release *(v)* : liberate, discharge, allow to be exhibited publicly, விடுதலை செய், வெளியேற்று, வெளியிடு; *(n)* : liberation, discharge, act of exhibiting for the first time, விடுதலை, வெளியேற்றம், வெளியீடு

relegate *(v)* : banish, to put away or lower, துரத்து, ஒதுக்கு, தாழ்த்து

relent *(v)* : to become less severe, மனமிரங்கு

relevance *(n)* : pertinence, இயைபு, பொருத்தம்

relevant *(adj)* : pertinent, connected, பொருத்தமான, தொடர்பான, இயல்புடைய

reliance *(n)* : confidence, hope, நம்பிக்கை

relic *(n)* : residue, reminiscence, எச்சம், வரலாற்றுச் சின்னம்

relict *(n)* : widow, விதவை

relief *(n)* : aid, the lessening of pain or anxiety, method of carving in which the design stands out from its surface, உதவி, இடருதவி, துயருதவி, புடைப்பியல் பொறிப்பு முறை

relieve *(v)* : to lessen pain or anxiety, take charge of, நோவு தணி, துயர் குறை, பொறுப்பிலிருந்து விடுவி

religion *(n)* : one of the systems of faith and worship, சமயம்

religious *(adj)* : relating to religion, சமயத் தொடர்பான

relinquish *(v)* : abandon, கைவிடு, துற

relish *(v)* : to like the taste of, enjoy, சுவைத்து மகிழ், மகிழ்ந்து ஈடுபடு *(n)* : good taste, enjoyment of food or other things, liking for, சுவை, ஆர்வ ஈடுபாடு, விருப்பம்

reluctance *(n)* : dislike, unwillingness, தயக்கம், விருப்பமின்மை

reluctant *(adj)* : unwilling, விருப்பமற்ற, தயக்கமுடைய

rely *(v)* : to have full confidence in, depend on, நம்பு, சார்ந்திரு

remain *(v)* : continue to be left behind, continue to exist, தொடர்ந்திரு, எஞ்சு, இரு

remainder *(n)* : residue, number left after subtraction, எஞ்சியுள்ளது, மீதி

remains *(n)* : that which is left, a corpse, மிச்சம், மீந்த பகுதி, பிணம்

remand *(v)* : send back into custody, allow to further enquiry, மறுபடியும் அனுப்பு, காவலில் வை; *(n)* : custody, காவல் வைப்பு

remark *(v)* : say by way of comment, notice, கருத்துரை, கவனி; *(n)* : a written or spoken comment, noticing, கருத்துரை, கவனித்தல்

remarkable *(adj)* : famous, important, குறிப்பிடத்தக்க, சிறப்புக்குரிய

remediable *(adj)* : capable of being cured or corrected, குணப்படுத்தத் தக்க, திருத்தத்தக்க

remedial *(adj)* : providing remedy or cure, இழப்பீடு செய்யவல்ல, குணப்படுத்தும்

remedy *(n)* : cure, means of removing any evil, பரிகாரம், தீர்வு, மருந்து

remember *(v)* : to keep in memory, நினைவில் வை

remembrance *(n)* : keeping in memory, a memorial, நினைவில் வைத்தல், நினைவுச் சின்னம்

remind *(v)* : cause to remember, நினைவூட்டு

reminder *(n)* : one who or that which reminds, நினைவூட்டுபவன், நினைவூட்டுவது

reminiscence *(n)* : the recalling of some event of the past, பழைய நினைவு, நினைவு கூர்தல்

remiss *(adj)* : negligent, careless, அசட்டையான, கவனமற்ற, விழிப்பற்ற

remission *(n)* : forgiveness, relaxation, allowance of a debt or tax, lessening, மன்னிப்பு, தளர்த்துதல், கடன் அல்லது வரியில் செய்யப்படும் தள்ளுபடி, குறைத்தல், தணித்தல்

remit *(v)* : to forgive, to relax, to send money, to send back, மன்னித்து விடு, தளர்த்து, பணம் அனுப்பு, திருப்பி அனுப்பு

remittance *(n)* : money sent, act of sending money, செலுத்திய பணம், பணம் அனுப்புதல், பணம் செலுத்துதல்

remnant *(n)* : that which remains, மிச்சம்

remorse *(n)* : bitter repentance for fault, செய்த தவற்றுக்காக வருந்துதல், கழிவிரக்கம், மனச்சான்று உறுத்தல்

remote *(adj)* : far apart, not closely related, தொலைவிலுள்ள, நெருங்கிய உறவில்லாத, நெருங்கிய தொடர்பற்ற

remount *(v)* : to mount again, மீண்டும் மேலே ஏறு

removable *(adj)* : displaceable, transferable, எடுத்துவிடக் கூடிய, தள்ளிவிடத்தக்க

removal *(n)* : a moving from one place to another, இடம் பெயர்த்தல், நீக்குதல், அகற்றுதல்

remove *(v)* : to take away, dismiss, displace, அகற்று, நீக்கு, இடம் மாற்றி வை

remuneration *(n)* : reward, payment for service rendered, அன்பளிப்பு, கைம்மாறு, ஊதியம்

renaissance *(n)* : revival, மறுமலர்ச்சி

rend *(v)* : disjoin, துண்டு துண்டாகப் பிரி

render *(v)* : give, interpret, perform, handover, கொடு, மொழிபெயர்த்துச் சொல், நடைமுறைப்படுத்து, ஒப்படை

rendering *(n)* : a translation, மொழிபெயர்ப்பு

rendezvous *(n)* : place of meeting fixed beforehand, சந்திப்பிடம், கூட்டம் நிகழ்த்துமிடம்

renegade *(n)* : apostate, deserter of party or principles, சமயம் அல்லது கட்சி மாறி, கொள்கை துறந்தவர்

renew *(v)* : to make new again, புதுப்பி

renewal *(n)* : act of making new again, புதுப்பித்தல்

renounce *(v)* : give up, withdraw from, துற, கைவிடு

renovate *(v)* : bring to good condition, புதுப்பி, செப்பனிடு

renown *(n)* : repute, high distinction, புகழ், கீர்த்தி

rent *(n)* : tenant's periodical payment for use of land or house, a tear, cleft, வாடகை, குடிக்கூலி, கிறல், பிளவு; *(v)* : to pay or receive rent, past tense and past participle of rend, வாடகை கொடு, வாடகை பெறு, 'rend' என்பதன் இறந்தகால, இறந்தகால முடிவெச்ச வடிவம்

rental *(n)* : the revenue got from rented property, வாடகைத் தொகை

repair *(v)* : mend, compensate, செப்பனிடு, பழுது பார், ஈடுசெய்; *(n)* : making good condition after repairing, செப்பனிடு, பழுதுபார், செப்பநிலை

reparable *(adj)* : that can be made good, செப்பனிடக் கூடிய

reparation *(n)* : the act of making amends, செப்பனிடுதல், ஈடு செய்தல்

repartee *(n)* : a witty or quick reply, திறமையான பதில், உடனுக்குடன் கூறும் மறுமொழி

repast *(n)* : a meal, food in general, சாப்பாடு, உணவு

repatriate *(v)* : to send back to one's own country, தாயகத்துக்குத் திருப்பி அனுப்பு; *(n)* : one who has been repatriated, அகதி

repay *(v)* : refund, compensate, திருப்பிச் செலுத்து, திருப்பிக் கொடு, ஈடுசெய்

repeal *(v)* : revoke, put an end to, தள்ளுபடி செய், ரத்து செய், நீக்கு

repeat *(v)* : to say again, to repeat from memory, மீண்டும் மீண்டும் கூறு, ஒப்பி

repeatedly *(adv)* : again and again, மறுபடியும் மறுபடியும், பல முறை

repel *(v)* : to repulse, resist, oppose, cause a dislike, துரத்து, தடுத்து நிறுத்து, எதிர், வெறுத்தொதுக்கு

repent *(v)* : regret, feel sorry for, செய்த தவற்றிற்கு மனமிரங்கு, வருந்து

repentance *(n)* : regret, sorrow for a past course or action, கழிவிரக்கம், நடந்துபோன அல்லது செய்த குற்றத்திற்காக மனம் வருந்துதல்

repentant *(adj)* : showing sorrow, வருந்துகிற

repercussion *(n)* : echo, reverberation, after effect, எதிரொலி, எதிரதிர்வு, விளைபயன்

repetition *(n)* : the act of repeating, recital from memory, செய்ததையே செய்தல், கூறியது கூறல், ஒப்பித்

replace *(v)* : to put back in place, take the place of, பழைய இடத்திலேயே திரும்பவும் வை, ஒன்றின் இடத்தை மற்றொன்றைக் கொண்டு நிரப்பு, மாற்றிவை

replenish *(v)* : to fill up again, to bring back to completeness, மீண்டும் நிரப்பு, குறை நீக்கி முழுமையாக்கு

replete *(adj)* : full to the brim, abounding, நிறைந்துள்ள

replica *(n)* : an exact copy, நேர் பகர்ப்பு

reply *(v)* : to give an answer, to respond, விடையளி, மறுமொழி கூறு; *(n)* : an answer, response, விடை, மறுமொழி

report *(v)* : give an account of, make a complaint about, அறிக்கை தயாரி, செய்தியளி, புகார் செய்; *(n)* : account or statement, rumour, noise of an explosion, அறிக்கை, வதந்தி, வெடியோசை

reporter *(n)* : a bearer of news, செய்தியாளர்

repose *(v)* : to rest, ஓய்வெடு; *(n)* : sleep, rest, உறக்கம், ஓய்வு

repository *(n)* : a place where goods are stored, பண்டகசாலை, களஞ்சியம்

reprehensible *(adj)* : observing blame, குற்றஞ்சாட்டத்தக்க

represent *(v)* : be a symbol or example of, describe,make clear, be an agent for, அடையாளமாக அல்லது மாதிரியாக இரு, விவரி, பெயராளராக இரு

representative *(n)* : an example, specimen, one who represents others, வகைமாதிரி, உருமாதிரி, பெயராள், முகவரி; *(adj)* : serving as an example, of the nature of represent ing others, அடையாளமான, எடுத்துக்காட்டான, பெயராளராக விளங்கும்

repress *(v)* : suppress, to put down, அடக்கி ஒடுக்கு, நசுக்கு, கீழ்ப் படுத்து

reprimand *(v)* : to rebuke severely or formally, கடிந்துரை, கண்டனம் தெரிவி; *(n)* : a strong rebuke, கண்டனம்

reprint *(v)* : to print again, மறு பதிப்பிடு

reprisal *(n)* : action taken in revenge, பழிக்குப் பழிவாங்குதல்

reproach *(v)* : blame regretfully, scold, குற்றஞ்சாட்டு, இடித்துரை, கடிந்து சொல்; *(n)* : shame, a blame, இழிவு, குற்றச்சாட்டு

reprobate *(v)* : disapprove strongly of, கண்டனந் தெரிவி

reproduce *(v)* : to produce again, to make an imitation, copy etc., to repeat, to bring forth, மீண்டும் உற்பத்தி செய், உருப்படிவம் அமை, மீண்டும் செய், இனப் பெருக்கம் செய்

reproof *(n)* : a scolding, blaming, கடிந்துரை, கண்டனம்

reprove *(v)* : scold, to disapprove, கடிந்து கூறு, கண்டனம் தெரிவி

reptile *(n)* : a crawling creature, ஊர்வன

republic *(n)* : a nation in which the supreme power is in the hands of the citizens entitled to vote and is exercised by representatives elected by them, குடியரசு, குடியரசு நாடு

repudiate *(v)* : to disown publicly, to deny the truth of, உடமை துற, உரிமையைக் கைவிடு, உண்மையை மறு

repugnance *(n)* : inconsistency, extreme dislike, முரண்பாடு, வெறுப்பு

repulse *(v)* : to drive back, reject, பின்தள்ளு, எதிர்த்துத் தள்ளு

repulsive *(adj)* : tending to repel, causing strong dislike, எதிர்த்துத் தள்ளும், வெறுப்பூட்டும்

reputable *(adj)* : respectable, மதிப்பு வாய்ந்த

reputation *(n)* : fame, distinction, regard, புகழ், தனிச்சிறப்பு, மதிப்பு

request *(n)* : petition, demand, something asked for, விண்ணப்பம், கோரிக்கை, முறையீடு, தேவை, வேண்டப்படும் நிலை; *(v)* : to ask for in a polite manner, முறையிடு, வேண்டிக்கேள்

requiem *(n)* : a hymn or mass song for the dead, இரங்கற்பா, ஒப்பாரிப் பாடல்

require *(v)* : demand, to order, to need, உரிமையுடன் கேள், கோரு, வேண்டு, கட்டளையிடு, தேவைப்படு

requirement *(n)* : necessity, தேவை, கோரிக்கை

requisite *(adj)* : required, necessary, indispensable, தேவையான, இன்றியமையாத; *(n)* : anything necessary, தேவை

requisition *(n)* : a formal written request, தேவை மனு, (எழுத்து மூலம்) வேண்டுகோள், கோரிக்கை

requital *(n)* : payment in return, கைம்மாறு

rescind *(v)* : cancel, தள்ளுபடி செய், ரத்து செய்

rescue *(v)* : to save from danger, evil etc,, காப்பாற்று; *(n)* : an act which saves from harm or danger, மீட்புப் பணி, இடர்காப்புதவி

research *(n)* : systematic investigation into facts or principles, ஆராய்ச்சி

resemblance *(n)* : likeness, relative identity, ஒற்றுமை, ஒப்பு, ஒத்திருத்தல்

resemble *(v)* : be similar, be like, போலிரு, ஒத்திரு

resent *(v)* : to be angry at, சினங்கொள், குற்றங்காண்

resentment *(n)* : ill-will and anger, கடுஞ்சினம், வன்மம்

reserve *(v)* : store up, retain, to set aside, சேமித்துவை, நிறுத்திவை, ஒதுக்கிவை; *(n)* : something that has been stored for later use, state of being kept back for use when needed, self centred in speech or behaviour, சேமிப்பு, சேகரம், தேவைப்படும் போது பயன் படுத்துவதற்கென ஒதுக்கி வைக்கும் நிலை, மனம் விட்டு பேசாத இயல்பு, தன்

reservoir *(n)* : a receptacle, storing of anything, சேமக்கலம், சேமப் பொருள்

reside *(v)* : to live, குடியிரு

residence *(n)* : the place or house where one dwells, உறைவிடம், வசிப்பிடம்

resident *(n)* : one who dwells, a government representative residing at a foreign country, குடியிருப்பவர், தங்குபவர், அயல்நாட்டு நிலவரத் தூதுவர்; *(adj)* : having a residence in a place in connection with one's official work, குடியிருப்புடைய, பணியிடத்தில் தங்குகிற

residential *(adj)* : containing a large number of houses, fit for living in, குடியிருப்புப் பகுதியான, குடியிருக்கத்தக்க

residue *(n)* : a remainder, மிச்சம், மீதி

resign *(v)* : to give up one's office or post, to accept calmly, பணியைத் துற, ராஜினாமா செய், பொறுமையுடன் தாங்கிக்கொள்

resignation *(n)* : the act of giving up a position, office etc., the quality of being submissive, பணி துறத்தல், பணி விலகல், பணிவடக்கம்

resilience, resiliency *(n)* : elasticity, வில்லுமை

resin *(n)* : an amorphous inflammable substance, a gum, குங்கிலியம், பிசின்

resist *(v)* : withstand, use force against, எதிர்த்து நில், தடுத்து நில்

resistance *(n)* : a strong stand against, எதிர்ப்பு, தடை

resolute *(adj)* : having a fixed purpose, steady, உறுதியான நோக்குமுடைய, மன உறுதியுடைய

resolution *(n)* : determination, separation of anything into component parts, an expression of opinion of a meeting, மன உறுதி, கருத்து உறுதிப்பாடு, பகுதிகளாகப் பிரித்தல், பகுப்பு, கூட்டத் தீர்மானம்

resolve *(v)* : decide, analyse, make clear, முடிவெடு, பகுதிகளாகப் பிரி, விளக்கு

resonant *(adj)* : echoing, எதிரொலிக்கும்

resort *(v)* : to go frequently or habitually, அடிக்கடிச் செய்; *(n)* : a place much frequented, recourse, அடிக்கடி அல்லது வழக்கமாய்ப் போகுமிடம், போக்கிடம், புகலிடம்

resound *(v)* : reverberate, to make an echoing sound, to be famed, எதிரொலி முழங்கு, புகழ் பெறு

resource *(n)* : available means, skill in meeting any situation, ஆதாரம், மூல வளம், வழிகாணும் திறம்

resourceful *(adj)* : ready to think out the right thing to do, தகுந்த வழிகாணும் திறமுடைய

respect *(n)* : honour, esteem, regard, கௌரவம், மரியாதை, மதிப்பு; *(v)* : to have a regard for, உயர்வாகப் போற்று, மதிப்பளி

respectable *(adj)* : deserving respect, மதிப்புக்குகந்த

respectful *(adj)* : showing respect, மதிப்புடைய, மதிப்பு காட்டுகிற

respecting *(prep)* : regarding, in relation to, குறித்து, தொடர்பாக

respective *(adj)* : particular, relating to each order, உரிய, முறையான, அதனதன்

respectively *(adv)* : in order,in turn, முறையாக, முறையே

respiration *(n)* : breathing, மூச்சு விடுதல், உயிர்த்தல்

respite *(n)* : an interval of rest, delay, ஓய்வு, தாமதம்

resplendent *(adj)* : shining, bright, splendid, ஒளிரும், சுடர் விடும், சிறப்பான

respond *(v)* : to give answer, மறுமொழி கூறு, பதில் கூறு

respondent *(n)* : one who responds, a defendant, மறுமொழி கூறுபவர், எதிர்வாதி

response *(n)* : answer, reply, மறுமொழி, பதில்

responsibility *(n)* : accountability, a duty or trust, பொறுப்பு, கடமை

responsible *(adj)* : having responsibility, trustworthy, important, பொறுப்புடைய, நம்பத்தகுந்த, முக்கியமான

responsive *(adj)* : responding, மறுமொழி கூறும்

rest *(n)* : ease, cessation from work, sleep, that which is left over, a support, அமைதி, இடைநிறுத்தம், ஓய்வு, உறக்கம், மீதி, ஆதாரம், தாங்கி; *(v)* : sleep, ease from work, halt, repose, ஓய்வெடு, தங்கு, இளைப்பாறு

restaurant *(n)* : a place where refreshments or meals are provided, சிற்றுண்டிச்சாலை

restive *(adj)* : restless, impatient, stubborn, அமைதியற்ற, பொறுமையற்ற, பிடிவாதமுடைய

restless *(adj)* : having no rest, uneasy, ஓய்வற்ற, மன அமைதியில்லாத

restore *(v)* : to bring into effect, reinstate, to give back, நடைமுறைக்குக் கொண்டு வா, பழைய நிலையில் வை, திருப்பிக் கொடு

restrain *(v)* : check, suppress, restrict, தடுத்து நிறுத்து, அடக்கு, தடைசெய்

restraint *(n)* : a restriction, self-repression, தடை, கட்டுப்பாடு, தன்னடக்கம்

restrict *(v)* : to keep within limits, confine, வரையறைப்படுத்து, அடைத்துவை

restriction *(n)* : limitation, restraint, வரையறை, கட்டுப்பாடு, தடை, வரம்பு

result *(n)* : the outcome, conclusion, consequence, பயன், முடிவு, பின்விளைவு ; *(v)* : to follow as a consequence, terminate, பலனாக அமை, விளைவுறு, முடி

resume *(v)* : to begin again, to occupy again, மறுபடியும் தொடங்கு, திரும்ப எடுத்துக்கொள்

resurrection *(n)* : the act of coming back to life, rebirth, any revival, மீட்டெழுச்சி, புதுப்பிறவி, மறுமலர்ச்சி

resuscitate *(v)* : to bring back to life, புத்துயிர் கொடு, நடைமுறைக்குத் கொண்டுவா

retail *(v)* : sell in small quantities, சில்லறை வியாபாரம் செய், சில்லறை விற்பனை நடத்து ; *(n)* : the selling of goods in small quantities, சில்லறை விற்பனை, சில்லறை வியாபாரம்

retain *(v)* : withhold, detain, employ, hire, preserve, நிறுத்தி வை, பின் தங்கச்செய், வேலைக்கு அமர்த்து, கூலி கொடுத்து அமர்த்து, வைத்திரு

retainer *(n)* : one who retains or keeps, a servant, வைத்திருப்பவர், பணியாள்

retaliate *(v)* : to repay evil with evil, பழிக்குப் பழி வாங்கு

retard *(v)* : to cause to move slowly, delay, வேகம் குறை, தாமதப்படுத்து

retch *(v)* : try to vomit, குமட்டலெடு

retention *(n)* : retaining or being retained, the ability to remember, memory, விடாது வைத்திருத்தல், நினைவாற்றல், நினைவு

reticent *(adj)* : not saying much, shy in speaking, செய்தி வெளியிடாத, பேசுவதைத் தவிர்க்க விரும்பும்

retina *(n)* : the inner membrane at the back of the eyeball which is sensitive to light, விழித்திரை

retinue *(n)* a body of attendants, escort. பரிவாரம், பணியாளர் தொகுதி, மெய்க்காப்பாளர்

retire *(v)* : withdraw, to move back, to withdraw oneself from service. விலகு, பின்வாங்கு, ஒய்வெடுத்துக்கொள், பணியிலிருந்து ஒய்வு பெறு

retired *(adj)* : secluded, withdrawn from active service. தனிமையான, ஒய்வு பெற்ற

retort *(n)* : a ready and sharp answer, a bottle of thin glass. சுடுசொல், எதிருரை, வாலை ; *(v)* : to make a sharp reply. சுடு சொல் கூறு, எதிர்த்துப் பேசு

retrace *(v)* : trace or go back, go over in the mind. வந்த வழியே திரும்பிச் செல், ஒவ்வொன்றாக மீண்டும் நினைத்துப்பார்

retract *(v)* : draw back, to make a disavowal. பின்வாங்கு, சொன்ன சொல்லை மீறி நட

retreat *(v)* : retire, to move backward, ஒதுக்கு, பின்வாங்கு, *(n)* : withdrawal, a place of retirement, solitude, பின்னடைவு, ஒய்விடம், தனிமை

retrench *(v)* : curtail, abridge, குறை, சுருக்கு

retribution *(n)* a deserved punishment, revenge, தகுந்த தண்டனை, பழிச்செயல்

retrieve *(v)* : regain, to restore, remember, திரும்பப் பெறு, சீர் படுத்து, நினைவிற்குக் கொண்டு வா

retrograde *(adj)* : going backwards, becoming worse, பிற்போக்கான, பின்வாங்குகிற, நலிவுறுகிற

retrospect *(n)* : a looking back, the past, பின்னோட்டம், கடந்த காலக் கண்ணோட்டம்

retrospective *(adj)* : pertaining to or referring to the past, பின்னோக்கிய, கடந்த காலத்திற்குரிய

return *(v)* to come or go back, respond, to pay back, திரும்பி வா அல்லது போ, பதிலாகக் கொடு, திரும்பக் கொடு ; *(n)* : going back, repayment, yield, report, திரும்புதல், திரும்பக் கொடுத்தல், பயன், தகவல்

reunion *(n)* a meeting of persons who have been separated, பிரிந்தவர் கூடுதல், திரும்பவும் ஒன்று கூடுதல்

reveal *(v)* disclose, make known, வெளிப் படுத்து, தெரியப் படுத்து

reveille *(n)* a bell to waken soldiers in the morning, துயிலெழுப்பும் மணியோசை

revel *(v)* : to take delight, to make merry, மகிழ்ச்சியடை, கும்மாளமிடு ; *(n)* a merry-making, களியாட்டம்

revelry *(n)* : noisy merriment, களியாட்டம், கேளிக்கை விருந்து

revenge *(v)* : to take vengeance for, பழிவாங்கு; *(n)* : vengeance, பழிக்குப் பழி

revenue *(n)* : total current income, வருவாய்

reverberate *(v)* : to echo, எதிரொலி

revere *(v)* : venerate, worship, போற்று, வணங்கு, வழிபடு

reverence *(n)* : veneration, homage, பெருமதிப்பு, மரியாதை

reverent, reverential *(adj)* : humble, expressing reverence, வணக்கமுள்ள, வழிபடுகிற

reverie *(n)* : a day-dream, பகல் கனவு

reversal *(n)* : the act of reversing, தலைகீழாக்குதல், திருப்புதல்

reverse *(v)* : to turn upside down or inside out, தலைகீழாக்கு, திருப்பு; *(n)* : the opposite, a defeat, the backside of anything, எதிரானது, தோல்வி, பின்புறம், மறுபுறம்

revert *(v)* : to return to a former condition, to turn back, பழைய நிலையை அடை, மாற்றிப் போடு, திருப்பிப்போடு

revetment *(n)* : a retaining wall, அணை சுவர்

review *(n)* : an opinion, critical account of a new book, play etc., revision, மதிப்பீடு, மதிப்புரை, மறு ஆய்வு செய்தல்; *(v)* : consider or examine again, criticize, மறு ஆய்வு செய், மதிப்பீடு செய்

revile *(v)* : abuse, defame, reproach, திட்டு, அவதூறு சொல், கடிந்து சொல்

revise *(v)* : to read several times to make corrections, change, reconsider, பலமுறை படித்துப் பிழை திருத்து, சரிபார், மறு ஆய்வு செய், மாற்று

revival *(n)* : bringing or coming back into use, increase of interest in religion, an awakening, புத்தாக்கம், சமயப் புத்தெழுச்சி, மறுமலர்ச்சி

revive *(v)* : come back to consciousness, bring into use, நினைவுக்குக் கொண்டு வா, மீண்டும் உணர்வு பெறு, நடைமுறைக்குக் கொண்டு வா

revocable *(adj)* : capable of being revoked, மாற்றத்தக்க, அழிக்கத்தக்க

revoke *(v)* : cancel, recall, renounce, தள்ளுபடி செய், நினைவூட்டு, கைவிடு

revolt *(n)* : an act of protest, revolution, எதிர்க் கிளர்ச்சி, கலகம், புரட்சி

revolution *(n)* : mutiny, rebellion, riot, rotation, கலகம், புரட்சி, கலவரம், சுழற்சி

revolutionary *(adj)* : causing great changes, tending to produce revolution, rotating, மாற்றங்களை உண்டு பண்ணும், புரட்சி ஏற்படுத்தும், சுழலுகிற

revolutionize *(v)* : to effect a change in the character, government etc., பெரு மாற்றம் ஏற்படுத்து, புரட்சி ஏற்படுத்து

revolve *(v)* : roll, rotate, turn, உருள், சுழல், சுற்று, திருப்பு

revolver *(n)* : a revolving pistol, சுழல் துப்பாக்கி

revulsion *(n)* : a strong reaction of any kind, உணர்ச்சி மாற்றம்

reward *(v)* : recompense for service or merit பரிசளி, வெகுமதி கொடு; *(n)* : repayment, கைம்மாறு, வெகுமதி

rewrite *(v)* : to write over again, மறுபடியும் எழுது

rhetoric *(n)* : skill in the use of language, பேச்சுத் திறன், சொற்கலை

rheumatism *(n)* : a painful inflammation in the joints and muscles, வாத நோய்

rhinoceros *(n)* : a thick skinned animal with one or two horns on the nose, காண்டாமிருகம்

rhombus *(n)* : an equilateral parallelogram, சாய்சதுரம், செவ்வகம்

rhyme *(n)* : a verse with accordant sounds at the end of the lines, a short poem, ஒலியியைபு, சிறு செய்யுள்

rhythm *(n)* : a regular arrangement of words according to the sounds, சந்தம், எதுகை

rib *(n)* : one of the curved bones which protect the chest, vein of a plant-leaf, விலா எலும்பு, இலை நரம்பு

ribald *(adj)* : vulgar, கொச்சையான

ribbon *(n)* : a narrow strip of silk, நாடா

rice *(n)* : the edible seeds of a plant, அரிசி

rich *(adj)* : wealthy, abundant, செல்வ முள்ள, செழிப்பான ; *(n)* : the rich, wealthy people, செல்வந்தர், பணக்காரர்

riches *(n & pl)* : wealth, செல்வம்

rick *(n)* : a pile of hay or straw, வைக் கோல் போர்

rickets *(n)* : a disease of children, கணை

rickety *(adj)* : weak, தளர்ந்த

rickshaw *(n)* : a two-wheeled vehicle pulled by man, ஆள் இழுப்பு வண்டி

ricochet *(n)* : jumping or skipping movement after hitting the ground, தத்திப் பாய்தல்

rid *(v)* : make free, to drive away, விடுவி, நீக்கு

riddle *(n)* : a puzzle, a sifter, விடு கதை, புதிர், சல்லடை

ride *(v)* : sit on a horse etc., and be carried, project or overlap, to float on water, (குதிரை, வண்டி முத லானவற்றில்) ஏறிச்செல், நீட்டிக் கொண்டிரு, மேலேறியிரு, நீரில் மித ; *(n)* : a journey in a vehicle or on the back of the animals, சவாரி

ridge *(n)* : an elevation, a mountain range, மேடு, மலைத் தொடர்

ridicule *(v)* : make fun of, to laugh at, கேலி செய், ஏளனம் செய் ; *(n)* : mockery, கேலி, ஏளனம்

ridiculous *(adj)* : silly, laughable, absurd, முட்டாள்தனமான, ஏளன மான, நகைப்பிற்கிடம் தரும், பொருத்தமற்ற

rife *(adj)* : abounding, ordinary, மிகு தியான, பொது வழக்கமான

riff-raff *(n)* : rough, mean people, கீழ்மக்கள்

rifle *(v)* : wander, to plunder, கொள் ளையடி ; *(n)* : a gun with grooved bore, துப்பாக்கி

rift *(n)* : a cleft, fissure, பிளவு, வெடிப்பு

rig *(v)* : dress, to fit a vessel with masts, sails etc., ஆடை திருத்து, கப்பலில் பாய்மரம் முதலியவற்றைப் பொருத்து

right *(n)* : just, privilege, duty, right side, நேர்மை, உரிமை, வலப் பக்கம் ; *(adj)* : straight, true, suitable, on the right side, நேரான, உண் மையான, பொருத்தமான, வலப் பக்கத்திலுள்ள

righteous *(adj)* : virtuous, just, law-abiding, உண்மையான, நேர்மை யான, சட்டத்தை மதிக்கிற

rigid *(adj)* : severe, strict,, stiff, not easily bent, கடுமையான, கண்டிப் பான, விறைப்பான, எளிதில் வளையாத

rigidity *(n)* : stiffness, inflexibility, கண்டிப்பு, இணக்கமின்மை

rigmarole *(n)* : meaningless talk, வம்பளப்பு, சுற்றி வளைத்துப் பேசுதல்

rigorous *(adj)* : strict, severe, கடுமை யான, கண்டிப்பான

rigour *(n)* : severity, கடுமை, கண் டிப்பு

rill *(n)* : a small stream, சிற்றாறு

rim *(n)* : edge, the outer ring of wheel etc., ஓரம், விளிம்பு

rime[1] *(n)* : thick white frost, வெண்பனி

rime[2] *(n)* : see rhyme

rind *(n)* : the outer covering of fruit, the bark, பழத்தோல், மரப்பட்டை

ring *(n)* : circular band, a small loop worn on the finger, the sound of a bell, வளையம், மோதிரம், மணி யோசை ; *(v)* : to sound, cause to sound, ஓசை எழுப்பு, ஒலிக்கச் செய்

ring leader *(n)* : one who leads a wicked gang, கலகத்தலைவன்

ringworm *(n)* : a skin disease causing circular patches, படர்தாமரை நோய்

rink *(n)* : sheet of artificial ice for skating or curling, பனிச்சறுக்கு விளையாடும் களம்

rinse *(v)* : to cleanse lightly with water, நீரால் கழுவு

riot *(n)* : noisy uncontrolled disorder among a crowd of people, கலகம், கிளர்ச்சி, கலவரம் ; *(v)* : take part in a riot, revel, கலகத்தில் கலந்து கொள், கிளர்ச்சி செய்

riotous *(adj)* : disorderly, noisy, கலகம் விளைவிக்கும், சந்தடிமிக்க

rip *(v)* : to cut, வெட்டிப்பிள

ripe *(adj)* : fully developed, முற்றிய, பழுத்த

ripen *(v)* : to become ripe, முதிர்வுறு, பழு

ripple *(n)* : a little curling wave, சிற்றலை

rise *(v)* : to get up, to increase, to ascend, எழு, பெருக்கு, மேலெழு, ஏறு ; *(n)* :ascent, increase, ஏற்றம் உதயம், பெருக்கம்

risk *(n)* : chance of loss or injury, a danger, hazard, இடர், ஆபத்து, இடையூறு ; *(v)* : expose to danger, to take the chance of, இடருக்குட்படு, துணிந்திறங்கு

risky *(adj)* : dangerous, ஆபத்தான, இடர் நிறைந்த

rissole *(n)* : minced or fried meat வறுக்கப்பட்ட இறைச்சி

rite *(n)* : religious acts, சமயச்சடங்கு

ritual *(n)* : the way of carrying out worship, வழிபாட்டு முறை, சமயச் சடங்கு

river *(n)* : a long running natural stream of water, ஆறு, நதி

rivet *(n)* : one headed bolt that is fastened by having its other end hammered to the head, தறையாணி ; *(v)* : to fasten with a rivet, fix, தறையாணியிறக்கு, பொருத்து

rivulet *(n)* : a small stream, சிற்றாறு

roach *(n)* : a fresh - water fish, வெள்ளி மீன் வகை

road *(n)* : a public way for travelling on, பாதை

roadster *(n)* : a kind of open motor car, a ship at anchor, an experienced traveller, ஒரு வகை மோட்டார் வண்டி, தரையில் நங்கூரம் பாய்ச்சி நிற்கும் கப்பல், அனுபவம் வாய்ந்த பயணி

roam *(v)* : to wander about, சுற்றி அலைந்து திரி

roan *(n)* : a mixed coloured horse பல வண்ணக் குதிரை; *(adj)* : of a mixed colour, பலவண்ணம் கலந்த

roar *(v)* : to utter a full loud sound to cry aloud, கர்ஜனை செய்,

கூச்சல் போடு, சிம்மக் குரல் எழுப்பு

roast *(v)* : to bake before a fire or in an oven by dry heat, சுடு

rob *(v)* : to steal, take by force from, திருடு, கொள்ளையடி, பறி

robber *(n)* : a thief, கொள்ளைக் காரன்

robbery *(n)* : the act of stealing, கொள்ளை

robe *(n)* : a long loose outer gown, தளர்த்தியான மேலங்கி

robin *(n)* : a small bird, ஒரு சிறு பறவை

robot *(n)* : mechanism made to act like a man, one who does work like a machine without thinking, இயந்திர மனிதன், ரோபோ, அறிவைப் பயன்படுத்தாமல் இயந்திரம் போல் செயலாற்றுபவன்

robust *(adj)* : strong and healthy, வலிமையான, உடலுரமுடைய

rock *(n)* : a large mass of stone, பாறை; *(v)* : to move to and fro or from side to side, ஆட்டு, குலுக்கு

rocket *(n)* : a projectile used for launching space vechicles, ஏவுகணை

rocking-chair *(n)* : a swinging chair, ஆடுநாற்காலி

rock salt *(n)* : salt in solid form dug from mines, பாறையுப்பு, இந்துப்பு

rod *(n)* : a long slender piece of metal or wood, a measure of length, கம்பு, கம்பி, நீள அளவு

rode *(v)* : past tense of ride, 'ride' என்பதன் இறந்தகால வடிவம்

rodent *(adj)* : gnawing, கொறித் துண்ணும்; *(n)* : any gnawing animal, கொறித்துண்ணி

roe *(n)* : fish egg, a female deer, மீன் முட்டை, பெண் மான்

rogue *(n)* : a dishonest person, rascal, கயவன், போக்கிரி

role *(n)* : part to be performed by an actor, நடிகரின் பங்கு

roll *(v)* : to wind, move from side to side, சுருட்டு, உருளு; *(n)* : things rolled up, a list of names, சுருள், பெயர்ப் பட்டியல்

roll-call *(n)* : calling over a list of names to examine the attendance, பெயர்ப் பட்டியலின்படி அழைத்தல்

roller *(n)* : any cylindrical thing, உருளை

rollick *(n)* : a noisy revelry, கொண்டாட்டம், குதியாட்டம்; *(v)* : to revel noisily, கும்மாளம் போடு

Roman *(adj)* : of Rome, ரோமா புரிக்குரிய; *(n)* : a native or inhabitant of Rome, ரோம் நாட்டினன்

romance *(n)* : an exciting imaginary fiction, கற்பனைக் கதை

romantic *(adj)* : full of imagination, dealing with love, கற்பனை நிறைந்த, காதல் சார்ந்த

romp *(n)* : a frolicsome girl, விளையாட்டுச் சிறுமி

Rontgen rays *(n)* : X-ray, X-கதிர்

rood *(n)* : quarter of an acre, the figure of the cross, ஒரு ஏக்கரின் நாலில் ஒரு பங்கு, சிலுவை

roof *(n)* : the top covering of a building, coach etc., கூரை; *(v)* : provide with a roof, கூரை போடு

rook *(n)* : a crow like bird, a cheat, ஒரு வகைக் காகம், ஏமாற்றுக் காரர்; *(v)* : to cheat, ஏமாற்று

room *(n)* : one of the inside divisions in a building, empty space, opportunity, அறை, இடம், வாய்ப்பு

roost *(n)* : branch, pole, etc., on which a bird rests at night, இரவில் தூங்கும் அல்லது தங்குமிடம்; *(v)* : go to bed, தூங்கப்போ

root *(n)* : the part of a plant which is embedded in the earth, வேர்; *(v)* : take root, to be fixed firmly, pull by the root, வேர் கல்லு. நடு. நிலை நாட்டு. வேருடன் பிடுங்கு

rope *(n)* : a thick cord, கயிறு; *(v)* : to bind with a rope, கயிற்றால் கட்டு அல்லது பிணை

ropedancer *(n)* : dancer on ropes, கழைக்கூத்தாடி

rope ladder *(n)* : a ladder made of ropes, நூலேணி

rope walk *(n)* : place where ropes are made, கயிறு முறுக்கும் இடம்

rorqual *(n)* : a large whale, செந்நிறத் திமிங்கலம்

rosary *(n)* : a rose garden, a string of beads used in saying prayer, செபமாலை

rose *(n)* : a sweet-smelling flower bearing plant, ரோசாச் செடி, பூ; *(v)* : past tense of rise, 'rise' என்பதன் இறந்தகால வடிவம்

rosemary *(n)* : an evergreen shrub, பசுமை மாறா நறுமணச் செடி

rosewater *(n)* : scent made from rose leaves, பன்னீர்

rosewood *(n)* : hard dark red wood used to make furniture, கருங்காலி மரம்

rosin *(n)* : drugs of turpentine, குங்கிலியம்

rostrum *(n)* : platform for public speaking, சொற்பொழிவு மேடை

rosy *(adj)* : red, blushing, ரோசா நிற, செந்நிறமுடைய

rot *(v)* : decompose, to go bad, putrefy. அழுகு, கெடுறு, கெட்டுப்போ

rotary *(adj)* : revolving, சுழலும்

rotate *(v)* : revolve, to turn round at centre, சுழற்று, சுழலு

rotation *(n)* : revolution, act of turning round, சுழற்சி, சுற்றுதல்

rote *(n)* : repeating from memory, repetition of words without understanding, உருப்போட்டுச் சொல்லுதல், பொருளறியாமல் செய்யப்பட்ட மனப்பாடம்

rotten *(adj)* : putrefied, having gone bad, அழுகின, கெட்டுப்போன

rotund *(adj)* : round, plump, வட்டமான, உருண்டையான

rouge *(n)* : substance used to give colour to the cheeks or lips, கன்னத்திலும் இதழிலும் பூசும் செவ்வண்ணப் பூச்சு

rough *(adj)* : uneven, coarse, harsh, first, சொர சொரப்பான, கரடு முரடான, முரட்டுத்தனமான, முதல்

roughly *(adv)* : in a rough manner, nearly, முரட்டுத்தனமாக, சுமாராக

rough shod *(adv)* : harsh, with shoes provided with special nails (to prevent horse from slipping), முரட்டுத்தனமாக, ஆணிகளுடைய இலாடச் செருப்புகளுடன் (குதிரைக்குச் சறுக்காமல் தடுக்கும்)

round *(adj)* : circular, globular, plump, வட்டமான, கோள வடிவமுடைய, உருண்ட; *(n)* : a circle, globe, a series of actions, வட்டம், வளையம், உருண்டை, வரிசை முறை; *(adv)* : in a round, manner, வட்ட வடிவமாக; *(prep)* : around, சுற்றிலும்

round about *(adj)* : not using the direct route, சுற்றி வளைத்த, சுற்றான; *(n)* : merry go round, circular or enclosure at a road junction, குடைராட்டினம், தெருக்கள் கூடுமிடத்திலுள்ள வட்ட வடிவமான அடைப்புப்பகுதி

rouse *(v)* : awaken, to stir up, துயிலெழுப்பு, தூண்டு

rout *(n)* : complete defeat, முறியடிப்பு; *(v)* : to defeat utterly, முறியடி

route *(n)* : the course to be followed, road, வழி, பாதை

routine *(n)* : a regular course, நடைமுறை, செயல்முறை

rove *(v)* : to wander அலைந்து திரி

rover *(n)* : a wanderer, a robber, a senior boy scout, சுற்றித் திரிபவன், நாடோடி, கொள்ளைக்காரன், சாரணச் சிறுவன்

row *(n)* : a line of objects, a riot, வரிசை, கலகம், அமளி; *(v)* : to propel a boat by oars, துடுப்பு வலி

rowdy *(n)* : a rogue, rascal, போக்கிரி, முரடன்

rower *(n)* : one who rows, துடுப்பு வலிப்பவன்

rowlock *(n)* : an oar-rest, துடுப்புப் பிணைப்பகுதி

royal *(adj)* : kingly, majestic, அரசனுக்குரிய, பெருமிதமுடைய

royalty *(n)* : royal persons, kingly rank, amount of money paid to the owner of a copyright or patent, அரச குடும்பத்தினர், அரச பதவி, பங்கு வீத உரிமை

rub *(v)* : to wipe, to move a thing backward or forward on the surface with pressure, துடை, தேய்; *(n)* : a wipe, an act of rubbing, difficulty, துடைத்தல், உரைத்தல், உராய்தல், இடர்

rubber *(n)* : a tough elastic substance, one who or that which rubs, துடைக்கும் கருவி, துடைப்பான்

rubbish *(n)* : waste material, nonsense, குப்பை, பொருந்தாக் கருத்து

Rubicon *(n)* : an Italian river, இத்தாலிய நாட்டு நதி

rubble *(n)* : fragments of rocks or ruined buildings used in rough masonry and in filling in, கட்டிடத்தை உயர்த்த பயன்படும் சிறு கற்கள், செங்கல், காரை முதலியன

rubicund *(adj)* : red, சிவப்பு வண்ண

ruby *(n)* : a red coloured precious stone, கெம்புக்கல், சிவப்புக்கல்

rucksack *(n)* : a bag carried on the back, முதுகில் சுமந்து செல்லும் பை

rudder *(n)* : a helm, சுக்கான்

ruddy *(adj)* : red, செந்நிறமான

rude *(adj)* : rough in manners, violent, roughly made, முரட்டுத்தனமான, கொடிய, நன்கு செய்யப்படாத

rudiment *(n)* : the first step, undeveloped state, ஆரம்ப நிலை, வளரா நிலை, முதிரா நிலை

rue *(v)* : tc regret, வருந்து

ruffian *(n)* : a brutal fellow, முரடன், போக்கிரி

ruffle *(v)* : to agitate, annoy, to wrinkle, கலக்கு, அமைதி இழ, சுருக்கங்கள் உண்டாக்கு

rug *(n)* : a floor mat, a thick woolen blanket, தரை விரிப்பு, கம்பளம்

rugby *(n)* : a form of foot ball, கால்பந்தாட்ட வகை

rugged *(adj)* : rough, uneven, கரடு முரடான, சொர சொரப்பான
ruin *(n)* : destruction, downfall, அழிவு, வீழ்ச்சி; *(v)* : to destroy, அழி, பாழ்படுத்து
ruinous *(adj)* : destructive, கேடு விளைவிக்கும்
rule *(n)* : government, law, a marked strip for measuring length, ஆட்சி, சட்டம், அளவு கோல்
ruler *(n)* : one who rules, an instrument for drawing lines, ஆட்சியாளர், வரை கோல்
rum *(n)* : a spirituous drink made from sugarcane, வெல்லச் சாராயம்; *(adj)* : odd, queer, புதுமையான, முன்பின் அறிந்திராத
rumble *(n)* : a low continuous sound, உறுமுதல், முழக்கம்; *(v)* : to make dull noise, உறுமு
ruminant *(adj)* : a cud chewing animal, அசை போடும் விலங்கு
ruminate *(v)* : to chew the cud, to be deep in thought, அசைபோடு, ஆழ்ந்து சிந்தி
rumination *(n)* : chewing cud, deep thought, அசைபோடுதல், ஆழ்ந்த சிந்தனை
rumour *(n)* : vague gossip, வதந்தி
rumple *(v)* : to crease, கசக்கிச் சுருட்டு
run *(v)* : move swiftly, to flow, operate, ஓடு, வழிந்தோடு, இயக்கு; *(n)* : the act of running, a flow, ஓட்டம், ஒழுக்கு
runaway *(n)* : a fugitive, தப்பி ஓடியவன்
rune *(n)* : a script used in certain writing, ஒரு வகை எழுத்து வடிவம்
rung *(n)* : a step in a ladder, ஏணிப் படி; *(v)* : past participle of ring, 'ring' என்பதன் இறந்தகால முடி வெச்ச வடிவம்
runway *(n)* : a track along which air craft takes off and lands, வானூர்தி நிலப்பாதை
rupee *(n)* : Indian money unit, ரூபாய்
rupture *(n)* : a bursting, breaking, hernia, வெடிப்பு, உடைப்பு, குடல்வாத நோய்
rural *(adj)* : pertaining to the country, நாட்டுப்புறம் சார்ந்த
ruse *(n)* : a trick, சூழ்ச்சி, சூது
rush *(v)* : move forward in a violent manner, capture by a sudden attack, பாய்ந்து செல், வேக மாகத் தாககு; *(n)* : rapid movement, demand, a kind of reed, பாய்ச்சல், கிராக்கி, தேவை, கோரைப்புல்
rusk *(n)* : dried sweet-bread, வறுத்த ரொட்டி
russet *(adj)* : reddish-brown, பழுப்பு நிறமான
rust *(n)* : the reddish-brown coating that forms on iron and steel exposed to moisture, துரு; *(v)* : to become rusty, துருப்பிடி
rustic *(adj)* : rural, நாட்டுப் புறத்திற்குரிய
rustle *(v)* : make crackling sound, சரசர வென்று ஒலி எழுப்பு
rut *(n)* : the track of a wheel, வண்டித்தடம்
ruth *(n)* : pity, இரக்கம், கருணை
ruthless *(adj)* : pitiless, இரக்கமற்ற
rye *(n)* : a kind of grain, கம்பு போன்ற தானியம்
ryot *(n)* : a farmer, உழவன், குடியானவன்

S

sabbath *(n)* : a holy day, a day of rest, புண்ணிய நாள், ஓய்வு நாள்
saber, sabre *(n)* : a broad bladed sword, பட்டாக்கத்தி
sable *(n)* : an animal of the weasel species, கீரியின விலங்கு
sabot *(n)* : a wooden shoe, மரவடி
sabotage *(n)* : deliberate destruction of machinery etc., நாச வேலை, அழிவு வேலை
sac *(n)* : a bag, pouch, பை, பை போன்ற உறுப்பு
saccharin *(n)* : a very sweet substance, செயற்கைச் சர்க்கரை
sachet *(n)* : a bag of perfume, நறுமணப்பை அல்லது பொட்டலம்
sack *(n)* : a coarse bag, a loose garment, a Spanish wine, சாக்குப் பை, கோணிப் பை, தளர்த்தியான அங்கி, ஸ்பானிய நாட்டு மது; *(v)* : to attack and plunder, தாக்கிக் கொள்ளையடி, சூறையாடு
sackbut *(n)* : a wind instrument, காற்றிசைக்கருவி
sackcloth *(n)* : coarse cloth from which a sack is made, கரடு முரடான சணல் துணி
sacrament *(n)* : the Eucharist, சமயச் சடங்கு
sacred *(adj)* : holy, புனிதமான
sacrifice *(v)* : to kill as offering to God, to yield up with loss, உயிர்ப் பலி கொடு, தியாகம் செய்; *(n)* : an offering to God, something given up in order to benefit another person, உயிர்ப்பலி, படையல், தியாகம்
sacrilege *(n)* : violation of sacred things, misuse of a holy thing or place, தெய்வம் பழித்தல், திருவழிப்பு, புனிதப்பொருளையோ புனித இடத்தையோ தவறாகப் பயன்படுத்துதல்
sacristan *(n)* : an official who has the care of the sacred things of the chruch, கோயில் மடத்தின் பொருள்களைப் பாதுகாக்கும் அலுவலர்
sad *(adj)* : sorrowful, unhappy, துயரமுடைய, மகிழ்ச்சியற்ற துயரமுடைய, மகிழ்ச்சியற்ற
saddle *(n)* : a rider's seat, சேணம் *(v)* : to put a saddle on, to put a load on person, சேணம் பூட்டு, பளு ஏற்று
safari *(n)* : a hunting journey, வேட்டைப் பயணம், வேட்டைச் சவாரி
safe *(adj)* : free from harm or danger or loss, காப்புறுதி, பாதுகாப்பு நிலை
saffron *(n)* : a crocus yielding yellow dye, குங்குமப் பூ
sag *(v)* : to bend, hang down unevenly, வளைவுறு, தொய்வுறு
sagacious *(adj)* : shrewd, of ready perception, அறிவுக் கூர்மையுடைய, எளிதில் புரிந்து கொள்கிற

sagacity *(n)* : shrewdness, intelligence, அறிவுக்கூர்மை, நுண்ணறிவு
sage *(n)* : a wise man, a herb used for flavouring, அறிவாளி, பூண்டு வகை; *(adj)* : wise, discreet, அறிவுள்ள, அறிவுக் கூர்மையுடைய
sago *(n)* : a white starchy substance used as food, சவ்வரிசி
said *(v)* : past tense and past participle of say, 'say' என்பதன் இறந்த கால, இறந்தகால முடிவெச்ச வடிவம்
sail *(n)* : a sheet of canvas spread to catch the wind, a sailing vessel, a journey by ship, an arm of the wind mill, கப்பல் பாய்மரம், கப்பல் பயணம், காற்றாலைக் கருவிப் பகுதி; *(v)* : to travel in a vessel, to float along, கப்பலில் பயணம் செய், மிதந்து செல்
sailor *(n)* : a seaman, mariner, கப்பலோட்டி
saint *(n)* : an eminently pious person, துறவி, முனிவர்
sake *(n)* : cause, account, purpose, காரணம், பொருட்டு, நோக்கம்
salad *(n)* : a dish of raw vegetables, பச்சைக் காய்கறிக் கூட்டு
salamander *(n)* : a striped amphibian, உடும்பு
salary *(n)* : wages, stipend, ஊதியம்
sale *(n)* : the act of selling, விற்பனை
saleable *(adj)* : fit to be sold, விற்பனை செய்யத்தக்க, விற்கத் தகுந்த
salient *(adj)* : prominent, chief, குறிப்பிடத்தக்க, முக்கியமான
saline *(adj)* : salty, உப்பான, உப்பு கலந்த; *(n)* : salt water, உப்பு நீர்
saliva *(n)* : spittle, உமிழ்நீர்
sallow *(n)* : a shrub, புதர்ச் செடி வகை; *(adj)* : pale yellow, வெளிர் மஞ்சள் நிறமுடைய
sally *(v)* : to rush out suddenly, to go for a walk, வெளியே பாய்ந்து தாக்கு, உலாவச்செல்; *(n)* : a sudden rush out, an attack in words, திடீர்ப்பாய்வு, தாக்கிப் பேசுதல்
salmon *(n)* : a large fish, வஞ்சிரமீன்
saloon *(n)* : a large hall, கூடம்
salt *(n)* : sodium chloride used in food to add taste, உப்பு
saltpan *(n)* : a dried up salt lake, உப்புப்பாத்தி, உப்பளம்
saltpetre *(n)* : nitrate of potassium used in explosive, வெடியுப்பு
saltpit *(n)* : pit yielding salt, உப்புக்குழி
salubrious *(adj)* : healthful, உடல் நலத்திற்கு உகந்த
salutary *(adj)* : having good effect, healthy, நன்மை பயக்கும், உடல் நலம் விளைவிக்கும்
salute *(v)* : to honour a person, to bow, மரியாதை செலுத்து, தலை வணங்கு; *(n)* : an action of respect, மரியாதை செலுத்துதல், வணக்கம்
salvage *(n)* : that which is saved, reward for saving something, காப்பாற்றப் பட்ட பொருள், அழிவிலிருந்து காப்பாற்றியதற்காக பரிசு; *(v)* : to save, rescue, காப்பாற்று, அழிவிலிருந்து காப்பாற்று
salvation *(n)* : the saving of people from evils, வீடு பேறு
salve *(n)* : an ointment, பூச்சு மருந்து; *(v)* : to heal, to save from destruction from fire or wreck, புண்ணை ஆற்று, அழிவுக் காப்பு செய்

salver *(n)* : a small tray, தாம்பாளம்

salvo *(n)* : a salute or welcome with guns, an exception, பீரங்கி மரியாதை, பீரங்கி வரவேற்பு, தனி விலக்கு

same *(adj)* : exactly like, அதுவேயான, ஒரே மாதிரியான

samite *(n)* : a heavy cloth of silk, கனமான பட்டாடை

sample *(n)* : a specimen, மாதிரி

sampler *(n)* : one who samples, a piece of embroidery to show one's skill, மாதிரி காட்டி விற்பனை செய்பவர், மாதிரிப் பின்னல் வேலை

sanatorium *(n)* : a hospital for those suffering from consumption, a health station, சுவாசப்பையில் ஏற்படும் நோய் சிகிச்சைக்கான மருத்துவமனை, ஆரோக்கிய நிலையம்

sanctify *(v)* : to make holy, புனிதப்படுத்து

sanction *(n)* : ratification, confirmation, இசைவாணை, உறுதிப்படுத்துதல்; *(v)* : to ratify, to confirm, இசைவு கொடு, உறுதிப்படுத்து

sanctity *(n)* : holiness, புனிதத்தன்மை, தூய்மை

sanctuary *(n)* : a sacred place, a place of shelter or protection, கோயில், புனித இடம், சரணாலயம்

sand *(n)* : fine particles of crushed or worn rocks, மணல்

sandal *(n)* : a loose slipper, செருப்பு

sandalwood *(n)* : a very fragrant wood, சந்தனம், சந்தனக் கட்டை

sandbank *(n)* : bank of sand in a river or sea, மணற்கரை, மணல் திடல்

sandglass *(n)* : a glass for measuring time by the running out of sand, மணல் கடிகாரம்

sand paper *(n)* : a paper covered with a kind of sand for smoothing and polishing, தேய்ப்புத்தாள்

sandwich *(n)* : two slices of bread with meat, etc., in between, இடைச்செருகு அப்பத் துண்டுகள்; *(v)* : to fit something between two other objects, இடையிடையே செருகு, இடைப்புகுத்து

sane *(adj)* : sensible, of sound mind, தெளிந்த அறிவுள்ள, தெளிவான மனமுடைய

sang *(v)* : past tense of sing, 'sing' என்பதன் இறந்தகால வடிவம்

sanguine *(adj)* : red, confident, cheerful, வெப்பு நிறமான, நம்பிக்கையுடைய, மகிழ்ச்சி நிரம்பிய

sanitary *(adj)* : hygienic, உடல் நலத்திற்குகந்த

sanitation *(n)* : the branch of knowledge that deals with health and cleanliness, உடல்நல மேம்பாடு, சுகாதாரம்

sanity *(n)* : saneness, soundness of mind, அறிவு, தெளிந்த மனம்

sank *(v)* : past tense of sink, 'sink' என்பதன் இறந்த கால வடிவம்

Sanskrit *(n)* : an ancient language of India, சமஸ்கிருத மொழி

sap *(n)* : the juice of plants, anything vital to life, a trench or funnel, மரப்பால், உயிர்வாழ இன்றியமையாத ஒன்று, சுரங்கம், அகழி; *(v)* : to drain sap, weaken, to destroy, சாறு வடி, உரமற்றதாக்கு, அடிப்படையை அழி

sapling *(n)* : a young tree, இளம் மரக்கன்று

sapphire *(n)* : a blue precious stone, நீலக்கல்

sarcasm *(n)* : scornful remark, irony, ஏளனச் சொல், பழிப்பு

sarcastic *(adj)* : scornful, ஏளனம் நிறைந்த, கேலியான

sarcophagus *(n)* : a stone coffin, கல்லால் ஆன சவப்பெட்டி

sardine *(n)* : a small fish tinned in oil, பதப்படுத்தப்பட்ட மீன் வகை

sardonic *(adj)* : bitter, mocking, வெறுப்புடைய, ஏளனமான

sarsaparilla *(n)* : a tropical medicinal plant, நன்னாரி, நன்னாரி வேர்

sash *(n)* : a band worn as an ornament, அரைஞாண்

Satan *(n)* : the devil, சாத்தான்

satchel *(n)* : a small hand bag, கைப் பை

satellite *(n)* : a heavenly body revolving round a planet, an obsequious follower, துணைக்கோள், பின்தொடர்பவர்

satiate *(v)* : satisfy fully, மன நிறைவை ஏற்படுத்து

satin *(n)* : a thin lustrous kind of silk, பளபளப்பான ஒருவகைத் துணி

satire *(n)* : a ridiculous speech, கிண்டல்

satisfaction *(n)* : a feeling of pleasure or fullness, மன நிறைவு

satisfy *(v)* : to gratify, to supply to the full, மன நிறைவளி, வேண்டு மளவுக்குக் கொடு

satrap *(n)* : governor of a province, ஆளுநர்

saturate *(v)* : to fill to excess, to soak, make a thing absorb as much as possible, முழுமையாக நிரப்பு, தோயச்செய், தெவிட்டச் செய்

Saturday *(n)* : the seventh day of the week, சனிக்கிழமை

saturnine *(adj)* : gloomy, sad, poisoned by lead, மனச்சோர்வுடைய, துயரார்ந்த, காரீயத்தால் விஷ மேற்றப்பட்ட

Saturn *(n)* : a planet, சனிக்கோள்

Satyr *(n)* : a god of woods, வன தேவதை

sauce *(n)* : a liquid added to food to give good flavour, impudence, குழம்பு, இறுமாப்பு

saucer *(n)* : a small plate placed under a tea cup, சிறு தட்டு

saucy *(adj)* : mischievous, insolent, துடுக்கான, இறுமாப்புடைய

saunter *(v)* : to roam about idly, சுற்றி அலை

sausage *(n)* : chopped meat stuffed into a tube of gut or goat's intestine, கொத்திறைச்சி, பொதியப்பம்

savage *(adj)* : uncivilized, wild, brute, நாகரீகமற்ற, கொடிய

savanna *(n)* : a grassy plain without trees, புல்வெளிப் பகுதி

savant *(n)* : a learned man, கற்றறிந் தவன், புலவன்

save *(v)* : rescue, keep safe from, store for future use, avoid, காப் பாற்று, பாதுகாப்பாக இரு, சேமித்து வை; *(prep)* : except, தவிர

saviour *(n)* : one who saves, காப்பாற்று பவர், பாதுகாப்பவர்

savor, savour *(n)* : flavour, taste, மணம், சுவை

saw *(n)* : a cutting tool, an old and wise saying *(v)* past tense of 'see', ரம்பம் பழஞ்சொல் 'see' என்பதன் இறந்த கால வடிவம்

sawn *(v)* : past participle of saw, 'saw', என்பதன் இறந்தகால முடிவெச்ச வடிவம்

sawyer *(n)* : one who saws, மரம் அறுப்பவன்

saxifrage *(n)* : a rock plant, ஒரு வகைப் பாறைச்செடி

say *(v)* : utter, tell, சொல்லு, பேசு

saying *(n)* : a proverb, common remark, பழமொழி

scab *(n)* : a fungus disease causing scales in potatoes, apples, etc., a scoundrel, காய்கறிகளைத்தாக்கும் ஒரு நோய், நெறியற்றவன்

scabbard *(n)* : a sword sheath, வாளுறை

scabies *(n)* : an itchy skin disease, சொறி, சிரங்கு

scaffold *(n)* : a platform on which criminals are put to death, தூக்கு மேடை

scaffolding *(n)* : a temporary structure of poles and planks used by workmen when a building is put up, repaired etc., சாரம்

scald *(v)* : to burn with hot liquid or vapour, பொள்ள வை; *(n)* : wound caused by moist heat, பொள்ளல்

scale *(n)* : covering of fish, balance, a measure, a measuring instrument, a thin layer, செதிள், துலாத்தட்டு, அளவு விதம், அளவு கோல், மெல்லிய அடுக்கு; *(v)* : to climb, to peel off in thin layers, மேலே ஏறு, செதிள்களை உரித்தெடு

scalene *(adj)* : having three unequal sides, சமமில்லா மூன்று பக்கங்களை யுடைய

scallop *(n)* : an oyster-like shell fish, a shallow dish, நத்தை வகை, கிண்ணம்

scalp *(n)* : outer covering of the skull with skin and hair, தலையின் தோல் பகுதி

scalpel *(n)* : a surgical knife, அறுவைச் சிகிச்சைக் கத்தி

scamp *(n)* : a rascal, போக்கிரி; *(v)* : to do perfunctorily or without thoroughness, அரைகுறை வேலை செய்

scamper *(v)* : to run away quickly, விரைவாக ஓடிப்போ

scan *(v)* : to count the poetic beats, to examine carefully, செய்யுளடியைச் சீர் பிரித்துப் பார், நுண்ணாய்வு செய்

scandal *(n)* : disgrace, that which breaks the ordinary rules of good conduct, அவதூறு, ஒழுங்கைக் குலைப்பது

scandalize *(v)* : offend moral feelings, to disgrace, மனதைப் புண் படுத்து, அவதூறு ஏற்படுத்து

scandalous *(adj)* : disgraceful, அவதூறான, இழிவான

scant, scanty *(adj)* : deficient, போதாத, குறைவான

scapegoat *(n)* : one who bears the blame due to others, பிறர் குற்றத்தைத் தாமே ஏற்பவர்

scar *(n)* : mark left after healing of wounds and burns, a bare rocky place on mountainside, வடு, தழும்பு, செங்குத்துப் பாறை

scarce *(adj)* : insufficient, scanty, பற்றாக்குறையான, போதாத

scarcely *(adj)* : hardly, அரிதாக

scarcity *(n)* : deficiency, rareness, want, பற்றாக்குறை, இல்லாமை, இன்மை

scare *(v)* : frighten, strike with sudden terror, திடுமென அச்சுறுத்து, கிலி ஏற்படுத்து

scare-crow *(n)* : a figure of man hung ... h old clothes set up in fields to ...ighten away birds, சோளக்கொல்லைப் பொம்மை

scarf *(n)* : a loose garment for neck or shoulders, கழுத்துத் துண்டு

scarify *(v)* : to scratch and cut the skin, தோலுரி

scarlatina *(n)* : a kind of fever, ஒரு வகை விஷக்காய்ச்சல்

scarlet *(n)* : brilliant red colour inclining to orange, கருஞ்சிவப்பு நிறம்

scarp *(n)* : inner wall, any steep slope, உட்சுவர், நேர்குத்துச்சரிவு

scathe *(n)* : a wound or injury, புண்; *(v)* : injure, புண்படுத்து

scathing *(adj)* : wounding, புண்படுத்துகிற

scatter *(v)* : throw here and there, sprinkle, சிதறு, தூவு, தெளி

scavenger *(n)* : one employed to clean the street and carry away the refuse, தோட்டி, துப்புரவுத் தொழிலாளி

scene *(n)* : stage of theatre, an incident, காட்சி, நிகழ்ச்சி

scenery *(n)* : natural landscape, painted background on a theatre stage, இயற்கைக் காட்சி, காட்சித் திரை

scent *(v)* : find out by smell, begin to suspect presence or existence, முகர்ந்து பார், மோப்பம்பிடி.

sceptic *(adj)* : atheist, one who doubts, one who is unconvinced of particular truth or factor of theory, நாத்திகன், ஐயுறுபவர், குறிப்பிட்ட உண்மை அல்லது கொள்கையை நம்பாதவர்

sceptre *(n)* : a rod which is the sign of royal or imperial authority, செங்கோல்

schedule *(n)* : tabulated statement of details, list etc. that is stated in a timetable, பட்டியல், அட்டவணை; *(v)* : make a list or catalogue of, அட்டவணை தயாரி, பட்டியல் போடு

scheme *(n)* : systematic arrangement, செயலாக்கத்திட்டம்; *(v)* : to make plan, திட்டமிடு

schism *(n)* : separation of an organization, பிரிவினை, பிளவு

schist *(n)* : a type of rock, ஒரு வகைப் பாறை

scholar *(n)* : a pupil, a learned person, மாணவர், அறிஞர்

scholarship *(n)* : learning, money allowance given to a clever student புலமை, உதவி ஊதியம்

school *(n)* : a place of learning, a group of thinkers having the same ideas, belief, a body or group of fish, பள்ளி, தனிக்கொள்கைக் குழு, மீன்திரள்

schooner *(n)* : a twin-masted sailing ship, இரட்டைப் பாய்மரக் கப்பல்

sciatica *(n)* : pain in the hip and thigh nerves, இடுப்புக்கீல் வாயு

science *(n)* : systematic and formulated knowledge, அறிவியல்

scientific *(adj)* : relating to science exact, அறிவியல் தொடர்பான ஆய்வறிவு சார்ந்த

scientist *(n)* : one who is well versed in science, அறிவியலாளர்

scimitar *(n)* : a short curved sword கொடுவாள்

scion *(n)* : an offshoot, a descendant தளிர், வழித்தோன்றல்

scissors *(n & pl)* : a cutting instrument with two blades, கத்தரிக்கோல்

scoff *(v)* : ridicule, to mock, ஏளனம் செய், கேலி பண்ணு

scold *(v)* : to find fault with, to blame with angry words, குற்றங்கூறு, திட்டு

scolding *(n)* : severe rebuke, திட்டு

sconce *(n)* : candlestick, a fort, skull, மெழுகுதிரி, சிறு கோட்டை, உச்சந்தலை

scone *(n)* : a kind of cake, ஒரு வகை அப்பம்

scoop *(v)* : to lift up with something hollow, to dig out, கோரி எடு, குடைந்தெடு, தூர்த்தெடு; *(n)* : short handled deep spoon or ladle, an exciting piece of news, அகப்பை, கரண்டி, புதுமையான செய்தி

scorch *(v)* : to burn at the surface, to dry up with heat, affect with sensation of burning, to ride vehicle at a high speed, கொப்பளிக்க வை, சூட்டில் வாட்டு, பொசுக்கு, வண்டியை மிகுந்த வேகத்தில் ஓட்டிச்செல்; *(n)* : act of driving or riding at a high speed, a mark made by dry heat, வண்டியை மிகு விரைவாக ஓட்டுதல், கொப்புளம்

score *(n)* : a mark for keeping count, an account, points gained in a game, கணிப்புக்கோடு, கணிப்பு, ஆட்டக் கணிப்பெண்; *(v)* : to draw a line, gain points, கோடிடு, வரைகிழி, கெலிப்பெண் பெறு

scorn *(v)* : show contempt for, மறுப்புத் தெரிவி, வெறுத்தொதுக்கு; *(n)* : contempt, வெறுப்பு

scorpio *(n)* : zodiacal constellation and eighth zone of zodiac, விருச்சிக ராசி

scorpion *(n)* : a creeping lobster with a poisonous sting, தேள்

Scot *(n)* : native of Scotland, ஸ்காட்லாண்டு நாட்டவர்

scotch *(v)* : to wound slightly, வெட்டுக் காயம் ஏற்படுத்து

scotfree *(adj)* : unpunished, தண்டனையில்லாத

scoundrel *(n)* : evil doer, rascal, கேடு செய்பவன், கேடு கெட்டவன், போக்கிரி.

scour *(v)* : cleanse or brighten by friction, search rapidly, தேய்த்துத் துப்புரவாக்கு, பளபளப்பாக்கு, துருவித் துருவித் தேடு

scourge *(n)* : whip, a dreadful disease, சாட்டை, ஒரு வகைக் கொள்ளை நோய் ; *(v)* : strike with a whip, சாட்டையால் அடி

scout *(n)* : one sent out to spy the enemy or surroundings, a boy scout, ஒற்றர் சாரணர்; *(v)* : to act as a scout, reject with scorn, வேவுபார், துப்பறி, வெறுத்தொதுக்கு

scow *(n)* : kind of flat bottomed boat, ஒரு வகைத் தட்டைப் படகு

scowl *(v)* : to wrinkle the brows and look angry, சினத்தால் முகஞ்சுளி, புருவத்தை நெரி

scraggy *(adj)* : thin and bony, ஒல்லியான, இளைத்த

scramble *(v)* : struggle to seize, to clutch eagerly, climb or move on hands and knees, பற்றிஏறு, பற்றிப்பிடி, முட்டி போட்டு ஏறு; *(n)*: a climb on hands and knees, a rush and struggle to get something, பற்றிப் பிடித்து ஏறுதல், போட்டியிடுதல்

scrap *(n)* : fragment, picture, paragraph etc., cut from book or newspaper, a short fight, துணுக்கு, செய்தித் தாள் அல்லது நூலிலிருந்து வெட்டியெடுக்கப்பட்ட துண்டு, சிறு சண்டை

scrape *(v)* : to clean or polish by rubbing with something sharp, to collect with difficulty, சுரண்டு, கஷ்டப்பட்டு ஒன்று திரட்டு

scratch *(v)* : to rub with the nails or something pointed, to tear the surface, withdraw from a contest, பிறாண்டு, கீறு, போட்டியிலிருந்து பின் வாங்கு; *(n)* : a mark made by scratching, a slight wound, பிறாண்டல், கீறல், சிறு காயம்

scrawl *(v)* : to scribble, to make rough marks, கிறுக்கித்தள்ளு, விளங் காத வகையில் எழுது ; *(n)* : a bad writing, கிறுக்கல்

scrawny *(adj)* : lean, ஒல்லியான

scream *(v)* : utter piercing cry, அலறு; *(n)* : a shriek, அலறல்

scree *(n)* : loose stony part at the foot of a cliff, மலையடிவாரக் கல் சரிவு

screech *(v)* : to scream, to cry in a shrill voice, கீச்சொலி எழுப்பு, உரக்கக் கத்து

screed *(n)*: a tiresome speech or letter, a piece of wood for levelling plaster, சலிப்பூட்டும் சொற்பொழிவு அல்லது கடிதம், மட்டப் பலகை

screen *(n)* : anything which shelters or conceals, திரை, தட்டி; *(v)* : to shelter, hide, to project on the screen, பாதுகாப்பு அளி, மறை, திரைப் படம் காட்டு

screw *(n)* : a spiral nail, திருகாணி ; *(v)* : to fasten with a screw, திரு காணியால் திருகு

scribble *(v)* : to write carelessly, கிறுக்கி எழுது

scribe *(n)* : a writer, எழுத்தாளர்

scrimmage *(n)* : a confused struggle, குழப்பமான போர்

scrimp, skimp *(v)* : supply scantily, தேவைக்குக் குறைவாகக் கொடு

scrip *(n)* : a share certificate, a wallet, பங்குச் சான்றிதழ், பயணப்பை

script *(n)* : handwriting, matter for a play or speech, letter, கையெழுத்து, கையெழுத்துப் படிவம், நாடகப் படிவம், எழுத்து

scripture *(n)* : the Bible, விவிலியநூல்

scrofula *(n)* : a disease causing glandular swelling, கண்டமாலை நோய்

scroll *(n)* : a piece of paper that can be rolled out, an ornamental design காகிதச் சுருள், ஒப்பனை வேலைப் பாடு

scrub *(v)* : to rub hard to clean or brighten, அழுத்தித் தேய்த்துத் துப்புர வாக்கு, தேய்த்துப் பளபளப் பாக்கு; *(n)* : brushwood, short bristled brush, புதர், குறுங்காடு, தேய்ந்த தூரிகை

scruff *(n)* : back of the neck பிடரி

scrum *(n)* : short form of scrimmage, scrimmage, என்பதன் சுருக்க வடிவம்

scruple *(n)* : conscientious hesitation, a small weight of 20 grains, a very small quantity, மனச்சான்றின் தடுப் புணர்ச்சி, 20 குன்றுமணி எடை யளவு, மிகச் சிறு அளவு

scrupulous *(adj)* : conscientious even in small matters, free from fault, unfailing, பழிபாவத்திற்கு அஞ்சு கிற, குற்றமற்ற, தவறாத

scrutiny *(n)* : close investigation or examination, நுண்ணாய்வு

scud *(v)* : to sail or run quickly, மிதந்து செல், விரைவாக ஓடு ; *(n)* : misty driving clouds, நகர்ந்து செல்லும் கார்மேகம்

scuffle *(n)* : a disorderly struggle, a hand to hand fight, கலவரம், கை கலப்பு ; *(v)* : drag the feet and walk, fight, காலைத் தரையில் தேய்த்து நட, சண்டையிடு

scull *(n)* : a short oar, சிறு துடுப்பு ; *(v)* : to drive by oars, துடுப்பு போடு

scullion *(n)* : a cook's underservant, தலைமைச் சமையற்காரனின் கையாள்

sculptor *(n)* : a carver in stone wood or other solids, சிற்பி

sculpture *(n)* : the art of cutting figures in solids like stone, wood etc., சிற்பம் ; *(v)* : cut or carve figures, சிற்ப வேலை செய்

scum *(n)* : impurities that rise to the surface of liquids, refuse, நீர்மங்களின் மேலே நுரைத்து வரும் அழுக்கு ஏடு, கழிவு

scupper *(n)* : a hole in ship's side through which water is run off from the deck, கப்பலின் (தளத்திலிருந்து நீரை வெளியேற்றும்) பக்க வாட்டுப் புழை

scurf *(n)* : dry scale found among the hair of the head, பொடுகு

scurrilous *(adj)* : using violent words of abuse, கீழ்த்தரமான சொற்களில் கடுமையாகத் திட்டும்

scurry *(v)* : to hurry along, விரைந்து செல்

scurvy *(n)* : a skin disease caused by lack of vitamin C due to under consumption of vegetable or fresh fruits, காய்கறி பழம் போன்ற ஊட்டச்சத்துக் குறைவால் ஏற்படும் சொறி

scut *(n)* : short tail of a hare or deer, மான் அல்லது முயலின் சிறுவால்

scuttle *(n)* : a metal or wooden box for keeping coal, a hole with lid, கரிப் பெட்டி, மூடியுடன் கூடிய துளை; *(v)* : fly from danger or difficulty, run away in fear or in quick steps, துன்பத்திலிருந்து தப்பி ஓடு, பயந்தோடு

scythe *(n)* : a grass cutting implement, புல்லரிவாள்

sea *(n)* : a stretch of salt water covering, கடல்

seabound *(n)* : the coastal area, கடற்கரை

seabreeze *(n)* : a breeze from the sea, கடற்காற்று

seafarer *(n)* : a sailor, a traveller by sea, கப்பலோட்டி, மாலுமி, கப்பல் பயணி

seafaring *(adj)* : traversing the sea, கடல் பயணம் செய்கிற

seagrit *(adj)* : surrounded by sea, கடல் சூழ்ந்த

seagull *(n)* : web-footed sea bird, கடற்பறவை

seal *(n)* : an aquatic mammal, an engraved stamp, கடல் நாய், நீர் நாய், முத்திரை ; *(v)* : to mark with seal, to make certain, settle, முத்திரையிடு, உறுதிப்படுத்து, முடிவு செய்

sea level *(n)* : the level surface of the sea, கடல் மட்டம்

sealing wax *(n)* : a resinous mixture used for sealing, அரக்கு

seam *(n)* : a joining where two edges are stitched together, a vein or layer of coal etc., between layers of other mat-

erials, இணைப்புத் தையல், இரு மண்ணியல் படுகைகளுக்கு இடையேயுள்ள கனிமப்படுகை
seance *(n)* : a public meeting for exhibition or investigation of spiritualistic phenomena, ஆவித் தொடர்பான பொதுக்கூட்டம்
seaport *(n)* : a town with a harbour, துறைமுகப்பட்டிணம்
sear *(v)* : to scorch, சூடுபோடு, வாட்டு, வதக்கு
search *(v)* : seek out, explore, look for, தேடு, ஆராய், கண்டுபிடி ; *(n)* : an attempt to find, seeking for, careful examination, கண்டுபிடிக்கும் முயற்சி, தேடுதல், தேர்வாய்வு
seaside *(n)* : the land beside the sea, கடலோரப்பகுதி
season *(n)* : a period of time, பருவ காலம், பருவம் ; *(v)* : to make tasty, preserve, சுவையூட்டு, கெடாமல் பதப்படுத்து
seat *(n)* : thing used for sitting on, இருக்கை ; *(v)* : to place on a seat, இருக்கவை, அமர்த்து
seaweed *(n)* : any algae or other plant growing in sea, கடல்பாசி
seaworthy *(adj)* : in fit state to take to sea, கடற் பயணம் மேற்கொள்ளத் தக்க
secede *(v)* : to withdraw formally from, முறையாக விலகிக் கொள்.
seclude *(v)* : to keep away from, isolate, ஒதுக்கி வை, விலக்கு, தனியாகப் பிரி
second *(adj)* : next after first, inferior, இரண்டாவதான, தாழ்நிலையான ; *(v)* : to support, ஆதரி, வழிமொழி ; *(n)* : one who supports, one next to the first, the 60th part of a minute, ஆதரிப்பவர், வழிமொழிபவர், இரண்டாமவன், இரண்டாவது, வினாடி
secondary *(adj)* : second in position, subordinate, இரண்டாம் நிலையிலுள்ள, இரண்டாந்தரமான, கீழ் நிலையிலுள்ள
second-hand *(adj)* : bought after use by a previous owner, முன்பு ஒருவர் பயன்படுத்திய பிறகு வாங்கப்பட்ட
secrecy *(n)* : privacy, இரகசியம்
secret *(adj)* : private, not made known, இரகசியமான, மறைவான, பிறர் அறியாத, *(n)* இரகசியம்
secretariat *(n)* : office of the secretary, அரசு தலைமைச் செயலகம்
secretary *(n)* : one appointed by another to assist him in correspondence, a chief departmental officer, செயலாளர், தலைமை அலுவலர்
secrete *(v)* : conceal, to give forth juice or liquid, ஒளித்து வை, சுரக்கச் செய்
secretive *(adj)* : holding secretly, இரகசியமாக வைத்திருக்கிற
sect *(n)* : a religious group, party, சமய வகுப்பு, தனிக்குழு
section *(n)* : a party cut off from something, division, வெட்டுப்பகுதி, பகுதி, பிரிவு
sector *(n)* : part of a circle, a mathematical instrument, வட்டக்கோணப் பகுதி, கவர் அளவுகோல்
secular *(adj)* : worldly, not religious, happening once in hundred years, உலகியல் சார்ந்த, சமயச் சார்பற்ற, நூறாண்டுகளுக்கு ஒரு முறை நிகழுகிற
secure *(adj)* : safe against attack, reliable, பாதுகாப்பான, நம்பத்

தகுந்த ; *(v)* : to make safe, hold fast, பாதுகாப்பு செய், உறுதியாகப் பற்று

security *(n)* : safety, a thing pledged, பாதுகாப்பு, பிணையம்

sedan *(n)* : a portable chair-vehicle, a closed motor car, தூக்கு நாற்காலி, மூடுவண்டி

sedate *(adj)* : calm, quiet, அமைதியான

sedentary *(adj)* : inactive, sitting, சுறுசுறுப்பில்லாத, ஓடியாடும் பழக்கமற்ற, எப்போதும் உட்கார்ந்தே இருக்கும்

sedge *(n)* : a coarse grass, கோரைப் புல்

sediment *(n)* : matter that settles at the bottom of the liquid, வண்டல், கசடு

sedition *(n)* : agitation against authorities, அதிகார அல்லது ஆட்சி எதிர்ப்புக் கிளர்ச்சி

seduce *(v)* : to allure, tempt into sin or crime, வசப்படுத்து, பாவம் அல்லது குற்றம் செய்யத் தூண்டு

sedulous *(adj)* : painstaking, விடா முயற்சியுடைய

see *(v)* : to notice by the eye, understand, have knowledge or experience of, to visit, பார், அறி, தெரிந்து கொள், சென்று பார் ; *(n)* : district of a bishop, சமயத்தலைவரின் ஆட்சியெல்லை

seed *(n)* : the reproductive grain or nut of a plant, source or beginning வித்து, விதை, மூலம், தொடக்கம்

seedling *(n)* : a tender plant from the seed, நாற்று

seedy *(adj)* : full of seeds, sickly, shabby, விதைகள் நிறைந்த, நலிவடைந்த, அருவருப்பான

seek *(v)* : to look for, search, to try, தேடு, கண்டுபிடி, முயற்சி செய்

seem *(v)* : to appear to be, தோன்று

seeming *(adj)* : having the appearance of, வெளித்தோற்றமுடைய

seemly *(adj)* : proper, decorous, தகுந்த, அழகிய

seen *(v)* : past participle of see, see, என்பதன் முடிவெச்சம்

seer *(n)* : one who foretells events, வருங்காலமுரைப்பவர்

seesaw *(n)* : a play among children in which a plank supported in the middle is used to move up and down with a swinging movement, எதிரெதிர் ஏற்ற இறக்க விளையாட்டு

seethe *(v)* : to boil, கொதிக்கவை

segment *(n)* : a section, part of a circle, துண்டு, வட்டப்பகுதி

segregate *(v)* : to separate, set apart, பிரித்துவை, விலக்கு, தனியாக ஒதுக்கு

segregation *(n)* : separation, பிரிவு

seismograph *(n)* : an instrument for recording earthquake shocks, நில நடுக்கப் பதிவி

seine *(n)* : a fishing net, மீன்வலை

seize *(v)* : to take by force, to clutch, கைப்பற்று, பற்றிப் பிடி

seizure *(n)* : the act of seizing, பற்றுகை, கைப்பற்றுதல்

seldom *(adv)* : rarely, not often, அரிதாக, எப்போதாவது

select *(v)* : to choose, தேர்ந்தெடு; *(adj)* : carefully chosen, picked out, தேர்ந்தெடுக்கப்பட்ட, பொறுக்கி எடுக்கப்பட்ட

selection *(n)* : the act of choosing, the thing chosen, தேர்ந்தெடுப்பு, தேர்ந்தெடுக்கப் பெற்றது
self *(n)* : one's own individuality, தான்
self-acquired *(adj)* : acquired by oneself, தானாகவே பெற்ற
self-conceit *(n)* : self-regard, தற்பெருமை, இறுமாப்பு
self-confidence *(n)* : confidence in one's own abilities, தன்னம்பிக்கை
self-control *(n)* : self-restraint, தன்னடக்கம்
self-culture *(n)* : the training of one's self without the aid of others, தற்பண்பு
self-deception *(n)* : denial of personal gratification, தன்னல மறுப்பு
self-discipline *(n)* : training and controling one's self, தற்கட்டுப்பாடு
self-evident *(adj)* : clear enough, requiring no proof, தெளிவான, தானே விளங்குகிற
self-government *(n)* : the power given to a country to look after itself, தன்னாட்சி
self-help *(n)* : use of one's own powers to achieve success etc., தன்னுதவி
self-importance *(n)* : importance given to one's own opinion, தற்செருக்கு
self-interest *(n)* : one's own interest and personal advantage, தன்னலம்
selfish *(adj)* : actuated by self-interest, தன்னலமுடைய, சுயநலமுடைய
selfishness *(n)* : absorption in self-interest, தன்னலம் கருதும் தன்மை
self-knowledge *(n)* : knowledge of one's self, தன்னறிவு
selfless *(adj)* : incapable of selfishness, தன்னலமற்ற
self-love *(n)* : love of one's self, தன்னாசை
self-made *(adj)* : having to do with a person who has risen by his own exertions, தன்முயற்சியால் உயர்ந்தோர் சார்பான
self-pity *(n)* : pitying one's own self, தன்னிரக்கம்
self-praise *(n)* : praise of one's own self, தற்புகழ்ச்சி
self-reliance *(n)* : quality of having confindence in one's own powers, judgement etc., தற்சார்பு
self-respect *(n)* : respect for one's self, தன்மானம், தன்மதிப்பு
self-sacrifice *(n)* : the act of giving one's own good for others, தன்னலமற்ற தியாகம், விட்டுக் கொடுக்கும் தன்மை
self-same *(adj)* : the very same, அதுவேயான
self-seeker *(n)* : one who is eager to make profit for one's self, தன்னலம் நாடுபவர்
self-sufficiency *(n)* : the state of needing no help, தன்னிறைவு
self-trust *(n)* : confidence in one's self, தன்னம்பிக்கை
self-will *(n)* : wilfulness, obstinacy, தான்தோன்றித்தனம், பிடிவாதம், முரண்டு
sell *(v)* : to hand over in exchange of money, விற்பனை செய்
seller *(n)* : one who sells, விற்பவர்
semaphore *(n)* : a signalling post, கைகாட்டி மரம்
semblance *(n)* : likeness, outward appearance, ஒத்த தன்மை, வெளித்தோற்றம்

semester *(n)* : half-year course or term in an educational system, அரையாண்டுப் பருவம்
semicircle *(n)* : half of a circle, அரை வட்டம்
semicolon (*n*) : the (;) mark showing a greater pause than a comma, அரைப்புள்ளி
seminary *(n)* : an educational institution, கல்வி நிலையம்
semolina (*n*) : hard grain left after sifting of flour used for pudding etc., நொய்க்கஞ்சி
senary *(adj)* : containing six, ஆறெண்ணம் கொண்ட
senate *(n)* : the upper house of the parliament, the governing body of a university, மேலவை, பல்கலைக் கழகஆட்சிக்குழு
senator *(n)* : member of senate, மேலவை உறுப்பினர், ஆட்சிக்குழு உறுப்பினர்
send *(v)* : cause to go, despatch, throw, அனுப்பு, செய்தி அனுப்பு, எறி
senile *(adj)* : old, மூப்படைந்த
senna *(n)* : dried leaf of a plant used as a laxative, (மலமிளக்கியாகப் பயன்படும் உலர்ந்த) நிலவாகை இலை
senor *(n)* : the Spanish word for Mr., திரு என்பதை குறிக்கும் ஸ்பானியச் சொல்
sensation *(n)* : feeling, excitement, உணர்ச்சி, மன எழுச்சி
sense *(n)* : feeling, intelligence, புலன், பகுத்தறிவு, சொற்பொருள்
sensible *(adj)* : wise, perceptible by the senses, appreciable, அறிவுடைய, புலன்களால் உணரத்தக்க, பாராட்டு தற்குரிய
sensitive *(adj)* : easily affected, எளிதில் உணர்ச்சிவயப்படும்
sensual *(adj)* : pertaining to the pleasures of the senses only and not the intellect, புலனுணர்வு சார்ந்த
sensuous (*adj*) : relating to the senses, புல்லி, புறவிதழ்
sent *(v)* : past tense and past participle of send, send, என்பதன் இறந்தகால இறந்தகால முடிவெச்ச வடிவம்
sentence *(n)* : a number of words which together convey a complete sense, judgement, வாக்கியம், தீர்ப்பு; *(v)* : to pass judgement on, தீர்ப்பு கூறு
sentiment *(n)* : feeling, thought, sensibility, உணர்ச்சி, உளப்பாடு, எளிதில் உணர்ச்சி வயப்படும் நிலை
sentinel *(n)* : soldier employed to keep guard, படைக்காவலன், காவற்காரன்
sentry *(n)* : a sentinel, watchman, காவற்காரன்
sepals (*n & nl*) : divisions of the calyx, புல்லி
separable *(adj)* : able to be separated, பிரிக்கக்கூடிய
separate *(v)* : divide, set apart, பிரி, விலக்கிவை; *(adj)* : divided, distinct, not connected, பிரிக்கப்பட்ட, தனித்த, வெவ்வேறான
separation *(n)* : a dividing or putting apart, பிரிவு, பிரிதல்
sepia *(n)* : a brown colour, பழுப்பு நிறம்
sepoy *(n)* : an Indian soldier, இந்தியப் போர்வீரர்
sept *(n)* : a clan, இனப்பிரிவு

September *(n)* : ninth month of the English year, ஆங்கில ஆண்டின் ஒன்பதாவது மாதம்

septennial *(adj)* : occurring every seven years, lasting seven years, ஏழாண்டுகளுக்கு ஒரு முறை நிகழும், ஏழாண்டுகளுக்கு நீடிக்கும்

septic *(adj)* : making putrid, அழுகச் செய்கிற

septuagenarian *(n)* : a person between 69 and 80, அறுபத்தொன்பதற்கும் எண்பதிற்கும் இடைப்பட்ட வயதினர்

sepulcher, sepulchre *(n)* : a tomb, கல்லறை

sequel *(n)* : consequence, பின்விளைவு

sequence *(n)* : succession, தொடர் வரிசை

sequestered *(adj)* : quiet, secluded, ஒதுக்கமான, தனித்த

sequoia *(n)* : a kind of tree, ஒருவகை மரம்

seraglio *(n)* : women's apartment in a palace, அந்தப்புரம்

seraph *(n)* : an angel of the highest rank, தேவதை

seraphim *(n)* : plural of seraph, seraph என்பதன் பன்மை வடிவம்

sere *(adj)* : withered, dry, வாடின, உலர்ந்துபோன

serenade *(n)* : evening song played by a lover at his lady's window, காதலியின் அறையினருகே சென்று காதலன் பாடும் மாலைப்பாடல்

serene *(adj)* : clear and calm, tranquil, தெளிவான, அமைதியான

serf *(n)* : a slave, அடிமை

serge *(n)* : a kind of durable fabric, கம்பளித் துணிவகை

sergeant *(n)* : non-commissioned officer above corporal, படைத்தலைவர்

serial *(adj)* : appearing periodically, தொடர் வரிசையான; *(n)* : a tale issued in series, தொடர்கதை

sericulture *(n)* : silk-worm breeding, பட்டுப்பூச்சி வளர்த்தல்

series *(n)* : a number of related or similar things following each other, தொடர் வரிசை

serious *(adj)* : grave, great, important, dangerous, விளையாட்டல்லாத, பெரிய, முக்கியமான, ஆபத்தான

sermon *(n)* : a religious discourse, சமயச் சொற்பொழிவு, சமயப் பேருரை

serpent *(n)* : a snake, பாம்பு

servant *(n)* : a person paid to carry out the orders of an employer, வேலைக்காரன், பணியாள், ஊழியர்

serve *(v)* : to work for and obey, to wait upon at table, to be of use to, வேலைசெய், பணிபுரி, உணவு பரிமாறு, பயன்படு

service *(n)* : duty, worship, utility, the first hit in a tennis game, பணி, வேலை, கடமை, வழிபாடு, பயன்பாடு, தொடக்கப் பந்தடி

serviceable *(adj)* : useful, பயன்பாடுடைய

serviette *(n)* : a table napkin, மேசைக் கைக்குட்டை

servile *(adj)* : of a slave, submissive, அடிமைக்குரிய, தாழ்மையான

servitude *(n)* : slavery, அடிமைநிலை

sesame *(n)* : a herbaceous plant with seeds yielding an edible oil, எள்

session *(n)* : a meeting, a sitting, கூட்டம், கூட்டம் நடக்கும் கால அளவு, அமர்வு

set *(v)* : to place, establish, prepare, solidify, to put together, (of the sun) to sink out of sight in the evening, இடத்தில் வை, நிறுவு, ஏற்பாடு செய், கெட்டிப்படுத்து, பொருத்து, (ஞாயிறு) அடை; *(adj)* : firm, arranged in advance, உறுதியான, முன்னேற்பாடு செய்யப்பட்ட, திட்டமிட்ட, வரையறுக்கப்பட்ட; *(n)* : a group, class, series, குழு, பிரிவு, வரிசை

setback *(n)* : hindrance, adversity, reversal, தடை, இன்னல், பின்னடைவு

setsquare *(n)* : a three cornered instrument, மூலைமட்ட அளவி

settee *(n)* : a kind of sofa, நீண்ட சாய்விருக்கை

setter *(n)* : a hunting dog, வேட்டை நாய்

settle *(v)* : decide, establish, arrange, pacify, to pay a bill, to agree over a matter, sink gradually to a low level, முடிவு செய், குடியேறு, ஏற்பாடு செய், அமைதிப்படுத்து, கணக்குத்தீர்த்து வை, ஒத்திணங்கு, படிவுறு

settlement *(n)* : colony, colonization, payment for a bill, a decision, குடியிருப்பு, குடியேற்றம், பணம் கட்டுதல், முடிவு

seven *(adj & n)* : number next to six, ஏழு

seventy *(adj & n)* : seven times ten, எழுபது

sever *(v)* : to cut, disjoin, துண்டாக வெட்டு, பிரி

several *(adj)* : more than two, இரண்டுக்கு மேற்பட்ட

severally *(adv)* : separately, வெவ்வேறாக

severe *(adj)* : harsh, unkind, without ornament, கடுமையான, கருணையற்ற, அழகு நயமற்ற

severity *(n)* : rigour, கடுமை

sew *(v)* : to stitch, தையலிடு

sewage *(n)* : refuse or waste matters carried off by the underground drainage system, சாக்கடை நீர், கழிவுப்பொருள்கள்

sewer *(n)* : an underground drainage for carrying off refuse and waste matters, சாக்கடை

sex *(n)* : being male or female, பால்

sexagenarian *(n)* : a person between 59 and 70, ஐம்பத்தொன்பதிற்கும் எழுபதிற்கும் இடைப்பட்ட வயதினர்

sexagenary *(adj)* : of 60, அறுபதிற்குரிய

sextant *(n)* : the sixth part of a circle, an instrument for measuring angles, வட்டத்தின் ஆறில் ஒரு பகுதி, கோணமானி

sexton *(n)* : an under officer of a church, கிறித்துவக் கோயில் பணியாளர்

shabby *(adj)* : mean, disgraceful, trifling, கீழ்த்தரமான, கேவலமான, அருவருப்புத் தருகிற

shack *(n)* : a rough cabin, குடிசை

shackle *(v)* : put on chains, to hold in check, விலங்கிடு, தடை செய்

shackles *(n pl)* : fetters, handcuffs, தளை, விலங்கு

shad *(n)* : a kind of fish, ஒரு வகை மீன்

shade *(n)* : partial darkness, shadow, degree of colour, small quantity, difference, a ghost, அரையிருட்

நிழல், வண்ணச்சாயல், மிகச்சிறிய அளவு, வேறுபாடு, ஆவியுருவம்; *(v)* : to shelter, to make dark, நிழல் கொடு, காப்பாற்று, இருளாக்கு

shadow *(n)* : darkness caused by some object coming in the way of light, one's inseparable attendant or companion, நிழலுருவம், இணை பிரியாத் தோழன், பணியாள்; *(v)* : darken, to follow a person, இருட்டடி, பின்பற்று

shady *(adj)* : sheltered from the sun, dishonest, disreputable, நிழலுள்ள, நேர்மையற்ற, விரும்பத்தகாத

shaft *(n)* : slender pole on which the head of an axe is fixed, long bow arrow, a revolving bar, the pole to which the horse of vehicle is tied, a passage way leading to a mine, the part of a pillar, தண்டு, நீண்ட அம்பு, சுழல் தண்டு, நுகக்கால், சுரங்கப் பாதை, கம்பத்தின் நடுப்பகுதி

shaggy *(adj)* : rough, hairy, முரட்டு முடியுள்ள, மயிரடர்ந்த

shagreen *(n)* : a kind of untanned leather made from the skin of horse, camel etc., பதனிடப்படாத விலங்குத் தோல்

shake *(v)* : agitate, to shiver, disturb, குலுக்கு, நடுங்கு, குலையச் செய்; *(n)* : trembling, a shock, a shaking, நடுக்கம், அதிர்ச்சி, குலுக்கம்

shako *(n)* : a military hat, படைத் துறைத் தொப்பி

shale *(n)* : slaty rock, மாக்கல் பாறை

shall *(aux. v)* : used to denote the future tense, எதிர்காலம் குறிக்கும் துணைவினை

shallop *(n)* : a boat, பரிசல், சிறு ஓடம்

shallot *(n)* : a plant of onion kind, வெங்காயச் செடி வகை

shallow *(adj)* : not deep, ஆழமற்ற

sham *(n)* : pretence, artificiality, பாசாங்கு, போலித்தன்மை; *(adj)* : fake, pretended, போலியான, பாசாங்கான

shamble *(v)* : walk or run in an awkward way, தட்டுத் தடுமாறி நட

shambles *(n)* : slaughtering place, கசாப்புக்கடை

shame *(n)* : disgrace, humiliation, இழிவு, வெட்கம், நாணக்கேடு, அவமதிப்பு; *(v)* : to bring disgrace on, humiliate, இழிவுபடுத்து, அவமானப்படுத்து

shameful *(adj)* : disgraceful, indecent, இழிவான, வெட்கங்கெட்ட

shammy *(n)* : chamois-leather, ஒரு வகை மான் தோல்

shampoo *(n)* : a hair washing, a liquid used for washing the hair, தலை மயிரைக் கழுவுதல், தலைமயிர் கழுவு நீர்மம்; *(v)* : wash the hair, to cleanse by rubbing, தலைமயிரைத் தூய்மை செய், தேய்த்துக் கழுவு

shamrock *(n)* : clover like plant with leaves divided in three, மூவிலை மணச்செடி

shanghai *(n)* : make a man unconscious with a drug and carry him off before he wakes up, நினைவிழக்கச் செய்து கடத்திச் செல்லுதல்

shank *(n)* : the part of the leg between the knee and the ankle shaft, முழங் கால் தண்டு

shanty, chanty *(n)* : a hut, a sailor's song, குடிசை, ஓடப்பாட்டு

shape *(n)* : the form or outline, appearance, வடிவம், உருவம்,

தோற்றம்; (v) : to make a certain form, உருவாக்கு

shapely *(adj)* : regular in form, well-formed, வடிவமைந்த, சீராக அமைந்த

share *(n)* : one of the parts into which a thing is divided, part taken or received by sombody in auction, பங்கு; *(v)* : to divide, to have a part in, பங்கு போடு, பங்கெடு

shark *(n)* : a large sea-fish, சுறாமீன்

sharp *(adj)* : with a thin cutting edge, clear-cut, piercing, acute, lively, கூரான, தெளிவான, குத்துகிற, கடுமையான, சுறுசுறுப்பான

sharpen *(v)* : to make sharp, கூராக்கு

sharper *(n)* : a cheat, ஏமாற்றுபவர்

shatter *(v)* : to break into pieces, upset, நொறுக்கு, உடை, அழித்துவிடு

shave *(v)* : to cut away hair with a razor, to pass very near without touching, சவரம் செய், மிக அருகாமையில் (ஆனால் தொடாமல்) கடந்து செல்; *(n)* : shaving, a narrow escape, சவரம் செய்தல், மயிரிழையில் தப்புதல

shawl *(n)* : a loose knitted wrap for the shoulders, சால்வை, போர்வை

she *(pron)* : the third person feminine nominative singular pronoun, a female, அவள், பெண்

sheaf *(n)* : a bundle of stalks of wheat etc. tied together, கதிர்க்கட்டு, கொத்து

shean *(v)* : to clip or cut in the scissors or shears, கத்திரி, வெட்டு

shears *(n)* : large scissors, பெரிய கத்திரிக்கோல்

sheath *(n)* : a close fitting case, உறை

sheathe *(v)* : to put into a cover, உறையிலிடு

shed *(n)* : one-storeyed shelter for keeping goods, vehicle, etc., a parting, கொட்டகை, உதிர்த்தல்; *(v)* : to throw or cast off, சிந்து, தோலுரி, இலையுதிர்

sheen *(n)* : brightness, பளபளப்பு

sheep *(n)* : a well-known ruminant animal like the goat from whose wool clothing is made, செம்மறியாடு

sheep-fold *(n)* : enclosure for sheep, ஆட்டுக்கொட்டில்

sheer *(adj)* : clean, pure, precipitous, தெளிந்த, கலப்பற்ற, செங்குத்தான *(v)* : to turn aside, விலகு, திருப்பு

sheet *(n)* : a large flat thin piece of anything, inner bed clothes, sail rope, தகடு, படுக்கை விரிப்பு, கப்பல் பாய்க்கயிறு

sheet-anchor *(n)* : the largest anchor of ship used in extreme danger, a reliable support, பெரிய நங்கூரம், நல்ல ஆதரவு

shelf *(n)* : projecting slab of stone or board let into or hung on wall for holding things, சுவரலமாரி

shell *(n)* : hard outer covering enclosing kernel of seed, fruit, etc. a paper or metal containing explosives fired from a gun, மேல்தோடு, வெடிகுண்டு; *(v)* : to take out of a shell, to fire shells at, மேலோட்டை நீக்கு, குண்டு போடு

shellac *(n)* : a kind of resin used for making varnish, அரக்கு

shellfish *(n)* : a mollusc or other water animal having a shell-covering, சிப்பி, நண்டு போன்ற நீர்வாழ் உயிரினங்கள்

shelter *(n)* : a place for safety or protection, காப்பிடம், பாதுகாப்பு

shelve *(v)* : to put on shelf, to set aside, abandon, to slope gently, சுவரலமாரியில் வை, தள்ளிவை, விலக்கு, மெல்லச்சரி

shepherd *(n)* : one who looks after sheep, ஆட்டிடையன்

sherbet *(n)* : a fruit drink, இனிய குடிநீர் பானம்

sheriff *(n)* : chief magistrate, நாட்டாண்மைக்காரர்

sherry *(n)* : a white wine, ஒரு வகை திராட்சை மது

shibboleth *(n)* : a test word, குழு அடையாளச் சொல்

shield *(n)* : a defensive armour held in front of the body, கவசம்; *(v)* : to defend, to protect from harm, ஆதரி, பாதுகாப்பு செய்

shift *(v)* : change or move from one position to another, மாற்று, நகர்த்து; *(n)* : a change, மாற்றம்

shifty *(adj)* : deceitful, ஏமாற்றுகிற, தந்திரமான

shilling *(n)* : a British silver coin worth 12 pence, ஆங்கில நாணயம், 12 பென்சுகள்

shilly-shally *(v)* : vacillate, be undecided, தயங்கு, முடிவெடுக்காமல் தடுமாறு; *(n)* : indecision, உறுதி யான முடிவெடுக்க முடியாத தன்மை, தீர்மானமின்மை

shim *(n)* : thin slip or wedge used in machinery, சிம்பு

shimmer *(v)* : shine with faint diffused light, மங்கலாக எரி

shin *(n)* : front of leg below knee, முழந்தாள், முழங்கால்

shindy *(n)* : roar, disturbance, noise, கூக்குரல், குழப்பம், சந்தடி

shine *(v)* : be bright, emit or reflect light, ஒளிவீசு, சுடர்விடு; *(n)* : brightness, பளபளப்பு, ஒளி, பிரகாசம்

shingle *(n)* : rectangular wooden slip used on roofs, mass of tiles or pebbles, கூரைவேயப் பயன்படும் மரஓடு, கூழாங்கல்

shingles *(n)* : a painful skin disease, இடுப்பைச்சுற்றி ஏற்படும் நோய்

shinty *(n)* : a ball game like hockey, ஒருவகைப் பந்தாட்டம்

shiny *(adj)* : polished, rubbed bright, clear, பளபளப்பான, தேய்த்து மெருகேற்றப்பட்ட, தெளிவான

ship *(n)* : a large sailing vessel, கப்பல்

shipment *(n)* : putting anything into a ship, goods put on a ship, கப்பலில் சரக்கேற்றுதல், கப்பல் சரக்கு

shipping *(n)* : ships in general, கப்பல் தொகுதி, கப்பல் சரக்கு, கப்பல் வாணிகம் முதலியன

ship shape *(adj)* : tidy, in good order, தூய்மையான, ஒழுங்கான

ship wreck *(n)* : the loss or destruction of a ship at sea, கப்பல் கவிழ்தல், கடலில் செல்லும் கப்பலில் உடைப்பு ஏற்படுதல்

shire *(n)* : a county, மாவட்டம்

shirk *(v)* : avoid meanly, get out of one's responsibility, தட்டிக்கழி, கடமையிலிருந்து நழுவு

shirt *(n)* : an upper garment, மேற் சட்டை

shiver *(v)* : to tremble, to break into pieces, நடுங்கு, நொறுங்கு; *(n)* : trembling, a small broken piece, நடுக்கம், துண்டு, சிம்பு

shoal *(n)* : a great number especially of fish, a shallow place, submerged sandbank, *மீன்திரள், ஆழமற்ற தடம்*, மடு

shock *(n)* : violent collision, a sudden blow, something very upsetting, the feeling caused by electricity passing through a person, bundles of straw or grain, *கடுமையான மோதல், திடீர் அடி, நிலைகுலைவு, மின்வலி அதிர்ச்சி, கதிர்த் தொகுதி* ; *(v)* : affect with disgust, disturb, to shake with force, *அதிர்ச்சியடையச் செய்*, அமைதி குலையச் செய், விளைவுடன் மோதச் செய்

shod *(adj)* : wearing shoes, புதை செருப்பு அணிந்த

shoddy *(adj)* : inferior, pretentious, *கீழ்த்தரமான, பாசாங்கான* ; *(n)* : a kind of cloth made from rags, கந்தல் துணியின் இழையிலிருந்து நெய்யப்பட்ட ஆடை

shoe *(n)* : outer foot covering, metal rim railed to hoof of horse etc., புதை செருப்பு, இலாடம் ; *(v)* : furnish with shoes, புதை செருப்பு போடு, இலாடம் பெறு

shone *(v)* : past tense and past participle of shine, shine என்பதன் இறந்த கால, இறந்தகால முடிவெச்ச வடிவம்

shook *(v)* : past tense of shake, shake என்பதன் இறந்தகால வடிவம்

shoot *(v)* : to fire a gun, sprout a bud, to make cinema films, move suddenly and quickly, throw violently, *துப்பாக்கியால் சுடு, தளிர்விடு, திரைப்படம் பிடி, பாய்ந்து செல், வேகமாய் எறி* ; *(n)* : a young branch, a hunting outing, a group of people shooting for sport, *குருத்து, தளிர்*, வேட்டைப் பயணம், வேட்டைக் குழு

shooting *(n)* : firing, throwing or kicking ball, making cinema film, *சுடுதல், எறிதல், (சினிமாப்) படம் பிடித்தல்* : *(adj)* : servere, கடுமையான

shop *(n)* : a place where commodities are sold, a building where manufacture or repairing is done, கடை, தொழிற்சாலை, பணிமனை ; *(v)* : look at and buy goods in a shop, *சாமான் வாங்கக் கடைக்குச் செல்*

shore *(n)* : the land bordering a sea, river or lake, a supporting beam, கடற்கரை, ஆற்றங்கரை, ஏரிக் கரை, உதைவரிகால் ; *(v)* : to support with beams, உதைவரிகால் கொடுத்துக் கப்பலைத் தாங்கு

short *(adj)* : of small length or height, brief, having less than the needed or right amount, நீளம் குறைந்த, உயரம் குறைந்த, கட்டையான, சுருக்கமான, அளவில் குறைந்த ; *(adv)* : suddenly, திடீரென்று

shortage *(n)* : deficiency, an amount that is not enough, குறைபாடு, குறையும் தொகை அல்லது அளவு

shortcoming *(n)* : failure to reach a required standard, குறை

shortcut *(n)* : nearer or quicker than the ordinary way, குறுக்கு வழி

shorten *(v)* : make shorter, குறுக்கு, சுருக்கு

shorthand *(n)* : a system of writing words quickly by symbols, சுருக்கெழுத்து

shortly *(adv)* : quickly, briefly, விரைவில், சுருக்கமாக

shortsight *(n)* : inability to see clearly things that are distinct, கிட்டப்பார்வை

shortsighted *(adj)* : unable to see far-away objects clearly, not caring for the future, கிட்டப்பார்வையுள்ள, குறுகிய நோக்கமுடைய, எதிர்கால நலனில் அக்கறையற்ற

shot *(n)* : a solid missile, a marksman, a throw, the act of shooting, the distance traversed by a projectile, வெடிகுண்டு, குறி தவறாது சுடுபவன், சுடுதல், எறி தொலைவு ; *(v)* : past tense and past participle of shoot, shoot என்பதன் இறந்தகால, இறந்தகால முடிவெச்ச வடிவம்

should *(v)* : past tense of shall, shall என்பதன் இறந்தகால வடிவம்

shoulder *(n)* : the joint connecting the arm with the body, தோள் ; *(v)* : bear; to push with the shoulder, தோளில் தாங்கு, தோளினால் இடித்துத் தள்ளு

shout *(n)* : loud call, கூச்சல்,கூப்பாடு ; *(v)* : call out loudly, கூச்சலிடு, உரக்கக் கத்து

shove *(v)* : to push, to press forcibly, தள்ளு, நெருக்கு ; *(n)* : a strong push, தள்ளுதல், நெருக்குதல்

shovel *(n)* : a flat tool with a handle, மண்வெட்டி ; *(v)* : lift up with a shovel, மண்வெட்டியால் அகற்று

show *(v)* : be visible, point out to, exhibit, reveal, indicate, காட்டு, சுட்டிக்காட்டு, காட்சிக்கு வை, திறந்து காட்டு, கூட்டு ; *(n)* : display, exhibition, காட்சி, கண்காட்சி

shower *(n)* : a fall of rain, a copious fall, மழை பொழிதல்

shown *(v)* : past participle of show, show என்பதன் இறந்தகால முடிவெச்ச வடிவம்

showy *(adj)* : splendid, given to display, பகட்டான, ஆடம்பரமான

shrank *(v)* : past tense of shrink, 'shrink' என்பதன் இறந்தகால வடிவம்

shrapnel *(n)* : shell containing an explosive which scatters the fragments and bullets over a wide area, சிதறு வெடி குண்டு

shred *(n)* : narrow strip torn or broken, a fragment, கிழிந்த துண்டு, சிறு துண்டு ; *(v)* : to tear or cut into small strips or pieces, சிறுசிறு துண்டுகளாகக் கிழி

shrew *(n)* : a mouse-like insectivorous mammal, a woman of violent temper, மூஞ்சுறு, அடங்காப்பிடாரி

shrewd *(adj)* : having keen insight, intelligent, கூரிய அறிவுடைய, நுண்ணறிவுடைய

shriek *(n)* : a sharp shrill outcry, கிறீச்சிடும் ஒலி ; *(v)* : make this noise, கிறீச்சிடு

shrift *(n)* : confession made to a priest, பாவ மன்னிப்பு

shrill *(adj)* : sharp and piercing in tone, கிறீச்சிடுகிற

shrimp *(n)* : an edible shellfish, a very small person, இறால் மீன், குள்ளன்

shrine *(n)* : a holy place or thing, கோயில், புண்ணியத்தலம்

shrink *(v)* : contract, diminish, withdraw, சுருங்கு, குறுகு, பின்வாங்கு

shrinkage *(n)* : contraction, the amount lost by contraction, depreciation, சுருக்கம், சுருங்குமளவு, தேய்மானம்

shrive *(v)* : hear the confession of a sinner and administer absolution to, பாவ மன்னிப்பு கொடு

shrivel *(v)* : dry up, wrinkle, wither, உலரு, சுருங்கு, வதங்கு

shroud *(n)* : a dress or winding sheet for the dead, anything that covers or conceals, சவச்சீலை, போர்வை, மறைக்கும் பொருள்; *(v)*: dress the dead body, to envelop, பிணத்தைப் போர்வையிட்டு மூடு, மூடு

shrub *(n)* : a bush or low tree, புதர்

shrug *(v)* : to raise the shoulders to express surprise, doubt etc., அதிசயம் ஐயம் ஆகியவற்றைக் குறிக்கத் தோளைக் குலுக்கு

shrunk *(v)* : past tense and past participle of shrink, 'shrink' என்பதன் இறந்தகால, இறந்தகால முடிவெச்ச வடிவம்

shrunken *(adj)* : grown smaller, dried up, withered, சுருங்கிய, உலர்ந்த, வதங்கிய

shudder *(v)* : tremble with fear or disgust, அச்சத்தால் நடுங்கு, வெறுப்படை

shuffle *(v)* : mix up, walk barely by dragging the feet, give an evasive answer, கலக்கு, காலைத் தேய்த்து நட, மழுப்பு ; *(n)* : a mixing of cards, a dragging movement of the feet, evasive or tricky statement, சீட்டைக் குலுக்கிப் போடுதல், காலைத் தேய்த்து நடத்தல், மழுப்பிப் பேசுதல்

shun *(v)* : to keep away from, avoid, விலக்கு, தவிர், ஒதுக்கு

shunt *(v)* : to turn a train aside, to divert, get rid of, திருப்பு, தடம் திருப்பு, ஒதுக்கு

shut *(v)* : close, block, seal, stop, அடை, தடு, மூடு, நிறுத்து

shutter *(n)* : one who or that which shuts, a movable cover for a window, மூடுபவர், மூடி, நழுவு கதவு

shuttle *(n)* : a thread holder to carry the weft to and fro between the warp threads, a transport system operating between two nearby points, தறிநாடா, தறியின் ஓடம், சிறு தொலைவுப் போக்குவரத்து

shy *(adj)* : easily frightened, reserved, நாணமுடைய, எளிதில் அச்சம் கொள்கிற, கூச்சமுடைய

sibyl *(n)* : future - teller, வருங்காலம் உரைப்பவர், குறிசொல்பவர்

sick *(adj)* : ill, tired, miserable, நோய்வாய்ப்பட்ட, களைப்புடைய, துன்புறுகிற

sicken *(v)* : to make sick or disgusted, நோயுண்டாக்கு, வெறுப்பூட்டு

sickle *(n)* : a farm tool with a curved blade for cutting grass etc., வெட்டரிவாள்

sickly *(adj)* : diseased, unhealthy, infirm, weak, நோயுடைய, உடல் நலமற்ற, மெலிந்த, வலிமையற்ற

sickness *(n)* : illness, bad health, நோய்நிலை, உடல் நலக்கேடு

side *(n)* : lateral part of an object, edge, section, party, பக்கம், ஓரம், விளிம்பு, கூறு, கட்சிப்பிரிவு

sidereal *(adj)* : pertaining to the stars, விண்மீன்கள் சார்ந்த

side-view *(n)* : a view from oneside, பக்கவாட்டுத் தோற்றம்

sideways *(adv)* : towards the side, பக்கவாட்டாக

sieze *(n)* : surrounding a fort or town in order to capture it, முற்றுகை

sienna *(n)* : kind of earth used as a colouring matter, காவிக்களிமண்

sierra *(n)* : long mountain chains with jagged peaks, ஒழுங்கற்ற மலைத் தொடர், வாட்பாறை

siesta *(n)* : a short sleep or rest taken on a hot day, பகல் தூக்கம்

sieve *(n)* : an utensil with perforated bottom for separating finer from coarser particles, சல்லடை, அரிப்பு

sigh *(v)* : to draw in a deep audible breath, பெருமூச்சுவிடு ; *(n)* : the act or sound of sighing, பெருமூச்சு

sight *(n)* : power or ability to see, something seen, a glimpse, கண் பார்வை, காணப்படுவது, பார்வை ; *(v)* : to see, பார்

sightly *(adj)* : pleasant to the view, பார்வைக்கினிய, பார்க்கத் தகுந்த

sightseeing *(n)* : the act of going about to see places, etc., புதிய இடங் களைக் காணச் செல்லுதல்

sign *(n)* : a mark or movement, to mean something, omen, சின்னம், அடையாளம், குறி, அறிகுறி

signal *(n)* : a sign, indication, mark, சைகை, சமிக்ஞை, அறிகுறி, அடையாளம் ; *(adj)* : notable, குறிப்பிடத் தகுந்த ; *(v)* : inform by signals, சைகை செய், அடை யாள அறிவிப்புச் செய்தி அனுப்பு

signatory *(n)* : one who has signed, கையொப்பமிட்டவர்

signature *(n)* : one's own name written by himself as a sign of agreement or acknowledgement, கையொப்பம்

signboard *(n)* : a board on which direction advertisement or the like is displayed, பெயர்ப்பலகை, அறிவிப்புப் பலகை, விளம்பரப் பலகை

signet *(n)* : a seal, an impression made by a seal, முத்திரை, முத்திரை அடையாளம்

significance *(n)* : expressiveness, importance, meaning, குறிப்புத் திறன், சிறப்பு, உட்பொருள்

significant *(adj)* : important, carrying a meaning, குறிப்பிடத்தக்க, உட் பொருள் பொதிந்த

signification *(n)* : act of signifying, meaning, குறிப்பிடுதல், உட் பொருள், சரியான பொருள்

signify *(v)* : to mean, make known, express, to denote by markings, பொருள்படு, அறிவி, குறிப்பிடு, அடையாளங்களாக அமை

silence *(n)* : absence of noise or sound, quickness, மௌனம், ஓசையின்மை, அமைதி ; *(v)* : make quiet or still, ஓசையடக்கு, அமைதி நிலவச்செய்

silent *(adj)* : quiet, without sound, not pronounced, அமைதியான, ஓசை யற்ற, பேச்சரவமற்ற

silhouette *(n)* : shadowgraph, outline of solid figure, நிழல் படம், நிழல் வடிவத் தோற்றம் ; *(v)* : project in shadows, நிழலுருவம் காட்டு, நிழல் படம் பிடி

silica *(n)* : a substance made of flint and sandstone, மணல் சத்து

silk *(n)* : a fine shiny thread made by silk worms, cloth made of silk, பட்டு நூல், பட்டாடை

sill *(n)* : a horizontal timber across the bottom of the frame of a window, door or building, படிக்கட்டை, அடித் தளக்கட்டு

silly *(adj)* : simple, stupid, அற்பமான, மடத்தனமான

silo *(n)* : air tight structure in which green food for farm animals is stored, காற்றிறுக்கமான தீவனக் குழி
silt *(n)* an earthy sediment deposited by water, வண்டல்
silvan, sylvan *(adj)* : having to do with wood, சோலை சார்ந்த
silver *(n)* : a white valuable metallic element, வெள்ளி
silversmith *(n)* : worker in silver, வெள்ளி வேலை செய்பவர்
silver tongued *(adj)* eloquent, நாவன்மையுள்ள
simian *(adj)* : ape-like, மனிதக் குரங்கு போன்ற
similar *(adj)* : very much alike, ஒத்த
similarity *(n)* : likeness, resemblance, ஒத்த தன்மை, ஒற்றுமை
simile *(n)* : comparison, imaginary, ஒப்புமையணி, உவமை
simmer *(v)* : boil gently with a hissing noise, இளங்கொதி வரும் படி சூடாக்கு
simoom *(n)* : a hot dry wind, பாலை வனக் காற்று, வெப்பக் காற்று
simper *(v)* : to smile in a silly manner, அசட்டுச் சிரிப்பு சிரி
simple *(adj)* : easy to understand, clear, artless, sincere, plain, தெளி வாக விளங்குகிற, தெளிவான, சூதுவாதற்ற, நேர்மையான, எளிய, வெளிப்படையான
simpleton *(n)* : a stupid person, one who is easily cheated, முட்டாள், எளிதில் ஏமாறுபவர், எதையும் எளிதில் நம்புபவர்
simplicity *(n)* : the state of being simple, sincerity, plainness, எளிமை, நேர்மை, சூதுவாதின்மை
simplify *(v)* : to make more simple எளிதாக்கு, தெளிவாக்கு, சுருக்கு, சிக்கலகற்று
simulacrum *(n)* : an imaginary likeness, போலித்தோற்றம்
simulate *(v)* : imitate, to make a pretence of, பார்த்தெழுது, பாசாங்கு செய்
simultaneous *(adj)* : existing at the same time, உடனிகழ்வான
sin *(n)* : crime, wrong doing, immorality, குற்றம், தவறு, தீவினை, பாவம்
since *(adv)* : from that time, until now, before now, அப்போ திருந்து இப்போது வரை, இதற்கு முன்; *(prep)* : after, from the time of, பின்னர், பிறகு, முதற் கொண்டே; *(conj)* : because, from the time when, என்பதனால், அதிலிருந்து
sincere *(adj)* : honest, நேர்மையான
sinecure *(n)* : an office carrying a salary without work or responsibility, பொறுப்போ வேலையோ இன்றி சம்பளம் வாங்கும் பணி
sinew *(n)* : a fibrous cord which fastens muscle to the bones, தசை நார்
sinews *(n)* : muscles, strength, necessary things, தசைநார்த் தொகுதி, வலிமை, ஆதாரக் கூறுகள்
sinewy *(adj)* : strong, having strong sinews, வலிமையான, தசைப் பற்றுடைய
sing *(v)* : to make music with the voice, பாடு
singe *(v)* : to burn slightly, பொசுக்கு, வெதும்பு
single *(adj)* : one, not married, ஒற்றையான, தனியான, மண

மாகாத; *(v)*: choose and pick. தேர்ந்தெடு, பொறுக்கி எடு
sing-song *(n)*: impromptu vocal concert, a monotonous voice, முன்னேற்பாடற்ற இசைக் கச்சேரி, சலிப்பூட்டும் இசை
singular *(adj)*: odd, extraordinary, peculiar, unique, ஒற்றுமையான, வழக்கத்திற்கு மாறான, புதுமையான, தனிச்சிறப்புடைய; *(n)*: the singular number, ஒருமை எண், ஒன்று
singularity *(n)*: oddity, uncommonness, peculiarity, uniqueness, ஒருமைத் தன்மை, புதுமை, சிறப்பு, தனித்தன்மை
sinister *(adj)*: malevolent, evil-looking, கெட்ட இயல்புடைய, கொடிய தோற்றமுடைய
sink *(n)*: a basin with a drain pipe, அங்கணம்; *(v)*: to go beneath the surface of water or snow, leave off, lay out, மூழ்கு, துறந்து விடு, முதலீடு செய்
sinuous *(adj)*: full of curves, பல வளைவு நெளிவுகளுடைய
sip *(v)*: drink slowly in small amounts, உறிஞ்சிக் குடி; *(n)*: the act of sipping, உறிஞ்சுதல்.
siphon, syphon *(n)*: a bent tube for transferring liquids from a higher to a lower level, நீரிறக்கு குழாய்
sir *(n)*: a title of honour, respectful term of addressing a man, மதிப்பு விளி, மரியாதை விளி
sire *(n)*: father, a form of addressing a king, தந்தை, அரசனை விளிக்கும் சொல்
siren *(n)*: a sea-nymph, a loud whirling sound, கடல் தேவதை, சங்கொலி
sirocco *(n)*: hot moist wind, வேனல் காற்று
siskin *(n)*: a singing bird, பாடும் ஒரு வகைப் பறவை
sister *(n)*: a female born of the same parents as oneself, a hospital nurse, a nun, உடன்பிறந்தவள், செவிலி, கிறித்துவப் பெண் துறவி
sister-in-law *(n)*: sister of one's husband or wife, brother's wife, கணவனது உடன்பிறந்தாள் (நாத்தனார்), மனைவியின் உடன்பிறந்தாள் (கொழுந்தி), உடன்பிறந்தான் மனைவி
sisterly *(adj)*: like a sister, உடன்பிறந்தாள் போன்ற
sit *(v)*: to rest on buttocks or thighs, remain, rest on eggs and hatch, உட்கார், தங்கு, அடைகாத்திடு
site *(n)*: a location, place to construct a building, புரையிடம், மனையிடம்
sitting *(n)*: the act of taking seat, a session or term, period of hatching, உட்காருதல், கூட்ட அமர்வு, அடைகாக்கும் காலம்
situated *(adj)*: located or placed, இடத்திலுள்ள, அமைக்கப்பட்ட
situation *(n)*: location, state of affairs, job, இடம், தொழில் நிலை, பதவி
six *(adj & n)*: half a dozen, ஆறு
sixfold *(adj)*: six times, ஆறு மடங்கான
six pence *(n)*: a silver coin worth six pennies, ஆறு செப்புக்காசு மதிப்புடைய வெள்ளி நாணயம்
sixteen *(adj & n)*: the number next to fifteen, பதினாறு
sixty *(adj & n)*: six times ten, அறுபது

sizable *(adj)* : of a large size, பெரிய அளவிலான

size *(n)* : bulk, magnitude, space taken by anything, adhesive, பருமன், அளவு, பரப்பெல்லை அளவு, பிசின்; *(v)* : to arrange according to size, அளவுப்படி தரம் பிரி

sizzle *(v)* : to make a hissing noise, 'உஸ்' என்ற ஒலி எழுப்பு

skate *(n)* : one of a pair of sharp-edged steel blades to be fastened to a boot for gliding on ice or hard smooth ground, a large flat sea fish, பனிச்சறுக்கு, புதைமிதி, ஒரு வகைப் பெரிய கடல் மீன்; *(v)* : move on skates, சறுக்கிச் செல்

skein *(n)* : a roll of yarn, நூல்கண்டு, நூல்சிட்டம்

skeleton *(n)* : the bony frame-work of an animal body without flesh, any frame work, எலும்புக் கூடு, சட்டம்

skep *(n)* : a wicker basket, straw or wicker bee-hive, பிரப்பங்கூடை, வைக்கோல் தேன்கூடு, பிரம்புத் தேன்கூடு

sketch *(n)* : an outline, rough drawing, a piece of writing, gist, description, உருவரை, மேலோட்ட வரைவு, மாதிரி சித்திரம், சுருக்கம், விளக்கம்; *(v)* : set in outlines, describe, draw, மாதிரிப்படம் வரை, விளக்கு, வரை

skew *(adj)* : not straight, ஒரு புறமாகச் சாய்ந்த, சரிவான

skewer *(n)* : a pin for holding meat together, பற்று கோல்

ski *(n)* : a wooden snow-shoe, பனிச்சறுக்குக் கட்டை

skid *(n)* : a drag on a wheel, a side slip, சக்கரத்தடை, ஒரு பக்கச் சறுக்கல்; *(v)* : to check with a skid, to slip sideways, சக்கரத்தடை போடு, முட்டுக்கொடு, பக்கவாட்டில் சறுக்கு

skiff *(n)* : a small light boat, சிறு படகு

skill *(n)* : ability to do something expertly, திறமை

skillet *(n)* : a small cooking pot or frying pan, நீண்ட கைப்பிடியுடைய, சமையல் பாத்திரம்

skim *(v)* : remove the cream that floats on the surface of a liquid, நீர்மத்தின் மேல் தேங்கும் ஆடை எடு

skin *(n)* : the outer covering of an animal body or fruit, தோல்; *(v)* : take off the skin from, to peel, தோல் நீக்கு, தோலுரி

skip *(n)* : leap or jump lightly or joyfully, to passover, குதி, தாண்டு,

skipper *(n)* : a ship's captain, captain of the side of a game, கப்பல் தலைவன், (விளையாட்டு) அணித் தலைவன்

skirmish *(n)* : fight between small groups, a short fight, encounter of wit, argument etc., குழுச் சண்டை, சிறு போர், வாக்குவாதம்

skirt *(n)* : the lower part of a garment, the outer edge or part, பாவாடை, விளிம்பு

skit *(n)* : a cartoon, வேடிக்கைச் சித்திரம், கேலிச் சித்திரம்

skittish *(adj)* : timid, கூச்சமுள்ள, பயந்த

skulk *(v)* : hide, move secretly, மறைந்திரு, பதுங்கித்திரி

skull *(n)* : bone of the head, மண்டையோடு

skunk *(n)* : a bushy tailed small animal, a contemptible person, கீரியின விலங்கு, வெறுக்கத்தக்கவர்

sky *(n)* : the heavens, வானம்

skyward(s) *(adv & adj)* : towards the sky, வானத்தை நோக்கி

slab *(n)* : thick flat piece of any solid substance, பாளம்

slack *(adj)* : loose, weak, inert, inactive, தளர்த்தியான, உறுதியற்ற, மந்தமான, செயலற்ற; *(n)* : a lazy person, loose fitting dress, coal dust, சோம்பேறி, தளர்த்தியான சட்டை, நிலக்கரித் தூள்

slacken *(v)* : make loose, make less active, தளர்த்தியாக்கு, தளர்ச்சியடை

slag *(n)* : refuse from iron smelting works, கசடு

slain *(v)* : past participle of slay, 'slay' என்பதன் இறந்தகால முடிவெச்ச வடிவம்

slake *(v)* : quench, convert the lime into powder by adding water, தணி, சுண்ணாம்பு நீற்று

slam *(v)* : shut violently, தடா லென்று அடை

slander *(n)* : false oral defamation, அவதூறு, பொய்க் குற்றச் சாட்டு; *(v)* : defame falsely, அவதூறாகப் பேசு

slang *(n)* : colloquial language used by and typical of a class of persons, குறு மொழி, கொச்சை மொழி; *(v)* : to use abusive language, கொச்சைச் சொற்களால் திட்டு

slant *(n)* : obliquity, சரிவு, சாய்வு

slanting *(adj)* : oblique, inclined, சரிவான, சாய்வான

slap *(n)* : a blow with the hand, கையால் அறைதல்; *(v)* : strike with the palm of the hand, அறை கொடு

slash *(v)* : to cut, hit out at random with a knife, whip etc., வெட்டு, குத்திக்கிறு, சாட்டையடி கொடு; *(n)* : long cut, நீண்ட வெட்டு

slat *(n)* : a narrow thin piece of wood, stone etc., நீண்ட மெல்லிய மரச்சிம்பு

slate *(n)* : sheet of rock used for roofing or for writing upon, கற் பலகை; *(v)* : to cover with slate, கற்பலகையால் கூரை போடு

slattern *(n)* : a dirty woman, நடத்தை கெட்ட பெண், தூய்மையற்றவள்

slaughter *(n)* : butchery, slaying, கொலை, படுகொலை; *(v)* : kill on a large scale, kill for food, கொன்று குவி; இறைச்சிக்காக வெட்டு

slave *(n)* : one who is the legal property of another bound to obey the master, அடிமை; *(v)* : work like a slave, அடிமைபோல் வேலை செய்

slavěr *(n)* : a slave-vessel, one engaged in trading slaves, spittle running from mouth, அடிமை வாணிகக் கப்பல், அடிமை வாணிகர், எச்சில், சொள்ளு, உமிழ் நீர்

slavery *(n)* : the state of being a slave, drudgery, அடிமைத்தனம் அடிமை வேலை

slavish *(adj)* : pertaining to slave, base, அடிமைத்தன மான, இழிவான

slay *(v)* : to kill, கொலை செய்

sledge *(n)* : carriage on runner instead of wheels, சறுக்கு வண்டி

sledge hammer *(n)* a heavy hammer, சம்மட்டி
sleek *(adj)* smooth and soft, பளபளப்பான, மென்மையான
sleep *(n)* bodily condition normally recurring every night with eyes closed in which one's senses are dulled for the time being, உறக்கம், தூக்கம்; *(v)* : to rest the senses, உறங்கு, தூங்கு
sleepy *(adj)* : ready to sleep, தூக்கக் கலக்கமுடைய
sleet *(n)* : a mixture of rain and snow or hail, ஆலங்கட்டி மழை
sleeve *(n)* : part of the garment that covers the arms, சட்டைக்கை
sleigh *(n)* : a sledge, சறுக்கு வண்டி
sleight *(n)* : deceptive device, ஏமாற்று வித்தை
slender *(adj)* : slim, relatively small, இளைத்த, ஒடுங்கிய, மிகச்சிறிய
slept *(v)* : past tense and past participle of sleep, 'sleep' என்பதன் இறந்தகால, இறந்தகால முடிவெச்ச வடிவம்
sleuth *(n)* : a detective, a dog that follows a scent, துப்பறிபவர், மோப்பம் பிடிக்கும் நாய்
slew *(v)* : past tense of slay, 'slay' என்பதன் இறந்தகால வடிவம்
slice *(n)* : thin broad piece, மெல்லிய அகன்ற துண்டு, சீவல்; *(v)* : cut into thin pieces, துண்டுகளாகச் சீவு
slick *(adj)* : dexterous, smooth in behaviour, கைத்திறனுடைய, நயமான நடத்தையுடைய
slid *(v)* : paste tense and past participle of slide, 'slide' என்பதன் இறந்தகால, இறந்தகால முடிவெச்ச வடிவம்
slide *(v)* skate, to move on a smooth surface, சறுக்கு, வழுக்கிச் செல்; *(n)* a slipping path, a smooth slope, வழுக்குப்பாதை, சறுக்குத்தளம்
slight *(adj)* : small, negligible, slender, சிறிய அளவான, பொருட்படுத்த வேண்டாத, மெல்லிய; *(v)* : neglect, புறக்கணி; *(n)* : negligence, omission of due respect, புறக்கணிப்பு, அவமரியாதை
slim *(adj)* : thin, மெல்லிய; *(v)* : to arrange one's food and exercise to reduce the size of the body, உடல் பருமனைக் குறை
slime *(n)* : oozy mud, wet filth, சகதி, கோழை
sling *(n)* : band of material looped round an object, strip of leather used to throw stones, bullets etc to a distance, தொங்கற்கட்டு, கவண்
slink *(v)* : to sneak away, பதுங்கிச் செல்
slip *(v)* : slide unintentionally, to err, சறுக்கிவிழு, தவறு செய்; *(n)* : the act of slipping, a slight mistake, a twig, a strip, சறுக்குதல், சிறு தவறு, சுள்ளி, சிறு துண்டு
slipper *(n)* : a loose light shoe easily put on, one who or that which slips, செருப்பு, சறுக்குபவன், சறுக்கும் பொருள்
slippery *(adj)* : causing to slip, uncertain, unable to be trusted, வழுக்கும், நிலையற்ற, நம்பக் கூடாத
slipshod *(adj)* : careless, untid கவனமற்ற, சீர்குலைவான
slit *(n)* : a long incision, நீண்ட பிளவு, துளை; make a narrow openinp

strips, நீண்ட பிளவுண்டாக்கு, துண்டு துண்டாக வெட்டு

slither *(v)* : to slide unsteadily, வழுக்கிச் செல், தடுமாறிச் சறுக்கி விழு

sliver *(n)* : a lengthwise piece, சிராய், சிம்பு

slobber *(v)* : to wet with saliva, எச்சிற்படுத்து, சொள்ளுவடி

sloe *(v)* : the blackthorn and its fruit, கற்றாழை வகை

slogan *(n)* : a catchword, party cry, war cry, முத்திரைச் சொல், கட்சிக்குரல், போர்முழக்கம்

sloop *(n)* : one-masted ship, ஒற்றைப் பாய்மரக் கப்பல்

slop *(n)* : dirty water, liquid food, cheap clothing, கழிவு நீர், கஞ்சி, மலிவான ஆடை; *(v)* : to overflow, spill, பொங்கி வழி, சிதறு, கொட்டு

slope *(n)* : slant, an incline, சரிவு, சாய்வு; *(v)* : to slant, lie obliquely, சரி, சாய்வுறு

slot *(n)* : groove, long aperture, காடி, குறுகிய துளை

sloth *(n)* : laziness, a slow moving mammal, மடிமை, சோம்பேறித் தனம், கரடியினப் பாலுண்ணி

slouch *(n)* : hunched-up body position, a downward bend of brim, தலையைத் தொங்கவிடல், குனிதல், விளிம்பைக் கீழ்நோக்கிச் சாய்த்தல்; *(v)* : to walk with shoulders rounded and head hanging, bend oneside of, brim of, தலையைத் தொங்கவிடு, விளிம்பைக் கீழ்நோக்கித் தொங்கவிடு

slough *(n)* : a boggy place, cast-off skin of a serpent, any part that an animal casts or moults, சதுப்பு நிலம், பாம்புச் சட்டை, விலங்கின் உரிக்கப்பட்ட அல்லது உதிர்க்கப் பட்ட உறுப்பு; *(v)* : drop off like a slough, உரி, உதிர்த்து விடு, கழற்று

sloven *(n)* : untidy person, unmethodical person, தூய்மையற்றவர், ஒழுங்குமுறையற்றவர்

slovenly *(adj)* : untidy, careless, தூய்மையற்ற, அக்கறையற்ற

slow *(adj)* : taking much time, inactive, காலந்தாழ்த்தும், தாமத மான, மந்தமான

sludge *(n)* : greasy mud, sewage, சகதி, சாக்கடை நீர்

slug *(n)* : a shell-less snail destructive to small plants, a piece of metal used as a bullet, கூடில்லா நத்தை, துப்பாக்கி ரவை

sluggard *(n)* : one who is lazy, சோம்பேறி

sluggish *(adj)* : stagnant, having little motion, மந்தமான, இயக்கமற்ற

sluice *(n)* : a flood gate, மதகு

slum *(n)* : dirty over crowded place marked by poverty, சேரி

slumber *(v)* : to sleep lightly, குட்டித் தூக்கம் போடு; *(n)* : a light sleep, குட்டித் தூக்கம்

slump *(n)* : a falling off, a sudden fall of prices, வீழ்ச்சி, இறக்கம், விலை இறக்கம்; *(v)* : fall or sink down suddenly, திடீரென விலையை இறக்கு, தோல்வியடை

slung *(v)* : past tense and past participle of sling, 'sling' என்பதன் இறந்தகால, இறந்தகால முடிவெச்ச வடிவம்

slur *(n)* : a bad report against one s name, அவதூறு; *(v)* : to pass over lightly, குளறிப்பேசு, சொற்களை விழுங்கிப்பேசு

slush *(n)* : partly melted snow, soft mud, அரைகுறையாக உருகிய பனிக்கட்டி, சேறு

slut *(n)* : a female dog, a loose character woman, பெண் நாய், நடத்தை கெட்டவள்

sly *(adj)* : doing things secretly, மறைமுகமாகச் செயல்படும்

smack *(n)* : the sound of snapping whip, opening and closing the lips noisily, a mere taste, a kind of fishing boat, சாட்டையைச் சொடுக்கும் ஒலி, சப்புக் கொட்டும் ஒலி, சுவைத்திறம், மீன்பிடி படகு; *(v)* : to have a taste, to strike smartly, to slap with palm, சுவை பார், சொடுக்கொலி எழுப்பு, அறை கொடு

small *(adj)* : little, mean and petty, சிறிய, இழிவான, அற்பமான

smallpox *(n)* : a contagious disease that causes fever and rashes on the body, பெரியம்மை நோய்

smart *(adj)* : quick and clever, சுறுசுறுப்பான, அறிவுக் கூர்மையுடைய; *(v)* : sting sharply, cause pain, உள்ளார குத்தலும் குடைசலும் ஏற்படுத்து, நோவு உண்டு பண்ணு

smash *(v)* : break into pieces, crush, fall heavily, துண்டு துண்டாக்கு, நொறுக்கு, வேகத்துடன் மோது; *(n)* : any sudden break-up, அழிவு, தகர்வு

smattering *(n)* : a very slight knowledge of the subject, மேலெழுந்தவாரியான அறிவு

smear *(v)* : spend or rub over, பூசு

smell *(v)* : feel odours through the nose, முகர்ந்து பார், நுகர்; *(n)* : fragrance, odour, மணம், நாற்றம்

smelt *(v)* : past tense and past participle of smell, to obtain a metal from the ore by fusion in a furnace, 'smell' என்பதன் இறந்தகால இறந்தகால முடிவெச்ச வடிவம், கனிப் பொருளை உருக்கி உலோகத்தைப் பிரித்தெடு, வார்த்து உருக்கு; *(n)* : small silvery food fish, ஒரு வகை உணவு மீன்

smile *(n)* : a pleased expression of the face by extending the lips laterally, புன்னகை, புன்சிரிப்பு; *(v)* : to give a smile, புன்முறுவல் செய்

smirch *(v)* : smear, defame, களங்கமுண்டாக்கு, அவதூறு சொல்

smirk *(v)* : to smile unnaturally, போலியாகச் சிரி

smite *(v)* : to attack, to strike, தாக்கு, அடி

smith *(n)* : one who shapes metal by hammering, கொல்லன்

smitten *(adj)* : having been hit hard, கடுமையாகத் தாக்கப்பட்ட, தாக்குண்ட

smock *(n)* : blouse, மாதர் சட்டை

smoke *(n)* : the gas or vapour that rises from anything burning, புகை; *(v)* : breathe the smoke from the burning tobacco in and out, to apply smoke to, புகைபிடி, புகை போடு

smolt *(n)* : a young salmon, வஞ்சிர மீன்

smooth *(adj)* : polished, level, even, easy, வழுவழுப்பான,

சமதளமான, மேடு பள்ளமில்லாத, எளிதான; *(v)*: make smooth, make calm or peaceful, reduce difficulties, வழவழப்பாக்கு, தணி, அமைதிப்படுத்து, தடைகள் அகற்று, எளிதாக்கு

smote *(v)*: past tense of smite, 'smite' என்பதன் இறந்தகால வடிவம்

smother *(v)*: to die from lack of air, suffocate, to hide or suppress, மூச்சடைத்து இறந்து போ, மூச்சுத் திணறு, ஒடுக்கு, அடக்கு

smoulder *(v)*: to burn without flame, தீக்கொழுந்தின்றி எரி, புகைந்தெரி

smudge *(n)*: a spot, a stain, கறை; *(v)*: to smear with smoke or dust, அழுக்கைப் பூசு

smug *(adj)*: self satisfied, தன்னிறைவுடைய, தற்பெருமையுடைய

smuggle *(v)*: to take anyting secretly in or out of a country against law, கள்ளக் கடத்தல் செய்

snack *(n)*: a light refreshment, சிற்றுண்டி

smut *(v)*: the stain made by smoke, soot etc., a plant disease, கறை, அழுக்கு, பயிர் நோய்

snag *(n)*: a projecting jagged point like that of the stumps of broken branch, unexpected danger, முளை குற்றி, எதிர்பாரா முட்டுக்கட்டை

snail *(n)*: a slow moving amphibian, நத்தை

snake *(n)*: a long crawling reptile without legs, பாம்பு

snap *(v)*: snatch with the teeth, break suddenly, take a quick photograph of, பற்களால் கவ்வு, சடக்கென்று ஒடி, ஒளிப்படமெடு; *(n)*: a quick sharp noise, a fastener, a crisp biscuit, photo taken in a short time, the act of snapping, சடக்கென்ற ஓசை, பொருத்து, பொருபொருப்பான உணவுப்பண்டம், உடனடி ஒளிப்படம், வாயில் கவ்வுதல், திடீரென ஒடிந்தல்

snare *(n)*: a trap to catch birds and small animals, கண்ணி; *(v)*: to trap using snares, கண்ணி வைத்துப் பிடி

snarl *(v)*: to growl harshly as a dog, to speak angrily, உறுமு, சீறிப்பேசு; *(n)*: an angry growl, a harsh utterance, உறுமுதல், சீறிப் பேசுதல்

snatch *(v)*: to seize eagerly, வெடுக்கெனப் பிடுங்கு, பிடித்துப் பறி; *(n)*: fragment, a small amount, a hasty catching, சிறு துண்டு, சிறுபகுதி, வெடுக்கெனப் பறித்தல்

sneak *(v)*: go slyly, பதுங்கிச் செல்; *(n)*: a mean fellow, கோழை

sneaking *(adj)*: base, இழிவான

sneer *(v)*: to express contempt in speech or writing, இகழ்ச்சி செய், ஏளனமாகப் பேசு, அவமதி; *(n)*: a scornful look or remark, இகழ்ச்சிப் பார்வை, ஏளனப்பேச்சு

sneeze *(v)*: to drive air forcibly and audibly out of the mouth and nose, தும்மு

snick *(v)*: to cut off a small piece, ஒரு சிறு துண்டை வெட்டு

snicker *(n)*: a giggle, களைப்பொலி, இளித்தல்

sniff *(v)*: to little short breath through the nose, smell, மூக்கினால் காற்றை உறிஞ்சு, வாசனை பிடி

snigger *(v)* : to laugh in sly manner, அடக்கமாகச் சிரி

snip *(v)* : quickly cut off with scissors, கத்தரி ; *(n)* an act of snipping, கத்தரித்தல்

snipe *(n)* : a bird with a long bill, a mean fellow, உள்ளான் குருவி, இழிந்தவன்

snivel *(v)* to pretend grief by moving the nose, துக்கத்தால் மூக்கை இழுத்து அழு

snob *(n)* : a pretentious person, பகட்டுக்காரன்

snore *(v)* : to breath in sleep with a harsh rough noise, குறட்டை விடு

snout *(n)* : long nose of an animal, நீள மூக்கு, நீள் அலகு

snow *(n)* : white flakes of frozen water falling from the sky, உறைபனி ; *(v)* drop down snow, come down in large quantities, பனிபெய், பொழி

snub *(v)* : to rebuke with a sharp remark, மட்டந்தட்டு; *(n)* a stinging remark, மட்டந்தட்டுதல்

snuff *(n)* pulverized tobacco, the charred part of a wick, மூக்குப் பொடி, கரிந்த விளக்குத் திரி ; *(v)* to take snuff, to put out, மூக்குப் பொடி போடு, கரிந்த திரியை நீக்கு

snug *(adj)* : lying close and warm, comfortable, கதகதப்பான, வசதியான

snuggle *(v)* : come close, கதகதப்பிற்காக நெருங்கி அமர்

so *(adv)* : in such a manner, to such a degree, அப்படி, அது போலவே ; *(conj)* : therefore, ஆதலால்

soak *(v)* : wet thoroughly, to suck up, முழுதும் நனைய வை, ஊறவை, உறிஞ்சு

soap *(n)* : a cleansing agent, detergent, சவர்க்காரம்

soapnut *(n)* : a kind of nut used for cleaning, பூவந்திக்கொட்டை

soar *(v)* : to fly high, உயரப்பற

sob *(v)* : to weep with audible breaths, விம்மி அழு ; *(n)* quick convulsive audible inhalation of air while weeping, விம்முதல்

sober *(adj)* : not drunk, quite earnest, குடிமயக்கமற்ற, அமைதியான, தன்னடக்கமான

sobriquet *(n)* : a nick name, புனைப்பெயர்

sociable *(adj)* : friendly, amicable, கூடிப்பழகும் தன்மையுடைய, சமுதாயப் பழக்கத்திற்குகந்த

social *(adj)* : pertaining to the society, fond of company of others, சமூகம் சார்ந்த, கூடி வாழ்கிற ; *(n)* : a friendly meeting or party, விருந்து, அளவளாவல் கூட்டம்

society *(n)* : a community, club or association, சமூகம், சங்கம், குழு, கழகம்

sock *(n)* : short-legged stocking, காலுறை

socket *(n)* : a cavity into which something fits, கிண்ணமூட்டு

sod *(n)* : grassy ground, lawn, புல்தரை

soda *(n)* the carbonate of sodium, a kind of drink, சோடா உப்பு, உவர்கார நீர்

sodden *(adj)* soaked thoroughly, நீரடியில் தோய்த்த

sofa *(n)* a wide seat with a back and arms, நீண்டகன்ற சாய்விருக்கை

soft *(adj)* not hard, gentle, mild, மென்மையான, மிதமான

soften *(v)* : to make soft or softer, மென்மைப்படுத்து

softhearted *(adj)* : merciful, tender-hearted. இரக்கமுள்ள, இளகிய மனமுடைய

soggy *(adj)* : wet, soaky. ஈரமான, நனைந்த, ஈரத்தில் தோய்ந்த

soil *(n)* : earth, ground, dirt. மண், நிலம், அழுக்கு ; *(v)* to make dirty. அழுக்காக்கு, மண்ணாக்கு

soiree *(n)* : a tea-party. தேநீர் விருந்து

sojourn *(v)* : to dwell temporarily. தற்காலிகமாகத் தங்கியிரு; a temporary residence or stay. தற்காலிகமாகத் தங்கியிருத்தல், தங்குமிடம்

solace *(v)* : to console, mitigate. ஆறுதல் கூறு, தேறுதல் கூறு; *(n)* comfort, contentment. தேறுதல், ஆறுதல்

solar *(adj)* : to do with the sun. கதிரவனுக்குரிய

sold *(v)* : past tense and past participle of sell. sell என்பதன் இறந்த கால இறந்தகால முடிவெச்ச வடிவம்

solder (n) a fusible metal or alloy for joining metal. பற்றாசு

soldier *(n)* : one serving in an army. படைவீரன்

sole *(adj)* : being alone, individual. தனிப்பட்ட, தனியான; *(n)* bottom of the foot, a kind of edible fish, bottom of a shoe. செருப்பின் அடிப்பகுதி, உள்ளங்கால், ஒரு வகை உணவு மீன்

solecism *(n)* : incorrect language, a bad mistake. இலக்கணப்பிழை, தவறு

solemn *(adj)* : earnest, serious, happening in a formal way. பெருமிதமான, விறாந்த, முறையாயமைந்த

solemnity (n) seriousness, a thing of serious nature. சடங்கு, முக்கியத்துவம்

solemnize *(v)* : make solemn, to perform according to legal or ritual forms. சிறப்புடையதாக்கு, ஆசாரமாக நடத்து, முறைப்படி நடத்து

solicit *(v)* to ask earnestly, to tempt. வேண்டிக் கேள், கெஞ்சு, அதரவு தேடு

solicitor *(n)* : a lawyer who advises the clients. வழக்கறிஞர்

solicitous *(adj)* : full of anxiety, eager. கவலைப்படுகிற, அக்கறையுடைய, ஆவலுள்ள

solicitude *(n)* uneasiness of mind, anxiety. கவலை, அக்கறை, ஆவல்

solid *(adj)* : firm and strong, not hollow, compact, unanimous, having the three dimensions of length, breadth and thickness, neither liquid nor gas. திடமான, இடைவிடாத, திண்ணிய, ஒருமித்த, மூவளவுகளுடைய, திண்மமான ; *(n)* : a solid substance, a magnitude that has length, breadth and thickness. திண்மம், மூவளவுப்படிவம்

solidarity *(n)* : mutual dependence, oneness, holding together. கூட்டொருமைப்பாடு, ஒற்றுமை, திட்பம்

solidify *(v)* : to make solid. கெட்டியாக்கு, திண்மமாக்கு

soliloquy *(n)* talking to oneself. தனிமொழி

solitary *(adj)* lonely, single, companionless. தனிமையான, ஒற்றையான, தனியாக வாழ்கிற

solitude *(n)* loneliness, lonely place. தனிமை, ஆளரவமற்ற இடம், சந்தடியற்ற பகுதி

solo *(n)* a piece of music played or sung by one person at a time. தனி இசை

solstice *(n)* : the time when the sun is farthest from the equator, நீண்ட பகல் நேரம் அல்லது நீண்ட இரவு நேரம்

soluble *(adj)* : capable of being dissolved in a liquid, able to be solved or explained, நீர்மத்தில் கரையத் தக்க, தீர்வு காணத்தக்க, விளக்கத் தக்க

solution *(n)* : a homogenous mixture formed by dissolving one or more substances in another substance, the working out of a problem, கரைசல், தீர்வு, விளக்கம்

solve *(v)* : elucidate, explain, find the answer, விளக்கிச் சொல், தெளிவு படுத்து, தீர்வுகாண்

solvency *(n)* : the state of being able to pay all debts, கடன் தீர்க்கும் நிலை, கரைதிறன், இணைதிறம்

solvent *(adj)* : able to pay all debts, கடன்களைத் தீர்க்கும் வல்லமை யுடைய, கரை திறமுடைய ; *(n)* : a substance that dissolves another, கரைப்பான்

somber, sombre *(adj)* : gloomy, depressing, மங்கலான, சோர்வுடைய

sombrero *(n)* : a broad brimmed hat, அகன்ற விளிம்புத் தொப்பி

some *(adj)* : of indeterminate quantity, moderate, கொஞ்சம், மட்டான, சில; *(pron)* an undetermined quantity, a portion, கொஞ்சம், சிறிது; *(adv)* : nearly, ஓரளவில்

somebody *(n)* : a person not named or known, யாரோ ஒருவர்

somehow *(adv)* : by some means, in some way or other, எப்படியாவது, ஏதோ ஒரு வழியாக

somersault *(n)* : a head over heels turn, குட்டிக்கரணம்

something *(n)* : a thing not named or known, ஏதோ ஒன்று ; *(adv)* : about, nearly, ஓரளவு, சற்றே

sometime *(adv)* : at some indeterminate time, ஏதோ ஒரு காலத்தில், எப்பொழுதாவது, முன்னொரு காலத்தில்

sometimes *(adv)* : occasionally once in a while, சில வேளைகளில், எப்போதாவது

somewhat *(adj)* : rather, a little, ஒரு சிறிது, சிறிதளவு

somewhere *(adv)* : at or to some place or other, எங்கோ, ஏதோ ஓர் இடத்தில்

somnambulist *(n)* : one who walks in sleep, தூக்கத்தில் நடப்பவர்

somnolence *(n)* : sleepiness, தூக்கக் கிறக்கம்

son *(n)* : a male offspring, மகன்

song *(n)* : words set to music, that which is sung, பாட்டு, பாடல்

songster *(n)* : one who or that which sings, பாடகர், பாடும் பறவை

son-in-law *(n)* : one's daughter's husband, மருமகன்

sonnet *(n)* : a poem in fourteen lines, பதினான்கு அடிகள் கொண்ட செய்யுள்

sonorous *(adj)* : resonant, producing a clear loud sound, முழங்குகிற, உரத்து ஒலிக்கும்

soon *(adv)* : early, readily, உடனே, விரைவில்

soot *(n)* : thick dust left by smoke, புகைக்கரி

sooth *(n)* : truth, மெய்மை, உண்மை

soothe *(v)* : soften, calm, mitigate, தணியச் செய், அமைதிப்படுத்து, குறை

soothsayer *(n)* one who is able to tell the future. கணியான், குறிசொல் பவன்
sophisticated *(adj)* having learnt the ways of the world and having lost natural simplicity. நடைமுறை அறி வுடைய, சோதனை
soporific *(adj)* sleepy, boring. தூக்க மூட்டும், சலிப்பூட்டும்
soprano *(n)* highest singing voice. உச்சக்குரல் இசை
sorcerer *(n)* enchanter, wizard. மந்திரவாதி, குனியக்காரன்
sordid *(adj)* mean, filthy, avaricious. கீழ்த்தரமான, தூய்மையற்ற, பேராசையுள்ள
sore *(n)* wound, cut, etc. புண்; *(adj)* causing pain, irritated. வேதனை தரும், புண்பட்ட
sorely *(adv)* severely, very greatly. கடுமையாக, தீவிரமாக
sorrel *(n)* an acid plant. ஒரு வகைக் காரச் செடி, புளியங்கீரை வகை
sorrow *(n)* sadness, grief. வருத்தம், துயரம், துன்பம்
sorry *(adj)* pitiful, miserable, unhappy. துக்கமுள்ள, துயருறுகிற, மகிழ்ச்சியற்ற, வருந்துகிற
sort *(n)* group of persons of things of the same kind. வகை; *(v)* separate with classes from miscellaneous group. வகைப்படுத்திப் பிரி
sortie *(n)* attack of soldiers from a beseiged place. முற்றுகையிடப் பட்ட பகுதியிலிருந்து போர் வீரர்களின் தாக்குதல்
sos *(n)* a code signal of distress. துயர அறிவிப்பு, உதவி நாடும் தகவ
sot *(n)* drunkard. குடிகாரன்
sottovoce *(adv)* in an undertone. தணிந்த குரலில், தனக்குத்தானே
sou *(n)* a French coin. பிரெஞ்சு நாணயம்
souffle *(n)* a kind of pudding. ஒரு வகைப் பொங்கப்பம்
sough *(n)* whistling sound as of the wind. காற்றின் சீழ்க்கையொலி
sought *(v)* past tense and past participle of seek. seek என்பதன் இறந்த காலம், இறந்தகால முடிவெச்ச வடிவம்
soul *(n)* the spirit, life, a person. ஆன்மா, உயிர், மனிதன்
sound *(adj)* healthy, perfect, great, true, just, free from mistake. நல முடைய, நிறைவான, கேடற்ற, சரியான, நேர்மையான, பழுதற்ற; *(n)* noise, the sensation produced through the ear. ஒலி, ஓசை; *(v)* produce or raise sound, to investigate, to measure. ஓசை எழுப்பு, தேர்ந்து அறி, ஆழம் பார்
soup *(n)* a liquid food made by boiling meat or vegetables in stock. வடிசாறு
sour *(adj)* of acid taste, bad tempered. புளிப்பான, சிடுசிடுப்பான
source *(n)* origin. மூலம், தோற்றுவாய்
south *(n)* the direction that is in the right of a person facing the rising sun. தெற்கு
south-east *(n)* the direction halfway between south and east. தென் கிழக்கு
souvenir *(n)* memento. நினைவுப் பொருள்
sovereign *(n)* a ruler, a British gold coin worth 20 shillings. அரசன், அரசி, 20 ஷில்லிங் மதிப்புடைய ஆங்கிலத் தங்க நாணயம்; *(adj)* supreme. தலைமையான, முழு முதலான

sow *(n)* : a female pig, பெண் பன்றி ; *(v)* : to scatter the seeds, விதை தூவு

sown *(v)* : past participle of sow, 'sow' என்பதன் இறந்தகால முடிவெச்ச வடிவம்

soy, soya *(n)* : a kind of beans, ஒரு வகை அவரை

spa *(n)* : a mineral waterspring, கனிம நீரூற்று

space *(n)* : room, distance, interval, the boundless region beyond the earth's atmosphere, நிரப்பிடம், தொலைவு, இடைவெளி, விண் வெளி

spacious *(adj)* : roomy, இடமகன்ற, பரந்த

spade *(n)* : tool for digging and cutting the ground, one of the four kinds of playing cards, மண்வெட்டி, விளை யாட்டுச் சீட்டில் ஒரு வகை ; *(v)* : work with a spade, மண்வெட்டி யால் வெட்டு

spade work *(n)* : hard work with attention to details, முன்னேற்பாட்டு வேலை

span *(n)* : the maximum distance between the tips of a man's forefinger and thumb, the distance between two successive supports of a bridge or arch, ஒரு சாண்அளவு, வீச்செல் லை, பாலத்தின் ஆதாரக் கம்பங் களிடையே உள்ள தூர அளவு

spangle *(n)* : a small glittering ornament, ஜிகினா

spaniel *(n)* : a kind of pet dog, வளர்ப்பு நாய் வகை

Spanish *(adj)* : pertaining to Spain, ஸ்பானிய நாட்டைச் சார்ந்த ; *(n)* : language spoken in Spain, ஸ்பானிய மொழி

spanner *(n)* : a tool for turning nuts, புரி முடுக்கி

spar *(n)* : a beam, mineral, மரச் சட்டம், கனிமப் பொருள் வகை ; *(v)* : to fight with the fists, மற்போரிடு, குத்துச் சண்டை செய்

spare *(v)* : to use in small amounts, to do without, சிக்கனமாகக் கையாளு, இல்லாமல் கழி ; *(adj)* : thin, ஒல்லியான

sparing *(adj)* : temperate, saving, மிதமான, சிக்கனமான

spark *(n)* : particle of fire thrown of from burning substance, தீப்பொறி

sparkle *(n)* : a little spark, brightness, சிறு தீப்பொறி, ஒளிர்வு ; *(v)* : emit sparks, glitter, சுடர்விடு, மின்னு

sparrow *(n)* : a small plain-coloured bird, சிட்டுக்குருவி

sparse *(adj)* : thinly scattered, scarce, ஆங்காங்கு சிதறியுள்ள, அரிதான

spasm *(n)* : sudden convulsive movement of the muscles, தசை இழுப்பு, இசிவு, வலிப்பு

spasmodic *(adj)* : causing spasms, occurring now and then, வலிப புண்டாக்கும், விட்டு விட்டு நிகழும்

spat *(v)* : past tense and past participle of spit, spit, என்பதன் இறந்தகால, இறந்தகால முடிவெச்ச வடிவம்

spate *(n)* : rush, flood, பெருவெள்ளம்

spats *(n & pl)* : small coverings for the ankles, கணுக்காலுறை

spatter *(v)* : sprinkle, splash with mud, paint etc., சிதறு, வாரியடி

spavin *(n)* : disease of the joints in horses, குதிரைக்கு ஏற்படும் மூட்டு நோய்

spawn *(n)* : fish eggs or frog eggs, *மீன், தவளை முதலியவற்றின் முட்டைகள்; (v)* : to lay eggs, முட்டையிடு

speak *(v)* : utter words, deliver speech, convey ideas, be evidence of, பேசு, உரையாடு, சொற்பொழிவாற்று, கருத்துத் தெரிவி, சான்றாய் அமை

speaker *(n)* : one who speaks, presiding officer in the House of Commons, பேச்சாளர், அவைத்தலைவர்

spear *(n)* : a pointed weapon used by the hunters or soldiers, ஈட்டி

special *(adj)* : specific, distinctive, தனிப்பட்ட, சிறப்பான

speciality *(n)* : special feature, something to which a person gives special attention, தனித்தன்மை, சிறப்புக் கூறு

specialize *(v)* : make specific, modify, தெளிவாகக் குறிப்பிடு, திறமையுறு

specie *(n)* : coin, money, நாணயம்

species *(n)* : a kind, class, இனம், வகை

specific *(adj)* : distinctly formulated, தெளிவாகக் குறிப்பிட்டுள்ள; *(n)* : a special remedy, நோய்த்தனி மருந்து

specify *(v)* : designate, mention definitely, பெயர் சூட்டு, திட்டவட்டமாகக் குறிப்பிடு

specimen *(n)* : a sample, மாதிரி

specious *(adj)* : showy but not good, பகட்டான

speck *(n)* : stain, spot of rottenness, கறை, அழுகிய பகுதி

spectacle *(n)* : a scene, sight, தோற்றம், காட்சி

spectacles *(n)* : a pair of eye glasses, மூக்குக் கண்ணாடி

spectacular *(adj)* : making great show, கண்ணைக் கவரும்

spectator *(n)* : one who looks on, an eye witness, பார்வையாளர், காண்பவர்

specter, spectre *(n)* : a ghost, பேய், ஆவி

spectrum *(n)* : image formed by rays of light when passed through a prism, நிறமாலை

speculate *(v)* : form an opinion, make investment, undertake a commerical operation that involves risk of loss, எண்ணி முடிவு செய், முதலீடு செய், (வாணிகத்தில்) துணிந்து இறங்கு

speculation *(n)* : investment, meditation, a business having the risk of making either a great profit or a loss, முதலீடு, சிந்தனை, துணிகர வாணிகம்

sped *(v)* : past tense and past participle of speed, speed, என்பதன் இறந்த கால, இறந்தகால முடிவெச்ச வடிவம்

speech *(n)* : faculty of speaking, the words which one speaks in a public meeting, பேச்சு, சொற்பொழிவு

speed *(n)* : rapidity of movement, விரைவு, வேகம்; *(v)* : to move along quickly, விரைவாக இயங்கு

speedy *(adj)* : quick, swift, உடனடியான, விரைவான

spell *(v)* : to give the letters which form word, எழுத்துக் கூட்டிச் சொல்; *(n)* : a few words which are supposed to act like magic, turn of work, a short space of time, மந்திரச் சொல், வேலைவீச்சு, குறுகிய கால எல்லை

spellbound *(adj)* : charmed, மந்திரத்தால் கட்டுப்பட்ட

spelt *(n)* : a kind of wheat, ஒரு வகைக் கோதுமை; *(v)* : past tense and past participle of spell, spell என்பதன் இறந்தகால, இறந்தகால முடிவெச்ச வடிவம்

spelter *(n)* : zinc, துத்தநாகம்

spencer *(n)* : short over jacket, சிறு சட்டை

spend *(v)* : pay out for a purchase, to use up, to pass time, செலவு செய், பயன்படுத்து, காலம் கழி

spendthrift *(n)* : one who spends money lavishly and carelessly, ஊதாரி, வீண்செலவாளி

spent *(v)* : past tense and past participle of spend, spend என்பதன் இறந்தகால, இறந்தகால முடிவெச்ச வடிவம்; *(adj)* : unable to be done, used up, சோர்வடைந்த

spermwhale *(n)* : a kind of whale from which is got a solution used for candles and ointments, எண்ணெய்க் கொழுப்புடைய ஒரு வகை திமிங்கலம்

sphagnum *(n)* : a kind of moss used as dressing material, ஒரு வகைப் பாசி

sphere *(n)* : a solid round figure, globe, any heavenly body, one's field of action or influence, உருண்டை, வடிவப் பொருள், உருளை, கோளம், மண்டலம், செயலெல்லை, செல்வாக்கெல்லை

sphinx *(n)* : a mythological monster with woman's head and lion's body, பெண் தலையும் சிங்க உடலும் முடைய சிலை

spice *(n)* : sweet smelling pungent vegetable substance used to flavour food, உணவில் சேர்க்கும் ஏலம், கிராம்பு போன்ற வாசனைப் பொருள்கள்; *(v)* : to flavour, மணமூட்டு

spider *(n)* : eight-legged creature, சிலந்தி, எட்டுக்கால் பூச்சி

spike *(n)* : a large stout nail, an ear of corn, a small pointed rod, cluster a flowers, on a common axis, தடித்த பெரிய ஆணி, கதிர்முனை, கட்டி, பூங்கொத்து; *(v)* : to pierce with a spike, கட்டியால் குத்து

spikenard *(n)* : a plant yielding a sweet-smelling oil, வாசனைத் தைலம் உண்டாக்கப் பயன்படும் ஒரு செடி

spill *(v)* : allow a liquid to run out over the edge of its container, சிந்து

spin *(v)* : to draw out and twist into threads, make whirl, நூற்று இழையாக்கு, சுழற்று; *(n)* : act of spinning, any rapid movement or action, நூல் நூற்றல், சுழற்சி

spinach *(n)* : a vegetable with juicy leaves used for food, பசலைக்கீரை

spinal *(adj)* : relating to the backbone, vertebral, முதுகெலும்புக்குரிய

spindle *(n)* : a rotating rod or shaft used to wind thread when spinning, நூற்புக்கதிர்

spindrift *(n)* : the spray blown from the waves, அலைகளின் சாரல்துளி

spine *(n)* : the backbone, a thorn, a sharp point, முதுகெலும்பு, முள், கூர்முனை

spinney *(n)* : a small bushy wood, புதர்க்காடு

spinster *(n)* : an unmarried lady, a woman who spins, கன்னிப்பெண், நூல் நூற்கும் பெண்

spiral *(adj)* : winding and advancing, சுருண்டேறிய, சுற்றிச் செய்கிற; *(n)* : something shaped like a coil, சுருள்வடிவப் பொருள்

spire *(n)* : the pointed part of a tower, கோபுர உச்சி

spirit *(n)* : soul or mind, fairy, a state of mind, mood, alcohol, ஆன்மா, ஆவி, தேவதை, மனநிலை, ஆர்வம், சாராயம்

spirited *(adj)* : full of spirit, vigorous, ஊக்கம் நிறைந்த

spiritual *(adj)* : pertaining to the soul or mind, religious, ஆன்மீக, சமயச் சார்பான

spirituous *(adj)* : containing alcohol, சாராயம் கலந்த

spit *(n)* : the saliva, the act of throwing out saliva, a pointed rod used to roast meat before a fire, உமிழ்நீர், எச்சில் துப்புதல், சட்டுவக்கோல்; *(v)* : throw out saliva from the mouth, எச்சில் துப்பு, உமிழு

spite *(n)* : an unfriendly feeling, வெறுப்பு, பகைமை; *(v)* : show a dislike for someone, வெறுப்படை, துன்புறுத்து

spittle *(n)* : the saliva, உமிழ் நீர், எச்சில்

spittoon *(n)* : a receptacle for spit, எச்சில் படிக்கம்

splash *(n)* : liquid thrown on something, a spot made by something splashed, (நீர்மம்) வாரித் தெளித்தல், வாரியடித்த அடையாளம்; *(v)* : scatter the liquid about, நீர்மத்தை வாரியடி

spleen *(n)* : a vascular ductless organ in the upper part of the abdomen, ill-temper, spitefulness, மண்ணீரல், சினம், மனக்கசப்பு

splendid *(adj)* : magnificent, illustrious, lavish, மிகச்சிறந்த, ஒளிர்கிற, பகட்டான, ஏராளமான

splendour *(n)* : magnificence, brilliance, சிறப்பு, பேரொளி

splice *(v)* : to join the ends of a rope by twining the threads together, join the wooden pieces in overlapping position, கயிற்றின் இழைகளை முறுக்கி இணை, மரத்துண்டுகளை ஒன்றாகப் பள்ளத்தில் ஒன்ற வைத்து இணை

splint, splinter *(n)* : a thin strip of split wood, சிராய்

split *(v)* : pull apart, to divide lengthwise, பிரி, நீளவாக்கில் பிள; *(n)* : a longitudinal fission, நீளவாட்டு பிளப்பு

spoil *(v)* : to make unfit, to destroy the beauty of, to plunder, தகுதியற்றதாகச் செய், சிதை, கெடு, கொள்ளையிடு; *(n)* : ruin or damage, a plunder, அழிவு, கொள்ளைப் பொருள்

spoilt *(v)* : past tense and past participle of spoil, spoil என்பதன் இறந்தகால, இறந்தகால முடிவெச்ச வடிவம்; *(adj)* : spoiled, கெட்டுப்போன

spoke *(v)* : past tense of speak, speak என்பதன் இறந்தகால வடிவம்; *(n)* : one of the bars joining the rim and hub of a wheel, சக்கரத்தின் ஆரை, ஆரைக்கால்

spoken *(v)* : past participle of speak, speak என்பதன் இறந்தகால முடிவெச்ச வடிவம்

spokeshave *(n)* : a tool for shaping wood, ஒரு வகை இழைப்புளி

spokesman *(n)* : one chosen to speak for a group, சார்பாகப் பேசுபவர்

spoliation *(n)* : pillage, plunder, திருட்டு, கொள்ளை

sponge *(n)* : a marine organism, an absorbent pad, one who lives at the expense of others, கடற்பாசி, உறிஞ்சு பொருள், பிறரை அண்டிப் பிழைப்பவர்; *(v)* : to clean with sponge, to live at the expense of others, பஞ்சினால் துப்புரவு செய், பிறரை அண்டிப்பிழை

sponsor *(n)* : one who initiates or brings forward a proposal, surety, godfather, தொடங்கி நடத்துபவர், ஆதரவாளர், பிணையாளர், ஞானத் தந்தை; *(v)* initiate, to act as sponsor for, தொடங்கு, ஆதரவாளராக இரு, பெயர்த்தந்தையாக இரு

spontaneous *(adj)* : instinctive, involuntary, தன்னிச்சையான, உடனடியான

spook *(n)* : a ghost, ஆவி, உருவம்

spool *(n)* : a short round piece of wood or metal with an axial bore upon which thread, wire etc are wound, கண்டு, தண்டு, சுருள் உருளை

spoon *(n)* a small utensil with a bowl and handle, கரண்டி

spoon-feed *(v)* : feed with a spoon, கரண்டியால் எடுத்து ஊட்டு

spoor *(adj)* line of foot-marks of an animal, விலங்கு சென்ற தடம்

sporadic *(adj)* : occurring here and there, isolated, not widely diffused, இங்குமங்குமான சிதறிய தொடர்பற்ற, சிதறலான

spore *(n)* the seed of plants, விதை

sport *(n)* game, amusement, fun, விளையாட்டு, கேளிக்கை, வேடிக்கை; *(v)* : play, to participate in games, to display, விளையாடு, விளையாட்டுகளில் பங்கெடு, வெளிப்படுத்து

sportive *(adj)* : relating to games, humorous, விளையாட்டுத்தொடர்பான, விளையாட்டுத்தனமான

sportsman *(n)* : one who takes part in outdoor games, person fond of hunting, ஆட்டக்காரர், வேட்டைக்காரன்

spot *(n)* : a mark, stain, a place, புள்ளி, அடையாளம், கறை, இடம், பகுதி; *(v)* : stain, get a spot on, கறைப்படுத்து, புள்ளியிடு

spotless *(adj)* having no stains, கறையற்ற

spotted *(adj)* : marked with spots, stained, புள்ளிகளுடைய, கறைகளுடைய

spouse *(n)* : husband or wife, கணவன் அல்லது மனைவி

spout *(n)* : a tube, nozzle, etc. for the discharge of liquid, a continuous stream of fluid, தூம்பு, நீர்க்குழாய், நீர்த்தாரை

sprain *(n)* : violent twisting or over stretching of muscles, சுளுக்கு; *(v)* : to cause a sprain in, சுளுக்கு உண்டு பண்ணு

sprang *(v)* : past tense of spring, spring என்பதன் இறந்தகால வடிவம்

sprat *(n)* : a small fish, சிறு உணவு மீன் வகை

sprawl *(v)* to be stretched out, கை கால்களைப் பரப்பு

spray *(n)* : fine drops of water, branch of a plant with its flowers and leaves, நீர்த்துளி, தூவானம், பூங்கொம்பு; *(v)* sprinkle, தூவு, சிதறு

spread *(v)* : scatter, distribute, prolong, சிதறு, பரவச்செய், நீட்டு; *(n)* : the act of spreading, an open exter பரப்புதல், விரிவு

spree *(n)* : a merry party, களியாட்ட விருந்து

sprig *(n)* : a shoot of a tree or plant, a young man, சிறு கிளை, இளைஞன்

sprightly *(adj)* : full of spirits, lively, ஆர்வமுடைய, சுறுசுறுப்பான

spring *(n)* : one of the seasons of the year, a leap, a bubbling stream of water coming out of the ground, an elastic coil that yields under pressure and returns to its normal form when the pressure is removed, வசந்த காலம், துள்ளுதல், ஊற்று, சுருள் வில்; *(v)* : come up quickly, முளைத்தெழு, துள்ளு

springy *(adj)* : elastic, bubbling spongy, நெகிழ்திறமுடைய, துள்ளுகிற, நொசிவான

sprinkle *(v)* : scatter, spray, சிதறு, தூவு

sprint *(v)* : to run a short race at full speed, முழுவேகத்துடன் சிறிது தொலைவு ஓடு

sprite *(n)* : a fairy, பேய், பூதம்

sprout *(n)* : a shoot from a seed or another plant, தளிர், முளை

spruce *(n)* : a kind of tree, ஒருவகை ஊசியிலை மரம்

sprung *(v)* : past participle of spring, spring என்பதன் இறந்தகால முடிவெச்ச வடிவம்

spry *(adj)* : lively, gay, சுறுசுறுப்பான, மகிழ்ச்சிநிரம்பிய

spume *(n)* : foam, scum, நுரை

spun *(v)* : past tense and past participle of spin, spin என்பதன் இறந்தகால, இறந்தகால முடிவெச்ச வடிவம்

squnk *(n)* : courage, spirit, தைரியம், ஆர்வம்

spur *(n)* : a pricking instrument attached to the heel of the horseman, a spike, incentive, குதிரைவோட்டுபவரின் செருப்பினடியில் இணைக்கப்பட்ட குதிமுள், தூண்டுகோல்; *(v)* : to prick with spurs, instigate, குதிமுள்ளால் குத்து, தூண்டு

spurious *(adj)* : not genuine, illegitimate, போலியான, பொய்யான

spurn *(v)* : drive away with the foot, refuse with contempt, உதைத்துத் தள்ளு, வெறுத்தொதுக்கு

spurt *(v)* : to move out in a jet, நீர்த் தாரையாகப் பீச்சு

sputter *(v)* : to spill over in small drops, make a series of spitting sounds, உமிழ், எச்சில் தெறிக்கப் பேசு

spy *(n)* : emissary, one who watches secretly, தூதுவன், ஒற்றன்; *(v)* : watch secretly, ஒற்றறி

squabble *(n)* : a petty quarrel, சச்சரவு, பூசல்

squad *(n)* : a small group of people organized for some activity, சிறு குழுமம்

squadron *(n)* : a fighting unit of aircraft warship or cavalry, படையணிப் பிரிவு

squalid *(adj)* : dirty, அழுக்கான

squall *(n)* : a sudden violent burst of wind, screaming outcry, புயல் வீறிடுதல்

squally *(adj)* : stormy, blustering, புயலடிக்கிற, காற்றும் மழையும் மிகுதியாக உள்ள

squalor *(n)* : filthiness, அழுக்கு, தூய்மைக்கேடு

squander *(v)* : waste, spend unwisely, வீணாக்கு, வீண்செலவு செய்

square *(n)* : a plane-figure having four equal sides and four right angles, a place with streets on all four sides, a carpenter's tool for measuring corners, the product of number multiplied by itself, சதுரம், நாற்சந்தி, மூலை மட்டக்கருவி, ஒரு எண்ணின் தற்பெருக்கம்; *(adj)* : having four equal sides and right angles, just, settled, complete, சதுரமான, நேர்மையான, பொருத்தமான, முழுமையான; *(v)* : make the four sides even, settle, சதுரமாக்கு, பொருத்து; *(adv)* : honestly, directly, in a square form, நேர்மையாக, நேராக, சதுரமாக

squash *(v)* : crush, suppress, கசக்கு, நசுக்கு; *(n)* : a fruit drink, பழச்சாறு

squat *(v)* : sit on one's heels, மண்டியிட்டு உட்காரு

squawk *(v)* : to give a harsh cry, வீறிடு

squeak *(v)* : make a shrill sound, கீச்சொலி எழுப்பு

squeal *(v)* : to make a sharp shrill cry, கீச்சிடு; *(n)* : கீச்சிடும் ஒலி

squeamish *(adj)* : oversensitive, unduly scrupulous, எளிதில் சினம் அடைகிற, மிகுந்த விழிப்புடனிருக்கிற

squeegee *(n)* : a rubber roller for pressing water from photographic prints, ஈரம் அகற்றும் உருளைக் கருவி

squeeze *(v)* : press hard, crush, அழுத்து, நசுக்கு, பிழி; *(n)* : the act of squeezing, a compression, பிழிதல், அழுத்துதல்

squib *(n)* : a small fire work or rocket, a sarcastic talk, வாணவெடி, ஏளனப் பேச்சு

squid *(n)* : a sea-creature, ஒருவகைச் சிப்பி மீன்

squill *(n)* : a bulbous plant, பூண்டுவகைச் செடி

squint *(v)* : to look with half-closed eyes, have a side glance, அரைக் கண்ணால் பார், கடைக்கண்ணால் பார்; *(adj)* : looking obliquely, ஓரக்கண்ணால் பார்க்கிற

squint-eyed *(adj)* : cross-eyed, மாறு கண் பார்வையுடைய

squire *(n)* : an escort, a landlord, மெய்க்காப்பாளர், நிலக்கிழார்

squirm *(v)* : turn this way and that way as a sign of pain or distress, புழுப் போல் நெளி, நோவு தாங்காமல் புரளு

squirrel *(n)* : a small rodent with a long bushy tail, அணில்

squirt *(v)* : to shoot out a narrow stream or jet, நீரைப் பீச்சு

stab *(v)* : pierce, wound with a pointed weapon, injure, குத்து, புண்படுத்து; *(n)* : the wound caused by a pointed weapon, குத்துக் காயம்

stability *(n)* : steadiness, நிலைப்பாடு

stabilize *(v)* : make stable, நிலைப்படுத்து, உறுதிப்படுத்து

stable *(n)* : a place for keeping horses, குதிரைலாயம்; *(adj)* : firmly fixed, established, உறுதியான, நிலையான; *(v)* : keep in a stable, be stable, லாயத்தில் கட்டு, உறுதியாக இரு, நிலையாய் இரு

stack *(n)* : a large pile, a chimney, குவியல், புகைக் கூண்டு; *(v)* : arrange in a pile, போராகக் குவி, குவித்து வை, கும்பாரமாக அடுக்கு

stadium *(n)* : enclosed athletic ground with many rows of seats for spectators, விளையாட்டரங்கம்

staff (*n*): a stick, a body of officers, கோல், உத்தியோகஸ்தர் குழு; a support, ஆதரவு, ஆதாரம்; a walking stick, ஊன்று கோல்; a symbol of office, அதிகாரக் கோல்; (*v*): provide with officers, உத்தியோகஸ்தர்கள் ஏற்படுத்து (நியமி).

stag (*n*): a male deer with branched horns, ஆண் கலைமான்.

stage (*n*): a raised platform, மேடை, அரங்கு; the drama, நாடகம், நாடக அரங்கு, நாடகத் தொழில்; station or place of rest on a journey, யாத்திரையில் தங்குமிடம்; step or point in a process, நிலை, கட்டம்; (*v*): put on boards, நடித்துக் காட்டு.

stage-coach (*n*): a coach running regularly between two places by stages, அஞ்சல் (தபால்) வண்டி.

stagg'er (*v*): walk unsteadily, reel, தடுமாறு, தளர்ந்து நட, தள்ளாடு; (*n*): an unsteady movement, தள்ளாட்டம்.

stag'nant (*adj*): still or motionless, impure, dull, அசைவற்ற, மந்தமான, சுத்தமில்லாத.

stag'nate (*v*): cease flowing, become foul, be dull, ஓடாமலிரு, அசைவற்றிரு, தங்கியிரு, அசுத்தமாகு, மந்தித்திரு.

stain (*n*): colouring liquid, சாயம், கறை; a spot, கறை; blemish, blot, disgrace, குற்றம், மாசு, அவமானம்; (*v*): soil sully, கறைபடு, கறைப்படுத்து.

stair (*n*): a step, படி.

stair-case (*n*): a flight of stairs or steps, படிக்கட்டு.

stake (*n*): a pointed piece of wood, that which is wagered, a peg, கூரான முளை, கூர்ச்சு, கழுமரம், பந்தயம், பணயம்; a share, பங்கு; (*v*): bet, wager, பணயம் வை, பந்தயம் கட்டு; risk, துணிந்து இறங்கு; drive a stake and support, முளையடித்து நிறுத்து.

stale (*adj*): not new, old, dull, uninteresting, புதிதல்லாத, பழைய, சுவாரசியமில்லாத, ரசமற்ற.

stale'mate (*n*): a position out of which there is no escape, a deadlock, சிக்கல் நிலை, எக்கச்சக்கமான நிலைமை, ஸ்தம்பித்த நிலை; (*v*): bring to a standstill, ஸ்தம்பிக்கச் செய்.

stalk (*n*): the stem or main axis of support of a leaf, flower or plant, தண்டு, காம்பு; (*v*): walk with pride or in a slow dignified manner, கர்வத்துடன் நடந்து செல் (அ) மெதுவாகக் கம்பீரமாக நட.

stall (*n*): a stable or a compartment for one horse in a stable, a shop, தொழுவம் (அ) லாயத்தில் ஒரு குதிரைக்கான அறை, கடை.

stall'ion (*n*): a stud or uncastrated horse, விதையடிக்கப்படாத ஆண் குதிரை, பொலிக்குதிரை.

sta'lwart (*adj*): tall and sturdy, பலமுள்ள, உயர்ந்து திடகாத்திரமுள்ள; (*n*): a brave person, தீரம் மிக்கவன்.

stam'en (*n*): the male organ in a flower producing pollen, மகரந்தக் கேசரம்.

stam'ina (*n*): power of endurance, சகிக்கும் ஆற்றல், சகிப்புத் தன்மை.

stamm'er (*v*): speak with hesitation or with stops and breaks, falter, stutter, திக்கிப் பேசு.

stamp (*n*): a mark impressed, the act of impressing or imprinting with a mark, அடையாளம், முத்திரை, முத்திரையிடுதல்; a small piece of printed paper showing the amount of postage or duty, (பத்திரம் எழுதும்) முத்திரைக் காகிதம், தபால் வில்லை; kind, வகை, இனம்; (*v*): impress, strike the foot down, முத்திரையிடு, நிலத்தை உதை, நசுக்கு.

தலை, அடையாளம், பெயர்க் கட்டை, முத்திரைக் கருவி; *(v)* : to stick a mark on, crush over etc., put a postage stamp on, அடையாளமிடு, கனி உலோகத் தகட்டைப் பொடியாக்கு, அஞ்சல் தலை ஒட்டு

stampede *(n)* : a great sudden rush, நெருக்கித் தள்ளுதல்; *(v)* : rush, நெருக்கியடித்துச் செல்

stanchion *(n)* : a supporting iron-bar, இரும்புத் தூண்

stand *(v)* : to maintain an upright position on the feet, நில்; *(n)* : a support, something on which anything is placed, தாங்கி, நிலையம்

standard *(n)* : something which stands and is fixed, a rule, a large flag on staff, a school class, நிலைபேறு, படித்தரம், நியமம், கொடி, வகுப்பு; *(adj)* : according to the rule of high excellence, நேர்த்தியான, தரப்படுத்தப்பட்ட

standby *(n)* : any reliable person or thing, ஆதாரம்

standing *(adj)* : still, erect, permanent, established, ஓட்டமில்லாத, நிற்கிற, நிலையான, சட்டப்படி அமைந்துள்ள

standpoint *(n)* : point of view, basic principle, பார்வைக் கோணம், அடிப்படைக் கருத்து

standstill *(n)* : cessation of motion, inactivity, அசையாநிலை, செயலின்மை

stanney *(n)* : a tin mine, தகரச் சுரங்கம்

stanza *(n)* : a group of lines of a poem, செய்யுள் பகுதி

staple *(n)* : a U-shaped piece of metal with pointed ends used as a fastener, a principal commodity of a country, நாதாங்கி, தாள்களை இணைக்கும் கம்பித்தையல் கருவி; *(adj)* : important, chief, முக்கியமான, முதன்மையான

star *(n)* : a self-luminous stationary heavenly body, a leading-actor, நட்சத்திரம், விண்மீன், சினிமா நட்சத்திரம்; *(v)* : put a star on, perform well, உருக்குறியிடு, சிறப்பாக நடி

starboard *(n)* : the righthand side of a ship, கப்பலின் வலப்பக்கம்

starch *(n)* : powdery carbohydrate, மாவுச்சத்து, கஞ்சிப்பசை

stare *(v)* : to gaze fixedly, உறுத்துப் பார், உற்றுப் பார்; *(n)* : a steady fixed look, உறுத்தப் பார்வை

stark *(adj)* : stiff, naked, விறைப்பான, மறைவற்ற; *(adv)* : quite, முற்றிலும்

starlight *(n)* : the light given by a star or stars, நட்சத்திர ஒளி, விண்மீன் ஒளி

starling *(n)* : a small bird with dark feathers, ஒருவகைப் பறவை

starlit *(adj)* : lighted by the stars, நட்சத்திர ஒளிபெற்ற

start *(v)* : begin, set in motion, to make an involuntary movement, தொடங்கு, தயாராகு, அதிர்வுறு; *(n)* : beginning, தொடக்கம்

startle *(v)* : shock, frighten for a moment, அதிர்ச்சியடை, திடுக்கிடச் செய்

starve *(v)* : be without food, to die of lack of food, உணவின்றி வருந்து, பட்டினியால் இற

state *(n)* : condition, nature, mood, a territory in which a group of people live under one government, style of living, நிலை, நிலைமை, இயல்பு, படிநிலை, நாடு, அரசு, வாழ்க்கை நிலை; *(v)* : assert, determine, to make known, கூறு, உறுதியாகக் கூறு, வரையறு, அறிவி

stated *(adj)* : fixed, set, வரையறுத்துக் கூறப்பட்ட, முன் குறிப்பிடப் பட்ட, சொல்லப்பட்ட

stately *(adj)* : dignified, lofty, பெருமித முடைய, பிரமாதமான

statement *(n)* : a report, a summary of facts, அறிக்கை, செய்தித் தொகுப்பு

statesman *(n)* : a political leader, one skilled in the science of government, அரசியல் தலைவர், அரசியல் மேதை

statesmanship *(n)* : skill in managing state affairs, அரசியல் திறம், ராஜதந்திரம்

static *(adj)* : having to do with the bodies at rest, stationary, இயக்க மற்ற, நிலையான

station *(n)* : a regular stopping place for trains or buses, terminal, social condition, a place assigned for duty, (தங்கல்) நிலையம், சமூக நிலை, பணியிடம்; *(v)* : to assign to a station, to set in position, நிலை யத்தில் தங்கவை, பணியில் அமர்த்து

stationary *(adj)* : remaining in one place, fixed, சலனமற்ற, நிலையான

stationer *(n)* : a dealer in writing materials, book-seller, எழுதுபொருள் விற்பனையாளர்

stationery *(adj)* : writing materials, எழுது பொருள்கள்

statistics *(n)* : the science that deals with the systematic classification of quantitative data, புள்ளி விவர இயல்

statue *(n)* : a representation of a human or animal figure in marble, metal, clay, etc., உருவச்சிலை

stature *(n)* : the natural height of a human body, ஆளுயர அளவு

status *(n)* : condition, relative position, நிலை, அந்தஸ்து

statute *(n)* : a permanent rule or law, constitutional rule, விதி, அமைப்பு விதி

staunch *(adj)* : firm, strong, உறுதியான

stave *(n)* : a curved strip of wood forming a part of barrel, tub etc., a verse, பீப்பாய் தொட்டி முதலிய வற்றின் வளைந்த பலகை, செய்யுள் பத்தி; *(v)* : to make a drill, crush out of shape, avoid, துளை போடு, உருத் தெரியாமல் உடைத்து நொறுக்கு, தவிர்

stay *(v)* : remain, reside, நீடித்திரு, தங்கு; *(n)* : abode, step, a time of remaining in a place, delay, a rest, தங்குமிடம், இருப்பிடம், தங்கும் காலம், தாமதம், தாங்கி

stead *(n)* : place of another person or thing, பதிலிடம்

steadfast *(adj)* : unchanging, steady, firm, நிலையான, தடுமாற்ற மில்லாத, உறுதியான

steady *(adj)* : firm, constant, continuous, உறுதியான, நிலையான, ஒழுங்காக நடைபெறுகிற; *(v)* : to make steady, உறுதிப்படுத்து, நிலைப்படுத்து, ஒழுங்கு படுத்து

steak *(n)* : a slice of meat to be cooked, இறைச்சித் துண்டு

stay (*v*): remain, இரு, தங்கு; stop, தடு, நிறுத்து; (*n*): abode, stop, support, இருப்பிடம், நிற்றல், ஆதாரம்; the period one stops, தங்கும் காலம்; delay, தாமதம், ஒத்திவைப்பு.

stead (*n*): place (of another person or thing), (ஒருவன் இருந்த) ஸ்தலம், இடம், பதில்; *in another's stead*, வேறொருவருக்குப் பதிலாக; *stand in good stead*, ஆதரவாயிரு.

stead'fast (*adj*): constant, firm, fixed, இணைபிரியாத, திடமான, உறுதியான, அசையாத.

stea'dy (*adj*): not shaking, constant, நிலையான, அசையாத; (*v*): balance, நிலையாக நிறுத்து, ஆடாமல் செய், சமநிலைப்படுத்து.

steak (*n*): a piece of meat or fish cut for cooking, சமைக்க வெட்டிய இறைச்சி (அ) மீன் துண்டு.

steal (*v*): take secretly (another's property), திருடு, களவாடு.

steal'ing (*n*): theft, களவு, திருடுதல்.

stealth (*n*): the act of stealing, going unnoticed, secrecy, திருட்டு, கள்ளம், யாருக்கும் தெரியாமல் செல்லுதல், இரகசியம்.

stealth'ily (*adv*): in a secret manner, secretly, யாருக்கும் தெரியாமல், இரகசியமாக.

stealth'y (*adj*): sly, done secretly, noiseless, இரகசியமான, ஓசையில்லாத.

steam (*n*): the vapour from boiling water, நீராவி, வெள்ளாவி; (*v*): give forth steam, ஆவி விடு; expose to steam (cook in steam), ஆவியில் வை (அ) வேகவை; go or move under steam power, நீராவியால் தள்ளப்பட்டு செல்.

steam-engine (*n*): an engine or machine which works by the power of steam, நீராவி யந்திரம்.

steam'er, **steamship** (*n*): a ship or vessel propelled or moved by steam, நீராவிக் கப்பல்.

steed (*n*): a horse, குதிரை; war-horse, போர்க் குதிரை.

steel (*n*): iron hardened by combination with carbon and used for making machines, tools, weapons, etc., உருக்கு இரும்பு, எஃகு; (*v*): make hard, கடினமாக்கு.

steel'yard (*n*): a balance with a single pan in which the weight is moved along a graduated arm, துலாக்கோல்.

steen (*v*): line well or shaft with bricks, கிணறு (அ) சுரங்க வழிக்கு கல் (சுற்று) அமைத்துக் கட்டு.

steep (*adj*): sloping abruptly, செங்குத்தான; (*n*): a precipice, a hill, செங்குத்தான குன்று; (*v*): soak, keep in a liquid, ஊறவை, நனை, தோய்.

stee'ple (*n*): a tall tower ending in a point or spire, கூரான கோபுரம், ஸ்தூபி.

stee'plechase (*n*): a horse race in which the horse has to jump over obstacles, தடைகளோடு கூடிய குதிரைப் பந்தயம்.

steer (*n*): a young ox, இளங்காளை; (*v*): guide, direct with a helm, செலுத்து, நடத்து.

steers'man (*n*): a man who steers or guides a ship, மாலுமி.

stem (*n*): stalk, trunk, the main body of a plant or tree supporting the branches, தண்டு, காம்பு; dynasty or race, வமிசம், பரம்பரை; (*v*): check, resist or stop progress, தடை செய், நிறுத்து, தடு.

stench (*n*): a foul smell, துர்நாற்றம்.

stenog'rapher (*n*): a shorthand writer, சுருக்கெழுத்தாளர்.

stenog'raphy (*n*): shorthand, குறிப்பெழுத்து, சுருக்கெழுத்து.

stentor'ian (*adj*): very loud (of voice), உரத்த, பேரொலியுள்ள; (*n*): stentor, உரத்த குரலுள்ளவர்.

steppe *(n)* a great plain without trees. பாலை வெளி

stepping-stone *(n)* a stone affording a foot-rest, a means of advancement or achieving one's aim. படிக்கல். ஒருவரது நோக்கத்தை நிறைவேற்றும் வழி

stereoscope *(n)* an instrument for looking through by means of which two views of object are made like one another. இருகோணாடி

sterile *(adj)* having no reproductive power. மலடான. தரிசான

sterilize *(v)* to destroy the reproductive power, disinfect. இனப் பெருக்க ஆற்றலை நீக்கு. நோய் நுண்மங்களை அழி

sterling *(n)* British coin. ஆங்கில நாணயம்; *(adj)* genuine, valuable. நாணயமான. மதிப்புமிக்க

stern *(adj)* strict, harsh. கண்டிப்பான. இரக்கமற்ற; *(n)* the hind part of the ship. கப்பலின் பின் பக்கம்

sternum *(n)* the breast bone. மார்பெலும்பு

stertorous *(adj)* snoring. குறட்டை விடும்

stethoscope *(n)* an apparatus used for finding the sounds of breathing. இதயத்துடிப்புமானி

stevedore *(n)* one who loads a ship. கப்பலில் சரக்கேற்றுபவன்

stew *(v)* cook by boiling slowly. வதக்கு. புழுக்கு

steward *(n)* an officer who manages a household or estate, one in charge of stores and provisions in a ship. மேற்பார்வையாளர். சரக்குக் காப்பாளர்

stick *(n)* a long slender wooden piece, a stiff branch cut from a tree. தடிக்கம்பு. சிறுகட்டை. *(v)* fasten together with a paste, pierce, hold fast. ஒட்டு. இணை. குத்து. பற்று

stickleback *(n)* a small river fish. திமில் மீன்

stickler *(n)* one who pays attention to petty things. சிறு சிறு பொருள்களைக் கவனம் செலுத்துபவர்

sticky *(adj)* adhesive, viscous. ஒட்டும் தன்மையுடைய. பிசுபிசுப்பான

stiff *(adj)* not easily bent or moved, thick, rigid. விறைப்பான. கட்டியான. உறுதியான

stiffen *(v)* make stiff or firm. விறைப்பாக்கு. உறுதிப்படுத்து

stiff-necked *(adj)* not yielding, obstinate. இணக்கமற்ற. பிடிவாதமுடைய

stifle *(v)* suffocate, suppress. மூச்சுத்திணற அடி. அடக்கு

stigma *(n)* a scar, the part of the pistil that receives the pollen, disgrace. வடு. சூல்முடி. அவதூறு

stile *(n)* step or steps on each side of a wall or fence. கடவேணி. சேரணி

stiletto *(n)* a long thin knife. குத்தூசிக் கத்தி

still *(adj)* not moving, quiet. அசைவற்ற. அமைதியான; *(v)* to make still. அசைவற்றதாகச் செய்; *(adv)* nevertheless, yet. எனினும். இன்னும்; *(n)* an instrument for purifying water. வாலை

still-born *(adj)* dead at birth. இறந்தே பிறந்த

stilt *(n)* : one of a pair of long poles with places for the foot to raise the person above the ground in walking, பொய்க்கால்

stilted *(adj)* : not natural in manner, செயற்கையான

stilts *(n. pl)* : long poles with foot rests used to raise the user from the ground, பொய்க்கால்கள்

stimulant *(n)* : anything that excites vigour or vitality, கிளர்ச்சியூட்டி, ஊக்கமூட்டி

stimulate *(v)*: to rouse to action, தூண்டு

stimulus *(n)* : anything that stimulates the mind or spirit, ஊக்கி, தூண்டல், தூண்டுகோல்

sting *(n)* : a sharp organ through which poison is injected by the bee, wasp etc., bite of an insect, a sharp pain, கொடுக்கு, கொட்டுதல், கடுப்பு; *(v)* : to prick painfully with the poisonous organ, to cause to suffer, கொடுக்கால் கொட்டு, துன்புறுத்து

stingy *(adj)* : not generous, கஞ்சத் தனமான

stink *(n)* : a bad smell, கெட்ட நாற்றம்; *(v)* : give off bad smell, முடை நாற்றம் வீசு

stint *(n)* : a fixed amount of work, a restriction, வேலை அளவு, வரையறை, கட்டுப்பாடு; *(v)* : to limit narrowly, செலவை ஒடுக்கு

stipend *(n)* : a fixed payment, உதவி ஊதியம்

stipulate *(v)* : to agree on certain terms and conditions, to demand, to guarantee, உடன்படிக்கை செய்துகொள், கோரு

stipulation *(n)* agreement, contract, உடன்படிக்கை, ஒப்பந்தம்

stir *(v)* : to agitate, to mix with, disturb, stimulate, கிண்டு, கலக்கு, தூண்டு; *(n)* : the act of stirring, excitement, கலக்குதல், கிளர்ச்சி

stirk *(n)* : a young cow or ox, பசுங் கன்று, காளைக்கன்று

stirrup *(n)* : a metal loop with flat foot piece suspended from a saddle of a horse to serve as a footrest, அங்கவடி

stitch *(n)* : a single passage of threaded needle through fabric skin or flesh, தையல்; *(v)* : to sew, தையல் போடு

stock *(n)* : the trunk of a tree, a quantity of something kept for further use, capital, ancestry, a timber frame for punishing the petty offenders, a wooden frame on which a ship rests during repairs, farm animals, government bonds, அடிமரம், சேமிப்பு, மூலதனம், பரம்பரை, தண்டனைப் பொறி மரச்சட்டம், தாங்கு சட்டம், பண்ணைக் கால்நடைகள், அரசாங்க பத்திரங்கள்; *(v)* : store up, சேகரித்து வை

stockade *(n)* a line of poles set upright to form a fence, கழி வேலி

stocking *(n)* one of a pair of stockings for the foot and the leg, காலுறை

stoic *(adj)* unaffected by pleasure or pain, இன்ப துன்பங்களால் பாதிக்கப்படாத, விருப்பு வெறுப் பற்ற; *(n)* : one indifferent to pleasure or pain, விருப்பு வெறுப்பற்றவர்

stoke *(v)* supply with fuel, to stir, எரிபொருள் போடு, நெருப்பைக் கிளறிவிடு

stoker *(n)* : one who supplies fuel to a furnace, அடுப்பில் எரி பொருளைப் போடுபவன்

stole *(v)* : past tense of steal, 'steal' என்பதன் இறந்தகால வடிவம்; *(n)* : a long robe reaching the feet, நீண்ட அங்கி

stolen *(v)* : past participle of steal, 'steal' என்பதன் இறந்தகால முடிவெச்ச வடிவம்

stolid *(adj)* : dull, heavy, lacking animation, மந்தமான, பளுவான, சுறுசுறுப்பற்ற

stomach *(n)* : the pouchlike organ of digestion, இரப்பை; *(v)* : to accept without opposition, to digest, மறுப்பின்றி ஏற்றுக்கொள், செரிமானம் செய்

stone *(n)* : a piece of rock, a hard musical substance found in the earth, large seed in a fruit, a precious stone, கல், பாறை, பழக்கொட்டை, மணிக்கல்; *(v)* : to pelt with stones, to take the seeds out of fruit, கல்லெறி, பழத்தின் கொட்டையை நீக்கு

tone-blind *(adj)* : totally blind, முழுக்குருடான

tone-dead *(adj)* : lifeless as a stone, உயிரற்ற, கல் போன்ற

tone-deaf *(adj)* totally deaf, முழுச்செவிடான

tood *(v)* : past tense and past participle of stand, 'stand' என்பதன் இறந்தகால, இறந்தகால முடிவெச்ச வடிவம்

stook *(n)* : a group of corn sheaves standing together in a corn field, தானியக் கொத்தடுக்கு

stool *(n)* : a single armless seat without a back, the matter excreted from the bowels, கால் மணை, மலம்

stoop *(v)* : to bend or lean the body, to degrade oneself, to pounce, குனி, கூனிக் குறுகு, பாய்ந்து பிடி; *(n)* : a slumping posture, descent, குனிவு, இறக்கம்

stop *(v)* : halt, cease, close, block, நிறுத்து, தடு, அடை, முட்டுக் கட்டை போடு; *(n)* : a halt, a standstill, நிறுத்தல், நிறுத்தம்

stopcock *(n)* : a short pipe with a valve for stopping or regulating the flow of liquid, a stopper, (குழாயின்) அடைப்புக் குமிழ், அடைப்பான்

stopgap *(n)* : something which serves a purpose for the time being, தாற்காலிக ஏற்பாடு

stoppage *(n)* : stopping, a destruction, நிறுத்துதல், தடை, அடைப்பு

storage *(n)* : the depositing of articles in a place for safe-keeping, place of storing a thing, சேர்த்து வைத்தல், சேமிப்புக் கிடங்கு, ।.ண்டக சாலை, சேமிப்புக் கட்டணம்

store *(n)* : a stock, shed, that which is stored, பெருந்திரள், கிடங்கு, சேமிப்புப் பொருள்; *(n & pl)* : shop, விற்பனைக்கூடம்; *(v)* : accumulate, சேகரி

storey *(n)* : floor of a building, கட்டிடத்தளம், மாடி

stork *(n)* : a wading bird with long legs, கொக்கு, நாரை

storm *(n)* : tempest, a sudden attack, a burst of anger, புயல், திடீர்த் தாக்குதல், சினக்கிளர்ச்சி; *(v)* : to blow with a violence, scold and rage, புயலடி, சினந்து சீறு

story *(n)* : tale, legend, falsehood, கதை

stout *(adj)* : fat, bulky, strong, கொழுத்த, பருத்த, வலிமையான

stove *(n)* : an apparatus in which fuel is kept for heating or cooking, அடுப்பு

stow *(v)* : to fill by packing, to store, திணி, அடுக்கு, சேகரித்து வை

straddle *(v)* : to move with the legs apart, to sit with one leg on each side, காலைப் பரப்பி நட, காலை அகட்டி வைத்து உட்கார்

straggler *(n)* : one who wanders aimlessly, ஒரு குறிப்பிட்ட இலக்கின்றி அலைந்து திரிபவர்

straight *(adj)* : without curves or bends, right, honest, நேரான, சரியான, நேர்மையான; *(adv)* : directly, நேராக, வெளிப்படையாக

straighten *(n)* : make straight, நேராக்கு

straightforward *(adj)* : plain, honest, just, வெளிப்படையான, ஒளிவு மறைவற்ற, நேர்மையான

straightaway *(adv)* : immediately, உடனே

strain *(v)* : to stretch, to seize, filter, இழு, அரித்தெடு, வடிகட்டு; *(n)* : exertion, the injury caused by pulling a muscle, change of size or shape of a body, thrust force, கடு முயற்சி, சுளுக்கு, திரிபு

strainer *(n)* : a sieve, filter, சல்லடை, அரிப்பு, வடிகட்டி

trait *(adj)* : narrow, strict, limited, குறுகலான, கண்டிப்பான, கடுமையான, வரையறைக்குட்பட்ட; *(n)* : a narrow channel or passage of water connecting two seas or large bodies of water, கடற்கால், இடைக்கழி

straiten *(v)* : make narrow, tighten, subject to difficulties, குறுக்கு, இறுக்கு, இன்னலுக்கு உட்படுத்து

strand *(n)* : shore, a thread of rope கரை, முறுக்கிழை; *(v)* : to run on to the shore, கரையை அடை, தரை தட்டு

strange *(adj)* : not well known, alien, surprising, unexpected, new, முன்பின் அறிந்திராத, அன்னியமான, வியப்பைத் தருகிற, எதிர்பாராத, புதுமை வாய்ந்த

stranger *(n)* : one who is not known, a visitor, அந்நியர், அயலார், புதியவர், விருந்தினர்

strangle *(v)* : to choke the life out by giving pressure round the throat, குரல் வளையை நெரித்துக் கொல்

strap *(n)* : strip of leather or other flexible material, தோல்பட்டை வார்

strata *(n)* : plural form of stratum, 'stratum' என்பதன் பன்மை வடிவம்

stratagem *(n)* : cunning trick, தந்திரம்

strategy *(n)* : military tactics, skilful management, போர் முறைத்திறன், மேலாண்மைத்திறம்

strath *(n)* : a wide valley in Scotland, ஸ்காட்லாண்டு நாட்டின் அகன்ற பள்ளத்தாக்கு

stratocracy *(n)* : government by the military, domination of soldiers, ராணுவ ஆட்சி, படைத்துறையாட்சி

stratosphere *(n)* : a layer of the earth's atmosphere, அடுக்கு மண்டலம்

stratum *(n)* : a layer, bed, அடுக்கு, படுகை

stratus *(n)* : continuous horizontal low clouds, தொடர் மேகப்படலம்

straw *(n)* : dry cut stalks of certain grains, anything worthless, வைக்கோல், அற்பப்பொருள்

strawberry *(n)* : a small juicy red fruit, ஒரு வகைச் சிவப்புப்பழம்

straw-board *(n)* : coarse card board made of straw pulp, வைக்கோல் அட்டை

stray *(v)* : to wander, to deviate from the right path, to err, அலைந்து திரி, நேர் பாதையை விட்டு வழிதவறிச்செல், தவறிழை; *(adj)* : lost, happening here and there, வழிதவறிச் செல்கிற, அவ்வப்போது நிகழ்கிற

streak *(n)* : a line, a stripe, கீற்று, வரி; *(v)* : to mark with streaks, வரிகள் இடு

stream *(n)* : a flow of water, air or light, a small river, ஒழுக்கு, சிற்றாறு; *(v)* : to flow in a stream, wave in the wind, ஒழுகு, காற்றில் மிதந்து செல்

streamer *(n)* : a long narrow flag, blowing wind, a beam of light shooting up in aurora, காற்றில் ஆடும் கொடி, அடிவானத்திலிருந்து வெளிப்படும் ஒளிக்கற்றை

street *(n)* : a road lined with houses, தெரு, வீதி

strength *(n)* : power, being strong, proportion of whole number present, number of persons, ஆற்றல், வலிமை, வந்திருப்போர் வீத அளவு, எண்ணிக்கை

strengthen *(v)* : to make strong, வலிமைப்படுத்து

strenuous *(adj)* : energetic, requiring much strength, சுறுசுறுப்பான, விடாமுயற்சியுள்ள

stress *(n)* : effect, importance, emphasis laid on a syllable or word, முயற்சி, முக்கியத்துவம், தகைவு, அழுத்தம்

stretch *(v)* : to strain, to drawout, to lie spread out, நீட்டு, பரப்பு, பரந்துகிட; *(n)* : extension, பரப்பு, நீட்டுதல், முயற்சி

stretcher *(n)* : a light folding bed for carrying the sick and wounded, தூக்குக் கட்டில்

strew *(v)* : to spread by scattering, sprinkle, சிதறு, தூவு

strewn *(v)* : past participle of strew, 'strew' என்பதன் இறந்தகால முடிவெச்ச வடிவம்

stricken *(v)* : past participle of strike, 'strike' என்பதன் இறந்தகால முடிவெச்ச வடிவம்; *(adj)* : hurt, sorrowful, துன்பப்பட்ட, சோர்ந்த

strict *(adj)* : severe, rigid, கடுமையான, கண்டிப்பான

stricture *(n)* : critical remark, contraction of canal or duct in the body, கண்டனம், நாள இறுக்கம்

stride *(n)* : a long step, நீண்ட அடி; *(v)* : walk with long steps, pass over ditch etc., with one step, காலை நீட்டி வைத்து நட, தாண்டிச்செல்

strident *(adj)* : loud and harsh in sound, உரத்த கடுமையான குரலுடைய

strife *(n)* : state of conflict, quarrel, போராட்டம், சண்டை

strike *(v)* : to refuse to work in order to enforce demands, to hit with force, to print, வேலை நிறுத்தம் செய், வன்மையாகத் தாக்கு, அச்சிடு; *(n)* : cessation from work, வேலை நிறுத்தம், பணி முடக்கம்

striking *(adj)* : impressive, unusual to look, பதியத்தக்க, கருத்தைக் கவரும்

string *(n)* : a small thick cord, a piece of wire or gut that produces the sound in a violin, harp etc., a set of things coming one after another, கயிறு, (இசைக் கருவிகளின்) நரம்பு அல்லது தந்தி வரிசை; *(v)* : supply with strings, to put on a string, to put in a tune, கயிறு இணை, நூல் கோர்த்து அமை, தந்தி மீட்டு

stringent *(adj)* : strict, rigid, hard pressing, கடுமையான, கண்டிப்பான, நெருக்கடியான

stringy *(adj)* : fibrous, like string, நார் போன்ற, இழையான, கயிறு போன்ற

strip *(v)* : to take off covering, put off one's clothes, உரி, மேலுறை நீக்கு, ஆடைகளை அகற்று; *(n)* : a long narrow piece of anything, கீற்று

stripe *(n)* : long narrow band of different colours on a surface, வண்ணக்கோடு

stripling *(n)* : a growing youth, சிறுவன்

strive *(v)* : struggle, make efforts, போராடு, முயற்சி செய்

striven *(v)* : past participle of strive, 'strive' என்பதன் இறந்தகால முடிவெச்ச வடிவம்

strode *(v)* : past tense of stride, 'stride' என்பதன் இறந்தகால வடிவம்

stroke *(n)* : blow, shock given by blow, a dash, something unlooked for, அடி, அடியின் அதிர்ச்சி, கோடு, எதிர்பாரா பேறு; *(v)* : to rub gently with the hand, கையால் வருடு

stroll *(v)* : to go for a leisurely walk, உலாவச் செல்; *(n)* : quiet unhurried walk, உலாவுதல்

strong *(adj)* : firm, healthy, powerful, உறுதியான, உடலுரமுடைய, வலிமைமிக்க

stronghold *(n)* : a fortress, கோட்டை

strop *(n)* : a strip of leather on which razor is sharpened, தீட்டுவார்

strove *(v)* : past tense of strive, 'strive' என்பதன் இறந்தகால வடிவம்

struck *(v)* : past tense and participle of strike, 'strike' என்பதன் இறந்தகால, இறந்தகால முடிவெச்ச வடிவம்

structure *(n)* : a building, frame, a manner in which something is formed, கட்டிடம், அமைப்புச் சட்டம், அமைப்பு

struggle *(v)* : to try hard, to fight, முயற்சி செய், போராடு; *(n)* : a striving, hard effort, போராட்டம், கடுமுயற்சி

strung *(v)* : past tense and past participle of string, 'string' என்பதன் இறந்தகால, இறந்தகால முடிவெச்ச வடிவம்

strut *(v)* : to walk about proudly, to support, பெருமிதமாக நடைபோடு, முட்டுக்கொடுத்து நிறுத்து; *(n)* : a showy manner of walking, a support, பகட்டு நடை, ஆதாரம், முட்டு

strychnine *(n)* : a poisonous drug, எட்டிச் சத்து

stub *(n)* : a small stump of tree, தறித்த மரத்தின் அடிக் கட்டை

stubborn *(adj)* : unyielding, headstrong, இணக்கமற்ற, முரண்டு பிடிக்கும்

stuck *(v)* : past tense and past participle of stick, 'stick' என்பதன் இறந்தகால, இறந்தகால முடிவெச்ச வடிவம்

stud *(n)* : a set of horses kept for breeding purposes, large headed nail, an ornamental knob, shirt-button, பொலிக்குதிரைப் பண்ணை, பெருந்தலை ஆணி, கம்மல், குமிழ்

student *(n)* : one who studies, மாணவன்

studied *(p. adj)* : well thought out, wanton, learned, நன்கு ஆராயப் பட்ட, வேண்டுமென்றே செய்யப் பட்ட, படித்த

studio *(n)* : an artist's workshop, a place where cinema films are made, கலைக்கூடம், படப்பிடிப்பகம்

studious *(adj)* : devoted to study, diligent, earnest, படிப்பில் ஆர்வமுள்ள, கருத்துள்ள, ஊக்கமுள்ள

study *(n)* : learning, படிப்பு; *(v)* : to read books in order to learn something, to pay heed to, படி, கற்றறி, கவனம் செலுத்து, ஆராய்

stuff *(n)* : the material by which anything is made, மூலப்பொருள், பொருள்; *(v)* : to pack full, திணி, நிரப்பு

stuffing *(n)* : a material used for filling up anything, திணிப்புப் பொருள், அடைப்புப் பொருள்

stuffy *(adj)* : hot, not airy, புழுக்கமான, காற்றோட்டமற்ற

stultify *(v)* : to make foolish, முட்டாளாக்கு, பொருளற்றதாக்கு

stumble *(v)* : to trip in walking, make blunder in doing something, தள்ளாடி நட, தவறுசெய்; *(n)* : a trip in walking, blunder, தள்ளாடுதல், தவறு

stumbling-block *(n)* : an obstacle to progress, முட்டுக்கட்டை

stump *(n)* : stub of a tree, one of the wickets in cricket, மரத்தின் அடிக்கட்டை, கிரிக்கெட் பந்தாட்ட முளை; *(v)* : walk stiffly and noisily, to knock down a batsman's wicket while he is not within the crease, தடதடவென்று நட, பந்தாட்ட முளையை கீழே தள்ளு

stun *(v)* : reduce to insensibility, overwhelm, உணர்விழக்கச் செய், நிலை குலையச் செய்

stung *(v)* : past tense and past participle of sting, 'sting' என்பதன் இறந்தகால, இறந்தகால முடிவெச்ச வடிவம்

stunt *(v)* : stop the growth or development of, வளர்ச்சியைத் தடைப்படுத்து; *(n)* : a daring trick, a trick to attract attention, அதிர்ச்சி தரும் செயல், விளம்பரத் தந்திரம், பொதுக் கவர்ச்சிச் செய்தி

stunted *(adj)* : dwarfed, குறுகிய

stupefy *(v)* : to make stupid, deprive of sensibility, முட்டாளாக்கு, உணர்வகற்று

stupendous *(adj)* : wonderful, amazing, immense, பிரமிக்கத்தக்க, வியப்பூட்டும், பெரிய

stupid *(adj)* : foolish, dull, lacking in sensibility, முட்டாள்தனமான, அறிவற்ற, மந்தமான, உணர்விழந்த

stupidity *(n)* : foolishness, dullness, மடமை, அறிவின்மை, மந்தம்

stupor *(n)* : dazed state, மயக்க நிலை

sturdy *(adj)* : stong, hardy, stout, வலிமையுள்ள, திடமான, திண்ணிய

sturgeon *(n)* : a large fish resembling shark, ஒருவகைப் பெரிய மீன்

sty *(n)* : boil in the eye, a closed-in pen for pigs, கண் கட்டி, பன்றிக் கிடை

stygian *(adj)* : pertaining to the river Styx, infernal dark and gloomy, 'Styx', என்ற நதி சார்ந்த, கீழுலகத்துக் குரிய, இருண்ட

style *(n)* : manner of writing speaking or doing, a pointed tool for writing, pin of a dial, the portion of the pistil between the ovary and the stigma in a flower, பாங்கு, பாணி, எழுத்தாணி, கடிகாரமுள், சூல் தண்டு; *(v)* : give a title to, பெயரிடு

stylish *(adj)* : having style, very fashionable, நாகரீகமான, புதுப் பாணியிலுள்ள

suave *(adj)* : smooth and pleasant in manner, இனிமையாகப் பழகுகிற

suavity *(n)* : urbanity, நவ நாகரீகப் பண்பு

subaltern *(n)* : an officer in the army, படை அலுவலர்

subconscious *(adj)* : not wholly aware of what one is doing, அடிமனம் சார்ந்த, உள்ளுணர்வு சார்ந்த

subdivide *(v)* : divide again, மேலும் பிரி

subdue *(v)* : subjugate, over power, கீழடக்கு, ஆட்சிக்குட்படுத்து

sub editor *(n)* : one who assists the editor of a paper, துணையாசிரியர்

subject *(adj)* : depending upon, கீழடங்கிய; *(n)* : nominative, citizen of a kingdom, something studied, a theme of consideration, எழுவாய், குடிமகன், பாடம், எடுத்துக் கொண்ட பொருள்; *(v)* : force to endure, subjugate, to make liable, உட்படுத்து, கீழடக்கு, கட்டுப் படுத்து

subjection *(n)* : the state of being subject to another, கீழ்ப்படுத்துதல், அடிபணிய வைத்தல்

subjoin *(v)* : to add to the end, attach, பிற்சேர்க்கையாக அமை, இணை

subjugate *(v)* : to bring under domination, enslave, கீழடக்கு, அடிமைப் படுத்து

sublet *(v)* : to let house, room etc of which one is a tenant, கீழ்க் குடிக் கூலியாக விடு, கீழ்க்குத்தகைக்கு விடு

sublieutenant *(n)* : an officer in the navy or army below the rank of lieutenant, துணைத்தாப் படைத் தலைவர்

sublime *(adj)* : majestic, supreme, விறார்ந்த, மாண்புமிகு; *(v)* : to make sublime, to purify by sublimating, பதங்கமாக்கு, புடம் போட்டு தூய்மைப்படுத்து

sublimity *(n)* : nobleness, grandeur, பெருந்தன்மை, மேன்மை

submarine *(n)* : a boat or ship that can run underwater, நீர்மூழ்கிக் கப்பல்

submerge *(v)* : to immerse under water, நீரில்மூழ்கடி

submission *(n)* : obedience, patience, கீழ்ப்படிதல், பணிவமைதி

submissive *(adj)* : yielding, obedient, humble, இணங்கிப் போகிற, கீழ்ப்படியும், அமைதியான

submit *(v)* : give in or surrender, suggest, to present for consideration or decision, கீழ்ப்படி, சரணடை, கருத்து கூறு, பணிந்து வை

subordinate *(adj)* : secondary, inferior, auxilliary, இரண்டாந்தர, கீழ்ப்பட்ட, கீழ்நிலைப்பட்ட, துணைமையான; *(n)* : an inferior in rank or position, கீழ்ப்பட்ட பணியிலுள்ளவர்; *(v)* : to make subordinate, தாழ்த்து, கீழ்ப்படுத்து

suborn *(v)* : get a person by bribery or other means to commit unlawful act, கைக்கூலி கொடுத்து சட்டத்திற்கு மாறான அல்லது தீச்செயலுக்கு உடந்தையாக்கு

subpoena *(n)* : an order for a person to appear in a court, சட்டமன்ற அழைப்பாணை

subscribe *(v)* : agree to accept and pay for, write underneath, sign, promise to pay in writing, சந்தா கட்டணம் செலுத்து, அடியில் எழுது, கையொப்பமிடு, அளிப்பதற்கு இணக்கம் தெரிவி

subscription *(n)* : an amount subscribed, subscribing, சந்தா, உறுப்பினர் கட்டணம், அடியில் எழுதுதல், கையொப்பமிடுதல்

subsequent *(adj)* : following as a result, பின்தொடரும்

subserve *(v)* : to serve as a subordinate, செயல் துணையாக இரு

subservient *(adj)* : helping as a subordinate, செயல் துணையாக இருந்து உதவும்

subside *(v)* : become less, settle, தணி, அமைதிப்படுத்து

subsidiary *(adj)* : secondary, assisting, துணையாக இருக்கும், உதவியாக இருக்கும்

subsidize *(v)* : grant regular allowance, நிதிஉதவி அளி, உதவித்தொகை கொடு

subsidy *(n)* : financial assistance, allowance, நிதிஉதவி, உதவித் தொகை

subsist *(v)* : continue to exist, manage to live, உளதாகு, பிழைத்திரு

subsoil *(n)* : the layer of earth next beneath the surface soil, அடிமண்

substance *(n)* : matter, the essential part of anything, பொருள், முக்கியப் பகுதி, சாரம்

substantial *(adj)* : firm, solid, valuable, permanent, fundamental, உறுதியான, திடமான, முக்கியமான, சாரமான, உண்மையான, கனிசமான

substantiate *(v)* : establish, உறுதிப் படுத்து

substantive *(n)* : a noun, பெயர்ச் சொல்; *(adj)* : self-supporting, substantial, சார்பு நிலையற்ற, கணிசமான

substitute *(v)* : provide in place of, பகரமாகவை, மாற்றாக வை; *(n)* : a person or thing put in the place of another, பதிலி

substratum *(n)* : a layer lying underneath, அடித்தள அடுக்கு

subterfuge *(n)* : a false excuse, போலிச்சாக்கு, தவிர்க்கும் வழி

subterranean *(adj)* : below the surface of the earth, underground, அடிநிலை, தரைக்குக் கீழேயுள்ள

subtle *(adj)* : crafty, keen, skilful, clever, தந்திரமுடைய, கூரிய, நுட்பமான, திறமைமிக்க, அறிவுக் கூர்மையுடைய

subtlety *(n)* : keenness of perception, nicety, அறிவுக்கூர்மை, நுட்பம், நுணுக்கம்
subtract *(v)* : take away one number from another, deduct, கழி, குறை
subtraction *(n)* : taking away a part, deduction, கழித்தல், குறைத்தல்
suburb *(n)* : a place adjacent to a city, புறநகர்ப்பகுதி
subvention *(n)* : money given as a help, பண உதவி
subversive *(adj)* : destructive, likely to overthrow, அழிக்கும் தன்மை யுடைய, கவிழ்க்கிற
subvert *(v)* : destroy, overthrow, supercede, அழி, கவிழ், நிலை குலையச்செய்
succeed *(v)* : come after, win a goal, achieve, to be the heir of, அடுத்து வா, பின் தொடர், வெற்றியடை, பெறு, மரபுவழியான ஆட்சி யுரிமையைப் பெறு
succeeding *(adj)* ; following in order, தொடர்ந்து வருகிற
success *(n)* : fortune, victory, நற்பேறு, வெற்றி
successful *(adj)* : having success, rich and famous, வெற்றியுடைய, வள முடைய, புகழ்பெற்ற
succession *(n)* : the happening or coming of one thing right after the other, the line of descendants, தொடர்ச்சி, மரபு வழியுரிமை
successive *(adj)* : consecutive, following in order, அடுத்தடுத்து வரும், தொடர்கிற
successor *(n)* : one who or that which follows in succession, heir, மரபினர், கால் வழியினர், பின் தோன்றல்
succinct *(adj)* : concise, short, சுருக்க மான
succour *(n)* : aid, help, relief, etc. rendered in danger or distress, one who gives relief, ஆபத்துதவி, உதவியாளர்; *(v)* : help, give relief, உதவி செய், காப்பாற்று
succulent *(adj)* : juicy, சாறு நிரம்பிய
succumb *(v)* : to yield, to die, இணங்கு, சரணடை, இறந்து படு
such *(adj)* : of a certain kind, அவ் வகையான; *(pron)* : the person, thing, or action referred to, குறிப் பிட்டவர், அதேபோன்றது, அவ் வகையானது
suck *(v)* : draw into the mouth by working the lips and the tongue, dissolve in the mouth, உறிஞ்சு, வாயால் சப்பிக்குடி
suckle *(v)* : allow to suck the breast, முலைப் பால் கொடு
suckling *(n)* : an offspring being nursed at the breast, (முலைப்) பால் குடி மாறாக் குழந்தை
sudden *(adj)* : unexpected, quick, rapid, எதிர்பாரா, உடனடியான, விரைவான
suds *(n & pl)* : bubbles in soap water, சோப்பு நுரை
sue *(v)* : to take action against some one through the law court, to seek to win in marriage, (நீதிமன்றம் வழி யாக) வழக்குத் தொடு, திருமணப் பேச்சு வார்த்தை நடத்து
suet *(n)* : hard fat taken from the kidneys and loins of cattle and sheep, விலங்குக் கொழுப்பு
suffer *(v)* : feel great pain, undergo, துன்பப்படு, நோவுறு, பாதிக்கப் பெறு

sufferance *(n)* : permission, அனுமதி
suffering *(adj)* : hardship, unhappiness, துன்பம், துயரம்
suffice *(v)* : to be sufficient, satisfy, போதுமானதாக இரு, மன நிறைவு ஏற்படுத்து
suffix *(n)* : a small part added to the end of the word, பின்னொட்டு
sufficiency *(n)* : the state of being sufficient, a competency, போதிய தன்மை, தகுதி
sufficient *(adj)* : adequate, as much as is needed, போதுமான, தேவையான
suffocate *(v)* : to choke by stopping the breath, மூச்சுத்திணறு
suffrage *(n)* : a vote or right of voting, வாக்கு, வாக்குரிமை
suffuse *(v)* : to overspread, பரவு, மேலே படரு
sugar *(n)* : a sweet substance obtained from sugar cane or sugar beet, சர்க்கரை, சீனி
suggest *(v)* : hint or imply, bring something to someone's mind or thought, குறிப்பிடு, கருத்தைத் தூண்டு
suggestion *(n)* : a thought or idea, proposal, ஆலோசனை, புதுக் கருத்து
suicidal *(adj)* : self-destructive, fatal to one's own life, தற்கேடான, தற்கொலை செய்யும்
suicide *(n)* : self-murderer, self murder, தற்கொலை செய்பவன், தற்கொலை
suit *(n)* : a set of clothing worn together, a request, a proceeding in a court of law for recovering a claim, ஆடைத் தொகுதி, வேண்டுகோள், மனு; *(v)* : to fit, match, தகுதியடை, பொருத்தமாயிரு
suitable *(adj)* : proper, fit, தகுந்த, ஏற்ற
suite *(n)* : a succession of things, a number of connected apartments, அடுக்குவரிசை, அறைத் தொகுதி
suitor *(n)* : one who wants to marry a certain woman, a petitioner, ஒரு குறிப்பிட்ட பெண்ணைத் திருமணம் செய்யக் கேட்பவர், காதலர், மனு போடுபவர்
sulk *(v)* : to keep silent to show one's displeasure, வெறுப்பு அல்லது சினம் காரணமாக முகத்தைத் தூக்கி வைத்துக் கொண்டிரு
sullen *(adj)* : quietly bad tempered, gloomy, சிடுசிடுப்பான, துயரம் நிறைந்த
sully *(v)* : to make dirty, to spoil, அழுக்காக்கு, கறைப்படுத்து
sulphur *(n)* : a yellow substance found in the ground, கந்தகம்
sultan *(n)* : a Mohammedian ruler, இஸ்லாமிய அரசர்
sultana *(n)* : feminine of sultan, a variety of raisin, இஸ்லாமிய அரசி, விதையற்ற ஒருவகை முந்திரிப் பழம்
sultry *(adj)* : hot and still, sensual, புழுக்கமான, உணர்ச்சிமிக்க
sum *(n)* : the number made by adding numbers, an arithmetic problem, an amount of money, total, கூட்டுத் தொகை, கணக்கு, பணத்தொகை, மொத்தம்
summarise *(v)* : to make a summary of, சுருக்கம் எழுது, பொழிப்புரை கூறு
summary *(n)* : abstract, a short report, பொழிப்புரை, சுருக்க

அறிக்கை; *(adj)* : concise, offhand, சுருக்கமான, உடனடியான
summer *(n)* : one of the four seasons of the year, கோடைக் காலம், வேனிற்காலம்
summit *(n)* : the top, the highest point, முகடு, உச்சி, உச்சநிலை
summon *(v)* : to order a person to come, அழைப்பாணை விடு
summons *(n)* : a call to attend at a particular place or time, அழைப்பாணை
sumpter *(n)* : a horse or mule for carrying loads, பொதி குதிரை, கோவேறு கழுதை
sumptuous *(adj)* : luxurious, magnificent, தாராளமான, உயர்வான
sun *(n)* : the brightest body in the sky as seen from the earth and is the main source of light and heat, கதிரவன், சூரியன், ஞாயிறு; *(v)* : expose to the light of the sun, வெயிலில் வை
sunbath *(n)* : exposure to direct sunlight, வெயில் காய்தல்
sunbeam *(n)* : a ray of beam of the sun, கதிரவக்கதிர்
sunburnt *(adj)* : discoloured due to exposure to the sun, வெயில் சூட்டினால் கறுத்து நிறம்மாறிய
Sunday *(n)* : the first day of the week, ஞாயிற்றுக்கிழமை
sunder *(v)* : to break apart, disunite, பிரி. பிணைப்பைத் துண்டி
sundial *(n)* : an instrument for measuring time by the sun's shadow, கதிரவக் கடிகாரம்
sundown *(n)* : sunset, கதிரவ மறைவு, சூரியன் அடைதல்
sundries *(n & pl)* : different small things, சில்லறைப் பொருள்கள்
sundry *(adj)* : of a small number, various, miscellaneous, சிறு அளவிலான. பல பலவகையான
sung *(v)* : past participle of sing, 'sing' என்பதன் முடிவெச்ச வடிவம்
sunk *(v)* : past tense and past participle of sink, 'sink' என்பதன் இறந்த கால முடிவெச்ச வடிவம்
sunken *(adj)* : lying at the bottom of a body of water, deeply depressed, நீரில் முழ்கியிருக்கிற, குழிவிழுந்த
sunlight *(n)* : light of the sun, வெயில்
sunny *(adj)* : filled with sunshine, exposed to sunlight, cheerful, வெயிலுள்ள, வெயிலில் வைக்கப் பட்ட, மகிழ்ச்சி நிரம்பிய
sunrise *(n)* : the rising of the sun, the time of the day when the sun comes up, dawn, கதிரவத் தோற்றம், அந்தி நேரம்
sunset *(n)* : the setting of the day when the sun comes up, dawn, கதிரவ மறைவு, அந்திநேரம்
sunshade *(n)* : something used as a shade from the rays of the sun, மேற் கட்டு, விதானம்
sunshine *(n)* : light from the sun, brightness, சூரியப்பிரகாசம், கதிரவ ஒளி, வெயில்
sunstroke *(n)* : a light fever caused by exposure to sun, வெயில் வெப்பம் தாக்குவதால் ஏற்படும் நோய், வெயில் வெப்ப நோய்
sup *(v)* : to take a drink a little at a time, to eat the evening meal, கொஞ்சம் கொஞ்சமாகக் குடி, இரவுணவை உட்கொள்
superabundant *(adj)* : more than enough, ஏராளமான

superannuate *(v)* : give a pension to an employee when he is old or unable to work, ஓய்வூதியம் கொடு

superb *(adj)* : majestic, fine, விறார்ந்த, மிகச்சிறந்த

supercilious *(adj)* : haughty, arrogant, இறுமாப்புடைய, செருக்குமிக்க

superficial *(adj)* : showy, of or on the surface only, மேலீடான, மேலெழுந்தவாரியான

superfine *(adj)* : of the best quality, மிகச்சிறந்த, நேர்த்தியான

superfluous *(adj)* : surplus, தேவைக் கதிகமான

superhuman *(n)* : above the range of human power or skill, மனித ஆற்றலுக்கு அப்பாற்பட்ட

superintend *(v)* : manage, supervise, மேலாண்மைசெய், மேற்பார்வை யிடு

superintendent *(n)* : one who has the charge of a place or people at work, மேற்பார்வையாளர், கண்காணிப்பாளர்

superior *(adj)* : higher in rank or position, better, upper, மேம்பட்ட, சிறந்த, உயர்தரமான, மேல்தளர் சார்ந்த; *(n)* : a person higher in rank or position than another, உயர் பதவியில் இருப்பவர், மேல்நிலையில் இருப்பவர்

superlative *(adj)* : better than all others, எல்லாவற்றையும் விடச் சிறந்த

supernatural *(adj)* : miraculous, superhuman, இயற்கை கடந்த, மனித ஆற்றலுக்கு அப்பாற்பட்ட

superscription *(n)* : that which is written on top or outside, மேலே எழுதுதல், வெளியே எழுதுதல்

supersede *(v)* : to replace, suspend set aside, பதிலாக்கு, தள்ளி வை, ஒதுக்கு

superstition *(n)* : a belief in wonders, magic etc. which cannot be explained, மூடநம்பிக்கை, குருட்டு நம்பிக்கை

superstitious *(adj)* : believing in unknown powers, மூட நம்பிக்கை யுடைய

superstructure *(n)* : any structure above the basement, மேற்கட்டு

supervene *(v)* : to happen as a change of form or interruption of, இடையூறாக நிகழ், இடையிட்டு நிகழ்

supervise *(v)* : superintend, மேற்பார்வை செய்

supervision *(n)* : act of supervising, மேற்பார்வை

supervisor *(n)* : a superintendent, one who supervises, மேற்பார்வை யாளர்

supine *(adj)* : lying on the back, மல்லாந்து கிடக்கும்

supper *(n)* : the last meal of the day, இரவுணவு

supplant *(v)* : to replace cunningly, தந்திரமாக அகற்று

supple *(adj)* : elastic, yielding, pliable, துவளும், இணக்கமுடைய, எளிதில் வளைகிற

supplement *(n)* : anything added to make a thing complete, பிற்சேர்க்கை; *(v)* : add to, make up, சேர், குறைநிரப்பு

suppliant, supplicant *(n)* : one who asks earnestly, கெஞ்சிக்கேட்பவர்

supplication *(n)* : an earnest prayer, கெஞ்சிக்கேட்டல்

supplier *(n)* : one who furnishes or supplies, அளிப்பவர், வழங்குபவர்

supply *(v)* : to furnish, provide, வழங்கு, அமை, அளி; *(n)* : that which is supplied, act of supplying, ஆதரவு அளித்தல், அளிப்பு

support *(v)* : to hold up, to provide food, clothes etc., தாங்கு, ஆதரி

suppose *(v)* : to think, to assume a statement as true, எண்ணு, புனைகோளாகக்கோள்

supposition *(n)* : a statement taken as true, assumption, புனைவு, புனைகோள்

suppress *(v)* : put down, restrain, keep secret, அடக்கு, கீழடக்கு, கட்டுப்படுத்து, இரகசியமாக வை

suppurate *(v)* : form pus, சீழ்வை

supremacy *(n)* : chief power, மேலாண்மை, தலைமை அதிகாரம்

supreme *(adj)* : highest in authority or rank, தலைமையான, முதன்மையான

surcharge *(v)* : to over charge, to over load, மிகுகட்டணம் விதி, பளுவேற்று; *(n)* : an over load, excessive amount of money charged, மிகு பளு, மிகு கட்டணம்

surcingle *(n)* : a band for holding a saddle, குதிரைச் சேணப்பட்டை

sure *(adj)* : certain, not likely to fail, strong, நிச்சயமான, தவறாத, உறுதியான; *(adv)* : without doubt, கட்டாயமாக, உறுதியாக

surety *(n)* : certainty, thing pledged as security, one who stands bail, நிச்சயம், பிணை, பிணை ஆள்

surf *(n)* : foam made by waves, அலையால் உண்டாகும் நுரை

surface *(n)* : the outside or top of anything, மேற்பரப்பு

surfeit *(v)* : over feed, அளவுக்கு அதிகமாக உணவு ஊட்டு; *(n)* : excessive in eating or drinking, too much of anything, அளவுக்கு மிஞ்சி அருந்துதல், தெவிட்டுதல்

surge *(v)* : to rise high, to move like waves, பொங்கியெழு, அலைபாய், அல்லாடு; *(n)* : long waves, a surging motion, பெரிய அலைகள், அலையெழுச்சி, அலை உயர்ந்து தாழ்தல்

surgeon *(n)* : one who practises surgery, அறுவை மருத்துவர்

surgery *(n)* : the science and practice of treating diseases by operation, அறுவை மருத்துவம்

surly *(adj)* : uncivilized, showing unfriendly temper, நாகரீகமற்ற, வெடுவெடு என்று விழுகிற

surmise *(v)* : to suspect, make a guess, ஐயம் கொள், ஊகி

surmount *(v)* : be on the top of, get over, உச்சியில் ஏறிச்செல், கடந்து செல், வெற்றி பெறு

surname *(n)* : a family name, குடும்பப் பெயர்

surpass *(v)* : outdo, மேம்படு

surpassing *(adj)* : matchless, ஈடு இணையற்ற

surplice *(n)* : garment worn by clergymen and priests, மதகுருவின் பணியாடையான நீண்ட அங்கி

surplus *(n)* : what remains over after needs have been supplied, மிகை, அதிகப்படி

surprise *(v)* : to cause a person to wonder, வியப்பில் ஆழ்த்து; *(n)* : an unexpected happening, emotion caused by a sudden event, எதிர்பாரா நிகழ்ச்சி, வியப்பு

surprising *(adj)* : astonishing, வியப்பளிக்கத்தக்க

surrender *(v)* : to yield up, to resign, hand over, to give one's self up to another, *கீழ்ப்படி, ஒப்படை, சரணடை; (n)* : the act of giving up or yielding, ஒப்படைத்தல், விட்டுக் கொடுத்தல், சரணடைதல்

surreptitious *(adj)* : done in a secret way, underhand, இரகசியமான, வஞ்சனையான

surround *(v)* : encompass, be all round, சூழ்ந்துகொள், சுற்றிவளை

surrounding *(adj)* : neighbouring, encircling, சுற்றுப்புறத்திலுள்ள, சூழ்ந்துள்ள

surroundings *(n & pl)* : everything around a person or place, conditions that may affect a person, சுற்றுச் சூழல்

surtax *(n)* : an extra tax, கூடுதல் வரி, மிகை வரி

surveillance *(n)* : watchfulness, superintendence, கடுமையான கண்காணிப்பு, மேற்பார்வை

survey *(v)* : to look over, take general view of, to measure land, மேற் பார்வையிடு, பொதுவாகப் பார்வையிடு, நிலத்தை அளவிடு; *(n)* : view, examination, a plan or map of a piece of land, பார்வை, ஆராய்தல், மனை அளவை

surveyor *(n)* : person professionally engaged in making plans or maps of the land, அளவாய்வாளர்

survive *(v)* : to remain alive, to live longer than, பிழைத்து வாழ், தொடர்ந்து வாழ்

surviving *(adj)* : yet alive, outliving, உயிரோடு இருக்கிற, பிழைத்து வாழும்

susceptible *(adj)* : liable to be easily affected, எளிதில் பாதிக்கப்படக் கூடிய

suspect *(v)* : be doubtful about, சந்தேகம் கொள், ஐயப்படு; *(n)* : a suspected person, சந்தேகத்திற் கிடமானவர், ஐயத்திற்கிடமானவர்

suspend *(v)* : to hang up, debar temporarily, தொங்கவிடு, தற்காலிக மாகத் தடைசெய் அல்லது நீக்கம் செய்

suspense *(n)* : a time of anxious waiting, எதிர் பார்ப்பு நிலை

suspension *(n)* : suspending or being suspended, தொங்கவிடுதல், தாற்காலிக வேலை நீக்கம்

suspicious *(adj)* : having a feeling of doubt, not trustworthy, சந்தேக முடைய, ஐயம் கொள்ளும், நம்பிக் கையற்ற

sustain *(v)* : bear weight of, bear up against, undergo, பளு தாங்கு, தாங்கிப் பிடி, தாங்கு

sustenance *(n)* : maintenance, nourishment food, ஆதாரப்பொருள், ஊட்டம், உணவு

suttee, sati *(n)* : Hindu widow burning herself along with her husband's body in the funeral pyre, உடன்கட்டை, உடன்கட்டை ஏறுதல்

suture *(n)* : joining the edges of wound by stitching, the thread or wire used for the same, தையல், நூல்

suzerain *(n)* : feudal lord, நிலவுரிமை யாளர், மேலாதிக்கம் செய்பவர்

swap *(n)* : an absorbent material used for the cleaning, தூய்மை செய்யப் பயன்படும் உறிஞ்சு பொருள்

swaddle *(v)* : to wrap up tightly, சுற்றிப் பொதிந்து கட்டு

swagger *(v)* : to walk proudly, to brag, செருக்கு, நடைபோடு, பகட்டாகப்பேசு

swain *(n)* : a peasant, love, a youth, குடியானவன், காதலன், இளைஞன்

swallow *(n)* : a kind of long winged insectivorous bird which migrates to warmer lands in winter, தூக்கணாங் குருவி; *(v)* : allow to pass down one's throat, draw in, விழுங்கு, உட்கொள்

swam *(v)* : past tense of swim, 'swim' என்பதன் இறந்தகால வடிவம்

swamp *(n)* : low ground on wet and soppy with water, சதுப்பு நிலம்

swan *(n)* : a long-necked white water bird, அன்னம்

swank *(v)* : to show off, பகட்டு காட்டு

swap or swop *(n)* : exchange by way of barter, பண்டமாற்று

sward *(n)* : lawn-like ground, புல்வெளி

swarm *(n)* : large number of humming insects, any great number, வண்டு, தேனீபோன்ற பூச்சித் தொகுதி, திரள்; *(v)* : be very numerous, be crowded, to climb, கூட்டம் கூடு, மொய்த்துக் கொள், பற்றியேறு

swarthy *(adj)* : dark-skinned, கரிய நிறமுடைய

swastika *(n)* : a sign, சுவஸ்திக் குறி

swathe *(v)* : to bind in bandages, கட்டு போடு, இறுக்கிக் கட்டு; *(n)* bandage, கட்டு

sway *(v)* : to govern, influence, to have an unsteady swinging motion, ஆட்சி செய், செல்வாக்கு பெறு, தள்ளாடு, ஊசலாடு; *(n)* : rule, swinging motion, ஆட்சி, ஊசலாடுதல், தள்ளாடுதல்

swear *(v)* : declare something on oath, to use bad language, சூளுரை, சபதம் செய், உறுதியாகக் கூறு, வசை கூறு

sweat *(n)* : perspiration, வியர்வை

sweep *(v)* : to wipe or rub, to move quickly in a proud manner, துடை, வேகமாகச் செய், பெருமிதத்துடன் நட; *(n)* : a large range, one who or that which sweeps, act of sweeping, வீச்சு, பரப்பு, துடைப்பவர், துடைப்பம், துடைத்தல்

sweeping *(adj)* : far reaching, taking in very much, with no limitations, மிகப்பரந்த, எல்லாம் தழுவுகிற, விதிவிலக்கற்ற

sweet *(adj)* : having the taste of sugar or honey, gentle, இனிப்புடைய, தித்திப்பான, அருமையான, அன்பான; *(n)* : sweet meat, இனிப்புத் தின்பண்டம்

sweeten *(v)* : to make sweet, இனிப்பாக்கு

sweet heart *(n)* : either of the pair of lovers, காதலி அல்லது காதலன்

sweetmeat *(n)* : confection, மிட்டாய், இனிப்புத் தின்பண்டம்

swell *(v)* : grow bigger, to become rough with waves, பெருகு, வீங்கு, பொங்கு; *(n)* : a sea in the large waves, a rise in the height of the ground, a fop, act of swelling, பொங்குமாக்கடல், மேடு, பகட்டானவர், வீங்குதல்

swelling *(n)* : part of the body which is swollen in size, வீக்கம்

swelter *(v)* : to suffer from excessive heat, புழுக்கம் அடை; *(n)* : unbearable heat, புழுக்கம்

swept *(v)* : past tense and past participle of sweep, 'sweep' என்பதன் இறந்த கால, இறந்தகால முடிவெச்ச வடிவம்

swerve *(v)* : to divert line of motion, திசை திரும்பு, வழிமாறு

swift *(adj)* : rapid, quickly, விரைவான, திடீரென்று

swig *(n)* : a mouthful of a drink, ஒரு மடக்கு, மிடறு

swill *(v)* : rinse, to drink eagerly, கழுவு, ஆவலுடன் குடி

swim *(v)* : to float at or below the surface of water, நீந்து, மித; *(n)* : act of floating and moving on water, நீச்சல், மிதப்பு

swindle *(v)* : to cheat, ஏமாற்று; *(n)* : a fraud, deception, மோசடி, ஏமாற்று

swindler *(n)* : one who cheats, ஏமாற்றுபவர், மோசடிக்காரர்

swine *(n sg & pl)* : pig, பன்றி

swine-herd *(n)* : one who looks after pigs, பன்றி மேய்ப்பவன்

swing *(v)* : to sway like a pendulum, to move to and fro, ஊசலாடு, ஊஞ்சலாடு; *(n)* : act of swinging, a seat suspended from above by two ropes, ஊசலாடுதல், ஊஞ்சல்

swipe *(v)* : to strike hard, கடுமையாக அடி

swirl *(v)* : to sweep along in a whirl, சுழன்று வீசு, சுழித்தோடு; *(n)* act of whirling, சுழலுதல், சுழல்

swish *(v)* : to cut the air with a sound, to flog, ஓசையுண்டாகும்படி காற்றை வெட்டு, பிரம்பினால் அடி

Swiss *(adj)* : pertaining to Switzerland or its people, ஸ்விட்சர்லாந்தைச் சார்ந்த

switch *(n)* : a flexible stick, artificial hair, a small rail, a small lever for making and breaking an electric circuit, மிலாறு, சுழி, சவுரி முடி (அ) திருப்பன், நகரும் தண்டவாளப் பலகை, மின் குமிழ்; *(v)* : to beat with switch, to turn aside by switch rail, மிலாறால் விளாசு, தண்டவாளத்தில் வண்டியைத் திருப்பு

swollen *(v)* : past participle of swell, 'swell' என்பதன் இறந்தகால முடிவெச்ச வடிவம்; *(adj)* : swelled, வீங்கிய

swivel *(n)* : ring and pivot that can turn round and round, சுழல் மூட்டு

swoon *(v)* : to faint, மயக்க மடை; *(n)* : a fainting-fit, மயக்கம், மூர்ச்சை

swoop *(v)* : make a sudden attack, to come downward with a sweep, பாய்ந்துதாக்கு, கீழ்நோக்கிப் பாய்ந்திறங்கு; *(n)* : a downward dash, பருந்துப் பாய்ச்சல்

sword *(n)* : a steel weapon with a long sharp blade, வாள்

swore *(v)* : past tense of swear, 'swear' என்பதன் இறந்தகால வடிவம்

sworn *(v)* : past participle of swear, 'swear' என்பதன் இறந்தகால முடிவெச்ச வடிவம்

swung *(v)* : past tense and past participle of swing, 'swing' என்பதன் இறந்தகால, இறந்தகால முடிவெச்ச வடிவம்

sycamore *(n)* : a kind of big-tree, அத்தியின மரம்

sycophancy *(n)* : flattery, servility, புகழ்ந்து பேசுதல், அண்டிப் பிழைத்தல்

sycophant *(n)* : a fawning flatterer, பிறரைப் புகழ்ந்து பேசிப் பிழைப்பவர்

syllable *(n)* : unit of pronunciation containing one vowel sound. அசை

syllabus *(n)* : programme of lessons to be studied or taught, பாடத் திட்டம்

sylph *(n)* : a fairy, தேவதை

sylvan *(adj)* : see silvan

symbol *(n)* : an emblem, a sign used to state something in a short way, அடையாளம், குறியீடு

symbolize *(v)* : to be a sign of, குறித்துக் காட்டு, அடையாளமாக அமை

symmetry *(n)* : proper proportion of parts, சமச்சீர்மை

sympathetic *(adj)* : compassionate, இரக்கமுடைய, கருணையுள்ள

sympathize *(v)* : to show one's sympathy, கருணை அல்லது இரக்கம் காட்டு

sympathy *(n)* : pity, compassion, இரக்கம், கருணை

symphony *(n)* : an orchestral composition, இசைக்கருவிகளின் ஒத்திசைவு

symposium *(n)* : a discussion, a collection of essays, etc. by several persons on a subject or problem, விவாதம், கருத்துக்கோவை

symptom *(n)* : a sign, அடையாளம்

synagogue *(n)* : a Jewish church, யூதர் கோயில்

synchronize *(v)* : to happen simultaneously, ஒரே சமயத்தில் நிகழ்த்து, ஒத்து நிகழ்

syncope *(n)* : the omission of sound in a word, a fainting fit, உயிர் கெடல், உணர்வு கெடல்

synod *(n)* : a council of clergymen, மதக்குருக்களின் குழு

synonym *(n)* : a word having the same meaning as another word, ஒரு பொருள் பலசொல், ஒரு பொருட் பன்மொழி

synopsis *(n)* : summary or outline, சுருக்கம், பொழிப்பு

syntax *(n)* : the proper arrangement of words in sentences, தொடரியல்

synthesis *(n)* : composition, building up of separate elements into a connected whole, தொகுப்பு, கூட்டிணைப்பு

synthetic *(adj)* : artificially made, made by putting different elements, தொகுப்பான, செயற்கையான

syringe *(n)* : a tube-shaped instrument used for drawing in and pushing out a liquid, பீச்சாங்குழல்

syrup *(n)* : a sweet juice, இனிப்புப் பாகு

system *(n)* : regular or formulated method, methodological arrangement, ஒழுங்கமைப்பு, அமைப்பு

systematic *(adj)* : regular, orderly, ஒழுங்கான, முறையான

systematize *(v)* : regularize, set in order, ஒழுங்குபடுத்து, முறைப் படுத்து

T

tab *(n)* : tag, short strap, நாடா, சிறு வார்

tabby *(n)* : a female cat, பெண் பூனை

table *(n)* : a piece of furniture with a flat top, a list of information given in a very short form, மேஜை, அட்டவணை

tableau *(n)* : any picture or picturesque representation, ஓவியம், ஓவியப்பட்டி

tableland *(n)* : stretch of elevated land, மேட்டுச் சமவெளி

tablet *(n)* : a writing pad, a thin piece of metal stone, wood, etc., with inscriptions, a small flat pill, எழுது காகிதங்கள் கொண்ட அட்டை, எழுத்துக்கள் பொறிக்கப் பட்ட தகடு, பலகை அல்லது கல், மாத்திரை

table-talk *(n)* : light conversation spoken at the dining table, மேசையைச் சுற்றியமர்ந்து அளவளாவுதல்

tabloid *(n)* : small round medicinal tablet, சிறு மாத்திரை

taboo *(n)* : prohibition of touching or mentioning based on religious or social convention, தீண்டாமை, தண்ட விலக்கு

tabulate *(v)* : arrange in the form of a table, to give flat surface to, அட்டவணைப்படுத்து, தட்டைப் பரப்பாக அமை

tacit *(adj)* : implied, silent, குறிப்பான, வாய்விட்டுச் சொல்லாத

taciturn *(adj)* : habitually silent or reserved, அளவுக்கு மிஞ்சிப் பேசாத

tack *(n)* : short nail with flat head, a fastener, long loose stitch for temporary fastening in needle work, ropes or fastening sails, ஆணி, பொருத்தி, ஒட்டுத் தையல் கப்பலின் பாய்முலைத்தளக் கயிறு; *(v)* : stitch in a rough manner, to fasten with tacks, ஒட்டுத் தையலிடு, (கப்பலின்) பாயை இழுத்துக் கட்டு

tackle *(v)* : try to do, undertake, முயற்சி செய், சமாளி

tact *(n)* : alertness, peculiar skill, நுண் நயம், செயல் திறன்

tactics *(n)* : a plan to do something, செயல் நுட்பம்

tactless *(adj)* : without tact, செயல் நுட்பமற்ற

tadpole *(n)* : the young of a frog or toad, தலைப் பிரட்டை

taffeta *(n)* : a thin glossy silk, பட்டுத் துணி வகை

taffrail *(n)* : the rail around a ship's stern, கப்பலின் கம்பி அழி

tag *(v)* : fasten, to chase and touch, பொருத்து, ஓடிப் பிடித்துத் தொடு; *(n)* : a fastening string, a small piece of card board fastened to anything to give its name, இணை கயிறு, ஒரு பொருளின் பெயர், விலை ஆகிய விவரங்கள் எழுதி ஒட்டப்பட்ட சீட்டு

tail *(n)* : an organ which grows at the back of many animals, the back or last part of anything, வால், பின் பகுதி

tailor *(n)* : maker of dresses, தையல் காரன்

taint *(v)* : to pollute, stain, மாசு படுத்து, கறைப்படுத்து; *(n)* : stain, trace, கறை, குறி

take *(v)* : hold, accept, pick, carry, receive, use up, remove, accompany, go on, பிடி, கொள், எடு, கொண்டு செல், பெறு, பயன்படுத்து, துணை செய், ஈடுபடு

taken *(v)* : past participle of take, 'take' என்பதன் முடிவெச்ச வடிவம்

tale *(n)* : a story, a bad report about someone, the number, கட்டுக் கதை, கோள், எண்ணிக்கை

talebearer *(n)* : one who carries tales with interest, கோள் சொல்லுபவர்

talent *(n)* : natural ability, இயல் பான திறமை

talented *(adj)* : having a special natural ability, இயல்பாகவே திறமையுடைய

taleteller *(n)* : person who tells tales, or carries tales, கதை சொல்லுபவர், கோள் சொல்லுபவர்

talisman *(n)* : a thing supposed to possess magic powers, a charm, an amulet, தாயத்து

talk *(v)* : speak, பேசு; *(n)* : a speech, rumour, பேச்சு, சொற்பொழிவு, வதந்தி

talkative *(adj)* : likely to talk much, வாயாடியான

talkie *(n)* : a cinema picture synchronized with sound, பேசும்படம்

tall *(adj)* : high, exaggerated, உயர மான, மிகையளவான

tallow *(n)* : the fat of cows, sheep and some other animals, விலங்கின் கொழுப்பு

tally *(n)* : a score or count, an identifying mark, கணிப்பெண், அடை யாளக் குறியீடு; *(v)* : match or agree, keep score, பொருந்தச் செய், சரிக்கட்டு, ஒத்திரு, கணக்கிடு

tamarind *(n)* : a tropical tree and its fruits used in cooking, புளிய மரம், புளி

tame *(adj)* : domesticated, submissive, பழகிய, கீழ்ப்படிதலுள்ள; *(v)* : domesticate, make submissive, பழக்கு, அடக்கு

tamper *(v)* : meddle, falsify, தலையிடு, குறுக்கிடு, பொய்யாக்கு

tan *(n)* : a light brown colour, bark of the oak, பழுப்பு நிறம், தோல் பதனிட உதவும் மரப்பட்டை; *(v)* : make into leather, தோல் பதனிடு

tandem *(n)* : one in front of or before another, முன்னும் பின்னு மாக அல்லது ஒன்றன்பின் ஒன்றாக உள்ள நிலை

tang *(n)* : a strong taste or smell, a distinctive quality, சுவை, விறு விறுப்பு, தனிச் சிறப்பியல்பு

tangent *(n)* : a straight line touching a curve without cutting it, தொடு

tangerine *(n)* : a kind of small orange, ஒரு வகைப் பழம்

tangible *(adj)* : touchable, concrete, தொட்டுணரத்தக்க, திடமான, உறுதியான

tangle *(n)* : twisted knot, கடுமுடிச்சு; *(v)* : knit together, சிக்கலாக்கு

tank *(n)* : a large container for liquid, an armoured war machine with guns, குளம், பீரங்கி வண்டி

tankard *(n)* : a large onehandled drinking cup, கெண்டி

tanker *(n)* : ship built for carrying liquids, எண்ணெய்க் கப்பல்

tanner *(n)* : one who tans hides, தோல் பதனிடுபவர்

tannery *(n)* : a place for tanning leather, தோல் பதனிடும் சாலை

tansy *(n)* : a herb used in medicines, ஆயிரத்தழைப் பூண்டு

tantalise *(v)* : to tease by offering desired things and then withdrawing them, ஆசைகாட்டி மோசம் செய்

tantamount *(adj)* : equivalent, ஒப்பான, சமமான, நிகரான

tantrum *(n)* : tiresome behaviour, சினமூட்டும் நடத்தை

tap *(v)* : strike lightly, make a hole so as to let the liquid out, தட்டு, துளையிட்டு நீர்மத்தை வெளியேற்று; *(n)* : a light knock, a device with a valve to control the flow of liquid, மெல்லென தட்டு, குழாய்

tape *(n)* : a narrow strip of material, நாடா

taper *(n)* : a long thin candle, மெழுகு திரி; *(v)* : make smaller towards one end, கூம்பு

tapestry *(n)* : an ornamental fabric with figures and pictures woven on it, சித்திரத் திரைச் சீலை

tapeworm *(n)* : parasitic ribbon-like worm in the intestines, குடல் புழு, நாடாப் புழு

tapioca *(n)* : a kind of tropical plant yielding starchy food, மரச் சீனி, மரவள்ளிச் செடி

tapir *(n)* : a pig-like animal, பன்றி போன்ற ஒரு வகை விலங்கு

taproot *(n)* : the principal descending root of a plant, ஆணி வேர்

tar *(n)* : thick black sticky liquid obtained by dry distillation of wood or coal used for road surfaces or for preserving iron, timber, etc., கீல்

tardy *(adj)* : slow, reluctant, மந்தமான, தயக்கமுடைய

target *(n)* : anything used to shoot, an aim, இலக்கு, குறி

tariff *(n)* : a duty, any schedule of charges, காப்புவரி, சுங்கவரி, கட்டணப் பட்டியல்

tarnish *(v)* : dull or destroy the brightness by exposure to moisture, air, etc., நிறம் மங்கு

tarpaulin *(n)* : a large sheet of water-proof canvas coated with tar, கீல் பூசப்பட்ட கித்தான் துணி

tarry *(v)* : delay, wait, தாமதி, காத்திரு; *(adj)* : like tar, smeared with tar, கீல் போன்ற, கீல் பூசப்பட்ட

tart *(adj)* : sour, sharp to the taste, புளிப்பான, உறைப்பான

tartan *(n)* : cloth with different coloured square pattern, பல வண்ணக் கட்டக் கோடுகளையுடைய துணி

tartar *(n)* : yellowish incrustation forming on teeth, a native of Tartary in Asia, பற்காரை, தார்த்தாரி நாட்டினர்

task *(n)* : a piece of work, வேலை

taste *(n)* : the sensation one gets when an edible thing is in the mouth, intellectual relish, சுவை, சுவையுணர்வு, நாட்டம்; *(v)* : perceive by the touch of tongue, சுவை பார்

tasty *(adj)* : pleasant to the taste, சுவையான

tattered *(adj)* : ragged and torn, கிழிந்த, கந்தலான

tattle *(n)* : gossipping talk about others, வம்பளம்பு

tattoo *(v)* : mark the skin with a colouring matter, பச்சைக் குத்திக் கொள்; *(n)* : a design tattoed on the skin, பச்சை குத்தப்பட்ட வடிவம்

taught *(v)* : past tense and past participle of teach, 'teach' என்பதின் இறந்தகால, இறந்தகால முற்றெச்ச வடிவம்

taunt (*n*) : offensive remark, contemptuous reproach, தாக்கும் சொல், நிந்தனை

taut *(adj)* : tightly stretched, இழுத்து இறுக்கமாகக் கட்டப்பட்ட

tautology *(n)* : the repeating of the same thing in a different way without good reason, கூறியது கூறல்

tavern *(n)* : a public house, an inn, பொது விடுதி, சத்திரம்

tax *(n)* : a duty imposed on a person or company for the benefit of the government, வரி; *(v)* : impose a tax, வரி விதி

taxable *(adj)* : subject to taxation, வரி விதிக்கத்தக்க

taxation *(n)* : the system of raising the fund by imposing taxes, வரி விதிப்பு

taxi *(n)* : a hired motor car, வாடகை மோட்டார் வண்டி

taxidermy *(n)* : act of preserving and stuffing animal skins so as to make them look life-like, இறந்த விலங்குகளின் உடலில் பஞ்சு நார் முதலியவற்றைத் திணித்து உயிருள்ளவை போல் ஆக்கும் கலை

tea *(n)* : the dried leaves of a tea plant, a drink made from those leaves, தேநீர்

teach *(v)* : to impart knowledge or skill, instruct, கற்பி, விளக்கு

teacher *(n)* : one who teaches, ஆசிரியர்

teak *(n)* : a tropical tree with very hard wood, தேக்கு மரம்

team *(v)* : harness in team, join, ஒன்று சேர், ஒன்று திரட்டு; *(n)* : a set or number of animals, a group of people working together, விலங்குத் தொகுதி, கூட்டணி

tear *(v)* : to draw or pull apart with violence, கிழி, பிள; *(n)* : a rough cut, drop of water coming out of one's eyes, கிழிசல், கண்ணீர்

tease *(v)* : to make fun of, pester, கேலி செய், தொல்லையளி

teasel *(n)* : a plant with large prickly heads, முள்ளி

teat *(n)* : the part of the mammals through which milk passes to its young, முலைக்காம்பு

technical *(adj)* : belonging to some special branch of knowledge, art industry, etc., தொழில்நுட்பம்

technique *(n)* : mechanical skill, method of execution, தொழில் நுணுக்கம், தொழில் நுட்பம், வேலை முறை

tedious *(adj)* : tiresome, boring, dull, களைப்பூட்டும், சலிப்பு தரும், மந்தமான

teem *(v)* : be prolific, be very plentiful, to come down heavily (about rain), இனப் பெருக்கம் செய். நிறைந்திரு, (மழை) பொழி

teens *(n pl)* : the years of one's age between 13 and 19, 13 லிருந்து 19 வரையுள்ள வயது

teeth *(n)* : plural of tooth, பற்கள்

teethe *(v)* : to grow teeth, பல் முளை

teetotaller *(n)* : one advocating total abstinence from intoxicating drinks, மது வகைகளை அறவே ஒதுக்கிடுபவர்

telegram *(n)* : written message sent over wires by electricity, தந்தி, தொலை வரி

telegraph *(n)* : the system of transmitting messages by electrical impulses through wires, தந்தி முறை

telepathy *(n)* : communication of thoughts from one mind to another without the normal use of senses, தொலையுணர்வு

telephone *(n)* : a device transmitting speech or sound to a distant place by means of electricity through wires, தொலைபேசி

teleprinter *(n)* : an electric machine that prints telegraph messages, தந்தி முறைத் தட்டச்சு

television *(n)* : a method of sending pictures in motion on a screen, தொலைக்காட்சி

tell *(v)* : speak about something, show, command, let know, கூறு, சொல், வெளியிடு, கட்டளையிடு, அறிவி

teller *(n)* : one who tells or counts, கூறுபவர், எண்ணுபவர்

telltale *(adj)* : tending to reveal secrets, இரகசியத்தை வெளியிட முயலும்

temerity *(n)* : rashness, audacity, துடுக்கு, துணிச்சல்

temper *(n)* : habitual state of mind, condition of metal, மனநிலை, உலோகத்தின் பக்குவ நிலை; *(v)* : to moderate, make metal hard and elastic by heating and cooling, தணி, உலோகத்தைப் பதப்படுத்து

temperament *(n)* : one's nature மனப்போக்கு, உணர்ச்சியியல்பு

temperance *(n)* : moderation, self-control, total abstinence, மிதப் படுத்துதல், தன்னடக்கம், அறவே விட்டொழித்தல்

temperate *(adj)* : moderate, மிதமான

temperature *(n)* : degree of heat and cold, வெப்பநிலை

tempest *(n)* : a very bad windy storm, புயல், சூறாவளி

temple *(n)* : building used for worship, flat part on either side of the forehead, a device on loom, கோயில், நெற்றிப் பொட்டு, தறியில் உள்ள குறுக்குக்கழி

tempo *(n)* : speed of movement or activity, இயக்கவேகம், செயல் விரைவு

temporal *(adj)* : pertaining to life in this world, earthy, secular, உலக வாழ்விற்குரிய, உலகியல் சார்ந்த, இம்மைக்குரிய

temporary *(adj)* : lasting for a short time only, transient, தற்காலிக, நிலையற்ற

tempt *(v)* : lead someone to want to do something, attract, தூண்டு, ஆசைகாட்டு

temptation *(n)* : a thing that leads one to want to do something, தூண்டும் பொருள், தூண்டுதல்

ten (*n & adj*) : the number following nine, பத்து

tenable (*adj*) : that can be defended, that can be held, ஏற்றுக் கொள்ளக் கூடிய, நிலைக்கக்கூடிய

tenacious (*adj*) : holding fast, obstinate, இறுகப் பற்றிக் கொள்கிற, விடாப்பிடியான

tenancy (*n*) : occupancy, property held by a tenant, குடியிருப்புரிமை, குடியிருப்பு

tenant (*n*) : an occupant, one who holds possession of a property, வாடகைக்கு குடியிருப்பவர், குத்தகைக்காரர்

tend (*v*) : to look after, to result in, be usual, be inclined to move, கவனி, நேர்வுறு, இயல்பாயிரு, நோக்கிச் செல்

tendency (*n*) : inclination, leaning, போக்கு, சார்பு, சாய்வு

tender (*n*) : one who looks after, a fuel wagon in a locomotive, statement of the price at which one offers to supply goods or services or to do something, பாதுகாப்பவர், வளர்ப்பவர், எரிபொருள் பெட்டி, ஒப்பந்தப்புள்ளி; (*adj*) : soft, sympathetic, மென்மையான, இளமையான, இரக்கமுள்ள

tendon (*n*) : fibrous cord connecting muscle and bone, தசை நாண்

tendril (*n*) : a slender threadlike part in climbing plants, கொடிகளின் தளிர்

tenement (*n*) : a flat or rented portion in a house, குடியிருப்பு மனை

tenet (*n*) : strong opinion, principle, நிலையான கருத்து, கொள்கை

tennis (*n*) : a game in which players strike the ball with rackets over a net, வரிப்பந்தாட்டம்

tennis court (*n*) : marked area for playing tennis, வரிப்பந்தாட்டக் களம்

tenor (*n*) : men's highest singing voice, ஆடவரின் உச்ச குரலிசை

tense (*adj*) : stretched tight, strained, இறுக்கமான, விறைப்பான; (*n*) : a form of verb that relates it to time, காலங்காட்டும் வினைவடிவம்

tension (*n*) : act of stretching, uneasiness, mental stress, நீட்டி இழுத்தல், மன அலைவு, மன இறுக்கம்

tent (*n*) : a portable shelter, roll of spongy material used to clean or plug a wound, கூடாரம், புண்ணின் உள்ளே செருகப் பயன்படும் மிருதுவான பொருள்

tentacles (*n & pl*) : the threadlike feelers of an insect, உணர் கொம்பு

tentative (*adj*) : provisional, experimental, தற்காலிகமான, தேர்வு ஆராய்ச்சிக்கான

tenuous (*adj*) : thin, delicate, flimsy, having light density, ஒல்லியான, நுண்ணிய, மெல்லிய, அடர்த்தி குறைந்த

tenure (*n*) : conditions of holding, right of holding property or office, உரிமை நிலை, உடைமையுரிமை, பதவியுரிமை

tepid (*n*) : slightly warm, வெதுவெதுப்பான

tercentenary (*n*) : pertaining to a period of 300 years or to a 300th anniversary, முந்நூறு ஆண்டுகள் சார்ந்த, முந்நூறாவது ஆண்டுக் குரிய

term (*n*) : a set period of time, a word or expression, காலவரையறை, சொல்

termagant (*n*) : a turbulent woman, வம்புச் சண்டைக் கிழுப்பவள்

terminal (*adj*) : occurring in every term, pertaining to the end, பருவத்திற்குரிய, கடைசியான; (*n*) : end, முனை

terminate (*v*) : to limit, bring to an end, வரையறைப்படுத்து, முடிவு கட்டு

terminology (*n*) : the study or use of terms, the technical terms used in science, art etc., கலைச் சொல்லியல், கலைச் சொற்கள்

terminus (*n*) : the final point, the farthermost, இறுதிமுனை, முடிவிடம்

terra (*n*) : earth, நிலம்

terrace (*n*) : a raised bank of land, மேல்தளம், மொட்டை மாடி

terra-cotta (*n*) : a mixture of clay and sand used for making small statues, pottery etc., மண்பாண்டம், சிலைகள் முதலியன செய்யப் பயன்படும் களிமண், மணல் முதலியவற்றின் கலவை

terrain (*n*) : stretch of land, நிலப்பகுதி

terrestrial (*adj*) : pertaining to land or earth, worldly, மண்ணுக்குரிய, நிலத்திற்குரிய, உலகத்திற்குரிய

errible (*adj*) : terrifying, அச்சம் தருகிற

errier (*n*) : a short-haired dog, குட்டை மயிர் நாய்

errific (*adj*) : evoking terror, அச்சமூட்டும்

errify (*v*) : to frighten, அச்சமூட்டு

erritory (*n*) : a large stretch of land, part of a country, நிலப்பகுதி, ஆட்சிப்பகுதி

terror (*n*) : great fear, one who or that which causes great fear, அச்சம், அச்சமூட்டும் மனிதர் அல்லது பொருள்

terrorist (*n*) : one who favours terrorism, a violent revolutionary, அச்சுறுத்துபவர், கடும்புரட்சியாளர்

terse (*adj*) : brief and to the point, சுருக்கமான, செறிவான

terrorize (*v*) : to fill with terror, அச்சுறுத்து, நடுங்கச்செய்

tessellated (*adj*) : having a pattern made up of many small different coloured blocks, பலவண்ணக் கட்டங்களால் அமைக்கப் பெற்ற

test (*n*) : a trial, a short examination சோதனை, தேர்வு; (*v*) : to try out, சோதனை செய்

testament (*n*) : declaration, will, அறிக்கை, உயில், இறுதிவிருப்ப ஆவணம்

testament (*n*) : one of the two great divisions of the Bible, விவிலியத்தின் புதிய ஏற்பாடு, பழைய ஏற்பாடு

testator (*n*) : one who leaves a will, இறுதி விருப்பாவணம் எழுதியவர்

testify (*v*) : give evidence, affirm, சான்று காட்டு, உறுதியளி

testimonial (*n*) : certificate of qualifications, character and ability, நடத்தைச்சான்றிதழ்

testimony (*n*) : witness, a proof, சான்று, அத்தாட்சி

testy (*adj*) : easily annoyed, எளிதில் சினம் கொள்கிற

tetanus (*n*) : a violent disease marked by stiffening and tightening of muscles, நரம்பு இசிவு நோய்

tether (*n*) : a rope for fastening an animal, தாம்புக்கயிறு; (*v*) : to fasten or confine with a tether, தாம்பு கயிற்றால் கட்டு

theirs (*pron*) : belief in the existence of God or Gods, the toxic effects of excessive tea-drinking, கடவுள் நம்பிக்கை, அளவுக்கு மீறித் தேனீர் குடிப்பதால் ஏற்படும் நச்சு விளைவுகள்

them (*pron*) : objective of they, அவர்களை, அவைகளை, அவர் களுக்கு, அவற்றிற்கு

theme (*n*) : a subject of discourse, a topic to be discussed or developed, கட்டுரைப் பொருள், தலைப்பு

themselves (*pron*) : plural form of himself, herself, itself, reflexive and emphatic form of they, அவர் களையே, அவைகளையே

then : (*adv*) at that time, next in space or time, அப்பொழுது, அடுத்தாற் போல், அப்பால் பிறகு (*conj*): accordingly, in that case, ஆகவே, அப்படியானால்; (*adj*): belonging to that time, அக்காலத்திய (*n*): that time, அவ்வேளை

thence (*adv*) : from that place, therefore, after that time, அங்கிருந்து, அதனால், அச்சமயத்திலிருந்து

thenceforth, thenceforward (*adv*) thereafter, அதுமுதல்

theodolite (*n*) : a surveying instrument used for measuring horizontal and vertical angles, தளமட்டக் கோண அளவி

theology (*n*) : the science of religion, சமயச் சித்தாந்தவியல்

theorem (*n*) : a rule or statement of relations formulated in symbols, தேற்றம்

theory (*n*) : a hypothesis, a body of fundamental principles of science or art, a plan or scheme existing in the mind only, கொள்கை, கோட் பாடு, கருத்தியல் திட்டம்

theosophist (*n*) : one who believes in one system of philosophy which aims at a direct knowledge of God, பிரம்ம ஞானி

theosophy (*n*): one of the systems of philosophy which aim at a direct knowledge of God, பிரம்ம ஞானம்

therapeutic (*n & pl*) : the part of medicine that treats of remedies for disease and their application, the science of healing, நோய் நீக்கியல்

there (*adv*) : in or at that place, thither அங்கு, அந்த இ[illegible]த்திற்கு

thereabout, thereabouts (*adv*) : about or near that place, approximately அதனருகே, கி[illegible] த்த[illegible]

thereafter (*adv*) : aferwards accordingly, அதன்பிறகு, ஆகவே

thereat (*adv*) : at that place or event or time or thing, அங்கே, அதனால், அது காரணமாக

thereby (*adv*) : nearby, by it or that, connected with, அதற்கருகில், அவ் வாறு, அதனால்

therefor (*adv*) : for this or that, connected with, அதற்கருகில், அவ்வாறு, அதனால்

therefor (*adv*) : for this or that, reason, hence, அதற்காக

therefore (*adv & conj*) : for that reason, hence, அக்காரணத்தால், ஆகையால்

therefrom (*adv*) : from this or that, இதிலிருந்து, அதிலிருந்து

therein *(adv)* : in that place or time or respect, அங்கு, அவ்விடத்தில், அதனில்

thereon *(adv)* : on that, thereupon, அதன்மேல், அதனால், உடனே

thereto *(adv)* : to this or that, in addition, இதற்கு, அதற்கு, அதன் மேலும்

therewith *(adv)* : with this or that, thereafter, இதனுடன், அதனுடன்

thermal *(adj)* : pertaining to heat, வெப்ப, வெப்பஞ் சார்ந்த

thermometer *(n)* : an instrument for measuring one's temperature, வெப்பநிலை மானி

thesaurus *(n)* : a form of lexicon containing a collection of words, phrases or selected passages from literature, சொற்களஞ்சியம்

these *(pron & adj)* : demonstrative plural of this, இந்த, இவர்கள், இவை

thews *(n & pl)* : muscles, sinews, தசைகள், தசை நார்

they *(pron)* : plural form of he, she or it அவர்கள், அவைகள்

thick *(adj)* : not thin, crowded together, heavy, தடிப்பான, நெருக்கமான, கெட்டியான

thicken *(v)* : make thick, தடிப்பாக்கு

thicket *(n)* : a thick growth, jungle, புதர்க்காடு, காடு

thickness *(n)* : the state or quality of being thick, density, closeness, தடிமன், அடர்த்தி, நெருக்கம்

thickset *(adj)* : having a short stout body, closely planted, பருத்த, நெருக்கமாக நடப்பட்ட

thickskinned *(adj)* : not easily hurt, not sensitive to insult, reproach,etc., எளிதில் உணர்ச்சிவசப்படாத தடித்த தோலுள்ள, பிறரது அவமதிப்பை உணராத

thickskull *(n)* : a stupid person, முட்டாள், அறிவற்றவன்

thief *(n)* : a robber, one who steals, திருடன், கள்வன்

thigh *(n)* : the leg between the hip and the knee, தொடை

thimble *(n)* : a cap usually worn on the middle finger when sewing for protection, விரல் உறை

thin *(adj)* : slim, lean, not thick, strong, ஒல்லியான, நெருக்கமற்ற, வலிமையற்ற; *(v)* : to grow or become thin or thinner, மெலிந்து போ, மெலிதாக்கு, நெருக்கமற்றதாகச் செய்

thine *(pron)* : the possessive of thou, உன்னுடைய

thing *(n)* : any object, idea, an act, பொருள், எண்ணம், நிகழ்ச்சி

think *(v)* : to produce or form in the mind, believe, get an idea, make use of one's mind, எண்ணு, கருது, ஆராய், நினைத்துப்பார், சிந்தி

thinking *(n)* : thought, mental action, சிந்தித்தல், யோசனை

third *(adj)* : following the second, மூன்றாவது

thirst *(n)* : strong desire for drink, a longing or craving, தாகம், ஆசை, அவா

thirteen *(n & adj)* : ten plus three, பதின்மூன்று

thirty *(n & adj)* : three times ten, முப்பது

this *(adj)* : used to point out something near in place or time, இந்த; *(pron)* : the thing pointed to, இது

thunderbolt *(n)* : a shaft of lightning with a crash of thunder, இடியுடன் கூடிய மின்னல்

thunderclap *(n)* : peal of thunder, இடிமுழக்கம்

thunderstroke *(n)* : a lightning followed by thunder, a great and sudden surprise, இடியுடன் கூடிய மின்னல், திகைப்பு

thunderstruck *(adj)* : struck by lightning, amazed, இடி மின்னலால் தாக்குண்ட, திகைப்படைந்த

Thursday *(n)* : the fifth day of the English week, வியாழக்கிழமை

thus *(adv)* : in this manner, accordingly, to this degree or extent, இங்ஙனம், இவ்வாறு, இதுவரையில்

thwack *(n)* : a heavy blow, மொத்துகை

thwart *(v)* : to cross, to frustrate, obstruct, குறுக்கிடு, இடையூறு செய், தடை செய்

thy *(pron)* : possessive adjective of thee, உன்னுடைய

thyself *(pron)* : emphatic and reflexive form of 'thy' உன்னையே, நீயே

tiara *(n)* : a jewelled head dress, crown worn by Pope, a kind of turban, மணிமுடி, போப்பாண்டவரின் மணிமுடி, ஒரு வகைத் தலைப் பாகை

tick *(n)* : light tapping sound, a mark (√) used to indicate approval or correctness, டிக் என்ற ஒலி, சரியென்பதைக் காட்டும் அடையாளக் குறி; *(v)* : make a small quick sound, to mark a tick, 'டிக், டிக்' என்று ஒலி எழுப்பு, சரியென்ற அடையாளக் குறியிடு

ticket *(n)* : marked card giving the bearer the right to do something, a price card, பயணச் சீட்டு, உரிமைச் சீட்டு, விலைச் சீட்டு

tickle *(v)* : to delight, touch lightly, மகிழ்ச்சி ஏற்படுத்து, தொட்டுக் கூச்சமுண்டாக்கு

tide *(n)* : season, the alternate rising and falling of the surface of the sea, பருவம், கடலின் ஏற்ற இறக்கம்

tidings *(n & pl)* : news, information, செய்தி, தகவல்

tidy *(adj)* : neat, arranged in good order, தூய்மையான, ஒழுங்கான

tie *(v)* : fasten, bind, make a knot, கட்டு, இணை, முடிச்சு போடு

tier *(n)* : horizontal row or rank, அடுக்கு, வரிசை

tiff *(n)* : a little quarrel, சிறு பூசல், சச்சரவு

tiffin *(n)* : light lunch, சிற்றுண்டி

tiger *(n)* : fierce carnivorus animal, புலி

tight *(adj)* : closely packed, compact, tied fast, இறுக்கமான, நெருக்கமான, தொய்வில்லாத; *(adv)* : fast, கெட்டியாக

tighten *(v)* : to make tight or tighter, இறுக்கு

tightfisted *(adj)* : miserly, stingy, கஞ்சத்தனமான

tigress *(n)* : female tiger, பெண்புலி

tile *(n)* : thin flat brick used for covering roof, floors, etc., ஓடு

till *(conj)* : the time until, அது வரை யிலும்; *(prep)* : the time of, வரையில்; *(v)* : cultivate, பயிர் செய், பண்படுத்து; *(n)* : a drawer or tray for keeping money, கல்லாப் பெட்டி

tillage *(n)* : the act of tilling, cultivation, உழுதல், பயிரிடுதல்

tiller *(n)* : one who tills the soil, a device for turning a boat's rudder, உழவன், சுக்கானைத் திருப்பும் கருவி

tilt *(v)* : to incline, lean to one side, சரிவுறு, ஒருபுறமாகச் சாய்; *(n)* : sloping position, சாய் நிலை, சாய்தல்

tilth *(n)* : tilling of land, cultivated land, உழுதல், பயிரிடப்பட்ட நிலம்

timber *(n)* : wood suitable for building and carpentry, beam, தடி, உத்தரம்

timbre *(n)* : quality, தன்மை, இயல்பு

timbrel *(n)* : a kind of drum, தோல் கருவி, சிறுமுரசு

time *(n)* : a measured period, season of the year, சமயம், வேளை, நேரம், காலம், பருவம்; *(v)* : to do just at the right moment, to measure the time, குறித்த காலத்தில் செய், நேரத்தை அள

time-honoured *(adj)* : honoured because of its antiquity, பழமைக் காக மதிக்கப்பட்ட, நெடுங் காலமாகப் போற்றப்பட்ட

timekeeper *(n)* : one who keeps time, a clock, கடிகாரம், நேரப் பதிவாளர்

timely *(adj)* : happening at the proper time, குறித்த நேரத்தில் நிகழ்கிற

timepiece *(n)* : a portable apparatus for measuring and recording time, கடிகாரம்

timeserver *(n)* : one who meanly alters his views to suit the times, வேளைக்குத் தக்கபடி நடப்பவர்

timetable *(n)* : a schedu. of the times for things to happen, கால அட்டவணை

timid *(adj)* : easily frightened, not bold, எளிதில் அச்சம் கொள்கிற, கோழையான

timidity *(n)* : shyness, lack of courage, நாணம், கோழைத்தனம்

timorous *(adj)* : timid, wanting in courage, கோழையான, தைரியமில்லாத

tin *(n)* : silver-white soft metal, வெள்ளீயம்; *(v)* : to plate with tin, ஈயம் பூசு

tincture *(n)* : a light colour, a medicinal solution, மங்கின நிறம், மருந்துக் கலவை

tinder *(n)* : any easily inflammable substance used for kindling fire from a spark, தீப்பொறியினால் தீ மூட்டப் பயன்படும் பொருள்

tinfoil *(n)* : thin tin sheets used as a wrapping, மெல்லிய தகரத் தகடு

tinge *(v)* : to colour slightly, to give a trace, மென்னிறம் கல, சாயல் ஏற்படுத்து; *(n)* : a small trace of colour, flavour, etc., added to something, ஒரு பொருளுடன் சிறிய அளவில் சேர்க்கப்படும் சாயம், வாசனை முதலியன

tingle *(v)* : a prickly feeling caused by excitement, fear, etc., சிலிர்க்க வைக்கும் உணர்ச்சி, சிலிர்ப்பு

tinker *(n)* : one who mends pots and pans, ஓட்டை உடைசல் அடைப்பவர்; *(v)* : try to repair, பழுது பார்

tinkle *(v)* : make a series of sounds like those of a bell, கணகணவென்று

ஒலி எழுப்பு; *(n)* the sound of a bell. மணியோசை

tinman *(n)* : a tin-smith. தகர வேலை செய்பவன்

tinsel *(n)* : anything showy but of little value, a shining metal foil. பகட்டான பொருள், பளபளப்பான மெல்லிய தகடு

tint *(n)* a slight tinge, a faint colour. இலேசான நிறம், இள நிறம்

tinware *(n)* pots, pans, etc., made of tin or tinned iron. தகர சாமான்கள்

tiny *(adj)* : very small. சின்னஞ்சிறிய, மிகச்சிறிய

tip *(n)* : an end, money given for service. நுனி, முனை, சிறு அன்பளிப்பு

tipple *(v)* : to be fond of taking strong drink. மதுவை மிக விரும்பிக் குடி

tipsy *(adj)* : not steady, partially intoxicated. தள்ளாடும், குடி மயக்கமுடைய

tiptoe *(n)* : the tip of the toe. கால் விரல் நுனி; *(v)* : to walk cautiously on the tip of the toes. கால் விரல்களை ஊன்றி நட

tiptop *(adj)* : highest in quality, excellent. முதல் தரமான, மிகச் சிறந்த

tirade *(n)* : a long vehement speech. கண்டன உரை

tire *(v)* : become weary. சோர்வடை, களைப்படை

tired *(adj)* : fatigue. களைப்படைந்த. *(v)* : past tense and past participle of tire, 'tire' என்பதன் இறந்தகால, இறந்தகால முற்றெச்ச வடிவம்

tiresome *(adj)* : fatiguing, boring. சோர்வுடைய, சலிப்பான

tiro, tyro *(n)* a beginner in learning something. கற்றுக்குட்டி

tissue *(n)* : the substance of which the various parts of the body are composed, a woven fabric of fine nature, a piece of soft absorbent paper. திசு, நேர்த்தியான ஒரு வகைத் துணி, ஒரு வகை உறிஞ்சு தாள்

titanic *(adj)* : of great size, strength and power. மிகப்பெரிய, மிகு வலிமையுடைய, பேராற்றலுடைய

titbit *(n)* : an attractive bit of news, food, etc., சிறு துணுக்கு, தின்பண்டம்

tithe *(n)* : a tenth part, any small part. பத்தில் ஒரு பகுதி, சிறு கூறு

titivate *(v)* : make smart, dress up. மிடுக்கான தோற்றம் ஏற்படுத்து, ஒப்பனை செய்

title *(n)* : a name, word used to show the rank, office, etc., of a person, ownership or right. பெயர், தலைப்பு, பட்டம், உரிமை

titled *(adj)* : having a title. பட்டப் பெயருள்ள, தலைப்புடைய

title deed *(n)* : document proving a right to a property. உரிமை ஆவணம், உரிமைப் பத்திரம்

title-page *(n)* : the page in the fornt part of a book giving its title or name and the author's name, etc., புத்தகத்தின் தலைப்புப் பக்கம்

titter *(v)* : to giggle. மனதிற்குள் சிரி

tittle-tattle *(n)* : gossip, chatter. வீண் வம்பு, உளறல்

to *(prep)* : towards. கு

toad *(n)* : a kind of frog. தேரை

toady *(n)* : flatterer, இச்சகம் பேசுபவர், முகத்துதி செய்பவர்

toast *(v)* : to brown the surface of bread by heating, அப்பத்தைச் சிவக்க வாட்டு; *(n)*: piece of bread browned by heat, சிவக்க வாட்டிய அப்பத் துண்டு

tobacco *(n)* : a narcotic plant and its leaf, புகையிலை

toboggan *(n)* : a long narrow sledge, சறுக்கு வண்டி

tocsin *(n)* : an alarm bell, எச்சரிக்கை மணி

today *(n)* : the present day, இன்று; *(adv)* : on the present day, இக்காலத்தில்

toddle *(v)* : walk with short feeble steps as a child, தளர் நடையிடு, தத்தித் தத்தி நட

toddler *(n)* : a child just learning to walk, தளர் நடை போடும் குழந்தை

toddy *(n)* : the fermented juice of various palms, கள்

toe *(n)* : one of the parts at the end of the foot, கால் விரல் நுனி

toffee *(n)* : a sticky sweetmeat, ஒரு வகை இனிப்புப் பண்டம்

together *(adv)* : in a group, with one another, into one unit, ஒருமித்து, ஒன்றோடொன்று, ஒருசேர

togs *(n & pl)* : clothes, ஆடைகள்

toil *(v)* : to work hard continuously, கடுமையாக உழை; *(n)* : a hard work, கடும் உழைப்பு

toilet *(n)* : dressing room, bath room or urinal, ஒப்பனை அறை, கழிப்பிடம்

toils *(n & pl)* : nets, troubles, வலை, துன்பம்

toilsome *(adj)* : laborious, கடும் உழைப்புடைய

token *(n)* : sign, indication, mark, குறி, குறிப்பு, அடையாளம்

tola *(n)* : an Indian unit of weight, இந்திய நாட்டின் எடையலகு

told *(v)* : past tense and past participle of tell, 'tell' என்பதன் இறந்த கால, இறந்தகால முற்றெச்ச வடிவம்

tolerable *(adj)* : that can be tolerated, fairly good, பொறுத்துக்கொள்ளக் கூடிய, நடுத்தரமான

tolerance *(n)* : power to bear, forbearance, தாங்கும் தன்மை, சகிப்புத் தன்மை, பொறுமை

tolerant *(adj)* : having tolerance, சகிப்புத் தன்மையுடைய, பொறுத்துக் கொள்ளும் இயல்புடைய

toleration *(n)* : act of tolerating, forbearance, சகிப்புத்தன்மை, பொறுத்துக் கொள்ளும் இயல்பு, பொறுமை

toll *(n)* : a tax or charge to be paid to use a bridge, high way, etc., a charge for some service, சுங்கம், தீர்வை; *(v)* : to ring (a church bell, etc.,) மணியடி

tollgate *(n)* : a gate where toll is collected, சுங்கச் சாவடி

tomato *(n)* : a red or yellowish fruit, the plant bearing it, தக்காளிப் பழம், தக்காளிச் செடி

tomb *(n)* : a grave for the dead, a burial monument, கல்லறை, சமாதி

tomboy *(n)* : a girl who plays boy's games, ஆண் பிள்ளை போல் விளையாடும் பெண்

tomcat *(n)* : a male cat, ஆண் பூனை

tomfool *(n)* : a foolish person, முட்டாள்

tomorrow *(n)* : the day after today, நாளை; *(adv)* : on the day after today, நாளைக்கு

tomtit *(n)* : a small bird, சிறு பறவை

tomtom *(n)* : a kind of deep drum, தமுக்கு

ton *(n)* : a unit of weight, a large quantity, எடை அலகு, பேரளவு

tone *(n)* : a vocal or musical sound, character or style, குரல், இசைக் குரல், தொனி, குரல் பண்பு

tongs *(n)* : a device for seizing or lifting objects, இடுக்கி, குறடு

tongue *(n)* : the movable muscular structure in the mouth used in tasting and (in man) speaking, நாக்கு

tongue-tied *(adj)* : unable to speak freely, பேச நாக்கு எழாத

tonic *(n)* : medicine given to make one strong, சத்தூட்ட மருந்து

tonight *(adv)* : on or during the present night, இரவில்; *(n)* : this night, இன்றிரவு

tonnage *(n)* : a duty or tax on ships, the weight in tons, capacity of a ship in tons, கப்பலின் எடை வரி, டன் அலகிலுள்ள எடையளவு, கப்பலின் சரக்கு கொள்ளளவு

tonsil *(n)* : one of a pair of vocal masses of tissue on the side of the throat at the back of the mouth, தொண்டைச் சதை

tonsure *(n)* : the shaving of the front of the head, முன் தலை மழிப்பு, மொட்டை அடித்தல்

too *(adv)* : also, more than enough, extremely, மேலும், அதிகப் படியாக, மிகவும்

took *(v)* : past tense of take, 'take' என்பதன் இறந்தகால வடிவம்

tool *(n)* : any implement, கருவி

toot *(n)* : a sound made by blowing, a sound, ஊதொலி, கூக்குரல்

tooth *(n)* : one of the hard bony growths in the jaws used for biting, tearing, etc., பல்

tooth some *(adj)* : tasty, சுவையான

top *(n)* : highest point or part, the upper side, the head, a round toy, உச்சப் பகுதி, மேனிலை, மேல் பக்கம், உச்சி, பம்பரம்; *(v)* : to rise above, be first in, furnish with a top, மேலே ஏறு, முதன்மை யாயிரு, மூடி போடு

topaz *(n)* : a crystalline mineral used as a gem, புஷ்பராகம்

toper *(n)* : one who takes much strong drink, மிதமிஞ்சி மதுபானம் அருந்துபவன்

topic *(n)* : the subject of writing, discussion, etc., தலைப்பு

topmost *(adj)* : at the very top, மிகச்சிறந்த, உயர்ந்த

topography *(n)* : the science of showing a place or region on maps, charts, etc., இடவிளக்க விவரம்

topple *(v)* : fall forward, tremble, cause to be unsteady and overturn, ஆடி விழு, நடுங்கு, தலைகீழாகக் கவிழ்

topsyturvy *(adj)* : reversed, தலை கீழான; *(adv)* : in confusion or disorder, குழப்பமாக; *(n)* : confusion, தாறுமாறான நிலை, குழப்பம்

tor *(n)* : a rocky hill, குன்று

torch *(n)* : a portable light consisting of some combustible substance soaked in oil. a portable device for producing a flash light, தீவட்டி, ஒளிவிளக்கு

torch-bearer *(n)* : one who carries a torch. a leader, தீவட்டி பிடிப்பவர், வழிகாட்டி

torch light *(n)* : the light of a torch, தீவட்டி வெளிச்சம்

tore *(v)* : past tense of tear, 'tear' என்பதன் இறந்தகால வடிவம்

torment *(n)* : physical or mental torture, உடல் வேதனை, மன வேதனை; *(v)* : to make suffer greatly in body or mind, வேதனைக்குட்படுத்து, தொந்தரவு செய்

torn *(v)* : past participle of tear, 'tear' என்பதன் இறந்தகால முற்றெச்ச வடிவம்

tornado *(n)* : whirlwind or hurricane, சுழற்காற்று, சூறாவளி

torpedo *(n)* : a fish that produces electric shock, an explosive used in destroying ship, மின் மீன், நீர் மூழ்கிக் குண்டு

torpid *(adj)* : dormant, slow and dull, உணர்ச்சியற்ற, மந்தமான

torpor *(n)* : dormancy, dullness, மரமரப்பு, மந்தம்

torrent *(n)* : a violent stream of water, விசை நீரோட்டம்

torrid *(adj)* : hot, tropical, வறட்சி மிகுந்த, வெப்பமான

torsion *(n)* : the act of twisting, [illegible]

torso *(n)* : the body without head or limbs, (உடல்) முண்டம்

tortoise *(n)* : an animal of the reptile family having a toothless beack and soft body encased in a hard shell, [illegible] ஆமை

tortuous *(adj)* : winding, deceiving, சுற்றி வளைந்து செல்லும், நேர்மையற்ற

torture *(n)* : severe pain, மிகுந்த வேதனை, சித்திரவதை; *(v)* : to cause extreme physical or mental pain to, சித்திரவதை செய், வேதனைப்படுத்து

toss *(v)* : throw up in the air, to move restlessly, சுண்டிப்போடு, தடுமாறு

tot *(n)* : a tiny child, சிறு குழந்தை

total *(adj)* : entire, complete, மொத்த முழுமையான; *(n)* : the whole amount or number, மொத்தம் கூட்டு

totally *(adv)* : entirely, comple முழுதும், முற்றிலும்

totem *(n)* : an animal or plant used as the badge or sign of a tribe குல மரபுச் சின்னம்

totter *(v)* : walk with trembling steps, தள்ளாடி நட

toucan *(n)* : a kind of bird, ஒரு வகைப் பறவை

touch *(v)* : feel by placing the fingers, be in contact with, reach, lay hands on, தொடு, தொடர்பு கொள், அடை

touchiness *(n)* : irritability, எரிச்சலூட்டும் தன்மை

touching *(adj)* : arousing tender emotion, உருக்கமான; *(prep)* : concerning about, குறித்து, பற்றி

touch-me-not *(n)* : a plant whose leaves close down when touched தொட்டாற் சுருங்கி

touch stone *(n)* : a test stone used to test the purity of gold or silver, any test of genuineness, [illegible]

touchy *(adj)* oversensitive, easily offended, கூருணர்வுடைய, எளிதில் சினம் கொள்கிற

tough *(adj)* : difficult, rough, stiff, கடினமான, முரடான, கெட்டியான

tour *(n)* : a going round, a sight seeing journey, சுற்றுப்பயணம், சுற்றுலா

tournamnet *(n)* : a series of contests in sports, games, etc., விளையாட்டுப் போட்டிகள்

tourney *(v)* : take part in a tournament விளையாட்டுப் போட்டியில் பங்கெடு; *(n)* : tournament, விளையாட்டுப் போட்டி

tourniquet *(n)* : a device for stopping bleeding by compressing the artery, குருதித் தடுப்புக் கருவி

tout *(n)* : one who procures customers, one who provides tips regarding the winning horse in a horse-race, வாடிக்கையாளர்களைத் தேடித் தருபவர், குதிரைப் பந்தயத்தில் வெற்றிவாய்ப்பைக் கூறும் தரகர்

tow *(v)* : to pull, இழுத்துக் கொண்டு செல்

toward (s) *(prep)* : in the direction of, திசையாக, *(adv)* : nearly, பக்கத்தில்

towel *(n)* : a piece of cloth for wiping things, துவாலை

tower *(n)* : a tall slender part of a building, கோபுரம்

towering *(adj)* : high and tall, great, உயரமான, மேம்பட்ட

town *(n)* : place larger than a village but smaller than a city, the business centre of a city, பட்டணம், நகரம்

townsfolk *(n & pl)* : people of a town, நகரத்தார்

townsman *(n)* : one who lives in a town, பட்டண வாசி, நகரவாசி

toxin *(n)* : a poison, நஞ்சு

toy *(n)* : child's play thing, a thing of little value or importance, any thing small, பொம்மை, சிறு திறப் பொருள், சிறு பொருள்

trace *(n)* : a mark, foot print, etc., left behind, a small quantity, சுவடு, தடம், சிறிதளவு; *(v)* : draw an outline, copy by drawing over the lines of, follow, detect, வரை, படிகோட்டில் வரைந்து பகாப்பு எடு, அடிச்சுவட்டைப் பின்பற்று, துப்பறி

traceable *(adj)* : that can be traced, அடையாளம் கண்டு பிடிக்கத் தக்க, வரையத்தக்க, பின்பற்றக் கூடிய

traces *(n & pl)* : the leather strap used in a horse drawn carriage, கடிவாளம்

trachea *(n)* : the air passage from the throat to the lungs, the wind pipe, மூச்சுக்குழல்

track *(n)* : a mark left by the passing of something, a road or path, சுவடு, பாதை; *(v)* : trace, follow, அடிச்சுவட்டைப் பின்பற்று, பின் தொடர்

tract *(n)* : region or area, a stretch of land or country, a pamphlet on religion or politics, (நிலப்பரப்பு) சமய அல்லது அரசியல், சிறு நூல்

tractable *(adj)* : malleable, easily taught, எளிதில் உருவாக்கத்தக்க, எளிதில் பயிற்றுவிக்கக்கூடிய

tractor *(n)* : a heavy machine for pulling loads, ploughs, etc., இழுவை எந்திரம்

trade *(n)* : commerce, business, occupation, வாணிகம், வாழ்க்கைத் தொழில்; *(v)* : buy and sell, வாணிகம் செய்

trader *(n)* : one who trades, a merchant, வணிகர், வியாபாரி

tradesman *(n)* : a shopkeeper, a mechanic, கடைக்காரர், தொழில் நுட்ப வினைஞர்

tradition *(n)* : convention, மரபு

traduce *(v)* : defame, to turn against, அவதூறு சொல், திரித்துக் கூறு

traffic *(n)* : buying and selling, large trade, movement of people and vehicles, வணிகம், போக்குவரத்து; *(v)* : to trade, வாணிகம் செய்

tragedy *(n)* : a play having a sad ending, துன்பியல் நாடகம், அவல நிகழ்ச்சி

tragic, tragical *(adj)* : sad, suitable to tragedy, துயரம் நிரம்பிய, துன்பியல் நாடகத்துக்குரிய

trail *(n)* : track, trace, a part drawn behind, அடிச்சுவடு, அடையாளம், போனவழி

train *(n)* : a line of coaches joined together and pulled by an engine, ரயில் வண்டி; *(v)* : to bring up, to teach, பழக்கு, பயிற்சி கொடு

training *(n)* : practical education in any profession, பயிற்சி

trait *(n)* : a peculiar feature, a distinct quality, தனித்தன்மை, சிறப்பியல்பு

traitor *(n)* : one who betrays, one guilty of treason or treachery, காட்டிக் கொடுப்பவன், நாட்டுப் பகைவன்

tram, tramcar *(n)* : a car running on rails for carrying passengers along streets, டிராம் வண்டி

trammel *(n)* : a kind of fishing net, something that hinders freedom of action, வலை, தளை, தடங்கல்

tramp *(v)* : to step heavily, travel over on foot, காலை அழுத்தி வைத்து நட, கால் நடைப் பயணம் செய்; *(n)* : the sound of heavy steps, travel over on foot, காலை அழுத்தி வைத்து நடக்கும் ஒலி, கால்நடைப்பயணம்

trample *(v)* : to tread heavily, காலை அழுத்தி வைத்து நட

trance *(n)* : an unnatural deep sleep, மெய்மறந்த நிலை

tranquil *(adj)* : quiet, free from disturbance, அமைதியான, கலங்காத, தொல்லையற்ற

tranquility *(n)* : quietness, calmness, அமைதி, கலக்கமின்மை

transact *(v)* : to conduct, to carry on, செயலாற்று, நடைமுறைப் படுத்து

transaction *(n)* : a piece of business, a written record, வாணிக அல்லது தொழில் நடவடிக்கை, ஒப்பந்த ஆவணம்

transcend *(v)* : exceed, to be superior to, மிகுதியாகு, மேம்படு

transcribe *(v)* : to copy, translate or transliterate, எடுத்தெழுது, மொழி பெயர்ப்பு செய், ஒலிபெயர்த்து எழுது

transcription *(n)* : a copy written down, படியெடுத்தல், பெயர்த் தெழுதுதல்

transfer *(v)* : to carry or send from one place to another, இடமாற்றம் செய்; *(n)* :change of place or possession, இடமாற்றம், உரிமை மாற்றம்

transferable *(adj)* : that may be transfered, மாற்றம் செய்யத்தக்க

transfigure *(v)* : to change the shape or appearance of, தோற்ற மாற்றம் செய்

transfix *(v)* : to pierce through, to make unable to move, குத்து, அசைவற்று இருக்கச் செய்

transform *(v)* : to change the form or appearance of, உருமாற்றம் செய்

transformation *(n)* : change of substance or form, பொருள் மாற்றம், உரு மாற்றம்

transformer *(n)* : one who or which transforms, an electrical appliance, உரு மாற்றுபவர், உரு மாற்றுவது, மின்மாற்றி

transfuse *(v)* : cause to pass through, ஊடுருவச்செய்

transgress *(v)* : to go beyond the limit, break, (a law, etc.,) அத்து மீறி நட, சட்டத்தை மீறு

tranship, transship *(v)* : transfer from one ship, train, etc., to another, ஒரு கப்பலிலிருந்து மற்றொரு கப்பலுக்கு மாற்று, ஒரு ஊர்தி யிலிருந்து மற்றொரு ஊர்திக்கு மாற்று

transient *(adj)* : temporary, passing quickly, lasting only for a short time, நிலையற்ற, தோன்றி மறைகிற, சிறிது காலமே நிலைத்திருக்கக் கூடிய

transit *(n)* : the carrying of goods, passengers, etc., from place to place, the passing of the planet between the sun and the earth, ஓரிடத்திலிருந்து மற்றொரிடத் திற்குக் கொண்டு செல்லுதல், இடம் பெயர்தல்

transition *(n)* : a change from one form or place to another, நிலை திரிபு, நிலை மாற்றம், பெயர்ச்சி

transitive *(adj)* : taking a direct object to complete the meaning, செயல்படு பொருள் குன்றாத

transitory *(adj)* : staying for only a short time, temporary, கணத்தில் தோன்றி மறைகி, நிலையற்ற

translate *(v)* : change into a different language, மொழி பெயர்ப்பு செய்

translation *(n)* : a writing or speech translated into another language, removal, மொழி பெயர்ப்பு, இடமாற்றுதல்

transliterate *(v)* : to write the words of one language in corresponding alphabetic characters of another, ஒலி பெயர்த்து எழுது

translucent *(adj)* : permitting light to pass through partially, ஒளிகசியும்

transmigration *(n)* : the belief that the soul passes at death into some other body, கூடுவிட்டுக் கூடுபாய்தல், மறுபிறப்புக் கொள்கை

transmission *(n)* : the act of sending or passing on, a wireless broadcast, அனுப்புதல், செலுத்துதல், ஒலிபரப்புதல்

transmit *(v)* : to send from one place to another, to send out by means of radio waves, communicate, அனுப்பு, ஒலிபரப்பு, செய்தி அனுப்பு

transmutataion *(n)* : change into another form or substance, உருமாற்றம்

transparent *(adj)* : allowing light to pass through, easily seen to be true or false, ஒளி ஊடுருவும், தெளிவாகத் தெரிகின்ற

transpire *(v)* : to emit as (vapour or gas) through the excretory organs, become known, ஆவியாக அல்லது வியர்வையாக வெளிப்படு, இரகசியத்தை வெளிப்படுத்து

transplant *(v)* : to remove and replant in another place, to transfer from its original site to another part, நாற்று நடு, இடம் மாற்றி அமை, பெயர்த்து எடு

transplantation *(n)* : the act of transplanting, நாற்று நடுதல், இடம் மாற்றி அமைத்தல்

transportation *(n)* : banishment, conveyance, நாடு கடத்தல், ஏற்றி அனுப்புதல்

transport *(v)* : convey persons or goods from one place to another, கொண்டு செல்

transpose *(v)* : to interchange, to transport, நிலை மாற்று, இடம் மாற்று

transverse *(adj)* : lying across, குறுக்கான

trap *(n)* : an instrument or device for catching animals, பொறி, கண்ணி; *(v)* : to catch in a trap, பொறி வைத்துப்பிடி

trapezium *(n)* : a four-sided plane figure of which two sides are parallel, இரு பக்க இணைகோட்டுச் சரிவகம்

trappings *(n & pl)* : an ornamental harness of a horse, gay clothes, குதிரையின் அலங்காரமான சேணம், பகட்டான ஆடையலங்காரம்

trash *(n)* : worthless matter, குப்பை, செத்தை

travail *(n)* : labour in child birth, very hard labour, physical agony, பேற்று நோவு, கடும் உழைப்பு, உடல் நோவு; *(v)* : to suffer the pains of childbirth, to toil, பேற்று நோவு கொள், வருந்தி உழை

travel *(v)* : make a journey, பயணம் செய்; *(n)* : journey, பயணம்

traveller *(n)* : one who travels, பயணி

traverse *(v)* : to go across, pass through, குறுக்கே போ, கடந்து செல்

travesty *(n)* : ridiculous description of something, கேலியான வர்ணனை

trawl *(v)* : to fish by dragging a large net, பெரிய வலையைப் போட்டு மீன்பிடி

trawler *(n)* : one who trawls, a streamer which drags a trawl, பெரிய வலையால் மீன் பிடிப்பவர், மீன்பிடி படகு

tray *(n)* : a flat shallow utensil, தட்டம், தாம்பாளம்

treacherous *(adj)* : untrust-worthy, நம்பத்தகாத

treachery *(n)* : tricket, betrayal, நம்பிக்கைக் கேடு, வஞ்சித்தல்

treacle *(n)* : a thick sugary syrup, வெல்லப்பாகு

tread *(v)* : set down one's foot, crush with the feet, [illegible], காலால் நசுக்கு; *(n)* : a step, way of stepping, the part of the vehicle which touches the ground, மிதிப்பு, நடக்கும் பாங்கு, சக்கரத்தின் நிலந்தொடு பகுதி

treadle *(n)* : a lever operated by the foot, காலால் மிதித்து இயக்கும் நெம்பு கட்டை; *(v)* : operate with the legs, காலால் மிதித்து இயக்கு

treason *(n)* : disloyalty, faithlessness, the giving away of the secrets of one's own country to an enemy, நம்பிக்கைத் துரோகம், நாணயமின்மை, தாய்நாட்டுக்கு எதிரான சதிவேலை

treasure *(n)* : riches accumulated or possessed, money, stock of anything, நிதி, செல்வம், கருவூலம்; *(v)* : accumulate, consider as valuable, சேர்த்துவை, மதிப்புடையதாகக் கருதிப் போற்று

treasurer *(n)* : one who is in charge of a treasury, பொருளாளர்

treasuretrove *(n)* : a wealth of gold, silver, money, etc., found hidden in the earth the owner being unknown, புதையல்

treasury *(n)* : a place where public revenues are kept, கருவூலம்

treat *(v)* : to deal with, to pay for the entertainment, cure, கையாளு, விருந்தளி, சிகிச்சை செய்

treatise *(n)* : a literary composition, கட்டுரை

treatment *(n)* : the process of treating anything, the method of medical help, கையாளும் முறை, சிகிச்சை

treaty *(n)* : a formal agreement between two or more states, ஒப்பந்தம், உடன்படிக்கை

treble *(adj)* : triple, மும்மடங்கான; *(v)* : to multiply by three, மும்மடங்காக்கு

tree *(n)* : a woody plant, மரம்

treak *(v)* : to travel by ox wagon, migrate, மாட்டுவண்டியில் பயணம் செய், இடம் பெயர்ந்து குடியேறு; *(n)* : a journey by ox wagon, migrate, மாட்டுவண்டிப் பயணம், குடிபெயர்தல்

trellis *(n)* : a cross barred frame for supporting slender plants or creepers, கொடிப்பந்தல்; *(v)* : to furnish with trellis, கொடி படரப்பந்தல் போடு

tremble *(v)* : to shake involuntarily (as with fear, weakness, etc.,) நடுங்கு; *(n)* : shivering, நடுக்கம்

tremendous *(adj)* : terrible, remarkable, அஞ்சத்தக்க, குறிப்பிடத்தக்க வகையில் மிகப்பெரிய

tremor *(n)* : a shaking, shiver, அதிர்ச்சி, நடுக்கம்

tremulous *(adj)* : affected by trembling, timid, நடுங்கும், பதறும், அஞ்சுகிற

trench *(n)* : a ditch, பள்ளம், குழி; *(v)* : dig a ditch, குழி தோண்டு

trenchant *(adj)* : cutting deeply, sharp, ஆழமாக வெட்டுகிற, கூரிய

trend *(n)* : tendency, போக்கு

terpidation *(n)* : involuntary trembling, நடுக்கம், தடுமாற்றம்

trespass *(v)* : go on to the property or land of someone else without the owner's permission, வரம்பு கடந்து செல், பிறர் உரிமையில் தலையிடு, உரிமை கடந்து செயலாற்று

tress *(n)* : lock or curl of human hair, சுருட்டை மயிர்

trestle *(n)* : a strong frame work that holds something up, தாங்கு சட்டம்

tret *(n)* : an allowance to the purchaser for waste due to transportation, சேதாரசட்டுத் தள்ளுபடி

trews *(n & pl)* : trousers, கால் சட்டை

trial (*n*) : the act of testing, an experience, an attempt to do something, சோதனை, அனுபவம், முயற்சி

triangle (*n*) : a three-sided plane figure, முக்கோணம்

tribe (*n*) : a division, class or group of people, குலம்

tribulation (*n*) : suffering, trouble, துயரம், துன்பம்

tribunal (*n*) : a court of justice, தீர்ப்பு மன்றம்

tribune (*n*) : magistrate, any champion of the people, a raised platform, நீதிபதி, மக்கள் தலைவன், மேடை

tributary (*adj*) : subsidiary, paying tribute, துணையான, கப்பம் கட்டும்; (*n*) one who pays tribute, a stream flowing into another, கப்பம் கட்டுபவர், கிளை நதி

tribute (*n*) : tax paid by a conquered country, an acknowledgement, கப்பம், காணிக்கை, புகழுரை

trice (*n*) : an instant, கணநேரம்; (*v*) to tie up, கட்டு இறுக்கு

trick (*n*) : a clever device for getting an advantage by deception, தந்திரம், சூழ்ச்சி; (*v*) deceive, cheat, ஏமாற்று, வஞ்சி

trickery (*n*) : cheating, deception, வஞ்சித்தல், ஏமாற்றுதல்

trickle (*v*) : fall in drops, சொட்டுச் சொட்டாக விழு; (*n*) a thin stream, சிறு நீரோடை

trickster (*n*) : one who plays tricks, ஏமாற்றுபவர்

tricolour (*adj*) : having three colours, மூவண்ண

tricycle (*n*) : a small three wheeled cycle, மூன்று சக்கர வண்டி

trident (*n*) : a three-pronged implement or weapon, திரிசூலம்

tried (*adj*) : tested, தேர்ச்சிபெற்ற

triennial (*adj*) : happening every third year, lasting three years, மூன்றாண்டுகளுக்கு ஒரு முறை நிகழும், மூன்றாண்டுகள் நீடிக்கும்

trifle (*n*) : anything of no value or importance, அற்பப் பொருள், அற்பம்; (*v*) : talk or act in a silly manner, விளையாட்டுத்தனமாகப் பேசு, பொறுப்பின்றி நடந்துகொள்

trifling (*adj*) : of small value or importance, அற்பமான

trigger (*n*) : the finger piece of the gunlock for releasing the hammer, துப்பாக்கியின் விசைப்பகுதி

trigonometry (*n*) : the branch of mathematics that deals with the relations between the sides and angles of triangles, முக்கோணவியல்

trill (*v*) : to sing with a quivering sound, நடுக்கம் குரலுடன் பாடு

trim (*adj*) : neat and orderly, நேர்த்தியான; (*n*) state of readiness or fitness, தயார் நிலை, சீர்மை, ஒழுங்கு; (*v*) : make neat by cutting, decorate, கத்தரித்து ஒழுங்கு செய், அலங்கரி

trinity (*n*) : any union of three parts in one, மும்மை, மூன்றன் தொகுதி

trinket (*n*) : any small ornament, anything of little value, சிறு அணி மணி, அற்பப்பொருள்

trio (*n & pl*) : any three things united together, மூன்றன் சேர்க்கை

trip (*n*) : a short journey, excursion, an error, சிறு பயணம், சுற்றுலா, தவறு; (*v*) : to move quickly, விரைந்து நட

triple *(adj)* : consisting of three things united, threefold. மூன்று சேர்ந்த, மும்மடங்கான

tripod *(n)* : a three leged furniture. முக்காலி

tripos *(n)* : an examination for honours degree in Cambridge University. கேம்பிரிட்ஜ் பல்கலைக் கழகத்தின் சிறப்புப் பட்டத்திற் காக நடத்தப்படும் தேர்வு

trite *(adj)* : common, hackneyed. சாதாரணமான, பழகிப்போன

triumph *(n)* : victory, a success. வெற்றி

triumphal *(adj)* : celebrating victroy, pertaining to victory. வெற்றிவிழா கொண்டாடும், வெற்றிக்குரிய

triumphant *(adj)* : victorious. வெற்றிகரமான

triumvirate *(n)* : a group of three men in office or government. பணி மூவர் குழு

trivet *(n)* : a thing supported on three feet. தாங்கு முக்காலி

trivial *(adj)* : insignificant, ordinary. பயனற்ற, அற்பமான, சாதாரண மான

trod *(v)* : past tense of tread. 'tread' என்பதன் இறந்தகால வடிவங் களில் ஒன்று

trodden *(v)* : past participle of tread. 'tread' என்பதன் முடிவெச்ச வடிவங்களுள் ஒன்று

troll *(v)* : to sing, to fish by using a spinning hook. பாடு, தூண்டி லிட்டு மீன் பிடி; *(n)* : a goblin. வேதாளம்

trolley *(n)* : a small truck running on rails, a movable table used for serving. தண்டவாளத்தின் மீது செல்லும் தள்ளுவண்டி, உணவுப் பண்டங்களை வைத்து பரி மாறும் தள்ளுமேஜை

trombone *(n)* : a musical instrument. காற்றிசைக் கருவி

troop *(n)* : a company of soldiers, a group of people or animals. படை வீரர் தொகுதி, சேனை, கூட்டம்

trophy *(n)* : a memorial of victory or success. வெற்றிச்சின்னம்

tropic, tropical *(adj)* : pertaining to the tropics, very hot. வெப்ப மண்டலத்துக்குரிய, சூடான

tropics *(n)* : the torrid zones, the hot countries in this region. வெப்ப மண்டலம், வெப்ப மண்டல நாடுகள்

trot *(v)* : to move like a horse with short high steps. குதிரை போல் தாவித்தாவி விரைந்து செல்; *(n)* medium pace of horse. குதிரையின் விரைவு நடை

troth *(n)* : good faith, fidelity. நன்னம்பிக்கை, உண்மை

troubadour *(n)* : a wandering poet. நாடோடிப் பாடகன்

trouble *(n)* : annoyance, disturbance. தொல்லை, தொந்தரவு; *(v)* annoy, disturb, worry. தொல்லைக்குள்ளாக்கு, தொந் தரவுசெய், கவலைப்படுத்து

troublesome *(adj)* : causing trouble, annoying, vexatious. துன்பம் தரும், தொல்லை தருகிற, கவலை யளிக்கும்

trough *(n)* : a long open receptacle for water or other liquid. தொட்டி

trounce *(v)* : to punish severely. கடுந்தண்டனை கொடு

troupe *(n)* : a company of actors or other performers. கலைக்குழு

trousers *(n & pl)* : a man's garment extending from waist to the ankles. கால் சட்டை

trousseau *(n)* : a set of dress for the bride. மணப்பெண்ணின் ஆடையணிகள்

trout *(n)* : a kind of fish mostly found in the fresh waters. ஒரு வகை நன்னீர் மீன்

trow *(v)* : to think, to suppose. எண்ணு, கருது

trowel *(n)* : a flat-bladed implement. (கொல்லனது) கரண்டி, சட்டுவம், மண்வெட்டி

troyweight *(n)* : a system of weight for gold, diamonds, etc., பொன், வைரம் போன்றவற்றின் எடை அளவை முறை

truant *(n)* : one who absents himself without leave. விடுப்பிசை வின்றி பணியிடத்திற்குச் செல்லா திருப்பவர்

truce *(n)* : temporary cessation of war. தாற்காலிகப் போர் நிறுத்தம்

truck *(n)* : an open wagon to carry heavy loads, commodities for sale. பளுவண்டி, வாணிகச் சரக்கு

truckle *(v)* : to accept weakly the demands of another person. வேறு வழியில்லாமல் அடி பணி

truculent *(adj)* : cruel, violent. கொடிய, முரட்டுத்தனமான

trudge *(n)* : a tiresome walk. களைப்பு நடை; *(v)* : to walk laboriously. சிரமத்துடன் நட

true *(adj)* : real, sincere, rightful. உண்மையான, நேர்மையான, சரியான

truism *(n)* : an obvious or self-evident truth. தெளிவான உண்மை

trump *(n)* : a card of more value than others in a card game. துருப்புச் சீட்டு

trumped-up *(adj)* : made up to deceive. புனைந்து கூறப்பட்ட, பொய்யாகச் சொல்லப்பட்ட

trumpet *(n)* : a wind instrument with a bell or horn and a long metal tube. தாரை, ஊதுகொம்பு, எக்காளம்; *(v)* : to blow a trumpet, proclaim. எக்காளமிடு, அறிவி

truncate *(v)* : to cut the top or end from. தலை துண்டி, முனை முறி

truncheon *(n)* : a short stick, a club. குறுந்தடி, குண்டாந்தடி

trundle *(v)* : to roll along. உருட்டு

trunk *(n)* : the main stem of a tree, the body without legs, arms or head, the snout of an elephant, a portable chest. அடிமரம், முண்டம், தும்பிக்கை, பெட்டி

truss *(n)* : a braced frame works for the support of a roof, bridge, etc., a bundle of hay or straw, a bundle of flowers. உத்தரம், வைக்கோல் கட்டு, பூங்கொத்து; *(v)* : to tie or bind, support with truss. கட்டு, உத்தரத்தால் தாங்கு

trust *(n)* : confidence, faith, responsibility, belief. நம்பிக்கை, பொறுப்பு; *(v)* : believe, hope. நம்பு

trustee *(n)* : one to whom anything is trusted. பொறுப்பாளர், அறநிலையக் காப்பாளர்

trustworthy *(adj)* : worthy of trust, reliable. நம்பத்தகுந்த, நம்பிக்கைக் குரிய

truth *(n)* : reality, that which is true. மெய்மை, உண்மை

try *(v)* : make an attempt, test, முயற்சி செய்; *(n)* : a test or trial, முயற்சி

trying *(adj)* : distressing, putting a strain on, துன்புறுத்தும், கடுமை வாய்ந்த

tryst *(n)* : arranged meeting, ஏற்பாடு செய்யப்பட்ட கூட்டம்

tsar, czar, tzar *(n)* : Russian emperor (before 1917), ருசியப்பேரரசன்

tsetse *(n)* : a small blood sucking fly, இரத்தம் உறிஞ்சும் ஒரு வகை ஈ

tub *(n)* : a broad open vessel, தொட்டி

tuba *(n)* : a large low-toned horn, ஒரு வகை எக்காளம்

tube *(n)* : a pipe, a long hollow cylindrical body, குழாய், குழல்

tuber *(n)* : a short thickened portion of an underground stem, கிழங்கு

tuberculosis *(n)* : a communicable disease, காசநோய், எலும்புருக்கி நோய்

tuck *(v)* : gather up or roll, சுருக்கி மடக்கு; *(n)* : a horizontal fold made in a garment, மடிப்பு, உள் மடிப்புத் தையல்

Tuesday *(n)* : third day of the weak, செவ்வாய்க்கிழமை

tuft *(n)* : a bunch of thread, hair, feathers, etc., குஞ்சம், கற்றை, குடுமி

tufted *(adj)* : having tufts, குஞ்சமுடைய, குடுமியுடைய

tug *(v)* : to pull with effort, strain at, இழு, முயற்சிசெய்; *(n)* : a violent pull, a boat for pulling ships, வலித்து இழுத்தல், கப்பலை இழுக்கும் சிறு நீராவிப்படகு

tuition *(n)* : teaching, தனிப்பட்ட முறையில் கற்பித்தல், தனிப் போதனை

tulip *(n)* : a bright-coloured flower that grows from a bulb, மணிவடிவ மலர் வகை

tulle *(n)* : thin silk net work, மெல்லிய பட்டு வலைத் துணி வகை

tumbler *(n)* : a drinking glass, an acrobat, குவளை, கழைக்கூத்தாடி

tumbrel, tumbril *(n)* : a kind of cart, ஒரு வகை வண்டி

tumour *(n)* : a swelling, கழலை

tumult *(n)* : noise made by a crowd, சந்தடி, ஆரவாரம்

tumultuous *(adj)* disorderly noisy, குழப்பமிக்க, சந்தடியான

tune *(n)* : agreement of musical notes, the music of a song, frame of mind, இசை, மனப்பாங்கு; *(v)* : to adjust the strings of a piano, சுருதி கூட்டு

tunic *(n)* : a loose garment, தளர்த்தியான சட்டை

tunnel *(n)* : passage way cut through the earth, சுரங்கப்பாதை

tunny *(n)* : a large sea-fish, பெரிய கடல் மீன்

turban *(n)* : oriental hair dress, தலைப்பாகை

turbid *(adj)* : muddy, thick, சேறான, கலங்கலான

turbine *(n)* : a kind of wheel with blades, சுழலி

turbot *(n)* : a large edible sea-fish, கடலிலுள்ள உணவு மீன் வகை

turbulent *(adj)* : restless and noisy, furious, கொந்தளிப்பான, கீழ்ப்படியாத

tureen *(n)* : a large dish for holding soup, குழம்புச் சட்டி

turf *(n)* : horse race, the land covered with short grass, குதிரைப்பந்தயம், புல்தரை

turgid *(adj)* : swollen, வீங்கிய

Turk *(n)* : a native of Turkey, துருக்கி நாட்டவர்

turkey *(n)* : a large farmyard fowl used for food, வான்கோழி

turmeric *(n)* : a plant of ginger family, மஞ்சள் செடி

turmoil *(n)* : confused motion, disturbance, கலகம், குழப்பம்

turn *(v)* : to whirl round, to change direction, to face the other way, to shape, to change, சுழலு, திசை திருப்பு, திருப்பு, உருவம் கொடு, மாற்று; *(n)* : a change of direction, tendency, a chance, a bend, an attack of sickness, திசைமாற்றம், போக்கு, வாய்ப்பு, வளைவு, உடல் நலக் கேடு

turncoat *(n)* : one who changes sides, கட்சிமாறி, கொள்கைமாறி

turning *(n)* : act of one who turns, the art of shaping an article in a lathe, a bend, a winding, திரும்புதல், கடைசல் பிடித்தல், வளைவு, சுழற்சி

turnings *(n)* : chips, scrapings, கடைசல் தூள்

turnip *(n)* : a vegetable, கிழங்கு வகை

turnpike *(n)* : a road on which there are tollgates, சுங்கக்கடவு, சுங்கச் சாவடி

turpentine *(n)* : a resinous oil obtained from coniferous trees like fir, pine etc., கற்பூரத்தைலம், மரவெண்ணெய்

turpitude *(n)* : inherent baseness, wickedness, இழிகுணம், கொடுமை புரியும் குணம்

turquoise *(n)* : a precious stone having greenish-blue colour, நீல வண்ண இரத்தினக்கல்

turret *(n)* : a small tower, சிறு கோபுரம்

turtle *(n)* : a big tortoise, கடலாமை

tush *(inter)* : an expression showing disapproval, impatience etc., வெறுப்பைக் காட்டும் ஒலிக் குறிப்புச் சொல்

tusk *(n)* : a long pointed tooth of elephant, walrus etc., தந்தம்

tusker *(n)* : an elephant with developed tusks, நீண்ட தந்தங்களை யுடைய யானை, கொம்பனானை

tussle *(n)* : disorderly struggle, சண்டை; *(v)* : to struggle, சண்டையிடு

tut *(inter)* : an expression showing rashness or impatience, பொறுமையின்மை வெறுப்பு இவற்றைக் காட்டும் ஒலிக்குறிப்புச் சொல்

tutelage *(n)* : guardianship, instruction, பாதுகாப்புப் பொறுப்பு, பயிற்சிப் பருவம்

tutor *(n)* : one who instructs, a private teacher, பயிற்சியளிப்பவர், ஆசிரியர், தனிமுறைப் பயிற்சி ஆசிரியர்

twaddle *(v)* : to talk foolishly, உளறு, பிதற்று; *(n)* : a foolish talk, உளறல், பிதற்றல்

twain *(n)* : a couple, இணை

twang *(n)* : a sharp vibrating sound made by a bow string, harp etc. a sharp nasal sound of the voice, நாண் ஒலி மூக்கினால் பேசும் ஒலி; *(v)* : to make a vibrant sound, to speak with a nasal sound, நாணொலி எழுப்பு, மூக்கினால் பேசு

tweak *(v)* : to pull sharply, to pinch, வெட்டென இழு, கிள்ளு

tweed *(n)* : a kind of woolen cloth, ஒரு வகைக் கம்பளித் துணி

tweezers *(n & pl)* : small pincers for tiny objects, சாமணம்

twelfth *(adj)* : occurring next after the eleventh, பன்னிரண்டாவதான; *(n)* : one of the twelve equal parts, பன்னிரண்டில் ஒரு பகுதி

twelve *(adj & n)* : the sum of ten and two, a dozen, பன்னிரண்டு

twenty *(adj & n)* : two times ten, இருபது

twice *(adj)* : two times, இருமடங்காக

twiddle *(v)* : twirl idly, கொனட்டை செய், சேட்டை செய்

twig *(n)* : a small shoot of a tree, மிலாறு, சுள்ளி

twilight *(n)* : the light diffused over the sky after sunset and before sunrise, any faint light, அந்தி ஒளி, மங்கின ஒளி

twill *(n)* : a kind of strong cloth, உறுதியான துணிவகை

twin *(adj)* : double, having a pair of similar and closely related parts, இரட்டையான, ஒரே மாதிரியான, இரு பகுதிகளையுடைய

twins *(n)* : the constellation Gemini, two born at the same birth, மிதுன ராசி, இரட்டைப்பிறவி

twine *(v)* : twist together, to encircle by winding or wreathing, முறுக்கு, வளை, சுற்று; *(n)* : a string composed of two or more strands twisted together, முறுக்கு நூல்

twinge *(n)* : a sudden sharp pain, சுரீரென்ற நோவு

twinkle *(v)* : to shine with sparkling light, மின்னு, விட்டு விட்டு ஒளி விசு; *(n)* : blinking of the eye, an instant, கண் இமைப்பு, கணப் பொழுது

twirl *(v)* : to whirl or rotate, முறுக்கு, சுற்று, சுழற்று; *(n)* : a whirling motion, a twist, சுழற்சி, சுற்றுதல்

twist *(v)* : to wind two or more strands one around another, to turn from the true meaning, முறுக்கிக் கயிறாக்கு, திரித்துக் கூறு

twit *(v)* : to reproach, tease, கடிந்து கொள், கேலி செய்

twitch *(v)* : make a sudden quick pull, to draw tight, படாரென்று இழு, இறுக்கு

twitter *(v)* : to utter a series of light sounds as a bird, பறவை போல் ஒலியெழுப்பு; *(n)* : a succession of light tremulous sounds, கலகலப்பு ஒலி

twixt *(prep)* : between, இடையே

two *(adj & n)* : the sum of one and one, a couple, இரண்டு

tympanum *(n)* : the middle ear, இடைச் செவி

type *(n)* : a letter used for printing, an example of its colour or group, அச்சு, மாதிரிப் படிவம்

typewrite *(v)* : to imprint with a typewriter, தட்டச்சு செய்

typewriter *(n)* : a machine for producing imprints, தட்டச்சுப்பொறி

typhoid *(n)* : a kind of fever, நச்சுக் காய்ச்சல்

typhoon *(n)* : a violent, storm of wind and rain, புயல் சூறாவளி

typhus *(n)* : a fever, நச்சுக்காய்ச்சல்

typical *(adj)* : constituting a type of pattern, symbolic, characteristic, மாதிரியாக அமைந்துள்ள, குறி அடையாளமான, குறிப்பிடத்தக்க

typify *(v)* : to constitute as a model, signify, மாதிரியாக அமை, குறித்துக் காட்டு

typist *(n)* : one who uses a typewriter, தட்டச்சர்

tyrannical *(adj)* : harsh, arbitrary, கொடுமையான, ஆணவமான

tyranny *(n)* : despotism, cruel excercise of power, ஆணவம், கொடுங்கோன்மை

tyrant *(n)* : a despot, one who rules cruelly, ஆணவம் பிடித்தவன், கொடுங்கோலன்

tyre *(n)* : a band or loop surrounding the rim of a wheel, ரப்பர் டயர்

tyro *(n)* : see tiro

tzar *(n)* : see tsar, tzar

tzetze *(n)* : see tsetse

U

ubiquitous *(adj)* : existing everywhere, omnipresent, எங்கும் நிறைந்த, எங்குமிருக்கிற

u-boat *(n)* : a submarine, நீர் மூழ்கிக் கப்பல்

udder *(n)* : a large milk secreting gland having nipple for the suckling of offspring, பசுவின் பால்மடி

ugly *(adj)* : not pleasing to see, threatening, அழகற்ற, அச்சந்தக்க

ukase *(n)* : an official order, அரசாணை, அலுவலக ஆணை

ulcer *(n)* : a sore with secretion of pus, சீழ்ப்புண்

ulcerate *(v)* : to form an ulcer, புண்ணாக்கு, சீழ்வை

ulster *(n)* : long loose overcoat for men, ஆடவர் அணியும் நீள அங்கி

ulterior *(adj)* : more remote, hidden in the background, மிகு தொலைவிலுள்ள, மறைவாயுள்ள, பின்னணியிலுள்ள

ultimate *(adj)* : final, last, farthest, இறுதியான, கடைசியான, தொலைவிலுள்ள

ultimatum *(n)* : a final statement as concerning terms or conditions, இறுதி அறிவிப்பு, இறுதி எச்சரிக்கை

ultimo *(adv)* : in the last month, சென்ற மாதத்தில்

ultra *(adj)* : extreme, extravagant, எல்லை கடந்த, தீவிரமான

umber *(n)* : brown colour, செங்காவி நிறம்

umbra *(n)* : total shadow of the earth on the moon in an eclipse, அக நிழல்

umbrage *(n)* : a sense of injury, a shade, மனத்தாங்கல், சாயல், நிழல்

umbrella *(n)* : a collapsibie frame with a cloth covering carried in the hand as screen from rain or shine, குடை

umpire *(n)* : a person called upon to settle a dispute, one chosen to enforce the rules of the game and to settle the disputed points, நடுவர், ஆட்டநடுவர்

unable *(adj)* : not able, not strong or capable enough, இயலாத, ஆற்றலற்ற, திறமையற்ற

unacceptable *(adj)* : that cannot be accepted, ஒத்துக்கொள்ள முடியாத, ஏற்க முடியாத

unaccountable *(adj)* : that cannot be accounted for, விளக்க முடியாத, காரணம் கூறமுடியாத

unaccustomed *(adj)* : not familiar, strange, வழக்கத்திலில்லாத, பழக்கப்படாத

unacquainted *(adj)* : not acquainted, அறிமுகமில்லாத

unaffected *(adj)* : not affected or moved, not influenced or changed, பாதிக்கப்படாத, இயல்பான, மாற்றமில்லாத

unaided *(adj)* : not aided, without other's help, உதவியற்ற

unalterable *(adj)* : that cannot be changed, மாற்றவியலாத

unanimous *(adj)* : sharing the same views or statements, ஒரு மனதான, ஒருமித்த

unanswerable *(adj)* : that cannot be answered, விடை காணமுடியாத

unarmed *(adj)* : without weapons, defenceless, படைக்கலமற்ற, பாதுகாப்பற்ற

unassuring *(adj)* : not arrogant, modest, செருக்கற்ற, அடக்கமான

unauthorized *(adj)* : not having proper authority, not formally sanctioned or justified, அதிகாரமற்ற, உரிமையற்ற, முறையான அனுமதியில்லாத, முறைகேடான

unavoidable *(adj)* : that cannot be avoided, தவிர்க்க முடியாத

unaware *(adj)* : not aware, without knowledge, அறியாத, செய்தி தெரியாத

unawares *(adv)* : unexpectedly, எதிர்பாராமல்

unbalanced *(adj)* : not sensible, mad, நிலை தவறிய, மனம் குழம்பிய

unbecoming *(adj)* : not becoming, not worthy of, improper, தோற்றக்கேடான, தகுதிக்கு ஏற்காத, ஒவ்வாத

unbeliever *(n)* : one who does not believe others, பிறரை நம்பாதவர், நம்பிக்கையற்றவர்

unbend *(v)* : to remove a bent from, relax, கோணலை எடு, மனப் பளுவைக் குறைத்துக் கொள்

unbleached *(adj)* : not bleached, வெளுக்கப்படாத, நிறம் போக்கப் படாத

unblemished *(adj)* : pure, spotless, தூய, கறைபடாத

unblushing *(adj)* : without sname, நாணமற்ற

unborn *(adj)* : not yet born, future, இன்னும் பிறக்காத, பிறக்கவிருக்கிற, வருங்காலத்துக்குரிய

unbosom *(v)* : to tell freely one's feelings etc., எண்ணங்களை மனந் திறந்து சொல்

unbounded *(adj)* : boundless, unrestrained, அளவற்ற, எல்லையற்ற, கட்டுப்பாடற்ற

unbridled *(adj)* : not held in check, கட்டுப்பாடில்லாத

unburden *(v)* : to relieve from a burden, unload, மனப்பளு அகற்று, சுமையிறக்கு

uncalled for *(adj)* : unnecessary, not invited, undesirable, தேவையற்ற, அழைப்பற்ற, விருப்பமில்லாத, வேண்டாத

uncanny *(adj)* : supernatural, strange, இயற்கை மீறிய, விந்தையான

uncertain *(adj)* : not certain, not sure, தெளிவில்லாத, உறுதியற்ற

unchecked *(adj)* : not checked or restrained, தடைப்படாத, கட்டுப்பாடில்லாத

uncivilized *(adj)* : barbarous, நாகரீகமற்ற

uncle *(n)* : brother of one's mother or father or husband of one's aunt, மாமா, சித்தப்பா, பெரியப்பா, அத்தையின் கணவர்

unclean *(adj)* : impure, dirty, தூய்மையற்ற, அழுக்கான

uncoil *(v)* : unwind, சுருளைப் பிரித்தெடு

uncomely *(adj)* : indecent, not good-looking, நயமற்ற, நாகரீகமற்ற, அழகற்ற

uncomfortable *(adj)* : not comfortable, causing discomfort, வசதியற்ற, மன அமைதியற்ற

uncommon *(adj)* : unusual, remarkable, புதுமையான, வழக்கமில்லாத, சிறப்பான

uncompromising *(adj)* : inflexible, strict, இணங்காத, கண்டிப்பான

unconditional *(adj)* : bounded by no conditions, absolute, நிபந்தனையற்ற, முழுமையான

unconnected *(adj)* : not connected, not coherent, separate, தொடர்பற்ற, இசைவற்ற, தனித்த

unconscionable *(adj)* : not guided by conscience, not reasonable, மன உறுத்தலற்ற, பகுத்தறிவுக்குப் பொருந்தாத

unconscious *(adj)* : not conscious, தன்னுணர்வற்ற, நிறைவற்ற

uncontrollable *(adj)* : ungovernable, beyond control, அடக்கமுடியாத, கட்டுக்கடங்காத

uncorrected *(adj)* : not corrected, not rectified, திருத்தப்படாத

uncouth *(adj)* : rough, awkward, பண்பற்ற, அருவருப்பான

uncover *(v)* : to take the cover off, make known, மூடியைத் திற, வெளிப்படுத்து

unction *(n)* : oil or ointment, act of anointing, தைலம், பூச்சு மருந்து, எண்ணெய் முழுக்கு

uncultivated *(adj)* : not cultivated or tilled, பயிரிடப்படாத, பண்படுத்தப்படாத

undaunted *(adj)* : fearless, அச்சமற்ற, அஞ்சாத

undeceive *(v)* : to free from deception, error etc., தவறான எண்ணத்தைப் போக்கு

undecided *(adj)* : not determined, முடிவெடுக்காத

undefined *(adj)* : not defined or explained, வரை விலக்கணமற்ற, விளக்கமற்ற

undeniable *(adj)* : that cannot be denied, true, மறுக்க முடியாத, ஒத்துக்கொள்ளக்கூடிய

under *(prep)* : beneath, below, அடியில், கீழே

underbid *(v)* : to bid lower than, fail to bid the full value, குறைந்த விலைக்குக் கேள், முழுவிலையும் கொடுக்க மறு

undercharge *(v)* : charge too little, for, குறைவாக விலை கூறு

undercurrent *(n)* : a current below the surface, அடியொழுக்கு

underdone *(adj)* : not completely done, முழுமையாகச் செய்யப்படாத

underestimate *(v)* : to form too low an estimate of, குறை மதிப்பீடு செய்

underfoot *(adv)* : under one's feet, காலின் கீழ்

undergo *(v)* : have experience of, suffer, endure, அனுபவி, துன்பப்படு, பட்டறி, படு

undergraduate *(n)* : university student studying for a bachelor's degree, பட்டமுன் மாணவர்

underground *(adj)* : under the surface of the earth, அடிநில, நிலத்தடி

undergrowth *(n)* : shrubs or low plants growing under the trees, புதர்க்காடு, அடிவளர்ச்சி

underhand *(adj)* : done in a secret manner, மறைவாகச் செய்யப்பட்ட வஞ்சகமான; *(adv)* secretly, இரகசியமாக, மறைவாக

underlie *(v)* : to lie below or under, be at the basis of, கீழாக அமைந்திரு, அடியிற்கிட, அடிப்படையாய் அமை

underline *(v)* : put a line under, அடிக்கோடிடு

underling *(n)* : an infeior person, a servant, இழிவானவன், கீழ்ப்பணியாள்

underlying *(adj)* : lyling under, fundamental, கீழுள்ள, அடியிலுள்ள, அடிப்படையான

undermentioned *(adj)* : mentioned or stated below in writing, கீழே குறிக்கப்பட்ட

undermine *(v)* : to dig a mine or passage under, to weaken secretly, சுரங்கம் வெட்டு, சுரங்கப்பாதையமை, மறைந்திருந்து வீழ்த்து

undermost *(adj)* : lowest in place, மிகக்கீழான

underneath *(prep)* : under, below, beneath, அடியில், கீழே, கீழிடத்தில்

underpay *(v)* : to pay less than enough, குறை ஊதியம் கொடு

underrate *(v)* : put too low a value, மிகக்குறைவாக மதிப்பிடு

undersell *(v)* : to sell at less than the real price, மிகக்குறைந்த விலைக்கு விற்பனை செய்

undersigned *(adj)* : that has been signed below, அடியில் கையொப்பமிட்ட

understand *(v)* : know the meaning of, comprehend, learn, பொருள் தெரிந்துகொள், அறிந்துகொள், தெரிந்துகொள்

understanding *(adj)* : having the power of finding the full meaning, புரிந்துகொள்ளும் ஆற்றலுடைய; *(n)* : intelligence, knowledge, an agreement, அறிதிறன், அறிவு, உடன்படிக்கை

understate *(v)* : to state inadequately, குறைத்துக்கூறு

understudy *(n)* : one who studies another's role or duty to take his place in his absence, மாற்று ஆள்

undertake *(v)* : try to do, agree to do, மேற்கொள், செய்ய உடன்படு

undertaking *(n)* : promise, work that one has undertaken to do, உத்தரவாதம், பொறுப்பேற்புப்பணி

undertone *(n)* : a tone of lower pitch, a whisper, implied meaning, a light colour or shade, தாழ்குரல், அடங்கியகுரல், கிசுகிசுப்பு, உட்பொருள், வெளிறிய நிறம்

undertook *(v)* : past tense of undertake, 'undertake' என்பதன் இறந்த கால வடிவம்

undervalue *(v)* : underestimate, value below the real worth, குறைந்த மதிப்பீடு செய், மதிப்பைக் குறை

underwear *(n)* : under clothing, உள்ளாடை

underwent *(v)* : past tense of undergo, 'undergo' என்பதன் இறந்தகால வடிவம்

underwood *(n)* : low trees growing among large forest trees, புதர்க் காடு

underworld *(n)* : the hell, the lower world, நரகம், பாதாள உலகம்

underwriter *(n)* : one who insures ships, கடற்பொருள் காப்பீடு செய்பவர்

undeserved *(adj)* : not deserved, தகுதியற்ற

undeserving *(adj)* : unfit, தகுதியில்லாத

undesirable *(adj)* : objectionable, விரும்பத்தகாத

undigested *(adj)* : not digested, செரிமானமாகாத

undisguised *(adj)* : open, plain, ஒளிவுமறைவற்ற, வெளிப்படையான

undisputed *(adj)* : not disputed, not called in question, கருத்து வேறுபாடற்ற, வெளிப்படையான

undisputed *(adj)* : not disputed, not called in question, கருத்து வேறுபாடற்ற, கேள்விக்கிடமற்ற

undivided *(adj)* : not divided, unbroken, பகுக்கப்படாத, தொடர்ச்சியான

undo *(v)* : loosen, unfasten, தளர்த்து, கட்டவிழ்

undoubtedly *(adv)* : without doubt, ஐயத்திற்கிடமின்றி, சந்தேகத்திற்கிடமில்லாமல்

undress *(v)* : take off the clothes, ஆடைகளை அகற்று

undue *(adj)* : not due, excessive, தகாத, தகுதிக்கு, மிஞ்சிய

undulation *(n)* : a waving motion, அலைபாய்தல், ஏற்றவிறக்கம்

undying *(adj)* : immortal, இறவாத, அழிவற்ற

unearth *(v)* : to dig up from the earth, discover, மண்ணைத் தோண்டு, ஆராய்ந்து கண்டுபிடி

unearthly *(adj)* : not earthly, super natural, நிலவுலகிற்கு ஒவ்வாத, இயற்கைக்கு ஒவ்வாத, இயற்கை யிகந்த

uneasiness *(n)* : lack of ease, disquiet, மன உலைவு, மன அமைதியின்மை

uneasy *(adj)* : restless, nervous, அமைதியற்ற, நடுக்கமுள்ள

uneducated *(adj)* : not educated, கல்வியறிவு பெறாத

unemployed *(adj)* : having no occupation, not put to use, வேலையற்ற, பயன்படுத்தப்பெறாத

unemployment *(n)* : lack of employment, வேலையின்மை

unending *(adj)* : everlasting, unceasing, முடிவில்லாத, தொடர்ச்சியான

unequal *(adj)* : not equal, not balanced, irregular, சமமற்ற, சமனமற்ற, ஏறுமாறான

unequivocal *(adj)* : not doubtful, clear, ஐயத்திற்கிடமற்ற, தெளிவான

unerring *(adj)* : not making any error or mistake, accurate, sure, தவறிழைக்காத, நுட்பசரியான, நிச்சயமான

uneven *(adj)* : odd, not level, not the same size, இரட்டைப்படையில்லாத, சமதளமில்லாத, ஒரே சீரற்ற

unexceptionable *(adj)* : beyond criticism, admirable, குறைகாண முடியாத, பாராட்டத்தக்க
unexpected *(adj)* : not looked or waited for, எதிர்பாராத
unfailing *(adj)* : always fulfilling, not liable to fail, குறைபடாத, தவறாத
unfair *(adj)* : not just, நேர்மையற்ற, நியாயமற்ற
unfasten *(v)* : to loosen, கட்டவிழ்
unfavourable *(adj)* : not favourable, adverse, சாதகமற்ற, எதிரான
unfeeling *(adj)* : unsympathetic, not able to feel, இரக்கமற்ற, உணர்ச்சியற்ற
unfeigned *(adj)* : not pretended, genuine, sincere, போலியற்ற, உண்மையான, நேர்மையான
unfinished *(adj)* : not completed, நிறைவு பெறாத, அரைகுறையான
unfit *(adj)* : not suitable, தகுதியற்ற, பொருத்தமற்ற
unflagging *(adj)* : untiring, சோர்வு அடையாத, தளராத
unflinching *(adj)* : done without shrinks, brave, அஞ்சி நடுங்காத, மன உறுதியுடைய
unfold *(v)* : open the folds of, open, மடிப்பைக் கலை, திற
unforeseen *(adj)* : not expected or looked for, எதிர்பாராத
unfortunate *(adj)* : unlucky, நல் வாய்ப்பு பெறாத, நற்பேறற்ற
unfounded *(adj)* : baseless, ஆதார மற்ற
unfrequented *(adj)* : rarely or never visited, மனித நடமாட்டமில்லாத, மனித நடமாட்டம் குறைந்த
unfriendly *(adj)* : not liking, நட்புணர்ச்சியற்ற
unfurl *(v)* : unroll, expand, விரி, படர்
ungainly *(adj)* : awkward, ungraceful, அருவருப்பான, அழகற்ற
ungodly *(adj)* : outrageous, sinful, தன்மையற்ற, கடவுள் நம்பிக்கையற்ற, பழி நிறைந்த
ungraceful *(adj)* : lacking grace and elegance, கம்பீரமற்ற, அழகற்ற
ungrateful *(adj)* : not thankful, நன்றி கெட்ட
ungrudging *(adj)* : giving freely, தாராளமாக
unguarded *(adj)* : being without protection, careless, தற்காப்பு முயற்சியற்ற, கருத்தற்ற
unhand *(v)* : let go, take the hands off, விடுவி, கைவிடு
unhealthy *(adj)* : lacking health, உடல் நலம் குறைந்த
unheard of *(adj)* : not heard before, unknown, முன் கேள்விப்பட்டிராத, அறிந்திராத
unheeded *(adj)* : disregarded, unnoticed, அக்கறை காட்டப்படாத, கவனிப்பற்ற
unhinge *(v)* : take from the hinges, கீல் அகற்று
unholy *(adj)* : not holy, lacking purity, sinful, wicked, புனிதமற்ற, மனத் தூய்மையற்ற, பழி நிறைந்த, தீங்கான
unhorse *(v)* : throw from a horse back, குதிரையிலிருந்து விழச்செய்
unhurt *(adj)* : not harmed, free from wound or injury, கேடுறாத, தீங்கு ஏற்படாத, புண்படாத, காயம்படாத
unicorn *(n)* : horse-like animal with a long horn, ஒற்றைக் கொம்புக் குதிரை

uniform *(adj)* : alike in size, shape etc., ஒரே மாதிரியான; *(n)* : clothes worn to show the rank or occupation, சீருடை
unify *(v)* : make uniform, unite, ஒரே சீராக்கு, ஒன்றிணை
unilateral *(adj)* : relating to oneside only, ஒரு பக்கமான
unimpeachable *(adj)* : faultless, pure, குற்றங்குறை இல்லாத
unimportant *(adj)* : insignificant, of little importance, சிறப்பற்ற, முக்கியத்துவமில்லாத
uninteresting *(adj)* : dull, not having interest, மந்தமான, ஆர்வமில்லாத
uninterruptedly *(adv)* : without interruption, continuously, இடையீடு இன்றி, தொடர்ச்சியாக
uninvited *(adj)* : not having received an invitation, அழைப்பு இல்லாத, அழையாத
union *(n)* : a joining together of things into one, இணைப்பு, கூட்டு, சங்கம்
unique *(adj)* : being without equal, rare, தன்னிகரில்லாத, ஒப்பற்ற
unison *(n)* : harmony, பொருத்தம்
unit *(n)* : quantity or amount used as a standard measurment, the number 1, அலகு, ஒன்று
unitary *(adj)* : relating to unit, ஒன்றைச்சார்ந்த
unite *(v)* : to join together as one, ஒன்றுபடு
unity *(n)* : one, agreement, ஒன்று என்ற எண், ஒற்றுமை
universal *(adj)* : belonging to all, affecting all, எல்லாவற்றிற்கும் பொதுவான, எல்லாவற்றையும் குறிக்கும், உலகளாவிய
universe *(n)* : the earth, sun and all the stars, பேரண்டம்
university *(n)* : a place of higher education which confers degrees on students, பல்கலைக்கழகம்
unjust *(adj)* : not fair, நீதியற்ற, நேர்மையற்ற
unkempt *(adj)* : not combed, தலை மயிர் வாராத
unkind *(adj)* : not gentle or considerate, அன்பில்லாத, இரக்கமற்ற
unkindly *(adj)* : unkind, ungracious, இரக்கமற்ற, கருணையற்ற
unknowingly *(adj)* : without knowing, ignorant, அறியாமல், கபடமில்லாமல், வெகுளியாக
unknown *(adj)* : not known, முன் தெரிந்திராத
unlawful *(adj)* : illegal, illegitimate, சட்டத்திற்கு புறம்பான, விதி முறைக்கு மாறான
unless *(conj)* : if not, இல்லாவிட்டால்
unlettered *(adj)* : not educated, illiterate, கல்வியறிவற்ற, எழுதப் படிக்கத் தெரியாத
unlike *(adj)* : not like, different from, ஒத்திராத, வேறுபட்ட
unlimited *(adj)* : unbounded, எல்லை யற்ற
unload *(v)* : remove the load from, பளுவகற்று
unlock *(v)* : unfasten the lock of, பூட்டைத்திற
unloose *(v)* : let loose, make free, கட்டவிழ், தளர்த்து, விடுவி
unlucky *(adj)* : unfortunate, நற்பேறற்ற
unmake *(v)* : reduce to the original form, destroy, சீர்குலை, அழி
unmanly *(adj)* : not masculine, discourgeous, ஆண்மையற்ற, வீர மற்ற, ஊக்கமற்ற

unmask *(v)* : remove the mask from, to show up. முகமூடியகற்று, உண்மைத் தன்மையை வெளிப்படுத்து

unmarried *(adj)* : not married, திருமணமாகாத

unmatched *(adj)* : without an equal, இணையற்ற, ஈடில்லாத

unmindful *(adj)* : not keeping in mind, inattentive, கருத்திற்கொள்ளாத, கவனம் செலுத்தாத

unmistakable *(adj)* : not to be mistaken, clearly recognizable, தவறாகப் புரிந்து கொள்ள முடியாத, தெளிவான

unmitigated *(adj)* : complete, absolute, குறைவற்ற, முழுமையான

unnatural *(adj)* : artificial, contrary to the laws of nature, செயற்கையான, இயற்கை விதிகளுக்கு மாறுபட்ட

unnecessary *(adj)* : not needed, useless, தேவையற்ற, பயனற்ற

unostentatious *(adj)* : not showy, unboastful, பாசாங்கற்ற, பகட்டற்ற

unpack *(v)* : take out the packed contents, open, கட்டைப்பிரி, திற

unpaid *(adj)* : not paid for, கொடுக்கப்படாத

unpalatable *(adj)* : not pleasing to the taste, சுவையற்ற

unparalleled *(adj)* : without parallel, unmatched, ஈடு இணையற்ற, இணையற்ற

unpardonable *(adj)* : not to be forgiven, மன்னிக்க முடியாத

unpleasant *(adj)* : not pleasing, மகிழ்ச்சி ஏற்படுத்தாத

unpopular *(adj)* : having no popularity, disliked or condemned, பாராட்டுப் பெறாத, விரும்பப் படாத

unprecedented *(adj)* : without a precedent, முன் நிகழ்ந்திராத

unpremeditated *(adj)* : done without prethinking, முன்கருதலின்றி செய்யப்பட்ட

unprepared *(adj)* : not ready, தயார் நிலையில் இல்லாத

unprincipled *(adj)* : without moral principles, கொள்கையற்ற

unproductive *(adj)* : producing nothing, barren, ஆக்கவளமற்ற, தரிசான

unprotected *(adj)* : defenceless, unguarded, insecure, காப்பற்ற, அரணற்ற, ஆதரவில்லாத

unquestionable *(adj)* : certain, indisputable, உறுதியான, கேள்விக்கு அல்லது விவாதத்திற்கு இடமற்ற

unravel *(v)* : disentangle, clear up, சிக்கல் அகற்று, தெளிவாக்கு

unreal *(adj)* : not true, not like actual things, உண்மையற்ற, போலியான

unremitting *(adj)* : unceasing, constant, தொடர்ச்சியான, இடையறாத

unrequited *(adj)* : not returned or rewarded, தக்க கைம்மாறு செய்யப் படாத

unrest *(n)* : disturbed condition, அமைதியின்மை, மனக்குழப்பம்

unrivalled *(adj)* : unequalled, incomparable, நிகரற்ற, ஒப்பற்ற

unruly *(adj)* : not easily controlled, disorderly, unmanageable, கட்டுக் கடங்காத, குழப்பமான, அடக்க முடியாத

unsatisfactory *(adj)* : not satisfactory, மன நிறைவு தராத

unsavoury *(adj)* : having no taste, disgusting, சுவையற்ற, கவர்ச்சியற்ற

unscrupulous *(adj)* : unprincipled, not held back from doing wrong, கொள்கையில்லாத, தீமைசெய்யத் தயங்காத

unseat *(v)* : to remove from seat, இருக்கையினின்று அகற்று

unseemly *(adj)* : not handsome, not proper, இனிய தோற்றமற்ற, தகாத

unseen *(adj)* : not seen, not visible to anyone, தோன்றாத, கண்ணுக்குப் புலப்படாத

unsettle *(v)* : disarrange, render unsettled, ஒழுங்கு குலை, நிலை குலை

unsheath *(v)* : take from the sheath, உறையிலிருந்து எடு

unship *(v)* : to take out of a ship கப்பலிலிருந்து சரக்கை இறக்கு

unshod *(adj)* : without shoes, மிதி யடியற்ற

unsightly *(adj)* : displeasing to the eye, காணத்தகாத, அருவருப்பான

unsophisticated *(adj)* : simple, innocent பகட்டற்ற, கள்ளம் கபட மற்ற

unsparing *(adj)* : liberal, holding nothing back, தாராளமான, குறை வற்ற

unspeakable *(adj)* : that cannot be expressed in words, சொற்களால் விளக்க முடியாத

unsteady *(adj)* : shaky, not firm or strong, தடுமாறுகிற, உறுதியற்ற, நிலையற்ற

unstudied *(adj)* : natural, இயற்கை யான

unsuspecting *(adj)* : having no suspicion, trusting, ஐயத்திற்கு இடமற்ற, எதையும் நம்பும்

unthinkable *(adj)* : not to be thought of, எண்ணிப் பார்க்க முடியாத

untidy *(adj)* : showing lack of tidiness, தூய்மையற்ற, செப்பமற்ற

untie *(v)* : unfasten, loosen the knot of, கட்டவிழ், முடிச்சவிழ்

until *(prep)* : upto a certain time or point, till, குறிப்பிட்ட காலம் வரையிலும், வரை

untimely *(adj & adv)* : done at a wrong unreasonable time, அகால மான, அகாலத்தில், வேளை, தவறிய

untiring *(adj)* : not tiring, சோர் வில்லாத

into *(prep)* : to, கு

untold *(adj)* : not told, countless, சொல்லப்படாத, அளவி முடியாத

untoward *(adj)* : inconvenient, unfortunate, awkward, இடர்ப் பாடான, நற்பேறற்ற, ஏறுமாறான

untrained *(adj)* : unprepared, unaccustomed, பயிற்சி பெறாத, பழக்கப்படாத

untruth *(n)* : lack of truth, an untrue statement, பொய், பொய்க்கூற்று

unusual *(adj)* : not ordinary, rare, outstanding, வழக்கத்திற்குமாறான, அரிய, தனிச்சிறப்பு வாய்ந்த

unveil *(v)* : uncover, to remove the veil from, திறந்துகாட்டு, முகமூடி யகற்று, திரை நீக்கு

unwarranted *(adj)* : unauthorized, not justified, உரிமையற்ற, முறை கேடான

unwary *(adj)* : not cautious, unguarded, விழிப்பற்ற, பாதுகாப்பற்ற

unwell *(adj)* : somewhat ill, நலச் குறைவான

unwholesome *(adj)* : diseased, உடல் நலம் குன்றிய

unwieldy *(adj)* : not easy to handle, எளிதில் கையாள முடியாத

unwilling *(adj)* : not willing, விரும்பாத

unwise *(adj)* : foolish, முட்டாள் தனமான

unwittingly *(adv)* : unknowingly, unconsciously, அறியாமல், தன்னுணர்வின்றி

unwonted *(adj)* : unusual, வழக்க மில்லாத

unworthy *(adj)* : not deserving, not fitting, bad, தகுதியில்லாத, பொருத்தமற்ற, தகாத, மானக் கேடான

up *(adv)* : to a higher place, upright, above, உயரே, நேராக, மேலே; *(prep)* : in a higher place, உயரே; *(v)* : rise, உயர்வு

upbraid *(v)* : reproach, scold, குற்றங்கூறு, நிந்தனை செய்

upbringing *(n)* : training and education from childhood, பயிலுவித்தல்

upheaval *(n)* : sudden change or upset in normal conditions, திடீர் எழுச்சி

upheld *(v)* : past participle of uphold, 'uphold' என்பதன் இறந்தகால முற்றெச்ச வடிவம்

uphill *(adj)* : leaning upwards, difficult, மேல் நோக்கிய, கடினமான

uphold *(v)* : to hold up, support, confirm, நேராக வை, தாங்கு, ஆதரவளி, உறுதியைக் கடைப்பிடி

upholster *(v)* : to furnish with carpets, curtains, furniture, etc.,தரை விரிப்பு சன்னல் திரை, தட்டு முட்டுச்சாமான் முதலியவற்றை அமை

upkeep *(n)* : maintenance, பேணுதல்

upland *(n)* : high land, மேட்டு நிலம்

uplift *(v)* : to lift up, elevate, கை தூக்கு, உயர்த்து

upon *(prep)* : on, on the top of, மேலே

upper *(adj)* : higher, top, மேலான, உயரத்திலுள்ள

uprising *(n)* : rebellion, revolt, புரட்சி, கிளர்ச்சி

uproar *(n)* : a loud cry, a noise or disturbance, கூச்சல், அமளி, ஆரவாரம்

uproot *(v)* : to pull out by the roots, வேரோடு பிடுங்கு

upset *(v)* : past participle and past tense of upset, overturn, 'upset' என்பதன் இறந்தகால, இறந்தகால முற்றெச்ச வடிவம், தலை கீழாகப் புரட்டு

upshot *(n)* : result, விளைவு, பலன்

upside-down *(adj & adv)* : with the upperside underneath, in confusion, தலை கீழான, தலை கீழாய், குழப்பத்தில்

upstairs *(adv)* : in or towards the upper storey, மாடிப்படியில், மாடியில்

upstart *(n)* : person who has risen suddenly from a low position to wealth or power, திடீரென்று உயர்வு பெற்றவர்

upstream *(adv)* : against the current, நீரோட்டத்திற்கு எதிரான

uptodate *(adj)* : in the latest style or fashion, நவீன, அப்போதைக்கப் போது

upward *(adj)* : directed towards a higher place, மேல் நோக்கிய

upwards *(adv)* : in an upward direction, மேலாக, மேல் நோக்கி

urban *(adj)* : pertaining to a city or town, நகரம் சார்ந்த

urbane *(adj)* : having refinement, polite, நாகரிகமுடைய, பண்புடைய

urchin *(n)* : a mischievous boy, குறும்புக்காரப் பையன்

urge *(v)* : press to do something, force, வற்புறுத்து, கட்டாயப்படுத்து, தூண்டு; *(n)* : earnest desire, தூண்டுதல்

urgency *(n)* : stress, need for prompt and immediate action or decision, விரைவு, அவசரத் தேவை, உடனடித் தேவை

urgent *(adj)* : important, needing prompt action or decision, முக்கியமான, அவசரமான, விரைவான, உடனடியாகத் தேவைப்படுகிற

urinal *(n)* : a vessel or place for passing urine, கழிப்பிடம்

urine *(n)* : pale yellow liquid secreted from blood by the kidneys and discharged from bladder through urethra, சிறுநீர்

urn *(n)* : a vase for the ashes of the dead persons, large metal container for making tea etc., இறந்தவரின் சாம்பலை வைக்கும் கலம், தேநீர்க்கெண்டி

us (pron) : objective case of we, நம்மை, எங்களை, நமக்கு, எங்களுக்கு, நம்மையே, எங்களையே

usage *(n)* : manner of use, treatment, பயன்முறை, பழக்கம், வழக்கம்

use *(v)* : employ for a purpose, treat, பயன்படுத்து, நடத்து, வழங்கு; *(n)* : a need, a value, a way in which a thing is used, தேவை, மதிப்பு, பயன், பயன்பாடு

useful *(adj)* : of use, பயனுடைய

useless *(adj)* : worthless, of no use, வீணான, பயனற்ற

usher *(n)* : forerunner, door keeper, assistant to school teacher, முன்னறிவிப்போன், வாயில் காப்போன், கீழ்நிலை ஆசிரியர்; *(v)* : to lead or bring one to place, வழிகாட்டி இட்டுச்செல்

usual *(adj)* : ordinary, accustomed, வழக்கமான, மரபான

usurer *(n)* : one who lends money at exorbitant interest, தண்டல் வட்டிக் காரர்

usurp *(v)* : take possession without right, உரிமையின்றிக் கைப்பற்று

usurper *(n)* : one who possesses something without right, உரிமையின்றிக் கைப்பற்றுபவர்

usury *(n)* : the lending of money at a very high illegal interest, கடும் வட்டி, தண்டல் வட்டி

utensil *(n)* : a tool, vessel used in common life, கருவி, பாத்திரம்

utilise, utilize *(v)* : to put to use, find a use for, பயன்படுத்து, பயன்படச் செய்

utility *(n)* : quality of being useful, பயன், பயனுடைமை

utmost *(adj)* : outer most, farthest, மிகச்சிறந்த அளவான, தொலைவான

utopian *(adj)* : ideal, fanciful, கருத்தியலான, கற்பனையான

utter *(v)* : speak, பேசு; *(adj)* : complete, முழுமையான

utterance *(n)* : manner of speaking, பேச்சு, பேசும் முறை, பேச்சாற்றல்

utterly *(adv)* : in a complete manner, thoroughly, முழுவதுமாக, முற்றிலும்

uttermost, utmost *(adj)* : farthest, extreme, தொலைவிலுள்ள, எல்லைக்கோடியான

uvula *(n)* : hanging fleshy part of soft palate, உள்நாக்கு

uxoricide *(n)* : murder (er) of one's wife, மனைவியைக் கொலை செய்தல், மனைவியைக் கொன்றவன்

uxorious *(adj)* : foolishly fond of one's wife, மனைவியை அளவுக்கு மீறி நேசிக்கிற

V

vacancy *(n)* : emptiness, empty space, a gap, an unoccupied post, வெறுமை, வெற்றுவெளி, காலியிடம்

vacant *(adj)* : empty, unfilled, வெறுமையான, காலியான, நிரப்பப்படாத

vacate *(v)* : to give up, to quit, விட்டொழி, காலி செய்

vacation *(n)* : an intermission of work, studies, exercises etc., the act of vacating, விடுமுறை, காலி செய்தல், ஒழிவு செய்தல்

vaccinate *(v)* : to inoculate with a vaccine against small pox, அம்மைத் தடுப்பு ஊசி குத்து

vaccination *(n)* : inoculating with a vaccine against small pox, அம்மைத் தடுப்பு ஊசி

vaccine *(n)* : cowpox virus used for inoculation against smallpox, a preparation of any virus for immunity against injection, அம்மைப்பால்

vacillate *(v)* : waver mentally, fluctuate, ஊசலாடு, தடுமாறு

vacuum *(n)* : a space absolutely devoid of,matter a void, வெற்றிடம், புழை

vagabond *(n)* : a wanderer, nomad, அலைந்து திரிபவர், நாடோடி

vagary *(n)* : a wild fancy, a caprice, விளங்காப் போக்கு, மனம் போன போக்கு

vagrant *(n)* : an idle wanderer, நாடோடி, சோம்பித்திரிபவர்

vague *(adj)* : lacking definiteness, ambiguous, doubtful, உறுதியற்ற, தெளிவற்ற, சந்தேகமான

vain *(adj)* : baseless, empty, worthless, proud, அடிப்படையற்ற, வீணான, பயனற்ற, தற்பெருமையுள்ள

vainglory *(n)* : boastfulness, empty pride, தற்பெருமை, இறுமாப்பு

vainly *(adv)* : worthlessly, proudly, வீணாய், இறுமாப்புடன்

vale *(n)* : a low lying tract of land, பள்ளத்தாக்கு

valedictory *(adj)* : of or in the nature of a farewell, பிரிவு விழாத் தொடர்பான

valet *(n)* : a man servant, வேலைக்காரன்

valetudinarian *(n)* : a person of infirm health, நோய்வாய்ப் பட்டவர், உடல் நல மற்றவர்

valiant *(adj)* : strong, heroic, வலுவுள்ள, வீரமுடைய

valid *(adj)* : convincing, legal, ஒப்புக்கொள்ளத்தக்க, சட்டப்படி செல்லக்கூடிய

validate *(v)* : to make valid, legalize, ஒப்புக்கொள், சட்டப்படி செல்லக்கூடியதாக்கு

valise *(n)* : travelling bag, பயணப்பை

valley *(n)* : a vale, பள்ளத்தாக்கு

valour *(n)* : courage, personal bravery, வீரம், அஞ்சாமை, பேராண்மை

valuable *(adj)* : costly, worthy, estimable, விலையுயர்ந்த, மதிப்புமிக்க, மதிப்பிட முடியாத

valuation *(n)* : estimated worth, judgement of merit or character, விலை மதிப்பு, மதிப்பீடு

value *(n)* : worth, price, மதிப்பு, விலை; *(v)* : appreciate, உயர்வாகக் கருது, மதிப்பிடு

valve *(n)* : mechanical device to control the passage of air, liquid, gas, etc., by opening or closing an inlet, ஓரதர்

vamp *(n)* : the upper part of a shoe, புதைசெருப்பின் முன் பகுதி

vampire *(n)* : a malignant spirit that is supposed to suck the blood of those asleep, குருதியுறிஞ்சும் வௌவாலினம்

van *(n)* : a large covered vehicle, the foremost division of an army, fan or wing,. a winnowing machine, மூடுவண்டி, முன்னணிப்படை, இறக்கை, புடைக்கும் எந்திரம்

vandalism *(n)* : hostility to artistic works, கலை வெறுப்பு, கலைச் சின்னங்களை முயன்று அழித்தல்

vane *(n)* : weathercock, காற்றுத் திசைக் காட்டி

vanguard, van *(n)* : the foremost division of an army, முன்னணிப்படை

vanish *(v)* : to disappear, மறைந்து போ, இல்லாமல் போ

vanity *(n)* : worthlessness, vain, self pride, பயனின்மை, வெறுமை, தற்பெருமை

vanquish *(v)* : to conquer, to suppress or overcome, வெற்றிபெறு, அடக்கு, முறியடி

vantage *(n)* : advantage, opportunity, சாதகமான நிலை, வாய்ப்புக்கூறு

vapid *(adj)* : insipid, சலிப்பை ஏற்படுத்தும்

vaporize *(v)* : to convert into vapour, ஆவியாக்கு

vapour *(n)* : substance in gaseous state, a gas below its critical temperature, ஆவி

variable *(adj)* : alternate, மாறக்கூடிய

variance *(n)* : variation, difference of opinion, மாறுபாடு, கருத்து வேறுபாடு

variant *(adj)* : varying, changing, not constant, வேறுபடும், மாறும், நிலையற்ற

variation *(n)* : diversity, வேறுபாடு, மாறுபாடு

varied *(adj)* : altered, having variety, மாற்றப்பட்ட, பல வகைப் பட்ட; *(v)* : past participle of vary, 'vary' என்பதன் இறந்தகால முற்றெச்ச வடிவம்

variegated *(adj)* : having different colours, பல வண்ணங்களைக் கொண்ட

variety *(n)* : different kinds, a class, பல வகை, சார்பினம்

various *(adj)* : several, many sided, *பல, பல்வேறு வகையான*

varlet *(n)* : a scoundrel, a servant, *போக்கிரி, வேலையாள்*

varnish *(n)* : a resinous liquid used to produce a shining transparent coat on a surface, *மெருகெண்ணெய்; (v)* : to cover with varnish, polish, *மெருகிடு*

varsity *(n)* : university, *பல்கலைக் கழகம்*

vary *(v)* : to change, become different in condition or quantity, *மாறு, வேறுபடு*

vase *(n)* : an ornamental jar for holding flowers, *பூச்சாடி*

vassal *(n)* : one who holds land for a term under a lord, a servant, a dependent, *குத்தகைக்காரன், பணியாள், சார்ந்து பிழைப்பவன்*

vast *(adj)* : enormous, very great in number, quantity or amount, *மிகப்பெரிய, மிகுதியான*

vat *(n)* : a tub for holding liquids, *நீர்மத் தொட்டி*

vaudeville *(n)* : a song, an entertainment, *இசை, கலை நிகழ்ச்சி*

vault *(n)* : an apartment with an arched roof, the sky, an underground room, a leap, *மாடம், கவிகை, வான வளைவு, நில வறை, தாவுதல்; (v)* : to leap over, *தாவிக்குதி*

vaunt *(v)* : to boast, *தற்பெருமையடி*

veal *(n)* : flesh of a calf, *கன்றிறைச்சி*

veer *(v)* : to change the direction as the wind, go or turn round, *திசை மாறு, சுற்றி வளைந்து செல்*

vegetable *(n)* : the edible part of any plant, *காய்கறி; (adj)* : relating to vegetables, *காய்கறிக்குரிய*

vegetarian *(n)* : one who eats only vegetable foods, *சைவ உணவினர், காய்கறி உணவினர்*

vegetate *(v)* : grow plants, to lead an idle life, *தாவரம் வளர், வேலையின்றி இரு*

vegetation *(n)* : act of vegetating, vegetable growth, the whole of the plants in a given area, *செடி வளர்த்தல், செடி வளர்ச்சி, செடியினம், தாவர வகை*

vehement *(adj)* : ardent, passionate, violent, *ஆவல் மிகுந்த, ... வெழுச்சிமிக்க, ஆவேசமிக்க*

vehicle *(n)* : any conveyance for transport, means of conveyance, *ஊர்தி, வண்டி, தொடர்பு கொள்ள உதவும் கருவி*

veil *(n)* : a cover for the face, screen, curtain, mask, *முட்டாக்கு, திரை, முகமூடி*

vein *(n)* : any blood vessel, a rib in a leaf, *குருதி நாளம், இரத்தக் குழாய், இலையின் நரம்பு*

vellum *(n)* : a writing material made from the skins of calves, lambs or kids, *எழுதப் பயன் படுத்தப்படும் தோல், வுரை மென் தோல்*

velocity *(n)* : the rate of change of position, speed, *கதி வேகம், வேகம்*

velvet *(n)* : a fine silk cloth having a thick short smooth pile on oneside, *வெல்வெட்டுத் துணி*

venal *(adj)* : willing to do evil for money, *பணத்திற்காகத் தீங்கு செய்யக்கூடிய*

vender, vendor *(n)*: one who sells, விற்பவர்
vendetta *(n)*: family vengeance through generations, பரம்பரைப் பழியுணர்வு
veneer *(v)*: to cover a piece of cheaper wood with another piece of finer quality, to give a good appearance to what is really bad, மெல் லொட்டுப் பலகை
venerable *(adj)*: honourable, respectable, போற்றத்தக்க,மதிப்பிற் குரிய
veneration *(n)*: adoration, reverence, போற்றுதல், மரியாதை
venery *(n)*: hunting, வேட்டை
vengeance *(n)*: revenge, retribution, பழிக்குப்பழி, பழிவாங்குதல்
venial *(adj)*: pardonable, மன்னிக் கத்தக்க
venison *(n)*: the flesh of the deer, மானிறைச்சி
venom *(n)*: poison, spite, நஞ்சு, வெறுப்பு
vent *(n)*: a small opening or passage, anus, outlet of any kind, புழை, குதம், போம்வழி, போக்குவழி
ventilate *(v)*: admit fresh air into, provide with a vent, to make widely known, காற்று வீசவிடு, காற் றோட்ட வசதி செய், புழை அமை, பலரறியச் செய்
ventilation *(n)*: ventilating or being ventilated, காற்றோட்டம்
ventilator *(n)*: appliance or aperture for ventilating room, காற்றுப்புழை
ventriloquist *(n)*: one who is skilled in the art of producing sounds in such a manner that the voice appears to come from somesource other than the speaker, ஒரு வகைப்பேச்சுத் திறம் படைத்தவர்
venture *(v)*: dare, put to danger, துணிந்து செய், துணிகரச் செயலில் இறங்கு: *(n)*: something one sets out to do in which there is danger, துணிகரச் செயல்
venturesome *(adj)*: bold, risky, துணிகரமான, ஆபத்துடைய
venue *(n)*: meeting - place, a place where an action takes place, சந்திக்கு மிடம், நிகழுமிடம்
venus *(n)*: the Roman goddess of love and beauty, the second planet from the sun, ரோமன் காதல் தெய்வம், அழகுத் தெய்வம், சூரியனைச் சுற்றும் இரண்டாவது கோளம், வெள்ளி
veracity *(n)*: honesty, truthfulness, reality, நேர்மை, வாய்மை
veranda *(n)*: covered space built along the sides of a house, தாழ் வாரம்
verb *(n)*: part of speech that expresses existence or action, வினைச் சொல்
verbal *(adj)*: literal, oral, derived from the verb, சொற்பொருள் சார்ந்த, வாய்மொழியான, வினையடியான
verbatim *(adv)*: word by word, சொல்லுக்குச் சொல்
verbose *(adj)*: containing unnecessary number of words, மிகைச் சொற்கள் கொண்ட
verdant *(adj)*: green like fresh grass, பசுமையான
verdict *(n)*: the findings of a jury in an action, the decision, opinion expressed, தீர்ப்பு, முடிவு, தீர்மானம், கருத்து வெளிப்பாடு

verdigris *(n)* : greenish rust formed on copper exposed to air, தாமிரக் களிம்பு

verdure *(n)* : green vegetation, new grass, பசும் பயிர், பசும் புல்

verge *(n)* : border, edge, ஓரம், விளிம்பு : *(v)* : to lean, to be on the edge, சரி, விளிம்புக்குச் செல், சாய்வுறு

verification *(n)* : verifying or being verified, சரி பார்த்தல், தேர்வாய்வு

verify *(v)* : to prove to be true by evidence etc., சரிபார், தேர்ந்து கண்டறி

verily *(adv)* : in every truth, certainly, உண்மையாக, நிச்சயமாக

vermicelli *(n)* : fine wheat flour made into small worm like rolls, சேமியா

veritable *(adj)* : true, actual. உண்மையான, மெய்யான

verity *(n)* : the quality of being true, உண்மை, மெய்மை

vermilion *(n)* : a bright red mercuric sulphide used as a colouring matter, a beautiful colour, இரசசெந்தூரம், நல்ல சிவப்பு நிறம்

vermin *(n)* : troublesome small animals and insects like mice, lice, bugs etc., எலி, பேன், மூட்டைப்பூச்சி போன்ற தொல்லை உயிரினங்கள்

vernacular *(n)* : native language or dialect of a place, தாய்மொழி, வட்டார மொழி; *(adj)* : native to a place, தாய் நாட்டைச் சார்ந்த

vernal *(adj)* : of the spring, youthful, இளவேனிற்குரிய, இளமையான

versatile *(adj)* : able to turn freely, of varied capacity, எளிதில் சுற்றித் திரும்பத்தக்க பல பயனுள்ள, பல திறனுள்ள

verse *(n)* : a poem; a numbered division in the Bible, poetry in general, செய்யுள் அடி, செய்யுள்

versed *(adj)* : skilled or learned, பயிற்சியுள்ள, நன்குணர்ந்த

version *(n)* : translation, an account giving one view-point, a particular form of variation, மொழி பெயர்ப்பு, கருத்துரு, பாட வேறுபாடு, உருவேறுபாடு

versu *(prep)* : against, as an alternative to, எதிராக, மாறாக

vertebra *(n)* : one of the single bones or segment of the spinal column, முதுகெலும்பு, முதுகுத் தண்டு

vertebral *(adj)* : pertaining to the vertebra, தண்டுவடத்திற்குரிய, முதுகெலும்பு சார்ந்த

vertebrate *(adj)* : having a spinal column, belonging to the vertebrates, முதுகெலும்புள்ள உயிரினம்

vertex *(n)* : the top, the highest point, corner point of triangle, etc., உச்சி, முகடு, (முக்கோணத்தின் கோண முனை

vertical *(adj)* : relating to the vertex, perpendicular, straight up or down, நேர் மேலே முகடு சார்ந்த, நிலைகுத்தான, செங்குத்தான

vertigo *(n)* : giddiness, தலைச் சுற்றல்

verve *(n)* : vital power, enthusiasm, உயிர்ப்பண்பு, தனிச்சுவையார்வம்

very *(adj)* : complete, suitable, actual, முழுமையான, நிறைவுடைய, அதுவேயான, உண்மையான; *(adv)* : in a high degree, really, மிகுதியாக, உண்மையாக

vesper *(n)* : the evening, the evening star, மாலைப்பொழுது, அந்தி வெள்ளி, சுக்கிரன்

vespers *(n)* : the evening service or prayer, மாலை நேர வழிபாடு
vessel *(n)* : an utensil for holding something, a ship or large boat, artery or vein, கொள்கலம், பாத்திரம், கப்பல், பெரிய படகு, இரத்தக் குழாய்
vest *(n)* : a short tight-fitting under garment or waist worn on upper part, coat, மேலுள்ளாடை, கை யில்லாத அரைச் சட்டை; *(v)* : dress of cloth, to give powers to, ஆடையணி, அதிகாரம் கொடு
vested *(adj)* : dressed in robes, fixed, ஆடையுடுத்து, நிலை பெற்ற
vestibule *(n)* : a small entrance hall, முன்கூடம்
vestige *(n)* : trace or remaining bit of something, footprint, அடையாளம், தடம், அடிச்சுவடு
vestment *(n)* : an official gown, a garment, பணியாடை, சமய உடுப்பு, ஆடை
vesture *(n)* : clothing, a covering, ஆடை, போர்வை
vetch *(n)* : plant of the pea kind used as cattle food, கால்நடைத் தீவனமான பட்டாணி வகை
veteran *(n)* : an old and experienced in service person, any ex-serviceman, முதுவர், தேர்ச்சி மிக்கவர், பணியனுபவம் உடையவர், ஓய்வுபெற்ற அலுவலர்; *(adj)* : long experienced, அனுபவம் மிக்க
veterinary *(adj)* : the branch of medicine dealing with the treatment of diseases in domestic animals, கால்நடை மருத்துவம் தொடர்பான
veto *(n)* : constitutional right of prohibiting or refusing, தடையுரிமை, மறுப்புரிமை
vex *(v)* : irritate, annoy, எரிச்சலூட்டு, துயரமளி
vexatious *(adj)* : irritating, troublesome, எரிச்சலூட்டும், தொல்லை தரும்
via *(prep)* : by way of, passing through, வழியாக, ஊடாக
viaduct *(n)* : bridge in the form of a series of arches carrying a road or railway across a valley or river, வாராவதி, மேம்பாலப் பாதை
vial *(n)* : a small bottle for holding medicine or other liquids, சிறிய புட்டி, குப்பி
viand *(n)* : an article of food, உணவுப் பண்டம்
vibrant *(adj)* : vibrating, அதிர்கிற
vibrate *(v)* : oscillate, shake rapidly, ஊசலாடு, அதிர்
vicar *(n)* : substitute, a clergyman, பகரர், சமயகுரு
vicarious *(adj)* : filling the place of another person, done by one for others, பெயராளராக அமர்த்தப் பட்ட, பிறர் பொருட்டு செயலாற்றுகிற
vice, vise *(n)* : an immoral conduct, bad habit, a device for gripping an object, தீயொழுக்கம், இடுக்கி; *(prep)* : instead of, இடத்தில், பதிலாக
vicegerant *(n)* : one who acts for another, பகரர்
vice-president *(n)* : an officer ranking next below a president, துணைத் தலைவர்
viceroy *(n)* : a king's deputy, அரசப் பிரதி நிதி

viceversa *(adj)* : the other way round, நிலையெதிர் மாறாக

vicinity *(n)* : neighbouring area, அண்டை, சுற்றுப்புறம், அருகாமை

vicious *(adj)* : savage, mean, spiteful, கொடிய, இழிவான, கேடு விளைக்கிற

vicissitude *(n)* : change (esp. of circumstances), மாற்றம், மாறுபாடு

victim *(n)* : a living creature offered as sacrifice, person or animal who suffers the ill-will of another, பலி, துயருறுவோர்

victimize *(v)* : to make a victim of, பலியிடு

victor *(n)* : one who wins or conquers, வெற்றி பெற்றவர்

victoria *(n)* : a four-wheeled carriage, நாற்சக்கர வண்டி வகை

victorious *(adj)* : having gained the victory, conquering, வெற்றி பெற்ற

victory *(n)* : success, the act of winning, வெற்றி, வெற்றி பெறுதல்

victuals *(n. pl)* : things to eat, உணவுப் பொருள்கள்

vide *(v)* : look at, refer to, காண்க, பார்க்க

videlicet (abbr-viz) *(adv)* : namely, அதாவது

vie *(v)* : to try to do better than, மேம்பட முயற்சி செய்

view *(n)* : scene, sight, opinion, காட்சி, பார்வை, நோக்கு, கருத்து; *(v)* : look at, think about, பார், சிந்தி

viewpoint *(n)* : one's way of looking at a matter, a place through which good view may be had, கருத்துக் கோணம், பார்வைக் கோணம், காட்சிக் கோணம்

vigil *(n)* : action of watching, விழிப்பு நிலை, காவல்

vigilance *(n)* : watchfulness, விழிப்பு நிலை, எச்சரிக்கை நிலை

vigilant *(adj)* : watchful, alert, on guard against possible danger, காவல்காக்கிற, விழிப்பான, பாதுகாப்பான

vigorous *(adj)* : strong, energetic, உறுதியான, ஆற்றல் நிறைந்த

vigour *(n)* : physical or mental strength, vitality, activity, உடல் அல்லது மனஉறுதி, உயிர்த் துடிப்பு, வலிமை, விறு விறுப்பு

vile *(adj)* : morally bash, of bad quality, atrocious, valueless, இழிந்த, தரங்கெட்ட, கொடிய, மதிப்பற்ற

vilify *(v)* : abuse, defame, to slander, நிந்தி, அவதூறு சொல், இழிவு படுத்து, தூற்று

villa *(n)* : a large country house, நகர்ப்புற வீடு

village *(n)* : small community in a rural district smaller than a town, கிராமம்

villain *(n)* : a wicked person, கொடியவன்

villainous *(adj)* : very wicked, mean, கொடிய, இழிந்த

villainy *(n)* : villainous conduct, wickedness, போக்கிரித் தனமை, கொடுமை

vim *(n)* : vigorous energy, தெம்பு, வலிமை

vincible *(adj)* : capable of being overcome, வெல்லக்கூடிய

vindicate *(v)* : to defend, to maintain சரியெனக்காட்டு, நிலைநாட்டு

vindictive *(adj)* : desiring revenge, பழிவாங்கும் எண்ணமுடைய

vine *(n)* : grape plant, any creeping stem of a plant, கொடி முந்திரி, படர்கொடி

vinegar *(n)* : an acid liquid used as preservative, புளிக்காடி

vineyard *(n)* : land planted with grape-vines, கொடி முந்திரித் தோட்டம்

vintage *(n)* : the amount of grapes grown in a year, கொடி முந்திரிப் பருவ விளைவு; *(adj)* : of high quality esp. from the past, பழமையின் காரணமாக மதிப்புயர்ந்த

viola *(n)* : a kind of violin, நரம்பிசைக் கருவி வகை

violable *(adj)* : capable of being violated, மீறத்தக்க

violate *(v)* : break the rules of laws, மீறு, குலை

violence *(n)* : undue force, strength, roughness, வன்முறை, வலிமை, முரட்டுத்தனம்

violent *(adj)* : using great force or strength, வன்முறையான

violet *(n)* : a blusih-purple colour, a garden plant and its flower, ஊதா நிறம், ஊதா நிற மலர்களுடைய தோட்டச் செடி

violin *(n)* : a stringed musical instrument played with a bow, ஒரு வகை நரம்பிசைக் கருவி

viper *(n)* : a poisonous snake, கட்டுவிரியன் பாம்பு

virago *(n)* : a turbulent woman, அடங்காப்பிடாரி, சண்டைக்காரி

virgin *(n)* : a woman who has no sexual intercourse, கன்னிகழியாத பெண், கன்னி

virginal *(adj)* : pure, modest, maidenly, தூய்மையான, கற்புடைய, கன்னிக்குரிய

virgo *(n)* : the virgin in the zodiac, கன்னிராசி

virile *(adj)* : showing the masculine characteristics, ஆண்மையியல்புடைய

virility *(n)* : manliness, ஆண்மை

virtue *(n)* : good moral quality, chastity, merit, நல்லொழுக்கம், கற்பு, நற்பேறு

virtuoso *(n)* : a skilled musician, painter, etc., கலைத்திறமுடையவர், கலை வல்லுநர்

virtuous *(adj)* : having virtue, நல்லொழுக்கமுடைய, கற்புடைய, நற்பேறுடைய

virulence *(n)* : malignancy, நச்சுத் தன்மை

virulent *(adj)* : highly poisonous, malignant, severe, நச்சுத்தன்மை மிக்க, உயிருக்கு ஆபத்தான, கடுமையான

virus *(n)* : a poison, submicroscopic infective agent, நஞ்சு, நோய் நச்சு

visa *(n)* : the stamp or signature put on a passport to show that it is correct, அயல் நாட்டின் நுழைவுரிமைச் சீட்டின் மீதுள்ள முத்திரை அல்லது கையெழுத்து

visage *(n)* : the human face, countenance, முகம், முகத் தோற்றம்

vis-a-vis *(adv)* : facing one another, எதிர்முகமாக

viscera *(n & pl)* : the inner parts of the body, உடலின் உள் உறுப்புகள்

viscosity *(n)* : resistance to flow, பாகுத்தன்மை, பிசு பிசுப்பு

viscount *(n)* : a noble man in great Britain holding a rank between earl and baron, இங்கிலாந்திலுள்ள ஒரு சிறப்புப் பட்டம்

viscous *(adj)* : sticky, resistant to flow, பிசு பிசுப்புள்ள, பாகு நிலையிலுள்ள

vise *(n)* : see vice

visibility *(n)* : state or quality of being seen by the eyes, பார்வை, பார்க்கக்கூடிய தன்மை

visible *(adj)* : that may be seen, at sight, பார்க்கக்கூடிய, பார்வைக் கெட்டிய, பார்வைக்குப் புலனாகும்

vision *(n)* : faculty of seeing, intuition, something seen, பார்வை, உள்ளுணர்வு, தோற்றம்

visionary *(adj)* : imaginary, impracticable, கற்பனையுலகில் திரிகிற, நடைமுறைக்கு ஒவ்வாத; *(n)* : an idealistic dreamer, one who sees visions, குறிக்கோள், கற்பனையாளர், கனவு காண்பவர்

visit *(v)* : to go to see a person or place, சென்று பார், சந்திக்கச் செல், பார்வையிடு; *(n)* : the act of visiting, சந்திக்கச் செல்லுதல், சென்று பார்த்தல், பார்வையிடுதல்

visitant *(n)* : one who comes to visit, வருகையாளர்

visitation *(n)* : visit, an event seen as a punishment from God, சென்று காணல், பார்வையிடுதல், தெய்வ குற்றம்

visitor *(n)* : one who visits, பார்வையாளர், வருகையாளர்

visor, vizor *(n)* : front movable piece of helmet, a mask, தலைக் கவச விளிம்பு, முகமூடி

vista *(n)* : a view, காட்சி, அழகிய தோற்றம்

visual *(adj)* : pertaining to sight, பார்வைத் தொடர்பான

visualize *(v)* : picturize, imagine visually, படம் பிடித்துக்காட்டு, கற்பனைக் கண் கொண்டு பார்

vital *(adj)* : essential, pertaining to life, இன்றியமையாத, உயிர் நிலையான

vitality *(n)* : life, capacity to endure, liveliness of spirit, உயிர், வாழ்க்கைத் திறம், உள்ளுரம்

vitals *(n)* : the essential organs of the body, உயிர் நிலை உறுப்புக்கள்

vitamin *(n)* : any of certain substances found in foods that are needed to make the body strong and healthy, உயிர்ச்சத்து

vitiate *(v)* : to destroy the effect of, சீர்குலை, பாழ்பண்ணு

vitreous *(adj)* : like glass, relating to glass, கண்ணாடி போன்ற, கண்ணாடி தொடர்பான

vitriol *(n)* : the name of sulphuric acid, கந்தக அமிலம்

vituperate *(v)* : to scold in abusive language, வசை மொழி கூறு

vituperation *(n)* : vehement abusive language, கடும் வசவு, வசை

vituperative *(adj)* : abusive, scolding, அவதூறான, திட்டும், வசை கூறும்

vivacious *(adj)* : animated, active, gay, உயிர்த்துடிப்புடைய, சுறுசுறுப்பான, கிளர்ச்சியுடைய

vivacity *(n)* : animation, liveliness briskness, delight, உயிரோட்டம் உயிர்த் துடிப்பு, சுறுசுறுப்பு மகிழ்ச்சி

viva-voce *(n)* : oral examination, வாய்மொழித் தேர்வு

vivid *(adj)* : lively, intense, bright, distinct, உயிர்ப்புடைய, ஒளிமய மான, ஒளிர்வு மிகுந்த, தெளிவான

vivify *(v)* : to give life to, to make more striking, உயிர்கொடு, உயிரூட்டு, உயிர்த்துடிப்பூட்டு

vivisection *(n)* : dissection of animals while alive, உயிருள்ள விலங்குகளை வெட்டிப் பார்த்துக் கற்றல்

vixen *(n)* : female fox, an ill-tempered woman, பெண் நரி, வம்புக்காரி

viz *(adv)* : see videlicet, அதாவது

vizier *(n)* : a minister of state in some muslim lands, முகம்மதிய நாட்டு அமைச்சர்

vocabulary *(n)* : range of words used by a speaker or in a book, a list of words and their meanings arranged alphabetically, சொல்லடைவு, சொற்கோவை, சொற்றொகுதி

vocal *(adj)* : having to do with the voice or speech, குரலொலித் தொடர்பான, சொல் தொடர்பான

vocation *(n)* : employment, profession, வாழ்க்கைத் தொழில், தொழில் முறை

vocative *(adj)* : used in addressing or calling a person or object, விளிக்கப் பயன்படும்; *(n)* : the vocative case, விளி வேற்றுமை

vociferate *(v)* : to say loudly, shout, இரைந்து பேசு, கூச்சலிடு

vociferous *(adj)* : noisy, இரைச்சலுடைய

vogue *(n)* : prevailing fashion, practice, நடைமுறை, வழக்கு

voice *(n)* : the sound made by the speech organs, குரல்

void *(adj)* : empty, vacant, of no use, வெறுமையான, வெற்றிடமான, பயனற்ற; *(n)* : an empty space, vacuum, வெறுமை, வெற்றிடம்; *(v)* : to evacuate, to empty out, nullify, வெளியேற்று, வெறுமையாக்கு, செல்லாததாக்கு

volatile *(adj)* : evaporating, changing quickly, எளிதில் ஆவியாகிற, எளிதில் மாறுகிற

volcano *(n)* : a hill or mountain with a hole in the top through which melted rock and steam are thrown out, எரி மலை

volley *(n)* : discharge of a number of missiles, hitting the ball before it reaches the ground, குண்டுமாரி, பந்து நிலத்தை எட்டுமுன் அடித்தல்; *(v)* : to discharge in a volley, to hit a ball before it reaches the ground, குண்டுமாரி பொழி, பந்து நிலத்தை எட்டுமுன் அடி

voluble *(adj)* : using a great flow of words, சரளமாகப் பேசுகிற, சொல்லொழுக்குடைய

volume *(n)* : a book, one book in a set of books, amount of space occupied, நூல், நூல் தொகுதிப் பிரிவு, பருமன்

voluminous *(adj)* : vast, extensive, bulky, மிகப்பெரிய, பரந்த, பருமனான, தடிமனான

voluntary *(adj)* : acting freely and willingly, தன்னிச்சையான, தன் விருப்பார்ந்த

volunteer *(n)* : one who freely and willingly offers one's service, விருப்பத் தொண்டர்; *(v)* : to offer freely and voluntarily, விருப்பத் தொண்டாற்று

vomit *(v)* : throw up the food which has been eaten through the mouth. வாந்தியெடு

voracious *(adj)* : greedy and hungry. பெரு வேட்டையுடைய, பெருந்தீனி தின்கிற

vortex *(n)* : whirling motion of liquid or wind. நீர்ச்சுழி, சுழல் காற்று

votary *(n)* : one devoted to good service. பக்தன்

vote *(n)* : the expression of choice, suffrage. தேர்ந்தெடுப்பு, வாக்குரிமை; *(v)* : grant by vote. வாக்களி

voter *(n)* : one who votes or has the right to vote. வாக்காளர்

vouch *(v)* : to attest. உறுதி செய்

voucher *(n)* : one who attests a document establishing that money has been paid. உறுதிச் சீட்டு

vouchsafe *(v)* : to condescend, to grant. இணங்கு, உறுதி சொல்

vow *(n)* : a solemn promise. உறுதி மொழி; *(v)* : to make promise. உறுதி மொழி செய்

vowel *(n)* : speech sound uttered without audible stoppage of breath. உயிரெழுத்து

voyage *(n)* : a large journey over water. கடற்பயணம், கடல் கடந்த பயணம், நெடும் பயணம்

vulcan *(n)* : Roman God of fire. ரோமானியரின் நெருப்புக் கடவுள்

vulcanise *(v)* : to treat rubber with sulphur at great heat to make rigid and durable. கந்தக வலியூட்டம் செய்

vulgar *(adj)* : coarse, not nice. கொச்சையான, இழிவான, நாகரிகமற்ற

vulgarity *(n)* : rudeness. கெட்ட நடத்தை

vulnerable *(adj)* : liable to be wounded. காயம்படத்தக்க

vulpine *(adj)* : like a fox, crafty. நரிபோன்ற தந்திரமுடைய, சூழ்ச்சியுடைய

vulture *(n)* : a large bird of prey that feeds on dead animals. பிணந்தின்னிக் கழுகு

vying *(v)* : present participle of vie, competing. 'vie' என்பதன் தொடர் செயல், போட்டியிடுகிற

W

wad *(n)* : soft fibrous material used for padding, packing etc., a roll of paper, a large amount. [illegible] பொருள், தக்கை, காகிதக் கற்றை, பெரிய அளவு; *(v)* to compress into a wad, to plug or pad. [illegible] பொருளை வைத்து அடை, தக்கைபோடு

waddle *(v)* : to walk like a duck. வாத்துப் போல் நட

waft *(v)* : to float lightly through the air or over water. காற்றில் அல்லது நீரில் மிதந்து வா

wag *(v)* : to move rapidly to and fro, nod. முன்னும் பின்னும் ஆட்டு, அசை; *(n)* a wafting movement, a person full of laughable sayings.

முன்னும் பின்னுமாக அசைத்தல், நகைச் சுவைஞர்

wage *(v)*: to engage in, to pledge, ஈடுபடு, அடகு வை

wager *(n)* : a bet, பந்தயம்

wages *(n & pl)* : periodical payment earned by workers, ஊதியம்

waggle *(v)* : to move quickly from side to side or to and fro, ஆட்டு, முன்னும் பின்னுமாக அசை

wagon, waggon *(n)* : a four wheeled vehicle for carrying heavy loads, நான்கு சக்கர பளு வண்டி

waif *(n)* : a homeless wanderer, anything found ownerless, வீடற்ற நாடோடி, நாதியற்றவர், கேட்பாரற்ற பொருள்

wail *(n)* : loud weeping, அழுகை, ஒப்பாரி; *(v)* : to express grief sorrow by loud weeping, அழு, புலம்பு, ஒப்பாரிவை

wainscot *(n)* : wooden panelling running round the base of a wall, சுவர் உள்பலகை வரிபீடு

waist *(n)* : the part of the body between the ribs and the hips, இடை, இடுப்பு, அரை

waist-band *(n)* : a band encircling the waist, அரைஞாண்

waist-coat *(n)* : a sleeveless close fitting garment, கையில்லாத அரைச்சட்டை

wait *(v)* : to remain in expectancy, watch for, postpone, to be ready to serve a person, காத்திரு, எதிர் பார், காலம் கடத்து, பரிமாறு

waiter *(n)* : a person who waits, a male attendant in a restaurant, etc., காத்திருப்பவர், உணவு விடுதி மேசைப் பணியாளர்

waive *(v)* to give up right or claim, உரிமையை விட்டுக்கொடு

wake *(v)* to rouse from sleep or idleness, to remain without sleeping, விழிப்பூட்டு, உறங்காதிரு; *(n)* : a watch, காவல், கண் விழிப்பு

wakeful *(adj)* alert, keeping, awake, விழிப்பான, உறங்காத

waken *(v)* : wake up, rouse, எழுப்பு, தூண்டு

wale (see weal)

walk *(v)* to proceed by foot steps, நட, கால் நடையாகச் செல்; *(n)* : act of walking, நடத்தல், நடை

wall *(n)* : built up vertical structure of stones, brick, etc., to enclose or protect a room, house, town, etc., சுவர், மதில்

wallaby *(n)* a small kangaroo, சிறு கங்காரு வகை

wallet *(n)* : a bag for carrying personal things, சிறு பை

wallow *(v)* : to roll about in mud, dust, etc., மண்ணில் புரளு, புழுதியில் உருளு

walnut *(n)* : a large tree bearing valuable nuts and wood, வாதுமை மர வகை

walrus *(n)* an aquatic mammal of the seal family, கடற்குதிரை

waltz *(n)* a kind of dance, சுழல் நடனம்

wan *(adj)* faint, pale and sick, சோர்ந்த, வெளிறிய, நோயுடைய

wand *(n)* a rod carried as a symbol of authority, a magician's rod, தண்டக்கோல், மந்திரக்கோல்

wander *(v)* to roam, to move without specific purpose or route, அலைந்து திரி, ஒரு குறிப்பி

நோக்கமின்றி சுற்றித்திரி
wanderings *(n & pl)* : roaming, அலைந்து திரிதல்
wane *(v)* : decrease, gradually (esp. of the moon), to decline, குறை, தேய்வுறு, மங்கு
want *(v)* : to need, to wish for, to be without food, etc., தேவைப் படு, விரும்பு, வேண்டு, இல்லாம லிரு; *(n)* : disire, thing so desired, lack, absence, deficiency, விருப்பம், வேண்டப்படுவது, வறுமை, இன்மை, குறைபாடு
wanted *(adj)* : wished for, தேவைப்
wanting *(adj)* : lacking, குறை பாடுடைய; *(prep)* : without, இல்லாதது
wanton *(adj)* : lustful, playful, senseless, luxurious, unrestrained, காமமிக்க, பொறுப்பற்ற, விளையாட்டுப் போக்கான, சிறு பிள்ளைத்தனமான, கட்டுக் கடங்காத
war *(n)* : military operations as a science, any active hostility, போர், பகைமை
warble *(v)* : to sing, இசைபாடு
warbler *(n)* : a small song bird, one that warbles, இசைப் பறவை, பாடுபவர்
ward *(n)* : act of guarding, adminis-trative division of a town, section of a building, (esp. of a hospital) பாதுகாத்தல், நகரமாவட்டம், மருத்துவமனையின் படுக்கைத் தொகுதி
warden *(n)* : a person who guards or is in charge of something, keeper, பாது காவலர், மேற்காப்பாளர் காவலர்
warder *(n)* : a watchman, வாயிற் காவலர், சிறைக்காவலர்
wardrobe *(n)* : a tall cabinet for keeping or hanging clothes, துணி மணி நிலையடுக்கு
ware *(n)* : article for sale, விற்பனைப் பொருள்கள்
warehouse *(n)* : a store house for goods, பண்டக சாலை
warfare *(n)* : armed, conflict, military life, போர் நடவடிக்கை, போர்த் தொழில்
warhorse *(n)* : a horse used in a war, போர்க்குதிரை
warily *(adv)* : cautiously, எச்சரிக் கையாக
warlike *(adj)* : fond of or fit for war, pertaining to war, போர் விரும்பும், போர் வீரமுள்ள, போர்த் தொடர்பான
warlock *(n)* : a wizard, மந்திரவாதி
warm *(adj)* : having pleasant mild degree of heat, வெதுவெதுப் பான, இளஞ் சூடான
warm-blooded *(adj)* : maintaining a normal body temperature unaffected by environment, சூழ்நிலைத் தாக்கமற்ற, உடல் வெப்ப நிலையையுடைய
warmth *(n)* : the state of being warm, mild heat, enthusiasm, cordial feelings, வெதுவெதுப்பு, இளஞ் சூடு, ஆர்வம், அன்பு
warn *(v)* : to tell of a danger, to notify in advance, எச்சரிக்கை செய், முன்னறிவி
warning *(n)* : caution against danger, எச்சரிக்கை
warp *(n)* : a strong rope, the threads stretched lengthwise in a loom,

உறுதியான கயிறு, பாவு நூல்; *(v)* : to twist out of shape, to pull a ship by means of ropes, உருமாற்று, கப்பலைக் கயிறு கட்டி இழு

warrant *(n)* : written order of authorization, pledge, அதிகாரப் பத்திரம், பற்றானை, வாக்குறுதி

warren *(n)* : ground where rabbits burrow, முயல் வளை

warrior *(n)* : soldier, போர் வீரன்

wart *(n)* : a hard excrescence on the skin, மரு, மச்சம்

wary *(adj)* : cautious, முன்னெச்சரிக்கையுள்ள

was *(v)* : a form of 'to be' and past tense of 'is' or 'am', 'be' என்பதன் தன்மை, படர்க்கை இடங்கள் சார்ந்த ஒருமையின் இறந்தகால வடிவம்

wash *(v)* : to clean with water, to flow over or against, கழுவு, நீரில் அடித்துக் கொண்டு செல்

washerman *(n)* : a man whose work is washing clothes, சலவைத் தொழிலாளி

washing *(n)* : act of cleaning, கழுவுதல், சலவை செய்தல்

wasp *(n)* : a winged insect with a sharp sting, குளவி

wassail *(n)* : special liquor, ஒரு வகை மது

wastage *(n)* : loss by use, damage, etc., சேதாரம், கழிவு

waste *(adj)* : unproductive, not wanted, superfluous, பாழான, தரிசான, தேவையற்ற, பயனற்ற, மிதமிஞ்சிய; *(v)* : use extravagantly, lay waste, பெருஞ்செலவு செய், பாழாக்கு, வீணாக்கு; *(n)* : amount lost by waste, unnecessary loss, வீண்செலவு, தேவையற்ற இழப்பு

wasteful *(adj)* : lavish, extravagant, ஊதாரித்தனமான, மிதமிஞ்சிய

waster *(n)* : one who wastes, ஊதாரி, வீணாக்குபவர்

watch *(n)* : a small timepiece, careful guarding, a man or body of men to guard, கைக்கடிகாரம், கவனிப்பு, காவல்; *(v)* : to guard, to observe carefully, பாதுகாப்பு செய், காவல் செய்

watch dog *(n)* : a dog kept to guard, காவல் நாய்

watchman *(n)* : a man who watches or guards, காவலாளி

watchword *(n)* : a password, a slogan of a group or party, அடையாளச் சொல், குறிப்புச் சொல், குழுக்குறி, கோட்பாட்டுச் சொல்

water *(n)* : the colourless transparent liquid composed of oxygen and hydrogen or large body of water, நீர், கடல், ஏரி, போன்றவை; *(v)* : supply with water, to make moist, நீர் பாய்ச்சு, நனை

waterclock *(n)* : a merchanism for measuring time by the flow of water, நீர்க் கடிகாரம்

watercourse *(n)* : a stream of water, a channel, நீரோடை, கால்வாய்

watercure *(n)* : treatment of diseases by means of mineral waters, நீர் மருத்துவமுறை

waterfall *(n)* : a steep fall of water from a height, அருவி, நீர்வீழ்ச்சி

watering place *(n)* : a resort with mineral springs for drinks or bathing, a place at a stream, lake, etc., நீரூற்று, குடி நீர்த்துறை

water level *(n)* : the surface of

still water, a levelling instrument in which water is used, நீரின் மேற் பரப்பு, நீர்மட்டம், நீர்மட்டக் கருவி

water-logged *(adj)* : soaked, or filled with water, நீர் சூழ்ந்த, நீர் நிரம்பிய

watermelon *(n)* : a large edible fruit, முலாம்பழம், தர்ப்பூசணி

watermill *(n)* : a mill whose machinery is driven by water, நீர்விசையாலை

waterproof *(adj)* : not allowing water to pass through, நீர் புகா; *(n)* : water proof material, நீர்க் காப்புப் பொருள்

water-shed *(n)* : the line or ridge which separates the area drained by two different river systems, இரு ஆறுகளைப் பிரிக்கும் மேட்டுப் பகுதி

water snake *(n)* : non-poisonous snake that lives in water, நீர்ப்பாம்பு

water-tight *(adj)* : so tight as not to admit water in, நீரிறுக்கமான

waterway *(n)* : a channel through which water runs, any body of water wide enough for the ships to sail in and out, வாய்க்கால், நீர் வழிப் பாதை

waterworks *(n)* : a system of reservoirs, pumps etc. by which water is distributed to towns, நீர் வழங்கீட்டுமுறை (நிறுவனம்)

watery *(adj)* : of or like water, diluted, நீர் போன்ற, நீர்த்த

wattle *(n)* : a twig, an Australian tree, a hurdle, ஒருவகை மரம், மிலாறு, வேலி

wave *(v)* : to signal by moving a hand to and fro or up and down, கை ஆட்டு; *(n)* : the form of a series of curves on large sheet of water, அலை

waver *(v)* : to be unsteady, to look as if one is about to fall, தடுமாறு, தள்ளாடு

wax *(n)* : a fatty yellow substance secreted by bees for building cells, any substance like this, மெழுகு, தேன் மெழுகு, அரக்கு; *(v)* : increase in size, strength etc., பெருகு, வளர்

way *(n)* : a road, path, passage etc., manner, பாதை, வழி, முறை

way farer *(n)* : one who travels from place to place on foot, கால்நடைப் பயணம் செய்பவர்

waylay *(v)* : to hide, to attack from ambush, ஒளிந்திரு, பதுங்கியிருந்து தாக்கு

way side *(n)* : the area close to the side of the road, பாதையோரம்

wayward *(adj)* : disobedient, unpredictable, erratic, சொற் கேளாத, தான் தோன்றித்தனமான, ஏறுமாறான

we *(pron)* : plural of I, 'I' என்பதன் பன்மை வடிவம்

weak *(adj)* : lacking in health, stregth and vigour, உடல்நலம் குன்றி ய, மெலிந்த, உறுதியற்ற, வலிமை யற்ற

weaken *(v)* : to make weak, ஆற்ற லிழக்கச் செய்

weakling *(n)* : a weak person or animal, நோஞ்சான், வலிமை குன்றிய விலங்கு

weakness *(n)* : feebleness, lack of strength, a fault, தளர்வு, வலுவின்மை, குறைபாடு

weal *(n)* : a prosperous state, welfare,

a raised mark on the skin caused by rod or whip, செழிப்பு, நல்வாழ்வு, வளம்; வடு

weald *(n)* : a stretch of open country, சமவெளி

wealth *(n)* : riches, செழிப்பு, வளம்

wealthy *(adj)* : rich, abounding, செல்வ முடைய, வளம் நிறைந்த

wean *(v)* : to accustom to such food other than the mother's milk, give up any habit, தாய்ப்பால் குடி, ஒரு பழக்கத்தை விட்டுவிடு

weapon *(n)* : any implement of offence or defence, படைக்கலம், கருவி

wear *(v)* : to be clothed with, cause to diminish gradually, ஆடையணி, தேய்; *(n)* : act of wearing, amount of damage or loss in value, ஆடையணிதல், தேய்மானம்

wearied *(adj)* : tired, exhausted, களைத்துப்போன, சோர்வடைந்த

weariness *(n)* : tiredness, களைப்பு, சோர்வு

wearisome *(adj)* : tiresome, சோர் வுடைய

weary *(adj)* : causing tiredness, சோர்வு உண்டு பண்ணும்

weasel *(n)* : a small carnivorous animal, ஒரு வகைக் கீரி, ராஜகீரி

weather *(n)* : atmosspheric conditions as regard to wind, clouds, temperature etc., தட்பவெட்ப நிலை

weather-beaten *(adj)* : affected by the weather, காற்று மழை வெயில் னுதலியவற்றால் தாக்குண்ட

weathercock *(n)* : revolving metal plate shaped like a cock to indicate the direction of the wind, காற்றுத் திசைக்காட்டி

weave *(v)* : to make threads into a piece of fabric, நெசவு நெய்

weaver *(n)* : one who weaves, நெசவாளி

web *(n)* : net work of thread spun by spider etc., skin or membrane between toes of aquative birds, சிலந்திவலை, கால்விரலிடைத் தோல் அல்லது சவ்வு

webbed *(adj)* : having the toes joined by webs, விரலிடைச்சவ்வுள்ள, விரலிடைத்தோலுள்ள

web-foot *(n)* : a foot with the toes webbed, விரலிடையே தோல் சவ்வுடைய கால்

wed *(v)* : marry, unite closely, திருமணம் செய், இணைந்திரு

wedded *(adj)* : past tense and past participle of wed, 'wed' என்பதன் இறந்தகால முற்றெச்ச வடிவம்

wedding *(n)* : a ceremony at which man and a woman are married, திருமணம்

wedge *(n)* : piece of wood or metal tapered at one end, ஆப்பு; *(v)* : split by driving 'wedge' into, ஆப்பு இறக்கு

wedlock *(n)* : matrimony, திருமண இணைப்பு

Wednesday *(n)* : the fourth day of the English week, புதன்கிழமை

wee *(adj)* : very small, மிகச்சிறிய

weed *(n)* : any useless unwanted troublesome plant, களை; *(v)* : to clear off weeds, களை பிடுங்கு

week *(n)* : a period of seven days, வாரம்

week-day *(n)* : any day of the week except sunday, ஞாயிற்றுக் கிழமை யல்லாத ஒரு நாள்

weekly *(adj)* : happening once a week, or every week, வாரமொருமுறை நிகழும்

ween *(v)* : think, imagine, expect, எண்ணு, நினைத்துப் பார், கருது

weep *(v)* : to shed tears, கண்ணீர் விடு, அழு

weevil *(n)* : a small beetle with a hard shell, அந்துப்பூச்சி

weft *(n)* : threads interwoven with warp, something woven, ஊடுநூல், நெய்யப்பட்டது

weigh *(v)* : to find out the weight by means of scales or balances, consider critically, எடைபார், நிறு, சீர் தூக்கு

weight *(n)* : the gravitational force with which a material body is attracted, a heavy mass, standardized metal piece used for finding the weight of other bodies, significance, ஈர்ப்பு விசை, பளு, எடை, எடைக்கல், முக்கியத்துவம்

weighty *(adj)* : heavy, convincing, important, பளுவான, அறிவுறுத்தும், முக்கியமான

weir *(n)* : a dam across a stream, கலிங்கு

weird *(adj)* : strange, mysterious, விந்தையான, இயற்கைக்கு மாறுபட்ட

welcome *(adj)* : received with pleasure, வரவேற்பளிக்கப்பட்ட; *(n)*: warm reception, வரவேற்பு, நல்வரவு; *(v)* : receive with pleasure, வரவேற்பளி

weld *(v)* : join the metal pieces by hammering when the metal has been heated to a plastic condition, உலோகத் துண்டுகளைக் காய்ச்சி இணை, ·ற்றவை

welfare *(n)* : well being, health, நலம், நல்வாழ்வு, உடல்நலம்

welkin *(n)* : the sky, வானம்

well *(n)* : a hole dug or drilled in the ground to get gas, oil or water, கிணறு; *(v)* : to pour out as from a well, சுர, ஊற்றெடு; *(adv)* : rightly, properly, சரியாய், நன்றாய்; *(inter)* : expressing wonder, agreement etc., நல்லது, நன்று, அப்படியே

welladay *(inter)* : alas, ஐயோ

well-balanced *(adj)* : sane, sensible, அறிவுள்ள, விவேகமுள்ள

well-being *(n)* : welfare, நலன்

well-bred *(adj)* : showing good breed-ing, courteous and considerate, நல்ல முறையில் வளர்க்கப்பட்ட, நல்லொழுக்கமுள்ள

well-connected *(adj)* : connected with people of good social position, நல்ல செல்வாக்கு உள்ளவர்களோடு தொடர்புடைய

well-disposed *(adj)* : properly arranged, inclined to be friendly, முறையாக இருக்கிற, நட்புணர்ச்சி யுடைய

well-intentioned *(adj)* : having good intentions, நல்லெண்ணங்கொண்ட

well-known *(adj)* : known by many people, புகழ்பெற்ற, எல்லோராலும் அறியப்பட்ட

well-meant *(adj)* : done or said with good intention, நல்ல நோக்கத்துடன் செய்யப்பட்ட அல்லது கூறப் பட்ட

well-nigh *(adv)* : very nearly, almost, கிட்டத்தட்ட, ஏறத்தாழ

well-off *(adj)* : in a favourable condition, prosperous, நல்ல நிலையிலுள்ள, செல்வவளமுடைய

well-spring *(n)* : a spring, a source of abundant supply, கிணற்றிலுள்ள ஊற்று, நீர் வளம்.

well-wisher *(n)* : one who wishes well to another, நன்மை விரும்பி

welt *(n)* : edge round a shoe, புதை மிதியடியின் விளிம்போரப் பட்டை

welter *(v)* : to roll, wallow, புரளு, புழுதியில் உருளு; *(n)* : a confused mass or mixture, a state of confusion, சேறு, சகதி, குழப்பம்

wench *(n)* : a girl, a maid servant, சிறுமி, வேலைக்காரி

wend *(v)* : to go, to betake, மெல்ல நட, மேற்கொள்

went *(v)* : past tense of go, 'go', என்பதன் இறந்தகால வடிவம்

wept *(v)* : past tense and past participle of weap, 'weap' என்பதன் இறந்தகால முற்றெச்ச வடிவம்

were *(v)* : plural of was, 'was' என்பதன் பன்மை வடிவம்

werewolf, werwolf *(n)* : human being turned into wolf, (கதைகளில்) ஓநாயாக மாறும் மனிதன்

west *(n)* : the direction in which the sun sets, மேற்கு

westerly *(adj)* : towards west, coming from the west, மேற்கு நோக்கிய, மேற்கிலிருந்து வரும்; *(adv)* : towards the west, மேற்கு நோக்கி

western *(adj)* : situated or coming from the west, மேற்கத்திய

westerner *(n)* : a native of the west, மேலைநாட்டார்

westward, westwardly *(adv)* : towards the west, மேற்கு புறமாகவ மேற்கு நோக்கி

wet *(adj)* : covered or soaked with water or other liquid, not dry, நனைந்த, நீர்மத்தில் நனைக்கப் பட்ட, ஈரமான

wet-nurse *(n)* : a woman hired to suckle another's child, பாலூட்டும் தாதி, முலைத்தாய்

whack *(v)* : to strike heavily, பளாரென்று அடி, வலிமையாக அடி

whale *(n)* : large fish-like marine mammal, திமிங்கலம்

wharf *(n)* : quay or platform in a harbour where ships are loaded or unloaded, கப்பல் துறை மேடை அல்லது மேடை அல்லது தளம்

wharfage *(n)* : payment for the use wharf, கப்பல் துறைமுக மேடைக் கட்டணம்

what *(pron)* : who or which, that which, என்ன? எது? யாது? *(inter)* : expressing surprise, disapproval etc., என்ன? எந்த?

whatever *(adj)* : no matter what எதுவானாலும்; *(pro)* : anything ஏதாவது

whatnot *(n)* : many other similar things, a small shelf, இதுபோன்ற மேலும் பல, சிறு நிலையடுக்கு

whatsoever *(adj & pron)* : whatever எதுவானாலும், ஏதாவது

wheat *(n)* : cereal plant bearing edible seeds, the grains, கோதுமைப்பயிர் கோதுமை

wheedle *(v)* : to influence by flattery புகழ்ந்து பேசி காரியமாற்று

wheel *(n)* : circular frame or disc capable of rotatory motion, any revolving movement, சக்கரம் உருளை, சுழற்சி

whenever *(adv & conj)* : at whatever time, எப்பொழுதானாலும்

where *(adv)* : in or at what place, to-what place in what situation, எங்கு? எவ்விடத்திற்கு, எவ்விடத்தில்? அவ்விடத்திற்கு

whereabout *(adv)* : about which, near what, எதைப்பற்றி, சுமாராக எவ்விடத்தில்

whereabouts *(adv)* : near or at what place, where, எவ்விடத்திற்கு? அருகில், எங்கு; *(n)* : the place where a person or thing is, இருப்பிடத்தகவல்

whereas *(conj)* : in view of the fact that, but on the other hand, while, அவ்வாறிருப்பதால், அப்படியிருக்க, ஆகையால்

wheelbarrow *(n)* : a small cart for moving small loads, சக்கரத் தள்ளு வண்டி

wheelwright *(n)* : a workman engaged in making wheels, வண்டிச்சக்கரம் செய்பவன்

wheeze *(v)* : to breathe heavily, மிகுந்த சிரமத்துடன் மூச்சுவிடு

whelk *(n)* : a small shellfish, a small pimple, நத்தை போன்ற விலங்கு, முகப்பரு

whelp *(n)* : a puppy, a cub, an ill-bred child, நாய்க்குட்டி, விலங்குக் குட்டி, நல்ல முறையில் வளர்க்கப்படாத குழந்தை

when *(adv & conj)* : at what time? on what occasion? எப்பொழுது?

whence *(adv)* : from what place, source, cause etc., எங்கிருந்து? எதிலிருந்து? எதனால்? *(conj)* : to the place from which, hence or thence, அதிலிருந்து, ஆகவே

whereby *(adv)* : by what? how? எதனால்? எப்படி? *(conj)* : by which, by means of which, அதனால் அப்படி

wherever *(adv)* : where, எங்கே; *(conj)* : in, at or to whatever place, எங்கு வேண்டுமானாலும்

wherefore *(adv)* : for what reason, why, எக்காரணத்தால்? எதனால்? ஏன்? *(conj)* : for which, therefore, அதற்காக, அதனால்

wherein *(adv)* : in what way? how? எவ்வகையில்? எப்படி? *(conj)* : in which, அவ்விடத்தில்

whereon *(adv)* : on what? எதன் மேல் *conj*: on which, அதன்மேல்

whereto *(adv)* : towards what place, direction or end? எதற்கு? எங்கு?

whereupon *(adv)* : upon what? where on? எதன்மேல்? *(conj)* : upon which, at which, அதன்மேல்

wherewith *(adv)* : with what? எதனால்? எக்கருவியினால்? *(conj)* : with which, இதனால்

wherewithal *(n)* : means, சாதனம்

whet *(v)* : to sharpen by rubbing or grinding, to stimulate, சாணைபிடி, தூண்டு

whether *(conj)* : either, எதுவானாலும்; *(pro)* : which of two, இரண்டில் ஒன்று, இருவருள் ஒருவர்

whetstone *(n)* : an abrasive stone for sharpening cutting instruments, சாணைக்கல்

whey *(n)* : the thin watery part of milk, மோர்த்தெளிவு

which *(pro)* : what one of the persons, things etc.? implied, இருவருள் எவர்? இரண்டில் எது? எது? *(adj)* : whatever? எந்த?

whichever, whichsoever *(pron)* : anyone no matter which, எந்த ஒன்றாயினும் அது

whiff *(n)* : a puff of air or smoke, காற்று, புகை

while, whilst *(n)* : a space of time, நேரம், பொழுது; *(adv)* : although, வேளையில்; *(conj)* : during that time, அதே வேளையில்

whilom *(adv)* : formerly, முன்பு; *(adj)* : former, முன்னொரு சமயத்தில் இருந்த

whim *(n)* : a sudden fancy, சபலம் சட்டென்று தோன்றும் எண்ணம்

whimper *(v)* : to cry with a low voice, சிணுங்கு, தேம்பி அழு

whimsical *(adj)* : full of whims, different in an odd way, சலன புத்தியுடைய, விசித்திரப்போக்குடைய

whine *(v)* : to utter a highpitched sound, to beg in a child's way, ஊளையிட்டு அழு, சிணுங்கு; *(n)* : a plaintive cry, an affected complaint, ஊளையிட்டு, அழுதல், அழுது குறை தெரிவித்தல்

whinny *(n)* : the cry of a horse, குதிரையின் களைப்பொலி

whip *(v)* : beat with a beater, pull out or away, சாட்டையால்அடி, கசையடி கொடு, வெட்டியிழு; *(n)* : a lash with a handle used for punishing, a party M.L.A. or M.P. responsible for the attendence and discipline of the members of his party, கட்சிக் கொறடா, சாட்டை, கசை

whippet *(n)* : a small grey hound, a small army tank, சிறுநாய், சிறு ராணுவடாங்கி

whir *(n)* : a buzzing sound, விர்ரென்ற ஒலி

whirl *(v)* : to move rapidly in a circular manner, விரைவாகச்சுழலு; *(n)* : something whirling or being whirled, சுழற்சி

whirl pool *(n)* : water that whirls round & round in a swift circle, நீர்ச் சுழி

whirl wind *(n)* : a current of air whirling violently upward, சுழல்காற்று

whisk *(v)* : sweep or brush with a small bunch of feathers, straw etc., தூசு தட்டு

whisker *(n)* : the beard, மீசை

whisky, whiskey *(n)* : a strong alcoholic liquor, மது வகை

whisper *(v)* : speak with a soft hissing sound, tell secretly, கிசுகிசுவென்று பேசு, இரகசியமாகச் சொல்லு

whist *(n)* : a card game, சீட்டாட்ட வகை

whistle *(v)* : to make a high shrill noise by forcing air through the small opening, சீழ்க்கையடி

whit *(n)* : the least bit, மிகச்சிறு அளவு

white *(n & adj)* : the colour of snow, வெண்மை நிறம்

white wash *(n)* : a solution of lime for whitening walls etc., வெள்ளையடிக்கும் சுண்ணாம்பு

whither *(adv)* : to what place, condition etc., where, எவ்விடத்திற்கு, எங்கு

whitlow *(n)* : small swollen tumour affecting the tip of the finger, நகச் சுற்று

whittle *(v)* : chop off into bits, to reduce gradually, துண்டு துண்டாக வெட்டு, படிப்படியாகக்குறை

whiz(z) *(n)* : a variety of buzzing sound, hissing sound as of an arrow, உஸ்

ஸெஸ்ன்னும் ஒலி; *(v)* : to make such a sound, உஸ்ஸென்று ஒலி எழுப்பு

who *(pron)* : what person, which people, யார்? எவர்?

whoever *(pron)* : any person, no matter what person, யாராயினும், யாரானாலும்

whole : *(adj)* complete, entire, all in one piece, முழுமையான, நிறைவான, எல்லாம் அடங்கிய

whole sale : *(n)* sale of goods in bulk by manufacturer to retailer, மொத்த வாணிகம்

wholesome : *(adj)* healthful, tending to improve physical or moral health, நலமுடைய, நலம் தருகிற

wholly : *(adv)* totally, entirely, முற்றிலும், முழுவதும்

whom *(pro)* : objective case of 'who' யாரை, எவரை

whomsoever *(pro)* : objective case of whosoever, எவரையேனும், யாரையேனும்

whoop : *(n)* a loud shout or cry, கூச்சல்

whooping cough, hooping cough *(n)* : an acute infectious disease mostly attacking children, கக்குவான் இருமல், குத்திருமல்

whore : *(n)* a prostitute, பரத்தை

whose *(pron)* : possesive case of who or which, எவருடையது, எதனுடையது

whosoever *(pron)* : whoever, எவரானாலும்

why : *(adv)* for what reason, ஏன்? ஏதற்காக? எதனால்?

wick : *(n)* the soft cord in candle or oil lamp to be burned for light, மெழுகு திரி, விளக்குத்திரி

wicked : *(adj)* morally bad or wrong, naughty, கொடிய, தீய

wicker *(n)* : a thin flexible twig, மிலாறு, பிரம்பு; *(adj)* : made of twigs, பிரம்பால் செய்யப்பட்ட

wickerwork : *(n)* basket work, பிரம்பு வேலை

wicket : *(n)* a small door or gate near a large one, three stumps with bails in position in a game of cricket, பக்கக் கதவு, திட்டிவாசல், கிரிக்கெட் ஆட்ட முளைகள்

wide : *(adj)* broad, stretching far, அகலமான, பரந்துவிரிந்த; *(adv)* : completely, to a great distance, முழுவதும், நெடுந்தொலைவிற்கு

wideawake : *(adj)* completely awake, மிகுந்த விழிப்புடனுள்ள

widen : *(v)* to make wider, அகலமாக்கு

widgeon : *(n)* a kind of duck, காட்டுக் குள்ளவாத்து

widow : *(n)* a woman whose husband has died and who remains without remarriage, கைம்பெண், விதவை

widower : *(n)* a man whose wife has died and who remains without remarriage, மனைவியை இழந்தவன்

width : *(n)* wideness, breadth, அகலம்

wield : *(v)* to handle skilfully, to exercise, திறமையாகக் கையாளு, நடத்து

wieldy : *(adj)* manageable, சமாளிக்கத் தக்க, கையாளக்கூடிய

wife : *(n)* a married woman, மனைவி

wig *(n)* : a false covering of hair for the head, போலி மயிர்த்தொப்பி; *(v)* : to furnish with a wig, to scold, போலிமயிர்த் தொப்பியணி, கடிந்து கூறு

wigging *(n)* : a scolding, திட்டு
wight *(n)* : an old word meaning person, ஆள்
wigwam *(n)* : a hut, குடிசை
wild *(adj)* : fierce, angry, not tame, pertaining to forests, கொடிய, சினமுடைய, பழக்கப்படாத, காட்டுக்குரிய; *(n)* : a desert, பாலைவனம்
wilderness *(n)* : waste uninhabited land, காடாக வளார்ந்த தோட்டப் பகுதி
wildfowl *(n)* : a game-bird, காட்டுப் பறவை
wile *(n)* : a beguiling trick, ஏமாற்றுத் தந்திரம்
wilful *(adj)* : obstinate, fond of having one's own way, பிடிவாதமுடைய, தன்னிச்சையான
will *(v)* : wish, command, leave property by will, விரும்பு, ஆணையிடு, இறுதி விருப்ப ஆவணம் மூலம் சொத்துரிமை அளி; *(n)* : one's power of wishing, desire, command, a written statement saying how one wishes one's property to be distributed after his death, verb denoting future tense, விருப்பாற்றல், விருப்பம், ஆணை, இறுதி விருப்ப ஆவணம், உயில், எதிர்கால வினையை உண்டாக்கும் சொல்
willing *(adj)* : agreeing, voluntary, ஒத்துக்கொள்கிற, தன் விருப்புடைய
willingness *(n)* : desire, readiness, விருப்பம், தயார்நிலை
will-o-the-wisp *(n)* : a flickering light sometimes seen by night ove. .iarshy places, சதுப்பு நில ஒளி, கொள்ளி வாய்ப்பிசாசு
willow *(n)* : a tree with long easily bent branches, a cricket bat, எளிதில் வளையும் கிளைகளையுடைய மரம், இம்மரத்தினால் செய்யப் படும் கிரிக்கெட் மட்டை
willynilly *(adv)* : willingly or unwillingly, விரும்பினாலும் விரும்பாவிட்டாலும்
wilt *(v)* : to loose strength or freshness, வாடிவதங்கு
wily *(adj)* : crafty, tricky, சூழ்ச்சி யுடைய, தந்திரமான
wimple *(n)* : a veil round the neck and face, முக்காடு
win *(v)* : be the victor, to gain, to allure, to bring to one's side, வெற்றி யடை, பயன்பெறு, மயக்கு, தன்பக்கம் இழு
wince *(v)* : to flinch, பின்வாங்கு
winch *(n)* : a hoisting apparatus, ஏற்றப்பொறி
wind *(n)* : a current of air, காற்று
windfall *(n)* : any unexpected gain, எதிர்பாராத நற்பேறு
winding *(adj)* : curving, spiral, வளைந்து வளைந்து செல்கிற, சுருளான
winding sheet *(n)* : a cloth for wrapping a dead body, சவத்தின் மேல் மூடப்படும் துணி, சவச் சீலை
wind instrument *(n)* : a muscial instrument sounded by blowing air, காற்றிசைக் கருவி
windlass *(n)* : a weight lifting machine on a ship, பாரந்தூக்கி
windmill *(n)* : mill driven by the force of the wind acting on large wooden sails, காற்று விசையாலை
window *(n)* : an opening in the wall of building to let in air, light etc.,

பலகணி, சன்னல்

windo-blind *(n)* : curtain for a window, சன்னல் திரை

window-sash *(n)* : a frame in which glass is set, சன்னல் கண்ணாடிச் சட்டம்

windpipe *(n)* : the trachea, மூச்சுக் குழல்

windward *(adj)* : lying towards the wind, காற்றடிக்கும் பக்கமான; *(adv)* : towards the wind, காற்றடிக்கும் திசை நோக்கி; *(n)* : the direction from which the wind blows, காற்றடிக்கும் திசை

windy *(adj)* : having wind, blowy, காற்று விசும், காற்றோட்டமுள்ள

wine *(n)* : fermented drink made from grapes, திராட்சை மது

wineglass *(n)* : a small glass for serving wine, மதுக் கிண்ணம்

wing *(n)* : the flying limb of a bird, சிறகு

winged *(adj)* : having wings, சிறகுகளையுடைய

wink *(v & n)* : open and close the eyelids again and again, கண் சிமிட்டுதல்

winning *(adj)* : attractive, victorious, கவர்ச்சியான, வெற்றியுடைய; *(n)* : victory, வெற்றி; *(n & pl)* : something won, வெற்றி பெற்ற பொருள் அல்லது தொகை

winnow *(v)* : separate chaff or outer coverings from the grains by wind, தானியங்களை புடை அல்லது தூற்று

winsome *(adj)* : attractive, charming. கவர்ச்சியான, அழகான

winter *(n)* : the cold season of the year, குளிர்காலம்

wintry *(adj)* : cold, pertaining to winter, குளிர்ந்த, குளிர்காலத்துக்குரிய

wipe *(v)* : to clean by rubbing, துடை

wire *(n)* : a strand or thread of metal, a telegraphic message, கம்பி, தந்தி; *(v)* : put electric wires in, send a message by telegraph, மின் கம்பி இடு, தந்தி கொடு

wireless *(n)* : a system of transmitting telegraphic messages with electromagnetic waves and not through conducting wires, கம்பியில்லாத தந்தி; *(adj)* : without wire, கம்பியில்லாத

wirepuller *(n)* : one who controls secretly, பிறரை ஆட்டிவைப்பவர்

wiry *(adj)* : of or like wire, lean, flexible and strong, கம்பியிலான, கம்பி போன்ற, இணக்கமும் வலுவுமுள்ள

wisdom *(n)* : the quality of being wise, knowledge, good judgement, அறிவுடைமை, அறிவு, விவேகம்

wiseacre *(n)* : one who assumes wisdom, தன்னை அறிவாளியாகக் கருதுபவர்

wise *(adj)* : discreet, just, அறிவுக் கூர்மையுடைய, விவேகமுடைய

wish *(n)* : desire for something, a polite request, ஆசை, விருப்பம், வேண்டுகோள்; *(v)* : to have a longing for, to request, விரும்பு, வேண்டு

wishful *(adj)* : desirous, longing, ஆசையுள்ள, விருப்பமுடைய

wisp *(n)* : a bundle of straw or hay, வைக்கோல் கட்டு

wistful *(adj)* : attentive, கருத்தூன்றிய

wit *(n)* : power of understanding, clever and humorous expression of ideas, புரிதிறன், நகைச்சுவைத் திறன்

witch *(n)* an ugly woman believed to have magic power. சூனியக்காரி

witchcraft *(n)* : use of magic. பில்லி, சூனியம்

with *(prep)* : accompanying, from, against. உடன், ஒடு, எதிராக

withal *(adv)* : together. அதனுடன் கூட

withdraw *(v)* to draw back, to move back, remove. பின்வாங்கு, பின்னடை, திரும்ப எடு

withdrew *(v)* past tense of withdraw, 'withdraw' என்பதன் இறந்தகால வடிவம்

wither *(v)* to dry up, weaken. உலர்த்து, தளர்த்து

withheld *(v)* past tense of withhold, 'withhold' என்பதன் இறந்தகால வடிவம்

withhold *(v)* to hold back, to keep from giving. தடுத்து நிறுத்து, கொடுக்காமல் வைத்துக்கொள்

within *(adv)* in the house. வீட்டினுள், உட்புறத்தில், உட்புறமாக; *(prep)* inside. உள்ளே

without *(adv)* on the outside, out of doors. வெளியில், வெளிப்புறமாக; *(prep)* outside, not having, in the absence of. வெளியே, இல்லாமல்

withstand *(v)* to resist, oppose. ஈடுகொடு, தடு, எதிர்த்து நில்

withstood *(v)* past tense and past participle of withstand, 'withstand' என்பதன் இறந்தகால முற்றெச்ச வடிவம்

withy *(n)* tough flexible twig or branch. மிலாறு

witness *(n)* : one who bears testimony. சான்றாளர்

witticism *(n)* : a witty remark. நகைச்சுவைப்பேச்சு, சாதுரியப்பேச்சு

wittiness *(n)* : the quality of being humorous. நகைச்சுவைத் தன்மை

wittingly *(adv)* : knowingly. தெரிந்தே, அறிந்தே

witty *(adj)* : clever, amusing, showing wit. அறிவுடைய, வேடிக்கையான, நகைச்சுவை நிரம்பிய

wives *(n)* : plural of wife, 'wife' என்பதன் பன்மை வடிவம்

wizard *(n)* : enchanter. மந்திரவாதி

wizened *(adj)* dired up. உலர்ந்த

woad *(n)* a blue dye got from the wood plant. ஒருவகை மரத்திலிருந்து கிடைக்கும் நீலச்சாயம்

wobble *(v)* : to move unsteadily from side to side. தள்ளாடு

woe *(n)* great sorrow, trouble. கடுந்துயரம், தொல்லை

woebegone *(adj)* : looking sad or miserable. துயரம் நிறைந்த, துயரத் தோற்றமுள்ள

woeful *(adj)* sad, pitiful. துயரம் நிரம்பிய, இரக்கத்தக்க

woke *(v)* past tense of of wake, 'wake' என்பதன் இறந்தகால வடிவம்

wold *(n)* an open stretch of country. மேட்டு நிலம்

wolf *(n)* : a carnivorous dog like mammal. ஓநாய்

wolfish *(adj)* like a wolf. ஓநாய் போன்ற

wolfram *(n)* a kind of metal. ஒருவகை உலோகம்

woman *(n)* an adult female human being. பெண்

womanish *(adj)* feminine, having the characteristics of a woman. பெண்மைக்குரிய, பெண்மை இயல்புடைய

womanly *(adj)* : womanish, suitable to a woman, பெண்மையுடைய, பெண்ணுக்குப் பொருத்தமான

womb *(n)* : uterus, கருப்பை

wombat *(n)* : an Australian animal like small bear, ஆஸ்திரேலியக் கரடி வகை

women *(n)* : plural of woman, 'woman' என்பதன் பன்மை வடிவம்

won *(v)* : past tense and past participle of win, 'win' என்பதன் இறந்தகால முற்றெச்ச வடிவம்

wonder *(n)* : the feeling of surprise, a miracle, ஆச்சரியம், வியப்பு, விந்தை; *(v)* : feel wonder, அதிசயப்படு

wonderfully *(adv)* : amazingly, strangely, ஆச்சரியப்படத்தக்க முறையில், விந்தையாக

wonderingly *(adv)* : with wonder, ஆச்சரியத்துடன்

wonderous *(adj)* : wonderful, strange, அற்புதமான, அதிசயமான, விந்தையான

wont *(adj)* : used or accustomed, வழக்கமான; *(n)* : usual practice, habit, பழக்க வழக்கம்

wonted *(adj)* : accustomed, habitual, வழக்கப்பட்ட, பழக்கமான

woo *(v)* : seek as a mate, urge, மணம் புரிய வேண்டு, விரும்பி நாடு

wood *(n)* : thick growth of of trees, the hard part of trees, காடு, மரத்தடி

woodland *(n)* : land covered with trees, மரமடர்ந்த பகுதி, கானகம்

woody *(adj)* : covered with wood, consisting of wood, மரம் நிறைந்த, காடடர்ந்த

woof *(n)* : the horzontal thread woven into and crossing the bark, ஊடிழை

wool *(n)* : the soft curly hair of a sheep, கம்பளி

woollen *(adj)* : made of wool, கம்பளியினாலான; *(n & pl)* woollen articles, கம்பளித்துணிகள்

woolly *(adj)* : bearing wool, covered with or resembling wool, கம்பளியினாலான, கம்பளி போன்ற

word *(n)* : a group of letters that stand for an idea, promise, a message, சொல், வாக்குறுதி, செய்தி, தகவல்

wording *(n)* : choice and form of words, diction, சொல்லாட்சி, பேச்சு

wore *(v)* : past tense of wear, 'wear' என்பதன் இறந்தகால வடிவம்

work *(n)* : anything done in an effort to make or get something, vocation, வேலை, அலுவல் பணி, வாழ்க்கைத் தொழில்; *(v)* : to labour, operate, உழைத்துப் பணியாற்று, இயக்கு

workable *(adj)* : that can be worked, flexible, வேலை செய்யத்தகுந்த, இயக்கக் கூடிய

worker *(n)* : one who or that works, பணியாள், தொழிலாளி

workhouse *(n)* : a poor house, a place in a prison where petty offenders are made to work and earn, ஏழையர் விடுதி, சிறைச் சாலைப் பணியகம்

working *(adj)* : engaged in work, வேலைசெய்கிற

working day *(n)* : a day on which work is done, பணிநாள்

workmanship *(n)* : skill of a workman, பணித்திறன்

workshop *(n)* : a building where work is done, a seminar for intensive study, பட்டறை, பணிக்கூடம்

workshy *(adj)* : lazy, சோம்பேறியான

workwoman *(n)* : a female labourer, பெண்தொழிலாளி

world *(n)* : the planet earth, the public, the life of human beings, உலகம், மக்கள், உலகவாழ்வு

worldliness *(n)* : attachment to world life, உலகப்பற்று

worldly *(adj)* : pertaining to the world, உலகம் சார்ந்த

worm *(n)* : a small slender animal, புழு

wormwood *(n)* : a bitter plant, கசப்புத் தாவரம்

worn *(v)* : past participle of wear, 'wear' என்பதன் முற்றெச்சவடிவம்

wornout *(adj)* : made worthless by wear or use, பழசாகிப்போன, பயனற்ற

worry *(n)* : an anxious or troubled feeling, trouble, கவலை, தொல்லை; troubled or anxious, தொல்லையுறு, கவலைப்படு

worse *(adj)* : harmful or bad in a greater degree, மேலும் மோசமான, இழிந்த

worship *(n)* : act of devotion to God, a religious service, admiration of any kind, வழிபாடு, பூசை, போற்றுதல்

worshipful *(adj)* : offering great devotion, respected, போற்றுதற்குரிய, வழிபாட்டிற்குரிய

worst *(adj)* : harmful or bad in the greater degree, மிகவும் மோசமான; *(adv)* : to a very bad degree, மிகவும் இழிந்த நிலைக்கு; *(n)* : that which is worst, the utmost evil state, மிகவும் இழிந்த நிலை, மிக மோசமான நிலை

worsted *(n)* : a strong woolen yarn, மணிக்கம்பிளியிழை

worth *(adj)* : equal in value to, deserving of having a certain amount of money, ஈடான, மதிப்புடைய, தகுதியுடைய, விலைமதிப்புடைய : *(n)* : value, price, importance, merit, மதிப்பு, விலை, முக்கியத்துவம், தகுதி

worthiness *(n)* : value, merit, மதிப்பு, தகுதி

worthy *(adj)* : deserving, valuable, தகுதியுடைய, மதிப்புடைய, போற்றத்தக்க

would *(v)* : past tense and past participle of will, 'will' என்பதன் இறந்தகால, இறந்தகால முற்றெச்ச வடிவம்

would be *(adj)* : wishing to be, intended to be, விருப்பச் சார்பான, ஆக விரும்புகிற

wound *(n)* : an injury, புண் : *(v)* : hurt, injure, புண்படுத்து

wove *(v)* : past tense of weave, 'weave' என்பதன் இறந்தகால வடிவம்

woven *(v)* : past participle of weave, 'weave' என்பதன் முற்றெச்ச வடிவம்

wrack, rack *(n)* : destruction, ruin, seaweed, அழிவு, கடற்பாசி

wraith *(n)* : a ghost, ஆவியுரு

wrangle *(v)* : to quarrel or dispute, சச்சரவு செய், வாதாடு : *(n)* : noisy quarrel or dispute, சச்சரவு, பூசல்

wrap *(v)* : to fold a covering around something, conceal, to wind, உறை போடு, மறை, சுற்றிப் போர்த்து

wrapper *(n)* : one who or that which wraps, பொதி அட்டை, மூடிச்சேலை

wrath *(n)* : intense anger, கடுஞ்சினம்

wreak *(v)* : to carry out vengeance, பழிக்குப்பழி வாங்கு

wreath *(n)* a ring of leaves or flowers, மலர் வளையம்
wreathe *(v)* : encircle, put a ring around, சுற்று; மலர்வளையம் வை
wreck *(n)* : what is left of something after it has been damaged, அழி பாடுகள் : *(v)* : destroy or damage badly, அழி, பாழாக்கு, சேதப் படுத்து
wreckage *(n)* : a wrecking ruins, அழிபாடு, சிதைவுப் பொருள்கள்
wren *(n)* : a song bird, இசைப் பறவை
wrench *(n)* : a sudden twist or pull, a spanner, முறுக்கி இழுத்தல், திருகு குறடு : *(v)* : pull violently, twist, முறுக்கி இழு, திருகு
wrest *(v)* : to pull forcibly with a twisting motion, முறுக்கி இழு : *(n)* : a twist, wrench, முறுக்கி இழுத் தல், பலவந்தமாகப் பறித்தல்
wrestle *(v)* : take part in a sport in which each tries to throw the other to tne ground, மற்போரிடு
wrestler *(n)* : one who wrestles, மல்லர்
wretch *(n)* : a miserable person, one who is despised, துயரம் நிறைந் தவன், வெறுக்கத்தக்கவன்
wretched *(adj)* : miserable, inferior, poor, துயரம் மிகுந்த, இழிந்த, ஏழைப்பட்ட
wriggle *(v)* : to twist and turn to and turn to and fro, move like a worm, நெளிந்து வளைந்து செல், புழுப் போல் துடி
wright *(n)* : an artisan, a workman, கைவினைஞன், தொழிலாளி
wring *(v)* : twist and squeeze, முறுக் கிப்பிழி
wrinkle *(n)* : a small ridge of furrow on a surface, a crease, a clever trick, மடிப்பு, சுருக்கம், தந்திரம் : *(v)* : to contract into small ridges or creases, சுருக்கம் அல்லது மடிப்பு ஏற் படுத்து
wrist *(n)* : the joint between the hand and the arm, மணிக்கட்டு
writ *(n)* : something written, தடுப் பாணை
write *(v)* : form letters and words, think and set down in words, எழுது
writer *(n)* : a person who writes, author, எழுதுபவர், எழுத்தாளர்
writhe *(v)* : to roll about in pain, to be distorted with mental pain, வலியால் சுருளு, பதட்டமடை
writing *(v)* : something written, எழுத்து, எழுதப்பட்டது
written *(v)* : past participle of write, 'write' என்பதன் முடிவெச்ச வடிவம்
wrong *(adj)* : incorrect, not true, mistaken, out of order, தவறான, பொய்யான, பிழையான, முறை யற்ற
wrongly *(adv)* : erroneously, தவறாக
wrote *(v)* : past tense of write, 'write' என்பதன் இறந்தகாலம்
wrought *(adj)* : formed, ஆக்கப்பட்ட
wry *(adj)* : bent or twisted, கோண லான, முறுக்கின
wryness *(n)* : distortion, கோணல்

X

Xanthippe *(n)* : evil woman or wife, name of Socrates' wife, கொடூரமான பெண், சாக்ரடீஸ் மனைவியின் பெயர்

xanthoma *(n)* : a skin disease, தோல் நோய்

xebec *(n)* : a three-masted Arab ship மூன்று பாய்மரங்களையுடைய அரபுக் கப்பல்

X'mas *(n)* : shortened form of Christmas, கிறித்துவத் திருநாள், இயேசு பிறந்த நாள்

x-ray *(n)* : electromagnetic radiation capable of passing through opaque bodies, x-கதிர்

xylophone *(n)* : a musical instrument of flat wooden bars in which music is produced by striking pieces of wood, ஒரு வகை இசைக் கருவி

xystus *(n)* : covered portico used by athletes for exercise, உடற்பயிற்சி மடம்

Y

yacht *(n)* : a large pleasure boat or small ship, உல்லாசப் படகு, பந்தயப்படகு : *(v)* : sail in a yacht, உல்லாசப் படகில் செல்லு

yak *(n)* : a long haired wild ox of Tibet and the Himalayas used as a beast of burden, பொதி சுமக்கும் எருது வகை, 'யாக்'

yam *(n)* : the edible starchy root of a climbing plant, காச்சைக் கிழங்கு

yankee *(n)* : an American citizen, அமெரிக்க குடிமகன்

yard *(n)* : a measure of length equal to 3 feet, the enclosed ground around or nexat to a building, கோலளவு, முற்றம்

yarn *(n)* : a continuous thread of spun, wool etc., a long story, நூல் சரடு, நெடுங்கதை

yawl *(n)* : a small rowing or fishing boat, சிறு படகு, மீன் பிடிக்கும் படகு

yawn *(n)* : to open the mouth voluntarily as one does when sleepy or tired, to open wide, கொட்டாவி விடு, வாயை அகலமாகத்திற : *(n)* : the act of doing so, கொட்டாவி, வாய் பிளப்பு

ye *(pron)* : the nominal plural of the second person, 'you' நீர், நீங்கள்

yea *(adv)* : yes, truly, ஆம், அப்படித் தான், உண்மைதான்

year *(n)* : a period of 365 days divided into twelve months, ஆண்டு

yearn *(v)* : to be filled with desire, to feel sympathy, ஆவல் கொள், இரக்கப்படு

yearning *(n)* : earnest desire, மிகு

ஆவல் : *(adj)* : eager, longing, ஆவலுடைய, விரும்புகிற

yeast *(n)* : something that causes fermentation, froth, நொதிபொருள், காடி, புளிப்பு நுரை

yell *(n)* : a loud outcry, a rhythmic cheer, கூக்குரல், ஊளை : *(v)* : to cry out loudly, scream, கூக்குரலிடு, ஊளையிடு

yellow *(adj)* : of the colour of gold or ripe lemon, மஞ்சள் வண்ண : *(n)* : pure light golden colour, மஞ்சள் நிறம்

yelp *(n)* : a sharp cry or bark of the dog, ஊளை, குரைப்பு : *(v)* : to cry sharp as a dog, ஊளையிடு

yen *(n)* : a Japanese coin, ஜப்பானிய நாணயம்

yeoman *(n)* : a farmer, a small land owner, குடியானவன், சிறு நில உடைமையாளன்

yes *(inter)* : a term used to express agreement, affirmation etc., ஏற்பினைக் குறிக்கும் சொல், ஆம் ஆமாம்

yesterday *(n)* : the day before today, நேற்று

yet *(conj)* : up to now, even now, in addition, nevertheless, இன்னும், இதுவரையிலும், இனியும், இருந்த போதிலும்

yew *(n)* : an evergreen tree, பசுமை மாறா, ஊசியிலை மர வகை

yield *(v)* : to produce, to grant, to give up under pressure, விளைவி, வழங்கு, பணிந்து கொடு, விட்டுக் கொடு : *(n)* : produce, விளைவு, விளைபயன்

yielding *(adj)* : productive, flexible, obedient, விளைவு தரும், நெகிழும், இணக்கமுடைய, கீழ்ப்படிதலுள்ள

yodel *(v)* : to sign in a high voice, பாடலை இழுத்து உரத்த குரலில் பாடு

yoke *(n)* : bondage, a wooden frame fitted around the necks of a pair of animals harnessed together, கட்டு, நுகத்தடி, இணை எருதுகள்

yokel *(n)* : a country fellow பட்டிக் காட்டான், நாட்டுப் புறத்தான்

yolk *(n)* : the yellow part of an egg, முட்டையின் மஞ்சள் கரு

yon, yonder *(adv)* : at or in that place, over there, அவ்விடத்தில், அதோ, அங்கே

yore *(adv)* : long ago, formerly, வெகு காலத்திற்கு முன்பு, பண்டைய : *(n)* : ancient times, பண்டைக் காலம்

you *(pron)* : nominative and objective case, plural of thou, நீங்கள், நீர், நீ, உங்களை, உம்மை, உன்னை

young *(adj)* : being in an early period of life or immature, இளமையான, வளர்ச்சியுறாத, முதிராத : *(n)* : young ones, offspring of an animal, குஞ்சு, இளங்குட்டி

youngster *(n)* : a child, youth, சிறுவர், இளைஞர்

your *(pron)* : of, belonging to or done by you, உன்னுடைய, உங்களுடைய

yours *(n)* : that or those belonging to you, உன்னுடையது(வை), உங்களுடையது(வை)

yourself *(pron)* : reflexive form of second person singular pronoun, நீதான், நீயே, உன்னையே

youth *(n)* : the state or quality of being young adolescence, young people collectively, a young man, இளமை,

இளமைப் பருவம், இளைஞர், இளைஞன்

youthful *(adj)* : young, இளமையான, இளமைப் பருவத்திலுள்ள

yule, yule-tide *(n)* : christmas, christmas season, கிறித்துவப் பண்டிகை, கிறித்துவப் பண்டிகைப் பருவம்

Z

zeal *(n)* : intense enthusiasm, ஆர்வம், ஆவல்

zealot *(n)* : fanatic, உணர்ச்சி வெறியன், பித்தன்

zealous *(adj)* : enthusiastic, ஆர்வமுள்ள

zebra *(n)* : an African wild animal related to the horse with dark brown stripes, வரிக்குதிரை

zebu *(n)* : the humped ox, திமில் காளை

zenana *(n)* : a part of the house where the women live, அந்தப்புரம்

zenith *(n)* : the highest point, the point in the sky directly over head, உச்சி, வானத்தில் தலைக்கு நேர் மேலாக உள்ள இடம், மீ முகடு

zephyr *(n)* : the west wind, a gentle breeze, a fine light weight colth, மேற்குக் காற்று, . இளங்காற்று, மெல்லிய, ஆடை வகை

zeppelin *(n)* : German warship, ஜெர்மானியப்போர் கப்பல்வகை

zero *(n)* : cipher, nothing, the lowest point, சுழி, சுன்னம், அடிநிலை

zest *(n)* : flavour or relish, சுவையார்வம், உணர்ச்சியார்வம்

zigzag *(adj)* : having sharp turns in alternate direction, வளைந்து வளைந்து செல்கிற : *(v)* : follow a wavy way, வளைந்து வளைந்து செல்

zinc *(n)* : a bluish - white metallic chemical element, துத்தநாகம்

zither *(n)* : a stringed musical instrument, நரம்பிசைக்கருவி வகை

zodiac *(n)* : an imaginary belt in the heavens extendting on either side of the apparent path of the sun, moon and the planets, a diagram representing the zodiac and its signs, இராசி, இராசிச் சக்கரம்

zone *(n)* : any of a series of concentric circles about a given point, any of the five great divisions into which the earth's surface is marked off by imaginary lines, பட்டை வளையம், மண்டலம், நிலவுலகின் ஐவகைப் பிரிவுகளுள் ஒன்று

zoo *(n & abbr)* : a place where wild animals are kept for public showing, விலங்குக் காட்சிச்சாலை

zoology *(n)* : the branch of science that deals with animal life, விலங்கியல்

zoologist *(n)* : expert in zoology, விலங்கியலார்

zoroastrianism *(n)* : the religious system of the Parsees, பார்சி சமயம்

zulus *(n & pl)* : South African people famous for their warlike nature, தென்னாப்பிரிக்கர்களைச் சேர்ந்த பண்டு இனத்தவர்

TAMIL-ENGLISH DICTIONARY.

ஆ aá, *int.* An interjection expressive of surprise, or pity.

ங்கரிக்கிறது ahankarikkiṛathu, *v. i.* To be proud, haughty, arrogant.

கங்காரம் ahankáram, *s.* Pride; அகங்காரி ahankári, A proud person.

கசியம், ஆசியம் agasiyam, ásiyam, *s.* Ridicule.

கடவிகடம் agaḍavigaḍam, *s.* Chicanery.

கடு agaḍu, *s.* Deceit, fraud. contempt.

கதி agathi, *s.* A destitute person.

கத்தி agatti, *s.* A leguminous tree, the leaves of which are dressed and eaten.

கத்தியம் agattiyam, *s.* Grammatical rules composed by Agattiyan. 2. Necessity, urgency.

கத்தியன் agattiyan, *s.* The name of a sage.

கந்தை agantai, *s.* Pride, arrogance.

கப்படுகிறது agappaḍugiṛathu, *s.* To be obtained, caught.

அகப்பை agappai, *s.* A ladle or wooden spoon; அகப்பைக்காம்பு agappaikkámbu, The handle of a ladle.

கம் agam, *s.* The mind, the soul, the will, I myself.

கம், அகம் agam, aham, *s.* Grain; அகவிலை agavilai, The price of grain.

அகம்படியார் agampaḍiyár, *s.* A caste among the Hindus formerly employed as servants in palaces and in temples.

அகராதி agaráthi, *s.* A Dictionary. 2. An alphabetical index.

அகலம் agalam, *s.* Breadth, width; அகலக்கட்டை, அகலக்குறைச்சல் agalak kaṭṭai, agalak kuṛaichchal, Narrowness, closeness.

அகல்கிறது, அகலுகிறது agalgiṛathu, agalugiṛathu, *v. i.* To yield, give way, retire; அகல நிற்கிறது agalaniṛkiṛathu, To stand afar off.

அகழி, அகழ் agaḷi, agaḷ, *s.* A ditch surrounding a town or fortification.

அகற்றுகிறது agaṛṛugiṛathu, *v. t.* To remove, expel, disperse.

அகாடி agáḍi, *s.* A rope to tie a horse by the head, or fore-feet.

அகாதம் agátham, *s.* Depth.

அகாலம், அவகாலம் akálam, avakálam, *s.* An unfit time; அகாலமரணம் akála maraṇam, An untimely death.

அகில் agil, *s.* A kind of sweet-scented wood: Aquila, or eagle-wood.

அகோரம் agóram, *s.* Terribleness, vehemence, sharpness, heat of body or mind; அகோரமாய் எரிகிறது agóramáy eṛigiṛathu, To burn violently, *as a fire, a*

conflagration, to be in a violent rage; அகோரமாய்ப் பேசுகிறது agóramáyp pésugiṛathu, To speak violently, passionately.

அக்கடி akkaḍi, *s.* A hard task, difficulty, distress; எனக்கு அக்கடியாயிருக்கிறது enakku akkaḍiyáyirukkiṛathu, I must exert myself to the utmost, it is difficult for me, I am driven to straits.

அக்கரம் akkaram, *s.* A disease of the stomach causing eruptions on the tongue and lips—thrush.

அக்கறை akkaṛai, *s.* Necessity, occasion; அது எனக்கு அக்கறை அல்ல athu enakku akkaṛai alla, I have no occasion for that, I do not want it.

அக்காள் akkáḷ, *s.* An elder sister: *See* தமக்கை tamakkai.

அக்கி akki, *s.* The erysipelas.

அக்கியானம் akkiyánam, *s.* Ignorance, folly, (among Christians) heathenism; அக்கியானி akkiyáni, the same as அஞ்ஞானி aññáni, An ignorant man, a pagan.

அக்கிரகாரம், அக்கிராகரம agraháram, agrágaram, *s.* A street or village inhabited by Brahmans.

அக்கிரமம் akkramam, *s.* Irregularity, an evil deed: *See* அதிக்கிரமம் athikkramam.

அக்கினி agni, *s.* Fire. 2. The God of fire.

அக்கை, அக்கைச்சி akkai, akkaichchi, *s.* An elder sister.

அங்கணம் angaṇam, *s.* A small apartment or room in a house; a space between two pillars, a little space or room.

அங்கபடி angapaḍi, *s.* (*more properly* அங்கவடி angavaḍi.) A stirrup.

அங்கம் angam, *s.* The body; சர்வாங்கம் sarvángam, The whole body.

அங்கலாய்க்கிறது angaláykkiṛathu, *v. i.* To cry or lament, to be grieved or sorrowful; அங்கலாய்ப்பு angaláyppu, Inq tude, sorrow, concupiscence.

அங்கி angi, *s.* A dress which covers body.

அங்கிகரிக்கிறது angikarikkiṛathu, *v. i.* assent, approve, accept.

அங்கிகாரம் angikáram, *s.* Acceptance, ass approval.

அங்கிடுதுடுப்பன் angiḍutuḍuppan, *s.* A bl a tattler, a vagabond.

அங்குசம் angusam, *s.* A hook with whi elephants are guided—a goad.

அங்குலம் angulam, *s.* The thumb, an in அங்குலப்பிரமாணம் angulappramáṇa The length of an inch.

அங்கே, அங்கு, அங்ஙனே angé, angu, aṅṅar *ad.* There, thither.

அசங்கியம் asankiyam, *s.* A nuisance.

அசட்டை achaṭṭai, *s.* Contempt, negligenc அசட்டைபண்ணுகிறது achaṭṭai paṇṇu giṛathu, To despise, contemn, to se at nought; அசட்டையாய் achaṭṭaiyá contemptuously, neglectfully, carelessl

அசருகிறது asarugiṛathu, *v. i.* To be heav and drowsy; கண் அசருகிறது kaṇ asaru giṛathu, To fall asleep; அசர்ந்துபோகிறது, அசந்துபோகிறது asarntu pógiṛath asantu pógiṛathu, To be fatigued, to sin from fatigue; எனக்குக் கால்கை அசர்ந்துபோகுது enakkuk kálkai asarntu po guthu, My hands and feet are benumbed heavy.

அசரைமீன் asaraimín, *s.* A small lamprey, a river fish.

அசர் asar, *s.* A kind of scurf on the head of the appearance of bran.

அசலம் asalam, *s.* Fixedness, immobility steadiness.

அசல் asal, *s.* An excellent thing, a first rate thing; The original—*paper, &c.*

அசறு asaṛu, s. Scab of a healing wound.

அசனம் asanam, s. Boiled rice. 2. Meat, food; அசனம்பண்ணுகிறது asanampaṇṇugirathu, To take food, to eat.

அசாத்தியம் asáttiyam, s. That which is impracticable, that which is incurable.

அசீரணம் ajíraṇam, s. Indigestion.

அசுகுணி achuguṇi, s. A kind of small insect found in flowers and pods, on which it feeds. 2. A kind of eruption chiefly about the ears.

அசுகை achugai, s. (*properly* அசைகை asaigai.) A conjectural circumstance.

அசுசி, அசௌசம் asusi, asausam, s. Dirt, impurity; அசுசியாயிருக்கிறது asusiyáyirukkiṛathu, To be dirty, unclean; அசுசிப்படுத்துகிறது, அசௌசப்படுத்துகிறது asusippaḍuttugiṛathu, asausapaḍuttugiṛathu, To defile.

அசுத்தம் asuddham, s. Filth, impurity.

அசுரன் asuran, s. A demon.

அசை asai, s. An expletive. 2. A metrical syllable.

அசை asai, s. The cud; அசைபோடுகிறது asai póḍugiṛathu, To chew the cud, to ruminate.

அசைகிறது asaigiṛathu, v. i. To shake, move; அசைகை asaigai, Suspicion, conjecture.

அச்சம் achcham, s. Fear. 2. Thinness.

அச்சாரம் achcharam, s. Earnest money, money given in token of the ratification of a bargain.

அச்சு achchu, s. Type, mould, stamp; அச்சு வெட்டுகிறது achchu veṭṭugiṛathu, To cut forms, to make types; அச்சுவார்க்கிறது achchuvárkkiṛathu, To cast types; அச்சடிக்கிறது achchaḍikkiṛathu, To print.

அச்சு achchu, s. An axle. 2. A weaver's reed; அச்சுருவாணி achchuruvaṇi, The central bolt of a car.

அக்ஷரம், அட்சரம் aksharam, aḍcharam, s. A letter.

அஸ்திவாரம், அத்திவாரம் astiváram, attiváram, s. The base or foot; அஸ்திவாரம் பறிக்கிறது astiváram paṛikkiṛathu, To dig a foundation; அஸ்திவாரம் போடுகிறது astiváram póḍugiṛathu, To lay a foundation.

அஞ்சல் añjal, s. Post, express sent by authority; அஞ்சலஞ்சலாய்ப் போகிறது añjal añjaláyp pógiṛathu, To go by post; அஞ்சற்காரன் añjaṛkáran, A postman, messenger.

அஞ்சனம் añjanam, s. Collyrium, or black paint for the eyelids. 2. Magic ointment rubbed on the hands, &c. for the purpose of discovering that which is concealed; அஞ்சனம் போட்டுப்பார்க்கிறது añjanam póṭṭup párkkiṛathu, To look at it for that purpose; அஞ்சனக்கல் añjanak kal, Sulphuret of antimony.

அஞ்சாமை añchámai, neg. v. n. Fearlessness.

அஞ்சு añchu. s. *See* ஐந்து aintu, Five.

அஞ்சுகிறது añchugiṛathu, v. i. To fear, to be afraid.

அஞ்ஞாயம் aññáyam, s. (*properly* அநியாயம் aniyáyam.) iniquity, injustice.

அஞ்ஞானம் aññánam, s. Ignorance, paganism; அஞ்ஞானி aññáni, An unenlightened, ignorant person.

அடகு aḍagu, s. A pawn, pledge; அடகு வைக்கிறது aḍagu vaikkiṛathu, To pawn; அடகெடுக்கிறது aḍageḍukkiṛathu, To take back a pledge.

அடக்கம் aḍakkam, s. The act of enclosing. 2. Hiding or concealing. 3. Self-command, continence, restraint; அடக்கம்பண்ணு

கிறது aḍakkam paṇṇugiṛathu, To hide, entomb, inter, bury; அடக்குகிறது aḍakkugiṛathu, To enclose, environ. 2. To conceal. 3. To subdue, to keep under; அடங்குகிறது aḍaṅgugiṛathu, To be contained. 2. To be submissive, obedient. 3. To abate, grow less. 4. To settle, to sink to the bottom; அடங்கல், அடங்கலும் aḍaṅgal, aḍaṅgalum, All, altogether, that which is contained, the whole compass of things; அடங்காதவன் aḍaṅgáthavan, A stubborn untractable person; அடங்காமை aḍaṅgámai, Disobedience, rebellion.

அடம் aḍam, *s.* Obstinacy, pertinacity, violence.

அடம்பு, அடப்பங்கொடி aḍambu, aḍappaṅkoḍi, *s.* A running flower plant.

அடருகிறது aḍarugiṛathu, *v. t.* To thicken, to grow thick; பயிரடர்ந்தது payiraḍarntathu, The crop is grown thick; பகைவர் பகையடர்ந்து வருகிறார் pagaivar pagai aḍarntu varugiṛár, The enemy approaches full of hatred; அடர்ந்திருக்கிறது aḍarantirukkiṛathu, To be thick, close as *shrubs and trees*; அடர்த்தி aḍartti, Constipation, thickness.

அடா aḍá, *int.* An interjection used in calling a manservant, an inferior; அடடா aḍaḍá, An exclamation of caprice or vexation; எங்கடா eṅgaḍá, where? எனடா, ஏண்டா énaḍá, éṇḍá, Why?

அடி aḍi, (*properly* எடி eḍi,) A word for calling a female, an inferior as வாடி váḍi come here you.

அடி aḍi, *s.* A stroke, a blow, a knock, a stripe; அடித்தழும்பு aḍit taḻumbu, The mark of a stripe, prints of a rod.

அடி aḍi, *s.* The foot, also a measure of twelve inches; அடிபணிகிறது aḍi paṇigiṛathu, To prostrate one's self, to fall down at one's feet, to reverence; அடி வணங்குகிறது, அடி யேத்துகிறது aḍi vaṇaṅgugiṛathu, aḍi éttugiṛathu, To fall at one's feet, to adore submissively; அடியொட்டி aḍi oṭṭi, What sticks to the feet; அடிப்பாய்கிறது aḍippáygiṛathu, To leap over the mark: a boy's play, leapfrog; அடிப்பாடு, அடிச்சுவடு aḍippáḍu, aḍichchuvaḍu, Footsteps in the road; அடிக்கடி aḍikkaḍi, Frequently; அடிக்கொரு நினைவாயிருக்கிறது aḍikkoru ninaiváyirukkiṛathu, To be wavering, unstable, மரத்தடியில் marattaḍiyil, at the foot of a tree; அடியற்றுப் போகிறது aḍi aṛṛup pógiṛathu, To be plucked up by the roots; அடியிடுகிறது aḍi iḍugiṛathu, To begin or enter upon a work; அடித்தட்டு aḍit taṭṭu, The lowermost deck of a ship; அடி நா aḍi ná, The root of the tongue; அடிப்படை aḍip paḍai, The first layer of a mudwall; அடிப்படை போடுகிறது aḍip paḍai póḍugiṛathu, To lay the first layer on the foundation; அடிவயிறு aḍi vayiṛu, The lower part of the belly; சுவரடியிலே suvaraḍiyilé, At the foot of a wall; அடியான் aḍiyán, A manservant; அடியாள் aḍiyáḷ, A womanservant; அடியேன் aḍiyén, I, your humble servant: (used respectfully towards superiors, instead of நான் nán); அடியார்க்கடியேன் aḍiyárk kaḍiyén. I, the most submissive, humble servant; அடிமை aḍimai, Slavery. 2. A slave; அடிமைப்படுகிறது, அடிமையாகிறது aḍimaippaḍugiṛathu, aḍimai ágiṛathu, To be made, to become a slave; அடிமையை மீட்கிறது aḍimaiyai miḍkiṛathu, To redeem a slave.

அடி aḍi, *s.* A blow, stroke, lash; அடிபடுகிறது aḍipaḍugiṛathu, To be beaten. 2. To be common, *as* அடிபட்டசொல் aḍi paṭṭa chol, A common word.

அடிக்கிறது aḍikkiṛathu, *v. t.* To beat, scourge. 2. To kill, slay; ஆடடிக்கிறது áḍaḍikkiṛathu, To kill sheep; அடித்துத் துரத்துகிறது aḍittu turattugiṛathu, To cast one out with stripes; அடிப்பிக்கிறது aḍippikkiṛathu, To cause to be beaten; சிதறடிக்கிறது chithaṛaḍikkiṛathu, To disperse; தோற்கடிக்கிறது tóṛkaḍikkiṛathu, To defeat an enemy; பரம்படிக்கிறது parambaḍikkiṛathu, To level the ground either before or after the seed has been put in; பறக்கடிக்கிறது paṛakkaḍikkiṛathu, To put to flight.

அடுக்களை aḍukkaḷai, *s.* A kitchen.

அடுக்கிறது aḍukkiṛathu, *v. t.* To come nigh, approach. 2. To seek one's protection, to adhere, keep close to any one; அடுத்த வீடு aḍuttavíḍu, The next house; அடுத்து வருகிறது aḍuttuvarugiṛathu, To come and go again and again; அடுத்த ஆடி மாதத்திலே aḍutta áḍimátattilé, In July next; அடுத்தாற்போலே aḍuttáṛpólé, Very nigh, next to, near; அடுக்க aḍukka, Near, near at hand; அடுத்தார் aḍuttár, Kindred, relative; அடாது aḍáthu, It becomes not, beseems not; அடாத aḍátha, Incongruous, improper, unfit, inconsistent; அடாதகாரியம் aḍátha káriyam, An unbecoming thing; அடாதது aḍáthathu, That which is wrong; அடா வரி aḍá vari, An unjust tax; அடாவழி aḍá vaḻi, A rough way, perverse way of life.

அடுக்கு aḍukku, A row, layer of bricks, &c. 2. Four threads of yarn in use among weavers; அடுக்குமெத்தை aḍukku mettai, A couch with pillows placed one upon another. 2. A house built of different lofts or stories; அடுக்கடுக்காய் வை aḍukkaḍukkáy vai, Place orderly, one upon another.

அடுக்குகிறது aḍukkugiṛathu, *v. t.* To pack, pile up–as tiles, pots, &c.

அடுப்பு aḍuppu, *s.* Hearth, fire-place; அடுப்பங்கரை aḍuppankaṛai, The border of the hearth; அடுப்பிலேயிருக்கிறது aḍuppilé irukkiṛathu, To be on the fire-as a pot, &c.

அடே aḍé, (for ஏடா éḍá) An interjection-used in calling to a servant, or an inferior.

அடை aḍai, *s.* Incubation. 2. A kind of bread or cake; அடைகாக்கிறது, அடை கிடக்கிறது aḍai kákkiṛathu, aḍai kiḍakkiṛathu, To sit, brood, incubate; அடைகோழி aḍai koḻi, A brooding hen.

அடைகல், அடைகல்லு aḍai kal, aḍai kallu, *s.* An anvil of stone: *See* பட்டடை paṭṭaḍai.

அடைகிறது aḍaigiṛathu, *v.* To obtain, get, have; அழுக்கடைந்தபாத்திரம் aḻukkaḍainta páttiram, A dirty vessel; பயமடைகிறது bhayam aḍaigiṛathu, To be frightened; மரணமடைகிறது maraṇam aḍaigiṛathu, To die. 2. To arrive at, to come; அந்தப்பொருள் அவனையடைந்தது antap poruḷ avanai aḍaintathu, That property is come into his possession. 3. To betake one's self to, to resort to. 4. To be inclosed, barred, shut up, choked; ஆறடைந்துபோயிற்று áṛaḍaintu póyiṛṛu, The river is choked up; கடனடைந்துபோயிற்று kaḍanaḍaintupóyiṛṛu, The debt is paid; அடைகோட்டை aḍai kóṭṭai, A blockaded fort. 5. To preserve, pickle, season fruits with salt; அடைகாய் aḍai káy, Fruits kept in brine, pickle; அடைமாங்காய் aḍái mánkáy, The unripe mango cut in pieces, salted, and dried in tne sun. 6. To be contiguous, adjacent to, to border upon ; அடைசேரி aḍaichèri, A suburb. 7. To come ashore ; கப்பல் கரையிலடைந்தது kappal karaiyil aḍaintathu, The ship has run ashore.

அடைக்கலம் aḍaikkalam, s. Taking shelter ; அடைக்கலம்புகுமிடம் aḍaikkalam pugum iḍam, place of refuge ; அடைக்கலஸ்தலம் aḍaikkala stalam, An asylum.

அடைக்கலாங்குருவி aḍaikkalánkuruvi, s. A sparrow, from its taking shelter in houses.

அடைக்கிறது aḍaikkiṛathu, v. t. To shut ; அடைமழை aḍai maḻai, Continual rain : வாசலடைக்கிறது vásalaḍaikkiṛathu, To shut a door, to lock.

அடைசுகிறது adaisugiṛathu, v. t. To give place, retreat ; அடைசிப்போ aḍaisip pó, Give way, make room.

அடைப்பம் aḍáippam, s. A pouch, a small bag , அடைப்பைக்காரன் aḍaippakkáran, A servant who carries the betel bag.

அடைப்பன் aḍaippan, s. The quinsy in cattle, which kills them by suffocation.

அடைப்பு aḍaippu, s. A hedge. 2. Obstruction; காதடைப்பு káthaḍaippu, Obstruction of the ears. *principally* from hunger ; மாரடைப்பு máraḍaippu, Obstruction of the breast.

அடைமானம் aḍaimánam, s. A pawn, pledge; அடைமானம் வைக்கிறது aḍaimánam vaikkiṛathu, To lodge as security for money borrowed, to pawn, mortgage.

அடையாளம் aḍaiyálam, s. A sign, token ; அடையாளம்போடுகிறது aḍaiyálam pódugiṛathu, To mark

அட்டம் aṭṭam, ad, Across; அட்டங்கால் போட்டுக்கொண்டிருக்கிறது aṭṭankálpóṭṭukkoṇḍirukkiṛathu, To sit putting one leg upon the knee or thigh of the other.

அட்டவணை aṭṭavaṇai, s. A cash book, a ledger. 2. An index, a register ; பொருளட்டவணை poruḷ aṭṭavaṇai, An index of the contents of a book.

அட்டணை aṭṭaṇai, ad. Across ; அட்டணைக்கால் àṭṭanaik kál, Folded feet.

அட்டாளை aṭṭáḷai, s. A raised watchman's shed in a field or garden.

அட்டி aṭṭi, s. Delay, stay, hinderance; அட்டிபண்ணுகிறது aṭṭi paṇṇugiṛathu, To protract, delay, hinder ; அட்டிசொல்லுகிறது aṭṭi chollugiṛathu, To put off, postpone, to speak disparagingly.

அட்டிகை aṭṭigai, s. A jewel worn by Hindu women about the neck.

அட்டை aṭṭai. s. A leech. 2. The sole of a shoe or slipper,

அணி aṇi, s. Ornament, decoration. 2. Beauty, fairness. 3. order, regularity; அணிபார்க்கிறது aṇi párkkiṛathu, To order, adjust the threads for weaving. 4. Detachment. 5. Military array ; அணிவகுக்கிறது aṇi vagukkiṛathu, To draw up troops, to set an army in array ; அணிவகுப்பு aṇivaguppu, Array, battlearray ; முன்னணி munnaṇi, The van or advance guard ; பின்னணி pinnaṇi, Rear or rearguard ; காதணி káthaṇi, A jewel for the ears ; காலணி kálaṇi, Ornament for the feet ; அணிகலம் aṇikalam, A casket ; அணிகலச்செப்பு aṇi kalach cheppu A jewel-box ; அணிவடம் aṇi vaḍam, Ornamental string of jewels, necklace ; அணிவிரல் aṇiviral, The ring-finger.

அணிகிறது aṇigiṛathu, v. t. To put on jewels, and other ornaments.

அணியம் aṇiyam, s. The head of a ship, the prow.

அணு aṇu, s. An atom, a minute or elementary particle of matter ; பரமாணு

paramáṇu, A division of an atom, according to some the sixth, according to others the thirtieth part.

அணுகுகிறது aṇugugiṛathu, v. i. To approach, touch, come to; அணுகிவா aṇugi vá, Come near.

அணை aṇai. s. A dam, dike, bank. 2. A ridge between cornfields; அணைகட்டுகிறது, போடுகிறது aṇai kaṭṭugiṛathu, póḍugiṛathu, To cast, to throw up a dam; அணைவெட்டிவிடுகிறது aṇaiveṭṭi viḍugiṛathu, To cut a dike.

அணை aṇai, s. A yoke of oxen.

அணை aṇai, s. A bed, a couch; புல்லணை pullaṇai, A layer of grass; பஞ்சணை pañjaṇai, The five kinds of beds or mattresses; பூவணை púvaṇai, A bed of flowers; முன்னணை munnaṇai, A crib, a manger. 2. The court before a house, the hall.

அணைகிறது aṇaigiṛathu, v. i. To be extinguished; விளக்கணைந்துபோகிறது viḷakkaṇaintupógiṛathu, The lamp goes out.

அணைக்கிறது aṇaikkiṛathu, v. t. To quench, extinguish. 2. To embrace, receive, foster; அவனைப் பட்சமாயணைத்துக்கொண்டான் avanaip patchamáy aṇaittuk koṇḍán, He embraced him in a friendly manner; கட்டியணைக்கிறது kaṭṭi aṇaikkiṛathu, To hold fondly in the arms. 3. To tie; கன்றைப் பசுவின் காலிலணைக்கிறது kanṛaip pasuvin kālil aṇaikkiṛathu, To tie a calf to a cow's leg.

அண்டங்காகம், அண்டங்காக்காய், அண்டங்காக்கை aṇḍaṅkágam, aṇḍaṅkákkáy, aṇḍaṅkákkai, s. A raven, a black crow.

அண்டம் aṇḍam, s. An egg. 2. The universe; அண்டகடாகம் aṇḍa kaḍágam, The universe considered as a large vessel; பிரமாண்டம் piramáṇḍam, Microcosm or the world. 2. Capaciousness; அண்டபகிரண்டம் aṇḍabahiraṇḍam, This and other worlds.

அண்டுகிறது aṇḍugiṛathu, v. t. To approach, draw near, resort.

அண்டை aṇḍai, s. Nearness, vicinity, the side of any thing; அண்டைவீடு aṇḍaivíḍu, The next house; என்னண்டை, என்னண்டையில் ennaṇḍai, ennaṇḍaiyil, With me, near me; இந்தண்டை intaṇḍai, On this side. 2. A support from falling. 3. A botch, a clout, a patch; அண்டைபோடுகிறது aṇḍai póḍugiṛathu, To patch, to clout.

அண்ணகன் aṇṇagan, s. A eunuch.

அண்ணாந்தாள், அண்ணந்தாள் aṇṇantáḷ, aṇṇántáḷ, s. A kind of tortureA— cord being fastened round the neck and tied close to the great toe, while the hands are kept behind.

அண்ணன் aṇṇan, s. Elder brother.

அண்ணாக்கிறது aṇṇákkiṛathu, v. i. To look upward.

அண்ணாக்கு aṇṇákku, s. The uvula.

அண்ணாவி, அண்ணாவியார் aṇṇávi, aṇṇáviyár, s. A tutor, teacher.

அண்ணி aṇṇi, s. The wife of an elder brother.

அதக்குகிறது athakkugiṛathu, v. t. To grind, or rub in the hand. 2. To squeeze, press softly, to mollify a fruit, &c. 3. To turn food in the mouth from one side to the other.

அதட்டுகிறது athaṭṭugiṛathu, v. t. To scold, reprove; அதட்டிக்கேட்கிறது athaṭṭikkéṭkiṛathu, To ask, inquire angrily.

அதது athathu, s. Each, every.

அதம் atham, s. Ruin, destruction; அதமபண்ணுகிறது athampaṇṇugiṛathu, To kill, destroy.

அதயிரியம் adhairiyam, *s.* Cowardice.

அதரம் atharam, *s.* The under-lip. 2. The lips.

அதரிசனம் adarisanam, *s.* Imperceptibility.

அதர் athar, *s.* The excrescence, the wattles on the throat of sheep.

அதர்மம், அதருமம் adharmam, atharumam, *s.* Unrighteousness, injustice.

அதலகுதலம் athalakuthalam, *s.* Tumult, bustle, confusion.

அதழ் athal, *s.* A flower leaf.

அதிகம் adhikam, Plenty, abundance; அதிகரிக்கிறது athikarikkiṛathu, To excel, increase.

அதிகாரம் athikáram, *s.* Government, power, dominion. 2. The right to a thing, prerogative, title to possess; அதிகாரங்கொடுக்கிறது athikáraṅkoḍukkiṛathu, To give power, authority, to authorize; அதிகாரி athikári, One who has power, who has right. 2. One who has the charge of things, a trustee.

அதிகாலம், அதிகாலை athikálam, athikálai, *s.* The early morning.

அதிக்கிரமம் athikkramam, *s.* Impiety, iniquity, petulance; அதிக்கிரமிக்கிறது, athikkramikkiṛathu, To neglect, disregard; அதிக்கிரமித்து நடக்கிறது athikkramittu naḍakkiṛathu, To exceed proper bounds.

அதிசயம் athisayam, *s.* Excess; அதிசயப்படுகிறது, அதிசயிக்கிறது athisayappaḍugiṛathu, athisayikkiṛathu, To wonder, to be surprised, to admire.

அதிசெயம் athiseyam, *s.* Excellence, preeminence; அதிசெயிக்கிறது athiseyikkiṛathu, To over-match, to surpass *in good or bad qualities.*

அதிஷ்டம், அதிட்டம் athisṭam, athiṭṭam, *s.* Luck, fortune good or bad; அதிஷ்டவீனம் athishṭavínam, Misfortune, ill-luck.

அதிபதி athipathi, *s.* A sovereign, or ruler; சுயாதிபதி suyáthipathi, A despot, one who governs with arbitrary power; நியாயாதிபதி nyáyáthipathi, A judge.

அதிபன் athipan, *s.* A king, head, or chief.

அதிமதுரம் athimathuram, *s.* Licorice; அதிமதுரப்பட்டை athimathurap paṭṭai, The sweet bark, or root of it.

அதிரசம் athirasam, *s.* A sweet cake.

அதிருகிறது athirugiṛathu, *v. i.* To tremble, quake, shiver; பூமியதிருகிறது bhúmi athirugiṛathu The earth quakes; பூமியதிர்தல் bhúmi athirthal, An earthquake; அதிர் வெடி athir veḍi, The report of guns, &c., the object or effect of which is to frighten; அதிர்வெடியாய்ச் சுடுகிறது athir veḍiyáych chuḍugiṛathu, To fire powder with the above object.

அதிவிநயம் athivineyam, *s.* Excessive or feigned humility, fair words, flattery.

அதிவீரம் athi víram, *s.* Great strength.

அதிவேகம் athi végam, *s.* Great swiftness, speed.

அதீனம் athínam, *s.* Subjection; சுவாதீனம் swádhínam, Independency; பராதீனம் parádhinam, Dependency.

அது athu, *pro.* It, or that. 2. The termination of the Genitive case; *as* அவனதுகை avanathu kai, His hand; அதோ athó, That *emphatically,* Lo! behold! there it is, or appears.

அதுக்குகிறது athukkugiṛathu, *v. t.* To press softly, to mollify a fruit with the fingers, to squeeze out matter from a boil.

அதைக்கிறது athaikkiṛathu, *v. t.* To rebound, recoil, *as balls, stones, darts &c.* 2. To swell; அதைப்பு athaippu, A repercussion, a rebound. 3. Swelling ; அதைத்தமுகம் athaitta mukham, A swollen face.

அதோகதி athógati, s. A downward course, descent.

அத்தராத்திரி atta ráttiri, s. Midnight.

அத்தனை attanai, ad. So much, so many.

அத்தன்மை attanmai, s. That manner.

அத்தாட்சி attáḍchi, s. Proof, evidence, testimony ; அத்தாட்சி கொடுக்கிறது attátchi koḍukkiṛathu, To prove, to make evident, to verify.

அத்தான் attán, s. Cousin. 2.Brother-in-law.

அத்தி, அத்திமரம் atti, atti maram, s. A fig-tree.

அத்தியட்சன் attiyaḍchan, s. An overseer, a bishop.

அத்திரம் attiram, s. A dart. 2. *in general*, a missile weapon.

அத்திவாரம் attiváram, s. *See* அஸ்திவாரம் astiváram.

அத்தை attai, s. Father's sister. 2. Mother-in-law.

அநந்தம் anandam, s. Infinity, perpetuity.

அநாதன் anáthan, s. An orphan, one who has no guardian, or protector.

அநித்தியம் anittiyam, s. Transitoriness, instability.

அநியாயம் aniyáyam, s. Unreasonableness ; அநீதம் anítham, s. Injustice.

அநீதி aníthi, s. Injustice.

அநுகூலம் anukúlam, s. Favour, clemency. 2. Felicity, good fortune, success ; அநுகூலப்படுகிறது anukúlappaḍugiṛathu, To have success, to have a good result.

அநுக்கிரகம் anugraham, s. Favour, beneficence ; அநுக்கிரகம்பண்ணுகிறது anugraham paṇṇugiṛathu, To favour, help.

அநுசரிக்கிறது anucharikkiṛathu, v. t. To follow, embrace an opinion. 2. To join, unite with one.

அநுஷ்டானம் anushṭánam, s. The observance of religious rites, exercises, &c.

அநுஷ்டிக்கிறது anushṭikkiṛathu, v. t. To perform religious rites, &c.

அநுதினம் anudinam. s. Day by day, daily.

அநுபந்தம் anubandham, s. Connexion, appendix.

அநுபவம் anubhavam, s. Experience of pleasure or pain ; அநுபவப்படுகிறது anubhavap paḍugiṛathu, To be realized, experienced.

அநுபவிக்கிறது anubhavikkiṛathu, v. t. To experience good or evil.

அநுபானம் anupánam, s. A fluid vehicle for medicine-as water, wine, &c.

அநுபோகம் anubhógam, s. Enjoyment or suffering. 2. Delight, mutual delight.

அநுமதி anumati, s. Consent, permission.

அநுமானம் anumánam, s. Inference ; அநுமானிக்கிறது anumánikkiṛathu, To neigh. 2. To doubt, hesitate.

அநேகம் anékam, s. many, more than one.

அந்த anta, a. That, those.

அந்தகன் andhakan, s. A blind man.

அந்தகாரம் andhakáram, s. Darkness.

அந்தஸ்து antastu, s. State, condition. 2. Order, regularity.

அந்தப்புரம் antappuram, s. A harem, inner rooms or apartments for women.

அந்தம் antam, s. End, termination. 2. Beauty, comeliness ; அந்தக்கேடு antakkéḍu Deformity.

அந்தரங்கம் antarangam, s. What is hidden, secret, a hidden place.

அந்தரம் antaram, s. Space, intermediate space ; அந்தரத்திலே நிற்கிறது antarattilé niṛkiṛathu, To be forsaken of all, to be abandoned ; அந்தரவனம் antaravanam, An uninhabited desert land.

அந்தி anti, *s.* Evening; அந்திநேரம், அந்திப்பொழுது, அந்திப்போது antinéram, antippoḻuthu, antippóthu, Evening time; அந்தி சந்தி anti santí, Morning and evening.

அந்தியேஷ்டி antièshḍi, *s.* Funeral obsequies performed for the benefit of progenitors.

அந்து, அந்துப்பூச்சி antu, antuppúchchi, *s.* A small insect found in stored grain.

அந்நியம் anniyam, *s.* A strange or foreign thing; அந்நியன் anniyan, A stranger, alien, foreigner; அந்நியோந்நியம் anniyónniyam, Mutuality, reciprocity, friendship,

அபகரிக்கிறது abakarikkiṛathu, *v. t.* To deprive, dispossess; அபகரித்தவுடைமை abakaritta uaḍimai, Usurped property; அபகாரம் abakáram, Ingratitude, ungratefulness; அபகாரி abakári, An ingrate, a defrauder.

அபகீர்த்தி abakírtti, *s.* An ill name, infamy, ignominy.

அபசயம், அபசெயம் abajayam, abajèyam. *s.* Defeat, vanquishment; அபசயப்படுகிறது abajayap paḍugiṛathu, To be defeated.

அபசாரம் abachàram, *s.* Indecency, indecorum; அபசாரி abachári, A wicked unmannerly person.

அபதூறு, அவதூறு abathúṛu, avathúṛu, *s.* Ill-report, slander.

அபத்தம் abattam, *s.* Untruth; அபத்தமான abattamána, False, untrue; அபத்தஞ்சொல்லுகிறது abattañ chollugiṛathu, To tell a falsehood.

அபயம் abhayam, *s.* Fearlessness, intrepidity. 2. An asylum, refuge, place of security; அபயமிடுகிறது abhayam iḍugiṛathu, To call for succour, to cry for protection; அபயமிட்டுக்கேட்கிறது abhayamiṭṭuk kèḍkiṛathu, To ask, entreat, crave, plead repeatedly.

அபராதம் abarádham, *s.* Offence, fault. 2. Fine, amercement; அபராதம்போடுகிறது abarádham póḍugiṛathu, To fine, mulct; அபராதம் வாங்குகிறது abarádham vánkugiṛathu, To take, exact a fine; அபராதங்கொடுக்கிறது abarádham koḍukkiṛathu, To pay a fine.

அபாக்கியம் abhágyam, *s.* Misfortune, wretchedness, adversity.

அபாயம் apáyam, Misfortune, ill-luck, jeopardy.

அபிசாரி, அவிசாரி abhichári, avichári, *s.* A courtezan. 2. An unchaste woman.

அபிஷேகம் abishèkam, *s.* Sacred bathing, anointing.

அபிப்பிராயம் abhippráyam, *s.* Meaning, intention, purpose.

அபிமானம் abhimánam, *s.* High esteem, love, regard.

அபிவிர்த்தி abivirtti, *s.* Increase, augmentation, growth.

அபினி, abini, *s.* Opium.

அபூர்வம் apúrvam, *s.* What is new or strange.

அபேட்சை apédchai, *s.* Hope, desire; அபேட்சிக்கிறது abèḍchikkiṛathu, To desire earnestly.

அப்படி, அப்படியே appadi, appaḍiyé, *s.* after that manner, so, thus; அப்படிப்பட்ட appaḍippaṭṭa, Such.

அப்பம் appam, *s.* Rice cakes, bread, pastry; அப்பஞ்சுடுகிறது appam chuḍugiṛathu, To bake cakes, bread, &c.

அப்பளம் appaḷam, *s.* A kind of thin cake.

அப்பன் appan, *s.* Father; அப்பச்சி appachchi, Father, a word used by the lower castes; பெரியப்பன் periyappan, A father's elder brother; சிற்றப்பன் chiṛṛappan, A father's younger brother,

அப்பா appá, s. The vocative of அப்பன் appan, 2. An exclamation of surprise, grief or pain. 3. A word used by parents towards their young children, also a word of respect to aged men.

அப்பாத்தாள் appáttáḷ, s. An elder sister; அப்பாய் appaáy, s. A paternal grandmother.

அப்பால் appál, pro. That side, beyond.

அப்பாவி appávi, s. A harmless person, a simpleton.

அப்பி appi, s. An elder sister.

அப்பியங்கம், அப்பியங்கனம் abhyangam, abhyanganam, s. Rubbing or anointing with any of the unctuous substances; அப்பியங்கஸ்நானம் abhiyangasnánam, Bathing after anointing with oil.

அப்பியந்தம் abhyantam, s. Procrastination, delay.

அப்பியாசம் abhyásam, s. Exercise, habit; அப்பியாசம் பண்ணுகிறது அப்பியாசிக்கிறது abhyásam paṇṇukiṛathu, abhyásikkiṛathu, To practise, exercise.

அப்பிரகம் abrakam, s. Mica, talc.

அப்பிராணி appiráṇi, s. An unfortunate, miserable, sickly person.

அப்புகிறது appugiṛathu, v. t. To clap a thing on—as plaster on a boil, clay on a wall, &c.

அப்புறம் appuṛam, pro. That side, farther, beyond; அப்புறப்படுகிறது appuṛappaḍugiṛathu, To become more distant; அப்புறப்படுத்துகிறது appuṛappaḍuttugiṛathu, To carry a thing out of the way, to remove it farther.

அப்பொழுது,அப்போ,அப்போது appoḻuthu, appó appóthu, ad. That time, then.

அமங்கலி amangali, s. A widow.

அமசடக்கம் amasaḍakkam, s. Cover, concealment.

அமஞ்சி, அமிஞ்சி amañchi, amiñchi, s. Compelled service; அமஞ்சி பிடிக்கிறது amañchi piḍikkiṛathu, To press workmen.

அமரிக்கை amarikkai, s. Tranquillity, quietness, mildness.

அமருகிறது amarugiṛathu, v. i. To become calm, settled, subdued.

அமர்த்துகிறது amarttugiṛathu, v. t. To calm, appease, mitigate, quiet.

அமளி amaḷi, s. Tumult, bustle.

அமார், அமார்க்கயிறு amár, amárk kayiru, s. A cable.

அமாவாசி, அமாவாசியை amávási, amávaasiyai, s. The new moon.

அமானி amáni, s. Land, or other sources of revenue not rented, but under the direct control of Government.

அமிதம் amitham, s. Immoderation.

அமிர்தம், அமிழ்து, அமுது amirtham, amilthu, amuthu, s. Ambrosia, nectar, the elixer of life.

அமில்தார் amildár, s. An officer collecting revenue.

அமிழ்கிறது amiḻgiṛathu, v. i. To sink, drown, go to the bottom, plunge.

அமிழ்த்துகிறது amiḻttugiṛathu, v. t. To immerse.

அமீனா amíná, s. An inferior officer in charge of village affairs under the Amildar.

அமுக்கன் amukkan, s. A rogue, a cunning fellow.

அமுக்குகிறது amukkugiṛathu, v. t. To press upon, press down, press together.

அமுங்குகிறது amunkugiṛathu, v. i. To sink, lower. 2. To be pressed down by weight.

அமுதம் amutham, s. See அமிர்தம் amirtham.

அமுது amuthu, See அமிர்தம் amirtham; அமுதுபடி amuthupaḍi, Raw rice; கட்டமுது kaṭṭamuthu, Rice tied up for a journey.

அமுல் amul, *s.* Theft, smuggled property.

அமைகிறது amaigiṛathu, *v. i.* To be obtained. 2. To consent, obey.

அம்சம் amsam, *s.* A portion.

அம்பட்டன் ambaṭṭan, *s.* A barber.

அம்பர் ambar, *s,* Amber; பொன்னம்பர் ponnambar, Amber of a yellow colour; மீனம்பர் mínambar, Amber of an ash or black colour.

அம்பாயம் ambáyam, *s.* The pains of labour or childbirth. 2. Pain, torture; அம்பாயப்படுகிறது ambáyappaḍugiṛathu, To suffer the pains of childbirth.

அம்பாரம் ambáram, *s.* A heap of corn, &c. upon the threshing-floor.

அம்பாரி, ambári, *s.* A howda or seat placed on an elephant.

அம்பு ambu, *s.* An arrow; அம்பறாத்தூணி ambaṛáttúṇi, An inexhaustible quiver; அம்புக்குதை ambukkuthai, The feather of an arrow; அம்புக்கூடு ambukkúḍu, A quiver; அம்புமாரி ambumári, A shower of arrows.

அம்மட்டு ammaṭṭu, *ad.* So far, so much only.

அம்மணம் ammaṇam, *s.* Nakedness; அம்மணமாயிருக்கிறது ammaṇamáy irukkiṛathu, To be naked.

அம்மம்மா ammammá, *s,* Mother! mother! an interjection of lamentation.

அம்மா ammá, *s.* Mother.

அம்மாத்திரம் ammáttiram, *ad.* So much.

அம்மாய் ammáy, *s.* Maternal grandmother. 2. A coaxing expression, dear mother.

அம்மானை ammánai, *s.* A play with balls by females.

அம்மான், நல்லம்மான் ammán, nallammán, A mother's brother, uncle by the mother's side; ஒன்றைவிட்ட அம்மான் onṛaiviṭṭa ammán, A mother's cousin.

அம்மி, அம்மிக்கல் ammi, ammikkal, *s.* A stone to grind or bruise things upon; அம்மிக்குழவி ammik kuḻavi, A cylindric stone used in grinding seeds, a muller.

அம்முகிறது ámmugiṛathu, *v. i.* To be close, to be reserved.

அம்மை ammai, The small-pox.

அயனம் ayanam, *s.* Half a year.

அயருகிறது ayarugiṛathu, *v. i.* To faint, swoon, grow feeble. 2. To be drowsy.

அயர்க்கிறது ayarkkiṛathu, *v. t.* To forget.

அயல் ayal, *s.* Vicinity, neighbourhood; அயலான், or அயலகத்தான் ayalán, ayalagattán, A neighbour.

அயிரை ayirai, *s.* A species of very small fish.

அயோக்கியம் ayógyam, *s.* An unbecoming, improper thing, incongruity.

அரக்கு arakhu, *s.* Sealing-wax. 2. Arrack.

அரக்குகிறது arakkugiṛathu, *v. t.* To push, drag, or otherwise move a heavy body.

அரசன் arasan, *s.* A prince, a king.

அரசு arasu, *s.* Royalty, kingship; அரசியல் arasiyal, The duties or functions of a king.

அரமனை aramanai, *s.* A king's palace.

அரமனையார் aramanaiyár, The officers of the palace.

அரசு, அரசமரம் arasu, arasamaram, *s.* A tree—ficus religiosa; அரசாணி arasáṇi, A bough of this tree, which together with one from the கலியாணமுருக்கு kaliyáṇa murukku, is fixed in the middle of the marriage pandal called அரசாணிக்கால் arasáṇikkál, around which the parties go when performing particular ceremonies; பூவரசு púvarasu, The porcher tree.

அரணிப்பு araṇippu, *s.* Fortification. 2. A place well walled, or regularly built; அரணிப்பாக்குகிறது araṇippákkugiṛathu, To fortify, to wall in.

அரணை aranai, *s.* A species of streaked lizard very smooth and shining.

அரண் aran, *s.* Custody, a stronghold; அரணான பட்டணம் aranána pattanam, A fortified city.

அரம் aram, *s.* A file; அரபொடி arapodi, Filings, file-dust.

அரவணைக்கிறது aravanaikkirathu, *v. t.* To fondle.

அரவம் aravam, *s.* A sound or noise, a great sound; அரவமாயிருக்கிறது aravamáy irukkirathu, There is a noise or clamour.

அரளுகிறது aralugirathu, *v. i.* To be amazed, to grow terrified.

அராவுகிறது arávugirathu, *v. t.* To file, polish.

அரிகிறது arigirathu, *v.* To cut, reap corn with the sickle, cut fish, &c. into small pieces, to cut off a limb, amputate, behead; அரிக்கட்டு arikkattu, A sheaf; அரிதாள் aritál, Stubble; அரிவாள் ariválv, A sickle; வெட்டரிவாள் vettarivál, A hatchet, a hook, a crooked knife to slay victims; அரிவாள்மணை arivál manai, A common instrument to cut fish, meat, &c. into pieces; அரிவாள்மூக்கன் arivál múkkan, A water-bird of a large size, whose beak is like a sickle.

அரிக்கிறது arikkirathu, *v. t.* To rinse, wash rice or gems, &c.; உலைக்கு அரிசியரிக்கிறாள் ulaikku arisi arikkirál, She cleanses the rice preparatory to boiling. 2. To sift sand in the street with a view to picking out any thing lost. 3. To gnaw as vermin, insects; அந்தப் பெட்டியைச் செல்லரித்துப்போட்டது anthap pettiyai chchel arittuppóttathu, That box has been gnawed by white ants. 4. To gather dried leaves, &c. 5. To vex; அரித்துப் பிடுங்குகிறது arittuppidungugirathu, To sting, or bite as lice, to tease, vex by incessant entreaties.

அரிசி arisi, *s.* Any kind of grain freed from chaff, particularly rice; பச்சரிசி pachcharisi, Raw rice beaten unboiled; புழுங்கலரிசி pulungal arisi, Raw rice beaten after being boiled; கோதுமையரிசி góthumai arisi, A grain of wheat: ஏலரிசி élarisi, Cardamom.

அரிச்சுவடி arichchuvadi, *s.* The alphabet, or the child's first book.

அரிதாரம், அரிதாளம் aritháram, arithálam, *s.* Orpiment.

அரிது arithu, *s.* Difficulty.

அருகு arugu, *s.* Neighbourhood, vicinity. 2. The border or welt of a garment. 3. The brim or edge of any thing; அருகே arugé, near.

அருகுகிறது arugugirathu, *v. i.* To drip, dribble, drop; நீரருகிவருகிறது nírarugi varugirathu, The water drips little by little. 2. To smart, prick, &c. As the eye from dust.

அருக்களிக்கிறது arukkalikkirathu, *v. i.* To be frightened, to shudder, tremble with fear; அருக்களிப்பு arukkalippu, horror, terror, fear.

அருக்காணி arukkáni, *s.* Rareness, preciousness.

அருக்கு arukku, *s.* Dearness.

அருக்குகிறது arukkugirathu, *v.* To ask too great a price for a thing.

அருச்சனை aruchchanai, *s.* *See* அர்ச்சனை arjjanai.

அருச்சிக்கிறது aruchchikkirathu, *v. t.* *See* அர்ச்சிக்கிறது archchikkirathu.

அருமை arumai, *s.* Difficulty, laboriousness. 2. Superiority, importance. 3. Costliness, dearness; பெற்றவளுக்குத் தெரியும் பிள்ளையினருமை perravalukkut teriyum pil-

2

ḷaiyin arumai, A mother only knows how precious children are ; அரு aru, Difficult, eminent; அருமந்த பிள்ளை, அருமருந்தன்னபிள்ளை arumanta piḷḷai, arumaruntanna piḷḷai, An excellent child, desirable as the nectar of the gods; அரும்பண்டம் arum paṇḍam, A precious thing ; அருந்தல் aruntal, low water in a river, tank, well. 2. Rarity.

அரும்பு arumbu, *s.* Flower-bud. 2. The first appearance of the beard; அரும்புவேலை arumbu vélai, Little flower buds of gold, a jewel ; அரும்புச்சரி arumbuch chari, Flower-buds threaded on golden wire; அரும்புச்சரிக்கடுக்கன் arumbuch charik kaḍukkan, Ear-rings of the same kind.

அரும்புகிறது arumbugiṛathu, *s.* To bud, bloom, flourish, blossom.

அருவருக்கிறது aruvarukkiṛathu, *v. t.* To abhor, detest.

அருவருப்பு aruvaruppu, *s.* Abhorrence, hatred, disgust.

அருவி aruvi, *s.* A mountain stream, a waterfall. 2. Millet stubble.

அருளுகிறது aruḷugiṛathu, To shew mercy, to vouchsafe ; commonly, to deign, grant graciously.

அருள் aruḷ, *s.* Grace, mercy. 2. The act of giving.

அரூபம் arúpam, *s.* Formlessness ; அரூபி arúbi, An invisible being, spirit, God.

அரை arai, The half of any thing, marked thus ௨. 2. The middle of the body, the loins, the waist ; அரைக்கால் araikkál, one-eighth marked thus,; அரையேயரைக்கால் araiyé araikkál, Five-eighths, marked thus, ; அரைநாழிகை arainaḻigai, Half a நாழிகை náligai, an Indian measure of time—twelve minutes; அரைமணி arai maṇi, Half an hour ; அரைமனசாயிருக்கிறது araimanasáy irukkiṛathu, To be reluctant ; அரைவாசி araivási, Half, half full ; அரைவீசம் arai vísam, $\frac{1}{32}$ marked thus,; அரைக்கச்சை araik kachchai, A girdle; அரைச்சட்டை araich chaṭṭai, A waistcoat, a doublet ; அரைஞாண், அரைநாண் araiñáṇ, arai náṇ, A girdle or cord, tied round the waist of men from their birth, it is commonly of cotton, sometimes of gold or silver ; அரைநூல் arainúl, The same as அரைச்சதங்கை araich chathangai, a girdle of little bells tied r und the waist of children ; அரைப்பட்டிகை araip paṭṭigai, A gold or silver girdle worn by women, devoted to temple service ; அரைப்பை araippai, A purse tied round the waist ; அரைமூடி arai múḍi, A small plate of gold or silver, appended to the girdle of female children, for the sake of decency ; அரைவடம் araivaḍam, A string of beads of gold worn round the waist.

அரைக்கிறது araikkiṛathu, *v. t.* To grind, pulverize medicines, &c; பஞ்சரைக்கிறது panjaráikkiṛathu, To clean cotton from the seed; மாவரைக்கிறது má araikkiṛathu, To reduce corn to meal, to grind ; அரைத்த மா araitta má, Ground corn, flour from the mill ; அரைப்பு araippu, Stuff to rub upon the head for cleaning the hair ; நருகுபிருகலாயரைக்கிறது narugu pirugaláy araikkiṛathu. To grind, or bruise into small pieces without reducing to powder.

அரோசிகம் arósigam, *s.* Disgust, nausea, aversion.

அரோசிக்கிறது arósikkiṛathu, *v.* To take disgust, to be disgusted, to loathe

அர்ச்சனை archchanai, *s.* Adoration.

அர்ச்சிக்கிறது archchikkiṛathu, To worship, honour.

அர்த்தம் arttam, s. Wealth. 2. Signification, sense, meaning; அர்த்தம்பண்ணுகிறது arttampaṇṇugiṛathu, To explain, interpret. 3. Half; அர்த்தராத்திரி artta ráttiri, Midnight.

அலகு alagu, s. Weapon, or tool-as the blade of a sword, knife, &c. 2. The beak of a bird. 3. The jaw-bone. 4. A small staff used by weavers to adjust a warp; அலகிடுகிறது alakiḍugiṛathu, To scan verses; அலகுகட்டுகிறது alagukaṭṭugiṛathu, To charm a snake. 2. To enchant a weapon, &c., to destroy its efficiency; அலகு கிட்டுகிறது alagu kiṭṭugiṛathu. To have a lock-jaw; அலகு கூடை alagu kúḍai, A water basket made of twigs; சோற்றலகு chóṛṛalagu, A sort of strainer used to drain the water from boiled rice.

அலங்காரம் alaṅkáram, s. An ornament, decoration; அலங்கரிக்கிறது alaṅkarikkiṛathu, To decorate; அலங்காரமான alaṅkáramáná, Beautiful; அலங்காரமாய்ப் பேசுகிறது alankáramáyp pésugiṛathu, To speak well, elegantly.

அலங்கோலம், அலங்கோலை alaṅgólam, alaṅgólai, s. Disorder, confusion. 2. What is huddled, carelessly or negligently put up, slovenliness, 3. A business fallen into disorder.

அலக்ஷியம் alakshiyam, s. Contempt; அலக்ஷியம்பண்ணுகிறது, அலக்ஷியஞ்செய்கிறது alakshiyam paṇṇugiṛathu, alakshiyañ cheygiṛathu, To despise, contemn.

அலட்டு alaṭṭu, s. impertinence, prate.

அலட்டுகிறது alaṭṭugiṛathu, v. To importune, annoy; அலட்டுப்பண்ணுகிறது alaṭṭup paṇṇugiṛathu, To molest by prating, to babble.

அலம்புகிறது alambugiṛathu, v. i. To wash, rinse a vessel. 2. To move, wave as water when carried in a full vessel.

அலர்கிறது alargiṛathu, v. To bloom, blossom.

அலவாங்கு alaváṅgu, s. An iron lever.

அலவாட்டு alaváṭṭu, s. Usage, custom; அலவாட்டாய் alaváṭṭáy, Customarily.

அலறுகிறது alaṛugiṛathu, v. i. To cry aloud through fear.

அலி ali, s. An hermaphrodite.

அலுவல் aluval, s. Business, occupation; அலுவலாயிருக்கிறது aluvaláy irukkiṛathu, To be busy, to be engaged

அலை alai, s. A wave, billow

அலைகிறது alaigiṛathu; v. i. To undulate, wander.

அலைக்கழிக்கிறது alaikkaḻikkiṛathu, v. t. To vex, disturb; அலைக்கழிவு alaikkaḻivu vexation.

அலைசுகிறது alaisugiṛathu, v. t. To rinse, to wash slightly; அலைசியலைசிக்குடிக்கிறது alaisiyalaisikkuḍikkiṛathu, To drink having shaken the fluid, &c.

அலைதாடி alaitáḍi, s. The dewlap.

அல்ல alla, A verb defective, denying the quality or nature of a thing brought in question: அல்லது allathu, A conjunction அன்றி anṛi, Beside, without; அன்றியும் anṛiyum, Nevertheless, notwithstanding besides.

அல்லி alli, s. The lily. 2. The filament of flower.

அல்வா alvá, s. A kind of cake.

அவகாசம் avakásam, s. Opportunity, leisure occasion.

அவசரம் avasaram, s. Opportunity, seasonableness. 2. Necessity, speed, haste from necessity; அவசரக்காரன் avasarakkáran, A bustling, importunate man.

அவசியம் avasiyam, s. Necessity.

அவஸ்தை, அவத்தை avastai, avattai, *s.* State, condition, the point of death; மரணாவஸ்தை maranávastai, Agony.

அவணம் avanam, *s.* 20,000 betel-nuts.

அவதரிக்கிறது avatharikkirathu, *v. i.* To be born, to become, incarnate.

அவதாரம் avatáram, *s.* Incarnation.

அவதானம் avadhánam, *s.* Attention, presence of mind; அவதானம்பண்ணுகிறது avadhánam pannugirathu, To direct the attention to a variety of subjects at the same time; அவதானி avadhâni, One possessed of universal knowledge and able to engage at the same time in many concerns; அவதானிக்கிறது avadhánikkirathu, To be attentive.

அவதி avathi, *s.* Term, limit, end, extremity; அவதிதப்பிப்போயிற்று avathitappip póyirru, The prescribed time has expired, the limited term is past.

அவத்தம் avattam, *s.* What is useless, nothing, vanity.

அவந்தரை, அபந்தரை avantarai, apantarai, *s.* Confusion.

அவம் avam, *s.* What is evil, vain, futile, good for nothing; அவமாய் avamáy, In vain, to no purpose; அவமாய்ப்போகிறது avamáyp pógirathu, To become worthless; அவக்குறி avakkuri, A bad sign, an ill omen; அவசத்தம் avasattam, Dissonance, a harsh, disagreeable sound; அவநம்பிக்கை avanambikkai, Distrust, diffidence; அவப்பொழுது avap poluthu, Mis-spent time; அவமதி avamati, Disrespect. 2. Foolishness; அவமதிக்கிறது avamathikkirathu, To contemn, despise; அவமானம் avamánam, Dishonour, ignominy; அவலக்ஷணம் avalakshanam, Uncomeliness, indecency, impropriety, disproportion.

அவயவம் avayavam, *s.* A member of the body, a part.

அவரை avarai, *s.* A kind of pulse including several species; காட்டவரை kátta arai, A kind of beans growing wild; கொட்டவரை, சீனியவரை kottávarai, chíni avarai, A kind of pulse growing in bunches; கோழியவரை kóli avarai, A kind of beans used in medicine; பேயவரை péy avarai, The same as காட்டவரை káttavarai.

அவர் avar, *pro.* They, (honorifically) he.

அவல் aval, *s.* Unhusked rice steeped in water and then dried and bruised.

அவள் aval, *pro.* She.

அவன் avan, *pro.* He.

அவா avá, *s.* Desire, longing desire; அவாவுகிறது avávugirathu, To desire, long.

அவாந்தரம் avántaram, *s.* A void, vacuum; அவாந்தரத்தில் அக்கினிபிறக்கிறது avántarattil agni pirakkirathu, Fire breaking out in the air.

அவிகிறது avigirathu, *v. i.* To go out, to be extinguished as a light, to loose the power of sight. 2. To be boiled in water. 3. To be spoiled, damaged, to rot as straw, grass, by moistness or dampness, or by lying too long without being aired; அவியற்கறி aviyarkari, Boiled meat.

அவிக்கிறது avikkirathu, *v. t.* To extinguish, destroy. 2. To boil in water

அவிசாரி avichári, *s.* *See* அபிசாரி abichári.

அவிவேகம் avivékam, *s.* Indiscretion, imprudence.

அவிழ் avil. *s.* A single grain of boiled rice.

அவிழ்கிறது avilgirathu, *v. i.* To become loose, untied.

அவிழ்க்கிறது avilkkirathu, *v.* To untie, loosen; கட்டவிழ்க்கிறது kattavilkkirathu, To untie, unbind.

அவிழ்தம் aviḻtham, s. See ஔஷதம் aushatham.

அவுதா avuthá, s. A seat on an elephant, or camel.

அவுரி avuri, s. (improp. அவிரி, அவரி aviri, avari,) The indigo plant.

அவை avai, pro. They, those things.

அழகு aḻagu, s. Beauty, elegance; அழகன் aḻagan, A handsome man; அழகுத்தேமல் aḻakut témal, A beauty spot.

அழிகிறது aḻigiṛathu. v. i. To perish, fall to dust, putrify, rot as a carcass; அழிவு aḻivu, Ruin, decay, downfall; அழிம்பு aḻimbu, Corruption, destruction, damage; அழிகுட்டி aḻi kuṭṭi, An abortion; அழிபுண் aḻipuṇ, A foul ulcer; அழிவழக்கு aḻivaḻakku, A lost lawsuit; அழியாமை aḻiyámai, Incorruptibility, incorruption.

அழிக்கிறது aḻikkiṛathu, v. t. To corrupt, destroy, 2. To plot out, obliterate. 3. To squander, lavish; செலவழிக்கிறது chelavaḻikkiṛathu, To spend.

அழிஞ்சில் aḻiñjil, s. A tree,

அழிம்பு aḻimbu, s. Ruin, devastation, injury; அழிம்புபண்ணுகிறது aḻimbu paṇṇugiṛathu, To damage, or spoil a thing; அழிம்பன் aḻimban, A spendthrift, a prodigal. 2. A profligate, a debaucher, polluter.

அழுகிறது aḻugiṛathu, v. i. To weep, cry, low, bellow, bleat, mew, caw, cry, hoot, &c.; அழுகள்ளன் aḻukaḷḷan, A hypocritical weeper; அழுகுணி aḻuguṇi, A crying one; அழுகை aḻugai, Weeping, crying.

அழுகுகிறது aḻugugiṛathu, To putrify, grow putrid.

அழுக்கு aḻukku, s. Filth, dirt, nastiness, uncleanness; அழுக்குப்படுத்துகிறது aḻukkuppaḍuttugiṛathu, To make dirty; அழுக்கேறுகிறது aḻukkéṛugiṛathu, To grow dirty,

அழுங்கு, அழுங்காமை aḻuṅgu, aḻuṅgámai, s. The armadillo.

அழுத்தம் aḻuttam, s. Firmness, density, compactness. 2, Tenacity, avarice. 3. Reserve, closeness.

அழுத்துகிறது aḻuttugiṛathu, v. t. To press with the finger. 2. To make firm, strong, compact. 3. To be heavy-handed in writing. 4. To set precious stones in gold.

அழுந்துகிறது aḻuntugiṛathu, To grow fast, firm, solid, compact. 2. To be set, enchased. 3. To be pressed down, to sink, go to the bottom.

அழைக்கிறது aḻaikkiṛathu, v. t. To call summon.

அளக்கிறது aḷakkiṛathu, v. t. To mete, measure.

அளம் aḷam, s. A salt-field, or marsh; உப்பளம் uppaḷam, Saltpans, or fields.

அளவு aḷavu, s. Measure, capacity, extension, limit, &c.

அளாவுகிறது aḷávugiṛathu, v. t. To cool hot water by passing it through the hands, to wave a thing in the air in order to dry it. 2. To reach up to.

அளிகிறது aḷigiṛathu, v. i. To grow mellow, to be over-ripened or matured. 2. To become as pap; சோறளிந்துபோயிற்று chóṛaḷintupóyiṛṛu, The rice is over-boiled; அளிந்தபழம் aḷinta paḻam, an over-ripe fruit.

அளை aḷai, s. A cavern in a hill. 2. White ant hills. 3. A hole.

அளைகிறது aḷaigiṛathu, v. t. To mix, mingle together.

அள்ளு aḷḷu, s. Tongs, cramp, clincher.

அள்ளுகிறது aḷḷugiṛathu, v. t. To take up in the hollow of the hand, to gather as sand, or grain, &c. with the hands.

அறணை, aṛaṇai, s. See அரணை araṇai.

அருவிலை aṛávilai, *s.* An exhorbitant price.

அறிகிறது aṛigiṛathu, *v. t.* To know, comprehend.

அறிவு aṛivu, *s.* Knowledge. 2. Perception. 3. Science ; அறிவில்லான் arivillán, An ignorant man, an idiot.

அறிவிக்கிறது aṛivikkiṛathu, *v. t.* To inform, make known.

அறிக்கை aṛikkai, *s.* Declaration, notice; அறிக்கைப்பத்திரம் aṛikkaip pattiram, Advertisement ; அறிக்கைபண்ணுகிறது, அறிக்கையிடுகிறது aṛikkai paṇṇugiṛathu, aṛikkai iḍugiṛathu, To declare, report, make known.

அறிமுகம் aṛimukham, *s.* Acquaintance, familiarity ; அறிமுகமாயிருக்கிறவர்கள் aṛimukhamáy irukkiṛavarkaḷ, Familiar friends, acquaintances; அறிமுக[illegible]ண்ணுகிறது aṛimukhampaṇṇugiṛathu, To contract a friendship.

அறியாமை aṛiyámai, *v. s.* Ignorance.

அறுகிறது aṛugiṛathu, *v. i.* To be parted, to break as a rope. 2. To cease. 3. To be decided ; அற aṛa, Wholly, excessively. 2. A particle of negation ; சந்தேகமற sandeham aṛa, Doubtless, all doubt being removed ; தடையற taḍaiaṛa, Without impediment; அறப்படித்தவன் aṛappaḍittavan, One profoundly learned ; அறவைத்தபுடம், aṛavaitta puḍam, Purification of metals ; அறக்காய்கிறது aṛakkáygiṛathu, To be much heated; அறவிளக்குகிறது aṛaviḷakkugiṛathu, To polish thoroughly, completely ; அறவூதுகிறது aṛavúthugiṛathu, To refine metals by fire.

[illegible]வாய் aṛuváy, *s.* The mouth of a cut or wound.

[illegible] aṛuthali, *s.* (*properly*) அறுதாலி aṛu-[illegible] A widow.

அறுதி aṛuthi, *s.* Death. 2. End ; அறுதிசெய்கிறது aṛuthi cheygiṛathu, To finish; அறுதிப்பங்கு aṛuthip pangu, What is given in full of all demands, a final allotment; அறுதியாய் விட்டுவிடுகிறது aṛuthiyáy viṭṭu viḍugiṛathu, To renounce totally; அற்றறுதியாய் aṛṛaṛuthiyáy, Totally.

அறுக்கிறது aṛukkiṛathu, *v. t.* To cut off. 2. To extirpate, destroy. 3. To make bricks. 4. To settle account ; வகையறுக்கிறது vagai aṛukkiṛathu, To define, explain ; வழக்கறுக்கிறது vaḷakkaṛukkiṛathu, To decide a case; அறுப்பு aṛuppu, The act of cutting. 2. Harvest.

[illegible]றுகம்புல், அறுகு aṛugampul, aṛ[illegible], *s.* A kind of grass; உப்பறுகு uppaṛugu, A grass growing in a salt soil; வெள்ளறுகு veḷḷaṛugu, A plant.

அறுபது aṛupathu, *s.* Sixty.

அறுநூறு aṛundṛu, *s.* Six-hundred.

அறை aṛai, A slap on the cheek; அறைக்கீரை aṛaikkírai, A kind of greens; அறைபெட்டகம் aṛaippeṭṭa-gam, A chest with partitions; அறைவீடு aṛaivíḍu, A room in a house; நிலவறை nilavaṛai, A cellar, a dungeon.

அறைகிறது aṛaigiṛathu, *v. t.* To strike with the palm of the hand, to slap. 2. To fasten, drive in; ஆணியைச் சுவரிலேயறை áṇiyaich chuvarilé aṛai, Drive the nail into the wall.

அற்பம் aṛpam, *s.* A trifle, what is vile, mean, contemptible; அற்பன் aṛpan, A mean, worthless man; அற்பத்தனம் aṛpat tanam, Vileness, meanness; அற்பபுத்தி aṛpabuddhi, Little sense, slender parts.

அற்புதம் aṛputham, *s.* what is rare, unusual, or marvellous.

அனல் anal, *s.* Fire, 2. Heat of fire, also fever heat; அனற்பொறி anaṛpoṛi, A spark; அனல்வீசுகிறது analvísugiṟathu, to flame. 2. To be heated by taking spices.

அனவரதம் anvaratham, s. Always, continually.

அனுங்குகிறது anuṅkugiṟathu, v. t. To solicit. 2. To decay, decrease, abate.

அனுப்புகிறது anuppugiṟathu, v. i. To send; ஆளனுப்புகிறது áḷanuppugiṟathu, To send a messenger; வழியனுப்புகிறது vaḻi anuppugiṟathu, To accompany one a little on the way.

அனைத்தும் anaittum, s. All; அனைவரும் anai varum, All persons.

அன்பு anbu, s. Love; அன்பன் anban, One dearly beloved.

அன்று anṟu, s. Then, that day; அன்றுதொட்டு anṟu toṭṭu, from that time; அன்றையதினம் anṟaiya dinam, On that day.

அன்னபேதி annabhédi, s. Green vitriol.

அன்னம் annam, s. Food, boiled rice; அன்னதானம் anna dánam, Boiled rice given to the poor; அன்னவஸ்திரம் anna vastiram, Food and raiment; அன்னபானம் anna pánam, Meat and drink; அன்னப்பால் annap-pál, Rice water.

அன்னம் annam, s. A swan; அன்னநடை anna naḍai, A graceful gait.

அன்னாசி annási, s. Pineapple.

அன்னான் annán, s. Such a man.

ஆ

ஆ á, An interjection of pity, regret, admiration, &c.; ஆ கெட்டேனே á keṭ ṭéné, Ah! I am undone.

ஆவென்கிறது ávengiṟathu, To open the mouth.

ஆகடியம் ágaḍiyam, s. Wantonness, sport, mockery, reproach; ஆகடியம்பண்ணுகிறது ágaḍivam paṇṇugiṟathu, To mock, deride.

ஆகமம் ágamam, s. Sacred writings.

ஆகாசம், ஆகாயம் ákásam, ákáyam, s. The firmament, sky; ஆகாசவாணி ákásaváṇi, A voice from heaven; ஆகாசக்கத்தரி ákásak kattari, A plant; ஆகாசத்தாமரை ágásattámarai, A plant whose root floats upon the surface of the water.

ஆகாமியம் ágámiyam, s. The actions of the present life considered as the cause of future births, &c. 2. Wickedness.

ஆகாரம் ágáram, s. Food; நீராகாரம், நீருணவு níráháram, nír uṇavu, Liquid food.

ஆகிறது ágiṟathu, v. i. To be, become. 2. To be made, to be done. 3. To be fit, proper, agreeable. 4. To be completed, to become finished, completed; அதற்காகும் athaṟkágum, It is good for it, it is conducive to it; ஆக ága, altogether, in all. 2. An adverbial termination; நானும் நீயுமாக nánum níyum ága, Both of us, you and I; ஆகக்கொள்ள ágakkoḷḷa, Therefore; ஆகட்டும் ágaṭṭum, Let it be done; ஆகாது ágáthu, It is bad; ஆகில், ஆகின், ஆயின், ஆனால் ákil, ákin, áyin, ánál, If it be; ஆகிலும் ákilum, Yet, however, but. 2. At least, 3. Either, or; ஆராகிலும் árákilum, Some, some one or other, any one, any body; ஆகையினாலே, ஆதலால் ákaiyinálé, áthalál, Therefore; ஆம் ám, Yes, it is. 2. It is said.

ஆகா ágá, s. An exclamation,

ஆக்கினை akkinai, s. The order of a superior. 2. A verdict, sentence, judgment. 3. Punishment, generally that of death, or mutilation.

ஆக்குகிறது, To make. 2. To boil rice.

ஆக்ஷேபம் ákshépam, s. Censure, animadversion.

ஆக்ஷேபனை akshépanai, s. Objection.

ஆங்காரம் áṅkáram, s. (prop. அகங்காரம் ahaṅkáram) Pride.

ஆசரிக்கிறது áchar.kkiṛathu, v. t. To observe. 2. To practise, follow habitually. 3. To solemnize.

ஆசனம் ásanam, s. A seat, the posteriors; சிங்காசனம் siṅgásanam, A throne.

ஆசாபாசம் ásápásam, s. Entanglements, snares from excessive desire.

ஆசாரம் ácháram, s. Sacred rites and the observance thereof. 2. Purity. 3. Usage, incident to caste, &c. 4. Civility; ஆசாரக்கள்ளன் áchárakkaḷḷan, A flatterer, a fawning rogue; தேசாசாரம் désácháram, National usage; மதாசாரம் matháchárarn, Religious usage, &c.; குலாசாரம் kulácháram, The rites of caste, &c.

ஆசாரி áchári, s. A brahmanical title; ஆசாரியன், ஆசாரியபுருஷன், ácháriyan, ácháriya purushan, Master, a priest. 2. Schoolmaster; ஆசாரியப்பட்டம் ácháriyap paṭṭam, Priestly title.

ஆசான் áchán, s. Schoolmaster.

ஆசிக்கிறது ásikkiṛathu, v. t. To covet, desire.

ஆசியம் ásiyam, s. Ridicule.

ஆசிரியன் ásiriyan, s. A spiritual or other teacher.

ஆசிர்வாதம் ásírváthaın, s. Benediction, blessing.

ஆசு ásu, s. A small tube, through which the yarn is conducted from the spindle of a spinning wheel to a machine called ஆசுமணை ásumaṇai, a flat oblong board, with ten pins, on which the yarn is made into skeins.

ஆசை ásai, s. Desire, wish.

ஆசைப்படுகிறது ásaippaḍugiṛathu, v. t. To desire, long for.

ஆச்சரியம் áchchariyam, s. Admiration, surprise, astonishment; ஆச்சரியப்படுகிறது áchchariyappaḍugiṛathu, To be surprised.

ஆச்சிபூச்சி, áchchipúchchi, s. A kind of play among children.

ஆஸ்தி ásti, s. Estate, riches; ஆஸ்திபாஸ்தி ástipásti, Goods, possession, substance, wealth.

ஆஞான், ஆஞி áñán, áñi, s. A father.

ஆஞ்சான் áñchán, s. A hook for lifting weights or burdens. 2. A halliard.

ஆடம்பரம் áḍambaram. s. Pomp, parade; ஆடம்பரம்பண்ணுகிறது áḍambarampaṇṇugiṛathu, To make great show.

ஆடவன் áḍavan, s. A young man.

ஆடாதோடை áḍáthóḍai, s. A medicinal shrub.

ஆடி áḍi, s. The latter half of July and the first half of August; ஆடிக்காற்று áḍikkáṛṛu, The west wind, so called because it constantly blows in the month of July.

ஆடு áḍu, s. A sheep or goat; காட்டாடு káṭṭáḍu, A wild sheep; குறும்பாடு kurumbáḍu, A crump-horned fleecy sheep, கொடியாடு, வெள்ளாடு koḍiyáḍu, veḷḷáḍu, A long-legged variegated sheep, or goat; வெள்ளாட்டுக்கடா veḷḷáṭṭukkaḍá, A he-goat; செம்மறியாடு semmaṛiyáḍu, Sheep of a reddish colour, and little wool; பள்ளையாடு paḷḷaiyáḍu, A kind of sheep or goat of low size, very prolific; வரையாடு varaiyáḍu, A mountain sheep; ஆடுமாடு áḍu máḍu, Cattle, small and great; ஆட்டிறைச்சி áṭṭiṛaichchi, Mutton; ஆட்டுக்கல் The bezoar of the sheep; ஆட்டுக்கிடை áṭṭukkiḍai, A sheepfold; ஆட்டுக்குட்டி áṭṭukkuṭṭi, A lamb, or kid; ஆட்டுப்பிழுக்கை áṭṭup piḻukkai, Sheep's dung ஆடுகிறது áḍugiṛathu, v. i. To dance, wag, waddle, totter, move;

ஆலையாடுகிறது áláiyáḍugiṛathu, To express the juice from the sugar-cane; செக்காடுகிறது chekkáḍugiṛathu, To express oil, &c. ஆடல்பாடல் áḍal páḍal, Dramatic exhibition accompanied with singing; ஆட்டம் áṭṭam, Motion, agitation. 2. A dance, ball, play. 3. Way or manner; வெறியனாட்டமாய்ப்பேசுகிறாய் veṛiyanáṭṭamáyp pésugiṛáy, Thou speakest like one who is mad or drunk; கொண்டாட்டம் konḍaṭṭam, Festivity.

ஆடை áḍai, s. The cream of milk. 2. A garment, dress; சிற்றாடை chiṛṛáḍai, A garment for young children; ஆடையாபரணம் áḍaiábaraṇam, Clothes and jewels; பட்டாடை páṭṭoḍai, A silk dress; பாவாடை páváḍai, A petticoat.

ஆட்சி áḍchi, s. Right. 2. Dominion, rule.

ஆட்சேபம் ákshépam, See ஆக்ஷேபம் ákshépam.

ஆட்டுகிறது áṭṭugiṛathu, v. t. To move, agitate, shake.

ஆணம் áṇam, s. Broth, soup; கோழியாணம் chicken broth.

ஆணவம் áṇavam, s. Pride, arrogancy.

ஆணி áṇi, s. Iron pen for writing. 2. A nail; ஆணியடிக்கிறது, ஆணியறைகிறது áṇi aḍikkiṛathu, áṇi aṛaigiṛathu, To drive a nail; ஆணிதைக்கிறது áṇi taikkiṛathu, To fasten with a nail; ஆணித்தரம் áṇittaram, Stability, firmness. 2. A set of goodly pearls; ஆணிப்பொன் áṇip pon, Gold of the first quality or touch; உரையாணி uraiayáṇi, A pin for assaying gold; ஆணிமுத்து áṇimuttu, A pearl of superior quality; ஆணிவேர் áṇivér, The taproot; கடையாணி kaḍai áṇi, An axle, or linchpin. 2. The fastening of a necklace or other ornament; குடையாணி kuḍai áṇi, A nail with a head, திருகாணி tirugáṇi, A screw; பட்டாணி paṭṭáṇi, A clasp, a clamp; மரவாணி maraváṇi, A plug, a wooden pin.

ஆணை áṇái, s. An oath. 2. Impediment; ஆணையிடுகிறது áṇaiyiḍugiṛathu, To swear, conjure.

ஆண் áṇ, s. A male, whether human or animal; ஆண்பிள்ளை áṇpiḷḷai, A male child, a boy; ஆணாய்ப்பிறந்தவன் áṇáyp piṛantavan, A male.

ஆண்மை áṇmai, s. Manliness, bravery.

ஆண்டி áṇḍi, s. A religious mendicant.

ஆண்டு áṇḍu, s. A year.

ஆதரவு átharavu, s. Protection, help, assistance, patronage. 2. Consolation. 3. A prop, a support, a buttress.

ஆதரிக்கிறது átharikkiṛathu, v. t. To support, defend, maintain.

ஆதாயம் átháyam, s. Gain, profit, lucre, usury; ஆதாயம்பெறுகிறது átháyampeṛugiṛathu, To profit, gain; ஆதாயம்பிடிக்கிறது átháyampiḍikkiṛathu, To crib, filch.

ஆதாரம் átháram, s. (opposed to ஆதேயம் áthéyam) A support, stay, pedestal, protection.

ஆதாளி átháḷi, s. Arrogance, ostentation; ஆதாளிக்காரன் átháḷikkáran. A boaster, a vaunter.

ஆதி áthi, s. Beginning, source; ஆதிசேஷன் átiséshan, The king of serpents; ஆதிமுதல் átimuthal, From the beginning.

ஆதிக்கம் áthikkam, s. Prefecture, command, government, office of power and eminence, excellency.

ஆதித்தன் áthittan, s. The sun; ஆதித்தவாரம் ádhittavâram, Sunday.

ஆதீனம் ádhínam. s. (*properly* அதீனம் adhínam.)

ஆதுலன் áthulan, s. A poor man.

ஆதேயம் áthéyam, *s.* A thing which rests upon a basis, or support.

ஆத்தா áttá, *s.* A tree, Custard-apple.

ஆத்தாள் áttáḷ, *s.* Mother; சிற்றாத்தாள் chiṟṟáttáḷ, The wife of the father's younger brother; ஆத்தேயாத்தே átté átté, An interjection of pain, Oh! mother! mother!

ஆத்தி átti, *s.* A tree; திருவாத்தி tiruvátti, A flower-tree sacred to Śiva, it is also medicinal.

ஆத்திரம் áttiram, *s.* (*properly* ஆதுரம் áturam) Haste, hurry, precipitation. 2. Necessity, distress, straits. 3. Importunity, solicitation, 4. Eagerness, avidity.

ஆத்துமா áttumá, *s.* The soul. 2. Life.

ஆத்தை áttai, *s.* Mother.

ஆநந்தம் ánandam, *s.* Joy, gladness, high delight; மோக்ஷாநந்தம் mókshánandam, Celestial joy.

ஆந்தை ántai, *s.* An owl; ஆந்தைமிழி ántai miḻi, The eye, look, or countenance of an owl. 2. The look of a simpleton or fool; பேராந்தை pérántai, A large owl.

ஆபத்து ábattu, *s.* (*op.* to சம்பத்து sambattu,) Calamity, peril, distress, straits, necessity, ஆபத்துசம்பத்து ábattu sambattu, Loss and gain, prosperity and adversity, sometimes death and matrimony.

ஆபரணம் ábaraṇam, *s.* Ornament, jewels; ஆபரணாதி ábaraṇádi, Costly ornaments, jewels, &c.

ஆபோசனம் ábhójanam, *s.* Devouring, swallowing up; ஆபோசனம்பண்ணுகிறது ábhójanam paṇṇugiṟathu, To devour, swallow.

ஆப்பு áppu, *s.* A wedge.

ஆமணக்கு ámaṇakku, *s.* The castorplant, Palma Christi; ஆமணக்குக்குலை ámaṇakku kulai, Its bunch or spike; ஆமணக்குக் கொட்டைமுத்து ámaṇakkuk koṭṭai, muttu, Its kernel; ஆமணக்கெண்ணெய் ámaṇakkeṇṇey, The oil extracted from its kernels; ஆமணக்குக்கொல்லை ámaṇakkuk kollai, A field of such plants; சிற்றாமணக்கு chiṟṟámaṇakku, The common Palma Christi; பேராமணக்கு pérámaṇakku, The smooth fruited Palma Christi; செவ்வாமணக்கு chevvámaṇakku, Another species; மலையாமணக்கு malai ámaṇakku, Ricinus Tanarius; கடலாமணக்கு, காட்டாமணக்கு kaḍal ámaṇakku, káṭṭámaṇakku, A shrub; எலியாமணக்கு eli ámaṇakku, A little shrub; புல்லாமணக்கு pullámaṇakku, A plant; பரங்கியாமணக்கு parangi ámaṇakku, A tree.

ஆமை ámai, *s.* A tortoise; ஆமைக்கல் ámaik kal, A hexangular brick or stone for flooring; ஆமைப்பூட்டு ámaippúṭṭu, A padlock; ஆமைமடி ámaimaḍi, A small close udder yielding much milk; ஆமையோடு ámai óḍu, A tortoise shell.

ஆம்பல் ámbal, *s.* *See* அல்லி alli.

ஆம்புடையான், ஆம்படையான், ஆமுடையான் ámbuḍaiyán, ámbaḍaiyán, ámuḍaiyán, *s.* (Vulgarly for அகமுடையான் agamuḍaiyán,) A husband; ஆம்புடையாள் ámbuḍaiyáḷ, A housewife.

ஆயத்தம் áyattam, *s.* Preparation.

ஆயம் áyam, *s.* Toll, tribute, tax, custom; ஆயத்துறை áyattuṟai, A toll-office, a custom-house; ஆயக்காரன் áyakkáran, A toll-gatherer, a publican; ஆயக்கட்டு áyakkaṭṭu, A deceitful fabrication; ஆயக்கட்டுள்ளவன் áyakkaṭṭuḷḷavan, A great liar and rogue, a great villain; ஆயக்கட்டாய்ப்பேசுகிறது áyakkaṭṭáyp pésugiṟathu, To speak nothing but falsehood.

ஆயன் áyan, *s.* A shepherd, ஆயக்குழல் áyakkuḻal, Shepherd's pipe, or reed.

ஆயாசம் áyásam, s. Weariness, faintness, fatigue; ஆயாசம்வருகிறது áyásam varugiṛathu, To be wearied, worn out, to faint; ஆயாசந்தீருகிறது áyásam tírugiṛathu, To be refreshed.

ஆயாள் áyáḷ, s. A mother, nurse. 2. Maternal grandmother; ஆயி áyi, The appellation of a female relation, particularly of a mother; பெரியாயி periyáyi, A mother's elder sister; சின்னாயி chinnáyi, A mother's younger sister.

ஆயிரம் áyiram, s. Thousand; ஆயிரக்காலி ayirakkáli, A woodlouse, milleped.

ஆயினி áyini, A tree.

ஆயு, ஆயுசு, ஆயுள் áyu, áyusu, áyuḷ. s. Age or lifetime; ஆயுசாகிப்போகிறது áyusu ákippógiṛathu, To be near the close of life.

ஆயுதம் áyutham, s. Arms, a weapon. Instruments, tools of any kind; ஆயுதசாலை áyutha sálai, An armory, arsenal; ஆயுதபூசை áyutha pújai, An annual festival, during which instruments and tools, arms, books, pens, &c. are re-consecrated to Saraswati, the patroness of the arts; ஆயுதவர்க்கம் áyuthavarkkam, Armour in general, panoply; ஆயுதம் வாங்கிப்போடுகிறது áyutham vángippóḍugiṛathu, To disarm; வச்சிராயுதம் vajjiráyutham, A diamond weapon.

ஆய்கிறது áygiṛathu, v. t. To cull, pick, pluck. 2. To ponder, consider and examine strictly.

ஆரம் áram, s. The ring round the neck of some birds; ஆரம்விழுந்த கிளி áramviḷunta kiḷi, A parrot that has a ring round the neck.

ஆரம்பம் árambham, s. Beginning, prelude. 2. A great noise.

ஆரம்பிக்கிறது árambikkiṛathu, v. t. To begin; ஆரம்பசூரன் árambhasúran, A boaster. 2. One more ready to undertake than to execute.

ஆரல் áral, s. The name of a fish.

ஆரவாரம் áraváram, s. A retinue, a train, a great noise.

ஆராட்டுகிறது áráṭṭugiṛathu, v. t. (The contraction of தாராட்டுகிறது táráṭṭugiṛathu,) To lull a child to sleep.

ஆராதனை árádhanai s. Adoration, worship, veneration.

ஆராதிக்கிறது árádhikkiṛathu, v. t. To adore, worship, venerate.

ஆராதூரி áráthúri. s. Prodigality, waste. extravagance.

ஆராய்கிறது áráygiṛathu. v. t. To inquire into; ஆராயாமை áráyámai, The absence of accurate inquiry.

ஆராய்ச்சி áráychchi, s. A sheriff.

ஆரால் árál, s. A fish, a kind of eel.

ஆரியக்கூத்து árîyakkúttu, s. A juggler's dance.

ஆரூடம் árúḍam, Astrology; ஆரூடம் பார்க்கிறது árúḍam párkkiṛathu, To foretell by astrology, to astrologize.

ஆரை árai The name of a waterplant, செவ்வாரை chevvárai, A four-leafed plant of a red colour growing upon hills; புளியாரை puḷi árai. A medicinal plant; வல்லாரை vallárai, A medicinal plant; வறளாரை vaṛaḷárai, A plant found in dry soils, used for fodder.

ஆரோகணம் áróhaṇam, s. Ascent,

ஆரோக்கியம் árógyam, s. Health; ஆரோக்கியமாயிருக்கிறது árógyamáyirukkiṛathu, To be in health, to be well; ஆரோக்கியஸ்நானம் árógyasnánam, Washing after recovery.

ஆர், யார் ár, yár, *An Interrogative and relative pronoun*, Who; ஆராருக்குக்கொ

டுத்தான் árárukkuk koduttán. Who are they to whom he has give.. it.

ஆர ára,(The infinitive of ஆர்கிறது árgiṛathu, used adverbially) Fully; கண்ணார kaṇṇára, Seeing clearly; கண்ணாரக்காண்கிறது kaṇṇárak káṅgiṛathu, To see clearly, to have a full view; காதாரக்கேட்கிறது kathárak kéḍkiṛathu, To hear distinctly; கையார kaiára, Freely, generously; நெஞ்சார, மனதார neñchára, manathára, Knowingly. 2. Willingly வாக்கார, வாயார vákkára, váy ára, With open mouth, entreating; ஆர்ந்தமர்ந்து செய்கிறது árntamarntu cheygiṛathu, To act cautiously.

ஆர்ப்பரிக்கிறது árpparikkiṛathu, *v. t.* To cry aloud, to shout; ஆர்ப்பரிப்பு árpparippu, A shout.

ஆலத்தி, ஆலாத்தி álatti, álálti, *(properly,* ஆரதி árathi.) The waving of lighted camphor, &c., to avert the evil eye of inauspicious persons in marriages, &c.

ஆலயம் álayam, *s.* Place of worship, house, temple &c.; ஆலயங்கட்டுகிறது álayaṅkaṭṭugiṛathu, To build a temple.

ஆலவட்டம் álavaṭṭam, *s.* A fan carried before persons of rank as a mark of respect, and also as a parasol.

ஆலாங்கட்டி álaṅkaṭṭi, *s.* Hail, hailstone.

ஆலிங்கனம் áliṅganam, *s.* Embrace, conjugal endearment; ஆலிங்கனம் பண்ணுகிறது áliṅganam paṇṇugiṛathu, To embrace.

ஆலை álai, *s.* A press for pressing sugarcane, &c.; ஆலைபாய்கிறது álaipáygiṛathu, To waver, or fluctuate, to be undetermined; ஆலைமாலை álai málai, Vexation; ஆலையாடுகிறது álai áḍugiṛathu, To bruise sugarcane in a mill.

ஆலோசனை álóchanai, *s.* Deliberation, consultation; ஆலோசனைபண்ணுகிறது álóchanaipaṇṇugiṛathu, To deliberate, consult; ஆலோசனைகேட்கிறது álóchanai kéḍkiṛathu, To ask advice, to take advice; ஆலோசனைக்காரன் álóchanaikkáran, A counsellor.

ஆலோசிக்கிறது álóchikkiṛathu, *v. t.* To deliberate.

ஆல், ஆலமரம், ஆலவிருக்ஷம் ál, álamaram, álavruksham, *s.* The Banian tree; ஆலம் விழுது álam viḻuthu, The roots growing down from its branches; கல்லால், குறுவால், சிற்றால் kallál, kuṛuvál, chiṛṛál, A tree-the இத்தி itti, Ficus virens.

ஆல்வாட்டுகிறது álvaṭṭugiṛathu, *v. t.* To cool in the shade what has been exposed to the heat of the sun, to ventilate grain; ஆல்வாட்டு பதமாயிருக்கிறது álváṭṭu pathamáy irukkiṛáthu, To be dried and cooled in proper time.

ஆவணி ávaṇi, *s.* The latter half of August and the former half of September.

ஆவத்து ávattu, *s.(properly* ஆபத்து ábattu,) Distress, sorrow, affliction, danger.

ஆவலங்கொட்டல் ávalaṅkoṭṭal, *s.* An expression of astonishment made by exclaiming and clapping the hands.

ஆவலாதி ávaláthi, *s.* An ill name, ignominy, infamy; ஆவலாதிசொல்லுகிறது ávaláthi chollugiṛathu, To defame, calumniate.

ஆவல் ával, *s.* Longing, appetency.

ஆவி ávi, *s.* Life, spirit. 2. Breath. 3. Steam; ஆவிவீசுகிறது áviviśugiṛathu, To evaporate; ஆவிவாங்குகிறது áviváṅkugiṛathu, To draw breath.

ஆவிரை áviṛai, *s.* Name of a medicinal shrub, also used in tanning; ஆவிரம்பூ áviram pú, Its flower; ஆவிரங்காய் áviraṅkáy, Its fruit; நிலாவிரை nilávirai, A medicinal plant, Cassia Senna; பேயாவிரை, பொன்னாவிரை péy ávirai, pon ávirai, A medicinal plant; வெள்ளாவிரைப்

வெள்ளைப்பொன்ஆவிரை veḷḷaip pon ávirai, The name of an exotic plant.

ஆவேசம் ávécham, *s.* A spectre, a demon.

ஆழம் áḻam, *s.* Depth. 2. Craftiness, subtlety, artifice, dissimulation ; ஆழம்பார்க்கிறது áḻamp árkkiṛathu, To sound, ascertain depth.

ஆழாக்கு áḻákku, *s.* The eighth part of a measure.

ஆழ்கிறது áḻgiṛathu, *v. i.* To be deep, profound; ஆழ்ந்தசமுத்திரம் áḻnta samudram, The deep, the sea.

ஆழ்வார் áḻvár, *s.* The twelve disciples of விஷ்ணு vishṇu.

ஆள்கிறது áḷgiṛathu, *v. t.* To govern, rule, reign ; ஆட்சி áḍchi, Authority to govern or possess ; ஆண்டவன் áṇḍavan, A lord, master ; ஆண்டை áṇḍai, The master of a family, or of slaves; காணியாட்சி káṇi áḍchi, A lordship, or domain obtained by right of inheritance; அரசாட்சி arasáḍchi, Royalty.

ஆள் áḷ, *s.* A person. 2. A grown man, one who is able to act for himself. 3. A bondman, a slave. 4. A servant, labourer, messenger ; ஆளாகிறது áḷágiṛathu, To arrive at manhood. 2. To attain a position; ஆள்வீதம் áḷvitham, The portion belonging to a person ; ஆட்கொல்லி áḍkolli, Money, which is destructive; ஆளோட்டி áḷóṭṭi, One who urges on workmen; வீட்டாள் viṭṭáḷ, A servant in a house; வேலையாள் vélai áḷ, A journeyman, a labourer; ஆட்காட்டி áḍkaṭṭi, A bird that, on seeing any body at night, cries, as if it wished to discover the person to others; ஆட்காட்டிவிரல் áḍkaṭṭi viral, The forefinger; ஆட்படுகிறது áḍpaḍugiṛathu, To become a servant, a devotee. 2. To rise from obscurity. ஆள்வள்ளி áḷvaḷḷi, A plant ;

ஆள்திட்டம் áḷ tiṭṭam, Depth, capacity of a person. 2. Marks to recognize a person.

ஆருட்டம் áṛáṭṭam, *s.* The anxiety of a sick person.

ஆறுதூறுபண்ணுகிறது áṛáthúṛu paṇṇugiṛathu, *v. t.* To defame, backbite, calumniate.

ஆறு áṛu, *s.* Six, written thus, சு; அறுகலம் aṛukalam, Six kalam-a certain measure ; அறுநூறு aṛunúṛu, Six hundred; அறுபது aṛupathu, Sixty.

ஆறு áṛu, *s.* A river ; கழிவாறு kaḻiváṛu, A rivulet, brook ; ஆற்றுக்கால் áṛṛuk kál, A rivulet, a streamlet, a branch of a river conducted to water paddy fields ; ஆறுகடக்கிறது áṛu kaḍakkiṛathu, To cross a river ; ஆற்றங்கரை áṛṛaṅkarai, The bank of a river; ஆற்றுநீர் áṛṛu nír, Riverwater ; ஆற்றுப்பாசி áṛṛup pási, A water plant ; ஆற்றுப்பாய்ச்சல் áṛṛuppáychchal, River irrigation ; ஆற்றுப்பெருக்கம் áṛṛup perukkam, The swelling of a river ; ஆற்றுமுகத்துவாரம் áṛṛu mukhat tuáram, The mouth of a river.

ஆறு áṛu, *s.* Way, 2. The manner of doing a thing.

ஆறுகிறது áṛugiṛathu, *v. i.* To grow cool, to be refreshed. 2. To be appeased, or calmed. 3. To be healed as a wound ; ஆறினபுண் áṛina puṇ, A healed sore ; ஆறாதபுண் áṛátha puṇ, An incurable sore ; புண்ணாறிவருகிறது puṇ áṛi varugiṛathu, The sore begins to heal; ஆறத்தேறச்சொல்லுகிறது áṛat téṛach chollugiṛathu, To comfort and encourage ; ஆற்றுகிறது áṛṛugiṛathu, To loosen what is too tight; பசியாற்றுகிறது pasi áṛṛugiṛathu, To appease hunger, to satisfy the appetite ; முறுக்கையாற்றுகிறது muṛukkai áṛṛugirathu, To slacken, loosen a twist; மயிராற்றுகிறது mayir áṟṟugiṟathu, To dry the hair after bathing; ஆற்றித்தேற்றுகிறது áṟṟittéṟṟugiṟathu, To comfort, console; ஆற்றப்படாதஉபத்திரவம் áṟṟappadátha ubattiravam, An inconsolable affliction.

ஆனி áni, *s.* The latter part of June and the former part of July.

ஆனை ánai, *s.* *See* யானை yánai.

இ

இகம் igam, *s.* This world, the earth; இகபரம் igaparam, This world and the next.

இகழ்கிறது igaḻgiṟathu, *v. t.* To scoff, revile, scorn, contemn; இகழ்ச்சிபண்ணுகிறது igaḻchchi paṇṇugiṟathu, To scorn, despise.

இக்கட்டு ikkattu, *s.* Strait, distress, calamity, misery; இக்கட்டுப்படுகிறது ikkaṭṭup padugiṟathu, To suffer calamity.

இங்கு, இங்கே ingu, ingé, *ad.* Here, in this place; இங்குமங்கும் ingum angum, Here and there.

இசங்கு isangu, *s.* The same as சங்கு sangu, A shrub,-Monetia.

இசிப்பு, இசிவு isippu, isivu, *s.* Spasm, convulsion; வயிற்றிசிவு vayiṟṟisivu, colic, belly-ache, gripe.

இசை isai, *s.* Harmony in vocal or instrumental music; இசைகேடு isai kédu, Dissonance, disunion. 2. Disunion, disjunction.

இசைகிறது isaigiṟathu, *v. i.* To be apt, or meet, to agree well together, to be to the purpose, to join well. 2. To agree, consent to. 3. To be united; இசைந்தவேளை isainta véḷai, Due time; இசைவு isaivu, Conjunction, combination.

இசைக்கிறது isaikkiṟathu, *v. t.* To join together.

இச்சகம் ichchagam, *s.* Flattery, adulation. 2. Lure, enticement; இச்சகமாய் ichchagamáy, Flatteringly, adulatorily; இச்சகஞ்சொல்லுகிறது ichchakam chollugiṟathu, To flatter.

இச்சை ichchai, *s.* Desire, lust; தன்னிச்சையாய் tan ichchaiyáy, According to one's will; இச்சிக்கிறது ichchikkiṟathu, To desire.

இஷ்டம் ishṭam, *s.* Friendship, love. 2. Emancipation; இஷ்டம்பண்ணுகிறது ishṭam paṇṇugiṟathu, To do a favour. 2. To emancipate; இஷ்டப்படுகிறது ishṭappadugiṟathu, To wish, hope.

இஞ்சி iñji, *s.* Green ginger; இஞ்சிச்சாறு iñjich cháṟu, The juice of it.

இடக்கன் iḍakkan, *s.* A cheat, a deceiver, a perverter.

இடக்கு iḍakku, *s.* Rudeness, mischief; இடக்குப்பண்ணுகிறது iḍakkup paṇṇugiṟathu, To deal knavishly, to do wrong; இடக்காய்ப்பேசுகிறது iḍakkáyp pésugiṟathu, To speak indecently, to use rude language.

இடது iḍathu, *s.* As இடம் iḍam,—the left side.

இடம் iḍam, *s.* The left side; இடக்கால், இடங்கால் iḍakkál, iḍaṅkál, The left leg; இடக்கை, இடங்கை iḍakkai, iḍaṅkai and இடதுகை iḍathu kai, The left hand; இடசாரி iḍasári, The course from left to right; இடப்புறம் iḍappuṟam, The left side of a thing; இடம்புரி, இடம்புரிச்சங்கு iḍampuri, iḍampurich changu, A shell or conch whose spiral or winding proceeds from left to right; இடம்புரி வலம்புரி iḍampuri valampuri, From the left to the right; இடவன் iḍavan, The left ox in the yoke.

இடம் idam, s. A place, room; இடங்கொடுக்கிறது idam kodukkirathu, To give place; இடங்கெட்டவன் idam kettavan, One who can no where abide, a wanderer. 2. Dishonest man; இடங்கெட்டுத்திரிகிறது idankettuttirigirathu, To be a vagabond.

இடம் idam, s. Occasion, opportunity; இடங்கண்டுவிடாதே idamkanduvidáthé, Do not let slip an opportunity; வந்த இடத்திலே vanta idattilé, When he was come.

இடர் idar, s. Affliction, calamity.

இடறுகிறது idarugirathu, v. i. To stumble, trip. 2. To lose or forfeit one's state, dignity; இடறிவிழுகிறது idari vilugirathu, To stumble and fall; இடறடிக்கிறது idaradikkirathu, To rout, to put to the rout, to put into confusion by defeat; இடறற்படுகிறது idaral padugirathu, To take offence, to be offended, to be hindered.

இடி idi, s. Ground rice, rice-meal. 2. A stroke, a blow, a shock. 3. A thunderbolt; இடிபடுகிறது idi padugirathu, To be vexed, afflicted; இடியிடிக்கிறது idi idikkirathu, It thunders; இடிவிழுகை idi vilugai, A thunderbolt; இடிக்கிற இடி idikkira idi, Rolling thunder; இடிமுழக்கம் idi mulakkam, A thunder-clap; இடியப்பம் idi appam, A kind of cake made from rice-meal.

இடிகிறது idigirathu, v. i. To be bruised, to be comminuted, to crumble. 2. To fall to pieces, crumble to ruins. 3. To be washed down as the bank of a river; இடிசுவர் idi chuvar, A dead wall.

இடிக்கிறது idikkirathu, v. To thunder. 2. To beat or bruise in a mortar. 3. To cast or beat down, to pull down, to demolish a wall, a house. 4. To dash or beat against; இடிமரம் idi maram, A pestle, a pounder; இடியுரல் idiural, A mortar.

இடுகிறது idugirathu, v. i. To put, deposit. 2. To put on ornaments. 3. To give, afford; முன்னிடுகிறது munnidugirathu, To precede; பின்னிடுகிறது pinnidugirathu, To follow; ஆணையிடுகிறது ânai idugirathu, To make an oath; கட்டளையிடுகிறது kattalai idugirathu, To order, command; பங்கிடுகிறது pangidugirathu, To divide, share, parcel out; இடுகாடு idu kadu, A burying place; இடுதண்டம் idutandam, A penalty, fine; இடுமருந்து idu maruntu, A philter; இட்டுக்கட்டிக்கொள்ளுகிறது ittuk kattikkollugirathu, To disparage, asperse, to bring reproach upon; கையிட்டுக்கொள்ளுகிறது kai ittukkollugirathu, To undertake; இட்டறுதி ittaruthi, A fixed precise time or term.

இடுக்கண் idukkan, s. Distress, straits, adversity.

இடுக்கம் idukkam, s. Closeness, narrowness; இடுக்கமாயிருக்கிறது idukkamáy irukkirathu, To be straitened, to be distressed. 2. To be poor, needy; மனஇடுக்கம் mana idukkam, Anxiety, anguish, tribulation.

இடுக்கு idukku, s. The claws of a lobster, scorpion. 2. Narrowness, a narrow space or passage, the narrow space betwixt the fingers or teeth; இடுக்குமரம் idukkumaram, s. A narrow passage through posts; இடுக்குவழி idukku vali, a narrow way, or lane; இடுக்குவாசல் idukku vásal, A strait gate.

இடுக்குகிறது idukkugirathu, To press,

to pinch. 2. To bear a child on the hip; இடுக்கி idukki, Pincers, a forceps.

இடுப்பு iduppu, s. The loins, the hips; இடுப்புவலி iduppuvali, Lumbago.

இடும்பு idumbu, s. Contempt; இடும்புசெய்கிறது idumbu cheygirathu, To put one in a heat, to provoke one to anger, to act presumptuously; இடும்பன், இடும்புக்காரன் idumban idumbukkáran. A haughty, violent, passionate, severe man; இடும்பி idumbi, A haughty woman. 2. A giantess.

இடும்பை idumbai, s. Poverty.

இடுவந்தி iduvanti; s. Defamation, false accusation.

இடை idai, s. A weight of 12½ sér; இடைக்கிடை idaikkidai, Equipoise, equivalence of weight in exchanging goods; இடைக்கட்டு idaikkattu, Equilibrium, equality of weight; இடைக்கிடைவிற்கிறது idaikkidai virkirathu, To give even weight of bar-gold for coined gold, &c; இடையீடு idai ídu, Equipoise, equilibrium; பணவிடை panavidai, A fanam's weight.

இடை idai, s. The middle. 2. The middle of the body, the waist; இடைக்கட்டு idaikkattu, A girdle; இடைக்கிடை idaikkidai, What lies or is between two; இடைச்சாதி idaichchathi, The second or middle tribe of the Vaisiar caste.

இடைகிறது idaigirathu, v. t. To recede, retire from the middle.

இடைஞ்சல் idaiñchal, s. An obstruction, a hindrance. 2. Adversity, straits; இடைஞ்சல்வழி idaiñchalvali, A strait, a narrow way.

இடையன் idaiyan, (fem. இடைச்சி idaichchi) s. A shepherd.

இடையூறு idai úru, s. An impediment, a great obstacle. 2. Misfortune.

இட்டடை ittadai, s. Straits, misery, calamity, poverty.

இட்டம் ittam, s. See இஷ்டம் ishtam.

இட்டலி ittali, s. A kind of cake; இட்டலிசுடுகிறது ittali chudugirathu, To bake the above.

இணக்கம் inakkam, s. Concord, friendship, union, familiarity.

இணக்குகிறது inakkugirathu, v. t. To connect, join together, to make one agree with another, whether men or things, 2. To bring about friendship, to persuade, draw one in.

இணங்குகிறது inankugirathu, v. t, To consent, agree, obey, submit, to be brought over, or drawn in.

இணப்பு inappu, s. Deceit, fraud, deceitfulness

இணப்புகிறது inappugirathu, v. t. To deceive.

இணுக்கு inukku, s. A piece.

இணுக்குகிறது inukkugirathu, v. t. To pull or pluck off leaves, &c.

இணை inai, s. A pair, couple, 2. Similitude; இணையாய் inaiyáy, in conjunction; இணைபிரிகிறது inai pirigirathu, To be divided, to be separated.

இணைகிறது inaigirathu, v. i. To become confederate, united.

இணைக்கிறது inaikkirathu, v. t. To join together.

இதம் itham, s. What is acceptable, pleasant, pleasantness, delightfulness; இதமாயிருக்கிறது ithamáy irukkirathu, To be acceptable, pleasant, delightful; இதம்பேசுகிறது itham pésugirathu, To speak what is good or acceptable.

இதரம் itharam, *s.* Another, a different thing; இதரசாதி ithara játi. Another or strange caste. 2. A low caste; இதரர் itharar, low people. 2. Strangers.

இதரம் itharam, *s.* Mercury.

இதழ் ithal, *s.* A flower-leaf.

இது ithu, *pro.* This, this thing; இதுசமயம் ithu samayam, this is the proper time, opportunity; இதுகாரியத்துக்கு ithu káriyattukku, To this purpose; இதுநிமித்தமாக ithu nimittamága, For this reason; இதோ ithó, This (emphatically), 2. Behold.

இத்தனை ittanai, *s.* So much, as many.

இத்தி itti, *s.* A tree-as இச்சி ichchi.

இந்த inta, *pro.* This.

இந்தா intá, Here it is, take it, lo! 2. Come here.

இந்துப்பு intuppu, *s.* Rocksalt, an artificial salt used in medicines.

இந்நாள் innál, *s.* This day, this time.

இப்படி ippadi, So, thus; இப்படிக்கொத்தது ippadikkottathu, Such a thing; இப்படிப்பட்ட ippadippatta, Such a one.

இப்பால் ippál, *s.* On this side, hither, hereafter.

இப்பொழுது ippoluthu, *s.* At this time, now.

இமிசை imisai, *s.* Affliction.

இமை imai, *s.* The eyelids, the twinkling of an eye, a moment; இமைப்பொழுது imaip poluthu, A moment.

இமைக்கிறது imaikkirathu, *s.* To wink or twinkle with the eyes.

இம்மட்டு immattu, *s.* So much, so far.

இம்மி immi, *s.* The 1,075,200dth part of a unit.

இம்மை immai, *s.* The present state of existence, this life.

இயக்குகிறது iyakkugirathu, To cause to go, to move. 2. To train.

இயங்குகிறது iyankugirathu, *v. i.* To move. 2. To walk; இயக்கம் iyakkam, Motion.

இயந்திரம் yantram, *s.* A machine. 2. A press for pressing sugarcane, &c.

இயமன் yaman, *s.* The regent of the dead.

இயலுகிறது iyalugirathu, *v. t.* To be possible; அது என்னாலியலாது athu ennáliyaláthu, It is impossible for me to do it; இயலாதவன் iyaláthavan, An unfit, or incompetent person; இயன்றமாத்திரம் iyanra máttiram, As much as possible; இயல்பு iyalbu, Quality, nature.

இயற்கை iyarkai, *s.* Nature, quality. 2. State, condition; இயற்கையானகுடி iyarkaiyánakudi, A respectable family.

இயைகிறது iyaigirathu, *v. i.* *See* இசைகிறது isaigirathu.

இரகசியம் irahasyam, *s.* A secret.

இரக்கம் irakkam, *s.* Mercy, compassion.

இரக்கிறது irakkirathu, *v. t.* To beg, solicit, beg alms; இரந்துண்ணி irantunni, A beggar, one who lives on alms; இரப்பு irappu, The act of begging. poverty.

இரங்குகிறது irangugirathu, *v. t.* To pity, compassionate.

இரசம், ரசம், இரதம் irasam, rasam, iratham, *s.* Mercury, quicksilver; இரசகர்ப்பூரம் irasa karppúram, Sublimate mercury; இரசக்குடுக்கை irasak kudukkai, A little bottle of quicksilver; இரசகுண்டு irasa gundu, A small ball of mercury worn in order to prevent evil. 2. A globe of glass filled with quicksilver in order to decorate a pandal; இரசவாதம், இரசவாத வித்தை irasaváthani, irasa vátha vittai, Chemistry, alchemy—one of the 64 arts of the Hindus; இரசவாதம்பண்ணுகிறது irasa váthampannugirathu, To pursue the science of Alchemy; இரச வாதி irasa váthi, An alchemist; இரசதாளி வாழை irasathaḷi váḷai, A plantain-tree producing fruit of a sweet flavour.

இரசனை irasaṇai, s. Taste.

இரட்சிக்கிறது iradchikkiṛathu, v. t. To preserve, save; இரட்சை, இரட்சணியம், இரட்சணை iradchai, iradchaṇiyam, iradchaṇai, Preservation, salvation.

இரட்டி iraṭṭi, s. a. Double.

இரட்டிக்கிறது iraṭṭikkiṛathu, v. t. To double.

இரட்டியர் iraṭṭiyar, s. The third of the four castes of Hindus.

இரட்டை iraṭṭai, s. Double, a couple. 2. An even number; ஒற்றையிரட்டை oṛṛai iraṭṭai, Odd or even—the name of a game; இரட்டைப்பிள்ளை iraṭṭaip piḷḷai, Twins.

இரணம் iraṇam, s. Sore, ulcer, a wound. 2. A debt; இரணவைத்தியம் iraṇa-vaidyam, Surgery; இரணவைத்தியன் iraṇa vaidyan, A surgeon.

இரண்டு iraṇḍu, s. Two; இரட்டு iraṭṭu, coarse cloth, sack-cloth, double cloth; இரட்டுப்பை iraṭṭup pai, A sack made of coarse cloth; இரண்டுங்கெட்டவன் iraṇḍum keṭṭavan, An indifferent man, one neither good nor bad; இரண்டு நினைக்கிறது iraṇḍu ninaikkiṛathu, To be hypocritical, to meditate treachery under a show of honesty; இரண்டுபடுகிறது iraṇḍupaḍugiṛathu, To disagree, to become disunited. 2. To become divided in two.

இரண்டகம் iraṇḍagam, s. Treachery, perfidy; இரண்டகம் பண்ணுகிறது iraṇḍagam paṇṇugiṛathu, To deal perfidiously.

இரதம் irathani, s. See இரசம் irasam.

இரதம் iratham, s. A chariot, a coach.

இரத்தம் irattam, s. Blood; இரத்தங்குத்தி வாங்குகிறது, இரத்தமெடுக்கிறது irattam kutti váṅkugiṛathu, irattam eḍukkiṛathu, To bleed; இரத்தக்கலப்பு irattak kalappu, Consanguinity, relation by blood; இரத்தக்கழிச்சல், பேதி irattak kaḷichchal, bhédhi, Dysentery, bloody flux; இரத்தக்கொழுப்பு irattak koḷuppu, Lustiness, stoutness; இரத்தங்கக்குகிறது irattam kakkugiṛathu, To cast up, or vomit blood; இரத்தஞ்சுண்டுகிறது irattam chuṇḍugiṛathu, The blood to be dried up by hunger, fasting, &c.; இரத்தப்பழி irattap paḷi, Blood-guiltiness; இரத்தப்பிரமியம் irattap piramiyam, Bloody urine; இரத்தப்பிரியன் irattap piriyan, Blood thirsty man; இரத்தமூலம் iratta múlam, Hemorrhoids; இரத்தம்பீரிடுகிறது irattam píriḍugiṛathu, The blood gushes out; இரத்தவலிப்பு iratta valippu, Plethory; இரத்தாம்பரம் irattámbaram, Red cloth.

இரத்தினம், ரத்தினம் irattinam, rattinam, s. A jewel; a gem; இரத்தினக்கம்பளி irattinak kambaḷi, A carpet of diverse colours; இரத்தினக்கல்லு irattinakkallu, A precious stone, a gem; இரத்தினபரிட்சை irattina paridchai, The art of examining and choosing gems; இரத்தினமயமாயிருக்கிறது irattina mayamáyirukkiṛathu, To be ornamented with precious stones; இரத்தினமாலை irattina málai, A row or string of precious stones; நவரத்தினம் navarattinam, The nine gems, all sorts of gems.

இரம்மியம் irammiyam, s. Delight, pleasure.

இரவல் iraval, s. Any thing lent. 2. A loan; இரவல்கேட்கிறது iraval kéḍkiṛathu. To desire one to lend; இரவல்கொடுக்கிறது iraval koḍukkiṛathu, To lend; இரவற்

குடி íraval kudi, A lodging, a hired habitation.

இரவிக்கை, ரவிக்கை iravikkai, ravikkai, s. A bodice, இரவிக்கைதொடுக்கிறது iravikkaitodukkirathu, To put it on a bodice.

இரவு, இரா, இராத்திரி iravu, irá, iráttiri, s. The night; இரவறிவான் iravariván, The cock—so called from his marking the night-watches by his crowing; இராக்காலம், இராத்திரிகாலம் irákkálam, iráttirikálam, Night-time; இராத்தங்குகிறது iráttankugirathu, To pass the night, to tarry all night, to lodge all night; இராவைக்கு irávaikku, To-night; இராக்காய்ச்சல் rákkáychchal, Night fever.

இரவை iravai, A particle of any thing.

இராகம் rágam, s. Melody, harmony of sounds in music; இராகம்பாடுகிறது rágam padugirathu, To sing a song; இராகமெடுக்கிறது irágam edukkirathu, To begin a tune; இராகபரீட்சைக்காரன் rága parídchaikkáran, A professor of music; இராகந்தப்புகிறது iragam tappugirathu, To fall out of tune.

இராகி iráki, s. A kind of grain.

இராக்கதன், இராக்ஷதன் irákkathan, irákshathan, s. A giant; இராக்ஷதக்கூட்டம் rákshathak kuttam, A tribe of giants; இராக்ஷதப்பிறப்பு rákshatháp pirappu, Progeny or race of giants.

இராசன், இராசா, ராஜா iráchan, iráchá, rájá, s. A king; இராசாத்தி, இராக்கினி iráchátti, irákkini, A queen; இராசகுமாரன் rája kumáran, A king's son, a prince; இராசகுமாரத்தி rája kumáratti, A king's daughter, a princess; இராசசபை rája sabhai, A royal assembly; இராசதானி rájadháni, A royal city, a capital, a metropolis; இராசநகரம் rája nagaram, A royal city; இராசபாட்டை-பாதை rája-páttai-páthai, A public path, the highway; இராசரிகம் rájarigam, Reign; இராசரிகம்பண்ணுகிறது rájarigampannugirathu, To reign; இராசவிரோதம் rája viródham, Sedition; இராசவீதி rájavíthi, The king's highway; இராசாங்கம் rájángam, Government, dominion; இராசாதிகாரம் rájádhikáram, Royal authority; இராசாதிராசா rájádhirájá, King of kings.

இராசாளி iráchá!i, s. A hawk, a falcon; இராசாளி வேட்டை iráchá!i véttai, Hawking.

இராசீகம் rájígam, s. The kingly authority.

இராச்சியம் rájyam, s. A kingdom; இராச்சியபாரம் rájyabháram, Reign, government; இராச்சியபாரம் பண்ணுகிறது, இராச்சியபாரந் தாங்குகிறது rájyabháram pannugirathu, rájyabháram tánkugirathu, To reign, to bear the burden of Government.

இராசி rási, s. A house, a sign of the zodiac.

இராசி ráji, s. Agreement, consent, compromise; இராசிப்படுகிறது rájippadugirathu, To agree, consent; இராசிபண்ணுகிறது rájipannugirathu, To satisfy, appease.

இராசியம் rásiyam, s. (cor. of இரகசியம் rahasyam,) A secret, a mystery.

இராட்டினம் ráttinam, s. A wheel, a spinning wheel; இராட்டினஞ்சுற்றுகிறது iráttinam churrugirathu, To turn it, spin; இராட்டினவூஞ்சல் iráttina únchal, A machine revolving perpendicularly having seats attached to the ends of its arms, in which persons ride for amusement during festivals, &c.

இராணிவாசம் iráni vásam, s. Residence in a seraglio.

இராணுவம் ránuvam, s. An Army, a camp;

இராணுவங்கூட்டுகிறது iráṇuvam kúṭṭugiṛathu, To enlist or enrol soldiers.

இராத்திரி iráttiri, s. (See இரவு iravu,) Night.

இராயசம் ráyasam, s. The business of secretary, secretaryship; இராயசக்காரன் ráyasakkáran, A secretary.

இராயன் iráyan, s. A king

இராவுத்தன் rávuttan, s. A horseman, a trooper, a rider.

இரிஷபம், இரிடபம் rishabham, iriḍabam (grammatically, இடபம், இடவம் iḍabam, iḍavam.) s. The second of the 12 signs of the zodiac, the bull.

இரீதி ríti, s. Manner, mode, method, way.

இரு iru, a. [from இரண்டு iraṇḍu] Two, both; இருகரை irukarai, The right and left banks of a river; இருநூறு irunúṛu, Two hundred; இருபது irupathu,Twenty.

இருக்கிறது irukkiṛathu, v. t. To be present, to exist. 2. To sit, sit down. 3. To reside, remain; இருத்துகிறது iruttugiṛathu, To set. 2. To detain. 3. To place upon. 4. To press down, as a heavy burden does; இருத்திக்கொள்ளுகிறது iruttikkoḷḷugiṛathu, To stop, detain; இருத்திவைக்கிறது iruttivaikkiṛathu, To detain; இருப்பு iruppu, State of existence, state, condition. 3. Possessions, money, estate, goods. 3. The remainder; இருப்பிடம் iruppidam, Place of residence, an abiding place; இருப்புப்பார்க்கிறது iruppup párkkiṛathu, To inquire how much there is still remaining of a quantity or store, or how much money and goods one is possessed of; உன்கிட்ட இருப்பிருக்கிறது unkiṭṭa iruppirukkiṛathu. Thou hast some profit or advantage; இருந்த இருப்பிலே தேடுகிறது irunta iruppilé téḍugiṛathu, To seek gain immediately upon the spot, to acquire without running hither and thither.

இருசு irusu, s. The axle of a carriage.

இருஷி irushi, s. A sage.

இருட்டு iruṭṭu, s. See இருள் iruḷ.

இருணம் iruṇam, s. Debt.

இருதயம் iruthayam, s. See இதயம் ithayam.

இருது iruthu, s. The catamenia.

இருப்பை iruppai, s. (commonly இலுப்பை iluppai,) A tree—Bassia.

இருமுகிறது irumugiṛathu, v. i. To cough, இருமல் irumal, Cough: the coughing of beasts i called செருமல் cherumal.

இரும்பு irumbu, s. Iron—also called கரும்பொன் karumpon; இருப்பாணி iruppáṇi, An iron nail; இருப்புக்கட்டை iruppukkaṭṭai, The shank of a key, &c. இருப்புக்கிட்டம் iruppukkiṭṭam, Iron dross; இருப்புச்சலாகை Iruppuchchalágai, A surgeon's probe. 2. A spit. 3. The ramrod of a gun; இருப்புத்தகடு irupput tagaḍu, A plate of iron; இருப்புப்பாளம் iṛuppuppáḷam, A pig of iron; இருப்பூறல் iruppúṛal, A stain, or taint of iron in gold or silver.

இருவாட்சி iruvádchi, s. A kind of Jasmine-Jasminum Sambac.

இருளி iruḷi, s. A woman who is unfit for marriage.

இருளுகிறது iruḷugiṛathu, v. i. To grow dark.

இருள் iruḷ, s. Darkness, blackness. 2. The colour black. 3. Confusion of mind, obscurity of understanding; இருண்டகாடு iruṇḍa káḍu, A thick forest; இருண்டசிவப்பு iruṇḍa sivappu, See சிவக்கிறது sivakkiṛathu; இருண்டுபோகிறது iruṇḍupógiṛathu, To grow, or become dark; இருட்டு iruṭṭu, Darkness; முன்னிருட்டுக்காலம் munniruṭṭuk kálam,

The time after the full moon, when it is dark in the first part of the night; பின்னிருட்டுக்காலம் pinniruṭṭuk kalam, The time after the new moon, when it is dark in the latter part of the night.

இரெப்பை ireppai, s. The eyelid.

இரேகை irégai, s. Assessment, tax, or tribute; இரேகைகட்டுகிறது irégaikaṭṭugiṛathu, to pay a tax or assessment.

இரேவு irévu, s. A ford. 2. A beach.

இரை irai, Bait for fish, &c.; இரைகொள்ளி irai koḷḷi, The craw, or crop of birds. 2. A glutton; இரைக்குடல் இரைப்பை iraik kuḍal, iraip pai, The ventricle, the stomach.

இரைகிறது iraigiṛathu, v. i. To make a noise. 2. To roar—as the sea. 3. To rush-as the wind. 4. To grumble-as the bowels. to bustle; இரைச்சல் iraichchal, A noise. a bustle.

இரைக்கிறது iraikkiṛathu, To pant; அவனுக்கிரைக்கிறது avanukkiraikkiṛathu, He breathes short, or pants; இரைப்பு iraip pu, Shortness of breath-asthma.

இலகாம் ilagám, Bridle, bit.

இலகு ilagu, s. Lightness, absence of weight.

இலக்கணம், லக்ஷணம் ilakkaṇam, lakshaṇam, s. Property or quality. 2. Grammar. 3. Beauty. 4. Elegance of style.

இலக்கம் ilakkam, s. Arithmetic, a number. 2. Mark or butt.

இலக்கு ilakku, s. A mark to aim at; இலக்குப்பார்க்கிறது ilakkup párkkiṛathu, To aim at.

இலங்கர் laṅgar, s. An anchor; இலங்கர் பாய்கிறது laṅgar páygiṛathu, The anchor holds fast; இலங்கர்போடுகிறது laṅgar póḍugiṛathu, To cast anchor, to anchor.

இலங்கணம் laṅgaṇam, s. Fasting prescribed to sick people; இலங்கணம்போடுகிறது laṅgaṇam póḍugiṛathu, To prescribe a fast.

இலங்குகிறது ilaṅkugiṛathu, v. i. To shine, give light.

இலச்சை lachchai, s. Shame, modesty, bashfulness; இலச்சைப்படுகிறது lachchaippaḍugiṛathu, To be modest, bashful; இலச்சைக்கேடு lachchaikkéḍu, Shamelessness, impudence, want of modesty or decency. 2. Disgrace, ignominy; இலச்சை கெடுக்கிறது lachchai keḍukkiṛathu, To put to shame, or to blush.

இலஞ்சம் lañcham, s. A bribe; இலஞ்சம் வாங்குகிறது lañcham váṅkugiṛathu, To take bribes.

இலட்சணம், லக்ஷணம் ilaḍchaṇam, lakshaṇam, s. Comeliness, propriety, decency.

இலட்சம், லட்சம் ilaḍcham, laḍcham, s. A lac; இலட்சாதிலட்சம் ilaḍchádilaḍcham, Many hundred thousands.

இலட்சியம், லக்ஷியம் ilaḍchiyam, lakshyam, s. Esteem, respect, note; அவன் எனக்கிலட்சியமில்லை avań enakkilaḍshiyam illai, I have no regard for him; இலட்சியஞ்செய்கிறது laḍchiyam cheygiṛathu, To have respect, to esteem.

இலட்டுகம் ilaṭṭugam, s. A particular kind of sweetmeat. 2. A sort of ball made with flour fried with oil or ghee.

இலத்தி, இலத்தை ilatti, ilattai, s. Dung of horses, elephants, asses or camels.

இலந்தை ilantai, s. A tree—Zizyphus Jujuba.

இலபிக்கிறது labikkiṛathu, v. i. To gain, profit.

இலம்பை ilambai, s. Distress; இலம்பைப்படுகிறது ilambaippaḍugiṛathu, To be distressed.

இலவங்கம், லவங்கம் ilavangam, lavangam, *s.* Clove; இலவங்கப்பட்டை ilavangap-paṭṭai, Cinnamon ; இலவங்கப்பத்திரி ilavangappattiri, The leaves of the Laurus Cassia.

இலவசம் ilavasam, *s.* A free gift, gratuity; இலவசமாய்க்கொடுக்கிறது ilavasamáik koḍukkiṛathu, To give gratuitously, freely.

இலவலேசம் ilavalésam, *s.* A little ; இலவலேசமுமில்லை ilavalésamum illai, There is nothing at all.

இலவு, இலவமரம் ilavu, ilavamaram, *s.* The silk-cotton tree ; இலவம்பஞ்சு ilavam pañchu, The cotton of it ; இலவம்பிசின் ilavam pisin, The gum of it; முள்ளிலவு muḷḷilavu, A thorny species.

இலாகிரி, லாகிரி ilágiri, lágiri, *s.* Drunkenness, intoxication ; இலாகிரிவஸ்து ilagirivastu, Any thing that intoxicates; இலாகிரிபெடுக்கிறது ilágiriedukkiṛathu, To be intoxicated.

இலாகை lágai, *s.* Way, manner.

இலாசடி, இலாசடை iláchaḍi, iláchaḍai, *s.* Fatigue, lassitude ; இலாசடைப்படுகிறது iláchadaip paḍugiṛathu, To be fatigued.

இலாடம், லாடம் iláḍam, láḍam, *s.* A horse's shoe ; இலாடங்கட்டுகிறது, இலாடந்தைக்கிறது iláḍam kaṭṭugiṛathu, iláḍam taikkiṛathu, To shoe a horse.

இலாபம் lábam, *s.* Profit, gain, lucre, advantage ; இலாபுங்காண்கிறது lábam kángiṛathu, To perceive, or to obtain profit ; இலாபச்சேதம் lábachchétham, Loss of profit ; இலாபலோபம் lábalóbam, Profit and loss.

இலாமச்சை ilámachchai, *s.* (*commonly* விலாமச்சை vilámachchai,) A grass, termed Cusscuss—Andropogon muricatum ; இலாமச்சம்வேர் ilámachcham vér, Its fragrant root.

இலாயம், லாயம் iláyam, láyam, *s.* A stable.

இலிர்க்கிறது ilirkkiṛathu, *v. i.* To rise as the hairs of the body, considered as occasioned by internal emotion.

இலுப்பை iluppai, *s.* A tree producing oil, also good for timber—Bassia longifolia ; இலுப்பைக்கொட்டை iluppaik koṭṭai, Its kernel ; இலுப்பைப்பருப்பு iluppaip paruppu, The kernel without the skin; இலுப்பைபிண்ணாக்கு iluppaip piṇṇákku, Cakes formed of the compressed seeds of this tree.

இலேகியம் ilégiyam, *s.* An electuary.

இலேசு ilésu, *s.* Smallness, minuteness. 2. Lightness.

இலேவாதேவி ilévádévi, *s.* Change, barter.

இலை ilai, *s.* A leaf of a tree or plant; இலைகிள்ளுகிறது ilai kiḷḷugiṛathu, To nip leaves ; இலைக்கதவு ilaikkathavu, A venetian door, or window ; இலைக்கறி ilaikkaṛi, A dish of greens, or potherbs; இலை தைக்கிறது ilai taikkiṛathu, To stitch leaves together ; இலைபறிக்கிறது ilai paṛikkiṛathu, To pluck off leaves ; இலையறுக்கிறது ilai aṛukkiṛathu, To cut off leaves ; இலையுதிர்வு ilai uthirvu, The fall of leaves as in autumn; இலைவாணியன் ilai váṇiyan, One who sells betel leaves or other vegetables.

இலைக்கிறது ilaikkiṛathu, *v. i.* To be tasteless, insipid, to lose relish for a thing.

இல்வாழ்க்கை ilváḻkkai, *s.* Domestic life; இல்லடைக்கலம் illaḍaikkalam, The act of depositing. 2. Taking refuge in a house.

இல்லி illi, *s.* A small hole.

இல்லிடம் illiḍam, *s.* A house.

இல்லை illai, A defective verb from the root இல் il; ஒருக்காலுமில்லை orukkálum illai, Never; இன்மை inmai, Nonentity, non-existence. 2. Want, poverty; இல்லாமல், இன்றி illámal, inṛi, The neg. v. participles of இல் il, Without; தாமதமின்றி támatham inṛi, Without delay; இல்லாமை illámai, The not being, want.

இவன் ivan, *pro.* (*Honorifically* and plural இவர் ivar,) He, this man; இவள் ivaḷ, *Fem.* She, this woman.

இவ்விரண்டு ivviranḍu, These two, by twos.

இழக்கிறது iḻakkiṛathu, *v. t.* To lose, suffer loss: இழவு iḻavu, Defect, what is lost, gone or wanting. 2. Lamentation or mourning for the dead; இழவுகொண்டாடுகிறது iḻavu konḍáḍugiṛathu, To mourn for, to bewail the dead; இழவுகொடுக்கிறது iḻavu koḍukkiṛathu, To mourn at a funeral, to condole with, to bewail the dead-as women do by beating their breasts; இழவுக்குப்போகிறது iḻavukkup pógiṛathu, To go to condole with; இழவுச்செலவு iḻavuch chelavu, Funeral expense, during the first two days after the death of a person; இழவுவீடு iḻavu vídu, A house where a death has taken place; இழவோலை iḻavólai, A notice giving intimation of the death of any person.

இழிகிறது iḻigiṛathu, *v. i.* To be depressed, humbled; இழிகுலத்தோர் iḻikulattór, Descendants from the union of a person of high caste with one of a lower; இழிசனர் iḻi janar, Vulgar, illiterate people; இழிசனர்வார்த்தை iḻijanar várttai, Vulgar dialect; இழிவு iḻivu, Lowness, meanness. 2. Contumely, contempt. 3. Dishonor. 4. Destruction. 5. Fault. 6. A hole in the earth, depth; இழிவான காரியம் iḻivána káriyam, A base or ignominious thing.

இழுக்கிறது iḻukkiṛathu, *v. t.* To draw, pull, seize or take violently; இழுத்துப்பறிக்கிறது iḻuttup-paṛikkiṛathu, To take by force, to rob. 2. To drag, pull along the ground. 3. To incite, persuade, urge to a purpose. 4. To protract, delay; இழுக்கு iḻukku, Ignominy, disgrace, reproach; இழுப்பு iḻuppu, A pull, the act of pulling, drawing. 2. Procrastination, delay. 3. Dilatoriness, protraction, impediment, difficulty; இழுப்பாட்டம் iḻuppáṭṭam, The act of delaying; இழுப்புண்கிறது iḻuppuṇgiṛathu, To be led away by any pursuit; இழுப்பும் பறிப்புமாய்க் கிடக்கிறது iḻuppum paṛippuymáyk kiḍakkiṛathu, To seize and pull each other in quarrelling; ஆற்றிழுப்பு, áṛṛiḻuppu, The rapidity of a river; பின்னிழுப்புவையாதே pinniḻuppu vaiyáthé, Let there be no further delay.

இழை iḻai, *s.* Thread; இழைபிடிக்கிறது iḻaippiḍikkiṛathu, To sew up a wound; இழையோடுகிறது iḻaiyóḍugiṛathu, To measure with a line, to wind thread; இழையோட்டுகிறது iḻai óṭṭugiṛathu, To darn, finedraw; இழைவாங்கி iḻai váṅgi, A darning needle.

இழைக்கிறது iḻaikkiṛathu, *v. t.* To plane, shave. 2. To compound a medicine. 3. To set precious stones; இழைக்கூடு iḻaikkúḍu, A joiner's plane.

இள iḻa, *a.* Tender, young, light in colors; இளங்கன்று iḻañkanṛu, A young calf. 2. A sapling; இளங்காய் iḻañkáy, Green, unripe fruit, fruit just formed; இளங்கார் iḻañkár, A kind of paddy; இளஞ்சிவப்பு iḻañchivappu, Light red; இளநீர்

iḷa nír, The water in an unripe cocoanut; இளநீர்க்காய் ḷanírkkáy, An unripe cocoanut; இளநீலம் iḷa nílam, Light blue; இளநெஞ்சு iḷa neñchu, A tender heart. 2. A feeble timid mind; இளந்தயிர் iḷam tayir, Half-curdled milk; இளந்தலைக் கைம்பெண்சாதி iḷantalaikkaimpeṇjáti, A young widow; இளந்தாரி iḷantári, A young lad; இளந்தோப்பு, iḷantóppu, Grove of young trees; இளந்தோய்த்தல் iḷantóyttal, Milk in a curdled state; இளமை iḷamai. Tenderness. 2. Tender age, youth. 3. Infancy; இளமைப்பருவம் iḷamaip paruvam, Tender age; இளம்பசி iḷampasi, Slight hunger; இளம்பச்சை iḷampachchai, Light green; இளம்பதம் iḷampatham, That which is half boiled; இளம்பயிர் iḷam payir, Young shoots of corn, corn in a fit state to be transplanted; இளம்பிராயம் iḷamprâyam. Tender age, youth; இளம்பிள்ளை iḷampiḷḷai, A young child; இளம்பிள்ளைவாதம் iḷampiḷḷai vátham, A disease of infants-pleurisy of children; இளம்பிறை iḷam piṛai, The moon until the eighth day; இளவரசன் iḷavarasan, The heir apparent to a crown, so designated when invested with royal authority in the time of a king's reign; இளவெந்நீர் iḷavennír, Lukewarm water; இளவெய்யில் iḷaveyyil, Morning and evening sunshine.

இளகுகிறது iḷakugiṛathu, *v. i.* To grow soft, or pliable, to relent, to grow tender, to be compassionate; இளகினமனசு iḷagina manasu, benevolent, compassionate heart; இளகாதவன் iḷagáthavan. A hard-hearted, inexprable, unfeeling man.

இளக்கம் iḷakkam, *s.* Pliableness, softness, compassion, tenderness of mind.

இளக்குகிறது iḷakkugiṛathu, *v. t.* To mollify, soften, slacken, loosen.

இளக்கரிக்கிறது iḷakkarikkiṛathu, *v. i.* To grow weary, tired with labour, to be relaxed, to grow weak; இளக்காரம் iḷakkáram, Indulgence; இளக்காரமாயிருக்கிறது iḷakkáramáy irukkiṛathu, To indulge, yield; இளக்காரங்கொடுக்கிறது iḷakkáram kodukkiṛathu, To be indulgent.

இளிக்கிறது iḷikkiṛathu, *v. i.* To gape, to have the lips open so as to expose the teeth; இளிவு iḷivu, Meanness, lowness.

இளைக்கிறது iḷikkiṛathu, *v. t.* To grow thin, lean. 2. To grow weary; அவனுக்கிளைக்கான் avanukkiḷaikkán, He is not inferior to him.

இளைசு iḷaisu, *s.* Tenderness, what is young, not fully grown; இளைய iḷaiya, Young.

இளைப்பம் iḷaippam, *s.* Slightness; இளைப்பமாயிருக்கிற சரக்கு iḷaippamáy irukkiṛa charakku, Goods of inferior quality.

இளைப்பு iḷaippu, *s.* Weariness, lassitude; இளைப்பாறுகிறது iḷaippáṛugiṛathu, To rest, repose; இளைப்பாறும் மண்டபம் iḷaippárum mandabam, A public resting place; இளைப்பாற்றி iḷaippáṛṛi, A time or place of rest.

இறகு iṛagu, *s.* A feather, a wing.

இறக்கம் iṛakkam, *s.* A descent, slope, declivity. 2. The descent of victuals into the stomach; நோயாளிக்குச்சோற்றிறக்கமில்லை nóyáḷikkuchchóṛṛiṛakkam illai, A sick person has no appetite.

இறக்கிறது iṛakkiṛathu, *v. i.* To die; இறந்துபோகிறது iṛantupógiṛathu, To expire, die.

இறக்குகிறது iṛakkugiṛathu, *v. t.* To let down; விஷமிறக்கினான் vishamiṛakkinán, He has subdued or counteracted the effect of the poison; இறக்குமதி eṛakkumathi, Imports.

இறங்குகிறது iṛaṅkugiṛathu, v. t. To descend, go or come down.

இறப்பு iṛappu, s. Death. 2. Eaves of a house.

இறவு iṛavu, s. Lapse, passage, place of descent.

இறால் iṛál, s. Prawn; ஆற்றிறால் áṛṛiṛál, A crawfish; வெள்ளிறால் vel'iṛál. Prawn of a light colour.

இறுகுகிறது iṛukugiṛathu. v. i. To be strained close-as a knot-*opp.* to இளகுகிறது iḷakugiṛathu. 2. To become thickened or congealed. 3. To be avaricious or niggardly; இறுகினகை iṛuginakai, Parsimony; இறுகப்பிசைகிறது iṛugap pisaigiṛathu, To knead dough; இறுகப்பிடிக்கிறது iṛugappiḍikkiṛathu, To catch, hold firmly. 2. To be miserly.

இறுக்கிறது iṛukkiṛathu, v. t. To decant, pour off gently, strain a liquor. 2. To pay off; கடனிறுக்கிறது kaḍaniṛukkiṛathu, To pay a debt; தண்டமிறுக்கிறது tandamiṛuk kiṛathu, to pay a fine; பகுதியிறுக்கிறது paguthi iṛukkiṛathu, To pay a tax, or assessment; இறுத்துத்தொலைக்கிறது iṛuttut tolaikkiṛathu, To discharge, pay off.

இறுக்குகிறது iṛukkugiṛathu, v. i. To tighten, to make close or hard; இறுக்குவார் iṛukkuvár, A saddle-girth; இறுக்குபட்டை iṛukkupaṭṭai, A girdle; இறுக்கம் iṛukkam, Heat, closeness of a room; இறுக்கமாயிருக்கிறது iṛukkamáy irukkiṛathu, To be close, hot, sultry.

இறுங்கு iṛuṅgu, s. A kind of grain—Holcus.

இறுதி iṛuthi, s. Death; இறுதிக்காலம் iṛuthikkalám, The time of death.

4

இறுமாக்கிறது, இறுமாந்திருக்கிறது iṛumákkiṛathu, iṛumántirukkiṛathu, v. i. To be haughty, proud; இறுமாந்துநடக்கிறது iṛumántu naḍakkiṛathu, To behave haughtily or proudly.

இறுமாப்பு iṛumáppu, s. Stiffness, pride, haughtiness.

இறை iṛai, s. Lines in the finger joints. 2. A scurfy sore between the fingers. 3. Tax, tribute; இறைக்கள்ளன் iṛaikkaḷḷan, A scurfy sore between the fingers.

இறைக்கிறது iṛaikkiṛathu, v. t. To heave out, throw out, draw out—as water, to water. 2. To give abundantly, cast, strew, spread, dissipate, or squander a fortune; இறைகூடை iṛaikúḍai, A basket for drawing water out of a tank, pool, &c.; இறைப்பு iṛaippu, The act of watering, irrigation.

இறைச்சி iṛaichchi, s. Flesh ... for food, meat; இறைச்சிகுத்தி iṛaichchikutti, A spit.

இற்றுவிழுகிறது iṛṛu, vilugiṛathu, v. i. To drip.

இற்றை iṛṛai, Of or belonging to this day.

இனம் inam, s. A crowd. 2. A genus, a class of men or beasts. 3. Kindred; இனக்கட்டு inakkaṭṭu, Alliance, a union between parties; இனத்தான் inattán, A kinsman; இனம்பிரிகிறது inam pirigiṛathu, To divide into several classes; இனமுஞ்சனமுமாயிருக்கிறது inamumjanamumáy irukkiṛathu, To have many relations and dependants.

இனி ini, *ad.* In future, hereafter, more; இனிச்சொல் inich chol, Speak on.

இனிக்கிறது inikkiṛathu, v. t. To be sweet, to be savoury; இனிப்பு inippu, Sweetness, delight, flavour.

இனிமை inimai, Sweetness, delicacy, delight.

இன் in, *a.* Sweet, pleasing, delightful.

இன்பம் inbam, *s.* Delight, pleasure, happiness; சிற்றின்பம் chṛṛinbam, Perishable pleasure, enjoyed in this transitory world; பேரின்பம் périnbam, Heavenly bliss.

இன்று inṛu, This day, to-day; இன்றுமுதல் inṛu muthal, From this day; இன்றைக்கு inṛaikku, To-day.

இன்ன inna, This; இன்னகாரியம் innakáriyam, This thing, or business; இன்னது innathu, Such a thing; இன்னான் innán, Such a man; இன்னாள் innáḷ, Such a woman; இன்னார் innár, Such people; இன்னின்ன inninna. Such and such.

இன்னம் innam, Still, more, besides, moreover, yet; இன்னமும் innamum, Still.

ஈ

ஈ í, *s.* A fly. 2. A beetle; ஈப்புலி íppuli, A spider; ஈயோட்டி íyóṭṭi, A fan to keep off flies. 2. A man who drives away flies; குருட்டீ kuruṭṭí, The gad-fly; நாயீ náyí, A tick.

ஈகிறது ígiṛathu, *v. t.* To bestow as superiors on inferiors, to distribute, to divide; தண்ணீருமீயான் taṇṇírum íyan, He will not give even water; ஈகை ígai, A gift, a donation; ஈவு ívu, A gift. 2. The quotient in division; ஈவுக்கணக்கு ívukaṇakku, Division in Arithmetic; ஈவிரக்கம் ívirakam, Charitableness.

ஈங்கிசை íngisai, *s.* Injury, mischief. 2. Murder, killing. 3. Trouble, difficulty, distress; ஈங்கிசைபண்ணுகிறது, ஈங்கிசைப்படுத்துகிறது íngisaipaṇṇugiṛathu, íngisaippaḍuttugiṛathu, To hate mortally, implacably, to vex, injure.

ஈசல், ஈச்சு ísal, íchchu, *s.* Whistling; ஈசற்போடுகிறது, ஈசை, ஈச்சுக்கொட்டுகிறது ísal póḍugiṛathu, ísai, íchchukoṭṭugiṛathu, To whistle.

ஈசுரன் ísuran, *pro.* God, Lord.

ஈசெல் ísel, *vulgarly* ஈசல் ísal and ஈயல் íyal, *s.* The white ant when winged.

ஈச்சு íchchu, *s.* A tree-Phœnix farinifera; ஈச்சம்பழம் ích ham paḷam, Its fruit; ஈச்சம்பாய் íchchampáy, A mat of the leaves of this tree; ஈச்சமோலை, ஈச்சோலை íchcham ólai, íchchólai, Its leaf; பேரீச்சு, பேரீஞ்சு, பேரீந்து períchchu, períñchu, períntu, The date tree—Phoenix dactylifera; பேரீச்சம்பழம் períchcham paḷam, The date fruit.

ஈடு íḍu, *s.* Resemblance, likeness; நீயோ அவனுக்கீடு níyó avanukkíḍu, Are you equal with him. 2. Pawn, security, pledge; ஈடில்லாதகடன் íḍillátha kaḍan, Money lent without pawn. 3. Wealth, means; அம்மாத்திரத்துக்கெனக்கீடில்லை ammáttirattukkenakkíḍillai, I have not the means to do so much; ஈடேறுகிறது íḍéṛugiṛathu, To be saved, to obtain heaven; ஈடேற்றுகிறது íḍéṛṛugiṛathu, To save, give heavenly bliss; ஈடேற்றம் íḍéṛṛam, Salvation.

ஈட்டி íṭṭi, *s.* A spear, lance, pike; ஈட்டித்தாங்கு íṭṭit táṅgu, The staff of the spear; ஈட்டிமுனை íṭṭimunai, The point of a spear; ஈட்டிப்பிடங்கு íṭṭippiḍaṅgu, The part of a lance to which the steel is fixed; ஈட்டியினலகு íṭṭiyinalagu, The head of a spear.

ஈயம் íyam, *s.* Lead; காரீயம் káríyam, Black lead; காரீயமலை káríya malai, A mountain containing black lead; வெள்

வெள்ளீயம் veḷḷíyam, Lead ore; இயச்சட்டி íyachchaṭṭi, A leaden pan or pot; இயப்பெட்டி íyap peṭṭi, A leaden chest; இயம் பூசுகிறது íyam púsugiṛathu, To tin, to cover with tin.

இரப்பலா írappalá, s. A tree—ஆசினி ásini.

இரம் íram, s. Coldness. 2. Humidity, moisture. 3. Kindness. 4. Grace; இரநாவு íra návu, A slanderous tongue; இரநாவுக்கெலும்பில்லை íranávukkelumbillai, A slanderous tongue has no bone in it; இரப்பசை írap pasai, Cohesion &c., arising from humidity; இரப்பசையுள்ளவன் írappasai uḷḷavan, A man in comfortable circumstances; இரவுள்ளி, இரவெங்காயம், இருள்ளி íravuḷḷi, íraveṅkáyam, íruḷḷi, an onion; இரிக்கிறது írikkiṛathu, To grow moist, wet; இரிப்பு írippu, Dampness, coldness.

இரல், இருள் íral, íruḷ, s. The liver, lungs, &c. 2. The kidney; இரற்குலை, இரற்குழி íraṛkulai, íraṛkuḷi, The pit of the stomach, the seat of the liver; கல்லீரல் kallíral, The liver; நுரையீரல், வெள்ளையீரல், வெள்ளீரல் nurai íral, veḷḷai íral, veḷḷíral, The lungs; மண்ணீரல், வாளீரல் mannṇíral, váḷíral, The spleen.

இர் ír, s. A nit, the egg of a louse; இர்கொல்லி ír kolli, A kind of comb used to take out and destroy nits.

இர்க்கில் írkkil, s. The feathers of an arrow.

இர்க்கு írkku, s. Culmus, or a straw for picking the teeth; இர்க்குச்சம்பா írkkuch chambá, A variety of oryza or paddy, so called from its being very slender; இர்க்குமல்லிகை írkku malligai, A kind of jasmine, whose petiolesare very slender.

இலை íḷai, s. Consumption, asthma; இலைக்காரன் íḷaikkáran, A consumptive man.

... , s. The end. 2. The gums.

இற்று íṛṛu, s. Produce of a cow, buffalo, &c.; முதலீற்று, தலையீற்று muthalíṛṛu, talaiyíṛṛu, The firstling; இற்றேறுகிறது íṛṛéṛugiṛathu, To put forth ears.

இனம் ínam, s. Want, defect; பலவீனம் balavínam, Debility, weakness; கனவீனம் ganavínam, Dishonour; புத்தியீனம் buddhiyínam, Dulness, foolishness. 2. Contemptibleness, vileness, meanness; இனன் ínan, A low, mean, base fellow; இனசாதி ína játí. An outcast, vile, degraded.

இனுகிறது ínugiṛathu, v. t. To bring forth young.

உ

உகக்கிறது ugakkiṛathu, v. i. To be glad, to be pleased. 2. To accept with pleasure; உகப்பு ugappu, Gladness, pleasure. 2. Acceptance with satisfaction; உகந்த uganta, Pleasant, acceptable; உகந்த செய்தி uganta cheythi, Pleasing intelligence, glad tidings.

உகம் ugam, s. An age; உகமுடிந்தாற்போலெபேசுகிறாய் ugam muḍintálpólé pésugiṛáy, Thou speakest as if the world were coming to an end.

உகிர் ugir, s. Nail of the fingers and toes; உகிர்ச்சுற்று ugirch chuṛṛu, A whitlow, உகிர்ச்சுற்றுப்புறப்படுகிறது ugirch chuṛṛup puṛappaḍugiṛathu, The whitlow suppurates, or forms matter.

உக்காரம் ukkáram, s. Vomition.

உக்கிரமம் ugramam, s. Anger, wrath; நாசியுக்கிரமம் nási ugramam, A disease of the nose.

உக்கிரம் ugram, s. Asperity, vehemence, ardour or fervency, rage; உக்கிரக்காரன் ugrakkáran, A hasty, hot, violent, impetuous man; உக்கிரமாய்ப்பேசுகிறது ugramáyp pásug ṛathu, To speak with violence or vehemently.

உக்கிராணம் ukkiráṇam, *s.* A store-house. 2. A pantry. 3. A granary. 4. A magazine. 5. A treasury; உக்கிராணக்காரன் ukkiráṇakkáran, A steward; உக்கிராணம் விசாரிக்கிறது ukkiráṇam vichárikkiṛathu, To have the management of provisions, to have a stewardship.

உக்குகிறது ukkugiṛathu, *v. i.* To rot, decay, moulder, perish; உக்கல் ukkal, Rottenness, putridity, corruption; உக்கிப்போகிறது ukkippógiṛathu, To become putrid, to rot; உக்கினமரம் ukkina maram, A worm-eaten, rotten tree.

உசிதம் uchitam, *s.* Convenience, fitness; உசிதசமயம் uchitha samayam, A good opportunity.

உச்சம் uchcham, *s.* The treble in music. 2. Height, zenith, perpendicular height; உச்சந்தலை uchchantalai, The crown or top of the head; சூரியனுச்சத்திலிருக்கிறது súriyan uchchattil irukkiṛathu, The sun is vertical.

உச்சரிக்கிறது uchcharikkiṛathu, *v. t.* To pronounce; உச்சாரணம், உச்சாரணை uchcháraṇam, uchcháraṇai, Pronunciation, elocution, recitation, repeating prayers. 2. To recite, to recite forms of prayer, &c.

உச்சவம் uchchava m, *s.* A holiday, a religious festival; இரதோச்சவம் ratóchchavam, The car festival.

உச்சாகம் uchcháham, See உற்சாகம் uṛcháham.

உச்சாணி, உச்சாணிக்கிளை, உச்சாணிக்கொம்பு uchcháṇi, uchcháṇik kiḷai, uchcháṇikkombu, *s.* The highest branch of a tree.

உச்சி uchchi, *s.* The top, the crown. 2. The crown, or top of the head. 3. Perpendicular height; zenith, the point overhead; உச்சிநேரம், உருமநேரம் uchchinéram, urumanéram, Meridian, midday; உச்சிக்கலயம் uchchik kalayam, The uppermost earthen vessel of a number placed one above another; உச்சிக்கரண்டி uchchikkaraṇḍi, A small spoon, particularly used to put oil upon the head of infants; உச்சிக்கொம்பு uchchik kombu, The highest branch of a tree; உச்சிப்பிளவை uchchippiḷavai, An ulcer breaking out on the top of the head; உச்சிமலை uchchi malai, A steep hill, a precipice; உச்சியில்விடும் uchchiyil viḍum, It will clear up at noon; உச்சிவேர் uchchi vér, *See* ஆணிவேர் áṇivér; மலையுச்சி malai uchchi, The top of a hill, a peak.

உச்சிஷ்டம் uchchishṭam, *s.* Leavings of victuals, &c.

உச்சிதம் uchchitham, *s.* *See* உசிதம் uchitam.

உஷ்ணம், உட்டணம் ushṇam, uṭṭaṇam, *s.* Heat, warmth; உஷ்ணகாலம் ushṇakálam, The hot season, hot weather; உஷ்ணபூமி ushṇa bhúmi, A hot country.

உஞ்சட்டை uñchaṭṭai, *s.* Leanness.

உஞ்சல் uñjal, *See* ஊசல் úsal.

உடந்தை uḍantai, *s.* Companionship, fellowship; உடந்தையாய் uḍantaiyáy, Together, in company, in union with; உடந்தைக்காரன் uḍantaikkáran, A consort. a companion.

உடம்பு uḍambu, *s.* The body. 2. A consonant; உடம்பறியாதேபோகிறது uḍambaṛiyáthé pógiṛathu, To be senseless, to be void of preception; உடம்பெடுக்கிறது uḍambeḍukkiṛathu, To be born.

உடல் uḍal. s. The body; உடலிரண்டுயி ரொன்று uḍal irandu uyir onṛu. A shell-fish, intimate friends who, though having two bodies, are as one; உடற்குறை uḍaṛkuṛai, A headless body; உடற்றழும்பு uḍaṛṛaḷumbu, A scar, a cicatrice.

உடனே, உடன் uḍané, uḍan, s. Together, in company with. 2. As soon as, immediately; உடனொத்தவன் uḍanottavan, A person on an equality with another; உடன் கட்டையேறுகிறது uḍankaṭṭaiéṛugiṛathu, To burn together—as a widow with the body of her husband; உடன்கூட்டாளி uḍankúṭṭáḷi, A partner in business, &c.; உடன்பங்காளி uḍan paṅgáḷi, A brother's son having a right to share in family property.

உடன்படுகிறது uḍanpaḍugiṛathu, v. i. To consent, assent, agree, to be of the same opinion, to enter into business with another; உடன்படிக்கை, உடம்படிக்கை uḍanpaḍikkai, uḍampaḍikkai, *properly* உடன்படுகை uḍanpaḍugai, A contract, a covenant, convention, agreement, stipulation; உடன்பாடு uḍanpáḍu, Consent, agreement; உடன்பிறந்தான் uḍanpiṛantán, A uterine brother.

உடுக்கிறது uḍukkiṛathu, v. t. To put on clothes, to dress; உடுத்துகிறது, உடுத்தி விடுகிறது uḍuttugiṛathu, uḍuttiviḍugiṛathu, To dress another; உடுபுடைவை uḍupuḍaivai, A common cloth worn by women; உடுப்பு uḍuppu, Clothes, dress; உடை uḍai, Raiment, vesture.

உடுக்கு uḍukku, s. A small drum.

உடும்பு uḍumbu, s. A guana— Iguana; உடும்பு நாக்கு uḍumbu nákku, Its bifid tongue. 2. A double-tongued, deceitful person.

உடைகிறது uḍaigiṛathu, v. t. To break, or go to pieces 2. To burst—as the banks of a tank; உடைகுளம் uḍaikuḷam, A tank which has burst its banks; உடையாதது uḍaiyáthathu, Whole, not broken; முறுக் குடைகிறது muṛukkuḍaigiṛathu, To be untwisted—as a thread, &c.

உடைக்கிறது uḍaikkiṛathu, v. t. To break, burst. 2. To untwist, untwine.

உடைமை uḍaimai, s. Possession, property, wealth, riches. 2. Jewels, ornaments; உடைமைக்காரன் uḍaimaikkáran, A proprietor, possessor; உடைய uḍaiya, Of, or belonging to; அவனுடைய வீடு avanuḍaiya víḍu, His house; உடையார் uḍaiyár, A title amongst some tribes of Hindus.

உடைவாள் uḍaiváḷ, s. A sword, a scimitar.

உட்டணம் uṭṭaṇam, *See* உஷ்ணம் ushṇam.

உட்டுளை uṭṭuḷai, s. A hollow in any thing.

உணக்குகிறது uṇakkugiṛathu, v. t. To dry.

உணங்குகிறது uṇaṅkugiṛathu, v. i. To dry, grow dry; உணக்கம் uṇakkam, Paleness.

உணர்(ரு)கிறது uṇar (ru) giṛathu, v. t. To feel, perceive, understand; அவனுணரவில்லை avan uṇaravillai, He does not understand, he has no feeling; உணர்ச்சி uṇarchchi, Perception; உணராமை uṇarámai, Want of feeling, insensibility; உணர்வு uṇarvu, Knowledge, preception, a clear intellect; உணர்வுகெட்டுப்போகிறது uṇarvukeṭṭuppógiṛathu, To be stunned, to become insensible.

உணர்த்துகிறது uṇarttugiṛathu, v. t. To teach, instruct, make to feel.

உணவு uṇavu, s. Food.

உணி, உண்ணி uṇi, uṇṇi, s. A tick; நாயுண்ணி, குடவுண்ணி, தவிட்டுண்ணி, náy uṇṇi, kuḍavuṇṇi, taviṭṭuṇṇi, A sheep or cow tick; சருகுணி charuguṇi, A tick frequenting woody places.

உண்கிறது uṇgiṛathu, v. t. To eat; உண்கலம் uṇ kalam, A plate, a dish. 2. To suck. 3, To suffer, sustain, to be; அடியுண்கிறது aḍiyuṇgiṛathu, To be beaten; அறையுண்கிறது aṛaiyuṇgiṛathu, To be nailed, to be transfixed. 2. To be crucified; சிற்றுண்டி chiṛṛuṇḍi, A slight refreshment between regular meals; பெருண்டி peruṇḍi, Any thing eaten to excess.

உண்டாகிறது uṇḍágiṛathu, v. i. To be, begin to exist, to be made.

உண்டாக்குகிறது uṇḍákkugiṛathu, v. t. To make, cause to be.

உண்டி uṇḍi, s. A box in which tax, custom-money, &c. is put; உண்டிச்சீட்டு, உண்டிகைச்சீட்டு uṇḍichchíṭṭu, uṇḍigaichch ṭṭu, A bill of exchange, a check, a draft.

உண்டு uṇḍu, See உள் uḷ

உண்டை uṇḍai, s. A ball, a globe, a sphere, a bullet. 2. The woof in weaving; உண்டையாய்ப்பிடிக்கிறது உண்டையாய்த்திரட்டுகிறது uṇḍaiyáyppiḍikkiṛathu, uṇḍaiyáyttiraṭṭugiṛathu, To make a ball; உண்டையும் பாவுமொத்திருக்கிறது uṇḍaiyum pávum ottirukkiṛathu, The woof and warp are even, of good texture.

உண்ணா, உண்ணாக்கு uṇṇá, uṇṇákku, s. The uvula.

உண்மை uṇmai, s. Being, existence, truth.

உதடு uthaḍu, s. Lip. 2. Brim; உதடன் uthaḍan, One whose underlip is thick and projecting; உதட்டுவெடிப்பு uthaṭṭuveḍippu, A crack or chap on the lip; உதட்டுப்புண் uthaṭṭuppuṇ, A sore on the lip; மேலுதடு mél uthaḍu, The upper lip; கீழுதடு kíḻ uthaḍu, The under lip; மூளியுதடு múḷi uthaḍu, A lip of which a part is wanting. 2. A harelip.

உதம்புகிறது uthambugiṛathu, v. t. To frighten, terrify; உதம்பிப்பேசுகிறது uthambip pésugiṛathu, To speak harshly, to rebuke; உதம்பிக்கேட்கிறது uthambikkéḍkiṛathu, To ask with a loud voice, to ask angrily.

உதயம் uthayam, s. The rising of the sun, &c. 2. Emergence from obscurity.

உதரம் utharam, s. The belly; மகோதரம் mahótharam, Dropsy, i. e., big belly.

உதவி uthavi, s. Help.

உதவுகிறது uthavugiṛatnu, v. t. To help, to be of use, to be fit for the purpose. 2. To be at hand; பணமுதவாதே போயிற்று paṇam uthaváthé póyiṛṛu, I had no money at hand; உதவாமற் போகிறது uthavámal pógiṛathu, To be of no service; கைக்குதவாது kaikku utháváthu, It is not at hand.

உதறுகிறது utharugiṛathu, v. t. To shake; உதறுகாலி utharu káli, A cow that kicks. 2. A woman that shakes her feet in walking; உதறிப்போடுகிறது uthaṛip-póḍugiṛathu, To shake off; படிந்ததூளையுதறுகிறது paḍinta túḷai utharugiṛathu, To shake off the dust.

உதாசனம் uthásanam, s. Contempt, insult, abuse.

உதாரணம் udháraṇam, s. An example instance, illustration. 2. Evidence, proof; உதாரணஞ் சொல்லுகிறது udháraṇam chollugiṛathu, To demonstrate, evince, prove; உதாரணமெடுத்தொப்புவிக்கிறது udháraṇam eḍuttu oppuvikkiṛathu, To prove by quoting classical examples, &c.

உதாரம் udáram, s. Liberality, munificence, generosity; உதாரமாய்ச்சொல்லுகிறது udáramáych chollugiṛathu, To promise largely; உதாரகுணம், உதாரத்துவம் udáraguṇam, udárattuvam, Liberality, generosity; உதாரன், உதாரி udáran, udári, A beneficent, generous person, *opp.* to லோபி lóbi.

உதிக்கிறது uthikkiṛathu, *v. i.* To rise—as the sun, &c. 2. To be born. 3. To increase in size, to swell; உதயத்துக்கு uthayattukku, At sunrise; உதயகாலந்தோறும் uthaya kálam tóṛum, every morning.

உதிரம் uthiram, *s.* Blood; உதிரக்கலப்பு uthirakkalappu, Consanguinity; உதிர பாசம் uthira pásam, The tie of blood attachment between relations; உதிர நரம்பு uthira narambu, A vein.

உதிரி uthiri, *s.* A pustule, efflorescence, eruption.

உதிருகிறது uthirugiṛathu, *v. i.* To fall off—as leaves from a tree, hairs from the head, &c., to drop. 2. To crumble; மரம் மாவாயுதிர்கிறது maram máváy uthirugiṛathu, The wood crumbles into dust; உதிர்ந்தசருகு uthirntasarugu, Withered leaves which have fallen.

உதிர்க்கிறது uthirkkiṛathu, *v. t.* To drop, shed tears. 2. To cause to drop or fall.

உதை uthai, *s.* A kick. 2. The recoil of a gun, a rebound; உதையுண்கிறது uthaiyuṇgiṛathu, To be kicked; உதையுண்ணி uthaiyuṇṇi, One who deserves to be kicked.

உதைகிறது uthaigiṛathu, *v. i.* To rush and turn-as water against an embankment; உதைகால் uthai kál, A prop, a buttress; உதைகால் கொடுக்கிறது, முட்டுக்கால் கொடுக்கிறது uthai kál koḍukkiṛathu, muṭṭukkál koḍukkiṛathu, To prop, to put a buttress; உதைந்து வலிக்கிறது uthaintu valikkiṛathu, To pull with the feet fixed against any thing; உதைமானம் uthaimánam; Support, prop.

உதைக்கிறது uthaikkiṛathu, *v. t.* To kick. 2. To rebound, recoil; குதிரையுதைக்கிறது kuthirai uthaikkiṛathu, The horse kicks.

உத்தண்டம் uttaṇḍam, *s.* Impetuosity, violence, fierceness, insolence; உத்தண்டமாய்ப்பேசுகிறது uttaṇḍamáyp pésugiṛathu, To speak forwardly, arrogantly, haughtily; உத்தண்டமாய் விளைகிறது uttaṇḍamáy viḷaigiṛathu, To grow exuberantly luxuriously.

உத்தமம் uttamam, *s.* Perfection, excellence, virtue; உத்தமன் uttaman, An excellent man.

உத்தரம் uttaram, *s.* What is subsequent or posterior; உத்தரகிரியை uttarakriyai, Funeral ceremony; *See* கருமாந்தம் karumántam. 2. North. 3. answer; உத்தரவாதம் uttaravátham, An answer, a reply, 2. Responsibility. 3. A defence; உத்தரவாதம்பண்ணுகிறது uttaravátham paṇṇugiṛathu, To make a defence. 2. To become responsible; உத்தரவாதி uttaraváthi, A respondent, a defendant.

உத்தரவு uttaravu, *s.* An answer. 2. Permission.

உத்தரிக்கிறது uttarikkiṛathu, *v. i.* To make satisfaction, atone, compensate; உத்தரிக்கிறஸ்தலம் uttarikkiṛa stalam, Purgatory, place of retribution.

உத்தரியம், உத்தரீயம் uttariyam, uttaríyam, *s.* An upper garment, a cloth used for throwing over the shoulders.

உத்தாரம், உத்தரவு uttáram, uttaravu, *s.* Permission, liberty, order, command.

உத்தியோகம் udyógam, *s.* Greatness of mind. 2. Energy. 3. An office, an employment; உத்தியோகம்பண்ணுகிறது udyógam paṇṇugiṛathu, To pursue business; உத்தியோகஸ்தன் udyógastan, One who holds an office, an officer.

உத்திரம் uttiram, *s.* A beam.

உத்தேசம் uddésam. *s.* Motive. 2. Conjecture; உத்தேசிக்கிறது uddésikkiṛathu, To intend, purpose; அவனையுத்தேசித்து avanai-uddésittu, For his sake.

உபகரணம் ubakaraṇam, *s.* Means, instrument. 2. Insignia of state.

உபகரிக்கிறது ubakarikkiṛathu, *v. t.* To bestow a favour, to benefit, protect, assist.

உபகாரம் upakáram, *s.* Beneficence, a benefit, a favour, protection, assistance. 2. A present to a superior, a complimentary gift, *opp.* to அபகாரம் apakáram; உபகாரஞ்செய்கிறது upakáram cheygiṛathu, To bestow a benefit; உபகாரன் upakáran, A benefactor; உபகாரி upakári, A benefactor, or benefactress; கையுபகாரம் kai upakáram, A slight benefit.

உபசரணை upacharaṇai, *s.* Civility, politeness. 2. Service, kindness.

உபசரிக்கிறது upacharikkiṛathu, *v. t.* To be polite, to do honour, to be of service, to be obliging.

உபசாரம் upacháram, *s.* Civility, urbanity, politeness; உபசாரஞ்சொல்லுகிறது upacháram choliugiṛathu, To speak civilly, friendly, obligingly; உபசாரம்பண்ணுகிறது upachárampaṇṇugiṛathu, To show reverence, or respect; உபசாரமறியாதவன் upacháram aṛiyáthavan, A rude, unpolite, uncivil man; உபசாரவார்த்தை upachára várttai, Obliging expressions, complimentary words.

உபசாந்தி upasánti, *s.* Tranquillity, calmness, patience, alleviation. 2. Deprecation, entreaty for pardon; உபசாந்திபண்ணுகிறது upasánti paṇṇugiṛathu, To calm, pacify, appease.

உபதானம் upathánam, *s.* A pillow.

உபதேசம் upadésam, *s.* Instruction, information, advice.

உபதேசிக்கிறது upadésikkiṛathu, *v. t.* To teach, instruct. 2. To advise, inform. 3. To catechise; உபதேசி upadési An instructor. 2. Catechist.

உபத்திரம், உபத்திரவம் ubattiram, ubattiravam, *s.* Affliction, trouble, suffering, grief, calamity, persecution; உபத்திரவப்படுகிறது ubattiravap paḍugiṛathu, To be afflicted, grieved; உபத்திரவப்படுங்காலம் ubattiravappaḍumkálam, Time of tribulation.

உபநயனம் upanayanam, *s.* Spectacles.

உப்பலம், உபபெலன் upapalam, upapelan, *s.* Reserve in an army. 2. Help, protection, assistance, support, an advocate.

உபமானம் upamánam, *s.* *See* உவமானம் uvamánam.

உபயோகம் upayógam, *s.* Use, advantage, service, assistance; உபயோகிக்கிறது upayógikkiṛathu, To be of service; உபயோகப்படுத்துகிறது upayógap paḍuttugiṛathu, To make serviceable, to use.

உபவசிக்கிறது ubavasikkiṛathu. *v. i.* To f

உபவாசம் upavásam, Fast, fasting, entire abstinence from food and drink; உபவாசம்பண்ணுகிறது upavásam paṇṇugiṛathu, To fast.

உபாதி upádi, *s.* Affliction, calamity, pain, torment.

உபாத்தி upátti, *s.* *see* உவாத்தி uvátti.

உபாயம் upáyam, *s.* Means, contrivance, stratagem, artifice; உபாயம்பண்ணுகிறது upáyam paṇṇugiṛathu, To use means; உபாயி upáyi, An artful person; உபாயதந்திரம் upáya tantiram, Devices, craftiness, subtility; உபாயோபாயமாய் upáyopáyamay, By right or wrong, by any meaus direct or indirect.

உபேக்ஷை ubékshai, s. Neglect, indifference, connivance. 2. Indolence, inactivity, procrastination; உபேக்ஷையாயிருக்கிறது ubékshaiyáyirukkiṛathu, To side with one, to take the part of any one; உபேக்ஷை பண்ணுகிறது ubékshai paṇṇugiṛathu, To connive at, consent secretly.

உப்பசம் uppasam, s. Asthma; உப்பசமாயிருக்கிறது uppasamáy irukkiṛathu, To be asthmatic, to be short breathed.

உப்பரவன் upparavan, s. One of the tribe of tank-diggers.

உப்பரிகை upparigai, s. The upper floor, or room of a house.

உப்பளம் uppaḷam, s. A saltpan; உப்பளவன uppaḷavan, A salt manufacturer; உப்பளப்போர் uppaḷappór, Salt measurers; உப்பளங்கட்டுகிறது uppaḷam kaṭṭugiṛathu, To construct a saltpan,

உப்பு uppu, s. Salt; இந்துப்பு induppu, Rocksalt; கந்தகவுப்பு gandagauppu, Salt produced from sulphur; கல்லுப்பு kalluppu, Salt in lumps; கறியுப்பு kaṛiuppu, Kitchen-salt; காய்ச்சுப்பு káychchuppu, or சவட்டுப்பு chavaṭṭuppu, Alkali, salt produced from the earth impregnated with soda; காருப்பு káruppu Salt produced from sesamum seed; பொட்டிலுப்பு poḍḍiluppu; வெடியுப்பு veḍi uppu, Saltpetre, nitre; மரவுப்பு maravuppu, Potash; உப்புக்கண்டம் uppukkaṇḍam, Salted mutton; உப்புத் தண்ணீர் upput taṇṇír, Salt water, brackish water; உப்புத்தரை upputtarai, Soil impregnated with salt; உப்புப்பார்க்கிறது uppuppárkkiṛathu, To make an experiment in any new work before others.; உப்புப்போடுகிறது uppup pódugiṛathu, To season with salt; உப்பிடுகிறது uppiḍugiṛathu, To salt meat or fish; உப்புப் பூக்கிறது uppup púkkiṛathu, The salt effloresces, forms; உப்புமாறுகிறது uppu máṛugiṛathu, To sell salt; உப்பு வாணிகர் uppu váṇigar, Salt-merchants; இது உப்பிலாப்பேச்சு ithu uppilán péchchu, This is insipid talk.

உப்புகிறது ubbugiṛathu, v. i. To swell. 2. To be puffed up; உப்பிப்போகிறது ubbippógiṛathu, To be highminded, proud, puffed up; உப்புதல் ubbuthal, Swelling. 2. Inflation, being puffed up with joy, or pride.

உமல் umal, s. A basket, or bag made of Cadjan leaves, and used by fishermen.

உமி umi, s. Husk, chaff, glume; குற்றுமி kuṛṛumi, Broken husk; உமித்தவிடு umittaviḍu, Coarse bran; உமிக்கரப்பான் umik karappán, A disease of children, a kind of scurf over the whole body,

உமிழ்கிறது umilgiṛathu, (*Erroneously* உமிகிறது umigiṛathu,) v. t. To spit. 2. To vomit. 3. To wash the mouth with water. 4. To bubble up—as water from a spring; உமிழ்நீர் umiḻ nír, Spittle, saliva.

உம் um, A connective particle variously used.

உம் um, An expression of assent; உம்மெ ன்கிறது ummengiṛathu, To give assent by saying உம் um.

உம்பிளிக்கை umbiḷikkai, s. A field granted rent free in consideration of the performance of certain services; உம்பிளிக் கைக்கிராமம் umbiḷikkai grámam, A village granted on similar conditions; உம்பிளிக்கைவிடுகிறது umbiḷikkai viḍugiṛathu, To grant a field or village free from tax on certain conditions.

உம்மாண்டி ummáṇḍi, *s.* A bugbear.

உம்முடைய ummuḍaiya, *The Genitive of the pronoun* நீர் nír, Your; உம்முடையது ummuḍaiyathu, Yours.

உம்மை ummai, *The Accusative of* நீர் nír, You.

உயரம் uyaram, *s.* Height, elevation; உயரி uyari, *s.* That which is tall,—as a tree, a person.

உயருகிறது uyarugiṛathu, *v. i.* To be raised, or lifted up. 2. To be great, excellent, eminent; உயர்ந்துபோகிறது uyarntupógiṛathu, To grow high; உயரக்கிளம்புகிறது uyarak kiḷambugiṛathu, To rise—as a bird from the ground, &c.; உயர ஏறுகிறது uyara éṛugiṛathu, To ascend, rise, mount up; உயரப்பார்க்கிறது uyarap párkkiṛathu, To look up. 2. To look higher for promotion, &c.; உயரப்போகிறது To go up; தானியமுயர்ந்துவிற்கிறது dániyam uyarntuviṛkiṛathu, Grain sells cheap; உயர்வு uyarvu, Height, highness. 2. Increase. 3. Excellency, greatness; உயர்குலம் uyarkulam, Noble descent, good family; உயர்குலத்தோர் uyarkulattór, Men of high degree or family.

உயர்த்துகிறது uyarttugiṛathu, *v. i.* To exalt, elevate, increase.

உயிர் uyir, *s.* Life; உயிரடங்குகிறது uyiraḍaṅkugiṛathu, To be in a swoon; உயிருமுடலும்போலே இருக்கிறது uyirum uḍalumpólé irukkiṛathu, To be intimately united—as the soul with the body; உயிர்த்தானம் uyirttánam, The seat of life; உயிர்த்தோழமை uyirttóḻamai, Intimate friendship; உயிர்போகிறது uyir pógiṛathu, Life is going.

உயிர்க்கிறது uyirkkiṛathu, *v. i.* To revive, be reanimated, to respire. 2. To sprout; உயிர்ப்பு uyirppu, Animation, Life; உயிர்ப்பிக்கிறது uyirppikkiṛathu, To quicken, revive, reanimate.

உய்கிறது uygiṛathu, *v. i.* To live, subsist.

உரக்கிறது urakkiṛathu, *v. t.* To be strong. 2. To be violent, boisterous.

உரசுகிறது urasugiṛathu, *v. t.* To rub.

உரப்புகிறது urappugiṛathu, *v. t.* To threaten, frighten. 2. To urge on with the voice.

உரம் uram, *s.* The breast. 2. Strength; உரஞ்செய்கிறது uram cheygiṛathu, To strengthen; உரமுண்டாக்குகிறது uram uṇḍákkugiṛathu, To embolden; உரமாயிருக்கிறது uramáy irukkiṛathu, To be strong, firm; உரமாய்ப்பெய்கிறது uramáyp peygiṛathu, To rain hard; உரமான சத்தம் uramána sattam, A loud noise; உரங்கொள்ளுகிறது uram koḷḷugiṛathu, To become, or grow strong, to be strengthened. 2. To be hardened; கடலுரம் kaḍal uram, Roughness of the sea; காற்றுரமாயிருக்கிறது káṛṛuramáy iṛukkiṛathu, The wind is high, boisterous.

உரல் ural, *s.* A large mortar for husking paddy, &c.; உரற்கட்டை uralkaṭṭai, A mortar formed of a block of wood, *metaphorically*, a stout short man; உரற்குழி ural kuḻi, A hole in which a paddy mortar is steadied.

உரி uri, *s.* The half of a measure, commonly called அரைப்படி araippaḍi, its sign is ௰; உரிநெல்லு uri nellu, Half a measure of paddy; உரியரிசி uri arisi, Half a measure of rice; உரியாழாக்கு uri áḻákku, Five-eighths of a measure, its sign is ௰௯.

உரிக்கிறது urikkiṛathu, *v. t.* To flay, strip. 2. To strip off a covering.

உரிசை urisai, *s.* Savour, taste, relish; உரி

சை கண்டவன் urisai kaṇḍavan, One who has tasted, experienced the thing.

உரிஞ்சுகிறது uriñjugiṛathu, *v. t.* To rub one's self, as an animal does against a tree.

உரிமை urimai, *s.* Proprietary right; உரிமை செய்கிறது urimai cheygiṛathu, To perform the last duties to a deceased relation; உரிய uriya, Proper, fit, peculiar; எனக்குரிய பொருள் enakkuriya poruḷ, My property; உரியது, உரித்து uriyathu, urittu, That which is fit, proper, peculiar, liable, &c.

உரு uru, *s.* Shape, form. 2. Ship; எத்தனை யுரு ettanai uru, How many articles are there; உருப்படி uruppaḍi, Pieces, parts, articles; உருவாகிறது uruvágiṛathu, To assume a form; உருவாக்குகிறது uruvákkugiṛathu, To shape, to give a shape.

உருகுகிறது urukugiṛathu, *v. i.* To melt, dissolve, become liquefied. 2. *(Met.)* To be softened, to pity, commiserate, to be subdued by affliction, &c.; மனதுருகுகிறது manathurukugiṛathu, To be subdued in mind.

உருக்கம் urukkam, *s.* Affection, tenderness; மனஉருக்கம் mana urukkam, Love, compassion; உருக்கமாயழுகிறது urukkamáy aḻugiṛathu, To weep from distress, to mourn sincerely.

உருக்கு urukku, *s.* Steel.

உருக்குகிறது urukkugiṛathu, *v. t.* To melt, dissolve, liquefy.

உருசி urusi, *s.* A taste; உருசிகாரம் urusikaram, Seasoning.

உருசிக்கிறது, ருசிக்கிறது urusikkiṛathu, rusikkiṛathu, *v.* To relish; உருசிக்கப் பேசுகிறது urusikkap pésugiṛathu, To speak pleasingly, courteously; வேம்பு ருசிக்குமோ vémbu rusikkumó, Can one relish or like the taste of the Margosa tree.

உருசு ruju, *s.* Proof; உருசுப்படுத்துகிறது rujup paḍuttugiṛathu, To prove, verify.

உருட்டுகிறது uruṭṭugiṛathu, *v. t.* To roll a wheel, &c., to bowl, move any thing by revolving it; கவறுருட்டுகிறது kavaṛuruṭṭugiṛathu, To throw dice; உருட்டித் தைக்கிறது uruṭṭit taikkiṛathu, To sew with double stitches; உருட்டிப்பார்க்கிறது uruṭṭippárkkiṛathu, To look angrily; உருண்டுபோகிறது uruṇḍu pógiṛathu, To go round—as a ball rolling. 2. To roll. 3. To die; நீயுருண்டுபோவாய் ní uruṇḍupóváy, an *(imprecation)* Mayest thou perish; அவன் கூட்டமெல்லாமுருண்டு போயிற்று avan kúṭṭam ellám uruṇḍupóyiṟṟu, His whole family is extinct.

உருண்டை uruṇḍai, *s.* Any thing globular a ball.

உருத்திராக்ஷம், உருத்திராக்கம் uruttiráksham, uruttirákkam, *s.* (*Lit.* The eye of சிவன் Sivan.) The berries of the Elæocarpus, used as beads in the rosaries of the worshippers of சிவன் Sivan.

உருமம் urumam, *s.* Noon, midday.

உருவம் uruvam, *s.* Figure, form, shape. 2. Beauty; உருவமாயிருக்கிறது uruvam máyi irukkiṛathu, To be transformed.

உருவுகிறது uruvugiṛathu, *v. t.* To penetrate, pierce. 2. To draw out of a sheath, or scabbard. 3. To strip off; உருவக்குத்துகிறது uruvak kuttugiṛathu, To transfix, stitch, run through; கத்தியையுருவினான் kattiyai uruvinán, He drew his sword; ஆணியுருவத்தைத்தது áni uruvat taittathu, The nail is gone through.

உருளுகிறது uruḷugiṛathu, *v. i.* To roll, revolve, wheel; உருட்சி uruḍchi, Roundness, rotundity; உருட்சியானமுகம் urudchiyána mukham, A round face.

உருளை urulai, s. A wheel.

உருபம் urúbam, s. Form or shape; உருபி urúbi, Whatever has a visible form in contradistinction to அருபி arúbi.

உருபிக்கிறது urúbikkiṛathu, v. t. To demonstrate, prove.

உரை urai, s. Gold for touching. 2. Explanation, comment.

உரைகிறது uraigiṛathu, v. i. To rub, be worn away by rubbing, to wear by attrition, to be reduced to powder.

உரைக்கிறது uraikkiṛathu, v. t. To rub, try, assay gold by rubbing it upon a touchstone, to levigate or pulverize medicines or colour; உரைகல் uraikal, A touchstone; comp. கட்டளைக்கல் kaṭṭaḷaikkal.

உரொக்கம், ரொக்கம் urokkam, rokkam, s. Ready money, cash; உரொக்கப்பெட்டி urokkap peṭṭi, Cash-box, a coffer; உரொக்கக்காரன் urokkakkáran, A moneyed man.

உரொட்டி, ரொட்டி uroṭṭi, roṭṭi, s. Bread, or loaf; உரொட்டிச்சதை uroṭṭich chathai, Crum.

உரோகம், ரோகம் urógam, rógam, s. A disease; உரோகஸ்தன், உரோகி urógastan, urógi, A sick person.

உரோமம் urómam, s. The hair of the body; உரோமத்துவாரம், urómaddwáran, Pore, or Passage through which the hairs shoot.

உலகம் ulagam, s. The world. 2. The earth.

உலக்கை ulakkai, s. A rice-stamper, a wooden pestle; உலக்கைப்பாட்டு ulakkaip páṭṭu, A song used by women when beating paddy, உலக்கைப்பூண் ulakkaip pún, The iron ring on a pestle.

உலருகிறது ularugiṛathu, v. i. To dry up, grow dry—as wood, fish, &c., to wither, pine away; உலரவைக்கிறது, உலர்த்துகிறது ularavaikkiṛathu, ularttugiṛathu, To dry, make dry by exposing wood, &c. to the heat of the sun; நிழலிலேயுலர்த்துகிறது niḷalilé ularttugiṛathu, To dry in the shade; உலர்ந்ததரை ularnta tarai, Dry land.

உலா ulá, s. A procession; உலாப்போகிறது ulāppógiṛathu, To go in procession.

உலாத்துகிறது ulāttugiṛathu, To make to walk. 2. To walk; உலாத்திக்கொண்டிருக்கிறது ulāttikkoṇḍirukkiṛathu, To walk about.

உலாவுகிறது ulávugiṛathu, v. i. To walk abroad, walk about, to take a walk.

உலுக்குகிறது ulukkugiṛathu, v. To shake. 2. To tremble as in an earthquake.

உலுப்பை uluppai, s. Supplies furnished gratis to any great personage on a journey, by those who reside *enroute.* 2. A supply which a superior gives to an inferior in his household.

உலை ulai. s. A furnace in a forge. 2. A hearth. 3. A pot filled with water for boiling rice; உலைக்களம் ulaikkaḷam, Forge; உலைக்குறடு ulaikkuṛaḍu, A smith's tongs; உலைத்துருத்தி ulaitturutti, A pair of bellows for the forge; உலைநீர் ulai nír, Water which the smith sprinkles on the fire; உலைமுகம் ulai mukham, The fire-place of a forge; உலைமூக்கு ulai múkku, The aperture through which wind enters the furnace; உலையாணிக்கோல் ulai áṇikkól, A smith's pokers; உலைப்பானை ulaippánai, A rice-pot; உலைவைக்கிறது, உலைகாயவைக்கிறது ulai vaikkiṛathu, ulai káya vaikkiṛathu, To place a pot on the fire.

உலைகிறது ulaigirathu, v. i. To be agitated, to move. 2. To be afflicted, to suffer; உலைவு ulaivu, Tremor, torment. 2. Fear. 3. The same as உலைதல் ulaithal, Destruction.

உலைக்கிறது ulaikkirathu, v. t. To vex, afflict; உலைச்சல் ulaichchal, Trouble.

உலொட்டி lotti, s. Intoxicating liquor. 2. A small pot; உலொட்டிக்காரன் lottikkáran, A drunkard.

உலோகம் ulógam, s. Metal; பஞ்சலோகம் panjalógam, The five metals—gold, silver, copper, iron and lead.

உலோகம் ulógam, s. The world, the earth.

உலோபம் ulóbam, s. Tenacity, niggardliness, avarice; உலோபி ulóbi, An avaricious person.

உல்லம், உல்லமீன் ullam, ulla mín, s. Sable fish; உள்ளத்தைவிற்று உல்லத்தைக்கொள்ளு ullattai virru ullattaikkollu, Sell what you have and buy sable fish.

உல்லாசம் ullásam, s. Joy, pleasure, gaiety, delight, amusement, diversion in general; உல்லாசமாயிருக்கிறது ullásamáy irukkirathu, To enjoy recreation, amusement; உல்லாசமாய்ப்பேசுகிறது ullásamáyp pésugirathu, To entertain by joyful conversation; உல்லாசநடை ullásanadai, A proud, stately gait.

உவட்டுகிறது uvattugirathu, v. i. To disgust, loathe; உவட்டல் uvattal, Aversion.

உவமானம் uvamánam, s. That with which a thing is compared.

உவமிக்கிறது uvamikkirathu, v. t. To compare; உவமிப்பு uvamippu, A comparison.

உவமேயம் uvaméyam, s. The thing compared.

உவமை uvamai, s. A comparison, a parable; உவமைசொல்லுகிறது uvamai chollugirathu, To compare.

5

உவர் uvar, s. Saltness. 2. Salt; உவர்த்தரை uvarttarai, Saltish ground; உவர் நீர் uvar nír, Salt water, seawater, brackish water; உவர்மண் uvar man, Earth impregnated with soda.

உவன் uvan, pr. A person between the speaker and a remote person.

உவாத்தி uvátti, (Honorifically உவாத்தியார் uváttiyár.) A schoolmaster; உவாத்திமைத்தொழில்பண்ணுகிறது uváttimaittolil pannugirathu, To keep a school; உவாத்தியாயன் uváttiyáyan, A schoolmaster—the same as ஐயன் aiyan.

உழக்கு ulakku, s. The fourth part of a measure, marked thus ஊ; உழக்காழாக்கு ulakkálákku, Three-eighths of a measure, marked thus ஊஊ, மூவுழக்கு múvulakku, Three-fourths of a measure, marked thus ௩௲.

உழக்குகிறது ulakkugirathu, v. t. To tread under foot.

உழமண், உழைமண் ulaman, ulaiman, s. Earth impregnated with soda.

உழலுகிறது ulalugirathu, v. i. To be unsteady, to wander. 2. To swing, revolve, whirl, run round rapidly; உழலைமரம் ulalai maram, The wooden cylinder in an oil or sugar mill, by the revolution of which the liquid juice of the sugarcane is expressed.

உழலை ulalai, s. Great heat, thirst; அருழலைப்படுகிறது árulalaippadugirathu, To be scorched with great heat. 2. To be tormented with thirst.

உழற்றுகிறது ularrugirathu, v. t. To whirl, turn round rapidly.

உழுகிறது ulugirathu, v. i. To plough, furrow; உழக்கோல் ulakkól, A goad used to drive oxen when ploughing; உழவு, உழவுத்தொழில் ulavu ulavuttolil, Till-

agriculture; உழவடைக்கிறது uḷ..daik-kiṛathu, To make over to another land to be cultivated; உழவாரம் uḷavaram, A tool for weeding; உழவிடை uḷavidai, Cessation from ploughing; உழவெருது, உழவுகுண்டை, உழவுமாடு uḷaverutlu, uḷavukuṇḍai, uḷavumáḍu, Oxen used in ploughing; உழுதகாடு uḷuthakáḍu, Ploughed highland; உழுதநிலம் uḷutha nilam, Ploughed land; உழுதுபுழுதியாக்குகிறது uḷuthupuḷuthiyákkugiṛathu, To plough and harrow, to waste; உழுபடை uḷupaḍai, A plough; உழுபடைச்சால் uḷupaḍaich chál, A furrow; உழுவான் uḷuván, An insect that undermines garden-beds-Gryllus, Gryllo talpa.

உழுந்து uḷuntu, See உளுந்து uḷuntu.

உழைக்கிறது uḷaikkiṛathu, v. t. To labour much, work hard; உழைப்பு uḷaippu, Labour, work. 2. Perseverance. 3. Exertion; உழைப்பாளி uḷaippáḷi, A laborious man.

உளவு uḷavu, s. The secret obtained from another to be made known to his enemy; உளவன் uḷavan, A spy, a scout; உளவாய் ulaváy, Secretly.

உளறுகிறது uḷaṛugiṛathu, v. t. To speak indistinctly, or as a child, a person in fear, a simpleton.

உளி uḷi, s. A chisel; சிற்றுளி chiṛṛuḷi, A small chisel, used by carpenters.

உளு uḷu, s. A wood-worm, or wood fretter. 2. Dust of worm-eaten wood.

உளுக்காருகிறது, உட்காருகிறது uḷukkáru-giṛathu, uḍkárugiṛathu, v. t. To sit down. 2. To sink, settle—as a wall.

உளுக்கிறது uḷukkiṛathu, To be eaten up by worms. 2. To be corroded by salt-petre; உளுத்த துவரை uḷutta tuvarai, The worm-eaten seed of the Cajan shrub; உளுத்தமரம் uḷutta maram, Worm-eaten wood, &c.

உளுந்து uḷuntu, s. A plant—Phaseolus radiatus; உளுத்தமா uḷuttamá, The meal of the seeds of this plant; உளுத்தம்பயறு uḷuttam payaṛu, The seed.

உளுவை uḷuvai, s. A river fish—white caboose; கடலுளுவை kaḍaluḷuvai, A sea fish of that species.

உளை uḷai. s. Mire, mud.

உளைகிறது uḷaigiṛathu, v. i. To ache, to be griped, wearied, &c.; மூக்குளைகிறது múk-kuḷaigiṛathu, The nose aches; உளைவு uḷaivu, Griping pain, hard pain in the limbs, &c.

உள் uḷ, s. The inside, the interior, உள்ளறை uḷḷaṛai, An inner room, a division in a box; உட்கருத்து uḍkaruttu, Inward sentiment, intention; உட்காய்ச்சல் uḍ-káychchal, Internal heat, fever. 2. Hatred; உட்கை uḍkai, One who is privy to, a secret hand aiding in what is improper; உட்கையாயிருக்கிறது uḍ-kaiyáy irukkiṛathu, To have a hand in a matter; உட்கொள்ளுகிறது uḍkoḷḷu-giṛathu, To swallow, absorb, take in. 2. To fix in the mind. 3. To accede, approve; உட்சட்டை uḍchaṭṭai, A waistcoat; உட்சீலை uḍchílai, An under or inner cloth or dress. 2. The lining of a coat; உட்பகை uḍpagai, A secret hatred or grudge; உட்படுகிறது uḍpaḍugiṛathu, To enter, go in, be inside. 2. To consent, agree with one. 3. To meddle with a business, to take part with one. 4. To partake, to be a partaker; உட்பட uḍpaḍa, Together; உட்புகுகிறது uḍpukugiṛathu, To go in; உள்வட்டம் uḷvaṭṭam, Agio, the difference between bank-notes and current coin; உள்வலிப்பு ulvalippu, Inward pain or convulsion; உள்வளைக்கிறது ulvalaikkirathu, To bend inwards; உள்வளைவு ulvalaivu, Concavity; உள்வாரம் ulváram, The share in the produce of a field belonging to the owner; உள்ளங்கால் ullankál, The sole of the foot; உள்ளங்கை ullankai, The palm of the hand.

உள் ul, s. The root of a defective verb affirming the existence of the thing in question; *opp.* to இல் il; உள்ளும்புறமும் ullum puramum, Within and without, inwardly and outwardly; உள்ளே ullé, Within; உண்டு undu, A verb defective signifying, it is-with the dative case it signifies, to have—as எனக்குண்டு enakkundu, I have; உள்ள ulla, The rel. participle being, having; உள்ளபசுமை ulla pasumai, Property in possession; உள்ளபடி ullapadi, Really, truly; உள்ளபடிசொன்னேன் ullapadi chonnén, I have spoken truly; உள்ளது ullathu, That which is, or exists. 2. The truth. 3. Property; உள்ளதுதானே ullathutáné, Indeed; உள்ளதுரியதெல்லாம் ullathu uriyathu ellám, Personal property and that which may be inherited; உள்ளவன் ullavan, A man of substance; பணமுள்ளவன் panamullavan, One who has money.

உள்ளம் ullam, s. The mind; உள்ளக்குறிப்பு ullakkurippu, Intention, notion.

உள்ளான் ullán, s. A kind of snipe-scolapax.

உள்ளி ulli, s. Garlic. 2. Onion; இருள்ளி irulli, Onion; வெள்ளுள்ளி vellulli, Garlic.

உறக்கம் urakkam, s. Sleep; உறக்கமாயிருக்கிறது urakkamáy irukkirathu, To be sleepy. 2. To be melancholy.

உறக்கிறது urakkirathu, v. t. To seize one by the throat, to seize an animal's throat—as a lion does; ஊட்டியையுறந்துபோட்டான் úttiyai urantupóttán, He has seized his throat.

உறக்குகிறது urakkugirathu, v. t. To destroy, ruin; என்குடியையுறக்கிப்போட்டான் enkudiyai urakkippóttán, He has ruined my family.

உறங்குகிறது urankugirathu, v. i. To sleep.

உறண்டை urandai, s. Disunion, separation, dissension; உறண்டைக்குநிற்கிறது urandaikku nirkirathu, To disagree, dissent. 2. Importunity, annoyance; உறண்டையிடுகிறது urandai idugirathu, To importune, annoy; உறண்டைநாற்றம் urandai nárram, Stench, offensive smell.

உறவு uravu, s. Affinity, consanguinity. 2. Friendship; உறவன் uravan, A relation; உறவாடுகிறது uravádugirathu, To behave towards one, or treat one as a relation; உறவுபண்ணுகிறது uravu pannugirathu, To reconcile parties, or to bring parties to an amicable understanding; உறவின்முறை uravin murai, Consanguinity, kindred; தூரவுறவு dúra uravu, A distant relationship; கிட்டின உறவு kittina uravu, Near relationship.

உறி uri, s. A coarse network made of rope, or ratan, in which pots and other vessels are suspended from the beams of the house, or from a staff across the shoulder; உறிக்கலயம் urikkalayam; உறியடுக்குச்சட்டி uriadukkuch chatti, A number of kitchen utensils suspended by such a network; உறிகட்டுகிறது uri kattugirathu, உறிபோடுகிறது uri podugirathu, To construct such a network of rope or ratan.

உறிஞ்சுகிறது uṛiñjugiṛathu, *v. t.* To sip, sup, snuff; உறிஞ்சிக்குடிக்கிறது uṛiñjik kuḍikkiṛathu, To suck up; மூக்குறிஞ்சுகிறது mukkuṛiñjugiṛathu, To snuff up.

உறுக்குகிறது uṛukkugiṛathu, To reprimand, chide, scold; என்னையுறுக்குகிறாயோ ennai uṛukkugiṛáyó, Art thou angry with me; உறுக்கிக்கேட்கிறது uṛukkik kéḍkiṛathu, To ask in a threatening manner.

உறுதி uṛuthi, *s.* Firmness, strength, comfort; உறுதிகொள்ளுகிறது uṛuthikoḷḷugiṛathu, To be confirmed; உறுதிசெய்தல் uṛuthi cheythal, The act of giving strength, comfort; உறுதிசொல்லுகிறது uṛuthi chollugiṛathu, To console, strengthen the mind. 2. To charge earnestly, exhort, admonish; உறுதிபண்ணுகிறது uṛuthi paṇṇugiṛathu, To confirm, corroborate; உறுதிபத்திரம் uṛuthi pattiram, A bond; உறுதிப்படுத்துகிறது uṛuthippaḍuttugiṛathu, To establish; உறுதிப்பாடு uṛuthippáḍu, Stability, firmness; உறுதியாய்ப்பிடிக்கிறது uṛuthiyáippiḍikkiṛathu, To insist upon, to shew no indulgence.

உறுத்துகிறது uṛuttugiṛathu, *v. t.* To produce, cause; பயமுறுத்துகிறது bhayamuṛuttugiṛathu, To intimidate, frighten.

உறுப்பு uṛuppu, *s.* A member. 2. A component part of any thing; உறுப்படக்கி uṛuppaḍakki, A tortoise–so called, because the animal conceals its limbs under its shell.

உறுமாலை uṛumálai, *s.* A kerchief, a handkerchief; உறுமாலைகட்டுகிறது uṛumálai kaṭṭugiṛathu, To tie it round the head.

உறுமி uṛumi, *s.* A tabour, a kind of drum.

உறுமுகிறது uṛumugiṛathu, *v. i.* To snarl—as a dog or cat. 2. To make a noise, to grumble. 3. To be angry; உறுமிப்பார்க்கிறது ūṛumip párkkiṛathu, To look grimly.

உறை uṛai, *s.* A reserve of curds for curdling milk; உறைகுத்துகிறது uṛaikuttugiṛathu, To curdle milk, cause it to coagulate. 2. The scabbard of a weapon, a sheath. 3. Hoops of burnt clay; உறைக்கிணறு uṛaikkiṇaṛu, A well formed of earthen rings. 4. The outward covering of any thing; தலையணையுறை talaiyaṇaiyuṛai, A pillow-case.

உறைகிறது uṛaigiṛathu, *v. t.* To curdle, congeal.

உறைக்கிறது uṛaikkiṛathu, *v. i.* To be pungent, sharp—as spices. 2. To affect acutely, to cut to the quick; கறியுறைக்கிறது kaṛi uṛaikkiṛathu, The curry is hot; உறைப்பு uṛaippu, Sharpness, acrimony. 2. Severity; உறைப்பாயிருக்கிறது uṛaippáy irukkiṛathu, To be sharp or pungent; என்மேலேசூடுறைக்கிறது enméléchúḍu uṛaikkiṛathu, The heat burns or scorches me; என்மனசிலுறைக்கிறது en manasil uṛaikkiṛathu, It touches me to the quick.

உற்சவம் uṛsavam, *See* உச்சவம் uchchavam.

உற்சாகம் uṛcháham, *s.* Perseverance. 2. Effort, strenuous and continual exertion. 3. Encouragement. 4. Fortitude, firmness; உற்சாகங்கொண்டு மச்சைத்தாவுகிறான் uṛcháhamkonḍu machchait távugiṛán, He leaps to the ceiling for joy.

உற்சாயம் uṛcháyam, *s.* Spontaneousness, willingness, readiness.

உற்பத்தி uṛpatti, *s.* Birth, production; உற்பத்திக்கிரமம் uṛpattik kramam, Genealogy; சீவ உற்பத்தி, சீவோற்பத்தி, jíva uṛp patti, jívóṛppatti, Animation, nativity, the act of enlivening.

உற்பலம் uṛpalam, *s.* The general name of different species of the Nymphæa and Pontederia; நீலோற்பலம், கருங்குவளை nílóṛpalam, karuṅkuvaḷai, Pontederia hastata.

உறபவம் uṛpavam, *See* உற்பத்தி uṛpatti.

உற்பவிக்கிறது uṛpavikkiṛathu, *v. i.* To be born.

உற்பாதம் uṛpátham, *s.* A prodigy, or phenomenon—as a comet; உற்பாதபிண்டம் uṛpáthapiṇḍam, A great wit.

உனக்கு unakku, To thee.

உன்மத்தம் unmattam, *s.* Insanity, confusion of mind, intoxication.

உன்னதம் unnatham, *s.* Eminency; உன்னதமாயிருக்கிறது unnathamáy irukkiṛathu, To be high, eminent.

உன்னிடத்தில் unniḍattil, With thee.

உன்னுகிறது unnugiṛathu, *v. t.* To think, consider; உன்னிப்பார்க்கிறது unnippárkkiṛathu, To look attentively.

ஊ

ஊகிக்கிறது úgikkiṛathu, *v. t.* To guess, conjecture—as யூகிக்கிறது yúgikkiṛathu.

ஊக்கம் úkkam, *s.* Spirit, energy. 2. Impulse. 3. Strength, power. 4. Perseverance; ஊக்கமுடைமை úkkamuḍaimai, Unceasing perseverance.

ஊசல் úsal, *s.* (*commonly* ஊஞ்சல், உஞ்சல் úñchal, uñchal,) A swing; ஊசலாடுகிறது úsaláḍugiṛathu, To swing, to be swung; ஊசல் போடுகிறது úsal póḍugiṛathu, To put up a swing; ஊசல் நாட்டுகிறது úsal náṭṭugiṛathu, To fix posts for a swing.

ஊசி úsi, *s.* A needle; குண்டூசி kuṇḍúsi, A pin; கொண்டையூசி koṇḍai yúsi, A different kind of needle which has no eye; ஊசிக்கண், ஊசிக்காது úsikkaṇ, úsikkáthu, The eye of a needle; ஊசிக்காந்தம் úsik kántam, A loadstone, a magnetic needle; ஊசிமுனை úsi munai, The point of a needle; ஊசியோட்டுகிறது úsi óṭṭugiṛathu, To use a needle, to sew.

ஊசுகிறது, ஊசிப்போகிறது úsugiṛathu, úsippógiṛathu, *v. i.* To grow nauseous.

ஊடாடுகிறது úḍáḍugiṛathu, *v. t.* To be acquainted with. 2. To be in familiar friendship with one.

ஊடு úḍu, *s.* Between; ஊடுருவுகிறது úḍuṛuvugiṛathu, To penetrate, pass through—as the air, a sword, a spear, &c.

ஊடை úḍai, *s.* The woof.

ஊட்டம் úṭṭam, *s.* Meat, food.

ஊட்டி úṭṭi, *s.* Throat; ஊட்டியையறுக்கிறது úṭṭiyai aṛukkiṛathu, To cut the throat.

ஊட்டுகிறது úṭṭugiṛathu, *v. t.* To nurse by putting food into the mouth, to cherish. 2. To suck; நினைப்பூட்டுகிறது ninaippúṭṭugiṛathu, To remind, put in mind; பிழைப்பூட்டுகிறது piḷaippúṭṭugiṛathu, To re-animate, to restore to life.

ஊண் úṇ, *s.* Food. 2. Boiled rice; ஊணுறக்கமில்லாதவன் úṇ uṛakkam illáthavan, A person that neither eats nor sleeps; ஊண்பாக்கு úṇ pákku, Betel taken after dinner or supper; *opp.* to வீண்பாக்கு víṇpákku, Betel taken at any other time.

ஊதா údá, *s.* Brown colour.

ஊதாரி údári, *s.* An extravagant fellow, a spendthrift, a prodigal.

ஊதியம் údiyam, *s.* Profit, gain; ஊதியமாயிருக்கிறது úthiyamáy irukkiṛathu, To be profitable.

ஊதுகிறது úthugiṛathu, *v. t.* To blow, blow a fire, to kindle. 2. To blow a wind instrument; ஊதிப்பார்க்கிறது úthip párkkiṟathu, To try a trumpet, cornet, &c.; ஊதிவிடுகிறது úthiviḍugiṟathu, To blow away, blow out; ஊதுகுழல் úthu kuḻal, A pipe. 2. A tube used by goldsmiths, &c. to blow the fire; எக்காளமூதுகிறது ekkáḷamúthugiṟathu, To blow a trumpet.

ஊதுகிறது úthugiṟathu, *v. i.* To swell. 2. To be puffed up. 3. To swell with sickness; ஊதிப்போகிறது úthippógiṟathu, To be puffed up, ஊதுகரப்பான் úthu karappán, A disease of children, an eruption on the skin; ஊதுகாமாலை úthu kámálai, A disease in which the body swells.

ஊத்தை úttai, *s.* Filth connected with the body, &c.; ஊத்தைப்பாண்டம் úttaip páṇḍam, A stink-pot, an unclean vessel. 2. The body.

ஊமத்தம், ஊமத்தை, ஊமத்தஞ்செடி úmattam, úmattai, úmattañchedi. *s.* A narcotic plant of two species, the first called வெள்ளுமத்தை, veḷḷúmattai. Datura metel, and the second கருவூமத்தை karu úmattai, Datura fastuosa from its flower being of a beautiful purple on the outside and white within; ஊமத்தங்கூகை úmattaṅkúkai, A large owl; அடுக்கூமத்தை aḍukkúmattai, Another species of the ஊமத்தை úmattai; பொன்னூமத்தை ponnúmattai, A variety of Datura fastuosa.

ஊமை úmai, *s.* A dumb person; ஊமைக்கட்டி úmaikkaṭṭi, A blind boil; ஊமைத்தேங்காய் úmaitteṅkáy, A cocoanut whose water does not sound when shaken; ஊமைத்தனம் úmaittanam, Dumbness; ஊமையன் úmaiyan, A dumb man; ஊமைச்சி úmaichchi, A dumb woman.

ஊருகிறது, ஊர்கிறது úrugiṟathu, úrgiṟathu, *v. i.* To crawl—as an infant, to creep—as an ant, a snake; எறும்பூரக் கல்லும் குழியும் eṟumpúrak kallum kuḻiyum, Even a stone will become hollow by the continued passage of ants; ஊர்ந்துபோகிறது úrntupógiṟathu, To continue creeping; ஊரி úri, A snail, a chank; ஊர்வன úrvana, Reptiles; நண்டூருகிறது naṇḍúrugiṟathu, A crab is crawling; நத்தையூருகிறது nattai úrugiṟathu, A snail is creeping.

ஊர் úr, *s.* A country, a town, a village. ஊரார் úrár, Townsmen, citizens; ஊரார் கையிலே கொடுக்கிறது úrár kaiyilé koḍukkiṟathu, To deliver into another man's hand; ஊருணி úruṇi, A common tank, accessible to all in the town, out of which they all drink; ஊரோடிருக்கிறான் úróḍirukkiṟán, He is in town, he is at home; ஊர்கூட்டியழைக்கிறது úrkúṭṭi aḻaikkiṟathu, To convocate, summon the inhabitants of a city to an assembly; ஊர்க்காரியபாரு úrkkárupáru, Public affairs. 2. Management of them. 3. Meddling with the affairs of others; ஊர்க்குருவி úrkkuruvi, A sparrow; ஊர்வலம் úrvalam, The procession of a bridegroom, king, priest, &c. when first formed, the procession moves to the right.

ஊழி úḻi, *s.* Eternity; ஊழிகாலம் úḻikálam, Perpetuity; ஊழியுள்ளளவும் úḻiyuḷḷaḷavum, Through all eternity; உனக்கூழிவர unakkúḻivara, An imprecation, may you die.

ஊழியம் úḻiyam, *s.* A service, office, function; ஊழியஞ்செய்கிறது úḻiyam cheygiṟathu, To serve, minister; ஊழியக்காரன் úḻiyakkáran, A servant.

ஊழ் úḻ, *s.* Past deed, the good or bad consequences of which are to be expected; ஊழ்விதி úḻvithi, Destiny, arising from the actions of previous births.

ஊளை úḷai, *s.* A howl. 2. Snot; ஊளையிடுகிறது úḷaiyiḍugiṛathu, To howl; ஊளை மூக்கன் úḷai múkkan, A snotty fellow. 3. Filthiness, nastiness.

ஊறு úṛu, *s.* Evil, mischief. 2. A wound; ஊறுபாடு úṛupáḍu, Hurt, injury; ஊற்றாணி úṛṛáṇi, The nail which fastens the beam of a plough.

ஊறுகிறது úṛugiṛathu, *v. i.* To spring forth, issue forth—as water from the earth, or a fountain. 2. To be soaked, steeped, pickled; ஊறவைக்கிறது To steep; ஊறுகாய் úṛukáy, Pickle of unripe fruits; வாயூறுகிறது váyúṛugiṛathu, The mouth waters; ஊறுபுண் úṛupuṇ, A closing wound.

ஊற்றல் úṛṛál, *s.* A wicker basket for catching fish or for covering chickens.

ஊற்று úṛṛu, *s.* A spring; ஊற்றுக்கண் úṛṛukkaṇ, Its jet; ஊற்றுக்குழி úṛṛukkuḷi, A hole made in the bed of a river for water; ஊற்றுநீர் úṛṛunír, Spring water.

ஊற்றுகிறது úṛṛugiṛathu, *v. t.* To pour out, empty a vessel of its contents. 2. To extract oil—as from the kernels of Ricinus (கொட்டைமுத்து koṭṭai muttu) by boiling them in water after they have been well bruised.

ஊனம் únam. *s.* Want, defect, maim; கையூனம் kai únam, Privation of a hand; ஊனமாயிருக்கிறது únamáy irukkiṛathu, To be maimed; கண்ணூனம் kaṇṇúnam, Privation of an eye; காலூனம் kálúnam, Privation of a foot.

ஊன் ún, *s.* All kinds of flesh, fat. 2. An incrustation formed over a sore—proud flesh; ஊன்தள்ளுகிறது úntaḷḷugiṛathu, To grow—as proud flesh.

ஊன்றுகிறது úṉṛugiṛathu, *v. t.* To press upon, lean upon; ஊன்றுகோல், úṉṛukól, A prop, walking-staff, a staff.

எ

எ e, *An interrogative letter* meaning what;

எஎ ee, A word expressive of contempt.

எஃகு ehku, *s.* Commonly, எகு, எழு, எழுகு egu, eḻu, eḻugu, Steel.

எஃகுகிறது ehkugiṛathu, *v. i.* To card, or comb wool, cotton.

எஃகுகிறது ehkugiṛathu, *v. t.* To be elastic. 2. To be drawn out. 3. To become unfastened; எஃகுகோல் ehkukól. A bow for carding cotton.

எக்கச்சக்கம் ekkachchakkam, *s.* Confusion, random; எக்கச்சக்கஞ் சொல்லாதே ekkachchakkam cholláthé, Speak not at random; எக்கச்சக்கமாய் ekkachchakkamáy, Confusedly, without order; எக்கச்சக்கம்பண்ணுகிறது ekkachchakkam paṇṇugiṛathu, To put in confusion.

எக்கண்டம் ekkaṇḍam, *s.* (*prop.* ஏககண்டம் éka kaṇḍam,) One piece, not composed of parts; எக்கண்டமானபலகை ekkáṇḍamana palagai, A whole board; எக்கண்டமான பீரங்கி ekkaṇḍamána píraṅgi, A cannon that is one solid piece.

எக்கரணம், எக்கரவம் ekkaraṇam, ekkaravam, *s.* A noise which a bull makes when about to attack another.

எக்கரணம் போடுகிறது ekkaraṇam póḍugiṛathu, To make such a noise.

எக்காளம் ekkáḷam. *s.* Trumpet.

எக்குகிறது ekkugiṛathu, *v. t.* To contract the belly. 2. To stand on tiptoe to reach a thing; எக்கிப்பார்க்கிறது ekkippárkkiṛathu, To peep standing on tiptoe.

எங்கள், எங்களுடைய eṅgaḷ, eṅgaḷuḍaiya, *Gen. of* யாங்கள் yáṅgaḷ, Our, not including the person to whom we speak.

எங்கு எங்கே eṅgu, eṅgé, *ad.* Where? whither; எங்கேயாகிலும் eṅgé ágilum, Any-where, wherever; எங்கும் eṅgum, Everywhere.

எசமான், எசமானன் esamán, esamánan, (*Fem.* எசமானி—esamáni) *s.* Master, owner, &c.

எச்சரிக்கிறது echcharikkiṛathu, *v. t.* To caution, forewarn. 2. To hint, mention slightly, to put one in mind of any thing; எச்சரித்துவைக்கிறது echcharittu vaikkiṛathu, To premonish; எச்சரிக்கை echcharikkai, Caution, circumspection, admonition. 2. A song among the Tamulians ending with this word, and used in pagodas. 3. A word used before kings and great men to excite awe; எச்சரிக்கையாயிருக்கிறது echcharikkaiyáy irukkiṛathu, To be circumspect, cautious, to take heed; எச்சரிப்பு echcharippu, Warning, previous notice, cautioning.

எச்சு echchu, *s.* A high key in music; அவன் பாடுகிறதிலே எச்சு மெத்த avan páḍugiṛathilé echchu metta, He sings too high.

எச்சம் echcham, *s.* The excrement of birds, lizards, rats, &c.; எச்சமிடுகிறது echcham iḍugiṛathu, To befoul, to soil with dung—said of birds.

எச்சில் echchil, *s.* Remains, refuse, refuse of food deemed impure; எச்சிலாக்குகிறது echchil ákkugiṛathu, To defile food by the hand or spoon in feeding; எச்சில் துப்புகிறது, எச்சிலுமிழ்கிறது echchil tuppugiṛathu, echchil umiḻgiṛathu, To spit; எச்சில் கலக்கிறது echchil kalakkiṛathu, To eat what has been left upon a plate by another—a ceremony in heathen marriages observed by the bridegroom and bride; எச்சில் காறி உமிழ்கிறது echchil káṛi umigiṛathu, To force up phlegm and spit it out; எச்சில்வாய் echchil váy, A mouth not washed after a meal; எச்சிற்கிதம் பாடுகிறது echchiṛkitham páḍugiṛathu, To assent to any thing wrong from sinister motive; எச்சிற்பருக்கை echchiṛparukkai, Rice remaining after eating; எச்சிற்பேய் echchiṛpéy, Diminutive demon exceedingly voracious. 2. One fond of dainties; எச்சிற்றழும்பு echchiṛṛaḻumbu, A disease spreading over the body in itchy pustules; கண்ணெச்சில் kaṇṇechchil, Evil imagined to be caused by other people's eyes—திஷ்டி dishṭi; கண்ணெச்சில்கழிக்குதல் kaṇṇechchilkaḻikkuthal, Ceremonies for removing an imaginary evil that might have been caused by evil eyes.

எடுக்கிறது eḍukkiṛathu, *v. t.* To raise, lift up—as, விழுந்தவனை யெடாமலுதைக்கலாமோ viḻuntavanai eḍámal uthaikkalámó, Is it proper to kick, instead of raising a fallen man. 2. To take off, take away. 3. To take upon, assume; பேரெடுக்கிறது péreḍukkiṛathu, To obtain a good or bad name; வாயிலெடுக்கிறது váyileḍukkiṛathu, To vomit; நூலெடுக்கிறது núl eḍukkiṛathu, To disentangle thread; பூவெடுக்கிறது pú eḍukkiṛathu, To gather flowers; அரசனாலயமெடுத்தான் arasan álayam eḍuttán, The king built a temple; கிணறெடுக்கிறது kiṇareḍukkiṛathu, To dig a well; வயிறு கடுப்பெடுக்கிறது vayiṛu kaḍuppeḍukkiṛathu, The bowels gripe; வெறியெடுத்தவன் veṛi eḍuttavan, One who is drunk; அதையெடுத்துப்பேசினான் athai eḍuttup pésinán, He took up the subject; எடுகூலி eḍukúli, Porterage; எடுத்துக்கொள்ளுகிறது eḍuttukkoḷḷugiṛathu, To assume, to take for one's own use; எடுத்துக்கொண்டுபோகிறது eḍuttukkoṇḍu pógiṛathu, To take, carry away; ஏரி எடுத்துப்போகிறது éri eḍuttuppógirathu, The lake is carried away; எடுப்பிக்கிறது eḍuppikkiṛathu, To cause to raise, or lift up; எடுத்துவிடுகிறது eḍuttuviḍugiṛathu, To assist one in lifting any thing. 2. To lift up a fallen person; எடுபடுகிறது eḍupaḍugiṛathu, To be taken out—as goods, &c.; எடுபட்டுப்போகிறது eḍupaṭṭuppógiṛathu, To be raised. 2. To be abolished. 3. To be overcome, outdone; எடாத எடுப்பு eḍátha eḍuppu, Living above one's rank, circumstances, means; எடுபாடு eḍupáḍu, Abolition; எடுப்பு eḍuppu, Elevation, act of raising; எடுப்புத்தேர் eḍupput tér, A portable shrine in which idols are borne about. *opp.* to இழுப்புத்தேர் iḻupput tér, moved on wheels; பேரெடுப்பு péreḍuppu, Celebrity, fame.

எட்டி eṭṭi, *s.* The name of a poisonous and very bitter tree, Strychnos nux vomica; எட்டிவேர் eṭṭivér, The root of Strychnos, which is medicinal.

எட்டு eṭṭu, *a.* The number 8, eight; எட்டாம்வரி eṭṭám vari, The eighth line in a page, &c.; எட்டிலொருபங்கு eṭṭil oru pangu, An eighth part; எட்டிலொன்று eṭṭil onṛu, One in eight; எட்டிலேபத்திலே eṭṭilé pattilé, By intervals, now and then; எண்சாண் eṇchán, Eight span; எண்சாணுடம்பு eṇchán uḍambu, The human body, eight span high; எண்ணாயிரம் eṇṇáyiram, Eight thousand; எண்ணான்கு eṇṇángu, Eight times four; எண்ணூறு eṇṇúṛu, Eight hundred; எண்பது eṇpathu, Eighty; எண்மடங்கு eṇmaḍangu, Eight fold.

எட்டுகிறது eṭṭugiṭathu, *v. a.* To be within reach; கைக்கெட்டும் kaik keṭṭum, It is within reach of the hand. 2. To reach at, to fetch from some place distant or high; எட்ட eṭṭa, *inf. used adverbial'y*, Far, far off; எட்டிப்பார்க்கிறது eṭṭippárkkiṛathu, To peep, look over a wall, &c.; எட்டிப்பறிக்கிறது eṭṭip paṛikkiṛathu, To reach and pluck; எட்டிநடக்கிறது eṭṭinaḍakkiṛathu, To travel quickly, to go hastily, to walk as fast as possible; எனக்கெட்டாது enakkeṭṭáthu, I cannot reach it. 2. I cannot comprehend it; எனக்கெட்டின மட்டும் enakkeṭṭina maṭṭum, As far as I could reach; மனோவாக்குக்கெட்டாது manóvákkukkeṭṭáthu, It is inconceivable and inexpressible.

எண் eṇ, *s.* Arithmetic, computation; எண்சுவடி eṇchuvaḍi, An account book. 2. The multiplication table.

எண்ணம் eṇṇam, *s.* Thought, opinion. 2. Hope, expectation. 3. Esteem, regard, respect; எண்ணங்குலைகிறது eṇṇamkulaigiṛathu, To be defeated in one's expectation. 2. To lose one's esteem; எண்ணங்கொண்டிருக்கிறது eṇṇamkoṇḍirukkiṛatthu, To entertain hope; எண்ணப்பட்டவன் eṇṇappaṭṭavan, One who is esteemed and honoured; தானென்கிறவெண்ணம் tán engiṛa eṇṇam, Self-conceit.

எண்ணுகிறது eṇṇugiṛathu, *v. i.* To compute, count. 2. To esteem, respect, consider, think; எண்ணிக்கை eṇṇikkai, *s.* Esteem, reverence.

எதிர் ethir, *a.* That which is opposite, or before. 2. Similitude, comparison, எதிர்வீடு ethir víḍu, A house opposite; எதிராக, எதிர்முகமாக ethiriága, ethir mukhamága, Opposite ; எதிரே ethiré, Before; எதிரி ethiri, An adversary; எதிரிடுகிறது ethiriḍugiṛathu, To oppose ; எதிரிடை ethiriḍai, Opposition; எதிரிடையாய்ப்பேசுகிறது ethiriḍaiyáyp pésugiṛathu, To dispute, contradict; எதிர்காலம் ethir kálam, Future time, the future tense; எதிர்பார்க்கிறது ethir párkkiṛathu, To look forward, to be in expectation; எதிர்முறி ethir muṛi, A counter-bond.

எதிர்கிறது ethirgṛathu, *v. t.* To oppose; எதிர்காற்று ethir káṛru, Contrary wind.

எதிர்க்கிறது ethirkkiṛathu, *v. t.* To oppose, counteract; எதிர்சாட்சி ethir sátchi, Counter-evidence, contrary testimony ; எதிர்மொழி ethir moḻi, An answer.

எது ethu, *int. pro.* What, which; இவ்விரண்டிலெது ivvirandilethu, Which of the two ; எதுவாகிலும் ethuvágilum, Any thing whatever.

எத்தனம் ettanam, *s.* Means. 2. Effort, exertion ; தேவ எத்தனமாய் dévaettanamáy, By God's providence; எத்தனப்படுகிறது ettanappaḍugiṛathu, To prepare, Set about; எத்தனம்பண்ணுகிறது ettanam paṇṇugiṛathu, To use means.

எத்தனை ettanai, *s.* How many, how much ; எத்தனைமனிதர் ettanai manithar, How many men; எத்தனைதூரம் ettanai dúram, How far.

எத்துகிறது ettugiṛathu, *v. t.* To deceive, seduce, cheat by telling lies; எத்தப்பார்க்கிறது ettap párkkiṛathu, To intend deceiving; எத்தன் ettan, A deceiver, an imposter; எத்தல் ettal, Deceit; எத்திப்பறிக்கிறது ettippaṛikkiṛathu, To obtain by deceit; எத்து ettu Cunning; எத்துக்குட்படுகிறது ettukkuḍugiṛathu, To be deceived; எத்துவாதம் ettu vádam, Contradiction.

எந்த enta, *int. pr.* What, which ; எந்தக்கை entak kai, which hand; எந்தச்சுமை entach chumai, which burden; எந்தத்தொழில் entat toḻil, Which office; எந்தெந்தச்சமயத்திலும் ententa samayattilum, On every occasion; நீ எந்தஊர் ní enta úr, To what place do you belong ; எந்த மனுஷன் enta manushan, What man; எந்தநாள் enta náḷ, What day ; எந்தவிதத்தினாலேயும் enta vithattinaléyum, By whatever means.

எந்திரம் entiram, *s.* A machine.

எப்படி eppaḍi, *int. ad.* How; எப்படியாகிலும் eppaḍiyágilum, However, at any rate, at all events.

எப்போது eppóthu, *int. ad.* When; எப்போதுவந்தாலும் eppóthu vantálum, Whenever (he) comes ; எப்போதுமுள்ளது eppóthum uḷḷathu, That which is continual; எப்போதைக்கும் eppóthaikkum, Always.

எம்மட்டு emmaṭṭu, How far, how much.

எம்மாத்திரம் emmáttiram, How much.

எய்கிறது eygiṛathu, *v. t.* To cast, throw, fling, shoot an arrow ; எய்கிறவன் eygiṛavan, A shooter, an archer ; எய்தவனிருக்க அம்பை நோவானேன் eythavan irukka ambai nóvánén, It is the archer, why accuse the arrow?

எய்க்கிறது eykkiṛathu, *v. i.* To be weary, to fail in strength.

எரிகிறது erigiṛathu, *v. i.* To burn. 2. *(Met.)* To be much displeased, or grieved ; எரிபந்தம் eripantam, A flambeau ; பற்றியெரிகிறது paṛṛi erigiṛathu, To take fire; எரிவு erivu, A burning ; அவன் பட்டதை நினைக்கிறபோதென் வயிறெரிகிறது avan paṭṭathai ninaikkiṛapóthu en vayiṛu erigiṛathu, It grieves me when I consider what he has suffered.

எரிக்கிறது erikkiṛathu, *v. t.* To burn, consume with fire ; எண்ணெயெரிக்கிறது eṇṇei erikkiṛathu, To extract oil ; எரிச்சல் erichchal, Ardour, burning heat. 2. (*Met.*) Wrath, indignation.

எரு eru, *s.* Dung, manure ; எருக்கட்டுகிறது eruk kaṭṭugiṛathu, To collect dung ; எருப்போடுகிறது eruppóḍugiṛathu, To manure ; எருமுட்டை eru muṭṭai, Cow-dung dried by being placed in the heat of the sun ; காட்டெருமுட்டை káṭṭu erumuṭṭai, Cow-dung found dry in pasture grounds.

எருக்கு erukku, A shrub—Asclepias gigantea, the charcoal of this shrub is used in making gunpowder.

எருது eruthu, *s.* An ox, a bullock ; எருதுக்காரன் eruthukkáran, A bullockdriver. 2. A proprietor of bullocks ; உழவெருது uḷaveruthu, A bullock for ploughing ; பொதியெருது pothieruthu, A pack-bullock.

எருமை erumai, *s.* A buffalo, either male or female, but more especially the female ; எருமைக்கடா erumaikkaḍá, A male buffalo ; எருமைப்பால் Buffalo's milk ; எருமைப்பால் குடித்தவன் erumaippál kuḍittavan, one who has drunk buffalo's milk : i. e., A blockhead.

எலி eli, *s.* A rat ; எலிக்குஞ்சு elikkuñju, A young rat ; எலிச்செவி elich chevi, Rat's ear—a plant: Evolvulus emarginatus ; எலிப்பொறி, எலிப்போன் elippoṛi, elippón, A rat trap; எலிவளை elivaḷai, A rat hole ; இரைப்பெலி iraippeli, A kind of rat, the bite of which causes of shortness of breath ; கட்டெலி kaṭṭeli, Another kind of rat, whose bite is mortal ; காரெலி káreli, A black rat ; சுண்டெலி chuṇḍeli, A mouse ; முள்ளெலி muḷḷeli, A hedge-rat ; வெள்ளெலி veḷḷeli, A white rat.

எலுமிச்சை elumichchai, *s.* The lemon tree, a variety of Citrus aurantium; எலுமிச்சங்காய் elumichchaṅkáy, An unripe lemon ; எலுமிச்சம்பழம் elumichchampaḻam, The ripe fruit of the lemon tree ; கஸ்தூரி யெலுமிச்சை, kastúri elumichchai, A kind of lemon–Limonia trifoliata; காட்டெலுமிச்சை káṭṭelumichchai, A species of the lemon tree found in forests ; கொடியெலுமிச்சை koḍi elumichchai ; Another kind of the Citrus.

எலும்பு elumbu, *s.* A bone ; எலும்புக்கூடு elumbukkúḍu, A skeleton ; எலும்புருக்கி elumburukki, A disease of the bones, rottenness in the bones ; காலெலும்பு kál elumbu, The shinbone ; சவடியெலும்பு chavaḍi elumbu, The collar-bone, the clavicle; தொடையெலும்பு toḍai elumbu, The thigh-bone; நடுவெலும்பு naḍu-elumbu, The spine, the back-bone; பழுவெலும்பு paḻu elumbu, A rib.

எல்லாம் ellám, *s.* All. 2, The whole ; பூமியெல்லாம் bhúmí ellám, The whole earth; நாமெல்லாம் námellám, All of us ; நீங்களெல்லாம் níngaḷ ellám, All of you; அவர்களெல்லாம் avarkaḷ ellám, All of them ; எல்லாரும் ellárum, All men, all women.

எல்லை ellai, *s.* Limit, bounds ; நான் குறித்த வெல்லை கடவாதே nán kuṛitta ellai kaḍavátê Do not pass the bounds I have set ; எல்லைக்கல் ellaikkal, A boundary stone.

எவன் evan, *inter. pro.* Who, (*fem.* எவள் evaḷ, *pl.* எவர் evar) எவனொருவன் evanoruvan, Some one, any one.

எவை evai, *inter. pro.* Which.

எழுகிறது eḻugiṛathu, *v. i.* To rise, get up, ascend, go on ; கையுங்காலுமெழவில்லை kaiyum kálum eḻavillai, His hand and feet are motionless; நாவெழாது ná eláthu, The tongue will not rise; எழுச்சி eluchchi, Elevation. 2. (*met.*) Haughtiness. 3. A disease or soreness of the ears; மேலெழுச்சியாய், மேலெழுந்ததாய் méleluchchiyáy, méleluntatháy, Superficially, carelessly; எழுந்தருளுகிறது eluntaruḷugirathu, To vouchsafe, to rise used in speaking of a person of the highest rank and respectability; எழுந்தருள்படி eluntaruḷpadi, A procession of heathen gods; எழுந்திருக்கிறது eluntirukkirathu, To rise up; எழுந்துபோகிறது eluntu pógirathu, To depart.

எழுதுகிறது eluthugirathu, *v. t.* To write, paint, draw; கைபடியவெழுதுகிறது kaipadiya eluthugirathu, To practise writing; திருத்தமாயெழுதுகிறது tiruttamáy eluthugirathu, To write correctly; பெயர்த்தெழுதுகிறது peyartteluthugirathu, To copy, transcribe; எழுதிக்கொடுக்கிறது eluthik kodukkirathu, To give in writing; எழுதிக்கொள்ளுகிறது eluthikkoḷḷugirathu, To write for one's self, to get one's self enlisted; எழுதிவைக்கிறது eluthi vaikkirathu, To write down; எழுதுகோல் eluthu kól, A reed for writing, a paint-brush.

எழுத்து eluttu, *s.* A letter. 2. A writ, or writing; எழுத்தாணி eluttáni, An iron pen, a style; எழுத்தாணிக்கூடு eluttáṇik kúdu, A case for an iron pen; குண்டெழுத்தாணி kundeluttáṇi, An iron pen with a round head; தேரெழுத்தாணி téreluttáṇi, An iron pen with a head like an idol car; மடிப்பெழுத்தாணி, மடக்கெழுத்தாணி madippeluttáṇi, madakkeluttáṇi, A clasp iron pen; வாரெழுத்தாணி vár eluttáni, An iron pen with a knife attached; எழுத்துக் கூட்டுகிறது eluttuk kúṭṭugirathu, To spell; எழுத்துப்பிழை eluttup piḷai, An error in spelling; எழுத்துவேலை eluttu vélai, Chintz painting.

எழுப்புகிறது eluppugirathu, *v. t.* To awake, rouse, excite.

எழும்புகிறது elumbugirathu, *v. i.* To rise, arise; புகையெழும்புகிறது pugai elumbugirathu, The smoke rises.

எள் eḷ, *s.* An oil-grain—Sesamum; எள்ளுண்டை eḷḷundai, Sweetmeat made of sesamum; எட்கிடை edkidai, As much space as a sesamum seed will cover; எண்ணெய் enney, Oil; நல்லெண்ணெய் nallenney, Sesamum oil; எண்ணெய் குத்துகிறது enney kuttugirathu, To drop oil; எண்ணெய்ச்சாயம் enneych cháyam, Oil-paint; எண்ணெய்தேய்க்கிறது enney téykkirathu, To rub oil into the skin; எண்ணெய்பூசுகிறது enney pusugirathu, To smear with oil; மீனெண்ணெய் mín enney, Fish oil; எண்ணெய் வாணியன் enney váṇiyan, An oilmonger; காட்டெள்ளு káṭṭeḷḷu, Wild sesamum; சிற்றெள்ளு chirreḷḷu, A small kind of sesamum; பேரெள்ளு pér eḷḷu, A large kind of sesamum; வெள்ளெள்ளு veḷḷeḷḷu, A species of sesamum, bearing white seed.

எளிது eḷithu. *s.* Ease, facility; எளிதாயிருக்கிறது eḷitháy irukkirathu, To be easy; எளிதானகாரியம் eḷithánakáriyam An easy matter.

எளிமை eḷimai, *s.* Facility. 2. Poverty; எளிமைத்தனம் eḷimáittanam, A state of destitution; எளிய eḷiya, Poor, 2. Mean; எளியது eḷiyathu, That which is poor, mean,

எள்ளுகிறது eḷḷugirathu, *v. t.* To scoff, scorn, deride.

எறி eṛi, *s.* A throw, a cast; கல்லெறி kalleṛi, The casting of a stone.

எறிகிறது eṛigiṛathu, *v. i.* To throw, cast, fling. எறிசக்கரம் eṛi chakkaram, A circular weapon whirled round and thrown at an enemy; எறிமணி eṛimaṇi, A gong; எறியாயுதம் eṛi áyutham, A missile weapon.

எறிக்கிறது eṛikkiṛathu, *v. i.* To shine. 2. To burn.

எறும்பு eṛumbu, *s.* An ant; எறும்புவளை eṛumbuvaḷai, An ant-hole; கடுவாயெறும்பு kaḍuváy eṛumbu, A black ant; கட்டெறும்பு kaṭṭeṛumbu, Another kind of black ant, whose bite causes swelling; குருவெறும்பு guruveṛumbu, A large red ant; சிற்றெறும்பு chiṟṟeṛumbu, A small red ant; சுள்ளெறும்பு chuḷḷeṛumbu, A small black ant; முயிற்றெறும்பு muyiṟṟeṛumbu, A large red ant which makes its nest in trees, and whose bite is very painful.

எற்றுகிறது eṟṟugiṛathu, *v. t.* To kick away.

எனக்கு enakku, *pro.* To me.

எனைத்து enaittu, How much.

என்கிறது engiṛathu, *v. t.* To say; அப்படியென்கிறான் appaḍi engiṛán, So he says; என்பது enpathu, That which is called or styled; என்பவன் enpavan, He who is called; என்பிக்கிறது enpikkiṛathu, To cause to say, to prove.

என்று enṛu, *int. ad.* When; என்றென்றைக்கும் enṛenṛaikkum, For ever; என்றும் enṛum, For ever.

என்ன enna, *interrog.* What, which; என்ன சொன்னாய் enná chonnáy, What did you say? என்னவென்றால் ennavenṛál, Namely; அதென்ன athenna, What is that? அவனையென்னவென்றெண்ணினார்கள் avanai ennavenṛu eṇṇinárgaḷ, What did they think he was; ஆனாலென்ன ánál enna, What then? உனக்கவனென்னவேண்டும் unakku avan ennavéṇḍum, How is he related to you? என்னென்னசொன்னான் ennenna chonnán, What did he say severally or distributively?

ஏ

ஏ é, An emphatic particle added to a word; நானே náné, I myself.

ஏஏ éé, *interj.* A word expressive of contempt.

ஏகம் ékam, *s.* One; ஏகமாய் ékamáy, Jointly, altogether; ஏகமாயிருக்கிறது ékamáy irukkiṛathu, To be one, to be joined together; ஏகசக்கரமாயாளுகிறது ékachakkaramáy áḷugiṛathu, To rule with supreme power; ஏகசக்கராதிபதி ékachakkrádhipati, A monarch; ஏகசிந்தையாயிருக்கிறது ékachintaiyáy irukkiṛathu, To be unanimous. 2. To be intent on one thing; ஏகசுபாவம் ékasubhávam, One nature; ஏகஸ்தராய் ékastaráy, Jointly, unanimously; ஏகவசனம் ékavachanam, The singular number; ஏகாந்தம் ékántam, Solitude; ஏகாந்தமாயிருக்கிறது ékántamáy irukkiṛathu, To be alone, be retired, be at rest; ஏகாந்தசேவை ékántasévai, Private worship; ஏகோபிக்கிறது ékóbikkiṛathu, To be united.

ஏகாசம் égásam, *s.* An upper garment. 2. A mantle.

ஏங்குகிறது éṅkugiṛathu, *v. i.* To pine, languish; ஏக்கம் ékkam, Fright, stupor caused by excessive pain, anxiety, solicitude, sighing; ஏக்கம்பிடிக்கிறது—எடுக்கிறது ékkam piḍikkiṛathu—eḍukkiṛathu, To languish, droop, pine away; மகன்

செத்ததினாலே தாய்கேக்கம் பிடித்தது magan chétta hinálé táykku ékkampiditta thu, The mother languishes on account of the death of her son; கனஏக்கமவனுக்கு kana ékkam avanukku, He is much affrighted; ஏங்கிப்போகிறது éngippógiṛathu, To languish, pine away.

ஏசுகிறது ésugiṛathu, v. t. To rail, abuse, blame.

ஏச்சு échchu, s. Abusive or reproachful language; ஏச்சுக்காட்டுகிறது échchuk káttugiṛathu, To repeat the wrong done by any one, to rail.

ஏடா éḍá, the vocative of ஏடன் éḍan, An expression used to call a male friend.

ஏடு éḍu, s. A book formed of palm leaves. 2. A leaf of a book. 3. Cream; ஏடுசேர்க்கிறது éḍu chérkkiṛathu, To make a book of palm leaves; ஏடுவாருகிறது éḍu várugiṛathu, To cut palm leaves; வெற்றேடு, வெள்ளேடு veṛṛéḍu, veḷḷéḍu, A blank book; ஏடுபடர்ந்தபால், ஏடுபடிந்தபால் éḍupaḍarnta pál, éḍupaḍinta pál, Milk on which the cream has gathered.

ஏட்டிக்குப்போட்டி செய்கிறது éṭṭikkup póṭṭi cheygiṛathu, v. t. To oppose, outdo.

ஏணி éṇi, s. Ladder; ஏணிசார்த்துகிறது éṇi sárttugiṛathu, To place a ladder against a wall, &c.; ஏணிப்படி éṇippaḍi, Steps of a ladder; ஏணிமேலேறுகிறது éṇimél éṛugiṛathu, To climb a ladder கண்ணேணி kaṇṇéṇi, A ladder made of bamboo; நூலேணி núl éṇi, A rope-ladder.

ஏணை éṇai, s. A hammock.

ஏண்கோண் éṇkóṇ, s. Unevenness, crookedness.

ஏது éthu, s. Means. 2. Cause, reason; மரணத்துக்கேதுவாகிய குற்றம் maraṇattukkéthuvágiya kuṛṛam, A capital crime.

ஏது éthu, inter. pro. What, which; ஏதாகிலும் éthágilum, Something, somewhat, whatsoever; அதேது athéthu, How is it? whence is it?

ஏந்திரம் éntiṛam, s. Sugar-cane press. 2. A mill, a handmill; ஏந்திரக்கல் éntirakkal, A millstone; ஏந்திரவச்சு éntira-achchu, The axis of a handmill.

ஏந்துகிறது éntugiṛathu, v. t. To bear up in one's hands. 2. To extend the hands, or spread a cloth in order to beg a favour; கையேந்திநிற்கிறான் kai énti niṛkiṛán, He stands begging with extended hands; கையேந்திக்கொள்ளுகிறது kai éntikkoḷḷugiṛathu, To hold up any thing. 2. To give one a helping hand.

ஏப்பம் éppam, s. Belch, eructation; ஏப்பம் விடுகிறது éppam viḍugiṛathu, To belch, eructate.

ஏமம் émam, Night; ஏமத்திலுஞ்சாமத்திலும் வருகிறது émattilum jámattilum varugiṛathu, To come often and at inconvenient times.

ஏமாக்கிறது émákkiṛathu, v. i. To be disappointed, to be deceived; ஏமாந்துபோகிறது émántupógiṛathu, To be disappointed.

ஏமாறுகிறது émáṛugiṛathu, v. i. To be disappointed, baffled; ஏமாறிப்போகிறது émáṛippógiṛathu, To be balked in one's expectations.

ஏமாற்றுகிறது émáṛṛugiṛathu, v. i. To disappoint, deceive.

ஏய்க்கிறது éykkiṛathu, v. t. To deceive, cheat, beguile; ஏய்ப்பு éyppu, Deceit, fraud.

ஏரா érá, s. The keel of a vessel; ஏராப்பலகை போடுகிறது éráppalagai póḍugiṛathu, To lay the keel of a vessel.

ஏராளம் éráḷam, s. Abundance, plenitude; ஏராளமாயிருக்கிறது éráḷamáy irukkiṛathu, To be in great abundance.

ஏரி éri, s. A large tank or lake; ஏரி வெட்டுகிறது éri veṭṭugiṛathu, To dig a large tank.

ஏர் ér, s. A plough. 2. A yoke of oxen; ஏரடிக்கிறது éraḍikkiṛathu, To plough; ஏராண்மை éráṇmai, Tillage; ஏராளர் éráḷar, Husbandmen; ஏரோட்டுகிறது ér óṭṭugiṛathu, To plough; ஏர்க்கால் érkkál, The ploughbeam, ploughshaft; ஏர்த்தொழில் érttoḻil, Agriculture, tillage; ஏர்பூட்டுகிறது érpúṭṭugiṛathu, To yoke oxen to the plough.

ஏலம் élam, s. Cardamom, amomum; ஏலரிசி élarisi, The seed of the cardamom; ஏலக்காய் élakkáy, The fruit.

ஏலம் élam, s. Auction, public sale.

ஏலுகிறது élugiṛathu, v. i. To be possible, to be able; இதுவுன்னாலேலுமா ithu unnál élumá, Canst thou do this? ஏலாதகாரியம் élátha, káriyam, An impossible thing; ஏலாமை élámai, Impossibility.

ஏவுகிறது évugiṛathu, v. t. To direct, order, command. 2. To move, excite, stir up, spur on; ஏவல் éval, Direction, order. 3. Incitement, spur; அவனேவற்படி avan évaṛpaḍi, According to his command; ஏவலாள், ஏவற்காரன் éval áḷ, évaṛkáran, A servant, an attendant; ஏவலிடுகிறது éval iḍugiṛathu, to order; ஏவல்கொள்ளுகிறது éval koḷḷugiṛathu, To employ one in service; ஏவல்செய்கிறது éval che... thu, To serve; ஏவற்பேய் évaṛpéy, Demon instigated against another; ஏவுவான் évuván, A master, director.

ஏழு éḻu, s. Seven; எழுபது eḻupathu, Seventy; ஏழுபிறப்பு eḻu piṛappu, Seven births; ஏழத்தனையாக éḻattanaiyága, Sevenfold,

ஏழை éḻai, s. A poor, indigent person. 2. A person of weak intellect; ஏழைச்சனங்கள் éḻai janaṅkaḷ, Poor people; ஏழையெளியவர்கள் éḻai eḷiyavarkaḷ, Poor, miserable people.

ஏளனம் éḷanam, s. Disrespect, disregard, contempt. 2. Wantonness. 3. Mockery.

ஏளிதம் éḷitham. s. Contempt, mocking; ஏளிதமாய்ப் பேசுகிறது éḷithamáyp pesugiṛathu, To speak with contempt, to mock.

ஏறுகிறது éṛugiṛathu, v. i. To ascend, mount, climb, to be elevated; குதிரையேறிவந்தான் kuthirai éṛi vantán, He came on horseback. 2. To increase; நாளுக்குநாள் வியாதி ஏறுகிறது náḷukkunáḷ viyáthi éṛugiṛathu. The sickness increases from day to day; ஏற éṛa, Much, exceeding; விலையேறப்பெற்ற குதிரை vilai éṛappeṛṛa kuthirai, A horse of great value, ஏறக்கட்டுகிறது éṛak kaṭṭugiṛathu, To build up; வீட்டை யேறக்கட்டினான் viṭṭai éṛakkaṭṭinán, He has raised his house. 2. To refuse selling that the price may rise; ஏறக்குறைய éṛakkuṛaiya, More or less, about; ஏறக்குறையப்பேசுகிறது éṛakkuṛhiyap pésugiṛathu, To abuse one; ஏறுமாறு éṛumáṛu, improper, unruly behaviour; ஏறுகுதிரை éṛu kuthirai, A riding horse; ஏறுநெற்றி éṛu neṛṛi, A high fore-head—a good mark in a man, bad in a woman; ஏறுவெயில் éṛu veyil, The increasing heat of the sun, ஏறுவால் éṛuvál, A long tail—a good sign in certain animals; ஏறெடுக்கிறது éṛeḍukkiṛathu, To raise, lift, heave; கப்பலேறுகிறது kappal éṛugiṛathu, To embark; கரையேறுகிறது karai éṛugiṛathu, To land, disembark. 2. To attain final happiness; நடந்தேறுகிறது nadantérugirathu, To be accomplished. 2. To succeed; ஏற்றம் erram, Rise, ascent. 2. increase. 3. The flow of the tide. 4. A lever for drawing water; குடலேற்றம் kudalérram, The iliac passion; ஏற்றக்கால் érrakkál, The post of a picota; ஏற்றக்கோல் érrakkól, The bamboo to the end of which the bucket is attached; ஏற்றச்சால் érrachchál, The bucket; ஏற்றமிறைக்கிறது érram iraikkirathu, To draw water by a picota.

ஏற்கிறது érkirathu, s. To be fit, suitable.

ஏற்படுகிறது érpadugirathu, v.i. To be founded, originated; ஏற்பாடு érpádu, Engagement. 2. Established custom or rule. 3. Covenant, agreement.

ஏற்றுகிறது érrugirathu, v. t. To lift up, elevate, raise; ஏற்றுமதி érrumathi, Exportation; ஏற்றுமதிச்செலவு érrumathich chelavu, Shipping charges; ஏற்றுமதிபண்ணுகிறது érrumathi pannugirathu, To export; விளக்கேற்றுகிறது vilakkérrugirathu, To set up a lamp, to light a candle.

ஏனவாயன் énaváyan, s. A simpleton, a foolish fellow.

ஏன் én, intcr. Why, Wherefore; ஏனென்பாரில்லை én enpár illai, There is no enquirer; ஏனோதானோவென்றிருக்கிறது énótánó enru irvkkirathu, To be careless; இப்படிச்செய்யுமேன் ippadich cheyyumén, Pray, do so.

ஐ

ஐக்கம், ஐக்கியம் aikkam, aikkyam, s. Oneness, communion.

ஐசுவரியம் aisuvariyam, s. Riches, wealth, ஐசுவரியவான் aisuvariyaván, A rich man.

ஐந்து aintu, s. Five; ஐந்நான்கு ainnángu, s. Five times four.

ஐப்பசி aippasi, s. The latter part of October and former part of November.

ஐம்பது aimpathu, s. Fifty.

ஐம்புலன் aimpulan, s. The five senses.

ஐம்பூதம் aimbútham, s. The five elements.

ஐம்பொறி aimpori, s. The five organs of sense.

ஐயாயிரம் aiyáyiram, s. Five thousand.

ஐயம் aiyam, s. Doubt, suspense. 2. Alms. 3. Phlegm; ஐயமுற்றேன் aiyamurrén. I have been in doubt; ஐயம் மேலிடுகிறது aiyam mélidugirathu, The rattling in the throat of a dying person occasioned by phlegm. 2. To be in great fear and doubt; ஐயப்படுகிறது aiyappadugirathu, To hesitate, to be under apprehension; ஐயமிடுகிறது aiyam idugirathu, To give alms.

ஐயன் aiyan, s. Father. 2. Priest. 3. Master, teacher; ஐயர் aiyar, Brahmans.

ஐயோ aiyó, int. Astonishment, pain, compassion; ஐயோவென்கிறது aiyó engirathu, To lament; ஐயையோ aiyaiyó, Alas; ஐயோபாவமே aiyó pávamé, Ah no, that would be a sin.

ஐவசு aivasu, Any thing substituted for another, recompense, return.

ஒ

ஒக்கிறது okkirathu, v. i. To be like, to resemble, to be equal; ஒக்க okka, Together, in like manner, entirely; ஒக்கப்போகிறது okkap pógirathu, To go together, in company with; ஒக்கும் okkum, It becomes, behooves, is meet; ஒத்த

otta, Conformable, suitable, consistent, equal: ஒத்ததரை ottatarai, Level ground; இப்படிக்கொத்த ippaḍikkotta, Such; அதுக்கொத்தபடி athukkottapaḍi, According to it; ஒத்திருக்கிறது ottirukkiṛathu, To be like; ஒத்திராமை ottirámai, Inconsistency, incongruity; ஒத்துக்கொடுக்கிறது ottuk koḍukkiṛathu, To agree in payment; ஒத்துக்கொள்ளுகிறது ottukkoḷḷugiṛathu, To consent, yield, agree; ஒத்துப்பார்க்கிறது ottuppárkkiṛathu, To compare, collate; ஒத்துவருகிறது ottu varugiṛathu, To agree; ஒத்துவாழ்கிறது ottu válgiṛathu, To live in harmony; ஒப்ப oppa, Like, as, such as; ஒப்பச்செய்கிறது oppach cheygiṛathu, To act so as to be approved; ஒப்பச்சொல்லுகிறது oppach chollugiṛathu, To speak or propose so as to secure approbation, obtain the assent of others; ஒப்படைக்கிறது oppaḍaikkiṛathu, To give satisfaction; ஒப்பராவுகிறது opparávugiṛathu, To file a balance.

ஒஞ்சட்டை oñjaṭṭai, *s.* Slenderness, want of bulk.

ஒஞ்சரிக்கிறது oñjarikkiṛathu, *v. t.* To leave a door a-jar, or half-opened. 2. To go sideways; ஒஞ்சரிதீர்ப்பு oñjari tírppu, A partial decision, a law-suit in which one party is favoured; ஒஞ்சரித்துப்படுக்கிறது oñjarittup paḍukkiṛathu, To lie on one side.

ஒடிகிறது oḍigiṛathu, *v. i.* To break—as a stick, a branch, a bow.

ஒடிக்கிறது oḍikkiṛathu, *v. t.* To break.

ஒடுக்குகிறது oḍukkugiṛathu, *v. t.* To compress, condense. 2. To restrain, keep in. 3. To vex, oppress; ஒடுக்கநாள் oḍukka náḷ. A close day, 4. A day of distress, difficulty.

ஒடுங்குகிறது oḍuṅkugiṛathu, *v. t.* To shrink, diminish, grow less.

ஒட்டகம் oṭṭagam, *s.* A camel; ஒட்டகப்பாறை oṭṭagappárai, A sea-fish; ஒட்டகக்கலணை oṭṭagakkalaṇai, Camel's furniture,

ஒட்டம் oṭṭam, *s.* A conical pile left by tank-diggers in order to ascertain the depth of their work. 2. Wager, emulation; மண்ணொட்டர் maṇṇoṭṭar, Men who build mudwalls; கல்லொட்டர் kalloṭṭar, Men who build stone-walls.

ஒட்டாரம் oṭṭáram, *s.* Obstinacy, stubbornness; ஒட்டாரக்காரன் oṭṭárakkáran, An obstinate person; ஒட்டாரஞ்செய்கிறது oṭṭáram cheygiṛathu, To be obstinate.

ஒட்டியாணம் oṭṭiyáṇam, *s.* A gold, or silver girdle worn by Hindu women. 2. Plated girdle worn by sages, or philosophers.

ஒட்டுகிறது oṭṭugiṛathu, *v. i.* To stick on; ஒட்டாது oṭṭáthu, It will not adhere; ஒட்டடை oṭṭaḍi, Soot. 2. Cobweb; ஒட்டிக்கொள்ளுகிறது oṭṭikkoḷḷugiṛathu, To cleave to, adhere; ஒட்டிவருகிறது oṭṭivarugiṛathu, To come in company, to approach with modesty.

ஒட்டுகிறது oṭṭugiṛathu, *v. t.* To stick on, glue on, cause to adhere. 2. To permit, suffer, allow; ஒட்டுகாய்ச்சல் oṭṭu káych chal, A contagious fever; ஒட்டுத்திண்ணை oṭṭuottinnai, A narrow pial; ஒட்டுப்போடுகிறது oṭṭuppóḍugiṛathu, To join, patch; ஒட்டுவிடுகிறது, ஒட்டுவிட்டுப்போகிறது oṭṭuviḍugiṛathu, oṭṭuviṭṭuppógiṛathu, To be separated,

ஒதி, ஒதியமரம் othi, othiya maram, *s.* A tree—Odina pinnata: This tree can be converted to no use hence it is proverbially said of those, who have a specious appearance, but are fit for nothing, ஒதிபெ

ருத்துத்தூணுகுமோ othi perutt- tún águmó, Thou h the Odina tree grow ever so large, can a pillar be made of it.

ஒதுக்கு othukku, *s.* A corner, narrow place. 2. Shelter; ஒதுக்கிடம் othukkidam, A place of shelter; ஒதுக்குக்குடி othukkukudi, Persons who have no settled habitation; நிழலொதுக்கு nilal othukku, A shady place; நிழலொதுக்கிலே நடக்கிறது nilal othikkilé nadakkirathu, To walk in a shady place.

ஒதுக்குகிறது othukkugirathu, *v. t.* To put aside, to drive out of the way. 2. To adjust, to put in order; உன்மயிரையொதுக்கு un mayirai othukku, Adjust your hair. 3. To convey water to a field; என் பயிருக்குத் தண்ணீரையொதுக்கு en payi rukkut tanníraiothukku, Water my crop;

ஒதுக்கிவைக்கிறது othukki vaikkirathu, To remove, to put out of the way; ஒதுக்கம் othukkam, A shelter.

ஒதுங்குகிறது othuṅkugirathu, *v. i.* To retire, give way, 2. To enter into a corner or place for shelter; ஒதுங்கிப்போகிறது To yield to any thing, To get out of the way of a person.

ஒத்து ottu, *s.* A. musical pipe; ஒத்துப்பிடிக்கிறது ottup pidikkirathu, To blow the ஒத்து ottu,

ஒப்பந்தம் oppantam, Contract; ஒப்பந்தம் பண்ணுகிறது oppantam pannugirathu, To enter into a contract.

ஒப்பம் oppam, Evenness, smoothness; ஒப்பமிடுகிறது oppam idugirathu, To make even; கையொப்பம் kai oppam, Subscription, certificate.

ஒப்பனை oppanai, Similitude, simile, emblem; ஒப்பனைகாட்டுகிறது oppanaikáttu girathu, To give an example.

ஒப்பாசாரம் oppácháram, Right conduct. 2. Dissimulation. 3. Compact, agreement, covenant, contract.

ஒப்பாரி oppári, A funeral elegy; ஒப்பாரியிட்டழுகிறது oppáríyittu alugirathu, To bewail the death of a relation.

ஒப்பிக்கிறது oppikkirathu, To prove, demonstrate. 2. To deliver up; கணக்கொப்பிக்க வந்தேன் kanakku oppikka vantén, I am come to deliver the account; ஒப்பித்துக்கொள்ளுகிறது oppittukkollugirathu, To receive, take charge of an office or business.

ஒப்பு oppu, Likeness, comparison, suitableness, consent; ஒப்பாகிறது oppágirathu To resemble; ஒப்பிடுகிறது oppidugirathu, To compare ஒப்புக்கழுகிறது oppukku alugirathu, To feign weeping ஒப்புக்குச்சொல்லுகிறது oppukkuch chollugirathu, To say for form's sake; ஒப்புக்குச்செய்தான் oppukkuchcheythán He did it for conformity's sake, to conform himself to others; ஒப்புக்கொடுக்கிறது oppukkodukkirathu, To give over deliver, surrender; ஒப்புக்கொள்ளுகிறது oppukkollugirathu, To take charge, receive. 2. To assent, agree, consent.

ஒம்மல் ommal, *See* ஓமல் ómal.

ஒயில் oyil, *s. See* ஒய்யாரம் oyyáram.

ஒயில்மரம் oyilmaram, *s.* Pillory; ஒயில்மரத்திலே மாட்டுகிறது oyilmarattilé máttugirathu, To put into the pillory.

ஒய்யாரம் oyyáram, *s.* Graceful gesture 2. Affectation; ஒய்யாரன் oyyáran, haughty person; ஒய்யாரநடை நடக்கிறது oyyára nadai nadakkirathu, To walk with a stately gait; ஒய்யாரப்பேச்சு oyyára péchchu, Boast, proud speech, big word

ஒரு oru, *a.* One; ஒருகூடு முடைந்தவனென்பது கூடு முடைவான் orukúḍ nudaintavan onpathu kúdu mudaiván, He who has fabricated one bird's cage can fabricate nine; ஒருகண்டசீர் oru-kandasír, Unchangeableness; ஒருகண்டசீராய் oru kandasíráy, Unchangeably; ஒருகுடி oru kudi, The relations of one family; ஒருகை oru kai, One hand, combination, unity; இவனுமவனுமொருகையாயிருக்கிறார்கள் ivanum avanum oru kaiyáy irukkirárkal, They are united in the same object; ஒருக்கணிக்கிறது, ஒருக்களிக்கிறது oruk kanikkirathu, orukkalikkirathu, To lean on one side; ஒருக்களிப்பு orukkalippu, The state of leaning on one side; ஒருக்காலும் orukkálum, Never; ஒருக்காலுஞ்செய்யான் orukkálumcheyyán, He will never do it; ஒருக்காலே orukkálé, In great abundance. 2. At once; ஒருக்காலே கூட்டமாய்ப்போகிறது orukkálé kúttamáyp pógirathu, To go together in one continuous company; ஒருக்கால் orukkál, Once; இன்னமொருக்கால் innam orukkál, Again, once more; ஒருசந்தி oru santi, A fast permitting one meal during the day; ஒருசந்தியிருக்கிறது oru santi irukkirathu, To make but one meal a day; ஒருசாயல் oru sáyal, Of one form; ஒருதலைவலி oru talai vali. Pain on one side of the head; ஒருதலைவழக்கு orutalai valakku, An ex-parte suit; ஒருதாரைக்கத்தி oru táraik-katti, An one edged sword; ஒருத்தன் oruttan, A certain one; ஒருத்தனாயிருக்கிறது oruttanáy irukkirathu, To be alone; ஒருநேரம் oru néram, An unseasonable time; ஒருப்படுகிறது orup-padugirathu, To be joined, to concur, coalesce; ஒருப்படுத்துகிறது oruppaduttugirathu, To unite, join together, to reconcile; ஒருமனம் orumanam, Unanimity, concord; ஒருமனப்படுகிறது orumanappadugirathu, To be unanimous; ஒருமிக்கிறது orumikkirathu, To be united, reconciled; ஒருமிக்க orumikka, Together, at once, ஒருமிப்பில்லாதகுடி யொருமிக்கக்கெடும் orumippillátha kudi orumikkakkedum, A disunited family will perish together; ஒருமிப்பு orumippu, Confederacy, union; ஒருமுகம் orumukham, One direction. 2. Union, harmony; ஒருமுகமாய்ப் பேசுகிறது orumukhamáyppésugirathu, To speak unanimously; ஒருமுகமாய்ப்போகிறது orumukhamáyppógirathu, To go in one direction; ஒருமுறை oru murai, Once; ஒருமை orumai, Solitude. 2. The singular number in Grammar. 3. Concord; ஒருமைப்படுகிறது orumaippadugirathu, To be reconciled; ஒருமைப்பாடு orumaippádu, Union, concord; ஒருவகைப்பேச்சு oruvagaip péchchu, An unfriendly word; ஒருவகையாயிருக்கிறது oru vagaiyáy irukkirathu, To be dispirited, dejected. 2. To be out of health, to be indisposed; ஒருவகையாய்ப்பேசுகிறான் oru vagaiyáyppésugirán, He speaks in an unfriendly, strange, unusual manner; ஒருவிதமாயிருக்கிறது oruvithamáy irukkirathu, To be indifferent; ஒருவேளை oruvélai, Perhaps, sometimes; ஒரே oré, Only; ஒரேகுமாரன் orékumáran, An only son; ஒவ்வொரு ovvoru, Each; ஒவ்வொன்று ovvonru, Each, ஒவ்வொன்றாய் ovvonráy, One by one; ஒவ்வொன்றாய்ப் பார்க்கிறது ovvonráyp párkkirathu, To examine one by one.

ஒலி oli, s. Sound; ஒலிக்குறிப்பு olikkurippu, Sign of sound; பேரொலி péroli, Great noise.

ஒலிக்கிறது olikkiṛathu, v. To sound, roar.

ஒல்லி olli, s. A lean person.

ஒழிகிறது oḷigiṛathu, v. i. To go off, cease, to be abolished; ஒழிந்தவர்களெல்லாமெங்கே oḷintavarkaḷ ellám eṅgé, Where are the rest? சண்டை ஒழிந்தது chandai oḷintathu, The quarrel has ceased; ஒழிகை oḷigai, Cessation; வேலையொழிந்தபோது vélai oḷintapóthu, When business is over; ஒழிய oḷiya, Except, unless, without; அப்படியேயொழிய வேறில்லை appaḍiyé oḷiya véṛillai, It is no otherwise than so.

ஒழிக்கிறது oḷikkiṛathu, v. t. To finish, complete. 2. To remove, free, clear; ஒழித்துப்போடுகிறது, வைக்கிறது, விடுகிறது oḷittup póḍugiṛathu, vaikkiṛathu, viḍugiṛathu, To turn out, remove; அவனையொழித்துப்போடு avanai oḷittuppóḍu, Turn him out, remove him; நீ இந்த வேலையொழித்துப்போட்டுப்போகலாம் ní inta vélai oḷittuppóṭṭup ; galám, You may go when you have finished this business.

ஒழுகுகிறது oḷukugiṛathu, v. t. To fall by drops, to drop through the roof-as rain, to leak—as a cask or ship.

ஒழுக்கம் oḷukkam, s. An established rule of conduct. 2. Manners, behaviour; நல்லொழுக்கம் nalloḷukkam, Good manners; தீயொழுக்கம் tíyoḷukkam, Bad manners.

ஒழுக்கு oḷukku, s. A leak, dropping through; ஒழுக்குவிழுகிறது oḷukkuviḷugiṛathu, To leak, drop through; ஒழுக்குமாற்றிப்போடுகிறது oḷukkumárrippóḍugiṛathu, To stop a leak.

ஒழுங்கு oḷuṅgu, s. Order, a disposition of things in their proper order. 2. Rule, discipline; ஒழுங்காகவைக்கிறது oḷuṅkágavaikkiṛathu, To put in order; ஒழுங்கில்லாமல் கிடக்கிறது oḷuṅgillámal kiḍakkiṛathu, To be in disorder or confusion; ஒழுங்கின்மை oḷuṅginmai. Disorder, confusion.

ஒளி oḷi, s. Radiance, light. 2. A hiding place; ஒளிசெய்கிறது oḷi cheygiṛathu, To give light, to illuminate; ஒளிவீசுகிறது oḷi vísugiṛathu, To emit rays, cast rays; ஒளிமழுங்கல் oḷimaḷuṅgul, Adumbration, obscurity.

ஒளிக்கிறது oḷikkiṛathu. v. i. To hide, conceal; ஒளித்துத்திரிகிறது oḷittuttirigiṛathu, To stray, wander in private, in a state of concealment; ஒளிப்பிடம் oḷippiḍam, A hiding place.

ஒறுக்கிறது oṛukkiṛathu, v. t. To mortify the body. 2. To punish; அன்னத்தையொறு annattai oṛu, Abstain from taking food.

ஒற்றி orri, s. A thing pawned; ஒற்றிவைக்கிறது orrivaikkiṛathu, To pawn.

ஒற்றிடம் orriḍam, Fomentation.

ஒற்று orru, s. Spying, searching; ஒற்றன் orran, A spy; ஒற்றுக்கேட்கிறது orrukkeḍkirathu, To overhear.

ஒற்றுகிறது orrugiṛathu, v. i. To move aside.

ஒற்றை orrai, s. that which is single, odd, not even. 2. One of a pair; இது ஒற்றையோ இரட்டையோ ithu orrai-yó iratra iyó, Is it odd or even.

ஒன்று onṛu, s. One; ஒன்றுக்குப்போகிறது onṛukkup pógiṛathu. To go to make water; ஒன்றுக்கொன்று onṛukkonṛu, One with another 2. Either, or—as ஒன்றுபாவத்தைவிடு, ஒன்றுநரகத்தில் வே onṛu pá vattai viḍu, on-ṛu naragattil vé, Either forsake sin, or burn in hell. 3 When joined with உம் um, and a negative verb it signifies nothing—as ஒன்றுமறியாதவன் onṛu maṛiyáthavan, One who knows nothing. ஒன்றுகிறது onṛugiṛathu, v. i. To consent, agree. 2, To join, unite, coalesce.

ஓ

A particle denoting interrogation—as இவனோ ivano Is it he? 2. When joined with என்றால் enṛál, it has the sense of but—as அவனோவென்றால் avanó enṛál, But he. 3. A negative particle—as நானோசொன்னேன் nánóchonnén, Have I said so? no. 4. A particle of doubt; வருவானோதெரியாது varuvánó teriyáthu, I do not know whether he will come. 5. An interjection expressive of admiration, or pity, &c.; ஓஓஇதுக்கோவந்தாய் ó ó ithukkó vantáy, Oh! is it for this that you are come?.

ஓக்காளம் ókkáḷam, s. Nausea, qualm; வெள்ளோக்காளம் veḷḷókkáḷam, Nausea, when water alone is ejected; வெள்ளோக்காளமெடுக்கிறது veḷḷók-káḷam eḍukkiṛathu, To be sick in the stomach.

ஓக்காளிக்கிறது ókkáḷikkiṛathu, a. t. To be qualmish, squeamish; ஓக்காளிப்பு ókkáḷippu, Qualmishness, squeamishness, nausea.

ஓங்குகிறது óṅkugiṛathu, v. t. To lift up; ஓங்கியடிக்கிறது óṅgi aḍikkiṛathu, To lift up the hand and strike; ஓங்கியறைகிறது óṅki aṛṛigiṛathu, To slap.

ஓங்குகிறது óṅkugiṛathu, v. i. To shoot up, grow straight as a palm tree; ஓங்கிப்பார்க்கிறது óṅgip párkkiṛathu, To stand on tiptoe and look.

ஓசரம் ósaram, s. For the sake of, on account of; எனக்கோசரம் enakkósaram, For my sake.

ஓசை ósai, s. Sound; ஓசையாய் ósaiyáy, melodiously; பேரோசை pérósai, A great sound.

ஓச்சன் óchchan, s. A sacrificer to the goddess பிடாரி piḍári.

ஓச்சுகிறது óchchugiṛathu, v. t. To govern; செங்கோலோச்சினான் cheṅgólóchchinán, He swayed the sceptre.

ஓடம் óḍam, s. A boat, a ferry-boat; ஓடக்காரன் óḍakkáran, A ferry-man, a boatman; ஓடக்கூலி óḍak kúli, Ferriage, the fare paid at a ferry, ஓடக்கோல் óḍakkól, A ferry-man's pole; ஓடம்விடுகிறது óḍam viḍugiṛathu, To ferry over people or goods; சிற்றோடம் chiṛṛóḍam, A small boat.

ஓடாவி óḍávi, s. A carpenter.

ஓடியம் óḍiyam, s. Ribaldry, bawdy talk; ஓடியம்பேசுகிறது óḍiyam pésugiṛathu, to talk obscenely.

ஓடு óḍu, s. A skull, shell of an animal. 2. A potsherd. 3. A tile; ஓடுபிரிக்கிறது óḍu pirikkiṛathu, To remove the tiles from a house; ஓடு போடுகிறது óḍu póḍugiṛathu, To tile, to cover with tiles; ஓட்டடை óṭṭaḍai, A pancake; ஓட்டடை சுடுகிறது óṭṭaḍai chuḍugiṛathu, To fry a pancake; ஓட்டுத்தடுக்கு óṭṭut taḍukku, A tiled roof; ஓட்டுத்தடுக்கு வீடு óṭṭut-taḍukku víḍú, A house that has a tiled roof; சதுரவோடு chathura óḍu, A square tile; தட்டோடு taṭṭóḍu, A flat tile; நாழியோடு náḷi óḍu, A spout to convey water from the roof of a house.

ஓடு óḍu, The sign of the social ablative—with.

ஓடுகிறது óḍugiṛathu, v. i. To run, move—as a ship, &c.; வேரோடுகிறது véróḍugiṛathu, The roots run into the ground; ஓடிப்பிடிக்கிறது óḍippiḍikkiṛathu, To overtake in running; ஓடியாடிப்பார்க்கிறது ódi ádip párkkiṛathu, To go about, to endeavour; ஓடி வருகிறது ódi varugiṛathu, To come running; ஓடி, நாடோடி ódi, nádódi, A runner; ஓடுவிப்புருதி óduvippuruthi, A disease—canker.

ஓட்டுகிறது óttugiṛathu, v. t. To drive, chase. 2. To steer a ship, drive a carriage, &c.; இயோட்டி íyótti, A fan used for driving away flies. 2. A person employed for that purpose.

ஓடை ódai, s. A reservoir, a tank in general.

ஓட்டை óttai, s. A crack; ஓட்டைப்பானை óttaippánai, A cracked pot; ஓட்டையாயிருக்கிறது óttaiyáy irukkiṛathu, To be cracked.

ஓணான் óṇán, s. A bloodsucker—lacerta cristata; ஓணான்கொத்தி óṇánkotti, A kind of hawk; கரட்டோணான் karattóṇán, A kind of small lizard; பச்சோணான் pachchóṇán, A chameleon.

ஓதம் ótham, s. A rupture, hernia. 2. Dampness of the floor of houses in the rainy season; ஓதமேறுகிறது ótham érugiṛathu, To become damp.

ஓதுகிறது óthugiṛathu, v. t. To read, recite, rehearse. 2. To chant prayers; ஓதுவதொழியேல் óthuvathu oḷiyel. Cease not to learn; ஓதியிறைக்கிறது óthi iṛaikirra thu, To sprinkle holy water; ஓதியுடைக்கிறது óthi udaikkirathu, To break a cocoanut with appropriate incantations.

ஓநாய் ónáy, s. Wolf.

ஓந்தி ónti, s. A bloodsucker.

ஓமம் ómam, s. S[illegible]n, or Bishop's weed. 2. A kind of cake made of it.

ஓமல் ómal, s. Report, rumour; ஊரோமலாயிற்று úr ómaláyiṛṛu, It is the common talk of the town, உன்னாலிந்த ரகசியமூரோமலாகும்படி வந்தது unnál inta rahasiyam úr ómalágumpadi [illegible]antathu, This secret has been published through you in the whole town.

ஓய் óy, int. Ho!

ஓய்கிறது óygiṛathu, v. i. To leave off, desist, cease, discontinue for a time, rest; அடித்தோய்கிறது adittóygiṛathu, To desist from beating; ஓயாமல் óyámaḷ, Incessantly, without intermission; ஓயாமலிருக்கிறது óyámal iṛukkiṛathu, To be incessant, continual; ஓய்ந்திருக்கிறது óyntiṛrukkiṛathu, To cease from work, to rest; ஓய்ந்துபோகிறது óyntupógiṛathu, To become weary; ஓய்வு óyvu, Rest. 2. Slackness, 3. weakness. Termination; ஓய்வுநாள் óyvu náḷ, A day of rest—the sabbath.

ஓரம் óram, Extremity, brim, hem, margin, the border of any thing; ஆற்றோரம் áṛṛóram, River-side; கடலோரம் kadalóram, Sea-side. 2. Partiality; ஓரம்பேசுகிறது óram pésugiṛathu, To speak partially; ஓரவஞ்சனை பண்ணுகிறது óravañchanai paṇṇugiṛathu, To act with partiality; வழக்கோரஞ் சொல்லுகிறது vaḷakkóram chollugiṛathu, To pass partial judgment; ஓரக்கண் órakkaṇ, A squinteye; ஓரக்கண்ணன் órakkaṇṇan, One who is squinteyed.

ஓராமீன் órámín, s. A kind of fish—Doden hystrix.

ஓராயம் óráyam, s. The close imperceptible joining of two boards; ஓராயம்பார்க்கிறது óráyam párkkiṛathu, To join boards very closely together.

ஓரி óri, s. A male jackal; ஓரிபோலழுகிறது óripól aḷukiṛathu, To howl as a jackal.

ஓர் ór, The same as ஒரு oru.

ஓர்சல்பண்ணுகிறது órsalpaṇṇugiṟathu, v. a. To decide or settle a quarrel.

ஓலக்கம் ólakkam, s. An assembly of the king &c. for public purposes ; ஓலக்கமாயிருக்கிறது ólakkamáy irukkiṟathu, To be assembled ; ஓலக்கம்பண்ணுகிறது ólakkampaṇṇugiṟathu, To assemble publicly.

ஓலம் ólam, s. Sound; ஓலமிட்டழுகிறாள் ólamiṭṭaḻugiṟáḷ, She is crying, or weeping aloud.

ஓலை ólai, s. The leaf of any kind of palm ; பனையோலை panai ólai. A Palmyra leaf or cadjan ; தென்னோலை tennólai, Leaf of a cocoa tree ; ஓலைக்குடை ólaikkuḍai, An umbrella made of palm leaves ; ஓலையெழுதுகிறது ólaieḻuthugiṟathu, To write a letter on a palm leaf ; ஓலையாள் ólaiyál, One who carries such a letter ; பட்டோலை paṭṭólai, The orders of magistrates, royal edicts. 2. Any thing written on palm leaves from dictation. 3. A recipe.

ஔ

ஔஷதம், அவிழ்தம் aushatham, aviḻtham, s. Medicine, physic ; லங்கணம் பரமௌஷதம் laṅgaṇam paramaushatham, Fasting is the best medicine.

ஔதாரியன் audhári̇yan, s. A liberal man.

ஔவியம் auviyam, Envy.

க்

க் k, The first consonant.

க ka, Sign of the figure one.

கக்ஷம், கக்கம் kaksham, kakkam, s. The armpit ; கக்கத்திலிடுக்கிக்கொண்டுபோகிறது kakkattil iḍukkikkoṇḍu pógiṟathu. To carry under the arm ; கக்கத்திலே வைக்கிறது kakkattilé vaikkiṟathu, To put under the arm.

கக்கசம் kakkasam, s. Difficulty, harshness, violence ; கக்கசமான வேலை kakkasamána vélai, Difficult work ; கக்கசமாயிருக்கிறது kakkasamáy irukkiṟathu, To be difficult.

கக்கரி kakkari, s. A kind of cucumber—Cucumis muricatus.

கக்கலாத்து kakkaláttu, s. An Insect, cockroach,—Blatta orientalis.

கக்குகிறது kakkugiṟathu, v. t. To vomit. 2. To have the hooping-cough ; கக்கல் kakkal, The act of vomiting. 2. That which is vomited; கக்கவைக்கிறது kakkavaikkiṟathu, To be importunate for any thing due ; கக்குவான் kakkuván, The hooping-cough.

கக்குரிதி kakkurithi, s. Difficulty ; கக்குரிதியாயிருக்கும் kakkurithiyáy irukkum, It will be difficult.

கங்கணம் kaṅkaṇam, s. A bracelet of gold or silver set with precious stones, and worn by men. 2. A bracelet worn by women. 3. A yellow cord which the Hindus tie with a piece of turmeric to the right hand of the bridegroom, and to the left of the bride, in marriage ceremonies ; கங்கணங்கட்டிக்கொள்ளுகிறது kaṅkaṇam kaṭṭikkoḷḷugiṟathu, To tie such a cord. 2. To vow ; இது காரியத்தைக்குறித்துக் கங்கணங் கட்டிக்கொண்டேன் ithu káriyattaik kuṟittukkaṅgaṇam kaṭṭikkoṇḍén, I have bound myself to undertake the business.

கங்கு kaṅku, s. A limit. 2. A play, wherein a line is drawn on the sand, on each side of which stand an equal number of boys who prevent those of the opposite side from passing it.

கங்கை kaṅkai, *s.* The river Ganges; கங்கா சலம் kaṇkajalam, The water of the Ganges ; கங்காசலக்குப்பி kaṅkájalakkuppi, A vessel made of a kind of coarse black glass in which the Hindu ascetics bring water from the Ganges.

கசகசக்கிறது kasakasakkiṛathu, *v. i.* To bustle, rustle, rattle-as silk, paper, &c,; கசகசென்று நடக்கிறான் kasakasenṛu naḍakkiṛán, He walks fast making noise with his garment, sandals, &c.

கசகசா kasakasá, *s.* A plant,—the poppy, papaver.

கசக்கிறது kasakkiṛathu, *v. i.* To be bitter ; கசப்பு kasappu, Bitterness ; ஒருத்தன் மேலே கசந்திருக்கிறது oruttanmélé kasan tirukkiṛathu, To be bitter against one.

கசக்குகிறது kasakkugiṛathu, *v. t.* To rub with the hands. 2. To wash softly, to wring ; கசக்கிப்பிழிகிறது kasakkip piḻigiṛathu, To wring and squeeze out; கண்ணைக்கசக்குகிறது kannaikkasakkugiṛathu, To rub the eyes—as one who has just awoke.

கசங்குகிறது kasaṅkugirathu, *v. i.* To be crumpled, squeezed, bruised. 2. To fade away, to wither.

கசடு kasaḍu, *s.* Fault, wickedness. 2. A scar. 3. A blot ; கசடற kasaḍaṛa, Faultlessly, correctly, distinctly, thoroughly; கசட்டுத்தனம் kasaṭṭuttanam, Imperfection ; கசடன் kasaḍan, An inconsiderate, or careless man.

கசம் gajam, *s.* A measure of three feet–a yard.

கசம் kasam, *s.* A Disease, consumption.

கசிகிறது kasigiṛathu, *v. i.* To be moist, humid, to yield moisture—as a new earthen vessel, when filled with water. 2. To weep ; கசிவு kasivu, Humidity, dampness. 2. Weeping. 3. Sweat. 4. Love ; கசிவாயிருக்கிறது kasiváyirukkiṛathu, To be damp ; கசிவானநிலம் kasivána nilam, Damp ground.

கசுமாலம் kasumálam, *s.* Nastiness ; கசுமாலி kasumáli, *mas. and fem.* A nasty person.

கசை kasai, *s.* A whip, a horsewhip. 2. Broad and strong tape. 3. Cement; கசை போட்டொட்டுகிறது kasaipóṭṭoṭṭugiṛathu, To cement.

கச்சல் kachchal, *s.* A tender plantain; கச்சற்கோரை kachchaṛkórai, A kind of grass.

கச்சவடம் kachchavaḍam, *s.* Trade in cloth; கச்சவடம்பண்ணுகிறது kachchavaḍam pannugiṛathu, To trade, traffic in cloth; கச்சவடக்காரன் kachchavaḍakkáran, A cloth-merchant.

கச்சான் kachchán, *s.* The south-west wind; கச்சான்கோடை kachchán kóḍai. The hot south-west wind.

கச்சி kachchi, *s.* A broken tile, sherd.

கச்சு kachchu, *s.* A band, a tape ; கச்சுக் கட்டில் kachchukkaṭṭil, A bedstead with tape bottom ; கச்சுப்பட்டை kachchuppaṭṭai, Broad and strong tape. 2. A sort of bodice worn by females.

கச்சேரி kachchéri, *s.* A public office.

கச்சை kachchai, *s.* A belt, a girdle ; கச்சை கட்டுகிறது kachchai kaṭṭugiṛathu, To gird. 2. To contradict ; கச்சைநெய்கிறது kachchai neygiṛathu, To weave a girdle.

கச்சோலம் kachchólam, *s.* The husk of cardamom.

கஷாயம் kasháyam, *s.* A decoction ; பஞ்சமூலகஷாயம் pañjamúla kasháyam, A decoction of five different medicinal roots. கஷாயம்காய்ச்சுகிறது kasháyam káychchugiṛathu, To prepare a decoction.

கக்ஷி kakshi, *s.* A faction, party.

கஷ்டம் kashtam, *s.* Bodily pain or uneasiness. 2. Human excrement; கஷ்டகாலம் kashta kálam, Troublesome times; கஷ்டப்படுகிறது kashtappadugirathu, To toil, work hard; கஷ்டார்ச்சிதம் kashtárchchitam, Fortune procured by one's own industry

கஸ்தி kasti, *s.* Labour. 2. Affliction, grief, pain; கஸ்திப்படுகிறது kastippadugirathu, To be afflicted, to be in pain; கஸ்தியாயிருக்கிறது kastiyáyirukkirathu, To be troublesome.

கஸ்தூரி kastúri, *s.* Musk; கஸ்தூரிப்பூனை kastúrippúnai, A musk-cat.

கஞ்சா kañjá, *s.* An intoxicating plant—Cannabis India; பூக்கஞ்சா púkkañjá, The male plant which never produces fruit; சடைக்கஞ்சா chadaikkañjá, The female; கஞ்சாக்குடிக்கிறது kañjákkudikkirathu, To smoke it.

கஞ்சாங்கோரை kañjáṅkórai, *s.* A medicinal plant—Ocimum album; காட்டுக்கஞ்சாங்கோரை káttukkañjaṅkórai, A different species—Ocimum fastigiatum; சிறுகஞ்சாங்கோரை chirukañjáṅkórai, Another species—Ocimum ciliare.

கஞ்சி kañji, *s.* Rice gruel. 2. Starch; கஞ்சிகாய்ச்சுகிறது kañjikáychchugirathu, To boil kanji; கஞ்சித்தண்ணீர் kañjittaṇṇír, The water in which rice has been boiled; கஞ்சிபோடுகிறது, கஞ்சியிடுகிறது kañji pódugirathu, kañji idugirathu, To starch; கஞ்சிபோட்டபுடவை kañjipótta pudavai, A starched cloth; கஞ்சிவார்க்கிறது kañji várkkirathu, To feed, to support; அவன் பசியாமல் கஞ்சிகுடிக்கிறான் avan pasiyámal kañji kudikkirán, He is pretty well off.

கடகடெனல் kadakadenal, *s.* A rattling sound, &c.

கடகம் kadagam, *s.* A bracelet of gold, shell, &c.

கடக்கிறது kadakkirathu, *v. t.* To go, or pass over, to jump over; அவனை ஊர்கடக்கத்துரத்தினான் avanai úrkadakk..t turattinán, He drove him out of the town. 2. To transgress; கடந்தஞானம் kadanta ñánam, Transcendent wisdom; கரைகடந்தவெள்ளம் karaikadanta veḷḷam, Water overflowing the banks—a flood; அணைகடந்த வெள்ளமழுதாலும் திரும்புமோ aṇaikadanta veḷḷam aluthálum tirumbumó, Will the water which has overflowed the embankment be stayed by your weeping?—what cannot be cured must be endured.

கடத்துகிறது kadattugirathu, *v. i.* To transfer, remove, transplace.

கடப்பாரை kadappárai, *s.* An iron lever.

கடப்பு kadappu, A stile in a lane or hedge.

கடமுடவெங்கிறது kadamudavengirathu, *v. i.* To grumble—as the bowels.

கடமை kadamai, *s.* Debt, obligation, duty; கொம்புக்கடமை kombukkadamai, Tax on fishing boats. 2. An elk; கடமையின் குட்டி kadamaiyin kutti, The fawn of an elk.

கடம்பம் kadambam, *s.* A plant—Nauclea Cadamba.

கடம்பு kadambu, *s.* A tree: Eugenia racemosa; நிலக்கடம்பு nilakkadambu, A plant: Justicia acaulis; வெண்கடம்பு veṇkadambu, A variety of the same bearing white flowers.

கடம்பு, கடம்பப்பால் kadambu, kadambuppál, *s.* Biestings, the first milk of cattle, &c.

கடம்பை kadambai, *s.* An elk.

7

கடயம் kaḍayam, *s.* A Bracelet.

கடலை kaḍalai, *s.* A kind oi pulse—Bengal gram; வேர்க்கடலை vérkkaḍalai, Groundnut of the West-Indies.

கடல் kaḍal, *s.* The sea; கடலாமை kaḍalámai, A sea-tortoise: Testudo imbricata; கடலுரமாயிருக்கிறது kaḍal uramáy irukkiṛathu, The sea is high, rough; கடலுராய்ஞ்சி kaḍaluráyñji, A sea-bird; கடலுப்பு kaḍaluppu, Sea-salt; கடலோரம் kaḍalóram, Seashore; கடல்நுரை kaḍalnurai, The froth of the sea, seashell eaten with age, the kuttle bone; கடல்மனுஷர் kaḍal manushar, Sirens, mermaids; கடற்கரை kaḍaṛ karai, The seashore; கடற்காக்கை kaḍaṛkákkai, A sea-bird—a different kind of கடலுராய்ஞ்சி kaḍal uráyñji; கடற்காளான் kaḍaṛ káḷán, A sponge, a sort of moss that sticks on sea-rocks; கடற்குதிரை kaḍaṛkutirai, Sea-horse, a fish; கடற்சார்பு, kaḍaṛ charbu, Land bordering on the sea; கடற்பன்றி kaḍaṛpanṛi, Seahog, porpoise; கடற்பாசி kaḍaṛ pási, Sponge, seaweed; கடற்பாம்பு kaḍaṛ pámbu, Seasnake; கடற்றிரை kaḍaṛṛirai, A wave of the sea; கடற்றேங்காய் kaḍaṛṛéngáy, A sea-cocoanut.

கடவது kaḍavathu, *def. v.* A term expressing obligation; போகக்கடவாய் pógak kaḍaváy, O that thou wouldst go. 2. Sometimes ஆக ága is suffixed to it, and then it serves to denote the *present, imperfect* and *future optative*; செய்யக் கடவேனாக cheyyak kaḍavénága, May I do so; கடவோமாகவும் kaḍavómágavum, We bind ourselves.

கடவுள் kaḍavuḷ, *s.* God.

கடன் kaḍan, *s.* Debt. 2. Duty; கடன்கொடுக்கிறது kaḍan koḍukkiṛathu, To lend; கடன்கொடுத்தவன் kaḍankoḍuttavan, A creditor; கடன்வாங்குகிறது kaḍan vánkugiṛathu, To borrow; கடன்சீட்டு kaḍan chíṭṭu, A bond; கடனாக kaḍanága, As a loan; அது என்மேல் விழுந்தகடன் athu enmél viḻunta kaḍan, That is my duty; கடனுக்குப் பாதகனாய்ப்போனவன் kaḍanukkup páthakanáyp pónavan, One who is in debt, or deeply indebted; கடன் கேட்கிறது kaḍan kéḍkiṛathu, To demand the payment of a loan. 2. To solicit a loan; கடனடைக்கிறது kaḍan aḍaikkiṛathu, கடன்கழிக்கிறது kaḍankaḻikkiṛathu, கடன்தீர்க்கிறது kaḍan tírkkiṛathu, To pay, to discharge a debt; செய்கடன் cheykaḍan, A duty; கடன்படுகிறது kaḍanpaḍugiṛathu, To run in debt; கடன்பட்டவன் kaḍanpaṭṭavan, A debtor; கடன்காரன் kaḍankáran, A debtor. 2. A creditor.

கடா kaḍá, *s.* The male of buffaloes, goats and sheep; கடாக்கன்று kaḍákkanṛu, A young male buffalo; கடாக்குட்டி kaḍákkuṭṭi, A young male sheep; கடாவடி kaḍá aḍi, A second threshing of corn; கடாவிட்டடிக்கிறது kaḍáviṭṭaḍikkiṛathu, The second threshing of corn, which is performed by buffaloes; கடாவெட்டி kaḍávetti, A double-handled sword.

கடாகம் kaḍágam, *s.* A large boiler.

கடாசுகிறது kaḍásugiṛathu, *v.* To throw a stone, to drive a nail.

கடாக்ஷம் kaḍáksham, *s.* A leer, a glance, or side-look. 2. A kind look, an affectionate glance. 3. A favorable look; கிருபாகடாக்ஷம் kirupákaḍáksham, Gracious look.

கடாய் kaḍáy, *s.* The male of the buffalo, sheep or goat.

கடாரம் kaḍáram, *s.* A copper boiler.

கடாரி kaḍári, *s.* A heifer, a young cow which has not yet calved.

கடாவுகிறது kaḍávugiṛathu, *v. a.* To drive a nail a peg, a screw, a wedge.

கடி kaḍi, *s.* Biting; காணாக்கடி káṇákkaḍi, The bite of an unknown animal, insect, &c.; பொய்க்கடி poyk kaḍi, A bite which does not hurt—as of a dog in play; கடிக்கிறது kaḍikkiṛathu. To bite, chew; கடிப்பான் kaḍippán, sauce, condiment; கடிவாய் kaḍiváy, The place of a bite; கடிவாய்வடு kaḍiváyvaḍu, The scar remaining after a wound, cicatrice; கடிவாளம் kaḍiváḷam, A bridle, bit; கடிவாளம்போடுகிறது kaḍiváḷam póḍugiṛthu, கடிவாளம்மாட்டுகிறது kaḍiváḷam máttugiṛathu, To bridle; கடிவாளம் வாங்குகிறது kaḍiváḷam váṅkugiṛathu, To unbridle; கடிவாளம் விடுகிறது kaḍiváḷam viḍugiṛathu, To slacken the reins; கடிவாளம் வெட்டுகிறது kaḍiváḷam veṭṭugiṛathu, To slacken and pull in the bridle; கடிவாளவார் kaḍiváḷa vár, Reins of a bridle.

கடிகிறது kaḍigiṛathu, *v. i.* To reprove; குற்றங்கடிகிறது kuṛṛam kaḍigiṛathu, To avoid evil, to correct a fault; கடிந்துகொள்ளுகிறது kaḍintu koḷḷugiṛathu, To reprove, reprimand.

கடிதாசி kaḍithási, *s. See* கடுதாசி kaḍuthási.

கடியாரம் kaḍiyáram, *s.* A clock, a watch.

கடினம் kaḍinam, *s.* Hardness, solidness. 2. Difficulty; நெடுநாள் வழக்கத்தை விடுவது கடினம் neḍunáḷ vaḻakkattai viḍuvathu-kaḍinam, It is difficult to leave off an old habit; கடினக்காரன் kaḍinakkáran, A severe, hard man; கடினமாக்குகிறது kaḍinamákkugiṛathu, To harden; கடினமாய்ப்பேசுகிறது kaḍinamáyppésugiṛathu, To speak harshly, roughly; கடினமாயிருக்கிறது kaḍinamáy irukkiṛathu, To be hardened; மனக்கடினம் manakkaḍinam, Hard-heartedness, cruelty.

கடு kaḍu, *s.* A tree—Terminalia; கடுக்காய் kaḍukkáy, The fruit of the terminalia; கடுக்காய்ப்பூ kaḍukkáyppú, *pro.* கடுப்பூ kaḍuppú, Its flower; கடுக்காய்வேர் kaḍukkáy vér, *prop.* கடுவேர் kaḍu vér, The root; கடுக்காய்த்தலையன் kaḍukkáyt talaiyan, A kind of speckled snake.

கடுகு kaḍugu, *s.* A plant, Sinapis chinensis, mustard; கடுகுக்கொல்லை kaḍukuk-kollai, A mustard field; சிறுகடுகு chiṛu-kaḍugu, Small mustard-Sinapis racemosa; நாய்க்கடுகு náykkaḍugu, A plant—Cleome viscosá; மலைக்கடுகு malaik kaḍugu, Hill-mustard; வெண்கடுகு veṇkaḍugu, White mustard.

கடுகு kaḍugu, *s.* Dregs, lees; எண்ணெய்க்கடுகு eṇṇeykkaḍugu, The sediment of oil.

கடுகுகிறது kaḍukugiṛathu, *v. i.* To hasten, to make haste; கடுக kaḍuga, Hastily; கடுகச்சொல்லு kaḍugachchollu, Speak soon; கடுகநடக்கிறது kaḍuga naḍakkiṛathu, To walk quick.

கடுக்கன் kaḍukkan, *s.* An ear-ring; கடுக்கன் போட்டுக்கொள்ளுகிறது kaḍukkan-póṭṭukkoḷḷugiṛathu, To put on ear-rings.

கடுக்கிறது kaḍukkiṛathu, *v. i.* To be of a sharp or acrid taste, to be pungent. 2. To give pain—as the sting of a scorpion, ant, &c., to be in pain from dysentery, &c. 3. To be harsh, to be angry; கடுத்துப்பேசுகிறது kaḍuttuppésugiṛathu, To speak harshly; கடுகடுக்கிறது kaḍukaḍukkiṛathu, To appear angry, to murmur; கடுகடுப்பு kaḍukaḍuppu, Austerity; கடுகடுப்பாயிருக்கிறது kaḍukaḍuppáy irukkiṛathu, To be austere, angry; கடுகடுத்தமுகம் kaḍukaḍuttamukham, An austere countenance; கடுப்பு kaḍuppu, Acute pain; கடுப்பெடுக்கிறது kaḍuppeḍukkiṛa thu; To ache, to be in pain ; நீர்க்கடுப்பு nírkkaḍuppu, Dysury, strangury ; மூலக் கடுப்பு múlak kaḍuppu, Dysentery, tenesmus ; வயிற்றுக்கடுப்பு vayiṟṟuk kaḍup pu, Belly-ache, colic.

கடுதாசி kaḍuthási, *s.* Paper. 2. Letter.

கடுமை kaḍumai, *s.* Violence, asperity, severity. 2. Abundance. 3. Haste ; கடு kaḍu, Vehement, strong ; கடுங்காற்று kaḍuṅkáṟṟu, A violent wind; கடுங்கோடை kaḍuṅkóḍai, Vehement heat ; கடுங்கோபம் kaḍuṅkóbam, Vehement wrath, great indignation ; கடுஞ்சொல் kaḍuñchol, An angry, or violent expression ; கடுமூர்க்கம் kaḍumúrkham, Vehement anger, fury ; கடுமூர்க்கன் kaḍumúrkhan, A furious man; கடும்பத்தியம் kaḍum pattiyam, Strict diet ; கடுவாய் kaḍuváy, A kind of tiger ; கடுவெயில் kaḍu veyil, Burning sun; கடுவெளி kaḍu veḷi, A barren plain.

கடுவன் kaḍuvan. *s.* The male of dogs, cats, foxes, monkeys, baboons, &c.

கடை kaḍai *s.* End. 2. Market ; கடைக்கண் kaḍaikkaṇ, The corner of the eye ; கடைக் கண்ணாற்பார்க்கிறது kaḍaikkaṇṇál párkkiṟathu, To look sideways. 2. To look friendly upon ; கடைக்கண்பார்வை kaḍaikkaṇ párvai, A glance, a side look. 2. A friendly look; கடைக்குட்டி kaḍaikkuṭṭi, The last born whether male or female; கடைசி kaḍaisi, The end; கடைசியாய் kaḍaisiyáy, For the last time, lastly ; ஏறுங்கடைசி éṟáṅkaḍaisi, Lastly ; கடைப்போக்கு kaḍaippókku, The floodgate of a tank; கடையாந்தரம் kaḍaiyán taram, The utmost part, end ; கடைவாய் kaḍaiváy, The end of the jaw-bone; கடைவாய்ப்பல் kaḍaiváyppal, The back tooth, the double tooth ; கடைத்தெரு kaḍaitteru, A market-street; அடிக்கடை aḍikkaḍai. The first shop in the street of shopkeepers ; கடைக்காரன் kaḍaikkáran, A shopkeeper ; கசாய்க்கடை kasáykkaḍai, A butcher's shop; கடை கட்டுகிறது kaḍai kaṭṭugiṟathu, To close a shop, to discontinue, to make an end of ; கடைவைக்கிறது kaḍai vaikkiṟathu, To set up a shop, to open a shop; கடைவீதி kaḍai vîthi, A market street ; இலைக்கடை íraikkaḍai, A green-grocer's shop ; ஜவுளிக்கடை javuḷik kaḍai. A cloth merchant's shop; சாராயக்கடை sáráyakkaḍai, An arrack-shop ; பலசரக்குக்கடை palasarakkuk kaḍai, A shop for various commodities ; மளிகைக்கடை maḷigaik kaḍai, A shop where commodities are sold *engross*; மீன் கடை mín kaḍai, A fish market.

கடைகிறது kaḍaigiṟathu, *v. a.* To churn, to make butter. 2. To turn, or work with the wheel, or lathe—as turners do, to fashion; கடைவு kaḍaivu, Turning, the act of turning; கடைச்சலுளி kaḍaichchaluḷi, A turning chisel ; கடைச்சற் பிடிக்கிறது kaḍaichcharpiḍikkiṟathu, To turn, to work with the lathe ; கடைச்சற் காரன் kaḍaichcharkáran, A turner.

கட்கம் kaḍkam, *s.* A sword.

கட்சி kaḍchi, *s.* Faction, party.

கட்டளை kaṭṭaḷai, *s.* A frame for making bricks. 2. Command, order, charge; கட்டளையிடுகிறது, கட்டளைபண்ணுகிறது kaṭṭaḷai iḍugiṟathu kaṭṭaḷai paṇṇugiṟathu, To command, order; கட்டளையை மீறுகிறது kaṭṭaḷaiyai mîṟugiṟathu, To transgress an order, or law

கட்டாயம் kaṭṭáyam, *s.* Violence, force, compulsion, constraint ; கட்டாயம்பண்ணுகிறது, கட்டாயஞ்செய்கிறது kaṭṭáyam paṇṇugiṟathu, kaṭṭáyam cheygiṟathu, To constrain, force. 2. A term used of bricks placed breadthways in building a wall, and when they are placed lengthways, it is called நெட்டாயம் neṭṭáyam.

கட்டாரி kaṭṭári, *s.* A sword.

கட்டி kaṭṭi, A clod, a lump; மண்ணாங்கட்டி maṇṇáṅkaṭṭi, A lump of earth.

கட்டியம் kaṭṭiyam, *s.* A declaration or order issued by a king; கட்டியங்கூறுகிறது, கட்டியஞ்சொல்லுகிறது kaṭṭiyam kúṛugiṛathu, kaṭṭiyam chollugiṛathu, To proclaim. declare; கட்டியக்காரன் kaṭṭiyakkáran, A panegyrist, a herald.

கட்டில் kaṭṭil, *s.* A bedstead.

கட்டு kaṭṭu, *s.* A tie, band, plot. 2. A bundle, packet, pack, bale, &c. 3. An impediment, obstruction; கட்டுண்கிறது kaṭṭuṇgiṛathu, To be tied, bound; கட்டுண்ணி kaṭṭuṇṇi, One who has been frequently bound; கட்டுக்கட்டுகிறது kaṭṭuk kaṭṭugiṛathu, To tie a bundle, &c.; கட்டுங்காவலும் பண்ணுகிறது kaṭṭum kávalum paṇṇugiṛathu, To keep in close confinement; நடுக்கட்டு naḍukkaṭṭu, A girdle. 2. The middle of a house; பின்கட்டு pinkaṭṭu, The back part of a house; முன்கட்டு munkaṭṭu, The fore part of a house; கட்டுப்பாடு kaṭṭup páḍu, Combination, agreement. 2. Forbidding, or debarring from the use of any thing; கட்டுக்கிடை kaṭṭuk kiḍai, Old damaged goods.

கட்டுகிறது kaṭṭugiṛathu, *v. t.* To bind, tie. 2. To build, form, model; கட்டுகரை kaṭṭu karai, A mole, a pier to defend shipping in harbour; கட்டுகழுத்தி kaṭṭu kaḷutti, A married woman; கட்டுகதை kaṭṭu kathai, A fable, fiction; கட்டுசோறு kaṭṭuchóṛu, Boiled rice tied up for a journey; கட்டுதறி kaṭṭu taṛi, A stake, post to which a beast is tied; கட்டுபடகு kaṭṭupaḍagu, A boat the planks of which are sewed or fastened together with cords; கட்டுமரம் kaṭṭumaram, A fishing raft, or float of timber tied together; கட்டுமாமரம் kaṭṭumámaram, A kind of mango tree; கட்டுவடம் kaṭṭu vaḍam, A necklace; கட்டுவேலை kaṭṭu vélai, Structure; வீடுகட்டுகிறது víḍu kaṭṭugiṛathu, To build a house; இரத்தங்கட்டுகிறது rattam kaṭṭugiṛathu, To clot, coagulate—as blood; கட்டிக்காக்கிறது kaṭṭik kákkiṛathu, To preserve, guard, protect; கட்டிக்கொடுக்கிறது kaṭṭik koḍukkiṛathu, To give in marriage; கட்டிக்கொள்ளுகிறது kaṭṭikkoḷḷugiṛathu, To embrace. 2. To take a wife. 3. To obtain, possess, conquer; கோட்டையைக்கட்டிக்கொண்டான் kóṭṭaiyaikkaṭṭikkoṇḍán, He has taken possession of the fort; தேசத்தைக்கட்டிக்கொள்ளுகிறது désattaik kaṭṭikkoḷḷugiṛathu, To conquer a country; என்னபலனைக் கட்டிக்கொண்டாய் ennapalanaik kaṭṭikkoṇḍáy, What benefit have you got? கட்டியடிக்கிறது kaṭṭi aḍikkiṛathu, To tie up and flog; கட்டிவைக்கிறது kaṭṭi vaikkiṛathu, To keep back, detain, retain; பேச்சைக் கட்டிவைக்கிறது péchchaik kaṭṭivaikkiṛathu, To keep silence. 2. To lay up, reserve, to lay in store.

கட்டெறும்பு kaṭṭeṛumbu, *s.* A kind of ant.

கட்டை kaṭṭai, *s.* Trunk of a tree, block, a piece of timber. 2. Deficiency in length or breadth; இந்தச் சீலையகலக்கட்டை intach chílai agalakkaṭṭai, This cloth is narrow; கட்டையன் kaṭṭaiyan, *masc.* கட்டைச்சி kaṭṭaichchi, *fem.* A short, stout person. 3. A dead body. 4. Fuel; முகவாய்க்கட்டை, மோவாய்க்கட்டை, முகக்கட்டை, மோக்கட்டை mukhaváykkattai, móváykkattai, mukhakkattai, mókkattai, The chin; முழக்கட்டை mulakkattai, Deficiency in length and breadth; கட்டையாயிருக்கிறது kattaiyáyi irukkirathu, To be a blockhead; கட்டையாய்ப்போகிறது kattaiyáyppógirathu, To grow blunt; கட்டைவிரல் kattai viral, The thumb, or great toe.

கனகனப்பு kanakanappu, s. Heat of body. 2. Heat of body as in slight fever, after walking, drinking liquor, &c.

கணக்கு kanakku, s. Arithmetic, computation, account; கணக்கப்பிள்ளை, கணக்கன் kanakkappillai, kanakkan, An accountant; கணக்குமுடிபண்ணுகிறது kanakkaruthi pannugirathu, To finish a computation or account; கணக்காசாரம் kanakkácháram, Methods of calculation; கணக்காசாரப்படி kanakkácharappadi, According to calculation; கணக்கிடுகிறது kanakkidugirathu, To render an account; கணக்குச்சுமத்துகிறது kanakkuch chumattugirathu, To charge to one's account; கணக்குப்பார்க்கிறது kanakkuppárkkirathu, To calculate, to compute. 2. To examine accounts; கணக்கெழுதுகிறது kanakkeluthugirathu, To write accounts; கணக்குத்தீர்க்கிறது kanakkut tírkkirathu, To settle account; கணக்கொப்பிக்கிறது kanakkoppikkirathu, To deliver an account.

கணம் kanam, s. Smallness, minuteness. 2. A measure of time equal to 30 kalas or 4 minutes. 3. A moment. 4. A flock, a multitude, a troop, a class, a tribe.

கணவாய் kanaváy, s. A narrow pass between hills. 2. Cuttle-fish; கணவாயோடு kanaváyódu, Cuttle-bone—Os sepiæ.

கனிக்கிறது kanikkirathu, v. t. To calculate, estimate; அவன் என்னைக் கனிக்கிறானோ avan ennaik kanikkiránó, Does he esteem me?

கனிசம் kanisam, s. Proper weight or value; கனிசம்பார்க்கிறது kanisam párkkirathu, To judge of the proper weight or value of any thing.

கணிதம் kanitham, s. Number, numeration; கணிதசாஸ்திரம் kanithasástiram, An astronomical or astrological treatise.

கணு kanu, s. A knot or joint of the stalk of a plant. 2. Knuckle of the fingers, &c.; கணுக்கால் kanukkál, The ancle.

கண் kan, s. The mesh of a net, the holes of a sieve, the space between the steps of a ladder; கண்ணுலைமூடி kanulai múdi, A rice-strainer. 2. The nipple of the breast. 3. A spot; கண்டாங்கி kandángi, A woman's checkered cloth. 4. The eye, the organ of vision; ஒன்றின்மேலே கண்வைக்கிறது onrinmélékan vaikkirathu, To covet a thing; அவன் கண்ணவிந்துபோயிற்று avan kan avintupóyirru, He has lost his sight; கண்கட்டு kan kattu, Blindfolding, blind-man's-buff; கண்கட்டுவித்தை kankattu vittai, Sleight of hand, tricks; கண்கட்டுவித்தைக்காரன் kankattuvittaikkáran, A juggler; கண்கட்டி kankatti, A sty, or humour in the eyelid; கண்காணம் kankánam, Inspection, watch; கண்காணம்வைக்கிறது kankánam vaikkirathu, To appoint an inspector, to set a watch; கண்காணி kankáni, An inspector, overseer, bishop; கண்குத்திப்பாம்பு kankuttippámbu, A whip-snake; கண்குவளை kankuvalai, The socket of the eye; கண்கூசுகிறது kankúsugirathu, To be dazzled, to blink; கண்கூடு kankúdu, Socket of the eye; கண்சாய்ப்பு kan cháyppu, A sidelook; கண்சாய்ப்பாயிருக்கிறது kan cháyppáyirukkiṛathu, To overlook, to be partial in judgment, to connive ; கண்சிமிட்டுகிறது kaṇ chimittugiṛathu, To wink with the eye ; கண்சொருகிப்போகிறது kaṇ chorugippóṛathu, To be blind, to be shortsighted ; கண்ணஞ்சனம் kaṇṇañjanam, Collyrium, the ointment used to blacken the eyelashes ; கண்ணசந்துபோகிறது kaṇ asantupógiṛathu, To be heavy and drowsy; கண்ணருள் kaṇṇaruḷ, Favour ; கண்ணாடி kaṇṇáḍi, A mirror ; கண்ணாடிச்சுவர் kaṇṇádichchuvar, A small wall to screen the fire in a room ; கண்ணாடிப்பலகை kaṇṇáḍip palagai, A plank with a peeping hole ; கண்ணாடிபார்க்கிறது kaṇṇáḍi párkkiṛathu, To look in a mirror ; கண்ணாடிப்புடவை kaṇṇáḍippuḍavai, A thin and inferior kind of cloth ; சந்திரகாந்தக்கண்ணாடி chandrakántak kaṇṇáḍi, A fabulous gem supposed to be formed of the congelation of the rays of the moon ; சூரியகாந்தக்கண்ணாடி súryakántak kaṇṇáḍi, A burning glass ; தூரதிருஷ்டிக்கண்ணாடி dúradrishtikkaṇṇáḍi, A telescope ; நிலைக்கண்ணாடி nilaikkaṇṇáḍi, A standing looking-glass ; பூதக்கண்ணாடி bhúthakkaṇṇaḍi, A microscope ; மூக்குக்கண்ணாடி múkkuk kaṇṇáḍi, Spectacle ; கண்ணிமை kaṇimai, The eyelid ; கண்ணிலேபூப்படுகிறது kaṇṇilé púppaḍugiṛathu, To have specks in the eye ; கண்ணீர் kaṇṇír, Tears ; கண்ணீர்சொரிகிறது; கண்ணீர்வடிகிறது kaṇṇír chorigiṛathu, kaṇṇírvaḍigiṛathu, To shed tears ; கண்ணராவி kaṇṇarávi, A pitiable sight ; கண்ணுக்குக் கண்ணானவன் kaṇṇukku kaṇṇánavan, A person dear to one as his own eyes ; கண்ணுறக்கம் kaṇṇuṛakkam, Sleep ; கண்ணேறு kaṇṇéṛu, Blight of eyes ; கண்ணேறுபடுகிறது, கண்திருஷ்டிபடுகிறது kaṇṇéṛupaḍugiṛathu, kaṇḍrshtipaḍugiṛathu, To be bewitched or fascinated with a look ; கண்திருஷ்டி kaṇḍirshti, Evil imagined to be caused by other people's eyes ; கண்திருஷ்டிகழிக்கிறது kaṇḍirshti kaḻikkiṛathu, To remove the fascination of the eyes ; கண்ணைக்காட்டுகிறது kaṇṇaikkáṭṭugiṛathu, To indicate the wishes by a glance ; கண்ணைப்பிடுங்குகிறது kaṇṇaip piḍuṅkugiṛathu, To pluck out the eye ; கண்ணொட்டிக்கொண்டுவருகிறது kaṇṇoṭṭikkoṇḍu varugiṛathu, To be sleepy ; கண்ணோய், கண்ணோவு kaṇṇóy, kaṇṇóvu, sore eyes ; கண்ணோக்குகிறது kaṇṇókkugiṛathu, To look on ; கண்ணோட்டம் kaṇṇóṭṭam, A favour ; கண்தெரியாதவன் kaṇ teriyáthavan, A blind man ; கண்பட்டை kaṇ paṭṭai, The eyelid ; கண்பொத்துகிறது kaṇ pottugiṛathu, To blindfold ; கண்மணி kaṇmaṇi, The eyeball, the apple of the eye ; என்கண்மணியே en kaṇmaṇiyé, My darling ; கண்மயிர் kaṇ mayir, The eyelashes ; கண்மருந்து kaṇ marunthu, Medicine for the eyes ; கண்மாயம் kaṇmáyam, Ocular deception ; கண்மூடுகிறது kaṇ múḍugiṛathu, To shut the eyes ; கண்மை kaṇmai, Collyrium ; கண்ரெப்பை kaṇṛeppai, The eyelid ; கண்வரி kaṇvari, The Iris of the eye ; கண்வலி kaṇvali, Sore eyes ; கண்விழிப்பு kaṇviḻippu, Watching ; கண்வைக்கிறது kaṇvaikkiṛathu, To glance ; ஓரக்கண்ணன் órakkaṇṇan, One who is squint-eyed ; வன்கண் vankaṇ, Envy, invidiousness.

கண்டம் kaṇḍam, s. The throat. 2. A piece, a part, a fragment, a portion. 3. Division, continent. 4. Accident ; அமாவாசைக்கண்டம் amávásaikkaṇḍam, The critical time at new moon supposed to affect diseases; ஒரு கண்டத்துக்குத் தப்பினான் oru kaṇḍattukkut tappinán, He is recovered from a dangerous disease; கண்டம்வந்தது kaṇḍam vantathu, The crisis has arrived; கண்டகோடாலி kaṇḍa kóḍáli, A small axe carried about by religious mendicants on their shoulders; கண்டக் கரப்பான் kaṇḍak karappán, Eruptions on the neck; கண்டங்கண்டமாயரிகிறது kaṇḍam kaṇḍamáyarigiṛathu, To cut in pieces; கண்டதுண்டப்படுத்துகிறது kaṇḍatuṇḍap paḍuttugiṛathu, To cut in pieces; கண்டமாலை kaṇḍamálai, Inflammation, or swelling about the neck; கண்டபூர்த்தி kaṇḍa púrtti, Much, abundance, satiety.

கண்டிக்கிறது kaṇḍikkiṛathu, *v. t.* To speak with severity, to rebuke. 2. To speak impartially. 3. To cut in pieces; கண்டித்துக்கேட்கிறது kaṇḍittukkéṭkiṛathu, To ask earnestly, positively, to inquire strictly; கண்டிதம் kaṇḍitham, Chastening; கண்டிதம்பண்ணுகிறது kaṇḍitham paṇṇugiṛathu, To act strictly; கண்டிதக்காரன் kaṇḍithakkáran, A rigorous man; கறார் கண்டிதமாய்ச் சொல்லுகிறது karár-kaṇḍithamáych chollugiṛathu, To say decisively; கண்டிப்பு kaṇḍippu, Rigour, strictness. 2. Materiality; கண்டிப்புள்ள சரீரம் kaṇḍippuḷḷa saríram, The material body; கண்டனம் kaṇḍanam, Criticism; கண்டனம்பண்ணுகிறது kaṇḍanam paṇṇugiṛathu, To criticize; கண்டனை kaṇḍanai, Chastening.

கண்டு kaṇḍu, *s.* A ball of thread. 2. Sugar; கற்கண்டு karkaṇḍu, Sugar-candy; கண்டிடுகிறது kaṇḍiḍugiṛathu, To wind thread on a spindle,

கண்டை kaṇḍai, *s.* Gold or silver thread woven in the end of a cloth.

கண்ணி kaṇṇi, *s.* A rope. 2. Flower-bud. 3. A snare, a gin to catch birds, &c; கண்ணிகுத்துகிறது kaṇṇi kuttugiṛathu, கண்ணிநடுகிறது kaṇṇi naḍugiṛathu, கண்ணிவைக்கிறது kaṇṇivaikkiṛathu, To lay snares, or gins.

கதம்பை kathambai, *s.* The fibres which cover a cocoanut; கதம்பைக்கயிறு katham baik kayiṛu, Rope made of such fibres; கதம்பை திரிக்கிறது kathambai tirikkiṛathu, To twist a rope of these fibres; கதம்பைப்புல் kathambaippul, A kind of grass with twisted awns—Andropogon.

கதலி kathali, *s.* A superior kind of plantain; காட்டுக்கதலி káṭṭuk kathali, A kind of wild plantain.

கதவு kathavu, *s.* A door; கதவடைக்கிறது kathavaḍaikkiṛathu, கதவைச்சாத்துகிறது, kathavaich cháttugiṛathu, கதவைமூடுகிறது kathavai múḍugiṛathu, To shut a door; கதவைப்பூட்டுகிறது kathavaip púṭṭugiṛathu, To lock a door; கதவைத்திறக்கிறது kathavait tiṛakkiṛathu, To open a door; கதவைப்பெயர்க்கிறது kathavaip peyarkkiṛathu, To break open a door; தெருக்கதவு terukkathavu, A street door.

கதறுகிறது kathaṛugiṛathu, *v. i.* To cry from fear, or sorrow. 2. To bellow—as a cow; கதறியழுகிறது kathaṛi aḻugiṛathu, To weep aloud.

கதி kathi, *s.* Motion. 2. Way. 3. Gait. 4. Paces of a horse. 5. Condition. 6. Pecuniary ability, wealth. 7. Asylum, heaven.

கதிக்கிறது kathikkiṛathu, *v. i.* To grow thick. 2. To increase, grow; கதிப்பு kathippu, Thickness. 2. Excess, increase, eminence.

கதிர் kathir, *s.* A ray of light. 2. An ear or spike of corn. 3. A spindle. 4. The spoke of a wheel. 5. A cylindrical piece of wood for pressing sugarcane and oil seeds; கதிர்கொய்கிறது kathir koygiṛathu, To pluck ears of corn; கதிர்புறப்படுகிறது kathir puṛappaḍugiṛathu, To shoot out—as ears of corn; கதிர்ப்பக்குவம் kathirp pakkuvam, Corn in the ear fully formed; கதிர்ப்பக்குவமானநெல் kathirp-pakkuvamána nel, Paddy grown to the height of earing; கதிர்ப்பயிர் kathirp payir, Corn in the ear; கதிர்ப்போர் kathirp pór, A stack of corn; கதிர்வால் kathir vál, The arista, the awn of an ear of corn, &c.; கதிர்விடுகிறது kathir viḍugiṛathu, To ear, to shoot; நெற்கதிர் neṛkathir, An ear, a spike of paddy; பசுங்கதிர் pasuṅkathir, Young ears of corn.

கதுக்குகிறது kathukkugiṛathu, *v. t.* To gorge, glut, swallow greedily.

கதுப்பு kathuppu, *s.* The cheek; யானைக்கதுப்பு yánaik kathuppu, The cheek of an elephant.

கதுப்புளி kathuppuḷi, *s.* A three-teethed iron instrument with which children are burnt in their breasts to cure the atrophy.

கதுமெனல் kathumenal, *s.* A word expressive of quickness.

கதுவாய் kathuváy, *s.* Scar, or seam of a wound.

கதுவுகிறது kathuvugiṛathu, *v. i.* To seize, to take hold of.

கதை kathai, *s.* A feigned story, a tale, a fable. 2. A cudgel, a club; கதைகட்டுகிறது, kathai kaṭṭugiṛathu, To invent a story; கதைசொல்லுகிறது kathai chollugiṛathu, To tell a story; கிளைக்கதை kiḷaik kathai, A digression in a fable, an episode; புண்ணியகதை puṇṇiya kathai, A religious tale; கதைவளர்க்கிறது kathai vaḷarkkiṛathu, To prolong a story, or conversation, to cavil; கதையிடுகிறது kathai iḍugiṛathu, To tell a false story with some sinister ends.

கதைக்கிறது kathaikkiṛathu, *v. t.* To relate a fable. 2. To be talkative.

கத்தக்காம்பு kattak kámbu, *s.* A dry extract made of the leaves of the Nauclea aculeata, a shrub growing in the Eastern Islands, and eaten some times with betle; கத்தக்காம்புவில்லை, kattakkámbu villai, A small round cake made of it.

கத்தரி kattari, *s.* A plant, brinjal,—solanum melongena; கத்தரிக்காய் kattarik-káy, Brinjal fruit. 2. The intense heat from the 23d of the Hindu month சித்திரை chittirai, up to the 7th of வைகாசி vaikási: this they call முன்னேழு பின்னேழு கத்தரி munnéḷu pinnéḷu kattari. 3. A pair of scissors, more commonly called கத்தரிக்கோல் kattarikkól.

கத்தரிக்கிறது kattarikkiṛathu, *v. t.* To shear, to cut with shears or scissors; கத்தரித்துக்கொள்ளுகிறது kattarittuk-koḷḷugiṛathu, To cut off, to clip off.

கத்தலை kattalai, *s.* A sea-fish.

கத்தி katti, *s.* A knife, a sword; அம்பட்டன்கத்தி ambaṭṭan katti, A razor; கத்திமுனை kattimunai, The point of a sword; கத்தியையுருவுகிறது kattiyai uruvugiṛathu, To draw a sword; கத்திவீசுகிறது katti vísugiṛathu, To brandish a sword; கத்தியுறை kattiuṛai, A scabbard, the sheath of a sword; வெட்டுக்கத்தி veṭṭuk-katti, A hatchet.

கத்துகிறது katthugiṛathu, *v. i.* To cry, or make a noise, to croak, to caw—as crows, &c.

கத்தூரி kattúri, *s.* as கஸ்தூரி kastúri.

கந்தகம் kantagam, s. Sulphur.

கந்தம் kantam, s. Odour; நற்கந்தம் nar kantam, Fragrance; துர்க்கந்தம் durk-kantam, A bad, unpleasant smell; கந்தப் பொடி kantap podi, Sweet-scented powders, perfumes; கந்தம்பூசுகிறது kan-tampúsugirathu, To besmear with any fragrant substance.

கந்தாயம் kantáyam, s. Tribute, tax, rent. 2. A term for paying tributes, &c.; மாச கந்தாயம் másá kantáyam, Tax paid monthly.

கந்தை kantai, s. A rag, patched cloth, or garment; கந்தைபோர்த்துக்கொண்டிருக்கிறது kantai pórttukkondirukkirathu, To be clothed in rags.

கபகபவென்கிறது kabakabavengirathu, v. t. To gurgle as water poured out of a nar-row-necked vessel.

கபடம் kapadam, s. Fraud, deceit, cheating.

கபடு kapadu, s. Deceit, cheating; கபடஸ்தன் kapadastan, A deceitful man; கபடற kapadara, Without deceit, candidly; கபடறியாதவன் kapadariyáthavan, An upright man; கபடறியாமை kapadari-yámai, Sincerity; கபடில்லாமை kapa-dillámai, Sincerity; கபடுசெய்கிறது kapadu cheygirathu, To deceive; கபட்டுக்காரன் kapattukkáran, A deceitful man; கபட்டுச்சூத்திரம் kapattuch chút-tiram, A trap; கபட்டுத்தனம் kapattut-tanam, Fraudulence; கபட்டுநாக்கு kapattu nákku, A deceitful tongue.

கபந்தம் kabantam, s. A headless trunk.

கபம் kabam, s. Phlegm, one of the three humors of the body; கபவியாதி kaba-viyáthi, Consumption.

கபாய் kabáy, s. A gown reaching to the ancles and chiefly worn by Mussulmans.

கபாலம் kapálam, s. The skull.

கபிலம் kapilam, s. Tawny colour.

கப்பம் kappam, s. Tribute; கப்பங்கட்டுகிறது kappam kattugirathu, To pay tribute in acknowledgment of subjection, to be tributary.

கப்பரை kapparai, s. A beggar's bowl கப்பரையேந்துகிறது kapparai éntugira thu, To beg.

கப்பல் kappal, s. A ship; கப்பலேறுகிறது kappal érugirathu, To embark; கப்பலிலிருந்திறங்குகிறது kappaliliruntirangku-girathu, To disembark; கப்பலோடுகிறது kappal ódugirathu, The ship moves; கப்பற்கால் kapparkál, A bandy-leg; கப்பற்சேதம் kappar chétam, Shipwreck; கப்பற்படை kappar padai, The cordage of a ship, whatever belongs to a ship; கப்பலுடைகிறது kappal udaigirathu, To be shipwrecked; கப்பல்கரையிலேபொருத்துப்போயிற்று kappal karaiyilé porut-tuppóyirru, The ship has run aground; கப்பற்பாய் kapparpáy, The sail of a ship; கப்பல்வைக்கிறது kappal vaik-kirathu, To engage a ship.

கப்பி kappi, s. A pulley. 2. Grain half ground.

கப்பு kappu, s. A forked branch.

கமண்டலம் kamandalam, s. The water vessel of a religious mendicant.

கமர் kamar, s. A cleft in the ground caused by drought.

கமழுகிறது kamalugirathu, v. i. To yield a fragrant smell.

கமுகு, கமுகமரம் kamugu, kamugamaram, s. The betel-nut-tree, a palm, areca, catechu; its nut is called பாக்கு pákku. கமுகோலை kamugólai, The leaf; கமுகங்குலை kamugankulai, kamu-gantáru, The spadix, or bunch of fruit; கமுகம்பாளை kamugampálai, The spathe,

spathe containing the spadix; கமுகம்பிள்ளை kamugam piḷḷai, A young areca. கமுக்கட்டு kamukkaṭṭu, s. The armpit. கமுக்கம் kamukkam, s. The act of concealing.

கம்பட்டம் kampaṭṭam, s. Coinage, the art and practice of coining; கம்பட்டமடிக்கிறது, கம்பட்டம்போடுகிறது kampaṭṭam aḍikkiṟathu, kampaṭṭam póḍugiṟathu, To coin, to mint; கம்பட்டக்காரன் kampaṭṭakkáran, A coiner; கம்பட்டக்கூடம் kampaṭṭakkúḍam, A mint; கம்பட்டமுளை kampaṭṭamuḷai, A stamp for coining.

கம்பத்து kampattu, s. A leak in a ship; கம்பத்துப் பார்க்கிறது kampattup párkkiṟathu, To stop a leak.

கம்பம் kambam, s. Shaking; சிரக்கம்பம் sirakkambam, A nod of approbation; கரக்கம்பம் karakkambam, A motion of the hand, a beck; பூகம்பம் bhúkambam, An earthquake. 2. Tremor, trembling; சபாகம்பம் sabákambam, Timidity in haranguing, bashfulness in speaking in public. 3. A pillar, column. 4. A picket to which elephants are fastened. 5. A pole used by rope-dancers and tumblers; கம்பம்நடுகிறது kambam naḍugiṟathu, To fix such a pole; கம்பபாணம் kamba páṇam, or கம்பவாணம் kamba váṇam, A rocket fastened to a pole.

கம்பளம் kambaḷam, s. A blanket.

கம்பலை kambalai, s. Sound.

கம்பளம் kambaḷam, s. A blanket.

கம்பளி, கம்பிளி kambaḷi, kambiḷi, s. A blanket, woolen or hair cloth; கம்பளிக்கொண்டான் kambaḷikkoṇḍán, A shrub—Morus Indica; கம்பளிப்பழம் kambaḷip-paḷam, The fruit of the foregoing shrub.

கம்பி kambi, s. A wire, a bar. 2. A jewel for the ears; கம்பிநீட்டுகிறது kambi-níṭṭugiṟathu, To draw out wire. 2. *Met.* To take to one's heels; கம்பியச்சு kambi achchu, A plate for drawing wire. 2. A stripe in the border of a cloth; பட்டைக்கம்பி paṭṭaikkambi, A broad stripe; இருக்குக்கம்பி irkkuk kambi, A narrow stripe; கம்பிச்சேலை kambichchelai, A woman's cloth with a stripe on its border; கம்பிப்பிசின் kambippisin, A kind of wiry medicinal gum.

கம்பிக்கிறது kembikkiṟathu, v. i. To tremble or shake, to be agitated; கம்பிதம் kambítham, Tremor. 2. Motion.

கம்பீரம் gambíram, s. Depth, profundity. 2. *Met.* Depth in knowledge or intellect; கம்பீரமாயிருக்கிறது gambíramáy irukkiṟathu, To be reserved; கம்பீரமானவாக்கு gambíramána vákku, A dignified composition; கம்பீரவீரன் gambíravíran, A bold hero, a spirited, manly person.

கம்பு kambu, s. A branch. 2. A kind of grain—Holcus spicatus; கம்பந்தட்டு kambantaṭṭu, Its stalk.

கம்பை kambai, s. A wooden peg inserted in an ola book to keep the leaves together. 2. A cornice, the highest projection of a wall or column; கம்பைக்குள்ளாக்குகிறது kambaikkuḷḷákkugiṟathu, To bring under subjection, to subdue.

கம்பைக்கல் kambaik kal, s. Cambay pebble, semi-opal.

கம்மல் kammal, s. A kind of ear-ring worn by Hindu women.

கம்மவார் kammavár, s. A numerous caste of Telugu sudras usually employed in agriculture.

கம்மாளர் kammáḷar, s. Artificers, they are divided into five classes.

கம்முகிறது kammugiṛathu, *v. i.* To be over cast, to become cloudy. 2. To become hoarse; கம்மல் kammal, Cloudiness. 2. Hoarseness; கம்மலாய்ப்பேசுகிறது kammaláyp pésugiṛathu, To speak hoarsely.

கம்மெனகிறது kammengiṛathu, *v. i.* To be odoriferous; கம்மென்றுமணக்கிறது kammenṛu maṇakkiṛathu, It smells very sweet.

கயிங்கரியம் kayiṅgariyam, *s.* Servitude, slavery.

கயில் kayil, *s.* The half of a cocoanut.

கயிறு kayiṛu, *s.* A rope, cord; அணைகயிறு aṇaikayiṛu, A cord to attach a calf to the leg of a cow; கயிறுதிரிக்கிறது, கயிறுமுறுக்குகிறது kayiṛu tirikkiṛathu, kayiṛumuṛukkugiṛathu, To twist a rope, to make a rope; தொடுகயிறு toḍukayiṛu, A rope used in ploughing; வடக்கயிறு vaḍakkayiṛu, A rope which is used in lowering, or elevating the ploughshare. 2. A cord used for drawing cars.

கரகம் karagam, *s.* An earthen or wooden vessel.

கரகரப்பு karakarappu, *s.* Sharpness to the taste, a tickling, or irritation in the throat; கரகரவென்கிறது karakaravengiṛathu, To have such a tickling.

கரக்கிறது karakkiṛathu, *v. t.* To be close-handed, or niggardly. 2. To steal.

கரடகம் karaḍagam, *s.* Subtlety, slyness; கரடகன் karaḍagan, A subtle, artful man.

கரடி karaḍi, *s.* A bear; கரடிக்கூடம் karaḍik kúḍam, A fencing school, a place for military exercise; கரடிவித்தை karaḍivittai, The art of fencing; கரடிவித்தைபழகுகிறது karaḍi vittai paḻagugiṛathu, To fence, to practise the use of weapons.

கரடு karaḍu, *s.* A hard knot in wood, any protuberance from the trunk of a tree. 2. The ankle-bone; கரடுமுரடுமாய் karaḍu muraḍumáy, Roughly, unevenly, hard; கரட்டுக்கல் karaṭṭukkal, An unpolished stone; மரத்திலே கரடுகட்டியிருக்கிறது marattilé karaḍukaṭṭi irukkiṛathu, There are knags, knots, or knars in the tree.

கரணம் karaṇam, *s.* Gambol, tumbling, tricks of a rope-dancer.

கரணை karaṇai, *s.* A plant-Dracontium; கரணைக்கிழங்கு karaṇaikkiḻaṅgu, Its bulb; கறிக்கரணை kaṛikkaraṇai, Another species of it much used for curry.

கரண்டகம் karaṇḍagam, *s.* A little box for betel chunam.

கரண்டி karaṇḍi, *s.* A spoon; ஆலக்கரண்டி álakkaraṇḍi, A large spoon; உச்சிக்கரண்டி uchchikkaraṇḍi, A small spoon used for putting oil on a child's head; வெள்ளிக்கரண்டி veḷḷikkaraṇḍi, A silver spoon.

கரப்பான் karappán, *s.* Scurf, cutaneous eruptions; கரப்பான்பூச்சி karappán púchchi, A cockroach.

கரம்பு karambu, *s.* Hard and barren ground, untilled ground; அநாதிகரம்பு anáthi karambu, Ground not before cultivated; காடுவெட்டிக் கரம்புதிருத்திப்பயிரிடுகிறது káḍuveṭṭikkarambu tiruttip payiriḍugiṛathu, To clear woods for cultivation, to cultivate a sterile soil.

கரவடம் karavaḍam, *s.* Theft; கரவடர் karavaḍar, Thieves.

கரார்நாமா karárnámá, *s.* A written agreement, engagement.

கரி kari, *s.* Charcoal. 2. The colour black; கரிக்கட்டை karikkaṭṭai, A quenched firebrand; கரிக்காரன் karikkáran, A charcoal-man; கரிக்குருவி karikkuruvi,

A small blackbird; கரிக்கோடிடுகிறது. karikkódidugiṛathu, To form as hair above the upper lip; கன்னங்கரிய kannaṅkariya, Very black.

கரிகிறது karigiṛathu, v. i. To turn black. 2. To be singed, scorched, burned.

கரிக்கிறது karikkiṛathu, v. i. To smart, give acute pain—said of the eye when any thing has fallen into it; கரிப்பு karippu, Sore, acute pain in the eyes.

கரிசலாங்கண்ணி karisalánkaṇṇi, A medicinal plant for the eyes.

கரிசல் karisal, Darkness, blackness; கரிசற்காடு karisaṛkádu, A black soil 2. A thick wood; கரிசலாயிருக்கிறது karisaláy irukkiṛathu, To be dark, black.

கரிசனம் karisanam, s. Care, love, favour, clemency; தற்கரிசனம் taṛkarisanam, Self-love.

கரிசு, கரிசை, கராசை karisu, karisai, karasai, s. A Garce, or 400 marcals.

கரியன் kariyan, s. A thief.

கரு karu, s. A mould; கருப்பிடிக்கிறது karup piḍikkiṛathu, To mould. 2. (Met.) Genius, prudence, discretion; கருவறிகிறது karuvaṛigiṛathu, To come to ears of discretion. 3. Things used for ceremonies of enchantment, viz., plants, roots, skins, bones, flesh, &c. 4. The embryo; கருக்காய் karukkáy, An ear of corn not matured; கருத்தங்குகிறது karut taṅkugiṛathu, To conceive; கருப்பை karuppai, The matrix, womb; கருவழிகிறது karuvaḷigiṛathu, To miscarry, to have an abortion.

கருகுகிறது karukugiṛathu, v. i. To turn black,—as the body, &c., by exposure to the sun. 2. To be singed, scorched, burnt—as meat, fish; கருக வறுக்கிறது karuga vaṛukkiṛathu, To over-roast; கருகுமாலை karugumálai, The dim evening twilight; கருகல் karugal, Rice, curry, &c.; burnt in cooking. 2. Obscurity in language; கருகலானபேச்சு karugalána péchchu, An obscure, dark saying.

கருக்கு karukku, s. The edge of a knife, sword. 2. The teeth of a saw. 3. Engraved, carved or embossed work; கருக்குவேலை karukku vélai, Work in stone, or metal, bass-relief, raised work, fret-work; கருக்கிடுகிறது karukkiḍugiṛathu, To whet, edge, sharpen; கருக்கு மழுங்குகிறது karukku maḷuṅkugiṛathu, To grow blunt; கருக்கான கத்தி karukkána katti, A sharp knife; கருக்கழிந்திருக்கிறது karukkaḷintirukkiṛathu, The coin has lost its stamp, it is defaced.

கருக்குகிறது karukkugiṛathu, v. t. To burn to a coal. 2. To roast, singe.

கருச்சிக்கிறது karuchchikkiṛathu, v. i. See கர்ச்சிக்கிறது karchchikkiṛathu.

கருடன் karuḍan, s. A Brahmany kite—Falco pondischerianus.

கருணிகன் karuṇigan, s. An accountant.

கருணை karuṇai, s. Tenderness, compassion. 2. (Christian usage) The Sacrament of the Lord's Supper; கருணைபுரிகிறது karuṇai purigiṛathu, To confer a favour, or blessing, to shew compassion; காருணியம் káruṇiyam, Grace, mercy, bounty.

கருதுகிறது karuthugiṛathu, v. t. To think, imagine, reflect, &c.; சொல்லவுங் கருதவுங்கூடாது chollavum karuthavum kúḍáthu, It cannot be expressed or conceived.

கருத்தா karuttá, s. See கர்த்தன் karttan.

கருத்து karuttu, s. Thought, mind. 2. Attention, application, care. 2. Opinion, meaning; கருத்துப்பிசகு karuttuppisagu, An erroneous interpretation, a wrong construction.

8

கருப்பம் karuppam, *s. See* கர்ப்பம் karpapam.

கருப்பு karuppu, *s.* Famine.

கருப்பூரம் karuppuram, *s. See* கர்ப்பூரம் karppúram.

கருமம் karumam, *s.* Act, action. 2. Business; கருமாந்தியம் karumántiyam, The end of a funeral ceremony; துர்க்கருமம் durkkarumam, A bad action; சற்கருமம் saṛkarumam, A good action.

கருமை karumai, *s.* Blackness, black colour; கரு karu, Black; கரிய kariya, Black; கருங்கடல் karuṅkadal, Black sea; கருங்காலி, karuṅkáli, A tree—Ebony; கருங்குரங்கு karuṅ kuraṅgu, A black monkey; கருங்குவளை karum kuvaḷai, A water-plant: Pontederi hastata; கருநிலம் karu nilam, Black soil, barren, unfruitful ground; கருமணி karumaṇi, The eyeball; கரும்பாம்பு karum pámbu, The black serpent; கருவழலை, karuvaḻalai, The king of the serpentine tribe; கருவிழி karuviḻi, eyeball.

கரும்பு karumbu, *s.* Sugar-cane; கருப்பஞ்சாறு karuppañcháru, The juice of sugar-cane; கருப்பஞ்சோலை karuppañchólai, A plantation, or garden of sugar-cane; கருப்பட்டிக்கூடு karuppattikkúdu, Jaggery made up in small cakes; கரும்பாலை karumpálai, A sugar-cane press; பேய்க்கரும்பு peykkarumbu, Wild sugar-cane.

கருவா karuvá, *s.* The cinnamon tree—Laures Cinnamomum; கருவாப்பட்டை karuvappaṭṭai, Cinnamon.

கருவாடு karuvádu, *s.* Dried salt-fish; கருவாட்டுவாலி karuváṭṭuváli, The name of a bird whose tail is like that of a fish—Corvus Balicassius.

கருவி karuvi, *s.* Instrument, tool, weapon. 2. Means; நிறையறிகருவி niṛai yaṛi karuvi, A balance.

கரை karai, *s.* Border, boundary, bank, sea-shore, river-side; அக்கரைப்படுகிறது akkaraippaḍugiṛathu, To reach the opposite side of a river; அடுப்பங்கரை aḍuppaṅ karai, The front of a hearth; கரைக்காற்று karaikkaṛṛu, Long shore wind, 2. Wind blowing from the land; கரைசேருகிறது karai chéṛugiṛathu, To come into the roads—as a ship; கரைதுறை karai turai, A landing-place; கரைநெருங்க ஓடுகிறது karainerunga óḍugiṛathu, To sail along the coast; கரைப்படுகிறது karaippaḍugiṛathu, To land; கரைபிடிக்கிறது karai piḍikkiṛathu, To sight land. 2. To come into a port; கரையாளன் karaiyáḷan, A village proprietor; கரையான் karaiyán, A respectable caste of fishermen, or boat people, one who resides on the sea-shore; கரைவழி karaivaḻi, The road along the shore; கரைவழித்தீர்வை karaivaḻit tírvai, Land custom; செய்கரை cheykarai, A balk or small causeway in a field of rice corn.

கரைகிறது karaigiṛathu, *v. i.* To dissolve, melt—as sugar or salt in water. 2. To weep, cry—as a child; கரைந்துபோகிறது karaintu pogiṛathu, To be washed away by rain-said of the bank of a river, or tank. 2. To languish, to pine away with grief; மகன்பட்டதைக்கண்டு மனங்கரைந்து நொந்தான் magan paṭṭathaik kaṇḍu manam karaintu nontán, On seeing the sufferings of his son he was overcome with distressing emotions.

கரைக்கிறது karaikkiṛathu, *v. t.* To dissolve, or melt, to liquify. 2. (*Met.*) To melt the heart.

8

கர்ச்சிக்கிறது karchchikkirathu, v. i. To emit a deep or full sound, to sound—as distant thunder, to roar—as a lion; மேகம் கர்ச்சிக்கிறது megam karchchikkirathu, It thunders; கர்ச்சிதம் karchchitham, The muttering of the clouds, or rolling of distant thunder; கர்ச்சிப்பு karchchippu, The roaring of a lion, &c., thunder.

கர்த்தன், கர்த்தா karttan, kartta, s. A doer, a maker, an agent, God our Creator; கர்த்தத்துவம் karttattuvam, Domination, Lordship, right of superiority.

கர்ப்பம் garbham, s. Embryo, the foetus; கர்ப்பஸ்திரி garbhastri, A woman with child; கர்ப்பந்தரிக்கிறது garbham tarikkirathu, To conceive, to become pregnant.

கர்ப்பூரம் karppúram, s. Camphor; கர்ப்பூர மரம் karppúra maram, The camphor tree.

கர்வம் garvam, s. Pride, arrogance; கர்வ நடை garvanadai, Arrogant behaviour, over-bearing conduct; கர்வமாயிருக்கிறது garvamáyirukkirathu, To be proud, arrogant; கர்விக்கிறது garvikkirathu, To be insolent, proud, haughty; கர்விதன் garvithan, An arrogant fellow.

கலகம் kalagam, s. Tumult, uproar, sedition, rebellion, war, battle, violence without murderous weapons, great noise; கலகப்பிரியன் kalagappiriyan, A seditious, rebellious, turbulent man, a rebel; கலகமாய்க்கிடக்கிறது kalagamáyk kidakkirathu, To be in a state of rebellion and disturbance, to be out of order; கலகம் பண்ணுகிறது kalagam pannugirathu, To make an uproar, to rebel.

கலக்கிறது kalakkirathu, v. t. To join, unite, copulate. 2. To mix; கலப்பு kalappu, Mixture; கலப்பிடம் kalappidam, Mixture; கலப்பில்லாத kalappillátha, Unadulterated; கைகலக்கிறது kaikalakkirathu, To come to close engagement.

கலக்குகிறது kalakkugirathu, v. t. To stir, mix, agitate. 3. To perturb, disconcert. 2. To frighten, intimidate, dismay.

கலங்குகிறது kalankugirathu, v. i. To be stirred up, agitated. 2. To be perturbed, confounded. 3. To weep, to be sad.

கலசம் kalasam, s. An earthen water-pot, a pitcher; கலசப்பானை kalasappánai, A censer.

கலணை kalanai, s. A horse-saddle; கலணை வார் kalanai vár, The girth of a saddle; கலணைக்கரடு kalanaikkaradu, The pommel of a saddle.

கலப்பை kalappai, s. A plough.

கலம் kalam, s. A vessel, a bowl, a brazen dish, a basin.

கலவரம் kalavaram, s. Perturbation, confusion of mind.

கலாசு kalásu, s. Shipping; கலாசுக்காரன் kalásukkáran, A sailor, mariner.

கலி kali, s. Poverty, misery; கலிதீர்த்தான் kali tirttán, One who puts an end to misery.

கலிக்கம் kalikkam, s. A very pungent eye-salve; கலிக்கமிடுகிறது, போடுகிறது kalikkam idugirathu, pódugirathu, To apply pungent eye-salve.

கலிங்கு kalingu, s. A dam or bank of stones. 2. A sluice.

கலிபிலி kalipili, s. Disturbance, alarm, tumult, uproar; கலிபிலிபண்ணுகிறது kalipili pannugirathu, To raise a tumult, to cause quarrels.

கலியாணம் kaliyánam, s. Happiness. 2. Marriage. 3. Festivity; கலியாணவாழ்த்து kaliyánaválttu, Nuptial congratulation; கலியாண சம்பிரமம் kaliyána sambramam, Nuptial pomp; கலியாணம்பண்ணுகிறது kaliyáṇampaṇṇugiṛathu, To marry; பஞ்சகலியாணி pañja kaliyáṇi. A horse whose four feet and forehead are white; கலியாணக்கால் kaliyáṇakkál, One of the new posts put up in the wall of a new-built house over against the கன்னிக்கால் kannik kál—the former is dressed as a male, the latter as a female; கலியாணப்பந்தல் kaliyáṇappantal, A temporary shed lined with cloth for marriage guests; கலியாணம் எழுதுகிறது kaliyáṇam eḻuthugiṛathu, To register a marriage.

கலினம் kalinam, *s.* A bridle.

கலீல் கலீலெனல் kalíl kalíl enal, A tinkling sound—as of small bells; கலீல் கலீலென்று நடக்கிறது kalíl kalíl enṛu naḍakkiṛathu, To walk with a tinkling noise.

கலுக்குப்பிலுக்கு kalukkuppilukku, Attractive and tinkling sounds made by a woman or children decked with ornaments, tinkling, clinking.

கலை kalai, *s.* A minute portion of time equal to 8 seconds.

கலைகிறது kalaigiṛathu, *v. i.* To be dissolved, to be broken up—as an assembly. 2. To be withdrawn, alienated by persuasion. 3. To disperse—as clouds.

கலைக்கிறது kalaikkiṛathu, *v. t.* To disperse. 2. To draw one off from a good intention, to avert one's mind, to transfer one's affection from a thing or person, to dissuade. 3. To put into disorder. 4. To dislodge an enemy from a station; கூட்டைக்கலைக்கிறது kúṭṭaik kalaikkiṛathu, To stir a nest.

கல், கல்லு kal, kallu, *s.* A stone, a precious stone; கல்நாதம் kal nátham, Green vitriol; கல்நார் kal nár, Asbestos; கல் நெஞ்சன் kal neñjan, A hard-hearted man; கல்மலை kal malai, A rock; கல்மாரி kalmári, Hail; கல்லடைப்பு kal aḍaippu, Retention of urine by gravel; கல்லறை kallaṛai, *properly*, A cavern, a cave hewn out in a rock, *commonly*, a sepulchre; கல்லால் kallál, A tree; கல்லீரல் kallíral, The gizzard; கல்பாவுகிறது kal pávugiṛathu, To pave, to floor with stone; கல்லுளி kalluḷi, A stone-cutter's chisel; கல்லெறி kalleṛi, A stone's cast; கல்லெறிதூரம் kalleṛidúram, Distance of a stone's throw; கல்வீடு kal víḍu, A stone, or brick house; கற்கண்டு kaṛkaṇḍu, Sugar-candy; கற்குடல் kaṛkuḍal, Costiveness; கற்பாவினதரை kaṛpávinatarai, Pavement, stone-floor; கற்பாவை kaṛpávai, A figure made of stone, a statue; கற்பொளிகிறது kaṛpoḷigiṛathu, To hew and pick grind-stones; கற்பொறுக்கி kaṛporukki, a bird—Tringa variegata; கற்றச்சன் kaṛṛachchan, A stone mason; ஆமைக்கல் ámaik kal, A hexangular brick or stone for flooring; கருங்கல் karuṅkal, Black or blue stone, black Hornblende, Sienite; காய்ச்சு கல் káychchu kal, A counterfeit gem; தீட்டுகல் tíṭṭu kal, A whetstone; துருக்கல் turukkal, Iron-stone; தேய்க்கல் téykkal, A touch-stone; பருக்கைக்கல் parukkaik kal, A pebble; மாக்கல் mákkal, Steatites, Spanish chalk.

கல்லுகிறது kallugiṛathu, *v. i.* To dig with a small stick.

கல்லை kallai, *s.* Leaves stitched together with fibres and used as plates. 2. Calumny, aspersion. 3. The knob of wooden slippers.

கல்வி kalvi, *s.* Learning, erudition, study.

கவசம் kavasam, *s.* Armour, coat of mail. 2. Dressing of a wound, application of medicines to a wound; கவசங்கட்டுகிறது kavasaṅ kaṭṭugiṟathu, To dress a wound; கவசந்தரிக்கிறது kavasam tarikkiṟathu, To put on a coat of armour; கைக்கவசம் kaikkavasam, A gauntlet, an iron glove used for defence; தோட்கவசம் tôṭ kavasam, A leathern jacket; மார்க்கவசம் márkkavasam, A breast-plate.

கவடி kavaḍi, *s.* A little sea-shell used as a coin in Bengal, cowry.

கவடி பாய்கிறது kavaḍi páygiṟathu, A sort of game.

கவடு kavaḍu, *s.* A forked branch of a tree. 2. (*Met.*) Spread legs.

கவணி kavaṇi, *s.* A very fine sort of cloth, muslin.

கவண் kavaṇ, A sling; கவணெறிகிறது kavaṇeṟigiṟathu, To sling; கவண்காரன் kavaṇkáran, A slinger.

கவராசம் kavarásam, *s.* A pair of compasses; கவராசமிடுகிறது kavarásamiḍugiṟathu, To draw a circle.

கவரி kavari, *s.* A kind of deer. 2. A brush made of the tail hairs of that deer.

கவர் kavar, *s.* A bifurcated branch; கவர்க்கொம்பு kavark kombu, A bifurcated branch; கவர்க்கோல் kavarkkól, A forked staff; கவர்வழி kavarvaḷi, A place where one road divides itself into two; கப்புங்கவருமானமரம் kappum kavarumána maram, A tree with forked branches.

கவர்கிறது kavargiṟathu, *v. t.* To plunder. 2. To steal.

கவலை kavalai, *s.* Concern. 2. Affliction, sorrow. 3. Anxiety, perplexity; கவலைப்படுகிறது kavalaippaḍugiṟathu, To be concerned, anxious.

கவளம் kavaḷam, *s.* A mouthful. 2. A ball of rice or other grain for an elephant; கவளம்போடுகிறது, கவளங்கொடுக்கிறது kavaḷa n póḍugiṟathu, kavaḷam koḍukkiṟathu, To feed elephants with balls of rice.

கவறு kavaṟu, *s.* Dice; கவறுபோடுகிறது kavaṟu póḍugiṟathu, To cast dice.

கவறை kavaṟai, *s.* A tribe of natives in Southern India.

கவனம் kavanam, *s.* Attention, care, heed, consideration; கவனிக்கிறது kavanikkiṟathu, To be attentive to study; கவனித்துக்கேட்கிறது kavanittukkêḍkiṟathu, To hear with attention.

கவாத்து, கவாய்த்து kaváttu, kaváyttu, *s.* Military exercise.

கவி kavi, *s.* A poet, a versifier. 2. Poetry, verse, a stanza.

கவிகிறது kavigiṟathu, *v. i.* To cover—as a cloud does a mountain, the sky, &c.—as a tree by its shade. 2. To be intent upon a business.

கவிழ்கிறது kaviḻgiṟathu, *v. i.* To be overturned—said of a vessel, a pot, &c.; கவிழ்ந்து படுக்கிறது kaviḻntu paḍukkiṟathu, To lie with the face downwards; கவிழ்ந்துகொள்ளுகிறது kaviḻntukoḷḷugiṟathu, To crawl as an infant; முகம் கவிழுகிறது mukham kaviḻugiṟathu, To be down-cast, to be put to shame.

கவிழ்க்கிறது kaviḻkkiṟathu, *v. t.* To turn upside down, to capsize.

கவுதாரி kavutháry, *s.* A partridge.

கவுபீனம் kavubînam, *See* கௌபீனம் kaubînam.

கவுல் kavul, *s.* A bad smell. 2. (Hin.) A treaty, capitulation.

கவுள் kavuḷ, *s.* The cheeks. 2. The jaws of an elephant.

கவுனி kavuni, *s.* The same as கெவுனி gevuni, The gate of a fort.

கவை kavai, *s.* The fork of a branch. 2. Concern, business; கவையடி kavaiyadi, Cloven foot; கவையாயிருக்கிறது kavaiyáy irukkirathu, To be busy, to be occupied.

கவ்வுகிறது kavvugirathu, *v. t.* To snatch—as a dog. 2. (*Met.*) To be intent upon a thing; இன்னமவனிதிலே கவ்வவில்லை innam avanithilé kavvavillai, He has not yet set his mind upon it; மனசு கவ்வுகிறது manasu kavvugirathu, To apply the mind to, or mind a thing earnestly.

கவ்வை kavvai, *s.* Care, concern, &c.

கழஞ்சு kaḻañchu, *s.* An apothecary's or jeweller's weight.

கழப்புகிறது kaḻappugirathu, *v. i.* To be idle, to decline, or shuffle work.

கழப்புணி kaḻappuṇi, An idle, shuffling person.

கழலுகிறது kaḻalugirathu, *v. i.* To slip off—As the wheel of a bandy, the handle of a knife, &c., to be undone, to get loose.

கழலை kaḻalai, *s.* A wen, a tubercle, excrescence.

கழற்றுகிறது kaḻarrugirathu, *v. i.* To put off as clothes, &c., to strip off, to pull off, to shake off—as an ox does the yoke.

கழனி kaḻani, *s.* A paddy-field; கழனிப்பயிர் kaḻanippayir, paddy.

கழாயர் kaḻáyar, *s.* Rope-dancers, tumblers.

கழி kaḻi, *s.* A small arm of the sea; கழிநிலம் kaḻinilam, Saltish ground; கழிமுகம் kaḻimukham, The mouth of a river. 2. A stick, little staff; நூற்கழி núrkaḻi, A knot of thread or silk wound and doubled, a hank. 3. A long branch of a tree.

கழிகிறது kaḻigirathu, *v. i.* To pass, to pass away—as time, &c. 2. To go off by looseness; கழிச்சல் kaḻichchal, Looseness, diarrhea; இரத்தக் கழிச்சல் irattak kaḻichchal, The bloody flux; கழிவு kaḻivu, That which is to be thrown away or rejected, a cast away thing; கழிவான சரக்கு kaḻivána charakku, Rejected or damaged goods.

கழிக்கிறது kaḻikkirathu, To reject, to throw aside, to remove, to spend time. 2. To cut off, or pare away what is prominent or protruding; தலைகளைக் கழிக்கிறது talaikaḻaik kaḻikkirathu, To cut off the branches and twigs. 3. To subtract, in arithmetic.

கழு kaḻu, *s.* A trident, three-forked weapon or tool. 2. A stake for impaling malefactors; கழுவேறி kaḻuvéri, One who deserves impaling; கழுவேறுகிறது kaḻuvérugirathu, To be impaled.

கழு kaḻu, *s.* A green clod, a clod covered with grass.

கழுகு kaḻugu, *s.* An eagle.

கழுதை kaḻuthai, *s.* An ass; கழுதைக்குட்டி kaḻuthaik kutti, A young ass; கழுதைப்புலி kaḻuthaip puli, A hyena. கழுதைமறி kaḻuthai maṟi A young ass, colt of an ass; கழுதையாட்டம்பண்ணுகிறது kaḻuthaiyáttampannugirathu, To play the fool, to be a block-head; கழுதைவிட்டை kaḻuthaivittai, Ass's dung; கோவேறுகழுதை kóvéru kaḻuthai, A Mule.

கழுத்து kaḻuttu, *s.* The neck, the neck of a vessel; கட்டுக்கழுத்தி kattuk kaḻutti, A married woman; கழுத்தடி kaḻuttadi, The lower part of the neck; கழுத்தறுக்கிறது kaḻuttarukkirathu, To cut the throat; கழுத்துக்குட்டை kaḻuttuk kuttai, A neck cloth; கழுத்துச்சந்து kaḻuttuchchantu, The joint of the neck; கழுத்துப்பட்டை kaḻuttuppattai, The collar of a coat;

கழுத்தைத்திருகுகிறது kaluttaittirukugirathu, To writhe the neck.

கழுநீர் kalunir, s. A water-plant; செங்கழுநீர் sengaluuir, A water-plant : Nymphœa.

கழுந்து kaluntu, s. The end of a foot of a table, chair, pestle, walking-stick, &c. tenon ; உலக்கைக்கழுந்து ulaikkaik-kaluntu, The end of a pestle.

கழுவுகிறது kaluvugirathu, v. t. To wash; கழுநீர் kalunir, The water in which rice has been washed.

கழை kalai, s. A bamboo ; கழைக்கூத்து kalaikkutthu, Pole-dancing.

களகளம் kalakalam, s. A great noise; களகளவென்கிறது kalakalavengirathu, To murmur, to flow with a gentle noise—said of water. 2. To chatter, prattle.

களங்கம் kalangam, s. A spot. 2. Fault; களங்கமற kalangamara, Without spot or blemish; நிஷ்களங்கம் nishkalangam, Faultlessness.

களஞ்சியம் kalanjiyam, s. A barn, granary.

களம் kalam, s. Barren soil. 2. Field, field of battle. 3. A thrashing-floor. 4. Shoal sand-bank in the sea ; களப்பலி kalappali, A human sacrifice, that of valiant men to Durga the goddess of war, previous to battle to secure victory; களத்திலேறுகிறது kalattil erugirathu, To strike upon a shoal or sand-bank; களப்பிச்சை kalappichchai, Alms given from the thrashing-floor; களமதி kalamati, Estimation of the quantity of grain upon the thrashing-floor ; களவாரம் kalavaram, Hire given to the labourers on the thrashing-floor ; கொலைக்களம் kolaik-kalam, Place of execution.

களர், களர்நிலம் kalar, kalarnilam, s. Barren ground; களர்மண் kalarman, Alkaline earth.

களவு kalavu, s. Theft; களவாட, களவாட kalavada, kalavada, to steal, pilfer.

களா kala, s. A shrub—Carissa.

களி kali, s. Thick pulp, any soft, thick mass—as thick pap, &c.; களிகிண்டுகிறது kali kindugirathu, To make pap; களிப்பாக்கு kalip pakku, Arecanut boiled and dried; களிமண் kaliman, Clay, potter's clay.

களிக்கிறது kalikkirathu, To joy, exult, rejoice.

களிப்பு kalippu, s. Joy, exultation.

களிம்பு kalimbu, s. Verdigris. 2. Rust; களிம்பூறுகிறது kalimburugirathu, To form verdigris in a slight degree. 2. To become spoiled—as whey, curds, &c. kept in a brass vessel.

களை kalai, s. Splendour of countenance, glow, lustre; முகக்களை mukhakkalai, A fine expression, sweet features, sereneness of face. 2. Faintness, languor; களைதெளியப்பண்ணுகிறது kalai teliyappannugirathu, To dispel languor, to raise the spirits after fainting; களைவாரி kalaivari, A rake, harrow. 3. Weed.

களைகிறது kalaigirathu, v. t. To put off, to undress. 2. To pluck up, to weed ; களைக்கோல் kalaikol, A weeding tool.

களைக்கிறது kalaikkirathu, v. i. To faint.

கள் k[illegible] s. Toddy.

கள்வன் kalvan, s. A thief, a rogue.

கள்ளம் kallam, s. Falsehood, lie, theft ; கள்ளவொப்பம் kalla oppam, A forged signature; கள்ளச்சாதி kalla jathi, The kallar tribe; கள்ளஞானம் kallananam, False philosophy; கள்ளத்தனம் kallat-tanam, Guile, deception; கள்ளத்திறவுகோல் kallattiravukol, False key, or pick-lock; கள்ளப்பணம் kallappanam, Counterfeit coin.

கள்ளி kaḷḷi, *s.* A shrub: Milkhedge—Euphorbia Tirucalli; கொடிக்கள்ளி koḍik kaḷḷi, A twining plant: Cynanchum viminale; சதுரக்கள்ளி chathurak-kaḷḷi, A species of Euphorbia.

கள்ளு kaḷḷu, *s.* as கள் kaḷ, Toddy.

கறக்கிறது kaṛakkiṛathu; *v. t.* To milk a cow, &c. 2. To give milk—as a cow; கறவை kaṛavai, A milch cow.

கறி kaṛi, *s.* Curry; கறிபதார்த்தம் kaṛipathárttam, Vegetables and other substances fit for curry; கறிமசாலை kaṛi masálai, Articles used for seasoning curry; கறியுப்பு kaṛi uppu, Culinary salt; துவட்டற்கறி tuvaṭṭaṛkaṛi, A sort of curry without any gravy; புளிக்கறி puḷik kaṛi, A sour curry; மரக்கறி marakkaṛi, Vegetable curry.

கறுக்கிறது kaṛukkiṛathu, *v. i.* To grow black, to darken.

கறுப்பு kaṛuppu, *s.* Blackness, darkness. 2. Anger. 3. Spot, taint, pollution, moral defilement; கறுப்பன் kaṛuppan, A black person, or animal. 2. A demi-god, or ferocious deity. 3. A dark kind of rice; கறுப்பி kaṛuppi, A black woman.

கறுமுறெனல் kaṛumuṛenal, *v. noun.* Shewing signs of anger, speaking angrily, murmuring.

கறுவல் kaṛuval, *s.* A black or dark person. 2. A dark animal of the larger kind.

கறேரென்றிருக்கிறது kaṛéreṇṛirukkiṛathu. *v. i.* To be very black.

கறை kaṛai, *s.* Rust, spot, stain. 2. Fault-defect. pollution: கறைபிடிக்கிறது kaṛai piḍikkiṛathu. To become rusty, to form—as rust; கறைப்படுத்துகிறது kaṛaip paḍuttugiṛathu, To stain, taint, tarnish, pollute.

கறையான் kaṛaiyán, *s.* White ants கறையான் அரிக்கிறது kaṛaiyán arikkiṛathu, To gnaw or consume—as white ants; கறையான்புற்று kaṛaiyán puṛṛu, White ant-hills.

கற்கிறது kaṛkiṛathu, *v. t.* To learn, study, acquire knowledge; கற்றமூடன் kaṛṛa múḍan, A learned fool; கற்றுக்குட்டி kaṛṛukkuṭṭi, A very young scholar. 2. One who has acquired a smattering of knowledge, a superficial scholar; கற்றுச்சொல்லி kaṛṛuch cholli, A poet's assistant who learns and sings his verses.

கற்பனை kaṛpanai, *s.* Commandment, precept, law. 2. Invention, device.

கற்பிக்கிறது kaṛpikkiṛathu, *v. t.* To teach, command. 2. To invent.

கற்பு kaṛpu, *s.* Female virtue, conjugal fidelity, chastity; கற்பழிகிறது kaṛpaḻigiṛathu, To be defloured; கற்புக்குலைக்கிறது kaṛpukkulaikkiṛathu, To ravish, deflour; கற்புடையாள் kaṛpuḍaiyáḷ, A chaste woman, a chaste wife.

கனக்கிறது kanakkiṛathu, *v. t.* To be heavy, to become heavy. 2. To be abundant, copious; கனத்த சமுசாரம் kanatta samusáram, A numerous family; கனத்தநாள் kanatta náḷ, A critical day in diseases; கனத்தபயிர் kanatta payir, A thick crop.

கனம் ghanam, *s.* Heaviness, weight, gravity. 2. Solidity, cube. 3. Honour, dignity, moral worth. 4. Abundance, plenty; கனம் பண்ணுகிறது ghanampaṇṇugiṛathu, To honour, reverence; கனம்பார்க்கிறது ghanam párkkiṛathu, To estimate by weight, to consider one's condition, external circumstances; கனமாயிருக்கிறது, ghanamáyirukkiṛathu, To be heavy, thick, to be of great weight, importance; கனயோகம் ghaneyógam, Very good luck or fortune; கனவான் ghanaván, An honourable, respectable man; கனவீனம் ghanavínam, Dishonour, lightness, levity.

கனவு, கனா kanavu, kaná, s. A dream; கனவின்பலன் kanavin palan, The accomplishment of a dream. 2. The interpretation of a dream.

கனி kani, s. A mine. 2. Fruit, ripe fruit; கனிகாலம் kani kálam, The fruit season.

கனிகிறது kanigirathu, v. i. To ripen—as fruit; கனிந்தழுகிறது kanintalugirathu, To melt in tears, to cry bitterly; கனிவு kanivu, Ripeness. 2. Tenderness of mind, softness of heart.

கனிஷ்டன் kanishtan, s. An inferior. 2. A younger brother.

கனைக்கிறது kanaikkirathu, v. i. To neigh as horses, to bray as asses; கனைப்பு kanaippu, The neigh of a horse.

கன்மஷம் kanmasham, s. Sin. 2. Dirt, foulness. 3. Dross, scoria.

கன்று kanru, s. A calf, colt, &c., the young of the buffalo, cow and other large animals. 2. Sapling, a young, tree in general; கன்றீனுகிறது kanrínugirathu, To calve.

கன்றுகிறது kanrugirathu, v. i. To become sore—as with a blow, as the feet from walking, the hands from first using a tool, &c. 2. To be burnt with the sun. 3. To grow hard and unfit for use—as fruits.

கன்னம் kannam, s. An instrument for breaking into houses. 2. The cheek, jaw; கன்னப்பள்ளம் kannappallam, The hollow of the cheek; கன்னப்பூ kannappú, A kind of ear-ring; கன்னமிடுகிறது kannamidugirathu, To dig through, To break into a house, to steal.

கன்னாபின்னா, கன்னாரைபின்னாரை kanná-pinná, kannárai pinnárai, s. Idle talk, prattle, chitchat, confusion.

கன்னி kanni, s. A virgin, a maiden, a young unmarried woman; கன்னியழியாமலிருக்கிறது kanni aliyámal irukkirathu, To be undefiled; கன்னியாதானம் kanniyádánam, Giving a virgin in marriage—one of the thirty-two meritorious acts.

கா ká, s. A pole with ropes attached for carrying on the shoulder common burdens, or gifts to a temple, &c.

காகம் kágam, s. A crow; காக நிமிளை kága nimilai, Black bismuth; காகபாஷாணம் kága páshánam, A kind of prepared arsenic.

காகிதம் kákitham, s. Paper. 2. A letter.

காக்காய் kákkáy, s. A crow; காக்காய்ப்பொன் kákkáyppon, Brass-leaf, or gold-leaf glittering like gold; நீர்க்காக்காய் nírkkákkáy, Water-crow.

காக்கிறது kákkirathu, v. t. To keep, preserve, take care of. 2. To defend, guard, protect. 3. To wait, to wait in attendance in hopes of receiving some benefit; காத்திருக்கிறது káttirukkirathu, To hope, to expect; காப்பு káppu, A defence, guard. 2. An amulet. 3. A bangle or bracelet; காப்பாற்றுகிறது káppárrugirathu, To preserve.

காக்கை kákkai, s. See காக்காய் kákkáy.

காங்கை kángai, s. Heat; பித்தகாங்கை pittakángai, Heat occasioned by excess of bile in the system.

காசம் kásam, s. Phthisis, consumption asthma. 2. Phlegm.

காசு kásu, *s.* Coin—a general term. 2. The eightieth part of a fanam; காசடிக்கிறது kásaḍikkiṛathu, To coin, mint; காசுக்கடை kásukkaḍai, A money-changer's shop, காசுகட்டுகிறது kásu kaṭṭugiṛathu, To play a game with copper coins; காசுமாறுகிறது kásumáṛugiṛathu, To be current,—as coin; காசுமாற்றுகிறது; kásumáṛṛugiṛathu, To change money காசுமுத்திரை kásumuttirai, The impression on a piece of money; ஆட்காசு, ஆனைக்காசு, குதிரைக்காசு áḍkásu, ánaikkásu, kuthiraikkásu, Names of different kinds of coins so called from severally bearing the impression of a man, an elephant, a horse; பொடிக்காசு poḍikkásu, Small pieces of copper coin; செம்புக்காசு chembukkásu, Copper coin; வெள்ளிக்காசு veḷḷikkásu, Silver coin.

காடாக்கினி káḍágni, *s.* A great fire.

காடாந்தகாரம் káḍántakáram, *s.* Thick darkness.

காடி káḍi, *s.* Vinegar; காடிக்காரம் káḍikkáram, lapis infernalis—Nitrate of silver.

காடு káḍu, *s.* An uncultivated tract of land, whether bare or covered with brushwood, forest, trees, &c. 2. A high ground, dry land; காடாற்றுகிறது kaḍáṛṛugiṛathu, To quench the fire by which a corpse has been burned; காடுகாட்ட káḍukáṭṭa, To deceive, disappoint; காடாய்க்கிடக்கிறது káḍáykkiḍakkiṛathu, To be barren, uncultivated, to be overgrown with weeds, &c.; சுடுகாடு chuḍukáḍu, A place for burning the dead; பருத்திக்காடு paruttikkáḍu, A cotton-field; காடுவாழ்சாதி káḍuváḷ játi, A wild tribe; வயற்காடு vayaṛkáḍu, Paddy-field; காடுவாரி káḍuvári, A rake; பிணக்காடு piṇakkáḍu, A field covered with corpses; வெள்ளக்காடு veḷḷakkáḍu, A plain covered with water; காடுவெட்டி káḍuveṭṭi, A wood-cutter, a rustic; காட்டுக்கீரை káṭṭukkírai, Different kinds of greens mixed together for sale; காட்டுச்சேவல் káṭṭuch chéval, A jungle-cock; காட்டுப்பசு káṭṭuppasu, Wild cow; காட்டுப்பன்றி káṭṭuppanṛi, Wild boar; காட்டுப்பிள்ளை káṭṭup piḷḷai, (*Met.*) A foundling; காட்டுமிருகாண்டி káṭṭumiṛugáṇḍi, A clown, an ill-bred person; காட்டெருமுட்டை káṭṭerumuṭṭai, cow-dung found in woods; காட்டெருமை káṭṭerumai, A wild buffalo; காட்டேரி, இரத்தக்காட்டேரி káṭṭéri, rattakkáṭṭéri, A silvan demoness.

காடை káḍai, *s.* A quail—Tetrao coturnix; காடையிறகு káḍai iṛagu, A crest of various coloured feathers worn by stage-players.

காட்சி káṭchi, *s.* Sight, view. 2. An object of sight, visible appearance.

காட்டுகிறது káṭṭugiṛathu, *s.* To show, exhibit, display; சத்தங்காட்டுகிறது sattam káṭṭugiṛathu, To cry aloud; காட்டிலும் káṭṭilum, Than.

காணம் káṇam, *s.* Horse-gram.

காணி káṇi, *s.* The eightieth part of a unit $\frac{1}{80}$. 2. A cawney or twenty four grounds, (one ground being 2400 square feet;) காணி மாணியம் káṇi máṇiyam, A field, &c. free of tribute; காணிபூமி káṇi bhúmi, One's own land.

காணிக்கை káṇikkai, *s.* Voluntary oblation commonly in money, gold, fruits, &c. set before an idol to gain favour, காணிக்கைகொடுக்க káṇikkai koḍukka, To present an oblation; முடிகாணிக்கை muḍi káṇikkai, An offering of the hair of the head shaved off and presented to the idol, in fulfilment of a vow.

காண்கிறது káṇgiṛathu, *v. t.* To see. 2. To gain sight of a deity or great person. 3. To find. 4. To be sufficient ; கண்டுகொள்ளுகிறது kaṇḍukoḷḷugiṛathu, To meet, visit ; கண்டுசெய்கிறது kaṇḍu cheygiṛathu, To imitate, கண்டுபாவிக்கிறது kaṇḍu pávikkiṛathu, To imagine, to form in the mind, to imitate, copy ; கண்டுபாவனை kaṇḍu pávanai, Acting by mere imitation ; கண்டுபிடிக்கிறது kaṇḍu piḍikkiṛathu, To discover, apprehend ; கண்டுமுதல் kaṇḍu muthal, Produce in kind ; கைகண்டமருந்து kaikaṇḍamaruntu, A specific; கைகண்டகாரியம் kaikaṇḍa káriyam, A thing experienced ; காணாமை káṇámai, Invisibility ; காணும் káṇum, Sir.

காண்பிக்கிறது káṇpikkiṛathu, *v. t.* To shew, exhibit.

காண்டாமிருகம் káṇḍámirugam, *s.* A unicorn—rhinoceros.

காதம் káthám, *s.* An Indian league containing ten English miles ; காதவழி káthavaḻi, A journey of ten miles.

காதல் káthal, *s.* Desire. 2. Lust ; ஆந்தைக் காதல் ántaik káthal, The screeching of an owl. 2. A treatise on divination or soothsaying by it.

காது káthu, *s.* Ear ; காதடைக்கிறது káthaḍaikkiṛathu; The stopping of the ear from cold, &c. ; காதணி káthaṇi, An ear-ornament ; காதறுக்கிறது kátharukkiṛathu, To cut off the ears ; காதறுப்பான் kátharuppán, A sore round the ear ; காதறை kátharai, The cavity of the ear ; காதற்றமுறி kátharramuṛi, A cancelled bond ; காதார káthára, With one's own ears ; காதாரக் கேட்டசாட்சி kátharakkéṭṭa sátchi, An ear-witness ; காதிலேவிழுகிறது káthilé viḻugiṛathu, To fall into the ear, to come to the hearing ; காதுகுத்துகிறது káthu kuttugiṛathu, To pierce, perforate the ear ; காதுகேட்கிறது káthu kéḍkiṛathu, To have the sense of hearing unimpaired ; காதுகேளாதவன் káthu kéḷátavan, A deaf man ; காதுக்கின்பமான káthukku inbamána, Pleasant to the ear ; காதுக்குறும்பி káthukkuṛumbi, Ear-wax ; காதுச்சோணை káthuch choṇai, The lobe of the ear ; காதுப்பூ káthuppú, An ornament for the ears of women, formed like a star ; காதுமடல் káthumaḍal, The gristles of the ear, external border of the ear ; காதுமந்தம் káthumantam, Dulness of hearing; காதுவளர்க்கிறது káthuvaḷarkkiṛathu, To enlarge the perforation of the ear ; காதுவிடாய் káthuviḍáy, Enfeebled hearing occasioned by sickness, &c. ; காதெழுச்சி katheḻuchchi, A sore in the ear ; காதைப்பொத்துகிறது káthaippottugiṛathu, To stop the ears ; காதோலை káthólai, A scroll of palm leaf used to increase the perforation of the ear.

காத்திரம் káttiram, *s.* Density. 2 Size ; காத்திரன் káttiran, A corpulent, robust man.

காந்தம் kántam, *s.* Magnet, loadstone ; கற்காந்தம் karkántam, A kind of loadstone.

காந்தள் kántaḷ, *s.* A flower—Gloriosa ; வெண்காந்தள் veṇkántaḷ, A variety of the same—a white flower.

காந்தி kánti, *s.* Beauty. 2. Splendour, light. 3. The heat; காந்தியாயெறிக்கிறது kántiyáy eṛikkiṛathu, To be shining, resplendent.

காந்துகிறது kántugiṛathu, *v. i.* To become scorched, consumed, to waste away ; காந்தல் kántal, That which is dried too much by the fire; காந்தற்சோறு kántal chóṛu, Parched rice.

காபரா kápar', *s.* Confusion, perplexity.

காப்பிரி káppiri, *s.* A cafier or negro of Africa.

காப்பு káppu. *s.* Custody. 2. Rings for the arms, bracelets. 3. A cord tied to the right arm of a bridegroom before the marriage ceremonies, also one tied to that of a priest before any festival.

காமம் kámam, *s.* Wish, desire. 2. Lust.

காமாட்டி kámátti, *s.* One who works with a spade. 2. (*Met.*) An idiot.

காமாலை kámálai, *s.* Jaundice.

காம்பி kámbi, *s.* Basket for drawing water. 2. Water-work, hydraulics.

காம்பு kámbu, *s.* Flower-stalk, peduncle. 2. Handle,; haft; முலைக்காம்பு mulaik kámbu, The nipple of a woman's breast.

காயம் káyam, *s.* Body; காயகற்பம் káyakaṛpam, A medicine which strengthens the body, காயசித்தி káyasitti, The miraculous gift of reducing one's bulk to the size of an atom or increasing it illimitably; வச்சிரகாயம் vachchira káyam, Dense compact body; திரிகாயம், காயத்திரி tirikáyam, káyattiri, Three pungent substances—as asafœtida, pepper, onion. 2. A wound; அடிக்காயம் adikkáyam, Wound from a blow; காயங் கட்டுகிறது káyam kaṭṭugiṛathu, To dress a wound; சாவுகாயம் chávukáyam, A mortal wound. 3. Medicine prepared for women in child-bed.

காய் káy, *s.* Unripe fruit. 2. Pieces on chessboard, &c.; காய்பறிக்கிறது káypaṛikkiṛathu, To pluck unripe fruit; காய்வள்ளி káyvaḷḷi, A creeping plant; காய்வேளை káyvéḷai, A plant—Galega maxima; செங்காய் chenkáy, Fruit nearly ripe; பசுங்காய, இளங்காய் pasunkáy, iḷankáy, Fruit just formed.

காய்கிறது káygiṛathu, *v. i.* To burn, to be hot or heated, to be warm, to be redhot. 2. To be feverish. 3. To grow dry, to lose moisture. 4. To shine, to be bright, சந்திரன் நன்றாய்க் காய்கிறது chandiran nanṛáykkáygiṛathu, The moon is very bright. 5. To be in a passion, to rage or burn with passion.

காய்க்கிறது káykkiṛathu, *v. i.* To bear fruit. 2. To grow callous.

காய்ச்சல் káychchal, Dryness, dry weather, drought. 2. Fever; அகோரக்காய்ச்சல் agórak káychchal, A violent fever; அச்சரக்காய்ச்சல் achcharakkáychchal Fever arising from or accompanying the thrush; அஸ்திக் காய்ச்சல் astik káychchal, Fever affecting the bones; உட்காய்ச்சல் uṭkáy chchal, An internal fever; கணக்காய்ச்சல் kaṇak káychchal, A fever connected with a disease in children called கணம் kaṇam; காய்ச்சலாய்க்கிடக்கிறது káychchaláyk kiḍakkiṛathu, To have a fever; குளிர் காய்ச்சல் kuḷir káychchal, An ague; சுரக் காய்ச்சல் jurakkáychchal, A burning fever; தோஷக்காய்ச்சல் tóshak káychchal, A malignant fever; நாவறட்சிக்காய்ச்சல் návaṛaṭchik káychchal, A fever which parches the tongue; பித்தக்காய்ச்சல் pittak káychchal, Bilious fever; பெருவாரிக் காய்ச்சல் peruvárik káychchal, Pestilential fever; மந்தக்காய்ச்சல் mantak káychchal, Fever from indigestion; முறைக்காய்ச்சல் muṛaik káychchal, A tertian ague; வாதக்காய்ச்சல் vádakkáychchal, Fever arising from rheumatism; [illegible]க்காய்ச்சல் vishak káychchal. M[illegible] dangerous fever; விடாக்கா[illegible] [illegible]ḍák káychchal, A continu[illegible]

காய்ச்சுகிற[illegible] [illegible]chchugiṛathu, *v. t.* To make hot, to heat, to boil water, &c.; இரும்பைக் காய்ச்சுகிறது irumbaikkáych chugiṛathu, To make iron redhot; கஷாயம் காய்ச்சுகிறது kasháyam káychchugiṛathu, To prepare a decoction; காய்ச்சு கல் káychchu kal, A counterfeit gem; காய்ச்சுப்பு káychchuppu, Salt produced from the earth impregnated with soda; காய்ச்சு வச்சிரம் káychchu vachchiram; Glue.

காய்ஞ்சொறி káyñ choṛi, s. A kind of nettle—Tragia involucrata.

காரகம், பித்தகாரகம் káragam pittakáragam, s. Heat caused by bile; மேககாரகம் mégakáragam, Venereal heat.

காரணம் káraṇam, s. Cause, motive, principle; காரணகர்த்தா káraṇa karttá, The efficient cause; காரணகாட்சி káraṇa káṭchi, Demonstration from an axiom, the original cause; காரணக்குறி káraṇak kuṛi, A presage, omen.

காரம் káram, s. Pungency. 2. A caustic; காரம்வைக்கிறது káram vaikkiṛathu, To apply a caustic.

காரன் káran, Fem. காரி kári, s. (In composition with other words) An agent, maker or doer; it is always joined to another noun to form an appellative; குதிரைக்காரன் kuthiraikkáran, A horsekeeper; புல்லுக்காரி pullukkári, A grasscutter.

காராமணி kárámaṇi, s. A leguminous plant.

காராம்பசு kárámpasu, s. A cow whose udder is black, held in great esteem by the Hindus.

காரிக்கம் kárikkam, s. Cloth not yet washed, new cloth.

காரிக்கூன் kárikkún, s. A kind of mushroom.

காரியம் káriyam, s. Effect, result. 2. Affair, business. 3. Motive, object; காரியசித்தி káriyachitti, Accomplishment, success; காரியஸ்தன் káriyastan, காரியதுரந்தரன் káriya turantaran, A person fit for, or capable of business. 2. An attorney, agent, procurator, steward; காரியநிர்வாகி káriyanirvági, A manager; காரியத்தாழ்ச்சி káriyattáḷchchi, Decay of affairs; காரியமாயிருக்கிறது káriyamáy irukkiṛathu, To be busy; காரியமாய்ப்போகிறது káriyamáyppógiṛathu, To go on business; காரியம்பார்க்கிறது káriyam párkkiṛathu, To do a business; காரியத்துக்குவருகிறது káriyattukku varugiṛathu, To be expedient, profitable, to be prosperous.

காருணியம் káruṇyam, s. Compassion, tenderness, kindness.

காரை kárai, s. Plaster with which walls or terraces are covered, mortar; மட்டிக்காரை maṭṭikkárai, Coarse plaster; சன்னக்காரை channak kárai, Fine plaster. 2. The name of a shrub.

கார் kár, s. The ploughing season in the months of August and September; கார்நெல் kárnel, Rice grown in the rainy season.

கார்க்கிறது kárkkiṛathu, v. i. To be sharp or pungent, to burn the tongue—as pepper, &c.; கார்ப்பு kárppu, Sharpness, pungency.

கார்த்திகை kárttikai, s. The latter part of November and the former part of December.

காலம் kálam, s. Time. 2. Daybreak; காலமே kálamé, In the morning; அதிகாலமே adikálamé, Very early in the morning; காலக்கிரயமாக kálak krayamága, At the current price of the bazaar or market; காலங்கண்டவன் kálam kaṇḍavan, An

 கால்-Kál

experienced man, an aged person; காலங்கூடுகிறது kálam kúdugiṛathu, To die; காலக்ஷேபம் kálakshébam, Spending or passing time; காலதாமசம் kálatámasam, Delay; காலதுரிதம் kálaturitham, Swiftness of time; காலநுட்பம் kála nuḍpam, A moment of time; காலம்போக்குகிறது kálampokkugiṛathu, To pass the time; காலாகாலங்கள் kálákálaṅkaḷ, Auspicious and inauspicious times; காலாந்தம் kálántam, End of time; காலோசிதம் kálóchitham, Proper, fit time; அந்தியகாலம் antiya kálam, The hour of death; ஆங்காலம் áṅkálam, Successful time; சாங்காலம், போங்காலம் cháṅkálam, póṅkálam, The time of death.

காலை kálai, *s.* Time. 2. The morning; காலைதோறும் kálai tóṛum, Every morning; காலையிலே kálaiyilé, In the morning; காலைவெள்ளி kálaiveḷḷi. The morning-star, Venus.

கால் kál, *s.* The foot; கால்பின்னிக்கொண்டுநிற்கிறது kál pinnikkoṇḍuniṛkiṛathu, To stand cross-legged; ஆனைக்கால் ánaikkál, Elephantiasis; கணைக்கால் kaṇaikkál, Shin-bone, leg; காலடி káladi. Sole of the foot; காலணி kálaṇi, Ornament for the feet in general; காலாடி káládi, Wanderer, rover, roamer; காலாணி káláṇi, Corn on the toe; காலாள் káláḷ, A footman. 2. A little boy not able to do any thing of himself; காலூன்றுகிறது kálunṛugiṛathu, To set the foot upon, to stand firm; காலூன்றிநிற்கிறது kálúnṛi niṛkiṛathu, To stand, to stand fast; கால்கழுவுகிறது kálkaḷuvugiṛathu, To wash the feet, *i. e.* to ease the body; கால்நடை kálnaḍai, A number of beasts together, (It is peculiarly applied to oxen or sheep); அவனுக்கு மாட்டில் நூறுகால்நடை உண்டு avanukku máṭṭil núṛu kál naḍai uṇḍu, He has one hundred oxen; கால்நடையாய் kálnaḍaiyáy, On foot; கால்விலங்கு kálvilaṅgu, Fetter; கால்விழுந்துபோகிறது kál viḷuntupógiṛathu, To be weary of walking; காற்சங்கிலி káṛchaṅgili, Chains for the feet; காற்சரி káṛchari, Foot-ring; காற்படம் káṛpaḍam, The fore part of the sole or bottom of the foot; காற்றண்டை káṛṛaṇḍai, A tinkling trinket tied to the feet; கிந்துகால் kintukál, Halting or hobbling leg; குந்துகால் Tiptoe; பின்கால்கள் pinkálkaḷ, Hind legs; புறங்கால் puṛaṅkál, The upper part of the foot; பொய்க்கால் poykkál, Stilts; மடிப்பங்கால் maḍippaṅkál, Hams with folded knees; மடிப்பங்கால் போடுகிறது maḍippaṅkál póḍugiṛathu, To sit upon the hams with folded knees; மரக்கால் marakkál, Crutches. 2. A wooden leg; முட்டிக்கால் muṭṭikkál, Kneeling. 2. Knees that knock together in walking; முட்டிக்கால்போட்டிருக்கிறது muṭṭikkálpóṭṭirukkiṛathu, To kneel; முழங்கால் muḷaṅkál, The knee; முழங்காற்படியிட்டிருக்கிறது, muḷaṅkálpaḍiyiṭṭirukkiṛathu, To kneel; ஒருக்கால் orukkál, One time, once. 2. A water channel, trench, brook; கால்வாய் kálváy, A water channel; தண்ணீர்க்கால் taṇṇírkkál, Trench, channel. 3. A support or prop, a pole for supporting pandals; முட்டுக்கால் muṭṭukkál, A prop for supporting a roof, &c. 4. A fourth part of a unit; அரைக்கால் araikkál, An eighth part of a unit; முக்கால் mukkál, Three-fourths. 5. Degree of consanguinity இரண்டாங்கால் மூன்றுங்காலிலேயுறவின்முறையான் iraṇḍámkál múnrám kálilé uṛavinmuṛaiyán, One who is of second or third degree of consanguinity; தோரணக்கால் tóraṇak-kál, Pole to which ropes adorned with twigs or leaves are tied to represent triumphal arches ; கொம்புக்கால் kom-bukkál, The connected form of marked ஒ thus, கொ-கோ-கௌ.

காவல் kával, s. Custody, imprisonment. 2. Watch ; காவலில்போடுகிறது káva-lilpoḍugiṛathu, To put in confinement ; காவல்காக்கிறது kávalkákkiṛathu, To watch ; காவற்கூடம் kávaṛkúḍam, A watch-house.

காவாலி kává!i, s. Youth ; காவாலிப்புத்தி kává!ipputti, Juvenile imprudence ; காவாலிப்பயல் kává!ippayal, A petulant boy.

காவி kávi, s. Red ochre ; கருங்காவி karuṅ-kávi, Black colour ; கற்காவி kaṛ-kávi, A kind of red earth from Persia ; காவிக்கல் kávikkal, Reddle; காவிதோய்க்கிறது kávitóykkiṛathu, To dye with red ochre ; காவிப்பல் kávippal, Red coloured yellowish teeth ; காவிவஸ்திரம் kávi vastiram, Cloth dyed with ochre ; புங்காவி puṅkávi, Reddish dye or colour produced by dipping cloth repeatedly in water.

காவியம் káviyam, s. A poem, a poetical composition ; காவியம்பாடுகிறது kávi-yam páḍugiṛathu, To compose a poem.

காவு kávu, s. Magic ointment, a black mark on the forehead ; காவுபொட்டு kávupoṭṭu, A spot of magic ointment put on the forehead.

காவுகிறது kávugiṛathu, v. t. To carry burdens on the shoulders suspended from the ends of a pole ; காவடி kávaḍi, An elastic pole used for carrying burdens, which are suspended on a rope or ratan ; காவுதடி kávutaḍi, Pole or bamboo for carrying burdens.

காளவாய் káḷaváy, s. A limekiln, brick-kiln, furnace ; காளவாய்க்கல் káḷaváyk-kal, A new brick ; காளவாய்க்காரன் káḷaváykkáran, A kiln-keeper.

காளாஞ்சி káḷáñchi, s. Spitting pot.

காளான் káḷán, s. Mushroom—Agaricus campestris ; கடற்காளான் kaḍaṛkáḷán, See under கடல் kaḍal.

காளி káḷi, s. A name of a goddess, Durga, wife of Siva ; காளிபோலேயிருக்கிறது káḷipólé irukkiṛathu, To be very strong, fierce and black.

காளை káḷai, s. A bull ; காளைக்கன்று káḷaik-kanṛu, A male calf.

காறுகிறது káṛugiṛathu, v. i. To grow stale and rancid. 2. To retch ; காறல் káṛal, Rancidity. 3. A spitting out with retching ; காறித்துப்புகிறது, காறியுமிழ்கிறது káṛit tuppugiṛathu, káṛi umiḻgiṛathu, To hawk and spit phlegm.

காறுபாறு káṛupáṛu, s. Authority and power which a revenue officer exercises over the cultivators of land. 2. Domination, mastery ; காறுபாறுபண்ணுகிறது káṛupáṛu paṇṇugiṛathu, To act the master. 3. Business, affairs.

காறை káṛai, A collar of gold or silver.

காற்று káṛṛu, s. Wind ; காற்றொதுக்கம் káṛṛothukkam, A shelter from the wind. 2. A close, confined place; உரத்தகாற்று uratta káṛṛu, A strong or stormy wind, a gale, ஊதைக்காற்று úthaikkáṛṛu, A cold wind; காற்றாடுகிறது káṛṛáḍugi-ṛathu, The wind moves or blows; காற்றாடவைக்கிறது káṛṛáḍa vaikkiṛathu, To air a thing, to expose it to the wind; காற்றாடி káṛṛáḍi, Paper-kite; காற்றுக்

திரும்புகிற v káṛṛut tirumbugiṛathu, The wind changes; பெருங்காற்று peruṅkáṛṛu, A storm or tempest.

கானல் kánal, Mirage.

கானங்கோழி kánáṅkóḻi, s. See கோழி kóḻi.

கி

கிசில் kisil, s. Pitch; கிசில்பூசுகிறது kisilpúsugiṛathu, To pitch.

கிச்சிலிமரம் kichchilimaram, s. An orange tree.

கிச்சுகிச்செனகிறது kichchukichchengiṛathu v. i. To chirp, to make a cheerful sound, as birds.

கிஞ்சித்து kiñchittu, s. something, somewhat. 2. A part, a little.

கிடக்கிறது kiḍakkiṛathu, v. i. To lie, to lie along, to rest. 2. To be; வியாதியாய்க்கிடக்கிறது viyádiyáyk kiḍakkiṛathu, To lie sick; கிடத்துகிறது kiḍattugiṛathu, To lay or put down in a lying posture, to lay out a dead body; கிடை kiḍai, The state of lying down. 2. Bed, couch. 3. A fold, pen wherein sheep or cattle are confined; ஒருகிடையாய் oru kiḍaiyáy, Lying on one side; கிடைகூட்டுகிறது kiḍai kúṭṭugiṛathu, To pen up sheep, cattle; கிடைநாய் kiḍai náy, Shepherd's dog.

கிடங்கு kiḍaṅgu, s. Ditch. 2. Store-house, granary. 3. Prison, jail.

கிடுகிடு kiḍukiḍu, s. Tremor; மேகங்கிடுகிடென்று சத்திக்கிறது mégam kiḍukiḍenṛusattikkiṛathu, It thunders fearfully; கிடுகிடென்றசைகிறது kiḍukiḍenṛasaigiṛathu, To be loose—said of a tooth.

கிடுகிடுக்கிறது kiḍukiḍukkiṛathu, v. i. To tremble, to shake with fear or cold.

கிடைக்கிறது kiḍaikkiṛathu, v. i. To be had, to be found, to come into one's possession; எனக்குவெகுமதிகிடைத்தது enakku vegumathi kiḍaittathu, I have received a present.

கிடைச்சி kiḍaichchi, s. A water-plant.

கிட்டம் kiṭṭam, s. Scoria, dross; கிட்டக்கல் kiṭṭakkal, Iron dross. 2. Brick burnt too much; கிட்டம்போலப்பிடிக்கிறது kiṭṭam pólap piḍikkiṛathu, To stick on—as iron-rust.

கிட்டி kiṭṭi, s. A kind of torture in which the hands, ears or noses of culprits are pressed between two sticks; கிட்டி கட்டிக் கேட்கிறது kiṭṭi kaṭṭik kéḍkiṛathu, To examine by torture.

கிட்டுகிறது kiṭṭugiṛathu, v. i. To approach; என்னூருக்குக் கிட்டினேன் enúrukkuk-kiṭṭinén, I approached my country; கிட்டினவுறவு kiṭṭina uṛavu, Near of kin. 2. To be got, obtained; அதற்குநேரமெனக்குக்கிட்டாது atharku néram enakkuk kiṭṭáthu, I have no time for it; கிட்ட kiṭṭa, (*inf.* used adverbally) Near; எனக்குக் கிட்ட enakkuk kiṭṭa, Near me; கிட்டமுட்ட kiṭṭamuṭṭa, Nearly.

கிணறு kiṇaṛu, s. A well; உறைக்கிணறு uṛaik kiṇaṛu, A well made with earthen hoops or rings; கற்கிணறு kaṛkiṇaṛu, A well made with bricks; கிணறுகட்டுகிறது kiṇaṛu kaṭṭugiṛathu, To build up the sides of a well.

கிணிலெனகிறது kiṇilengiṛathu, v. i. To give a tinkling sound.

கிணுக்கிணுக்கெனகிறது kiṇukkiṇukkengiṛathu, v. i. To give a gentle sound—as a handbell.

கிண் kiṇ, s. A ringing sound: கிண்கிணெனகிறது kiṇkiṇengiṛathu, To tinkle; கிண்கிணெனறிருமுகிறது kiṇkiṇenṛirumugiṛathu, To cough with a wheezing sound.

கிண்கிணி kiṇkiṇi, s. A girdle of small bells, any tinkling ornaments.

கிண்டுகிறது kiṇḍugiṛathu, v. t. To stir up with a ladle. 2. (Met.) To search, to make diligent inquiry. 3. To root the ground—as a hog; கிண்டிவிடுகிறது kiṇḍi viḍugiṛathu, To incite one against another; கிண்டிவிட்டுக்கேளிக்கைபார்க்கிறது kiṇḍiviṭṭuk kéḷikkai párkkiṛathu, To amuse one's self by exciting others to quarrel and fight; கிண்டிக்கிண்டிக் கேட்கிறது kiṇḍikkiṇḍik kéḍkiṛathu, To pump or sift a person, to fish out a secret.

கிண்ணம் kiṇṇam, s. A small bowl, basin; கிண்ணம் வார்க்கிறது kiṇṇam várkkiṛathu, To mould or cast a brass bowl.

கிண்ணி kiṇṇi, s. See கிண்ணம் kiṇṇam.

கிதாப்பு kitáppu. s. A book.

கித்தான் kittán, s. Canvas; கித்தான் கட்டில் kittán kaṭṭil, Canvas hammock; கித்தான் கயிறு kittán kayiṛu, Cord, rope made of hemp; கித்தான் பாய் kittán páy, Sail.

கிந்துகிறது kintugiṛathu, v. i. To halt, to limp, to hobble, to hop—as a bird, கிந்துகாலன் kintukálan, (fem. கிந்துகாலி kintukáli,) A hobbler.

கிய்யாம் kiyyám, s. The cry of chickens; கிய்யாங் கிய்யாமென்று மிழிக்கிறது kiyyám kiyyámenṛu miḻikkiṛathu, To look about with shame and confusion—as a thief who has been caught, &c.; கிய்யாங் கிய்யாமென்று கத்துகிறது kiyyám kiyyámenṛu kattugiṛathu, To cry—as a chicken.

கிரகணம் grahaṇam, s. Eclipse; கிரகணம் பிடிக்கிறது grahaṇam piḍikkiṛathu, To begin to be eclipsed.

கிரகம் graham, s. A planet.

கிரகிக்கிறது grahikkiṛathu, v. t. To take, seize, receive, accept. 2. To comprehend, conceive, to gain over a person. 3. To steal, rob.

கிரணம் kiraṇam, s. Splendour, brightness. 2. Ray of light, radiance; கிரணம்விடுகிறது kiraṇam viḍugiṛathu, To dart, to emit rays—as the sun.

கிரந்தம் grantam, s. A book, performance; கிரந்தகர்த்தா granta karttá, A book-maker, an author.

கிரந்தி kiranti, The venereal dise[illegible], அழிகிரந்தி aḻi kiranti, A bad phase of this disease.

கிரமம் kramam, s. Order, regularity, right, lawfulness, honesty. 2. Manner, custom, order; உற்பத்திக்கிரமம் uṛpattikkramam, Genealogy, கிரமந்தப்பாமலிருக்கிறது kramam tappámal irukkiṛathu, To be regular; கிரமப்படுத்துகிறது kramappaḍuttugiṛathu, To set in order, to arrange; பொல்லாதகிரமம் pollátha kramam, Evil dealing.

கிரயம் krayam, s. Price, value, sale; காலக்கிரயப்படி kálakkrayappaḍi, At current price; கிரயச்சீட்டு krayachchíṭṭu, A bill of sale; கிரயமாகிறது krayamágiṛathu, To go off by sale; கிரயமாக்குகிறது krayamákkugiṛathu, To sell.

கிராணி kráṇi, s. Diarrhœa; கிராணிக்கழிச்சல் kráṇikkaḻichchal, Dysentery.

கிராதி kiráthi, s. Lattice, Palisades.

கிராமணி grámaṇi, s. Owner, headman of a village 2. A title among toddy-men.

கிராமம் grámam, s. A village, a hamlet; கிராமத்தார் grámattár, Inhabitants of a village; கிராமதேவதை gráma dévadai, The tutelar god of a village; கிராமியம் grámiyam, Of or belonging to a village.

கிராம்பு kirámbu, s. Clove.

கிரிசு krisu, . A kind of dagger.

கிரியை kriyai, *s.* An act, action, acting. 2. Worship, performance of religious ceremonies; கிரியாமாலை kriyámálai, Conjugation of verbs.

கிரீடம் kríḍam, *s.* A crest, diadem; கிரீடந்தரிக்கிறது kríḍam tarikkiṛathu, To wear a crown. 2. To crown a person; கிரீடாதிபதி kríḍáthipathi, A crowned leader—a king.

கிருது kiruthu, *s.* Arrogance, haughtiness; கிருதுபேசுகிறது kiruthupésugiṛathu, To speak insolently, contemptuously.

கிருத்திமம் kiruttimam, *s.* Fraud, deceit.

கிருத்தியம் kiruttiyam, *s.* Action, act, business. 2. Manner, way.

கிருபை kirupai, *s.* Grace, clemency; கிருபைகூருகிறது kirupai kúṛugiṛathu, To show mercy.

கிருமி kirumi, *s.* A worm, an insect; கிருமிச்சுரம் kirumijuram, Worm-fever; கிருமிச்சொறி kirumichchoṛi, Itch caused by worms.

கிலம் kilam, *s.* Ruin. 2. Trifle.

கிலி kili, *s.* Fear; கிலிபிடிக்கிறது kilipiḍikkiṛathu, To be in great fear.

கிலுக்கு kilukku, *s.* A rattle, that which makes a tinkling, rattling or crackling noise.

கிலுக்குகிறது kilukkugiṛathu, *v. t.* To make a tinkling, crackling noise, to ring; கிலுக்குதடி kilukku taḍi, A stick or cudgel which makes such a noise; கிலுகிலுப்பை kilukiluppai, A shrub whose seeds, when ripe, rattle or crackle in the legumen.

கிலுங்குகிறது kiluṅkugiṛathu, *v. i.* To ring or sound—as a bell or sonorous body.

கிலேசம் kilésam, *s.* Pain from disease, anguish. 2. Pain, affliction, distress. 3. Worldly occupation, care, trouble; கிலேசமாயிருக்கிறது kilésamáy irukkiṛathu, To be sorrowful, to be grieved, to be tormented.

கிழ kiḻa, *ad.* Old, aged, ancient; கிழவயது kiḻa vayathu, Old age; கிழத்தனம் kiḻattanam, Oldness, the state of old age; கிழம் kiḻam, That which is old; இந்த மாடு மிகுந்தகிழம் inta máḍu migunta kiḻam, This cow is very old; கிழவன் kiḻavaṇ, An old man.

கிழக்கு kiḻakku, *s.* East; கிழக்கே kiḻakké, Eastward.

கிழங்கு kiḻangu, *s.* An edible root.

கிழடு kiḻaḍu, *s.* That which is old.

கிழிகிறது kiḻigiṛathu. *v. i.* To be rent, torn.

கிழிக்கிறது kiḻikkiṛathu, *v. t.* To rend, tear. 2. To scratch with the claws—as a cat; கோடுகிழிக்கிறது kóḍu kiḻikkiṛathu, To draw a line, to rule.

கிளப்புகிறது kiḷappugiṛathu, *v. t.* To raise, to lift up. 2. To awake.

கிளம்புகிறது kiḷambugiṛathu, *v. i.* To raise; கிளம்பினவேலை kiḷambiṅa vélai, Bass-relief, a work with figures somewhat raised.

கிளறுகிறது kiḷaṛugiṛathu, *v. i.* To stir, agitate, stir about.

கிளி, கிளிப்பிள்ளை kiḷi, kiḷippiḷḷai, *s.* A parrot, paroquet; கிளிமூக்கு kiḷimúkku, A parrot's bill; கிளிமூக்கன் kiḷimúkkan, Hawk-nosed; கிளிமூக்குமாங்காய் kiḷimúkkumáṅkáy, A Mango fruit terminating in a crooked point like a parrot's bill.

கிளி kiḷi, *s.* A locust, grass-hopper; இலைக்கிளி ilaikkiḷi, Locust whose wings resemble a leaf; பச்சைக்கிளி pachchaikkiḷi, A green locust; வெட்டுக்கிளி veṭṭukkiḷi, A large kind of locust.

கிளிஞ்சில் kiḷiñjil, *s.* A conch, a shell, shell-fish ; ஓலைக்கிளிஞ்சில் ólaikkiḷiñjil, Flat conch like a palm-leaf; பல்லுக்கிளிஞ்சில் pal̤ukkiḷiñjil, Dentated conch.

கிளுகிளுக்கிறது kiḷukiḷukkiṛathu, *v. i.* to laugh loud.

கிளுவை kiḷuvai, *s.* A teal. 2. A tree—Amyris spinosa.

கிளை kiḷai, *s.* Branch. 2. Consanguinity ; கிளைநறுக்குகிறது kiḷai naṛukkugiṛathu, To prune, to lop ; கிளைபுறப்படுகிறது kiḷai purappaḍugiṛathu, To germinate, to sprout; கிளையோடுகிறது kiḷai óḍugiṛathu, To shoot forth branches ; நெடுங்கிளை neḍuṅkiḷai, A straight branch ; பக்கக் கிளை pakkak kiḷai, By-shoot, shoot sprouting at the side of the stem.

கிளைகிறது kiḷaigiṛathu. *v. t.* To cleanse rice from dust and stones by washing in water

கிளைக்கிறது kiḷaikkiṛathu. *v. i.* To put forth twigs, to sprout, to germinate, to grow up, to bring forth shoots out of the root. 2. To be multiplied.

கிள்ளுகிறது kiḷḷugiṛathu, *v. t.* To nip, to pinch, pluck ; கிள்ளுகீரை kiḷḷukírai, Greens plucked off from the root ; வயிறு கிள்ளுகிறது vayiṛukiḷḷugiṛathu, To be hungry ; கிள்ளு kiḷḷu, Pinch.

கிறிச்சுக் கிறிச்சென்கிறது kiṛichchukkiṛichchengiṛathu, *v. i* To make a noise as an iron pen in writing upon olas, as a wheel. &c.; கிறிச்சுச்செருப்பு kiṛichchucheruppu, creaking shoes.

கிறுகிறுப்பு kiṛukiṛuppu, *s.* Giddiness.

கிறுகிறென்றுசுழலுகிறது kiṛukiṛenṛu chuḷalugiṛathu, *v. i.* To whirl, turn round rapidly, to feel giddy.

கிறுகிறென்று வருகிறது kiṛukiṛenṛu varugiṛathu, *v. i.* To be seized with giddiness.

கிறுக்கு kiṛukku, *s.* Erasement, Obliteration.

கிறுக்குகிறது kiṛukkugiṛathu, *v. t.* To erase, strike out, to draw the pen through a writing. 2. To write.

கின்னரம் kinnaram, *s.* Musical instruments, guitar, &c.

கீகீ kíkí, *s.* The natural cry of a parrot ; கீகீயென்கிறது kíkíyengiṛathu, To cry—as a parrot.

கீச்சு kíchchu, *s.* The chirping of birds. 2. The whining of infants ; கீச்சிடுகிறது kíchchiḍugiṛathu, To chirp ; கீச்சுக்குரல் kíchchukkural, A squeaking voice; கீச்சென்றுகத்துகிறது kíchchenṛu kattugiṛathu, To whine—as an infant.

கீதம் gítam, *s.* Singing, song ; கீதம்பாடுகிறது gítam páḍugiṛathu, To sing, கீதவாத்தியம் gíta, vádyam, Vocal and instrumental music , சங்கீதம் saṅgítam, A hymn, a psalm.

கீரி, கீரிப்பிள்ளை kíri, kírippiḷḷai, *s.* The Ichneumon ; கீரிப்பாம்பு kírippámbu, Worm bred in the body—Lumbricus.

கீரை kírai, *s.* A general name of all sorts of greens, the edible leaves of trees ; அறைக்கீரை aṛaik kírai, Greens which sprout again after being cut ; கலவைக் கீரை kalavaik kírai, Sundry pot-herbs or greens mixed together ; முளைக்கீரை muḷaik kírai, Young greens ; முள்ளிக் கீரை muḷḷik kírai, Prickly greens ; கீரைத்தண்டு kírait tanḍu, The stalk of greens.

கீர்த்தனம் kírttanam, *s.* Speech, words. 2. Fame, glory ; கீர்த்தனம்பாடுகிறது

kírttánna.' páḍugiṛathu, To sing praises, to celebrate; சங்கீர்த்தனம் sankírttanam, Praise given to God or to great men; நாமசங்கீர்த்தனம் námasankírttanam, Praise of a person's name or character.

கீர்த்தி kírtti, s. Fame, renown, glory; கீர்த்திப்பிரதாபம் kírttippra'ápam, Fame; கீர்த்திமான் kírttimán, A famous man; கீர்த்தியைக்கெடுக்கிறது kírttiyaikkeḍukkiṛathu, To defame, calumniate.

கிலம் kílam, s. Incision in fish, &c. for salting; கிலம்கிலமாய்க்கீறுகிறது kílam kílamáyk kíṛugiṛathu, To make incision for salting.

கீல் kíl, s. Hinge, hinges. 2. Joint, juncture.

கிலகம் kílagam, s. Subtility, cunning. 2. Fraud, deceit; கிலகமறிந்துபேசுகிறவன் kílagam aṛintu pésugiṛavan, One who speaks cunningly.

கீழ் kíḻ. Under. 2. Meanness. 3. The east. 4. Depth. 5. A place below, an inferior place; இதின்கீழ் ithin kíḻ. Under this; கீழதுமேலதாக்கிப்போடுகிறது kíḻathu mélathákkippóḍugiṛathu, To overthrow; கீழறுக்கிறது kíḻaṛukkiṛath., To undermine, to dig cavities under anything so that it may fall; கீழறை kíḻaṛai, A room under ground; கீழுதடு kíḻuthaḍu, The under lip; கீழோர் kíḻór, Inferiors, low people, mob; கீழ்காற்று kíḻkáṛṛu, The east wind; கீழ்த்தரம் kíḻt taram, Inferior in quality, capacity, &c.; கீழ்ப்படிகிறது kíḻppaḍigiṛathu, To obey, to submit; கீழ்ப்படியாமை kíḻppaḍiyámai, Disobedience; கீழ்மக்கள் kíḻmakkaḷ, Lowpeople; கீழ்மை kíḻmai, Meanness, vileness. 2. Inferiority; கீழே kíḻé, Under, below, beneath; கீழை kíḻai, Eastern; கீழைக்கடல் kíḻaik kaḍal, The east sea.

கீறுகிறது kíṛugiṛathu, v. t. To draw lines 2. To cut, to dissect. 3. To scratch, to wound slightly—as a cat; கீறிப்பார்க்கிறது kíṛip párkkiṛathu, To dissect, to anatomize; கீறியுப்புப்போடுகிறது kíṛi uppup póḍugiṛathu, To cut and salt fish, &c.

கீற்று kíṛṛu, s. A line, a slit, a stripe, a streak. 2. One half of the leaf of a cocoanut-tree; கீற்றுமுடைகிறது kíṛṛu muḍaigiṛathu, To plait cocoanut leaves; தென்னங்கீற்று tennankíṛṛu, The half of a leaf of a cocoa-nut-tree.

கு

கு ku, The sign of the Dative case—To.

குகை kugai, s. A cave. 2. Habitation of hermits in rocks. 3. A crucible or melting pot; குகைப்புடம் kugaippuḍam, Examination of gold or silver in a crucible.

குக்கில் kukkil, s. The name of a red bird. 2. Resin; குக்கிற்சூரணம் kukkiṛ chúraṇam, A kind of medicine prepared by putting it into a fowl and then reducing it to powder.

குங்கிலியம் kungiliyam, s. Resin produced by the Dammar-tree; கருங்குங்கிலியம் karunkungiliyam, Black resin; குங்கிலியத்தூள் kungiliyattúḷ, Resin reduced to powder, pounce; வெள்ளைக்குங்கிலியம் veḷḷaik kungiliyam, White resin.

குங்குமம் kungumam, Turmeric mixed with alum and lime juice, which forms a fine crimson colour, much used by the Hindus in marking the forehead; குங்குமக்காவி kungumak kávi, Saffron ochre;

குங்குமப்பூ kuṅgumappú, Saffron; குங்குமவர்ணம் kuṅgumavarṇam, Saffron colour; குங்குமவாடை kuṅguma vádai, Saffron odour.

குசமசக்காயிருக்கிறது kusamasakkáy irukkiṛathu, *v. i.* To be in great confusion.

குசவன் kusavan, *s.* A potter ; குசக்கடை kusakkaḍai, A potter's bazaar ; குசக்கலம் kusakkalam, A potter's vessel ; குசத்தி kusatti, A potter's wife ; குசத்திகிரி kusat tigiri, A potter's wheel ; குசவன் சூளை kusavan chúḷai, A potter's kiln ; குசவன்மணை kusavan maṇai, The foot of a potter's wheel.

குசினி kusini, A kitchen ; குசினிக்காரன் kusinikkáran, A cook.

குசுகுசுப்பு kusukusuppu, *v. noun.* Whisper; குசுகுசென்கிறது kusukusengiṛathu, To whisper.

குசும்பா kusumbá, *s.* The flower of Carthamus tinctorius.

குச்சி kuchchi, *s.* A peg, a short stake.

குச்சில் kuchchil, *s.* A hut.

குச்சு kuchchu, *s.* Fold, plait. 2. A little bell of gold which girls wear in the ear. 3. A tassel, lock of hair. 4. Stalk of grass, straw ; பற்குச்சு paṛkuchchu, A tooth-pick. 5. A hut, cottage. 6. A weaver's brush or comb for extricating yarns ; குச்சுக்கட்டுகிறது kuchchuk kaṭṭugiṛathu, To build a hut. 2. To plait the hair; குச்சுபிடித்துக்கட்டுகிறது kuchchupiḍittukkaṭṭugiṛathu, To put on a folded cloth.

குஷ்டம், குஷ்டரோகம், குஷ்டவியாதி kushtam, kushṭa rógam, kushṭa viyáthi, Leprosy ; குஷ்டவியாதிக்காரன் kushṭaviyáthikkáran, A leper ; நீர்க்குஷ்டம் nírkkushṭam, Leprosy which causes water to issue from the body ; வெண்குஷ்டம் veṇ kushṭam, The white leprosy.

குஞ்சம் kuñcham, A fan for flies, chowry, flyflap. 2. A tassel: குஞ்சங்கட்டித்தொங்கவிடுகிறது kuñcham kaṭṭittoṅgaviḍugiṛathu, To hang up tassels as ornaments. 2. A bunch of flowers, cluster of blossoms. 3. A certain number of threads which compose the warp of cloth in the loom. 4. A weaver's brush or comb.

குஞ்சிரிப்பு kuñchirippu, *s.* A smile.

குஞ்சு kuñju, *s.* The young, particularly of hens, birds, rats, fishes, &c. ; குஞ்சுங்குழந்தையும் kuñjum kuḻantaiyum, The little children of a family; குஞ்சுங்குழுவும் kuñjum kuḻuvum, A crowd of small things; குஞ்சுக்கூட்டம் kuñjukkúṭṭam, The brood of a hen; குஞ்சுறை kuñjuṛai, Bird's nest ; பூங்குஞ்சு púṅkuñju, A very young or tender bird.

குடங்கை kuḍaṅkai, *s.* The palm of the hand.

குடம் kuḍam, *s.* A water-pot, pitcher; குடச்சிப்பி kuḍach chippi, A round shell or conch; வெறுங்குடம் veṛum kuḍam, An empty water-pot. 2. *(Met.)* A stupid man; குறைகுடம் kuṛaikuḍam, A water-pot not quite full ; நிறைகுடம் niṛaikuḍam, A full vessel.

குடலை kuḍalai, *s.* A basket of plaited leaves of the cocoanut-tree to hold flowers, fruits, &c. 2. A hood of the same to protect the upper part of the body from rain ; குடலைக்காளை kuḍalaikkáḷai, A young bullock able only to carry a light load; குடலைக்கிணறு kuḍalaikkiṇaṛu, A well made with rings of wickerwork; குடலையேற்றம் kuḍalai éṛṛam, A kind of picota.

குடல் kuḍal. The intestines, entrails, bowels; கற்குடல் kaṛkuḍal, Costiveness; குடலதிருகிறது kuḍal athirugiṛathu, The bowels tremble; குடலேற்றம் kuḍaléṛṛam, Convulsion, spasm of the bowels; குடலைப் பிடுங்குகிறது kuḍalaippiḍuṅkugiṛathu, To draw out the entrails. 2. *(Met.)* To experience nausea; குடல்வாதம் kuḍal-váthaṁ, Pain in the bowels; குடற்சவ்வு kuḍaṛ chavvu, The caul wherein the bowels are wrapped—the omentum; சிறுகுடல் siṛukuḍal, The small guts; பெருங்குடல் peruṅkuḍal, The large intestines; மணிக்குடல் maṇikkuḍal, The mesentery; மலக்குடல் Malakkuḍal, The great gut, rectum.

குடா kuḍá. *s.* A bay, a gulf; குடாக்கடல் kuḍákkaḍal, A haven, harbour, port, a shelter for ships; குடாக்கரை kuḍák-karai, The shore of a bay.

குடாரி kuḍári. *s.* The instrument with which elephants are guided and governed.

குடி kuḍi, *s.* Habitation, dwelling, a house. 2 Drink, drunkenness. 3. Town, village. 4. Tribe. 5. Family. 6. Inhabitant, subject; எற்றிடுகுடி érriḍukuḍi, A newly settled family, colony; குடிகெடுதல் kuḍikeḍuthal, Destruction, ruin of a family; குடிகேடன் kuḍikéḍan, *(fem.* கேடி*)* One who is the ruin of a family; குடிகொள்ளுகிறது kuḍi koḷḷugiṛathu, To be an inhabitant, to dwell; குடிக்காடு kuḍikkáḍu, Village; குடிசெயல்வகை kuḍi cheyalvagai, Exertions to increase the honour of a family; குடித்தனம் kuḍittanam, Household, domestic life; குடித்தனம்பண்ணுகிறது kuḍittanampaṇṇugiṛathu, To live as a family, to keep use; குடித்தனக்காரன் kuḍittanakká-ran, A house-keeper; குடிபலத்தது kuḍ balattathu, The family is become ricl opulent; குடிப்படை kuḍ.p paḍ.. Militia; குடிமகன் kuḍimagan, A villag servant, such as a washerman, a barber &c.; குடிமிராசகொடுக்கிறது kuḍi mirási koḍukkiṛathu, To endow with particular privileges; குடிமை kuḍimai, The manners and customs of the nobility; குடியரசு, குடியாட்சி kuḍi arasu, kuḍi áḍchi, Democracy, repuolic; குடியானவன் kuḍiyánavan, An inhabitant, a citizen; குடியிருக்கிறது kuḍiyiṛukkiṛathu, To dwell; குடியிருப்பு kuḍiyiruppu, Habitation; குடியிறை kuḍiyiṛai, Tribute; குடியேறுகிறது kuḍi éṛugiṛathu, To settle in a place; குடியேற்றுகிறது kuḍiéṛṛugiṛathu, To people, to stock with inhabitants, to colonize; குடிவாங்கிப்போகிறது kuḍi-váṅgip pógiṛathu, To abandon a place, to emigrate, to change habitation; குடிவாழ்க்கை kuḍi váḻkkai, Economy, management of a family, house-keeping; குடிவிளங்கப்பண்ணுகிறது kuḍi viḷaṅgap-paṇṇugiṛathu, To increase the welfare of a family; சுகவாசிக்குடி sugavásik-kuḍi, A settled inhabitant; பயிர்க்குடி payirkkuḍi, A husbandman, a cultivator; மிராசுக்குடி mirásukkuḍi, A hereditary inhabitant; வந்தேறுகுடி vantéṛu kuḍi, One who has not a permanent habitation.

குடிக்கிறது kuḍikkiṛathu, *s.* To drink; குடிநீர் kuḍi nír, A medicinal decoction; குடியன் kuḍiyan, A drinker, drunkard; சுருட்டுகுடிக்கிறது suruttu kuḍikkiṛathu, To smoke a cigar.

குடில் kuḍil, *s.* A hut; அடிக்குடில் aḍik-kuḍil, A suburb, a village near a town.

குடுகுடு kuḍukuḍu, *s.* A rumbling noise, a gurgling, or sound of water running out of a vessel with a narrow mouth.

குடுகுடுப்பை kudukuduppai, *s.* A kind of clapper; குடுகுடுப்பைக்காரன் kudukuduppaikkáran, A fortune-teller who uses such a clapper.

குடுக்கை kudukkai, *s.* The hard shell of some fruits, used as a vessel; திக்குடுக்கை tíkkudukkai, A shell, grenade; தென்னங்குடுக்கை tennankudukkai, A cocoanut-shell; வில்வக்குடுக்கை vilvakkudukkai, That of the Ogle marmelos.

குடுமி kudumi, *s.* A lock or tuft of hair left on the head of men; உச்சிக்குடுமி uchchikkudumi, A lock or tuft that is on the crown of the head; முன்குடுமி munkudumi, A lock that is nearer the forehead; பின்குடுமி pinkudumi, A lock on the back of the head. 2. A pivot of a door used as a hinge; மேற்குடுமி mérkudumi, The upper pivot; கீழ்க்குடுமி kílkkudumi, The lower pivot.

குடும்பம் kudumbam, *s.* Family, race; குடும்பசம்ரக்ஷணை kudumbasamrakshanai. The act of providing for and preserving a family; குடும்பங்கலைக்கிறது kudumbam kalaikkirathu, To destroy the peace of a family; குடும்பப்பிரதிஷ்டைபண்ணுகிறது kudumbap piradishtaipannugirathu, To found, to establish a family; குடும்பபாரஞ்சுமக்கிறது kudumba bháram sumakkirathu, To support a family; குடும்பி kudumbi, The father of a large family; குடும்பினி kudumbini, The mother of a large family.

குடை kudai, *s.* An umbrella; குடைகவிக்கிறது—பிடிக்கிறது kudai kavikkirathu-pidikkirathu, To bear an umbrella; குடைக்காரன் kudaikkáran, An umbrella bearer.

குடைகிறது kudaigirathu, *v. t.* To hollow, excavate, scrape out a cocoanut, &c. 2. To pierce, to make a hole through. 3. To gnaw—as a worm, &c. 4. (*Met*). To occasion anguish or excessive grief; குடைந்தெடுக்கிறது kudaintedukkirathu, To excavate.

குடோரி kudóri, *s.* A slit; குடோரிபண்ணுகிறது kudóripannugirathu, To slit or cut the top of the head in order to put in medicine to cure dangerous diseases.

குட்டம் kuttam, *s.* See குஷ்டம் kushtam.

குட்டி kutti, *s.* The young of cat, sheep, horse, dog, hare, fox, hog, tiger, deer, &c. 2. A girl. 3. That which is small; குட்டிக்கம்பு kuttikkambu, A small stick which children use in their play; குட்டியப்பன் kuttiyappan, A father's younger brother; குட்டிக்கழுதை kuttikkaluthai, A young ass; குட்டிச்சாத்தான், குட்டிப்பிசாசு, kuttichcháttan, kuttippichásu, A familiar spirit, elf; குட்டிச்சுவர் kuttichchuvar, A low dead wall. 2. (*Met.*) A useless, good for nothing fellow.

குட்டு kuttu, *s.* A blow of the fist, a buffet, a cuff.

குட்டுகிறது kuttugirathu, *v. t.* To buffet, strike with the fist, to cuff; குட்டிக்கொள்ளுகிறது kuttikkollugirathu, To strike the temples with the fist—a ceremony performed in worshipping Ganésha; குட்டுண்கிறது kuttungirathu, To be buffeted.

குட்டை kuttai, *s.* A small tank, a pool. 2. Stocks, prison for the legs. 3. A cravat, a neckcloth. 4. That which is short; குட்டையன் kuttaiyan, A short, thickest man.

குணக்கு kuṇakku, s. Curvature, bending, incurvation, crookedness; குணக்கெடுக்கிறது kuṇakkeḍukkiṛathu, To make crooked things straight.

குணம் guṇam, s. Rectitude, probity, excellence, merit, freedom from fault or blemish. 2. Quality, attribute or property in general; இது அதிலுங் குணம் ithu athilum guṇam, This is better than that; இவன் நல்ல குணமணி ivan nalla guṇamaṇi, He has an excellent nature; இனிய குணம் iniya guṇam, A sweet temper or disposition; குணக்கேடன் kuṇakkéḍan, An ill-natured person; குணத்துக்குவருகிறது guṇattukku varugiṛathu, To amend. 2. To repent, reform. 3. To recover from illness; குணப்படுகிறது guṇappaḍugiṛathu, To reform, recover; குணப்பிரகிருதி guṇapprakruthi, Natural disposition; குணமாகிறது guṇamágiṛathu, To recover from sickness; குணமாக்குகிறது guṇamákkugiṛathu, To cure, heal; குணம்பேதிக்கிறது guṇam bhédikkiṛathu, To change temper; குணவாக்கு guṇavákku, Natural temper, expression, habit; குணவான் guṇaván, A good natured man; சற்குணம் sarguṇam, Good nature; சுகுணம் suguṇam, A good disposition; துர்க்குணம் durguṇam, Ill nature, malice.

குணும்பு guṇámbu, s. Merry sayings, drollery, idle jokes; குணும்பி guṇámbi, A ludicrous droll fellow.

குணும்புகிறது guṇámbugiṛathu, v. i. To be droll, to jest, play the buffoon.

குணுகுணுவென்கிறது, குணுகுணுக்கிறது, குணுகுணுத்துப்பேசுகிறது kuṇukuṇuvengiṛathu, kuṇukuṇukkiṛathu, kuṇukuṇuttuppésugiṛathu, v. i. To speak through the nose. 2. To murmur, mumble, utter sullen discontent.

குணுக்கு kuṇukku, s. A ring of lead or brass put in the earlaps to widen them; குணுக்குத்தடி kuṇukkuttaḍi, A club, a heavy stick with an iron knob; வலைக்குணுக்கு valaik kuṇukku, Metal weights on the margin of a net.

குண்டலம் kuṇḍalam, s. An ear-ring.

குண்டி kuṇḍi, s. The posteriors.

குண்டு kuṇḍu, s. A ball, a bullet of stone, iron or lead. 2. The male of an ass, horse, &c.; குண்டுக்கழுதை kuṇḍukkaḻuthai, A jack ass; குண்டுக்குதிரை kuṇḍukkuthirai, A stallion. 3. That which is hollow and deep; குண்டுச்சட்டி kuṇḍuchchatti, A round pan, pan made like a ball, a deep pan; குண்டுப்பிங்கான் kuṇḍup pingán, A deep dish; குண்டுவட்டில் kuṇḍuvaṭṭil; A deep cup of brass, tin, &c.; குண்டாய்த்திரட்டுகிறது kuṇḍáyt tiraṭṭugiṛathu, To make globular or round—as a ball; குண்டுக்கட்டாய்க்கட்டுகிறது kuṇḍukkaṭṭáykkaṭṭugiṛathu, To bind one's neck and heels together; குண்டுக்கிராமம் kuṇḍu grámam, A village within ball-shot; குண்டுக்காயம் kuṇḍukkáyam, A gun-shot wound; குண்டுக்குழல் kuṇḍukkuḻal, A gun, fire lock; குண்டுபடுகிறது kuṇḍu paḍugiṛathu, To be wounded with a ball; குண்டுபோட்டுச்சுடுகிறது kuṇḍupóṭṭuch chuḍugiṛathu, To fire ball; விடிகுண்டு viḍikuṇḍu, Morning gun; வெடிகுண்டு veḍikuṇḍu, A shell.

குண்டை kuṇḍai, s. An ox; வலதுகுண்டை valathukuṇḍai, An ox on the offside; இடதுகுண்டை iḍathu kuṇḍai, An ox on the near side; முன்னேர்க்குண்டை munnérkkuṇḍai, The foremost yoke of oxen.

குதக்குகிறது kuthakkugiṛathu, *v. t.* To stuff the mouth with food, to turn food about in the month.

குதம்பை kuthambai, *s.* A substance inserted in the ear after being punctured to widen the aperture.

குதர்க்கம் kutarggam, *s.* Frivolous or trifling disputation.

குதலை kuthalai, *s.* Prattle of a child, a fond word.

குதாவிடை kuthavidai, *s.* Disorder, unsettled state.

குதி, குதிகால் kuthi, kuthikál, *s.* The heel; குதிக்கள்ளன் kuthikkaḷḷan, A sore on the heel; குதிமுள்ளு kuthimuḷḷu, A spur; குதியாணி kuthiyáṇi, A corn in the heel; குதிவாதம் kuthivátham, Spasm, cramp in the heels.

குதிக்கிறது kuthikkiṛathu, *v. i.* To leap, jump, spring or skip, to leap for joy; குதித்துக்குதித்துமார்படிக்கிறது kuthittukkuthittu márbadikkiṛathu, To bewail the dead by beating the breast.

குதிரை kuthirai, *s.* A horse; குதிரைக்கடிவாளம் kuthiraik kaḍiváḷam, A bit. 2. A bridle; குதிரைக்கல்லணை kuthiraikkallaṇai, Saddle; குதிரைக்கவிசனை kuthiraikkavisanai, A horse-cloth, caparison; குதிரைக்கழுத்துவட்டவார் kuthiraikkaḷuttu vaṭṭavár, The harness or trace of a horse; குதிரைக்கிலாடந்தைக்கிறது kuthiraikku láḍam taikkiṛathu, To shoe a horse; குதிரைக்குட்டி kuthiraikkuṭṭi, A colt; குதிரைக்குளம்பு kuthiraik kuḷambu, The hoof of a horse; குதிரைச்சவுக்கு kuthiraich chavukku, Horse-whip; குதிரைநடை kuthirainaḍai, The pace of a horse; குதிரைப்படை kuthiraippaḍai, Cavalry; குதிரைப்பட்டை kuthiraippaṭṭai, A beam supporting a tiled roof; குதிரைப்பந்தி kuthiraippanti, A line of horses; குதிரைப்பிடரிமயிர் kuthiraippiḍarimayir, The mane of a horse; குதிரைமயிர் kuthirai mayir, Horse-hair; குதிரைமரம் kuthirai maram, A beam to support a dam or to stop the violence of a flood. 2. A wooden horse for casks, &c.; குதிரைமுகம் kuthirai mukham, Prominent feature; குதிரையங்கவடி kuthirai aṅgavaḍi, A stirrup; குதிரையிலிருந்திறங்குகிறது kuthiraiyiliruntu iṛaṅkugiṛathu, To alight from a horse; குதிரையேறுகிறது kuthirai éṛugiṛathu, To mount a horse; குதிரை ராவுத்தன் kuthirai rávuttan, A rider, a horseman. 2. One who manages or breaks a horse; குதிரைலாயம் kuthirai láyam, A horse-stable; குதிரைவலி kuthiraivali, The name of a disease, spasms; குதிரை வாய்வட்டம் kuthirai váyvaṭṭam, Rope for a horse fast round the mouth; குதிரைக்கயிறு kuthiraikkayiṛu, A horse's rope; குதிரைவால் kuthirai vál, A horse's tail; குதிரைவிட்டை kuthirai viṭṭai, Horse-dung; குதிரைவிலை kuthiraivilai, An exorbitant price; குதிரைவையாளிவீதி kuthiraivaiyáḷivíthi, A place or street in which horses are trained; ஆண்குதிரை áṇ kuthirai, A stallion; கோளிகைக்குதிரை, பெட்டைக்குதிரை kóḷikaikkuthirai, peṭṭaikkuthirai, A mare; வரிக்குதிரை varikkuthirai, A horse that is not saddled.

குதிர் kuthir, *s.* A receptacle for paddy or grain made of earthen hoops.

குதுவை kuthuvai, *s.* A pawn, a pledge; குதுவைவைக்கிறது kuthuvai vaikkiṛathu, To pawn, pledge.

குத்தகை kuttagai, *s.* Rent, tenure, farm; குத்தகைக்காரன் kuttagaikkáran, A contractor, a farmer ; குத்தகைச்சரக்கு kuttagaichcharakku, Goods under contract ; குத்தகையாய்க் கொடுக்கிறது kuttagaiyáykkodukkiṛathu, To let to a tenant ; குத்தகையாய்ப் பேசுகிறது kuttagaiyáyppésugiṛathu, To confer about a contract ; குத்தகையாய் வாங்குகிறது kuttagaiyáy váṅkugiṛathu, To accept a contract.

குத்திரம் kuttiram, s. Cunning; குத்திரம்பேசுகிறது kuttiram pésugiṛathu, To speak deceitfully.

குத்து kuttu, s. A stab, a thrust with a sword, &c. 2. The quantity of rice, salt, &c., which can be taken up with the two hands at once. 3. Pain ; தலைக்குத்து talaikkuttu, Headache; முலைக்குத்து mulaikkuttu, Piercing pain in the breast; குத்துண்கிறது kuttuṇgiṛathu, To be stabbed ; குத்துண்டவன் kuttuṇḍavan, One who is stabbed ; குத்துண்ணி kuttuṇṇi, One who deserves to be stabbed.

குத்துகிறது kuttugiṛathu, v. t. To beat in a mortar. 2. To ram into ; குத்துகூலி kuttu kúli, Wages for beating paddy. 3. To put a point over a vowel or consonant. 4. To drop, to pour in drops ; கண்ணிலே எண்ணெய்குத்த kaṇṇilé eṇṇey kutta, To drop oil into the eye. 5. To fist ; குத்துகாயம் kuttu káyam, A wound made by a stab or thrust ; குத்துகோல் kuttukól, A gold ; குத்துகாலிடுகிறது kuttukál idugiṛathu, To sit or lie with bent legs ; குத்துமுள்ளு kuttumuḷḷu, A spur ; குத்துவிளக்கு kuttuviḷakku, A standing lamp.

குந்தகம் kuntagam, s. Hinderance, impediment, obstacle ; அதினாற்குந்தகமில்லை athinál kuntagam illai, That will occasion no impediment ; இந்தக்கலியாணங்குந்தகப்பட்டது intak kaliyáṇamkuntagappaṭṭathu, The marriage has been hindered ; குந்தகமாய்ப்போகிறது kuntagamáyp págiṛathu, To be delayed.

குந்தாணி kuntáṇi, s. A great mortar to beat paddy in ; குந்தாணிப்பீரங்கி kuntáṇip piraṅgi, A mortar for throwing bombs or shells.

குந்தாளிக்கிறது kuntáḷikkiṛathu, v. i. To leap for joy ; குந்தாளித்துத்திரிகிறது kuntáḷittuṭ tirigiṛathu, To dance and skip for joy.

குந்துகிறது kuntugiṛathu, v. i. To go on tiptoe. 2. To sit upon the legs ; குந்திநிற்கிறது kunti niṛkiṛathu, To stand on tiptoe.

குந்துருக்கம் kunturukkam, s. The Olibanum tree and the gum of it.

குபீரென, குபீரென்று kupírena, kupírenṟu, ad. Suddenly, abundantly, vehemently,

குப்பம் kuppam, s. A small village of fishermen and other low people ; குப்பக்காடு kuppakkáḍu, A place where there are many huts ; குப்பக்காட்டான் kuppakkáṭṭán, A countryman, a rustic ; குப்பங்குடியேற்றுகிறது kuppamkuḍiyéṟṟugiṛathu, To establish such a village.

குப்பல் kuppal, s. A heap. 2. A dunghill ; குப்பல்குப்பலாயிருக்கிறது—கிடக்கிறது kuppal kuppaláyirukkiṛathu—kiḍakkiṛathu, To lie in heaps. குப்பல்குப்பலாய்க் கூட்டுகிறது kuppal kuppaláyk kúṭṭugiṛathu, To heap up, to lay in heaps; குப்பல்விளையாட்டு kuppalviḷaiyáṭṭu, A child's play in sand.

குப்பாயம் kuppáyam, s. A long robe used chiefly by Mahomedans.

குப்பி, kuppi, s. An ornament of gold or silver of the size of a walnut for the hair of women ; குப்பிமுடிக்கிறது kuppi muḍikkiṛathu, To fasten it in the hair-tuft. 2. A vial, a small bottle. 3. Hoop or ferrule at the point of a sheath, or of bullock horns, or at the mouth of a vessel.

குப்புறுகிறது kuppuṛugiṛathu, v. i. To fall upon the face; குப்புறத்தள்ளுகிறது kuppuṛat taḷḷugiṛathu, To throw one down upon the face; குப்புறப்பிடிக்கிறது kuppuṛap piḍikkiṛathu, To hold an infant with the face downwards; குப்புற்றுக்கொள்ளுகிறது kuppuṛṛkkoḷḷugiṛathu, To lie with the face downwards; முகங்குப்புற mukhaṅkuppuṛa, With the face downwards.

குப்பை kuppai, s. Heap. 2. Crowd of things. 3. Hillock, dung-hill. 4. Sweepings, refuse, dung; குப்பைமேனி kuppaiméni, A plant—Acalypha Indica; குப்பையைப் பெருக்கிவாருகிறது kuppaiyaip perukkivárugiṛathu, To sweep and take away rubbish; குப்பைவாரி kuppai vāri, A rake for sweeping.

குமட்டு kumaṭṭu, s. Nauseousness, loathsomeness.

குமட்டுகிறது kumaṭṭugiṛathu, v. i. To nauseate, loathe, strike with disgust; நெஞ்சைக்குமட்டுகிறது, குமட்டியெடுக்கிறது neñjaik kumaṭṭugiṛathu, kumaṭṭi eḍukkiṛathu, To vomit, retch; குமட்டிக்கொண்டிருக்கிறது kumaṭṭik koṇḍirukkiṛathu, To be affected with nausea.

குமரி kumari, s. A virgin. 2. A young marriageable woman, also a young woman already married, a young lady.

குமர் kumar, s. A virgin.

குமாரன் kumáran, s. A son; குமாரத்தி kumáratti, A daughter; குமாரப்பல்லக்கு kumárappallakku, A small palankeen; குமாரவர்க்கம் kumáravargam, Lineage, progeny.

குமிக்கிறது kumikkiṛathu, v. t. To accumulate, to heap up.

குமிழ் kumiḷ, s. Any thing which is globular, a knob or ball on the top of any thing, a pommel; பாதகுறட்டின்குமிழ் páthakuṛaṭṭin kumiḷ, The knob of a wooden slipper. 2. The hump on the top of the shoulders of oxen; குமிழாயிருக்கிறது kumiḷáy irukkiṛathu, To be globular, or spherical.

குமிழ்க்கிறது kumiḷkkiṛathu, v. i. To be globular or spherical. 2. To bubble, rise in bubbles.

குமிளி kumiḷi, s. A bubble, water-bladder; குமிளிக்கண் kumiḷikkaṇ, The opening of a spring.

குமிளிக்கிறது kumiḷikkiṛathu, v. i. To bubble, rise in bubbles, pustules.

குமுகுமென்று மணக்கிறது kumukumenṛu maṇakkiṛathu, v. i. To have a strong smell.

குமுதம் kumutham, s. A water-plant—Nymphæa alba.

குமுறுகிறது kumuṛugiṛathu, v. i. To sound as thunder.

குமைகிறது kumaigiṛathu. v. i. To be hot, to be close, sultry.

குமைக்கிறது kumaikkiṛathu, v. i. To beat or bruise in a mortar.

கும்பம் kumbham, s. The two protuberances on the head of an elephant. 2. A small water jar; கும்பாபிஷேகம் kumbábhishékam, The pouring of sacred water from a jar upon the head of an idol or a king.

கும்பல் kumbal, s. Multitude, crowd, flock; கும்பலாய்க் கூடுகிறது kumbaláyk kúḍugiṛathu, To flock together in crowds.

கும்பிக்கிறது kumbikkiṛathu, v. t. To suppress the exhaling or inhaling of breath.

கும்பிடு kumbidu, s. Reverence, worship; கும்பிடுபோடுகிறது kumbidu pódugirathu, To venerate.

கும்பிடுகிறது kumbidugirathu, v. i. To do obeisance by joining and lifting up the hands.

கும்பிடுசட்டி kumbiduchatti, s. A goldsmith's fire vessel. 2. A chafing-dish.

கும்பு kumbu, s. A crowd; சனங்கள் கும்பு கும்பாய்ப் போகிறார்கள் janangal kumbu kumbáyp pógirarkál, The people are passing in companies or crowds.

கும்புகிறது kumbugirathu, v. i. To become of a smoky taste—as meat, &c..

கும்மி kummi, s. A play for females; கும்மிப்பாட்டு kummippáttu, A song in that play; கும்மியடிக்கிறது kummiadikkirathu, To clap the hands—a play.

கும்முகிறது kummugirathu, v. t. To wash cloth beating it softly with the hands; கும்மிப்பிழிகிறது kummip piligirathu, To beat and squeeze.

குயில் kuyil, s. A singing bird—the Indian cuckoo; குயில்கூவுகிறது kuyil kúvugirathu, The cuckoo sings; அவள்சாரீரம் குயிலிசைபோலிருக்கிறது aval sáríram kuyilisaipól irukkirathu, She sings like a cuckoo; வரிக்குயில் varikkuyil, A spotted or variegated kind of cuckoo.

குரங்கு kurangu, s. A monkey, an ape; குரங்குமூஞ்சி kurangumúnji, A monkey's face; குரங்குச்சேட்டை kuranguchchéttai, Gesticulation of an ape.

குரப்பம் kurappam, s. A curry-comb, a horse comb.

குரல் kural, s. Sound, voice; நல்ல குரல் nalla kural, A fine voice; குரலெடுத்துப் பாடுகிறது kural eduttup pádugirathu, To lift up the voice and sing; குரலோசை kuralósai, Vocal sound; குரல்கம்மியிருக்கிறது kural kammiyirukkirathu, To be hoarse; குரல்வளை kuralvalai, The windpipe, trachea, the throat; குரல்வளையை நெரிக்கிறது kuralvalaiyai nerikkirathu To take and squeeze one's throat; குரல்வளையை அறுக்கிறது kuralvalaiyai arukkirathu, To cut the throat; கூக்குரல் kúkkural, A great noise, clamour; கூக்குரலமர்கிறது kúkkural amargirathu, The noise subsides; கூக்குரலாய்க்கிடக்கிறது kúkkuraláyk kidakkirathu, There is a great clamour; நெடுங்குரல் nedunkural, A loud noise; நெடுங்குரல்பாய்ச்சியழுகிறது nedunkural páychchiyalugirathu, To weep aloud.

குரு guru, s. A priest, a teacher; குருப்பட்டம் guruppattam, Priesthood; குருத்துரோகம் guru dróham, Treachery of a disciple against his priest. 2. Pricklyheat. 3. The small pox; குருபுறப்பட்டவன் kuru purappattavan, one who has got the small pox; குரு மூஞ்சி kuru múnji, One pitted with the small pox; வேர்க்குரு vérkkuru, Prickly-heat.

குருகு kurugu, s. Tenderness.

குருடு kurudu, s. Blindness. 2. That which is blind; குருடன் kurudan, A blind person; பிறவிக்குருடன் piravikkurudan, One born blind; குருட்டாட்டம் kuruttáttam, Blindness, குருட்டாட்டமாடுகிறது kuruttáttamádugirathu, To play at blind man's-buff; குருட்டுக்கண் kuruttukkan, A blind eye; குருட்டுநியாயம் kuruttu nyáyam, Erroneous reasoning, perverted judgment; குருட்டுவைத்தியன் kuruttuvaidyan, An ignorant physician.

குரும்பை kurumbai, s. The tender fruit of a palmaira, or cocoa-palm.

குருவி kuruvi, s. A small bird in general.

குருவிச்சி kuruvichchi, s. A shrub.

குரூபம் kurúbam, *s.* A monster birth.

குரூரம் kurúram, *s.* Cruelty, severity.

குரோதம் krótham, *s.* Anger; குரோதக்காரன் króthakkáran, A rancorous person; குரோதஞ்செய்கிறது krótham cheygiṛathu, To be enraged; குரோதந்தீர்த்துக் கொள்ளுகிறது krótham tírttukkoḷḷugiṛathu, To take revenge; குரோதம்வைக்கிறது krótham vaikkiṛathu, To indulge revengeful feeling.

குலம் kulam, *s.* Family, race, tribe, caste. 2. A herd, or a flock of animals of the same species; குலகாயம் kulakáyam, The rules or regulations of caste; இது உனக்குக்குலகாயமாயிருக்கிறது ithu unakkukkulakáyamáy irukkiṛathu, This is the custom of thy family or tribe; குலகுரு kulaguru, The priest of a tribe; குலஸ்திரி kulastri, A lawful wife; குலக்ஷயம் kulakshayam, Destruction of a family; குலதேவம் kuladévam, The god of a tribe; குலவிருது kulaviruthu, The title of a family; குலாசாரம் kulácháram, The customs of a tribe.

குலாவுகிறது kulávugiṛathu, *v. i.* To converse in a friendly manner.

குலுக்கு kulukku, *s.* Affected gestures, foppish airs; குலுக்கி kulukki, An insolent woman.

குலுக்குகிறது kulukkugiṛathu, *v. t.* To shake, agitate. 2. *v. i.* To be insolent, to be affected, to put on foppish airs, குலுக்கை kulukkai, *s.* A large receptacle for grain, made of twigs.

குலுங்குகிறது kuluṅkugiṛathu, *v. i.* To be shaken, to be agitated, to totter.

குலை kulai, *s.* A bunch. 2. The pit of the stomach; குலைகுலையாய் kulaikulaiyáy, In bunches; குலைதள்ளிற்று kulai taḷḷiṛṛu, The bunch has come forth; என்குலைபதைக்கின்றது enkulaipathaikkinṛathu, My heart goes pit-a-pat, my heart palpitates.

குலைகிறது kulaigiṛathu, *v. i.* To be disturbed, to be unsettled, to trepidate. 2. To be dissolved, to be damaged, to be stripped. 3. To be blotted out, to be effaced, cancelled, to vanish away.

குலைக்கிறது kulaikkiṛathu, *v. t.* To undo, damage, efface, cancel, &c. 2. *v. i.* To bay or bark—as a dog; குலைத்துக்காட்டுகிறது kulaittuk káṭṭugiṛathu, To imitate the barking of a dog.

குல்லாய் kulláy, *s.* A cap, a bonnet.

குவிகிறது kuvigiṛathu, *v. i.* To be round, to be assembled, to be contracted or closed, to be joined or united.

குவிக்கிறது kuvikkiṛathu, *v. t.* To accumulate, heap up, lay up; கைகுவித்துக்கும்பிட்டான் kaikuvitthuk kumbiṭṭán, He worshipped with joined hands.

குவ்வாகுவ்வாவென்கிறது kuvvákuvvá engiṛathu, *v. i.* To cry as an infant.

குழந்தை kuḷantai, *s.* An infant; குருத்துக்குழந்தை kurutthuk kuḷantai, A new-born child; முலையுண்குழந்தை mulai uṇ kuḷantai, A sucking child.

குழவி kuḷavi, *s.* A rolling stone to grind with.

குழம்பு kuḷambu, *s.* Broth, thickened fluid. 2. Clay, loam.

குழம்புகிறது kuḷambugiṛathu, *v. i.* To grow thick, or to become condensed. 2. To be perplexed, confused.

குழப்பம் kuḷappam, *s.* Intricacy in a business, impediment, disturbance, confusion; குழப்பக்காரன் kuḷappakkáran, One who confuses a business, one who turns a thing topsy-turvy; குழப்பத்தைத்தீர்க்கிறது kuḷappattait tírkkiṛathu, To set in order.

குழப்புகிறது kulappugiṛathu, v. t. To mix, mingle—as sugar, &c. with water. 2. To confuse, perplex, embroil.

குழல் kuḷal, s. Pipe, fife, flute. 2. Hollowness; குண்டுக்குழல் kuṇḍukkuḷal, A musket or gun.

குழாய் kuḷáy, s. Any thing that is hollow, a tube, a long hollow body; குழாயில் வார்க்கிறது kuḷáyil várkkiṛathu, To pour into a tube; மூங்கிற்குழாய் múṅgiṛkuḷáy, A hollow bamboo.

குழி kuḷi, s. A pit. 2. A grave; குழிநரி kuḷinari, A fox; குழிவெட்டுகிறது kuḷi veṭṭugiṛathu, To dig a pit, a grave; படுகுழி, பொய்க்குழி paḍukuḷi, poikkuḷi, A pit-fall.

குழிகிறது kuḷigiṛathu, v. i. To become hollow, to be hollow. 2. A measure of one square foot; குழிக்கணக்கு kuḷikkaṇakku, Reckoning by square feet; குழிமாறுகிறது kuḷimáṛugiṛathu, To multiply square feet by square feet; குழிமாற்று kuḷimáṛṛu, A multiplication table of square feet; சிறுகுழி siṛu kuḷi, A multiplication table of the fractional parts of a square foot; பெருங்குழி peruṅkuḷi, A multiplication table of integral square feet.

குழு kuḷu, s. Crowd, multitude.

குழைகிறது kuḷaigiṛathu, v. i. To become like pap, to be soft. 2. To fade, wither, languish, pine away. 3. To associate, join one's-self to another in a sneaking manner. 4. To profess friendship from sinister motives; குழைகறி kuḷaikaṛi, A kind of curry; குழைசேறு kuḷaichéṛu, Loam, unctuous earth, clay mixed with water; குழைந்துபோன சோறு kuḷaintupónachóṛu, Rice boiled to pap.

குழைக்கிறது kuḷaikkiṛathu, v. t. To mix, macerate.

குளம் kuḷam, s. A pond, tank; குளங்கட்டுகிறது kuḷaṅkaṭṭugiṛathu, To make a tank; குளத்தங்கரை kuḷattaṅkarai, The bank of a tank; குளத்துக்குப்போகிறது kuḷatthukkup pógiṛathu, To go to stool; குளத்தோரம் kuḷatthóram, The skirt or margin of a tank; குளம்வெட்டுகிறது kuḷam veṭṭugiṛathu, To dig a tank or pond; கோயில் குளம் kóyil kuḷam, A tank and a pagoda.

குளம்பு kuḷambu, s. The hoof of an animal. இருபிளவானகுளம்பு irupiḷavána kuḷambu, A cloven hoof.

குளவி kuḷavi, s. A wasp. 2. A bee; கருங்குளவி karuṅkuḷavi, A blackish wasp; குளவி கொட்டுகிறது kuḷavi koṭṭugiṛathu, The wasp stings; குளவிக்கூடு kuḷavikkúḍu, A wasp's nest; குளவிமண் kuḷavimaṇ, The mud of which the wasp makes its nest; செங்குளவி cheṅkuḷavi, A red wasp.

குளறுகிறது kuḷaṛugiṛathu, v. i. To stammer, to stutter; கன்னாபின்னாவென்று குளறுகிறது kannápinnávenṛu kuḷaṛugiṛathu, To speak nonsense; குளறாட்டம் kuḷaráṭṭam, Confusion, intricacy; குளறுபடியாய்க் கிடக்கிறது kuḷaṛupaḍiyáyk kiḍakkiṛathu, To remain unsettled; வாய்குளறிப் போயிற்று váykuḷaṛip póyiṛṛu, Speech has failed him.

குளிகை kuḷigai, s. A pill, a bolus, any small globe or ball.

குளிக்கிறது kuḷikkiṛathu, v. i. To wash the body, bathe, plunge into water; குளிகுளிக்கிறது kuḷikuḷikkiṛathu. To lie in; குளிசீலை kuḷisílai, A waistcloth; குளிப்பாட்டுகிறது kuḷippáṭṭugiṛathu, To wash any body.

குளிருகிறது kuḷirugiṛathu, v. i. To be chilly, cold; குளிர்ந்துபோகிறது kuḷirndu pógirathu, To grow cold and stiff, to be dying. 2. To be refreshed; குளிர்ந்தமுகத்தோடே kuḷirnta mukhattódé, With a pleasing, friendly countenance.

குளிர் kuḷir, *s.* Coldness, frigidity, chillness ; குளிர்காலம் kuḷirkálam, The cold season ; குளிர்காற்று kuḷirkáŗŗu, A cold wind ; குளிர்காய்கிறது kuḷirkáygiŗathu, To warm one's self at the fire or in sunshine, to bask ; குளிர்காய்ச்சல் kuḷir káychchal, An ague.

குளுகுளுத்திருக்கிறது kuḷukuḷuttirukkiŗathu, *v. i.* To be swollen—said of the face ; குளுகுளென்றுநீராடுகிறது kuḷukuḷenŗu níráḍugiŗathu, To sound—as water in a cocoanut when shaken.

குளுப்பை kuḷuppai, *s.* A swelling ; குளுப்பைமுகம்—மூஞ்சி kuḷuppai mukham—múñji, A swollen puffed face.

குள்ளம் kuḷḷam, *s.* Shortness ; குள்ளன் kuḷḷan, A short man, a dwarf ; சித்திரக்குள்ளன் chittirakkuḷḷan, A pigmy.

குறடு kuŗaḍu, *s.* Tongs, a pair of tongs ; குறட்டாலிடுக்குகிறது kuŗaṭṭáliḍukkugiŗathu. To hold with tongs; குறடுகாய்ச்சிப்பிடுங்குகிறது kuŗaḍukáychchip piḍuṅkugiŗathu, To pinch any one with red-hot pincers. 2. An anvil. 3. The basis of a statue, pedestal ; பாதக்குறடு páthakkuŗaḍu. Clogs, wooden shoes. 4. The lower and higher projection of a wall or column, the cornice; குறட்டுவேலை kuŗaṭṭu vélai, Prominent work. 5. A raised floor or seat outside of a house.

குறட்டை kuŗaṭṭai, *s.* Snoring, snorting; குறட்டைவாங்குகிறது—விடுகிறது kuŗaṭṭai-váṅkugiŗathu—viḍugiŗathu, To snore, snort.

குறம் kuŗam, *s.* Divination ; குறச்சாதி kuŗa játi, Basket-makers—a caste.

குறவைமீன் kuŗavaimín, *s.* A river fish—Ophicepshalus punctatus.

குறளை kuŗaḷai, *s.* Contumely ; குறளைச்சொல் kuŗaḷaichchol, Contumelious words.

குறள் kuŗaḷ, *s.* Shortness. 2. Littleness. 3. An evil spirit. 4. A distich or couple of lines ; குறளன் kuŗaḷan, A short man.

குறுவுகிறது kuŗávugiŗathu, *v. i.* To be sad, melancholic ; குறுவிப்போகிறது kuŗávippógiŗathu, To grow sad.

குறி kuŗi, *s.* A sign ; ஆண்குறி áṇkuŗi, The sign of a male ; பெண்குறி peṇkuŗi, The sign of a female. 2. Character, personal qualities ; குறிகெட்டவன் kuŗkieṭṭavan, A dishonest and bad man. 3. A mark or aim ; குறிக்காரன் kuŗikkáran, One skilled in aiming, a good marksman; குறிதப்பாமற்போடுகிறது kuŗi tappámal póḍugiŗathu, To shoot at a mark without missing it ; குறிவைக்கிறது kuŗivaikkiŗathu, To put a mark to shoot at ; குறிகேட்கிறது kuŗi kéḍkiŗathu, To consult a fortune-teller ; குறிசொல்லுகிறது kuŗi chollugiŗathu, To prognosticate ; குறிபார்க்கிறது kuŗipárkkiŗathu, To tell fortune; துர்க்குறி durkkuŗi, A bad sign or omen ; நற்குறி naŗkuŗi, A good sign or omen ; குறிக்கட்டு kuŗikkaṭṭu, A knot attached to a money-bag ; குறிபோடுகிறது kuŗi póḍugiŗathu, To mark clothes.

குறிக்கிறது kuŗikkiŗathu, *v. t.* To appoint, design. 2. To place a mark, to note a thing in a book. 3. To intend, purpose.

குறிச்சி kuŗichchi, *s.* A village.

குறிஞ்சா kuŗiñjá, *s.* A medicinal plant of which there are two different kinds.

குறிப்பு kuŗippu, *s.* Intention. 2 A memorandum. 3. A mark, sign. 4. Item, article in an account. 5. Short extract, synopsis; குறிப்பறிகிறது kuŗippaŗigiŗathu, To un derstand a sign, to recognize an assignation; குறிப்பாளி kuṛippáḷi, A person who distinguishes things perfectly; குறிப்பிடம் kuṛippiḍam, A short summary, a compendium; குறிப்பெழுதுகிறது kuṛippeḻuthugiṛathu, To abbreviate, abridge or shorten words in writing.

குறுகுகிறது kuṛugugiṛathu, v. i. To diminish, grow less, decrease. 2. To grow short, to be abridged. 3. To be brought low; குறுகக்காய்ச்சுகிறது kuṛugak káychchugiṛathu, To reduce a liquid by boiling; குறுகப்பண்ணுகிறது kuṛugap paṇṇugiṛathu, To shorten; குறுகப்பிடி kuṛugappiḍi, Hold it nearer, shorter.

குறுகுறுக்கிறது kuṛukuṛukkiṛathu, v. t. To be pensive, melancholy. 2. To be angry; குறுகுறென்றிழுக்கிறது kuṛukuṛenṛu iḻukkiṛathu, To rattle in the throat as before death. 2. To be displeased.

குறுக்கு kuṛukku, s. What is across, athwart; குறுக்கிடுகிறது kuṛukkiḍugiṛathu, To pass across; குறுக்கிட்டுமறிக்கிறது kuṛukkiṭṭumarikkiṛathu, To obstruct, cross; குறுக்கிடாகப்போகிறது kuṛukkiḍágap pógiṛathu, To go across; குறுக்குச்சுவர் kuṛukkuch chuvar, A cross-wall; குறுக்குப்பலகை kuṛukkup palagai, A cross-plank; குறுக்குவழி kuṛukkuvaḻi; A cross-way; குறுக்கே kuṛukké, Across; குறுக்கேபேசுகிறது kuṛukké pésugiṛathu, To contradict, interrupt one that speaks.

குறுக்குகிறது kuṛukkugiṛathu, v. t. To shorten, lessen; குறுக்கம் kuṛukkam, Abbreviation.

குறுணி kuṛuṇi, s. The twelfth part of a கலம் kalam.

குறுமை kuṛumai, s. Shortness, brevity; குறுந்தடி kuṛuntaḍi, A short cudgel; குறுந்தெரு kuṛunteru, A short street;

குஞ்சிரிப்பு kuñchirippu, (prop. குறுஞ்சிரிப்பு) kuṛuñchirippu, Smile; குஞ்சிரிப்புக்கொள்ளுகிறது, குஞ்சிரிப்புச்செய்கிறது kuñchirippuk koḷḷugiṛathu, kuñchirippuch cheygiṛathu, To smile, simper; குறிது kuṛithu, That which is short; குற்றுயிர் kuṛṛuyir, The state of being half-dead; குற்றுயிராய்க்கிடக்கிறது kuṛṛuyiráyk kiḍakkiṛathu, To lie half-dead; குறுவிலை kuṛuvilai, Scarcity.

குறும்பி kuṛumbi, s. Ear-wax; குறும்பிவாங்குகிறது kuṛumbi váṅkugiṛathu, To clean the ear; குறும்பிவாங்கி kuṛumbiváṅki, An ear-pick.

குறும்பிடி kuṛumpiḍi, A small saw, or sword, a dagger worn under the garment.

குறும்பு kuṛumbu, s. Mischief, wickedness; குறும்பன் kuṛumban, A wicked fellow; குறும்பாட்டஞ்செய்கிறது kuṛumbáṭṭam cheygiṛathu, To be wicked; குறும்புத்தனம் kuṛumbuttanam, Wickedness.

குறை kuṛai, s. Want, defect. 2. Guilt. 3. Poverty. 4. The remainder. 5. Discontentment, dissatisfaction, indignation; குறைசொல்லுகிறது kuṛaichollugiṛathu, To complain; குறைதீருகிறது kuṛai tirugiṛathu, To be free from want. 2. To be content, to be satisfied; குறைத்தலை kuṛaittalai, A headless trunk; குறைபடுகிறது kuṛaipaḍugiṛathu, To be wanting or missing. 2. To diminish, to grow less, scarce, dear; குறைபாடு kuṛaipáḍu, Want, poverty; குறைப்பெயர் kuṛaippeyar, The rest of the people; குறைவின்மை kuṛaiyinmai, Completeness.

குறைகிறது kuṛaigiṛathu, v. i. To be short, to diminish, to grow less; குறைந்தமரக்கால் kuṛainta marakkál, A scant measure; ஏறக்குறைய éṛakkuṛaiya, More or less, about; கொஞ்சங்குறைய koñcham kuṛaiya, Almost; குறைவேலை kuṛaivélai, An incomplete, unfinished work; குறைச்சல் kuṛaichchal, Defect, Want. 2. Scarcity, dearness; குறைவு kuṛaivu, Defect. 2. Poverty; குறைவுபடுகிறது kúṛaivupaḍugiṛathu, To want.

குற்றம் kuṛṛam, *s*. Fault, guilt, crime; குற்றஞ்சாற்றுகிறது kuṛṛam chárṛugiṛathu, To charge with a fault or crime, to accuse; குற்றஞ்சுமத்துகிறது kuṛṛam sumattugiṛathu, To convict, to find guilty. 2. To charge with a fault; குற்றப்படுகிறது kuṛṛappaḍugiṛathu, To be in fault; குற்றம்பார்க்கிறது kuṛṛampárkkiṛathu, To find fault; குற்றம்பாராட்டுகிறது kuṛṛam paráṭṭugiṛathu, To impute guilt. 2. To take a thing ill; குற்றம்பொறுக்கிறது kuṛṛam poṛukkiṛathu, To forgive a fault; குற்றவாளி kuṛṛaváḷi, A guilty person.

குற்றி kuṛṛi, *s*. A stake.

குனிகிறது kunigiṛathu, *v. i.* To bow, stoop down; குனிந்திருக்கிறது kunintirukkiṛathu, To be crooked, stooping, bent, to be bowed down; குனிந்துநடக்கிறது kunintu naḍakkiṛathu, To go stooping; குனியவைக்கிறது kuniyavaikkiṛathu, To put in a stooping posture; குனிவு kunivu, Inclination, bent.

குனை kunai, *s*. The tip of a thing, extremity.

குன்மம் kunmam, *s*. A disease in the belly; குன்மக்கட்டி kunmak kaṭṭi, A moving swelling within the belly; குன்மங்கண்டிருக்கிறது kunmamkaṇḍirukkiṛathu, To be infected with such a disease.

குன்றி kunṛi, *s*. A medicinal shrub—Abrus precatorius; குன்றிமணி kunṛimaṇi, The red seed of this plant.

குன்று kunṛu, *s*. A mountain. 2. சிறுமலை chiṛu malai, A hill; மணற்குன்று manaṛkunṛu, Ford shoal, sand-bank, sand-hill.

குன்றுகிறது kunṛugiṛathu, *v. i.* To shrink, decrease, decline, to be diminished, ruined; குன்றாதசத்தியம் kunṛátha sattiyam, An incontestable truth; குன்றாதவாழ்வு kunṛáthaváḻvu, Undecaying prosperity.

கூ

கூ kú, *s*. Clamour; கூகூவென்கிறது kúkúvengiṛathu, To clamour, cry aloud.

கூகை kúgai, *s*. A large kind of owl; கூகை யிறைகிறது kúgai iraigiṛathu, To shriek or screech—as an owl.

கூசா kúsá, *s*. An earthen water-bottle.

கூசுகிறது kúsugiṛathu, *v. i.* To be shy, daunted, shamefaced, to be bashful, timid. 2. To be ticklish, not bearing titillation; கண்கூசுகிறது kaṇkúsugiṛathu, To be weak in sight, the eyes not bearing strong light; பல்கூசுகிறது palkúsugiṛathu, To be set on edge—as the teeth; கூசாமற்பேசுகிறது, kúsámalpésugiṛathu, To speak without fear or shame; கூச்சம் kúchcham, Shame, timidity, modesty, shamefacedness. 2. Ticklishness, sensibility to titillation; கூச்சமாயிருக்கிறது kúchchamayirukkiṛathu, To be ashamed. 2. To be ticklish; கூச்சமில்லாதவன் kúchchamilláthavan, A shameless man. 2. A fearless, bold man.

கூடம் kúḍam, *s*. A hall, a parlour; காவற்கூடம் kávaṛkúḍam, A prison; யானைக்கூடம் yánaikkúḍam, Elephant-stable.

கூடாரம் kúḍáram, *s*. A tent; கூடாரமடிக்கிறது, கூடாரம்போடுகிறது kúḍáram aḍikkiṛathu, kúḍáram póḍugiṛathu, To pitch a tent; கூடாரம்பிடுங்குகிறது kúḍáram piḍuṅkugiṛathu, To remove, to truss a tent. 2. A conical cover of a bed or couch.

கூடு kúḍu, s. A cage for birds. 2. A hen-roost, coop. 3. A little receptacle; மைக்கூடு maikkúḍu, Inkstand. 4. The sheath of a knife or iron-pen; சிலந்திப்பூச்சிக்கூடு silantippúchchikkúḍu, A cobweb; தேன்கூடு ténkúḍu, Honeycomb.

கூடுகிறது kúḍugiṟathu, v. i. To join, unite. 2. To meet one. 3. To join with another to perform a business, to do a work. 4. To agree, to be of the same opinion or mind with one. 5. To be possible; கூட kúḍa, Together; கூடப்பிறந்தவன் kúḍap piṟantavan, A brother by the same father and mother; கூடாமை kúḍámai, Impossibility; கூடிவாழுகிறது kúḍi váḻugiṟathu, To live happily together.

கூடை kúḍai, s. A basket; அளவுக்கூடை aḷavukkúḍai, A basket used in measuring paddy, &c.; கூடைமுடைகிறது kúḍai muḍaigiṟathu, To make a basket; கொடிக்கூடை koḍikkúḍai, A wicker-basket; கொட்டுக்கூடை koṭṭuk kúḍai, A small basket shaped like a cup; சாட்டைக்கூடை cháṭṭaik kúḍai, A basket of a large size, and a span high; தட்டுக்கூடை taṭṭukkúḍai, A basket for straining boiled rice; தூற்றுக்கூடை túṟṟukkúḍai, A winnowing fan; புட்டுக்கூடை puṭṭukkúḍai, A basket of middle size.

கூட்டம் kúṭṭam, s. A crowd, assembly; கூட்டக்காரர் kúṭṭak kárar, Banditti; கூட்டங்கூடுகிறது kúṭṭam kúḍugiṟathu, To assemble, to meet together, to gather together; கூட்டங்கூட்டுகிறது kúṭṭam kúṭṭugiṟathu, To assemble, to bring together. 2. Kindred, relation, tribe, caste.

கூட்டு kúṭṭu, s. Society, fellowship. 2. Seasoning, or that which is added to a curry to give it a relish—as கறியிலே கூட்டிப்போடாதே kaṟiyilé kúṭṭippóḍáthé, Do not season the curry. 3. A composition, a mixture; கூட்டாளி kúṭṭáḷi, A companion, an associate; கூட்டுக்கறி kúṭṭuk kaṟi, Curry made of two or three vegetables and peas; கூட்டுத்தொழில் kúṭṭut toḻil, A trade in partnership; கூட்டுப்பயிர் kúṭṭuppayir, Joint cultivation; கூட்டுவர்க்கம் kúṭṭuvargam, Mixture of odoriferous ointment; கூட்டுறவு kúṭṭuṟavu, Friendship, alliance, social relation. 2. Matrimonial love. 3. Concubinage; கூட்டுறவுக்காரி kúṭṭuṟavukkári, A concubine.

கூட்டுகிறது kúṭṭugiṟathu, v. t. To join, conjoin, compound, unite, set together. 2. To assemble, to bring together into one place. 3. To sweep; கணக்குக்கூட்டுகிறது kaṇakkuk kúṭṭugiṟathu, To sum up.

கூண்டு kúṇḍu, s. A large basket. 2. A cage, a cover for chickens. 3. A nest; தொம்பைக்கூண்டு tombaik kúṇḍu, A large wicker basket used as a receptacle for grain.

கூதல் kúthal, s. Cold, coldness.

கூத்து kúttu, s. Dance, dramatic performance; கூத்தன் kúttan, A dancer, dramatist; கூத்தாடுகிறது kúttáḍugiṟathu, To dance; கூத்தாடி kúttáḍi, A dancer, a player; கூத்தி, கூத்திச்சி kútti, kúttichchi, A concubine; கூத்திக்கள்ளன் kúttikkaḷḷan, A whoremonger; கூத்தியார்வைக்கிறது kúttiyárvaikkiṟathu, To keep a concubine; கூத்துப்பார்க்கிறது kúttup párkkirathu, To attend a play, or dance;

கூத்துப்பயிலிடம் kúttup payil iḍam, A dancing school.

கூந்தல் kúntal, s. Women's hair; கூந்தலை விரிக்கிறது kúntalai virikkiṛathu, To let the hair hang loose; கூந்தல்முடிக்கிறது kúntal muḍikkiṛathu, To tie the hair up.

கூப்பிடுகிறது kúppiḍugiṛathu, v. i. To cry, clamour. 2. v. t. To call one, to bid one come; கூப்பிட்டழைக்கிறது kúppiṭṭaḷaikkiṛathu, To cry or call aloud; கூப்பிட்டுக்கொண்டு வருகிறது kúppiṭṭukkoṇḍu varugiṛathu, To come crying.

கூப்புகிறது kúppugiṛathu, v. t To join, close; கைகளைக் கூப்புகிறது kaikaḷaik kúppugiṛathu, To join the hands together in worship; கைகூப்பித்தொழுகிறது kaikúppit toḷugiṛathu, To worship with closed hands.

கூம்புகிறது kúmbugiṛathu, v. i. To be closed, to close as a flower.

கூரை kúrai, s. A thatched roof or housetop; கூரைக்கட்டு kúraikkaṭṭu, A thatched building; கூரைவீடு kúraivíḍu, A thatched house; மேற்கூரை méṛkúrai, A thatched roof.

கூர் kúr, s. Sharpness. 2. The point or edge of a tool, &c.; கூர்சீவுகிறது kúr sívugiṛathu, To make sharp. 2. To irritate.

கூர்கிறது kúrgiṛathu, v. i. To be pointed, sharp; அன்புகூர்கிறது anbu kúrgiṛathu, To love.

கூர்க்கிறது kúrkkiṛathu, v. i. To be saltish to the taste.

கூர்ச்சு kúrchchu, s. (Erroneously கூச்சு kúchchu), s. The point of a thing; கூர்ச்சாக்குகிறது kúrchchákkugiṛathu, To sharpen, கூர்ச்சாயிருக்கிறது kúrchcháy irukkiṛathu, To be sharp-pointed; முளைக்கூர்ச்சு muḷaikkúrchchu, A pin.

கூர்மை kúrmai, s. Sharpness. 2. Fineness, 3. Acuteness; கூர்மைக்காரன் kúrmaikkáran, A wit; கூர்மைமழுங்குகிறது kúrmai maḷuṅkugiṛathu, To grow blunt as the edge or point of an instrument; கூர்மையாய்க்கேட்கிறது kúrmaiyáyk kéḍkiṛathu, To be quick of hearing; கூர்மையாய்ப்பார்க்கிறது kúrmaiyáyppárkkiṛathu, To look narrowly; புத்திக்கூர்மை puttikkúrmai, Intellectual acuteness; கூரிய kúriya, Sharp; கூரியசொல் kúriya chol, An acute saying; கூரியவாள் kúriya váḷ, A sharp saw; கூரியன் kúriyan, A judicious and skilful man.

கூலம் kúlam, s. Sediment, dregs.

கூலி kúli, s. Wages, hire; நாட்கூலி náḍkúli, Daily hire; கூலிக்கழைக்கிறது kúlikkaḷaikkiṛathu, To hire one; கூலிக்குப்பொருந்திக்கொள்ளுகிறது kúlikkup poruntik koḷḷugiṛathu, To engage for hire; கூலிக்குவாங்குகிறது kúlikkuváṅkugiṛathu, To hire a thing; கூலிமாடு kúli máḍu, A hired bullock; கூலியாள் kúliyáḷ, Laborer; கைக்கூலி kaikkúli, Bribe.

கூவுகிறது kúvugiṛathu, v. i. To sing, coo, or crow—as birds. 2. v. t. To call.

கூழை kúḷai, s. Stump; கூழைக்கடா kúḷaikkaḍá, Buffalo without tail. 2. A bird—pelican; கூழைக்கை kúḷaikkai, A maimed hand, a hand which is cut off; கூழைக்கொம்பு kúḷaikkombu, A thick short horn; கூழைநரி kúḷai nari, A fox; கூழைநாய் kúḷainay, A dog without tail; கூழைப்படை kúḷaip paḍai, Camp-followers; கூழைமுட்டை kúḷai muṭṭai, A rotten egg; கூழையாய்ப்போகிறது kúḷaiyayppógiṛathu, To grow blunt; கூழைவால் kúḷai vál, A short tail.

கூழ் kúḷ, s. Food made of meal boiled in water, pap; கூழ்ப்பானை kúḷp pánai, A pap-pot; கூழ்வரகு kúḻvaragu, A kind of grain.

கூளம் kúḷam, s. Chaff of straw, hemp, &c; கூளத்தைத்தூற்றிப்போடுகிறது kúḷattait túṟṟip póḍugiṟathu, To winnow the chaff; கூளம்போட்டுத் தட்டின எருமுட்டை kúḷampóṭṭut taṭṭina erumuṭṭai, Fuel made of cow-dung mixed with chaff or hemp.

கூளி kúḷi, s. Devil, a familiar spirit, a ghost, a demon.

கூறு kúṟu, s. A part, a portion. 2. The half; கூறுகட்டுகிறது kúṟu kaṭṭugiṟathu, To divide into portions; கூறுகொள்ளுகிறது kúṟu koḷḷugiṟathu, To stuff, cram, thrust, press any thing down with a stick, the feet, or the hands; கூறுசெய்கிறது kúṟu cheygiṟathu, To cut in pieces; கூறுபாடு kúṟupáḍu, A division.

கூறுகிறது kúṟugiṟathu, v. t. To proclaim, publish a king's edict; புறங்கூறுகிறது puṟaṅkúṟugiṟathu, To backbite, to asperse.

கூறை kúṟai, s. Clothes, raiment. 2. A garment, particularly that which a bridegroom gives to a bride on her wedding day; கூறைப்பாய் kúṟaippáy, A variegated mat given to a bride at her marriage. 2. A canvass sail; முக்காட்டுக்கூறை mukkáṭṭukkúṟai, A garment given by parents to a bride for her head.

கூன் kún, s. A hunch; கூனல் kúnal, A hunch or hump on the back, a crooked back. 2. Crookedness; கூனலாயிருக்கிறது kúnaláy irukkiṟathu, To be crooked, to be hump-backed; கூனற்கிழவன் kúnaṟkiḻavan, A hump-backed old man; கூனன், kúnan, (*fem.* கூனி kúni,) Hump-backed man; கூனிமிர்க்கிறது kúnimirkkiṟathu, To straighten a thing bent.

கூனி kúni, s. Shrimps; சென்னாக்கூனி chennákkúni, A small crustaceous fish—camaram.

கூனுகிறது kúnugiṟathu, v. i. To be or grow hump-backed; கூனிப்பார்க்கிறது kúnippárkkiṟathu, To look at a thing stooping.

கெ

கெக்கலி kekkali, s. Shouting; கெக்கலிகொட்டுகிறது kekkali koṭṭugiṟathu, To shout.

கெங்கை geṅgai, *See* கங்கை gaṅgai.

கெச்சை kechchai, s. Little tinkling bells tied to the legs; கெச்சைகட்டியாடுகிறது kechchaikaṭṭi áḍugiṟathu, To dance with tinkling bells tied to the feet; கெச்சைகட்டின குதிரை kechai kaṭṭina kuthirai, A horse with little bells tied to his legs.

கெஞ்சுகிறது keñchugiṟathu, v. i. To crave, supplicate, solicit, importune; கெஞ்சவைக்கிறது keñcha vaikkiṟathu, To detain a beggar for a long time before any thing is given; பல்லைக்காட்டிக்கெஞ்சுகிறது pallaikkáṭṭik keñchugiṟathu, To beg showing the teeth.

கெடி keḍi, s. A glorious name, great fame. 2. Fright, terror, cruelty; கெடிபண்ணுகிறது keḍipaṇṇugiṟathu, To frighten, terrify, scare; கெடிமண்டலீகன் keḍimaṇḍalígan, A king terrible or dreadful to others; கெடியடிபடுகிறது keḍiyaḍipaḍugiṟathu, To be struck with terror.

கெடு keḍu, s. Term, a limited time; கெடுசொல்லுகிறது keḍu chollugiṟathu, To fix a time for payment, &c. 2. To delay, protract; கெடுதப்பிப்போகிறது keḍu tappip pógiṟathu, To pass, infringe a limited time; கெடுப்படிக்கு keḍuppaḍikku, According to a stipulated time.

கெடுகிறது keḍugiṛathu, *v. i.* To perish, to be ruined. 2. To become spoiled, rotten, damaged; கெடுதி keḍuthi, Ruin, loss. 2. Perverseness; கெடுநினைவு keḍuninaivu, malice; கெடுமதி keḍumathi, A malicious intention; கெடுவாய் keḍuváy, Mayest thou perish; கெட்ட keṭṭa, Bad, spoiled, ruined; மதிகெட்டவன் mathi keṭṭavan, A senseless man; வெட்கங்கெட்டவன் veḍkamkeṭṭavan, A shameless fellow; கெட்டுப்போனவள் keṭṭup pónaval, A fallen woman; கெட்டேனே keṭṭéné, Alas! I am ruined, I am lost

கெடுக்கிறது keḍukkiṛathu, *v. i.* To destroy, ruin, defile, debauch.

கெட்டி kaṭṭi, *s.* firmness, hardness, solidity, massiness; இதுகெட்டிமரமல்ல ithu keṭṭimaramalla, This wood is not hard or solid; கெட்டிச்சரீரம் keṭṭichcharíram, A compact well built body; கெட்டிபண்ணுகிறது keṭṭi paṇṇugiṛathu, To make firm; கெட்டிப்பாகு geṭṭippágu, Thick syrup.

கெட்டிக்கிறது keṭṭikkiṛathu, To make firm by beating down; துப்பாக்கியைக்கெட்டிக்கிறது tuppákkiyaik keṭṭikkiṛathu, To charge, to load a musket.

கெண்டி, கெண்டிகை keṇḍi, keṇḍigai, *s.* The spout of a vessel or kettle; கெண்டியாலே வார்க்கிறது keṇḍiyálé várkkiṛathu, To pour out through it.

கெண்டை keṇḍai, *s.* A fish—carp; கெண்டைக்கால் keṇḍaikkál, The calf of the leg; கெண்டைப்பிலி keṇḍaippíli, A jewel fashioned like the fish கெண்டை keṇḍai, and worn by women on their toes; கெண்டைவியாதி, கெண்டைவிழுந்தநோ keṇḍai viyáthi, keṇḍai viḻunta nó, A hypochondriacal disease.

கெத்துக்கெத்தென்கிறது keṭṭukkeṭṭengiṛathu, *v. i.* To palpitate—as the heart from grief or fear.

கெபி kebi, *s.* A cave, cavern, den.

கெம்பீரம் gembíram, *s.* See கம்பீரம் gambíram.

கெம்பு gembu, *s.* A ruby—sardius, carnelian.

கெம்புகிறது gembugiṛathu, *v. i.* To cry, clamour. 2. To make a tumult, bustle. 3. To be angry; கெம்பிக்கொண்டுபோகிறது gembikkoṇḍupógiṛathu, To go on raging and roaring.

கெலிக்கிறது kelikkiṛathu, *v. t.* To gain, win; கெலிப்பு kelippu, Victory, gain; கெலிப்பாயிருக்கிறது kelippáy irukkiṛathu, To be successful.

கெவுளி kevuḷi, The same as கௌளி kauḷi.

கெவுனி gevuni, *s.* Fort, or fortified place; கெவுனிவாசல் gevuni vásal, The gate of a fort or fortified place.

கெளிறு keḷiṛu, *s.* A fish—Silurus vittates.

கே

கேடகம் kéḍagam, *s.* A shield; கேடகக்காரன் kéḍagakkáran, A shield-bearer.

கேடு kéḍu, *s.* Destruction, ruin, perdition—it is affixed to other nouns as a privative particle; குடிகேடு kuḍikéḍu, Destruction of a family; குணக்கேடன் guṇakkéḍan, An ill-tempered man; கேடுகெட்டவன் kéḍu keṭṭavan, One irrecoverably ruined; கேடுபாடு kéḍupáḍu, Loss, detriment.

கேடையம் kéḍaiyam, *s.* A chair for carrying an idol about.

கேட்கிறது kéṭkiṛathu, *v. t.* To hear. 2. To ask, beg, entreat. 3. To demamd, interrogate ; காதுகேளாதவன் káthukáḷáthavan, A deaf man ; கேட்பார்பேச்சுக்கேட்கிறது kéṭpár péchchuk kéṭkiṛathu, To believe every report.

கேணி kéṇi, *s.* A pond, tank. 2. A well ; கேணிக்கரை kéṇikkarai, The place near a well. 2. The bank of a tank ; கேணித்துறை kéṇitturai, An inclined plane leading to a well or tank ; கேணிவெட்டுகிறது kéṇi veṭṭugiṛathu, To dig a tank.

கேப்பை képpai, *See* கேழ்வரகு kéḷvaragu.

கேருகிறது kérugiṛathu, *v. i.* To cackle—as a hen, to chuckle.

கேலி kéli, *s.* Censure, aspersion, calumny ; கேலிபண்ணுகிறது kélipaṇṇugiṛathu, To defame, asperse.

கேவலம் kévalam, All, whole. 2. Solitude, what is simple, unmingled; கேவலசினேகம் kévalasinékam, Most tender love ; கேவலமாயிருக்கிறது kévalamáyirukkiṛathu, To be in abundance.

கேழ்வரகு kéḷvaragu, *s.* A grain—Cynosurus coracan.

கேளி kéḷi, *s.* The cocoanut tree ; கேளியிளநீர் kéḷi iḷanír, A half ripe cocoanut of reddish colour.

கேளிக்கை kéḷikkai, *s.* Dancing, play, sport, pastime, amusement ; கேளிக்கையாடுகிறது kéḷikkaiáḍugiṛathu, To dance, sing and play.

கேள்வி kéḷvi, *s.* Hearsay. 2. Question. 3. Acquired information ; கேள்விப்படுகிறது kéḷvip paḍugiṛathu, To hear.

கேள்வு kéḷvu, *s.* Freight ; கேள்வுக்குவாங்குகிறது kéḷvukkuváṅkugiṛathu, To employ a ship for freight ; கேள்வுக்கேற்றுகிறது kéḷvukkéṛṛugiṛathu, To embark goods on board for freight.

கை

கை kai, *s.* The hand, arm. 2. The trunk of an elephant. 3. The wings of an army. 4. Sleeve of a garment. 5: Power, strength ; கைக்காரரெல்லாம்வந்தார்கள் kaikkárarellám vantárgal, All the powerful men came ; உள்ளங்கை, அகங்கை, The palm of the hand ; இடக்கை, இடங்கை, இடதுகை iḍakkai, iḍaṅkai, iḍathukai, The left hand; ஒருகையாயிருக்கிறது orukaiyáyirukkiṛathu, To be together in a cabal, to be united with another in some close design or faction ; கணுக்கை kaṇukkai, The wrist ; கணைக்கை kaṇaikkai, The fore-arm ; கைகட்டுகிறது kai kaṭṭugiṛathu, To put the hands across ; கை காண்கிறது kai káṇgiṛathu, To be accustomed, practised, experienced ; கைகண்டபரிகாரி kaikaṇḍaparikári, An experienced physician ; கைகண்டமருந்து kaikaṇḍa maruntu, An effectual remedy, specific ; கைகலக்கிறது kai kalakkiṛathu, To join hands. 2. To cuff, to close with an enemy in hand to hand fight; கை காட்டுகிறது kai kaṭṭugiṛathu, To shew a hand. 2. To lend a hand; கைகால் வழங்காதவன் kaikál vaḷaṅgathávan, One who is unable to use hand or foot; கை குவிக்கிறது kai kuvikkiṛathu, To join the hands in worshipping; கைகூடுகிறது kai kúḍugiṛathu, To be successful; கைகெட்டுப்போகிறது kai keṭṭuppógiṛathu, To become poor; கைகொடுக்கிறது kai koḍukkiṛathu, To give the hand ; கைகொட்டுகிறது kai koṭṭugiṛathu, To clap the hands; கைகோக்கிறது kaikókkiṛathu, To join hand; கைகோத்துநடக்கிறது kaikóttu naḍakkiṛathu, To go hand in hand; கைக்கட்டி kaikkaṭṭi, An iron covering for the arms of warriors; கைக்கணிசம் kaikkaṇisam, Estimation of weight by the hand; கைக்கரடு kaikkaraḍu, The wrist; கைக்காணிக்கை kaikkáṇikkai, A small present—as a lime, &c. given to a superior; கைக்காளில்லை kaikku áḷillai, There is no one at hand; கைக்கிட்டி kaikkiṭṭi, A kind of torture in which the hands are pressed between two sticks; கைக்குத்து kaikkuttu, A blow of the hand; கைக்கு வருகிறது kaikku varugiṛathu, To come to hand; கைக்கூலி kaikkúli, A present given for obtaining something, a bribe; கைக்கொள்ளுகிறது kaikkoḷḷugiṛathu, To accept or take, to take in hand, to receive a gift, an office, &c.; கைக்கோல் kaikkól, A staff. 2. The pole of a boatman. 3. Two staves with a cord fastened to their ends and thrown over the horns of an untractable cow when she is milked; கைசலிக்கிறது, கையயர்ந்துபோகிறது kai salikkiṛathu, kai ayarntu pógiṛathu, To be tired in the hand; கைசுழற்றுகிறது kai suḷaṟṟugiṛathu, To whirl the hand; கைச்சைகை kaichchaigai, Beck, sign by the hand. 2. Signature; கைச்சங்கிலி kaichchangili, Manacles, hand-cuffs; கைச்சங்கிலியாடுகிறது kaichchangiliáḍugiṛathu, To go about with chains in the hands, as vagrants; கைச்சட்டம் kaich chaṭṭam, Cross pieces for rafters; கைச்சாத்து kaichcháttu, An invoice, a list of goods. 2. The mark of a person who cannot write. 3. A writing concerning the payment of a tax; கைச்சாத்துகிறது kaichchattugiṛathu, To sign; கைச்சீட்டு kaichchiṭṭu, A note of hand; கைச்சூடு kaichchúḍu, A bundle of corn, paddy; கைச்செட்டை kaichcheṭṭai, The shoulder-blade; கைதட்டுகிறது kaitaṭṭugiṛathu, To clap the hands, to strike them together in applause; கைதட்டிப்பண்டாரம் kai taṭṭip paṇḍáram, A speechless mendican of the Siva sect; கைதட்டிப்போகிறது kaitaṭṭippógiṛathu, To be frustrated, to be defeated in a project, to be disappointed; கைதட்டிப்போடுகிறது kaitaṭṭippóḍugiṛathu, To let a business alone, to avoid meddling with it; கைதூக்கிவிடுகிறது kai túkkiviḍugiṛathu, To lift up one fallen, to assist; கைதொடல் kai toḍal, Eating rice; கைத்தலையணை kait talaiyaṇai, A pillow; கைத்தளை kait taḷai, Hand-shackles, manacles; கைத்தளைமாட்டுகிறது kaittaḷai máṭṭugiṛathu, To manacle, to chain the hands; கைத்தாய் kaittáy, A nurse; கைத்தாளம் kait táḷam, A pair of small symbols; கைத்தாளம்போடுகிறது kaittáḷam póḍugiṛathu, To beat or strike them; கைத்துபாக்கி kaittupákki, கைத்துவக்கு kaittuvakku, A pistol; கைத்தொழில் kaittoḷil, Handicraft, industrial art; கை நெகிழவிடுகிறது kai negiḷaviḍugiṛathu, To relinquish, abandon; கைபடிகிறது kaipaḍigiṛathu, To be settled, as the hand; கைபடியப்பழகுகிறது kaipaḍiyap paḷakugiṛathu, To habituate the hand to any thing; கைபடியவெழுதுகிறது kaipaḍiya eḷuthugiṛathu, To practise in writing; கைபற்றுகிறது kaipaṟṟugiṛathu, To seize, to lay hold on. 2. To marry a woman. 3. To usurp; கைப்பற்று kaippaṟṟu, Possession; கைப்பற்றுநிலம் kaippaṟṟu nilam, A field which is in one's possession; கைபார்க்கிறது kaipárkkiṛathu, To inspect the hand as a necromancer or physician. 2. To try one's ability; கைபிடிக்கிறது kaipiḍikkiṛathu, To apprehend, to lay hold on. 2. To marry; கைபோடுகிறது kaipóḍugiṛathu, To strike hands to give security for another; கைப்பட்டை kaip-paṭṭai, The arm; கைப்பணம் kaippaṇam, Money in hand. 2. Ready money; கைப் புதட்டம் kaippathaṭṭam, Precipitation. 2. Thievishness; கைப்பாடு kaippáḍu, Handiwork, hand-labour; கைப்பாடுபட்டுப் பிழைக்கிறது kaippáḍupaṭṭup piḷaikki-ṛathu, To subsist by hand-labour; கைப் பிசகு kaippisagu, Slip of the hand; oversight; கைப்பிடி kaippiḍi, A handle; கைப் பிடிக்கட்டை kaippiḍikkaṭṭai, A trigger, a drag; கைப்பெட்டி kaippeṭṭi, A small box; கைப்பொருள் kaipporul, Personal property, that which is in hand—as money, &c.; கைம்மணி kaimmaṇi, A hand-bell; கைம்மரம் kaimmaram, Palmyra rafters; கைம்மரம் பிணைக்கிறது kaimmarampiṇaikkiṛathu, To join rafters; கைம்மாறு kaimmáṛu, Retribution, return for benefits received; கைம்மாறு செய்கிறது kaimmáṛucheygiṛathu, To reward, remunerate; கைம்முளி kaimmuḷi, The bone of the wrist; கையடை kaiyaḍai, Refuge, shelter. 2. Bribe; கையடை கட்டுகிறது kaiyaḍai kaṭṭugiṛathu, To bribe; கையம்பு kaiyambu, A missile dart, weapon; கையறிந்தவன் kai arintavan, A man of experience; கையறுகிறது kaiyaṛugiṛathu, To be exhausted, drained. 2. To be unmannerly; கையறுதியாய் விடுகிறது kaiyaṛuthiyáy viḍugiṛathu, To be given up by a physician, to give up all hopes; கையளிக்கிறது kaiyaḷikki-ṛathu, To give up to another, relinquish; கையாள் kaiyáḷ, A servant, an assistant; கையிணக்கம் kaiyiṇakkam, A cuff, boxing; கையிருப்பு kaiyiruppu, Possessions; கையிளைத்தவன் kaiyiḷaittavan, One who is reduced in circumstances; கையிறுகல் kaiyiṛugal, Griping, tenacity, parsimony; கையும் மெய்யுமாய்ப்பிடிக்கிறது kaiyum meyyumáyp piḍikkiṛathu, To seize in the very act; கையெழுத்து kaiyeḷuttu, Signature; கையெழுத்துப்போடுகிறது kaiyeḷuttup póḍugiṛathu, To sign, subscribe; கையேறுகிறது kaiyéṛugiṛathu, To come to hand, to be paid; அவனுக்கு விலைகையேறிப்போயிற்று avanukku vilai kaiyéṛippóyiṛṛu, The price has come to his hand; கையேற்பு kaiyéṛpu, The allowance of the harvest given to washermen, barbers, &c. on the thrashing floor; கையைவாங்கிப்போடுகிறது kaiyai vángip póḍugiṛathu, To cut off the hand; கையைவிரிக்கிறது kaiyaivirikkiṛathu, To open the hand. 2. To show an empty hand, to refuse assistance; கையொப்பம் kaiyoppam, Signature, sanction; கையோங்குகிறது kaiyóṅkugiṛathu, To raise the arm, to strike; கைலாகு kailagu, Help, support given with the hand; கைலாகு கொடுக்கிறது kailágu koḍukkiṛathu, To support one with the hand; கைலாகிலே நடக்கிறது kailágilé naḍakkiṛathu, To walk leaning upon one's arm; கைவசம் kaivasam, Actual possession; கைவசமாயிருக்கிறது kaivasamáy irukkiṛathu, To be in hand; கைவசம்பண்ணிக்கொள்ளுகிறது kaivasampaṇṇikkollugiṛathu, To take possession of a thing; கைவருகிறது kaivarugiṛathu, To be expert, skilful in performing a manual work, to be qualified; கைவழங்கல் kaivaḷaṅgal, Gift, giving; கைவளை kaivaḷai, Bracelet worn by women; கைவாங்குகிறது kaiváṅkugi-ṛathu, To withdraw the hand; கைவாள் kaivál, A hand-saw; கைவைக்கிறது kai-vaikkiṛathu, To lay hands on a thing, to carry off; அவன்தலையிலே கைவைத்தான் avantalaiyilékaivaittán, He has ruined him; கொடுங்கை koḍuṅkei, Bent arms, the space enclosed thereby. 2. The outer part of a house; தும்பிக்கை tumbikkai, the trunk of an elephant; புறங்கை puṛaṅkai, The back of the hand; முழங்கை mulaṅkai, The elbow; முன்கை, முன்னங்கை munkai, munnaṅkai, The part of the arm from the fingers to the elbow.

கைக்களவன் kaikkaḷavan, *s.* Weaver—a caste.

கைக்கிறது kaikkiṛathu, *v. i.* (*prop.* கசக்கிறது kasakkiṛathu,) To be bitter; கைப்பு kaippu, Bitterness.

கைங்கரியம் kaiṅgariyam, *s.* *See* கயிங்கரியம் kayiṅgariyam.

கைமை kaimai, *s.* Widowhood.

கையாந்தகரை kaiyántakarai, *s.* A medicinal plant—Eclipta prostrata.

கொ

கொக்கரிக்கிறது kokkarikkiṛathu, *v. i.* To shout. 2. To cackle as a hen.

கொக்கி kokki, *s.* A gold neck-clasp; இரட்டைக்கொக்கி iraṭṭaik kokki, A double neck-clasp; கொக்கிப்பூட்டு kokkip púṭṭu, The lock of a clasp; கொக்கிமாட்டுகிறது kokkimáṭṭugiṛathu, To clasp.

கொக்கு kokku, *s.* A heron, a paddy-bird; கொக்குக்கல் kokkukkal, *See* மாந்தளிர்க்கல் mántaḷiṛk kal, An agate; கொக்குமீன் kokkumín, Needlefish.

கொசு kosu, *See* கொசுகு kosugu.

கொசுகம் kosugam, *s.* The folds or plaits of a woman's cloth; கொசுகம்வைத்துடுக்கிறது kosugamvaittuḍukkiṛathu, To lay the cloth in folds when putting it on.

கொசுகு kosugu, *s.* A mosquito, a gnat; யானைக்கொசுகு yánaik kosugu, A very large kind of mosquito.

கொசுறு kosuṛu, *s.* What is given in when an article has been purchased.

கொச்சை kochchai, *s.* A corrupt and low expression, a barbarism in speech or pronunciation; கொச்சையாய்ப்பேசுகிறது kochchaiyáyp pésugiṛathu, To speak barbarously; கொச்சைவார்த்தை kochchaivárttai, Barbarism or form of speech contrary to the purity of a language.

கொஞ்சம் koñjam, *s.* A little; கொஞ்சக்காரன் koñjakkáran, Insignificant man; கொஞ்சத்தனம் koñjattanam, Littleness, smallness. 2. Vileness, meanness. 3. Dishonesty. 4. Disgrace; கொஞ்சமாயெண்ணுகிறது koñjamáy eṇṇugiṛathu, To disregard; கொஞ்சமாய்ப்பார்க்கிறது koñjamáyppárkkiṛathu, To disregard, dishonour, disrespect, slight; கொஞ்சமாய்ப்பேசுகிறது koñjamáyppésugiṛathu, To speak disrespectfully.

கொஞ்சுகிறது koñjugirathu, *v. i.* To play with a child or as a child.

கொடி koḍi, *s.* Length, கொடிப்புலி koḍippuli, A tiger with a long attenuated body resembling a grey hound; கொடிமாடு koḍimáḍu, A bullock which is thin and extended; கொடியாடு koḍiyáḍu, A long legged goat. 2. A flag, colours, banner; கொடி கட்டுகிறது koḍi kaṭṭugiṛathu, To hoist a flag on one's house indicating the taking of a vow. 2. A clothes-line. 3. A creeping plant; கொடிக்கால் koḍik kál, A betel-garden; கொடி படருகிறது koḍi paḍarugiṛathu, To extend, spread on the ground; கொடிபட்டுப்போகிறது koḍi paṭṭuppógiṛathu, To wither; கொடிமுடி koḍimuḍi, The top of a mountain on which a flag is flying; கொடிமுடிந்த வழக்கு koḍi muḍinta vaḷakku, An intricate lawsuit; கொ

டியைக் கொழுகொம்பின்மேலேற்றுகிறது koḍiyaik koḻukombinmél érrugiṛathu, To support a twining plant by a prop.

கொடிவேலி koḍivéli, s. A shrub—Plumbago Zeylanica.

கொடிறு koḍiṛu, s. Cheek.

கொடுக்கிறது koḍukkiṛathu. v. t. To give implying reception—hence not used of things put before inferior animals; பசுவுக்குப்புல்போடு pasuvukkup pul póḍu, Give grass to the cow. (Note.) The verb however is used with reference to an elephant possiblly, because it receives with its trunk what is given to it; யானைக்குக்கவளம்கொடு yánaikkuk kavaḷam koḍu, Give the boiled rice to the elephant; கற்றுக்கொடுக்கிறது karruk koḍukkiṛathu, To teach; சாவக்கொடுக்கிறது chávakkoḍukkiṛathu, To lose by death—as a mother, her child &c.; சொல்லிக்கொடுக்கிறது chollik koḍukkiṛathu, To repeat to one, to tell, instruct; கொடுக்கல்வாங்கல் koḍukkaiváṅgal, Barter, giving and receiving; கொடுத்துவிடுகிறது koḍuttuviḍugiṛathu, To restore; கொடை koḍai, A gift, alms.

கொடுக்கு koḍukku, s. The sting of a scorpion, wasp, &c.; கொடுக்கால்போடுகிறது koḍukkál póḍugiṛathu, To pierce with a sting, to sting.

கொடுக்குகிறது koḍukkugiṛathu, v. t. To prick, sting.

கொடுமை koḍumai, s. Violence, cruelty; கொடியகோபம், koḍiya, kópam, Severe anger, wrath; கொடியவை koḍiyavai, hard things, cruel acts; கொடியமனது koḍiya manáthu, A cruel mind; கொடியவள் koḍiyavaḷ. A cruel woman; கொடுங்கண் koḍuṅkaṇ, Envy; கொடுங்கோல் koḍuṅkól, Tyranny, a cruel government, கொடுங்கோல் மன்னன் koḍuṅkólmannan an unjust, cruel king, a tyrant; கொடுஞ்சொல் koḍuñchol, A hard; severe. cruel saying; கொடுந்தமிழ் koḍuntamiḻ, Tamil of the vulger dialect; கொடுமைசெய்கிறது koḍumaicheygiṛathu, To do violence, to oppress; கொடும்பாவி koḍumpávi, A great sinner. 2. A colossal image personating vice in the form of a woman, drawn through the streets in the time of drought.

கொட்டகம், கொட்டாகை, கொட்டாய், கொட்டில் koṭṭagam, koṭṭágai, koṭṭáy, koṭṭil, s. A cow-house.

கொட்டங்கச்சி, கொட்டாங்கச்சி, கொட்டாஞ்சி koṭṭaṅkachchi, koṭṭáṅkachchi, koṭṭáñchi, s. The shell of a cocoanut.

கொட்டம் koṭṭam, s. A cow-house, a stable. 2. Petulance, frolic, frolicsomeness, கொட்டக்காரன் koṭṭakkáran, A mischievous, petulant fellow; கொட்டஞ்செய்கிறது koṭṭam cheygiṛathu. To be petulant, &c.; கொட்டமடக்குகிறது koṭṭam aḍakkugiṛathu, To break a child of its tricks.

கொட்டாப்புளி koṭṭáppuḷi, s. A beater, an instrument for beating, a beetle.

கொட்டாரம் koṭṭáram. s. The porch or entrance of a spacious house. 2. A place where elephants are kept.

கொட்டாவி koṭṭávi, s. A yawn, gaping—used of men only; கொட்டாவிகொள்ளுகிறது—விடுகிறது koṭṭávikoḷḷugiṛathu—viḍugiṛathu, To yawn.

கொட்டி koṭṭi, s. A water plant—A ponogeton monostachyon; கொட்டிக்கிழங்கு koṭṭikkiḻaṅgu, Its root which is eatable.

கொட்டுகிறது koṭṭugiṛathu, v. i. To beat; கின்னரி கொட்டுகிறது kinnari koṭṭugiṛathu, To play a violin; மேளங்கொட்டு

மேளங் கொட்டுகிறது méḷam koṭṭugiṛathu, To beat a drum. 2. To sting as a scorpion, a bee, &c. 3. To work in brass. 4. To empty a sack, basket, &c.; கைகொட்டுகிறது kai koṭṭugiṛathu, To clap the hands together; கொட்டுக் கன்னன் koṭṭuk kannán, An artificer in brass; கொட்டுக்காரன் koṭṭukkáran, One who beats chintz, cloths, &c.; கொட்டுமரம் koṭṭumaram, A block to beat cloths on; கொட்டுமுழக்கம் koṭṭumuḻakkam, Sound caused by beating drums; கொட்டுவாய் koṭṭuváy, A wound from the sting of an insect, a scorpion, &c.; கொட்டுவேலை koṭṭuvélai, Work in brass or copper; தானியத்தைக் கொட்டிவாருகிறது dániyaṭṭaik koṭṭi várugiṛathu; To empty corn from the sack and gather it up; பஞ்சுகொட்டுகிறது panjukoṭṭugiṛathu, To beat cotton; பஞ்சுகொட்டி panju koṭṭi, One who beats cotton.

கொட்டை koṭṭai, *s.* A piece of cloth wrapped up and put in the ear-laps to widen them. 2. A lock of cotton prepared for spinning. 3. The knob of a wooden slipper. 4. A nut in a fruit containing kernel; காற்கொட்டை káṛkoṭṭai, A small pillow laid under the feet; கொட்டைத் தேங்காய் koṭṭait ténkáy, A kind of cocoanut; கொட்டைநூற்கிறது koṭṭainúṛkiṛathu, To spin cotton; கொட்டைப் பாக்கு koṭṭaip pákku, A betel-nut which is entire and not boiled; கொட்டைமுந்திரி, கொட்டைமுந்திரிகை koṭṭaimuntiri, koṭṭaimuntirigai, The cashu-nut tree; கொட்டை யிலந்தை koṭṭai ilantai, A tree-Zizyphus Xylophrus; பருத்திக்கொட்டை paruttikkoṭṭai, Cotton-seed; முத்துக்கொட்டை muttukkoṭṭai, The kernel of the Palma Christi, or Ricinus.

கொண்டாடுகிறது koṇḍáḍugiṛathu, *v. t.* To celebrate a feast, &c.; to applaud; கொண்டாட்டம் koṇḍáṭṭam, Celebration, exultation.

கொண்டி koṇḍi, Pillage, plunder; கொண்டிமாடு koṇḍimáḍu, A straying ox, or buffalo which has no master.

கொண்டுணி koṇḍuṇi, *s.* Tale-bearer, one who brings an officious or malicious intelligence; கொண்டுணிப்பேச்சு koṇḍuṇippéchchu, Tale-bearing, officious or malicious intelligence.

கொண்டுவருகிறது koṇḍu varugiṛathu, *v. t.* To bring.

கொண்டை koṇḍai, *s.* A tuft of hair upon the head tied in a knot. 2. A comb or crest of birds—as of a cock, a peacock, &c.; உச்சிக்கொண்டை uchchik koṇḍai, A tuft which men or women wear on the crown of the head; எழுத்தாணிக்கொண்டை eḻuttáṇikkoṇḍai, The knob of an iron pen; ஒழுகுகொண்டை oḻugu koṇḍai, A tuft hanging on one side; கீல்கொண்டை kílkoṇḍai, A tuft tied in a knot; கொண்டைகட்டி koṇḍaikaṭṭi, A particular caste of the வெள்ளாளர் veḷḷálar; கொண்டைகுலைகிறது koṇḍaikulaigiṛathu, To be untied—as the hair, to dishevel; உன் கொண்டைகுலைய un koṇḍai kulaiya, Mayest thou be deprived of thy husband—an imprecation; கொண்டைகுலைந்தவள் koṇḍai kulaintavaḷ, A dishevelled woman; கொண்டைத் திருகி koṇḍaittirugi, The hole in which a hinge turns; கொண்டைபோடுகிறது koṇḍai póḍugiṛathu, To wear a tuft; கொண்டைமுசுறு koṇḍai musuṛu, A baboon; கொண்டைமுடிக்கிறது koṇḍai muḍikkiṛathu, To tie the hair together in a tuft; கொண்டையாணி koṇḍaiyáṇi, A peg or pin in a stringed instrument; கொண்டையூசி koṇḍaiyúsi, A hair pin; சொருகுகொண்டை chorugu koṇḍai, Hair plaited and tucked in.

கொதறுகிறது kothaṛugiṛathu, v. t. To pierce a cadjan in writing, the style being too pointed.

கொதிக்கிறது kothikkiṛathu, v. t. To bubble up, to boil. 2. (Met.) To be angry; அவன் மனங்கொதிக்கின்றது avan manaṅ-kothikkinṛathu, His mind boils with indignation; கொதிதண்ணீர் kothi taṇṇír, Seething water with rice; கொதிப்பெடுக்கிறது kothippeḍukkiṛathu, To begin to bubble.

கொதுகு kothugu, s. See கொசுகு kosugu, A mosquito.

கொதுக்குக் கொதுக்கென்று வயிறுகொட்டுகிறது kothukkuk kothukkenṛu vayiṛu-koṭṭugiṛathu, v. t. To go to stool often, to have a looseness caused by indigestion.

கொத்தவால் kottavál, s. A cutwal—the chief officer of police for a city or town, a superintendent of markets.

கொத்தளம் kottaḷam, s. A bulwark, bastion; மண்கொத்தளம் maṇkottaḷam, A mud-bastion.

கொத்து kottu, s. A multitude. 2. A bunch of flowers; மயிர்க்கொத்து mayirkkottu, A tuft of hair; கொத்தவரை kottavarai, See அவரை avarai.

கொத்துகிறது kottugiṛathu, v. t. To dig, to break the ground, to break the ground with a hoe. 2. To pick as a bird, to pick up food with the beak. 3. To taste of the bait as a fish. 4. To bite as a snake. 5. To chop meat; களைகொத்துகிறது kaḷai-kottugiṛathu, To weed; கற்கொத்துகிறது kaṛkottugiṛathu, To cut stones or bricks in order to level them; கொத்தம்போடுகிறது kottampóḍugiṛathu, To dig round trees; கொத்திக்கொடுக்கிறது kottik koḍukkiṛathu, To dig with a stick to loosen the soil; கொத்திடுகிறது kottiḍu-giṛathu, To delve or dig the ground with a spade; கொத்தித்தின்னுகிறது kottit tin-nugiṛathu, To pick up and eat as a fowl; கொத்தித்தெளிக்கிறது kottitteḷikkiṛathu, To dig and sow the ground; கொத்திப்பிடுங்குகிறது kottippiḍuṅkugiṛathu, To feed upon a carcass as raven; கொத்துவேலை kottuvélai, Carved or engraved work; கொத்துவேலைக்காரன் kottu vélaik káran, A carver, sculptor, an engraver.

கொந்தளிக்கிறது kontaḷikkiṛathu, v. i. To be raging, tempestuous as the sea, to be violent, raging, to be disquieted; கொந்தளிப்பு kontaḷippu, Rage, vehemence, boisterousness; கொந்தளிப்புண்டாகிறது kontaḷippuṇḍágiṛathu, To become boisterous, violent, full of rage, &c.; கொந்தளிப்படங்குகிறது kontaḷippaḍaṅkugiṛathu, To become calm or quiet.

கொந்துகிறது kontugiṛathu, v. t. To gnaw as a rat, squirrel, &c.; to nibble.

கொப்பம் koppam, s. A pitfall; யானைக்கொப்பம் yánaikkoppam, A pitfall for catching elephants.

கொப்பரை kopparai, s. A copper boiler, a brass pot of a large size; கொப்பரைத்தேங்காய் kopparaittéṅkay, The kernel of a cocoanut divested of its shell.

கொப்பு koppu, s. A branch of a tree. 2. Trinket or ornament for the upper part of the ear worn by women; சாதாக்கொப்பு sáthákkoppu, Plain ornaments for the ears.

கொப்புளம் koppuḷam, s. A pustule.

கொப்புளிக்கிறது koppuḷikkiṛathu, *v. i.* To rise in blisters, pustules. 2. To gargle the mouth or throat.

கொப்புள் koppul, *s.* Navel.
கொப்பூழ் koppúḷ,

கொம்பு kombu, *s.* The horn of an animal. 2. A wind-instrument. 3. A branch of a tree. 4. One of the shoots of the articulated root of ginger. 5. The tusk of an elephant. 6. Pole of a palankeen. 7. A symbol (ொ) prefixed to a consonant to express the vowel எ. 8. An opening on the side of a tank by which the water flows in or out. 9. (*Met.*) Power, arrogance; அசைகொம்பு, தோற்கொம்பு asaikombu, tóṛkombu, A movable horn fixed in the skin; கட்டைக்கொம்பு kaṭṭaikkombu, Stump of a horn; கப்புக்கொம்பு kappukkombu, A bifurcated branch. 2. Branched horn; கிளைக்கொம்பு kiḷaikkombu, Branched horn; கூடுகொம்பு kúḍukombu, Horns that join together at the points; கூர்க்கொம்பு, முனைக்கொம்பு kûrkkombu, munaikkombu, Pointed horns; கூழைக்கொம்பு kúḷaikkombu, A blunt horn; கொம்பரக்கு kombarakku, Gum-lac or lac; கொம்புத்தேன் kombuttén, Honey formed on the branch of a tree; கொம்பு பிடிக்கிறவன் kombu piḍikkiṛavan, One who blows a horn; கொம்பூதுகிறது kombu úthugiṛathu, To blow a horn; கொம்பேறிமூக்கன் kombéṛimúkkan, A snake with a long mouth frequenting the branches of trees; தறிகொம்பு taṛikombu, Blunted or cropped horns; திருகுகொம்பு, முறுகு கொம்பு tirugu kombu, muṛugu kombu, Winding or tortuous horns; நாரைக் கொம்பு náraikkombu, Long horns; பிடிக் கொம்பு, மட்டக்கொம்பு piḍikkombu, maṭṭakkombu, Short horns; மட்டைக் கொம்பு maṭṭaikkombu, Horns extended on both sides; முகக்கொம்பு, முன் கொம்பு mukhakkombu, munkombu, Horn which curves over the front of the head towards the ground; மோழைக்கொம்பு móḷaikkombu, Horns which are obstructed in their growth by being burnt; வளைகொம்பு vaḷai kombu, Crooked horns; விரிகொம்பன் viri komban, An ox with spreading horns; வினைக் கொம்பு víṇaikkombu, Horns bent back.

கொம்மட்டி kommaṭṭi, *s.* Water-melon—Cucurbita Citrullus; கொம்மட்டிக்காய் kommaṭṭikkáy, Its fruit; கொம்மட்டி மாதளை kommaṭṭimáthaḷai, A kind of citron; சர்க்கரைக்கொம்மட்டி sarkkaraik kommaṭṭi, Muskmelon—Cucumis; சிறுகொம்மட்டி chiṛu kommaṭṭi, A small kind of water-melon; பேய்க்கொம்மட்டி péykkommaṭṭi, Coloquintida or bitter apple—Cucumis Colocynthis.

கொம்மெனல் kommenal, *s.* An imitative sound.

கொய்கிறது koygiṛathu, *v. t.* To snip, to cut with an instrument—as scissors, &c. 2. To cut off, crop, pluck off a leaf, a flower, &c.

கொய்சகம் koysagam, *s.* A fold or plait.

கொய்யா koyyá, *s.* A tree—Guava; கொய் யாப்பழம் koyyáppaḷam, Its fruit.

கொலு kolu, *s.* The presence—chamber in a king's court, the place where causes are heard. 2. Service; கொலுமண்டபம் kolumaṇḍabam, A hall of audience; கொலுவி ருக்கிறது, கொலுவீற்றிருக்கிறது koluvirukkiṛathu, koluvíṛṛirukkiṛathu, To be seated there as royalty.

கொலுசு kolusu, *s.* A chain.

கொலை kolai, *s.* Killing. 2. Murder; கொலை செய்கிறது kolai cheygiṛathu, To commit murder; கொலைபாதகம் kolaipáthagam, The crime of murder; கொலைபாதகன் kolaipáthagan, கொலையாளன் kolaiyáḷan, A murderer; கொலையுண்கிறது kolaiyuṇgiṛathu, To be killed.

கொல்லன் kollan, s. A blacksmith; கொல்லனுலை, கொல்லுலை, கொல்லன்கிட்டம் kollanulai, kollulai, kollan kiṭṭam, A forge, a smithy.

கொல்லறு kollaṛu, s. A trowel; கொல்லற்றுக்காரன், கொற்றன் kollaṛṛukkáran, korṛan, A bricklayer; கொற்று korṛu, The business of a bricklayer.

கொல்லுகிறது kollugiṛathu, v. t. To kill, slay; கொல்லாமை kollámai, Not killing or preserving life; கொல்லி kolli, That which kills—used only in composition.

கொல்லை kollai, s. High ground not irrigated. 2. A backyard. 3. A grove; கொல்லைப்பயிர் kollaippayir, Corn on high ground; கொல்லைவாசல் kollaivásal, The door of a backyard.

கொவ்வை kovvai, s. A climbing plant—Bryonia.

கொழிக்கிறது koḻikkiṛathu, v. t. To cast sand, &c. on shore—as a river, &c. 2. To separate stones, &c. from rice, &c.; கொழியல் koḻiyal, That which is not well beaten and cleansed—used of rice only.

கொழிஞ்சி koḻiñchi, s. An orange tree—Citrus,

கொழு koḻu, s. A ploughshare; கொழுமீதி koḻumíthi, The owner's portion of the produce of a field after deducting the part due to Government; கொழுக்கட்டுகிறது koḻukkaṭṭugiṛathu, கொழுத்தைக்கிறது koḻut taikkiṛathu, To point a ploughshare with iron; கொழுக்கட்டை koḻukkaṭṭai, A kind of cake.

கொழுக்கிறது koḻukkiṛathu. v. i. To be fat. 2. (Met.) To be proud, insolent; கொழுக்கப்பண்ணுகிறது koḻukkap paṇṇugiṛathu, To fatten, to make fat; கொழுத்த ஆடு koḻutta áḍu, A fat or fattened sheep; கொழுத்திருக்கிறவன் koḻuttirukkiṛavan, One who is fat or insolent; கொழுத்துப்போகிறது koḻuttup pógiṛathu, To grow fat. 2. To grow proud. 3. To be puffed up; கொழுப்பு koḻuppu, Fatness, the fat, particularly the omentum. 2. (Met.) Pride, insolence, arrogance; கொழுப்புக்கல் koḻuppukkal, A soft and red stone; கொழுப்பெடுத்துப்போடுகிறது koḻuppeḍuttuppóḍugiṛathu, To remove fat. 2. (Met.) To subdue or crush one's pride and insolence; கொழுமதி koḻumathi, Self-conceit.

கொழுந்தன் koḻuntan, s. A husband's brother; கொழுந்தி koḻunti, A wife's sister.

கொழுந்து koḻuntu, s. A tender twig, shoot, sprig; அக்கினிக்கொழுந்து akkinikkoḻuntu, A flame of fire; கொழுந்திலை koḻuntilai, A tender leaf; கொழுந்துவிட்டெரிகிறது koḻuntuviṭṭerigiṛathu, To flame, flare, கொழுந்துவேர் koḻuntuvér, A slender root; சுடர்க்கொழுந்து suḍarkkoḻuntu, Flame of a candle.

கொழுமை koḻumai, s. Fatness. 2. Fertility, fruitfulness. 3. Good circumstances; கொழுமையாய்வளர்க்கிறது koḻumaiyáy vaḷarkkiṛathu, To train a child in luxury.

கொளகொளென்கிறது koḷakoḷengiṛathu, v. t. To whisper, to speak foolishly; கொளகொளெனல் koḷakoḷenal, An imitative sound.

கொளுத்துகிறது koḷuttugiṛathu, v. t. To kindle, to set on fire; 2. (Met.) To kindle wrath, to inflame the passions; அவ

னுக்கு எரிச்சல் கொளுத்தினான் avanukku erichchal koḷuttinán, He has inflamed or fired him with wrath.

கொளுவுகிறது koḷuvugiṛathu, v. t. To connect, join or tie together, to hook in. 2. To contrive to catch or entice; கொளுவிக்கொண்டுவருகிறது koḷuvikkoṇḍu varugiṛathu, To challenge one, to provoke one to a quarrel; கொளுவிப்பிடிக்கிறது koḷuvip piḍikkiṛathu, To prosecute, to carry on a lawsuit; கொளுவிவிடுகிறது koḷuviviḍugiṛathu, To set people at loggerheads; கொளுவி வைக்கிறது koḷuvi vaikkiṛathu, To attach, connect; கொளுவு கயிறு koḷuvukayiṛu, A tie or loop for an ola book; சண்டை கொளுவுகிறது chaṇḍai koḷuvugiṛathu, To pick a quarrel; வேலி கொளுவுகிறது vélikoḷuvugiṛathu, To hedge, to enclose with a fence of wood.

கொள், கொள்ளு koḷ, koḷḷu, s. Gram.

கொள்ளி koḷḷi, s. A firebrand; குளிர்ந்த கொள்ளி kuḷirntakoḷḷi, A slanderer, a a treacherous person in the guise of a friend; கொள்ளிக்கண்ணன் koḷḷikkaṇṇan, One who has fierce eyes; கொள்ளிக்கரப்பான் koḷḷikkarappán, An eruption in children resembling scars by burning; கொள்ளிவாய்ப்பிசாசு koḷḷiváyppichachu, The ignisfatuus, will-o-the-wisp; கொள்ளிவைக்கிறது koḷḷivaiḳkkiṛathu, To ignite a funeral pyre. 2. To kindle generally.

கொள்ளுகிறது koḷḷugiṛathu, v. t. To take, receive with the hand. 2. To take food, medicine, &c. 3. To buy. 4. To take a wife. 5. To hold or contain; பத்துப்படி கொள்ளுகிறகுடம் pattuppaḍi koḷḷugiṛa kuḍam, A vessel holding ten measures. 6. To obtain; ஆசைகொள்ளுகிறது ásaikoḷḷugiṛathu, To desire; கொண்டான் koṇḍán, He who has taken a wife, i. e., a husband; கொண்டு koṇḍu, A verbal participle used for by or through; அதைக் கொண்டு athaik koṇḍu, By it; ஆனதுகொண்டு ánathukoṇḍu, Therefore; கொள்க koḷga, May it be taken—as, உமது சித்தத்தின்படி கொள்க umathu sittattinpaḍi koḷga, Take it as you please; கொள்கை koḷgai, The act of getting or receiving, an opinion. 2. Property or nature of a thing; கொள்கொம்பு koḷkombu, A prop for supporting vines or creepers; கொள்வனை koḷvanai, The act of taking a woman in marriage; கொள்ள koḷḷa, While; நான் பேசிக்கொண்டிருக்கக்கொள்ள nán pésikkoṇḍirukkakkoḷḷa, While I was speaking. 2. Because, forasmuch; ஆகக்கொள்ள ákakkoḷḷa, Therefore.

கொள்ளை koḷḷai, s. Pillage, prey; கொள்ளையிடுகிறது koḷḷaiyiḍugiṛathu, To sack, pillage, plunder, spoil. 2. Much. 3. Pest, pestilence, plague; கொள்ளைக்காய்ச்சல் koḷḷaik káychchal, An epidemic fever; கொள்ளைகொள்ளுகிறது koḷḷaikoḷḷugiṛathu, To take spoil; கொள்ளைக்காரன் koḷḷaikkáran, A plunderer, a robber; கொள்ளையாய்ப்போகிறது koḷḷaiyáyppógiṛathu, To be plundered, கொள்ளையுடைமை koḷḷaiyuḍaimai, Booty, spoil.

கொறிக்கிறது koṛikkiṛathu, v. t. To nibble—as a mouse. 2. To nip off the husks of grain; அந்துகொறிக்கிறது antu koṛikkiṛathu, The insect is nibbling; கொறிநெற்பதமாயிற்று koṛinerpathamáyiṛṛu, The paddy is so ripe that the husk comes off in biting.

கொறு koṛu, s. A small wicker basket tied to the mouth of a calf to prevent it from sucking.

கொறுக்காய்மரம் koṛukkáy maram, A tree—garcina cambogia; கொறுக்காய்ப்

புளி koṛukkáyp puḷi, Its sour fruit used in curry.

கொறுக்கை koṛukkai, s. A kind of reed. 2. Breath; கொறுக்கைவிடுகிறது koṛukkai viḍugiṛathu, To snore.

கொற்றி koṭṛi, s. A young calf of a cow. 2. A goddess.

கொன்றை konṛai, s. A general name of different species of Cassia and Cæsalpinia; கொன்றைவேந்தன் konṛaivéntan, A Tamil school-book—a production of Avvaiyár containing moral sentences; சரக்கொன்றை sarakkonṛai, A tree—cassia fistula; பெருங்கொன்றை peruṅkonṛai, Cassia arborescens; மயிர்க்கொன்றை mayirkkonṛai, A small tree—Cæsalpinia pulcherrima; முட்கொன்றை mutkonṛai, Cæsalpinia scandens.

கொன்னை konnai. s. Hesitation or difficulty in speech. 2. A little cup made of leaves; கொன்னையன் konnaiyan, கொன்னைவாயன் konnaiváyan, A stammerer; கொன்னிக்கொன்னிப்பேசுகிறது konnik konnip pásugiṛathu, To stammer, to prattle as a child.

கோ

கோ kó, An Interjection expressing grief. 2. An imitative sound; கோகோவென்றழுகிறது kókóvenṛaḻugiṛathu, To weep aloud; கோவென்றுகூப்பிடுகிறது kóvenṛu kúppiḍugiṛathu, To call aloud.

கோக்கிறது kókkiṛathu, v. t. To string pearls, beads, &c.; கைகோத்துநடக்கிறது kikóttunaḍakkiṛathu, To walk hand in hand jointly.

கோசு kósu, s. A distance of two Indian miles, or about four thousand yards.

கோஷிக்கிறது kóshikkiṛathu, v. i. To sound. 2. To sound as low thunder; கோஷணை kóshaṇai, Speaking loud. 3. Making a great noise.

கோடங்கி kóḍaṅgi, s. A diviner, a soothsayer.

கோடா kóḍá, s. Dregs of arrack, &c; கோடாவார்க்கிறது kóḍávárkkiṛathu, To pour them out for the swine; கோடாவடிக்கிறது kóḍá vaḍikkiṛathu, To strain the liquor from the dregs.

கோடாங்கி kóḍáṅgi, s. A woman's striped cloth.

கோடாலி kóḍáli s. An axe, a hatchet.

கோடி kóḍi, s. Ten millions. 2. A new cloth. 3. What is new. 4. A score or twenty pieces of cloth, &c. 5. Twenty gems. 6. A nook, corner, the outside of a corner or angle; கோடிச்சீலை kóḍichchílai, A new cloth unbleached; கோடியுடம்பு kóḍiuḍambu, Body unaccustomed to labour; கோடிவயது kóḍivayathu, Youth; எத்தனைகோடிகல் etthanaikóḍi kal, How many score of gems; கோடிகாண்பிக்கிறது kóḍi káṇpikkiṛathu, To indicate a thing briefly, to hint, to allude to; கோடிக்கல் kóḍikkal, A corner-stone, an angular stone; கோடியன் kóḍiyan, The first or the last of three palankeen bearers—the middle one being called உள்ளன் uḷḷan; கோடியிலேயிருக்கிறது kóḍiyilé irukkiṛathu, To be in a corner.

கோடு kóḍu, s. A horn, a cornet. 2. A branch of a tree. 3. A peak or top of a hill. 4. The tusk of an elephant. 5. A line or draught. 6. The horn or extremity of the waxing or waning moon; கோடு கிழிக்கிறது—கீறுகிறது kóḍu kiḻikkiṛathu—kíṛugiṛathu, To draw lines; கோடு கோடாயிருக்கிறது kóḍukóḍáyirukkiṛathu, To be full of lines; தென்கோடு tenkóḍu, Horn of the moon southward; வடகோடு vaḍakóḍu, The same northward.

கோடை kóḍai, s. The hot landwind. 2. The hot season; கடுங்கோடை kaḍuṅkóḍai, Vehement heat.

கோட்டம் kóṭṭam, s. Cowhouse.

கோட்டாலை kóṭṭálai, s. Scurrility. 2. Lewd jesting, buffoonery; கோட்டாலைக்காரன் koṭṭálaikkáran, A scoffer. 2. A buffoon; கோட்டாலைசெய்கிறது, கோட்டாலை பண்ணுகிறது kóṭṭálai cheygiṛathu, kóṭṭálai paṇṇugiṛathu, To be scurrilous. 2. To play the fool.

கோட்டான் kóṭṭán, s. A large kind of owl; கோட்டான்போல் விழிக்கிறது kóṭṭánpól viḷikkiṛathu, To look as an owl, to look stupid.

கோட்டுவான் kóṭṭuván, s. The name of a water-bird; பருமணிக்கோட்டுவான் perumaṇik kóṭṭuván, A larger kind of it; சிறுமணிக்கோட்டுவான் siṛumaṇikkóṭṭuván, A smaller one.

கோட்டை kóṭṭai, s. A fort, a castle, a stronghold, கோட்டைக்காரன் kóṭṭaik káran, The owner of a fort. 2. The commander of a fort; கோட்டைமதில் kóṭṭai mathil, Its wall; கோட்டையகழ் kóṭṭai agaḷ, Its ditch; கோட்டையரணிப்பு kóṭṭai araṇippu, Its bastions; கோட்டைவாசல் kóṭṭai vásal, Its gate. 2. A ring appearing round the sun or moon. 3. A measure of capacity for grain; கோட்டைப்போர் kóṭṭaippór, A heap of straw; மிளகுக்கோட்டை miḷagukkóṭṭai, A bundle of pepper in the grain.

கோட்பாடு kóḍpáḍu s. An opinion, a principle of action.

கோணங்கி kóṇaṅgi, s. A buffoon, a harlequin; கோணங்கித்தாசிரி kúṇaṅgittásiri, A buffoon's title or appellation; கோணங்கியம்மை kóṇaṅgiammai, A sickness in which the limbs are contracted; கோணங்கிவேஷம் kóṇaṅgi vásham, The dress of a buffoon; கோணங்கிக்கூத்து kóṇaṅgikkúttu, A buffoon's play.

கோணம் kóṇam, s. A narrow street having no thoroughfare. 2. Circle, curvity. 3. An angle; அஷ்டகோணம் ashṭagóṇam, An octagon; அறுகோணம் aṛugóṇam, A hexagon; கோண góṇa, Crooked, bent, curved; கோணவாசல் kóṇavásal, A turnstile; திரிகோணம் trigóṇam, A triangle; திரிகோணசாஸ்திரம் trigóṇasástram, Trigonometry.

கோணமுகம் góṇámukham, An islet in a creek.

கோணய் kóṅáy, s. Prop கோநாய் kónáy.

கோணி, கோணிகை, கோணியல் kóṇi, kóṇigai, kóṇiyal, s. A sack or bag made of coarse cloth or gunny; கோணிப்பட்டை kóṇippaṭṭai, கோணியற்பட்டு kóṇiyaṛpaṭṭu, Coarse cloth of which sacks are made.

கோணுகிறது kóṇugiṛathu, v. i. To be bent or crooked; கோணல் kóṇal, Crookedness, bent, curvity. 2. Deceit, fraud; கோணலாக்குகிறது kóṇalákkugiṛathu, To bend, distort.

கோணை kóṇai, s. Crookedness; கோணைக்கத்தி kóṇaikkatti, A crooked knife; கோணைக்கழுத்தன் kóṇaikkaḷuttan, One who has a crooked neck; கோணைப்பேச்சு kóṇaippéchchu, Irregular speech. 2. Foreign speech or language; கோணைவாயன் kóṇaiváyan, (*Fem.* வாய்ச்சி) váychchi, Person with a writhed or distorted mouth.

கோண் kóṇ, s. Crookedness, obliquity; கோணன் kóṇan, A hunch-backed person.

12

கோதண்டம் kóthaṇḍam, s. A rope suspended from the roof of a school-house, to which boys as a punishment are made to cling; கோதண்டம்போடுகிறது—தூக்குகிறது kótaṇḍam póḍugiṛathu—túkkugiṛathu, To cause a pupil to clasp the said rope.

கோது kóthu, s. The substance which remains after the juice of fruits, &c. has been pressed out; கோதில்லாப்புளி kóthilláppuḷi, Tamarind without strings; கோதுகோதாயிருக்கிறது kóthukótháy irukkiṛathu, To be full of fibres or strings.

கோதுகிறது kóthugiṛathu, v. t. To disentangle the hair with the fingers, to adjust feathers as a bird with its bill. 2. To pick, to take up and eat as birds; கோதிக் கட்டுகிறது kóthik kaṭṭugiṛathu, To disentangle and tie the hair; கோதிமுடிக்கிறது kóthi muḍikkiṛathu, To disentangle and adorn the hair; சோற்றைக்கோதினாற்போலத்தின்கிறது choṛṛaikkóthinárpólat tingiṛathu, To eat rice slowly by little and little—opp. to குதக்குகிறது kuthakkugiṛathu.

கோதுமை kóthumai, s. Wheat; கோதுமையரிசி kóthumaiyarisi, Wheat divested of its rind or skin; வாற்கோதுமை vaṛkóthumai, Barley.

கோத்திரம் kóttiram, s. Family, race, lineage; அகோத்திரம் akóttiram, The state of having no caste.

கோனாய் kónay, s. A wolf.

கோபம் kópam, s. Anger, wrath, passion; கோபக்காரன், கோபி, கோபிஷ்டன் kópakkáran, kópi, kópishton, An angry man; தீராக்கோபம் tírákkópam, Implacable hatred; முன்கோபம் munkópam, Excitableness, irascibility; கோபதாபம் kópatápam, Anger, choler.

கோபி kóbi, s. A kind of earth; கோபிச்சந்தனம் kóbichchandanam, Yellow ochre with which some of the natives mark their foreheads.

கோபுரம் kópuram, s. A tower surmounting the chief entrance to a city or temple, the gate of a city; கோபுரவாயில் kópuraváyil, The portal of a tower.

கோப்பாட்டன் koppáṭṭan, s. The head of a family or tribe.

கோப்பு kóppu, s. Manner, method. 2. Sport, jest.

கோமணம் kómaṇam, s. A waist-cloth; கோமணாண்டி kómaṇáṇḍi, A mendicant.

கோமயம் kómayam, s. Cow-dung; கோமயந் தெளிக்கிறது kómayam teḷikkiṛathu, To sprinkle cow-dung diluted with water.

கோமாரி kómári, s. A disease of cows, &c.; இரத்தக்கோமாரி rattakkómári, A disease of cows in which blood exudes from the hoof.

கோமாளி kómáḷi, s. A haughty or mad speech; கோமாளிக்குணம் kómáḷikkuṇam, Haughtiness, madness.

கோமுட்டி kómuṭṭi, s. A caste, a class of traders.

கோமேதகம் kóméthagam, s. A gem.

கோயில், கோவில் kóyil, kóvil, s. A temple, church, pagoda; கோயிற்பற்று kóyiṛpaṛṛu, Lands, &c. belonging to a church or pagoda.

கோரணி kóraṇi, s. Epilepsy, the falling sickness. 2. An affecting or melancholy sight, grimace, distortion of the countenance of those who are in agony; கோரணிகாட்டுகிறது kóraṇikáṭṭugiṛathu, To make grimaces, to gesticulate, to make sport as a buffoon, to mock.

கோரம் kóram, *s.* Horror, horribleness; கோரதந்தம், கோரப்பல் kóradantam, kóruppal, A snag tooth. 2. A poisonous tooth of a snake.

கோரி kóri, *s.* A tomb.

கோரை kórai, *s.* A generic name including several species of grass; கோரைக்கிழங்கு kóraikkiḻangu, Its roots.

கோரோசனம், கோரோசனை kórócsanam, kóró sanai, *s.* Bezoar stone found in cow's bellies.

கோலம் kólam, *s.* Ornament, decoration. 2 Diverse figures or forms; கோலங்காட்டுகிறது kólam káṭṭugiṟathu, To mask or disguise one's self ; தலைவிரிகோலமாய்த் திரிகிறாள் talaivirikólamáyt tirigiṟáḷ, She wanders about with dishevelled hair; பிறந்தகோலம் piṟanta kólam, Nakedness. 3. Pomp, magnificence, majesty; ராஜ கோலம் rájakólam, Royal magnificence; ஊர்க்கோலம் úrkkólam, A procession of a bride and a bridegroom after their marriage; கோலம் வருகிறது kólam varugiṟathu, To go in procession; மணக்கோலம் maṇakkólam, A procession of a bridegroom before his marriage. 4. Figures on floors or pots; கோலமிடுகிறது kólamiḍugiṟathu, To form such figures. 5. Ridiculous finery, ostentation.

கோலாகலம் kólákalam, *s.* Military display, pomp; கோலாகலம்பண்ணுகிறது kólákalam paṇṇugiṟathu, To be strenuous, strong and brave. 2. To act disorderly; கோலாகலத்தோடேபோகிறது kólákalattódépógiṟatnu, To march with pomp and without fear.

கோலி góli, *s.* A ball used in playing; கோலியாடுகிறது góli áḍugiṟathu, To play with balls.

கோலியன் góliyan, *s.* (pl. கோலியர் góliyar,) A weaver of the Paraia cast.

கோலுகிறது kólugiṟathu, *v. t.* To bend, inflect; சப்பணங்கோலுகிறது chappaṇam kólugiṟathu, To sit with bended legs. 2. To enclose, to surround, to encompass; பாத்திகோலுகிறது páttikólugiṟathu, To form beds.

கோல் kól, *s.* A rod or stick in general. 2. A pencil used to blacken the eyelashes and eye-brows. 3. A rod or pole for measuring. 4. A staff to lean upon. 5. Horsewhip. 6. Sceptre, government. 7. A branch of a tree; கோலாட்டம் kóláṭṭam, A play with sticks; கோலாலடிக்கிறது kóláladikkiṟathu, To smite or strike with a rod; கோற்புழு kóṟpuḻu, A kind of chrysalis on the branches of trees; தூரிக்கோல் túrikkól, A painting reed or pencil.

கோவணம் kóvaṇam, *See* கோமணம் kómaṇam.

கோவென்கிறது kóvengiṟathu, *v. t.* To make a great noise. 2. To lament, to make lamentation.

கோவேறுகழுதை kóvéṟukaḻuthai, *s.* A mule.

கோவை kóvai, *s.* A string of beads, &c. 2. A climbing plant, Bryonia grandis—its fruit is of a beautiful red colour.

கோழி kóḻi, *s.* A house-cock, particularly its hen; to denominate the first they add சேவல் séval; அறுபதாங்கோழி aṟupatháṅkóḻi, A hen which lays eggs every sixty days; கருங்கோழி karuṅkóḻi, A fowl whose skin and bones are black; கானாங்கோழி kánáṅkóḻi, A wild fowl with long legs; கோழிக்குஞ்சு kóḻikkuñchu, A chicken; கோழிக்கூடு kóḻikkúḍu, A hen-coop; கோழிச்சாவல்-சேவல் kóḻichchával-chéval, A cock; கோழிப்பெட்டை kóḻip-peṭṭai, A hen; கோழிமுட்டை kóḻi-muṭṭai, A fowl's egg; சம்பங்கோழி chambaṅkóḻi, A kind of water-fowl; வான்கோழி vánkóḻi, A turkey.

கோழை kóḻai, s. Phlegm, thick phlegm. 2. A bashful timid person; கோழைகட்டிக்கொண்டிருக்கிறது kóḻaikaṭṭikkoṇḍirukkiṟathu, To be obstructed by thick phlegm; கோழைக்கட்டு kóḻikkaṭṭu, Obstruction of the breast caused by phlegm; கோழைத்தனம் kóḻaittanam, Timidity, pusillanimity; கோழைமனசு kóḻaimanasu, A tender, timid mind; சவைக்கோழை chavaik-kóḻai, One diffident.

கோளம் kóḷam, s. A ball or globe; பூகோளம் bhúkóḷam, The terrestrial globe; ககோளம் kakóḷam, The celestial globe.

கோளாறு kóḷáṟu, s. Disorder, confusion.

கோளிகை kóḷigai, s. Female of a horse, or an ass; கோளிகைக்கழுதை kóḷigaikkaḻuthai, A she-ass; கோளிகைக்குதிரை kóḷigaik kuthirai, A mare.

கோள் kóḷ, s. Malicious report, talebearing. 2. A lie, falsehood; கோட்காரன் kóṭkáran, A calumniator; கோட்சொல்லுகிறது kótchollugiṟathu, To backbite, calumniate, defame.

கோறுகிறது kóṟugiṟathu, v. i. To wish, to think; கோரிக்கை kóṟikkai, Thought, wish, purpose.

கோனான் kónán, s. An honorific appellation of herdsmen.

கௌ

கௌவுகிறது kauvugiṟathu, See கவ்வுகிறது kavvugiṟathu.

கௌண்டர் kauṇḍar, s. An honorific name of several tribes of Hindus.

கௌத்துவம் kauttuvam, s. Deceit; கௌத்துவக்காரன் kauttuvakkáran, A deceiver, a double-dealer; கௌத்துவம்பண்ணுகிறது kauttuvam paṇṇugiṟathu, To deceive, cheat; கௌத்துவவழக்கு kauttuvavaḻakku, Barratry.

கௌபீனம் kaubínam, s. waist-cloth.

கௌளி kauḷi, s. A small kind of lizard-Lacerta gecko, கௌளிக்காதல் kauḷikkáthal, The noise of this lizard and its presage; கௌளியெழும்புகிறது kauḷi-eḻumbugiṟathu, The lizard makes a noise; கௌளிகட்டாய்ச்சொல்லுகிறது kauḷikkaṭṭáychchollugiṟathu, To mislead, to deceive a man by foretelling.

ச

சக saha, With, together with—a particle implying association; சகபாடி sahapáḍi, A school-fellow. 2. He who married one's wife's sister; சககமனம் sahagamanam, The burning of a woman with the corpse of her husband; சகவாசம் sahavásam, Company, attachment, connection.

சகசம் sahsam, s. The natural state or disposition. 2. Truth; சகசமாய்ச்சொல்லுகிறது sahasamáych chollugiṟathu, To tell the real truth; அவனுக்கிது சகசமாய்ப்போயிற்று avanukkitu sahasamáyp póyiṟṟu, This is become habitual or natural to him.

சகளன் sahaḷan, com. சகலன் sahalan, s. One married to one's wife's sister.

சகடு sagaḍu, s. The whole, altogether in a body or lump; ஏகசகட்டிலே égasagaṭṭilé, Without difference or distinction. equally; சகட்டிலெடுக்கிறது sagaṭṭileḍukkiṟathu, To take altogether; சகட்டிலெண்ணிவிடு sagaṭṭileṇṇiviḍu, Count in and deliver up indiscriminately; சகட்

டிலே கொள்ளுகிறது sagattilé kollugirathu, To buy all completely, by the lump; சகட்டிலே பத்துப் பிரதிகளுண்டு sagattile pattu prathigaluṇḍu, There are altogether ten copies; சகட்டிலேவைகிறது sahattilévaikirathu, To abuse in general without naming any person.

சகதி sagathi, *s.* Mud. 2. A marsh, a swamp.

சகம் jagam, *s.* The universe, the world.

சகலம் sakalam, *ad.* All, the whole, every thing; சகலமனுஷரும் sakala manusharum, All men.

சகலாத்து sagallátti, *s.* Woolen cloth of any colour.

சகாயம் saháyam, Benefit, favour. 2. Help, assistance. 3. A cheap price; சகாயவிலைக்குவாங்கினேன் saháyavilaikkuváṅkinén, I obtained it for a moderate price; சகாயத்தைமறந்தவன் saháyattaimaṛantavan, An ungrateful person; சகாயன் sahayan, A companion, an assistant.

சகிக்கிறது sagikkiṛathu, *v. t.* To suffer, bear, endure, undergo, pardon; சகிக்கக்கூடாது sagikkakkúḍáthu, It cannot be suffered, it cannot be forgiven; சகிக்காதவன் sagikkáthavan, One who is not able to endure, or is impatient.

சகுனம் sakunam, *s.* Omen. 2. A bird in general; அவசகுனம் avasakunam, A bad sign or omen; சகுனசாஸ்திரம் sakunasástiram, Augury; சகுனத்தடை sakunattaḍai, A bad omen; சகுனத்தடையாகிறது sakunattaḍai ágiṛathu, To meet with bad sign or omen; சகுனம்பார்க்கிறது sakunampárkkiṛathu, To observe the signs or omens; சுபசகுனம் subasakunam, A good sign or omen.

சகோதரம் sahótharam, *s.* The state of brother, or sister of whole blood; சகோதரன் sahótharan, Brother; சகோதரி sahóthary, Sister.

சக்கந்தம் sakkantam, *s.* Sport, scoff, mockery, derision; சக்கந்தம்பேசுகிறது sakkantampésugiṛathu, To mock, ridicule, jeer, deride.

சக்கரம் sakkaram, *s.* A wheel. 2. A certain military weapon round and missile; சக்கரத்தாலெறிகிறது sakkarattál eṛigiṛathu, To throw this weapon. 3. A circle. 4. A Cycle or round of time, the circle of one's life; அவனுக்கிட்டோடேசக்கரமறுதி avanukkittóḍé sakaramaṛuthi, Herewith his course of life will be finished. 5. Justice, which as a circle ought to be fully equal without beginning, end, or middle; சக்கரவர்த்தி sakkaravartti, An emperor, monarch, prince. 6. A just king. 6. A kind of coin stamped with a circle, its value being 1½ Fanams; *as,* சக்கரப்பணம் sakkarappaṇam, 7. Signs or figures made upon a flat piece of metal to perform their offerings or sacrifices to demigods; சக்கரபாணம் sakkarabáṇam, A wheel-rocket; சக்கரவாளம் sakkaraváḷam, The sensible horizon.

சக்கரை chakkarai, *prop.* சர்க்கரை sarkkarai.

சக்களத்தி chakkaḷatti, *s.* *prop.* சககளத்திரம் chakakaḷattiram, A female rival, an appellation which such women as are married to one man, bear with regard to one another. 2. Plants which have likeness to each other; சக்களத்திபிள்ளைகள் chakkuḷattipiḷḷaikaḷ, Step-children.

சக்கிமுக்கி chakkimukki, *s.* A steel to strike fire with; சக்கிமுக்கிக்கல் chakkimukkik kal, A flint to strike fire with; சக்கிமுக்கிபோடுகிறது chakkimukki póḍugiṛathu, To strike fire; சக்கிமுக்

கிப்பஞ்சு chakkimukkip panju, Tinder; சக்கிமுக்கிப்பஞ்சுக்குடுக்கை chakkimukkippanjukkudukkai, Tinder-box; சக்கிமுக்கிப் பை chakkimukkip pai, A bag containing steel, flint and tinder.

சக்கிலியன் chakkiliyan, s. A shoemaker; சக்கிலிச்சி chakkilichchi, A woman of the shoemaker's tribe.

சக்கை chakkai, s. The substance or matter of the sugar-cane that remains after the juice is squeezed or pressed out, any thing that is dry or insipid. 2. Carpenter's chips; சக்கைசக்கையாயுரிக்கிறது chakkaichakkaiyáyurikkirathu, To rail at or revile one; சக்கைசக்கையாய்ப் பிளக்கிறது chakkaichakkaiyáyp pilakkirathu, To cut or split into chips, &c.; சக்கையாய்க் கிடக்கிறது chakkaiyáykkidakkirathu, To be insipid; மரச்சக்கை marachchakkai, A chip.

சங்கடம், சங்கட்டம் sangadam, sangattam, s. Narrowness, straits, difficulties; சங்கடப்படுகிறது sankadappadugirathu, To be in difficulties.

சங்கதம் sangatham, s. A complaint; சங்கதம்பண்ணுகிறது sangathampannugirathu, To complain; சங்கதந்தீர்க்கிறது sangathantírkkirathu, To settle a complaint, to decide, determine a cause.

சங்கதி sangati, s. An affair, circumstance.

சங்கம் sangam, s. A large number, ten billions, or more. 2. Joining, uniting. 3. Assembly, meeting, council; சங்கங்கூடுகிறது sangankúdugirathu, To meet together in a public assembly; சங்கத்தார் sangattár, The members of an assembly. 2. A College of learned men ... ved in former times at Madura; ... வாங்குகிறது sangamvánkugirathu, To pimp, pander; சங்கம்வாங்கி sangam vángi, A pimp, a bawd.

சங்கரம் sankaram, s. Mixture, blundering, confounding; சங்கரசாதி sankarajati, A mixed tribe of the higher and lower castes.

சங்கரிக்கிறது sankarikkirathu, v. t. To destroy.

சங்கலிதம் sankalitam, s. Addition in arithmetic.

சங்கற்பம் sankarpam, s Volition, will, resolve, mental determination. 2. A solemn vow or declaration of purpose; சங்கற்பிக்கிறது sankarpikkirathu, To determine firmly, to vow, resolve, declare solemnly.

சங்காத்தம் sangáttam, Friendship, familiarity; சங்காத்தம்பண்ணுகிறது sangáttam pannugirathu, To make friendship; சங்காத்தி sangátti, (*Mas. and Fem.*) A friend.

சங்காரம் sankáram, s. Destruction; சங்காரம்பண்ணுகிறது sankárampannugirathu, To destroy; சர்வசங்காரநாள் sarva sankáranál, The day of universal destruction.

சங்கிக்கிறது sangikkirathu, v. t. To suspect, doubt. 2. To honour, reverence.

சங்கிரகம் sangraham, s. An epitome of a book, abridgment. 2. A collection.

சங்கிராந்தி sangiránti, s. The passage of the sun from one sign of the zodiac to another and particularly when he passes from Sagittarius to Capricornus in January, when the Hindus celebrate the *pongal feast*.

சங்கிலி sangili, s. A chain; சங்கிலிக்கொத்து sangilikkottu, Two or more rows of chains, a double or triple chain; சங்கிலி போடுகிறது sangili pódugirathu, To put on a chain, to chain; சங்கிலிப்பின்னல் sangilippinnal, The linking, or twisted work of a chain; சங்கிலிப்பூட்டு sangilipputtu, The clasp of a chain; சங்கிலிமடிப்பு sangilimadippu, The plait or fold of a chain about the neck, & ; சங்கிலிவடம் sangilivadam, A chain of more than one united. 2. The chain used in drawing the car of an idol; சங்கிலிவலயம் sangilivalayam, A link or ring of a chain; பொற்சங்கிலி porchangili, A gold chain.

சங்கீதம் sangitam, s. Music, dancing. 2. Psalm; சங்கீதமுழங்குகிறது sangitamulankugirathu, To sing hymns with loud sounding instruments; சங்கீதம்பாடுகிறது sangitampadugirathu, To sing a hymn; சங்கீதலோலன் sangitalólan, One who has a great delight in singing and music; சங்கீதவாத்தியம் sangitavattiyam, Vocal and instrumental music.

சங்கீர்த்தனம் sankirttanam, s. Celebration of praise; சங்கீர்த்தனம்பண்ணுகிறது sangirttanam pannugirathu, To celebrate, to laud, particularly to praise God, to sing to his praise.

சங்கு sanku, s. A conch, chank; இடம்புரிச்சங்கு idamburichchanku, A common chank the windings of which turn to the left, the other very rare kind is called வலம்புரிச்சங்கு valamburichchanku; சங்குச்சலாபம் sankuchchalábam, The chank-fishery; சங்குதிரி sankutiri, The winding in shells; சங்குதிருகி sankutirugi, A cork-screw. 2. A tool for cutting chanks; சங்குத்தாலி sankuttáli, An ornament of a married woman formed as a chank; சங்குமணி sankumani, Beads made of chank; சங்குவெள்ளை sankuvellai, Fine chunam plaster; சங்குவெள்ளைவைக்கிறது sankuvellaivaikkirathu, To plaster with it; சங்கூதுகிறது sankúthugirathu, To sound the chank; சூற்சங்கு súrchanku, A conch containing pearls; தாழஞ்சங்கு tálanchanku, A chank with a wide mouth; முட்சங்கு mudchanku, A muricated chank or conch armed with spines, a prickly conch or shell.

சங்கு sangu, s. A shrub—Monetia barlerioides.

சங்கேதம் sangétham, s. Engagement. 2. Condition.

சங்கை sangai, s. Doubt, uncertainty. 2. Fear, terror, apprehension. 3. Honour, esteem; சங்கைக்கேடு sangaikkédu, Dishonour; சங்கைபொருந்திய sangaiporuntiya, Honourable; சங்கையீனம் sangaiínam, Dishonour. 4. Usage, custom; கால சங்கை kála sangai, The usage or practice of the times; மாறாதசங்கை márathasangai, Inviolable custom or practice.

சங்கோசம் sangósam, s. Shamefacedness, bashfulness. 2. Ticklishness or a tickling, a dazzling such as the light occasions in weak eyes; சங்கோசக்காரன் sangósakkáran, A shamefaced or bashful man; சங்கோசப்படுகிறது sangósappadugirathu, To be bashful.

சச்சரவு chachcharavu, s. Altercation, quarrel; சச்சரவுபடுகிறது chachcharavupadugirathu, To be engaged in a quarrel.

சஞ்சரிக்கிறது sanjarikkirathu, v. t. To sojourn in a place. 2. To wander. 3. To cohabit. 4. To converse with one.

சஞ்சலம் sanjalam, s. Motion, fluctuation of the mind. 2. Sorrow, grief, trouble, uneasiness; சஞ்சலபுத்தி sanjalabuddhi, An irresolute, a wavering mind; சஞ்சலமாயிருக்கிறது sanjalamáy irukkirathu, To be doleful, sad, sorry.

ஞ்சலிக்கிறது sañjalikkiṛathu, v. i. To be troubled in mind, to be afflicted. 2. To be fluctuating, irresolute.

ஞ்சாரம் sañjáram, s. Sojourning. 2. Wandering. 3. Cohabitation. 4. Conversation, converse; இந்தவீட்டிலெலிச்சஞ்சாரம் மெத்த intavîṭṭilelichchañjáram, metta, In this house are many rats; சஞ்சாரி sañjári, A wanderer.

டங்கம் sadangam, s. A ceremony. 2. A bundle for a journey; a knapsack; சடங்கம்போடுகிறது sadangampódugiṛathu, To make up a bundle.

டங்கு sadangu, s. Ceremony, outward rite; சடங்குசெய்கிறது sadangucheygiṛathu, To perform a ceremony.

டசடெனல் sadasadenal, v. n. Imitative sound.

டம் jadam, s. The body. 2. Coldness, stupidity, sluggishness of mind or body; சடம் விழுந்துபோகிறது jadamviḷuntupógiṛathu, To die.

டாய்க்கிறது jadáykkiṛathu, v. t. To load a gun. 2. To reprove, rebuke, admonish; சடாய்த்திருக்கிறது jadáyttirukkiṛathu, To be fat, thick; சடாய்ப்பு jadáyppu, Fatness, corpulency.

டிதி chaditi, s. Suddenness, unexpectedness; சடிதியாயிருக்கிறது sadithiyáy irukkiṛathu, To be unexpected, sudden; சடிதியிலேசாகிறது sadithiyilé chágiṛathu, To die suddenly.

சடுத்தம் chaduttam, s. Dispute, competition; சடுத்தத்திலேவந்துவிழுந்தது chaduttattilé vantu viḷuntathu, The thing has ended in a dispute; சடுத்தத்திலேவிற்றுப்போடுகிறது chaduttatti léviṛṛuppódugiṛathu, To sell to the highest bidder; சடுத்தமாய் வாங்குகிறது chaduttamáy vánkugiṛathu, To purchase a thing by outbidding another; சடுத்தம்பண்ணுகிறது chaduttam panṛugiṛathu, To compete.

சடை jadai, s. Long entangled or matted hair. 2. A plant, or shrub; சடைச்சி jadaichchi, A woman who has plaited hair. 2. A shrub growing in tanks—Aeschynomene; சடைப்பில்லை jadaippillai, An ornament for the hair.

சடையாண்டி jadai ándi, A beggar of the Siva sect, who wears matted hair; சடைவளர்த்துக்கொண்டிருக்கிறது jadai vaḷarttukkoṇdiṛukkirathu, To grow and mat the hair as some ascetics do.

சட்டம் chattam, s. A frame of a window, cot, picture, &c., the border of a table, a ledge; சட்டவாள் chaṭṭaváḷ, A saw fenced with a frame; குறுக்குச்சட்டம் kuṛukkuchchaṭṭam, A transom of a window, &c., நெடுக்குச்சட்டம் nedukkuchchaṭṭam, The long frame of a window, &c. 2. A rule, regulation, order; இதுசட்டமாயிருக்கிறது ithu chaṭṭamáy irukkiṛathu, This is well ordered, regulated, arranged. 3. Neatness, fineness. 4. A copy written by scholars; சட்டம்பிள்ளை, சட்டாம்பிள்ளை chaṭṭampiḷḷai, chaṭṭámpiḷḷai, A monitor in a school. 5. The ventricle in the musk-cat, where the musk is formed; அந்த ஊர்ச்சட்டமப்படி anta úrchchaṭṭam appadi, Such is the fashion or custom of that place; இருப்புச்சட்டம் iruppuch chaṭṭam, The clout or iron plate on an axeltree; சட்டங்கட்டுகிறது chaṭṭankaṭṭugiṛathu, To regulate; சட்டங்கொழிக்கிறது chaṭṭam koḷikkiṛathu, To talk big words, to talk in a high strain; சட்டந்திருத்துகிறது chaṭṭam tiruttugiṛathu. To correct writing; சட்டந்தைக்கிறது chaṭṭam taikkiṛathu, To frame, to enclose in a frame; சட்டப்பலகை chaṭṭappalagai, A flat ruler; சட்டம்பண்ணுகிறது, chaṭṭam paṇṇugiṛathu, To legislate, regulate; சட்டம்பார்க்கிறது chaṭṭam párkkiṛathu, To look over the writing of schoolboys.

சட்டி chaṭṭi, s. A pan; சட்டித்தலை chaṭṭit talai, Jolthead, big head; சட்டிபானை chaṭṭipánai, Pans and pots.

சட்டுவம் chaṭṭuvam, s. A ladle or large spoon of metal; சட்டுவஞ்செலுத்துகிறது chaṭṭuvam cheluttugiṛathu, To lade out.

சட்டை chaṭṭai, s. A garment; அரைச்சட்டை araichchatai, A jacket, a short coat, a waistcoat; உட்சட்டை utchaṭṭai, Under-garment; சட்டைதைக்கிறது chaṭṭai taikkiṛathu, To sow a garment; சட்டை தொடுக்கிறது, போட்டுக்கொள்ளுகிறது chaṭṭai toḍukkiṛathu, póṭṭukkoḷḷugiṛathu, To put on a garment; நெடுஞ்சட்டை neḍuñchaṭṭai, A robe; போர்வைச் சட்டை pórvaichchaṭṭai, A cloak, an upper garment. 2. Honour, regard, esteem; சட்டைபண்ணுகிறது chaṭṭai paṇṇugiṛathu, To honour, esteem, respect.

சணல் chaṇal, s. Hemp—Erotalaria uncea; சணற்கழி chaṇaṛkaḷi, Hempen stalk or stick; சணற்கற்றை, A bundle of Indian hemp; சணற்பநார் chaṇaṛpanár, *commonly* சணப்பநார் chaṇappanár, Fibres or strings of Indian hemp; சணற்பன் chaṇaṛpan, *commonly* சணப்பன் chaṇappan, A hemp-maker; சணற்றெளிக்கிறது chaṇaṛṛeḷikkiṛathu, To sow hemp seed.

சண்டப்பிரசண்டம் chaṇḍapprachaṇḍam, s. Valour; சண்டப்பிரசண்டமாய்ப் பேசுகிறது chaṇḍapprachaṇḍamáyp pésugiṛathu, To speak forcibly; சண்டப்பிரசண்டன் chaṇḍapprachaṇḍan, A valiant warrior.

சண்டமாருதம் chaṇḍamárutham, s. A dreadful storm, a great tempest; சண்டமாருதம்போலப் பேசுகிறது chaṇḍamáruthampólap pésugiṛathu, To speak forcibly.

சண்டாளம் chaṇḍáḷam, s. Villany; சண்டாளன் chaṇḍáḷan, A base or vile person, an outcast

சண்டி chaṇḍi, s. An obstinate, mulish person; சகசண்டி jal chaṇḍi, A very obstinate man; சண்டித்தனம் chaṇḍittanam, Obstinacy, stubbornness; சண்டித்தனம் பண்ணுகிறது chaṇḍittanam, paṇṇugiṛathu, To shew unwillingness; சண்டியாயிருக்கிறது chaṇḍiyáy irukkiṛathu, To be stubborn; சண்டியாய்ப் போகிறது chaṇḍiyáyp pógiṛathu, To become stubborn.

சண்டை chaṇḍai, s. Quarrel. 2. Fight, battle; சண்டைக்கணிவகுக்கிறது chaṇḍaikkaṇivagukkiṛathu, To set an army in array to fight; சண்டைக்குக் கூப்பிடுகிறது chaṇḍaikkuk kúppiḍugiṛathu, To challenge, to call to a contest; சண்டை செய்கிறது chaṇḍai cheygiṛathu, To fight an enemy; சண்டைக்கு நிற்கிறது chaṇḍaikku niṛkiṛathu, To stand, to be ready for fighting; சண்டைபோடுகிறது chaṇḍaipóḍugiṛathu, To quarrel. 2. To fight; சண்டை மூட்டுகிறது chaṇḍai múṭṭugiṛathu, To raise quarrels. 2. To excite to battle; சண்டையிடுகிறது chaṇḍai iḍugiṛathu, To quarrel, to jar.

சதகம் sathagam, s. A hundred. 2. A collection of hundred stanzas.

சதங்கை chathangai, s. Little copper bells. 2. Silver bells worn on the ankles by children; சதங்கைகட்டியாடுகிறது chathangai kaṭṭi áḍugiṛathu, To dance in ankle-bells; சதங்கைமாலை chathangai mâlai, A string of little bells tied on a horse's breast.

சதம் satham, *s.* A hundred. 2. Certainty, durability, perpetuity.

சதளம் sathaḷam, *s.* A multitude of people; **சதளமெழும்பிவருகிறது** sathaḷam eḷumbivarugiṛathu, A large force approaches; **ஜனசதளம்** janasataḷam, A multitude of people.

சதா sathá, *adj.* Always, at all times; **சதா காலமும்** sathá kálamum, Always, evermore.

சதி sathi, *s.* Deceit, treachery, snare, ambush; **சதிகாரன்** sathikáran, A treacherous man; **சதிசெய்கிறது, சதிபண்ணுகிறது** sathi cheygiṛathu, sathipaṇṇugiṛathu, To lay snares, to lie in wait, to surprise by lying in wait; **சதிமோசம்** sathimósam, Danger induced by treachery.

சதிர் sathir, *s.* Favourable terms, low price; **சதிராய்க்கொள்ளுகிறது** sathiráykkoḷḷugiṛathu, To buy at a low price; **சதிராய் விற்றுப்போடுகிறது** sathiráy viṛṛuppóḍugiṛathu, To sell cheap.

சதிர் sathir, *s.* Confines, boundaries; **சதிர்க்கிராமம்** sathirgrámam, A village or town situated on the boundaries of a country.

சதுர் chathur, *s.* Four; **சதுரங்கம்** chathurangam, A quadrangle. 2. A body of four kinds of forces, *viz.*, chariots, elephants, cavalry, infantry. 3. The game of chess; **சதுரங்க எத்து** chathuranga ettu, Stratagem in chess; **சதுரங்கக்காய்** chathurangak káy, Chess-men; **சதுரங்கத்துக்கு அடிபார்க்கிறது** chathurangattukku aḍi párkkiṛathu, To consider the moves in chess, (*Met.*) to deliberate; **சதுரங்கப்பலகை** chathurangappalagai, A chessboard; **சதுரங்கப்பெட்டி** sathurangappeṭṭi, The same in the shape of a box; **சதுரங்கமாடுகிறது** chathurangam áḍugiṛathu, To play at chess; **சதுரம்** chathuram, A square, a quadrangle; **நாற்சதுரம்** náṛchathuram, A square; **சதுரன்** chathuran, An avaricious person, a learned and skilful man; **சாதுரியம்** cháthuriyam, Profound knowledge. 2. Dexterity. 3. Eloquence. 4. Proverb; **சாதுரியமாய்ப்பேசுகிறது** cháthuriyamáyppésugiṛathu, To speak with great learning and eloquence; **சாதுரியன்** cháthuriyan, A famous speaker, an orator.

சதுர் sathur, *prop.* **சதர்** sathar, *s.* An assembly before whom dramatists, &c. exhibit; **சதுர்வைக்கிறது** sathurvaikkiṛathu, To arrange an exhibition or dance.

சதை sathai, *s.* (for **தசை** tasai, by transposition) Flesh. 2. The fleshy part of a fruit, pulp; **சதைபுரளுகிறது** sathai puraḷugiṛathu, To be sprained; **சதைப்புஷ்டி** sathaip pushṭi, Fulness, fleshiness, corpulence.

சத்தம் sabdam, *s.* Sound, voice. 2. A rumour. 3. Word; **சத்தங்காட்டுகிறது** sabdam káṭṭugiṛathu, To indicate by sound; **சத்தப்படாமல்** sabdappaḍámal, Without noise, silently. 2. Without any one's knowledge; **சத்தமிடுகிறது** sabdam iḍugiṛathu, To cry out; **சத்திக்கிறது** sabdikkiṛathu, To sound, to make a noise.

சத்தி satti, *s.* Strength, power. 2. Vomiting; **சத்திகுறைகிறது** satti kuṛaigiṛathu, To be enfeebled.

சத்தியம் sattiyam, *s.* Verity, truth. 2. An oath; **சத்தியத்துக்குடன்படுகிறது** sattiyattukkuḍanpaḍugiṛathu, To testify and confirm the truth by an oath; **சத்தியப்பிரமாணிக்கம்** sattiyappramáṇikkam, A true oath; சத்தியமாய்க்கேட்கிறது sattiyamáykkédkiṛathu, To put one to his oath; சத்தியக்கடிதாசி sattiyakkaḍitháai, An affidavit; சத்தியவசனம் சத்தியவாக்கு, sattiyavachanam, sattiyavákku, A true or faithful saying; சத்தியவாதி sattiyavádi, A man who speaks the truth.

சத்திரம் chattiram, A choultry; அன்னசத்திரம் annachattiram, A charitable foundation, a hospital. 2. A weapon in general. 3. A sword, a scimitar. 4. Surgery, surgical operation, incision; சத்திர வைத்தியன் chattiravaidyyan, A surgeon.

சத்திரியன் chattiriyan, s. One of the second, or military tribe.

சத்துரு satturu, s. An enemy, an adversary.

சத்துவம் sattuvam, s. Strength; சத்துவக்கேடு sattuvakkéḍu, Weakness, debility.

சத்துவாரி sattuvári, s. Dimness of sight.

சந்தகை santagai, s. A vessel used in making pastry.

சந்தடி santaḍi, s. A crowd of people. 2. A noise, stir, bustle; சந்தடிபண்ணுகிறது santaḍi paṇṇugiṛathu, To make a noise; சந்தடியாகிறது santaḍi yágiṛathu, To grow turbulent, or noisy.

சந்ததி santathi, s. Race, lineage. 2. Offspring, son or daughter.

சந்தம் santam, s. Beauty. 2. Form, figure; சந்தமாய்ப்பாடுகிறது santamáyp páḍugiṛathu, To sing melodiously.

சந்தர்ப்பம் sandarppam, s. Convenience, fitness of time, opportunity; சந்தர்ப்பமாயிருக்கிறது santarppamáyirukkiṛathu, To be favourable, to be convenient.

சந்தனம் chandanam, The sandal-tree; சந்தனக்கட்டை chandának kaṭṭai, Sandal-wood; சந்தனக்கல் chandanak kal, A stone for grinding sandal-wood; சந்தனக்குழம்பு chandanak kuḻambu, Thickened fluid of sandal-wood dust; சந்தனப்பொடி chandanap poḍi, Sandal-wood powder; சந்தனப்பொட்டு chandanap poṭṭu, A spot on the forehead made of sandal-wood paste; சந்தனம்அரைக்கிறது, இழைக்கிறது chandanam ariakkiṛathu, iḻaikkiṛathu, To pulverise sandal-wood; சந்தனம்பூசுகிறது chandanam púsugiṛathu, To rub over with paste of sandal-wood powder

சந்தானம் sandánam, s. Progeny, offspring.

சந்தி sandhi, s. Combination. 2. The place where several streets meet; முச்சந்தி muchchandhi, A place where three ways, or roads meet. 3. The evening; அந்திசந்தி antisandhi, Morning and evening.

சந்திக்கிறது sandikkirathu, v. t. To visit. 2. To unite.

சந்தியா santiyá, s. Twilight; சந்தியாகாலம் Santiyákálam, Evening; சந்தியாகாலகருமம் santiyákálakarumam, Evening service.

சந்திரன் chandran, s. The moon; சந்திரகாந்தி chandrakánti, A flower that turns towards the moon; சந்திரகிரணம் chandra kiraṇam, Lunar rays; சந்திரகிரகணம் chandra grahaṇam, An eclipse of the moon.

சந்து sandu, s. A place where four streets meet. 2. A joint of the body, especially the hip-joint. 3. A corner; சந்துவீடு santuvíḍu, A house to which a road leads between two or more other houses. 2. A chap, cleft. 3. An opportunity; சந்துபார்க்கிறது santupárkkiṛathu, to watch an opportunity, சந்துபிசைகிறது santupisaigiṛathu, To stop up clefts in walls, or to fill up the interestices of floor bricks with mortar; சந்துபொந்து santupontu,

A cleft and a hole. 2. (*Ket.*) A lurking-place; சந்துபொந்திலே பறித்துக்கொள்ளுகிறது santupontilé parittukkollugirathu, To rob, or plunder out of a lurking-place; சந்துபொருத்துகிறது santuporuttugirathu, To fill up a cleft; சந்துவாதம் santuvátham, The hip-gout; சந்துவாய் santuváy, A chink or cleft; சந்துவாயிசைக்கிறது santuváy isaikkirathu, To close a cleft.

சந்துஷ்டி santushti, *s.* joy, pleasure.

சந்தேகம் sandéham, *s.* Doubt, uncertainty. 2. Suspicion, supposition; சந்தேகமறுக்கிறது sandéhamarukkirathu, To remove, or resolve a doubt; சந்தேகந்தெளிந்தது sandéhan telintathu, The doubt is removed, cleared up; சந்தேகப்படுகிறது sandéhappadugirathu, To doubt, suspect; பரமசந்தேகம் paramasandéham, Strong suspicion.

சந்தை santai, *s.* A fair, market, an annual, or stated meeting of buyers, and sellers; சந்தைகலைகிறது santai kalaigirathu, The fair is over; சந்தையிரைச்சல் santai iraichchal, The noise of people in a market-place; சந்தையேறுகிறது santai érugirathu, The market is filling.

சந்தோஷம் santósham, *s.* Joy, pleasure, delight; சந்தோஷப்படுகிறது santoshappadugirathu, To be glad, merry, cheerful.

சந்நிதானம், சந்நிதி, sannithánam, sannithi, *s.* Proximity, approach. 2. The presence of God, or of a great or holy person. 3. The holy place in a temple, the sanctuary; ராஜசந்நிதானம் rájasannithánam, The royal presence; சந்நிதித்துவாரம் sannitittuváram, An aperture or hole in the wall of an idol temple through which the votary can see the image, when the door is shut.

சந்நியாசம் sanniyásam, *s.* Abandonment of of all worldly affections and possessions; the 4th state, or condition of life according to the Hindus; சந்நியாசி sanniyási, A Hindu ascetic.

சபதம் sapatham, *s.* An oath. 2. An imprecation on one's self in case of failure. 3. Pledge, surety, wager; சபதமிடுகிறது sapatham idugirathu, To lay a wager, to give pledges, 2. To puff, to swell with insolence. 3. To boast; சபதம்பேசுகிறது sapathampésugirathu, To threaten.

சபலம் sabalam, *s.* Profit, gain, advantage.

சபிக்கிறது sabikkirathu, *v. t.* To curse, imprecate.

சபை sabhai, *s.* An assembly, a court. 2. Learned men. 3. Congregation; திருச்சபை tiruchchabai, The Holy Church; சபைகூடுகிறது sabaikúdugirathu, To assemble; சபைக்கோழை sabaik kólai, One timid, or bashful in speaking before an assembly.

சப்தி sapti, *s.* Sequestration.

சப்பட்டை chappattai, *s.* That which is flattened, or pressed down. 2. A wing. 3 The shoulder-blade; சப்பட்டையாயிருக்கிறது chappattaiyáy irukkirathu, To be flattened, or pressed down.

சப்பணங்கோலுகிறது chappanankólugirathu, *v. t.* To sit with the legs crossed under one.

சப்பரம் sapparam, *s.* A vehicle for the conveyance of an idol. 2. A howdah; சப்பரமஞ்சம் sappramañjam, A bedstead with a canopy.

சப்பளிகிறது sappalikirathu, *v. n.* To be hollow.—as the cheeks, eyes, &c. 2. To be indented, or bruised by a fall—as a fruit, &c.

சப்பாணி chappáṇi, *s.* Cripple. 2. A certain play of children; சப்பாணிகொட்டு கிறது c'appáṇi koṭṭugiṛathu, To play by clapping the hands.

சப்புகிறது chappugiṛathu, *v. t.* To smack the lips. 2. To suck; உதட்டைச் சப்புகிறது uthaṭṭaich chappugiṛathu, To lick the lips; கையைச் சப்புகிறது kaiyaich chappugiṛathu, To lick the hand; நாக்கைச்சப்புகிறது nákkaich chappugiṛathu, To smack the tongue; பழத்தைச்சப்புகிறது paḷattaichchappugiṛathu, To suck or relish fruit; வாயைச்சப்புகிறது váyaichchappugiṛathu, To move the mouth gently; வாயை வாயைச் சப்புகிறது váyai váyaich chappugiṛathu, To be on the point of speaking without doing so; விரலைச் சப்புகிறது viralaich chappugiṛathu, To suck the finger,—as infants do.

சப்பை chappai, *s.* That which is lean, or old; எனக்கைந்தாறுமாட்டுச் சப்பையுண்டு enakkaintáṛumáṭṭuch chappai uṇḍu, I have some old and lean oxen. 2. The hip, haunch, thigh. 3. That which is flattened or pressed down; சப்பைமூக்கு chappai múkku, A flat nose; சப்பைவாய் chappai váy, A flat mouth.

சமஸ்தம் samastam, *s.* Universality, the whole.

சமஸ்தானம் samastánam, *s.* A king's court. 2. A metropolis, or capital where a king resides. 3. The habitation of the chief of a place.

சமம் samam, *s.* Similarity. 2. Equality, evenness, level; சமக்கிராமம் samagrámam, A neighbouring village. 2. A village like another in revenue; சமநிறை samaṇiṛai, Equilibrium; சமபூமி samabhúmi, A plain country.

13

சமயம் samayam, *s.* A religious sect. 2. Time, opportunity, occasion; உசிதசமயம் uchitha samayam, A good opportunity; சமயத்திலேகையை விரிக்கிறது-கைவிடுகிறது samayattilékaiyaivirikkiṛathu-kaiviḍugiṛathu, To forsake when assistance is wanted in the time of need; சமயத்துக்குதவுகிறது samayattukku uthavugiṛathu, To help in an emergency; சமயந்தப்புகிறது samayamtappugiṛathu, To go by or pass as an opportunity; சமயபேதம் samayabhédam, Unseasonableness; சமயம்பார்க்கிறது samayam párkkiṛathu, To watch an opportunity.

சமரசம் samarasam, *s.* Peace. 2. Equality, uniformity.

சமர்த்தன் samarttan, *s.* Strong, fit, or able person.

சமன் saman, *s.* Evenness, equality; சமனாக்குகிறது samanákkugiṛathu, To make equal, or level.

சமாசாரம் samácháram, *s.* News, intelligence; சமாசாரபத்திரிகை samáchára pattirikai, A newspaper.

சமாதானம் samádhánam, *s.* Peace, tranquillity. 2. Consent; சமாதானம்பண்ணுகிறது samádhánam paṇṇugiṛathu, To make peace, to reconcile people together; சமாதானம்பேசுகிறது samádhánam pésugiṛathu, To treat about peace.

சமாதி samádhi, *s.* The abstract contemplation of an ascetic, in which the soul is considered to be independent of the senses. 2. A sepulchre, grave.

சமாளிக்கிறது chamáḷikkiṛathu, *v. t.* To manage, furnish. 2. To support a plea or assertion. 3. To overcome difficulties by perseverance. 4. To bring about, to accomplish perfectly or exactly. 5. To control, restrain.

சமானம் samánam, *s.* Comparison. 2. Equality, likeness, conformity.

சமிக்கிறது samikkirathu, *v. t.* To bear or endure. 2. To digest food.

சமிக்கை samikkai, *s.* A gesture, token, or sign.

சமீபம் samípam, *s.* Nearness, proximity; சமீபமாயிருக்கிறது samípamáyirukkirathu, To be near.

சமீபிக்கிறது samípikkirathu, *v. t.* To approach, draw near.

சமுகம் samukham, *s.* The face of a great person, presence, proximity; சமுகத்தார் samukhattár, Counsellors, courtiers.

சமுக்கா samukká, *s.* A mariner's compass; சமுக்காவைப் பார்த்துக்கொண்டோடுகிறது samukkávaippárttukkondódugirathu, To sail by the compass.

சமுக்காளம் samukkálam, *s.* A carpet; சமுக்காளக் கோட்டுப்புலி samukkálakkóttup puli, A royal tiger; சமுக்காளம் போடுகிறது samukkálam pódugirathu, To spread, or place a carpet.

சமுசயம் samusayam, *s.* Doubt.

சமுசாரம் samusáram, *s.* Conjugal life. 2. The family. 3. Wife; சமுசாரக்காரன் samusárakkáran, A married man. 2. A married man who has children; சமுசாரம்பெருத்தவன் samusáram peruttavan, One who has a large family; சமுசாரி samusári, The father or mother of a family.

சமுதாடு samuthádu, *s.* A kind of a dagger, a cutlass.

சமுதாயம் samudáyam, *s.* A crowd, or assembly. 2. That which is common to all; சமுதாயக்கிராமம் samudáya grámam, A village the revenues of which are equally divided between the proprietor and the inhabitants; சமுதாயமாய்ப் பேசுகிறது samudáyamáyp pésugirathu, To speak impartially to two parties; சமுதாயவிண்ணப்பம் samudáya virnappam, General supplication.

சமுத்திரம் samudram, *s.* The sea. 2. (*Met.*) abundance; சமுத்திரமாயிருப்பவன் samudramáy iruppavan, One who abounds in wealth, &c.; சமுத்திரமானவீடு samudramána vídu, A large and opulent family.

சமூலம் samúlam, *s.* The whole. 2. The plant with root and all—an expression used by physicians; சமூலமும் பக்ஷிக்கிறது samúlamum pakshikkirathu, To devour the whole; சமூலமும் வாங்குகிறது samúlamum vánkugirathu, To take the whole.

சமைகிறது samaigirathu, *v. i.* To be made, to get ready. 2. To grow marriageable. 3. To be cooking.

சமைக்கிறது samaikkirathu, *v. t.* To cook, dress victuals; சமைக்கிறவீடு samaikkira vídu, A kitchen; சமையல் samaiyal, Cookery, cooking; சமையலாயிற்று samaiyal áyirru, The provisions are cooked.

சமையம் samaiyam, *s.* See சமயம் samayam.

சம்பத்து sampattu, *s.* Fortune, acquisitions, riches; தனசம்பத்து dhanasampattu, Wealth, money; தானியசம்பத்து dánya-sampattu, A good store of grain; புத்திரசம்பத்து puttirasampattu, A large family of children.

சம்பந்தம் sambandham, *s.* Connection or relation; உலகசம்பந்தம் ulaga sambandham, Worldly attachments; சம்பந்தங் கலக்கிறது sambandham kalakkirathu, To extend one's connections by marriage.

சம்பம் jambam, (*prop.* dambham) *s.* Pride, ostentation; சம்பக்காரன் jambakkáran, A boaster, a deceiver.

சம்பவம் sambhavam, *s.* An event, occurrence.

சம்பவிக்கிறது sambhavikkiṛathu, *v. i.* To happen.

சம்பளம் sambaḷam, *s.* Wages, salary; சம்பளம்பேசுகிறது sambaḷam pésugiṛathu, To speak about wages or pay.

சம்பன்னன் sampannan, *s.* One who is perfect; சகலகுணசம்பன்னன் sakala guṇa sampannan, A man of excellent qualities; சத்தியசம்பன்னன் sattyasampannan, An honourable, trustworthy person; திரவிய சம்பன்னன் draviya sampannan, An opulent man.

சம்பா sambá, *s.* Rice of superior quality.

சம்பாஷணை sambháshaṇai, *s.* Conversation, a dialogue; சம்பாஷிக்கிறது sambháshikkiṛathu, To converse, discourse.

சம்பாதனை sampáthanai, *s.* Acquisition, gain.

சம்பாதிக்கிறது sampáthikkiṛathu, *v. t.* To acquire, get, gain; சம்பாத்தியம் sampáttyam, That which is gathered, or acquired; அநியாயசம்பாதனைக்காரன் annyáyasampáthanaikkáran, An extortioner.

சம்பாரம் sambháram, *s.* Spices for seasoning—as pepper, cloves, cinnamon, nutmeg, &c.; சம்பாரம்போடுகிறது sambhárampóḍugiṛathu, To season with spices.

சம்பாவனை sambhávanai, *s.* A gift offered to superiors or gods.

சம்பான் sambhán, *s.* A vessel, a small ship; சம்பானோட்டி sambhánóṭṭi, A seaman, pilot.

சம்பிரதாயம் sampradáyam, *s.* Traditional doctrine. 2. The usages of a particular tribe. 3. Skill; சம்பிரதாயஸ்தன் sampradáyastan, A skilful man.

சம்பிரதி samprati, *s.* A public accountant.

சம்பிரமம் sambramam, *s.* Pomp, parade, &c.; சம்பிரமம்பண்ணுகிறது sambramampaṇṇugiṛathu, To make a display.

சம்பு sambhu, *s.* A kind of reed or sedge; சம்பங்கூடு sambhankúḍu, A cloak of plaited sedge to keep off rain; சம்பங்கோழி sambhankóḷi, A wood-cock—its principal food being the grain of the sedge.

சம்பூரணம் samp[illegible]am, *s.* Abundance, plenty, fulness.

சம்போகம் sambhógam, *s.* Enjoyment, chiefly sensual.

சம்மட்டி chammaṭṭi, *s.* A sledge-hammer. 2. A horse-whip.

சம்மணம் chammaṇam, *s.* The act of sitting upon one's legs.

சம்மதி sammathi, *s.* Permission. 2. Consent, approbation; சம்மதிக்கிறது sammathikkiṛathu, To consent.

சம்ரட்சணை samrakshaṇai, *s.* Preservation.

சயம் jayam, *s.* Victory.

சயம் kshayam, *s.* Phthisis, consumption.

சயனம் sayanam, *s.* Sleep, rest, lying down. 2. A couch, bed, &c.

சயிக்கினை sayikkinai, *s.* A signor gesture.

சயித்தியம் sayittiyam, *s.* Coldness, a cold.

சரக்கு sarakku, *s.* Any substance; அசற்சரக்கு asarcharakku, A production of nature, as distinguished from artificial compounds; ஆடுஞ்சரக்கு áḍum sarakku, Minerals which evaporate on the fire—as mercury, sulphur, &c.; சரக்குப்பண்ணுகிறது sarakkuppaṇṇugiṛathu, To regard or esteem.

சரசம் *s.* sarasam, *s.* A pleasant temper or disposition. 2. Sport, wanton jesting.

சரசரப்பு sarasarappu, *s.* A rustling noise. 2. Roughness on the surface or edge.

சரடு saradu, *s.* Twisted thread or twine. 2. A gold thread necklace. 3. Series, course, succession, row, order; சரடுகோக்கிறது saradukókkiṛathu, To thread a needle; பொற்சரடு poṛcharadu, A gold necklace; மலைச்சரடு malaichcharadu, A chain of hills.

சரணம் charaṇam, *s.* Refuge, shelter, asylum. 2. Foot; சரணஞ்சொல்லுகிறது charaṇam chollugiṛathu, To salute in an humble manner; சரணமடைகிறது charaṇam adaigiṛathu, To find refuge.

சரம் charam, *s.* Moving things. 2. A row of things.

சரவை charavai, *s.* The examination and correction of any writing, or document; சரவைபார்க்கிறது charavaipárkkiṛathu, To correct a writing; சரவையெழுதுகிறது charavai eḻuthugiṛathu, To make a rough draft.

சரளி saraḷi, *s.* The notes of the gamut in vocal music.

சராசரி sarásari, *s.* An average; சராசரிக்கணக்கு sarásarikkaṇakku, An average account; சராசரித்தொகை sarásarittogai, An equation, or mean average.

சரி sari, *s.* Equality. 2. Right, propriety; சரிகட்டுகிறது sarikkattugiṛathu, To pay fully, duly. 2. To retaliate. 3. To be consumed, finished. 4. To kill from malice; சரிக்குச்சரி sarikkuchchari, Like for like.

சரிகிறது sarigiṛathu, *v. i.* To slide or slip, —as a garment, to roll down,—as corn from a heap. 2. To lean, to be in a bending posture.

சரிகை sarigai, *s.* Gold or silver thread; சரிகைக்கெண்டை sarigaikkeṇdai, An embroidered border of a garment; சரிகைப்பாகை sarigaippákai, A turban, made of cloth with gold-threaded border.

சரிக்கிறது sarikkiṛathu, *v. t.* To make to slide, to roll, let fall down—as sand, corn, &c.

சரித்திரம் charittiram, *s.* History, especially of good or noble actions.

சரீரம் saríram, *s.* The human body; சரீரகுணம் sarírагuṇam, The state of the body, idiosyncrasy; சரீரஸ்மரணை saríra-smaraṇai, Consciousness of one's own existence; சரீரவுறவு saríravuṛavu, Consanguinity.

சருகு sarugu, *s.* Dead leaves; சருகரிக்கிறது sarugarikkiṛathu, To gather fallen leaves; சருகுபித்தளை sarugupittaḷai, Tinsel.

சருவம் saruvam, *s.* See சர்வம் sarvvam.

சருவுகிறது saruvugiṛathu, *v. t.* To caress, to fondle, to wheedle.

சர்க்கம் sargam, *s.* A section or chapter.

சர்க்கரை sarkkarai, *s.* Sugar; கண்டசர்க்கரை kandasarkkarai, Sugar-candy; சர்க்கரைப்பேச்சு sarkkaraippéchchu, Sweet words.

சர்ச்சரை sarchcharai, *s.* Roughness, a quarrel; சர்ச்சரைவடிவு sarchcharaivadivu, Unevenness of form.

சர்ப்பம் sarppam, *s.* A serpent; சர்ப்பதிஷ்டம் sarppatishtam, Bite of a serpent; சர்ப்பவிஷம் sarppavisham, Venom. 2. (*Met.*) A bad or mischievious disposition.

சர்ப்பனை sarppanai, *s.* Deceit, treachery, malicious device.

சர்மம் charmam, *s.* Skin.

சர்வம் sarvvam, *s.* All, whole, completeness, universality, entireness; சர்வக்ஞயத்துவம் sarvvagyattuvam, The divine omniscience; சர்வதா sarvvadá, Always, at all times; சர்வமானியம் sarvvamányam

Free tenure, land or country exempt from tax.

சலக்கரணை salakkaranai, Advantage, good state, favourable to health.

சலங்கு salangu, A boat in use on the Coromandel coast.

சலசலக்கிறது salasalakkirathu, v. i. To rustle, to make a rustling noise—as trees in a wood, to murmer—as water in a brook; சலசலப்பு salasalappu, A rustling noise.

சலம் jalam, s. Water. 2. Urine; சலப்பிரவாகம் jalappravágam, An overflowing of water; சலப்பிரளயம் jalappralayam, An inundation, a deluge; சலதாரை jalatárai, A drain, a water-course; சலதோஷம் jaladósham, A cold, rheum, or catarrh.

சலவை salavai, s. A kind of dropsy. 2. Washing or cleansing cloth. 3. A mark used in counting; சலவைக்கல் salavaikkal, A washing stone; சலவைக்குப் போடுகிறது salavaikkup pódugirathu, To give out clothes to be washed.

சலாபம் salápam, s. The pearl fishery; சலாபங்குளிக்கிறது salápam kulikkirathu. To dive after pearls; சலாபத்துறை salápatturai, The coast of the pearl-fishery.

சலாகை salágai, s. A spear. 2. A surgeon's probe; சலாகையேற்றுகிறது salágai yérrugirathu, To probe a wound.

சலாம் salám, s. Peace, a word of salutation.

சலிக்கிறது salikkirathu, v. t. To be wearied, agitated, vexed; சலிப்பு salippu. Disgust, displeasure, weariness.

சல்லடம் salladam, s. A kind of short drawers.

சல்லடை challadai, s. A large sieve, a crible; சல்லடைக்கொப்பு challadaikkoppu, An ornament worn by women in the ears.

சல்லா callá, s. Muslin, any cloth without a border.

சல்லாபம் sallápam, s. A dialogue.

சல்லி challi, s. Broken bricks, tiles, stones, &c. 2. Tassels.

சல்லியம் challiyam, s. Trouble, vexation.

சவங்குகிறது chavankugirathu, v. i. To fail or decline in strength from labour, &c.

சவடி, சவளி savadi, savali, s. The collar-bone. 2. A kind of necklace for women resting on the shoulders.

சவதரிக்கிறது chavatharikkirathu, v. t. To acquire, provide, procure.

சவம் savam, s. A corpse.

சவரம் savaram, s. Shaving; சவரக்கத்தி savarakkatti, A razor; சவரம்பண்ணுகிறது savarampannugirathu, To shave another.

சவலை savalai, s. Thinness, leanness, weakness; சவலைநெஞ்சம் savalainenjam, A weak mind; சவலைபோகிறது savalaipógirathu, To grow lean from want of milk; சவலைப்பிள்ளை savalaippillai, A sucking child growing lean by the mother's being pregnant.

சவளி savali, s. Cloth, or stuff of any kind; சவளிக்கடை savalikkadai, A mercer's shop; சவளிக்கடைக்காரன் savalikkadaikkáran, A mercer, or draper.

சவளுகிறது savalugirathu, v. i. To be flexible, to bend—as a sword, &c.

சவட்டுகிறது savattugirathu, v. t. To kick, tread upon. 2. To destroy. 3. To make flexible. 4. To chew, grind with the teeth.

சவாது savàthu, s. A copy. 2. Civet; சவாதுபூனை savàthupúnai, A civet cat.

சவாரி savári, *s.* A conveyance, a promenade, a drive, an airing.

சவிஸ்தாரம் chavistáram, *s.* Exten , largeness.

சவுக்கம், சதுக்கம் chavukkam, chathukkam, *s.* A square.

சவுக்காரம் savukkáram, (*prop.* சவர்க்காரம் savarkkáram), *s.* Soap.

சவுகியம் savukkiyam, *See* சௌக்கியம் saukyam.

சவுக்கு chavukku, *s.* A whip; சவுக்காலுரிக்கிறது chavukkál urikkiṛathu, To strip off the skin by lashing.

சவுக்கை chavukkai, A toll-office.

சவுடோல் chavuḍól, *s.* A chair, or howdah placed on an elephant.

சவுத்து chavuttu, *s.* A pattern; சவுத்தாய்க் கட்டுகிறது chavuttáyk kaṭṭugiṛathu, To build in a beautiful manner.

சவ்வீரம் chavvíram, *s.* Sublimate mercury.

சவ்வு chavvu, *s.* Sago. 2. The caul or omentum; சவ்வாயிருக்கிறது chavváy irukkiṛathu, To be tough.

சழக்கு chaḷakku, *s.* Fault. 2. Crash, a word expressing the noise of a thing falling.

சழிகிறது chaḷigiṛathu, *v. i.* To grow wrinkled, or furrowed upon the skin or face, to become decayed by age.

சளசளவென்கிறது chaḷachaḷavengiṛathu, *v. i.* To sound like drops of rain.

சளி chaḷi, *s.* The mucus of the nose.

சளுக்கு chaḷukku, *s.* Pride, haughtiness, vanity; சளுக்கன் chaḷukkan, A vain, or self-conceited man; வாய்ச்சளுக்கு váych chaḷukku, A boast, a proud speech.

சள்ளை chaḷḷai, *s.* Intricacy, perplexity, confusion; சள்ளையாய்க்கிடக்கிறது chaḷḷaiyáykkiḍakkiṛathu, To remain entangled, to be involved; சள்ளையைத்தீர்த்துப்போடுகிறது chaḷḷaiyaittírttuppóḍugiṛathu, To disentangle, wind up an account.

சறுக்குகிறது saṛukkugiṛathu, *v. i.* To slide, trip, err; சறுக்கலாயிருக்கிறது saṛukkaláyirukkiṛathu, To be slippery; சறுக்கிவிழுகிறது saṛukkiviḷugiṛathu, To stumble and fall.

சற் sat, A particle signifying good, right &c.; சற்கருமம் satkarumam, A good deed or work; சற்குணம் satguṇam, A good disposition; சற்குரு satguru, A good spiritual guide; சற்சனன் satchanan, A good man.

சற்று saṛṛu, *s. a.* A little; சற்றுங்கொடான் saṛṛum koḍán, He will give nothing; சற்றுப்போது saṛṛuppothu, A little while; சற்றுநேரம்பொறு saṛṛunéramporu, Wait a little while; சற்றேறக்குறைய saṛṛu érakkuṛaiya, About.

சனி sani, *s.* The planet Saturn. 2. Saturday; சனிக்கிழமை sanikkiḷamai, Saturday; சனிமூலை sanimúlai, Northeast; சனியன் saniyan, One of an evil disposition, or governed by an evil genius.

சனிக்கிறது janikkiṛathu, *v. i.* To be born.

சனம் janam, *s.* People. 2. Relation: சனசதளம் janasataḷam, A crowd of people, a multitude, a host; சனத்தான் janattán, A relative, a clansman.

சனனம் jananam, *s.* Birth; சனனகாலம் jananakálam, The time of birth; சனனமரணம் jananamaraṇam, Birth and death; சனனமெடுக்கிறது jananameḍukkiṛathu, To be born.

சன்மம் janmam, *s.* Birth; சன்மபாஷை janmabháshai, Mother language; சன்மபூமி janmabhúmi, One's native country; சன்மப்பகை janmappagai, Hereditary hatred; சன்மதினம் janmatinam, Birthday.

சன்னதம் sannatham, s. possession by a good or evil spirit, oracular fury. 2. Oracular words uttered during such a possession; சன்னதக்காரன் sannathakkáran, One who utters oracles; சன்னத மாடுகிறவன் sannatham áḍugiṛavan, One agitated by such possession; சன்னதமே றுகிறது sannathaméṛugiṛathu, To become possessed.

சன்னம் sannam, s. Smallness, minuteness. 2. Fineness, thinness; சன்னக்காரை sannakkáraí, Fine plaster.

சன்னல் jannal, s. A window; சன்னல்பின் னல் jannalpinnal, Lattice work: *(Met.)* Intricacy.

சன்னி janni, s. A kind of paralysis originating from cold convulsions; சன்னிவா தசுரம் jannivátha juram, A fever connected with convulsive fits.

சன்னிதானம் sannidánam, *See* சந்நிதானம் sannidánam.

சன்னை channai. s. A nod, motion of the head, or hand, gesture.

சா

சா chá. death; சாப்பிள்ளை cháppillai, A still-born child; சாமூஞ்சி chámúñji. A deadly pale face; சாக்காடு chákkáḍu, Death; சாக்குருவி chákkuruvi. A screech-owl. or species of night-bird.

சாகிறது chágiṛathu, v. i. To die; சாகாமை chágámai, Immortality சாகாவரம் chágávaram, The gift of immortality; சாங் காலம் chánkálam, The time of death; சாந்தனையும் chántanaiyum, Till death; சாவு chávu, Death.

சாகை jágai, s. A place, station where travellers make a short stay.

சாக்கடை chákkaḍai, s. a drain.

ஜாக்கிரதை jákkrathai, s. Vigilance, diligence; ஜாக்கிரதைப்படுகிறது jákkrathaip-paḍugiṛathu, To take care, to be diligent, to take pains.

சாக்கு chákku, s. A pretext, palliation, fals excuse; சாக்கிடுகிறது sákkiḍugiṛathu, To shift the blame, or make a false excuse.

சாக்கு sakku, s. A sack, bag, pocket.

சாங்கம் sáṅkam, s. All the members; சாங் கோபாங்கமாய் sáṅkópáṅgamáy, Perfectly, entirely.

சாசனம் sásanam, s. An order. 2. A royal grant, a writing or deed; தங்கசாசனம் taṅgasásanam, A deed inscribed in gold.

சாசுவதம் sásuvatam. s. Duration.

சாஷ்டாங்கம் sáshṭáṅgam, Prostration, an act of obeisance; சாஷ்டாங்கமாய்விழுகி றது sáshṭáṅgamáy viḻugiṛathu. To prostrate one's self, to fall down in adoration.

சாடி jáḍi, s. A jar.

சாடிக்கிறது jáḍikkiṛathu, v. t. To crush, bruise. 2. To reprove.

சாடுகிறது jáḍugiṛathu, v. t. To rock, shake. 2. To rush on and beat one. 3. To reprove by speaking. 4. To be bent to and fro.

சாடுகிறது jáḍugiṛathu. v. i. To shake, stagger; பட்டம்வாலுக்குச்சாடுகிறது paṭṭamválukku jáḍugiṛathu, The paper-kite is unsteady, wanting balance.

சாடை jáḍai, s. A gesture, a wink, a hint. 2. A slight or faint notice; சாடைகாட்டு கிறது jáḍaikáṭṭugiṛathu, To convey an intimation; சாடையாய்க்கேட்கிறது jáḍaiyáyk kéḍkiṛathu, To hear a thing without seeming to do so. 2. To intimate a wish in a circuitous manner; சாடையாய்

விலகுகிறது jáḍaiyáy vilakugiṛathu, To withdraw privily.

சாட்சாது sákshát, *ad.* In presence, in sight, directly.

சாட்சி sákshi, *s.* One who gives testimony, an eye-witness. 2. Testimony, evidence; அந்தக்கரணசாட்சி antakkaraṇasákshi. The conscience; சாட்சிகேட்கிறது sákshi kéḍkiṛathu, To hear evidence; சாட்சிவிடுகிறது sákshiviḍugiṛathu, To produce evidence.

சாட்டி játṭi, *s.* A whip. 2. A rope or cord for spinning a top; சாட்டியால்மழுக்குகிறது játṭiyál maḷukkugiṛathu, To scourge.

சாட்டுகிறது cháṭṭugiṛathu, *v. t.* To transfer a debt; a charge, a business, to another; அவன்சாட்டாய்வரவேண்டும் avanchát-ṭáyvaravéṇḍum, It must be done by his mediation.

சாட்டை cháṭṭai, *s.* whip-cord, a whip, a scourge.

சாட்டைக்கூடை sáṭṭaikkúḍai, *s.* a large basket.

சாணம் cháṇam, *s.* Cow-dung. 2. Whet-stone.

சாணான் sáṇán, (*Fem.* சாணாத்தி sáṇátit), A sharna.

சாணி cháṇi, *s.* Horse-dung; சாணிதட்டுகிறது cháṇi taṭṭugiṛathu, To make cow-dung into cakes for fuel; சாணிதெளிக்கிறது cháṇi teḷikkiṛathu, To sprinkle the floor with macerated cow-dung; சாணிபோடுகிறது sáṇipóḍugiṛathu, To drop dung. 2. To sprinkle cow-dung water.

சாணை cháṇai, *s.* A whet-stone; சாணைபிடிக்கிறது cháṇai piḍikkiṛathu, To grind a knife, razor, sword. 2. To cut and polish gems.

சாண் jáṇ, *s.* A measure—span; சாண்வயிறு jáṇvayiṛu, The abdomen a span long.

சாதகம் játagam, *s.* Horoscope, nativity. 2. Natural disposition; அவனுடையசாதகமப்படியிருக்கின்றது avanuḍaiyajátakam-appaḍi irukkinṛathu, Such is his nature. 2. Habit, ability; சாதகக்குறிப்பு játhakak-kuṛippu, A memorandum of the time of birth.

சாதம் sádam, *s.* Boiled rice; உண்டைச்சாதம் uṇḍaichchádam, Rice boiled and formed into balls.

சாதனம் sádhanam, *s.* Matter, instrument, means. 2. (*For* சாசனம் sásanam,) A deed, an instrument.

சாதனை sádnanai, *s.* Resistance, or opposition from hatred. 2. Skill in performing different arts,—as dancing, playing, fencing, &c.; சாதனைசெய்கிறது sáthanai-cheigiṛathu, To practise, or exercise such arts.

சாதா sádá, *s.* A plain work, not figured or carved; சாதாக்கம்மல் sádákkammal, plain ear-ring of gold.

சாதாரணம் sádháraṇam, *s.* Any thing common, generic, vulgar, mean; சாதாரணமாய்ப்போ sádháraṇámáyppó, Go where you please.

சாதி játi, *s.* Class of men or beasts. 2. Tribe. 3. Kind, race; சாதிக்குதிரை játik-kuthiṛai, A blood-horse; சாதிச்சரக்கு já-tichcharakku, A superior kind of merchandise; சாதிமானம் játimánam, Sympathy, or fellow-feeling in a tribe.

சாதிபத்திரி játipattiri, *s.* Mace, or the oily membranous pulp which covers the nutmeg.

சாதிலிங்கம் játilingam, Vermilion, red-paint, factitious cinnabar, made of mercury and brimstone; சாதிலிங்கம் இழைக்கிறது játilingam iḷakkiṛathu, To rub vermilion.

சாதிக்கிறது sáthikkiṛathu, v. t. To succeed by dint of perseverance. 2. To conquer, overcome. 3. To insist upon, confirm; காரியஞ்சாதிக்கிறது káriyam sáthikkiṛathu, To effect a thing by perseverance.

சதிலிங்கம் játiliṅgam, s. Vermilion.

சாது sádhu, s. An excellent person. 2. Mildness, clemency, gentleness, tameness; சாதுவாக sádhuvága, Gently, patiently; சாதுவானமிருகம் sádhuvánamirugam, A tame animal.

சாதுரியம் sádhuryam, s. See சதுர் sadhur.

சாத்தியம் sádhyam, s. That which is practicable; சாத்தியரோகம் sádhyaróham, A curable disease.

சாத்திரம், சாஸ்திரம் sáttiram, sástiram, s. Art, science, doctrine, a treatise on art, science, &c. 2. Sooth-saying, divination, sorcery.

சாத்துகிறது sáttugiṛathu, v. t. To inflict, strike with a whip, beat a drum. 2. To besmear, to put on the forehead different marks. 3. To place against a wall, &c. 4. To shut a door, &c. 5. To put vestments, or garlands about an idol; சாத்து நாற்று sáttunáṛṛu, young plants substituted for others withered.

சாந்தம் sántam, s. Calmness, tranquillity, meekness, mildness; சாந்தம்பண்ணுகிறது sántampaṇṇugiṛathu, To mitigate.

சாந்தி sánti, s. Meekness, mitigation.

சாந்து sántu, s. The pollen in the anther of a flower. 2. Mortar, or cement. 3. A Compound ointment; சாந்துபூசுகிறது sántupúsugiṛathu, To plaster; சாந்துப்பொட்டு sántuppoṭṭu, A spot of a dark color put on the forehead; மயிர்ச்சாந்து mayirchchántu, A fragrant unguent, used by women for their hair.

சாபத்திரி jápattri s. Mace.

சாபம் sápam, s. A curse.

சாபிதா zápita, s. Index, list, specification, inventory, schedule; சாபிதாப்படிக்கு zápitáppaḍikku, According to the specification, or list.

சாப்பிடுகிறது sáppiḍugiṛathu, v. t. To take food, to eat. 2. To drink; சாப்பாடு sáppáḍu, A meal.

சாமக்கிரி sámagiri, s. Provisions.

சாமந்தி sámanti, s. A garden flower—Chrysantheum Indicum.

சாமம் sámam, s. Conciliation—one of the four political expedients for accomplishing a purpose, to obtain a thing. 2 Three hours—a watch; சாமக் காவற்காரன் sámakkávaṛkáran, A watchman; சாமக் கோழி sámakkóḻi, A cock, as indicator of the midnight watch.

சாமரை chámarai, s. A flap or fan of the white hairs of a kind of deer; சாமரைவீசுகிறது—போடுகிறது chámaraivísugiṛathu, póḍugiṛathu, To fan with it.

சாமர்த்தியம் sámartyam, s. Dexterity, skill. 2. Capacity, power; சாமர்த்தியன் sámartyan, A clever man.

சாமானியம் sámányam, s. That which is common, frequent, general; சாமானியன் sámányan, A common man, one who does not distinguish himself from others.

சாமான், சாமான்கள் sámán sámánkal, s. Goods, things, stuff, movables furniture, apparatus, materials for building; பேவார்சு சாமான் pévársu sámán, Unclaimed property—a law phrase, derived from the Persian.

சாமி, சுவாமி sámi, swámi, s. A master, lord, a king. 2. God. 3. A spiritual preceptor; சாமித்துரோகம் sámitturóham, Treachery, unfaithfulness to a superior.

சாமீன் zámín, *s.* Security; நபர்சாமீன் nabarzámín, Personal security; ரொக்க சாமீன் rokkazámín, Security in money.

சாமுத்திரிகை sámudrikai, *s.* Chiromancy or palmistry, physiognomy, interpretation of moles, or marks on the body.

சாமை sámai, *s.* A kind of grain—Panicum.

சாம்பல் sámbal, *s.* Ashes; சாம்பலாண்டி sámbaiáṇḍi, A mendicant smeared with ashes; சாம்பல் வர்ணம் sámbalvarṇnam, Ash-colour.

சாம்பான் sámpán, *s.* An honorary appellation of the Pariah tribe.

சாம்பிராணி sámbráṇi, *s.* A fragrant gum, benjamin, or benzoin; சாம்பிராணித்தூபம் sámbráṇittúbam, Incense; சாம்பிராணிபோடுகிறது sámbráṇipóḍugiṛathu, To burn, or offer incense; சாம்பிராணிவத்தி sámbráṇivatti, A fragrant taper, or candle.

சாம்பு sámbu, *s.* A piece containing several cloths, or handkerchiefs; உருமாலைச்சாம்பு urumálaichchámbu, Handkerchiefs in the piece; சாம்புநெய்கிறது, sámbuneygiṛathu, To weave such pieces of cloth.

சாம்புகிறது sámbugiṛathu, *v. t.* To pump.

சாயம் sáyam, *s.* Evening; சாயங்காலம் sáyaṅkálam, Eventide.

சாயம் cháyam, *s.* A die or color; இளஞ்சாயம் iḷañcháyam, A faint die; எண்ணெய்ச்சாயம் eṇṇeychcháyam, An oil colour; காரச்சாயம் kárachcháyam, A compound color for dying; சாயக்காரன் cháyakkáran, A dier; சாயச்சால் cháyachchál, A vat for dying; சாயந்திருகிறது cháyantirugiṛathu, To die; சாயந்தோய்க்கிறது cháyantóykkiṛathu, To dip in the die; சாய்வேர் cháyavér, A root used for dying red.

சாயல் cháyal, *s.* Beauty, 2. Image likeness. 3. Appearance.

சாயை cháyai, *s.* Shade.

சாய்கிறது cháygiṛathu, *v. i.* To bend, incline, lean, hang downward. 2. To lie upon, rest against. 3. To be defeated. 4. To happen, succeed; உன்னுடைய பிரயாணம் எப்பொழுதுசாயும் unnuḍaíya prayáṇam eppoḻuthucháyum, When will you go on your journey? நான் செய்யும் காரியஞ்சாயுமா nán cheyyum káriyam cháyumá, Will that which I am doing succeed?

சாய்க்கிறது cháykkiṛathu, *v. t.* To incline or bend a thing; செவியைச்சாய்க்கிறது cheviyaich cháykkiṛathu, To incline the ear; சாய்ப்பு cháyppu, Declivity, slope. 2. Eaves, sloping, added to a house; கண்சாய்ப்பு kaṇcháyppu, Connivance; சாய்வு cháyvu, A slope, declivity.

சாரதி sárathi, A charioteer, coachman.

சாரம் sáram, *s.* Juice; பூசாரம் bhúsáram, The fatness of the earth. 2. Savour, sweetness. 3. Scaffolding.

சாரல் cháral, *s.* A drizzly and cold wind. 2. The declivity of a hill.

சாராயம் sáráyam, *s.* Distilled liquor; கள்ளுச்சாராயம் kaḷḷuchcháráyam, Distilled spirit from palm-tree, sap.

சாரி chári, *s.* A walk; சாரிபுறப்படுகிறது cháripuṛappaḍugiṛathu, To take a walk; வலசாரி valachári, Turning to the right; இடசாரி iḍachári, Turning to the left.

சாரீரம் sáríram, *s.* A melodious voice, a modulated sound, or melody; சாரீரக்காரன் sárírakkáran, One having a sweet voice; சாரீரம்நன்றாயிருக்கிறது sáriram nanṛáy irukkiṛathu, The voice is melodious.

சாரை, சாரைப்பாம்பு, chárai, cháraippámbu, *s.* A kind of snake of a greenish colour, and the male of the cobra Capella ; வெண்சாரை veṇchárai, Another kind of snake of a white colour.

சார்கிறது chárgiṛathu, *v. i.* To draw near, cleave to. 2. To be of one's party. 3. To lean, incline, rest against or upon. 4. To rest, rely upon, depend ; சார்ந்தோர் chárntór, Relations.

சார்வதா sárvadá, Always.

சாலம் jálam, *s.* A feigned promise, purposed delay ; சாலம்பண்ணுகிறது jálam paṇṇugiṛathu, To make a false promise, without having a mind to fulfil it. 2. To protract, delay.

சாலியன் sáliyan, *s.* A particular tribe of weavers.

சாலேசரம் sálésaram, *s.* Imperfect vision.

சாலை sálai, *s.* A house, large room in a house, hall : அறச்சாலை, தருமசாலை aṛachchálai, dharmasálai, An almshouse ; ஆயுதசாலை áyuthasálai, An arsenal ; கல்விச்சாலை kalvichchálai, A college or seminary ; குதிரைச்சாலை kuthiraichchálai, Horse stable, or lines ; சிறைச்சாலை chiṛaichchálai, A prison ; தங்கசாலை tangasálai, A mint ; பண்டகசாலை paṇḍagasálai, A storehouse of grain, or other eatables ; பர்ன்னசாலை parnnasálai, A hermitage ; யாகசாலை yágasálai, A place of sacrifice. 2. An avenue, alley ; சாலைவைக்கிறது sálai vaikkiṛathu, To plant an avenue.

சால் sál, *s.* A large vessel in which water is kept, water-pot, a jar. 2. A furrow made by the plough ; இருப்புச்சால் iruppuchchál, An iron bucket ; இறைசால் iṛaisál, A well-bucket ; ஏற்றச்சால் éṛṛachchál, A large iron bucket for a picota, or wellsweep; கைச்சால் kaichchál, A hand-bucket ; மண்சால் maṇsál, An earthen water-pot ; வண்ணான்சால் vaṇṇánsál, A large water-pot used by washermen.

சால்வை sálvai, *s.* A shawl, especially a Cashmere shawl ; சால்வைக்குட்டை sálvaik kuttai, A shawl-handkerchief.

சாவகாசம் sávahásam, *s.* Leisure, opportunity.

சாவடி chávaḍi, *s.* A choultry.

சாவட்டை chávaṭṭai, *See* சாவி chávi.

சாவணம் sávaṇam, *s.* Small pincers—used by goldsmiths.

சாவதானம் sávadhánam, *s.* Cautiousness, circumspection, attention; சாவதானமாய் நடக்கிறது sávadhánamáy naḍakkiṛathu, To walk circumspectly, carefully.

சாவல், சேவல் chával, chéval, *s.* A cock, the male of birds in general ; சாவல் கூவுகிறது Chával kúvugiṛathu, The cock crows ; சாவல்முள்ளு chával muḷḷu, A cock's spur.

சாவாசம் sávásam, *prop.* சகவாசம் sahavásam, *s.* Company, familiarity ; சற்சன சாவாசம் saṛjana sávásam, Companionship with the good ; துற்சன சாவாசம் duṛjana sávásam, Companionship with the wicked.

சாவி chávi, *s.* A blasted stalk or withered corn.

சாவி sávi, *s.* A key.

சாளேசரம் sáḷésaram, *s. See* சாலேசரம் sálésaram.

சாறு sáṛu, *s.* Palm-juice mixed with chunam. 2. Broth. 3. Juice of plants or fruits, sap oozing out of trees ; பருப்புச்சாறு paruppuchcháṛu, Broth from peas ; பனஞ்சாறு panañcháru, Palmyra-juice ; மிளகுசாறு miḷagusáṛu, Pepper-water.

சிகப்பு, chigappu, *See* சிவப்பு chívappu.

சிகரம் siharam, *s.* A mountain peak, summit, pinnacle.

சிகை sikai, *s.* A tuft of hair on the head.

சிக்கனம் sikkanam, *s.* Tenacity, avarice; சிக்கனமாயிருக்கிறது sikkanamáy irukkiṛathu, To be tenacious, to be niggardly.

சிக்கு chikku, *s.* Intricacy, enthralment; சிக்கறுக்கிறது chikkaṛukkiṛathu, To disentangle, extricate, put a stop to an embroiled affair; சிக்குவாரி chikkuvári, A comb.

சிக்குகிறது chikkugiṛathu, *v. i.* To become entangled or ensnared. 2. To be caught, imprisoned. 3. To be found.

சிங்கம் siṅgam, *s.* A lion; சிங்கக்குட்டி siṅgakkuṭṭi, A lion's whelp; சிங்கப்பல் siṅgappal, A snag-tooth; சிங்காசனம் siṅgásanam, A throne.

சிங்களம் siṅgaḷam, *s.* A country. 2. One of the 18 languages; சிங்களசாதி siṅgaḷajáti, The Cingalese people; சிங்களன் siṅgaḷan, A Cingalese, a native of South Ceylon.

சிங்காரம் siṅgáram, *s.* Ornamentation சிங்காரக்காரன் siṅgárakkáran, One fond of dress, a fop, a beau; சிங்காரத்தோட்டம், siṅgárattóṭṭam, An ornamental garden, a pleasure-garden சிங்காரத்தோப்பு siṅgárattóppu, A pleasant grove; சிங்காரப்பேச்சு siṅgárappéchchu, Fine talk, ornamental speech; சிங்காரம்பண்ணுகிறது siṅgáram paṇṇugiṛathu, To adorn.

சிங்காரிக்கிறது siṅgárikkiṛathu, *v. t.* To adorn, or decorate.

சிங்கியடிக்கிறது siṅgiyaḍikkiṛathu, *v. t.* To clap the sides with the elbows—a certain play or sport.

சிசு sisu, *s.* An infant, also the young of beasts or birds; சிசுவதை sisuvathai, சிசுவத்தி sisuvatti, Infanticide.

சிச்சிலி chichchili, *s.* A king-fisher.

சிச்சிலுப்பை chichchiluppai, *s.* A kind of eruptions, or small pustules; வைசூரி vaisúri.

சிச்சீ chichchí, *inter.* Fie, for shame, an expression of scorn or contempt.

சிக்ஷிக்கிறது sikshikkiṛathu, *v. t.* To teach, instruct. 2. To discipline, punish.

சிக்ஷை sikshai, *s.* Instruction. 2. Discipline.

சிஷ்டி srishṭi, *s.* Creation, creature.

சிஷ்டிகர் srishṭikar, *s.* The creator.

சிட்டு chiṭṭu, *s.* Little, small part. 2. A small bird; மாம்பழச்சிட்டு mámpaḷachchiṭṭu, A species of it.

சிணுக்கு chiṇukku, *s.* A pinch, slight pressure. 2. (*Met.*) Provocation.

சிணுக்குகிறது chiṇukkugiṛathu, *v. t.* To pinch; சிணுக்கிவிடுகிறது chiṇukkiviḍugiṛathu, To excite a quarrel.

சிணுங்குகிறது chiṇuṅkugiṛathu, *v. i.* To repine, to be discontented.

சிதடு chithaḍu, *s.* Simplicity, silliness; சிதடன் chithaḍan, An ignorant man.

சிதறுகிறது chithaṛugiṛathu, *v. t.* To disperse, scatter. 2. *v. i.* To be poured out, to be dispersed. 3. To wander, to ramble about, to go astray. 4. (*Met*) To be fruitless, to be unprofitable; சிதறடிக்கிறது chithaṛaḍikkiṛathu, To scatter, dissipate, break in pieces.

சிதைகிறது chithaigiṛathu, *v. i.* To be destroyed, to perish, to be brought to nothing; சிதைவு chithaivu, Destruction.

சிதைக்கிறது chithaikkiṛathu, *v. t.* To destroy.

சித்தம் chittam, *s.* The mind. 2. The will ; சித்தசலனம் chittachalanam, Instability of mind ; சித்தப்பிரமை chittabhramai, Confusion, or distraction of mind ; சித்தமாகிறது chittamágiṛathu, To will, desire ; சித்தமிரங்குகிறது chittamiraṅkugiṛathu, To concede, yield, agree ; திடச்சித்தம் tiḍachchittam, A firm mind.

சித்தாந்தம் siddhántam, *s.* Determination, result, satisfaction, certainty. 2. Religious profession or worship.

சித்தி siddhi, *s.* Heavenly bliss, beatitude. 2. Success, happiness. 3. A miraculous gift; காரியசித்தி káriyasiddhi, Successful procedure.

சித்திக்கிறது sittikkiṛathu, *v. t.* To prosper.

சித்திரம் chitram, *s.* An admirable or wonderful thing. 2. A picture, an image, a piece of carved work ; சித்திரகூடம் chitrakúḍam, A room adorned with pictures ; சித்திரக்குள்ளன் chitrakkuḷḷan, a dwarf ; சித்திரத்தையல் chitrattaiyal, Fancy needle-work, embroidery ; சித்திரந்தீர்ந்தகல் chittiram tírntakal, Stone, or rock, having on it carved figures; சித்திரப்பிரதிமை chittirap pradimai, A statue, doll.

சித்திரிக்கிறது chittirikkiṛathu, *v. t.* To carve, paint.

சித்திரை chittirai, *s.* The month of April which is the first of the Hindu year.

சித்து chittu, *s.* Understanding, intellect, wisdom. 2. Optical illusions, the performance of great and illustrious men, possessing miraculous gifts. 3. Legerdemain, sleight of hand; சித்துவித்தை chittuviddhai, The art of legerdemain.

சிநேகம் snéham, *s.* *See* சினேகம் snéham.

சிந்தனை chintanai, *s.* Thought, reflection, feeling. 2. Care, anxiety, concern ; சிந்தனையாயிருக்கிறது chintanaiyáyirukkiṛathu, To be anxious, to be concerned.

சிந்தாத்திரை chintáttirai, *s.* A successful journey, voyage.

சிந்தாமணி chintámaṇi, *s.* A fabulous gem, supposed to yield its possessor whatever may be required.

சிந்திக்கிறது chintikkiṛathu, *v. t.* To think, reflect, consider ; சிந்தித்துப்பார்க்கிறது chintittup párkkiṛathu, To ponder, deliberate.

சிந்துகிறது chintugiṛathu, *v. t.* To spill, shed.

சிந்துகிறது chintugiṛathu, *v. i.* To be spilled, shed ; சிந்துண்டுபோகிறது chintuṇḍupógiṛathu, To be ruined, spoiled.

சிந்தூரம் sindúram, *s.* The colour red, vermilion.

சிந்தை chintai, *s.* Mind, intention, reflection, consideration. 2. Design, object in view. 3. Vexation, anxiety ; சிந்தைகெட்டுப்போகிறது chintaikeṭṭuppógiṛathu, To be disordered, depraved in mind; சிந்தையில்வைக்கிறது chintaiyil vaikkiṛathu, To keep in mind.

சிபாரிசு sipárisu, *s.* Recommendation, a letter of recommendation.

சிப்பம் sippam, *s.* A parcel, bale, bundle ; சிப்பங்கட்டுகிறது sippaṅkaṭṭugiṛathu, To bind up cloth in a bundle.

சிப்பி chippi, *s.* A little shell, a bivalved shell; சிப்பிமுத்து chippimuttu, A pearl which is not grown to perfection: *opp.* to ஆணிமுத்து áṇimuttu, A full grown pearl. 2. An artificial pearl; சீப்புச்சிப்பி chíppuchchippi, A shell formed like a comb; முத்துச்சிப்பி muttuchchippi, Mother of pearl.

சிமாளம் simáḷam, *s.* Mirth, gaiety, sport; சிமாளம்போட்டுப் பாய்கிறது, சிமாளிக்கிறது simáḷampóṭṭup páygiṛathu, simáḷikkiṛathu, To leap for joy.

சிமிட்டு chimiṭṭu, *s.* The twinkling of the eyes.

சிமிட்டுகிறது chimiṭṭugiṛathu, *v. i.* To twinkle the eyes; சிமிட்டுக்கண் chimiṭṭukkaṇ, Twinkling eyes.

சிமிண்டுகிறது chimiṇḍugiṛathu, *v. t.* To touch with the finger, pluck, pinch, tickle; சிமிண்டிக்காட்டுகிறது chimiṇḍikkáṭṭugiṛathu, To pull one, and point with the finger.

சிமிழ் chimiḷ, *s.* A small box; தந்தச்சிமிழ் tantachchimiḷ, A small ivory box; மரச்சிமிழ் marachchimiḷ, A small wooden box; மூக்குத்தூட்சிமிழ் múkkuttúḍchimiḷ, A snuff-box.

சிரங்கு chirangu, *s.* Itch, scab; ஆனைச்சிரங்கு ánaichchirangu, A kind of itch with large blotches; சொறிசிரங்கு choṛichirangu, A severe kind of itch; நமுட்டுச்சிரங்கு namuṭṭuchchirangu. Prickly heat.

சிரசு sirasu, The head.

சிரஸ்தா sirastá, *s.* A chief, leader. 2. A head secretary, head accountant in native courts.

சிரஞ்சீவி sirañjívi, *s.* A long-lived person.

சிரட்டை chiraṭṭai, *s.* The shell of the fruit of the palmyra tree.

சிரத்தை sraddhai, Fidelity, love. 2. Respect, faith.

சிரமம் sramam, *s.* Effort, fatigue. 2. Fencing, military exercise.

சிரம் siram, *s.* The head; சிரக்கம்பம் sirakkambam, A nod. 2. A paralytic tremor of the head.

சிராய் siráy, *s.* A splinter, a carpenter's chip; சிராய் அருகுகிறது siráy arukugiṛathu, The splinter causes pain.

சிரிக்கிறது chirikkiṛathu, *v. t.* To laugh, to laugh at; சிரித்துவிளையாடுகிறது chirittu viḷaiyáḍugiṛathu, To jest and play; சிரிப்பாணி chirippáṇi, Derision, ridicule; புன்சிரிப்பு punchirippu, A smile.

சிரேஷ்டம் sréshṭam, *s.* Excellence, preeminence; சிரேஷ்டபுத்திரன் sréshṭaputran, The first-born son.

சிரைக்கிறது chiraikkiṛathu, *v. t.* To shave; சிரையன் chiraiyan, A barber.

சில sila, *a.* Some; சிலசில silasila, some, a few.

சிலந்தி silanti, *s.* An ulcer, venereal ulcers; நரம்புச்சிலந்தி narambuchchilanti, The tape-worm ulcer.

சிலந்தி, சிலந்திப்பூச்சி, silanti, silantippúchchi, *s.* A spider; சிலந்திநூல் silantinúl, A cobweb; சிலந்திப்பூச்சிக்கூடு silantippúchchikkúḍu, The nest of a spider.

சிலம்பம் silambam, *s.* Fencing; சிலம்பக்காரன் silambakkáran, A fencer; சிலம்பக்கூடம் silambakkúḍam, A fencing school; சிலம்பம்பண்ணுகிறது silambam paṇṇugiṛathu, To fence; சிலம்பம் பழகுகிறது silambam paḷakugiṛathu, To practise fencing.

சிலம்பி silambi, *s.* A spider.

சிலாக்கியம் silágyam, *s.* Praiseworthiness, venerableness, respectableness.

சிலாசத்து silájat, *s.* A kind of mineral supposed to ooze from mountains, also bitumen; கர்ப்பூரசிலாசத்து karppúra silájat, A beautiful, crystallized, foliated gypsum—used as a caustic in medicine.

சிலாம்பு silámbu, *s.* A splinter. 2. A scale, fish-scale; சிலாம்பு தைக்கிறது silámbu taikkiṛathu, To penetrate as a splinter; சிலாம்பேறுகிறது silámpéṛu-giṛathu, To enter as a splinter.

சிலிர்க்கிறது silirkkiṛathu, v. i. To have the hair standing on end; சிலிர்ப்பு silirppu, Horripilation.

சிலீரிடுகிறது, சிலீரென்கிறது silíriḍugiṛathu, silírengiṛathu, v. i. To be benumbed, or deadened from fear or cold, to be chilled.

சிலுகு silugu, s. Mischief, trouble by dispute; சிலுகாயிருக்கிறவழி silugáy irukkiṛavaḻi, An unsafe, intricate road.

சிலுக்கடிக்கிறது chilukkaḍikkiṛathu, v. t. To overboil.

சிலுப்புகிறது chiluppugiṛathu, v. t. To stir curdled milk, &c.

சிலும்புகிறது chilumbugiṛathu, v. i. To jut, stand out; சிலும்பல் chilumbal, Ends of yarn sticking out in woven cloth, &c., the twigs which are sticking out in a basket, unevenness, disorder; சிலும்பலாயிருக்கிறது chilumbaláyirukkiṛathu, To be uneven, to be disordered.

சிலுவை chiluvai, s. A cross; சிலுவைமரத்திலறைகிறது chiluvai marattilaṛaigiṛathu, To crucify; சிலுவைவரைகிறது chiluvai-varaigiṛathu, To make the sign of the cross.

சிலேஷ்மம் siléshmam, s. Phlegm, a phlegmatic temper; சிலேஷ்மநாடி siléshma-náḍi, A low pulse.

சிலேஷை sléshai, s. A figure of rhetoric, a sort of paranomasia, a word or phrase capable of a double interpretation.

சிலை silai, s. A stone. 2. An image, a statue of stone; சிலைவார்க்கிறது silai-várkkiṛathu, To cast a statue, an idol.

சில் chil, s. A circular jewel, worn by women on the crown of the head.

சில்லறை chilíaṛai, s. A little, fewness small matters; சில்லறைக்கடன் chilla-ṛaikkaḍan, A trifling debt. 2. Fractional quantities, odd, change. 3. Trouble, disturbance; கள்ளர்சில்லறையில்லை kaḷ-ḷar chillaṛaiyillai, There is no disturbance from thieves.

சில்லா zillá, s. A district.

சில்லி chilli, s. A small perforation; சில்லிக்காது chillikkáthu, A perforated ear. 2. Small pieces, shivers; சில்லியாக்குகிறது chilliyákkugiṛathu, To break in small pieces, to shiver a pot, &c.

சில்லு chillu, s. A small and round piece of any thing, particularly of potsherds, which children use in play; சில்லுவிளையாட்டு chilluviḷaiyáṭṭu, A play called hop-skotch.

சில்வானம் chilvánam, s. Odd, or more than a round number specified; ஆயிரத்துச்சில்வானம் áyirattuchchilvánam, One thousand and odd.

சிவக்கிறது chivakkiṛathu, v. i. To be red, to become red; சிவந்த chivanta, Reddened.

சிவப்பு chivappu, s. The colour red; இருண்டசிவப்பு irunḍa chivappu, Brown, or red mixed with black.

சிவன் sivan, s. Siva, the third in order of the Hindu Triad; சிவதீக்ஷை sivadíkshai, The initiatory ceremony on entering the Saiva sect.

சிவிகை chivigai, s. A litter, palankeen; சிவிகையான், சிவியான் chivigaiyán, chiviyán, A palankeen bearer.

சிவிங்கி chivingi, s. A kind of leopard used in hunting; சிவிங்கிநாய் chivingináy, A swift hunting dog.

சிள்ளு chiḷḷu, s. The noise of boiling water; சிள்ளுபுள்ளென்று காய்கிறது chiḷḷupuḷḷenṛu káygiṛathu, To bubble as boiling water. (*Met.*) To boil with rage.

சிறகு chiṛagu, *s.* A bird's wing. 2. The fin of a fish. 3. The feather of an arrow. 4. A row or line of houses in a town; சிறகடிக்கிறது chiṛagaḍikkiṛathu, To clap the wings; சிறகடித்துலர்த்துகிறது chiṛagaḍittularttugiṛathu, To clap and dry the wings; சிறகுமுளைக்கிறது chiṛagumuḷaikkiṛathu, to become fledged; சிறகைவிரிக்கிறது chiṛagai virikkiṛathu, To spread the wings.

சிறக்கணிக்கிறது chiṛakkaṇikkiṛathu, *v. t.* To cast a side-look; சிறக்கணிப்பு chiṛakkaṇippu, A side-look.

சிறக்கிறது chiṛakkiṛathu, *v. i.* To be choice, select, peculiar, distinguished; சிறந்த நடக்கை chiṛanta naḍakkai, Exemplary conduct; சிறந்தவன் chiṛantavan, A distinguished person; சிறப்பிக்கிறது chiṛappikkiṛathu, To honour, to adorn, celebrate.

சிறப்பு chiṛappu, *s.* The distinctive feature of a thing. 2. An ornament, magnificence, elegance; வெற்றிசிறக்கிறது veṛṛichiṛakkiṛathu, To triumph.

சிறு chiṛu, *a.* Small, little; சிறிய chiṛiya, Little, small; சிறியதகப்பன் chiṛiyatagappan, A father's younger brother, the husband of a mother's younger sister.

சிறுகுகிறது chiṛugugiṛathu, *v. i.* To decrease, shrink.

சிறுக்குகிறது chiṛukkugiṛathu, *v. t.* To make small, to contract.

சிறுமை chiṛumai, *s.* Smallness, littleness. 2. Poverty. 3. Affliction, distress. 4. Meanness, baseness; சிற்றாள் chiṛṛál, A boy, not yet able to do the full work of a day-labourer; சிறுபருவம் chiṛuparuvam, Youth, nonage.

சிறை chiṛai, *s.* Custody. 2. A prison, jail. 3. A woman; நல்லசிறை nallachiṛai, A handsome woman. 4. A captive, a slave; சிறைக்கோலம் chiṛaikkólam, State of captivity; சிறைச்சோறு chiṛaichchóṛu, Feeding prisoners—one of the 32 acts of charity; சிறைத்தீர்வை chiṛaittírvai, A tax paid for slaves; சிறைநீங்குகிறது chiṛainíṅkugiṛathu, To be released, to be set free from captivity; சிறைப்படுகிறது chiṛaippaḍugiṛathu, To be taken captive, to be imprisoned; சிறைவைக்கிறது chiṛaivaikkiṛathu, To keep in custody or captivity.

சிற்பம் siṛpam, *s.* Any mechanical fine work; சிற்பசாஸ்திரம் siṛpaśástiram, *s.* A treatise on architecture. 2. The arts of sculpture and stone-cutting.

சினக்கிறது chinakkiṛathu, *v. t.* To be angry.

சினம் chinam, *s.* Anger, wrath; சினங்காக்கிறது chinam kákkiṛathu, To restrain anger; சினங்கொள்ளுகிறது chinam koḷḷugiṛathu, To grow angry.

சிநேகம் snéham, *s.* Friendship, goodwill, சிநேகம்பண்ணுகிறது snéham paṇṇugiṛathu, To make friendship; சிநேகி snéhi, *fem.* A friend.

சிநேகிக்கிறது snéhikkiṛathu, *v. t.* To be friendly, to form friendship; சிநேகிதம் snéhitham, Friendship, goodwill.

சினை chinai, *s.* The being with young. 2. Spawn of fish; சினைப்பட்டழிகிறது chinaippaṭṭaḻigiṛathu, To perish by abortion; சினைமாடு chinaimáḍu, A cow in calf.

சினைக்கிறது chinaikkiṛathu, *v. t.* To be with young.

சின்ன chinna, *a.* Little, small; சின்னசாதி chinnajáti, Low caste; சின்னாயி chinnáyi, The mother's younger sister, the wife of the father's younger brother; also a step-mother.

சின்னம் chinnam, s. A sign. 2. Contempt, dishonour; சின்னப்பட்டுப்போகிறது chinnappattuppógirathu, To be dishonoured.

சின்னம் chinnam, s. A piece, a cut, a small particle; சின்னபின்னமாக்குகிறது chinnapinnamákkugirathu, To reduce into small pieces.

சீ

சீ chí, s. Pus, matter, putrid matter discharged from a wound or ulcer; சீக்கொள்ளுகிறது chíkkollugirathu, To suppurate, fester; சீம்பால் chímpál, Biestings.

சீக்கல் chíkkal, s. A whistle; சீக்கலிட்டழைக்கிறது chíkkalittalaikkirathu, To call by whistling; சீக்கல்போடுகிறது chíkkalpódugirathu, To whistle.

சீக்கிரம் síkkiram, s. Haste, swiftness; சீக்கிரப்படுகிறது síkkirappadugirathu, To be in haste.

சீக்கிறது chíkkirathu, v. t. To scratch the ground—as a foul. 2. To sweep; சீத்துப்போடுகிறது chíttuppódugirathu, To sweep away.

சீஷன் síshan, s. A disciple, a pupil.

சீட்டி chítti, s. Chints, painted calico.

சீட்டு chíttu, s. A note, bill, bond, a chit. 2. A lottery ticket; அசல்சீட்டு asalchíttu, An original bond; கள்ளச்சீட்டு kallachchíttu, A forged document; கைச்சீட்டு kaichchíttu, A note of hand; சீட்டுப்போடுகிறது chíttuppódugirathu, To cast lot; சீட்டுவந்தது chíttuvantathu, The lot fell; சீட்டெழுதுகிறது chítteluthugirathu, To write a note; செல்லுச்சீட்டு chelluchchíttu, A receipt; வீட்டுச்சீட்டு víttuchchíttu, Title-deeds of a house.

சீண்டுகிறது chíndugirathu, v. t. To give a sign by pressing with the finger, unobserved by any third party; சீண்டிவிடுகிறது chíndividugirathu, To excite, or stir up by a gesture.

சீதம் sítam, s. coldness. 2. Mucus in excrement; சீதசுரம் sítajuram, A kind of feverish Diarrhœa; சீதபேதி sítabéthi, Sickness from chillness or cold; சீதம்விழுகிறது sítamvilugirathu, To have a slimy flux.

சீதளம் sítalam, s. Coldness, frigidity; சீதளகாலம் sítalakálam, The cold season.

சீதனம் sítanam, s. A gift to a daughter at her marriage; சீதனங்கொடுக்கிறது sítanankodukkirathu, To give a dower.

சீதேவி sídévi, s. The goddess of fortune, or plenty.

சீத்தா, சீத்தாப்பழம் chíttá, chíttáppalam, s. The custard apple-Annona squamosa.

சீந்துகிறது chíntugirathu, v. t. To blow the nose. 2. To sniff, or hiss at one, like a cat, or other feline animal, when incensed.

சீப்பு chíppu, s. A comb. 2. A part of a bunch of plantains, having the form of a comb; சீப்பிட்டுச்சீவுகிறது chíppittuchchívugirathu, To comb; சீப்புக்காய் chíppukkáy, So many unripe plantains as hang together in one cluster.

சீமான் sríman, s. A rich and opulent man, a person of high consideration; சீமாட்டி srímátti, A lady of distinction; சீமானாயிரும் srímánáyirum, May you prosper.

சீமை símai, s. A district, country, kingdom. 2. England as the country of the rulers of British India; சீமைப்பற்று símaipparru, Jurisdiction, territory, seigniory;

சீமையாளுகிறது símaiyáḷugiṟathu, To rein.

சீயக்காய் chíyakkáy, s. The fruit of a shrub—Mimosa abstergens. Its fruit, dried and boiled, serves for cleansing the hair when bathing.

சீரகம் chíragam, s. Cumin; கருஞ்சீரகம் karuñchíragam, Black cumin; செஞ்சீரகம் cheñchíragam, Fine cumin; நற்சீரகம் naṟchíragam, ordinary cumin.

ஜீரணம் jíraṇam, s. Digestion. 2. Decay, going to ruin.

ஜீரணிக்கிறது jíraṇikkiṟathu, v. t. To digest, concoct. 2. To decay.

சீரா sírá, s. A coat of armour, coat of mail; சீராப்போடுகிறது sírappóḍugiṟathu, To put on armour.

சீராட்டுகிறது chíráṭṭugiṟathu, v. t. To fondle a child. to treat well.

சீர் chír, s. Beauty; சீராய் chíráy, Decently, properly, honestly; ஒருகண்டசீராய் orukaṇḍachíráy, Equally, uniformly; சீர்கேடான chírkéḍána, Corrupted, depraved; சீர்ப்படுகிறது chírppaḍugiṟathu, To be recovered, reclaimed, reformed.

சீலம் sílam, s. Quality or property. 2. Good manners.

சீலை chílai, s. A cloth; குளிசீலை kuḷichílai, Waist-cloth; சீலைத்துணி chílaittuṇi, A piece of cloth.

ஜீவம் jívam, s. Life, the sentient soul; ஜீவஜெந்துக்கள் jívajentukkaḷ, Living creatures; ஜீவஸ்திதி jívastiti, The state of life; ஜீவராசிகள் jívarásikaḷ, All that live; ஜீவனம் jívanam, Life, the way of living; கஷ்டஜீவனம் kashṭajívanam, A wretched life; ஜீவனம்பண்ணுகிறது jívanampaṇṇugiṟathu, To live, to subsist; ஜீவன் jívan, Life. 2. A living creature; அறிவில்லாதஜீவன் aṟivillátha jívan, An irrational creature.

ஜீவிக்கிறது jívikkiṟathu, v. i. To live; ஜீவித்துப்போகிறது jívittuppógiṟathu, To die.

சீவுகிறது chívugiṟathu, v. t. To shave, or scrape, peel or bark a tree, to furbish or polish, to sharpen a stick with a knife; சீவிப்போடுகிறது chívippóḍugiṟathu, To scrape off; சீவுளி chivuḷi, A plane.

சீறுகிறது chíṟugiṟathu, v. i. To hiss, to utter a noise as a serpent, and some other animals. 2. To rage. 3. To manifest latent displeasure, to fret and fume, to puff at one. 4. To menace, to threaten, rebuke; சீறுமாறு chíṟumáṟu, Ill-treatment; சீறுமாறுபண்ணுகிறது chíṟumáṟupaṇṇugiṟathu, To treat one indifferently or badly.

சு

சுகந்தம் sugandham, s. Fragrance; சுகந்தவர்க்கம் sugandha vargam, Aromatics.

சுகம் sukham, s. Delight, pleasure, good, happiness. 2. Health; சுகசரீரம் sukhasaríram, A sound body; சுகப்படுகிறது sukhappaḍugiṟathu, To be restored to health.

சுகம் sugam, s. Practicableness, ease.

சுகிர்தம் sukirtam, s. Virtue, moral merit, reward for virtue; சுகிர்தமான sukirtamána, Virtuous.

சுக்காய் sukkáy, s. A jacket, vest reaching to the knees.

சுக்கான் chukkán, s. The rudder, helm of a ship.

சுக்கான்கல் chukkánkal, s. Lime-stone.

சுக்கானீறு chukkáníṟu, s. Lime.

சுக்கான்கீரை chukkánkírai, s. A plant—country sorrel.

சுக்கு chukku, *s.* Dry-ginger.

சுங்கம் sungam, *s.* Toll, custom, tax paid for merchandize; சுங்கச்சாவடி sungachchāvadi, Custom-house.

சுசி suchi, *s.* Physical and moral purity. 2. Delicacy, niceness, elegancy; சுசிகரம் suchikaram, Cleansing.

சுடர் chudar, *s.* Light, splendour. 2. The light or flame of a lamp, &c.; சுடரெறிக்கிறது chudarerikkirathu, To radiate, scintillate, twinkle, gleam; சுடர்த்தகழி chudarttagali, An oriental lamp, small candelabria.

சுடலை chudalai, *s.* A burning ground where funeral pyres are lighted; சுடலைக்கரை chudalaikkarai, A place for burning dead bodies.

சுடுகிறது chudugirathu, *v. t.* To burn, scorch, scald, cauterize, sear. 2. To toast, roast, or bake bread, meat, &c. 3. To discharge, to fire a cannon or musket; சுடுகாடு chudukádu, A burning ground.

சுட்டி chutti, *s.* A jewel worn by children, and by women of some castes, on their forehead.

சுட்டு chuttu, *s.* A sign. 2. Pointing at.

சுட்டுகிறது chuttugirathu, *v. i.* To point at, shew; சுட்டுக்கோல் chuttukkól. The iron rod with which a smith stirs the coals; சுட்டுவிரல் chuttuviral, The fore-finger or index.

சுணங்கன் sunangan, *s.* A dog; சுணங்கத்தனம் sunangattanam, Doggishness.

சுணங்குகிறது sunankugirathu. *v. i.* To grow lean, or meagre. 2. To be delayed, to be dilātory; சுணங்கிவிழுகிறது sunangivilugirathu. To grow weak.

சுனை sunai, *s.* The soft down upon fruits. 2. The down of plants or leaves. 3. The irritation of skin caused by the dust of rice, grain, &c. 4. (*Met.*) Sensibility, feeling; சுனையுள்ளவன் sunaiullavan, One of quick perception, energetic, sensitive person; சுனைகெட்டவன் sunaikettavan, An insensible man, one void of feeling, one past shame.

சுண்டு chundu, *s.* Smallness, littleness, in some places—a small measure. 2. Scurf of the head; சுண்டுவிரல் chunduviral, The little finger; சுண்டுவில் chunduvil, A bow for earthen bullets; சுண்டெலி chundeli, A mouse.

சுண்டுகிறது chundugirathu, *v. i.* To evaporate. 2. To be stewing. 3. *v. t.* To project marbles, or clay balls by a fillip. சுண்ட எரிக்கிறது chunda erikkirathu, To reduce in quantity by heat; சுண்டல் chundal, Boiling. 2. Shooting small bullets. 3. Boiled peas with other substances, used as a luncheon; சுண்டற்கறி chundarkari, Meat warmed up again; முகத்தைச் சுண்டிக்கொள்ளுகிறது mukhatthaichchundikkollugirathu, To contract the face into wrinkles, to look sullen or ashamed.

சுண்டை chundai, *s.* The name of a shrub-Solanum pubescens; சுண்டைக்காய் chundaikkáy, Its edible product, or unripe fruit.

சுண்ணம் chunnam, *s.* Dust, powder. 2. Sweet-scented powders, perfumes.

சுதந்தரம் sutantaram, Uncontrolled, self-willed, independent; சுதந்தரவாளி sutantaraváli, An heir.

சுதந்தரிக்கிறது sutantarikkirathu, *v. t.* To inherit.

சுதன் sutan, *s.* A son.

சுதா, சுதாவிலே suthá, sutháviléˊ, Of one's own accord, voluntarily; சுதாவாய் sutháváy, Voluntarily.

சுதி suti, *s.* An instrumental accompaniment to an air சுதிபிடிக்கிறது sutipiḍikkiṛathu, To accompany in such a manner; சுதிகூட்டுகிறது sutikúṭṭugiṛathu, To harmonize chords, or to attune the strings of musical instruments.

சுதேசம் sudésam, *s.* One's own country, native country; சுதேசி sudési, A native, one born in the country.

சுத்தம் suddham, *s.* Purity, cleanness, holiness, entireness; சுத்தசத்தியம் suddhasatyam, Pure truth; சுத்தசலம் suddhajalam, Clean water; சுத்தப்படுத்துகிறது suddhappaḍuttugiṛathu, To purify, cleanse, clear; சுத்தமனசு suddhamanasu, A pure, innocent mind; சுத்தவாளன் suddhaváḷan, சுத்தன் suddhan, A holy, innocent man, one who is pure.

சுத்தி suddhi, *s.* Cleanness, purity; ஆத்துமசுத்தி átmasuddhi, Spiritual purity; சுத்திகரம் suddhikaram, That which cleanses or purifies.

சுத்தி sutti, *s.* A hammer.

சுத்திகரிக்கிறது suddhikarikkiṛathu. *v. t.* To cleanse, purify.

சுந்தரம் sundaram, *s.* Beauty.

சுபம் subham, *s.* A good, benefit. 2. Fortunateness, auspiciousness; சுபகாரியம் subhakáryam, A good thing; சுபதினம் subhadinam, A festival day; சுபவாக்கு subhavákku, A valediction, a kind salutation; சுபாசுபம் subhásubham, Prosperity and adversity.

சுபாவம் subhávam, *s.* Nature, natural disposition; சுபாவகுணம் subhávaguṇam, The natural disposition; சுபாவமாய் subhávamáy, Frankly, freely, sincerely, without disguise.

சுபாவீகம் subhávíkam, *s.* Natural disposition.

சுமக்கிறது chumakkiṛathu, *v. t.* To bear, carry a burden; சுமதலை chumathalai, A charge, duty, an obligation; சுமதலையான chumathalaiyána, Charged, imposed upon—as an obligation, overcharged—as a price.

சுமத்துகிறது chumattugiṛathu, *v. t.* To lay a burden, a charge upon a person, to charge one with a thing. 2. To molest or pester one, to impute to one a balance in an account.

சுமங்கலி sumangali, *s.* A wife, a spouse, one wearing a marriage symbol.

சுமுத்திரை sumuttirai, *s.* Accuracy, exactness, correctness, justness, probity; சுமுத்திரையற்றவன் sumuttiraiyaṛṛavan, A dishonest or unjust man; சுமுத்திரையான நிறை sumuttiraiyána niṛai, A just weight.

சுமை chumai, *s.* A burden, a load; சுமைகூலி chumaikúli, The hire for carrying a burden; சுமைதாங்கி chumaitángi, A rest for porters to place burdens on; சுமையடை chumaiyaḍai, A ring of cloth or straw, laid upon the head to carry burdens upon; சுமையாள் chumaiyáḷ, A porter, a carrier.

சும்மா chummá, *ad.* A word which expresses inactivity or laziness, uselessness, or what is done without proper intention or reason; சும்மாகொடுக்கிறது chummákoḍukkiṛathu, To give gratis; சும்மா சொல்லு chummá chollu, Just say.

சும்மாடு chummáḍu, *s.* A pad for the head to aid in carrying burdens.

சுயம் suyam, *s.* Self, one's own doing, or property, what proceeds from one's own capacity or will; சுயகாரியம் suyakáriyam, One's own matter or affair; சுய

மாய் suyamáy Of one's own accord, spontaneously.

சுயம்பாகம் suyambágam, *s.* The cooking of victuals; சுயம்பாகி suyambági, A cook.

சுரக்கிறது churakkiṛathu, *v. i.* To issue, spring, percolate. 2. *(Met.) v. t.* To give liberally or bountifully; சுரப்பு churappu, The springing forth, flow, abundance; சுரப்புத்தண்ணீர் churapputtaṇṇír, Spring-water.

சுரங்கம் churaṅgam, *s.* A mine in fortification, a trench, a subterraneous cave, a clandestine opening made in a wall, by house-breakers; சுரங்கம் அறுக்கிறது churaṅgam aṛukkiṛathu, To dig a mine, to make a trench; சுரங்கமறுத்துத்திருடுகிறது churaṅgam aṛuttuttiruḍugiṛathu, To break through and steal.

சுரணை suraṇai, *See* சொரணை soraṇai.

சுரண்டுகிறது c.. eṇḍugiṛathu, *v. t.* To scratch. 2. To scrape a wall, scrape out all remains from a sauce-pan, &c.

சுரமண்டலம் suramaṇḍalam, *s.* A kind of harp, a musical instrument consisting of 32 strings; சுரமண்டலப்பெட்டி suramaṇḍalappeṭṭi, A harpsichord; சுரமண்டலம்வாசிக்கிறது suramaṇḍalam váchikkiṛathu, To play the harp.

சுரம் juram, *s.* A fever. 2. suram, A note in music. 3. A forest. 4. Barren ground; சுரந்தணிகிறது juram taṇigiṛathu, To moderate as fever; சுரமாயிருக்கிறது juramáy irukkiṛathu, To have a fever; சுரம்வந்துகிடக்கிறது juramvantu kiḍakkiṛathu. To lie sick of a fever; தாபசுரம் dápajuram, A fever connected with great heat and thirst, a burning fever.

சுரி churi, *s.* Gyration. 2. The hole made in a cadjan book in order to keep it together by a string run through it.

சுருக்கம் churukkam, *s.* Brevity, shortness, abbreviation, an abridgment, a compendium. 2. A plait, or small fold in a garment. 3. Contraction; சுருக்கமாயிருக்கிறது churukkamáyirukkiṛathu, To be small; சுருக்கமாய் churukkamáy, Briefly, shortly.

சுருக்கு surukku, *s.* Contraction, abridgment. 2. A fold or plait in a garment. 3. A gin, snare, trap; சுருக்குவைக்கிறது churukkuvaikkiṛathu, To lay snares or gins; சுருக்கிலேமாட்டுகிறது churukkilémáṭṭugiṛathu, To catch in a snare.

சுருக்குகிறது churukkugiṛathu, *v. t.* To contract, restrain, close. 2. To diminish, shorten, abridge, epitomize. 3. To furl sails, wrap up a net, fold; சுருக்குப்பை churukku pai, A purse of which the mouth is drawn tight or opened by a double string.

சுருங்குகிறது churuṅkugiṛathu, *v. i.* To be crumpled, to be wrinkled, to shrivel, shrink.

சுருட்டு churuṭṭu, *s.* A roll, curl, cigar; சுருட்டுக்குடிக்கிறது-பிடிக்கிறது churuṭṭuk kuḍikkiṛathu-piḍikkiṛathu, To smoke a cigar; பாய்ச்சுருட்டு páychchuruṭṭu, A furl of a sail; புகையிலைச்சுருட்டு pugaiyilaichchuruṭṭu, Tobacco-leaves rolled up, a cigar.

சுருட்டுகிறது churuṭṭugiṛathu, *v. t.* To involve, to roll up; சுருட்டிக்கொண்டுபோகிறது churuṭṭikkoṇḍu pógiṛathu, To steal; முழுப்பாய்சுருட்டி muḷuppáychuruṭṭi, *(Met.)* A swindler, a cheat.

சுருட்டை churuṭṭai, *s.* A venomous snake; ஊதுசுருட்டை úthuchuruṭṭai, Another kind of snake, the bite of which produces swelling; சுருட்டைமயிர் churuṭṭaimayir, Curled hair; சுருட்டைவிரியன் churuṭṭaiviriyan, An adder.

சுருணை churuṇai, s. A ball of thread, a twist of straw, &c.; கயிற்றுச்சுருணை kayiṟṟuchchuruṇai, A ball of cord.

சுருளுகிறது churuḷugiṟathu, v. i. To be ro'led up, to become curled; சுருண்டுவிழுகிறது churuṇḍuviḷugiṟathu, To sink down from famine, great heat, or other causes.

சுருளை churuḷai, s. A coil, a rolled up parcel; கணக்குச்சுருளை kaṇakkuchchuruḷai, A scroll of accounts.

சுருள் churuḷ, s. A roll, scroll. 2. A curled or crisped leaf. 3. The involved or inwrapped folds of the young lotus plant, while yet ünder water; வெற்றிலைச்சுருள் veṟṟilaichchuruḷ, The convoluted leaves of the betel creeper; ஓலைச்சுருள் ólaichchurul, A palm-leaf scroll; சுருள்பண்ணுகிறது churuḷpaṇṇugiṟathu, To roll up a palm-leaf letter; சுருள்மடிக்கிறது churuḷmaḍikkiṟathu, To fold up betel-leaf; பட்டுச்சுருள் paṭṭuchchuruḷ, A roll of silk.

சுரூபம் surúpam, s. An image; சுரூபக்காரி surúpakkári, A beautiful woman; மகாசுரூபி mahásurúpi, A most beautiful person.

சுரை churai, s. A female screw. 2. A plant of the gourd kind; சுரைக்காய் churaikkáy, The unripe and ripe fruit of the gourd; சுரைக்குடுக்கை churaik kuḍukkai, The dry shell of a gourd used by mendicants to receive rice gruel, and drink out of; பேய்ச்சுரை péychchurai, A bitter variety of it.

சுலபம் sulabḥam, s. Easiness, facility.

சுலாவுகிறது chulávugiṟathu, v. t. To go round about, to surround; சுலாவிக்கழுவுகிறது chulávik kaḷuvugiṟathu To wash any vessel, by rubbing it around with the hand.

சுலோகம் slókam, s. A verse, especially a Sanskrit verse.

சுவடி suvaḍi, s. A little book, a school-book of palm leaves; சுவடிசேர்க்கிறது suvaḍi chérkkiṟathu, To make such a book, to join the leaves together; சுவடிதுவக்குகிறது suvaḍi tuvakkugiṟathu, To begin the alphabet in an ola book.

சுவடு chuvaḍu, s. The mark of a stripe. 2. Foot-mark. 3. The rut, or track of a wheel.

சுவர் chuvar, s. A wall; கற்சுவர் kaṟchuvar, A brick or stone-wall; கைப்பிடிச்சுவர் kaippiḍichchuvar, A dwarf wall, or balustrade; சுவரறை chuvaraṟai, A cupboard in a wall for putting things in; சுவர்க்கோழி chuvarkkóḷi, An insect which makes a great noise, a cricket; சுவர்வைக்கிறது chuvarvaikkiṟathu, To build a wall.

சுவர்க்கம் swargam s. The paradise of Indra.

சுவறுகிறது chuvaṟugiṟathu, v. i. To dry up, To grow dry—as a river; சுவறக்குடிக்கிறது chuvṟak kuḍikkiṟathu, To drink up, to absorb.

சுவாசம் swásam, s. Breath, respiration; உச்சுவாசம் uchswásam, The air drawn into the lungs, inspiration; நிச்சுவாசம் nichswásam, The air thrown out, expiration; சுவாசம்வாங்குகிறது swásam váṅkugiṟthu, To draw the breath; சுவாசம்விடுகிறது swásam viḍugiṟathu, To breathe, to exhale breath, to respire.

சுவாதீனம் swádhínam, s. Independence, proprietary right.

சுவாமி, சாமி swámi, sámi, s. A master, lord, a king. 2. God. 3. A spiritual preceptor.

சுவாலை jwálai, s. A flame.

சுவாலிக்கிறது jwálikkiṛathu, v. t. To flame, to be sultry or vehemently hot.

சுவானம் swánam, s. A dog.

சுவிகாரம் suvikárum, s. Making one's own; சுவிகாரபுத்திரன் suvikáraputtran, An adopted son.

சுவிசேஷம் suvisésham, s. Good tidings, joyful news—adopted to express the Gospel.

சுவை chuvai, s. Deliciousness. 2. Flavour, taste.

சுவைக்கிறது chuvaikkiṛathu, v. t. To relish, to taste with pleasure.

சுழலுகிறது chuḷalugiṛathu, v. i. To whirl, twirl around, revolve; சுழல்காற்று chuḷalkáṛṛu, A whirlwind.

சுழல் chuḷal, A whirligig. 2. A whirl, whirlpool.

சுழற்றுகிறது chuḷaṛṛugiṛathu, v. t. To whirl, twirl a thing; தலைசுழற்றுகிறது talai chuḷaṛṛugiṛathu, To be giddy or light-headed.

சுழி chuḷi, s. A whirl; சுழிசுழிக்கிறது chuḷichuḷikkiṛathu, To form small curves or circlets; நீர்ச்சுழி nírchchuḷi, A whirlpool. 2. A circlet, a curl. 3. A curl in the hair, particularly in the hairs of horses; சுழிச்சுத்தம்பார்க்கிறது chuḷichchuttampárkkiṛathu, To examine a horse with reference to any curled hair he may have.

சுழிக்கிறது chuḷikkiṛathu, v. t. To curl, to turn in ringlets; சுழித்துப்பார்க்கிறது chuḷittuppárkkiṛathu, To look unwillingly, with discontent; சுழிமின்னல் chuḷiminnal, Forked lightning.

சுளகு chuḷagu, s. A sort of scupper, a fan to winnow corn with; சுளகாலேபுடைக்கிறது cuḷagálépuḍaikkiṛathu, To winnow corn.

சுளிக்கிறது chuḷikkiṛathu, v. t. To be angry, displeased, disgusted.

சுளுக்கு chuḷukku s. A sprain; சுளுக்குருவுகிறது chuḷukkuruvugiṛathu, To rub a sprained limb with oil, &c.; சுளுக்குவழிக்கிறது chuḷukku vaḷikkiṛathu; To chafe a sprained limb; சுளுக்கேற்றிவிடுகிறது chuḷukkéṛṛividugiṛathu, To make a sprain worse.

சுளுக்குகிறது chuḷukkugiṛathu, v. i. To be sprained, strained, or dislocated.

சுளுவு chuḷuvu, s. Easiness mildness. 2. Lightness. 3. Abatement; சுளுவுபண்ணுகிறது chuḷuvupaṇṇugiṛathu, To abate, to diminish.

சுளை chuḷai, s. The pulpy substance of some fruits, especially jack-fruit.

சுள்ளாப்பு chuḷḷáppu, s. Heat after rain, or rainy sunshine.

சுள்ளி chuḷḷi, s. Dry brush-wood for fuel.

சுறா churá s A shark; சுறாக்களிறு churákkaḷiṛu, A male-shark; சுறாக்குட்டி churákkuṭṭi, A young shark.

சுறீரென்கிறது churírengiṛathu, v. i. To smart excessively, as the sting of a scorpion, of a bee, &c.; also said of the sharp sensation in the nose caused by snuff, tobacco, &c. 2. To hiss as a brand when dipped in water; சுறீரென்றுகடிக்கிறது churírenṛu kaḍikkiṛathu, To bite vehemently; சுறீரென்றுவலிக்கிறது churírenṛu valikkiṛathu, To feel excessive pain.

சுறுக்கு churukku, s. Quickness, haste, sharpness; சுறுக்காய் churukkáy, Quickly.

சுறுசுறுப்பு churuchuruppu, s. Diligence, ardency, fervency, activity, alacrity.

சுற்றம் churram, s. Affinity, consanguinity.

சுற்று churru, s. A circular or surrounding wall. 2. Circuitous run. 3. A winding way, a circuitous road; உகிர்ச்சுற்று ugirchchurru, A whitlow; சுற்றிலும் churrilum, Round about, all about; சுற்றிலும்பார்க்கிறது churrilum párkkirathu, To look round about.

சுற்றுகிறது churrugirathu, v. t. To go about, surround, to encompass. 2. To wrap up; சுற்றிப்போடுகிறது churrippódugirathu, To wind wire, &c. about any thing.

சுன்னத்து chunnattu, s. Circumcision.

சூ

சூகை chúgai, s. A kind of ant.

சூசனை súchanai, s. Gesticulation, information by signs. 2. Keenness, acuteness, exactness, sharpness; சூசனைக்காரன் súchanaikkáran, One who is accurate, expert; சூசனையாய்ப்பார்க்கிறது súchanaiyáyppárkkirathu, To look narrowly into a thing.

சூக்ஷமம் súkshmam, s. See சூட்சுமம் súdchumam.

சூடு chúdu, s. A sheaf, a bundle of rice corn; சூட்டுக்கோல் chúṭṭukkól, A brand-iron; சூடடிக்கிறது chúdadikkirathu, To thrash. 2. Heat. 3. A burning, or brand.

சூடுகிறது chúdugirathu, v. t. To wear, bear; மாலைசூடுகிறது málaichúdugirathu, To wear a garland, also to marry; முடிசூடுகிறது mudichúdugirathu, To wear a crown.

சூட்டுகிறது chúṭṭugirathu, v. t. To put on; முடிசூட்டுகிறது mudichúṭṭugirathu, To crown.

சூடைமீன் chúdaimín, s. The name of a small fish, like a sardel.

சூட்சுமம் súdchumam, s. Smallness, fineness, subtilty. 2. Dexterity, ingeniousness. 3. Fraud, cheating. 4. (*Met.*) The subtile, all-pervading spirit or soul of the universe; சூட்சுமபுத்தியுள்ளவன் súdchumabuddhi ullavan, A sagacious man; சூட்சுமவேலை súdchumavélai, Fine work; சூட்சுமாதிசூட்சுமம் súdchumádisúdchumam, Extreme fineness, subtileness.

சூதகம் súthagam, s. Impurity; சனனசூதகம் janana súthagam, Impurity consequent on child-birth; மரணசூதகம் maranasúthagam, Impurity caused by death in a house; சூதகக்காரி suthagakkári, A menstruous woman; சூதகங்கழிக்கிறது súthagam kalikkirathu, To remove uncleanness by an offering or ceremony.

சூதானம் chúthánam, s. Cautiousness, circumspection; சூதானத்துக்கழிவில்லை chúthánattukkalivillai, There is no disadvantage in caution; சூதானமானவிடம் chúthánamána vidam, A secure place.

சூது chúthu, s. Play, gaming. 2. Fraud; சூதன் chúthan, A player, a gamester. 2. A deceitful man; சூதாடுகிறது chúthádugirathu, To play at any game of chance; சூதாடுகருவி chúthádukaruvi, Dice,&c.; சூதுபண்ணுகிறது chúthupannugirathu, To deceive, to play a trick.

சூத்திரம் sútram, s. A thread, also twisted threads, a cord. 2. A brief rule or precept, *in grammar, logic, morals, &c.* 3. A secret, a mystery. 4. An artificial piece of work, a machine, as a clock, watch, &c. 5. Artifice, contrivance, guile; கபடசூத்திரம் kapada sútram, A cunning deception; சலசூத்திரம் jala sútram, Waterworks, an hydraulic machine; சூத்திர தாரி sútradhári, The man who manages the springs, strings, &c., of a puppet; சூத்திரப்பிரதிமை sútrappratimai, A puppet; சூத்திரப்பிரதிமையாட்டுகிறது sútrappratimai áṭṭugiṛathu, To make puppets dance.

சூப்புகிறது chúppugiṛathu, *v. t.* To suck out the substance of a thing, the juice of a fruit, &c.

சூம்புகிறது chúmbugiṛathu, *v. t.* To wither, fade, waste; சூம்பினசுரைக்காய் cuúmbina churaikkáy, A withered gourd.

சூரணம் chúraṇam, *s.* Powder, medicine in powder; பொடிசூரணமாக்கிப்போடுகிறது paḍuchúraṇamákkippóḍugiṛathu, To reduce to dust, to destroy.

சூரம் súram, *s.* Fortitude, bravery; சூரத்துவம் súrattuvam, Heroims; சூரன் súran, A hero.

சூரி súri, *s.* A little knife; சூரிக்கிளிஞ்சில் súrikkiḷiñjil, A kind of conch.

சூரியன் súriyan, *s.* The sun; சூரியகாந்தம் súryakándam, The sun-flower—Helianthus annuus. 2. A crystal lens, or a stone of fabulous properties; சூரியகாந்தி súriyakándi, The splendour, or heat of the sun; சூரியகாந்திப்பட்டு súriyakándippaṭṭu, Velvet—so called from its shining quality, சூரியகிரணம் súriyakiraṇam, The sun's rays; சூரியபுடம் súriya puḍam, Exposure to the sun; சூரியோதயம் súriyódayam, The rising of the sun.

சூருகிறது çúrugiṛathu, *v. t.* To prepare cotton for spinning, to pick cotton; சூர்ந்தபஞ்சு súrntapañju, Cotton so prepared for spinning.

சூரை chúrai, *s.* A shrub-Zizyphus napeca.

சூலம் chúlam, *s.* A weapon, especially a trident. 2. An impediment in journeying.

சூலுகிறது chúlugiṛathu, *v. t.* To cut. 2. To pluck out the eyes, to tear or pull off the flesh with pincers.

சூலை súlai, *s.* An arthritic disease, gout, spasm; சூலைக்கட்டு súlaikkaṭṭu, Stiffness or contraction of the limbs; கற்சூலை kaṛchúlai, Tympany; கன்னச்சூலை kannachchúlai Arthritic pain in the cheek; சுரசூலை jurasúlai, Intermitting fever and ague; பக்கசூலை pakkasúlai, Pain in the side.

சூல் chúl, *s.* Pregnancy, being with young. 2. Tender corn-ears.

சூவானம் chuvánam, *s.* A kitchen; சூவானக்காரன் chúvánakkáran, A cook.

சூழ்கிறது, சூழுகிறது chúḷgiṛathu, chúḷugiṛathu, *v. t.* To surround, to encompass; சூழ chúḷa, (*inf.* used adverbially), Round about; சூழ்ச்சி chúḷchchi, Critical acumen. 2. Advice, counsel.

சூளாமணி chúḷámaṇi, *s.* A gem in a crest.

சூளை chúḷai, *s.* A kiln.

சூறாவளி chúṛávaḷi, *s.* A whirlwind.

சூறை chúṛai, *s.* Pillage, plunder, booty; சூறையாடுகிறது chúṛai áḍugiṛathu, To rifle, plunder, ransack. 2. Whirlwind.

சூனம் súnam, *s.* A swelling; சூனம்வயிறு súnam vayiṛu, A pot-belly in children.

சூனியம் súnyam, *s.* Nothing, a vacuum, a waste; சூனியமாய்ப்போகிறது súnyamáyppógiṛathu, To become empty, to waste away. 2. Witchery, witchcraft, enchantment; சூனியக்காரன் súnyakkáran, A wizard, an enchanter; சூனியமனை súnyamanai, Bewitched ground; சூனியமெடுக்கிறவன் súnyam eḍukkiṛavan, One who is able to avert or destroy a charm or spell; சூனியம்வைக்கிறது súnyam vaikkiṛathu, To bewitch, by hiding something in the ground.

செ

செ che, A. prefix indicating order, regularity, redness, &c.; செங்கண் chenkaṇ, Red eye; செங்கரப்பான் chenkarappán. A kind of reddish scurf in children; செங்கல்லறுக்கிறது chenkallaṛukkiṛathu, To mould bricks; செங்கற்கட்டளை chenkaṛkaṭṭaḷai, A frame for making bricks; செங்கற்சூளை chenkaṛchúḷai, A brick-kiln; செங்காய் chenkáy, Fruit nearly ripe; செங்குத்து chenkuttu, A steep place, a precipice; செங்குத்தானமலை chenkuttánamalai, A steep rock; செங்கோல் chenkól, A straight staff, a sceptre, a just government; செங்கோன்மை chenkónmai, just government; செஞ்சாந்து cheñchántu, A mixture of turmeric; and other perfumes of a red colour செந்தமிழ் chentamiḻ, Pure classical Tamil, as distinguished from vulgar Tamil; செந்தினை chentinai, Red millet—Panicum; செம்பருத்தி chemparutti, The cotton shrub which bears red flowers; செம்மணல் chemmaṇal, Red sand; செவ்வந்தி chevvandi, A plant with a red flower.

செகம் jegam, s. See சகம் jagam.

செக்கு chekku, s. An oil-press; செக்காடுகிறது chekkáḍugiṛathu, To express oil in a machine, or oil-mill; செக்கான் chekkán, A maker of oil, an oil-man; செக்கிலேயாட்டுகிறது chekkilé áṭṭugiṛathu, To grind in an oil-mill, also by way of punishment, to grind criminals in an oil-mill.

செடி chedi, s. A shrub, a small tree; செடிக்காடு chediккádu, Waste-land covered with bushes; jungle. 2. A thicket, shrubberry, and the like.

செடில் chedil, s. An instrument of torture used at the swinging festival.

செட்டி jetti. s. A wrestler; மல்லசெட்டி, மல்லகசெட்டி, mallajeṭṭi, mallagajeṭṭi, wrestler.

செட்டு cheṭṭu, s. Closeness, tenacity. 2. Trade, merchandise; எதிர்ச்செட்டு ethirchcheṭṭu, Opposition in trade, also like for like, either in closeness or liberality; செட்டி cheṭṭi, (*fem.* செட்டிச்சி cheṭṭichchi), A merchant; செட்டிமை cheṭṭimai, The trade of a merchant; செட்டுப்பலிக்கிறது cheṭṭuppalikkiṛathu, To gain, to profit by trading.

செட்டை cheṭṭai, s. A wing. 2. The shoulder-blade.

செண்டு chendu, s. Flowers stringed and rolled into a ball, a nosegay.

செண்பகம் chenpagam, s. A flower-tree.

செதிள் chethiḷ, s. Fish scales, chippings of bone, &c.; செதிளைக்கழிக்கிறது chethiḷaikkaḻikkiṛathu, To scrape off scales; செதிளைக்கிள்ளுகிறது chethiḷaikkiḷḷugiṛathu, To pick off the scales of a fish.

செதுக்குகிறது chethukkugiṛathu, v. t. To chip a plank, to cut timber smooth. 2. To scrape off any thing from the ground; செதுக்குவேலை chethukkuvélai, The setting of gems, with enchased work and engraving.

செத்தை chettai, s. Dry sticks, leaves, straw, &c. for fuel or covering huts.

செந்து jentu, s. Any thing endowed with animal life, but of the lower kinds of organization. 2. A creature; சீவசெந்துக்கள் jívajentukkaḷ, Living creatures.

செந்தூக்கு chentúkku, s. The snatching

away an animal from the midst of others.

ஜெபம் jepam, *s.* Inaudible repetition of prayers. 2. (Christ-usage) Prayer; ஜெபத்தியானம் jepadyánam, Prayer and meditation, devout meditation; ஜெபமாலை jepamálai, A rosary; ஜெபம்பண்ணுகிறது jepam paṇṇugiṛathu, To pray, to offer up prayers, to mutter prayers.

ஜெபிக்கிறது jepikkiṛathu, *v. i.* To pray inaudibly.

செப்பம் cheppam, *s.* Straightness, evenness, strict or impartial justice, without respect of persons; செப்பம்பண்ணுகிறது cheppam paṇṇugiṛathu, To repair, mend, rectify, level.

செப்பு cheppu, *s.* A small box, a little cup or pot, made of gold, silver, ivory, wood, earth, &c.; செப்பிடுவித்தை cheppiḍuviddai, The art of playing with cups and balls in juggling. 2. (*Met*) Chicane, deception; செப்பிடுவித்தைக்காரன் cheppiḍuviddaikkáran, A juggler; வைப்புச்செப்பு vaippuchcheppu, A pot wherein treasure is kept.

செம்பாகம் chempágam, *s.* A composition in medium style.

செம்பு chembu, *s.* Copper. 2. A drinking vessel of brass; செப்புக்கடாரம் cheppukkaḍáram, A copper caldron; செப்புக்கம்பி cheppukkambi, Copper wire; செப்புக்குடம் cheppukkuḍam, A copper or brass pot; செப்புச்சிலை cheppuchchilai, An idol, an image made of copper; செப்புத்தகடு chepputtagaḍu, A copper-plate.

செம்மறி chemmaṛi, *s.* A good kind of sheep.

செம்மான் chemmán, *s.* A shoemaker, leather-dresser.

செம்முகிறது chemmugiṛathu, *v. t.* To lute, to close with lute or a clay composition, to cover with loam or clay.

செம்மை chemmai, *s.* Redness. 2. Straightness, rectitude. 3. Evenness, equality; செம்மைப்படுகிறது chemmaippaḍugiṛathu, To be reformed in disposition, conduct.

ஜெயம் jeyam, *s.* Victory. 2. Good success; ஜெயகாலம் jeyakálam, A victorious time, or period; ஜெயங்கொள்ளுகிறது jeyaṅkoḷḷugiṛathu, To get the victory; ஜெயஜெயா jeyajeyá, Huzza, victory.

ஜெயிக்கிறது jeyikkiṛathu, *v. t.* To conquer.

செய் chey, *s.* A field of rice-corn; சிறுசெய் chiṛu chey, A garden-bed; செய்க்கரை cheykkarai, A balk or small causeway in a field of rice-corn; புன்செய் punjey, Dry ground; நன்செய் nanjey, Wet ground.

செய்கிறது cheygiṛathu, *v. t.* To do; செய்கடன் cheykaḍan, Obligation, usage; செய்விக்கிறது cheyvikkiṛathu, To cause to be done; செயல் cheyal, Doing, work, action; அரியசெயல் ariyacheyal, An act difficult of performance; தற்செயலாய் taṛcheyaláy, Accidentally; திருவுளச்செயல் tiruvuḷachcheyal, An act of the divine will; தெய்வச்செயல் deyvachcheyal, Divine providence.

செய்தி cheythi, *s.* News, intelligence; செய்தியென்ன cheythiyenna, What news; செய்தி விசாரிக்கிறது cheythi vichárikkiṛathu, To inquire after the news.

செரிக்கிறது cherikkiṛathu, *v. i.* To digest; சாப்பாடு செரிக்கிறது chappáḍucherikkiṛathu, The food digests; செரியாக்குணம் cheriyákkuṇam, Indigestion.

செருகுகிறது cherukugiṛathu, v. t. To tuck, tuck in; See சொருகுகிறது chorukugiṛathu.

செருக்கு cherukku, s. Pride, ostentation; செருக்குக் குலைந்தது cherukkuk kulaintathu, Pride has disappeared.

செருக்குகிறது cherukkugiṛathu, v. i. To be selfish, obstinate, proud, puffed up.

செருப்பு cheruppu, s. Sandals, or loose shoes with 'latchets, slippers; செருப்பாலடிக்கிறது cheruppáladikkiṛathu, To strike one with a slipper; செருப்பூசி cheruppúsi, An awl.

செருமுகிறது cherumugiṛathu, v. i. To cough—spoken of horses; cows, &c.

செலவு chelavu, s. Passing, leave. 2. Expenses, charges. 3. Money for expenses.

செலுத்துகிறது cheluttugiṛathu, v. t. To cause to go, proceed, reach, obtain. 2. To circulate, authorize, to pass authoritatively. 3. To fulfil a vow, a promise, a duty, a command. 4. To pay a debt, tax, tribute, &c.

செல் chel, s. A white ant; ஈசெல் íchel, The white ant when winged; செல்லரிக்கிறது chellarikkiṛathu, The white ants consume.

செல்லுகிறது chellugiṛathu, v. i. To pass away. 2. (Met) To be current, or valid, to be good in law; செல்லாப்பணம் chelláppaṇam, money that will not pass; செல்லுஞ்சீட்டு chelluñchíṭṭu, A bill or bond that is valid; செல்வாக்கு chelvákku, Words of authority, influence.

செல்வம் chelvam, s. Wealth. 2. A flourishing condition, happiness; செல்வச்செருக்கு chelvachcherukku, The pride of wealth; செல்வம்பொழிகிறது chelvam poḻigiṛathu, To abound in wealth.

செவி chevi, s. The ear; செவிகேளாதவன் chevikēḷáthavan, A deaf man.

செவிடு cheviḍu, s. Deafness; செவிடன் cheviḍen, A deaf man.

செவுள் chevuḷ, s. The gills of a fish.

செவேலென்றிருக்கிறது chevēlenṛirukkiṛathu, v. i. To be very red.

செவ்வாய் chevváy, s. Mars the planet, so called from the redness of its appearance; செவ்வாய்க்கிழமை chevváykkiḻamai, Tuesday.

செவ்வை chevvai, s. Evenness, straightness, uprightness; செவ்வையாக்குகிறது chevvaiyákkugiṛathu, To rectify, to make equal, to suit, make straight; செவ்வையாய்நடக்கிறது chevvaiyáyṇaḍakkiṛathu, To walk properly.

செழிக்கிறது cheḻikkiṛathu, v. i. To flourish, thrive, grow well; செழித்தமுகம் cheḻittamukham, A cheerful countenance an open countenance; செழித்திருக்கிற சீமை-நாடு cheḻittirukkiṛa símai-náḍu, A fertile, fruitful country, செழிப்பு cheḻippu, Fertility. 2. Cheerfulness.

செழுமை cheḻumai, s. Fertility, richness of soil; செழுமையானகதிர் cheḻumaiyána kathir, A full ear of corn.

செறிகிறது cheṛigiṛathu, v. i. To be thronged, or thickly interwoven; செறிவு cheṛivu, Closeness, narrowness 2. Abundance, plenty.

சே

சேகண்டி chégaṇḍi, s. A gong used by religious mendicants.

சேகரம் chégaram. s. An assemblage, an assembly or gathering together.

சேகரிக்கிறது chégarikkiṛathu, v. t. To collect, to accumulate.

சேங்கன்று chéṅkanṛu, s. A male calf.

சேங்கொட்டை chénkottai, *s.* The nut of a tree — Semecarpus-Anacardium; சேங்கொட்டைப்பால் chénkottaippál, Its corrosive black juice, with which linen or cotton clothes are marked.

சேஷம், சேடம் sésham, sédam, *s.* The remainder, what remains, over-plus. 2. Orts, leavings.

ஜேஷ்டன் jéshtan, *s.* The elder brother. 2. A superior, senior.

சேஷ்டை chéshtai, *s.* Effort, action; சேஷ்டைபண்ணுகிறது chéshtai pannugirathu, To behave wantonly or mischievously; மரணசேஷ்டை maranachéshtai, Convulsions on the near approach of death.

சேணம் chénam, *s.* A pillion used by natives for a saddle; சேணங்கட்டுகிறது chénam kattugirathu, To put a pillion on a horse.

சேணியன் chéniyan, *s.* One of a tribe of weavers.

சேதம் chétham, *s.* Cutting, dividing. 2. A part, portion, section. 3. Loss, damage; பரிச்சேதம் parichchétham, Entire destruction; கப்பல்சேதம் kappalchétham, Shipwreck; சேதபாதம் chéthapátham, Damage, destruction; சேதப்படுகிறது chéthap padugirathu, To be damaged or lost.

சேதிக்கிறது chéthikkirathu, *v. t.* To cut with a knife or sword. 2. To cut off thread, &c.

க்ஷேமம் kshémam, *s.* Prosperity, well-being.

க்ஷேமிக்கிறது kshémikkirathu, *v. t.* To lute or close with luting, to cover with clay. 2. To bury. 3. To keep in custody, to preserve.

சேரா chérá, *s.* Palm-wine.

சேரான் chérán, *s.* The tree which produces the marking nut; சேராங்கொட்டை chéránkottai, (*vulg.* for சேரான்கொட்டை chéránkottai), Its nut.

சேரி chéri, *s.* A town, village; அடிச்சேரி adichchéri, A suburb; இடைச்சேரி idaichchéri, A village of shepherds, or herdsmen; பறைச்சேரி paraichchéri, A village of Pariars or out-casts.

சேருகிறது, சேர்கிறது chérugirathu, chérgirathu, *v. t.* To arrive at. 2. To side with one, to join one. 3. To belong to, to resemble, to be like; அது என்னைச்சேர்ந்தநிலம் athu ennaichchérnta nilam, That ground belongs to me; சேர chéra, (*inf.* used adverbially), Jointly, together, all; சேரக்கட்டுகிறது chérakkattugirathu, To tie close together.

சேர் chér, *s.* An Indian weight; also a measure of capacity.

சேர்க்கிறது chérkkirathu, *v. i.* To gather together. 2. To set, put, join or link together. 3. To receive into company, to admit; சேர்ந்துநடக்கிறது chérntu nadakkirathu, To walk together, or in ranks—as soldiers.

சேர்க்கை chérkkai, *s.* Union.

சேர்த்தி chértti, *s.* Union, intimacy, fellowship.

சேர்வை chérvai, *s.* A mixture, commixture. 2. A salve, plaster; சேர்வைகூட்டுகிறது chérvaikúttugirathu, To prepare a plaster. 3. Twenty bundles of betel-leaves; சேர்வைகட்டுகிறது chérvai kattugirathu, To bind them together. 2. To unite the upper branches of trees in order to make an arbour. 3. Alloy, a base coin.

சேலை chélai, *s.* A woman's cloth.

சேல் chél, *s.* A fish—cyprinus.

சேவகம் sévakam, *s.* Service, attendance. 2. Worship, homage. 3. Military service.

4. Military fortitude or courage; உன் சேவகமிம்மட்டோ un sévakam immaṭṭó, Is this the extent of thy courage; சேவகத்திலெழுதுகிறது sévakattil eḷuthugiṛathu, To enroll the name of a peon or soldier; சேவகமோடி sévaka-módi, Manners, habit, bravery of a soldier. 2. Accoutrements of a soldier.

சேவல் chéval, *s.* A cock. 2. The male of any bird, peacock excepted.

சேவிக்கிறது sévikkiṛathu, *v. i.* To serve as a soldier or servant. 2. *v. t.* To worship.

சேவை sévai, *s.* Worship, service.

சேறு chéṛu, *s.* Mire, mud.

சேனை sénai, *s.* An army. 2. A great many; சேனை கூட்டுகிறது sénai kúṭṭugiṛathu, To gather troops; சேனாபதி sénápathi, A military leader; சேனைத்திரவியம் sénai-tiraviyam, Great riches.

சை

சை chai, *int.* Fie; சையென்கிறது chaiyen-giṛathu, To shew contempt.

சைகை saigai, *s.* A sign, gesture; கண் சைகை kaṇ saigai, A wink; கைச்சைகை kaichchaigai, A beck, a sign.

சைத்தியம் chaityam, *s.* Cold, coldness, phlegm; சைத்தியங்கொள்ளுகிறது chaityam koḷḷugiṛathu, To take cold; சைத்தியம்முறிகிறது chaityam muṛigiṛathu, The cold is breaking, going away.

சைவம் saivam, *s.* That which relates to Siva. 2. The worship of Siva; சைவன் saivan, One of that sect.

சைனன் jainan, *s.* A Jaina, an adherent of Jaina religion.

சொ

சொகுசா choguchá, *s.* Pinchbeck, or a composition of gold and copper, called tambák in Hindustani; சொகுசாமோதிரம் chogusámótiram, A ring made of tambák.

சொகுசு chogusu, *s.* Beauty, comeliness, elegance; சொகுசாயிருக்கிறது chogusáy-irukkiṛathu, To be showy, comely; சொகுசுபண்ணுகிறது chogusupaṇṇugiṛa-thu, To adorn, to embellish; also to be fastidious in food, &c.

சொக்கட்டான் chokkaṭṭán, *s.* A kind of Hindu back-gammon; சொக்கட்டானாடுகிறது chokkaṭṭán áḍugiṛathu, To play at this game; சொக்கட்டான்கவறு chok-kaṭṭán kavaṛu, A die for gaming; சொக்கட்டான்காய் chokkaṭṭán káy, A piece or pawn, used in Hindu back-gammon; சொக்கட்டான்சீலை chokkaṭṭán chílai, A chequered cloth used in that game; சொக்கட்டான்பாச்சிகை chokkaṭṭán pách-chigai, Any one of the dice so used.

சொக்கம் chokkam, *s.* What is good in general, purity; சொக்கவெள்ளி chokka-veḷḷi, Pure silver.

சொக்காய் chokkáy, *s.* A tunic, or long vest.

சொக்குப்பொடி chokkupoḍi, *s.* A compound powder, which being scattered over any child, or person, is said to produce stupefaction, or to bewilder, and entice away; சொக்குப்பொடிபோடுகிறது chokkupoḍi póḍugiṛathu, To throw such powder upon any one.

சொச்சம் sochcham, *s.* Remainder, over-plus. 2. Interest of money; சொச்சத்துக்குப்பணங்கொடுக்கிறது sochchattukkup-paṇam koḍukkiṛathu, To lend money on interest; சொச்சமும்முதலும் sochchamum muthalum, Principal and interest; நானூற்றுச்சொச்சவராகன் nánúṛṛuchchochcha varáhan, Four hundred and odd pagodas.

சொஸ்தம் sostam, s. Health; சொஸ்தமாகிறது sostamágiṛathu, To recover health.

சொட்டு chottu, s. A slap on the head with both the hands, in play; சொட்டுப்போடுகிறது chot'uppóḍugiṛathu, To give such a slap with the open hand. 2. A drop; சொட்டுகிறது chottugiṛathu, To drop, to rain; சொட்டுசொட்டென்று ஒழுகுகிறது chottu chottenr oḷugugiṛathu, To fall in drops, to drip.

சொத்து chottu, s. Goods. 2. Property.

சொத்தை chottai, s. The apertures or holes made in any worm-eaten, or rotten substance; சொத்தைப்பல் chottaippal, A carious, or decayed tooth; சொத்தைப்பாக்கு chottaippákku, A worm-eaten areca-nut.

சொந்தம் sontam, s. That which is one's own; சொந்தக்காரன் sontakkáran, The proprietor, the owner.

சொப்பனம் soppanam, s. A dream.

சொம் som, s. Wealth, riches.

சொரணை soraṇai, s. Sense, feeling.

சொரிகிறது chorigiṛathu, v. i. To flow down, to pour, to shower down rain from the clouds, milk from the breast, tears from the eyes, fruit from a tree.

சொருகுகிறது, செருகுகிறது chorugugiṛathu, cherugugiṛathu, v. t. To tuck, tuck in; கண்சொருகுகிறது kaṇchorugugiṛathu, Involuntary closing of the eyes through sleep or disease.

சொரூபம் sorúpam, s. Well-formed, shaped.

சொர்க்கம் sorkkam, s. *See* சுவர்க்கம் swargam.

சொற்பனம், சொப்பனம் soṛpanam, soppanam, s. A dream; சொற்பனங்காண்கிறது soṛpanam káṇgiṛathu, To dream.

சொர்னம், சுவர்னம் sornam, awarnam, s. Gold.

சொலிக்கிறது jolikkiṛathu, v. i. To blaze, shine.

சொல் chol, s. A word; சொல்வளம் cholvaḷam, Fluency of language; சொல்வன்மை cholvanmai, Eloquence, power of language; சொற்கேளாதவன் choṛkéḷáthavan, A disobedient person; சொற்படிநடக்கிறது choṛpaḍinaḍakkiṛathu, To be obedient; இன்சொல் inchol, A sweet word; சொல்லிற்பிழைபிடிக்கிறது chollirpiḷaipiḍikkiṛathu, To detect an error in a word or speech.

சொல்லுகிறது chollugiṛathu, v. To speak, to tell.

சொள்ளை choḷḷai, s. That which is worm-eaten—as a tree, a nut, &c. 2. The marks left by the smallpox; சொள்ளைமுகம் choḷḷaimukham, A pock-marked face; சொள்ளைப்பாக்கு choḷḷa.ppákku, A worm-eaten arecanut.

சொறி choṛi, s. Itch, scab, mange. 2. That which causes itching—as a nettle or stinging plant; சொறிக்கிட்டம் choṛikkiṭṭam, Iron-dross; சொறிநாய் choṛináy, A mangy dog; சொறியன் choṛiyan, One who is scabby.

சொறிகிறது choṛigiṛathu, v. t. To scratch or rub; சொறிசிரங்கு choṛisirangu, An itching eruption, the itch.

சோ

சோகம் sókam, s. Affliction, sorrow, grief. 2. Laziness, slowness.

சோகரியம் sókariyam, *s.* Pleasantness of situation. *See* சௌகரியம் saukariyam.

சோகி sógi, *s.* A little sea-shell, a cowry.

சோகை, சோவை sógai, sóvai, *s.* A kind of jaundice, a swelling, or intumescence; சோகைமுகம் sógaimukham, A turgid face ; பித்தசோகை pittasógai, The same disease attended with heat, caused by bile.

சோசியம் jóshiyam, *s.* Corruption of சோதிஷம் jótisham.

சோச்சி chóchchi, *s.* An infantine expression for சோறு chóṛu, Boiled rice.

சோடிக்கிறது jóḍikkiṛathu, *v. t.* To adorn, to beautify, garnish, decorate a town, street, dwelling, person, &c., to fabricate a tale or story; சோடினை jóḍinai, Decoration, embellishment, furniture, equipage.

சோடு jóḍu, *s.* A pair, a couple. 2. A coat of mail; இதுக்குச்சோடில்லை ithukkujóḍillai, This is a single one, not paired: also unequalled; சோடாய்வளர்க்கிறது jóḍáy vaḷarkkiṛathu, To nurture or train up together ; சோடுபிரியாமலிருக்கிறது jóḍu piriyámal iṛukkiṛathu, To continue united, to enjoy unbroken fellowship; தலைச்சோடு talaijoḍu, A helmet.

சோணை sóṇai, *s.* Ear-lap, or tip of the ear; சோணைபெருத்தகாது sóṇai peruttakáthu, Large ear-laps, not perforated.

சோதரம் chodaram, *s.* Fraternal relationship.

சோதனை sóthanai, *s.* Search, investigation ; சோதனைக்காரன் sóthanaikkáran, A searcher.

சோதி jóti, *s.* Light, splendour ; அருட்சோதி arudchóti, Divine favour ; சோதிமண்டலம் jótimanḍalam, The starry sky.

சோதிக்கிறது sóthikkiṛathu, *v. t.* To examine, explore, search.

சோதிஷம், சோதிடம் jótisham, chótiḍam, *s.* Astronomy.

சோந்தை chóntai, *s.* An impediment, embroiling ; சோந்தையைக்கழிக்கிறது chóntaiyaikkaḷikkiṛathu, To remove an impediment.

சோபம் sóbam, *s.* (Probably a corruption of sókam), Laziness. 2. Faintness, languor ; சோபங்கொண்டிருக்கிறது sóbam koṇḍirukkiṛathu, To faint, to swoon away ; சோபந்தெளிகிறது sóbam teḷigiṛathu, To recover from a swoon.

சோபனம் sóbhanam, *s.* Congratulation. 2. Joy, festivity.

சோமன் sóman, *s.* A cloth of the length of 6 to 12 cubits, worn by men; சோமன்கட்டுகிறது sóman kattugiṛathu, To gird a cloth round the waist.

சோம்பு chómbu, *s.* Laziness, slowness ; சோம்பன் chómban, A sluggard.

சோம்புகிறது chómbugiṛathu, *v.* . To be lazy, remiss, to act sluggishly ; சோம்பல் chómbal, Laziness, slowness; சோம்பலகற்றுகிறது chómbalagaṛṛugiṛathu, To rouse one's self to become active.

சோரம் chóram, *s.* Thievery, theft ; சோரக்கள்ளன் chórakkaḷḷan, A lewd fellow; சோரஸ்திரி chórastri, An adulteress ; சோரப்பார்வை chórappárvai, A wanton look.

சோர்கிறது chórgiṛathu, *v. i.* To wither, to fade away ; சோர்பு chórbu, Lassitude, weariness.

சோலி jóli, *s.* Business, affair. 2. A troublesome or difficult business ; எந்தச்சோலியும் வேண்டாம் entachchóliyum véṇḍám, Let there be no trouble or anxiety; சோலியாய்த் திரிகிறது ióliyáyttirigiṛathu, To be busy; வீண் சோலி víṇ jóli, A vain labour or affair.

சோலை chólai, s. A grove.

சோவென்றுபெய்கிறது-சொரிகிறது jóvenṛu péygiṛathu-chorigiṛathu, v. i. To rain hard.

சோவை chóvai, s. A swelling or watery intumescence.

சோளம் chóḷam, s. A kind of grain—Holcus saccharatus; காக்காய்ச்சோளம் kákkáychchóḷam, A variety of the Holcus saccharatus; சோளக்கதிர் chóḷakkathir, Its spike; சோளத்தட்டு chóḷattattu, சோளத்தட்டை chóḷattaṭṭai, Its stalk; மக்காச்சோளம் makkáchchóḷam, (erroneously for மொக்கைச்சோளம் mokkaich chóḷam), Maize.

சோளிகை jóḷikai, s. A wallet, a beggar's bag.

சோறு chóṛu, s. Boiled rice; சோறுசமைக்கிறது chóṛu chamaikkiṛathu, To boil rice; சோறுபோடுகிறது chóṛupóḍugiṛathu, To serve up rice at meals; சோற்றுக்கடன் chóṛṛukkaḍan, Obligation or service, in return for food given; சோற்றுக்கை chóṛṛukkai, The right hand—used in eating rice; சோற்றுப்பாளயம் chóṛṛuppáḷaiyam, The part of the camp where the baggage, and camp followers remain, especially where food is prepared; சோற்றுமாடு chóṛṛumáḍu, A worthless fellow who does nothing but eat; புற்றாஞ்சோறு puṛṛáñchóṛu, A nest, or rather burrow, of a kind of white ants.

சோனகன் chónagan, s. One of the lowest tribe among the Mohammedans.

சௌ

சௌகரியம் saukaryam, delight, pleasantness.

சௌக்கியம் saukhyam, Happiness, health சௌக்கியகாலம் saukhyakálam, Happy prosperous times.

சௌந்தரி saundari, s. A beautiful woman

சௌந்தரியம் saundariyam, s. Beauty; சௌந்தரியவதி saundariyavathi, A beautiful woman.

சௌபாக்கியம் saubhágyam, s. Auspiciousness, good success.

சௌரியம் sauriyam, s. Valor, heroism, prowess; சௌரியவான் sauriyaván A valiant man, a hero.

சௌளம் chauḷam, Tonsure.

ஸ்

ஸ்தம்பம் stambham, s. A post, a pillar stump.

ஸ்தலம் stalam, s. A place, a seat, stall.

ஸ்தாபிக்கிறது stápikkiṛathu, v. t. To establish, to found, to build a temple, &c. 2. To set up, propose, propound, offer. 3. To hide in the ground; ஒரு குடியை ஸ்தாபிக்கிறது oru kuḍiyai stápikkiṛathu, To originate, found a family; ஸ்தாபகம் stápakam, A foundation, an establishment; ஸ்தாபனம் stápanam, An establishment, institution.

ஸ்தானம் stánam, See தானம் tánam.

ஸ்திதி stiti, s. State, condition. 2. Wealth.

ஸ்திரம் stiram, s. Stability, firmness; ஸ்திரப்படுகிறது stirappaḍugiṛathu, To be steady, firm, fixed.

ஸ்திரி stri, s. A woman, a wife; குலஸ்திரி kulastri, A woman of distinction; ஸ்திரி

ஸ்திரீசாதி strijáti, The female sex; பட்டபஸ்திரி paṭṭabástri, A queen.

ஸ்தூலம், தூலம் stúlam, túlam, s. Grossness—*oppos.* to subtilty. 2. Corpulency; ஸ்தூலகாயம் stúlakáyam, A material body; ஸ்தூலமுள்ளவன் stúlamuḷḷavan, A fleshy or fat man.

ஸ்தோத்திரம் stótram, s. Praise, eulogium, thanksgiving; ஸ்தோத்திரிக்கிறது stóttirikkiṛathu, To praise, to give thanks to God, to worship with thanksgiving.

ஸ்நானம் snánam, s. A bathing, ablution, purification; ஆரோக்கியஸ்நானம் árógya snánam, Bathing after recovering from sickness; ஸ்நானம்பண்ணுகிறது snánampaṇṇugiṛathu, To bathe, to lave; ஞானஸ்நானம் ñánasnánam, Baptism.

ஸ்நேகம் snéham, s. Affection, kindness, friendship

ஸ்பஷ்டம் spashḍam, s. Clearness, the being evident or manifest.

ஸ்படிகம் spaṭikam, s. Crystal.

ஸ்ரீ

ஸ்ரீ srí, s. Felicity; ராஜஸ்ரீ rájasrí, Royal state or splendour, a title.

ஸ்ரீமது srímathu, s. That which is prosperous.

ஸ்ரீமான் sríman, s. A rich man.

க்ஷ

க்ஷணம் kshaṇam, s. An instant, a moment; க்ஷணப்பொழுது kshaṇappoḻuthu, A moment's time; க்ஷணமே kshaṇamé, That same moment.

க்ஷேபம் kshépam, s. Passing; காலக்ஷேபம் kálakshépam, Passing time.

க்ஷேமம் kshémam, s. Happiness, well-being; எல்லாம்க்ஷேமம் ellám kshémam, All is well.

ஞா

ஞாபகம் ñápagam, s. Memory. 2. knowledge, reason, attention. 3. Memory. 4. A note, or explanatory annotation; அது எனக்கு ஞாபகமில்லை athu enakku ñápagam illai, I do not remember it.

ஞாயம் ñáyam, s. Reason, right, equity.

ஞாயிற்றுக்கிழமை ñáyiṛṛukkiḻamai, s. Sunday.

ஞானம் ñánam, s. Knowledge. 2. Science, learning. 3. Wisdom; ஞானஅர்த்தம் ñána arttam, Spiritual or mystical sense; ஞானக்கண் ñánakkaṇ, Mental vision; ஞானபோதகம் ñánapóthagam, Spiritual instruction.

ஞானி ñáni, s. A wise man, a learned man or woman; ஞானேந்திரியம் ñánéntiriyam, An organ of sense.

ட

டம்பம் ḍambam, s. Ostentation, pomp.

டா

டாப்பு ḍappu, s. A catalogue or list, a physician's prescription, a letter.

த

தகடு tagaḍu, s. A thin flat piece of metal, a plate; தகடுதைக்கிறது tagaḍu taikkiṛathu, To fasten a plate; பொற்றகடு porṛagaḍu, A gold plate.

தகதகெனகிறது tagatagengiṛathu, v. i. To shine brightly.

தகப்பன் tagappan, s. A father; சிறியதகப்பன் chiṛiya tagappan, A father's younger brother; பெரியதகப்பன் periya tagappan, A father's elder brother.

தகரம் tagaram, s. Tin. 2. Lead.

தகருகிறது tagarugiṛathu, *See* தகர்கிறது tagargiṛathu.

தகரை tagarai, s. plant-Cassia Tora; தகரைவிரை tagaraivirai, Its seed—used in dying linen.

தகர்கிறது, தகருகிறது tagargiṛathu, tagarugiṛathu, v. i. To be broken or crushed in pieces—as glass, earthenware, &c.

தகர்க்கிறது tagarkkiṛathu, v. t. To break in pieces.

தகழி tagaḷi, s. An earthen lamp.

தகனம் dahanam, s. Burning, combustion.

தகனிக்கிறது dahanikkiṛathu, v. t. A corruption of தகிக்கிறது dahikkiṛathu.

தகிக்கிறது dahikkiṛatnu, v. t. To burn, to consume.

தகுகிறது dagugiṛathu, v. i. To be fit, proper or convenient, to appertain; தகாத tagátha, Unfit, improper; தக்கது takkathu, That which is fit or proper.

தகுதி taguthi, s. Fitness, convenience, propriety; தகுதியாய் taguthiyáy, Fitly, properly; தகும் tagum, It is fit, proper; தகைமை tagaimai, Beauty, excellence of disposition. 2. Greatness.

தக்காளி takkáḷi, s. Tomato.

தக்குகிறது takkugiṛathu, v. i. To come into, and remain in one's possession, to be advantageous; இதுஉனக்குத்தக்குமோ ithu unakkut takkumó, Will this continue in your possession?—*neg. meaning.*

தக்கை takkai, s. A small peg inserted in the aperture of the ear-lap to enlarge it.

தங்கசாலை taṅgasálai, s. A mint.

தங்கச்சி taṅgachchi, s. *Prop.* தங்கைச்சி taṅgaichchi.

தங்கம் taṅgam, Fine gold; தங்கக்காசு taṅgakkásu, A gold coin; தங்கத்தகடு taṅgattagaḍu, Thin gold plate; தங்கப்பாளம் taṅgappáḷam, A flat piece or ingot of gold; தங்கம்பூசுகிறது taṅgam púsugiṛathu, To gild; தங்கரேக்கு taṅgarékku, Gold leaf, gold foil.

தங்குகிறது taṅgugiṛathu, v. i. To stay, tarry, sojourn, lodge; ஒன்றுதங்கிப்போகிறது onṛu taṅgip pógiṛathu, To halt once on a journey; தங்கல் taṅgal, A stay or stand; தங்குதடை taṅgutaḍai, Hinderance, obstruction; தங்குதரி taṅgutari, A settled place of abode; அவனுக்குத் தங்குதரியில்லை avanukkut taṅgutariyillai, He has no fixed residence.

தங்கைச்சி taṅgaichchi, s. A younger sister.

தசம் dasam, s. Ten; தசமபாகம் dasamapákam, The tenth part, tithe.

தசை tasai, s. Flesh of living animals.

தச்சன் tachchan, s. A carpenter; தச்சு tachchu, A Carpenter's work; கற்றச்சன் kaṛṛachchan, A stone-cutter; தச்சுளி tachchuḷi, A chisel.

தஸ்தவேசு dastavésu, s. Documents, vouchers.

தஸ்தா dastá, A quire of paper.

தஸ்திரம் destiram, s. Loose books put together, records.

தஞ்சம் tañjam, s. Help. 2. A staff for support. 3. Refuge, protection.

தடக்குகிறது taḍakkugiṛathu, v. i. To stumble, trip; கால்தடக்கிற்று káltaḍakkiṛṛu, His foot tripped.

தடம் taḍam, s. A way; தடங்காட்டுகிறது taḍaṅkáṭṭugiṛathu, To shew the way; வண்டித்தடம் vaṇḍittaḍam, A cart road.

தடவுகிறது taḍavugiṛathu, v. t. To feel as one does in the dark—as a blind person; to grope. 2. To daub, smear, to rub softly. 3. To pat, fondle.

தடவை taḍavai, *s.* A time; இரண்டுதடவை irandutaḍavai, Twice; பலதடவை palataḍavai, Many a time, repeatedly, often; தடவையொன்றுக்கு taḍavaiyonṛukku, At one time, at one trip.

தடாகம் taḍákam, *s.* A pond, a tank.

தடி taḍi, *s.* A staff, a cudgel; நுகத்தடி nugattaḍi, A yoke for oxen; பிரங்கித்தடி pírangittaḍi, A ramrod; வளைதடி vaḷaitaḍi, A curved club; குறுந்தடி kuṛuntaḍi, A short cudgel.

தடிக்கிறது taḍikkiṛathu, *v. i.* To grow thick, also to thicken. 2. To be heavy and fat as men, animals, 3. To swell—as the body from stripes; காரியந்தடித்துப்போகிறது káriyam taḍittuppógiṛathu, The affair has assumed a grave form; தடித்தமனுஷன் taḍittamanushan, A fat man; தடிப்பு taḍippu, Fatness, plumpness. 2. Thickness—as paper, cloth, &c. 3. Swelling.

தடுக்கிறது taḍukkiṛathu, *v. t.* To dash or hit against. 2. To hinder, stop, forbid, arrest by authority, by witchcraft, &c. 3. To make a partition wall to a room, or any other place; தடுபடை taḍupaḍai A defensive weapon: *oppos.* to அடுபடை aḍupaḍai, An offensive weapon.

தடுக்கு taḍukku, *s.* A little mat for children to sleep on; பள்ளித்தடுக்கு paḷḷittaḍukku, A small school mat.

தடுமாறுகிறது taḍumáṛugiṛathu, *v. i.* To be unsettled, to hesitate, to be perplexed, to be confused; தடுமாரித்திரிகிறது taḍumárittirigiṛathu, To stagger, roam—as a vagabond; தடுமாற்றம் taḍumáṛṛam, A staggering, a wavering in speech, perplexity.

தடை taḍai, *s.* Impediment. 2. An obstacle caused by a bad sign or omen. 3. An allowance in weighing; தடைகட்டுகிறது taḍai kaṭṭugiṛathu, To stop by witchcraft, &c. 2. To make an allowance in weighing; தடைகட்டுமந்திரம் taḍaikaṭṭumantiram, An incantation for warding off evil.

தடையம் taḍaiyam, *s.* The making an allowance for the weight of a vessel before weighing any thing in it. 2. The hilt of a sword; கத்திதடையமட்டும் உருவிப்போயிற்று katti taḍaiyamaṭṭum uruvippóyiṛṛu, The sword entered up to the hilt.

தட்டம் taṭṭam, *s.* A porringer, a large basin; தட்டப்பிங்கான் taṭṭappíngán, A flat plate.

தட்டான் taṭṭán, (*fem.* தட்டாத்தி taṭṭátti), *s.* A goldsmith or silversmith.

தட்டி taṭṭi, *s.* Custody. 2. A screen of various kinds; புல்தட்டி pul taṭṭi, A tat or tatty, blind; மூங்கில்தட்டி múngil taṭṭi, A bambu-blind, to roll up or let down; பிரப்பந்தட்டி pirappantaṭṭi, A ratan tat.

தட்டு taṭṭu, *s.* The stalk of different kinds of corn. 2. A potter's wheel. 3. The middle part of an idol-car whereon the image is placed, or the seat in a war chariot. 4. A wooden salver, a trencher. 5. Scale of a balance; தட்டுக்கூடை taṭṭukkúḍai, A basket for straining boiled rice; பூந்தட்டு púntaṭṭu, A salver upon which flowers are presented. 6. A ship's deck. 7. The planked loft of a house. 8. A gentle tap. 9. A country pony.

தட்டுகிறது taṭṭugiṛathu, *v. i.* To tap, touch, strike gently with the open hand; தட்-

டிக்கொடுக்கிறது taṭṭikkoḍukkiṛathu, To quiet, to lull a child by tapping; to strike a horse, a dog, &c. softly; தட்டிச்சொல்லுகிறது taṭṭichchollugiṛathu, To appease one striking him gently. தட்டியெழுப்பிவிடுகிறது taṭṭieḻuppiviḍugiṛathu, To stir up, to excite, reprove gently. 2. To strike on a metallic plate or basin, 3. To knock at a door. 4. To disobey, to reject words of advice. 5. To clap on a thing—as a cake of cow-dung on a wall.

தட்டுமுட்டு taṭṭumuṭṭu, *s.* Utensils, household stuff.

தட்டுவாணி taṭṭuváṇi, *s.* A country pony.

தட்டை taṭṭai, *s.* A stalk of corn. 2. Flatness.

தணல் taṇal, *s.* Live coal; தணலிலேவாட்டுகிறது taṇalilé váṭṭugiṛathu, To broil or dress by laying upon hot embers.

தணிகிறது taṇigiṛathu, *v. i.* To abate as a storm, passion, pain, &c. 2. To thrive, to be well conditioned.

தணிக்கிறது taṇikkiṛathu, *v. t.* To abate, subdue, calm, soften, quench, slacken.

தண்டம் daṇḍam, *s.* A prop, a stake, a staff, club. 2. Punishment. 3. Fine, amercement, penalty; பிடிதண்டம் piḍi daṇḍam, Unjust seizure of an innocent person; அடிதண்டம் aḍidaṇḍam, flogging; இடுதண்டம் iḍudaṇḍam, Prostration attended with an act of reverence with the hands; தண்டம்வாங்குகிறது daṇḍam váṅkugiṛathu, To take a fine; தண்டாயுதம் daṇḍáyutham, A club, a weapon.

தண்டாயம் taṇḍáyam, *s.* A long pole for carrying burdens. 2. A term, period of time, relating to instalment of payment; மூன்றுதண்டாயத்திலே múnṛu taṇḍáyattilé, In three intervals or instalments.

தண்டிகை daṇḍigai, *s.* A species of vehicle suspended from a pole by silk cords.

தண்டிக்கிறது daṇḍikkiṛathu, *v. t.* To punish, chastise, chasten, correct; தண்டனை daṇḍanai, Punishment; தண்டனைத்தீர்ப்பு daṇḍanaittírppu, Condemnation.

தண்டு taṇḍu, *s.* An army, troops. 2. A stalk, staff, shaft. 3. An oar; தண்டுக்கழி, தண்டுக்கோல் taṇḍukkaḻi, taṇḍukkól, A long boat-pole used in crossing rivers; தண்டிலே சேவிக்கிறது taṇḍilé chévikkiṛathu, To serve in the army; தண்டுக்குப்போகிறது taṇḍukkuppógiṛathu, To go to the camp; தண்டுப்பாதை taṇḍuppáthai, A military way or road; தண்டுவாங்கிப்போயிற்று taṇḍuváṅgippóyiṛṛu, The camp is broken up; தண்டெடுக்கிறது taṇḍeḍukkiṛathu, To raise an army; முன்தண்டு muntaṇḍu, The vanguard; பின்தண்டு pintaṇḍu, The rear; கீரைத்தண்டு kíraittaṇḍu, The stalk of the Amaranthus species; தண்டுவலிக்கிறது taṇḍuvalikkiṛathu, To row; தண்டொட்டி taṇḍoṭṭi, An ornament for the ears of women; தராசுத்தண்டு tarásuttaṇḍu, The beam of a balance; விளக்குத்தண்டு viḷakkuttaṇḍu, A candlestick or candelabra; மூக்குத்தண்டு múkkuttaṇḍu, The bridge of the nose, *See* மூக்கு múkku.

தண்டுகிறது taṇḍugiṛathu, *v. t.* To gather or collect tribute, rents, debts, &c., to exact.

தண்டை taṇḍai, *s.* Ornament for the feet.

தண்ணீர் taṇṇír, *s.* Cool water, *oppos*, to வெந்நீர் vennír, Hot water; தண்ணீர்ப்பந்தல் taṇṇírp pandal, A water booth or shed; தண்ணீர்க்கால் taṇṇírkkál, A water-course, channel.

ததி tathi, s. The fit time or season; ததியறிந்துபயிரிடுகிறது tathi aṛintu payiridugiṛathu, To cultivate at the proper season.

ததும்புகிறது tathumbugiṛathu, v. i. To swag or wabble. 2. To become full; கண்ணீர்ததும்புகிறது kaṇṇír tathumbugiṛathu, To be suffused with tears.

தத்தம் dattam, s. Giving; வாக்குத்தத்தம் vákkuttattam, A promise. 2. Adoption; தத்தஞ்செய்கிறது tattam cheygiṛathu, To relinquish—preparatory, to adoption by another; தத்தபுத்திரன் dattaputtran, An adopted son.

தத்தளிக்கிறது tattaḷikkiṛathu, v. i. To vacillate, or to be moved in body or mind. 2. To hesitate, to tremble with fear, to be troubled.

தத்துகிறது tattugiṛathu, v. t. To trip in walking, to hop or jump, to leap—as frogs, locusts, &c., to walk uncertainly and with stumbling—as very young children; தத்தடி tattaḍi, The first walking of a young child; தத்தடியிடுகிறது tattaḍiyiḍugiṛathu, To walk tripping and stumbling—as a child; தத்து tattu, A tripping, jumping, stumbling. 2. Peril, misfortune; தத்துக்கிளி tattukkiḷi, A babbling or prating parrot. 2. A locust; நீர்தத்திப்பாய்கிறது nírtattippáygiṛathu, The water flows rippling.

தத்துவம் tattuvam, s. The essential nature of things, corporeal and spiritual.

தந்தம் dantam, s. A tooth. 2. An elephant's tooth, ivory; தந்தசுத்தி dantasuddhi, Cleaning the teeth; தந்தச்சிமிள் dantachchimiḷ, An ivory box; தந்தப்பிடி dantappiḍi, An ivory haft.

தந்திரம் tantram, s. A contrivance, a device, a trick; அற்பதந்திரம் aṛpatantram, Subtilty; தந்திரம்பண்ணுகிறது tantram paṇnugiṛathu, To use devices or stratagems.

தந்தை tantai, s. A father in general; முந்தை muntai, A forefather.

தபசு tapasu, See தபம் tapam.

தபம், தவம், தவசு tapam, tavam, tavasu, s. Penitence, penance, mortification done to one's self, an austere life; செபதபம் jepatapam, Prayerful penance; தபம்பண்ணுகிறது tapampaṇṇugiṛathu, To do penance, to lead an austere life.

தபலை tap..lai, s. A kind of a brass vessel or chaldron.

தப்படி tappaḍi, s. A false step, a slip.

தப்பறை tappaṛai, s. A lie, falsehood, blunder, an error; சுத்தத்தப்பறை suttattappaṛai, A downright lie.

தப்பிதம் tappitham, s. An error, mistake, fault, blunder.

தப்பு tappu, s. A fault, error. 2. A lie. 3. An oversight, a mistake. 4. A kind of timbrel or drum; தப்புக்கொட்டுகிறது tappukkoṭṭugiṛathu, To beat a timbrel.

தப்புகிறது tappugiṛathu, v. t. To err, to mistake. 2. To escape, to escape a danger. 3. To beat clothes upon a stone; குறிதப்புகிறது kuṛitappugiṛathu, To miss the mark. 2. To err in conduct; தப்போ ஒப்போ சுவாமிக்குத்தான் தெரியும் tappó oppó swámikkuttan teriyum, God knows whether it is right or wrong; வழிதப்புகிறது valitappugiṛathu, To stray, to lose the way; தப்புவிக்கிறது tappuvikkiṛathu, To deliver.

தமக்கை tamakkai, s. (hon. தமக்கையார் tamakkaiyár), An elder sister.

தமர் tamar, s. A hole; தமரிடுகிறது tamariḍugiṛathu, To bore, to drill, to make a hole; தமரூசி tamarúsi, A gimblet, a drill.

தமிழ் tamil, s. The Tamil language. 2. Sweetness, deliciousness; தமிழன் tamilan, One belonging to the Tamil speaking race; தமிழ்நடை tamilnadai, Tamil idiom; தமிழ்ப்படுத்துகிறது tamilppaduttugirathu, To tamilize, to render into Tamil.

தமுக்கு tamukku, s. A kind of drum used for publishing orders of the government, (vulgar) a tom-tom; தமுக்குப்போடுகிறது tamukkup pódugirathu, To beat this drum, to announce.

தமையன் tamaiyan, s. An elder brother.

தம்பிரான் tambirán, s. God. 2. A royal title in Travancore. 3. A title of Saiva ascetics.

தம்பட்டம் tambattam, s. A small drum.

தம்பம் tambam, s. A pillar.

தம்பலம் tambalam, s. The red spittle when chewing betel, or the refuse of the chewed betel; தம்பலப்பூச்சி tambalappúchchi, An insect, cochineal.

தம்பாக்கு tambákku, s. A sort of pinchbeck.

தம்பி tambi, s. A younger brother, also a a term of address to younger friends generally.

தம்புரு tamburu, s. A kind of cithern or guitar with three strings; தம்புருவாசிக்கிறது tamburuváchikkirathu, To thrum it as an accompaniment to the voice.

தயவு dayavu, s. Favour, goodness, kindness.

தயார் tayár, s. Readiness; தயாராகவிருக்கிறது tayárága irukkirathu, To be ready.

தயிரியம் dayiriyam, s. See தைரியம் dhairyam.

தயிர் tayir, s. Curdled milk, curds; தயிருறைகிறது tayiruraigirathu, To thicken into cream, or curds; தயிர்கடைகிறது tayir kadaigirathu. To churn curdled milk.

தயை dayai, s. Tenderness, goodness, favour, compassion.

தயாளம் dayálam, s. Favour, bounty, kindness, benevolence.

தரகு taragu, s. Broking. 2. Brokerage; தரகன் taragan, A broker, an agent.

தரம் taram, s. Equality, likeness. 2. A sort; கடைத்தரம் kadaittaram, The last sort; நடுத்தரம் naduttaram, The middling sort; தரப்படி tarappadi, A middling sort of commodities or goods. 2. An under-garment; தரம்பிரித்து வைக்கிறது tarampirittu vaikkirathu, To assort. 3. A time, many a time; பலதரம் palataram, Many a time, frequently; ஒருதரம் oru taram, Once.

தரா tará, s. Mixture of copper and spelter, copper made black by melting spelter or zinc with it.

தராசு tarásu, s. A balance, a pair of scales; தராசிலே நிறுக்கிறது tarásilé nirukkirathu, To weigh by a balance; தராசுக்குண்டு tarásukkundu, An unstamped weight; தராசுக்கோல் tarásukkól, The beam of a balance; தராசுத்தட்டு tarásuttattu, A scale of a balance, dish, bowl; தராசுப்படிக்கட்டு tarásuppadikkattu, A weight stamped and certified by authority.

தரிக்கிறது tarikkirathu, v. t. To put on dress, accoutrements, &c. 2. v. i. To take root. 3. To remain, stay, lodge; தரிப்பு tarippu, Retention, memory. 2. Something in stock, money, property. 3. A fixed dwelling.

தரிசனம், தரிசனை darisanam, darisanai, s. Sight. 2. Vision, dream. 3. A visit; தரிசனம்பண்ணுகிறது darisanampannugirathu, To pay a respectful visit to a great man or to an idol.

தரிசிக்கிறது darisikkiṛathu, v. t. To see, to visit, naturally or in a vision.

தரிசு tarisu, s. An uncultivated field, ground lying at rest or fallow; தரிசாய்க் கிடக்கிறது tarisáykkiḍakkiṛathu, To lie uncultivated.

தரித்திரம் daridram, s. Poverty, தரித்திரன் daridran, A poor man.

தருகிறது tarugiṛathu, v. t. To give; அதை எனக்குத்தா-தாரும் athai enakkuttá-tárum, Give it to me.

தருக்கம் tarukkam, See தர்க்கம் tarkkam,

தருணம் taruṇam, s. Opportunity, seasonable time; ஏற்றதருணம் éṛratarunam, A fit time.

தருப்பு taruppu, s. A mock diamond.

தருப்பை darbai, s. A sacrificial grass—Poa cynosuroides.

தருமம் dharumam, s. See தர்மம் dharmam.

தரை tarai, s. The ground, the earth; தரைமட்டமாய்ப்போகிறது taraimaṭṭamáyp-pógiṛathu, To become level or even with the ground.

தர்க்கம் tarkkam, s. Discussion, disputation, reasoning.

தர்க்கிக்கிறது tarkkikkiṛathu, v. i. To dispute, to reason.

தர்மம் dharmam, s. Virtue, moral and religious merit, usage, duty. 2. Almsgiving, charity; தருமகாரியம் dharmakáriyam, A charitable, or equitable work; தர்மக்கட்டை dharmakkaṭṭai, An orphan supported by charity; தர்மவாடி dharmavá-ḍi, Enclosure whence charity is doled; தர்மாத்துமா dharmátmá, A good or virtuous person, தர்மிஷ்டன் dharmishṭan, One who delights in goodness.

தலம் talam, s. A place, site, a distinguished heathen fane.

தலை talai, s. The head. 2. Beginning; தலைகீழாய் talaikiḻáy, Topsy-turvy, confusedly; தலைகுனிகிறது talaikunigiṛathu, To incline the head; தலைக்கடை talaik-kaḍai, The entrance or principal door of a house; தலைக்கட்டு talaikkaṭṭu, The ceremony of putting the turband again upon the head after the first stage of mourning. 2. The first of a range of houses; தலைச்சுமை talaichchumai, A burden carried upon the head; (Met.) an arduous duty; தலைத்திருப்பம் talaittiruppam, Giddiness; தலைப்படுகிறது talaippaḍugiṛathu, To overtop, prevail, gain the ascendancy. 2. To act in opposition, to oppose.; தலைப்பா, தலைப்பாகை talaippá, talaippágai, A turband; தலைப்பு talaippu, The end of a cloth; தலைமண்டை talaimaṇḍai, The cavity of the skull; தலைமயிர் talaimayir, The hair of the head; தலைமாடு talaimá-ḍu, The head of a bed; தலைமுழுகுகிறது talaimuḻukugiṛathu, To bathe the head; தலைமுறை talaimuṛai, A generation; தலைமை talaimai, Superiority, pre-eminence; தலையணை talaiyaṇai, A pillow; தலையணையுறை talaiyaṇai uṛai, A pillow-case; தலையாரி talaiyári, A village watchman; தலையிடிக்கிறது talaiyiḍikkiṛathu, The head aches; தலையோடு talaiyóḍu, The skull; தலைவலி talaivali, Headache; தலைவன் talaivan, A headman, a chief; தலைவி talaivi, Mistress, matron, lady; தலைவாசல் talaivásal, The main entrance of a house, or other building; பரட்டைத்தலை parattaittalai, A head of hair of stunted growth.

தவக்கம் tavakkam, s. Want, penury, scarcity; தவக்கமாய்ப்போகிறது tavakkamáyppógiṛathu, To be in want, to grow scarce; also to be hindered; தவக்கம்பண்ணுகிறது tavakkampaṇṇugiṛathu, To cause penury.

தவங்குகிறது tavaṅkugiṛathu, *v. i.* To be sad or sorrowful

தவசம் tavasam, *s.* Store, provision, grain of all kinds; தவசங்கட்டுகிறது tavasaṅkaṭṭugiṛathu, To monopolize; தவசந்தட்டுதலாயிருக்கிறது tavasam taṭṭuthaláyirukkiṛathu, There is want of grain.

தவடை tavaḍai, *s.* The cheek or jawbone.

தவணை tavaṇai, *s.* A term or fixed time for payment, &c.; தவணைசொல்லுகிறது tavaṇaichollugiṛathu, To fix a term.

தவம் tavam, *s.* As தபம் tabam, Penance, austerity; அருந்தவம் aruntavam, A severe penance; தவசி tavasi, one who devotes himself to an austere life.

தவழ்கிறது tavaḷgiṛathu, *v. i.* To creep or crawl on the ground as little children do; முழங்காலாலேதவழ்கிறது muḷaṅkállálétavaḷgiṛathu, To crawl or creep on all fours.

தவளை tavaḷai, *s.* A frog; தவளைகத்துகிறது tavaḷaikattugiṛathu, The frog croaks; தவளைத்தத்தல் tavaḷaitattal, Hopping as a frog. 2. Hopping like a frog as children in play, &c.

தவறு tavaṛu, *s.* Fault, guilt.

தவறுகிறது tavaṛugiṛathu, *v. i.* To slip or slide down, to stumble. 2. To err, fail, diminish, prove difficult, fall heavy.

தவனம் tavanam, *s.* Heat of the sun. 2. Thirst, particularly caused from fatigue in the heat of the sun; தண்ணீர்த்தவனம் taṇṇírttavanam, Thirst; தவனத்தைத் தீர்க்கிறது tavanattaittírkkiṛathu, To quench the thirst.

தவிக்கிறது tavikkiṛathu, *v. i.* To be wearied with thirst. 2. To be in great want of a thing, to be in distress. 3. To pine or languish. 4. To sigh or groan; தவிப்பு tavippu, Languor, wearisomeness, a groaning, a sighing.

தவிடு taviḍu, *s.* Bran; தவிட்டுக்களி taviṭṭukkaḷi, A thick pap made of bran; தவிட்டுப்புறா taviṭṭuppuṛá, A turtle-dove; தவிட்டுப்பேன் taviṭṭuppén, Knits; தவிட்டுப்பொட்டு taviṭṭuppoṭṭu, The refuse of bran. 2. Worm-eaten places in clothes; தவிட்டுமயிர் taviṭṭumayir, The first down of birds.

தவிர்கிறது tavirgiṛathu, *v. i.* To be avoided. 2. To be excluded. 3. To cease; தவிர tavira, Besides, except.

தவிர்க்கிறது tavirkkiṛathu, *v. t.* To remove, to put aside. 2. To avoid, shun. 3. To hinder a marriage, &c., to disappoint. 4. To except, exclude.

தவ்வு tavvu, *s.* A hole, a perforation; தவ்வறுக்கிறது tavvaṛukkiṛathu, To make a hole through, to perforate, to drill.

தழல் taḷal, *s.* Fire; செந்தழல் chentaḷal, A clear fire.

தழும்பு taḷumbu, *s.* The mark of a stripe, the prints of a rod, a scar; அம்மைத்தழும்பு ammaittaḷumbu, A scar of the small-pox; எச்சிற்றழும்பு echchiṛṛaḷumbu, A ring-worm said to be produced by another's spittle.

தழுவுகிறது taḷuvugiṛathu, *v. i.* To embrace, to hold fast. 2. *(Met.)* To surround; சேனைதழுவியிருக்கிறது sénai taḷuviyirukkiṛathu, The army has surrounded the place.

தழை taḷai, *s.* A leaf, green twigs with their leaves upon them.

தழைகிறது taḷaigiṛathu, *v. i.* To sprout, thrive, flourish.

தழைக்கிறது taḷaikkiṛathu, *v. i.* To shoot, germinate.

தளதளக்கிறது, தளதளவென்கிறது taḷataḷakkiṛathu, taḷataḷavengiṛathu, *v. i.* To sparkle, glimmer, scintillate; தளதளப்பு taḷataḷappu, Scintillation, glitter.

தளப்பம், தளப்பமரம் taḷappam, taḷappamaram, *s.* A palm-tree, the talipot tree.

தளம் taḷam, *s.* The upper part of a house, a terrace, the flat roof of a house; தளம் போடுகிறது taḷampóḍugiṛathu, To floor with brick and plaster; தளவரிசை taḷavarisai, A pavement, a floor. 2. An army; தளகர்த்தன் taḷakarttan, A general or commander of an army. 3. Thickness —as of paper, leaves, planks, &c.; தளமாயிருக்கிறது taḷamáyirukkiṛathu, To be thick. 4. An unpolished ruby.

தளம்புகிறது taḷambugiṛathu, *v. i.* To shake as water in a vessel, to fluctuate. 2. To be in an uncertain state, to waver.

தளர்கிறது taḷargiṛathu, *v. i.* To slack, relax, to be remiss. 2. To grow wrinkled or flabby by old age; தளர்ந்தவயசு taḷarntavayasu, Infirm age; தளரவிடுகிறது taḷaraviḍugiṛathu, To forsake. 2. To unloose; தளர்நடை taḷarnaḍai, Infirm walk—as of infants or very old people.

தளர்த்துகிறது taḷarttugiṛathu, *v. t.* To slack, slacken or loosen.

தளிகை taḷigai, *s.* A brass plate having rice in it; தளிகைச்சோறு taḷigaichchóṛu, Consecrated rice.

தளுக்கு taḷukku, *s.* Splendour, brightness, glitter. 2. A female nose-jewel; முகத்தளுக்கு mugattaḷukku, A bright countenance; தளுக்கிடுகிறது taḷukkiḍugiṛathu, To polish.

தளுக்குகிறது taḷukkugiṛathu, *v. i.* To be bright, to glitter.

தளை taḷai, *s.* Fetters. 2. Chains for the feet. 3. A noose or running knot.

தளைகிறது taḷaigiṛathu, *v. i.* To fetter; தளைந்துவிடுகிறது taḷaintu viḍugiṛathu, To tie the forefeet of an animal left to graze; தளைவார் taḷaivár, A thong of leather, used to hamper the feet of an animal when grazing.

தள்ளாடுகிறது taḷḷáḍugiṛathu, *v. i.* To stoop, totter, stagger.

தள்ளுகிறது taḷḷugiṛathu, *v. t.* To reject, abolish. 2. To thrust, push, drive. 3. *v. i.* To be possible, to be able, இதெனக்குத் தள்ளாது ithu enakkut taḷḷáthu, To me this is an impossibility; தள்ளினமாத்திரம் taḷḷina máttiram, As much as possible; குலை தள்ளுகிறது kulai taḷḷugiṛathu, To shoot as a bunch of plantains; தள்ளாமை taḷḷámai, Weakness, feebleness; தள்ளுபடி taḷḷupaḍi, That which is rejected.

தறி taṛi, *s.* A stake, a post. 2. A weaver's loom.

தறிக்கிறது taṛikkiṛathu, *v. t.* To cut off, to cut wood.

தறும்பு taṛumbu, *s.* A dam formed to change the course of a stream; தறும்படிக்கிறது taṛumbaḍikkiṛathu, To form such a dam.

தறுவாய் taṛuváy, *s.* A crisis, exigency.

தற்காஸ்து daṛkástu, *s.* A proposal, tender.

தற்செயலாய் taṛcheyaláy, *ad.* Of itself, fortuitously, by chance.

தனம் dhanam, *s.* Property, substance, wealth, riches; தனஞ்சேர்க்கிறது dhanam, chérkkiṛathu, To accumulate property; தனம் tanam, A particle by which certain abstract nouns are formed; கொஞ்சத்தனம் koñjattanam, Littleness; பெரிய

தனம் periyadanam, Greatness, magnificence.

தனிமை tanimai, s. The being alone, solitariness.

தன்மை tanmai, s. Nature, essence, primary quality.

தா

தா tá, The root of the verb தருகிறது tarugiṛathu.

தாகம் táham, s. Thirst. 2. Desire; தாகமாயிருக்கிறேன் táhamáyirukkiṛén, I am thirsty; தாகந்தீர்க்கிறது táh. m tírkkiṛathu, To quench the thirst; பசிதாகம் pasitáham, Hunger and thirst.

தாக்கல் dákkal, s. Making an entry in an account.

தாக்கிதை, தாக்கிது tákkithai, tákkithu, s. Command, order; உமது தாக்கிதை நான் மறுக்கவில்லை umathu tákkithai nán maṛukkavillai, I have not rejected your command.

தாக்கு tákku, s. Corpulency, 2. A place; பள்ளத்தாக்கு paḷḷattákku, A hollow, valley; மேட்டுத்தாக்கு méṭṭuttákku, A rising ground.

தாக்குகிறது tákkugiṛathu, v. t. To fight, to butt. 2. To touch—as a flame, a fever, a sting, &c., to affect. 3. To hit or dash against. 4. To push down; கண்ணிலே தாக்கும் kaṇṇilé tákkum, It affects the eye.

தாங்குகிறது táṅkugiṛathu, v. t. To support, assist. 2. To bear up, to bear. 3. To ward off, keep off. 4. To bear, suffer, endure. 5. v, i. To halt, hobble upon one leg. 6. To suffice; எனக்குத் தாங்காது enakkuttáṅgáthu, It is not enough or sufficient for me; சுமையெடுக்க என்னாலே தாங்காது chumai eḍukka ennálé táṅgáthu, I cannot carry the load; தாங்கி táṅgi, Any prop or support; குடிதாங்கி kuḍi táṅgi, One who supports his family or others; சுமைதாங்கி chumai táṅgi, A burden rest.

தாசரி dásari, s. A mendicant of the Vaishnava sect.

தாசன் dásan, s. A servant. 2 A slave; தாசி dási, fem. A maid-servant, a woman-slave. 2. A dancing girl or prostitute; தேவதாசி dévadási, A woman devoted to an idol in a heathen fane, a prostitute.

தாஷ்டிகம் dháshṭikam, s. Courage, boldness, authority, blustering; தாஷ்டிகமாய்ப்பேசுகிறது dháshṭikamáyp péchugiṛathu, To speak proudly, arrogantly; தாஷ்டிகன் dháshṭikan, A bold, valiant man.

தாக்ஷணை dákshaṇai, s. Humility.

தாக்ஷிணியம், தாக்ஷிணை dákshiṇyam, dákshinai, s. Agreement, harmony. 2. Complaisance, partiality; தயைதாக்ஷிணை dayaidákshinai, Favour and complaisance, affability; நிர்த்தாக்ஷிணியம் nirdákshiṇyam, Want of affability.

தாடி táḍi, s. The beard; அலைதாடி alai táḍi, A bull's dewlap; குஞ்சுத்தாடி kuñjuttáḍi, A short beard; தாடிக்காரன் táḍikkáran, One who wears a beard; தாடிவைக்கிறது táḍivaikkiṛathu, To wear a beard.

தாடை táḍai, s. The mandible, the jaw-bone, the cheeks; தாடையில் போடுகிறது táḍaiyil póḍugiṛathu, To give one a blow on the cheek.

தாட்டுகிறது táṭṭugiṛathu, v. t. improp. for தட்டுகிறது taṭṭugiṛathu, To strike; விழத்தாட்டுகிறது viḷattáṭṭugiṛathu, To thrust one in order that he may fall. 2. To confute one's arguments.

தாட்டோட்டம் **táṭṭóṭṭam**, *s.* Making deceptive promises of a sinister character; தாட்டோட்டக்காரன் táṭṭóṭṭakkáran, One who deceives with vain promises.

தாணிக்கிறது **táṇikkiṛathu**, *v. t.* To load a gun; தாணித்துச்சுடுகிறது táṇittuchchuḍugiṛathu, To discharge a gun; தாணித்துவைக்கிறது táṇittuvaikkiṛathu, To keep a gun loaded.

தாணையம் **táṇaiyam**, *s.* A garrison; தாணையக்காரர் táṇaiyakkárar; The soldiers in garrison; தாணையம்போடுகிறது táṇaiyampóḍugiṛathu, To place a garrison; தாணையம்முறிந்தது táṇaiyammuṛintathu, The garrison has been routed or scattered; தாணையம்முறியவெட்டுகிறது táṇaiyammuṛiyaveṭṭugiṛathu, To put a garrison to flight.

தாண்டுகிறது **táṇḍugiṛathu**, *v. t.* To pass over—a river, a hill, &c 2. To skip or step over—a little trench, &c. 3. *v. i.* To escape, to hop off. 4. To jump, dance, leap, hop; தாண்டித்தாண்டிப்போகிறது táṇḍiṭṭáṇḍippógiṛathu, To proceed hopping.

தாதா **dátá**, *s.* A donor, a liberal or generous man. 2. dhátá), A father; அன்னதாதா annadhátá, One who gives food to poor people.

தாதி **dáti**, *s.* An ayah, a nurse.

தாது **táthu**, *s.* An essential part or portion of the human body. 2. Metals of different kinds.

தாபம் **tápam**, *s.* Burning heat, ardour, fervency, fervent desire. 2. Affliction, pain, sorrow; கோபதாபம் kópatápam, Anger, fervour of wrath; தாபசுரம் tápajuram, A burning fever; மனஸ்தாபம் manastápam, Grief of heart, repentance.

தாபிக்கிறது **tápikkiṛathu**, *See* ஸ்தாபிக்கிறது stápikkiṛathu.

தாமசம், தாமதம் **támasam, támatham**, *s.* Dilatoriness; தாமசக்காரன் támasakkáran, A lingerer, a dilatory person.

தாமதிக்கிறது **támathikkiṛathu**, *v. i.* To delay, linger.

தாமணி **támaṇi**, A string, a rope to tie oxen together; தாமணியிலே பூட்டுகிறது támaṇiyilé púṭṭugiṛathu, To tie together with a rope.

தாமரை **támarai**, *s.* The lotus or water lily; கற்றாமரை kaṛṛámarai, A species growing among stones, in rocky ground; செந்தாமரை chentámarai, The red lotus; நிலத்தாமரை nilattámarai, The rose shrub; படர்தாமரை paḍartámarai, The ring-worm.

தாமிரம் **támiram**, *s.* Copper.

தாம் **tám**, (*plu.* of தான் tán), They; it is commonly used as an honorific appellation for he; and in conversation or epistolary writing for you; அவர்தாமே ávartámé, He himself; நீர்தாமே nírtámé, You yourself.

தாம்பிரம் **támbiram**, *See* தாமிரம் támiram.

தாம்பு **támbu**, *s.* A rope, particularly a rope to draw water with.

தாம்பூலம் **támbúlam**, *s.* Betel leaf, betel with areca-nut, prepared for chewing.

தாயம் **dáyam**, *s.* A portion, an inheritance. 2. A kind of backgammon board; தாயமாடுகிறது dáyamáḍugiṛathu, To gamble. 3. A relation by the father's side; தாயத்தார் dáyattár, Relations, kindred. 4. Opportunity; தாயபாகம் dáyapágam, The partition of an inheritance.

தாயாதி dáyáthi, *s.* A kinsman; தாயாதித்தனம்பண்ணுகிறது dáyáthittanam paṇṇugiṛathu, To behave treacherously.

தாயித்து dáyittu, *s.* A small box of metal containing an amulet.

தாய் táy, (*honorific* தாயார் táyár), *s.* A mother; தாய்க்கிராமம் táygrámam, The principal village to which others are subordinate; தாய்ச்சி táychchi, A boy or girl who presides in a play, exercise, &c.; தாய்முகங்காணுதபிள்ளை táymukham káṇáthapiḷḷai, An infant early bereaved of its mother; தாய்வழி táyvaḷi, Relationship by the mother's side; மாற்றாந்தாய் máṛṛántáy, A step-mother.

தாரதம்மியம் táratamyam, *s.* Distinction or disparity in rank, merit, &c.

தாரம் dáram, *s.* A wife.

தாராளம் dáráḷam, *s.* Frankness, confidence, freedom from reserve; தாராளமாய்க்கொடுக்கிறது dáráḷamáykkoḍukkiṛathu, To give freely, liberally.

தாரை tárai, *s.* Order. 2. A trumpet; கண்ணீர்த்தாரை kaṇṇírttárai, A flood of tears; தாரைதாரையாய்ச்சாய்கிறது táraitáraiyáychcháygirathu, To walk on, to march in a straight line; தாரையூதுகிறது tárai úthugiṛathu, To sound a trumpet.

தாலாட்டு táláṭṭu, *s.* A lullaby; தாலாட்டுகிறது táláṭṭugiṛathu, To sing and lull a child to sleep.

தாலி táli, *s.* A marriage symbol; தாலிகட்டுகிறது táli kaṭṭugiṛathu, To tie on a táli; தாலிச்சரடு tálichcharaḍu, The thread of the táli.

தாலுக்கா tálukká, *s.* A district, a hundred or division of land.

தாவரம் távaram, *s.* Place, a habitation, an abode. 2 Firmness, stability. 3. All immoveable things, *oppos.* to சங்கமம் saṅgamam.

தாவளம் távaḷam, *s.* A resting place.

தாவிளை táviḷai, *s.* Any thing better than another.

தாவு távu, *s.* A staff for support. 2. A place to rest at; நல்லதாவிலிருக்கிறது nallatáviliṛukkiṛathu, To be in a convenient place—a house, a field, &c.

தாவுகிறது távugiṛathu, *v. i.* To stretch forth, or lift up arms; தாவுகிறபிள்ளையையெடுக்கிறது távugiṛapiḷḷaiyaieḍukkiṛathu, To take up a child that holds out its arms. 2. To rush in upon one; என்மேலே தாவிவருகிறான் enmélétávivarugiṛán, He rushes upon me. 3. To jump to skip.

தாழி táḷi, *s.* An earthen water-pot. 2. A jar.

தாழுகிறது, தாழ்கிறது táḷugiṛathu, táḷgiṛathu, *v. i*, To be low. 2. To sink down. 3. (*Met.*) To be lowly, humble; தாழ்ந்தசிந்தை táḷntachintai, Lowliness of mind தாழ்வாய்க்கட்டை táḷváykkaṭṭai, The chin or bone of the chin; தாழ்வாரம் táḷváram, A verandah or sloping front of a house; தாழ்வு táḷvu, Decrease, defect, damage. 2. Depth, low ground. 3. Depression, dejection; தாழவெட்டுகிறது táḷa veṭṭugiṛathu. To dig deeply. 2. To cut lower; பொழுது தாழ poḷuthu táḷa, As the sun declines.

தாழ்த்துகிறது táḷttugiṛathu, *v. t.* To depress. 2. To abase. 3. To humble; தாழ்ச்சி táḷchchi, Humility, inferiority. 2. Want, privation, penury; தாழ்மை táḷmai, Lowliness.

தாழ்வடம் táḷvaḍam, *s.* A garland; முத்துத்தாழ்வடம் muttuttáḷvaḍam, A garland of pearls.

தாழை táḷai, *s.* A shrub, Pandanus odoratissima; கற்றாழை kaṛṛálai, Aloe perfoliata; கற்றாழைமடல் kaṛṛáḷai madal, Its succulent leaf; தாழங்குடை táḷan-kuḍai, An umbrella made from its leaves; பேய்த்தாழை péyttáḷai, A wild variety.

தாழ் táḷ, *s.* A bolt. 2. A beam protruding on the outside of a wall.

தாளம் táḷam, *s.* Time or measure in music. 2. A kind of cymbal; கைத்தாளம் kaittáḷam, A pair of small cymbals used to regulate time in singing, one being of brass, the other of steel.

தாளிக்கிறது táḷikkiṛathu, *v. t.* To season food; தாளிதம் táḷitham, Seasoning; வெறுஞ்சட்டிதாளிக்கிறான் veṛuñchaṭṭi táḷik kiṛán, He seasons an empty sauce-pan, *i. e.* he boasts or brags; நீறுதாளிக்கிறது níṛutáḷikkiṛathu, To slake lime.

தாளுகிறது táḷugiṛathu, *v. i.* To bear, suffer, tolerate; அதெனக்குத்தாளாது athu enakkut táḷáthu, I cannot bear it.

தாள் táḷ, *s.* The foot; முழந்தாள் muḻantáḷ, The knee. 2. The stem or stalk of corn, flowers, &c.; அரிதாள் aritáḷ, Stubble. 3. The jaws. 4. A bolt; தாளிடுகிறது táḷiḍugiṛathu, To bolt a door. 5. A sheet of paper; தாள்ப்பாள் táḷppáḷ, A bolt, a bar.

தாறு táṛu, *s.* An ox-goad nail; தாற்றுக்கோல் táṛṛukkól, An ox-goad. 2. Pitch or tar. 3. A bunch or cluster of fruits of a date or areca, palm, plantain tree, &c. 4. A clew or bottom of yarn for a weaver; தாறுசுற்றுகிறது táṛu churṛugiṛathu, To wind yarn.

தாற்பரியம் táṛpariyam, *s.* Opinion, sentiment. 2. Purport, meaning. 3. Subject, design, purpose, intent; தாற்பரியஞ்சொல்லுகிறது táṛpariyamchollugiṛathu, To define a subject, to explain a case.

தாற்றுகிறது táṛṛugiṛathu, *v. t.* To separate different kinds of grain or to separate grain from any extraneous mixture. 2. To get rid of old or damaged goods by contrivance.

தானம், ஸ்தானம் tánam, stánam, *s.* A place, spot, site, situation; சமுஸ்தானம் samustánam, A capital, a metropolis; சமுஸ்தானபதி samustánapati, A prince or chief.

தானம் dánam, *s.* A gift, a giving, a donation,

தானியம் dhányam, *s.* Corn, grain of all kinds; தானியம் கட்டுகிறது dhányam kaṭṭugiṛathu, To keep back grain. 2. To monopolize grain; தானியப்பொட்டு dhányappoṭṭu, A blighted grain, a husk.

தானை tánai, *s.* A weapon of any kind. 2. A cloth; முன்தானை, முன்றானை muntánai, munṛánai, The end of a cloth, its edge or border.

தான் tán. *pro.* He, he himself; தன் tan, *Genl.* of தான் tán; தற்சிநேகம் taṛchinéham, Self-love; தற்செல்வம் taṛchelvam, Personal prosperity; தன்னிட்டம் tanniṭṭam, Liberty, voluntariness; தன்னை tannai, *accusat. of* தான் tán.

தான்றிமரம் tánṛimaram, *s.* A tree—Terminalia Bellerica; தான்றிக்காய் tánṛikkáy, Its medicinal fruit.

தி

திகாந்தம் tigántam, *s.* The farthest verge of any point of the compass, produced in space. an ideality. 2. *(com)* The sensible horizon.

திகில் tigil, *s.* Fright, terror, alarm; திகிலெடுக்கிறது tigileḍukkiṛathu, To become affrighted; திகில்பிடித்திருக்கிறது tigil piḍittirukkiṟathu, To be seized with fear.

திசை tigai, s. Region; திசைகெட்டவன் tigaikeṭṭavan, One confounded, one who is out of his wits; திசைதப்புகிறது tigaitappugiṟathu, To lose one's way; திசைப்பூண்டு tikaippúṇḍu, A plant said to cause confusion of mind or perplexity when trodden upon; திசைப்பூண்டு மிதிக்கிறது tikaippúṇḍu mithikkiṟathu, To tread upon that plant, i. e. To be stupified.

திகைக்கிறது tigaikkiṟathu, v. i. To vacillate, to stagger; திகைப்பு tigaippu, Vacillation, dismay, fear; திகைப்புண்கிறது tigaippuṇgiṟathu, To be perplexed.

திக்கரிக்கிறது dhikkarikkiṟathu, v. t. To reject as worthless, to contemn, to refute.

திக்காரம் dhikkáram, s. Disrespect, censure, repulsion.

திக்கு dikku, s. A point of the compass. 2. Support, protection; எனக்குத் திக்குமில்லைத் திசையுமில்லை enakku dikkumillai disaiyumillai, I have no place to flee to; திக்கற்றவன் dikkaṟṟavan, A helpless man, an orphan.

திக்கிடுகிறது ḍikkiḍugiṟathu, v. i. To be frightened or alarmed.

திக்குகிறது tikkugiṟathu, v. i. To stutter, hesitate or falter in speech; திக்குவாய் tikkuváy, A stammering tongue; திக்குவாயன் tikkuváyan, A stammerer, a stutterer.

திக்குமுக்காடுகிறது tikkumukkáḍugiṟathu, v. i. To be choked or suffocated.

திங்கள், திங்கட்கிழமை tingaḷ, tingaḍkiḻamai, s. Monday.

திசை tisai, s. A point of the compass.

திஷ்டாந்தம் dishṭándam, s. Example, proof, evidence.

திஷ்டி dishṭi, s. The eye-sight. 2. Knowledge. 3. An evil eye, fascination by the eye; திஷ்டி வாங்குகிறது dishṭi vánkugiṟathu, To remove the fascination or evil influence of the eyes.

திடம் tiḍam, s. Strength, courage, firmness, fortitude; திடங்கொள்ளுகிறது tiḍankoḷḷugiṟathu, To be firm, to take courage; திடச்சாட்சி tiḍachcháḍchi, Valid testimony, evidence; திடப்படுகிறது tiḍappaḍugiṟathu, To be comforted, strengthened, confirmed.

திடன் tiḍan, See திடம் tiḍam.

திடர் tiḍar, s. As திட்டை tiṭṭai, A little hill. 2. Rising ground.

திடல் tiḍal, s. Elevated ground. 2. A dry place in a river. 3. A heap.

திடாரிக்கம் diḍárikkam, s. Firmness, constancy, courage, comfort, confidence.

திடீரென்கிறது tiḍírengiṟathu, v. i. To sound as occasioned by a heavy fall. 2. To be quick, prompt, speedy; திடீரென tiḍírena, Suddenly, instantaneously; திடீரென்றுகுதிக்கிறது tiḍírenṟukuthikkiṟathu, To jump down, to plunge into suddenly; திடீரென்று விழுகிறது tiḍírenṟu viḻugiṟathu, To fall all of a sudden, unexpectedly.

திடுக்கிடுகிறது tiḍukkiḍugiṟathu, v. i. To be scared, startled, terrified; திடுக்கிடப்பண்ணுகிறது tiḍukkiḍappaṇṇugiṟathu, To scare, terrify.

திடுதிடென்கிறது tiḍutiḍengiṟathu, v. i. Said of the noise caused by fast going or running; திடுதிடென நடக்கிறது tiḍutiḍena naḍakkiṟathu, To walk fast.

திட்டம் tiṭṭam, s. Verity, certainty, 2. Justness, accuracy. 3. A set rule; திட்டத்

சொல்லுகிறது tiṭṭam chollugiṛathu, To prescribe or give directions to any one; திட்டப்படுகிறது tiṭṭáppaḍugiṛathu, To be regulated, to be in good order; திட்டமாய் tiṭṭamáy, Exactly, accurately, punctually; திட்டம்பண்ணுகிறது tiṭṭam paṇṇugiṛathu, To charge, commission, order, command; திட்டம் பார்க்கிறது tiṭṭam párkkiṛathu, To test, examine; திட்ட வட்டம் tiṭṭa vaṭṭam, Regulation. accuracy, strictness in executing a business or work; மணித்திட்டம் maṇittiṭṭam, An appointed hour, a precise time.

திட்டாந்தம், திட்டாந்தரம் tiṭṭándam, tiṭṭándaram, *See* திஷ்டாந்தம் dishṭándam.

திட்டி, திருட்டி tiṭṭi, tiruṭṭi, *See* திஷ்டி dishṭi.

திட்டி tiṭṭi, *s.* A window. 2. A wicket.

திட்டிக்கல்லு tiṭṭikkallu, *s.* Jet or agate stone.

திட்டு tiṭṭu, *s.* A little hill. 2. A rising ground, or an islet in a river. 3. Scolding, abuse.

திட்டுகிறது tiṭṭugiṛathu, *v. t.* To scold, revile, abuse, curse; திட்டிக்கருக்குகிறது tiṭṭikkarukkugiṛathu, To scold, revile intensely.

திட்டை tiṭṭai, *s.* A mortar of stone, wood or metal. 2. A hillock.

திட்பம் tidpam, *s.* A minute of time.

திணி tiṇi, *s.* Strength; திணியன் tiṇiyan, That which is thick, well stuffed. 2. A fat, sluggish person.

திணிகிறது tiṇigiṛathu, *v. i.* To be stout, strong.

திணிக்கிறது tiṇikkiṛathu, *v. t.* To fill up, store, cram or force. 2. To thrust, to push or drive in with a stick.

திண் tiṇ, *a.* Strong, tr...

திண்ணை tiṇṇai, *s.* The elevated floor of the verandah of a native house, used as a seat, ஒட்டுத்திண்ணை oṭṭuttiṇṇai, The same thing but narrower.

திண்டாட்டம் tiṇḍáṭṭam, *s.* Vexation, plague.

திண்டு tiṇḍu, *s.* A large semi-circular pillow.

திதஸ்தாபகம் dithastápakam, *s.* Elasticity

தித்திக்கிறது tittikkiṛathu, *v. i.* To be sweet; தித்திப்பு tittippu, Sweetness, sweetmeat; தித்திப்புசொல்லுகிறது tittippu chollugiṛathu, To speak pleasantly, to coax, wheedle, flatter.

திப்பிலி tippili, *s.* A pepper plant—Piper longum.

திமிங்கிலம் timiṅgilam, *s.* A large fabulous fish which devours the timi fish.

திமிதிமியென்கிறது timitimi engiṛathu, *v. t.* To keep time in music, or in dancing; திமிதிமியென்றுவருகிறது timitimiyenṛu varugiṛathu, To come with a great retinue.

திமிர் timir, *s.* Numbness of a member, torpitude, deadness; திமிரன் timiran, A torpid, lazy fellow; திமிராயிருக்கிறது timiráyirukkiṛathu, To have lost feeling to be affected with the palsy; திமிராளி timiráḷi, A paralytic, an idler; திமிரைவாங்குகிறது timirai váṅkugiṛathu, To drive out laziness out of any one, *i. e.*, To give a beating; திமிர்வாதம் timirváṭham, Paralysis, palsy, privation of motion or feeling. 2. Apoplexy or privation of motion and sensation together.

திமிர்க்கிறது timirkkiṛathu, *v. i.* To be benumbed, to be palsied; என்கால் திமிர்த்தது enkál timirttathu, My foot is benumbed.

திமிலர் timilar, *s.* Inhabitants of brackish ground, those that dwell on the sea-shore.

திமிறுகிறது timiṛugiṛathu, *v. t.* To free one's self from the grasp of another by force or art.

தியக்கம் tiyakkam, *s.* Perturbation, confusion of mind, dejection, melancholy.

தியங்குகிறது tiyankugiṛathu, *v. i.* To grow dejected, faint, to be perplexed, or confounded.

தியரடி tiyaraḍi, *s.* Melancholy. 2. Dereliction, the state of being forsaken; தியரடிப்பட்டிருக்கிறது tiyaraḍippaṭṭirukkiṛathu, To be utterly forsaken.

தியாலம் tyálam, *s.* Time.

தியானம் dyánam, *s.* Meditation, inward devotion. 2. Suspension of the senses.

தியானிக்கிறது dyánikkiṛathu, *v. t.* To meditate and pray, to contemplate.

திரட்டுகிறது tiraṭṭugiṛathu, *v. t.* To make round. 2. To join, unite.

திரணம் tiraṇam, *s.* Grass 2. A very little thing or matter, a straw, mote; திரணமாய்ப்பேசுகிறது traṇamáyppésugiṛathu, To speak despicably of a thing.

திரணை tiraṇai, *s.* Any thing made round, a chaplet or fillet of a pillar, a cornice or any globose work in architecture. 2. A wisp of straw, laid under the burden which a bullock carries.

திரம், ஸ்திரம் tiram, stiram, *s.* Firmness, steadiness; திரப்படுகிறது tirappaḍugiṛathu, To be firm or steady; திரப்படுத்துகிறது tirappaḍuttugiṛathu, To strengthen, confirm.

திரவியம் dravyam, *s.* Substance, elementary substance, a medicinal compound. 2. Wealth, property, possessions.

17

திரளுகிறது, திரள்கிறது tiraḷugiṛathu, tiraḷgiṛathu, *v. i.* To become round. 2. To form into a mass, to coalesce. 3. To be numerous.

திரளை tiraḷai, *s.* A round lump.

திரள் tiraḷ, *s.* A ball. 2. A crowd; திரளாய் tiraḷáy, Abundantly, in great numbers, very much.

திராட்சம் dráḍcham, *s.* Grapes; திராட்சரசம் dráḍcha rasam, Juice of the grape, wine.

திராய் tiráy, *s.* An edible, bitter herb.

திராவகம் drávagam, *s.* Spirits, tincture, &c., extracted from minerals by distillation, ether; திராவகம் வடிக்கிறது drávagam vaḍikkiṛathu, To distil.

திரி tiri, *s.* Three, The wick of a lamp; திரி கொளுத்துகிறது tiri koḷuttugiṛathu, To light a candle or wick of a lamp; மெழுகுதிரி meḷugutiri, A wax candle.

திரிகிறது tirigiṛathu, *v. i.* To go round about, to wander, stray. 2. To whirl. 3. To change; முகந்திரிகிறது mukham tirigiṛathu, To change countenance.

திரிகை tirigai, *s.* A potter's wheel. 2. A hand-mill.

திரிக்கிறது tirikkiṛathu, *v. t.* To grind by a hand-mill. 2. To twist a rope, a thread, &c.

திரியாவரம் tiriyávaram, *s.* Chicanery, frowardness; திரியாவரக்காரன் tiriyávarakkáran, A cheat, a fraudulent fellow, a swindler.

திரு tiru, *s.* The goddess of plenty. 2. Felicity, wealth. 3. *a.* Divine, sacred, &c. திருக்குளம் tirukkuḷam, A sacred tank; திருச்சபை tiruchchabai, A sacred assembly. 2. The Catholic Church; திருச்சுண்ணம் tiruchchuṇṇam, Perfume in powder—used on festival occasions; திரு

நாள் tirunál, A holiday or festival; திருநீறு tiruníru, Sacred ashes of burnt cow-dung; திருப்பணி tiruppaṇi, Work done in a temple; திருமங்கலியம் tirumangaliyam, The marriage symbol; திருமுகம் tirumukham, A sacred countenance. 2. A palm leaf epistle sent from a spiritual superior to a disciple. 3. A letter in general; திருவசனம் tiruvachanam, Sacred writ; திருவிழா tiruviḻa, A festival; திருவிளையாடல் tiruviḷaiyádal, A sacred amusement; திருவுளம் tiruvuḷam, The mind, will of God or of a great person; திருவுளச்சீட்டு tiruvuḷachchiṭṭu, A lot.

திருகுகிறது tirukugiṛathu, v. t. To turn, bend. 2. To wrest, distort, twist; கழுத்தைத்திருகினான் kaluttaittiruginán, He twisted his neck; திருகாணி tirugaṇi, The convolutions in a shell; திருகாணி tirugáṇi, A screw; திருகுமரம் tirugumaram, A twisted or crooked tree. 2. A turnstile; திருகுமுகம் tirugumukham, An averse, unfavourable countenance; திருகுவட்டம் tiruguvaṭṭam A small reel shaped like a wedge with a handle, used to wind yarn.

திருக்கு tirukku, s. Fraud, deceit guile; திருக்குப்பண்ணுகிறது tirukkuppaṇṇugiṛathu To deceive, to play a trick; திருக்குக்காரன் tirukkukkáran, A cheat, deceiver.

திருக்கை tirukkai, s. A fish, the ray or thornback; திருக்கைவால் tirukkaivál, Its tail.

திருடுகிறது tiruḍugiṛathu, v. t. To steal; திருடன் tiruḍan, (pl. திருடர் tiruḍar), A thief. 2. A sly artful fellow; திருட்டு tiruṭṭu, Theft; திருட்டுப்பிடிக்கிறது tiruṭṭuppiḍikkiṛathu, To find out a theft; திருட்டுமட்டை tiruṭṭumaṭṭai, A worthless thief.

திருத்துகிறது tiruttugiṛathu, v. t To mend, amend, reform, correct. 2. To level ground, to clean it from stones, thorns, &c.; திருத்தம் tiruttam, Correction, fitness, what is well mended, an emendation.

திருந்துகிறது tiruntugiṛathu, v. i. To be amended, corrected, perfected, to grow even.

திருப்புகிறது tiruppugiṛathu, v. t. To turn. 2. To translate. 3. To change. 4. To manage a horse, to turn it to the right or to the left side, or against an enemy, to steer a ship.

திரும்புகிறது tirumbugiṛathu. v. i. To turn, to move round, to turn about. 2. To be changed, to change; காற்றுதிரும்பிற்று káṟṟutirumbiṟṟu, The wind changed or shifted. 3. To return.

திரை tirai, s. A curtain, a blind, a veil. 2. A wave, a billow. 3. Wrinkles of the skin, formed by old age; திரைச்சீலை tiraichchílai, A curtain; திரையடிக்கிறது tiraiyadikkiṛathu, The billow beats; திரைவிழுகிறது tiraiviḻugiṛathu, Wrinkles appear; நரைதிரையுள்ளவன் naraitiraiyuḷḷavan, One whose hair is grey, and skin wrinkled.

திரைகிறது tiraigiṛathu, v. i. To rise in undulations, 2. To crumple wrinkle.

திலகம் tilakam, s. A spot or point of sandal and vermilion on the forehead. 2. A jewel worn by women on their forehead. 3. Excellence, eminence; அரசர்திலகன் arasartilakan, A gem among kings, one greatly distinguished among kings.

திலதம் tilatham, *s.* A jewel worn on a spot on the forehead.

திவசம் divasam, *s.* A day. 2. The anniversary of a deceased relation's death in which certain ceremonies are performed.

திவலை tivalai, *s.* Dispersed or scattered drops.

திவ்விய divvya, *a.* Divine, sacred.

திறக்கிறது tiṛakkiṛathu, *v. t.* To open. 2. To show the way, to make a precedent; இதுக்குவழிதிறவாதே ithukkuvaḷitiṛaváthé, Do not show the way, do not make a precedent or set an example; திறப்பு tiṛappu, An aperture, a window, a gap in a wall or hedge; திறவு tiṛavu, Way, means. 2. A disclosure, an opening; திறவுகோல் tiṛavukól, A key.

திறமை tiṛamai, *s.* Capacity, skill, ability.

திறம் tiṛam, *s.* Strength, efficacy, capacity; இதற்கதுதிறம் ithaṛkathutiṛam, This is preferable to that; கல்வித்திறம் kalvittiṛam, Profound knowledge; திறவான் tiṛaván, An able man.

திறை tiṛai, *s.* A tribute paid by one king to another more powerful.

தினம் dinam, *s.* A day; அனுதினமும் anudinamum, Daily, every day; இன்றையதினம் inṛaiyadinam, This day; சுபதினம் subhadinam, An auspicious day; தினக்கூலி dinakkúli, Daily hire; தினச்சரி dinachchari, The occupations of a complete day, from morning till evening; தினந்தினம் dinamdinam, Day by day; தினந்தோறும் dinantóṛum, Every day; தினம்பார்க்கிறது dinampárkkiṛathu, To discern between lucky and unlucky days.

தினவு tinavu, *s.* An itching.

தினுசு dinusu, *s.* Kind, sort or species of a genus; தினுசுவாரிகள் dinusuvárikaḷ, Different sorts.

தினை tinai, *s.* A kind of millet.

தின்கிறது tingiṛathu, *v. t.* To eat; தின்பண்டம் tinpaṇḍam, Victuals, edibles.

தீ

தீ tí, *s.* Fire; தீப்பொறி tippoṛi, A spark; தீவளர்க்கிறது tívaḷarkkiṛathu, To keep up a sacrificial fire.

தீ tí, *a.* Evil; தீய tíy, Mischievous, wicked; தீவினை tívinai, A wicked deed, evil, sin.

tí, *a.* sweet; தீஞ்சொல் tíñchol, A sweet expression.

தீகிறது tígiṛathu, *v. i.* To be scorched, to be singed, to be scorched by the heat of the sun—as grass, &c.

தீங்கு tíngu, *s.* Guilt, fault. 2. Evil, mischief, affliction.

தீக்ஷணம் díkshaṇam, *s.* Sharpness; புத்திதீக்ஷணம் buddhidíkshaṇam, Acuteness of mind.

தீக்ஷை, தீட்சை díkshai, tíḍchai, *s.* Teaching of a mystic character; தீட்சைபண்ணுகிறது tíḍchaipaṇṇugiṛathu, To initiate, &c.

தீட்டம் tíṭṭam, *s.* Uncleanness. 2. Women's menses.

தீட்டு tíṭṭu, *s.* A ceremonial uncleanness pollution from touching a corpse, &c. தீட்டுப்படுகிறது tíṭṭuppaḍugiṛathu, To become unclean, to be polluted.

தீட்டுகிறது tíṭṭugiṛathu, *v. t.* To beat rice in a mortar to cleanse it. 2. To whet, to sharpen. 3. To write, to draw a picture, to paint; தீட்டரிசி tíṭṭarisi, Rice freed from bran; தீட்டுக்கல் tíṭṭukkal A whetstone.

தீண்டுகிறது tíṇḍugiṛathu, *v. t.* To touch; என்னைத் தீண்டாதே ennaittíṇḍáthé, Touch me not; கிராணந்தீண்டுகிறது kiráṇam tíṇḍugiṛathu, To become eclipsed as the sun or moon.

தீது títhu, *s.* Evil, a fault.

தீமை tímai, *s.* An evil, misfortune, vice.

தீபம் dípam, *s.* A lamp, a light; தீபஸ்தம்பம் dípastambam, A light-house; தீபமேற்றுகிறது dípam éṛṛugiṛathu, To light or set up a lamp; தீபாராதனை dípárathanai, The waving of lights in homage to an idol during processions and on other occasions.

தீபனம், பசிதீபனம் dípanam, pasidípanam, *s.* Hunger, keen appetite.

தீய்க்கிறது tíykkiṛathu, *v. t.* To singe, parch, burn, broil.

தீரம் tíram, *s.* A shore, a bank. 2. Strength, firmness.

தீருகிறது, தீர்கிறது tírugiṛathu, tírgiṛathu, *v. i.* To be finished or ended—as a law-suit, &c. 2. To be cured; தீரும்வியாதி tírum vyáthi, A curable disease. 3. To be expiated—as sin. 4. *v. t.* To fire a musket. 5. To dye, colour, or adorn.

தீர்க்கம் dírgam, *s.* Extension, length.

தீர்க்கிறது tírkkiṛathu, *pr. v. t.* To end, perfect, expiate, cure; தீர்ப்பு tírppu, Determination. 2. An award of arbitrators, sentence of a judge; தீர்மானம் tírmánam, A positive determination, a final conclusion; தீர்மானிக்கிறது tírmánikkiṛathu, To determine.

தீர்த்தம் tírttam, *s.* Water in general, and particularly, holy water.

தீர்வை tírvai, *s.* Duty, toll, custom, tax. 2. A decision.

தீவாணம் díváṇam, *s.* A Mohammedan magistrate, a divan.

தீவிரம் tíviram, *s.* Haste, hurry, speed; தீவிரபுத்தி tívirabuddhi, A ready wit. தீவிரப்படுகிறது tívirappaḍugiṛathu, To make haste; தீவிரமாய் tíviramáy, Hastily.

தீவிரிக்கிறது tívirikkiṛathu, *v. t.* To make haste, to do a thing hastily.

தீவு tívu, *s.* An island, an isle. 2. A foreign country, a distant region; தீவாந்தரம் tívántaram, Distant countries, the ends of the earth; தீவுச்சரக்கு tívuchcharakku, Foreign merchandise, foreign goods.

தீழ்ப்பு tilppu, *s.* Uncleanness.

தீற்றுகிறது tíṛṛugiṛathu, *v. t.* To rub and clean a wall, &c.; தீற்றுக்கல் tíṛṛukkal, A rubbing stone.

தீனி tíni, *s.* Food, especially that of domestic animals.

து

துகள் tugaḷ, *s.* The pollen or dust in the anther of a flower. 2. The dust of the ground.

துக்கம் dukkam, *s.* Sorrow, mourning; துக்கங்கொண்டாடுகிறது dukkankoṇḍáḍugiṛathu, To mourn, condole, to lament over the dead.

துக்கிக்கிறது tukkikkiṛathu, *v. t.* To be sorry, to be mournful.

துக்குணி tukkuṇi, A little.

துஷ்டம், துட்டம் dushṭam, tuṭṭam, *s.* Wickedness, depravity, cruelty; துஷ்டத்தனம் dushṭattanam. Savageness, ferocity, cruelty, improbity.

துடிக்கிறது tuḍikkiṛathu, *v. i.* To beat, throb, palpitate. 2. To pant, struggle; துடிப்பு tuḍippu, Palpitation, tremor.

துடுக்கு tuḍukku, *s.* Insolence, obstinacy; துடுக்கன் tuḍukkan, An obstinate fellow.

துடுப்பு tuḍuppu, *s.* An oar, a paddle.

துடைக்கிறது tuḍaikkiṛathu, *v. t.* To wipe, to clean. 2. To destroy, extirpate; துடைப்பம் tuḍaippam, A besom, a broom.

துட்டு tuṭṭu, *s.* A copper coin; துட்டடிக்கிறது tuṭṭaḍikkiṛathu, To coin copper money.

துணி tuṇi, *s.* A cloth.

துணிகிறது tuṇigiṛathu, *v. i.* To venture, hazard, presume, to act boldly. 2. To be petulant; துணிவு tuṇivu, Temerity, enterprize, hazard, courage. 2. Decision, determination.

துணை tuṇai, *s.* Help, assistance. 2. Society, company. 3. A companion; துணைபோகிறது tuṇaipógiṛathu, To accompany, to conduct one; வழித்துணை vaḻittuṇai, A fellow-traveller, a companion on a journey.

துண்டம் tuṇḍam, *s.* A piece cut off.

துண்டிக்கிறது tuṇḍikkiṛathu, *v. t.* To cut in pieces.

துண்டு tuṇḍu, *s.* A piece of cloth. 2. A remnant.

துதி tuthi, *s.* Praise.

துதிக்கிறது tuthikkiṛathu, *v. t.* To praise.

துத்தம் tuttam, *s.* Vitriol, sulphate of zinc; துத்தநாகம் tuttanágam, Zinc; பாற்றுத்தம் páṛṛuttam, White vitriol; மடற்றுத்தம் maḍaṛṛuttam, Calamine, impure carbonate of zinc; மயிற்றுத்தம் mayiṛṛuttam, Blue vitriol, sulphate of copper.

துந்துமி tuntumi, *s.* Drum.

துபாக்கி tuppákki, *s.* Fusil, a musket, a firelock; துபாக்கிகெட்டிக்கிறது tuppákki keṭṭikkiṛathu, To charge a gun; துபாக்கிக்குண்டு tuppákkikkuṇḍu, A musket ball, or bullet; துபாக்கிக்குதிரை tuppakkikkuthirai, The cock of a gun; துபாக்கிக்குழல் tuppákkikkuḻal, The barrel of a musket; துபாக்கிச்சலாகை tuppákkichchalágai, A ramrod; துபாக்கிமருந்து tuppákkimaruntu, Gunpowder; துபாக்கிரவை tuppákki ravai, Shot; துபாக்கிவத்திவாய் tuppákkivattiváy, The touchhole of a gun.

துபாஷி dubáshi, *s.* An interpreter.

துப்பட்டா duppaṭṭá, *s.* A fine fringed mantle.

துப்பட்டி duppaṭṭi, *s.* A folding mantle or loose robe, a sheet.

துப்பு tuppu, *s.* Search; துப்புபார்க்கிறது tuppupárkkiṛathu, To search, track a thief.

துப்புகிறது tuppugiṛathu, *v. t.* To spit; துப்பல் tuppal, Spittle.

தும்பி tumbi, *s.* A kind of beetle. 2. Its male.

தும்பு tumbu, *s.* A rope to tie oxen or bullocks with. 2. A button or small ball. 3. Strings. 4. Dust; தும்புமூட்டுகிறது tumbumúṭṭugiṛathu, To twist two ropes into one; தும்பிலேமாட்டுகிறது tumbilémáṭṭugiṛathu, To tie oxen with a rope.

தும்முகிறது tummugiṛathu, *v. i.* To sneeze; தும்மல் tummal, Sneezing.

துயரம் tuyaram, *s.* Sorrow, sadness, affliction.

துயர் tuyar, *s.* Affliction.

துய்ய tuyya, *a.* Pure, clear, holy.

துரத்துகிறது turattugiṛathu, *v. t.* To make one go, to drive or chase away.

துரவு turavu, *s.* A large well; துரவுப்படி turavuppaḍi, Steps in a well made of projecting stones inside; துரவுமுழுகுகிறது turavu muḻukugiṛathu, To sink a well; துரவுவெட்டுகிறது turavu veṭṭugiṛathu, To dig a well.

துராகிருதம் durágirutham, *s.* Chicanery, evil work, sophistry.

துரிதம் turitham, *s.* Haste, swiftness; துரிதக்காரன் turithakkáran, One who makes haste, one who is prompt.

துரு turu, *s.* Rust. 2. Verdigris; துருப்பிடிக்கிறது turuppiḍikkiṛathu, To rust, to gather rust.

துருக்கம் turukkam, *s.* A hill-fort.

துருக்கர் turukkar, *s.* Mohammedans, resident in the peninsula of India.

துருசி turusi, *s.* Blue vitriol—sulphate of copper.

துருதுருப்பு turuturuppu, *s.* Precipitation; துருதுருத்தவன் turuturuttavan, One who is in great haste, a blunderer.

துருத்தி turutti, *s.* A leather bag to carry water, 2. A small vessel with a narrow orifice, a bottle; துருத்திக்கழுத்து turuttikkaḷuttu, The neck of a pair of bellows; துருத்தியூதுகிறது turuttiyúthugiṛathu, To blow bellows.

துருந்துகிறது turuntugiṛathu, *v. t.* To explore, examine.

துரும்பு turumbu, *s.* A straw, a rush.

துருவாடு turuváḍu, *s.* A fleecy sheep.

துருவுகிறது turuvugiṛathu, *v. t.* To grate, scrape—as the kernel of a cocoanut.

துரை durai, *s.* A person in authority; *commonly*, a gentleman; துரைசானி duraisáni, A lady; துரைத்தனம் duraittanam, Government; துரைமக்கள் duraimakkaḷ, Persons of consequence, gentlemen.

துரோகம் dróham, *s.* Treachery, perfidiousness; துரோகம்பண்ணுகிறது dróhampaṇṇugiṛathu, To deal treacherously; துரோகி dróhi, A traitor, a traitress.

துரோட்டி turóṭṭi, *s.* A crook, the beak of a bird.

துர் dur, A prefix—bad, evil, ill; துராசாரம் durácháram, Perversity, indecency; துராலோசனை durálóchanai, Bad advice; துர்க்கந்தம் durgantam, A bad smell; துர்ப்பலம் durbbalam, Infirmity, weakness; துர்மாம்சம் durmámsam, Proud flesh.

துலக்குகிறது tulakkugiṛathu, *v. t.* To polish, furbish, scour.

துலங்குகிறது tulaṅkugiṛathu, *v. i.* To be bright, glittering, resplendent, polished; துலங்கியெரிகிற விளக்கு tulaṅgiyerigiṛa viḷakku, A lamp that burns clearly.

துலா tulá, *s.* A picotta. 2. A steel-yard for weighing.

துலாம் tulám, *s.* The beam of a picotta. 2. A weight.

துலுக்கன் tulukkan, *See* துருக்கர் turukkan.

துலுக்காணம் tulukkáṇam, *s.* Mohammedan usage.

துலுக்குகிறது tulukkugiṛathu, *v. t.* To shake the head, move; துலுக்கித்துலுக்கி நடக்கிறது tulukkittulukki naḍakkiṛathu, To affect a proud mien in walking.

துவக்குகிறது tuvakkugiṛathu, *v. t.* To begin; துவக்கம் tuvakkam, A beginning.

துவசம் duvasam, *s.* A flag, a distinguishing banner.

துவட்டுகிறது tuvaṭṭugiṛathu, *v. t.* To make dry with a cloth or sponge, to wipe clean. 2. To broil meat.

துவரை tuvarai, *s.* A leguminous shrub. Cytisus.

துவர் tuvar, *s.* Harshness, acerbity.

துவர்க்கிறது tuvarkkiṛathu, *v. i.* To be of a harsh taste, to revolt or be disgusting to any one.

துவள்கிறது tuvaḷgiṟathu, v. i. To be flexible, pliable. 2. To shake, to be agitated. 3 To relax, slacken. 4. To warp—as boards lying in the sun, to shrink.

துவாபரயுகம் duváparayugam, s. The third of the four Hindu ages.

துவாரம் dwáram, s. A door, an entrance. 2. A hole; துவாரமிடுகிறது dwáramiḍugiṟathu, To make a hole.

துவைகிறது tuvaigiṟathu, v. i. To be dipped—as a cloth in dye. 2. To be moistened— as a weaver's warp. 3. To be turned or curdled—as milk; துவைந்து கொடுக்கிறது tuvaintukoḍukkiṟathu, To be tempered—as iron or steel.

துவைக்கிறது tuvaikkiṟathu. v. t. To dip in, to soak. 2. To turn or curdle, to put rennet in the milk. 3. To temper iron, &c. 4. To bruise herbs in a mortar. 5. To beat clothes in washing; துவைத்துப் பிழிகிறது tuvaittuppiḷigiṟathu, To wring a cloth dipped in water or dye. 2. To squeeze juice out of bruised herbs, &c.

துழாவுகிறது tuḷávugiṟathu, v. t. To stir a pot, to turn corn, spread in the sun for drying. 2. To grope. 3. To search out.

துளக்கம் tuḷakkam, s. A moving.

துளி tuḷi, s. A drop; மழைத்துளி malaittuḷi. A drop of rain or other liquid.

துளிக்கிறது tuḷikkiṟathu, v. t. To fall in drops.

துளிர் tuḷir, s. A bud, germ.

துளிர்க்கிறது tuḷirkkiṟathu, v. i. To bud, to shoot out.

துள்ளி tuḷḷi, s. A drop.

துள்ளு tuḷḷu, s. A jump; துள்ளாட்டம் tuḷḷáṭṭam, Sprightliness, mettle, unruliness; துள்ளுக்காளை tuḷḷukkáḷai, An untamed bullock. 2. (Met.) An unruly person.

துள்ளுகிறது tuḷḷugiṟathu, v. t. To leap, hop, trip along.

துறட்டி turaṭṭi, s. A crook, a hook.

துறை turai, s. A rendezvous. 2. A road for ships, a ford in a river, a place to go down into a tank—a ghaut. 3. A road, way; துறைமுகம் turai mukham, A roadsted; வண்ணாரத்துறை vaṇṇárattuṟai, A place for washing clothes.

துன்பம் tunbam, s. Affliction, vexation.

தூ

தூக்கம் túkkam, s. Hangings, drapery, sleep; தூக்கந்தெளிகிறது túkkanteḷigiṟathu, To awake from sleep.

தூக்கு túkku, s. Height. 2. A rope for suspending pots.

தூக்குகிறது túkkugiṟathu, v. t. To lift up. 2. To hang a thing on a hook or rope. 3. To weigh. 4. (Met) To consider; சீர்தூக்கிப் பார்க்கிறது sírtúkkippárkkiṟathu, To weigh or to consider well; தூக்கணங்குருவி túkkaṇaṅkuruvi, The pendulous bird; தூக்குமரம் túkkumaram, A gallows; தூக்குவிளக்கு túkkuviḷakku, A hanging lamp.

தூங்குகிறது tuṅkugiṟathu, v. i. To sleep, to be drowsy. 2. To be suspended, to be hanging down or dangling; தூங்கிவிழுகிறது túṅgiviḷugiṟathu, To fall asleep; தூங்குமஞ்சம் túṅgumaññjam, A hanging cot, a swinging bed; தூங்குமூஞ்சி túṅgumúñji, A sleepy fellow.

தூசி dúsi, s. Dust; தூசிதாங்கி dúsitáṅgi, A curtain to keep off dust.

தூஷணம், தூஷணை dúshaṇam, dúshaṇai, *s.* Contumely, abuse, calumny.

தூஷிக்கிறது dúshikkiṛathu, *v. t.* To slander, calumniate.

தூண் túṇ, *s.* A pillar. 2. A staff, a support.

தூண்டில் túṇḍil, *s.* A fishing tackle; தூண்டில்முள் túṇḍilmuḷ, A fish-hook.

தூண்டுகிறது túṇḍugiṛathu, *v. t.* To stir a fire. 2. To irritate, incite, entice, move. 3. To open the wick of a lamp. 4. To spur a horse, to goad an ox; தூண்டாவிளக்கு túṇḍáviḷakku, A lamp not needing to be snuffed; தூண்டிக்காட்டுகிறது túṇḍikkáṭṭugiṛathu, To animadvert, reprove; தூண்டுகோல் túṇḍukól, A pricker for a torch or for the wick of a lamp.

தூது túthu, *s.* A message, an errand; தூதுவிடுகிறது túthuviḍugiṛathu, To send a message.

தூதுளை túthuḷai, *s.* A shrub, Solanum trilobatum; தூதுளம்வற்றல் túthuḷamvaṛṛal, Its dried berry.

தூபம் dúpam, *s.* Incense, the smoke of any fragrant gum; தூபாராதனை dúpáráthanai, The offering of incense.

தூமிரம் dhúmiram, *s.* Purple.

தூம்பு túmbu, *s.* A gutter, sewer.

தூரம் dúram, *s.* A distance, great distance.

தூர்க்கிறது túrkkiṛathu, *v. t.* To fill up. 2. To sweep.

தூர்வை dúrvai, *s.* Dry sticks or leaves.

தூலம் túlam, *s.* Fatness, thickness, grossness.

தூலிக்கிறது túlikkiṛathu, *v. i.* To grow thick, stout or fat; தூலித்தசரீரம் túlittasaríram, A fat or bulky body.

தூவானம் túvánam, *s.* Rain driven by the wind through the doors or windows.

தூவுகிறது túvugiṛathu, *v. t.* To sprinkle gently meal, pepper, odoriferous water &c.

தூளி dúḷi, *s.* Dust, powder.

தூள் túḷ, *s.* Powder. 2. The anther of a flower.

தூறு túṛu, *s.* A thicket. 2. An aspersion, a calumny.

தூற்றுகிறது túṛṛugiṛathu, *v. t.* To fan or winnow corn. 2. To blame, defame. 3. To scatter, squander or waste property.

தெ

தெகிட்டு tegiṭṭu, *s.* Nausea, satiety, *See* தெவிட்டு teviṭṭu.

தெங்கு teṅgu, *s.* The cocoa-nut tree; தேங்காய் ténkáy. A cocoa-nut.

தெத்துகிறது tettugiṛathu, *v. t.* To twist baskets, mats, &c. 2. *v. i.* To stammer, or stutter; தெத்துவாய் tettuváy, A stammering mouth.

தெப்பம் teppam, *s.* A raft; தெப்பத்திருநாள் teppattirunáḷ, A Hindu festival, on which occasion the idol has an aquatic excursion.

தெய்வம் deyvam, *s.* Divinity, the divine being.

தெய்விகம் deyvikam, *s.* What is divine, providence.

தெரிகிறது terigiṛathu, *v. i.* To be seen, to be known, to be clear and plain; to perceive, understand. 2. *v. t.* To choose, select, pick out.

தெரு teru, *s.* Way. 2. Street; தெருவீதி teruvíthi, A street.

தெவிட்டு teviṭṭu, *s.* Nausea, aversion excited by medicine. 2. Aversion to food through satiety.

தெவிட்டுகிறது tevittugirathu, v. i. To nauseate, to be sick at stomach. 2. To be full.

தெளிகிறது teligirathu, v. i. To become clear, to clear up. 2. To be cleared from feculency or dregs—as water, &c.; தெளிவு telivu, Clearness, transparency. 2. Perspicuity, clearness of the mind.

தெளிக்கிறது telikkirathu, v. t. To clean, polish. 2. To strew, to spread by scattering, to sow. 3. To sprinkle or besprinkle.

தெள்ளுகிறது tellugirathu, v. t. To winnow.

தெறிக்கிறது terikkirathu, v. i. To break, burst, to be broken—as a bow, &c. 2. v. t. To snap off, to dash or throw off a thing by a quick motion. 3. v. i. To fly in pieces, shatter, shiver.

தெற்றுகிறது terrugirathu, v. t. To intertwine; தெற்றுப்பல்லு terruppallu, A snag-tooth.

தெற்கு terku, s. The south, the south point; தெற்கே terké, Southward; தென்கடல் tenkadal, The south sea; தென்றல் tenral, The south-wind.

தே

தேகம் déham, s. The human body.

தேக்கு tékku, s. The teak-tree—Tectona grandis.

தேங்குகிறது ténkugirathu, v. i. To stand full, to stagnate.

தேசம் désam, s. A country.

தேசிகம் désigam, s. The proper language of any country or province.

தேசியம் dásiyam, s. as தேசிகம் désigam.

தேடுகிறது tédugirathu, v. t. To seek, earn, acquire.

தேட்டை téttai, s. Filtered water.

தேம்புகிறது témbugirathu, v. i. To sob; தேம்பியழுகிறது témbiyalugirathu, To sob and weep.

தேய்கிறது téygirathu, v. i. To be worn away by being handled, used or rubbed; தேய்கடை téykadai Waste, diminution,

தேய்க்கிறது téykkirathu, v. t. To rub off, to cleanse by rubbing. 2. To rub between the hand or fingers.

தேரை térai, s. A kind of lean frog; தேரைவிழுந்த பிள்ளை téraivilunta pillai, An emaciated child.

தேர் tér, s. A war or idol-car.

தேர்கிறது tērgirathu, v. t. To comprehend, to know. 2. To investigate.

தேவன் dévan, s. God. 2. A title given to certain tribes; தேவதூஷணம் dévadúshanam, Blasphemy; தேவாலயம் déválayam, A fane or temple; தேவி dévi, A goddess.

தேவை tévai, s. Necessity, need.

தேள் tél, s. A scorpion.

தேறுகிறது térugirathu, v. i. To gather strength; தேற்றுகிறது térrugirathu, v. t. To comfort, console. 2. To strengthen, confirm, to refresh one's self; தேற்றரவு térraravu, s. Consolation, comfort; தேற்றாங்கொட்டை térránkottai, The seed of the தேற்றாமரம் térrámaram, or strychnos patatorium.

தேன் tén, s. Honey; கொம்புத்தேன் kombuttén, Honey in the comb on the branches of trees; தேனீ téní, A bee; தேன்கூடு ténkúdu, Honey-comb.

தை

தை tai, s. The latter part of January and the former part of February.

தைக்கிறது taikkiṛathu, *v. t.* To sew. 2. To stitch, fasten. 3. To run in—as a thorn, to pierce—as an arrow. 4. *(Met.)* To strike, affect, pierce the mind; தையல் taiyal, A seam, a suture; ஒட்டுத்தையல் oṭṭut taiyal, A patching, a mending; கெட்டித்தையல் keṭṭittaiyal, A double seam; தையல் பிரிக்கிறது taiyal pirikkiṛathu, To rip or unravel needle-work; தையற்காரன் taiyaṛkáran, *(fem.* தையற்காரி taiyaṛkári,) A tailor.

தைரியம் dhairyam, *s.* Courage, boldness; தைரியசாலி dhairyasáli, A bold, brave or daring man.

தைலம் tailam, *s.* Oil of the sesamum, gingely oil. 2. Medicinal or essential oil; தைலமிறக்குகிறது tailam iṛakkugiṛathu, To distil oil; தைலம் வடிக்கிறது tailam vaḍikkiṛathu, To make an oil, ointment or balm.

தொ

தொகுக்கிறது togukkiṛathu, *v. t.* To join, unite different things together, to sum up.

தொகை togai, *s.* A genus, comprehending under it many species. 2. A sum, an amount, தொகைபார்க்கிறது togai párkkiṛathu, To sum up; தொகாநிலை togánilai, A word having its sign of inflexion; தொகைநிலை togainilai, Apocope, an elision of the sign of inflexion; வினைத்தொகை vinaittogai, Elision of a verbal inflexion.

தொங்குகிறது tonkugiṛathu, *v. i.* To hang, to be pendent; தொங்கல் tonkal, A jewel for the ears, in general any thing that hangs down;. தொங்குகாது tongukáthu, Hanging ears.

தொடக்கு toḍakku, *s.* The uncleanness of a woman in her menses and in child-bed.

தொடங்குகிறது toḍankugiṛathu, *v. i.* To begin.

தொடர்கிறது, தொடருகிறது toḍargiṛathu, toḍarugiṛathu, *v. t.* To follow, to pursue a thing or a person. 2. To prosecute, to pursue legally; தொடராமுறி toḍarámuṛi, To suspend a legal prosecution; தொடரெழுத்து toḍareḷuttu, The final consonant of a preceding and the initial vowel of a succeeding word; தொடர்ச்சி toḍarchchi, Affinity, union. 2. Pursuit; தொடர்ந்துபிடிக்கிறது toḍarntu piḍikkiṛathu, To overtake a person; தொடர்ந்துவருகிறது toḍarntu varugiṛathu, To follow.

தொடுகிறது toḍugiṛathu, *v. t.* To touch. 2. To eat; தொடப்போகாது toḍappógáthu, It is not fit to be touched; தொடுவழக்கு toḍuvaḷakku, A continuous quarrel or law-suit; தொட்டாற்சுருங்கி toṭṭáṛchurungi, The sensitive plant—Mimosa pudica; தொட்டு toṭṭu, Touching.—It is used as பற்றி, குறித்து paṛṛi, kuṛittu, to express relation or reference, and is equivalent to concerning, with respect to, touching; அந்நாள்தொட்டு annáḷ toṭṭu, From that day; தொட்டுத்தெளிக்கிறது toṭṭutteḷikkiṛathu, To dip in, and sprinkle water, oil, &c.; தொட்டுப்பார்க்கிறது toṭṭuppárkkiṛathu, To search by feeling or touching.

தொடுக்கிறது toḍukkiṛathu, *v. t.* To begin a work, a business; சண்டைதொடுக்கிறது chaṇḍai toḍukkiṛathu, To raise a quarrel. 2. To connect, to make a thing stick, cleave or adhere to. 3. To put on—as shoes, &c. 4. To string—as flowers. 5.

To put an arrow on the string; தொடு தோல் todutól, Sandals, slippers; தொடுப்பு toduppu, Ploughgear; தொடை todai, The thigh; தொடையெலும்பு todaiyelumbu, The thigh-bone; தொடைவாழை todaiválai, An ulcer on the inner thigh; பின்னந்தொடை pinnautodai, A hind-quarter; முன்னந்தொடை munnantodai, A fore-quarter of a sheep, &c.

தொட்டி totti, s. A trough, a laver, &c.; தொட்டிக்கால் tottikkál, A bandy-leg; தொட்டிவயிறு tottivayiru, A paunch-belly. 2. An enclosure or fence, a pound தொட்டியிலேவைக்கிறது tottiyil vaikkiathu, To impound; விறகுதொட்டி virgutotti, An enclosure around fire-wood which is for sale. 3. A manger. 4. Default—as in work, &c.; தொட்டிப்பணம் tottippanam, The fine imposed on that account.

தொட்டியம் tottiyam, s. A treatise on witchcraft.

தொட்டில் tottil, s. A cradle, a kind of swinging cot; தொட்டிலையாட்டுகிறது tottilaiyáttugirathu, To rock a cradle.

தொண்டு tondu, s. Service, slavery &c.; தொண்டன் tondan, A servant doing service secular or sacred.

தொண்டை tondai, s. The throat; தொண்டைகம்மியிருக்கிறது tondai kammiyirukkirathu, To be hoarse; தொண்டைக்குழி tondaikkuli, The pit of the throat; தொண்டையைப்பிடித்துநெரிக்கிறது tondaiyaippidittu nerikkirathu, to strangle.

தொத்துகிறது tottugirathu, v. t. To cleave. 2. To taint, infect; தொத்துவியாதி tottuvyáthi, An infectious sickness, a contagion.

தொந்தரவு, தொந்தரை tontaravu, tontarai, s. Trouble, vexation.

தொந்தி tonti, s. The belley or paunch; தொந்திவயிறு tontivayiru, A paunch belly.

தொப்பி toppi, s. A hat, a cap.

தொப்புள் toppul, s. The navel.

தொப்பை toppai, s. A paunch, a big belly.

தொய்கிறது toygirathu, v, t. To pine, languish; தொய்வு toyvu, Fatigue, weariness.

தொலை tolai, s. Great distance,

தொலைகிறது tolaigirathu, v. i. To be finished, to come to an end. 2. To perish, to be ruined.

தொலைக்கிறது tolaikkirathu, v. t. To end, finish. 2. To destroy, kill.

தொல்லை tollai, s. Trouble; சமுசாரத்தொல்லை samusárattollai, Domestic cares.

தொழில் tolil, s. Action, workmanship, occupation, trade. 2. Office, employ; தொழிற்பெயர் tolirpeyar, A verbal noun.

தொழு tolu, s. Stocks for the punishment of culprits. 2. A cow-house; தொழுவிலடிக்கிறது toluviladikkirathu, To put into the stocks.

தொழுகிறது tolugirathu, v. t. To adore, worship; தொழுகள்ளன் tolukallan, A hypocritical rogue.

தொழும்பு tolumbu, s. Slavery; தொழும்பன் tolumban, A slave, a humble worshipper.

தொளதொளக்கிறது tolatolakkirathu, v. i. To slide in, to be loose, &c.

தொளாயிரம் toláyiram, *See* தொள்ளாயிரம் tolláyiram.

தொளை tolai, s. A hole, a hole made with any instrument. 2. The inner cavity of a

Bambu or other reed; தொளையிடுகிறது tolaiyiidugirathu, To bore a hole.

தொளைக்கிறது toḷaikkiṛathu, v. t. To cut, to bore a hole, to perforate.

தொள்ளாயிரம் toḷḷáyiram, s. Nine hundred.

தொனி dhoni, s. Sound, tone.

தொனிக்கிறது dhonikkiṛathu, v. t. To sound.

தொணுப்புகிறது tonuppugiṛathu, v. i. To blab, chatter, prate; தொணுப்பன் tonuppan, A prater, a garrulous person.

தொன்னை tonnai, s. A cup made of leaves.

தொன்று tonṛu. s. Antiquity; தொன்று தொட்டு tonṛu toṭṭu, From antiquity.

தோ

தோ tó, A word used for calling a dog, &c.

தோக்கு tokku, s. A hand-gun.

தோசை dósai, s. Rice-flour cakes; தோசைக்கல் dúsaikkal, A frying-pan; தோசை சுடுகிறது dósaichuḍugiṛathu, To fry cakes.

தோஷம் dósham, s. Fault, defect, blemish, offence; பக்ஷிதோஷம் pakshidósham, A disease of children, a becoming emaciated: supposed to be occasioned by some ominous bird flying over the head.

தோடு tódu, s. A jewel for the ears.

தோட்டம் tóttam, s. A back-yard. 2. A garden; தோட்டக்காரன் toṭṭakkáran, A gardener; தோட்டம் வளைக்கிறது tóṭṭam vaḷaikkiṛathu, To make a garden, to lay the ground plot of a garden.

தோட்டி tótti, s. A hook, a clasp. 2. A village servant of the paraia class, a serf. 3. A person kept for cleaning privies, &c.

தோணி toṇi. s. A large boat; தோணிக்காரன் tóṇikkáran, A boatman.

தோண்டி tóṇḍi, s. A small earthen vessel for drawing water, &c.

தோண்டுகிறது tóṇḍugiṛathu, v. t. To dig in the ground with any instrument. 2. To draw out of a well.

தோத்திரம் tóttiram, s. See ஸ்தோத்திரம் stóttiram.

தோப்பு tóppu, s. A grove.

தோப்புக்கண்டம் tóppukkaṇḍam, s. A kind of homage to the image of Ganésa. 2. A punishment in schools.

தோய்கிறது tóygiṛathu, v. i. To bathe. 2. To curdle, coagulate, crust, crystallise, freeze.

தோய்ப்பம் tóyppam, s. A species of pancake.

தோய்க்கிறது tóykkiṛathu, v. t. To dip in. 2. To curdle milk. 3. To temper iron.

தோரணம் tóraṇam, s. A principal entrance, an outer door, a gateway. 2. Lines ornamented with flowers, &c. stretched across the streets like triumphal arches on the occasion of marriage and other processions. 3. The beam of a balance.

தோலி dóli, s. A litter; a dooly.

தோல் tól, s. A leather bag, bellows. 2. Skin, leather. 3. The pod or legume of seeds, coat of onions, arillus of seeds; தோற்பறை tóṛparai, A leather bag for feeding horses. 2. A leather bucket for drawing water.

தோவத்தி dóvatti, s. A cotton girdle, cloth or scarf.

தோழம் tóḻam, s. A fold or pen for cows, sheep, &c.

தோழமை tóḻamai, s. Fellowship, intercourse, familiarity.

தோழன் tóḻan, s. A companion, fellow.

தோள் tóḷ, s. The shoulder, the arm; தோட்பட்டை tóḍpaṭṭai, The shoulder blade;

தோள்தட்டுகிறது tóḷ taṭṭugiṛathu, To slap one's own shoulder—as a challenge to another.

தோறும் tóṛum, s. A suffix, every, each one; நாட்டோறும் nádóṛum, Every day; வருஷந்தோறும் varushantóṛum, Every year.

தோற்கிறது tóṛkiṛathu, v. i. To lose a game, a battle, cause, &c.; தோலாவழக்கன் tóláváḷakkan, One who will not be confuted.

தோன்றுகிறது tonṛugiṛathu, v. i. To seem, appear. 2. To spring, arise, come into existence; தோற்றுகிறது tóṛṛugiṛathu, To appear to the sight or to the imagination, occur; தோற்றம் tóṛṛam, Appearance, spectacle.

தௌ

தௌவுகிறது tauvugiṛathu, v. i. To rear—as a horse, to skip or jump—as fencers.

ந

நகம் nagam, s. the nail of the fingers or toes; நகக்கண் nagakkaṇ, The root thereof; நகசிகைபரியந்தமும் nagasigaipariyantamum, From top to toe, from head to foot; நகச்சுற்று nagachchuṛṛu, A whitlow; நகமுஞ்சதையுமாயிருக்கிறார்கள் nagamum sathaiyumáyirukkiṛárkaḷ, They are very intimate friends.

நகரம் nagaram, s. A town, city, metropolis; நகரிசோதனை nagarisódanai, Espionage of a city by a king, &c.

நகருகிறது, நகர்கிறது nagarugiṛathu, nagargiṛathu, v. i. To creep, crawl—as children do. 2. To withdraw in a clandestine manner.

நகர்த்துகிறது nagarttugiṛathu, v. t. To grind by attrition, (*Met.*) to eat all up with avidity.

நகல் nagal, s. A copy.

நகை ñagai, s. Jewels, trinkets. 2. Contempt, a contemptuous laugh.

நக்குகிறது nakkugiṛathu, v. t. To lick; நக்கிக்கொண்டு திரிகிறது nakkikkoṇḍu tirigiṛathu, To hang on, to spong., to cringe for food.

நங்கூரம் naṅkuram, s An anchor; நங்கூரந்தூக்குகிறது naṅkuramtúkkugiṛathu, To weigh anchor; நங்கூரம் போடுகிறது naṅkuram póḍugiṛathu, To cast anchor.

நசல் nasal, s. Sickness, (*prob.* from நைதல் naithal, A wasting away); நசலாய்விழுகிறது nasaláy viḷugiṛathu, To fall sick.

நசிகிறது nasigiṛathu, v. i. To be destroyed or ruined.

நசுக்குகிறது nasukkugiṛathu, v. t. To squash, crush, bruise, destroy.

நசுங்குகிறது nasuṅkugiṛathu, v. i. To be squashed, bruised.

நசை nasai, s. Mockery, grimace; நசைகாட்டுகிறது nasaikáṭṭugiṛathu, To mock by grimace made behind one.

நச்சுகிறது nachchugiṛathu, v. i. To chat, babble; நச்சுவாயன் nachchuváyan, A blab, babbler. 2. To importune, to be troublesome.

நச்சுக்குழல் nachchukkuḷal, s A telescope. 2. A pea-shooter.

நஷ்டி, நட்டி nashṭi, naṭṭi, s. Loss, damage.

நக்ஷத்திரம், நட்சத்திரம் nakshattiram, naḍchattiram, s. A star. 2. An Asterism, a lunar mansion.

நஞ்சு nañju, s. Poison, venom, bane; நச்சு nachchu, Poisonous, venomous; நச்செலி nachcheli, A musk-rat: its bite being poisonous; நஞ்சன் nañjan, An envenomed man.

18

நஞ்சை nañjai, *See* நன்செய் nanchey.

நடக்கிறது naḍakkiṛathu, *v. i.* To walk, proceed, to come to pass, succeed, to be usual.

நடத்துகிறது naḍattugiṛathu, *v. t.* To carry on, lead, rule, direct, manage, teach; நடத்தை naḍattai, Deportment, course, walk; நடை naḍai, Walk, pace, a step, a stride, a trip over a ferry, &c. 2. The entry of a house, passage; ஆள்நடை áḷnaḍai, A man's walk; நடைபழக்குகிறது naḍai paḷakkugiṛathu, To break in a horse; நடைமருந்து naḍaimaruntu, Physic which does not confine one within doors.

நடமாடுகிறது naḍamáḍugiṛathu, *v. i.* To walk about, to frequent a place.

நடலை naḍalai, *s.* Fraud, cunning, deceit.

நடனம் naḍanam, *s.* Dancing.

நடு naḍu, *s.* The middle. 2. Equity; நடுக்கட்டு naḍukkaṭṭu, A girdle, 2. A building between other building; நடுக்கேட்கிறது naḍukkéḍkiṛathu, To hear a dispute; நடுச்சாமம் naḍuchchámam, Mid-watch, midnight; நடுவதுபாதியிலே naḍuvathu páthiyilé, In the midst, amidst; நடுவறுக்கிறது naḍuvaṛukkiṛathu, To settle a dispute; நடுவன் naḍuvan, A judge; நட்டாமட்டி, நட்டாமுட்டி naṭṭámaṭṭi, naṭṭámuṭṭi, *commonly*, Middle rate, mediocrity, meanness, what is middling or common; நட்டாமுட்டிமருந்து naṭṭámuṭṭimaruntu, Common physic; நட்டாறு naṭṭáṛu, Mid-river; நட்டாற்றிலேகைவிட்டான் naṭṭáṛṛilékaiviṭṭán, He left me in the middle of the river.

நடுகிறது naḍugiṛathu, *v. t.* To plant, to set plants, transplant. 2. To stick or fix in the ground a pole or prop.

நடுங்குகிறது naḍuṅkugiṛathu, *v. i.* To tremble, to tremble through fear; நடுக்கம் naḍukkam, Tremor.

நட்டணை naṭṭaṇai, *s.* Stiffness, incivility; நட்டணையாயிருக்கிறது naṭṭaṇaiyáyirukkiṛathu, To be stiff, unbending, uncivil.

நட்டுவக்காலி naṭṭuvakkáli, *See* நண்டுவாய்க்காலி naṇḍuváykkáli.

நண்டு naṇḍu, *s.* A crab; நண்டுக்கொடுக்கு naṇḍukkoḍukku, The forceps of a crab; நண்டுவாய்க்காலி, நட்டுவக்காலி naṇḍuváykkáli, naṭṭuvakkáli, A crab-clawed scorpion of a large kind.

நதி nadi, *s.* A river running from west to east.

நத்து nattu, *s.* A conch.

நத்தை nattai, *s.* A snail.

நந்தவனம், நந்தனவனம் nantavanam, nantanavanam, A flower garden.

நந்தியாவட்டம், நந்தியாவர்த்தம் nantiyávaṭṭam, nantiyávarttam, *s.* A shrub,—Nerium coronarium.

நந்நான்கு nannángu, *s.* By fours, four together.

நபர் nabar, *s.* An individual, a man; நபர் சாமீன் nabarjámín, Security for a man.

நமஸ்காரம் namaskáram, *s.* Adoration, worship, salutation.

நமுடு namuḍu, *s.* A knit, any larvae of insects.

நமை namai, *s.* Itching, irritation of skin.

நமைக்கிறது namaikkiṛathu, *v. i.* To itch; நமைப்பு namaippu, An itching.

நம் nam, Our.

நம்புகிறது nambugiṛathu, *v. t.* To confide, to put confidence in, to rely on. 2. To believe, hope, expect; நம்பிக்கை nambikkai, Confidence, trust.

நம்பூரி nambúri, s. A Nambúri—the titular name of a superior kind of Brahmans in Malayalam.

நயக்கிறது nayakkiṛathu, v. i. To be cheap.

நயம் nayam, s. Advantageousness. 2. Cheapness; நயங்காட்டுகிறது nayamkáṭṭugiṛathu, To coax, wheedle; நயபயமறிந்தவன் nayabayamaṛintavan, One who knows how to influence from motives of kindness and fear; நயம்பாடுகிறது nayampáḍugiṛathu, To sing pleasingly, to flatter; நயம்பேசுகிறது nayampésugiṛathu To speak affably or courteously.

நரகம் narakam, s. Hell.

நரகல் narakal, s. Filth, Excrement.

நரங்குகிறது, நராங்குகிறது naraṅkugiṛathu, naráṅkugiṛathu, v. t. To be deficient in growth. 2. To decay; நரங்கடிக்கிறது naraṅkaḍikkiṛathu, To destroy by neglect.

நரம்பு narambu, s. A nerve, tendon, sinew. 2. Catgut, the chord or string of a musical instrument, (Met.) The instrument itself. 3. A tendril of a vine and of other parasitical plants, நரம்பன் naramban, A meagre, emaciated person,

நரன் naran s. Man; நரபலி narabali, A human sacrifice.

நரி nari, s. A jackal; குட்டிநரி kuttinari, A young jackal; குள்ளநரி kuḷḷanari, A jackal; பெருநரி perunari, A tiger; குழிநரி, நுழைநரி, வளைநரி, kuḻinari, nuḻainari, vaḷainari, A fox; நரிப்பயறு narippayaṛu, A kind of pea or pulse; நரியூளையிடுகிறது nariyúḷaiyidugiṛathu, The jackal howls.

நருக்குகிறது narukkugiṛathu, v. t. To bruise, bray, to beat in a mortar; நருக்குப்பிருக்கல் narukkuppirukkal, What is not entirely bruised.

நரை narai, s. Grayness; நரைதிரைமூப்பில்லாமை naraitirai múppillámai, Exemption from gray hairs, wrinkles, and age; நரைமயிர் naraimayir, Gray hair.

நரைக்கிறது naraikkiṛathu, v. t. To grow gray.

நலங்கு nalaṅgu, s. A marriage ceremony; நலங்கிடுகிறது nalaṅkiḍugiṛathu, To perform this ceremony

நலங்குகிறது nalaṅkugiṛathu, v. i. To grow faint or feeble; நலக்குகிறது nalakkugirathu To rumple cloth or paper.

நலம் nalam, a. A good; நலம்பொலம் nalampolam, Good and evil.

நல்ல nalla, Good,fair; நல்லசமயம் nallasam ayam, A good opportunity, a favourable time; நல்லாங்குபொல்லாங்கு nalláṅgupolláṅgu, Good and evil; நல்வினைதீவினை nalvinai tívinai, Good and bad actions, virtue and vice.

நவம் navam, s. Newness, novelty; நவமாய் navàmáy, Newly, anew.

நழுவுகிறது naḻuvugiṛathu, v. i. To slip out of the hand. 2. To fall off or slip off—as a garment. 3. To steal away.

நளுங்கு naḷuṅku, s. A large lizard; நளுங்கோடு naḷuṅkóḍu, Its shell.

நறநறென்கிறது naṛanaṛengiṛathu, v. i. To sound like the grinding of the teeth, the fall of rain, or of a tree, or the breaking of a branch.

நறுக்கு naṛukku, s. A bit cut off, a palmleaf, a note; நறுக்குகிறது naṛukkugiṛathu, To cut in small pieces, to pare, to clip.

நனைகிறது nanaigiṛathu, v. i. To become wet, to become soaked.

நனைக்கிறது nanaikkiṛathu, v. t. To wet, to soak.

நன்கொடை nankoḍai, s. A gift, a nuptial gift or present.

நன்மை nanmai, s. A good, benefit. 2. Welfare, prosperity.

நன்றாய் nanṛáy, ad. Well. 2. Prosperously, successfully.

நன்றி nanṛi, s. A good, benefit.

நன்னாரி nannári, s. A medicinal plant—Sarsaparilla.

நா

நா ná, s. The tongue. 2. The tongue or clapper of a bell; நாவறட்சி návaṛadchi, Dryness of tongue caused by fever, &c.

நாகணவாய்ப்புள் nágaṇaváyppuḷ, s. A bird.

நாகம் nágam, s. A snake in general; especially the Cobra Capella. 2. Black-lead; நாகபடம் nágapaḍam, Ear-rings worn by females with the figure of a serpent.

நாகரிகம் nágarikam, s. Politeness, refinement, civilization.

நாகு nágu, s. A female buffalo.

நாக்கு nákku, s. The tongue. 2. The tongue of a balance. 3. The clapper of a bell. 4. The broad part of an oar; சிறுநாக்கு siṛunákku, The epiglottis or uvula.

நாசம் násam, s. Destruction, loss, death; கர்ப்பநாசம் garbhanásam, Abortion.

நாசி nási, s. The nose. 2. The nostrils.

நாஸ்திகன் nástikan, s. An atheist; நாஸ்திகமதம் nástikamatham, Atheism, &c.

நாடகம் náḍakam, s. A play, a drama; நாடகசாலை náḍakasálai, A theatre.

நாடா naḍa, s. A weaver's shuttle. 2. A ribbon.

நாடான் náḍán, s. A polite epithet in the south, applied to the Shánárs.

நாடி náḍi, s. The pulse; அசாத்தியநாடி asádhyanáḍi, A pulse indicating death; சாத்தியநாடி sádhyanáḍi, A pulse indicating recovery.

நாடு náḍu, s. Country—as opposed to town.

நாடுகிறது náḍugiṛathu, v. t. To seek, inquire, search, aim at, desire greatly. 2. To scent—as dogs, hare, &c.; நாட்டம் náṭṭam, The aim of a thing, intention.

நாடோடி náḍóḍi, com. s. Custom, common usage. 2. A vagabond; நாடோடிச்சொல் náḍóḍichchol, A common word.

நாட்டாண்மை náṭṭáṇmai, s. Headship of a village.

நாட்டாண்மைக்காரன் náṭṭáṇmaikkáran, s. The chief of a village.

நாட்டுகிறது náṭṭugiṛathu, v. t. To fix in the ground, to erect a column, a pillar, a pole, &c. 2. To plant a tree.

நாணம் náṇam, s. Bashfulness, shame, shamefacedness, modesty; நாணக்கேடு náṇakkéḍu, Shamelessness.

நாணயம் náṇayam, s. A coin, any thing stamped with an impression. 2. Truth, probity, honesty, credit, fineness, elegance; நாணயச்சரக்கு náṇayachcharakku, Superior articles; நாணயப்புடவை náṇayappuḍavai, Fine cloth.

நாணுகிறது náṇugiṛathu, v. t. To be shamefaced, modest, or bashful.

நாதம் nátham, s. A sound in general; சங்கநாதம்பண்ணுகிறது saṅkanátham paṇṇugiṛathu, To blow a conch.

நாபி nábi, s. The navel.

நாமம் námam, s. A name, an appellation. 2. The tridental mark on the forehead of Vaishnavas; நாமகரணம் námakaraṇam, The ceremony of naming a child; நாமதேயம் námathéyam, A name given, an appellation.

நாம் nám, *pron.* 1st *pers. pl.* We, including the speaker and hearer.

நாயக்கன் náyakkan, *s.* A name of some tribes of Telugu people. 2. A title in the native army—a corporal.

நாய் náy, *s.* A dog; கோநாய் kónáy, A kind of wolf; நாயீ náyí, A dog-fly; நாயுண்ணி náyuṇi, A tick.

நாரத்தை, நார்த்தை nárattai, nárttai, *s.* The orange-tree—Citrus aurantium; நார்த்தம்பழம் nárttam paḷam, An orange.

நாராசம் nárásam, *s.* An iron pen, also an arrow. 2. An iron wire, a surgeon's probe.

நார் nár, *s.* Fibre, vegetable fibre generally; நார்ப்பட்டு nárppaṭṭu, A textile fabric.

நாலு nálu, *s.-a.* Four; நாலாம், நான்காம் nálám, nángám, The fourth; நாலாவது nálávathu, Fourthly; நாலுபேர் nálu pér, Four persons, several persons; நாற்பது náṛpathu, Forty.

நாவல் nával, *s.* A tree—Calyptranthes caryophyllifolia.

நாவி návi, *s.* The musk-cat.

நாவிதன் návithan, *s.* A barber.

நாழி náḻi, *s.* A measure.

நாழிகை náḻigai, *s.* An Indian hour of twenty-four minutes; நாழிகைவட்டில் náḻigaivaṭṭil, A clepsydra.

நாளை, நாளைக்கு náḷai, náḷaikku, *s.* To-morrow.

நாள் náḷ, *s.* A day of twenty four hours. 2. Time in general; அந்நாளிலே annáḷilé, In those days; நாளது náḷathu, Current, passing; நாளதுமாசம் náḷathumásam, The current month; நாளதுவரையில் náḷathuvaraiyil, To this present day; நாள்படுகிறது náḷpaḍugiṛathu, To last, endure, continue; நாள்படநிற்கிறது náḷpaḍaniṛkiṛathu, To last long; நாள்பட்ட வியாதி náḷpaṭṭa vyáthi, A disease of long standing; நாள்வட்டத்திலே náḷvaṭṭattilé, in progress of time; மறுநாள் maṛunáḷ, The next day.

நாறுகிறது náṛugiṛathu, *v. i.* To cast an odour generally offensive, to stink

நாற்றம் náṭṭam, *s.* Smell, odour; fragrance also.

நாற்று náṛṛu, *s.* Plants thickly sown for transplanting; நாற்றுநடுகிறது náṛṛunaḍugiṛathu, To plant, to transplant; நாற்றுவிடுகிறது náṛṛuviḍugiṛathu, To sow seed for producing plants.

நானா nána, *a.* Many, various; நானாப்பிரகாரம் nánápprakáram, Various ways, or manners; நானாவிதம் nánávitham, Different kinds.

நான் nán, *pron.* First person singular, I.

நி

நிகண்டு nigaṇḍu, *s.* A dictionary.

நிகர் nigar, *s.* Similarity; நிகரில்லாத nigarillátha, Incomparable.

நிகர்க்கிறது nigarkkiṛathu, *v. t.* To assimilate. 2. To fight.

நிகழ்கிறது, நிகழுகிறது nikaḷgiṛathu, nikaḷugiṛathu, *v. i.* To go, to go on, to be on foot; நிகழ்காலம் nigaḷkálam, Passing time, the present tense.

நிக்கிரகம் nigraham, *s.* Discipline, punishment; துஷ்டநிக்கிரகம் dushṭanigraham, Punishment of the wicked.

நிசம் nijam, *s.* Verity, certitude; நிசஸ்தன் nijastan, A true person.

நிசுவாசம் nisswásam, *s.* Expiration.

நிச்சிந்தை nichchintai, *s.* Tranquillity.

நிஷ்கபடம் nishkapaḍam, *s.* Guilelessness, sincerity.

நிஷ்டூரம் nishṭúram, *s.* Harshness, contumeliousness ; நிஷ்டூரம்பண்ணுகிறது nishṭúram paṇṇugiṛathu, To act harshly; நிஷ்டூரன் nishṭúran, A severe man.

நிஷ்டை, நிட்டை nishṭai, niṭṭai, *s.* Devotion and religious practice, an austere exercise or ceremony; நிஷ்டைகூடுகிறது nishṭai kúḍugiṛathu, To succeed in penance, to obtain the desired gift; நியமநிஷ்டை niyamanishṭai, Religious observance.

நிணம் niṇam, *s.* Fat, fatness; நிணச்செருக்கு niṇachcherukku, Petulancy, luxuriance, wildness, pride

நிண்டுகிறது ninḍugiṛathu, கிண்டுகிறது kinḍugiṛathu, *v.* To teaze others, to pinch, to nibble as worms.

நிதானம் nithánam, *s.* Exactuess, preciseness, justness ; நிதானமாய்ச்சொல்லு nithánamáychchollu, State precisely.

நிதானிக்கிறது nithánikkiṛathu, *v. t.* To ascertain, to judge.

நித்தமும், நித்தம் nittamum, nittam, *s.* Always, daily; நித்தம்வருகிறது nittamvarugiṛathu, To come daily,

நித்தியம் nittiyam, *s.* Eternity.

நித்திரை nittirai, *s.* Sleep; அயர்ந்தநித்திரை ayarntanittirai, Deep sleep; நித்திரைவருகிறது nittirai varugiṛathu, To be sleepy, to be overpowerd by sleep.

நிந்தனை nintanai, *s.* Contumely, abuse.

நிந்திக்கிறது nintikkiṛathu, *v. t.* To contemn, abuse, vilify.

நிந்தை nintai, *s.* Affront, reproach, contempt, contumely; நிந்தாஸ்துதி nintástuthi, Ironical praise.

நிபந்தனை nibantanai, *s.* A covenant or agreement. 2. A canon or general rule.

நிபுணன் nipuṇan, *s.* A skilful, expert person.

நிமலன் nimalan, *s.* A pure or holy person.

நிமிஷம், நிமிடம் nimisham, nimiḍam, *s.* An instant, the twinkling of an eye.

நிமிண்டுகிறது nimiṇḍugiṛathu, *v. t.* To pinch, to rub with or between the fingers.

நிமித்தம் nimittam, *s.* A sign, a mark. 2. A cause, a motive, an instrumental cause. 3. An omen, a sign, an augury; இதினிமித்தமாக ithinimittamáka, For this reason, therefore; துர்நிமித்தம் durnimittam, A bad omen; நன்னிமித்தம் nannimittam, A good sign or omen; நிமித்தம்பார்க்கிறது nimittampárkkiṛathu, To observe superstitious signs ; நிமித்திகன் nimittikan, A soothsayer, a prognosticator, an augur.

நிமிர்கிறது nimirgiṛathu, *v. i.* To arise, to stand straight. 2. To grow.

நிமிளை nimiḷai, *s.* A mineral-Bismuth Pyrites; காகநிமிளை káganimiḷai, Black coloured Bismuth; பொன்னிமிளை ponnimiḷai, Bismuth of a gold colour.

நியதி niyati, *s.* Good or bad events, destiny. 2. Usage, religious duty or obligation.

நியமம் niyamam, *s.* Religious observance, especially that which is self-imposed.

நியமனம் niyamanam, *s.* Order, command.

நியமிக்கிறது niyamikkiṛathu, *v. t.* To make, to produce. 2. To ordain, to appoint.

நியாயம் nyáyam, *s.* Justice, reason, propriety, right, equity; நியாயசபை nyáyasabhai, A judicial assembly, a court; நியாயந்தீர்க்கிறது nyáyantírkkiṛathu, To judge, to decide; நியாயவிசாரணை nyáyavicháraṇai, Investigation.

நிரந்தரம் nirantaram, Always.

நிரம்புகிறது nirambugiṛathu, *v. i.* To grow full, to become filled; நிரம்பவார் niramba vár, Pour it full.

நிரவுகிறது ...avugiṛathu, *v. t.* To make even the ground, to level; நிரவிக்கொள்ளுகிறது niravikkoḷḷugiṛathu, To adjust affairs with one another.

நிருணயம் niruṇayam, *See* நிர்ணயம் nirṇayam.

நிருபம் nirubam *s.* An epistle.

நிருமூலம் nirumúlam, *s.* Total or entire destruction, eradication.

நிருவாகம், நிர்வாகம் niruváham, nirváham, *s.* Management. 2. Ability, capacity, adequacy; என் சீரும் நிருவாகமும் en-sírum nirváhamum, My condition and means; நிருவாகி nirváhi, One who manages or conducts, an agent.

நிருவாணம் nirváṇam, *s.* Nakedness; நிருவாணி nirváṇi, A naked person.

நிருபணம் nirúpaṇam, *s.* Proof, determination, certainty, resolution.

நிருபிக்கிறது nirúbikkiṛathu, *v. t.* To evince, demonstrate.

நிரை nirai, *s.* Order, series. 2. Military array.

நிர்ணயம் nirṇayam, *s.* Certainty, determination, purpose; நிர்ணயிக்கிறது nirṇayikkiṛathu, To resolve, determine.

நிர்த்தாக்ஷிணியம் nirdákshiniyam, *s.* An unfavourable look, a disregard of persons.

நிர்த்தூளி nirttúḷi, *s.* Total destruction.

நிர்ப்பந்தம் nirbantam, *s.* Affliction, oppression, calamity.

நிர்ப்பாக்கியம் nirbhágyam, *s.* Unhappiness, inauspiciousness.

நிர்மூடன் nirmúḍan, *s.* A great fool, a stupid man.

நிர்விசாரம் nirvicháram, *s.* Carelessness, thoughtlessness, neglect.

நிலம் nilam, *s.* Ground, earth, 2. Ground-floor; உவர்நிலம் uvarnilam, Brackish soil; நிலவியல்பு nilaviyalbu, The nature of the soil; பண்பட்டநிலம் paṇpaṭṭa-nilam, Ground which is tilled.

நிலயம் nilayam, *s.* A house, habitation

நிலவு nilavu, *s.* Moonlight.

நிலா nilá, *s.* Moonlight.

நிலுவை niluvai, The remainder or balance due, arrears.

நிலை nilai, *s.* A place, a standing place. 2. Firmness, stability, perseverance. 3. The side posts of a door. 4. A ford, shallow place in a river. 5. A story, a flight of rooms. 6. Posture, attitude in general; நிலைநிற்கிறது nilainiṛkiṛathu, To continue, to be firm, constant, steady, durable; நிலைபெறுகிறது nilaiperugiṛathu, To gain a footing; நிலைமை nilaimai, State, condition. 2. Durableness, perseverance.

நிலைக்கிறது nilaikkirathu, *v. i.* To persevere, to abide, to be established or fixed. 2. To get footing or ground in a river.

நிவாரணம் nivárаṇam, *s.* Extinction, destruction; நிவாரணம்பண்ணுகிறது nivá-raṇampaṇṇugiṛathu, To destroy, abolish, expel. 2. To expiate, to blot out sin.

நிவிர்த்தி nivartti, *s.* Cessation, leaving off, repose, a renouncing the world; வியாதி நிவிர்த்தி viyáthinivirtti, Cure of sickness.

நிழல் niḷal, *s.* A shadow, a shade, 2. (*Met.*) protection, shelter; நிழலாடுகிறது niḷaláḍugiṛathu, To appear in a reflected image—as in a looking-glass, &c.; நிழலாட்டம் niḷaláṭṭam, a shadowy representation, adumbration.

நிறக்கிறது niṛakkiṛathu, v. i. To have a brilliant colour, to be splendidly coloured.

நிறம் niṛam s. A colour; நிறங்கெடுகிறது niṛam keḍugiṛathu, To lose colour.

நிறுக்கிறது niṛukkiṛathu, v. t. To weigh, poise, or balance a thing; நிறுத்துப்பார்க்கிறது niṛuttuppárkkiṛathu, To test a thing by weighing.

நிறுத்துகிறது niṛuttugiṛathu, v. t. To detain, stop, discontinue, to cause to stand still; நிறுத்தம் niṛuttam, A pause in reading or speaking; விளக்கை நிறுத்துகிறது viļakkai niṛuttugiṛathu, To put out a light.

நிறை niṛai, s. Weight.

நிறைகிறது niṛaigiṛathu, v. i. To be full; நிறைகுடம் niṛaikuḍam, A full water pot; நிறைவு niṛaivu, Fulness, completeness; நிறைவேறுகிறது niṛaivéṛugiṛathu, To become complete, to be fulfilled; நிறைவேற்றுகிறது niṛaivéṛṛu-giṛathu. To fulfil.

நிறைக்கிறது niṛaikkiṛathu, v. t. To fill.

நிற்கிறது niṛkiṛathu, v. i. To stand, stay, to be durable, to last.

நினைக்கிறது ninaikkiṛathu, v. t. To think. 2. To remember, to have in memory; நினைப்பூட்டுகிறது ninaippúṭṭugiṛathu, To remind, to put one in mind; நினைவு ninaivu, A thought, consideration.

நீ

நீ ní, (pl. and honorific நீர், nír,) The second person, thou.

நீக்குகிறது níkkugiṛathu, v. t. To remove, put away, forsake.

நீங்குகிறது nínkugiṛathu, v. i. To remove, to go off, to wear off.

நீசம் nícham, s. Lowness, meanness; நீசன் níchan, s. A low person.

நீடிக்கிறது níḍikkiṛathu, v. i. To last. 2. To grow long by extension.

நீடுகிறது níḍugiṛathu, v. i. To be extended.

நீட்டுகிறது níṭṭugiṛathu, v. t. To extend or stretch out. 2. To give.

நீதி níti, s. Justice, right conduct. 2. Ethics, morals; நீதிசாஸ்திரம் níthisástiram, A law book, the law; நீதிநியாயம் níthiniyáyam, Justice; நீதிமான் níthimán, A righteous man.

நீந்துகிறது níntugiṛathu, v. t. To swim.

நீர் nír, See நீ ní.

நீர் nír, s. Water 2. Urine, *modestly*; இளநீர் iļanír, Cocoanut water; உமிழ்நீர் umiļnír, Spittle; சிறுநீர் siṛunír, Urine; சேற்றுநீர் cheṛṛunír, Muddy water; தண்ணீர் tannír, Cold water; வெந்நீர் vennír, Warm water; நீர்விடுகிறது nírviḍugiṛathu, To make water, to urine; நீரூற்று níṛúṛṛu, A source or spring; நீரோட்டம் níróṭṭam, A stream, current; நீர்க்கடுப்பு nírkkaḍuppu, Strangury; நீர்க்கோவை nírkkóvai, Dropsy; நீர்ச்சோறு nírchchóṛu, boiled rice, kept over-night in water for breakfast; நீர்ப்பாம்பு nírppámbu, A water-snake; நீர்மோர் nírmór, Butter-milk diluted with water; நீர்வற்றம் nírvaṛṛam, Ebb, ebbing.

நீலம் nílam, s. Blue. 2. A gem of a blue colour, the sapphire; நீலக்கட்டி nílakkaṭṭi, A piece or cake of Indigo; நீலக்காரன் nílakkáran, A dyer in blue; நீலங்கட்டுப்படப் பேசுகிறது nílamkaṭṭuppaḍappésugiṛathu, To lie grossly.

நீலி níli, s. A female gnome.

நீளுகிறது, நீள்கிறது níļugiṛathu, níļgiṛathu, v. i. To lengthen or to extend itself:

நீட்சி níḍchi, Length, extension; நீளம் níḷam, Length, longitude, extension.

நீறு níṛu, s. Slaked lime; பூநீறு púníṛu, Earth impregnated with soda, fuller's earth.

நீற்றுகிறது níṛṛugiṛathu, v. t. To reduce to powder, to slake lime, to calcinate, to burn to ashes.

நு

நுகம் nugam, s. A yoke for oxen; நுகக்கால் nugakkál, Shaft of a plough; நுகத்தடி nugat aḍi, A yoke; நுகத்தாணி nugattáṇi, The peg or pin of a yoke; நுகத்தொளை nugattoḷai, The hole to receive it.

நுங்கு nuṅgu, s. The unripe, pulpy substance of a palmyra fruit.

நுட்பம் nuḍpam, s. Smallness, minuteness.

நுணா nuṇá, s. A tree—Morinda umbellata.

நுணுங்குகிறது nuṇuṅkugiṛathu, v. i. To be small, fine, little, subtile; நுணுக்கம் nuṇukkam, Subtilty, subtileness.

நுண் nuṇ, a. Slender, taper, fine; நுண்மை nuṇmai, Subtilty, nicety, smallness.

நுதி nuthi, s. A point, extremity.

நுரை nurai, s. Foam, froth, scum. 2. A bubble; நுரைக்கடல் nuraikkaḍal, The foaming sea; நுரையீரல் nuraiyíral, The lungs; நுரைவாய் nuraiváy, A foaming mouth.

நுரைக்கிறது nuraikkiṛathu, v. i. To froth, to foam.

நுழை nuḷai, s. A narrow gate, a wicket.

நுழைகிறது nuḷaigiṛathu, v. i. To go in with difficulty, to creep in, enter, penetrate.

நுளம்பு nuḷambu, s. A mosquito or gnat.

நுளையன் nuḷaiyan, s. Dwellers on the seashore, fishermen. 2. *(in contempt)* A dredger.

நுனி nuni, s. The tip of a thing, the point, sharp edge.

நூ

நூதனம் nútanam, s. Novelty, a new thing.

நூல் núl, s. Science, systematic doctrine. 2. Yarn, cotton thread; நூலிழை núliḷai, A single thread; நூலுண்டை núluṇḍai, A ball of thread; நூலேணி núléṇi, A rope-ladder; நூல்நிமிண்டுகிறது núlnimiṇḍugiṛathu, To twist broken threads together.

நூறு núṛu, s. One hundred.

நூற்கிறது núṛkiṛathu, v. t. To spin; நூல் நூற்கிறது núl núṛkiṛathu, To spin cotton thread; நூற்குஞ்சம் núṛkuñjam, A skein of cotton thread.

நெ

நெகிழ்கிறது nekiḷgiṛathu, v. i. To become loose or wide. 2. To fall or slip off. 3. To grow lean and weak.

நெஞ்சு neñju, s. The heart, the moral affections; கல் நெஞ்சன் kal neñjan, A hard-hearted person; நெஞ்சறிய neñjaṛiya, Knowingly, consciously; நெஞ்சாங்குழி neñjánkuḷi, The pit of the throat; நெஞ்சுகரிப்பு neñjukarippu, Nausea in the throat; நெஞ்சு தடுமாறிச் சொல்லுகிறது neñju taḍumáṛich chollugiṛathu, To speak with perplexity.

நெடிய neḍiya, a. Long, tall.

நெடு neḍu, a. Long, extensive; நெடுங்கணக்கு neduṅkaṇakku, the alphabet; நெடுநாள் neḍunáḷ, Many days; நெட்டிலை neṭṭilai, A long leaf; நெட்டுயிர்ப்பு neṭṭuyirppu, Hard breathing, panting, sighing; நெட்டை neṭṭai, Length: *opp.* குட்டை kuṭṭai.

நெடுகுகிறது neḍukugiṛathu, *v. i.* To extend, to stretch forth, to elongate; நெடுக neḍuga, *inf.* Strait on, or along, directly.

நெடுமை neḍumai, *s.* The same as நீளம் nīḷam, Length, extension.

நெட்டி neṭṭi, *s.* A generic name of a class of shrubs, or plants—Aeschynomene. 2. A cracking noise of the fingers of the joints, or in walking; நெட்டி முறிக்கிறது, வாங்குகிறது, நெட்டியெடுக்கிறது neṭṭi muṛikkiṛathu, váṅkugiṛathu, neṭṭi-yeḍukkiṛathu, To crack the fingers, knuckles, or toes.

நெட்டையன் neṭṭaiyan, *s.* A tall man: *opp.* குட்டையன் kuṭṭaiyan.

நெம்பு nembu, *s.* An iron-nail pointed at both ends for joining boards together; the same word is used when the thing is made of wood.

நெம்புகிறது nembugiṛathu, *v. i.* To lift a thing from the ground by a lever, to lift a door off its hinges by means of a lever.

நெய் ney, *s.* Clarified butter. 2. Fat, grease.

நெய்கிறது neygiṛathu, *v. t.* To weave cloth, to plat mats; நெசவு, நெய்வு nesavu, neyvu, The act of weaving.

நெரடு neraḍu, *s.* What is written indistinctly and difficult to be read.

நெரிகிறது nerigiṛathu, *v. i.* To break—as wood, earthenware, &c.; நெரிவு nerivu, A fracture, fissure, breach.

நெரிக்கிறது nerikkiṛathu, *v. t.* To break with a noise, crush, smash. 2. To bruise, to beat in a mortar, to bray. 3. To rub or bruise in the hand ears of corn. 4. To crack the fingers.

நெருக்குகிறது nerukkugiṛathu, *v. t.* To press, urge, throng; நெருக்கம் nerukkam, Narrowness, closeness, straitness, press, anxiety, distress, trouble.

நெருங்குகிறது neruṅkugiṛathu, *v. i.* To be pressed, urged, to be plagued.

நெருஞ்சில் neruñjil, *s.* A plant—Tribulus terrestris.

நெருடு neruḍu, *s.* A cloth in the length of which many joinings of broken threads appear.

நெருடுகிறது neruḍugiṛathu, *v. t.* To rub between the fingers.

நெருப்பு neruppu, *s.* Fire.

நெல், நெல்லு nel, nellu, *s.* Rice in its husk, rice-grain; நெல்லுகுத்துகிறது nellukuttugiṛathu, To beat rice-grain; நெற்கிடை neṛkiḍai, A space in writing equal to a grain of rice.

நெல்லி, நெல்லிமரம் nelli, nellimaram, *s.* A tree—Phyllanthus Emblica; நெல்லிக்காய் nellikkáy, Its fruit.

நெளிகிறது neḷigiṛathu, *v. i.* To come forth crawling and wriggling. 2. To grow bent; நெளிவு neḷivu, A flexure.

நெறி neṛi, *v.* The Temples. 2. A swelling on the hip or under the arm or on the neck, caused by a boil or wound in another part of the body.

நெற்றி neṛṛi, *s.* The forehead, front; ஏறுநெற்றி éṛuneṛṛi, A high forehead; நெற்றிச்சுட்டி neṛṛichchuṭṭi, A jewel worn by women on the forehead; நெற்றிவரை neṛṛivarai, The lines or wrinkles on the forehead.

நெற்று neṛṛu, *s.* Well ripened peas, beans dried in their legumen or pod; தேங்காய் நெற்று téṅkáy neṛṛu, A ripe cocoanut; நெற்றாகிறது neṛṛágiṛathu, To grow ripe in the legumen or pod; நெற்றெடுக்கிறது neṛṛeḍukkiṛathu, To gather peas, beans, &c.

நே

நேசம் nésam, *s.* Love; நேசன் nésan, A friend.

நேசிக்கிறது nésikkiṛathu, *v. t.* To love, to be friendly.

நேத்தி nétti. *s.* Neatness, superiority.

நேம்புகிறது némbugiṛathu, *v. t.* To winnow rice, grain, &c.

நேரம் néram, *s.* Time, leisure, opportunity.

நேரம் néram, *s.* A fault, guilt, crime; நேரஸ்தன் nérastan, A guilty one.

நே[illegible] néráy, *ad.* Straightforward, di-[illegible]y.

நே[illegible]கிறது néridugiṛathu, *v. i.* To go straightway, towards, or against one.

நேரே néré, *ad.* Straightway, straight on.

நேர் nér, *s.* Straightness, rightness.

நேர்கிறது nérgiṛathu, *v. i.* To vow. 2. To become small or lean.

நேற்று néṛṛu, *s.* Yesterday.

நை

நைகிறது naigiṛathu, *v. i.* To become spoiled or too soft—as a fruit.

நைவேத்தியம் naivédyam, *s.* An offering, an oblation.

நொ

நொச்சி nochchi, *s.* A medicinal tree—Vitex Negundo.

நொடி noḍi, *s.* A small measure of time, about four seconds. 2. A riddle; நொடி விடுகிறது, அவிழ்க்கிறது noḍiviḍugiṛathu, aviḷkkiṛathu, To solve a riddle.

நொடிக்கிறது noḍi[illegible]iṛathu, *v. t.* To snap with the thumb and middle-finger. 2. To [illegible]eak precipitately; நொடிப்பு noḍippu, A fillip of the thumb and middle-finger.

நொண்டுகிறது noṇḍugiṛathu, *v. i.* To limp, halt; நொண்டி noṇḍi, A lame person.

நொதிக்கிறது nothikkiṛathu, *v. t.* To be macerated, to swell in water.

நொய் noy, *s.* Grit, coarse meal; நொய்யரிசி noyyarisi, Grit of rice.

நொய்மை noymai, *s.* Delicateness, subtilty, fineness, levity.

நொள்ளை noḷḷai, *s.* Blindness; நொள்ளைக்கண் noḷḷaikkaṇ, A blind eye.

நொறுக்குகிறது noṛukkugiṛathu, *v. t.* To crush or bruise in pieces, to destroy.

நொறுங்குகிறது noṛuṅkugiṛathu, *v. i.* To go to pieces, to be bruised, to perish.

நொறுவை noṛuvai, *s.* A nicety, a dainty.

நோ

நோ nó, *s.* Pain.

நோகிறது nógiṛathu, *v. i.* To pain, to ache; எனக்குநோகிறது enakkunókiṛathu, I am pained, or suffer pain; நொந்துபோகிறது nontupógiṛathu, To grow too soft, to begin to rot—as a fruit. 2. *(Mct.)* To be reduced in circumstances; நோக்காடு nókkáḍu, Pain, smart, torment, sickness; நோய் nóy, Affliction.

நோக்குகிறது nókkugiṛathu, *v. t.* To look at, to look on; நோக்கம் nókkam, Sight, appearance, a looking on. 2. Inclination of mind, intention, aim.

நோக்குவித்தை nókkuvittai, *s.* Juggle, legerdemain.

நோட்டம் nóṭṭam, *s.* Inspection of coin; நோட்டக்காரன் nóṭṭakkáran, An examiner of coin, a shroff.

நோண்டுகிறது nóṇḍugiṛathu, *v. t.* To stir. 2. To dig, to make a hole in the ground.

3. To root or grub up, to pick the ears, the teeth.

நோவு nóvu, s. Sickness.

நோன்பு nónbu, s. Fasting, abstinence.

ப

பகடி pakaḍi, s. Mockery, jest, sport.

பகடை pakaḍai, s. An ace upon a die; பகடைதப்பிற்று pagaḍaitappiṛṛu, It narrowly escaped.

பகட்டுகிறது pakaṭṭugiṛathu, v. i. To loathe. 2. v. t. To deceive or delude one by fear, ostentation, flattery; to charm, to fascinate.

பகபகெனல் pagapagenal, s. An imitative sound, relating to the burning sensation of hunger.

பகல் pagal, s. Daytime; பகலுமிரவும் pagalum iravum, Day and night; பட்டப்பகலிலே paṭṭappagalilé, In broad daylight.

பகிடி pakiḍi, s. A jest, joke.

பகிரங்கம் bahiraṅgam, s. An outer part, place, &c.; பகிரங்கமாக bahiraṅgamáka, Publicly.

பகிருகிறது, பகிர்கிறது pagirugiṛathu, pagirṛathu, v. t. To divide, separate.

பகிரெங்கிறது pagirengiṛathu, v. i. To be suddenly terrified; வயிறு பகிரெங்கிறது vayiṛu pagirengiṛathu, To be moved in the bowels through sudden fear.

பகுக்கிறது pagukkiṛathu, v. t. To divide; பகுத்தறிகிறது pakuttaṛigiṛathu, To discriminate; பகுதி paguthi, A part. 2. Tribute, tax; பகுத்தறிவு pakuttaṛivu, Discrimination.

பகை pagai, s. Hatred, enmity; பகைவன் pagaivan, A hater, an enemy.

பகைக்கிறது pagaikkiṛathu, v. t. To hate, oppose.

பக்கம், பக்ஷம் pakkam, paksham, s. A side. 2. Vicinity, proximity; பக்கச்சொல் pakkachchol, A friendly word, recommendation; பக்ஷபாதம் pakshapátham, Partiality; பக்கவாதம் pakkavátham, A pain in the side.

பக்கு pakku, s. A cicatrice over a wound or sore. 2. A crust formed over any prepared dish. 3. Tartar or crustaceous matter on the teeth. 4. Dry mucus in the nose or eyes.

பக்குவம் pakkuvam, s. Maturity, ripeness. 2. Opportunity, fitness, propriety; பக்குவஞ்சொல்லுகிறது pakkuvañchollugiṛathu, To give instructions how to handle a business. 2. To apologize.

பங்கம் bagṅam, s. Loss, detriment. 2. Violation. 3. Defeat, shame, dishonour; அங்கபங்கமழிக்கிறது aṅgabaṅgamaḷikkiṛathu, To vex or reproach any one.

பங்கா paṅká, s. A punkah.

பங்கு paṅgu, s. A share, part, portion, dividend, lot; பங்காளி paṅkáḷi, Partner, shareholder. 2. Co-heir.

பசப்புகிறது pasappugiṛathu, v. t. To charm, allure, deceive.

பசாசு pasásu, s. See பிசாசு pisásu.

பசி pasi, s. Hunger; பசிதாகம் pasitágam, Hunger and thirst.

பசிக்கிறது pasikkiṛathu, v. t. To hunger.

பசிரி, பயிரி pasiri, payiri, s. A plant—Portulaca quadrifida.

பசு pasu, s. A cow; பசுமந்தை pasumantai, A herd of cows; பசுவின்கன்று pasuvin kanṛu, A calf.

பசுமை pasumai, s. Greenness, rawness; பச்சரிசி pachcharisi, Rice freed [illegible] the husk without previous maceration; பச்சிலை pachchilai, A green leaf.

பசை pasai, s. Desire, love, affection. 2. Grain, advantage. 3. Glue; பசையற்றவன் pasaiyaṛṛavan, A poor man. 2. An unmerciful man.

பச்சடி pachchaḍi, s. A kind of seasoning.

பச்சாதாபம் pachchátápam, s. Regret, repentance.

பச்சை pachchai, s. Greenness. 2. An emerald. 3. Tenderness, young; பச்சைப் பிள்ளை, பச்சைப் பாலகன் pachchaip-piḷḷai, pachchaippálakan, A new-born child. 4. Fresh; பச்சையுடம்பு pachchai-yuḍambu, The body of a woman lately delivered of a child. 5. Raw, crude; பச்சைச் செங்கல் pachchaich cheṅkal, Unburnt bricks.

பச்சைவடம் pachchaivaḍam, s. Couple of cloths.

பக்ஷி pakshi, s. A bird.

பக்ஷிக்கிறது pakshikkiṛathu, v. t. To eat, consume, devour; பக்ஷணம் pakshaṇam, Any thing eatable.

பஸ்பம், பற்பம் baspam, paṛpam, s. Metal reduced to a medicinal powder, &c.

பஞ்ச pañcha, a. Five; பஞ்சலோகம் pañ-chalóham, Five metals—gold, silver, brass, iron and lead; பஞ்சாங்கம், pan-cháṅgam, An almanac; பஞ்சாயத்து pañ-jáyattu, An assembly of five or more persons, a village jury.

பஞ்சம் pañjam, s. Famine, scarcity.

பஞ்சு pañju, s. Cleaned cotton—separated from seeds and prepared for spinning; பஞ்சடைகிறது pañjaḍaigiṛathu, To become dim—as the eyes, every thing appearing like cotton; பஞ்சணை pañ-jaṇai, A bed of cotton; பஞ்சுகொட்டுகிறது pañju koṭṭugiṛathu, To beat cotton;

பஞ்சுக்கொட்டை pañjukkoṭṭai, A wisp of cotton prepared for spinning; பஞ்சுபன்னுகிறது panjupannugiṛathu, To pull cotton with the fingers.

படகு, படவு paḍagu, paḍavu, s. A boat; படகுவலிக்கிறது paḍaguvalikkiṛathu, To row a boat.

படபடக்கிறது päḍapaḍakkiṛathu, v. t. To be precipitate; படபடப்பு paḍapaḍappu, Precipitation.

படபடென்கிறது paḍapaḍengiṛathu, v. i. An imitative sound of rattling, rustling or falling. 2. To be precipitate, to hasten inconsiderately.

படப்பை paḍappai, s. A cow-house.

படம் paḍam, s. A picture. 2. The expanded head of a cobra capella. 3. A foot, a footstep; காற்படம் káṛpaḍam, The instep; படமெழுதுகிறது paḍameḻuthugiṛathu, To draw a picture.

படர்கிறது paḍargiṛathu, v. i. To spread—as trees or plants. 2. To extend, to grow larger—as ringworm. 3. To be diffused as odour.

படலம் paḍalam, s. A flaw or stain in a precious stone. 2. A film over the eyes, a cataract.

படல் paḍal, s. A little door, or screen of matted leaves, &c.

படவு paḍavu, *See* படகு paḍagu.

படாந்தரம் paḍántaram, s. (A vulgar word) a lie, a falsehood; படாந்தரக்காரன் paḍántarakkáran, A liar, an impostor.

படி paḍi, s. A step. 2. A measure. 3. A door-sill. 4. Manner, way; அந்தப்படி antappaḍi, In that way; with the sign of the dative implies, in order to, so that; அப்படி செய்யும்படிக்கு appaḍi cheyyumpaḍikku, In order to do so; படிக்கட்டி paḍikkaṭṭi, Counterpoise.

19

equipoise; படிக்கட்டு paḍikkaṭṭu, A flight of steps; படிக்கல் paḍikkal, An unstamped weight; படித்துறை paḍitturai, A ghaut, steps leading down to a tank; பிச்சைப்படி pichohaippaḍi, A small-sized measure; வாசற்படி vásaṛpaḍi, Steps before a door, the threshold.

படிகம் paḍigam, *s.* Crystal.

படிகிறது paḍigiṛathu, *v. i.* To submit, obey. 2. To become habitual by learning or exercising. 3. To settle or gather as cream. 4. To sink, as in water; படியாணி paḍiyáṇi, A nail or spike by which the steps of a ladder are fastened together.

படிக்கிறது paḍikkiṛathu, *v. t.* To learn. 2. To read. 3. To recite; படிப்பு paḍippu, Learning, study.

படுகிறது paḍugiṛathu, *v. i.* To suffer. 2. To be killed in battle. 3. To wither away and die—as a tree. 4. To be caught in a net, &c. 5. To hit, strike, be touched; படுமுடிச்சு paḍumuḍichchu, An inextricable knot; அடிபடுகிறது aḍipaḍugiṛathu, To be beaten; படுகாயம் paḍukáyam, A mortal wound; படுகுழி paḍukuḷi, A pitfall.

படுக்கிறது paḍukkiṛathu, *v. t.* To lie down, to lie flat, to repose; படுக்கை paḍukkai, A couch.

படை paḍai, *s.* A weapon, an instrument. 2. An army. 3. A layer in a mud wall; படைத்தலைவன் paḍaittalaivan, A military leader; படைகூட்டுகிறது paḍai kúṭṭugiṛathu, To bring together an army; படையெடுக்கிறது paḍai eḍukkiṛathu, To prepare for war, to take the field; படைவீடு paḍaivíḍu, An arsenal, an armory; படைவீரன் paḍaivíran, A hero; படைக்கலம் paḍaikkalam, A weapon, an instrument.

படைக்கிறது paḍaikkiṛathu, *v. t.* To create, to set in order. 2. To offer boiled rice, &c. to an idol.

படுக்காளி paḍukkáḷi, *s.* A liar, a fabricator of stories with an intention to deceive; படுக்காளிவிசேஷம் paḍukkáḷi viséshham, A fable, a story contrived to serve a purpose.

படுதா paḍuthá, *s.* A shelter, a screen.

படுவன் paḍuvan, *s.* A sore, ulcer on the legs below the knee.

பட்சி paḍchi, *See* பக்ஷி pakshi.

பட்டகசாலை paṭṭakasálai, *s.* A hall, a saloon, a place of audience.

பட்டடை paṭṭaḍai, *s.* An anvil. 2. A cornrick. 3. A work-shop, a place for artificers; பட்டடைகட்டுகிறது paṭṭaḍaikaṭṭugiṛathu, To construct or erect a workshop for artificers; பலபட்டடை palapaṭṭaḍai, A residence of people of several tribes.

பட்டணம் paṭṭaṇam, *s.* A town, a large town; பட்டணத்தான் paṭṭaṇattán, An inhabitant of a town, a citizen.

பட்டம் paṭṭam, *s.* As நெற்றிப்பட்டம் neṛṛippaṭṭam, An ornament for the forehead. 2. High dignity, title. 3. A paper-kite; பட்டங்கட்டுகிறது paṭṭaṅkaṭṭugiṛathu, To invest one with high dignity, a title; பட்டவர்த்தனர் paṭṭavarttanar, Nobles, those subordinate to a king; பட்டாபிஷேகம் paṭṭábhishékam, Inauguration, coronation, installation.

பட்டாங்கு paṭṭáṅku, *s.* A jest, farce.

பட்டாணி paṭṭáṇi, *s.* A Patan, a class of Mohammedans. 2. A pea, a kind of pulse.

பட்டி paṭṭi, *s.* A fold, a place in a field wherein cattle are confined. 2. A small village. 3. A small roll or packet of betel, areca, lime and other ingredients, made up in order to be distributed among guests; பட்டிக்காடு paṭṭikkáḍu, A scattered hamlet; பட்டிக்காட்டார் paṭṭikkáṭṭár, Clowns or rustics; பட்டிமாடு paṭṭimáḍu, A stray bullock or cow that does mischief in corn-fields.

பட்டினம் paṭṭinam, *s.* A town on the sea-shore.

பட்டினவன் paṭṭinavan, *s.* A sea-fisherman.

பட்டினி paṭṭini, *s.* Fasting.

பட்டு paṭṭu, *s.* Silk; பட்டாடை paṭṭáḍai, A silk garment; பட்டுக்கயிறு paṭṭukkayiṛu, A silk cord; பட்டு பட்டாவளி paṭṭu paṭṭávaḷi, Silk-stuffs, splendid goods.

பட்டை paṭṭai, *s.* The rind or bark of a tree. 2. A streak or stripe, also a sash. 3. A rhomb in polished gems; பட்டைதீருகிறது paṭṭaitírugiṛathu, To cut and polish a gem. 2. To paint alternate stripes of red and white on the walls of fanes, trees; brahmans' houses, tanks, &c.; பட்டையுரிக்கிறது paṭṭaiyurikkiṛathu, To peel the bark of a tree.

பட்டையம் paṭṭaiyam, *s.* A deed of gift, a title-deed on a copper-plate or paper. 2. A sword, a sabre.

பட்டோலை paṭṭólai, *s.* A schedule. 2. A recipe.

பணம் paṇam, *s.* A fanam. 2. Money in general, wealth; பணப்பை paṇappai, A purse; பணவிடை paṇaviḍai, A fanam's weight.

பணி paṇi, *s.* Work, service, office; பணிசெய்கிறது paṇicheygiṛathu, To serve; பணிமுட்டு paṇimuṭṭu, Smith's tools; பணிவிடை paṇiviḍai, A service, a work, especially in fanes.

பணிகாரம், பணியாரம் paṇikáram, paṇiyáram, *s.* Sweet cakes, fritters, pastry.

பணிகிறது paṇigiṛathu, *v. i.* To humble one's self, to worship, to revere.

பணிக்கு paṇikku, *s.* An accurate performance; பணிக்கன் paṇikkan, A master, an instructor, a director; பணிக்காய் paṇikkáy, Well, prudently, wisely and with knowledge; பணிக்காய்ச்சமைக்கிறது paṇikkáychchamaikkiṛathu, To cook well.

பண் paṇ, *s.* Fitness, expediency; பண்படுகிறது paṇpaḍugiṛathu, To become fit.

பண்டம் paṇḍam, *s.* Cakes. 2. Various things, vessels and utensils in a house; தின்பண்டம் tinpaṇḍam, Eatables.

பண்டாரம் paṇḍáram, *s.* A devotee of the Saiva sect

பண்டி baṇḍi, *s.* A cart, a carriage, a vehicle; பண்டியிருசு baṇḍi irusu, The axle of a cart or chaise.

பண்டிகை paṇḍigai, *s.* A festival, a feast day

பண்டிதன் paṇḍithan, *s.* A Pundit, a learned man, a teacher.

பண்ணிகாரம் paṇṇikáram, *See* பணியாரம் paṇiyáram.

பண்ணுகிறது paṇṇugiṛathu, *v. t.* To make, to produce; பணிதி paṇithi, An ornament, a trinket, jewelry.

பண்ணுவர் paṇṇuvar, *s.* Elephant drivers.

பண்ணை paṇṇai, *s.* A field, a rice-corn field. 2. Tillage, agriculture, husbandry; பண்ணைக்காரன் paṇṇaikkáran, A tiller, a foreman of husbandmen.

பண்பு paṇbu, *s.* Disposition, temper, nature, quality.

பதக்கம் pathakkam, *s.* A necklace from which a jewelled ornament is pendent.

பதக்கு pathakku, *s.* A measure.

பதம் patham, *s.* A place. 2. A word. 3. Boiled rice. 4. Proper temperature, degree of inspissation; பதநீர் pathanír, Palm-tree juice received in a vessel rubbed with lime inside; பதந்தப்புகிறது pathantappugiṛathu, To miss the proper temperature, to spoil as a dish by seasoning it too little or too much; பதம்பார்க்கிறது pathampárkkiṛathu, To examine whether the proper temperature, &c. have been attained.

பதர் pathar, *s.* An empty corn husk.

பதவி pathavi, *s.* A path, a way. 2. Beatitude.

பதறுகிறது pathaṛugiṛathu, *v. i.* To be over-hasty, to be precipitate; பதற்றம், பதட்டம் pathaṛṛam, pathaṭṭam, Precipitation.

பதனம் pathanam, *s.* Caution; பதனம்பண்ணுகிறது pathanam paṇṇugiṛathu, To lay up, to deposit.

பதார்த்தம் pathárttam, *s.* A thing, substance. 2. Provisions.

பதி pathi, *s.* A master, an owner, a chief. 2. A husband or lord.

பதிகிறது pathigiṛathu, *v. i.* To be fixed or fastened in. 2. To become imprinted or impressed; பதிவிடை pathiviḍai, Concealment. 2. An ambush.

பதிக்கிறது pathikkiṛathu, *v. t.* To infix, to imprint; பதிப்பு pathippu, An impression, an edition.

பதிமை pathimai, *s.* A puppet, a figure; பதிமைக்கூத்து pathimaikkúttu, A puppet-show; பதிமையாட்டுகிறது pathimaiyáṭṭugiṛathu, To play with puppets. to make puppets dance.

பதியம் pathiyam, *s.* A layer, a branch laid in the ground; பதிவைக்கிறது, பதியம் வைக்கிறது pathi vaikkiṛathu, pathiyam vaikkiṛathu, To bend a low branch of a tree to the ground and cover it with earth, in order to take root.

பதில், வதில் badil, vadil, *s.* What is equal in value to another thing, or what is put in the stead of it, exchange; அதுக்குப் பதிலாக athukkuppathilága, Instead of it; அவனுக்குப்பதிலாக இவன் சாமங்காக்கிறான் avanukkuppathilága ivan jámaṅkákkiṛán, This person keeps watch instead of the other.

பதுங்குகிறது pathuṅkugiṛathu, *v. i.* To sneak unseen into a place.

பதுமராகம் pathumarágam, *s.* A ruby.

பதைக்கிறது pathaikkiṛathu, *v. i.* To beat—as the heart, to pant, throb.

பத்தல் pattal, *s.* A wooden trough for the conveyance of water drawn from a pond or well. 2. A wooden trough out of which animals feed.

பத்தி bhakti, *s.* Service, worship, culture. 2. Piety, devotedness, fidelity; பத்தன் pattan, (*pl.* பத்தர், பத்தர்கள் pattar, pattarkaḷ.) A devout person, a devotee.

பத்தியம் pattiyam, *s.* Diet prescribed to a sick person.

பத்திரம் pattiram, *s.* A leaf, a leaf of a book.

பத்திரம் badram, *s.* Security, safety; பத்திரப்படுத்துகிறது badrap paḍuttugiṛathu, To keep safe, to secure; பத்திரமாய்ப் பார்க்கிறது badramáyp párkkiṛathu, To look well and carefully; பத்திராசனம் pattrásanam, A throne.

பத்திரிகை pattirikai, *s.* A letter, a paper, &c.

பத்து pattu, *a.* Ten.

பத்தை pattai, *s.* A slit or split; கழுப்பத்தை kaḻuppattai, A piece of turf or green sod.

பந்தம் bandam, *s.* Affinity, relationship. 2. A bond, a fetter. 3. A torch.

பந்தல், பந்தர் pantal, pantar, *s.* A shed, booth; பந்தல்-பந்தர்போடுகிறது pantal-pantar-pódugirathu, To construct a booth; பந்தற்கால் pantarkál, A pole supporting a booth; பந்தற்கால் நாட்டுகிறது pantarkál náttugirathu, To fix a pole of a booth, attended with some ceremonies when a marriage or a festival is to be celebrated.

பந்தி panti, *s.* Order, course, range; பந்தியிருக்கிறது pantiyirukkirathu, To sit down with other guests.

பந்து bandu, *s.* A relation, relative. 2. A ball; பந்துகட்டு bantukattu, A compact, league, plot, confederacy.

பம்பரம் pambaram, *s.* A top.

பயணம் payanam, *s.* A journey, march.

பயம் bhayam, *s.* Fear, fright; பயப்படுகிறது bhayappadugirathu, To fear.

பயமுறுத்துகிறது bhaya muruttugirathu, *v. t.* To frighten, to threaten.

பயல், பையல் payal, paiyal, *s.* A youth, boy

பயறு payaru, *s.* Peas, pulse; பயறி payari, The chicken-pox resembling small grain.

பயன் payan, *s.* Profit, advantage. 2. Meaning of a word; பயன்படுகிறது payanpadugirathu, To be useful.

பயிர் payir, *s.* Corn while growing. 2. Herbs, vegetables; பயிராகிறது payirágirathu, To grow, thrive; பயிரிடுகிறது payiridugirathu, To sow and plant, or cultivate.

பயிலுகிறது payilugirathu, *v. t.* To speak, 2. To learn. 3. To practise; பயிற்சி payirchi, Practice, use.

பயிற்றுகிறது payirrugirathu, *v. t.* To teach, instruct.

பர para, *a Prefix.* Other, different. 2. Best, pre-eminent, excellent. 3. Distant, foreign. 4. Hostile, adverse பரதாரம் paradáram, Another man's wife; பரதேசம் paradésam, Another country, a foreign land; பரதேசி paradési, A stranger, foreigner, pilgrim.

பரக்கிறது parakkirathu, *v. i.* To be extended, to grow extensive.

பரசை parasai, *s.* A wicker-boat like a large basket, covered with leather.

பரண் paran, *s.* A temporary scaffold in a field. 2. A loft under the roof of a house.

பரதம் paratham, *s.* A dance, a comedy.

பரபரப்பு paraparappu, *s.* Haste, hurry, precipitation.

பரப்பு paranpu, *s.* A bed, a couch; படுக்கை padukkai, A bed spread on the ground.

பரப்புகிறது parappugirathu, *v. t.* To extend, spread, expand. 2. To divulge, proclaim.

பரமேச்சுரன் paraméchchuran, *s.* The Supreme Being.

பரம் param, *s.* Excellency. 2. Heaven.

பரம்பரை parambarai, *s.* Descent from one generation to another.

பரம்பு parambu, *s.* Extension. 2. A board used for smoothing a ploughed field after the grain is sown.

பரம்புகிறது parambugirathu, *v. i.* To spread or extend.

பரல் paral, *s.* A gravel-stone.

பரவசம் paravasam, *s.* Dependence or subjection; பரவசஞ்சொல்லுகிறது paravasañchollugirathu, To confirm by an oath; பராதீனம் parádhínam, Dependence, subjection.

பரவுகிறது paravugirathu, *v. i.* To spread or extend itself as water, a rumour, &c.

பரவை paravai, *s.* The sea. 2. An expanse, a space.

பராக்கு parákku, *s.* Inattentiveness, carelessness, neglect.

பராபரன் paráparan, *s.* God.

பராமரிக்கிறது parámarikkiṛathu, *v. t.* To attend to. 2. To provide, maintain, support ; அவன் என்னைப்பராமரிக்கவில்லை avan ennaippáramarikkavillai, He takes no care of me.

பராமுகம் parámugam, *s.* An averted face, inattention.

பராரை parárai, *s.* A tree with a large trunk.

பரிகரிக்கிறது parikarikkiṛathu, *v. t.* To abolish, to blot out, to atone. 2. To cure.

பரிகாசம், பரியாசம் parihásam, pariyásam, *s.* A jeer, jest, raillery, mockery.

பரிகாரம் parikáram, *s.* Entire destruction, abrogation, atonement. 2. The art of medicine ; பரிகாரி parikári, A physician, a surgeon.

பரிகிறது parigiṛathu, *v. i.* To favour, countenance, patronise, to defend one ; *v. t.* To cut, cut off, tear, rend ; பரிந்து பேசுகிறது parintu pésugiṛathu, To intercede for one, &c.

பரிசம் parisam, *s.* Feeling or touch ; பரிசிக்கிறது parisikkiṛathu, To touch, feel.

பரிசனம் parijanam, *s.* Affinity, relationship. 2. Attendants, suite, servants.

பரிசு parisu, *s.* A gift, a donation.

பரிசுத்தம் parisuttam, *s.* Perfect purity, holiness ; பரிசுத்தஞ்செய்கிறது parisuttañcheygiṛathu, To make holy, to keep holy, to hallow, sanctify ; பரிசுத்தன் parisuttan, A pure, innocent or holy person.

பரிசோதிக்கிறது parichóthikkiṛathu, *v. t.* To examine, to investigate, to prove or test, to search ; பரிசோதனை parichóthanai, Investigation, scrutiny, research.

பரிஷ்காரம் parishkáram, *s.* Embellishment, decoration. 2. Finishing, polishing, purification.

பரிதபிக்கிறது parithabikkiṛathu, *v. t.* To suffer pain or anguish. 2. To have pity.

பரிதாபம் parithápam, *s.* Pity, commiseration.

பரிதானம் paridánam, *s.* Bribery.

பரிபக்குவம் paripakkuvam, *s.* A very good opportunity.

பரிபவம் paripavam, *s.* Contempt, disrespect. 2. Poverty, an abject state.

பரிபாஷை paripáshai, *s.* A technical term.

பரிபாலிக்கிறது paripálikkiṛathu, *v. t.* To conserve, protect.

பரிபாலனம் paripálanam, *s.* Protection, fostering care.

பரிபூரணம் paripúraṇam, *s.* Abundance, completion.

பரிமளம் parimaḷam, *s.* Fragrance of perfumes, &c.

பரிமளிக்கிறது parimaḷikkiṛathu, *v. i.* To smell sweetly.

பரிமாணம் parimáṇam, *s.* Measure.

பரிமாறுகிறது parimáṛugiṛathu, *v. i.* To transact business. 2. To distribute or serve out food.

பரியந்தம் pariyantam, Till or until, used adverbially.

பரியாயம் pariyáyam, *s.* Manner. 2. What is common.

பரிவட்டம் parivaṭṭam, *s.* A cloth or headband, 2. A weaver's yarn-reel.

பரிவாரம் pariváram, *s.* A train or retinue.

பரிவு parivu, *s.* Love. 2. Delight, pleasure.

பரீக்ஷிக்கிறது parîkshikkiṛathu, v. t. To try.

பரீக்ஷை paríkshai, s. A proof, a trial, an experiment.

பரு paru, s. Boil; பருக்கிளம்புகிறது parukkiḷambugiṛathu, To break out into a boil.

பருகுகிறது parukugiṛathu, v. t. To drink.

பருக்கிறது parukkiṛathu, v. i. To grow thick, to grow big.

பருக்கை, பருக்கைக்கல் parukkai, parukkaikkal, A small round stone.

பருத்திச்செடி paruttichcheḍi, s. The cotton-shrub; பருத்திக்கொட்டை paruttikkoṭṭai, Cotton-seed; பருத்திப்பஞ்சு paruttippañju, Cotton.

பருந்து paruntu, s. A kite.

பருப்பு paruppu, s. Peas, pulse.

பருமன் paruman, s. Great.

பருவம் paruvam, s. The new-moon. 2. The full-moon. 3. Opportunity, time.

பர்வதம் parvatham, s. A mountain.

பல pala, a. Several, many; பலதரம் palataram, Often; பலபல palapala, Different things; பலர் palar, A company. 2. Different people.

பலகணி palakaṇi, s. A venetian-window.

பலகாரம் palakáram, s. Sweet meat.

பலகை palagai, s. A board, plank.

பலத்த balatta, a. Strong.

பலபம் balabam, s. A kind of soft stone, used as a crayon in writing.

பலம் palam, s. A weight, about $1\frac{1}{4}$ oz; avoirdupois. 2. Strength; பலக்ஷயம் balakshayam, weakness; பலப்படுகிறது balappaḍugiṛathu, To grow strong; பலப்படுத்துகிறது balappaḍuttugiṛathu, To strengthen, corroborate, confirm; பலவந்தம் balavantam, Force, violence, பலாத்காரம் balátkáram, Violence, forcible detention; பலவான் balaván, A strong man.

பலன் palan, s. Gain, advantage, the produce of a field, &c. 2. A ripe fruit. 3. Reward.

பலா palá, s. The Jack tree—artocarpus integrifolia.

பலாயனம் paláyanam, s. Flight.

பலி bali, s. An oblation, a sacrifice. 2. A sacrificial animal; பலியிடுகிறது baliyiḍugiṛathu, To sacrifice, to present a sacrifice; பலிபீடம் balipíḍam, An altar.

பலிக்கிறது palikkiṛathu, v. t. To take effect; ஔஷதம் பலிக்கும் aushatham palikkum, The medicine will prove effectual.

பல் pal, s. A tooth; அடிப்பல் aḍippal, A tooth in the lower jaw.

பல்குகிறது palkugiṛathu, v. i. To be multiplied, to be increased; பன்மை panmai, Plurality, the plural number.

பல்லக்கு pallakku, s. A palanquin or litter; கட்டுப்பல்லக்கு kaṭṭuppallakku, A low litter, a dooly; பல்லக்குக்காரன் pallakkukkáran, A palanquin bearer.

பல்லி palli, s. A house lizard.

பவளம் pavaḷam, s. Coral.

பவனி bavani, s. A procession; பவனிபோகிறது bavani pógiṛathu, To go in procession.

பவிஞ்சு paviñju, s. Rank, file.

பவித்திரம் pavittram, s. Purity, cleanliness.

பழகிக்கொள்ளுகிறது palakikkoḷḷugiṛathu v. t. To practise or exercise one's self.

பழகுகிறது palakugiṛathu, v. i. To be used to, to be accustomed.

பழக்குகிறது palakkugiṛathu, v. t. To accustom, to inure one, to practise.

பழஞ்சோறு palañchóṛu, s. Cold rice.

பழமை paḻamai, *s.* Antiquity, oldness, பழமொழி paḻamoḻi, An old saying, a proverb.

பழம் paḻam, *s.* The fruit of any plant or tree; a ripe fruit. 2. (*Met.*) Success, fruit, good result.

பழனம் paḻanam, *s.* Fertile ground. 2. A rice-corn field.

பழி paḻi, *s.* Fault, guilt. 2. Vengeance, revenge.

பழிகூறல் paḻikúṛal, *v. n.* An aspersing, a slandering.

பழிக்கிறது paḻikkiṛathu, *v. t.* To scold, blame, revile, injure, abuse.

பழிவாங்குகிறது paḻivánkugiṛathu, *v. t.* To avenge, to take vengeance.

பழு paḻu, *s.* A ladder step, the ribs, &c.

பழுக்கிறது paḻukkiṛathu, *v. i.* To grow ripe, to ripen. 2. (*Met.*) To grow old.

பழுது paḻuthu, *s.* Fault. 2. A lie, falsehood. 3. Defect, blemish, damage; பழுதுபார்க்கிறது paḻuthupárkkiṛathu, To repair, mend, correct or chastise.

பழுதை paḻuthai, *s.* A rope, usually of twisted straw.

பளாபளா baḷábaḷá, *int.* Bravo! well-done!

பளிங்கு paḷingu, *s.* Mirror. 2. Crystal.

பளிச்செனகிறது paḷichchengiṛathu, *v. i.* To glitter.

பளுவு baḷuvu, *s.* Heaviness, weight.

பள்ளம் paḷḷam, *s.* A hollow. 2. A pit.

பள்ளன் paḷḷan, *pl.* பள்ளர் paḷḷar, *s.* A low tribe of the south.

பள்ளி paḷḷi, *s.* A small town, village. 2. A fane, mosque. 3. Sleep; பள்ளிக்கூடம் paḷḷikkúḍam, A school-house.

பள்ளை, பள்ளையாடு paḷḷai, paḷḷaiyáḍu, *s.* A kind of sheep or goat of small size.

பறக்கிறது paṛakkiṛathu, *v. i.* To fly. 2. To run very swiftly.

பறங்கி, பறங்கிக்காரன் paṛanki, paṛankikkáran, *s.* A frank, feringhi; பறங்கிக்காய் paṛankikkáy, A gourd, a pumpkin—Cucurbita pepo.

பறட்டைத்தலை paṛaṭṭaittalai, *s.* A bristled head, a contemptuous expression.

பறப்பன் paṛappan, *s.* A scorpion.

பறவை paṛavai, *s.* A bird.

பறுண்டுகிறது paṛuṇḍugiṛathu, *v. t. prop.* புரண்டுகிறது puraṇḍugiṛathu, To scratch with the finger nails.

பறி paṛi, *s.* Pillage, depredation, a taking by force; பறிகாரன் paṛikáran, A spoiler, a robber; பறிகொடுக்கிறது paṛikoḍukkiṛathu, To be spoiled or robbed.

பறிகிறது paṛigiṛathu, *v. i.* To overflow with water—as the eye or a cup. 2. To get loose, to run away—as a horse.

பறிக்கிறது paṛikkiṛathu, *v. t.* To take violently away, to spoil, rob, 2. To pluck off, to gather fruit, leaves, &c. 3. To weed.

பறை paṛai, *s.* A drum in general. 2. A measure for lime, a para; பறையன், பறையடிக்கிறவன் paṛaiyan, paṛaiyaḍikkiṛavan, One who beats the drum, one who proclaims or publishes, a crier. 2. One of the low tribe of outcasts, a pariah; பறைச்சி paṛaichchi, *fem.* A pariah woman; பறைச்சேரி paṛaichchéri, A pariah village.

பற்பம், பஸ்பம் paṛpam, baspam, *s.* ashes, powder.

பற்பராகம் paṛparágam, *s.* A ruby.

பற்று paṛṛu, *s.* Attachment, love; பற்றுப்போடுகிறது paṛṛuppóḍugiṛathu, To foment, to use outward applications to the body.

பற்றுகிறது paṛṛugiṛathu, *v. t.* To follow accompany, to adhere. 2. To take, receive

கடன் பற்றிக்கொண்டேன் kaḍan paṟṟikkoṇḍén, I have received the amount of the debt; பற்றி paṟṟi, For one's sake, with reference to; பற்றவைக்கிறது paṟṟavaikkiṟathu, To kindle a fire. 2. To incite by a secret notice, to rouse one; பற்றிரும்பு paṟṟirumbu, Tongs, an iron cramp; பற்றுகுறடு paṟṟukuṟaḍu, A pair of tongs; பற்றுமோ paṟṟumó, Will it be sufficient? பற்றும் paṟṟum, It will be sufficient.

பற்றுவாய் paṟṟuváy, s. The touch-hole of a gun.

பனி pani, s. Dew; பனிக்கட்டி panikkaṭṭi, Frost, hoar-frost; பனிக்காற்று panikkáṟṟu, Wind in the dewy season; பனிக்குடம் panikkuḍam, The uterus; மூடுபனி múḍupani, A mist or fog.

பனை panai, s. A palmyra-tree—Borassus flabelliformis; பனங்கட்டி panaṅkaṭṭi, A kind of molasses made from the said tree; பனங்கயிறு panaṅkayiṟu, Ropes made of coir or the fibres of the palmyra-tree; பனங்கருக்கு panaṅkarukku, A young palmyra-tree. 2. The serrated leaf-stalk of that tree; பனங்கள்ளு panaṅkaḷḷu, The sap of the palmyra-tree; பனங்கற்கண்டு panaṅkaṟkaṇḍu, Sugar-candy made from the juice of the palmyra; பனஞ்சாறு panañcháṟu, The sap of the palmyra-tree prepared with lime; பனங்காடு, பனந்தோப்பு panaṅkáḍu, panantóppu, A grove of palmyra-trees; பனங்காய்-பழம் panaṅkáy-paḻam, The unripe and ripe fruit of the palmyra-tree; பனங்கிழங்கு panaṅkiḻaṅgu, The young edible root; பனம்பட்டை panampaṭṭai, A palmyra-rafter; பனாட்டு panáṭṭu, An inspissated extract of the palmyra-tree; பனைநார் panainár, Fibres of palmyra-branches for making ropes; பனையோலை panaiyólai, A palmyra-leaf; பனைவரிச்சல் panaivarichchal, A lath of palmyra-wood.

பன்றி panṟi, s. A hog; பன்றிக்குட்டி panṟikkuṭṭi, A young pig; பன்றியாட்டம் panṟiyáṭṭam, Hoggishness; முள்ளம்பன்றி, முட்பன்றி muḷḷampanṟi, muḍpanṟi, A porcupine, a hedge-hog.

பன்னம் pannam, s. A leaf.

பன்னங்கு pannáṅgu, s. The coverlet for a palanquin.

பன்னாடை pannáḍai, s. The web which surrounds the lower part of the stem-leaves of a palm-tree.

பன்னாங்குழி pannáṅgukuḻi, s. A tablet used for a certain game.

பன்னி panni, s. A wife.

பன்னிரண்டு pannirandu, s.-a. Twelve.

பன்னுகிறது pannugiṟathu, v. i. To card cotton with the fingers.

பா

பா pá, s. A stanza, a poem or chant; பாவாடை páváḍai, s. A woman's garment; பாவிலே வார்க்கிறது pávilévárkkiṟathu, To lay coloured yarn among white in the warp; பாவிழைக்கிறது páviḻaikkiṟathu, To warp or wind yarn; பாவோடுகிறது pávóḍugiṟathu, To make the warp.

பாகம் bágam, s. A portion, a share. 2. A fathom; பாகாரம் bágáram, Division, one of the rules in computation; பாகு bágu, A portion.

பாகசாலை pákasálai, s. A kitchen; பாகம் பண்ணுகிறது pákam paṇṇugiṟathu, To cook.

பாகல் págal, s. The jack-tree.

பாகவதம் bhágavatham, s. The eighteenth Purána, the Bhágavat; பாகவதர் bhágavathar, An epithet of the Vaishnavas.

பாகன் págan, s. A charioteer or rider.

பாகீரதி bhágírathi, s. The Ganges.

பாகு báhu, s. The arm.

பாகை págai, s. A turban.

பாக்கம் pákkam, s. An affix to the name of a town or village.

பாக்கி bákki, s. Arrears, what remains unpaid.

பாக்கியம் bhágyam, s. Happiness, prosperity, fortune; பாக்கியசாலி bhágyasáli, A happy or prosperous woman; பாக்கியம்பண்ணுகிறது bhágyam paṇṇugiṛathu, To be prosperous, fortunate, to get wealth; பாக்கியவான் bhágyaván, A happy, prosperous or wealthy man.

பாக்கு pákku, s. An areca-nut; பாக்கிலை, பாக்குவெற்றிலை pákkilai, pákkuveṛṛilai, Areca-nut and betel-leaf; பாக்குசீவுகிறது pákku sívugiṛathu, To scrape and cut areca-nut in slices; பாக்குவெட்டி pákkuveṭṭi, An areca-nut cutter; களிப்பாக்கு kaḷippákku, An areca-nut cut in pieces and boiled tender.

பாங்கு páṅgu, s. Beauty. 2. Fitness, propriety, agreement. 3. The side; பாங்கர் páṅgar, Places. 2. Friends; பாங்காய்ச்சமைக்கிறது páṅgáychchamaikkiṛathu, To cook well, to prepare a fine dish; பாங்கி páṅki, A female friend or associate.

பாசம் pásam, s. Snare, bond, fetter, tie, cord. 2. Love, affection.

பாசறை pásaṛai, s. Affliction. 2. A camp or encampment.

பாசாங்கு pásáṅku, s. Dissimulation, imposture.

பாசி pási, s. Moss, sea-weed, &c.

பாச்சிகை páchchigai, s. A dice.

பாஷண்டம் páshaṇḍam, s. Heresy.

பாஷாணம் páshánam, s. Arsenic.

பாஷை bháshai, s. A language, speech; பாஷாந்தரமாக்குகிறது bháshántaramákkugiṛathu, To translate.

பாடகம் páḍagam, s. An ancle-ring worn by women.

பாடம் páḍam, s. A lesson; பாடஞ்சொல்லுகிறது páḍam chollugiṛathu, To repeat or rehearse a lesson; பாடம்பண்ணுகிறது páḍam paṇṇugiṛathu, To learn a lesson; வாய்ப்பாடம் váyppáḍam, A reciting without book.

பாடி páḍi, s. A terminational affix to proper names of towns, villages, &c.—as வாணிகம்பாடி váṇikambáḍi.

பாடு páḍu, s. A place. 2. Loss, damage, misfortune; பாடாய்ப்போகிறது páḍáyppógiṛathu, To be frustrated, to suffer loss; பாடாய்முடிகிறது páḍáy muḍigiṛathu, To end unhappily or unpropitiously; தன்பாடாய் tanpáḍáy, By his own labour; பாடுபடுகிறது páḍupaḍugiṛathu, To suffer pain, to work hard; பாட்டாளி páṭṭáḷi, A laborious or industrious man. 3. The side.

பாடுகிறது páḍugiṛathu v. i. To sing; ஆடல்பாடல் áḍalpáḍal, Dancing and singing; பாட்டு páṭṭu, A song.

பாடை páḍai, s. A bier.

பாட்டன் páṭṭan, s. A grand-father; பெரியபாட்டன் periyapáṭṭan, Great grandfather; பாட்டி páṭṭi. A grand-mother.

பாட்டியமி, பிரதமை páṭṭiyami, pirathamai, s. The first day after the new and full moon.

பாட்டை báṭṭai, s. A way, a road; பாட்டைசாரி báṭṭaisári, A way-faring man, a traveller.

பாணம் báṇam, s. An arrow. 2. A rocket.

பாணன் báṇan, s. A tailor. 2. A panegyrist, a singer.

பாணிக்கிறது páṇikkiṛathu, v. t. To delay, to tarry. 2. To consider, imagine, suppose.

பாண்டம் páṇḍam, s. An earthen vessel or utensil in general.

பாண்டவர் páṇḍavar, s. The five Pándavas, reputed children of Pándu.

பாண்டித்தியம் páṇḍittiyam, s. Scholarship, learning.

பாண்டு páṇḍu, s. The name of a disease, a kind of jaundice.

பாதகம் páthakam, s. Lapse, sin, crime; பாதகஞ்செய்கிறது páthakam cheygiṛathu, To commit a sin; பாதகன் páthakan, A criminal, a sinner.

பாதம் pátham, s. A foot; பாதகுறடு páthakuṛaḍu, Wooden sandals; பாதத்திலே விழுகிறது páthattilé viḷugiṛathu, To prostrate one's self at the feet of another; பாதரக்ஷை pátharakshai, Sandals, shoes, &c.; பாதாதிகேசம் páthátikésam, From head to foot.

பாதரசம் pátharasam, s. Quicksilver.

பாதாளம் pátáḷam, s. The infernal regions, considered to be the abode of serpents. 2. Hell.

பாதி páthi, s. Half. 2. A part.

பாது páthu, s. Custody; பாதுகாக்கிறது páthukákkiṛathu, To preserve, save, defend, keep.

பாதுகை páthugai, s. Slippers.

பாதை páthai, s. A beaten way, road.

பாத்தி patti, s. A garden-bed or area, a small corn-field.

பாத்தியம் páttiyam, s. Connexion, affinity, relationship. 2. Bail, security, act of giving caution, obligatory duty; பாத்தியப்படுகிறது páttiyappaḍugiṛathu, To be bound, to be obliged; பாத்தியன் páttiyan, An heir, a claimant, an administrator.

பாத்திரம் páttiram, s. A vessel for food, a drinking cup, a vessel in general.

பாத்திரம் páttiram, s. Fitness, conveni-ence, capacity, worthiness; இதுக்கவன் பாத்திரனல்லன் ithukkavan páttiranallan, He does not deserve it.

பாந்தம் pántam, s. That which is lineal, or in a row, order, regularity.

பாமரம் pámaram, s. Ignorance, stupidity; பாமரசனங்கள் pámarajanangaḷ, Ignorant people.

பாம்பு pámbu, s. A snake, serpent; பாம்பாட்டி pámbáṭṭi, One who causes snakes to dance.

பாயசம் páyasam, s. Milk and rice.

பாயிரம் páyiram, s. A preface, prologue.

பாய் páy, s. A sail. 2. A mat.

பாய்கிறது páygiṛathu, v. i. To leap against, to butt, to spring upon, to flow.

பாய்ச்சுகிறது páychchugiṛathu, v. t. To cause to flow, to irrigate. 2. To put in or thrust in; அக்குள்பாய்ச்சுகிறது akkuḷpáychchugiṛathu, To tickle in the arm-pit.

பாரதம் bhárathain, s. The name of a celebrated Sanskrit epic.

பாரபத்தியம் bhárapattiyam, s. A subordinate revenue situation; சுயபாரபத்தியம் suyabhárapattyam, An arbitrary power, sovereignty.

பாரம் bháram, s. Weight, heaviness. 2. A charge, an obligation, a certain weight; பாரதூரம் bháradúram, A great distance, a long way off. 2. More frequently,—profound thought, or counsel; பாரதூர மறியாதவன் bháradúram aṛiyáthavan, One who acts without due consideration or fore-thought.

பாரம்பரை párамparai, s. Tradition. 2. Continuous order, succession; பாரம்பரைநியாயம் páramparainyáyam, A tradition, an ancient custom.

பாராட்டுகிறது páráṭṭugiṛathu, v. t. To celebrate, to shew forth; கொண்டாடுகிறது koṇḍáḍugiṛathu, To extol, to praise. 2. To tarry, to delay; மேன்மைபாராட்டுகிறது ménmaipáráṭṭugiṛathu, To boast, to glory.

பாராயணம் páráyaṇam, s. A devoted study of the Vedas.

பாரி pári, s. A legally espoused wife.

பாரிக்கிறது bhárikkiṛathu, v. i. To be heavy, to be stout; சரீரம்பாரித்துக்கொண்டிருக்கிறது sarírambhárittukkoṇḍirukkiṛathu, To feel one's self heavy, or dull, from sickness, &c; பாரிப்பு bhárippu, Heaviness, difficulty, a topical swelling.

பாரிசம் párisam, s. Side.

பாரை, கடப்பாரை párai, gaḍappárai, s. An iron lever for raising great masses, an iron crowbar, for breaking walls, &c.

பார்க்கிறது párkkiṛathu, v. t. To see, view, regard, behold, to look upon. 2. Joined with another verb, it signifies, to intend, design, or endeavour; பார்வை párvai, The sight, the eye-sight, a prospect, an appearance.

பார்ப்பான் párppán, s. A brahman.

பாலகன் pálakan, (fem. பாலகி pálaki,) s. A babe, one of tender age; பால்யம் bályam, Childhood, youth; திக்குப்பாலகர் tikkuppálakar, The guardians of the eight points of the world; பாலனம் pálanam, Preservation, protection; பாலிக்கிறது pálikkiṛathu, To keep, to preserve, maintain. 2. To give.

பாலம் pálam, s. A bridge.

பாலிகை páligai, s. The lip.

பாலை pálai, s. A tree.

பாலைநிலம் pálainilam, s. A barren soil.

பால் pál, s. Milk; பாலடை páladai, A milk-ladle, a hollow shell to give milk to a child; பாலேடு páléḍu, The cream of milk; பால்கறக்கிறது pálkaṛakkiṛathu, To milk; பால்மறக்கிறது pálmaṛakkiṛathu, To wean.

பால் pál, s. A place. 2. A side. 3. The three genders and two numbers.

பாவம் pávam, s. State or condition of being.

பாவனை pávanai, s. Imagination, fancy, mental perception, reminiscence; பாவிக்கிறது pávikkiṛathu, To fancy, to imagine.

பாவி pávi, s. A sinner.

பாவுகிறது pávugiṛathu, v. t. To lay things regularly on the ground—as bricks, planks, &c, 2. v. i. To rest, lean, or stand upon the ground, wall, &c. to fix in it.

பாவை pávai, s. A picture or painted representation. 2. A woman.

பாழி páḻi, s. Breadth.

பாழ் páḻ, s. Desolation, the state of a waste or desolate city, field or desert; பாழாகிறது páḻágiṛathu, To become waste or desolate, to turn to nothing; பாழ்நிலம் páḻnilam, A barren ground.

பாளம் páḷam, s. A long strip of cloth. 2. A wedge, a mass, a pig of metal.

பாளி páḷi, s. A sign, token.

பாளை páḷai, s. The spatha, enclosing the flower of palm-trees.

பாளையம் páḷaiyam, s. A country or district of a local and feudal chieftain. 2. A suburb, principally, where soldiers are lodged.

பாறுகிறது pāṛugiṛathu, v. i. To run. 2. To fight.

பாறை páṛai, s. A rock.

பானம் pánam, s. Beverage, drink.

பானை pánai, s. A pot, a vessel.

பி

பிக்கு pikku, s. Deviation, discord, intricacy, perplexity, embarrassment, letting, or stopping.

பிசகு pisagu, s. A failing, a failure, a missing, an error, a deviation, discord, an embarrassment, doubt; கைட்பிசகு kaip-pisagu, A slip of the hand.

பிசகுகிறது pisakugiṛathu, v. i. To decline from the straight path. 2. To fail, to err. 3. Not to abide by an agreement. 4. To go out of joint.

பிசறுகிறது pisaṛugiṛathu, v. t. To mingle.

பிசாசு pisásu, s. A spirit, an evil being, a devil; பிசாசுபிடித்திருக்கிறது pisásu-piḍittirukkiṛathu, To be possessed with an evil spirit.

பிசானம் pisánam, s. A coarse kind of rice-corn.

பிசிர் pisir, s. A drizzling rain.

பிசின் pisin, s. Gum, resin; பிசினித்தனம் pisinittanam, Tenaciousness, avarice, niggardliness.

பிசுனன் pisunan, s. A miser.

பிசைகிறது pisaigiṛathu, v. t. To knead, to mingle meal or flour with the hand. 2. To rub the eye, to rub a corn ear in the hand.

பிச்சு pichchu, s. Bile.

பிச்சை pichchai, s. Alms; பிச்சைகேட்கிறது pichchai kéḍkiṛathu, To beg alms; பிச்சைக்காரன் pichchaikkáran, A beggar.

பிஞ்சு piñju, s. A fruit newly come forth from the blossom.

பிடர் piḍar, s. The nape of the neck.

பிடர்த்தலை piḍarttalai, s. The back part of the head.

பிடி piḍi, s. A handful, grasp, catch. 2. A handle; பிடிக்கட்டு piḍikkaṭṭu, A little bundle tied up, particularly a handful of palm-leaves tied up; பிடிபடுகிறது piḍipaḍugiṛathu, To be caught. 2. To suit, to be suitable, accommodated, to be convenient.

பிடிக்கிறது piḍikkiṛathu, v. t. To catch, take. 2. To deduct from wages. 3. To lean upon; பிடிப்பு piḍippu, A snatch, or hasty catch. 2. A tie, a bond of union, support; பிடிப்பாயிருக்கிறது piḍippáyirukkiṛathu, To be close and adhering. 2. To have spasms or convulsions; கைகாற்பிடிப்பு kaikárpiḍippu, Contraction in the limbs; பிடிமானம் piḍimánam, Continence, temperance. 2. Sparingness, avarice. 3. Love, favour; பிடிவாதம் piḍivátham, An obstinate dispute, contention.

பிடுங்குகிறது piḍuṅkugiṛathu, v. t. To pluck or pull out, to pluck up by the roots, &c.

பிட்டம் piṭṭam, s. The buttock, the posteriors, the back.

பிட்டை piṭṭai, s. A lump of beast's dung; குதிரைப்பிட்டை kuthiraippiṭṭai, A lump of horse-dung.

பிணங்குகிறது piṇaṅkugiṛathu, v. i. To shew ill-will, to be pressed, entangled, or plagued; பிணக்கம், பிணக்கு piṇakkam, piṇakku, Disagreement, discord, rancour.

பிணம் piṇam, s. A devil. 2. A corpse, a dead body, carcase; பிணக்காடு piṇakkáḍu, Cemetery; பிணம்விழ்களம் piṇam-

20

vílkaḷam, A burning or burying place.

பிணி piṇi, s. A tie, bond. 2. Affliction. 3. Sickness.

பிணிக்கிறது piṇikkiṛathu, v. t. To tie, bind.

பிணை piṇai, s. Desire. 2. Consent, agreement. 3. A tie, band. 4. Bail, surety; பிணையாளி piṇaiyáli, One who is surety for another; நபர்பிணை nabarpiṇai, Security for one's appearance; ரொக்கப்பிணை rokkappiṇai, A security for money.

பிணைக்கிறது piṇaikkiṛathu, v. t. To tie together.

பிணையல் piṇaiyal, s. The hinge of a gate or chest.

பிணைவு piṇaivu, s. Closeness, connexion.

பிண்டம் piṇḍam, s. The body. 2. An embryo, or foetus. 3. A mouthful of food. 4. Food; பிண்டமுந்துண்டமுங்கொடுக்கிறது piṇḍamum tuṇḍamum koḍukkiṛathu, To provide food and raiment.

பிண்டாரி piṇḍári, s. A Pindári, or armed plunderer.

பிண்ணாக்கு piṇṇákku, s. Cakes of beaten seeds.

பிதற்றுகிறது pitharrugiṛathu, v. t. To speak without ceasing. 2. To speak foolishly.

பிதா pithá, s. Father.

பிதிர்கிறது pithirgiṛathu, v. i. To fall into meal—as some kinds of roots boiled and dried again, arrow root or potatoes, to fall into pieces or rags—as rotten cloth.

பிதிர்நாள் pithirnáḷ, s. The new moon. 2. The anniversary of the death of deceased ancestors.

பிதுக்குகிறது pithukkugiṛathu, v. i. To squeeze a kernel out of a fruit, or the matter out of a boil. 2. To blow a bladder, to puff out the cheeks; உதடுபிதுக்கி uthaḍupithukki, One blobber-lipped; உதட்டைப்பிதுக்குகிறது uthaṭṭaippithukkugiṛathu, To thrust out the under-lip in scorn; பிதுக்கமானவேலை pithukkamánavélai, Embossment, raised work.

பிதுங்குகிறது pithuṅkugiṛathu, v. i. To be squeezed. 2. To blow or sound by being blown. 3. To be projecting.

பித்தம் pittam, s. Confusion of mind, occasioned by bile. 2. Bilious humour, bile; பித்தன் pittan, A mad man, a delirious man; பித்து pittu, Bile. 2. Choler, delirium.

பித்தலாட்டம் pittaláṭṭam, s. Trick.

பித்தளை pittaḷai, s. Brass.

பிந்து pintu, s. A cipher, a dot over a letter.

பிந்துகிறது pintugiṛathu, v. t. To be behind; அவன் பிந்திப்போனான் avan pintippónán, He has fallen behind, or is gone down.

பிபீலிகை pipíligai, s. An ant.

பிப்பிலி pippili, s. Long pepper.

பிரகரணம் prakaraṇam, s. A chapter, a section, a place of pausing.

பிரகாசம் pirakásam, s. Light, lustre, splendour, reflected light.

பிரகாசிக்கிறது prakásikkiṛathu, v. i. To shine.

பிரகாரம் prakáram, s. Way, manner, sort, kind.

பிரகிருதி prakriti, s. Nature, the negative cause of existence—matter.

பிரக்கினை pirakkinai, s. A full or sound understanding.

பிரசங்கம் pirasaṅgam, s. Discourse, a connected train of argument.

பிரசண்டம் pirachaṇḍam, s. Strength, power, confidence; பிரசண்டமாருதம் prachaṇḍamárutham, A tempest.

பிரசவம் prasavam s. Birth, child-bed; பிரசவகாலம் prasavakálam, Time of parturition; பிரசவிக்கிறது prasavikgiṛathu, To be in labour, to travail, to bear a child.

பிரசன்னம் prasannam, *s.* Gracious appearance, favour. 2. Brightness; பிரசன்னமாகிறது prasannamágiṛathu, To appear with benignity.

பிரசாதம் prasátham. *s.* Favour, kindness, propitiousness, grace. 2. Boiled rice, or any other thing which having been offered is given by hierophants to the people.

பிரசித்தம் prasittam, *s.* Fame, rumour, publicity, notoriousness; பிரசித்தம்பண்ணுகிறது prasittam paṇṇugiṛathu, To publish, to announce.

பிரசை prajai, *s.* A subject.

பிரஸ்தாவம் pirastávam, *s.* Opportunity. 2. An introduction, or making known; பிரஸ்தாவம் பண்ணுகிறது pirastávam paṇṇugiṛathu, To introduce. 2. To make known.

பிரஷ்டன் bhrashtan, *s.* One fallen. 2. One vicious or depraved.

பிரதக்ஷிணம் prathakshiṇam, *s.* Circumambulation, a reverential act towards a person, or object keeping the same on the right side.

பிரதமம் prathamam, *s.* A first or principal thing.

பிரதமை prathamai, *s.* The first day after the new and full moon 2. What is first.

பிரதாபம் pratápam, *s.* Great heat. 2. Majesty, dignity, glory.

பிரதானம் prathánam, *s.* The chief, principal, prime, most eminent thing; excellency.

பிரதானி prathání, *s.* A chief, the minister of a king.

பிரதி prati, *particle prefix,* Substitution, exchange, return, equivalent; a thing like another, or being instead of another, a copy, a duplicate; பிரதியுபகாரம் pratiyupakaram, Remuneration, requital; பிரதியெழுதுகிறது pratiyeḷuthugiṛathu, To take a copy.

பிரதிகூலம் pratikúlam, *s.* Contrariety, opposition, adversity.

பிரதிக்கினை pratikkinai, *s.* A promise to do a thing, a purpose, a resolution, a vow; பிரதிக்கினைபண்ணுகிறது pratikkinaipaṇṇugiṛathu, To promise.

பிரதிஷ்டை pratishṭai, *s.* Fame, celebrity. 2. Consecration; பிரதிஷ்டைபண்ணுகிறது,—பாக்குகிறது pratishṭai paṇṇugiṛathu,—ákkugiṛathu, To consecrate.

பிரதிபந்தம் pratibandham, *s.* Obstacle, impediment.

பிரதிமை pratimai, *s.* A statue, an image, a puppet.

பிரதியுத்தரம் pratiyuttaram, *s.* An answer.

பிரதிவாதி prativáthi, *s.* A defendant.

பிரதிவிம்பம் prativimbam, *s.* An image represented in a mirror, or reflected from water, &c.

பிரதேசம் pradésam, *s.* A place, a country, a district.

பிரத்தியக்ஷம் prattyaksham, *s.* An appearance to the senses; பிரத்தியக்ஷமாய் prattyakshamáy, Evidently, clearly.

பிரத்தியேகமாய் வைக்கிறது prattyékamáy vaikkiṛathu, *v. t.* To lay apart, to put asunder; பிரத்தியேகமாக prattyékamága, Alone, solitarily.

பிரபஞ்சம் prapañjam, *s.* Extension, expanse, the extended universe.

பிரபந்தம் prabandham, *s.* A connected discussion or narrative.

பிரபலம் prabalam, *s.* Strength, power. 2 Fame, renown, celebrity; பிரபலம்பண்ணுகிறது prabalam paṇṇugiṛathu, To make publicly known; பிரபலிக்கிறது prabalikkiṛathu, To become strong, great, or renowned.

பிரபு prabhu, *s.* A master, a prince, a lord, a nobleman.

பிரமம் brahmam, *s.* Brahm, the Supreme Being, the great first cause, the unknown God; பிரமசாரி brahmachá..i, A student under a brahman-preceptor; a student or an unmarried man of any class; பிராமணன் bráhmaṇan, A brahman.

பிரமாணம் pramáṇam, *s.* A measure. 2. An oath. 3. A rule, a law, a systematic work; நியாயப்பிரமாணம் nyáyappramáṇam, Law; பிரமாணம்பண்ணுகிறது pramáṇam paṇṇugiṛathu, To swear.

பிரமாண்டம் brahmáṇḍam, *s.* Greatness, hugeness.

பிரமிக்கிறது bramikkiṛathu, *v. i.* To err, mistake. 2, To wonder, to be astonished, to be surprised; பிரமிப்பு bramippu, Mistake, surprise, amazement.

பிரமியம் piramiyam, *s.* Gonorrhœa, venereal disease, fluor albus.

பிரமுகிறது bramugiṛathu, *v. i.* To have a flatulent evacuation by stool.

பிரம்பு pirambu, *s.* A ridge in a field. 2. A ratan cane.

பிரயத்தனம் prayattanam, *s.* Practice, *s.* exercise, effort, endeavour, industry, action; பிரயத்தனம்பண்ணுகிறது prayattanampaṇṇugiṛathu, To endeavour.

பிரயாசம், பிரயாசை prayásam, prayásai, *s.* Labour, toil, endeavour, pains, fatigue, trouble; பிரயாசப்படுகிறது prayásappaḍugiṛathu, To endeavour, to trouble one's self, to take pains; பிரயாசி prayási, A laborious man or woman.

பிரயாணம் prayáṇam, *s.* Going, motion, a journey; பிரயாணப்பட்டுப்போகிறது prayáṇappaṭṭupp ógiṛathu, To set out on a journey.

பிரயோகிக்கிறது prayógikkiṛathu *v. t.* To incite, to direct. 2. To send out, forth, as a word, a missile, &c.

பிரயோசனம் prayójanam, *s.* Profit, advantage, utility.

பிரலாபம் pralápam, *s.* Unmeaning or unconnected speech. 2. Sorrow, grief, lamentation; பிரலாபிக்கிறது pralápikkiṛathu, To lament, to speak in an incoherent manner.

பிரவாகம் pravágam, *s.* A stream, a flow, an overflowing, rapidity of a river; சலப்பிரவாகம் jalappravágam, A flood, an inundation.

பிரவேசம் pravésam, *s.* Entry, entrance. 2. Intentness on an object; பிரவேசிக்கிறது pravésikkiṛathu, To enter.

பிரளயம் praḷayam, *s.* A deluge; சலப்பிரளயம் jalappraḷayam, A deluge of water.

பிராகாரம் prakáram, *s.* An inclosure, a wall, the surrounding wall of a temple or palace.

பிராகிருதம் prákritam, *s.* The colloquial, provincial, or unpolished form of the Sanskrit language.

பிராசீனம் práchínam, *s.* Antiquity.

பிராட்டி, பெருமாட்டி práṭṭi, perumáṭṭi, *s.* A lady.

பிராணம், பிராணன் práṇam, práṇan, *s.* Air, wind. 2. Life, vitality. 3. Strength, power, பிராணசிநேகம் práṇasinéham, Intimate friendship; பிராணச்சேதம் práṇachchétham, The loss of life; பிராணவாயு práṇaváyu, Vital air; பிராணவியோகம் práṇaviyógam, Death; பிராணி práṇi, A living creature, an animal.

பிராதக்காலம் práthakkálam, *s.* Sunrise.

பிராது, práthu, *s.* A complaint, accusation; பிராதுபண்ணுகிறது práthupaṇṇugiṛathu, To complain, accuse.

பிராந்தி bránti, *s.* Error, giddiness, dulness, stupefaction; வாந்திபிராந்தி vántibránti, Vomiting and looseness—spasmodic cholera.

பிராயச்சித்தம் práyachchittam, *s.* Expiation, penance, punishment for a crime committed.

பிராயம் práyam, *s.* Age, state of life, youth; உனக்கெத்தனைபிராயம் unakkettanai práyam, How old are you; எனக்கிருபது பிராயமுண்டு enakkirupathu práya muṇḍu, I am twenty years old.

பிரார்த்தனை prárttanai, *s.* Prayer, petition; பிரார்த்தனைசெய்கிறது prárttanai cheygiṛathu, To pray, to vow.

பிரிகிறது pirigiṛathu, *v. i.* To separate, to separate one's self from another, to part, to become disunited, to be dissolved; பிரிதல் pirithal, A removing, a separating; பிரிவினை pirivinai, A disunion, separation by death.

பிரிக்கிறது pirikkiṛathu, *v. t.* To dissolve, separate, disunite, disjoin, to put asunder, to sever; பிரித்தல் pirittal, A putting away, dividing, removal; பிரித்தெடுக்கிறது pirittedukkiṛathu, To select.

பிரியம் priyam, *s.* Amiableness, that which is beloved or pleasant; பிரியங்காட்டுகிறது priyam káttugiṛathu, To shew kindness.

பிரிவு pirivu, *s.* Separation, a separated body of men, schism, division, or section of a book; an act in a play.

பிரீதி príti, *s.* Joy, pleasure, happiness. 2 Love, affection, regard.

பிருதிவி pruthivi, *s.* The earth, considered as the daughter of Prithu.

பிரேதம் prétham, *s.* A goblin, an evil spirit, a vampire. 2. A corpse, a dead body; பிரேதாலங்காரம் பண்ணுகிறது préthálaṅkáram paṇṇugiṛathu, To adorn a corpse for burial or burning.

பிறை pirai, *s.* The substance by which fluids, as milk are coagulated or turned, runnet; பிறைமோர் piraimór, Buttermilk kept for coagulating milk.

பிலம் pilam, *s.* A room under ground, a cave. 2. A mountain-cavern. 3. A hole under ground.

பில்லிசூனியம் pillisúniyam, *v.* Sorcery, contrived to do mischief; பில்லிசூனியக்காரன் pillisúniyakkáran, A sorcerer.

பில்லை pillai, *s.* A small round plate of metal, &c. 2. A patch.

பிழி piḷi, *s.* Fermented palm-tree sap; பிழியர் piḷiyar, Those who sell it.

பிழிகிறது piḷigiṛathu, *v. t.* To wring or squeeze out.

பிழை piḷai, *s.* A failure, a fault, an error, a blunder, an oversight; எழுத்துப்பிழை eḷuttuppiḷai, An error in writing or printing; பிழைபார்க்கிறது piḷai párkkiṛathu, To revise in order to correct.

பிழைக்கிறது piḷaikkiṛathu, *v. i.* To fail, to do amiss, to err. 2. To live, to recover from sickness.

பிழைப்பு piḷaippu, *s.* Livelihood, subsistence; எனக்குப் பிழைப்பில்லை enakkup piḷaippillai, I have no support.

பிளக்கிறது piḷakkiṛathu, *v. t.* To split, cleave, rend.

பிளப்பு piḷappu, *s.* A cleft, chink, crack. 2. A piece, a part; பாக்குவெட்டியொருபிளப்பு கொடு pákkuvetti yorupiḷappu koḍu, Cut the areca-nut and give me a bit.

பிளவு piḷavu, s. A cleft or split, a slice or bit; இருபிளவான குளம்பு irupiḷavána kuḷambu, A cloven hoof or foot.

பிளவை piḷavai, s. An inveterate ulcer; ராசப்பிளவை rájappiḷavai, A large ulcer on the back or spine, a dangerou. ulcer.

பிள்ளை piḷḷai, s. A child, male or female; particularly a male child; ஆண்பிள்ளை áṇpiḷḷai, A male child or a man; பெண் பிள்ளை peṇpiḷḷai, A female child or a woman; பிள்ளையாண்டான் piḷḷaiyáṇḍán, A lad, boy, young man.

பிற piṛa, s. An expletive. 2. Outer, foreign, other; பிறபாஷை piṛabháshai, A foreign language; பிறவினை A transitive verb.

பிறகு piṛaku, ad. After, afterwards; அதின் பிறகு athinpiṛagu, Thereafter.

பிறக்கணிக்கிறது piṛakkaṇikkiṛathu, v. t. To despise, to disdain.

பிறக்கிறது piṛakkiṛathu, v. i. To be born, to spring, to proceed from, or rise somewhere; பிறப்பு piṛappu, Nativity, birth.

பிறன் piṛan, s. A neighbour.

பிறை piṛai, s. The crescent-moon.

பிநாகி pinági, s. The name of a river to the south, near Cuddalore.

பின் pin, s. The end of any thing, after, behind; அதுக்குப்பின் athukkuppin, Afterwards, after it; பிற்பாடு piṛpáḍu, Afterwards, after; பின்பனி pinpani, The dewy season in February and March; பின்பு pinbu, After; பின்வருகிறது pinvarugiṛathu, To come after, follow; பின் வாங்கிப்போகிறது pinváṅkippógiṛathu, To draw back, recede, backslide, relapse; பின்தொடருகிறது pinṭoḍarugiṛathu, To pursue, follow, carry on; பின்னிடுகிறது pinniḍugiṛathu, To go back, retire, take flight; பின்னும் pinnum, Moreover; பின்னை pirnai, Hereafter, besides, further.

பின்னம் pinnam, s. Any thing split or broken. 2. Diversity, difference, division; சின்னபின்னமாக்குகிறது sinnapinnam ákkugiṛathu, To destroy, cut in pieces.

பின்னுகிறது pinnugiṛathu, v. t. To plait, braid, twist, wreathe, flowers, hair, &c.; பின்னல் pinnal, s. A plaiting, wreathed work, &c.

பீ

பீ pí, s. Human excrement (spoken in an immodest manner.)

பீங்கான் píngán, s. Porcelain, chinaware, earthen-ware, a plate.

பீசம் písam, s. Cause, origin in general. 2. Seed of plants, &c. 3. Testicle.

பீச்சாங்கொள்ளி pichchankoḷḷi, s. A timid man.

பீடம் píḍam, s. A seat, a chair, a stool; பலிபீடம் balipíḍam, An altar for sacrifice.

பீடிக்கிறது píḍikkiṛathu, v. t. To afflict, vex, torment.

பீடித்தல் píḍittal, v. n. An afflicting.

பீடை píḍai, s. Pain, suffering, affliction, misery.

பீதாம்பரம் píthámbaram, s. Cloth interwoven with gold.

பீரங்கி pírangi, s. A gun, a cannon; சட்டிப் பீரங்கி chaṭṭippírangi, A mortar-piece.

பீர் pír, s. Milk.

பீர்க்கு pírkku, s. A favourite vegetable—Cucurmis acutangulus.

பீலி píli, s. A jewel worn by women on their toes.

பீளை píḷai, s. The gum of the eyes.

பிறுகிறது piṛugiṛathu, *v. t.* To rend, or tear; பீறல் piṛal, Tearing, a dilacerating; பீறல்த்துணி píṛalttuṇi, A rag.

பீனசம் pinasam, *s.* An ulceration in the head, running off through the nostrils, cold affecting the nose.

பு

புகட்டுகிறது pukaṭṭugiṛathu, *v. t.* To pour into the mouth of an animal or child; குழந்தைக்குப் பால் புகட்டுகிறது kulantaikkup pál pukaṭṭugiṛathu, To pour milk into a child's mouth.

புகலிடம் pugaliḍam, *s.* A village, a town, 2. A place of refuge.

புகலுகிறது pugalugiṛathu, *v. i.* To speak, say.

புகல் pugal, *s.* Word.

புகழ் pugaḷ, *s.* Fame, praise.

புகழ்கிறது pugaḷgiṛathu, *v. t.* To praise; புகழ்ந்துகொள்ளுகிறது pugaḷntukoḷḷugiṛathu, To praise one's self; புகழ்ச்சி pugaḷchch, Praise, panegyric; தற்புகழ்ச்சி taṛpukaḷchchi, Self-praise; வீண்புகழ்ச்சி víṇpukaḷchchi, Vain glory or boasting.

புகுகிறது pukugiṛathu, *v. i.* To enter, to get in; அடைக்கலம் புகுகிறது aḍaikkalam pukugiṛathu, To enter into a place of refuge.

புகுத்துகிறது pukuttugiṛathu, *v. i.* To cause to enter.

புகை pugai, *s.* Smoke, vapour; புகைக்காடு pugaikkáḍu, A great or thick smoke; புகையிலை pugaiyilai, Tobacco-leaf, tobacco; புகையிலை குடிக்கிறது pugaiyilai, kuḍikkiṛathu, To smoke tobacco; புகையிலைப்பொடி pugaiyilaippoḍi, Snuff.

புகைகிறது pugaigiṛathu, *v. i.* To smoke, to emit smoke or vapour, to reek. 2. to be smoked. 3. To be dried in the smoke.

புகைக்கிறது pugaikkiṛathu, *v. t.* To smoke something, fumigate, to dry in smoke, perfume.

புகைச்சல் pugaichchal, *s.* Smoke, fumigation. 2. Obscurity, darkness. 3. Exhalation, vapour; கண்புகைச்சல் kaṇpugaichchal, Dimness.

புசம், **புயம்** bujam, puyam, *s.* The arm, the hand; புயபலம் puyapalam, Strength of arm.

புசல், **பிசல்** pusal, pisal, *s.* A storm.

புசிக்கிறது pusikkiṛathu, *v. t.* To eat; புசித்தல் pusittal, An eating; புசிப்பு pusippu, Meat, food.

புஷ்டி pushṭi, *s.* Increase. 2. Fatness.

புஷ்பம் pushpam, *s.* Flower; சலபுஷ்பம் jalapushpam, Fish-meat—A polite term for fish, used in speaking before persons who do not eat fish or flesh; புஷ்பங்கொய்கிறது pushpaṅkoygiṛathu, To pluck flowers; புஷ்பமாரி pushpamári, A shower of flowers; புஷ்பிக்கிறது pushpikkiṛathu, To flower or flourish, to bloom.

புஸ்தகம், **புத்தகம்** pustakam, puttakam, *s.* A book, a manuscript-book; புஸ்தகஞ் சேர்க்கிறது pustakam chérkkiṛathu, To make a book, to bind up; புஸ்தகம்பண்ணுகிறது pustakam paṇṇugiṛathu, To write a book.

புஞ்சம் puñjam, *s.* A heap, a quantity, collection.

புடம் puḍam, *s.* A chemical process by which metals are refined and calcined, and medicines prepared or purified by melting and calcining, or by putting them in the sun, or among grain; புடமிடுகிறது puḍamiḍugiṛathu, To put gold or silver to the test; to prepare a medicine by melting or calcination; புடம் போடுகிறது puḍam póḍugiṛathu, To put to the test, to try, examine.

புடை puḍai, s. A place. 2. The side or waist; புடைவை puḍaivai, A cloth garment.

புடைக்கிறது puḍaikkiṛathu, v. t. To fan, winnow. 2. To beat, strike. 3. To swell.

புடையன் puḍaiyan, s. A kind of venomous snake about a cubit long; புடோலங்காய், புடல்ங்காய் puḍólaṅkáy, puḍalaṅkáy, The serpent cucumber.

புட்கரிணி puḍkariṇi, s. Reservoir or pool wherein the lotus grows. 2. Large reservoir near a temple.

புட்கலம் puḍkalam, f. Fulness, a large quantity.

புட்டில் puṭṭil, s. A basket for baling out water from a pond. 2. A basket; புட்டிவெல்லம் puṭṭivellam, Molasses in a little basket made of palm-leaves.

புட்டுக்கூடை puṭṭukkúḍai, s. A kind of basket.

புட்பம் puḍpam, s. A flower.

புணருகிறது, புணர்கிறது puṇarugiṛathu, puṇargiṛathu, v. i. To join, to be united. 2. To couple, to lie by, to lie with.

புணர்க்கிறது puṇarkkiṛathu, v. t. To join, unite; புணர்ப்பு, புணர்ச்சி puṇarppu, puṇarchchi, Union in general. 2. Copulation.

புணை puṇai, s. A raft. 2. A ship, vessel.

புண் puṇ, s. Proud-flesh. 2. A wound; an ulcer; அழிபுண் aḷipuṇ, A foul ulcer.

புண்டரம் puṇḍaram, s. A mark on the forehead.

புண்ணியம் puṇṇiyam, s. Virtue, moral merit. 2. Purity, purification. 3. A good or charitable work: புண்ணியவான் puṇṇiyaván, A good or charitable man.

புதர் puthar, s. A thicket.

புதல்வன் puthalvan, s. A son; புதல்வி puthalvi, A daughter.

புதன் puthan, s. The planet Mercury. 2. A learned or wise man; புதன்கிழமை puthankiḷamai, Wednesday.

புது, புதிய puthu, puthiya, a. New; புதிசு, புதிது puthisu, puthithu, s. A new thing.

புதுக்குகிறது puthukkugiṛathu, v. t. To renew; புதுமை puthumai, Novelty, a new or strange thing. 2. A miracle.

புதைகிறது puthaigiṛathu, v. i. To be buried, to be interred, to be hidden—as treasure, &c, புதைபொருள் puthaiporul What is hidden; புதையல் puthaiyal, A treasure hidden in the ground, a hidden place, in general that which is hidden or buried.

புதைக்கிறது puthaikkiṛathu, v. t. To bury a corpse, to hide treasure. 2. To use obscure expressions, to speak in parables, to speak or write in an obscure or elegant style.

புத்தி buddhi, s. Understanding, knowledge, intellect, wit, judgment. 2. Admonition, doctrine.

புத்திரன் putran, s. A son; புத்திரசம்பத்து putrasampattu, Issue, progeny, offspring; புத்திரசுவீகாரம் puttirasúvíkáram, Adoption, affiliation; புத்திரி putri, A daughter.

புயம் puyam, s. The arm, the shoulder and arm.

புரக்கிறது purakkiṛathu, v. t. To keep, to save. 2. To give. 3. To establish.

புரட்டாசிமாதம் puraṭṭási mátham, s. The month of September with part of October.

புரட்டுகிறது purattugiratha, v. t. To turn about, to turn upside down, as the ground is turned by ploughing, to overthrow. 2. To wrest or distort words, to pervert the true sense of a saying; புரட்டல் purattal, v. n. A rolling; புரட்டுருட்டு பண்ணுகிறது puratturuttu pannugirathu, To distort or wrest from the true meaning.

புரம் puram, s. A large town.

புரளுகிறது puralugirathu, v. i. To roll, to be moved from one side to the other—as in a bed or in the mud, to wallow, to welter in mire or water. 2. To overflow; புரண்டுபேசுகிறது puraadt pésugirathu, To talk otherwise than before; புரள் pural, A roller. 2. An inundation.

புராணம் puránam, s. A purana or book of Hindu cosmogony, history, and legendary mythology. 2. Antiquity; ஸ்தலபுராணம் stalapuránam, The local legend of a fane, including in some cases, fragments of history.

புராதனம் puráthanam, s. Antiquity.

புரி puri, s. A city. 2. A tie. 3. The strand of a cord, particularly a twisted rope of straw; புரிமணை purimanai, A twisted rope of straw, upon which earthen vessels, &c. are placed; முப்புரிநூல் muppurinúl, A three-fold cord.

புரிகிறது purigirathu, v. i. To make, to do. 2. To desire; தயைபுரிகிறது dayaipurigirathu, To bestow a favour, to be gracious.

புருஷன், புருடன் purushan, purudan, s. A man, a husband. 2. The soul; சற்புருஷன் sarpurushan, A good man.

புருவம் puruvam, s. The eye-brow.

புரை purai, s. The hollow of a pipe, tube, &c. 2. The layers of an onion.

புரைகிறது puraigirathu, v. i. To compare. 2. To sew.

புரோகிதன் purógithan, s. One who prognosticates future events. 2. The family augur, conducting all the ceremonies and sacrifices of a house or family.

புலக்கிறது pulakkirathu, v. i. To be hesitating or bashful; புலத்தல் pulattal, A feigned dislike by a woman towards her husband.

புலமை pulamai, s. Talent in composition.

புலம் pulam, s. Knowledge, information; புலப்படுகிறது pulappadugirathu, To be perceived. 2. A corn-field.

புலம்புகிறது pulambugirathu, v. i. To sound 2. To lament. 3. To weep; புலம்பல் pulambal, A clamouring. 2. A weeping, a lamenting. 3. A mournful sound.

புலர்கிறது pulargirathu, v. i. To fade, grow dry, wither.

புலர்த்துகிறது pularttugirathu, v. t. To cause to wither. 2. To smear, anoint.

புலவி pulavi, s. Retiring bashfulness.

புலன் pulan, s. One of the five senses. 2 An object of sense; ஐம்புலன் aimpulan, The five senses.

புலால் pulál, s. Flesh.

புலி puli, s. A tiger; புலிக்குட்டி pulikkutti, A young tiger; புலித்தோல் pulittól, A tiger's skin.

புலை pulai, s. Flesh of fish. 2. Flesh of beasts; புலைஞர் pulaiñar, Base or vile people.

புல் pul, s. Grass. 2. Want, defect; புல்லறிவு pullarivu, Little knowledge; புற்கை purkai, A pap of grass-seed meal, A mean or slender meal; புன் pun, in composition for புல் pul; புன்செய் punchey, Inferior land.

புல்லுகிறது pullugirathu, v. t. To unite.

புவனம் puvanam, s. A world, any world 2. Water.

புழக்கம் puḻakkam, s. Practice, usage, converse, custom, habit.

புழங்குகிறது puḻaṅkugiṛathu, v. i. To be somewhere, to sojourn, to abide, to discourse with one another.

புழு puḻu, s. A worm, a mite; பச்சைப்புழு pachchaippuḻu, A caterpillar; புழுத்துச்செத்தான் puḻuttuchchettán, He died, being eaten of worms.

புழுகு puḻugu, s. Civet; புழுகுப்பூனை puḻukuppúnai, A civet-cat.

புழுக்கல் puḻukkal, s. Boiled rice.

புழுக்குகிறது puḻukkugiṛathu, v. t. To cook, boil, seethe.

புழுக்கை puḻukkai, s. A slave.

புழுங்குகிறது puḻuṅkugiṛathu, v. i. To be, boiling or preparing in water by means of fire. 2. *(Met.)* To be stewed, as the body, by heat and perspiration, in a close, sultry state of the atmosphere. 3. *(Met.)* To grow warm, to be angry; புழுக்கம் puḻukkam, Heat, caused by the closeness of a room or want of air, or by a fervent sun; புழுங்கலரிசி puḻuṅgalarisi, Rice, a little boiled and dried, before beating off the husk.

புழுதி puḻuthi, s. The pollen of the anther in a flower. 2. Dust, the earth turned up by the plough.

புழை puḻai, s. The hollow in a pipe, a tube. 2. Anything which is hollow. 3. A wicket in a gate; கற்புழை karpuḻai. A hole in a stone; புழைக்கடை puḻaikkadai, A backdoor.

புளகம் puḷagam, s. An erection of the hairs of the body, considered to be occasioned by internal pleasure or satisfaction; புளகாங்கிதம் puḷagáṅkitham, An indication of pleasure, a rising of the hair, being, by Hindus, considered a sign of internal pleasure.

புளகிக்கிறது puḷagikkiṛathu, v. t. A spontaneous rising of the hairs of the body.

புளி puḷi, s. Sourness. 2. The Tamarind tree—Tamarindus Indica. புளிகரைக்கிறது uḷikaraikkiṛathu, To dissolve tamarind-fruit in water.

புளிக்கிறது puḷikkiṛathu, v. t. To be sour. 2. To be pressed, to be narrow; புளிப்பு puḷippu, Sourness, acidity.

புளிமாங்காய் puḷimáṅkáy, s. A sour and unripe mango; புளிமாதளை puḷimáthaḷai, A sour pomegranate; புளியங்காய் puḷiyaṅkáy, Unripe tamarind-fruit; புளியங்கொட்டை puḷiyaṅkoṭṭai, A tamarind-stone; புளியேப்பங் காண்கிறது puḷiyéppam káṇgiṛathu, To eructate or belch from acidity of the stomach, &c.

புளுகு puḷugu, s. A lie; புளுகன் puḷugan, A liar; யானைப்புளுகன் yánaippuḷugan, A great or monstrous liar; புளுகுகிறது puḷukugiṛathu, v. i. To lie impudently.

புள்ளடி puḷḷaḍi, s. The mark of bird's feet or claws.

புள்ளி puḷḷi, s. A cipher in arithmetic. 2. A point, a dot, a tittle; புள்ளிபார்க்கிறது puḷḷipárkkiṛathu, To estimate or to value a field and its produce; புள்ளிபோடுகிறது puḷḷipóḍugiṛathu, To note down sums, to compute, to note down various item.

புறணி puṛaṇi, s. slander.

புறம் puṛam, s. The side of a thing, the out side, a tract, or part of a country; அப்புறம் appuṛam, That side; அப்புறத்திலே appuṛattilé, On that side; புறங்கொடுக்கிறது puṛaṅkoḍukkiṛathu, To turn the back on an enemy; புறங்கூறுகிறது puṛaṅkúṛugiṛathu, To slander, to backbite; இடப்புறம் iḍappuṛam, The left side; வலப்புறம் valappuṛam, The right side; புறப்படுகிறது puṛappaḍugiṛathu, To be without, to go out, to go farther, to go or come forth.

புறம்பு puṛambu, s. Abroad, outside, without, out of doors.

புறவெட்டு puṛaveṭṭu, s. Opposition. contradiction

புறா puṛá, s. A dove, a pigeon; புறாக்குஞ்சு puṛákkuñju, A young pigeon; காட்டுப்புறா, மணிப்புறா káṭṛuppṛá, maṇippuṛá, A wild dove, a turtle-dove; மாடப்புறா máḍappuṛá A house dove.

புற்று puṛṛu, s. An ant-hill; புற்றாஞ்சோறு puṛṛáñchéṛu, The honey-comb work of termites within the ant-hill, a work like honey-comb; புற்றுபுற்றாய்ப் புறப்பட்டிருக்கிறது puṛṛupuṛṛáyppuṛappaṭṭirukkiṛathu, To be covered with scrofulous eruptions; புற்றுமண் puṛṛuman, Earth from a white-ant hill, used for various ritual and medicinal purposes.

புனர் punar, a. A prefix indicating repetition—as புனர்விவாகம் punarvivákam, Remarriage.

புனர்விவாகம் punarvivágam, s. Remarriage of a widow.

புனல் punal, s. A river. 2. Water.

புனிதம் punitham, s. Purity.

புனுகு, s. punugu, Civet.

புன்னாகவராளி punnákavaráḷi, s. A plaintive melody, elegiac or condolent.

புன்னெறி punn ṛi, *See under* புல் pul.

புன்னை punnai, s. A tree—Calophyllum Inophyllum.

பூ

பூ bhú, s. The earth; பூகோளம் bhúgóḷam, The terrestrial globe; பூகோளசாஸ்திரம் bhúgóḷasástram, Geography; பூகம்பனம் bhúkkampanam, Earthquake; பூதலம் bhútalam, The earth; பூநாகம் bhúnágam, An earthworm; பூநீறு bhúníṛu, Washerman's or fuller's earth; பூநீற்றிலெடுக்கிறஉப்பு bhúníṛṛileḍukkiṛauppu, Salt produced from the earth, impregnated with soda; பூபதி bhúpati, A king. 2. A medicinal pill so called; பூமண்டலம் bhúmaṇḍalam, The region of the earth; பூலோகம் bhúlókam, The earth; பூவழலை bhúvaḷalai, Earth impregnated with soda.

பூ pú, s. A flower; பூச்சாத்துகிறது púchcháttugiṛathu, To put flowers upon an idol; பூச்செண்டு púchchenḍu, A nosegay; பூத்தொடுக்கிறது púttoḍukkiṛathu, To string flowers; பூ நொய் pú noy, Fine grits; பூந்தோட்டம் púntóṭṭam, A flower garden; பூப்படுகிறது púppaḍugiṛathu, A speck is grown in the eye; பூப்பிஞ்சு púppiñju, The young germ of a fruit; பூமாலை púmálai, A garland of flowers; பூவரசு púvarasu, The portia tree.

பூக்கிறது púkkiṛathu, v. i. To bloom, blossom; பூசணம்பூக்கிறது púsaṇampúkkiṛathu, To mould, to grow mouldy or hoary; பூத்தல் púttal, State of being, existence; பூத்துக்காய்க்கிறது To bear blossoms and fruits; என்கண்கள்பூத்துப்போயின en kangaḷ púttuppóyina, My eyes fail; நெருப்புப் பூத்துப்போயிற்று neruppuppúttuppóyiṛṛu, The fire is nearly extinguished, is covered with ashes.

பூசணம், பூர்ணம் púsaṇam, púrṇam, s. Mould, mouldiness upon meat, &c.

பூசிக்கிறது púsikkiṛathu, v. t. To worship, to pay homage, to perform a ritual ceremony; பூசாபலன்பண்ணினவன் púsápalan paṇṇinavan, One who in the present life receives the reward of merit acquired in a former state; பூசாரி púsári, A Sudra priest in small temples, an exorcist; பூசை púsai, Worship, ceremonial culture; பூசைகொடுக்கிறது púsaikoḍukkiṛathu, To offer a sacrifice. 2. To beat one; பூசைசெய்கிறது, பண்ணுகிறது pújaicheygiṛathu, paṇṇugiṛathu, To perform ritual homage.

பூசுகிறது púsugiṛathu, *v. t.* To smear, daub, paint, anoint. 2. To adorn, decorate. 3. To wash; வாய்பூசிவந்தான் váyppúsivantán, He washed his mouth and came; பூச்சு púchchu, The matter wherewith any thing is gilded, silvered, or tinned over. 2. Weaver's starch; பூச்சுபூசுகிறது púchchupúsugiṛathu, To smear, to rub over, பொற்பூச்சு poṛpúchchu, Gilding, gilt; மேற்பூச்சு méṛpúchchu, The outward coat or surface of a thing. 2. *(Met.)* False, mere appearance, simulation.

பூசுணி púsuṇi, *s.* A gourd, pumpkin—Cucurbita Pepo.

பூச்சி púchchi, *s.* An insect, a reptile; பூச்சிகாட்டுகிறது púchchikáṭṭugiṛathu, To scare or fright one; பூச்சிக்கூடு púchchikkúḍu, A kind of jewel; பூச்சிபிடிக்கிறது púchchippiḍikkiṛathu, To breed worms; பூச்சிபூச்சியென்கிறது púchchipúchchiengiṛathu, A phrase, used in reference to a sick person who feigns himself worse than he really is.

பூச்சியம் búchchyam, *s.* Rareness, uncommonness. 2. Emptiness, what is blank or void—a cypher; சாப்பாடுபூச்சியமாயிருக்கிறது sáppáḍu búchchiyamáiruk kiṛathu, To have nothing to live upon.

பூஷணம் bhúshaṇam, *s.* Ornament, a jewel.

பூஞ்சி púñchi, *s.* Mouldiness. 2. Cobweb, dust; பூஞ்சிபற்றுகிறது púñchipaṛṛugiṛathu, To get mouldy or dusty.

பூடு púḍu, *s.* A plant or herb in general.

பூட்டு púṭṭu, *s.* A string, a bow-string. 2. A lock. 3. A fastening. 4. A clasp; பூட்டகம் púṭṭagam, Flimsy work, any thing unsubstantial; பூட்டகமானவேலை púṭṭagamánavélai, Any work or thing which is not lasting or may be easily broken—as glass, &c., also a work which has only the appearance of being good, but is not so in reality; பூட்டாங்கயிறு púṭṭáṅkayiṛu, The rope by which oxen are tied to the yoke.

பூட்டுகிறது púṭṭugiṛathu, *v. t.* To lock or shut, to shut up, to put in, to fasten for a time. 2. To tie a bullock, &c. to a yoke, a stake, &c. 3. To adorn one with jewels; அம்புபூட்டுகிறது ambupúṭṭugiṛathu, To fix an arrow.

பூணூல் púṇunúl, *s.* The string which Brahmans and others wear over their shoulder; பூணூற்கலியாணம் púṇúṛkaliyáṇam, The ceremony of putting the sacred string over the shoulder of a Brahman.

பூண் púṇ, *s.* A jewel. 2. An ornamental knob, a ferrule, a ring of iron, brass, &c. fixed on the end of a stick, or on an elephant's tusks.

பூண்கிறது púṇgiṛathu, *v. t.* To put on jewels, to clothe with ornaments.

பூண்டு púṇḍu, *s.* A plant or herb in general.

பூதம் bhútham, *s.* A malignant spirit, a goblin, a spectre; பூதகி bhúthaki, The name of a female goblin that endeavoured to kill Krishna; பூதக்கால் bhúthakkál, An elephant-leg, a leg much swollen by disease; பூதம் bhútham, An element;

பௌதிகம் pauthígam, That which is formed of the elements; பூதகலிக்கம் bhútha kalikkam, Eye salve.

பூத்துப்பூத்தென்றிரைக்கிறது púttuppútten-ṛiraikkiṛathu, To pant, to puff and blow, to breathe with difficulty—as a sick person, or one cut of breath.

பூமி bhúmi, s. The earth, earth, or the ground.

பூரணமி púraṇami, s. The full moon.

பூரணம் púraṇam, s. All, the whole. 2. Fullness, plenty, abundance; பூரணசந்திரன் púraṇa santiran, The full moon; பூரணசற்குணம் púraṇasaṛguṇam, Perfect goodness.

பூரம் púram, s. A centipede, a poisonous insect.

பூராயம் púráyam, s. Attentiveness, consideration, scrutiny, close investigation; பூராயக்காரன் púráyakkáran, A very attentive, or prudent man

பூரார்பலகை púrárpalakai, s. Sheathing boards.

பூராவாய் púráváy, ad. Fully; பூராவாய்ச்சாப்பட்டான் púráváychcháppaṭṭán, He has eaten to repletion.

பூரான் púrán, s. A centipede.

பூரி púri, s. Rice-corn of different sorts, mixed together; பூரியர் púriyar, Wicked people. 2. Low people.

பூரிகை púrigai, s. A trumpet, a long trumpet.

பூரிக்கிறது púrikkiṛathu, v. t. To fill.

பூரிப்பு púrippu, s. Great joy.

பூர்த்தி púrtti, s. Fulness, completion, satisfaction; பூர்த்தியாகிறது púrttiyágiṛathu, To be filled or satisfied.

பூர்வம், பூருவம் púrvam, púruvam, s. The beginning, first, preceding. 2. The east. 3. Antiquity, old tradition. 4. That which is before in place, the front. 5. The first half of a lunar month; பூர்வகம் púrvakam, What is before; மனப்பூர்வகமானபாவம் manappúrvagamánapávam, A wilful sin; பூர்வகாலம் púrvakálam, The former time; பூர்வீகம் púrvíkam, The old time; பூர்வோத்தரம் púrvóttaram, The beginning and the end.

பூலோகம் bhúlókam, s. The earth.

பூழி púḻi, s. Clay mixed with water, loam.

பூனை púnai, s. A cat; பூனைக்குட்டி púnaikkuṭṭi, A kitten.

பூனைக்காய்ச்சி púnaikkáychchi, s. An empty or blasted ear.

பெ

பேடை peḍai, s. A female bird.

பெட்கிறது peḍkiṛathu, v. t. To desire, to wish for, to long for.

பெட்டகம் peṭṭagam, s. A chest, a trunk in which presents are carried to a bride; பெட்டகங்கொட்டுகிறது peṭṭagaṅkoṭṭugiṛathu, To make a noise by clapping the hands, in token of joy, when these presents are carried to a bride.

பெட்டி peṭṭi, s. As பெட்டகம் peṭṭagam.

பெட்டை peṭṭai, s. The female of birds. 2. The female of some quadrupeds, as of elephants, asses, horses, lions, deer; பெட்டைநாய் peṭṭainày, A bitch.

பெண் peṇ, s. The human female. 2. A maid, virgin, girl; அறியாப்பெண் aṛiyáppeṇ, A young girl; பெண்குறி peṇkuṛi, pudendum muliebre; பெண்கொள்ளுகிறது peṇ kolḷugiṛathu, To marry, to take a wife; பெண்சாதி peṇjáti, A wife; பெண்டு peṇḍu, A woman; பெண்டாட்டி peṇḍáṭṭi, A wife or married woman; பெண்பால் peṇpál, The feminine gender.

பெதும்பை pethumpai, *s.* A girl of eleven years of age. 2. A young female.

பெயர், பேர் peyar, pér, *s.* A name, a person. 2. A substantive in grammar, also the nominative case. 3. Fame, a great name; பெயரகராதி peyarakaráthi, A vocabulary; பெயருக்கு peyarukku, To each one separately; பெயரெச்சம் peyarechcham, A relative participle, prefixed to a noun; பெயர்பெயராய் peyar, peyaráy, Singly, one by one; பெயர்பெருகிறது peyarpeṛugiṛathu, To become famous.

பெயர்கிறது peyargiṛathu, *v. i.* To move, to be in a state of changing place, to go.

பெயர்க்கிறது peyarkkiṛathu, *v.t.* To change, to alter, remove. 2. To redeem, save; பெயர்த்துவைக்கிறது peyarttuvaikkiṛathu, To pull out and set in another place, to transplant.

பெய்கிறது peygiṛathu, *v. t.* To rain; பனி பெய்கிறது pani peygiṛathu, The dew falls; மழைபெய்கிறது maḷaipeygiṛathu, It rains.

பெரிய periya, *a.* Great; பெரியதனம் periyatanam, Greatness, excellency; பெரியம்மை periyammai, The confluent small pox; பெரியவன், பெரியவர் periyavan, periyavar, Great men, great persons. 2. Adult persons, persons of mature age; பெரியோர்கள் periyórkaḷ, Superiors, elders, ancestors.

பெரு peru, *a.* With an incremental ம், ஞ்; ந், ம், ṅ, ñ, n, m, Great; பெருந்தகை peruntagai, A king who possess a good and great mind; பெருந்தன்மை peruntanmai, Greatness, high character; பெருமழை perumaḷai, A great or vehement rain; பெருமாட்டி perumáṭṭi, An eminent woman, lady; பெருமிதம் perumitham, Joy, plenty; பெருமூச்சு perumúchchu, Heavy breathing, a sigh; பெருமூச்சுவிடுகிறது perumúchchu viḍugiṛathu, To sigh; பெருமை perumai, Height, loftiness. 2. Excellency, greatness, grandeur. 3. Pride, arrogance.

பெருகுகிறது perugugiṛathu, *v. i.* To be multiplied, to increase, grow great, to be enlarged; பெருகிப்போகிறது perugippógiṛathu, To increase, &c.; பெருக்கு perukku, An overflowing, the tide of the sea.

பெருக்கிறது perukkiṛathu, *v. i.* To grow thick; பெருக்கம் perukkam, Wealth. 2. Plenty, great quantity. 3. An increasing.

பெருக்குகிறது perukkugiṛathu, *v. t.* To multiply, increase, augment; பெருக்குக்கணக்கு perukkukkaṇakku, Multiplication in arithmetic. 2. To sweep; பெருக்கல் perukkal, A sweeping with a kind of broom.

பெருங்காயம் peruṅkáyam, *s.* A large wound. 2. A kind of medicine or seasoner.

பெருத்திடுகிறது peruttiḍugiṛathu, *v. t.* To become great.

பெறுகிறது peṛugiṛathu, *v. t.* To get, to obtain or gain. 2. To beget, generate, to become the father of children. 3. To bear, to bring forth a child.

பெற்றார் peṛṛár, *s.* Parents, father and mother.

பே

பேஷ்கார் péshkár, *s.* A fiscal officer, a revenue servant under an Amildar.

பேடு péḍu, *s.* A hermaphrodite. 2. An affix to the name of a village.

பேட்டை péṭṭai, *s.* A suburb. 2. A village near a town, in which a fair, or market is held.

பேணுகிறது péṇugiṟathu, *v. t.* To take care of; தந்தைதாய்ப்பேண் tantaitáyppéṇ, Honour father and mother; பேணல் péṇal, Great desire, a supporting, a caring for.

பேதம் bhédam, *s.* Difference, division, disagreement, discord, a political device; பேதம்பண்ணுகிறது bhédam paṇṇugiṟathu, To make a difference, division; பேதாபேதம் bhédábhédam. The union of separable things—as soul and body.

பேதி bhédi, *s.* An evacuation; பேதிக்கிறது bhédikkiṟathu. To evacuate the bowels. 2. To be altered, changed.

பேதை péthai, An ignorant man. 2. A poor man; பேதமை péthamai, ignorance; பேதையர் péthaiyar, Low or ignorant people. 2. Poor people.

பேத்தி pétti, *properly*, பேர்த்தி pértti, *s.* A son's or daughter's daughter, granddaughter.

பேய் péy, *s.* A devil or demon; பேயாடி péyáḍi, A wizard, a fortune-teller; பேயாட்டம் péyáṭṭam, A devil dance; பேய்க்கூத்து péykkúttu, Disorder, confusion.

பேரன், பெயரன் péran, peyaran, *s.* A grandson; பேர்த்தி, பெயர்த்தி pértti, peyartti, A granddaughter, being named after the grandfather and grandmother, they are so called in the south of the Peninsula: the word பேரன் péran has also the signification of பாட்டன் páṭṭan, Grandfather.

பேரி bhéri, *s.* A drum.

பேர் pér, *See* பெயர் peyar, *s.* Name.

பேர் pér, from பெருமை perumai, *a.* Great; பேரறிவு péraṟivu, Great knowledge; பேரின்பம் périnbam, Heavenly joy; பேரீந்து périntu, The date-tree.

பேழை péḻai, *s.* A round basket, a chest.

பேறு péṟu, *s.* Profit, gain. 2. A thing obtained. 3. Time or order of birth; பிள்ளைப்பேறு piḷḷaippéṟu. The time of childbirth; பேறுகாலம் péṟu kálam, A woman's time of delivery.

பேன் pén, *s.* A louse; பேன்பார்க்கிறது pénpárkkiṟathu, To hunt lice.

பை

பை pai, *s.* A bag, purse.

பைய paiya, *s.* Gently, softly; பையப்பையப்போ paiyappaiyappó, Go softly.

பைசாசம் paisásam, *s.* A demon, a devil.

பைத்தியம் paittiyam, *s.* A disease, madness. 2. Folly, want of consideration.

பைரவன் pairavan, *s.* A manifestation or form of Siva.

பொ

பொக்கசம் pokkasam, *s.* Treasure; பொக்கசக்காரன் pokkasakkáran, A treasurer.

பொங்கல் poṅkal, *v. n.* A boiling, a bubbling up. 2. A great festival in honour of the sun on its entering the sign Capricorn, when rice is boiled, and from its bubbling up the name is popularly derived; மாட்டுப்பொங்கல் máṭṭuppoṅkal, The cattle festival on the third day, in honour of Krishna; பொங்கலிடுகிறது poṅkaliḍugiṟathu, To boil rice, without straining off the water in which it has been boiled.

பொங்குகிறது poṅgugiṟathu, *v. t.* To boil over, bubble up. 2. To rage—as the sea. 3. To cook rice.

பொசிகிறது posigiṛathu, *v. i.* To ooze out, to run little by little—as water through an embankment; தண்ணீர்க்குடம்பொசிகிறது taṇṇírkkuḍamposigiṛathu, Water oozes from the earthen vessel.

பொச்சாப்பு pochcháppu, *s.* Forgetfulness.

பொடி poḍi, *s.* The farina or pollen in a flower. 2. The dust of the ground. 3. Metallic cement, solder; பொடிபோட்டுதுகிறது poḍipóṭṭúthugiṛathu, To solder, to unite with any metallic cement; பொடிக்கல் poḍikkal, A fragment, stone, or bricks, broken into pieces; பொடிபொட்டு poḍipoṭṭu, What is small. 2. What is like chaff; பொடிப்பொடியாய் poḍippoḍiyáy, Very small.

பொடிகிறது poḍigiṛathu, *v. i.* To be pulverized. 2. To be destroyed, to perish.

பொடிக்கிறது poḍikkiṛathu, *v. t.* To pulverize to reduce to powder. 2. To rise up—as pimples.

பொட்டிலுப்பு poṭṭiluppu, Saltpetre.

பொட்டு poṭṭu, *s.* A moth. 2. A round plate of gold, the matrimonial token worn by Telugu women. 3. An empty or blighted ear. 4. A spot of sandal-powder or other mixture put on the forehead; பொட்டுப் பூச்சி poṭṭup púchchi, A kind of venomous spider.

பொட்டென po'ṭena, *s.* Nimbly, quickly.

பொட்டை poṭṭai, *s.* (*vul.* for பெட்டை) Blindness; பொட்டைக்கண்ணன் poṭṭaikkaṇṇan, One who is blind.

பொதி pothi, *s.* Full sacks or packs, carried by bullocks; பொதிமாடு pothimáḍu, A bullock for carrying packs; பொதியவிழ்க்கிறது pothiyaviḻkkiṛathu, To untie packs carried by bullocks.

பொதிச்சோறு pothichóṛu, *s.* Rice tied up for a journey.

பொது pothu. *s.* Commonness, universality; சாவெல்லோருக்கும்பொது sávellárukkumpothu, Death is the lot of all; பொதுக்கட்டுகிறது pothukkaṭṭugiṛathu, *v. t.* To deposit, subject to arbitration; பஞ்சாயத்திற் பொதுகட்டிவைக்கிறது pañjáyattilpothukkaṭṭivaikkiṛathu, To deposit by mutual consent subject to an arbitration; பொதுக்கட்டல் pothukkaṭṭal, The state of being sequestered, deprivation of the use of a property; பொதுக்காரியம் pothukkáriyam, A thing of common use, or common to many; பொதுப்பட pothuppo'a, Generally.

பொதுளுகிறது pothuḷugiṛathu *v. i.* To be umbrageous, full of foliage. 2. To be narrow or close.

பொத்தல் pottal, *s.* A perforation, hole; எங்கேபார்த்தாலுமவனுக்குப் பொத்தலாயிருக்கிறது engépárttálumavanukkuppottaláyirukkiṛathu, He is in debt everywhere; பொத்தலடைக்கிறது pottalaḍaikkiṛathu, To mend, patch, repair a roof, &c. (*Met.*) To pay off debts. 2. To cover a flaw, to make sham excuses; பொத்தலாக்குகிறது pottalákkugiṛathu, To pick a hole; பொத்தல்துணி pottalttuṇi, A ragged piece of cloth.

பொத்தி potti, *s.* A garment of fibres from the bark of trees; பொத்திநார் pottinár, The fibres used for that purpose.

பொத்துகிறது pottugiṛathu, *v. t.* To cover. 2. To flog, beat. 3. To botch; அவனைப் பொத்திவிட்டார்கள் avanaippottiviṭṭárkaḷ, They have flogged him well.

பொந்தி ponti, *s.* (*common usage*) The body, the receptacle of the soul.

பொந்து pontu, *s.* A hole, cave; பொந்திலேகிடக்கிறது pontilé kiḍakkiṛathu, To lie hid in a hole.

பொந்தை pontai, *s.* A hole in a cloth or garment.

பொம்மெனல் pommenal, An imitative sound, a booming.

பொம்மை pommai, *s.* A puppet, also figures in architecture—as caryatides, &c. 2. A breastwork, a parapet; பொம்மைக்காரன் pommaikkáran, A puppet-man; பொம்மையாட்டுகிறது—ஆடுவிக்கிறது pommaiyáṭṭugiṛathu, áḍuvikkiṛathu, To make puppets dance, by means of strings or wires.

பொய் poy, *s.* A lie, a falsehood, one of the low or detracting modes of language; இருக்கிறதுபொய், சாகிறதுமெய் irukkiṛathupoy, ságiṛathumey, Life is deceptive, but death is certain.

பொய்கை poygai, *s.* A muddy pool.

பொய்க்கிறது poykkiṛathu, *v. t.* To lie; பொய்க்குழி poykkuḷi, A pitfall; பொய்சொல்லுகிறது poy chollugiṛathu, To tell lies; பொய்ச்சத்தியம் poychchattiyam, A false oath; பொய்ச்சாட்சி poychcháḍchi, A false witness; பொய்யன் poyyan, A liar.

பொய்க்கை poykkai, *s.* A kind of fish.

பொய்யாப்புள் poyyáppuḷ, A kind of beetle.

பொரி pori, *s.* What is parched; நெற்பொரி neṛpori, Parched rice-corn; பொரியிடுகிறது pori yiḍugiṛathu, To throw parched rice upon a corpse when carrying it to the burning place. 2. A like cere-mony performed at a marriage. 3. A throwing such grains into a sacrificial fire indicating the completion of the rite; பொரியுண்டை poriyuṇḍai, A kind of parched food; பொரிவிளங்காய் porivilaṅkáy, A ball of baked meal.

பொரிகிறது porigiṛathu, *v. i.* To be parched or baked. 2. To pop. (*Met.*) To blab; பொரிகிறான் porigiṛán, He chats or babbles.

பொரிக்கிறது porikkiṛathu, *v. t.* To parch, fry. 2. To brood, to sit upon eggs, to batch.

பொரிதல், பொரியல் porithal, poriyal, *v. n.* A being parched or baked.

பொருக்கு porukku, *Ind. par.* denoting swiftness; பொருக்கென வருகிறது porukkena varugiṛathu, To come swiftly, hastily. 2. A loose portion of earth, &c; சோற்றுப் பொருக்கு chóṛṛupporukku, Small remains of rice.

பொருட்டு poruṭṭu, *s.* Cause. 2. A thing of use; அவன்பொருட்டு avanporuṭṭu, For his sake.

பொருத்தம் poruttam, *s.* Suitableness, fitness; பொருத்தம்பார்க்கிறது poruttampárkkiṛathu, To scrutinize the results of a marriage by astrology.

பொருத்துகிறது poruttugiṛathu, *v. t.* To make things agree with one another, to join with one another; இருளொடொளியைப் பொருத்துவாரில்லை iruḷóḍoḷiyaip poruttuvárillai, None can make darkness and light agree.

பொருந்துகிறது poruntugiṛathu, *v. i.* To join—as two boards or planks. 2. To agree. 3. To be agreeable or pleasing, to be conformable, to be united. 4. To possess as a quality or attribute; பொருந்தல் poruntal, Approach, possession. 2. An agreeing; பொருந்தாமற்போகிறது poruntámaṛpógiṛathu, Not to approve, to disagree; பொருந்தாமை poruntámai, Abhorrence, dislike; பொருந்தவைக்கி

து poruntavaikkiṛathu, To ingraft. 2. To reconcile.

பொருமுகிறது porumugiṛathu, v. i. To weep with sobbing. 2. To sigh; பொருமியழுகிறது porumiyalugiṛathu, To weep and sigh; பொருமல் Porumal, A weeping.

பொருவுகிறது Poruvugiṛathu, v. i. To be like, to resemble.

பொருள் poruḷ, s. Substance, wealth. 2. The meaning of word. 3. Superiority. 4. Various things, utensils, or household furniture. 5. A child. 6. Truth, verity. 7. A thing, a being, that which exists; பொருளாசை poruḷásai, Desire of riches, avarice; பொருளாசைக்காரன் poruḷásaikkáran, A covetous man.

பொலம், பொல்லாங்கு polam, pollángu, s. Evil.

பொலன் polan, s. Gold.

பொலிகிறது poligiṛathu, v. i. To become a heap, to be aggregated or accumulated. 2. To cover, as an animal; பொலிதல் polithal, Elevation. 2. Increase; பொலிவு polivu, Fulness. 2. Beauty.

பொல்லாங்கு pollángu, s. Evil. 2. Defect. 3. Forgetfulness.

பொல்லாப்பு polláppu, s. Evil, an evil.

பொல்லு pollu, s. Withered or blighted ears of corn.

பொழிகிறது poḷigiṛathu, v. i. To pour down, to pour out; பொழிகிறான் poḷigirán, He is very charitable. 2. He is very verbose; மழைபொழிகிறது maḷaipoḷigiṛathu, To rain, shower.

பொழுது poluthu, s. Time, a period of time. 2. A day, having special reference to the sun; பொழுதுசாய்கிறது, சாய்ந்துபோகிறது poluthusáygiṛathu, sáyntupógiṛathu, The day declines, it is afternoon; பொழுதுபோகிறது poluthu-pógiṛathu, The day departs, time goes; பொழுதுபோக்குகிறது poluthu pókkugiṛathu, To spend time; பொழுதுவிடிகிறது poluthuviḍigiṛathu, The day breaks or dawns; அப்பொழுது appoluthu, Then, at that time; வீண்பொழுது போக்குகிறது víḍpoluthu pókkugiṛathu, To trifle away time.

பொளிகிறது poḷigiṛathu, v. t. To chip, to cut stone with a chisel, to strike with a sharp instrument, to chip out, or engrave a stone.

பொள்ளுகிறது poḷḷugiṛathu, v. t. To bore or make a hole. 2. To chisel; பொள்ளாமணி poḷḷámaṇi, A precious stone not pierced.

பொள்ளெனல் poḷḷenal, s. An imitative word or sound, swiftness.

பொறாமை poṛámai, *See* பொறுக்கிறது poṛukkiṛathu.

பொறி poṛi, s. A sign, mark. 2. Knowledge. 3. An organ of sense. 4. An artificial piece of work, a machine, 5. A spark; தீப்பொறி tippoṛi, A spark of fire; பொறிபறக்கிறது poṛipaṛakkiṛathu, Sparks fly.

பொறுக்கிறது poṛukkiṛathu, v. i. To stay, to wait. 2. To bear a burden. 3. To bear patiently, to forgive; சற்றுப்பொறு saṛṛuppoṛu, Stay or wait a little; அவர் பொறுத்துக்கொண்டார் avar poṛuttukkoṇḍár, He bore it patiently, or he forgave; பொறுப்பு poṛuppu, Patience, toleration, sufferance. 2. Weight, charge, responsibility; பொறுமை poṛumai, Patience; பொறாமை poṛámai, Impatience, envy; பொறாமைகொள்ளுகிறது poṛámaikoḷḷugiṛathu, To be envious.

பொறுக்குகிறது poṛukkugiṛathu, v. t. To pick or pick up, from the ground, grain, small stones, &c.; ஒரு நிலத்திற்கல்பொறுக்குகிறது oru nilattiṛkalpoṛukkugiṛathu, To clear a ground from stones; பொறுக்கி poṛukki, (abusive), A mendicant, a wretch.

பொன் pon, s. Beauty. 2. Metal; கரும்பொன் karumpon, Iron, supposed to contain gold. 3. Gold; பொன்னாசை ponnásai, Love of money; பொற்காசு poṛkásu, A gold coin.

போ

போகம் bhógam, s. Enjoyment, pleasure, sensual delight. 2. Prosperity, wealth. 3. Produce of corn in a field, fruitfulness; ஒருபோகம் orubhógam, One crop in a year; இரண்டுபோகம் irandubhógam, Two crops in a year.

போகிறது pógiṛathu, v. i. To go; வரப்போகிறான் varappógiṛán, He will presently come; பணிரண்டு பணம்போக paniraṇḍupaṇampóka, Having deducted twelve fanams; போகப்படாது pókappaḍáthu, It is not proper to go; போகல் pógal, A going; போதல் póthal, A separating. 2. An extending, a lengthening out. 3. A going; போம்வழி pómvali, The way or road to go; போம்போம் pómpóm, It will do, it will suffice. 2. Go, go you, you may go; போய்வாரும் póyvárum, You may depart and return, a polite dismissal; போய்வாருமென்றுபசாரம் பண்ணுகிறது póyvárumen rupasáram paṇṇugiṛathu, To dismiss one in a civil manner; போய்விட்டுவா póyviṭṭuvá,(courteously) Thou canst go; போவது póvathu, What shall go, or what is about to go; போனவருஷம் pónavarusham, The last year; வரப்போகிறகாலம் varappógiṛakálam, The coming time, the future; வீட்டுக்குப்போகிறது víṭṭukkuppógiṛathu, To go home; போக்கன் pókkan, One journeying, a worthless person; போக்குவரவு, போக்குவரத்து pókkuvaravu, pókkuvarattu, Going and coming, passing to and fro. 2. Interchange of correspondence. 3. Income and expenditure; போக்கு pókku, An exit, an escape, a shift, a subterfuge, an evasion; போக்குசாக்கு pókkusákku, vain excuses; போக்கு சொல்லுகிறது pókku chollugiṛathu, To make excuses, to speak vainly or falsely. 2. A way. 3. place; ஆற்றுப்போக்கு áṛṛuppókku, A place near a river; புறம்போக்கு puṛampókku, An outside place, common land; பொழுதுபோக்கு poluthupókku, Pastime, diversion; போடா póḍá, Go, sirrah; the term is sometimes used familiarly by a superior, and familiarly among equals; போடி póḍi, Go, hussy, sometimes a familiar domestic usage.

போக்கடிக்கிறது pókkaḍikkiṛathu, v. t. To lose a thing.

போக்கிரி pókkiri, s. A blackguard, a vagabond, a profligate fellow.

போக்குகிறது pókkugiṛathu, v. t. To put away, cause to go out or away, to abolish, remove; காலம்போக்குகிறது kalámpókkugiṛathu, To pass away time.

போசனம் bhójanam, s. Food, meat. 2. The act of eating; போசனம்பண்ணுகிறது bhójanampannugiṛathu, To eat.

போஷணை póshaṇai, s. Nourishment, preservation.

போஷிக்கிறது póshikkiṛathu, v. t. To cherish, nourish, preserve; போஷகன் póshakan, A preserver, one who nourishes another.

போடகம் pódagam, *s.* A boil, tumour. 2. The chicken-pox, small-pox, measles, a generic term.

போடுகிறது pódugirathu, *v. t.* To throw, to cast forcibly; ஆற்றிலேபோடுகிறது árrilépódugirathu, To cast into the river; குதிரைக்குப்புல்போடு kathiraikkup pulpódu, Throw the horse some grass. 2. To lay, put, நாய்குட்டிபோட்டது náy kuttipóttathu, The bitch has whelped. (This verb is often joined with another verb to give it intensity;) அழித்துப்போடுகிறது alittuppódugirathu, To destroy.

போட்டி pótti, *s* Competition, rivalry, outbidding, an endeavour to outdo one; இவனை அவன்மேற் போட்டிவிட்டான் ivanai avanumér póttivittán, He sent him to outbid another; போட்டிக்காரன் póttikkáran, A competitor, a rival; one who endeavours to outbid or surpass others; போட்டிபண்ணுகிறது póttipannugirathu, To rival, to stand in competition with another.

போதம் bódham, *s.* Knowledge, wisdom, intellect; போதகம் bódhakam, Doctrine, instruction, a system of doctrine.

போதகன் póthakan, A teacher, an instructor; போதிக்கிறது póthikkirathu, To instruct, teach; இணங்கப்போதிக்கிறது inangap póthikkirathu, To persuade; போதனை póthanai, Instruction, persuasion exhortation: *(Met.)* crafty instruction; துர்ப்போதனை turppóthan-i Evil counsel.

போதாது póthâthu, *s.* It is not enough; போதாமல் pothámal, *v. Part.* without sufficing; போதாமை póthámai, Insufficiency, incompetency; போதும் póthum, It is enough; போதுமோ, போதாது póthumá, póthâthu, Is it enough? no.

போதிகை póthigai, *s.* The capital of a pillar supporting a beam; போதிகைக் கட்டை póthigaikattai, The capital fashioned or formed; போதிகையுள்ள தூண் póthigaiyulla tún, A pillar bearing a capital.

போது póthu, *s.* Time; அப்போது appóthu, Then.

போர் pór, *s.* A battle, war; போராடுகிறது pórádugirathu, To fight, wrestle, combat; போராட்டம் pórâttam, A combat, wrestling; போர்ச்சேவகன் pórchchévagan, A soldier. 2. A heap; நெற்போர் nerl ór, A heap of rice-grain. போரடிக்கிறது póradikkirathu, To thrash.

போர்க்கிறது pórkkirathu, *v. t.* To cloak, to cover; போர்த்துக்கொள்ளுகிறது pórttukkollugirathu. To put a cloak over one's own head and shoulders, &c.

போர்வை pórvai, *s.* The skin. 2. A cover; மேற்போர்வை márpórvai, A covering.

போலுகிறது pólugirathu, *v. i.* To resemble, to be like; போல póla, The infinitive used adverbially to signify as, so as; போலி póli, Resemblance, likeness, comparison. 2. A counterfeit; போலிச்சரக்கு pólichcharakku, Counterfeit, base or bad merchandise; போலியெழுத்து pólieguttu, A substituted letter.

போல் pól, *ad.* So as, like -, even as, as soon as; செய்ததுபோல் cheytathupól, As it was done; நான்வருகிறாற்போலே nánvarugirárpólé As though I were coming.

போளம் pólam, *s.* A drug—two kinds are mentioned; கரியபோளம் kariyapólam, Soctorine aloes; வெள்ளைப்போளம் vellaippólam, Myrrh.

போளி pōḷi, s. A kind of bread or cake.
போறை pōṟai, s. The hollow of a tree.
போற்றுகிறது pōṟṟugiṟathu, v. t. To preserve, save. 2. To praise. 3. To adore, venerate; போற்றல் pōṟṟal, A preserving. 2. A praising. 3. An adoring.
போனகம் pónagam, s. Boiled rice, food; போனகத்தி, போனகக்காரி pónakatti, pónakakkāṟi, A female cook.
போன bón, s. A trap.

பௌ

பௌதிகம் bhautikam, s. Any thing relating to elements.
பௌத்திரன் pauttran, s A grandson.
பௌத்திரி pauttri, s. A granddaughter.
பௌரணை pauraṇai, s. The full moon.
பௌர்ணிமி paurṇimi, s. The full moon.
பௌவம் pauvam, s. The full moon.

ம

மகடி magaḍi, s. A kind of hautboy used by snake-charmers.
மகத்துவம் mahattuvam, s. Greatness, majesty, excellency.
மகமை magamai, s. A donation by merchants or cultivators to a temple.
மகரந்தம் magarantam, s. The honey of a flower. 2. Fresh sap of the palm-tree. 3. The anther, with the pollen of a flower.
மகரம் magaram, s. A sea-monster—the fish which piloted the bark of Satyavrata, at the time of the deluge. 2. A crocodile or alligator. 3. A shark.
மகள் magaḷ, s. (pl. மகளிர் magaḷir,) A daughter. 2. A female.
மகன் magan, s. A man. 2. A son. 3. A child.
மகா, மா mahá, má, a. Great, grand, mighty.
மகிமை mahimai, s. Magnitude, greatness, glory.
மகிமைப்படுத்துகிறது mahimaippaḍuttugiṟathu, v. i. To glorify, honour.
மகிழமரம் makiḷamaram, s. A tree—Mimusops Elengi.
மகிழ்கிறது, மகிழுகிறது magiḷgiṟathu, magiḷugirathu, v. i. To rejoice; மகிழ்ச்சி magiḷchchi, Joy, mirth, gladness; மகிழ்ச்சியாய் magiḷchchiyáy, Joyfully, merrily; மகிழ்தல் magiḷthal, A Joying or rejoicing.
மகுடம் maguḍam, s. A crown.
மகுடிக்குழல் maguḍikkuḷal, s. A pipe used by snake-catchers and by jugglers.
மகோதரம் mahódaram, s. A disease, the dropsy 2. A large belly.
மக்களிக்கிறது makkaḷikkiṟathu, v. i. To return; போனநோய் மக்களித்துக்கொண்டது pónanóy makkaḷittukkoṇdathu, The sickness, after leaving, returned; மக்களிப்பு makkaḷippu, Failure, defect, distortion.
மங்கலம், மங்களம் maṅgaḷam, mangaḷam, s. Matrimony. 2. Good success, prosperity, welfare. 3. Praise, blessing, salutation; மங்கலநாண் maṅgalanáṇ, The marriage-badge, including the தாலி and its cord; மங்கலம்பாடுகிறது To chant in praise of any one; மங்கலவாரம் maṇgalavāram, Tuesday.
மங்கலியம் maṅgaliyam, s. The marriage-token.
மங்கல் maṅgal, s. A decaying, fading. 2. A growing dim or obscure.
மங்குகிறது maṅkugiṟathu, v. i. To grow wan or sallow; to become pale, to grow dim, to wither, to be destroyed.
மங்கை maṅgai, s. A young woman of 13 years. 2. A woman.
மசகம் masagam, s. A mosquito or gnat.

மசாலை masálai, s. Condiments, spices, curry-stuffs. 2. Horse medicine.

மசால் masál, s. A torch or flambeau; மசாலச்சி masálchchi, A torch-bearer, a person in charge of lamp.

மசானம் masánam, s. A burial place, or burning place.

மசிகிறது masigiṛathu, v. i. To become crushed, bruised or squashed; மசிந்தகீரை masintakírai, Pot herbs mashed and mixed together.

மசிக்கிறது masikkiṛathu, v. t. To crush or mash.

மசிது masíthu, s. A mosque.

மசூரிகம் masúrigam, s. The small pox.

மச்சம் machcham, s. a fish.

மச்சம் machcham, s. A black speck or spot on the skin, a mole. 2. A little piece of gold; மச்சம்வெட்டிவைக்கிறது machchamveṭṭivaikkiṛathu, To cut off and put aside such a piece for comparison with that given to a goldsmith—a sort of tally.

மச்சு machchu, s. A boarded ceiling; மச்சுபரப்புகிறது machchuparappugiṛathu, to make a wooden ceiling.

மச்சுனன் machchunan, s. A brother-in-law, a cousin who is the mother's brother's son or the father's sister's son.

மச்சுனிச்சி machchunichchi, s. A sister in-law, the wife's younger sister, or the younger brother's wife, a cousin who is the mother's brother's daughter or the father's sister's daughter.

மச்சை machchai, s. A wart or protuberance on the skin.

மஷ்டு mashṭu, s. Dross.

மஞ்சம் mañjam, s. A bed, bedstead.

மஞ்சம்புல், மஞ்சனப்புல் mañjampul, mañjanampul, s. A kind of grass—Andropogan.

மஞ்சள் mañjaḷ, s. Indian saffron or turmeric—Curcuma longa; மஞ்சணீர் குடிக்கிறது mañja kuḍikkiṛathu, To adopt a child by drinking this water.

மஞ்சனம், மச்சனம் mañjanam, machchanam, s. Washing, bathing, ablution, immersion in water.

மஞ்சன் mañjan, s. A son.

மஞ்சாடி mañjáḍi, s. A weight—as applied to diamonds only.

மஞ்சிட்டி mañchiṭṭi, s. Bengal madder, a tree, or shrub, the seeds of which are used in dying.

மஞ்சு mañju, s. Dew.

மடக்குகிறது maḍakkugiṛathu, v. t. To fold, to fold up a garment or paper, to bend the knees, to draw in the legs; மடக்கு maḍakku, A coarse kind of earthenware platter; மடக்குகத்தி maḍakkukatti, A folding or clasp-knife.

மடங்கு maḍangu, s. A fold, a turn; மும்மடங்குபெரிது mummaḍangu perithu, Three times greater.

மடங்குகிறது maḍankugiṛathu, v. i. To grow bent or folded, to be bowed down; மடங்கப்பண்ணுகிறது maḍankappaṇṇugiṛathu, To cast down; மடங்கல் maḍankol, A being bent or folded. 2. A returning.

மடமடவென்றுவிழுகிறது maḍamaḍavenṛu viḷugiṛathu, v. i. To fall with a rattling noise.

மடந்தை maḍantai, s. A young woman nineteen years old. 2. A woman; மடந்தையாயிருக்கிறாள் maḍantaiyá irukkiṛál, She is fertile, or a quick breeder.

மடமை maḍamai, s. Ignorance, stupidity. 2. பேதமை péthamai, Simplicity.

மடம் maḍam, s. Ignorance.

மடம் maḍam, s. A school, a College, the residence of young Brahmans prosecuting sacred studies.

மடல் maḍal, s. Any thing that is flat and long, the leaves of the cocoanut palm, the palmyra tree, the plantain tree, &c. 2. The upper arm and shoulder-blade; ஏற்றமடல் éṟṟamaḍal, A picotta; மடலோடு மடல்சேர்த்துக்கட்டுகிறது maḍalóḍumaḍalsérttukkaṭṭugiṟathu, To pinion a person.

மடவை maḍavai, s. A fish, mullet.

மடி maḍi, s. A cloth, two cloths put together. 2 Laziness. 3. The belly, the lap, the bosom; பணத்தைமடியிலே வைக்கிறது paṇattaimaḍiyilé vaikkiṟathu, To put money in the girdle.

மடிகிறது maḍigiṟathu, v. i. To be bent. 2. To be killed or slain, to perish, to wither away—as standing corn; மடிதல் maḍithal, A perishing. 2. A dying. 3. A being bent; மடிந்துபோகிறது maḍintuppógiṟathu, To be destroyed; மடிவு maḍivu, Death; மனமடிவு manamaḍivu, Despondency. 2. Indifference through indolence, apathy.

மடிக்கிறது maḍikkiṟathu, v. t. To kill, destroy. 2. To fold up, to do up, complicate; மடித்துத்தைக்கிறது maḍittuttaikkiṟathu, To hem, to enclose with a hem; மடிப்பு maḍippu, A fold, plait. 2. Complication. 3 A fraud, deceit; மடிப்பாய்ப்பேசுகிறது maḍippáyppésugiṟathu, To speak fraudulently.

மடு maḍu, s. A pool, caused by rain or any inundation.

மடுக்கிறது maḍukkiṟathu, v. t. To receive, hold, imbibe, to absorb what is fluid, to sup up.

மடை maḍai, s. Boiled rice, food; மடையர் maḍaiyar, Cooks; மடைப்பள்ளி maḍaippaḷḷi, A kitchen. 2. A very small sluice by the side of a watering-channel; ஆற்றுமடை áṟṟumaḍai, A sluice by the side of a river, communicating with a water-course for irrigation.

மடையன் maḍaiyan, s. A stupid fellow, an idiot; மடைத்தனம் maḍaittanam, Rudeness, rusticity, clownishness.

மட்டம் maṭṭam, s. A measure. 2. Bound, limit; நிர்மட்டம் nírmaṭṭam, The level of a floor or pavement; மட்டங்கட்டுகிறது maṭṭaṅkaṭṭugiṟathu, To build exactly by line and level; மட்டத்துருத்தி maṭṭatturuti, A sheep-skin bag, from which water is poured through a mouth by compression of the arm, a pump; மட்டப்பலகை maṭṭappalagai, A rule, a flat ruler, a bricklayer's level. 3. A small horse, pony; அச்சிமட்டம் achchimaṭṭam, An Acheen pony.

மட்டி maṭṭi, s. A cockle. 2. A blockhead, a stupid fellow. 3. A rude or clumsy work; மட்டிப்பேச்சு, maṭṭippéchchu, A rude expression.

மட்டு maṭṭu, s. Bounds, limits, end; அம்மட்டும் ammaṭṭum, So far, so much; எந்தமட்டும் entamaṭṭum, How long, how far; மட்டாய் maṭṭáy, Temperately, sparingly; மட்டாய்ச்செலவழிக்கிறது maṭṭáychchelavaḻikkiṟathu, To be frugal; மட்டில்லாத maṭṭillátha, Infinite; மட்டும் maṭṭum, Until, till, so far—as far; இந்நாள்மட்டும் innáḷmaṭṭum, Till this day; நான்வருமட்டும் nánvarumaṭṭum, Till I come.

மட்டை maṭṭai, s. A headless trunk 2. A branch of an Areca-nut tree, &c.

மணக்கிறது maṇakkiṟathu, v. i. To yield a

pleasing smell. 2. To join; புகழ்மணக்கி றது pukaḻmaṇakkiṟathu,To be renowned, to be celebrated; மணத்தல் maṇatial, A yielding a fragrant smell; மணமகள் maṇamagal, A wife, also a bride; மணமகன் maṇamagan, A husband, also a bride-groom; மணவறை maṇavaṟai, The room where a bridegroom and bride sit on their wedding day; மணவாளன் maṇavâḷan, (*fem.* மணவாட்டி maṇavâṭṭi,) A bride-groom, a husband.

மணங்கு maṇaṅku, *s.* A certain weight, a maund.

மணத்தக்காளி maṇattakkâḷi, *s.* A species of தக்காளி black-berried solanum.

மணம் maṇam, *s.* A fragrant smell. 2. A wedding.

மணல் maṇal, *s.* Sand; கருமணல் karuma-ṇal Black sand; நுண்மணல் nuṇmaṇal, Fine or small sand; பருமணல் parumaṇal, Coarse sand.

மணி maṇi, *s.* A gem. 2. The wattles on the throat of sheep. 3. The wrist. 4. Beauty; நவமணி navamaṇi, The nine precious stones, viz.—கோமேதகம் kómethagam, Cinnamon stone or onyx. 2. நீலம் nílam, Sapphire. 3, பவளம் pavaḷam, Coral. 4. புட்பராகம் puḍparâgam, Topaz. 5. மரகதம் marakatham, Emerald. 6. மாணிக்கம் mâṇikkam, Ruby. 7. முத்து muttu,Pearl. 8. வைடூரியம் vaiḍúriyam, Cat's eye, and 9. வயிரம் vayiram, Diamond; மணி கோக்கிறது maṇi kókkiṟathu, To string beads, pearls, &c.; மணிக்கட்டு maṇik-kaṭṭu, The joint of the hand, the wrist; மணிவடம் maṇivaḍam, A string of pearls or gems; குஞ்சுமணி kuñjumaṇi, An ornament for the waist of male infants.

மணி maṇi, *s.* A grain. 2. The eye-ball. 3. A bell or gong; மணியடிக்கிறது maṇi-yaḍikkiṟathu, To strike a bell; மணியாட்டுகிறது maṇiyâṭṭugiṟathu, To shake or ring a bell.

மணியம் maṇiyam, *s.* A subordinate revenue office under a Tahsildar; மணியக்காரன் maṇivakkâran, One who holds that office.

மணியாசனம் maṇiyâsanam, *s.* The polish given to plaster on walls; மணியாசனம் செய்கிறது maṇiyâsanamcheygiṟathu, To give plaster such a polish.

மணை maṇai, *s.* A kind of stool, a low bench, a seat.

மண் maṇ, *s.* Soil, earth, ground; களிமண் kaḷimaṇ, Clay; மட்கலம் maḍkalam, An earthen vessel; மட்சுவர் maḍchuvar.Mud-wall; மட்பாண்டம் maḍpâṇḍam, An earthen vessel: (*Met.*) the body; மண்ணாங்கட்டி maṇṇâṅkaṭṭi, A clod. 2. A thing of no importance; மண்ணாசை maṇṇâsai, A desire after wealth; மண்ணுணிப்பாம்பு maṇṇuṇippâmbu, A snake which eats earth; மண்மாரி maṇmâri, A sand shower; மண்மேடு maṇmédu, A hillock, A rising ground; மண்வெட்டி maṇveṭṭi,A country hoe, used for digging, &c.

மண்டபம் maṇḍapam, *s.* An open court opposite to a temple.

மண்டலம் maṇḍalam, *s.* A region, country, province. 2. A circle.

மண்டலி maṇḍali, A venomous snake.

மண்டி maṇḍi, *s.* Dregs or sediment, at the bottom of a vessel. 2. A bending posture of the body or a sitting like a monkey; மண்டிபோட்டுக்கொண்டிருக்கிறது maṇḍipóṭṭukkoṇḍirukkiṟathu.To sit with bended legs. 3. A large market place.

மண்டுகால் maṇḍukâl, *s.* A prop.

மண்டூகம் maṇḍúgam, *s.* A frog.

மண்டை mandai, *s.* The skull, a beggar's pot or porringer; மண்டைக்கரப்பான் mandaikkarappán, A kind of eruption on the head of little children.

மதக்கம் mathakkam, *s.* The drowsiness caused by eating, or drinking too much, or by using opium.

மதம் matham, *s.* Thought, intention, purpose, wish, mind. 2. Consent, approbation. 3. Madness, insolence, wildness, venereal fury, passion. 4. Inebriety, intoxication. 5. Presumption, pride, arrogance. 6. A religious sect, a mode of credence; மதஸ்தன் mathastan, One who belongs to a religious denomination.

மதி mathi, *s.* Knowledge, understanding, intellect, prudence; புத்திமதி buddhimathi, *(a.) pleonasm,* Understanding, prudence, instruction, admonition; மதிகெட்டகாரியம் mathiketta káriyam, An unwise affair; மதிமயங்குகிறது mathi mayaṅkugiṛathu, To be foolish or silly, to be mad or out of one's wits; மதிமயக்கம் mathimayakkam, Foolishness, dulness.

மதிக்கிறது mathikkiṛathu, *v. t.* To esteem, respect, regard. 2. To estimate, appraise. 3. To consider; மதித்தல் mathittal, A valuing, an appraising. 2. A considering.

மதிப்பிக்கிறது mathippikkiṛathu, *v. t.* To cause to esteem, to cause to respect, to cause to value or appraise; மதிப்பு mathippu, Valuation.

மதில் mathil, *s.* A wall.

மது mathu, *s.* Honey. 2. Any thing sweet in flavour, sound or disposition. 3. Liquor, spirits, wine; மதுபானம் mathupánam, Any sweet and intoxicating drink; மதுரசம் mathurasam, Sweet juice; மதுரம் mathuram, Any thing sweet, sweetness; மதுரமாய்ப்பேசுகிறது mathuramáyppésugiṛathu, To speak sweetly, charmingly.

மத்தம் mattam, *s.* Perturbation of mind.

மத்தளம் mattaḷam, *s.* A tabour or drum beaten by the hand.

மத்தாப்பு mattáppu, *s.* A large sort of blue-light.

மத்தி maddhi, *s.* The middle; மத்தியிலே maddhiyilé, In the midst of, or while.

மத்திமம் maddhimam, *s.* The middle or waist.

மத்தியமம் maddhyamam, *s.* The middle, the middle-finger.

மத்தியம் maddhyam, *s.* The middle in general; மத்தியஸ்தம் maddhyastam, Mediation; மத்தியஸ்தன் maddyastan, A mediator, an arbitrator, an umpire; மத்தியானம் maddhyánam, Midday, noon.

மத்து mattu, *s.* A churning stick.

மந்தம் mandam, *s.* Slowness, tardiness. 2. Dulness, stupidity. 3. A sickness, dyspepsia. 4. Smallness, littleness. 5. Idleness, laziness. 6. Drunkenness; மந்தகதி mandagati, Slow pace of a horse; மந்தபுத்தி mandabuddhi, A dull wit; மந்தன் mandan, A stupid, slow, lazy fellow.

மந்தாரம் mandáram, *s.* Gloominess, cloudiness; மந்தாரகாசம் mandárakásam, A kind of asthma; மந்தாரமாயிருக்கிறது, மந்தாரம்போடுகிறது mandáramáyirukkiṛathu, mandárampódugiṛathu, To become cloudy, to be dark.

மந்தி manthi, *s.* The female of the black baboon. 2. The female of a monkey in general.

மந்திக்கிறது mantikkiṛathu, *v. i.* To have indigestion.

மந்திரம் mantram, *s.* A section of the Vedas, a form of prayers, hymns, a formula, sacred to any individual deity. 2. A mystical verse or form of exercising. 2. Private deliberation, secret consultation; மந்திரஞ்செபிக்கிறது mantiranjebikkiṛathu, To mutter inaudibly a mystic formula; மந்திரதந்திரம் mantratantram, A gesture with the fingers on repeating mystic formula; மந்திரவாதி, மந்திரக்காரன் mantraváthi, mantrakkáran, A magician, an exorcist, a sorcerer; மந்திராயுதம் mantráyutham, *See under* அஸ்திரம் astiram; மந்திரி mantiri, *pl.* மந்திரிகள், மந்திரிமார் mantirikaḷ, mantirimár, A counsellor or adviser, a king's counsellor or minister.

மந்தை mantai, *s.* A herd, flock; மந்தைமறிக்கிறது mantai maṛikkiṛathu, To pen, to shut up, to stop a herd.

மப்பு mappu, *s.* Aggregation of clouds, cloudiness; மப்புகலைகிறது mappu kalaigiṛathu, The clouds are dispersed; மப்புபோடுகிறது mappupóḍugiṛathu, To become cloudy.

மம்மர் mammar, *s.* Vexation. 2. Lust, perturbation.

மயக்குகிறது mayakkugiṛathu, *v. t.* To charm, fascinate; மயக்குவிக்கிறது mayakkuvikkiṛathu, To cause to fascinate.

மயங்குகிறது mayaṅkugiṛathu, *v. i.* To be confused or perplexed, to be drowsy, to be infatuated, to be charmed, to be touched or smitten with the love of a thing or person; மயங்கல் mayaṅkal, A being infatuated; மயங்கித்திரிகிறது mayaṅkittirigiṛathu, To be mad after a thing or person; மயக்கம் mayakkam, *s.* Confusion or distraction of mind, dulness, mental delusion, perplexity, lethargy, sleepiness drowsiness, inebriation, sensual bewilderment, allurement.

மயம் mayam, *s.* A Sanscrit affix which serves to form adjectives; பொன்மயம் ponamayam, Any thing golden.

மயானம் mayánam, *s.* A place where dead bodies are burnt or buried.

மயிர் mayir, *s.* The hair—all kinds of hair; தலைமயிர் talaimayir, The hair of the head; புறமயிர் puṛamayir, The hair of the body generally. 2. The fleece of sheep, wool, the hair, or feathers of birds; மயிர்வாரி mayirvári, A comb.

மயில் mayil, *s.* A peacock, peahen.

மரகதம் marakatham, *s.* An emerald.

மரக்கலம் marakkalam, *s.* A vessel, a ship.

மரக்கால் marakkál, *s.* A measure.

மரணம் maraṇam, *s.* Death; மரணசாதனம் maraṇasáthanam, A will, the testament of a deceased person; மரணமடைகிறது maraṇamaḍaigiṛathu, To die; மரணாவஸ்தை maraṇávastai, Agony of death, the article of death.

மரபு marabu, *s.* Nature, property.

மரம் maram, *s.* A tree, also timber, wood; ஆண்மரம் áṇmaram, A tree not yielding fruit, also a strong or hard tree; பெண்மரம் peṇmaram, A fruit-bearing tree, also a soft, spongy tree; மரக்கன்று marakkanṛu, A sapling, a young tree; மரக்கொம்பு marakkombu, A branch of a tree; மரத்தோல் marattól, The rind or bark of a tree; மரநாய் maranáy, A tree-dog; மரப்பட்டை marappaṭṭai, The bark of a tree; மரப்பெட்டி marappeṭṭi, A wooden chest or box; மரவயிரம் maravayiram, The core of a tree.

மரிக்கிறது marikkiṛathu, *v. i.* To die, decease.

மரியாதை mariyáthai, *s.* Propriety of conduct, modesty, discretion, civility, decency, reverence. 2. A boundary, limit, a fixed certainty, a prescriptive general rule; எனக்குமரியாதைசெய்தான் enakkumariyáthai cheythán, He treated me courteously.

மரு maru, s. Smell, flavour. 2. A ceremony; மருவுண்கிறது maruvuṇgiṛathu, To dine and receive presents, as a bridegroom in the house of the bride's parents.

மருகன் marugan, s. A son-in-law, the son of a man's sister or a woman's brother; மருகி marugi, A daughter-in-law, a daughter of a man's sister, or of a wife's brother.

மருங்கு marungu, s. The waist, the female waist. 2. The side.

மருட்டுகிறது maruṭṭugiṛathu, v. t. To threaten, to menace. 2. To entice, allure.

மருதநிலம் maruthanilam, s. Cultivated ground. 2. A field.

மருத்துவம், மருத்துவத்தொழில் maruttuvam. maruttuvattoḻil, s. A midwife's business; மருத்துவன் maruttuvan, A physician; மருத்துவிச்சி maruttuvichchi, A midwife.

மருந்து maruntu, s. A cordial, a reviving medicine. 2. Medicine. 3. Gunpowder.

மருமகன் marumakan, See மருகன் marukan.

மருவுகிறது maruvugiṛathu, v. t. To embrace, come near. 2. To be very familiar, to hold sexual intercourse.

மருளுகிறது maruḷugiṛathu, v. i. To be frightened, terrified. 2. To be infatuated, bewildered, possessed; மருட்சி maruḍchi. Ignorance. 2. Confusion, distraction; மருளல் maruḷal, A being infatuated

மருள் maruḷ, s. Confusion, distraction, or perturbation of mind; மருளன், மருள்பிடித்தவன் maruḷan, maruḷpiḍittavan, An enthusiast, one ravished or transported or possessed.

மர்க்கடம் markkaḍam, s. A monkey.

மர்த்திக்கிறது marttikkiṛathu, v. t. To mix, to mix medicines for another. 2. To churn.

மலங்கு malangu, s. An eel.

மலடன் malaḍan, s. An impotent man; மலடி malaḍi, A barren woman; மலடு malaḍu, A barren beast. 2. Barrenness; மலட்டுமாடு malaṭṭumáḍu, A barren cow or female buffalo.

மலம் malam, s. Excretion of the body in general, but in Tamil usage especially the fæces. 2. Filth, dirt; மலத்துவாரம் malattuváram, The anus, the fundament; மலபந்தம் malabandham, Costiveness, obstruction of the bowels; மலவாதைக்குப் போகுகிறது malapáthaik kuppógiṛathu, To ease the body, to go to stool.

மலர் malar, s. A full-blown flower.

மலர்கிறது malargiṛathu, v. i. To open—as a flower, to bloom, to look joyful and open-hearted. as தன்னுள்ளம்மலர்ந்தது tannuḷḷam malarntathu, His heart rejoiced

மலர்ச்சி malarchchi, s. A product, an effect, a growth or appearance from some energetic cause. 2. Joy, gladness. 3. Beauty.

மலிகிறது, மலிந்துபோகிறது maligiṛathu, malintupógiṛathu, v. i. To grow cheap, to increase, to abound, to be overstocked or glutted; மலிவு malivu, Cheapness and abundance of goods generally; மலிவாய்வாங்குகிறது malivày yánkugiṛathu To buy cheap.

மலினம் malínam, *s.* Dirtiness, Filthiness. 2. *(Met.)* Foulness of vice, viciousness, depravity; மலினப்படுகிறது malinappaḍugiṟathu, To be defiled.

மலீமசம் malímasam, *s.* Dirt, foulness, uncleanness.

மலை malai, *s.* A hill, mountain; மலைச்சாரல் malaichcháral, The declivity or slope of a mountain; மலைஅடிவாரம் malai aḍivàram, The foot of a hill.

மல் mal, *s.* Wrestling, boxing, fighting; மல்கட்டுகிறது malkaṭṭugiṟathu, To box, cuff, wrestle; மல்லயுத்தம் mallayuttam, Wrestling; மல்லன் mallan, A boxer, a wrestler.

மல்குகிறது malgugiṟathu, *v. i.* To be full. 2. To grow great, to increase

மலலாத்துகிறது mallàttugiṟathu, *v. t.* To turn upside down, to restore to a natural position, sometimes simply to reverse.

மல்லாருகிறது mallárugiṟathu, *v. i.* To lie upon the back; மல்லாக்கவிழுகிறது mallákkaviḻugiṟathu, To fall backward.

மல்லிகை malligai, *s.* Arabian jasmine.

மல்லு mallu, *s.* Wrestling, boxing. 2. A fight, quarrel.

மல்லை mallai, *s.* A beggar's porringer, an earthen bowl.

மவுனம் mavunam, *See* மௌனம் maunam.

மழலை maḻalai, *s.* A defective, childish speech, prattling of a little child.

மழுக்குகிறது maḻukkugiṟathu, *v. t.* To beat, to pound. 2. To make blunt.

மழுங்குகிறது maḻuṅkugiṟathu, *v. i.* To grow blunt, to grow dull or dim, to lose lustre; புத்திமழுங்கல் bhuddhimaḻuṅkal, A being dull or stupid.

மழுப்புகிறது maḻuppugiṟathu, *v. t.* To protract a thing by vain speeches, to delay a lawsuit, to put off payment.

மழை maḻai, *s.* Rain. 2. A cloud; அடைமழை aḍaimaḻai, A continual rain; கல்மழை kalmaḻai, Hail; பெருமழை perumaḻai, A heavy rain; மழைபெய்கிறது maḻaipeygiṟathu, To rain.

மளமளெனல் maḷamaḷenal, *s.* A great noise, a word or sound repeated; மளமளப்பு maḷamaḷappu, The rattling noise of a falling house, of thunder, &c.

மளிகை maḷigai, *s.* A warehouse or shop for grocery excluding cloth, &c.; மளிகைக்கடை maḷigaikkaḍai, A retail-shop.

மளுக்கெனல் maḷukkenal, *s.* A cracking sound or noise; மளுக்கென்றுநெட்டைவிடுகிறது maḷukkenṟuneṭṭaiviḍugiṟathu, To crack with the fingers.

மறக்கிறது maṟakkiṟathu, *v. t.* To forget; மறதி maṟathi, Forgetfulness; மறதியாய்ப்போயிற்று maṟathiyáyppóyiṟṟu, It is forgotten.

மறந்துதூங்குகிறது maṟantutúṅkugiṟathu, *v. i.* To sleep soundly. 2. *(Met.)* To be unoccupied.

மறி maṟi, *s.* A hart, a deer.

மறிகிறது maṟigiṟathu, *v. i.* To roll, to undulate. 2. To return.

மறிக்கிறது maṟikkiṟathu, *v. t.* To stop, arrest, attack, stop one by arrest, to detain on the road. 2. To watch a herd of cattle in order to prevent them from going astray; மறித்துவைக்கிறது maṟittuvaikkiṟathu, To arrest and detain; மறியலில்வைக்கிறது maṟiyalil vaikkiṟathu, To place under arrest, &c.; மறிப்பு maṟippu, Detention, arrest.

மறியல் maṛiyal, *v. n. neut.* A stopping, a halting, &c. 2. A stop or halt.

மறு maṛu, *s.* A fault. 2. A spot, especially used with reference to marks on the surface of the moon. 3. A wart.

மறு maṛu, *ad.* Another, the other; மறுகால் marukál, Another time. 2. Another channel, by which water in a field is let out; மறுதரம் maṛutaram, Again, another time; மறுபடி, மறுபடியும் maṛupaḍi, maṛupaḍiyum, Again, மறுமுகம் maṛumukham, Another face. 2. One that differs from that of a husband or wife, a strange man, or a strange woman.

மறுகுகிறது maṛukugiṛathu, *v. i.* To whirl, to twirl around. 2. To be perplexed; மறுகல் marugal, A whirling. 2. A being confused. 3. A relapse of a sickness.

மறுக்கிறது maṛukkiṛathu, *v. t.* To refuse to give, to keep back, to detain. 2. To refuse, reject, deny. 3. To forsake, renounce. 4. To confute.

மறுதலிக்கிறது maṛutalikkiṛathu, *v. t.* To deny, disown; மறுப்பு maṛuppu, A denial.

மறுமை maṛumai, *s.* The other life or world, eternity as opposed to time, இம்மை immai. The same as வருபிறப்பு varupiṛappu, The other life, the future life; மறுமொழி maṛumoḷi, An answer.

மறை maṛai, *s.* A word; எதிர்மறை ethirmaṛai, A word of opposite meaning, a negative. 2. A screw; மறைமறையாயிருக்கிறது maṛaimaṛaiyáyirukkiṛathu, To be coloured black and white.

மறை maṛai, *s.* A secret.

மறைகிறது maṛaigiṛathu, *v. i.* To be hid; மறைவு maṛaivu, A screen, any covering.

மறைக்கிறது maṛaikkiṛathu, *v. t.* To hide, conceal, secrete a thing; மறைபொருள் maṛaiporuḷ, A hidden thing, a thing hard to understand.

மற்ற maṛṛa, *a.* Another, the other; மற்றது maṛṛathu, That which is remaining; மற்றவன் maṛṛavan, Another one; மற்றும் maṛṛum, and so on.

மற்றை maṛṛai, *a.* Not the same, that which is farther to be shewn or demonstrated; மற்றைக்காரியம் maṛṛaikkáriyam, The other thing, the rest; மற்றைப்படி, மற்றப்படி maṛṛaippaḍi, maṛṛappaḍi, Otherwise.

மனசு, மனது manasu, manathu, *s.* The mind, the will; the heart—as the seat of desire and consciousness; மனசறிய manasaṛiya, Knowingly, wilfully; மனசாயிருக்கிறது manasáyirukkiṛathu, To be willing; மனசார manasára, Spontaneously, cordially; மனசிலேவைக்கிறது manasilévaikkiṛathu, To keep in mind, recollect, to receive in mind; மனஸ்தாபம் manastápam, Grief of heart, heart-burning. 2. Inward vexation or enmity; மனோகரம் manóharam, Any thing lovely, pleasing to the mind or beautiful; மனோகரி manóhari, A lovely or beautiful woman.

மனம் manam, *s.* The mind.

மனு manu, *s.* A petition, request; ஒருமனுவிருக்கிறது orumanuvirukkiṛathu, I have to beg a favour of you; மனுக்கேட்கிறது manukkéḍkiṛathu, To beg a favour.

மனுஷன் manushan, *s.* A man.

மனை manai, *s.* A house, including area, outhouses and small garden. 2. A piece of ground containing 2,400 square feet; மனைகொண்டுகட்டுகிறது manai kondu kaṭṭugiṛathu, To buy a piece of ground and build on it.

மனைவி, மனையாட்டி manaivi, manaiyáṭṭi, The mother of a household, a housewife.

மன்மதன் manmathan, s. The Hindu Cupid.

மன்றாடுகிறது manṛáḍugiṛathu, v. t. To beg, supplicate, implore; மன்றாட்டு manṛáṭṭu, A petition, a supplication, act of praying, and also the thing prayed for.

மன்னன் mannan, (pl. மன்னர் mannar) s. King.

மன்னிக்கிறது mannikkiṛathu, v. t. To forgive, pardon, with the personal accusative; மன்னிப்பு mannippu, Forgiveness, pardon; மன்னிப்புக்கேட்கிறது mannippuk kéḍkiṛathu, To beg pardon.

மா

மா má, s. Meal, flour, ground corn. 2. Lakshmi; இடித்தமா iḍittamá, Corn pounded in a mortar; மாப்பிசைகிறது máppisaigiṛathu, To knead.

மாகாணம் mákáṇam, s. A province, many towns or villages under one chief. 2. In local southern usage, a sub-division of a Tahsildar's district.

மாங்கல்லியம் máṅkalliyam, s. The gold trinket tied to the neck of a woman as a marriage token; மாங்கல்லியசூத்திரம் máṅkalliyasútiram, Its thread or cord.

மாசக்காய் másakkáy. s. Gall-nut.

மாசம், மாதம் másam, máṭham, s. A month; மாசாந்தரம் másántaram, Every month, or monthly.

மாசி mási, s. February, part of February and March.

மாசு másu. s. Filth, spot, blot. 2. Blackness. 3, A fault; மாசகற்றுகிறது másagaṛṛugiṛathu. To remove a spot, filth or stain; மாசற்றது másaṛṛathu, That which is spotless or without blemish.

மாசூல் másúl, s. Product of a field, all kinds of grain.

மாச்சரியம், மாற்சரியம் máchchariyam, máṛchariyam, s. Envy, impatience of another's welfare.

மாடம் máḍam, s. A house. 2. A little hole or niche in a wall.

மாடு máḍu, s, An ox, bullock, cow, buffalo, the genus bos; மாடுமேய்க்கிறது máḍu méykkiṛathu, To feed oxen; மாட்டிறைச்சி máṭṭiṛaichchi, Beef.

மாட்சிமை máḍchimai, s. Greatness, excellency; glory, increase.

மாட்டுகிறது máṭṭugiṛathu, v. t. To button or fasten clothes with buttons to hook in, shut. 2. To get entangled. 3. Used only in the future tense, மாட்டுவேன் máṭṭuvén, I can, &c.; இதைநான்செய்யமாட்டுவேனோ ithainánchеyyamáṭṭuvénó, Shall I be able to do this ! Neg. மாட்டேன் máṭṭén, I cannot, or I will not; அதைச்செய்யமாட்டேனென்றான் athaichcheyya máṭṭénenṛán, He refused to do it; பாடமாட்டேன் páḍamáṭṭén, I will [illegible] sing.

மாணாக்கன் máṇákkan, s. A scholar.

மாணிக்கத்தாள் máṇikkattáḷ, s. A prostitute.

மாணிக்கம் máṇikkam, s. A precious stone in general. 2. A carbuncle properly, also a ruby.

மாதர் máthar, s. Women.

மாதளை máthaḷai, s. A shrub or tree; The Pomegranate—Punica Granatum; மாதளம்பழம் máthaḷampaḷam, Its fruit.

மாதா máthá, s. A mother.

மாதிரி máthiri, s. Comparison, likeness, a sample, pattern, model; மாதிரிவைக்கிறது máthirivaikkiṛathu, To place an example or pattern.

மாதுலன் máthulan, s. A maternal uncle also a father-in-law.

மாத்திரம் máttiram, s. Measure, quantity; அம்மாத்திரம் ammáttiram, That much. 2. ad. Only, solely, alone; அதுமாத்திரம் athumáttiram, That only; அதைச்செய்தமாத்திரத்தில் athaichcheythamáttirattil, Immediately on doing that.

மாத்திரை máttirai, s. Measure, quantity. limited measure. 2. A Medicinal pill; பேதிமாத்திரை bhédimáttirai, A drastic pill.

மாந்தம் mándam, s. Disease in children, of which eight kinds are mentioned.

மாமரம் mámaram, s. A mango tree; மாங்காய் mánkáy, Its unripe fruit; மாம்பழம் mámpalam, A ripe mango.

மாமன் máman, s. The mother's brother; மாமனார் mámanár, The wife's father, or husband's father.

மாமி, மாமியார் mámi, mámiyár, s. The father's sister, also the wife's mother.

மாமூல் mámúl, s. Usage, custom; மாமூல்படி mámúlpadi, In the usual manner, or according to prescriptive usage.

மாம்சம் mámsam, s. Flesh. 2. A carbuncle or excrescence of flesh, a virulent swelling, also proud flesh.

மாயம் máyam, s. Fraud, trick, simulation, deceit, hypocrisy. 2. Wickedness, incantation, magic. 3. Lying, villainous deception. 4. Ideality, illusion, deception of worldly objects, unreality of a visible world; மாயக்கள்ளி máyakkalli, A deceiving and bewitching woman; மாயக்காரன் máyakkáran, A mime, juggler; மாயஞ்செய்கிறது máyancheygirathu, To dissemble; மாயவித்தை máyavittai, Cunning sleights, delusions; மாயாவி máyávi, A conjurer, juggler.

மாயை máyai, s. The sakti or consort of Brahm, the passive cause of creation or matter, personified Máya.

மாயை máyai, s. Juggler's tricks. 2. Falsehood, vanity, ideality of the world.

மாய்கிறது máygirathu, v. i. To die, to be hid, to vanish; மாய்கிறான் máygiyán, He is dying.

மாய்க்கிறது máykkirathu, v. t. To kill. 2. To hide; மாய்த்தல் máyttal, A killing. 2. A hiding.

மாராப்பு maráppu, s. A mode of dressing by native females, consisting in passing a wide scarf over one shoulder, drawn down on the opposite waist; மாராப்புச்சீலை máráppuchchílai, The scarf so used.

மாரி mári, s. Rain, a shower, any thing falling like it. 2. A cloud; மாரிக்காலம் márikkálam, The rainy season, monsoon.

மார்கழி márgali, s. The month of December and January.

மார்க்கம் márgam, s. A way, road, path. 2. Manner, mode of conduct, religion; சன்மார்க்கம் sanmárgam, Probity, integrity, morality; துன்மார்க்கம் tunmárgam, A wicked way of life.

மார்பு márpu, s. The human breast, and modestly, the female breast.

மாலிகை máligai, s. A garland or string of flowers.

மாலிமி málimi, s. Friendship made in youth.

மாலுமி málumi, s Ship-master, a pilot; மாலுமிசாஸ்திரம் málumi sástiram, The art of navigation.

மாலை málai, s. A garland, a wreath of flowers or gold, a string of beads, &c. 2. (Met.) A poem consisting of several verses; மாலைகட்டுகிறது málaikattugirathu, To string flowers; மாலைசூடுகிறது málai súḍugiṛathu, To put a garland round the neck ; மாலைபோடுகிறது málai-póḍugiṛathu, To put a garland over one's head. 2. To choose a husband by so doing; மாலையிடுகிறது málaiyiḍugiṛathu, *Lit.* To exchange garlands, *i. e.*, To marry; செபமாலை jebhamálai, A rosary.

மாலை málai, *s.* Evening.

மாளிகை máḷigai, *s.* A king's palace. 2. A house, a building.

மாள்கிறது máḷgiṛathu, *v. i.* To be wasted or consumed, to die; மாளாத்திரவியம் máḷáttiraviyam, Imperishable riches.

மாறாடுகிறது máṛáḍugiṛathu, *v. i.* To disorder, derange, invert, to place in a contrary order, to put in an inverted manner; மாறாடப்பார்க்கிறது máṛáḍappárkkiṛathu, To look out for an opportunity of doing mischief or wrong, creating disorder, &c: மாறாட்டம் máṛáṭṭam, Fraud, trickery, denial, detention, or a keeping what belongs to another—as deposits, &c.; மாறாட்டக்காரன் máṛáṭṭakkáran, A double-dealer, cheat; மாறாமை máṛámai, Immutability.

மாறிப்போடுகிறது máṛippóḍugiṛathu, *v. t.* To change. 2. To change money; ரூபா எப்படிமாறும் rúpá eppaḍimáṛum, What is the value of the rupee in other coin. 3. To lose or change an employ with the personal dative; அவனுக்குஉத்தியோகம் மாறிப்போயிற்று avanukku udyógam máṛippóyiṛṛu, His office passed out of his hands.

மாறு máṛu, *s.* Recompense, exchange, barter. 2. A besom, or broom. 3. Mutation, change; மாறுத்தரம் máṛuttaram, An answer; மாறுபடுகிறது máṛupaḍugiṛathu, To be changed; மாறுபாடு máṛupáḍu, Change, corruptness, perversity, confusion.

மாறுகிறது máṛugiṛathu, *v. i.* To change, turn, to become changed.

மாற்றான் máṛṛán, (*pl.* மாற்றார் máṛṛár,) *s.* An enemy.

மாற்று máṛṛu, *s.* Change; மாற்றுக்கொடுக்கிறது máṛṛukkoḍukkiṛathu, To accommodate with clean clothes—as a washerman who supplies, for the time being the property of another; வண்ணான் மாற்றுகொடுத்தான் vaṇṇán máṛṛukoḍuttán, The washerman has supplied another person's cloth. 2. An antidote or medicine given to repel poison, or subdue another medicine. 3. An acre of ground, or as much as one yoke of oxen can plough in a day; மாற்றுகட்டுவஸ்திரம், மாற்றுவஸ்திரம் máṛṛukaṭṭu vastiram, máṛṛuvastiram, A change of raiment.

மாற்று máṛṛu, *s.* Touch, in metallurgy that degree of fineness in gold or silver which appears by the touch-stone; மாற்றெத்தனை máṛṛettanai, What is the degree of fineness; ஆறு, ஆறரை áṛu, áṛarai, Six, six and a half touch; மாற்றுக்கட்டை máṛṛukkaṭṭai, What is deficient in the required fineness of gold

மாற்றுகிறது máṛṛugiṛathu, *v. t.* To change or alter a thing; தோள்மாற்றிக்கொள்ளுகிறது tóḷmáṛṛikkoḷḷugiṛathu, To change the carrying shoulder.

மானம் mánam, *s.* Honour, favour, urbanity, greatness, measure, form, rule, method. 2. Shame, bashfulness; மாணி máṇi, A chaste or modest person.

மானியம் máṇiyam, *s.* Honour, respect. 2. Land held on various tenure; காணிமானியம் káṇimáṇiyam, Hereditary fields of the inhabitants, subject to no tax; குடிமக்கள் மானியம் kuḍimakkaḷmániyam, Land in free tenure, given to washermen, barbers, &c.

மான் mán, *s.* A deer, or hart; கலைமான் kalaimán, *s.* A male-deer, with spiral horns, a stag.

மி

மிகு migu, *a.* Great.

மிகுகிறது migugiṛathu, *v. i.* To be abundant. 2. To remain; மிகவும் migavum, used as the superlative; Very much, abundantly.

மிகுக்கிறது migukkiṛathu, *v. t.* To augment, to make large, increase.

மிகுதி miguthi, *s.* Abundance, much. 2. A crowd or multitude. 3. Plenty. 4. increase; மிகுதியாயிருக்கிறது miguthiyáyirukkiṛathu, To be abundant; மிகுதியான migutiyána, Abundant; மிகுதியானது miguthiyánathu, *See* மிக்கது mikkathu.

மிகுந்திருக்கிறது miguntirukkiṛathu, *v. t.* To be too much or in excess. 2. To remain.

மிக்கது mikkathu, *s.* What is abundant, exceeding or remaining.

மிசிரம் misiram, *s.* A mixture, mixing.

மிசை misai, *s.* Height, elevation.

மிச்சம் michcham, *s.* Excess, more than enough.

மிஞ்சி miñchi, *s.* A ring for the second toe of the right foot, it is put on the bridegroom by the parents of the bride at the time of marriage, accompanied by an act of homage.

மிஞ்சுகிறது miñchugiṛathu, *v. i.* To exceed, abound, surpass, to increase too much, to become proud, to be elated.

மிடா miḍá, *s.* A large water-vessel. 2. A corn-measure used in Mysore.

மிணுமினென்கிறது miṇu miṇengiṛathu, *v. i.* To mumble, speak or to pray with a low inaudible sound.

மிண்டு miṇḍu, *s.* A wilful crime or presumptuous fault; மிண்டன் míṇḍan, A valiant man, a strong man.

மிண்டுகிறது miṇḍugiṛathu, *v. i.* To be thronged.

மிதக்கிறது mithakkirathu, *v. i.* To float, swim upon the surface of water—as cork, wood, &c.; மிதந்தபுத்தி mithantabuddhi, A superficial mind or intellect, மிதப்பு mithappu, A float, that which floats; மிதவை mithavai, A raft of boards, a float of timber. 2. Boiled rice.

மிதம் mitham, *s.* Moderation, temperance; மிதமாயிருக்கிறது, mitamáyirukkiṛathu, To be moderate in all things.

மிதி mithi, *s.* A tread or footing.

மிதிக்கிறது mithikkiṛathu, *v. t.* To tread on, trample. 2. *v. i.* To jump; மிதிகல் mithikal, A step-stone by a well.

மிதிமரம் mithimaram, *s.* A step board near a tank or well. 2. The treadle of a weaver's loom; மிதியடி mithiyaḍi, Wooden slippers.

மித்திரம் mittiram, *s.* Affection, friendship; மித்திரன் mittiran, A friend, an ally.

மித்துரு mitturu, *s.* A friend.

மிரட்டுகிறது mirattugiṛathu, *v. t.* To frighten, terrify. 2. To infatuate. 3. To infatuate by a look.

மிரளுகிறது miraḷugiṛathu, *v. i.* To become afraid.

மிருகம் mirugam, *s.* A deer, an antelope. 2. The generic name of animals or beasts.

மிருதங்கம் miruthaṅgam, s. A tabour, a small drum.

மிருது miruthu, s. Gentleness, milduess, softness; மிருதுவாய் miruthuváy, Softly, courteously, kindly.

மிலாறு miláṛu, s. A rod, switch.

மிலேச்சன் miléchchan, s. A barbarian.

மிளகாய் miḷagáy, s. A chilly.

மிளகு miḷagu, s. Pepper, Piper-nigrum; மிளகுநீர் miḷagunír, Pepper-water.

மினக்கேடு minakkéḍu, for வினைக்கேடு or முனைக்கேடு vinaikkéḍu or munaikkéḍu, s. The time lost from any work being at a stand, or time and labour expended to no purpose.

மினவுகிறது minavugiṛathu, v. t. To salute.

மினுக்குகிறது minukkugiṛathu, v. t. To polish. to cause to shine, to exhibit lustre, adorn; மினுக்கிவைக்கிறது minukkivaikkiṛathu, To polish, brighten, burnish.

மினுமினுப்பு minuminuppu, s. Scintilation, twinkling, sparkling; மினுமினுப்பாயிருக்கிறது minuminuppáyirukkiṛathu, To glitter, dazzle.

மின் min, s. Light, anything sparkling or glittering.

மின்மினி, மின்மினிப்பூச்சி minmini, minminippúchchi. s. A firefly.

மின்னல் minnal s. Lightning.

மின்னுகிறது minnugiṛathu, v. i. To lighten, flash, shine, sparkle, glitter.

மீ

மீ mí, Above, over.

மீகான் míkán, s. A shipmaster, a pilot.

மீசை mísai, s. A mustachio.

மீட்கிறது míḍkiṛathu, v. t. To bring back, to redeem, rescue, save, மீட்சி míḍchi, A turn; மீட்பு míḍpu, Redemption; மீட்பர் míḍpar, A redeemer.

மீட்டுகிறது míṭṭugiṛathu, v. t. To fillip, to strike with the nail or the finger against the thumb. 2. To strike the strings of the Víṇai or lute.

மீண்டு mínḍu, v. part. Having returned or brought back; மீண்டுமிரக்ஷிக்கிறது míṇḍumirakshikkiṛathu, To redeem and save, to preserve from danger or destruction; மீளவும் míḷavum, Again, moreover; மீண்டுவருகிறது míṇḍuvarugiṛathu, To return; நீ மீண்டுவா ní míṇḍuvá, Come again.

மீதி míthi, s. Abundance. *See* மிகுதி miguthi.

மீது, மீதே, மீதிலே, míthu, míthé, míthilé, On, above.

மீந்திருக்கிறது míntirukkiṛathu, contracted from மிகுந்திருக்கிறது miguntirukkiṛathu, To be abundant, to remain, to be left.

மீள்கிறது míḷgiṛathu, v. i. To turn or take a turn, to be cured; அதுமீளாது athu miḷáthu, it is incurable.

மீறுகிறது míṛugiṛathu, v. t. To transgress; மீறிநடக்கிறது míṛinaḍakkiṛathu, To walk contrary to rule, to behave wilfully wrong.

மீன் mín, s. Fish in general.

மு

முகக்கிறது mugakkiṛathu. v. t. To draw water. &c.; முகவை mugavai, A kind of ladle.

முகடு mugaḍu, s. A long beam laid athwart or across the wall of a house. 2. The top of a hill. 3. The top of a house-roof, the ridge; முகட்டோடு

mugaṭṭódu, A ridge tile; முகட்டுப் பூச்சி mugaṭṭuppúchchi, A bug.

முகம் mukham, s. The face; படைமுகம் paḍaimukham, The face of battle; அறிமுகம் aṛimukham, Acquaintance; முகச்சாயல் mukhachcháyal, Likeness, resemblance of features; முகதலை mukhatalai, The end of a cloth where the weaver begins weaving, usually superior to the remainder; முகதாவு mukhathávu, Before the face, in the presence of; முகதாவிலே mukhathávilé, Before one; முகப்பு mugappu, The front, fore-part, a porch; முகப்பிலே mugappilé, In the front; முகமுகமாய் mukhamukhamáy, Face to face; முகம்பார்க்கிறது mukhampárkkiṛathu, To regard persons; முகவாட்டம் mukhaváṭṭam, A sad countenance.

முகருகிறது mugarugiṛathu, v. t. To scent a thing, to explore by the smell.

முகூர்த்தம் múgúrttam, s. A propitious hour or fixed time, astrologically determined for solemnizing a wedding, laying the foundation of a city, temple, building, &c.

முகை mugai, s. A flower-bud.

முக்காடு mukkáḍu, s. A veil or part of a cloth worn as a hood by native females.

முக்கியம் mukyam, s. That which is chief, primary, principal, excellent or eminent.

முக்குகிறது mukkugiṛathu, v. i. To use the utmost strength, to make violent efforts—as a woman in child-birth, to strain at stool.

முக்குளிக்கிறது mukkuḷikkiṛathu, v. i. To bubble up.

முசர் musar, s. Artificially curdled milk.

முசல் musal, s. A hare.

முசிக்கிறது musikkiṛathu, v. i. To faint, to sink into dejection; முசிப்பு musippu, Weariness; முசிப்பாறுகிறது musippáṛugiṛathu, To feel refreshed or revived, comforted.

முசு musu, A large and black kind of ape.

முசுடர் musuḍar, Low and rude or mischievous people.

முசுடு, முசுறு musuḍu, musuṛu, s. A large kind of red ants.

முச்சில் muchchil, s. A little winnow for female children, a toy.

முஷ்டி mushṭi, s. The fist or closed hand.

முஸ்தீது mustíthu, s. Preparation, furniture; எல்லாம் முஸ்திப்பாயிருக்கிறது ellám mustippáyiṛukkiṛathu, Every thing is ready.

முடக்குகிறது muḍakkugiṛathu, v. t. To bend the knees, the arm, the fingers into a clench, a bow, a bambu, &c. 2. To make lame. 3. To impede, hinder; முடக்கிவைக்கிறது muḍakkivaikkiṛathu, To finish, complete something, politely implied as of slight consequence, e. g. instead of saying வீடுகட்டினேன் víḍukaṭṭinén, I built a house, some would say ஒருகுடிசை முடக்கி வைத்தேன் orukuḍisaimuḍakki vaittén, I have put together a hut.

முடங்குகிறது muḍaṅkugiṛathu, v. i. To be bent, to be folded. 2. To be or become lame or maimed. 3. To be hindered

முடமுடெனல் muḍamuḍenal, s. A rustling of dry leaves or of leather, a reiterated sound.

முடம் muḍam, s. A maim or lameness in one of the limbs; முடவன் muḍavan, fem. முடத்தி muḍatti, One who is lame.

முடி muḍi, *s.* A crown. 2. A tuft of hair left upon the crown of the head, the remainder being shorn. 3. The head. 4. The half of the kernel of the cocoanut. 5. A knot, also a knot in wood or in a tree.

முடிகிறது muḍigiṛathu, *v. i.* To end, to come to an end. *v. t.* To tie up, bind up, knit a knot; முடிச்சு muḍichchu, A tie or knot, a bundle wherein something is tied; முடிய muḍiya, Used adverbially, unto the end, finally; முற்றுமுடிய muṛṛumuḍiya, Utterly, wholly, to the close; முடிவு muḍivu, The end or conclusion.

முடிக்கிறது muḍikkiṛathu, *v. t.* To end or finish. 2. To put on the head, invest.

முடிசூட்டுகிறது muḍisúṭṭugiṛathu, *v. t.* To crown another,—used with the personal dative.

முடுகுகிறது muḍukugiṛathu, *v. i.* To be in haste; முடுக muḍuga, Hastily, speedily.

முடுக்குகிறது muḍukkugiṛathu, *v. t.* To press in, insist upon a thing, press for it; மாடுகளைமுடுக்கியோட்டு máḍukaḷaimuḍukkiyóṭṭu, Urge on the bullocks; முடுக்கு muḍukku, Strength, power. 2. A corner, a narrow street or lane.

முடைகிறது muḍaigiṛathu, *v. t.* To plat, to wattle rods or twigs, &c. together; கூடைமுடைகிறது kúḍai muḍaigiṛathu, To make baskets; பாய்முடைகிறது páymuḍaigiṛathu, To plat mats.

முட்டாக்கு muṭṭákku, *s.* A veil. 2. A covering.

முட்டி muṭṭi, *s.* Alms.

முட்டிகை muṭṭikai, *s.* Pincers used by goldsmiths.

முட்டு muṭṭu, *s.* Want; முட்டாயிருக்கிறது muṭṭáyirukkiṛathu, To be in want; முட்டாள் muṭṭáḷ, A stupid person; முட்டுப்பாடு muṭṭuppáḍu, Want, poverty. 2. A vessel, an utensil; தட்டுமுட்டு taṭṭumuṭṭu, Utensil; பணிமுட்டு paṇimuṭṭu, A tool or instrument of a workman, especially, of a goldsmith. 3. A blockade, a hinderance, an impediment, opposition; முட்டுகட்டுகிறது. கட்டிப்போடுகிறது muṭṭukaṭṭugiṛathu, kaṭṭippóḍugiṛathu, To blockade, to shut up a place or an entrance, to shut up an avenue of a town. 4. A stay, prop, support; முட்டுக்கால் muṭṭukkál, A prop, support. 5. A dash of the forehead against something, a butting against; முட்டுக்கு நிற்கிறது muṭṭukku niṛkiṛathu, To be ready to butt, to stand prepared for fighting or wrestling.

முட்டுகிறது muṭṭugiṛathu, *v. i.* To want or to need. 2. To hinder, oppose. 3. To assault, attack. 4. To dash against something.

முட்டை muṭṭai, *s.* An egg; முட்டையோடு muṭṭaióḍu, The shell of an egg; முட்டையிடுகிறது muṭṭaiyiḍugiṛathu, To lay eggs.

முட்பன்றி muḍpanṛi, *s.* A porcupine.

முணமுணவென்கிறது muṇamuṇavengiṛathu, *v. t.* To murmur, mutter; முணமுணப்பு muṇamuṇappu, A whispering, muttering, an obscure murmuring.

முண்டம் muṇḍam, *s.* The head. 2. The forehead. 3. A shaved head.

முண்டை muṇḍai, *s.* A widow—as having the head shorn; முண்டைக்கண் muṇḍaikkaṇ, A large protuberant eye, a goggle-eye.

முதல் muthal, *s.* The beginning; முதலாவது muthalávathu, That which is first; முதலியார் muthaliyár, (*pl.* honorific)

A title of rank in ordinary usage; முதற்பேறு mutharpéru, The first-born. 2. The stock in trade, principal or capital; முதலற்றுப்போகிறது muthal arruppógirathu, To lose the principal sum or capital. 2. To be totally extinguished, as a family; முதல்போடுகிறது muthalpódugirathu, To form, or lay out a capital; வட்டியுமுதலுமிழந்தேன் vattiyum muthalum ilantén, I have lost principal and interest. 3. Used as a preposition, from; இன்று, இதுமுதல், இதுமுதலாய், இதுமுதற்கொண்டு inru, ithumuthal, ithumuthaláy, ithumutharkondu, From, henceforth. 4. Signifies, and so on, and the rest; முதலான muthalána, as கண், காது முதலான இந்திரியங்கள் kan, káthu muthalána intriyankal, Eyes, ears, and the rest of the organs of sense; முதலாய் muthaláy, Even so much; தண்ணீர்முதலாயிங்கே கிடையாது tannírmuthaláy ingé kidaiyáthu. There is not even water to be got here.

முதிர்கிறது muthirgirathu, v. i. To ripen or grow ripe, to grow hard—as the nut of palm-trees, to be full-grown—as the leaves of a tree; முதிர்ந்தமரம் muthirntamaram, An old tree; முதிர்ந்தவயது muthirntavayathu, Old age. 2. *(Met.)* To be ripe or mature—in understanding; முதிர்ந்தபுத்தி muthirntabuddhi, Mature sense or understanding. 3. To be grave, sage, serious in behaviour.

முதுகு muthugu, s. The back; முதுகிலெடுக்கிறது muthugil edukkirathu, To carry upon the back; முதுகுகாட்டுகிறது muthugu káttugirathu, To show the back, to fly, to be routed in battle. 2. Coarseness, grossness; முதுகுநூல் muthugunúl, Coarse yarn.

முதுமை muthumai, as பழமை palamai, s. Antiquity. 2. An old saying. 3. Old age, oldness.

முத்தம் muttam, s. A kiss; முத்தமிடுகிறது muttamidugirathu, To kiss.

முத்தி mutti, s. Liberation, exemption from further transmigration.

முத்திரை muttirai, s. A signet, a sealring, seal. 2. The impression of a seal or signet; முத்திரைமோதிரம் muttiraimóthirum, A seal-ring.

முத்து muttu, s. A pearl; முத்துச்சிப்பி muttuchchippi, Mother of pearl; முத்துமாலை muttumálai, A row or string of pearls, 2. A kernel or nut; வேப்பமுத்து véppamuttu, The nut of the Margosa-tree; முத்துச்சோளம் muttuchchólam, A plant—maize.

முந்திரிகை, முந்திரை muntirigai, muntirai, s. In Arithmetic, the three hundred and twentieth part of the whole $\frac{1}{320}$. 2. Grape vine; கொடிமுந்திரிகைப்பழம் kodi muntirikaippalam, A grape.

முந்துகிறது muntugirathu, v. i. To be or to go before the rest; முந்தின muntina, Previous; முந்துநாள் muntunál, The day before yesterday.

முயலுகிறது muyalugirathu, v. i. To apply, accustom, inure one's self to a thing, to use, become used to it, to be usual; முயற்சி muyarchi, Exercise, habit, activity, business, practice, industry, effort, use, custom, motion, action; முயற்சிபண்ணுகிறது muyarchipannugirathu, To enterprise, to undertake.

முயல், முசல் muyal, musal, s. A hare.

முரடு muradu, s. A joint of the body. 2. A knot or knob; முரடன் muradan, A rude, uncultivated man; முரடாயிருக்கிறது muradáyirukkirathu, To be knobby, knotty, uneven, rugged; முரட்டாட்டம் muraṭṭáṭṭam, Rudeness, incivility.

முரணுகிறது muraṇugiṛathu, v. i. To change, to be diverse; முரண்டு muranḍu, Perversity, obstinacy.

முரிப்பு murippu, s. The hump of oxen.

முருகு murugu, s. A little ear-ring for the upper part of the ear; முருகுகாது குத்துகிறது murugukáthu kuttugiṛathu, To bore the ear in order to put in an ear-ring.

முருக்கு murukku, s. The lemon tree.

முருங்கை muruṅgai, s. A tree; முருங்கைக்காய் muruṅgaikkáy, Its unripe edible legume; முருங்கைப்பட்டை muruṅgaippaṭṭai, Its bark; முருங்கைப்பூ muruṅgaippú, Its flower.

முலமுலவென்கிறது mulamula vengiṛathu, v. i. To hum, to buz as flies, to make a querulous noise.

முலாம், மொலாம் mulám, molám, s. Plating of gold or silver; முலாம் பூசுகிறது mulám púsugiṛathu, To plate or overlay with gold or silver.

முலை mulai, s. A man's or woman's breast; முலையுண்கிறது mulai yungiṛathu, To suck as a child; முலைப்பால் mulaippál, Mother's or nurse's milk, breast milk; முலைமறக்கப்பண்ணுகிறது mulaimaṛakkappaṇṇugiṛathu, To wean a child; முலை மறந்த பிள்ளை mulaimaṛanta piḷḷai, A weaned child.

முல்லை mullai, s. A shrub—Jasminum angustifol.

முழக்குகிறது muḷakkugiṛathu, v. t. To sound, to beat a sounding instrument; முழக்கம் muḷakkam, A sound, roaring; இடிமுழக்கம் iḍimuḷakkam, The sound of thunder, a clap of thunder.

முழங்குகிறது muḷaṅkugiṛathu, v. i. To sound, reverberate, roar—as thunder, the sea, &c.; சங்கீதமுழங்குகிறது sangítamuḷaṅkugiṛathu, Sacred chants with instrumental accompaniments.

முழம் muḷam, s. A cubit, a measure, the distance from the elbow-point to the end of the middle-finger; முழக்கோல் muḷakkól, A rod or staff of one cubit for measuring, used by carpenters; முழங்கால் muḷaṅkál, The knee, also from the knee to the ankle; முழங்காற்படியிடுகிறது muḷaṅkáṛpaḍiyiḍugiṛathu, To kneel, to kneel down; முழங்கை muḷaṅkai, The elbow, also the arm from the elbow to the wrist.

முழு muḷu, a. Whole, entire, complete; முழாள் muḷáḷ, A stout and robust person, a good workman, a complete hand. In mechanical work, bodily strength is thus reckoned; முழுக்க muḷukka, Entirely, completely; முழுதும் muḷuthum, All, the whole; முழுவெலும்பு muḷuvelumbu, All bone without any flesh upon it.

முழுகுகிறது muḷugugiṛathu, v. i. To bathe the entire body, the water being poured over the head, particularly, used with reference to a woman when bathing after menstruation; பணம்முழுகிப்போயிற்று paṇammuḷugippóyiṛṛu, The money is irrecoverably lost.

முழுக்கு muḷukku, s. A bath; முழுக்காட்டுகிறது muḷukkáṭṭugiṛathu, To assist in bathing—as a maid, her mistress or a child.

முழுத்துகிறது muḷuttugiṛathu, v. t. To plunge or dip any one or any thing, to drown another.

முளி muḷi, *s.* A joint of the body, a knot in the stem of a plant, &c.

முளை muḷai, *s.* A plant's first shooting out of the ground, germ, shoot. 2. A peg, stake fixed in the ground. 3. A wooden pin on which yarn is wound.

முளைகட்டுகிறது muḷaikaṭṭugiṛathu, *v. t.* To put moistened seeds into a basket; முளைக்கீரை muḷaikkírai, A kind of tender greens or pot-herbs.

முளைக்கிறது muḷaikkiṛathu, *v. i.* To grow up, shoot, germinate, to come forth out of the ground. 2. To come to light, to come out, appear; நீயுமுளைத்தாயோ níyumuḷaittáyó, Didst thou also appear?

முள், முள்ளு muḷ, muḷḷu, *s.* A thorn, a prickle, an iron pin, a spur, a fish-bone; முட்செடி muḍchedi, A thorn-bush.

முறம் muṛam, *s.* A winnowing sieve to sift grain, a common household utensil; முறத்தால் புடைக்கிறது muṛattálpuḍaikkiṛathu, To sift with a fan, to winnow.

முறி muṛi, *s.* A written bond, a bond given with the sale of a slave, the indenture of an apprentice; முறிச்சீட்டு muṛichchíṭṭu, A promise in writing, a bill of sale of a slave; முறியெழுதுகிறது muṛi yeḻuthugiṛathu, To write a bond, write or give a promise or agreement.

முறிகிறது muṛigiṛathu, *v. i.* To break—as wood, a tree, a branch, &c. To be broken; சேனை முறிந்துபோயிற்று chénaimuṛintupóyiṛṛu, The army is broken, *i. e.* defeated; முறிய அடிக்கிறது muṛiya aḍikkiṛathu, To beat so as to break up, to slay, or put to flight.

முறிக்கிறது muṛikkiṛathu, *v. t.* To break, twist, writhe.

முறுக்குகிறது muṛukkugiṛathu, *v. t.* To twine, twist, wrest, wreath. 2. To chafe the hands, legs, &c. of another in order to promote the circulation of the blood. 3. *v. i.* To be angry, chafe, be irritable; முறுக்கு muṛukku, A writhing, wresting or twinning. 2. A kind of cake; முறுக்கு வாங்குகிறது muṛukku váṅkugiṛathu, To untwine, or untwist.

முறுமுறுக்கிறது muṛu muṛukkiṛathu, *v. i.* To murmur, grumble; முறுமுறுப்பு muṛumuṛuppu, Murmuring, grumbling.

முறை muṛai, *s.* manners, morals, legality, lawfulness; அந்தப்பெண்ணைக் கொள்ளுகிறது முறையன்று antappeṇṇaik koḷḷugiṛathu muṛaiyanṛu, It is unlawful to marry that woman. 2. Order, regularity. 3. Turns by which duty or work is done; முறைக்காய்ச்சல் muṛaikkáychchal, An intermitting fever.

முறையிடுகிறது muṛaiyiḍugiṛathu, *v. t.* To complain, murmur, to find fault; முறைப்பாடு muṛaippáḍu, A complaint.

முற் muṛ, *See* முன் mun.

முற்றல் muṛṛal, *s.* That which is become old, also the heart of a tree. 2. Old age.

முற்றில் muṛṛil, *s.* A small winnowing instrument—a child's toy.

முற்றுகிறது muṛṛugiṛathu, *v. i.* To end. 2. To grow ripe, increase, profit. 3. To grow incurable; முற்று muṛṛu, The end; முற்றுகை muṛṛugai, Closeness, distress, want, siege, blockade; முற்றுகைபோடுகிறது muṛṛukaipóḍugiṛathu, To besiege; முற்றும் muṛṛum, All, entirely, utterly. 2. The end,—used like finis at the end of a book.

முனி muni, *s.* An ascetic, a devotee, a hermit, a sage.

முனை munai, *s.* A sharpened point; the

tenon or end of a timber to be fitted into another timber. 2. Courage, boldness; முனைகேடு munaikéḍu, Depression after defeat.

முனைகிறது munaigiṛathu, v. t. To be bold or courageous, to advance in the van. 2. To be angry. 3. To abhor, to hate.

முன் mun, ad. After, henceforth; முன்வருங்காரியம் munvaruṅ káriyam, An event or thing which shall come hereafter. 2. Antiquity. 3. The beginning. 4. Before, in respect of time and place with the dative; முன்பனி munpani, The former dew, the season of December and January; முன்பின் munpin, Before and after.

முன்பு munbu, s. Before, and joined with ஆக ága or ஆய் áy—முன்பாக munbága, Before, or in the presence of. 2. Antiquity.

முன்றானை munṟánai, s. The edge, skirt, or selvage of a man's or woman's cloth.

முன்னம் munnam, ad. Before; முன்னந்தலை munnantalai, The forehead; முன்னந்தொடை munnantoḍai, A shoulder or fore-quarter of mutton, &c. 2. The front of the thigh; முன்னங்கால் munnaṅkál, The fore-foot of an animal. 2. The shin or forepart of the leg: முன்னங்கை munnaṅkai, The arm, from the fingers to the elbow.

முன்னிலை munnilai, s. The instrumental or secondary cause. 2. The 2d person in pronouns. 3. Help, defence, security, warranty; முன்னிற்கிறது munniṛkiṛathu, To stand before, to protect.

முன்னோர் munnór, s. A king's ministers. 2. Predecessors, ancestors.

மூ

மூ mú, a. Old.

மூக்கு múkku, s. The nose. 2. The bill or beak of a bird, the mouth of a trumpet &c. 3 The nozzle or outstanding lip of a lamp or any other vessel.

மூங்கில் múṅgil, s. A bambu—Bambusa arundinacea; மூங்கிலரிசி múṅgilarisi, Its seed freed from the husk.

மூசாப்பு músáppu, s. A cloudy and rainy sky; மூசாப்பாயிருக்கிறது músáppáyirukkiṛathu, To be very cloudy.

மூசை músai, s. An earthen mould for casting melted metal.

மூச்சு múchchu, s. Breath or respiration; மூச்சுவிடுகிறது múchchuviḍugiṛathu, To breathe, respire.

மூஞ்சி múñchi, s. The face of a beast, and in contempt, that of man.

மூஞ்சூறு múñjúṛu, s. A musk-rat or blind mouse.

மூடன் múḍan, (pl. மூடர் múḍar) s. An ignorant, foolish or stupid man; நிர்மூடன் nirmuḍan, An idiot, one excessively doltish or stupid; மூடம் múḍam, Foolishness, stupidity; மூடத்தனம் múḍattanam, Stupidity.

மூடுகிறது múḍugiṛathu, v. t. To be covered or concealed; கண்ணை மூடுகிறது kannai múḍugiṛathu, To close one's eye. 2. To close another's mouth, eye, &c.; வாயை மூடுகிறது váyaimúḍugiṛathu, To hold the tongue; மூடல் múḍal, A covering over; மூடி múḍi, The cover of a chest, basket, pot, &c.; மூடிக்கொள்ளுகிறது múḍikkoḷḷugiṛathu, reflex verb. To cover one's self, to wrap one's self up: frequentative, *v.* To lie or remain long covered—as with ignorance, in darkness, &c.; மூடிவைக்கிறது múḍivaikkiṛathu, To cover something, to conceal anything, to shut up; மூடுசீலை múduchilai, A wrapper, a cloth to cover anything; மூடுபனி múḍupani, A mist, a thick fog.

மூட்டம் múṭṭam, *s.* That which is covered. 2. A fire covered so as to yield much smoke, also a bonfire.

மூட்டுகிறது múṭṭugiṛathu, *v. i.* To join or link together, to sew together. 2. To kindle, cause to increase—as flame, நெருப்பை மூட்டிவிடுகிறது neruppai múṭṭiviḍugiṛathu, To kindle a fire. 3. To raise a quarrel among people.

மூட்டை múṭṭai, *s.* A load carried in a sack—a bale.

மூதேவி múdévi, *s.* Goddess of misfortune.

மூத்திரம் múttiram, *s.* Urine; மூத்திரப்பை múttirappai, The bladder; மூத்திரம்பெய்கிறது múttiram peygiṛathu, To make water.

மூப்பு múppu, *s.* Superiority, pre-eminence, surveyorship. 2. Old age, oldness; மூப்பன் múppan, (*pl.* மூப்பர் múppar.) One who presides over herdsmen or ploughmen. 2. An elder, a president.

மூர்க்கம் múrkkam, *s.* Foolishness, ignorance, stupidity. 2. Obstinacy, opposition from hatred. 3. Rage; மூர்க்கத்தனம் múrkkattanam, Obstinacy, opposition; மூர்க்கன் múrkkan, An obstinate man; மூர்க்கர் múrkkar, Low, ignorant people.

மூர்ச்சிக்கிறது múrchchikkiṛathu, *v. i.* To swoon away, fall into a swoon; மூர்ச்சை múrchchai, A swoon, a swooning, a fainting fit, loss of consciousness; மூர்ச்சை தெளிகிறது múrchchai teḷigiṛathu, To recover out of a swoon.

மூர்த்தம் múrttam, *s.* A division of time, two Hindu hours, the $\frac{1}{30}$ part of a natural day, or 48 minutes: in usage, it also means an astrologically propitious time. 2. That which has a form, shape or body.

மூர்த்தி múrtti, *s.* The body, figure, form or shape—Siva, &c.

மூலம் múlam, *s.* Origin, ground or bottom of a thing; அவன்மூலமாய் avanmúlamáy, By his means or intervention; நிர்மூலம் nirumúlam, Entire destruction; மூலஸ்தானம் múlastánam, The principal seat or interior place of an image. 2. A king's residence; மூலவாயு múlaváyu, Wind in the intestines.

மூலை múlai, *s.* A corner; அந்தமூலையிலே பார் antamúlaiyilé pár, Look in that corner.

மூழ்குகிறது múḻgugiṛathu, *v. i.* To wash, bathe. 2. To become ruined.

மூளி múḷi, *com. gen.* One having an ear, nose or other member, with some bodily defect.

மூளுகிறது múḷugiṛathu, *v. i.* To catch fire; கோபம்மூண்டது kópam múṇḍathu, Wrath is kindled.

மூளை múḷai, *s.* The brain, the marrow in the bones. 2. One of the constituent parts of the body, medullary substance or marrow.

மெ

மெச்சுகிறது mechchugiṛathu, *v. t.* To praise, laud; மெச்சிக்கொள்ளுகிறது mechchikkoḷḷugiṛathu, To boast, to vaunt, to extol one's self.

மெது metnu, a. Soft. 2. Blunt, not sharp. 3. Gentle, mild; மெதுவு methuvu, s. Softness, slowness, gentleness; மெதுவாய் methuváy, Softly, modestly, slowly, gently; மெதுவாயப்பேசுகிறது methuváyppésugiṛathu, To speak slowly, modestly, gently.

மெத்த metta, Improperly used for மிக miga, inf., used adverbially, Much, very; மெத்தவுங்கோபிக்கிறது mettavuṅkópikkiṛathu, To be very angry.

மெத்தெனவு mettenavu, s. Meekness, mildness; மெத்தென mettena, Softly, mildly, gently.

மெத்தை mettai, s. A bed, a quilt, a terraced house. 2. A terrace.

மெய் mey, s. The body, (Met.) A consonant; மெய்காப்பாளர் meykáppáḷar, Bodyguard; மெய்மறக்கிறது meymaṛakkiṛathu, To forget the body, i. e., to lose one's self, faint or swoon, to be intoxicated. to be in a passion; மெய்யெழுத்து meyyeḻuttu, A consonant. 2. That which is true, the truth; மெய்ப்படுத்துகிறது meyppaḍuttugiṛathu, To prove, to verify; மெய்ப்பிக்கிறது meyppikkiṛathu, To make true, verify, affirm.

மெய்மை meymai, s. Truth, veracity.

மெருகு merugu, s. Smoothness, glitter, lustre; மெருகிடுகிறது merugiḍugiṛathu, To polish, smooth, plane.

மெலிகிறது meligiṛathu, v. t. To grow thin, lean, meager, to waste away; சரீரமெலிந்தது saríram melintathu, The body is wasting away; மெலிந்தவோசை melinta ósai, A soft sound; மெலிவு melivu, Thinness, &c.; மெலிவடைகிறது melivaḍaigiṛathu, To be distressed, to be wearied.

மெல் mel, a. Thin: மெல்லியது melliyathu, That which is fine or thin; மெல்லெழுத்து melleḻuttu, Soft or liquid consonants.

மெல்ல mella, inf, used adverbially, Softly, gently; மெல்லமெல்ல mellamella, Very softly.

மெல்லுகிறது mellugiṛathu, v. t. To chew, masticate.

மெழுகு meḻugu, s. Wax; மெழுகுத்திரி, meḻukuttiri, A wax-candle.

மெழுகுகிறது meḻukugiṛathu, v. i. To daub a place with cow-dung, sandal paste, &c.;

மெள்ள meḷḷa, ad. Softly, gently; மெள்ளவா meḷḷavá, Come softly, gently.

மென்மை menmai, s. Smoothness.

மே

மேகம் mégham, s. A cloud; காலமேகம் kálamégham, A dark cloud in the rainy season; மேகம்பரவுகிறது méghamparavugiṛathu, To be cloudy or overcast. 2. A sickness, urinary disease.

மேக்கு mékku, s. A wedge, a wooden pin; மேக்கடிக்கிறது mékkaḍikkiṛathu, To drive in a wedge or stake—a species of torture or punishment.

மேடம் méḍam, s. A ram.

மேடு méḍu, s. Height, a hillock, a rising ground; மேடும் பள்ளமுமான méḍum paḷḷamumána, Uneven.

மேடை méḍai. s. An artificial mound. 2. A square place in the open air, artificially raised from the ground.

மேட்டிமை méṭṭimai, s. Loftiness, haughtiness, excellence.

மேம்பாடு mémbáḍu, s. Excellency.

மேய்கிறது méygiṛathu, v. i. To feed, also to graze, to eat grass, to browse. 2. To eat; மேய்ச்சல் mévchchal, Pasture, pasturage.

மேய்கிறது méygiṛathu, *v. t.* To cover a house with grass, leaves, &c.

மேய்க்கிறது méykkiṛathu, *v. t.* To pasture or place in a pasture, to feed, to supply with food, cause to graze, put food into the mouth of animals.

மேய்ப்பன் méyppan, (*pl.* மேய்ப்பர் méyppar) *s.* A shepherd or a cowherd.

மேரை mérai, *s.* Manner, way of doing. 2. Gravity, sobriety, modesty, decorum, moderation. 3. A quantity of corn, given from the thrashing-floor to the washermen and other hereditary servants of a village.

மேல் mél, Over, above, upon; என் தலைமேல் en talaimél, Upon my head. 2. More. 3. After that, afterwards; மேலங்கி mélangi, A scarf or mantle; மேலான mélána, High or above; மேலானகாரியம் mélánakáriyam, A superior thing; மேலிடுகிறது mélidugiṛathu, To prevail; மேலும் mélum, Moreover, further, besides; மேலும்மேலும் mélummélum, More and more; மேல்விலாசம் mélvilásam, A superscription, the direction of a létter; மேற்கட்டி méṛkaṭṭi, A cloth spread beneath the roof of a room to prevent the dust falling. 2. A tarpaulin; மேற்கொள்ளுகிறது méṛkoḷḷugiṛathu, To get up from a place. 2. To overcome, conquer, increase, to grow strong, embrace, admit.

மேளம் méḷam, *s.* An assemblage of musical instruments. 2. A sort of drum.

மேற்கு méṛku, *s.* The west.

மேனி méni, *s.* A body, form, shape. 2. Colour.

மேன்மை ménmai, *s.* Excellency.

மை

மை mai, *s.* Black paint for the eyes, magical paint for the eyes; மையிடுகிறது maiyiduɡiṛathu, To paint with a black colour. 2. Black, blackness, also ink.

மைகிறது maigiṛathu, *v. t.* To be slightly pounded, to be cleansed from the husk by beating.

மைதானம் maithánam, *s.* A plain.

மைத்துனன் maittunan, *s.* A brother-in-law.

மைந்தன் maintan, *s.* The same as மகன் magan, A son.

மையம் maiyam, *s.* The middle.

மொ

மொகமொகெனல் mogamogenal. The indicating an imitative word or sound, the gentle noise of boiling water, or its gurgling sound when poured from a narrow-necked ewer.

மொக்கு mokku, *s.* An ornamental chalking of floors by means of a white powder.

மொக்குகிறது mokkugiṛathu, *v. t.* To eat greedily, with voracity.

மொக்கை mokkai, *s.* Bluntness of an iron style; மொக்கைபண்ணுகிறது mokkaipaṇṇugiṛathu, To hurt or injure one. 2. To handle a knife so that it gets notches, or to break its point; மொக்கை குலைந்தான் mokkaikulaintán, He has suffered reproach or ignominy.

மொச்சை mochchai, *s.* A leguminous creeper, Black-seed Dolichos; மொச்சைக் கொட்டை mochchaikkoṭṭai, Its pea or vetch.

மொஞ்சி moñchi, *s.* The breast, in infantile language.

மொடமொடெனல் moḍamoḍenai, An imitative sound, the rustling sound of leather, cloth, &c.

மொட்டை moṭṭai, s. A bald head; மொட்டைத்தலை moṭṭaittalai, A bald head.

மொண்டு moṇḍu, s. Refractoriness, unruliness; மொண்டுபண்ணுகிறது moṇḍupaṇṇugiṛathu, To vex, to be unruly.

மொத்தம் mottam, s. Universality, commonness. 2. The total or whole; மொத்தமாய் mottamáy, Altogether, by the bulk in general.

மொத்துகிறது mottugiṛathu, v. t. To strike, beat.

மொந்தன் montan, s. A plantain tree, yielding a large fruit.

மொந்தை montai, s. A vessel, a small earthen pot.

மொப்பு moppu, s. A putrid smell of sour milk, flesh, meat, &c.

மொய்க்கிறது moykkiṛathu, v. t. To swarm, as bees, &c.; ஈமொய்க்கிறது imoykkiṛathu, Flies swarm; மொய்யெழுதுகிறது moyyeluthugiṛathu, To write down a small subscription on various occasions; மொய்ப்பணம் moyppaṇam, Money so given.

மொள்ளு moḷḷu, s. A noise made with the hands or feet, any noise; மொள்ளுமொள்ளென்று வருகிறது mollumolleṇṛu varugiṛathu, To come with a noise, as advancing to fight.

மொழி moḷi, s. A word.

மொள்ளுகிறது moḷḷugiṛathu, v. t. To draw water.

மொறுமொறெங்கிறது morumorengirathu, v. i. To evince anger, to murmur. 2. Said of a cake which is fried too much.

மோ

மோகம் móham, s. Desire. 2. Confusion of mind, fainting. 3. Lust, lasciviousness, sensuality.

மோகனம் móhanam, s. Lasciviousness.

மோகனக்கல் móhanakkal, s. A large slab stone, put as the upper-transverse beam over the entrance of a heathen temple, &c.

மோகிக்கிறது mógikkiṛathu, v. i. To lust, to yield to carnal desire, to be fascinated, to live lasciviously.

மோக்கிறது m'kkiṛathu, v. t. To smell; மோந்துகொடுக்கிறது móntukoḍukkiṛathu, To give another to smell what one has smelled before; மோப்பம் móppam, the sense of smelling, மோப்பம்பிடிக்கிறது móppam piḍikkiṛathu, To smell, to detect a smell, as hounds on a track.

மோசம் mósam, s. Danger, detriment. 2. Deceit; மோசக்காரன் mósakkáran, A deceiver, seducer.

மோசனம் mósanam, s. A kind of rice corn.

மோக்ஷம் móksham, s. Liberation from the body and from transmigration, heaven.

மோட்சம் módcham, *See* மோக்ஷம் móksham.

மோதிரம் móthiram, s. A ring; மோதிரவிரல் móthiraviral, The ring-finger.

மோதுகிறது móthugiṛathu, v. t. To hit, beat, to dash against; அலைகள் மோதுகிறது alaikaḷ móthugiṛathu, The waves beat, or are beating against the shore, &c.

மோப்பி móppi, s. A widow, *disrespectfully*; முண்டைமோப்பி muṇḍaimóppi, A widow having her head shorn.

மோர் mór, *s*. Butter-milk.

மோவாய் móváy, *s*. The beard; மோவாய்க்கட்டை móváykkaṭṭai, The chin; மோவாய்க்கட்டை எலும்பு móváykkaṭṭai elumbu, The jaw bone.

மொழை móḻai, *s*. Rice-gruel. 2. A stump, block. 3. Stupidity.

மோனம் mónam, *s*. Silence.

மௌ

மௌட்டியம் mauṭṭiyam, *s*. Ignorance, folly—especially fanaticism.

மௌனம் maunam, *s*. Silence, taciturnity; மௌனமாயிருக்கச்சொல்லுகிறது maunamáyirukkachchollugiṛathu, To command silence.

ய.

யசமானன் yajamánan, *s. prop*. The person instituting, and paying the expenses of a sacrifice. 2. A prefect, a master.

யதா yathá, *a*. As, according to, proper, fit, right.

யதார்த்தம் yathárttam, *s*. Truth, correctness, earnestness.

யவட்சாரம் yavaḍcháram, *s*. Nitrate of potash or saltpetre.

யா

யாகம் yágam, *s*. A sacrifice, an oblation.

யாசகம் yásagam, *s*. Begging, mendicancy; யாசகர் yásagar, *s*. Beggars, mendicants.

யாதனை yáthanai, *s*. Affliction, pain, agony. 2. Punishment, inflicted by Yama or his ministers. 3. The never-ceasing pains of hell.

யாது yáthu, *int pron*. What? which? a word expressive of doubt. 2. The same as கள் kaḷ, Palm-tree sap fermented; யாதாகிலுமொன்று yáthágilumonṛu, Any thing; யாதோ yáthó, Which or what emphatically, a word expressive of doubt.

யாத்திரை yáttirai, *s*. A journey, a sea-voyage; கப்பல்யாத்திரை kappalyáttirai, A voyage.

யாமம் yámam, *s*. A watch of three hours, the eighth part of a natural day.

யாம் yám, *per. pron*. (the plural of யான் yán, I) we.

யார் yár, *int. pron*. Who? or which?

யாவன் yávan, *int. pron*. Who?

யாவும் yávum, All, the whole.

யாவை yávai, *pl*. of யாது yáthu, What? which? யாவையும் yávaiyum, All things.

யானை yánai, *s*. An elephant; யானைப்பாகன் yánaippágan, An owner or driver of an elephant; யானைமதம் yánaimatham, Rut of an elephant.

யு

யுகம் yugam, *s*. An age, a period of time.

யுத்தம் yuttam, *s*. Fitness. 2. Combination closeness, union. 3. Rectitude, equity, justice. 4. yuddham, War, battle, fight, யுத்தம்பண்ணுகிறது yuddhampaṇṇugiṛathu, To fight, to make war.

யுத்தி yutti, *s*. An expedient, propriety. 2. Deliberation. 3. Attention, wit. 4. Inference, deduction from argument, reason, argument.

யூ

யூகி yúgi, *s*. A wise, ingenious or judicious man; யூகிக்கிறது yúgikkiṛathu, To meditate, consider attentively.

யோ

யோகம் yógam, *s.* Speculation, religious and abstract meditation, contemplation.

யோகி yógi. *s.* A devotee, ascetic, one who performs the exercise termed yógam.

யோக்கியம் yógyam, *s.* Fitness, convenience, ability, decency, decorum; யோக்கியதை yógyadai, Honesty, integrity; யோக்கியதாபத்திரிகை yógyadápattirikai, A certificate of good character; யோக்கியன் yógyan, A capable, worthy, good or moral man; அதுக்கவன் யோக்கியனல்ல athukkavan yógyanalla, He is not fit for it.

யோசனை yósanai, *s.* A measure of distance, reckoned at four coss, which is a greatly varying measure.

யோசனை yósanai, *s.* Counsel, deliberation, prudence; யோசனைக்காரன் yósanaikkáran, A prudent man; யோசனைபண்ணுகிறது yósanaipannugirathu, To deliberate.

யோசிக்கிறது yósikkirathu, *v. t.* To deliberate, consider, ponder.

யௌ

யௌவனம் yauvanam, *s.* Youth, manhood. 2. Beauty. 3. Joy.

வ

வ va, A numeral indicating the fourth part, ($\frac{1}{4}$) in arithmetic or accounts.

வகிருகிறது vagirugirathu, *v. t.* To divide, slice, cut in longitudinal, little pieces, distribute; தலைமயிரை வகிருகிறது talaimayirai vagirugirathu, To disentangle the hair; தேங்காய்வகிர் ténkáyvagir, A slice of a cocoanut; வகிர்வகிராய்ச் சிரைக்கிறது vagirvagiráych chairakkirathu, To shave by paring off only parts of the beard, and of the hair of the head.

வகுக்கிறது vagukkirathu, *v. t.* To divide, separate; வகுத்துக்கொடுக்கிறது vagu'tukkodukkirathu, To divide and give by shares, to apportion; வகுப்பு vaguppu, A section, a paragraph, division, class.

வகை vagai, *s.* A part or portion. 2. Manner, kind, species; எந்தவகையாய் entavagaiyáy, How? in what manner? பலவகையான சரக்கு palavágaiyána sarakku, A variety of goods; வகைதேடுகிறது vagaitédugirathu, To seek for an occasion or opportunity.

வக்கணை vakkanai, *s.* The address, the title with which any one is honoured in a letter.

வங்கி vangi, *s.* An arm-ring.

வங்கு vángu, *s.* A hole in a stone, cave, the hole of a mouse, snake, &c. 2 Bent planks, adapted for making a boat; வங்குவளைவு vanguvalaivu, The bend of such planks.

வங்கை vangai, *s.* Hatred, grudge.

வசதி vasathi, *s.* A house, a dwelling, abode, residence, 2. Commodiousness, convenience; வசதியானஇடம் vasathiyánaidam, A commodious and agreeable place.

வசந்தம் vasantam, *s.* The season of spring. 2. The south-wind; வசந்தத்திருநாள் vasantattirunál, A spring-festival.

வசம் vasam, *s.* Subjection, dependence. 2. Possession, property; வசப்படுகிறது vasappadugirathu, To submit, obey; வசப்படுத்துகிறது vasappaduttugirathu, To make one obedient, to assume possession.

வசம்பு vasambu, s. Sweet flag—Acorus Calamus.

வசனம் vachanam, s. A word, speech. 2. A verse, phrase, text, sentence; வசனிக்கிறது vachanikkiṛathu, To speak, to make an oration.

வசிக்கிறது vasikkiṛathu, v. t. To lodge, reside, dwell, stay, abide.

வசை vasai, s. A fault. 2, Calumny, accusation; வசைப்பேசுகிறது vasaipésugiṛathu, To scold, abuse or calumniate.

வச்சிரம் vajram, s. The diamond, (Mct.) What is very hard. 2. A strong glue, made of thoroughly boiled hides of oxen.

வஸ்திரம் vastram, s. A cloth, garment; வஸ்திராபரணம் vastrábaraṇam, Clothes and jewels.

வஸ்து vastu, s. A thing, substance, being, God.

வஞ்சகம் vañjagam, s. Fraud, deceit, fraudulence; வஞ்சகன் vañjagan, A cheat, a fraudulent man.

வஞ்சனை vañjanai, The same as வஞ்சம் vañjam, s. Deceit.

வஞ்சிக்கிறது vañjikkiṛathu, . t. To deceive, embezzle.

வடக்கு vaḍakku, s. North; வட vaḍa, Northern; வடகாற்று vaḍakáṛṛu, The North-wind; வடகிழக்கு vaḍakiḻakku, North-east; வடக்கே vaḍakké, Northward; வடமொழி vaḍamoḻi, The Sanskrit language, or a Sanskrit word.

வடம் vaḍam, s. The banian-tree—Ficus Indica. 2. A rope, a cable; அணிவடம் aṇivaḍam, An ornamental string of jewels.

வடிகிறது vaḍigiṛathu, v. i. To flow downwards, drip down or trickle,-as tears from the eyes, to distil, or fall by drops. 2. To decrease, diminish—as water in a river, to ebb, or flow back to the sea; ஆறொருமுழம் வடிந்தது áṛorumuḻamvaḍintathu, The river is fallen a cubit; வடிகட்டுகிறது vaḍikaṭṭugiṛathu, To strain, to squeeze through a cloth, to filter, sift meal, &c.

வடிக்கிறது vaḍikkiṛathu, v. t. To make to flow, &c., the active sense of வடிகிறது vaḍigiṛathu. 2. To pour off the water from boiled rice by inclining the vessel. 3. To distil in an alembic, or still, to distil liquor. 4. To point a thing, to sharpen it—as a style; காறுவடிக்கிறது káruvaḍikkiṛathu, To sharpen the point of a plough-share.

வடிப்பம் vaḍippam, s. Beauty, elegancy, also method and eloquence in speech.

வடிம்பு vaḍimbu, s. The border or edge of a roof, sometimes of a garment; வடிம்புக்கழி vaḍimbukkaḻi, Transverse pieces of wood laid on a roof.

வடிவம், வடிவு vaḍivam, vaḍivu, s. The form, frame or figure of a body; முக்கோணவடிவு mukkóṇa vaḍivu, A triangular figure. 2. Beauty.

வடு vaḍu, s. A scar, wale, or mark of a stripe, or of a burn.

வடுகு vaḍugu, s. The Telugu country—Telingana. 2. The Telugu language; வடுகன் vaḍugan, A man of Telingana.

வடை vaḍai, s. A kind of cake.

வட்டம் vaṭṭam, s. A circle, things of circular form. 2. A cloth; வட்டக்கோல் vaṭṭakkól, The periphery or circumference of a circle; வட்டப்பாறை vaṭṭappáṛai, A round and flat stone or rock, a rocky, barren surface; வட்டமிடுகிறது vaṭṭamiḍugiṛathu, to proceed in a circle, to go round; கருடன் வட்டமிடுகிறது karuḍan vaṭṭamiḍugiṛathu, The kite sails round about; வட்டவடிவு vaṭṭavaḍivu, A circular form.

வட்டம் vaṭṭam, s. The loss sustained in exchanging money: agio or premium, granted or gained in pecuniary transactions; வட்டங்கட்டுகிறது vaṭṭaṅkaṭṭugiṛathu, To pay a premium in exchange.

வட்டி vaṭṭi, s. Cowries, small coin; அநியாயவட்டி anyáyavaṭṭi, Usury; வட்டிக்குக் கொடுக்கிறது vaṭṭikkuk koḍukkiṛathu, To lend upon interest.

வட்டிக்கிறது vaṭṭikkiṛathu, v. t. To distribute, or serve out food, or victuals.

வட்டுவம் vaṭṭuvam, s. A purse, to hold betel-leaf, areca-nut and lime; வட்டுவப்பை vaṭṭuvappai, A separate pocket in such a purse.

வணக்குகிறது vaṇakkugiṛathu, v. t. To make one subject or obedient. 2. To bend any thing.

வணங்குகிறது vaṇaṅkugiṛathu, v. i. To bend. 2. v. t. To adore, to reverence, to salute respectfully. 3. To submit one's self; வணங்காக்கழுத்து vaṇaṅgákkaḻuttu, A stiff neck; வணக்கம் vaṇakkam, Adoration, reverence, respect, submission; வணக்கமுள்ளவன் vaṇakkamuḷḷavan, A respectful, civil or humble man.

வணிகம் vaṇigam, s. Trade; வணிகன் vaṇigan, One engaged in buying and selling.

வண்டல் vaṇḍal, s. Sediment, the mud or mire in tanks.

வண்டன் vaṇḍan, s. A valiant man. 2. A vagabond, a blackguard, a mean and wicked man.

வண்டில், வண்டி vaṇḍil, vaṇḍi, s. A cart or chaise, a two-wheeled carriage: (local corruption) a bandy; வண்டிக்காரன் vaṇḍikkáran, A cart-driver.

வண்டு vaṇḍu, s. A wasp, chafer, beetle or scarab of any kind; வண்டுகடி vaṇḍukaḍi, The stinging of a wasp. 2. The scab or cicatrice of a bite; கருவண்டு karuvaṇḍu, A black chafer or beetle; சிள்வண்டு chiḷvaṇḍu, A kind of cricket.

வண்ணம் vaṇṇam, s. Way, manner, method. 2. Beauty.

வண்ணான் vaṇṇán, s. A washerman; வண்ணாத்தி vaṇṇátti, A washerwoman.

வதக்குகிறது vathakkugiṛathu, v. i. To make dry, scorch, parch; வதக்கிக்கட்டுகிறது vethakkikkaṭṭugiṛathu, To apply dried leaves or plants to a wound.

வதங்குகிறது vathaṅkugiṛathu, v. i. To wither, fade away, dry: வதக்கம் vathakkam, Fading, wearing away.

வதிகிறது vathigiṛathu, v. i. To tarry, sojourn, stay.

வதில் vathil, See பதில் bathil.

வதுவை vathuvai, s. A first joining, i. e. A wedding or marriage.

வதை vathai, s. Murder; வதைக்காரன் vathaikkáran, A murderer. 2. Affliction, torment, pressure.

வதைகிறது vathaigiṛathu, v. i. To bear affliction or pain.

வதைக்கிறது vathaikkiṛathu, v. t. To kill, torment, afflict.

வத்தி vatti, s. The wick of a lamp; மெழுகுவத்தி, மெழுக்குவத்தி meḻuguvatti, meḻukkuvatti, A wax-candle.

வத்திரம் vattiram, s. A cloth.

வந்தனம் vantanam, s. Reverence, obeisance, worship; வந்தனை vantanai, Homage, reverence, adoration.

வந்தி vanti, s. A barren woman.

வந்திக்கிறது vantikkiŗatau, v. t. To salute reverentially, supplicate, make obeisance.

வமனம் vamanam, Vomiting.

வமிசம் vamisam, s. Race, lineage, family, descent, kindred.

வம்பு vambu, s. Obscenity, indecent speech; வம்பன் vamban, (fem. வம்பி vambi,) A loose, mean, vile person; வம்புபண்ணு கிறது vambupaṇṇugiŗathu, To act lewdly or indecently.

வயணம் vayaṇam, s. manner, way, circumstance; வயணமாய் vayaṇamáy, At large, circumstantially, minutely; வய ணமாய்ச் சொல்லுகிறது vayaṇamáych-chollugiŗathu, To speak minutely, with particularity.

வயது, வயசு vayathu, vayasu, s. Age, time of life, the year of one's age; வயசுசெ ன்றவன் vayasuchenŗavan, An old man.

வயல் vayal, s. A rice-corn field, 2. Ground fit for the cultivation of rice-corn. 3. An open plain.

வயிரம் vayiram, s. The point or edge of a thing. 2. Wrath. 3. The heart, or core of a tree. 4. A diamond. 5. Hardness, solidity.

வயிறு vayiŗu, s. The belly or abdomen; அடிவயிறு aḍivayiŗu, The lower part of the abdomen; மேல்வயிறு mélvayiŗu, The upper part or region of the stomach; வயிறு எரிகிறது vayiŗu erigiŗathu, The belly burns; (Met.) To be envious or sorrowful; வயிறுகழிகிறது vayiŗukaḻigiŗathu, To have looseness or diarrhœa; வயிறுதாரி vayiŗuthári, One who eats excessively, one whose principal care is his belly; வயிறுவளர்க்கிறது vayiŗuvaḷarkkiŗathu, To maintain one's self.

வரகு varagu, s. A kind of grain—Paspalum frumentaceum; கேழ்வரகு kéḻvaraku, Another kind of grain—Cynosurus coracan; பொடிவரகு poḍivaraku, Another grain—Panicum fluitans.

வரத்து varattu, s. Revenue, income. 2. Advent. 3. The place where the water flows into a tank. 4. The conflux of the water itself; இந்தக்குளத்துக்கு வரத்தெங்கே intakkuḷattukku varattengé, Where is the entry of the water in this pond; வர ப்பற்றிக்கொள்ளுகிறது varappaŗŗikkoḷḷugiŗathu, To receive, to receive again what has been lent or given; வரப்பார்க்கிறது varappárkkiŗathu, To expect; வரலாறு, வருமாறு varaláŗu, varumáŗu, A passage, coming. 2. The adjuncts of a river. 3. Detail, matter, subject, also a table of contents; வரவர varavara, More and more, from time to time, by degrees; வரவு varavu, A coming. 2. Receipt, income; வரவுக்குஞ் செலவுக்குஞ் சரி varavukkuñchelavukkuñchari, The income and the expenditure tally; வருகை varugai, An advent, a coming; போக்கும்வரத்துமாயிருக்கின்றது pókkumvarattumáyirukkinŗathu, There is a going and coming, or habitual intercourse; வருவிக்கிறது varuvikkiŗathu, To cause to come; to inculcate.

வரப்பு varappu, s. A limit, border. 2. A balk or ridge, to retain water in cornfields.

வரம் varam, s. A boon, gift, talent; வரங் கொடுக்கிறது varaṅ koḍukkiŗathu, To grant a boon, or special gift; வரப்பிரசாதம் varapprasádam. Divine grace, or a spiritual gift.

வரம்பு varambu, s. A limit, border, a bound, boundary, also a brim. 2. A way. 3. A low ridge in a tilled piece of ground.

வரன்றுகிறது varanṛugiṛathu, *v. t.* To sweep along, or over the ground—as a river or torrent.

வராகன் varáhan, *s.* A gold coin with the stamp of a boar upon it, *vulg.* pagoda.

வராட்டி varáṭṭi, *s.* A dried cake of cow-dung for fuel.

வரால் varál, *s.* The name of a fish.

வரி vari, *s.* A line. 2. A tax; வரிவைக்கிறது varivaikkiṛathu, To subscribe to a collection; வரிப்புலி varippuli, A striped tiger.

வரிகிறது várigiṛathu, *v. t.* To write, to draw a line. 2. To bind in a regular order, sticks for covering a hut. 3. To tie together the openings of two bags intended to be laid on a bullock.

வரிசை varisai, *s.* Order, rule, a row, regularity. 2. Usage, turns or reliefs, by which duties or works are done. 3. A present, a donation, 4. Good circumstances; வரிசையாய் varisaiyáy, Regularly.

வரிச்சு varichchu, *s.* Transverse rods, tied across a roof.

வருகிறது varugiṛathu, *v. i.* To come. 2. *(Met.)* To come mentally; வரக்காட்டுகிறது varakkáṭṭugiṛathu, To send off.

வருக்கம், வர்க்கம் varukkam, vargam, *s.* Class, kind, species.

வருஷம் varusham, *s.* A year; வருஷந்தோறும் varushantóṛum, Every year, year by year.

வருஷம் varusham, *s.* Rain.

வருஷிக்கிறது varushikkiṛathu, *v. i.* To rain. 2. *(Met.) v. t.* To shower down flowers, arrows, &c.

வருணம். வர்ணம் varuṇam, varṇam, *s.* A tribe, a caste, class or order. 2. A colour; வருணந்திருகிறது varuṇam tirugiṛathu, To dye clothes, &c.; வருணம்பூசுகிறது varuṇampúsugiṛathu, To colour, to paint.

வருணிக்கிறது varuṇikkiṛathu, *v. t.* To speak elegantly, to exalt, extol, praise.

வருத்தம் varuttam, *s.* trouble, affliction, difficulty. 2. All kinds of sickness and pain; வருத்தப்படுகிறது varuttappaḍugiṛathu, To be troubled, to suffer pain.

வருந்துகிறது varuntugiṛathu, *v. i.* To be in trouble or in pain, to be afflicted. 2. To labour, enterprise, take pains. 3. To beg earnestly, urge, press; வருந்திக்கேட்கிறது varuntikkáḍkiṛathu, To solicit.

வரை varai, *s.* Measure, a continuance of time; வரையறை varaiyaṛai, A boundary; ஒருமாதவரையிலே orumátha varaiyilé, Within or during a month.

வரைகிறது varaigiṛathu, *v. t.* To delineate, describe. 2. To write.

வர்த்தகம் varttakam, *s.* Trade, traffic, commerce; வர்த்தகம் பண்ணுகிறது varttagampaṇṇugiṛathu, To trade; வர்த்தகன் varttakan, A merchant, a trader.

வர்த்தமானம் varttamánam, *s.* A matter, a business. 2. News.

வர்த்தி vartti, *s.* A lamp, the wick of a lamp. 2. A thin flat piece of metal, fastened under gems. 3. A wick made of perfumes which are ground and mixed together. 4. In local usage—a candle, a wax-candle, a kind of portfire.

வர்த்திக்கிறது varttikkiṛathu, *v. i.* To increase, to be multiplied.

வலக்காரம் valakkáram, *s.* A lie.

வலசை valasai, *s.* A flying or removing from home for fear of a hostile army.

வல vala, *a.* Right; வலங்கை valaṅkai, The right-hand; வலசாரி valasári, The turning to the right—used in dancing, riding, fencing, and in going round a sacred hill or fane; வலது valathu, Any thing on the right; வலதுகை valathukai, The right-hand; வலப்பக்கம் valappakkam, The right side; வலம்புரி valampuri, That which is turned or twisted to the right—as a cord. 2. A rare conch or chank with a spiral turning to the right hand.

வலம் valam, s. Strength; வலது valathu, That which is strong; வலதாய்ப்பேசுகிறது valatháyppésugiṛathu, To speak ostentatiously, to boast; வலவன் valavan, A man of ability.

வலயம் valayam, s. A br celet, an ornament.

வலி vali, s. Pain; வயிற்றுவலி vayiṛṛuvali, Belly-ache, colic.

வலிக்கிறது valikkiṛathu, v. t. To row a boat, &c. 2. To attract; காந்தக்கல் இரும்பை வலிக்கிறது kántakkal irumbai valikkiṛathu The load-stone attracts iron. 3. To hoist up sails; வலிப்பு valippu, Rowing. 2. Attraction. 3. Convulsion, spasm.

வலிச்சல் valichchal, s. A roof-lath; பனைவலிச்சல் panaivalichchal, Palmyra-laths or reapers.

வலிமை valimai, s. Strength, power; வலிய valiya, Strong.

வலிய valiya, A particle signifying—of one's own accord, of itself, also accidentally; வலியத்தலைதந்தான் valiyattalaitantán, He has given his head willingly or freely, i. e., he has freely entered into the business; வலியவிழுந்தான் valiyaviḻuntán, He fell accidentally.

வலை valai, s. A net; வலைவீசுகிறது valaivísugiṛathu, To cast a net; வலைப்படுகிறது valaippaḍugiṛathu, To be taken in a net, to become captive; வீச்சுவலை vichchuvalai, A casting-net, a net to be thrown into the water.

வலையன் valaiyan, s. An inhabitant of a village near the sea.

வல்லடி vallaḍi, s. Violence, oppression of a king or powerful person; வல்லடியடிக்கிறது valladiyaḍikkiṛathu, To use violence.

வல்லபம் vallabam, s. Power, might; வல்லபன் vallaban, A mighty man; வல்லமை vallamai, Power; வல்ல valla, Powerful, strong; சருவத்துக்கும் வல்ல sarvattukkum valla, Omnipotent.

வல்லவாட்டு vallavátṭu, s. A scarf worn by men; வல்லவாட்டுப்போடுகிறது vallavátṭuppóḍugiṛathu, To put on a scarf.

வல்லாளன் valláḷan, s. A stout or valiant man. 2. A mighty man.

வல்லை vallai, s. A kind of sickness.

வல்லையம் vallaiyam, s. A javelin, a lance.

வவ்வுகிறது vavvugiṛathu, v. t. To snatch, to take, gather up from the ground.

வழக்கம் vaḻakkam, s. Usage, custom; வழக்கச்சொல் vaḻakkachchol, Word in common usage,

வழக்கு vaḻakku. s. Custom, 2. A quarrel, a law-suit, dispute; அறாவழக்கு aṛávaḻakku, An endless dispute; ஒருதலைவழக்கு orutalaivaḻakku, An exparte statement; வழக்காடுகிறது vaḻakkáḍugiṛathu, To be at law with one another.

வழங்குகிறது vaḻaṅkugiṛathu, v. i. To pass, to be current. 2. To be in use—said of money, words, &c. 3. To give; சர்க்கரை வழங்குகிறது sarkkaraivaḻaṅkugiṛathu, To bestow presents of sugar—as a token of gladness; வழங்காதவன் vaḻaṅgáthavan, A miser, a wretched, a worthless man.

வழி vaḷi, *s.* A way, path, road; வழிகாட்டி vaḷikáṭṭi, A guide; வழிச்செலவு vaḷichchelavu, Money for the expenses of a journey. 2. A journey. வழிதப்புகிறது, தப்பிப்போகிறது vaḷitappugiṛathu, tappippógiṛathu, To go astray, to miss the road; வழிபடுகிறது vaḷipaḍugiṛathu, To enter a way or path. 2. *(Met.)* To turn into the good way, to obey. 3. To pay homage or worship, to observe ritual homage; வழிபாடு vaḷipáḍu, Adoration, worship. 2. Obedience. 3. *(Met.)* A way, a system, a religious profession. 4. Use, custom, habit; வழிப்போக்கன் vaḷippókkan, A wayfaring man, a traveller; வழியாக vaḷiyága, Used as a preposition, by or through; அந்தவீதிவழியாக antavíthivaḷiyága, By the way of that street; வழிவிடுகிறது vaḷividugiṛathu, To take leave of any one on a journey after proceeding some distance from respect or attachment. 2. To make a way for water to flow. *(Met.)* To contrive a way, to relieve from difficulty. 3. *(Met.)* To leave the right way.

வழிகிறது vaḷigiṛathu, *v. i.* To run, to flow, to drip through; வழிந்தோடுகிறது vaḷintóḍugiṛathu, To overflow, to diffuse itself.

வழிக்கிறது vaḷikkiṛathu, *v. t.* To rub an ointment in with the hand. 2. To scour or cleanse with the hand.

வழு vaḷu, *s.* A fault, an error. 2 Damage, loss. 3. A solecism or impropriety of language.

வழுக்குகிறது vaḷukkugiṛathu, *v. i.* To slide or slip on miry ground not affording firm footing; வழுக்குநிலம் vaḷukkunilam, Slippery ground.

வழுதலை vuḷutalai, *s.* A plant—Brinjál. Solanum Melongena.

வழும்பு vaḷumbu, *s.* Suet, fat. 2. The slimy mucus that covers a calf when born.

வழுவுகிறது vaḷuvugiṛathu, *v. i.* To slip, to err, to deviate from the right way, to slide down; வழுவவிடுகிறது vaḷuvavidugiṛathu, To allow to escape, to let slip.

வளப்பம் vaḷappam, *s.* Richness, as of soil, &c. 2. Greatness, excellency; நாட்டு வளப்பம் náṭṭuvaḷappam, Richness of the country.

வளமை vaḷamai, *s.* A benefit, a kindness, favour. 2. Fertility, goodness, good order, prosperous state, fatness. 3. Greatness; வளமையானவிடம் vaḷamaiyánavidam, A commodious place.

வளம் vaḷam, *s.* Beauty, Excellency, greatness. 3. Fertility, abundance, fulness.

வளருகிறது, வளர்கிறது vaḷarugiṛathu, vaḷargiṛathu, *v. i.* To grow, to grow up, to grow tall; also to increase—as difficulties, sickness, &c. sometimes to lie asleep. வளர்க்கிறது vaḷarkkiṛathu, *v. t.* To bring up, to train up, to foster; வளர்த்தபிள்ளை vaḷarttapiḷḷai, A foster-child; வளர்ச்சி vaḷarchchi, Growth, sometimes height; தீவளர்க்கிறது tívaḷarkkiṛathu, To keep a fire burning; வளர்ப்பு vaḷarppu, A bringing up.

வளர்த்துகிறது vaḷarttugiṛathu, *v. t.* To augment, to make larger, to increase, sometimes to put to sleep; குழந்தையைத்தொட்டிலில்வளர்த்துகிறது kuḷantaiyaittoṭṭilil vaḷarttugiṛathu, To put a child to sleep in a cradle.

வளவளவென்கிறது vaḷavaḷavengiṛathu, *v. i.* To be slippery. 2. To babble or prattle.

வளவு vaḷavu, *s.* A house-circuit, household premises.

வளாவுகிறது vaḷávugiṛathu, *v. t.* To mix what is hot and what is cold together.

வளை vaḷai, *s.* A hole, a rat-hole.

வளைகிறது vaḷaigiṛathu, *v. i.* To bend. 2. To become crooked, to bow. 3 To be wreathed, or to twist; வளைதடி vaḷaitaḍi, A short curved cudgel; வளைதல் vaḷaithal, A bending, a being crooked; வளைவு vaḷaivu, Crookedness. 2. A circle.

வளைகிறது vaḷaigiṛathu, *v. t.* To environ, beset, or surround a fort.

வளைக்கிறது vaḷaikkiṛathu, *v. t.* To bend, to make crooked. 2. To bind, build. 3. To hinder. 4. To sweep, to carry off, steal; வளைத்துக்கொள்ளுகிறது vaḷaittukkoḷḷugiṛathu, To surround; வளையம் vaḷaiyam, *s.* A boundary, circuit, enclosure. 2. A bracelet, an arm-ring.

வளையல் vaḷaiyal, *s.* Glass. 2. Glass-armrings.

வள்ளம் vaḷḷam, *s.* A brazen charger, or eating dish. 2. A canoe made of the trunk of a tree.

வள்ளிக்கிழங்கு vaḷḷikkiḻangu. *s.* A sweet potato.

வள்ளுவன் valluvan, *s.* One of a respectable class of the Paria tribe.

வறக்கிறது vaṛakkiṛathu, *v. i.* To grow dry by the sun or by the fire.

வறடு vaṛaḍu, *s.* Any thing that is dry, dryness, meagerness, *(Met.)* barrenness, sterility; வறட்டுமாடு vaṛaṭṭumáḍu, A barren cow.

வறட்டுகிறது vaṛaṭṭugiṛathu, *v. i.* To scorch, to parch.

வறண்டி varaṇḍi, *s.* A rake, a harrow. 2. A kind of spatula

வறண்டுகிறது vaṛaṇḍugiṛathu, *v. t.* To scratch with the finger nails or with the talons, of a cat, &c.

வறளுகிறது vaṛaḷugiṛathu, *v. i.* To grow dry, grow very lean; வறட்சி vaṛaḍchi, Drought, dryness, heat, great heat in the body; நாவறட்சி návaṛaḍchi, Dryness of the tongue; வறட்டி vaṛaṭṭi, Cow-dung for fuel, dried in the sun.

வறுக்கிறது vaṛukkiṛathu, *v. t.* To grill, fry, parch; வறுத்தபயறு vaṛutta payaṛu, Parched pulse; வறுவோடு vaṛuvóḍu, A potsherd, used for parching. 2. A good-for-nothing fellow.

வறுமை vaṛumai, *s.* Poverty. 2. Vacuity, emptiness; வறிஞர், வறியோர், vaṛiñar, vaṛiyór, Poor men, the poor.

வற்பு vaṛpu, *s.* Firmness, strength; வற்புறுத்துகிறது vaṛpuṛuttu giṛathu, To strengthen, to console, fortify the mind.

வற்றல் vaṛṛal, *s.* Dried vegetable, fruit, or dried saltfish; வற்றலிடுகிறது vaṛṛaliḍugiṛathu, To preserve by drying in the sun.

வற்றுகிறது vaṛṛugiṛathu, *v. i.* To grow dry, become lean; ஏற்றம்வற்றம் éṛṛam vaṛṛam, The ebb and flow.

வனப்பு vanappu, *s.* Beauty.

வனம் vanam *s.* A wilderness, a forest, an uncultivated open country; வனச்சார்பு vanachchárpu, Woody ground or situation; வனபூமி vanabhúmi, A woodland country; வனவாசி vanavási, A hermit or anchorite.

வனாந்தரம் vanántaram, *s.* A desert, or uninhabited place. 2. Desert by desert.

வன்மை vanmai, *s.* Strength; வன்னெஞ்சு vanneñju, A cruel heart; வன்னெஞ்சன் vanneñjan, A hard-hearted man.

வா

வாகடம் vágadam, *s.* A medical book.

வாகனம் váhanam, A vehicle, a conveyance of any kind—as a horse, an elephant, a carriage, &c.

வாக்கியம் vákyam, *s.* A sentence. 2. An aphorism; தேவவாக்கியம் dévavákyam, An inspired speech, passage or text.

வாக்கு vákku, *s.* A word, a sound; வாக்குத்தத்தம் vákkuttattam, A promise; வாக்குமூலம் vákkumúlam, A deposition made before a justice or before arbitrators; வாக்குவாதம் vákkuvátham, A discussion, a quarrel, strife.

வாங்கு vángu. *s.* A kind of dagger.

வாங்குகிறது váṅkugiṛathu, *v. t.* To take a thing given or delivered, to receive, buy. 2. To draw back; இருவருக்கும்வாங்கலாயிற்று iruvarnkkumvángalâyiṛṛu, The two have fallen out with one another, or they are at variance with each other; கொடுக்கல்வாங்கல் koḍukkalváṅgal, An affinity of tribes, such as to admit an interchange in matters of matrimonial contract.

வாசகம் váchagam, *s.* A word, diction. 2. A letter, an epistle. 3. Prose—as distinguished from verse.

வாசம் vásam, *s.* A house, dwelling, or habitation. 2. Smell, perfume; வாசஸ்தலம் vásastalam, A habitation; வாசம்பண்ணுகிறது vásampannugiṛathu, To dwell; வாசி vási, An inhabitant.

வாசல் vásal, *s.* A door way, the entrance into a house, the gateway. 2. The inner house-yard; சாளரவாசல் sáḷaravásal, A window; தலைவாசல் talaivásal, The front-door.

வாசனை vásanai, *s.* A smell, odour, fragrance; வாசனைகட்டுகிறது vásanaikaṭṭugiṛathu, To perfume.

வாசனை váchanai, *s.* Reading or the act of reading; எழுத்துவாசனை eḷuttuváchanai, Reading and writing.

வாசாலன் váchálan, *s.* A talkative, chattering man.

வாசி vási, *s.* Quality or nature; நிலவாசி nilavási, Nature of the soil. 2. What is better; அதிலுமிதுவாசி athilumithuvási, This is better than that; முழுவாசி muḷuvási, The whole; அரைவாசி araivási, Half part; கால்வாசி kálvási, Quarter part.

வாசிக்கிறது váchikkiṛathu, *v. t.* To read. 2. To play on a musical instrument—as the lute, &c. 3. To learn.

வாய்ச்சி váychchi, *s.* An adze.

வாஞ்சை váñjai, *s.* Desire, wish, a vehement desire.

வாடல் vádal, A dying away; வாட்டம் váṭṭam, Dryness, decay; முகவாட்டம் mukhaváṭṭam, A sad countenance. 2. Leanness.

வாடி váḍi, *s.* An enclosure, a fenced place. 2. A garden.

வாடுகிறது váḍugiṛathu, *v. i.* To wither, fade. 2. (*Met.*) To be sad, to pine away. 3. To die away—applied to shrubs.

வாடை váḍai, *s.* A street or small village of herdsmen, shepherds, or wild foresters. 2. The side of a street; கீழண்டைவாடை kíḷanḍai vádei, The east-side or row; தென்னண்டைவாடை tennanḍai vádai, The south-side; மேலண்டைவாடை mélanḍai vádai, The west-side; வடவண்டைவாடை vadavanḍai vádai, The north-side of a street. 3. North-wind; வாடையடிக்கிறது vádaiyaḍikkiṛathu, The north-wind blows.

வாட்டி vátṭi, s. (A trivial word) A turn, change; மூன்று வாட்டி múnuṛváṭṭi, Three times.

வாட்டு váṭṭu, s. What is handsome, reasonable, what is just and right, lucky; நல்லவாட்டு nallaváṭṭu, Good luck.

வாட்டுகிறது váṭṭugiṛathu, v. t. To cause to wither or fade away; நெருப்பிலே வாட்டுகிறது neruppilé váṭṭugiṛathu, To dry by the fire. 2. To vex; ஒருத்தன் ஜீவனை வாட்டுகிறது oruttan jívanai váṭṭugiṛathu, To vex one excessively.

வாணம் váṇam, See பாணம் báṇam.

வாணாள், வாழ்நாள், váṇáḷ, váḻnáḷ, s. The life-time.

வாணிகம் váṇigam, s. Trade, commerce; வாணிகன் váṇigan, A merchant.

வாணிபம் váṇibam, s. Trade.

வாணியன் váṇiyan, s. An oil merchant.

வாதம் vátham, s. One of the three kinds of sickness, flatulency, one of the humours of the body, and generally hypochondriasis; திமிர்வாதம் timirvátham Paralysis, palsy.

வாதி váthi, s. A disputant. 2. A speaker, a complainant, plaintiff in a law-suit; பிரதிவாதி prathi váthi, The defendant in a suit.

வாதிக்கிறது váthikkiṛathu, v. t. To plague, vex, torment, afflict, trouble.

வாது váthu, s. A dispute, quarrel. 2. Disputation, discussion.

வாதுமைக்கொட்டை váthumaikkoṭṭai, s. An almond.

வாதை váthai, s. Affliction, torment. 2. Sickness, pain; வாதைப்படுகிறது váthaippaḍugiṛathu, To suffer pain.

வாத்தி vátti, s. A schoolmaster; வாத்திமை váttimai, Tutorship; வாத்திமைத்தொழில் பண்ணுகிறது váttimaittoḻil paṇṇugiṛathu, To keep a school.

வாத்தியம் váttiyam, s. Any musical instrument; வாத்தியம்பண்ணுகிறது váttiyam paṇṇugiṛathu, To play upon musical instruments.

வாந்தி vánti, s. Vomiting, ejecting from the mouth; வாந்திபண்ணுகிறது vántipaṇṇugiṛathu, To vomit; வாந்திபிராந்தியினாலே செத்துப்போனான் vantibrántiyinálé chettuppónán, Being seized with vomiting and purging, he died.

வாயில் váyil, s. Door.

வாயு váyu, s. Wind. 2. A vital air of the body, also windy affection, windiness, flatulancy, a rheumatic distemper.

வாய் váy, s. A place, a joining, joint. 2. The mouth, the mouth of a bag, of a wound, &c.; வாயாடுகிறது váyáḍugiṛathu, To prattle or prate; வாயாடி váyáḍi, A prattler, a denyer; வாய்விட்டழுகிறது váyviṭṭaḻugiṛathu, To cry or wail like a child.

வாய்க்கால் váykkál, s. A water-channel.

வாய்க்கிறது váykkiṛathu, v. i. To succeed, to prosper; காரியம் நன்றாய் வாய்த்தது káriyam nanṛáy váyttathu, The thing has well succeeded; வாய்ப்பு váyppu, Success, prosperity.

வாய்மை vaymai, s. Truth.

வாரக்கம் várakkam, s. Stipend or pay given to a soldier in advance, to prevent desertion. 2. Money given in advance to cultivators to be received again without interest when the crop is reaped.

வாரம் váram, s. Friendship. 2. A week. 3. A day. 4. Share in cultivation; வாரத்

திட்டம் váraṭṭiṭṭam, Adjustment of the share of produce of the field belonging to each party, that is to the landlord மேல்வாரம் (mélváram), and to the inhabitants குடிவாரம் (kuḍiváram), or to the owner or the field and to the labouring cultivator; உடைவாரம் uḍaiváram, The whole product.

வாராவதி várávathi, *s.* A bridge.

வாருகிறது várugiṛathu, *v. t.* To take up by the handful, to take people out of the world; வாரிப்போடுகிறது várippóḍugiṛathu, To throw earth, sand, &c. upon another. 2. To take away; வாருகோல் várukól, A besom, broom.

வாருகிறது várugiṛathu, *v. t.* To trim a palm-leaf to write upon, to put the hair in order by a comb.

வாரை várai, *s.* A pole for carrying any thing by suspension. 2. A timber or sleeper laid from one pillar to another for supporting a roof.

வார் vár, *s.* A swathe, band, thong, or girdle of leather; இறுக்குவார் iṛukkuvár, A Saddle girth.

வார்க்கிறது várkkiṛathu, *v. t.* To pour. 2. To cast melted metal into a mould or form; வார்ப்பிக்கிறது várppikkiṛathu, To cause, to cast, or to pour out; வார்ப்புவேலை várppuvélai, A casting.

வார்த்தகம் várttagam, *s.* Old age, the infirmity of age.

வார்த்தை várttai, *s.* A word, a rumour, news.

வால் vál, *s.* A tail, trail or train; வாலை வீசுகிறது válai vísugiṛathu, To wave or move the tail—as a horse or elephant; வால்நக்ஷத்திரம், வால்மீன், válnakshattiram, válmín, A comet; வால்மிளகு válmiḷagu, Long-pepper; வாற்கோதுமை váṛkóthumai, Barley, bearded-wheat.

வாவி vávi, *s.* A pool, pond.

வாவுகிறது vávugiṛathu, *v. i.* To jump over —as a horse, a monkey, &c.

வாழுகிறது, வாழ்கிறது váḻugiṛathu, váḻgiṛathu, *v. i.* To live. 2. To live happily, to live prosperously, to live together matrimonially; வாழ்க்கை váḻkkai, Felicity, prosperity; வாழ்க்கைப்படுகிறது váḻkkaippaḍugiṛathu, To get married; வாழ்நாள் váḻnál, Life-time; வாழ்வு váḻvu, Prosperity, health and happiness; வாழ்விலுந்தாழ்விலும் váḻviluntáḻvilum, In prosperity and adversity.

வாழை váḻai, *s.* A plantain-tree—Musa paradisiaca; வாழைக்காய் váḻaikkáy, An unripe plantain; வாழைக்குலை váḻaikkulai, An entire cluster of plantains; வாழைப்பழம் váḻaippaḻam, A plantain-fruit.

வாழ்த்துகிறது váḻttugiṛathu, *v. t.* To praise. 2. To wish one prosperity; வாழ்த்து váḻttu, Congratulation.

வாள் váḷ, *s.* A sword; வாளுறை váḷuṛai, A scabbard; வாள்மீன் váḷmín, The sword-fish; அரிவாள் arivaḷ, A sickle. 2. A saw.

வானம் vánam, *s.* The air, sky, heaven. 2. Rain; வானம்பாடி vánampáḍi, A sky-lark; வானோர் vánór, The celestials.

வானரம் vánaram, *s.* An ape, a monkey.

வான்கோழி vánkóḻi, *s.* A turkey, or large domestic fowl.

வி.

விகடம் vikaḍam, *s.* Diversity, impediment, change.

விகற்பம் vikaṛpam, *s.* Error, mistake, want of decision. 2. Difference, difference between things or persons, diversity.

விகற்பிக்கிறது vikaṛpikkiṛathu, *v.* To change or separate.

விகாதம் vikátham, *s.* An impediment, obstacle, prohibition; விகாதம்பண்ணுகிறது vikáthampaṇṇugiṛathu. To hinder, impede.

விகாரம் vikáram, *s.* A state of change from a natural state. 2. Sickness. 3. Passion, emotion. 4. Delirium of a sick person; அவனுக்குவிகாரம்பிறந்தது avanukkuvikáram piṛantathu, He is delirious.

விகிதம் vigitham, *s.* Proportion, ratio, comparison of one thing with another. 2. Propriety. 3. Classificatio., order. 4 Intimacy, agreement.

விகுதி viguthi, *s.* Change. 2. The termination of a word.

விக்யாபனம் vikyápanam, *s.* A communication. 2. An exposition, a memorial

விக்கிரகம் vigraham, *s.* The body. 2. A shape, form, figure. 3. An idol, an image.

விக்கிரகவாராதனை vigrahavárathanai, Idolatory, the worship of images.

விக்கிரயம் vikrayam, *s.* Sale, selling, vending; வீட்டை விக்கிரயம் பண்ணுகிறது viṭṭai vikrayampaṇṇugiṛathu, To sell a house.

விக்கினம் vignam, *s.* An impediment, an obstacle.

விக்குகிறது vikkugiṛathu, *v. i.* To hiccough or hiccup; எனக்குச் சோறுவிக்குகிறது enakkuchchóṛuvikkugiṛathu, Rice sticks in my throat occasioning cough; விக்கல் vikkal, Hiccough.

விசயம் vijayam, *s.* Victory, success.

விசனம் visanam, *s.* Sorrow, affliction, pain.

விசாரணை vicháraṇai, *s.* Investigation, inspection, oversight, or superintendence, care of any charge or trust; விசாரணை பண்ணுகிறது vicháraṇai paṇṇugiṛathu, To examine, to care for; வீட்டுவிசாரணைக்காரன் v'ṭṭuvicháraṇaykkáran, A steward.

விசாரம் vicháram, *s.* Consultation. 2. Solicitude, anxiety, sorrow, care; நிர்விசாரம் nirvicháram, Carelessness.

விசாரிக்கிறது vichárikkiṛathu, *v. t.* To think, consider. 2. To take care of. 3. To provide or procure. 4. To examine; விசாரிப்பு vicháripppu, Care, superintendence. 2. Management, administration. 3. Examination. 4. A district, village. &c. under any one's care.

விசாலம் visálam, *s.* Extension. 2. That which is large, broad, wide.

விசித்திரம் visittiram, *s.* Any thing variegated, handsome or wonderful. 2. Show pomp; விசித்திரவேலை visittiravélai Artificial work.

விசிராமம் visirámam, *s.* Rest, repose.

விசிறி visiṛi, A fan.

விசிறுகிறது visiṛugiṛathu, *v. t.* To fan. *v. i.* To blow—as the breeze.

விசுவம் visuvam, *s.* the world, the universe.

விசுவாசம் visuvásam, *s.* Trust, confidence. 2. Belief or faith. 3. Faithfulness, probity, veracity; விசுவாசபத்தி visuvásabhakti, Fidelity, devotedness; விசுவாசபாதகம் visuvásapáthagam, The denying a trust or deposit. 2. Treachery; விசுவாசி visuvási, One confinding, a believer, one who depends on another.

விசேஷணம் viséshanam, *s.* An epithet, attribute or adjective, a predicate.

விசேஷம் visésham, *s.* A particular thing or matter; விசேஷதினம் viséshadinam,

A festival day, a festivity; விசேஷமாய் viséshamáy, Especially, particularly, principally.

விசேஷிக்கிறது viséshikkiṛathu, v. t. To exel, surmount, surpass; அதிலுமிது விசேஷித்தது athilum ithu viséshittathu, This is preferable or superior to that.

விசை visa, s. Swiftness. 2. Change, course turn; இன்னமொருவிசை innam oruvisai, Once more; எத்தனைவிசை ettunaivisai, How often? விசைதப்பாயிற்று visai tappáiyṛṛu, The contrivance has miscarried. விசையாய் visaiyáy, Fast, vehemently; விசையாயடிக்கிறது visaiyáy adikkiṛathu, To strike rapidly.

விசைக்கிறது visaikkiṛathu, v. i. To make haste; விசைப்பு visaippu, Anger.

விச்சுளி vichchuḷi, s. The name of a very swift little bird—Alcedo; விச்சுளியாயிருக்கிறது vichchuḷiyáyirukkiṛathu, To be very agile, nimble or expeditious.

விஷமம் vishamam, s. Mischief, injury.

விஷம், விடம் visham, viḍam, s. Poison. 2. Any thing hurtful or destructive; விஷக்கடி vishakkaḍi, The bite of a snake; விஷக்கடிவேளை vishakkaḍivéḷai, An unfortunate time; விஷநீரேற்றம் vishaníréṛṛam, The dropsy; விஷந்திரும்பிற்று vishamtirumbiṛṛu, The poison is dispelled; விஷந்தீண்டுகிறது vishamtíṇḍugiṛathu, To be bitten by a venomous snake; விஷபேதி vishabhédi, Virulent diarrhœa, cholera morbus; விஷமிறக்குகிறது vishamiṛakkugiṛathu, To make poison descend, to take it away; விஷமேறுகிறது vishaméṛugiṛathu, The poison diffuses itself in the body.

விஷயம், விடயம் vishayam, viḍayam, Any object of sense, any thing perceivable by any one of the senses; விஷயவாஞ்சை vishaya váñjai, Sensuality.

விஷ்டை, விட்டை vishṭai, viṭṭai, s. Ordure, dung.

விஷ்ணு, விட்டுணு vishṇu, viṭṭuṇu, s. Vishnu, one of the three principal Hindu deities.

விஸ்தாரம் vistáram, s. Extension, diffusion, amplitude, great extent; விஸ்தீரணம் vistíraṇam, Largeness, extensiveness, prolixity.

விடலை viḍalai, s. A male-child. 2. A valiant man.

விடாய் viḍáy, s. Thirst, weariness; விடாய்க்காலம் viḍáykkálam, A very hot time; விடாய்தீர்ந்தது viḍáy tírntathu, The weariness is over.

விடாய்க்கிறது viḍáykkiṛathu, v. i. To grow faint and weary.

விடிகிறது viḍigiṛathu, v. i. To break, to dawn—as the day; விடிந்துபோயிற்று viḍintupoyiṛṛu, It has dawned; விடியற்காலம் viḍiyaṛkálam, Morning, break of day; விடியுங்காட்டில்—காட்டிலும் viḍiyunkáṭṭil—káṭṭilum, Before day-break.

விடுகிறது viḍugiṛathu, v. t. To relinquish, leave, quit, abandon, split; வழிவிட்டனுப்புகிறது vaḷiviṭṭanuppugiṛathu, To accompany one a little way and take leave; விடாமழை viḍámaḷai, An incessant rain; விடுகதை viḍukathai, A riddle; விடுதலை viḍuthalai, Liberty, release; விட்டுவிடுகிறது viṭṭuviḍugiṛathu, To set at liberty, to release out of prison, abandon, to give up; விட்டுவைக்கிறது viṭṭuvaikkiṛathu, To let alone.

விடுதி viḍuthi, s. A lodging, harbour, shelter, separate apartment or lodge; விடுதிவீடு viḍutivíḍu, A spare room, a guest-chamber.

விடுவிக்கிறது viduvikkirathu, v. t. To cause one to be delivered. 2. To explain, interpret.

விடை vidai, s. An answer 2. Leave, dismission; விடைகொடுக்கிறது vidaikodukkirathu, To give leave to go. 2. To give an answer; விடைவாங்குகிறது vidaivánkugirathu, To take leave to go.

விட்டம் vittam, s. A cross-beam. 2. A thing put across the way; விட்டம்போடுகிறது vittam pódugirathu, To put a cross-beam; விட்டக்கோல் vittakkól. A diameter.

விட்டில் vittil, s. A kind of small butterfly, a small grass-hopper.

விண்ணப்பம் vinnappam, s. A humble address or petition

விதம் vitham, s. Form, rule. 2. Manner, kind, sort. 3. Way, method.

விதனம் vithanam, s. Pain, molestation, disgust, sorrow; விதனப்படுகிறது vithanappadugirathu, To feel sorrow and contrition.

விதி vithi, s. Determination, fate, destiny.

விதிக்கிறது vithikkirathu, v. t. To command, order. 2. To destine or doom.

விதேயன் vithéyan, s. One who is compliant, obedient, governable.

விதை vithai, s. Seed of plants.

விதைக்கிறது vithaikkirathu v. t. To sow seed.

வித்தாரம், விஸ்தாரம் vittáram, vistáram, s. Width, wideness.

வித்தியாசம் vittiyásam, s. Difference, contrariety.

வித்து vittu, s. Seed of plants. 2. Semen virile, 3. Race, posterity, lineage.

வித்தை vittai, s. knowledge, science. 2. Learning, whether sacred or profane. 3. Magic, juggle; வித்தைக்காரன் vittaikáran, A juggler; வித்தியாபாரகன் vidyáparakan, One who has studied arts and science; வித்தியாப்பியாசம் vidyáppiyásam, Practice in sciences, experimental science; வித்தியார்த்தி vidyártti, A student; வித்தியாவந்தன் vidyávantan, A learned man; வித்துவான் vidván, A sage, a theologian. 2. One intelligent or learned.

வினயம் vinayam, s. Modest, or unassuming behaviour, reverence, decorum.

வினோதம் vinótham, s. Play, pastime, spending the day in playing; வினோதம் பண்ணுகிறது vinóthampannugirathu, To make a great show, to act pompously.

விந்து vintu, s. Semen virile; விந்துவழி vintuvali, By birth.

விந்தை vintai, s. Admiration, astonishment; விந்தையடிக்கிறது vintai yadikkirathu, To do wonderful things.

விபசாரம் vipacháram, s. Incontinence, unchastity, fornication, adultery; விபசாரக்கள்ளன் vipachárakkallan, An adulterer; விபசாரி vipachári, An adultress

விபரீதம் viparítham, s. That which is contrary or adverse, perversity. 2. *In usage*, something in excess; விபரீதகாலம் viparithakálam, An adverse time, a bad time; விபரீத பஞ்சம் viparítha panjam, Great Famine; விபரீதம்பிறந்தது viparíthampirantathu, An adverse novelty has arisen.

விபூதி vibúthi, s. Ashes of cow-dung, &c. with which Siva is said to have smeared his body, and thence used in imitation of him, by Siva devotees.

விமோசனம் vimóchanam, s. Relinquishment, expiation.

விம்பம் vimbam, *s.* The disk of the sun or moon. 2. An image or idol, a representation of any thing.

விம்முகிறது vimmugiŗathu, *v. i.* To be stout, to swell. 2. To cry, weep, to sob in crying.

வியக்கிறது viyakkiŗathu, *v. t.* To admire, wonder. 2. To praise; வியப்பு viyappu, Admiration.

வியர்க்கிறது viyarkkiŗathu, *v. i.* To perspire; வியர்ப்பு viyarppu, sweat; வியர்வை viyarvai, Sweat.

வியர்த்தம் viyarttam, *s.* Uselessness, vanity, unprofitableness.

வியாகுலம் viyákulam, *s.* Sorrow, perplexity, anxiety.

வியாக்கியானம் viyákyánam, *s.* Explanation, exposition, interpretation, gloss, comment; வியாக்கியானக்காரன் viyákyánakkáran, An expositor, a commentator.

வியாச்சியம் viyájyam, *s.* A quarrel, dispute, claim, a suit at law; வியாச்சியக்காரன் viyájyakkáren, A quarreller, disputant, claimant; வியாச்சியந்தொடுக்கிறது viyájiyantoḍukkiŗathu, To prosecute.

வியாதி viyáthi, *s.* Sickness, disease; யாதி முற்றினால்வியாதி yáthimuŗŗinál viyáthi, Too much thought causes sickness; வியாதிஸ்தன் viyáthistan, A sick man; வியாதியாய்விழுகிறது viyáthiyáy viḷugiŗathu, To fall sick.

வியாபாரம் viyápárám, *s.* Business occupation, trade, commerce; வியாபாரி viyápári, A merchant.

வியாபிக்கிறது viyápikkiŗathu, *v. i.* To be omnipresent, to be present every where; சருவவியாபி sarva viyápi, The omnipresent God.

வியாழம் viyáḷam, *s.* Jupiter, the planet. 2. Thursday.

விரகம் viragam, *s.* Lasciviousness, lust, sensuality; விரகவேதனை viragavéthanai, The torment of lewed desire.

விரகு viragu, *s.* Knowledge; விரகறிந்தவன் viragaŗintavan, An adult, one who has attained to the age of discretion. 2. A means, an expedient.

விரதம் virathâm, *s.* Penance, any meritorious act of devotion, voluntary observance or imposition of any austerity or privation. 2. A vow, a solemn obligation; சத்தியவிரதம் sattiyavrathám, Veracity

விரல் viral, *s.* A finger, toe; ஆழிவிரல் álviral, The ring-finger; ஆட்காட்டி விரல் áḍkáṭṭiviral, The fore-finger; சுண்டுவிரல் chunḍuviral, The little finger; பாம்புவிரல் pámbuviral, The middle finger; விரல்முளி viralmuḷi, A knuckle; விரற்கடை viraŗkaḍai, A finger's breadth, twelve of which make a சாண் cháṇ, Span; விரற்சுற்று viraŗchuŗŗu, A whitlow.

விரிகிறது virigiŗathu, *v. i.* To open itself, to extend itself, spread; விரிகதிர் virikathir, A spreading ray of light; விரிவு virivu, Width, extension.

விரிக்கிறது virikkiŗathu, *v. t.* To lay open, spread, to extend—a cloth, &c., spread the hair.

விரியன் viriyan, *s.* A viper; விரியன்குட்டி viriyankuṭṭi, A young viper.

விருக்ஷம், விருட்சம், viruksham, viruḍcham, *s.* A tree in general, great or small.

விருதா viruthá, *s.* Uselessness, fruitlessness.

விருது viruthu, *s.* A distinguishing sign of banner of certain tribes. 2. A trophy. 3, A mark, which fencing masters, jugglers,

&c. wear. 4. A vow, an obligation; விருது கட்டுகிறது viruthukaṭṭugiṛathu, To tie and wear a distinguishing mark; விருதுக்கொடி viruthukkoḍi, A distinguishing banner of tribes, kings, chieftains, &c.

விருத்தன் viruttan, (fem. விருத்தை viruttai,) s. An old man; விருத்தாப்பியம் viruttápyam, Old age.

விருத்தாந்தம் vruttántam, s. Tidings, intelligence, news.

விருத்தி vruddhi, s. prosperity, felicity, wealth. 2. Increase, augmentation, growth. 3. A kind of explanation; ஆயுசு விருத்தி áyusuvruddhi, Extreme old age; புத்திரவிருத்தி puttira vruddhi, The Procreation of children.

விருந்து viruntu, s. A banquet, feasting, an entertainment. 2. A guest; எங்கள் வீட்டிலிரண்டு விருந்து வந்திருக்கிறது eṅkaḷ víṭṭiliraṇḍu viruntuvantirukkiṛathu, Two guests are come to our house; விருந்தன் viruntan, Guest; விருந்துண்கிறது viruntuṇgiṛathu, To feast.

விருப்பு viruppu, s. Desire, wish, liking.

விரும்புகிறது virumbugiṛathu, v. t. To desire.

விரேசனம் viréchanam, s. Purging, evacuation by stool.

விரை virai, s. Seed of herbs and plants. 2. Semen virile.

விரைகிறது viraigiṛathu, v. i. To make haste; விரைவு viraivu, Swiftness.

விரைக்கிறது viraikkiṛathu, v. t. To sow.

விரோதம் virótham, s. Hatred, enmity, animosity. 2. Diversity, contradiction, opposition; விரோதி viróthi, an enemy.

விரோதிக்கிறது viróthikkiṛathu, v. t. To oppose, withstand, resist.

விர்த்தி virtti, See விருத்தி vruddhi.

விலகுகிறது vilakugiṛathu, v. i. To recede, to turn or go from any thing, to remove. 2. To scintillate, twinkle.

விலக்குகிறது vilakkugiṛathu, v. t. To prohibit or forbid. 2. To remove or separate quarrelling people from one another.

விலங்கு vilańgu, s. Fetters. 2. An animal, beast; விலங்குசாதி vilańgujáti, Usually beasts, rarely birds, reptiles.

விலா vilá, s. The side of the human body; விலாப்புறம், விலாப்பக்கம் viláppuṛam, viláppakkam, The side or flank of the body.

விலாங்கு vilángu, s. An eel.

விலாசம் vilásam, s. Spaciousness, width, extension; விலாசமானவீடு vilásamánavíḍu, A spacious house.

விலை vilai, s. Price, value; கேட்கிறவிலை kéḍkiṛavilai, The offered price, a bidding; விலைகட்டுகிறது vilaikaṭṭugiṛathu, To set a price; விலைதீர்க்கிறது vilaitírkkiṛathu, To settle the price; விலைநயமாய் vilainayamáy or சரசமாய் sarasamáy, Cheaply; விலைப்படுகிறது vilaippaḍugiṛathu, To go off by sale, to be sold; விலைபேசுகிறது vilaipésugiṛathu, To bargain for some thing; விலைபொருந்துகிறது vilaiporuntugiṛathu, To agree about the price; விலைமகள் vilaimagaḷ, A prostitute; விலைமதிக்கிறது vilaimathikkiṛathu, To appraise; விலைமலிவு vilaimalivu, Cheapness; விலையேறப்பெற்றது vilaiyéṛappeṛṛathu, That which is precious.

வில் vil, s. A bow; வில்லாளன், வில்லாளி villáḷan, villáḷi, An archer; வில்வித்தை vilvittai, Archery.

வில்லங்கம் villańgam, s. A bar, an impediment, difficulty. 2. A contest, dispute; வில்லங்கந்தீர்த்துக்கொள்ளுகிறது villaṅgantírttukkoḷḷugiṛathu, To get a dispute settled.

வில்லை villai, *s.* What is circular, a round plate of metal, glass, &c., a small round cake. 2. A patch; சடைபில்லை chaḍabillai, or வில்லை villai, A round ornament of gold worn by woman upon the head.

வில்வம் vilvam, *s.* A sacred tree—Cratæva religiosa.

விவகாரம் vivakáram, *s.* Adherence to law, a suit at law. 2. Usage, rules of law.

விவரம் vivaram, *s.* The contents of a speech or letter, the particulars, a narrative of all the circumstances in detail.

விவரிக்கிறது vivarikkiṛathu, *v. t.* To relate, to tell at large.

விவாகம் viváham, *s.* Matrimony, marriage; விவாகஸ்திரி viváhastri, A married woman.

விவாதம் vivátham, *s.* A verbal dispute, a contest, contention.

விவேகம் vivákam, *s.* Discrimination, a good judgment, the faculty of distinguishing things by their properties.

விழல் viḷal, *s.* A grass—Andropogon muricatum.

விழி viḷi, *s.* The eye; கருவிழி karuviḷi, The eyeball.

விழிக்கிறது viḷikkiṛathu, *v. t.* To open the eyes, to look up; விழிப்பு viḷippu, The act of awaking.

விழுகிறது viḷugiṛathu, *v. t.* To fall. 2. *(Met.)* To diminish, to grow less—as grain or corn, fame, &c. 3. To die; விழுக்காடு viḷukkáḍu, The average price; பணத்துக்கெத்தனைவிழுக்காடு paṇattukkettanaiviḷkkáḍu, How many for a fanam? நாடிவிழுந்தது nádiviḷuntathu, The pulse ceased; விழக்குழி viḷakkuḷi,

A pitfall; விழல்குழிபாய்ச்சுகிறது viḷal kuḷipáychchugiṛathu, To thrust on into a pit, *(Met.)* To make one's business fail, to obstruct, embarrass, to endanger one; விழத்தட்டுகிறது, விழத்தள்ளுகிறது viḷattaṭṭugiṛathu, viḷattaḷḷugiṛathu, To dash a thing out of another's hand. 2. To thrust one that he may fall.

விழுங்குகிறது viḷuṅkugiṛathu, *v. t.* To swallow up, devour, to consume with violence.

விழுது viḷuthu, *s.* Roots that grow downwards from the branches of certain trees, and fix themselves into the earth again to sustain the same branches.

விளக்கு viḷakku, *s.* A lamp; விளக்கிடுகிறது viḷakkiḍugiṛathu, To place a small lighted lamp; விளக்குக்கூடு viḷakkukkúḍu, A lantern. 2. A little triangular hole in a wall, or stand made of small sticks in order to put in a small lamp; விளக்குத்தண்டு viḷakkuttaṇḍu, A candelabra or lampstand; விளக்கேற்றுகிறது, விளக்குக்கொளுத்துகிறது viḷakkéṛṛugiṛathu, viḷakkukkoḷuttugiṛathu, To light a lamp; விளக்கையணைக்கிறது viḷakkai yaṇaikkiṛathu, To extinguish a lamp.

விளக்குகிறது viḷakkugiṛathu, *v. t.* To illustrate, explain. 2. To clean. 3. To polish, brighten. 4. To solder. 5. To sweep—a room; விளக்குமாறு viḷakkumáṛu, A broom or besom.

விளங்குகிறது viḷaṅkugiṛathu, *v. i.* To be clear, plain, open or evident. 2. To be polished, brightened, cleaned; விளக்கம் viḷakkam, Clearness, illustration, explication.

விளம்பரம் viḷambaram, *s.* Publication, advertisement; விளம்பரம்பண்ணுகிறது viḷambaram paṇṇugiṛathu, To advertise, to announce.

விளா, விளாமரம் viḷá, viḷámaram, *s.* A tree—Feronia elephantum.

விளாசம் viḷásam, *s.* The marks on goods or packets; **மேல்விளாசம்** mélviḷásam, The superscription or direction of a letter, &c.

விளாவுகிறது viḷávugiṛathu, *v. t.* To cool hot water by putting cold water into it.

விளிம்பு viḷimbu, *s.* The margin or edge of a thing, the lip.

விளைகிறது viḷaigiṛathu, *v. i.* To grow, grow ripe—as corn in a field. 2. To be made, be bred, be formed or produced—as metals, salt, &c. 3. *(Met.)* To originate, arise; **பொன்விளைகிறமலை** ponviḷaigiṛamalai, A mountain containing veins of gold; **விளைச்சல்** viḷaichchal, Ripe corn in the fields; **நல்லவிளைச்சல்** nalla viḷaichchal, A fine appearance of harvest; **விளைநிலம்** viḷainilam, A fertile plot of ground or field; **விளைவிக்கிறது** viḷaivikkiṛathu, To cause to grow, to set, plant or propagate; **விளைவு** viḷaivu, The growing of corn in the field. 2. Produce of corn, any produce.

விளையாடுகிறது viḷaiyádugiṛathu, *v. i.* To play; **விளையாட்டு** viḷaiyáṭṭu, A play, a joke.

விள்ளுகிறது viḷḷugiṛathu, *v. t.* To make known, to relate; **விண்டுசொல்லுகிறது** vinduchollugiṛathu, To speak in a free and unrestrained manner; **விள்ளாதபேச்சு** viḷḷáthapéchchu, Confused discourse, unseemly language.

விறகு viṛagu, *s.* Wood, firewood; **விறகுகட்டை** viṛagukaṭṭai, A stick of wood; **விறகுதலையன்** viṛagutalaiyan, Wood-seller. 2. A dolt.

விறுட்டி, வறாட்டி viṛáṭṭi, varáṭṭi, *improperly, See* **வறட்டி** vaṛaṭṭi.

விறிசு viṛisu, *s.* A rocket; **நிலவிறிசு** nilaviṛisu, A machine placed in the ground with crackers affixed.

விறைக்கிறது viṛaikkiṛathu, *v. t.* To shiver from cold, to grow stiff from cold, to grow thick or compact; **விறைப்பு** viṛaippu, Stiffness, numbness caused by cold, thickness, stupor.

விற்கிறது viṛkiṛathu, *v. t.* To sell; **விற்பனை** viṛpanai, Sale; **விற்றுமுதல்** viṛṛumuthal, Produce in money by sale.

விற்பத்தி viṛpatti, *s.* Intellectual acuteness, learning; **விற்பனம்** viṛpanam, Learning, profound knowledge; **விற்பன்னன்** viṛpanan, One who is learned.

வினவுகிறது vinavugiṛathu, *v. t.* To visit in order to congratulate or to condole. 2. To interrogate, ask, question.

வினா viná, *s.* A question. 2. Attention. 3. Sagacity, prudence.

வினை vinai, *s.* Temper good or bad, 2. Work, action; **தீவினை** tívinai, A bad action, malice, bad temper; **நல்வினை** nalvinai, good action, a good temper. 2. Evil misfortune, malignity; **இப்போவினைவிளையுங்காலம்** ippóvinaiviḷaiyunkálam, This is the time in which evils occur abundantly; **வினையன்** binaiyan, A malicious deceitful man.

வீ

வீங்குகிறது vínkugiṛathu, *v. t.* To swell. 2. To have a vehement desire for a thing; **சோற்றுக்குவீங்கிப்போகிறான்** chóṛṛukkuvíngippógiṛán, He is famished, or he longs for food; **வீக்கம்** víkkam, Any thing puffed out with wind.

வீசம் vísam, s. The sixteenth part of a whole, $\frac{1}{16}$; வீசமிடை vísamiḍai, The smallest weight.

வீசுகிறது vísugiṛathu, v. To blow—as the wind. 2. v. t. To emit smell, &c. —as a flower. 3. To emit rays. 4. To cast or let down a net. 5. To fling, to throw a stone. 6 To brandish, flourish a sword. 7. To flog any one, a horse, &c.; அனல் வீசுகிறது analvísugiṛathu, The heat glows around, it is hot; கைவீசுகிறது kaivísugiṛathu To swing the arm in walking; தூவானம்வீசுகிறது túvánam vísugiṛathu, A drizzling rain penetrates within; வீச்சு víchchu, A blow or stroke with the hand or with a sword.

வீசை vísai, s. Mustaches.

வீடு víḍu, s. House. 2. *In astrology,* A house or station of a planet in the heavens; வீடேறிவருகிறது víḍéṛivarugiṛathu, To come to one's house—as an unpleasant visitor, being a specious enemy; வீட்டார் víṭṭár, Domestics, people living in a house; வீட்டிறப்பு víṭṭiṛappu, The sloping roof of a house; வீட்டின்முகடு víṭṭinmugaḍu, The house-top or ridge.

வீணை víṇai, s. The Vina or Indian lute, usually of seven strings and two octaves; வீணைவாசிக்கிறது víṇaivácbikkiṛathu, To play on the lute.

வீண் víṇ, s. Vain; வீணலப்புகிறது víṇalappugiṛathu, To talk to no purpose; வீணாட்டம் víṇáṭṭam, Fiddle-faddle, trifles, vain chattering; வீணரவீணன் víṇáravíṇan, A person who has no right to demand what he demands; வீண்பொழுதுபோக்குகிறது víṇpoḷutupókkugiṛathu, trifle away time.

வீதம் vítham, s. A portion.

வீதி víthi, s. A street, a road. 2. The breadth or width, particularly of a tile or shingle, &c.

வீரம் víram, s. Strength. 2. Bravery and boasting; வீரகம்பீரன் vírágambíran, A hero, a proud champion; வீரசூரன் víra súran, A valiant man, one brave; வீரன் víran, A valiant man, a hero; வீரியம் víriyam, Strength, vigour. 2. Fortitude, firmness. 3. Semen virile. 4. Heroism, valour; வீரியம்பேசுகிறது víriyam pésugiṛathu, To speak with vigour. 2. To boast; வீரியவான் víriyaván. A brave or valiant, man.

வீரிடுகிறது víriḍugiṛathu, v. i. To cry—as a child, to squeak—as a pig, to bellow—as an elephant; வீர்வீரென்றுகதறுகிறது vírvírenṛukatharugiṛathu, To cry aloud, to clamour—as a child.

வீறு víṛu, s. Greatness, arrogance, pomp; வீறுப்பு víṛáppu, Pomp and pride.

வெ

வெகு vegu, a. Much, many; வெகுவாய் veguváy, Very much, greatly.

வெகுமானம் vegumánam, s. A kind of present from a superior; வெகுமானிக்கிறது vegumánikkiṛathu, To honour a person with a present.

வெகுளி veguḷi, s. Anger. 2. One easily displeased, one simple or open hearted.

வெக்கை vekkai, s. The heat of a close place. 2. Heat rising from the ground. 3. Looseness with which cattle are affected; மாட்டுக்குவெக்கைதாக்குகிறது máṭṭukku vekkaitákkugiṛathu, The ox or cow has a looseness.

வெங்காயம் venkáyam, s. An onion; வெள் வெங்காயம், வெள்ளுள்ளி, வெள்ளைப்

டு velvenkáyam, vellulli vellaip-ļu, Garlic—Allium sativam.

vedi, s. The report of a gun, con-ed from வெடில் vedil; வெடிதிருகிகடுகிறது, போடுகிறது veditirugira-chudugirathu, pódugirathu, To fire ; வெடிமருந்து vedimaruntu, Gun-powder; வெடியுப்பு vediyuppu, See வெடிலுப்பு vediluppu.

வெடிக்கிறது vedikkirathu, v. i. To split—as a tree, to crack—as a wall. 2. To sound as the firing of a gun; வெடிப்பு ve-dippu, A cleft, chink, split.

வெடிலுப்பு vediluppu, s. Saltpetre or ni-trate of potash.

வெடுவெடென்கிறது veduvedengirathu, v. i. To speak angrily, to indicate disgust or displeasure.

வெட்கம் vedkam, s. Shame, bashfulness, modesty; வெட்கங்கெட்டவன் vedkan-kettavan, A shameless fellow, one who is past shame; வெட்கப்படுகிறது vedkap-padugirathu, To be ashamed; வெட்கறை vedkarai, Shamefacedness, modesty.

வட்டி vetti, s. A way

வெட்டிவேர் vettivér, The odoriferous root of the andropogon muricatam, from which mats, fans, &c. are made, it differs as a variety from விழல் vilal, the roots of which are scentless.

வெட்டுகிறது vettugirathu, v. t. To cut with a sword or axe, to hew a tree, to hew down or fell a tree, to cut off the head, to cut down an enemy in battle. 2. To dig a well or water reservoir. 3. To en-grave any hard substance; மண்வெட்டி manvetti, A very large sized hoe used as a spade; வெட்டவழி vettavali, A fre-quented way or road: வெட்டவெளி vet-taveli, An open plain without culture desert; வெட்டாந்தரை vettántarai, Dry land; வெட்டிரும்பு vettirumbu, An in strument for cutting iron: வெட்டு vet-tu, A cut notch; கல்வெட்டு kal vettu An inscription on stone; வெட்டுக்குருத்து vettukkuruttu, Shoots or saplings of a lopped tree.

வெட்டுக்கிளி vettukkili, s. Locust.

வெட்டை vettai, s. Venereal sickness; மேகவெட்டை mégavettai, The whites, or fluor albus.

வெண்டையம் vendaiyam, s. A ring or trinket worn by women, a kind of thumb-ring used by púsaris, a hollow ring bearing pebbles tied to the feet of horses, elephants, &c., a kind of the same worn by warriors.

வெண்ணெய் venney, s. Butter; வெண்ணெயுருக்குகிறது venneyurukkugirathu, To melt butter.

வெண்மை venmai, s. Whiteness.

வெதுப்புகிறது vethuppugirathu, v. t. To warm, heat gently, heat a medicinal leaf.

வெதும்புகிறது vethumpugirathu, v. i. To grow warm or gently heated, to fade.

வெந்தயம் ventaiyam, s. A plant—Trigo-nella Foenum græcum:

வெப்பு, வெப்பம் veppu, veppam, s. Heat.

வெம்புகிறது vembugirathu, v. i. To fade. 2. To become prematurely ripe: வெம்பல் vembal, A premature fruit.

வெம்மை vemmai, s. Heat. 2. Asperity; வெந்நீர் vennír, Hot water.

வெயில், வெய்யில் veyil, veyyil, s. Sun-shine; இன்றைக்கு வெயில் மெத்த in-raikk veyil metta, It is very hot to-day; வெயில் கடினம் veyil kadinam, The heat of the sun is fierce.

வெருகு verugu, *s.* A tom-cat. 2. A cat; வெருகடி verugaḍi, A cats's foot, *i. e.* as much as can be taken up with, or between the thumb and two fingers—*medical usage.*

வெருட்டுகிறது veruṭṭugiṛathu, *v. t.* To fright, drive away.

வெருள்கிறது veruḷgiṛathu, *v. i.* To be frightened, or sacred. 2. To be confused, infatuated; வெருட்சி veruḍchi, Fear.

வெலவெலக்கிறது velavelakkiṛathu, *v. i.* To be cramped and faint by fatigue. 2. To be convulsed in the hands and feet; வெலவெலென்றுதைத்துக்கொள்ளுகிறது velavelenṛutaittukkoḷḷugiṛathu, To struggle in the agonies of death.

வெல்லம் vellam, *s.* Molasses.

வெல்லுகிறது, வெல்கிறது vellugiṛathu, velgiṛathu, *v. t.* To overcome, conquer, to get the victory, to carry the day.

வெற்றி veṛṛi, *s.* Victory; வெற்றிவேந்தன் veṛṛivántan, A vanquisher, conqueror, triumpher.

வெளி veḷi, *s.* The air, the atmosphere; மந்தைவெளி mantaiveḷi, A public place for cattle, outside a village; மேய்ச்சல் வெளி méychchal veḷi, A pasture-ground; வயல்வெளி vayalveḷi, A rice-corn field. 2. Publicity, notoriety; இதுவெளிக்குவராமல்உன்மனதிலிருக்கட்டும் ithuveḷikkuvarámalunmanasil irukkaṭṭum, Make it not public, but keep it in thy mind. 3. Out of doors, outside; அந்தரவெளி antaraveḷi, The open sky. 2. A desert, plain; வெளிக்குப்போகிறது veḷikkuppógiṛathu, To go to the privy, to go to ease one's self; வெளிதிறந்து சொல்லுகிறது veḷitiṛanthu chollugiṛathu, To speak fairly in an openhearted manner; வெளிப்படுகி

றது, வெளியாகிறது veḷippaḍugiṛathu, veḷyágiṛathu, To appear, come forth, to become manifest; வெளிப்படுத்துகிறது, வெளியிடுகிறது veḷippaḍuttugiṛathu, veḷiyiḍugiṛathu, To discover, to make known, to manifest, to reveal.

வெளிச்சம் veḷichcham, *s.* Light, luminous matter. 2. A light. 3. Publicity; இது வெளிச்சமாயிற்று ithu veḷichchamáyiṛṛu, This has been made public.

வெளுக்கிறது veḷukkiṛathu, *v. i.* To dawn, to begin to grow light. 2. To grow white and clean by washing. 3. *v. t.* To wash linen.

வெளுப்பு veḷuppu, *s.* Whiteness. 2. The dawn of day.

வெள்ளம் veḷḷam, *s.* A flood or inundation, swelling of a river, the rising of water, the tide, the current, freshes. 2. Abundance; வெள்ளக்காடு veḷḷakkáḍu, A total inundation of a place or field.

வெள்ளரி veḷḷari, *s.* A plant, cucumber—cucumis sativus.

வெள்ளாடு veḷḷáḍu, *See under* ஆடு áḍu.

வெள்ளாட்டி veḷḷáṭṭi, *s.* A slave-girl, a woman of no account.

வெள்ளாமை, வெள்ளாண்மை veḷḷámai, veḷḷáṇmai, *s.* Corn, ripe, or nearly ripe in the field. 2. Agriculture, husbandry; வெள்ளாளன் veḷḷálan, One of the agricultural tribe.

வெள்ளி veḷḷi, *s.* The planet Venus. 2. Silver; கல்வெள்ளி kalveḷḷi, A mixed metal, a mixture of tin and iron.

வெள்ளி, வெள்ளிக்கிழமை veḷḷi, veḷḷikkiḷamai, *s.* Friday.

வெள்ளை veḷḷai, *s.* Whiteness. 2. The whites, a sickness—fluor albus; வெள்ளாவி veḷḷávi. The steam of water for bleaching cotton cloth; வெள்ளெழுத்து vellelutta, Purblindness, dimness of sight; வெள்ளைக்கரு vellaikkaru, The white of an egg; வெள்ளையடிக்கிறது vellaiyadikkirathu, To white-wash; வெண்கலம் venkalam, Queen's metal, bell-metal; வெண்கல் venkal, White stone, alabaster; வெண்காரம் venkáram, Borax, an artificial salt.

வெறி veri, s. Drunkenness, fury from liquor, (*Met.*) anger; மூர்க்கவெறி múrkka-veri, Fury, intoxication to madness.

வெறிக்கிறது verikkirathu, v. t. To stare; வெறிக்கப்பார்க்கிறது verikkappárkkirathu, To stare at one—as a terrified beast, to look at any thing curiously and attentively. 2. v. i. To become drunk or mad by liquor or anger.

வெறு veru, a. Empty, void, poor; வெறுங்கடிதாசி verunkadithási, Blank paper; வெறுங்கை verunkai, An empty hand; வெறுஞ்சோறு veruñ chóru, Boiled rice alone; வெறுமை verumai, Emptiness, vacuity, poverty; வெறும்பானை verumpánai, An empty earthen-ware, vessel; வெறும்பிழை verumpilai, Nothing but errors; வெற்று verru, Empty; வெற்றாள் verrál, One who is without work, a spare hand; வெற்றிலை verrilai, Betel-leaf; வெற்றுடம்பு verrudambu, A mere body, (*Met.*) One destitute of renown; வெற்றோலை verrólai, A blank palm-leaf.

வெறுக்கிறது verukkirathu, v. t. To abhor, hate, detest. 2. To deny, renounce, abolish; வெறுப்பு veruppu, Disgust, dislike, aversion, contempt.

வே.

வேகிறது végirathu, v. i. To burn. 2. To see the, to be boiling hot. 3. To be sultry; வேகவைக்கிறது végavaikkirathu, To set on the fire; வேக்காடுள்ளகல் vékkádul-lakal, A brick well burnt; வேக்காளம் vékkálam, Heat, sultriness; வேவிக்கிறது vévikkirathu, To boil, seethe.

வேகம் végam; s. Velocity, swiftness, haste, nimbleness. 2. Anger. 3. Wrath, heat, impetuosity; வேகக்குதிரை végakkuthirai, A swift horse.

வேங்கை véngai, s. A royal Tiger. 2. A tree.

வேசடை vésadei, s. Sorrow, grief, weariness, languor.

வேசாறுகிறது vésárugirathu, v. i. To be sorry, to be low-spirited, to be weary.

வேசி vési, s. A whore; வேசிக்கள்ளன் vésikkallan, A whoremonger; வேசித்தனம் vésittanam, Whoredom.

வேஷம், வேடம் vésham, védam, s. Shape, outward appearance, disguise. 2. Ornament, dress, decoration; வேஷம்போடுகிறது véshampódugirathu, To put on an assumed shape or disguise.

வேஷம்மாறுகிறது vésham márugirathu, To disguise one's self.

வேடிக்கை védikkai, s. A show, spectacle, pomp.

வேடு védu, s. Hunting or the chase. 2. A tribe of wild people; வேடன் védan, A hunter, one who lives in the wood; வேட்டை véttai, Hunting, chase; வேட்டைக்காரன் véttaikkáran, A hunter; வேட்டையாடுகிறது véttaiyádugirathu, To chase, hunt.

வேட்டி, வேஷ்டி vétti, véshti, s. A folding cloth or vesture worn by men; உள்வேட்டி ulvétti, An inner-garment; கம்பிவேட்டி kambivétti, A vesture with a stripe on its border.

வேண்டுகிறது véndugirathu, v. t. To wish, desire, beg, pray; வேண்டாவெறுப்பு vénḍáveṛuppu, Reluctance with disgust or abhorrence, unwillingness. 2. To be necessary, to be wanted, in which sense it is a defective, or impersonal verb, வேண்டி véṇḍi, For, for the sake of; அவனை வேண்டி avanai véṇḍi, For his sake.

வேதம் védam, s. The generic term for the books or writings, deemed sacred by the Hindus, said to have been delivered by Brahma, but compiled from tradition by Vyása.

வேதனை véthanai, s. Pain. 2. Affliction, trouble. 3. Vexation.

வேதாளம் véthálam, s. An evil spirit, a demon, a familiar spirit,

வேது véthu, s. A sudorific medicine, one that produces or promotes perspiration. 2. A caustic; வேதுகாட்டுகிறது véthukáṭṭugiṛathu, To apply that medicine; வேதுபிடிக்கிறது véthupiḍikkiṛathu, To use a sudorific medicine.

வேதை véthai, s. Affliction. 2. Alchemy, transmutation of metals.

வேம்பு vémbu, s. The margosa tree; நிலவேம்பு nilavémbu, Colombo-root—Justicia paniculata.

வேய் véy, s. A bambu; வேய்ங்குழல் véyuṅkuḷal, A pipe made of a joint of bambu.

வேய்கிறது véygiṛathu, v. t. To cover, thatch.

வேர் vér, s. The root of a tree or plant; ஆணிவேர் áṇivér, The tap-root, the principal root; பக்கவேர் pakkavér, A side-root; வேரூன்றுகிறது vérúnṛugiṛathu, To take root; வேர்க்கொம்பு vérkkombu, Green ginger. 2. Dry ginger; வேர்மிடுக்காகிறது vérmiḍukkágiṛathu, To be well rooted. 2. (Met.) Foundation or cause: வேரோடேகெட்டான் véróḍékeṭṭán, He is totally ruined. 2. Sweat; வேர்க்குரு vérkkuru, Prickly-heat.

வேர்க்கிறது vérkkiṛathu, v. i. To sweat, perspire; வேர்வை vérvai, Sweat, perspiration; குறுவேர்வை kuṛuvérvai, Incipient perspiration.

வேலி véli, s. An affix to some proper names of villages. 2. Custody, watch. 3. A wall 4. A particular measure of ground or field of five káṇis or about five acres. 5. A hedge; வேலியடைக்கிறது véliyaḍaikkiṛathu, To hedge in, to fence in.

வேலை vélai, s. Work, labour, business, service or employ; வேலைக்காரன், வேலையாள் vélaikkáran, vélaiyáḷ, A servant, workman; வேலைக்குவைக்கிறது vélaikkuvaikkiṛathu, To employ வேலைப்பாடு vélaippáḍu, Workmanship, that which is wrought.

வேல் vél, s. A lance or javelin. 2. A tree which, when the bark is black, is called கருவேல் karuvél, Acacia, Arabica, and when white, வெள்வேல் veḷvél, Acacia, leucophloca; குடைவேல் kuḍaivél, A tree —Acacia, eburnea.

வேவு vévu, s. Listening—as a spy; வேவாள், வேவுகாரன் véváḷ, vévukáran, A spy, a scout; வேவுபார்க்கிறது vévupárkkiṛathu, To explore, to spy out.

வேளாண்மை véḷáṇmai, s. Agriculture.

வேளாளர் véḷáḷar, s. Agriculturists.

வேளை véḷai, s. Time. 2. A small shrub. edible and medicinal.

வேள்வி véḷvi, s. A sacrifice

வேறு véṛu, s. What is different. 2, a. Different; வெவ்வேறு vévvéṛu, Separately, variously; வேறாகிறது véṛágiṛathu, To become changed or altered or separated, to become deformed; வேற்றுமை véṛṛumai, Diversity. 2. The declension or cases of a noun from the nominative, &c.

வேனில் vénil. s. Heat. the hot season.

வை

வைகறை vaikaṛai, s. Early morning; வைகறையிலேவா vaikaṛaiyévá, Come early in the morning.

வைகாசி vaikási, s. The month of May-June.

வைகிறது vaigiṛathu, v. t. To abuse, revile.

வைகுந்தம் vaikuntam, s. The paradise, or abode of Visnnu.

வைக்கிறது vaikkiṛathu, v. t. To put, lay, place; நிறுத்திவைக்கிறது niṛuttivaikkiṛathu, To delay or defer; வைத்துக்கொள்ளுகிறது vaittukkoḷḷugiṛathu, To suppose; அப்படியென்று வைத்துக்கொள் appaḍiyenṛu vaittukkoḷ, Suppose it thus, let it be so; வைப்பு vaippu, A treasure laid up; வைப்புச்செப்பு vaippuchcheppu, Concubinage; வைப்பாட்டி vaippáṭṭi, A mistress, concubine.

வைக்கோல் vaikkól, s. Straw; வைக்கோற்கூளம் vaikkóṛkûḷam, Chaff of straw.

வைஷ்ணவம் vaishṇavam, s. The Vaishṇava system.

வைடூரியம் vaiḍúryam, s. One of the nine gems—Cat's eye: Lapis-lazuli.

வைதிகம் vaidikam, s. Conformity to the Vedas, religion.

வைத்தியம் vaidyam, s. The art of medicine; வைத்தியசாஸ்திரம் vaidyasástram, The art of healing; வைத்தியன் vaidyan, A physician.

வைபோகம் vaibhógam, s. Delight, pleasure; வைபோகி vaibhógi, A voluptuary.

வைரம் vairam, s. Hatred, enmity, hostility. 2. Bravery, championship.

வைராகி vairági, s. An ascetic, a devotee; one of a particular class of devotees.

வைராக்கியம் vairághyam, s. Absence of secular passion or desire. 2. In local usage, zeal, fanaticism; ஞானவைராக்கியம் ñánavairágyam, Religious firmness, self-denial; பக்திவைராக்கியம் bhaktivairágyam, Religious zeal, fervour. 2. Enthusiasm. 3. Obstinacy, pertinacity.

வௌ

வௌவுகிறது vauvugiṛathu, v. t. To pillage steal, snatch, to take up together; வௌவால் vauvál, A bat.

வை

வைகறை vaikarai, s. Early morning; வைகறையிலே வா vaikaraiyélé vá, Come early in the morning.

வைகாசி vaikási, s. The month of May-June.

வைகிறது vaigiṛathu, v. t. To abuse, revile.

வைகுந்தம் vaikuntam, s. The paradise, or abode of Vishṇu.

வைக்கிறது vaikkiṛathu, v. t. To put, lay, place; நிறுத்திவைக்கிறது niruttivaikkiṛathu, To delay or defer; வைத்துக்கொள்ளுகிறது vaittukkoḷḷugiṛathu, To suppose ;அப்படியென்று வைத்துக்கொள் appaḍiyenṛu vaittukkoḷ, Suppose it thus, let it be so; வைப்பு vaippu, A treasure laid up; வைப்புச்செப்பு vaippuchcheppu, Concubinage; வைப்பாட்டி vaippáṭṭi, A mistress, concubine.

வைக்கோல் vaikkól, s. Straw; வைக்கோற்கூளம் vaikkóṛkúḷam, Chaff of straw.

வைஷ்ணவம் vaishṇavam, s. The Vaishṇava system.

வைடூரியம் vaiḍúryam, s. One of the nine gems—Cat's eye: Lapis-lazuli.

வைதிகம் vaidikam, s. Conformity to the Vedas, religion.

வைத்தியம் vaidyam, s. The art of medicine; வைத்தியசாஸ்திரம் vaidyaśástram, The art of healing; வைத்தியன் vaidyan, A physician.

வைபோகம் vaibhógam, s. Delight, pleasure; வைபோகி vaibhógi, A voluptuary.

வைரம் vairam, s. Hatred, enmity, hostility. 2. Bravery, championship.

வைராகி vairági, s. An ascetic, a devotee; one of a particular class of devotees.

வைராக்கியம் vairághyam, s. Absence of secular passion or desire. 2. In local usage, zeal, fanaticism; ஞானவைராக்கியம் ñánavairágyam, Religious firmness, self-denial; பக்திவைராக்கியம் bhaktivairágyam, Religious zeal, fervour. 2. Enthusiasm. 3. Obstinacy, pertinacity.

வௌ

வௌவுகிறது vauvugiṛathu, v. t. To pillage steal, snatch, to take up together; வௌவால் vauvál, A bat.

LIST OF BILINGUAL DICTIONARIES

ENGLISH-ALBANIAN DICTIONARY	
ENGLISH-AMHARIC/AMHARIC-ENGLISH DICTIONARY	Ato, Gitey Embay
ENGLISH-ARABIC/ARABIC-ENGLISH DICTIONARY	Elias A. Elias
ENGLISH-ARABIC DICTIONARY	
ARABIC GRAMMER	
ARABIC LEARNING LESSONS	Duncan Forber
ENGLISH-ARMENIAN/ARMENIAN-ENGLISH DICTIONARY	
ENGLISH BURMESE DICTIONARY	JUDSON, A
CAMBODIAN-ENGLISH/ENGLISH-CAMBODIAN DICTIONARY	
ENGLISH-HEBREW/HEBREW-ENGLISH DICTIONARY	
ENGLISH-HINDUSTANI/HINDUSTANI-ENGLISH DICTIONARY	Forbes, Duncan
DICTIONARY OF HINDUSTANI-ENGLISH IDIOMS & PROVERBS	Fallon, S.W.
ENGLISH-HINDI/HINDI-ENGLISH DICTIONARY	Raker J.W. & Shukla
ENGLISH-HINDI DICTIONARY	Raker J.W. & Shukla
HINDI-ENGLISH DICTIONARY	Raker J.W. & Shukla
PRAMANIK HINDI SHABDA-SAGAR	Dwivedi Acharya Sudhakar
HINDI-MUHAVARA KOSH	Tiwari, Bhola Nath
AVADHI-HINDI KAHAVAT KOSH	Pandey, I.P.
LEARN HINDI THROUGH ENGLISH (AUDIO)	Raker, Joseph W.
LEARN HINDI YOURSELF	Jagannathan, V.R.
ENGLISH-JAPANESE DICTIONARY	Nakashima T.
ENGLISH-MALAY/MALAY-ENGLISH DICTIONARY	
ENGLISH-PERSIAN PERSIAN-ENGLISH DICTIONARY	Haim, S.
ENGLISH-PERSIAN DICTIONARY	Wollaston, A.N.
ENGLISH-TAGALOG-DICTIONARY	Ricardo, Benedicto
ENGLISH-PUNJABI-HINDI DICTIONARY	Ahluwalia, A.S.
ENGLISH-PUNJABI DICTIONARY	Bailey, T. Graham
LEARN PUNJABI THROUGH ENGLISH	Singh, Dr. Maheep
ENGLISH-PUSHTO DICTIONARY	
ROMANINAN-ENGLISH/ENGLISH-ROMANIAN DICTIONARY	
ENGLISH-RUSSIAN/RUSSIAN-ENGLISH DICTIONARY	Boronetsky, V.I.
ENGLISH-SANSKRIT DICTIONARY	Apte, V.G.
ENGLISH-SINHALESE/SINHALESE-ENGLISH DICTIONARY	Moscrop & Vijairatne
ENGLISH-SOMALI/SOMALI-ENGLISH DICTIONARY	Korshel, Mohamud
ENGLISH-SERBOCROATIAN/SERBO.-ENGLISH DICTIONARY	Simic, B.
ENGLISH-SWAHILI DICTIONARY	Steere & Madan
ENGLISH-TAMIL/TAMIL-ENGLISH DICTIONARY	Swamy, Jayalalitha
ENGLISH-THAI DICTIONARY	Charubhun, S.
ENGLISH-TIBETAN DICTIONARY	Bell, C.A.
ENGLISH-TIGRIGNA DICTIONARY	Rahman, abdel
ENGLISH-URDU DICTIONARY	Haq. Abdul
URDU-ENGLISH DICTIONARY	Haq. Abdul
LEARN URDU THROUGH ENGLISH (AUDIO)	Alam, Dr. Khursheed
VIETNAMESE-ENGLISH/ENGLISH-VITNAMESE DICTIONARY	Tien, Dinh Duc

STAR PUBLICATIONS (P) LTD., NEW DELHI-110 002